அலெக்சேய் தல்ஸ்தோய்

அக்கினிப் பரீட்சை

இரண்டாம் பாகம்
1918ஆம் ஆண்டு

தமிழில்: ரகுநாதன்

விலை : ரூ.3,000/- (3 தொகுதிகள்)

மின்னங்காடி

பதிப்பக வெளியீடு - 70

அக்கினிப் பரீட்சை - நாவல் (தொகுதி 2)

ஆசிரியர் : அலெக்சேய் தல்ஸ்தோய்

முதல் பதிப்பு : 2024

வெளியீடு : மின்னங்காடி பதிப்பகம்
24, அண்ணா 3-வது குறுக்குத் தெரு,
அவ்வை நகர், பாடி, சென்னை - 50.

Rs.3,000/- (3 Volumes)

Akkinip pareetchai - Novel - (Volume 2)

Author : Alexei Tolstoy

First Edition : 2024

Published by : Minnangadi Publications
24, Anna 3rd Cross Street,
Avvai Nagar, Padi, Chennai - 50.

Website : www.minnangadi.com

Mail :minnangadipublications@gmail.com

Phone : 72992 41264

ISBN : 978-93-92973-70-3

> முத் தீர்த்தங்களிலே முழுக்காடி முக்
> குருதியிலே குளித்தெழுந்து, முத்
> திராவகங்களிலே கொதித்து வெந்து
> சுத்தத்திலும் சுத்தமடைந்தோம் - நாம்!"

1

எல்லாம் முடிந்தது. ராணுவ உத்தரவுகள், நாடகச் சுவரொட்டிகள், ருஷ்ய மக்களின் 'மனச்சாட்சிக்கும் தேசபக்திக்கும்' விடுத்த அறைகூவல்கள் முதலியவற்றின் கிழிந்து கந்தலான குப்பை கூளங்களையெல்லாம் குளிர்ந்த காற்று பீட்டர்ஸ்பர்க் நகரத்தின் வெறிச்சோடிப் போயிருந்த பேரமைதி நிறைந்த தெருக்களிலே வாரிச் சுழற்றியடித்துச் சென்றது. காய்ந்து போன பசையின் கறை படிந்த பல்வேறு விதமான நிறங்கள் கொண்ட காகிதத் துண்டுகள் பனிபடிந்த பலத்த தரைக் காற்று மோதி வீசியபோது படபடத்து ஓலமிட்டன.

சமீப காலத்தில் தலைநகரைக் கிடுகிடுக்கச் செய்த ஆரவாரமும் போதை வெறியும்கொண்ட குழப்பத்தின் மிச்சசொச்சங்களே இவ்வளவுதான். தெருக்களிலும்

சதுக்கங்களிலும் கூடிநின்ற வேலை வெட்டியற்ற ஜனக் கூட்டமெல்லாம் ஓய்ந்து போய்விட்டது. மாரிகால அரண்மனை[1] காலியாக வெறிச்சோடிக் கிடந்தது. அதன் கூரை 'அரோரா'[2] என்ற போர்க் கப்பலிலிருந்து பாய்ந்த குண்டினால் துளைக்கப்பட்டு மூளியாகியிருந்தது. செல்வாக்குள்ள பாங்கு முதலாளிகள், பிரபலமான ராணுவ தளபதிகள், தற்காலிக சர்க்காரின் மந்திரிகள் முதலானோர் எல்லாம் தலைமறைவாகி விட்டார்கள். வெகுவேகமாகச் செல்லும் வாகனங்கள், கவர்ச்சிகர உடையணிந்த பெண்மணிகள், அதிகாரிகள், உத்தியோகஸ்தர்கள், அபூர்வமான எண்ணங்களையெல்லாம் கொண்டலைந்த அரசியல் பிரமுகர்கள் முதலியோரெல்லாம் அழுக்கும் சந்தடியும் நிறைந்த தெருவீதிகளிலிருந்து எங்கோ கண்மறைந்து போய்விட்டார்கள். கடைகளின் கதவுகளின் பலகைகளை வைத்து அறைந்து மூடும் சுத்தியலின் சத்தமே இரவிலே அடிக்கடி கேட்டுக் கொண்டிருந்தது. இங்குமங்குமாக ஒன்றிரண்டு கடைகளில்தான் காய்ந்து போன கேக்கையோ அல்லது பாலாடைக் கட்டியையோ விற்பனைக்கு வைத்திருந்தார்கள். ஆனால் அதுவும் மறைந்தொழிந்து போன வாழ்க்கைக்கான வேட்கையைத் தூண்டி விடுவதாகவே காட்சியளித்தது. பயபீதி கொண்ட பாதசாரிகள் ஆங்காங்கே பாராக் கொடுத்துச் செல்லும் காவல் வீரர்களை ஓரக் கண்ணிட்டுக் குறுகுறுத்துப் பார்த்தவாறே சுவரோடு ஒண்டி ஒதுங்கிச் சென்றார்கள். சிவப்பு நட்சத்திரச் சின்னம் பொறிக்கப்பட்ட தொப்பிகளை அணிந்த உறுதி வாய்ந்த மனிதர்கள் சிலர் தமது தோளின் மீது துப்பாக்கிகளைத் தொங்கவிட்டவர்களாய்

---

1. **மாரிகால அரண்மனை – ஜார் மன்னனின் வாசஸ்தலம்; 1917ம் ஆண்டு பிப்ரவரி மாதம் முதல் அக்டோபர் வரையிலும் எதிர்ப்புரட்சித் தன்மை கொண்ட தற்காலிக சர்க்காரின் தலைமைக் காரியாலயமாக இருந்த இடம். – (மொழி-ர்.)**

2. **'அரோரா' – பால்டிக் கப்பற் படையைச் சேர்ந்த போர்க் கப்பல். இந்தக் கப்பலிலிருந்துதான் பீரங்கிப் பிரயோகத்தின் மூலம் மாரிகால அரண்மனையைப் புரட்சிக்காரர்கள் தாக்கத் தொடங்கினார்கள். – (மொ-ர்.)**

அங்கு வீறுநடை போட்டுத் திரிந்தார்கள். அவர்களது துப்பாக்கியின் குழல்கள் தரையை நோக்கியிருந்தன.

இருளடைந்து கிடந்த வீட்டுச் சன்னல்களின் ஊடாக வாடைக் காற்று தனது பனிக்குளிர் படிந்த மூச்சைப் பரப்பியது; அந்தக் காற்று ஆளரவம் அற்றுக் கிடந்த மாளிகை வாயிலினூடாகப் புகுந்து வீசி, அங்கு குடிகொண்டிருந்த பழம் பெருமைகளையெல்லாம் சுழற்றி வாரிக் கொண்டு சென்றது. 1917ம் ஆண்டின் இறுதிக் கட்டத்தில் பீட்டர்ஸ்பர்க் நகரம் பயங்கரமாகத் தோற்றமளித்தது.

இந்தப் பயங்கர நிலைமை ஆழங்காண முடியாததாக, புரிந்துகொள்ள முடியாததாக இருந்தது. எல்லாமே ஒரு முடிவு கண்டுவிட்டது. எல்லாமே அழிந்து போய்விட்டது. கிழிந்த தொப்பியணிந்த ஒரு மனிதன் கையிலே ஒரு வாளியையும் பிரஷ்ஷையும் ஏந்தியவாறு, பனிக்காற்று வீசும் தெருவின் வழியாக விரைந்து சென்றான். பல்லாண்டு காலமாகப் பழுப்பேறி நிற்கும் பழைய சுவர்களில் அவன் புதிய அரசாணைகளை ஒட்டிச் சென்றான். அவை அந்தச் சுவர்களில் வெள்ளை நிறத் திட்டுக்கள் போல் காட்சியளித்தன. பதவிகள், பட்டங்கள், உபகாரச் சம்பளங்கள், அதிகாரிகளின் உத்தியோகச் சின்னங்கள், தனிநபர் சொத்துரிமை, கடவுள், இஷ்டம் போல் வாழும் உரிமை எல்லாமே போய் விட்டன. எல்லாமே ஒழிக்கப்பட்டு விட்டன! அந்தச் சுவரொட்டிகளை ஒட்டிய மனிதன் தனது தொப்பிக்குக் கீழாகக் கோபாவேசத்தோடு பார்த்தான். அவனது பார்வை அங்கு தென்பட்ட கண்ணாடிச் சன்னல்களினூடே பாய்ந்தது. அங்கு, அந்தக் கண்ணாடிச் சன்னல்களுக்கெல்லாம் அப்பால் கம்பளிக் கோட்டும் பூட்சும் அணிந்த சில மனிதர்கள் குளிர் நிறைந்த அறைகளினுள்ளே தமது கைகளைப் பிசைந்தவாறு இங்கும் அங்கும் நடந்துகொண்டே முணுமுணுத்துக் கொண்டார்கள்.

“இதெல்லாம் என்ன? இது எதில் கொண்டு போய் விடப் போகிறது? ருஷ்யாவுக்கே அழிவுகாலம். எல்லாமே அழியப்

போகிறது... மரணம்தான் முடிவு!.."

அவர்கள் ஜன்னல்களுக்கருகில் நெருங்கி வந்து நின்று வீதிக்கு எதிர்ப்புறத்திலிருந்த, முன்னமொரு நாளில் மாட்சிமை தங்கிய படைத் தளபதி பிரான் வசித்த மாளிகையைப் பார்த்தார்கள். ஒரு காலத்தில் அந்த மாளிகை வாயிலில், அந்தக் கபில நிறமான மாளிகைச் சுவரின் மீது வைத்த கண்ணை வாங்காமல் ஒரு போலீஸ்காரன் ஆடாமல் அசையாமல் விறைப்பாக நின்று கொண்டிருப்பான். இப்போதோ அந்த மாளிகையின் முன்னால் ஒரு நீண்ட லாரி நின்று கொண்டிருந்தது. ஆயுதம் தாங்கிய மனிதர்கள் அகலத் திறந்து கிடந்த அந்த மாளிகை வாயில்களின் வழியாக மேஜை, நாற்காலிகளையும் ஜமுக்காளங்களையும் படங்களையும் வெளியே சுமந்து கொண்டு வந்தார்கள். அந்த மாளிகையின் வாயிலில் ஒரு சிறிய செங்கொடி பறந்து கொண்டிருந்தது. அதற்குக் கீழே மாட்சிமை தங்கிய படைத் தளபதி மெல்லிய கோட்டு அணிந்தவராய் காலைக் காலை இடையிடையே உதைத்தவாறு நின்று கொண்டிருந்தார். அப்போது அவரது நரைத்த தலை ஆடியது; நீண்ட மீசைகள் துடித்தன. அவர்கள் அவரை அங்கிருந்து வெளியேற்றிக் கொண்டிருந்தார்கள். இந்தக் கடுங்குளிர் நேரத்தில் அவர் எங்கு போவார்? எங்கு போக விரும்புகிறாரோ அங்கு போகலாம்... ஆமாம். மாட்சிமை தங்கிய படைத் தளபதிக்கு நேர்ந்த கதி இது! அரசாங்கத்தில் ஒரு முக்கிய உறுப்பினராக இருந்தவருக்கு நேர்ந்த முடிவு இது!

இரவு வருகிறது. எங்கும் ஒரே காரிருட்டு. தெருவிளக்குகளும் எரியவில்லை; வீட்டு ஜன்னல்களிலும் கூட ஒளி தென்படவில்லை. எரிப்பதற்கு நிலக்கரியில்லை. என்றாலும் ஸ்மோல்னியில்[3] மட்டும் ஒரே ஒளி வெள்ளமாக

---

3 ஸ்மோல்னி- லெனின்கிராடிலுள்ள ஒரு கட்டிடம். 1917ம் ஆண்டு அக்டோபர் மாதத்தில் இந்தக் கட்டிடம் தான் மாபெரும் அக்டோபர் சோஷலிஸப் புரட்சியின் தலைமைக் காரியாலயமாக இருந்தது. – (மொ-ர்.)

இருப்பதாகச் சொல்லுகிறார்கள். தொழிற்சாலை வட்டாரங்களிலும் விளக்குகள் எரிவதாகப் பேசிக் கொள்கிறார்கள். துப்பாக்கிக் குண்டுகள் பாய்ந்து துளைத்த அந்தத் துயரம் நிறைந்த நகரத்தினூடே காற்று கர்ஜித்து வீசுகிறது; வீட்டுக் கூரைகளில் தென்படும் ஓட்டைகளினூடே புகுந்து நுழைந்து "ஐயோ! ஐயோ!" என்று அவலக் குரலில் அழுது ஓலமிடுகிறது. இருட்டிலே துப்பாக்கிக் குண்டுகள் வெடித்து முழங்குகின்றன. யார் சுட்டது? எதற்காக? யாரை நோக்கி? அதோ பனி படிந்த மேக மண்டலத்தைப் பழுக்கச் சிவக்கச் செய்து ஒளி செய்கிறதே. அதோ அந்தத் திசையில்தானா? இல்லை! இல்லை! அவை சாராயக் கிடங்குகள் தீப்பற்றி எரியும் காட்சி. உடைந்து சிதறிய பீப்பாய்களிலிருந்து தரைமீது வெள்ளமாகப் பெருக்கெடுத்தோடும் மதுவிலே மூழ்குகிறார்கள் மக்கள்... அவர்கள் எப்படிப் போனாலென்ன? யாருக்கென்ன அக்கறை? அவர்கள் உயிரோடு வெந்து நீறட்டும்!

ஓ! ருஷ்ய மக்களே, ருஷ்ய மக்களே!

இந்த ருஷ்ய மக்கள் ஒவ்வொரு ராணுவ ரயிலிலும் அடைத்து நெருக்கிக்கொண்டு வந்து சேர்கிறார்கள். யுத்த களத்திலிருந்து லட்சோபலட்சக் கணக்கில் வீடு திரும்புகிறார்கள்; தம்முடைய நாட்டுக்கும் வீட்டுக்கும் கிராமத்துக்கும் பண்ணை வெளிக்கும், காடு கரைகளுக்கும் நஞ்சை புஞ்சைகளுக்கும் செல்கிறார்கள்; பெண்டு பிள்ளைகளிடம் செல்கிறார்கள்... ஒரு ஜன்னலாவது உருப்படியாக இல்லாத ரயில் வண்டிகளில் அவர்கள் அசைவற்று நிற்கிறார்கள்; அந்த நெருக்கடியிலே எவனாவது ஒருவன் நின்ற வாக்கிலேயே நெரிபட்டு உயிரை இழந்தாலும் கூட, அந்த ஜனநெருக்கடியிலிருந்து அவனது உடம்பை இழுத்து ஜன்னலின் வழியாக வெளியே விட்டெறிவது என்பது கூடச் சாத்தியமில்லாதிருந்தது. அவர்கள் ரயில் வண்டிகளின் படிகளிலும், கூரைகளிலும், இணைப்புக்களிலும் கூடத் தொத்தி ஏறியவர்களாய்ப் பிரயாணம் செய்கிறார்கள். குளிரிலே அவர்கள் விறைத்துச் சாகிறார்கள். ரயில் வண்டிச் சக்கரங்களுக்கிடையே பிடி

தவறி விழுந்து அறைப்பட்டு மாள்கிறார்கள். இரும்புப் பாலங்களின் சட்டங்களிலே மோதுண்டு மண்டைகள் நொறுங்கிச் சிதறிச் சாகிறார்கள். அவர்கள் தாம் கொண்டு வந்த மூட்டைகளிலும் பெட்டிகளிலும் ஆங்காங்கே சந்தர்ப்பம் கிடைத்த போதெல்லாம் கொள்ளையடித்துச் சேர்த்த பொருட்களை அடைத்து வைத்திருந்தார்கள். அவையெல்லாம் எதற்காகவாவது பயன்படும் என்ற எண்ணம் அவர்களுக்கு. இயந்திரத் துப்பாக்கிகள், இறந்து கிடந்தவர்களிடமிருந்து எடுத்த ஏதேதோ சாமான்கள், கைக்குண்டுகள், துப்பாக்கிகள், கிராம போன் பெட்டிகள், ரயில் வண்டிகளின் ஆசனங்களிலிருந்து கிழித்தெடுத்த தோல் விரிப்புகள்... இத்தகைய பொருள்கள். ஆனால் பணத்தை மட்டும் அவர்களில் எவரும் எடுத்து வரவில்லை. ஆம். பணத்துக்கு அங்கு மதிப்பேயில்லை. ஒரு சிகரெட்டைச் சுருட்டுவதற்குக்கூட அந்தப் பணம் பயன்படாது.

அந்த ராணுவ ரயில் வண்டிகள் ருஷ்ய நாட்டின் சமவெளிப் பிரதேசத்தின் வழியாக மெல்ல மெல்ல ஊர்ந்து சென்றன. அவை ரயில் நிலையங்களின் கட்டிடங்களுக்கு முன்னால் அலுத்துக் களைத்து நின்றன; அந்த ரயில் நிலையங்களின் கட்டிடங்களிலோ ஜன்னல்களெல்லாம் உடைந்து போய் கண்ணாடியின்றி வாய்பிளந்து நின்றன; கதவுகள் கீல்களையும் நாதாங்கியையும் இழந்து திறந்து கிடந்தன. ஒவ்வொரு ரயில் நிலையத்தையும் ரயில் வண்டிகள் வந்தடையும் போது மக்களின் ஏச்சுக் குரல்களே அவற்றை வரவேற்றன. ரயில் வண்டிக் கூரைகளிலிருந்து நீண்ட சாம்பல் நிற மேல்கோட்டுகள் அணிந்த மனிதர்கள் கீழே துள்ளிக் குதித்தார்கள்; தமது துப்பாக்கிக் குதிரைகளை இழுத்து மாட்டினார்கள்; ரயில் நிலைய அதிபரைத் தேடி ஓடினார்கள்; "சர்வதேசிய முதலாளித்துவத்தின் அடிவருடியான அவரைத் தொலைத்துக் கட்டத் துணிந்தார்கள். "வா. எங்களுக்கு வெறொரு என்ஜினைக் கொடு!... நாய்க்குப் பிறந்த பயலே! உனக்கு வாழ்க்கை அலுத்துப் போய் விட்டதா? எங்கள் ரயிலை ஏனடா இன்னும் விடவில்லை?" என்று பல

குரல்கள் கேட்டன. பின்னர் அவர்கள் என்ஜினை நோக்கி ஓடினார்கள். அங்கு என்ஜின் தனது இறுதி மூச்சை இழந்து கொண்டிருந்தது. என்ஜினிலிருந்த ரயிலோட்டியும், கரியள்ளிப் போடுபவனும் காட்டுக்குள்ளே பாய்ந்து ஓடிவிட்டதைக் கண்டார்கள். "நிலக்கரி வேண்டும்! விறகு வேண்டும்! வேலிகளை நொறுக்குங்கள்! கதவுகளையும் ஜன்னல்களையும் உடையுங்கள்!"

மூன்று ஆண்டுகளுக்கு முன்னால் தான் யாருடன், எதற்காகப் போரிட வேண்டும் என்பதைப் பற்றி எவனும் துணிந்து வாய் திறந்து கேட்டதில்லை. யுத்தமும் பட்டாளத்துக்கு ஆள் சேர்த்தலும் ஏதோ ஒரு பூகம்பத்தைப்போல், புயலைப்போல் திடுமென்று வந்தன. விநாச காலத்துக்கான வேளை வந்துவிட்டது என்று ஜனங்கள் உணர்ந்து கொண்டார்கள். பழைய வாழ்க்கைமுறை முடிந்துவிட்டது. ஒவ்வொருவர் கையிலும் துப்பாக்கி ஏறியது. எது வந்தாலும் சரி. ஒன்று மட்டும் நிச்சயம். மீண்டும் பழைய வாழ்க்கை முறைக்குத் திரும்பிச் செல்ல முடியாது. பலப்பல நூற்றாண்டுகளாகக் குமுறிப் புகைந்த மனத் தாங்கல் பொங்கிப் பொருமியெழுந்தது.

மூன்றாண்டுக் காலத்தில் அவர்கள் யுத்தம் என்றால் என்னவென்பதைப் புரிந்து கொண்டார்கள். முன்புறத்தில் இயந்திரத் துப்பாக்கி; பின்புறத்திலும் இயந்திரத் துப்பாக்கிகள்! உயிரோடிருக்கும் வரையிலும் சேற்றுக் கிடங்கில் ஈக்கடிக்கும் கொசுக்கடிக்கும் இரை கொடுத்துக் கொண்டு கிடக்க வேண்டும்! பின்னர் திடீரென்று ஓர் அதிர்ச்சி; அந்த அதிர்ச்சியிலே தலைகள் கிறுகிறுத்தன... புரட்சி! அவர்கள் விழித்தெழுந்து தம்மைத் தாமே கேட்டுக் கொண்டார்கள். "நமது கதி என்ன? நாம் மீண்டும் ஏமாற்றப்படுவோமா?" அவர்கள் அரசியல் பிரசங்கிகளின் முழக்கங்களைக் கேட்டார்கள். "ஆஹா! நாம் முட்டாள்களாகத்தான் இருந்து விட்டோம்! இன்னுமா நாம் முட்டாள்கள்? இனிமேலாவது நாம் புத்திசாலிகளாக இருப்போம். நாம் போர் புரிந்தது போதும். இனி நாம் வீடு செல்வோம். நமது பழியைத்

தீர்த்துக் கொள்வோம். நமது துப்பாக்கிச் சனியன்கள் யாருடைய தொந்திகளைக் கிழிப்பதற்காக ஏற்பட்டவை என்பது இனிமேல் நமக்குத் தெரியும். இனிமேல் ஜாரும் இல்லை; இனிமேல் கடவுளும் இல்லை. எல்லாம் நாம்தான். நாமேதான். வீட்டுக்குச் செல்வோம். நிலத்தைப் பங்கீடு செய்து கொள்வோம்!..."

போர் முனையிலிருந்து வந்து கொண்டிருந்த அந்த ராணுவ ரயில் வண்டிகள் கலப்பைகளைப் போன்று ருஷ்ய நாட்டுச் சமவெளிப் பிரதேசத்தின் மீது ஊர்ந்து உழுது கொண்டு சென்றன. இடிந்து தரைமட்டமான ரயில் நிலையங்கள், உடைந்து நொறுங்கிய கூட்ஸ் வண்டிகள், கொள்ளையடிக்கப்பட்ட நகரங்கள் முதலியனவே அவை சென்ற இடங்களிலெல்லாம் காட்சியளித்தன. கிராமப்புறங்களிலும் தனிப் பண்ணைகளிலும் உலோகத்தை அறுத்துத்தள்ளும் கரகரத்த கிரீச்சொலி கேட்டது - விவசாயிகள் துப்பாக்கிக் குழல்களை நறுக்கி குறுக்கி அவற்றை ஒளித்து வைத்தார்கள். ருஷ்ய மக்கள் தமது நிலங்களிலே முழு மூச்சோடு உழைக்கத் துணிந்தார்கள். குடியானவர்களின் குடிசைகளிலே பழங்காலம் போலவே சவுக்கு மரச் சுள்ளிகள் எரிக்கப்பட்டன. முன்காலத்தைப் போலவே பெண்கள் தமது பாட்டி முப்பாட்டிமார்களின் தறிகளிலே மீண்டும் பாவு போட்டுத் துணி நெய்யத் தொடங்கினார்கள். பண்டைப் பழங்காலத்தை நோக்கி காலம் கடகடத்துப் பின்னோக்கிச் சுழன்றோடுவது போல் தோன்றியது. இத்தகைய நிலையில் தான், அந்த ஆண்டின் இலையுதிர் காலத்தில் இரண்டாவது புரட்சி- அக்டோபர் புரட்சி வெடித்தது!

பசியும் பட்டினியுமாகக் கிடந்தது பீட்டர்ஸ்பர்க் நகரம். பஞ்சத்துக்கு ஆளாகி, கிராமத்தாரால் சூறையாடப்பட்டு, வட துருவத்தின் கொடிய பனிக்குளிர் காற்றினால் உறைந்து மரமரத்துப் போய், எதிரிகளால் சூழப்பட்டு, சதிச் செயல்களால் ஆட்டம் கண்டு நின்றது பீட்டர்ஸ்பர்க் நகரம். கரியும் இல்லாத, ரொட்டியும் உணவும் இல்லாத, தொழிற்சாலைகளின் புகைக் குழாய்களின் புகையைக்

காணாத நகரமாக - மண்டை பிளந்து மூளை மட்டும் வெளியே தெரியும் நிலைக்கு ஆளான மனிதனைப் போல் காட்சியளித்தது அந்த நகரம். இத்தனைக்கும் மத்தியில் ஜார்ஸ்கோஸெல்ஸ்கயா வானொலி நிலையத்திலிருந்து வெடி குண்டுகளையொத்த வீராவேசம் கொண்ட ஒலிபரப்புக்கள் ஒலித்த வண்ணமாயிருந்தன.

"தோழர்களே!" தலையிலே பின்னீஷிய மோஸ்தர் தொப்பியை முன்பின்னாக மாற்றி அணிந்திருந்த ஒரு மெலிந்த மனிதன் கல்லாலான சிலையின் மேடை மீது ஏறி நின்று கொண்டு தனது தொண்டை கிழிய உரக்கக் கத்தினான்:

"தோழர்களே! போர் முனையை விட்டு வந்த தோழர்களே! நீங்கள் ஏகாதிபத்திய நாக சர்ப்பங்களைப் புறக்கணித்து வந்து விட்டீர்கள். பீட்டர்ஸ்பர்க் நகரத்துத் தொழிலாளிகளான நாங்கள் உங்களை நோக்கிச் சொல்கிறோம்: "நீங்கள் செய்தது மிகமிக நல்ல காரியம்! ரத்தக் கறை படிந்த முதலாளித்துவ வர்க்கத்துக்கு நாம் கைக்கூலிகளாக இருக்கப் போவதில்லை!... ஏகாதிபத்திய யுத்தம் அடியோடு ஒழியட்டும்!"

"ஒழிக! ஒழிக!" என்ற கோஷம் தாடிகள் கொண்ட அந்த ராணுவ வீரர்களின் மத்தியில் பரந்து நிலவியது. அவர்கள் தமது தோளில் தொங்கிய துப்பாக்கிகளோடும், முதுகில் தொங்கிய மூட்டை முடிச்சுக்களோடும் மூன்றாம் அலெக்சான்தர் சக்கரவர்த்தியின் சிலை முன்னால் அலுத்துக் களைத்துப் போய் நின்றார்கள். வெட்டி விடப்பட்ட வாலோடு கூடிய குதிரையின் மீது சவாரி செய்து கொண்டிருந்த அந்த ஜார் மன்னனின் கரிய பெரிய சிலை மீது பனி படிந்து மூடியிருந்தது. அதே போன்று அந்தக் குதிரையின் தலைக்குக் கீழாக, தனது கோட்டைத் திறந்து போட்டவனாய் நிற்கும் அந்தப் பிரசங்கியின் மீதும் பனிபடிந்திருந்தது.

"தோழர்களே!... நாம் நமது ஆயுதங்களைக் கீழே போட வேண்டிய காலம் இன்னும் வரவில்லை!

புரட்சி பேராபத்தில் இருக்கிறது! உலகத்தின் சகல திசை திக்குகளிலிருந்தும் எதிரிகள் நம்மை எதிர்த்துத் திரண்டெழுகிறார்கள்.... அவர்களது பேராசை கொண்ட கரங்களிலே படு பயங்கரமான நாசக் கருவிகளும், பொன் மலைகளும் குவிந்திருக்கின்றன. நாம் ரத்த வெள்ளத்திலே மூழ்கித் தவிப்பதைக் கண்டு களிப்பதற்காக அவர்கள் துடிக்கிறார்கள். ஆனால் நாம் அஞ்ச மாட்டோம். உலகமெங்கணும் ஓங்கி எழுந்து நிற்கும் சமுதாயப் புரட்சியின் மீதுள்ள அணையாத, அழியாத நம்பிக்கை -- நமது ஆயுதம்... அந்தப் புரட்சி நம்மை நோக்கி வந்து கொண்டிருக்கிறது; அது நம்மை அணுகி, நெருங்கி, அருகில் வந்து...”

அவனது பேச்சின் குறைப் பகுதியையும் காற்று அடித்துக் கொண்டு போய் விட்டது. கோட்டுக் காலரை மேல் நோக்கித் திருப்பி விட்டவாறு விரிந்த தோள்களையுடைய ஒரு மனிதன் அந்தச் சிலையின் அடிப் புறத்திலே, அந்த இடத்துக்கு வேண்டாதவன் போல நின்றான். அங்குள்ள சிலையையோ அதன் மேல் நின்று ஒரு மனிதன் பிரசங்கம் புரிவதையோ, அங்கு குழுமி நின்ற ராணுவத்தார்களையோ, அவர்களது மூட்டை முடிச்சுக்களையோ அவன் சிறிதும் கவனித்ததாகவே தெரியவில்லை. எனினும் ஏதோ ஒரு வாக்கியம் அவனது கவனத்தைத் திடீரென்று கவர்ந்தது. சொல்லப் போனால், அந்த வாக்கியத்தை விட, அதன் சொற்களை விடாப்பிடியான உறுதியோடும் நம்பிக்கையோடும் ஆணித்தரமாக வெண்கலத்தாலான குதிரையின் முகத்தருகே நின்ற வண்ணமாகக் கூறிய முறை தான் அவனைச் சட்டென்று கவர்ந்தது:

“ஒன்றை மட்டும் புரிந்துகொள்ளுங்கள். இன்னும் ஆறு மாத காலத்தில் சகலவிதமான தீமைகளுக்கும் மூலகாரணமான பணம் நாட்டின் நன்மைக்காக அழித்தொழிக்கப்படும்! இனிமேல் பசி இருக்காது! பட்டினி இருக்காது! பஞ்சம் இருக்காது! அடிமைத்தனம் இருக்காது.... நமக்குத் தேவையானவற்றையெல்லாம் பொதுக் களஞ்சியத்திலிருந்து நாம் பெற்றுக் கொள்ளலாம்.

நாம் தங்கக் கட்டிகளைக் கொண்டு கக்கூஸ்களுக்குத் தளவரிசை போடுவோம்!"

அந்தச் சமயத்தில் அடித்த காற்று அந்தப் பிரசங்கியின் தொண்டைக்குள் உள்ளூரப் புகுந்து விட்டது. காற்றின் பிரவேசத்தால் ஏற்பட்ட பேச்சுத் தடையினால் அவன் எரிச்சல் கொண்டவனாய் முன்புறம் குனிந்து இருமத் தொடங்கினான். அந்த இருமல் நின்றபாடாக இல்லை. அவனது சுவாசப் பைகளே வெடித்து விடுவது போல் தோன்றியது. அந்த ராணுவ வீரர்கள் சில நிமிஷ நேரம் அங்கேயே நின்றார்கள்; பின்னர் தமது தொப்பிகளை ஆட்டியவாறே கலைந்து சென்றார்கள். சிலர் ரயில் நிலையங்களுக்கும், சிலர் நகரை நோக்கி ஆற்றின் அக்கரைக்கும் சென்றார்கள். அந்தப் பிரசங்கி மேடையிலிருந்து கீழே நழுவி இறங்கினான்; அப்போது அவனது கை நகங்கள் பனிபடிந்திருந்த அந்தச் சிலையின் கல் மேடை மீது வழுக்கின. கோட்டுக் காலரைத் தூக்கி விட்டுக் கொண்டிருந்த மனிதன் இறங்கி வந்தவனை நோக்கி மிருதுவாக அழைத்தான்:

"வணக்கம், ருபிலோவ்!"

வசீலி ருபிலோவ் இன்னும் இருமியவாறே தனது கோட்டுப் பொத்தான்களை மாட்டத் தொடங்கினான். அவன் தனது கையைக் கூட நீட்டாமல், இவான் இலீச் தெலேகினை மெல்லப் பார்த்தான்.

"நல்லது. என்ன விஷயம்?"

"ஒன்றுமில்லை. உன்னைப் பார்த்ததே எனக்குப் பெரு மகிழ்ச்சி. அவ்வளவுதான்!"

"இந்த மர மண்டைகள்!" என்று தூரத்திலே பனி மூட்டத்தினிடையே நிழல் வடிவமாகத் தோற்றும் ரயில் நிலையத்தின் மீது பார்வையைச் செலுத்தியவாறே சொன்னான் ருபி லோவ். அந்த ரயில் நிலையத்தின் முன்னால் குவித்துப் போடப்பட்ட தமது மூட்டை முடிச்சுகளுக்கு அருகிலே ஈக்கடியிலிருந்து தப்பித்து வந்த

அந்தத் தாடிக்கார ராணுவ வீரர்கள் கும்பல் கும்பலாக நின்று கொண்டிருந்தார்கள். அவர்கள் தலையிலே என்ன தான் ஏறப் போகிறது? அவர்கள் கரப்பான் பூச்சிகளைப் போல் போர் முனையிலிருந்து ஓடி வருகிறார்கள். புத்தி மங்கியவர்கள்! இங்கு தேவையானதெல்லாம் பயங்கரம்தான்!" என்றான் அவன். எலும்புக் குருத்து வரையிலும் குளிர்ந்து போயிருந்த தனது கரத்தினால் அவன் அந்தப் பனிக்காற்றைப் பற்றிப் பிடித்தான். அவனது முஷ்டி எதையோ ஓங்கி இடிப்பது மாதிரி இருந்தது. அவனது உடல் முழுதும் ஒரு நடுக்கம் பரவியது; அவனது கை மரத்துப் போயிற்று.

"ருபிலோவ்! என்னை உனக்குத் தெரியுமல்லவா?" என்றான் தெலேகின். தெலேகின் தனது கோட்டுக் காலரை கீழ் நோக்கி மடித்து விட்டவாறே ருபிலோவின் வெளிறிய முகத்தருகே குனிந்தான்: "தய்வு செய்து இதையெல்லாம் எனக்கு விளக்கமாகக் கூறு... நாம் நமது தலையை வலியக் கொண்டு போய் சுருக்குக் கண்ணியில் மாட்டிக் கொள்கிறோம். இல்லையா?... ஜெர்மானியர்கள் - அவர்கள் விரும்பினால் - ஒரே வார காலத்தில் பெத்ரொகிராதுக்குள்ளே பிரவேசித்து விட முடியும். நான் என்றுமே அரசியலில் அக்கறை கொண்டவனல்ல என்பது தான் உனக்குத் தெரியுமே!.."

"அக்கறை கொள்ளவில்லை என்று நீ சொல்வதன் அர்த்தம்தான் என்ன?" ருபிலோவ் உடம்பெங்கிலும் ஆக்ரோஷ உணர்ச்சி குடிகொண்டது போல் தோன்றியது; அவன் தெலேகினை நோக்கிச் சட்டெனத் திரும்பினான். பின்னே உனக்கு எதிலேதான் ஈடுபாடு? இந்தக் காலத்திலே அரசியலிலே அக்கறை கொள்ளாதவர்கள் யார் என்று உனக்குத் தெரியுமா?" அவன் தெலேகினின் கண்களை உக்கிரத்தோடு உருத்து நோக்கினான்: "நடுநிலைமைக் கொள்கையை கடைப் பிடிப்பவர்கள்... மக்களின் எதிரிகள்."

"அதைத்தான் நான் உன்னிடம் கேட்டுத் தெரிந்துகொள்ள விரும்பினேன். சிறிதளவு மனிதத் தன்மையோடு பேசக்

கூடாதா?"

தெலேகினுக்கும் ஆத்திர உணர்ச்சி தோன்றியது. ருபிலோவ் தனது நாசித் துவாரங்களின் வழியே நீண்ட பெருமூச் செடுத்தான்.

"நீ ஒரு விசித்திரப் பிறவி, தோழர் தெலேகின்! நல்லது. இப்போது உன்னிடம் பேசிக் கொண்டிருக்க எனக்கு நேரமில்லை. அதையேனும் உன்னால் புரிந்துகொள்ள முடிகிறதா?"

"இதோ பார், ருபிலோவ். நான் படுமோசமான மனோ நிலையில் இருக்கிறேன். கர்னீலவ், தோன் பிரதேசத்துக் கசாக்குகளைக் கிளர்ச்சிக்காக ஒன்று திரட்டுகிறார் என்ற செய்தி உனக்குத் தெரியுமா?"

"ஆம். எனக்குத் தெரியும்."

"ஒன்று நானும் அங்கே போக வேண்டும்... அல்லது உங்கள் பக்கத்தில் சேர்ந்து கொள்ள வேண்டும்."

"அல்லது என்றால் என்ன அர்த்தம்?"

"அதாவது யாரை நம்புவது என்பதை நானே தீர்மானித்தாக வேண்டும். நீயோ புரட்சிக்காக நிற்கிறாய்; நானோ ருஷ்யாவுக்காக நிற்கிறேன். ஒரு வேளை நானும் கூட புரட்சிக்காகவே நிற்கலாம். நான் இராணுவ அதிகாரியாகப் போர் புரிந்துள்ளேன் என்பது உனக்குத் தெரியுமல்லவா?"

ருபிலோவின் கண்களிலே குடிகொண்டிருந்த கோபாவேசம் தணிந்து மறைந்தது. அந்தக் கண்களில் அப்போது தூக்கக் களைப்பைத் தவிர வேறு எதுவுமே தோன்றவில்லை.

"நல்லது" என்றான் அவன். நாளைக்கு ஸ்மோல்னிக்கு வா; வந்து என்னைப் பார்க்க வேண்டுமென்று சொல். ருஷ்யா... உன்னுடைய இந்த ருஷ்யா இருக்கிறதே, இது எவனையும் பைத்தியமாக மாற்றி விடும். இதைப் பார்க்கும் போது எனக்குச் சில சமயங்களில் ஆத்திரம்தான் வருகிறது. என்றாலும் நாமெல்லாம் இதற்காகச் சாகவும் கூடச்

செய்வோம். பால்டிக் ரயில் நிலையத்துக்குப் போய்ப் பார். ராணுவத்திலிருந்து ஓடி வந்த மூவாயிரம் பேர் மூன்று வார காலமாகத் தரையிலேயே படுத்துக் கிடக்கிறார்கள். அவர்களையெல்லாம் ஒன்று கூட்டு. கூட்டம் போடு. சோவியத் ஆட்சியை ஆதரித்துப் பேசு. பெத்ரொகிராத் நகரம் உணவுத் தேவையால் வாடுகிறது என்றும், நமக்குப் போராட்ட வீரர்கள் பலர் தேவை என்றும் அவர்களிடையே பிரசாரம் செய்!" அவனது கண்களில் மீண்டும் உக்கிரவேகம் குடி கொண்டது. "அவர்கள் இன்னும் வெறுமனே அடுப்பு முன்னால் அமர்ந்து அடிவயிற்றைச் சொரிந்து கொடுத்துக் கொண்டிருந்தால் அவர்கள் அடியோடு தொலைந்தார்கள் என்பதைச் சொல். அவர்கள் இப்படியே இருந்தால் புரட்சி அவர்களுக்குப் பின்புறமாக வந்து முதுகிலே அறைந்து பேசும் என்று சொல். இந்தச் சொல்லினால் அவர்களின் சித்தத்தைத் தெளியவை . ருஷ்ய நாட்டையோ புரட்சியையோ சோவியத் ஆட்சியைத் தவிர வேறு யாராலும் காப்பாற்ற முடியாது... புரிந்ததா? நமது புரட்சியை விட முக்கியத்துவம் வாய்ந்த வேறொரு விஷயம் நமக்கு இவ்வுலகத்தில் இன்றில்லை!"

தெலேகின் ஐந்தாவது மாடியிலுள்ள தனது ஜாகைக்குச் செல்வதற்காகக் குளிர்ந்த, பனி உறைந்த படிக்கட்டியின் மீது ஏறிச் சென்றான். இருட்டில் கதவு இருக்குமிடத்தைக் கையால் தடவிக் கண்டு கொண்டான். பிறகு கதவை மூன்று முறை தட்டினான்; மீண்டும் தட்டினான். யாரோ உள்ளேயிருந்து வந்தார்கள். சிறிது நேரத்தில் அவனது மனைவி உள்ளேயிருந்து மிருதுவாகக் குரல் கொடுத்தது கேட்டது:

"யாரது?"

"நான் தான், தாஷா!"

கதவுக்கு மறுபுறத்திலிருந்து பெருமூச்செறியும் சத்தம் கேட்டது. ஒரு சங்கிலி கலகலத்தது. கதவின் பூட்டைச் சாவியால் திறப்பதில் ஏதோ கஷ்டம் ஏற்பட்டதாகத்

தெரிந்தது. 'ஐயோ! கடவுளே!' என்ற தாஷா அலுத்துக் கொண்டு முனகிய குரலும் கேட்டது. எல்லாத் தாழ்ப்பாள்களையும் நீக்கிவிட்டவளாக ஒருவாறாக அவள் கதவைத் திறந்துவிட்டு, மீண்டும் நடைகூடத்தின் வழியாக நடந்து சென்று எங்கேயோ உட்கார்ந்தாள்.

தெலேகின் கதவைப் பூட்டிவிட்டு, கதவின் கீல்கள் நாதாங்கிகள் எல்லாம் சரியாக இருக்கின்றனவா என்பதைக் கவனமாகப் பார்த்துக் கொண்டான். பிறகு தனது மழை பூட்சுகளைக் கழற்றிப் போட்டான். தனது சட்டைப் பையைத் துழாவினான், 'சே! தீப்பெட்டி கூட இல்லை!' பின்னர் அவன் தொப்பியையும் கோட்டையும் கழற்றாமலே கைகளை நீட்டியவாறு தாஷா சென்ற வழியே நேராகச் சென்றான்.

"மீண்டும் விளக்குக் கிடையாதா? அவமானம், அவமானம்.... தாஷா! நீ எங்கிருக்கிறாய்?' என்றான் அவன்.

சிறிது நேரம் கழித்து அவள் படிப்பறையிலிருந்து மிருதுவாகப் பதிலளித்தாள்:

"விளக்கு எரிந்தது. ஆனால் பிறகு அணைந்து போய் விட்டது."

அவன் அந்த அறையினுள் சென்றான். அந்த ஜாகையிலேயே அதுதான் கதகதப்பான அறை. ஆனால் அன்றோ அங்கும் கூடக் குளிராக இருந்தது. அவன் சுற்று முற்றும் பார்த்தான். கண்ணில் எதுவுமே தட்டுப்படவில்லை. தாஷாவின் மூச்சு விடும் சத்தத்தைக் கூட அவனால் கேட்டுணர முடியவில்லை. அவனுக்கு ஒரே பசி. தேநீருக்காக அவன் தவித்தான். ஆனால் தாஷா எதுவுமே தயாரித்து வைக்கவில்லை என்பதைத் திட்டமாக அறிந்து கொண்டான்.

அவன் தனது கோட்டுக் காலரை மடித்து விட்டவாறு, சோபாவுக்கு அருகில் கிடந்த நாற்காலியில் அமர்ந்தான். அவனது முகம் ஜன்னலை நோக்கித் திரும்பியது. வெளியே, பனிமூட்டம் கவிந்த அந்தகாரத்தில் ஒரு மங்கிய ஒளி

அலெக்சேய் தல்ஸ்தோய் ▲ 17

அசைந்து கொடுத்தது. கிரான்ஷ்டாட்டிலோ அல்லது பக்கத்தில் வேறு எங்கேயோ வேவு விளக்கின் ஒளியாக இருக்கலாம்.

'அடுப்பைப் பற்ற வைக்க வேண்டியதுதான்' என்று அவன் தனக்குள்ளாகவே சொல்லிக் கொண்டான். தாஷாவுக்குத் தொல்லை கொடுக்க விரும்பாமலே, தீப்பெட்டி எங்கிருக்கிறது என்பதை அவளிடம் நாசூக்காகக் கேட்டுத் தெரிந்து கொள்ள விரும்பினான்.

என்றாலும் அவனால் அவளிடம் வாய் திறந்து கேட்க முடியவில்லை. அவள் என்னதான் செய்து கொண்டிருக்கிறாள்? அழுகிறாளா? அல்லது தூங்கி வழிகிறாளா? அவனுக்கு எதுவுமே புரியவில்லை. அங்கு பூரண அமைதியே நிலவியது. அந்தப் பலமாடி கொண்ட கட்டிடம் முழுவதிலுமே மயான அமைதியே குடிகொண்டிருந்தது. எங்கோ தூரத்திலே மங்கலாகத் தொனிக்கும் வேட்டுச் சத்தத்தைத் தவிர, வேறு எதுவுமே கேட்கவில்லை. திடீரென்று அங்கிருந்த சரவிளக்கிலுள்ள ஆறு பல்புகளும் ஒளிவிட்டு எரிந்தன; தொடர்ந்து அந்த அறையிலே செம்மையான ஒளிவெள்ளம் பரவியது. தாஷா மேஜையின் முன்னால் அமர்ந்திருந்தாள். அவள் தனது கம்பளிக் கோட்டை அணிந்தவளாய், கம்பளிப் பூட்சு அணிந்த ஒரு காலை முன்னால் நீட்டியவாறு காட்சியளித்தாள். அவளது தலை மேஜை மீது பதிந்திருந்தது; அவளது ஒரு புறத்துக் கன்னம் மேஜை மீதிருந்த மையொத்தும் அட்டை மீது ஒட்டியிருந்தது. அவளது முகம் துன்பத்தின் சாயல் படிந்து வாடியிருந்தது. அவளது கண்கள் திறந்திருந்தன. கண்களைக் கூட அவள் மூடிக் கொள்ளவில்லை. அவள் அங்கு சுருண்டு மடங்கி இயற்கைக்கு மாறாக எப்படியோ வீற்றிருந்தாள்.

"தாஷா! நீ இந்த மாதிரியே இருந்து கொண்டிருக்கக் கூடாது" என்று கரகரத்த குரலில் சொன்னான் தெலேகின். அவன் அவள் மீது தாங்க முடியாத பரிவும் கனிவிரக்கமும் கொண்டான். பின்னர் அவன் மேஜையருகே சென்றான். ஆனால் அதற்குள் விளக்குகளின் சிவந்த ஒளிக் கம்பிகள்

நடு நடுங்கின; மறுகணம் அவை அணைந்து போய் விட்டன. சில வினாடி நேரம் தான் விளக்குகள் எரிந்தன.

அவன் தாஷாவுக்குப் பின்புறமாக நின்று, தனது மூச்சை வெளிவிடாதவாறு மெல்ல அவள் பக்கமாகக் குனிந்தான். எதுவும் பேசாமல் அவளது தலைமயிரைத் தடவிக் கொடுப்பதுதான் நல்லது என்று அவனுக்குத் தோன்றியது. ஆனால் அவன் அவளது பக்கத்தில் நெருங்கிய போதும்கூட அவள் ஒரு சவம் போல் அசைவற்றிருந்தாள்.

"தாஷா! நீ ஏன் உன்னை இவ்வளவு தூரம் அலட்டி வருத்திக் கொள்கிறாய்?"

ஒரு மாதத்துக்கு முன்னர்தான் தாஷா ஓர் ஆண் குழந்தையைப் பெற்றெடுத்தாள். ஆனால் அந்தக் குழந்தையோ மூன்றே நாட்களில் இறந்து போய் விட்டது. அந்தப் பிரசவம் அவளுக்கு ஏற்பட்ட ஒரு திடீர் அதிர்ச்சியால் காலம் தப்பி முந்தி நேர்ந்து விட்டது. செவ்வாய் வெளி' எனும் சதுக்கத்திலே செல்லும் போது இருட்டில் படபடக்கும் போர்வைகளைப் போர்த்த அசாதாரண உயரம் கொண்ட யாரோ இரண்டு பேர்வழிகள் தாஷாவின் மீது பாய்ந்து தாக்கி விட்டார்கள். ஒருவேளை அவர்கள் அந்தக் காலத்தில் பிரபலமாக இருந்த 'தாவும்' பேர்வழிகளாகத்தான் இருக்க வேண்டும். அந்தக் காலத்தில் கால்களிலே 'ஸ்பிரிங்' செருப்புக்களை மாட்டிக் கொண்டு திரிந்த சில பேர்வழிகள் பெத்ரொகிராத் நகரத்தில் இத்தகைய பீதியை விளைவித்து வந்தார்கள். அவர்கள் சீட்டியடித்துக் கொண்டே தாஷாவிடம் தமது பற்களை நெறுநெறுவென்று கடித்துக் காட்டினார்கள்; பிறகு அவள் பயந்து போய்க் கீழே விழுந்தவுடனே அவளது கோட்டை பறித்து எடுத்துக் கொண்டு லெபியாஷி பாலம் வழியாகத் துள்ளித் தாவி ஓடி விட்டார்கள். தாஷா சிறிது நேரம் வரையிலும் அங்கேயே தரையில் கிடந்தாள். அங்கு அந்த நேரம் மழையும் பெய்தது; 'வேனில் பூங்கா' விலுள்ள மொட்டையான லைம் மரங்களின் கிளைகள் வெறிகொண்டது போல் தலைவிரித்தாடின. பன் தான்கா

ஆற்றுக்கு அப்பால் எங்கோயிருந்து உதவிகோரிக் கூவும் அபயக் குரல்கள் கேட்டன. வயிற்றுக்குள்ளேயுள்ள குழந்தை உலகத்தை எட்டிப் பார்த்துத் தானாக வேண்டும் என்று அடம் பிடிப்பது போல் அவளது வயிற்றுக்குள் திமிறி உதைத்துக் கொண்டேயிருந்தது.

அந்தக் குழந்தையின் அட்டகாசத்துக்குக் கட்டுப்பட்டவளாய், அவள் அங்கிருந்து மெல்ல எழுந்து நடந்தாள்; திரோயித்ஸ்கி பாலத்தைக் கடந்தாள். அப்போதடித்த பேய்க் காற்று அவளைப் பாலத்தின் இரும்பு வேலியோடு சேர்த்துத் தள்ள முனைந்தது; நனைந்து போன அவளது உடை கால்களோடு ஒட்டிக் கொண்டது. அங்கு விளக்கு வெளிச்சமோ, பாதசாரிகளின் நடமாட்டமோ இல்லை. அந்தப் பாலத்துக்கப்பால் கீழே கன்னங்கரிய அலை புரளும் நேவா நதி ஓடிக் கொண்டிருந்தது. அந்தப் பாலத்தைக் கடந்து வந்ததுமே தாஷாவுக்கு இடுப்பு வலி கண்டு விட்டது. வீடு போய்ச் சேர்வது சிரமம்தான் என்பதை உணர்ந்த தாஷா ஏதாவது ஒரு மரத்தடியில் மழைக்கும் காற்றுக்கும் ஒதுங்கி நிற்பதுதான் நல்லது என்று நினைத்தாள். கிராஸ்னிய ஸோரி தெருவுக்கு வந்ததும் காவல் வீரனொருவன் அவளைத் தடுத்து நிறுத்தினான். கையிலே துப்பாக்கி தாங்கிய அந்த வீரன் அவளது சவக்களை தட்டிய வெளிறிய முகத்தைக் குனிந்து பார்த்தான்.

"மிருகப் பிறவிகள்! இவளது உடையையல்லவா பிடுங்கிக் கொண்டிருக்கிறார்கள்! மேலும் இவள் பூரண கர்ப்பிணியாக வேறு இருக்கிறாள்!"

அவன் தாஷாவை அவளது வீட்டுக்குக் கூட்டி வந்து, அவளை ஐந்தாவது மாடி வரையிலும் கொண்டு போய் விட்டான். பிறகு அந்த ஜாகையின் கதவைத் தனது துப்பாக்கி மட்டையால் அடித்துத் தட்டினான். தெலேகின் கதவைத் திறந்து கொண்டு வெளியே தலை காட்டிய போது அந்தப் போர் வீரன் அவனை நோக்கி கத்தினான்:

"இப்படித்தான் செய்கிறதா? வயிற்றுப்பிள்ளைக்காரியை

இப்படித்தான் இரவு நேரத்தில் தன்னந்தனியாக வெளியே போக விடுகிறதோ? இவள் தெருவிலேயே பிரசவித்துவிட இருந்தாள். பூர்ஷ்வா வர்க்கத்தைச் சேர்ந்த மரமண்டைகள் தானே நீங்கள்!"

அன்றிரவே அவளுக்குப் பிரசவ வேதனை கண்டுவிட்டது. வளவளவென்று பேசும் ஒரு மருத்துவச்சி அங்கு வந்து சேர்ந்தாள். தாஷாவுக்கு அந்த வலி ஒரு பகலும் ஒரு இரவும் இருந்தது. கடைசியில் பிறக்கிற போதே கன்னிக்குடத்து நீரைக் குடித்து விட்டு மூச்சு முட்டிப் போன நிலையில் குழந்தை வெளிவந்தது. அவர்கள் அந்தச் சிசுவைத் தட்டிப் பார்த்தார்கள்; தேய்த்துச் சூடு உண்டாக்கினார்கள்; வாய்க்குள்ளே ஊதினார்கள். கடைசியில் ஒருவாறாக அது முகத்தைச் சுழித்துக் கொண்டு வாய் திறந்து அழத் தொடங்கியது. அந்தக் குழந்தை இருமத் தொடங்கிய போதிலும் மருத்துவச்சிக்கு நம்பிக்கை போகவில்லை. அந்தக் குழந்தை ஒரு பூனைக் குட்டியைப் போல் மெதுவான பரிதாபம் மிகுந்த குரலில் அழுததே தவிர, தாய்ப்பாலை அருந்த முனையவில்லை. பிறகு அது மீண்டும் அழுகையை நிறுத்திவிட்டு முனகியது. மூன்றாவது நாளன்று தாஷா தன் கையைத் தொட்டிலுக்குள் நுழைத்தாள்; ஆனால் மறுகணமே கையைச் சட்டென்று இழுத்துக் கொண்டாள். குளிர்ந்து போன சடலம்தான் அவளது கையில் தட்டுப்பட்டது. அவள் அந்தக் குழந்தையை அவசர அவசரமாகத் தூக்கி மேலே போர்த்தியிருந்த துணியை விலக்கினாள். அந்தக் குழந்தையின் பளிச்சிடும் மென் மயிர் அதனது குவிந்த தலையின் மீது குத்திட்டு நின்றது.

தாஷா பயங்கரமாகக் கத்தினாள். அவள் படுக்கையிலிருந்து துள்ளியெழுந்து ஜன்னலை நோக்கி ஓடினாள். அந்த ஜன்னலை உடைத்துக் கொண்டு வெளியே குதித்து உயிரையே மாய்த்துக்கொள்ள விரும்பினாள்.

"நான்தான் இவனை இழந்து விட்டேன்!" என்று அவள் மீண்டும் மீண்டும் சொல்லிக் கொண்டாள். "என்னால் இந்த வேதனையைத் தாங்க முடியாது!" என்று

பொருமினாள். அவளைத் தடுத்து நிறுத்தி மீண்டும் படுக்க வைப்பதற்குள் தெலேகினுக்குப் பெரும்பாடாகி விட்டது. அந்தக் குழந்தையின் உயிரற்ற சடலம் அகற்றப்பட்டது. தாஷா தன் கணவனை நோக்கிச் சொன்னாள்:

"நான் தூங்கிக் கொண்டிருந்த வேளையில் சாவு அவனைப் பறித்துக் கொண்டு போய் விட்டது. அந்தத் தலைமயிர் குத்திட்டு நின்றதை நினைத்துப் பார்த்தால்... அவன் மரண வேதனையில் துடித்துச் செத்துக் கொண்டிருந்தபோது, நான் தூங்கிக் கொண்டிருந்திருக்கிறேன்!"

அந்தச் சின்னஞ்சிறு குழந்தை மரணத்தோடு தன்னந் தனியாகப் போராடித் தோல்வியுற்றதைப் பற்றிய அவளது சிந்தனையை தெலேகினால் என்ன முயற்சி செய்தும் போக்க முடியவில்லை.

"நல்லது, இனி நான் அது பற்றிப் பேச மாட்டேன்!" என்று தெலேகினுக்கு அவள் பதில் சொன்னாள். அவளது கணவனின் அழுத்தமான குரலையும், அவனது ஆரோக்கியம் மிகுந்த சிவந்த முகத்தையும், எந்தவிதத் துன்பங்களிலும்கூட விட்டு விலகாத அவனது முகத்தின் திருப்தி நிறைந்த பார்வையையும் தவிர்ப்பதற்காகவே அவள் அப்படிப் பதில் சொன்னாள்.

காலையிலிருந்து இரவு வரையிலும் நகருக்குள்ளே சென்று திரிந்து, ஏதேதோ வேலைகளைச் செய்வதும் உணவு, விறகு முதலிய பொருள்களை வாங்கி வருவதுமாக இருந்தான் தெலேகின். கிழிந்து போன மழை பூட்சுகளோடு அவன் அலுக்காமல் சலிக்காமல் அலைந்து திரிவதற்கெல்லாம் அவனது திடகாத்திரமான சரீரம் இடம் கொடுத்தது. ஒவ்வொரு நாளும் அவன் பலமுறை வீட்டில் வந்து தலை காட்டுவான். வரும்போதெல்லாம் அவனிடம் அதே அன்பும் பரிவும் குடி கொண்டேயிருக்கும்.

ஆனால் தாஷாவுக்கோ இத்தகைய அன்பும் பரிவும் பிற எல்லாவற்றையும் விட அவளுக்குக் குறைவாகவே தேவைப்பட்டன. தெலேகினின் அன்றாட அலுவல்கள் அதிகரிக்க அதிகரிக்க, அவள் தனக்கும் தெலேகினுக்கும்

உள்ள தொலைவைப் பெரிதும் உணரத் தலைப்பட்டாள். அவள் நாள் முழுவதும் அந்தக் குளிர் நிறைந்த அறையிலேயே தன்னந்தனியாக அடைந்து கிடந்தாள். எப்போதாவது சிறு தூக்கம் வந்து அவளது கண்களைத் தழுவினால் அதுவே அவளுக்கு ஓர் ஆறுதலாக இருந்தது. சிறிதே கண் அயர்ந்து, தனது மூடிய கண்களைக் கையால் வருடியவாறு கண் விழித்தால், அதிலே ஒரு நிவர்த்தி கண்டாள். பின்னர் தெலேகின் தனக்காக எதையோ செய்து வைக்கச் சொன்னது அவளுக்கு நினைவு வரும்; உடனே அவள் சமையல் அறைக்குள் செல்வாள். என்றாலும் இப்போதோ சாதாரணமான வேலைகள்கூட அவளுக்குச் சங்கடத்தைக் கொடுத்தன. நவம்பர் மாதத்து மழை ஜன்னல்களின் மீது அறைந்து பெய்தது. பீட்டர்ஸ்பர்க் நகரத்தின் மீது காற்று ஊளையிட்டு வீசிற்று. இத்தகைய வடவடக்கும் குளிரில், கடற்கரையருகிலேயுள்ள சமாதி ஸ்தலத்தில், தனது மரண வேதனையைக் கூடத் தெரிவிக்க முடியாத நிலையில் இறந்து போன அவளது சின்னஞ்சிறு பாலகனின் பிஞ்சுச் சடலம் புதையுண்டிருந்தது...

தாஷாவுக்கு மனோவியாதிதான் என்பதை தெலேகின் உணர்ந்தான். வீட்டிலுள்ள மின்சார விளக்குகள் அணைய வேண்டியது தான், உடனே நகன்று சென்று ஏதாவதொரு மூலையிலுள்ள சோபாவில் விழுந்து தலையைப் போர்வையால் மூடிப் போர்த்திக் கொண்டு அவள் துக்க சாகரத்திலே மௌனமாக மூழ்கி விடுவாள். ஆனால் அவர்கள் வாழ்ந்தாக வேண்டுமே... ஒவ்வொருவனும் வாழ வேண்டுமே!... மாஸ்கோவிலிருந்த அவளது சகோதரி காத்யாவுக்கு அவன் தாஷாவைப் பற்றி எழுதினான். ஆனால் அந்தக் கடிதங்கள் போய்ச் சேரவில்லை போலும். அவற்றிற்குப் பதிலே இல்லை. ஒரு வேளை காத்யாவுக்கும் ஏதேனும் நேர்ந்து விட்டதோ என்னவோ? காலம் போதாத காலமாகவல்லவா இருந்தது!

தாஷாவுக்குப் பின்னால் நின்றவாறே தெலேகின் தன் கால்களை நகற்றினான்; அப்போது அவன் ஒரு தீப்பெட்டியை மிதித்து விட்டான். அப்போதுதான்

அவன் எல்லாவற்றையும் சட்டென்று புரிந்து கொண்டான். விளக்குகள் அணைந்து போன சமயத்தில் தாஷா தனிமையையும் இருளையும் விரட்டுவதற்காக இடையிடையே தீக்குச்சிகளைக் கொளுத்திப் பார்த்திருக்கிறாள். “பாவம்! நாள் முழுவதும் தனிமையிலேயே வாடுகிறாள்!” என்று தனக்குள் எண்ணிக் கொண்டான் தெலேகின்.

அவன் அந்தத் தீப்பெட்டியைப் பதனமாகக் கையில் எடுத்தான். அந்தப் பெட்டியில் இன்னும் சில குச்சிகள் மீதமிருந்தன. அவன் சமையல் அறையினுள் சென்று காலையிலேயே தயார் செய்து வைத்திருந்த ஒரு பழைய அலமாரியிலிருந்து பதனமாகச் செதுக்கி எடுக்கப்பட்ட மரச் சுள்ளிகளைக் கொண்டு வந்தான். அவன் படிப்பறையில் தரையில் குந்தி உட்கார்ந்து கொண்டு அங்கிருந்த சின்னஞ்சிறிய மண்ணடுப்பைப் பற்ற வைத்தான். அந்த அடுப்பிலிருந்து ஓர் இரும்புப் புகை போக்கி அறைக்குள்ளே வளைந்து தலை நீட்டிக் கொண்டிருந்தது. அந்தச் சுள்ளிகளிலிருந்து எழுந்த புகையின் மணம் நன்றாயிருந்தது. அந்த அடுப்பின் முன்புறமுள்ள இடைவெளிகளின் வழியாகக் காற்று உள்ளே முணுமுணுத்து புகுந்தது. முகட்டிலே ஓர் ஒளிவட்டம் அசைந்தாடியது.

கைகளால் செய்யப்பட்ட இத்தகைய மண்ணடுப்புக்களுக்குப் பின்னர் ‘பூர்ஷ்வா’ என்றும், ‘தேனீ’ என்றும் கேலிப் பெயர்கள் சூட்டி மக்கள் அழைத்தார்கள். உள்நாட்டு போர் காலத்தில் இந்த அடுப்புக்கள் நேர்மையோடும் விசுவாசத்தோடும் மக்களுக்குப் பெருஞ்சேவை புரிந்தன. நான்கு கால்களோடும் சின்னக் குகையோடும் கூடிய சாதாரணமான இரும்பு அடுப்புக்களும் இருந்தன. சில அடுப்புக்களில் காப்பித் தூள் சக்கை கலந்த அப்பங்களையும் உப்பிட்ட கருவாட்டுப் பண்டங்களையும் சுட்டு எடுக்கலாம். அதைவிட வேறு சில அழகிய அடுப்புக்களில் கணப்பு அடுப்புக்களிலிருந்து பெயர்த்தெடுக்கப் பெற்ற ஓடுகள் இடம்பெற்றன. அந்த அடுப்புக்கள் சூட்டைக்

கொடுத்தன. அவற்றிலே அவித்தார்கள்; சுட்டார்கள். தவிரவும் அந்த அடுப்புக்கள் இரைச்சலுடன் பனிக் காற்றின் ஓலத்தோடு சேர்ந்து பாடவும் செய்தன.

பண்டைக் காலத்தில் குளிர் காய மூட்டிய நெருப்பைச் சூழ்ந்து குழுமிய மாதிரியே மக்கள் அந்த அடுப்பிலிருந்து எழும் சுவாலையைச் சுற்றிலும் குழுமியமர்ந்தார்கள்; தமது குளிர்ந்து மரமரத்த கைகளைத் தீக்காய்ந்தார்கள்; அடுப்பின் மீதுள்ள தேநீர் கேத்தலின் மூடி தண்ணீர் கொதித்துப் பொங்குவதால் தாளம் போட்டு ஆடத் தொடங்கும் காட் சியைக் காணக் காத்துக் கிடந்தார்கள். அப்போது அவர்கள் தமக்குள் பேசிக் கொள்ளவும் செய்தார்கள். ஆனால் துரதிருஷ்டவசமாக அவற்றில் எதுவும் ஏட்டில் எழுதிவைக்கப் படவில்லை. கம்பளிப் பூட்சுகள் அணிந்தும் தோள்களின் மீது கனத்த போர்வைகளைக் கொண்டு மூடிக் கொண்டும் தமது உடைந்து போன கை நாற்காலிகளை அந்த அடுப்புக்களின் அருகே இழுத்துப் போட்டுக் கொண்டும் தாடிகளுடனான பேராசிரியர்கள் அங்கமர்ந்து அருமையான புத்தகங்களை எழுதினார்கள். பட்டினிக் கொடுமையால் கண்ணாடித் தாள் மாதிரி மெலிந்து ஒடுங்கிவிட்ட கவிஞர்கள் காதலைப் பற்றியும் புரட்சியைப் பற்றியும் கவிதைகள் பாடினார்கள். சதிகாரர்களும் கூட ஒன்று கூடி ஆலோசித்து, கிசுகிசுவென்று ரகசியம் பேசினார்கள். முன்னை விட விசித்திரமான பயங்கரமான வதந்திகளையும், புரளிகளையும் கட்டவிழ்த்து விட்டார்கள். இத்தனைக்கும் மேலாக, அந்தக் காலத்தில் பண்டைப் பழங்காலத்துத் தட்டுமுட்டுச் சாமான்களும், மேஜை நாற்காலிகளும் அந்த அடுப்பின் இரும்புப் புகை போக்கி வழியாக, எரிந்து புகை புகையாய் மாறிக் கொண்டிருந்தன.

தெலேகின் தன் வீட்டு அடுப்பின் மீது மிகுந்த மதிப்பும் அன்பும் வைத்திருந்தான். அந்த மண்ணடுப்பிலே ஏற்பட்டிருந்த வெடிப்புகளையெல்லாம் களிமண்ணைக் கொண்டு பூசியடைத்தான். அந்த அடுப்புக் குழாயின் அடியில் ஒரு தகர டப்பாவைத் தொங்கவிட்டு அடுப்பிலிருந்து விழும் தார் தரையிலே விழுந்து விடாதபடி

பாதுகாத்தான். அடுப்பின் மீதுள்ள கேத்தலில் நீர் கொதித்தவுடன் அவன் தனது பையிலிருந்து சிறு காகிதப் பொட்டலமொன்றை எடுத்து, அதிலுள்ள சர்க்கரையை ஒரு கண்ணாடித் தம்ளரில் தாராளமாகப் போட்டான். இன்னொரு பையிலிருந்து அவன் ஓர் எலுமிச்சம் பழத்தை எடுத்து, அதில் ஒரு துண்டை தாஷாவுக்குரிய தேநீரில் பிழிந்து அதனை தாஷாவின் முன்னால் வைத்தான். யுத்தத்தினால் முடமாகிப் போன ஒரு ராணுவ வீரன் நேவ்ஸ்கி பெருஞ்சாலையில் அவனிடமிருந்த கையுறைகளைப் பெற்றுக் கொண்டு அதற்குப் பிரதியாக அந்த எலுமிச்சம் பழத்தைக் கொடுத்தான்.

"தாஷா! இதோ இந்தத் தேநீரில் எலுமிச்சம் பழம் பிழிந்திருக்கிறேன்! நான் அந்தச் சிமிட்டி விளக்கை ஏற்றுகிறேன்."

'சிமிட்டி' என்பது அந்த விளக்குக்கிட்ட பெயர். அது ஒரு தகர விளக்கு; அதில் சூரிய காந்தி விதை எண்ணெயையூற்றி அதன் மீது ஒரு துணியைத் தொங்கவிட்டிருப்பார்கள். தெலேகின் அந்த விளக்கை ஏற்றி அறைக்குள் கொண்டு வந்தான்; அதனால் அந்த அறைக்குள் மங்கிய ஒளி பரவியது. தாஷா அதற்குள் கை நாற்காலியில் நிமிர்ந்து உட்கார்ந்து தேநீரைப் பருகிக் கொண்டிருந்தாள். அதைக் கண்டு தெலேகின் மகிழ்ச்சி அடைந்தவனாய், அவளருகிலே அமர்ந்தான்.

"இன்று நான் யாரைச் சந்தித்தேன், தெரியுமா? வசீலி ருபிலோவைச் சந்தித்தேன்! உனக்கு ஞாபகமிருக்கிறதா? எங்கள் தொழிற்சாலையில் ருபிலோவ் குடும்பத்தைச் சேர்ந்த தந்தையும் மகனும் வேலை பார்த்தார்கள் அல்லவா? நாங்கள் எல்லோரும் நெருங்கிய நண்பர்களாயிருந்தோம். வசீலியின் தந்தைக்குக் குயுக்தி மிகுந்த கண்கள் உண்டு. அவன் மனம் எப்போதும் கிராமத்தில் பாதியும் தொழிற் சாலையில் பாதியுமாகத்தான் இருக்கும். அவன் ஓர் அபூர்வமான பிறவி! அவன் மகன் வசீலியோ அந்தக் காலத்திலேயே போல்ஷிவிக் கெட்டிக்காரன். என்றாலும் சிரங்கு பிடித்த தலையையுடைய கரடி மாதிரி கிடு

கிடுவென்று எரிந்து விழுவான். பிப்ரவரிப் புரட்சியின் போது அவன் தான் முதன் முதலில் தொழிலாளர்கள் வேலை நிறுத்தம் செய்து வெளியேறுவதற்கு வழிகாட்டியாக நின்றான். அவன் தான் கூரைகள் மீதெல்லாம் ஏறிப் போலீஸ்காரர்களை விரட்டியடித்தான். அவனே தன் கையால் ஆறேழு பேரை அடித்துத் தள்ளி விட்டான் என்றும் பேசிக் கொண்டார்கள். அக்டோபர் புரட்சிக்குப் பிறகு அவன் பெரிய மனிதனாகி விட்டான். ஆமாம். அவனும் நானும் பேசினோம்... தாஷா! நான் சொல்வதைக் கேட்கிறாயா?"

"ஆமாம். கேட்கிறேன்" என்றாள் தாஷா. அவள் தனது காலியான தம்ளரை மேஜை மீது வைத்து விட்டு, மோவாயைத் தனது மெலிந்த முஷ்டியின் மீது தாங்கியவாறு சிமிட்டி விளக்கிலிருந்து எழுந்தாடும் சுடரையே வெறித்து நோக்கினாள். அவளது சாம்பல் நிறக் கண்களில் இந்த உலகத்திலுள்ள சகலத்தையுமே நிர்விசாரமாகப் பார்க்கும் ஒரு தன்மை குடிகொண்டிருந்தது. அவளது முகம் நீண்டு போயிருந்தது; மிருதுவான சருமம் மெலிந்து ஒட்டிப் போயிருந்தது; ஒரு காலத்தில் அதாயாச பாவம் குடி கொண்டிருந்த அவளது மூக்கு குவிந்து கூர்மை பெற்று விட்டிருந்தது.

"இவான்!" என்று அவள் அழைத்தாள். தனக்குத் தேநீரில் எலுமிச்சம் பழம் கலந்து கொடுத்ததற்கு நன்றி தெரிவிக்கத்தான் அவள் அப்படி அழைத்தாள் போலும். 'நான் தீப்பெட்டியைத் தேடிக் கொண்டிருந்த போது சில புத்தகங்களுக்குப் பின்னால் ஒரு சிகரெட் பாக்கெட்டைக் கண்டெடுத்தேன். உனக்குத் தேவையானால்.."

"சிகரெட்டா? தாஷா! அவைதான் எனக்கு மிகவும் பிடித்தமான பழைய சிகரெட்டுகள்!" தெலேகின் அதைக் கேட்டு பெருத்த குதூகலமும் உற்சாகமும் அடைந்தான். உண்மையில் அவன் தான் அந்தச் சிகரெட்டுகளைப் பின்னால் என்றைக்காவது தேவைப்படும் நாளில் உதவும் என்று கருதி அந்தப் புத்தகங்களுக்குப் பின்னால் மறைத்து வைத்திருந்தான். அவன் அந்தச் சிகரெட்டுகளில்

ஒன்றையெடுத்துப் பற்ற வைத்தான்; பின்னர் தாஷாவின் களையிழந்த பக்கவாட்டுத் தோற்றத்தை ஓரக் கண்ணால் அடிக்கடி பார்த்துக் கொண்டான். இவளை எங்காவது வெயில் எரிக்கும் தூரத்திலுள்ள தென் திசைக்குக் கூட்டிச் செல்ல வேண்டும் என்று நினைத்துக் கொண்டான்.

"சரி. கேள், நானும் வசீலி ருபிலோவும் பேசினோமா?.. அவன் எனக்கு எவ்வளவோ உதவியிருக்கிறான், தாஷா . இந்தப் போல்ஷிவிக்குகள் சும்மா இப்படியே மறைந்து போய்விடுவார்கள் என்று நான் நம்பவில்லை. ருபிலோவைப் போன்ற மக்கள் மத்தியிலே தான் அவர்களது அஸ்திவார பலம் இருக்கிறது. நான் சொல்கிறது உனக்கும் புரிகிறதோ என்னவோ? அவர்களை யாரும் தேர்ந்தெடுத்து அவர்கள் கையில் அதிகாரத்தை ஒப்படைக்கவில்லை என்பது வாஸ்தவம் தான். அவர்களது அதிகார பலம் மயிரிழையில் தொங்கிக் கொண்டிருக்கிறது. பொத்ரொகிராத், மாஸ்கோ முதலிய நகரங்களிலும் வேறு சில பெரிய ஜில்லாத் தலைநகரங்களி லும் தான் அவர்களுக்குப் பலம் மிகுதி. ஆனால் அவர்களது பலத்தின் ரகசியம் அவர்களது அதிகாரத்தின் தன்மையில் தான் அடங்கியிருக்கிறது. அந்த அதிகாரம் வசீலி ருபிலோவ் போன்ற மனிதர்களோடு நெருக்கமாகப் பிணைக்கப்பட்டுள்ளது. நமது நாட்டில் அவர்களைப் போன்றவர்கள் அதிகம் பேர் இல்லை தான். என்றாலும் அவர்களுக்கு நம்பிக்கை இருக்கிறது. ருபிலோவ் போன்ற மனிதனைக் காட்டு மிருகங்கள் அங்கம் அங்கமாகப் பிய்த்துத் தள்ளினாலும் சரி, உயிரோடு வைத்து எரித்தாலும் சரி, அப்போதும் கூட அவன் அதே ஆர்வத்தோடும் ஆவேசத்தோடும் 'இன்டர்னேஷனல்' பாடிக் கொண்டேதான் இருப்பான்..."

தாஷா அமைதியைக் குலைக்காமல் ஊமையாக இருந்தாள். தெலேகின் அடுப்பு நெருப்பைக் கிண்டி விட்டான். அந்த அடுப்புக்கு எதிராகத் தரையில் குந்தியமர்ந்தவனாய் அவன் மேலும் சொன்னான்:

"நான் என்ன சொல்ல விரும்புகிறேன் என்பது உனக்குப் புரிகிறதா? நாம் ஏதாவதொரு பக்கத்தில் சேர்ந்தாக

வேண்டும். எல்லாம் நல்லபடியாக முடியும் வரை நாம் கைகட்டிச் சும்மா உட்கார்ந்திருப்பது என்பது நல்லதல்ல. தெருவோரத்தில் நின்று பிச்சை கேட்பது போன்ற கேவல நிலைமைக்கு நான் ஆளாக விரும்பவில்லை. நான் திடகாத்திரமானவன். நான் நாசவேலைக்காரனல்ல. சொல்லப் போனால், எனக்கு ஏதாவது உருப்படியாகச் செய்தாக வேண்டும் என்ற உணர்ச்சி அதிகமாகி விட்டது..."

தாஷா பெருமூச்செறிந்தாள். அவளது இறுக மூடிய கண்ணிமையிலிருந்து ஒரு துளி கண்ணீர் மெதுவாக உருண்டோடி வழிந்தது. தெலேகின் ஆழ்ந்த பெருமூச்சு விட்டான்.

"தாஷா! முதன் முதலில் நீ என்ன செய்ய விரும்புகிறாய் என்பதை நாம் தீர்மானித்தாக வேண்டும். நீ வாழ்வதற்கான பலத்தைத் தேடிக் கொள்ள வேண்டும். உனது கவலைகளையெல்லாம் நீக்க வேண்டும். இப்போது நீ வாழ்ந்து கொண்டிருக்கும் போக்கு வாழ்க்கையேயல்ல. அது வெறுமனே வாடி வதங்கிப் போவது மாதிரிதான்!"

அவன் 'வாடி வதங்கி' என்ற வார்த்தைகளைத் தன்னையறியாமலே அழுத்தத்தோடும் எரிச்சலோடும் கூறினான். அதைக் கேட்டதும் தாஷா குழந்தையைப் போல் விம்மியவாறே பதிலளித்தாள்:

"நான் சாகாமல் இருக்கிறேன் என்றால் அது என் தவறா? இப்போது நான்தான் உனக்குத் தடையாக இருக்கிறேன். நீ எனக்கு எலுமிச்சம் பழங்கள் கொண்டு வருகிறாய்... அவற்றை நான் வேண்டுமென்று கேட்கவில்லை..."

இவளிடம் பேசி என்ன புண்ணியம்! என்று தெலேகின் நினைத்தான். அவன் அறையில் இங்கும் அங்குமாக நடந்தான்; இடையிடையே ஜன்னலருகே நின்றான்; ஜன்னலின் பனிப்புகை படிந்த கண்ணாடியைக் கை விரலால் தட்டி விட்டான். வெளியிலே பனி பேரளவில் பெய்தது; பனிப் புயல் ஹோவென்று இரைந்து ஊளையிட்டது; காற்று பேய் வேகத்தில் வீசியது. அது வீசிய வேகத்தைப் பார்த்தால் அந்தக் காற்று, காலம்

அலெக்சேய் தல்ஸ்தோய் ▲ 29

என்பதையே வாரிச் சுழற்றிக் கொண்டு எதிர்காலத்தை நோக்கிப் பாய்ந்து சென்று, அந்தக் காலத்தில் நிகழ்ந்து வந்த அசாதாரணமான, அபூர்வமான சம்பவங்களையெல்லாம் தெரிவிக்க விரும்பித் துடிப்பது போல் தோன்றியது.

'நான் இவளை வெளிநாட்டுக்கு அனுப்பலாமா? அல்லது சமாராவிலுள்ள இவளது தந்தையிடம் அனுப்பி வைக்கலாமா? எல்லாம் எவ்வளவு சிக்கல் முக்கலாகி விட்டது. சே! இனியும் நாங்கள் இதே மாதிரி இருந்து கொண்டேயிருக்க முடியாது!' என்று சிந்தித்தான் தெலேகின்.

தாஷாவின் தமக்கையான எகதிரீனா திமித்ரியவ்னா வதீம் பெத்ரோவிச் ரோஷினை மணந்து கொண்டு விட்டாள். அவள் தன் கணவனுடன் சமாராவிலுள்ள தன் தந்தையிடம் சென்றிருந்தாள். வசந்த பருவம் வரும் வரையிலும் அன்றாட உணவுக்காக அல்லற்பட்டுக் கொண்டிருக்காமல், சிறிது காலம் நிம்மதியாக இருந்து விட்டு வரும் உத்தேசம் அவளுக்கு. வசந்த காலத்துக்குள் போல்ஷிவிக்குகளும் முடிந்து போவார்கள் என்பது அவள் எண்ணம். காத்யாவின் தந்தையான டாக்டர் திமித்ரி ஸ்தெபானவிச் புலாவின் அந்த முடிவு நேரும் தேதியைக் கூடத் தீர்மானித்து விட்டார். அதாவது பனிப்படலங்கள் உருகத் தொடங்கி பாதைகளிலெல்லாம் போக்குவரத்து லாயக்கற்ற நிலையில் வெள்ளப் பெருக்கெடுக்கும் காலத்துக்கு முன்பு, ஜெர்மானியர்கள் போர் முனையில் நெடுகிலும் ஓர் எதிர்த் தாக்குதலைத் தொடங்குவார்கள் என்பதும், இப்போது ருஷ்யச் சேனைகளின் மிச்சசொச்சங்கள் கூட்டங்கள் கூடிப் பேசியும், குழப்பத்துக்கும் துரோகச் செயலுக்கும் பட்டாளத்தை விட்டு ஓடி வரும் போக்குக்கும் மத்தியில் புரட்சிக் கட்டுப்பாட்டின் புதிய புதிய உருவங்களை ராணுவ வீரர்களின் கமிட்டிகள் வீணில் வகுக்க முயன்று கொண்டும் வரும் இடத்தில் அவர்கள் அந்தத் தாக்குதலைத் தொடங்குவார்கள் என்பதும் அவரது ஜோசியம்.

கடந்த சில வருடங்களில் திமித்ரி ஸ்தெபானவிச் மிகவும் முதுமை தட்டிப் போய்விட்டார். அந்த வருடங்கள் அவருக்குப் போதாத சிரமமான காலம். இந்தக் காலத்தில் அவர் முன்னைவிட அதிகமாக அரசியலைப் பற்றிப் பேசுவதில் அக்கறையும் ஆர்வமும் காட்டினார். இந்த நிலைமையில் அவருக்குக் காத்யாவின் வருகை மகிழ்ச்சியையே தந்தது; மேலும் அவர் ரோஷினுக்குத் தமது அரசியல் கருத்துக்களைப் புகுத்தி அவனைத் தமது பக்கம் இழுக்கவும் முயற்சி செய்தார். அவர்கள் சாப்பாட்டு அறையில் 'சமவாருக்கு' அருகிலமர்ந்து மணிக் கணக்கில் விவாதிப்பார்கள். அந்தப் பழைய சமவார்' அதன் ஆயுட்காலத்தில் மொத்தத்தில் ஒரு பெரிய ஏரியையே தன்னுள் வாங்கிக் கொதிக்க வைத்துக் கொடுத்திருக்கும். அது நாளாக ஆக மிகவும் பழக்கப்பட்டுத் தேறிவிட்டது போல் தோன்றியது. அதற்குள் சிறிதளவு கரியைப் போட வேண்டியதுதான். உடனே அது சிறிது நேரத்தில் கும்மென்று இரைந்து பாடத் தொடங்கி விடும்.

அலட்சியமாக அணிந்த உடையுடனும், தொங்கித் தொள் தொளத்துப்போன முகத்தோடும், சிக்கல் விழுந்த சீவாத தலைமயிர்ச் சுருள்களோடும், நாற்றம் பிடித்த சிகரெட்டுக்களோடும் முகமெல்லாம் கன்றிச் சிவக்கும் வண்ணம் திமித்ரி ஸ்தெபானவிச் இருமினார்; இடையறாது பேசிக் கொண்டிருந்தார்.

"நமது நாடு அடியோடு நாசமாகி விட்டது. நாம் யுத்தத்திலும் தோற்று விட்டோம்... உப- கர்னல் ரோஷின்! நான் உங்கள் மனத்தைப் புண்படுத்துவதற்காக இதைச் சொல்லவில்லை. 1915ம் ஆண்டிலேயே நாம் சமாதானம் பண்ணியிருக்க வேண்டும்... நாம் ஜெர்மன் ஆட்சிக்கும் பயிற்சிக்கும் நம்மை ஆளாக்கியிருக்க வேண்டும். அப்படி நடந்திருந்தால், அவர்கள் நமக்கு எதையாவது கற்றுக் கொடுத்து இருப்பார்கள். அதன் பேரில் நாமும் ஏதாவதொரு வழியில் உருப்பட்டு இருக்கலாம். ஆனால் இப்போதோ எல்லாமே முடிந்துவிட்டது. டாக்டர்கள் சொல்வது போல், இந்த மாதிரி நிலையில் மருத்துவ

ஞானம் கூட மருந்துக்குப் பயன்படாது. நீங்கள் சொல்வது வெறும் அபத்தமான விஷயம். நாம் எதைக் கொண்டு நம்மை ஆயுதபாணிகளாக்கிக் கொள்வது? மூன்று முள்ளைக் கொண்ட வைக்கோலைக் கிளறும் கருவிகளைக் கொண்டா? வருகிற கோடைப்பருவத்திலேயே ஜெர்மானியர்கள் ருஷ்ய நாட்டின் தென் பாகம் முழுவதையும், மத்திய பாகம் முழுவதையும் கைப்பற்றி விடுவார்கள். அத்துடன் சைபீரியாவினை ஜப்பானியர் கைப்பற்றி விடுவார்கள். நமது விவசாயிகளோ தமது பிரபலமான முட் கருவிகளோடு ஆர்க்டிக் பிரதேசத்திலுள்ள தூந்தரப் பிரதேசத்துக்கு விரட்டியடிக்கப்படுவார்கள்; பிறகுதான் ஒழுங்கும், தனி நபருக்கு மதிப்பும், பண்பாடும் மிகுந்த காலகட்டம் உதயமாகும். அதன் பிறகு தான் நமது நாடு 'ருஸ் லான்த்' ஆகும். அப்படி நேர்வதைக் கண்டால் நான் மிகமிக மகிழ்ச்சியடைவேன்!"

திமித்ரி ஸ்தெபானவிச் ஒரு பழைய மிதவாதி. இன்னொரு காலத்தில் தாம் போற்றிப் புகழ்ந்து பேசியவற்றையெல்லாம் இப்போது அவரே தம் வாயாலேயே கசப்பு மிக்க கிண்டலோடு பேசினார். அவரது வீடு முழுவதிலுமே அவரது சுயவெறுப்பின் தன்மை குடிகொண்டிருப்பதாகத் தோன்றியது. அவரது வீட்டிலுள்ள அறைகள், பலகாலமாகத் தூசி தட்டித் துடைக்கப் பெறாத அந்த ஜன்னல்கள், சிலந்தி வலைகளால் மூடப்பெற்ற அவரது படிப்பறையிலுள்ள மென்திலேயவின் உருவப்படம், தொட்டிகளிலே வாடி வதங்கிப் போய்த் தோன்றும் செடிகள், 1914ம் ஆண்டில் தாஷா அந்த வீட்டுக்கு வந்த சமயத்தில் இருந்த மாதிரியே அந்த அறையினுள் உள்ள சோபாக்களுக்குப் பின்னாலுள்ள பெட்டிகளில் குவிந்து கிடந்த புத்தகங்கள், ஜமுக்காளங்கள், படங்கள் முதலியன எல்லாமே அந்தத் தன்மையைத்தான் பிரதிபலித்தன.

ராணுவ வீரர்கள், தொழிலாளர்கள் பிரதிநிதிகளைக் கொண்ட சோவியத்துக்கள் சமாராவில் அதிகாரத்தைக் கைப்பற்றிய போது, பல டாக்டர்கள் அந்த சோவியத்துக்களுக்குக் கட்டுப்பட்டு வேலை செய்ய மறுத்த

போது, அங்குள்ள முனிஸிபல் ஆஸ்பத்திரிகளுக்கெல்லாம் தலைவராக டாக்டர் புலாவினை நியமித்தார்கள். அவரது ஜோசியப்படி ஜெர்மானியர்கள் எப்படியும் வசந்த பருவத்துக்குள் சமாராவுக்குள் பிரவேசித்து விடுவார்கள் என்று அவர் நம்பியதால், அவர் அந்த நியமனத்தை ஏற்றுக் கொண்டார். அந்தக் காலத்திலே மருந்துகள் கிடைக்கவில்லை. எனவே அவர் எந்த நோய்க்கும் எனிமா கொடுப்பதையே வைத்திய சிகிச்சையாகக் கொண்டார். "எல்லா நோய்களும் குடலிலிருந்து தான் தோன்றுகின்றன!" என்று அவர் தமது கீறல் விழுந்த கண்ணாடியின் வழியாகத் தமது உதவியாளர்களைக் குறும்பாகப் பார்த்தவாறே சொன்னார். "யுத்த காலத்தில் மக்கள் தமது குடலைக் கவனிக்காது விட்டு விட்டார்கள். நமது அராஜக நிலைக்கெல்லாம் மூலகாரணம் என்ன என்பதை நாம் ஆழ்ந்து ஆராயப் புகுந்தால் எல்லாமே மலச்சிக்கலின் அடிப் படையில் தோன்றியது தான் என்ற முடிவுக்கே நாம் நிச்சயம் வருவோம். ஆமாம். அன்பர்களே! கண்டிப்பான கறாரான முறையில் நாம் ஒழுங்காக எனிமா கொடுத்துக் கொண்டு வந்தால்...."

தேநீர் அருந்தும் போது அவர் பேசும் பேச்சுக்கள் ரோஷினின் மனத்தில் வேதனையைத்தான் உண்டாக்கின. மாஸ்கோ வீதிகளில் நடந்த போராட்டத்தின் போது, சென்ற நவம்பர் மாதம் முதல் தேதியன்று ரோஷினுக்குப் பட்ட காயத்திலிருந்து அவன் பூரணமாகக் குணமடையவில்லை. நிகித்ஸ்கி என்னும் சதுக்கத்தில் புரட்சி நுழைந்து விடாதபடி தடுத்து நிறுத்துவதற்காக அங்கிருந்த ஒரு பயற்சிப் படைக்கு அவன் தலைமை தாங்கி நின்றான். அந்தச் சமயத்தில் சாப்லின் தலைமையில் இருந்த போல்ஷிவிக்குகளின் படையொன்று ஸ்திராஸ்த்னயா சதுக்கத்திலிருந்து தாக்குதலை நடத்தி வந்தது. தான் மாஸ்கோப் பள்ளியில் இருந்த காலத்திலேயே ரோஷின் சாப்லினை நன்கு அறிவான். அப்போது நீலநிறக் கண்களும், இலகுவில் வெட்கமடையும் சுபாவமும் கொண்ட அப்பாவிப் பள்ளி மாணவன் அவன். மாஸ்கோவிலுள்ள ஒரு பழம்பெரும் குடும்பத்தில் தோன்றிய அந்த அப்பாவிப் பையன் மூர்க்கத்

தன்மை நிறைந்த போல்ஷிவிக்காகவோ அல்லது இடதுசாரி சோஷலிஸ்ட்- புரட்சிக் கட்சியினராகவோ (அவர்கள் எப்படித் தம்மை அழைத்துக் கொண்டாலென்ன) மாறுவான் என்பது நம்ப முடியாததாக இருந்தது. புஷ்கினால் புகழ்ந்து பாடப்பெற்ற அந்தத் திவேர்ஸ்காய் சாலையிலே, கொஞ்ச காலத்துக்கு முன்னே ஓர் இலக்கணப் புத்தகத்தைக் கக்கத்தில் இடுக்கிக் கொண்டு அமைதியாக சாப்லின் நடந்து சென்ற அதே சாலையிலே, இன்று இவ்வளவு சீக்கிரத்திலே அவனே தோளில் ஆயுதம் தாங்கி, பதுங்கிப் பதுங்கி முன்னேறி வருவான் என்று யாரும் எதிர்பார்த்திருக்க முடியாது. "திருவாளர் சாப்லின்! ருஷ்யாவையும் - ருஷ்ய ராணுவத்தையும் காட்டிக் கொடுத்து, ஜெர்மானியர்களுக்கு வழியைத் திறந்து விடவும், மிருகப் பிறவிகளைக் கட்டவிழ்த்து விடவும் தான் நீங்கள் உதவுகிறீர்கள்! அதற்காகவே போராடுகிறீர்கள்! சேற்றிலே கிடந்து புரளும் பன்றிப் பிறவிகளைப் போன்ற சாதாரணச் சிப்பாய்களை மன்னித்து விடலாம். ஆனால் உங்களை..." சீச்கின் பால் கடைக்கு முன்னிருந்த மாலயா நிகித்ஸ்கயா தெரு முனையிலே தோண்டப்பட்டிருந்த பதுங்கு குழிக்குள்ளிருந்து ரோஷினே ஓர் இயந்திரத் துப்பாக்கியை இயக்கிக் கொண்டிருந்தான். நீண்ட கோட்டையணிந்த அந்த அப்பாவியின் ஒல்லியான உருவம் மரங்களுக்கிடையேயிருந்து வெளிப்பட்டதும், ரோஷின் அதன் மீது குண்டு மாரி பொழிந்தான். உடனே சாப்லின் துப்பாக்கியைக் கீழே போட்டு விட்டு மண்ணிலே சாய்ந்து தன் தொடையைப் பற்றிப் பிடித்தான். அதே சமயத்தில் இன்னொரு குண்டின் சன்னங்கள் ரோஷினின் தொப்பியைத் தட்டிப் பறித்துக் கொண்டு போயின. அவனும் செயலிழந்து மூர்ச்சையானான்.

தெருப்போர் தொடங்கிய ஏழாவது நாளன்று மாஸ்கோ நகரத்தை மஞ்சள் நிறமான கனத்த பனிமூட்டம் கப்பிக் கவிந்து கொண்டது. துப்பாக்கி வெடிகளின் கும்மிட்ட வேட்டுச் சத்தம் நின்று போயிற்று. சிற்சில இடங்களில் மட்டும் பயிற்சிப் படையினரும், கல்லூரி மாணவர்களும், அதிகாரிகளும் போரிட்டுக் கொண்டிருந்தார்கள்.

என்றாலும் டாக்டர் ரூத்னிவின் தலைமையில் அமைக்கப்பெற்ற பொது ஜனப் பாதுகாப்புக் கமிட்டி போன இடம் தெரியவில்லை. மாஸ்கோ நகரை புரட்சிக் கமிட்டியினரின் படைகள் ஆக்கிரமித்துக் கைப்பற்றி விட்டன. அதற்கு மறுதினமே சாதாரண உடைகளைத் தரித்த இளைஞர்கள் மூட்டை முடிச்சுக்களைச் சுமந்து கொண்டு தெருக்களிலே நடமாடினார்கள்; குர்ஸ்க், பிரான்ஸ்க் முதலிய ரயில் நிலையங்களை நோக்கிச் சென்றார்கள். அவர்களது கண்களிலே ஒரு குறுகுறுத்த பார்வை குடிகொண்டிருந்தது. அவர்கள் குதிரைப்படைக்குரிய பூட்சுகளையும், ராணுவக் கால்பட்டிகளையும் தரித்திருந்த போதிலும் கூட யாரும் அவர்களைத் தடுத்த நிறுத்தவில்லை.

தான் காயமடைந்திராமல் இருந்தால் ரோஷினும் அவர்களோடு சேர்ந்து போயிருப்பான். அவனுக்கு லேசாக முடக்குவாதக் குறிகள் தோன்றின. அத்துடன் தற்காலிகமான குருட்டுத் தன்மையும், இருதயத் தொல்லையும் ஏற்பட்டன. ராணுவப் பொதுத் தலைமைக் காரியாலயத்திலிருந்து திடீரென்று பெருஞ்சேனை வந்து சேருமென்றும், வரபியோவி குன்றுகளில் நின்று கிரெம்ளின் மீது குண்டு மாரி பொழியத் தொடங்கும் என்றும் அவன் எதிர்பார்த்தான்; காத்திருந்தான். ஆனால், புரட்சியோ அப்போதுதான் மக்களிடையேயும் பரவிப் பலம்பெறத் தொடங்கியிருந்தது. காத்யா தன் கணவனை அங்கிருந்து போய் விடும்படி வற்புறுத்தினாள்; சிறிது காலத்துக்கு ஜெர்மானியர்களையும் போல்ஷிவிக்குகளையும் மறந்து விட்டு இருக்கலாம் எனப் போதித்தாள். அதன் பின் வேண்டுமானால்...

ரோஷினும் அவளது உபதேசத்துக்குக் கட்டுப்பட்டான். சமாராவில் வந்து குடியேறிய நாள் முதல் அவன் புலாவினின் வீட்டை விட்டு வெளிவரவேயில்லை. அவன் சாப்பிட்டான்; தூங்கினான். ஆனால் அவற்றையெல்லாம் மறப்பது எப்படி? ஒவ்வொரு நாள் காலையிலும் அவன் சாமான் சுற்றும் காகிதங்களில்

அச்சடிக்கப்பட்டு வெளியான சமாரா சோவியத் செய்தி என்ற பத்திரிகையைப் படிக்கும் போதெல்லாம் பற்களைக் கடித்தான். அதிலுள்ள ஒவ்வொரு வரியும் அவனைச் சவுக்கால் அறைவது மாதிரி ஒலித்தது.

"விவசாயிகள் பிரதிநிதிகளது சோவியத்துக்களின் அகில ருஷ்யக் காங்கிரஸ் ஜெர்மனியிலும் ஆஸ்திரோ - ஹங்கேரியிலும் உள்ள விவசாயிகள், தொழிலாளர்கள், ராணுவ வீரர்கள் முதலியோருக்கு வேண்டுகோள் விடுக்கிறது. தங்கள் தங்கள் நாட்டிலேயுள்ள அரசாங்கங்களின் ஏகாதிபத்தியக் கோரிக்கைகளுக்கு எதிராகப் பெருத்த எதிர்ப்பைக் காட்டுமாறு வேண்டுகிறது... பிரான்சிலும், இங்கிலாந்திலும், இத்தாலியிலும் உள்ள விவசாயிகள், தொழிலாளர்கள், ராணுவ வீரர்களையும் நாங்கள் வேண்டிக் கொள்கிறோம். எல்லா நாடுகளோடும் நியாயமான, ஜனநாயக பூர்வமான முறையில் உடனடியாகச் சமாதான ஒப்பந்தம் செய்து கொள்ளும்படி தங்கள் தங்கள் நாடுகளிலேயுள்ள ரத்ததாகம் கொண்ட அரசாங்கங்களை நிர்ப்பந்திக்குமாறு வேண்டுகிறோம்!... ஏகாதிபத்திய யுத்தம் அடியோடு ஒழிக! உலக உழைப்பாளிகளின் ஒற்றுமை நீடூழி வாழ்க!"

"மறப்பதா, காத்யா? முதலில் நான் என்னையே மறக்கடித்துக் கொள்ள வேண்டும்! பன்னெடுங்காலமாக இருந்து வந்த பழம் பெருமைகளையெல்லாம் மறந்தாக வேண்டும்! நமது பழம் புகழையெல்லாம் மறந்துவிட வேண்டும்! கிட்டத்தட்ட நூறு வருஷங்களுக்கு முன்னெல்லாம் ருஷ்யா ஐரோப்பா கண்டத்தையே தனது இஷ்டத்துக்கு ஆட்டிவைத்தது.... இந்த பெருமையையெல்லாம் நாம் கோழைகளைப் போல் ஜெர்மானியர்களின் பாதாரவிந்தங்களில் சமர்ப்பணம் செய்து விடுவதா? பாட்டாளி வர்க்கச் சர்வாதிகாரம்! வார்த்தைகளைப் பாரேன்! சர்வ முட்டாள்தனம்! அட, ருஷ்ய அசட்டுத்தனமே! அட, விவசாயியே!... இதற்கெல்லாம் ருஷ்ய விவசாயி இரையாகாமல் போகப் போவதில்லை!"

"இல்லை, திமித்ரி ஸ்தெபானவிச்" என்று ரோஷின் தனது மாமனாரின் இடையறாத பிரதிவாதங்களைக் கேட்டு விட்டுக் குறுக்கிட்டுப் பேசுவான். "இன்னும் ருஷ்ய நாட்டில் போதிய சக்தி இருக்கத்தான் போகிறது. நாங்கள் இன்னும் இறந்து போகவில்லை... நாங்கள் ஒன்றும் ஜெர்மானியர்களுக்கு உரமாகிவிட மாட்டோம்... நாம் இன்னும் போராடுவோம். இன்னும் நாம் ருஷ்யாவை மீட்போம்! வெற்றி பெறுவோம்! அவர்களைத் தண்டிப்போம். கடுமையாகத் தண்டிப்போம்! நீங்களே பொறுத்திருந்து பாருங்களேன்!"

அந்த மேஜையினருகே மூன்றாவது நபராக அமர்ந்திருந்த காத்யா இத்தகைய வாதப் பிரதிவாதங்களிலிருந்தெல்லாம் ஒரே ஒரு விஷயத்தை மட்டுமே ஊகித்தறிந்தாள். தனது கணவனான ரோஷின் மன மகிழ்ச்சியற்றிருக்கிறான் என்பதே அந்த விஷயம். சிறுகச் சிறுகச் சித்திரவதை செய்யும் ஏதோ ஒரு வேதனைக்கு ஆளானது போல் அவன் வருந்தினான். மொட்டையடிக்கப் பெற்ற அவனது வட்டமான தலை வெள்ளை வெளேரேன்றாகி விட்டது. ஆழக் குழி விழுந்த இருண்ட கண்கள் கொண்ட அவனது மெலிந்த முகம் வாடி வதங்கிக் கருகிவிட்டது போல் தோன்றியது. மேஜை மீது விரிக்கப்பட்டிருந்த கிழிந்து போன மெழுகுச் சீலையின் மீது தனது கனந்த முஷ்டிகளை இறுகப் பிடித்தவாறு அவன் "நாம் அவர்களைப் பழி வாங்குவோம்! தண்டிப்போம்!" என்று கூறும்போது அவன் ஏதோ ஒரு கையாலாகாத, சக்தியற்ற கோபாவேசத்துக்கு ஆளாகியிருப்பதாகவும், அந்த ஆத்திரத்தில் யாரையோ "பொறு! பொறு, உன்னையும்கூட கைபார்க்கிறேன்!" என்று பயமுறுத்துவதாகவுமே காத்யாவுக்குத் தோன்றியது. ஆனால் செல்லமாக வளர்க்கப்பட்ட, நாசூக்கான, உடம்பிலே வலுவிழந்து போன இந்த மனிதர் அப்படி யார் மீதுதான் வஞ்சம் தீர்த்துக் கொள்ள முடியும்? ஒரே ஒரு ரொட்டித் துண்டுக்காகவும், ஒரே ஒரு சிகரெட்டுக்காகவும் பனிக்குளிர் மிகுந்த தெருக்களிலே கையேந்திப் பிச்சை கேட்டுத் திரியும் அந்தக் கந்தலும் கிழிசலும் உடுத்திய ருஷ்ய ராணுவ வீரர்கள் மீதா இவர் பழி தீர்க்கப் போகிறார்?

நிச்சயம் அப்படியிருக்காது! காத்யா தனது கணவனின் அருகில் மெதுவாக அமர்ந்து அவனது கரத்தைத் தடவிக் கொடுப்பாள். அவளுக்கு அவன் மீது பரிவும் அன்பும் அபரிமிதமாகப் பொங்கியெழுந்தன. அவளால் என்றுமே தீமையைக் கண்டு கொள்ள முடியாது. அத்தகைய தீமை யொன்றை அவள் பிறரிடத்தில் கண்டாலும் கூட அதற்கெல்லாம் காரணமாக அவள் தன்னையே சபித்துக் கொள்வாள்.

நாட்டில் நடந்து கொண்டிருந்த சம்பவங்கள் எதையுமே அவள் புரிந்து கொள்ளவில்லை. புரட்சி என்பதே ஏதோ ஒரு பயங்கரப் புயல் இரவு மாதிரி ருஷ்யாவின் மீது கவிந்திருப்பதாகவே அவளுக்குத் தோன்றியது. அதிலும் அவள் சில வார்த்தைகளைக் கண்டு மிகவும் பயந்தாள். சோவியத்துக்கள் என்ற வார்த்தையே ஏதோ ஒரு மூர்க்கத்தனமான சொல்லாக அவளுக்குத் தோன்றியது; புரட்சிக் கமிட்டி என்ற வார்த்தைகள்தான் சிறு பிள்ளையாக இருந்த காலத்திலே தோட்டத்திலுள்ள வேலியோரத்தில் நின்ற சமயத்தில் தனது முரட்டுத் தலையை வேலியுள் நுழைத்துக் கொண்டு பயங்கரமாக முக்காரமிட்டு முழங்கிய எருதின் சத்தத்தைப் போல் பய பீதி கொண்ட வார்த்தைகளாக ஒலித்தது. அவள் அந்தப் பழுப்பு நிறம் கொண்ட செய்தித்தாளைப் பிரித்து அதிலுள்ள 'பிரெஞ்சு ஏகாதிபத்தியம் தனது படுபயங்கரமான ஆதிக்க வேட்கையாலும் ஆக்கிரமிப்புக் கூட்டுக்களாலும்...' என்ற வார்த்தைகளைப் படிக்கும் போது, காத்யா பாரிஸைப் பற்றியும், அங்கு வேனில் காலத்தில் தென்படும் இள நீல வானத்தையும், வனிலா மணம் கமழும் அதன் சோகத் தன்மையையும், நடைபாதை ஓரங்களிலே சலசலத்துச் செல்லும் சிற்றோடைகளையும் எண்ணிப் பார்த்தாள். அப்போது அவள் தன்னைத் தொடர்ந்து வந்த அந்த அந்நிய மனிதரையும், தாம் சாவதற்கு முந்தின தினத்தில் பூங்காவிலுள்ள பெஞ்சின் மீது அமர்ந்திருந்த காத்யாவின் அருகில் வந்து அவர் பேசிய பேச்சையும் அவள் நினைவு கூர்ந்தாள். என்னைக் கண்டு பயப்படாதே! நான் சுவாச நோயால்

கஷ்டப்படுகிறேன். நானோ கிழவன். எனக்கு இந்த வயதில் மிகவும் மோசமான துர்ப்பாக்கியம் நேர்ந்துள்ளது. நான் உங்கள் மீது காதல் கொண்டிருக்கிறேன். அடடா! உங்கள் முகம் எவ்வளவு இனிமையாக இருக்கிறது!" என்று அவர் பேசிய பேச்சை அவள் எண்ணிப் பார்த்தாள். "நிச்சயமாக அவர்களெல்லாம் ஏகாதிபத்தியவாதிகளல்ல!" என்று அவள் தன்னுள் நினைத்தாள்.

மாரிகாலம் முடிவடையும் தறுவாயிலிருந்தது. நகரத்திலோ மேலும் மேலும் விசித்திரமான வதந்திகள் பரவிக் கொண்டேயிருந்தன. இங்கிலாந்தும் பிரான்சும் ஜெர்மனியோடு ஏதோ ஒரு ரகசிய ஒப்பந்தம் செய்து கொள்வதாகவும், அதன் மூலம் அவர்கள் எல்லோரும் ஒன்று கூடி ருஷ்யாவின் மீது தாக்குதலைத் தொடங்கப் போவதாகவும் பேச்சுக்கள் நடமாடின. மேலும் கர்னீலவ் என்ற ஜெனரல் தம்மோடு சில ராணுவ அதிகாரிகளைச் சேர்த்துக் கொண்டு ஆயிரக்கணக்கில் திரண்டு நிற்கும் செஞ்சேனை வீரர்களையெல்லாம் முறியடித்து, கசாக்குக் கிராமங்களைக் கைப்பற்றி வெற்றி கண்டு வருவதாகவும், அவ்வாறு கைப்பற்றிய கிராமங்களினால் அவருக்கு எவ்வித லாபமும் இல்லாததால் அவர்களிடமே அவைகளை கைவிட்டு விடுவதாகவும், அவர் மாஸ்கோவின் மீதே வசந்த காலத்தின் போது பெரும் படையெடுப் பொன்றை நடத்தத் திட்டமிட்டு வருவதாகவும் கதைகள் உலாவின.

"காத்யா! அங்கே போராட்டம் நடந்து கொண்டிருக்கும் வேளையிலே நான் இங்கு சுகமாக உட்கார்ந்து கொண்டு இருக்கிறேனே! என்னால் இதனைச் சகிக்க முடியாது. முடியவே முடியாது!" என்றான் ரோஷின்.

பிப்ரவரி நாலாம் தேதியன்று கொடிகளையும் சுலோகங்களையும் ஏந்திக் கொண்டு வந்த ஒரு பெரிய ஜனக்கூட்டம் டாக்டர் புலாவினின் வீட்டு ஜன்னலை ஒட்டி ஊர்வலமாகச் சென்றது. கனத்த பனி மழை பெய்து கொண்டிருந்தது; பனிப் புயல் காற்றும் தொடங்கியிருந்தது; பித்தளையாலான பாண்டு வாத்தியங்கள் 'சர்வதேசிய கீதத்தை' முழக்கித் தள்ளின. கோட்டிலும் தொப்பியிலும்

பனித் துகள்கள் படிந்த நிலையிலே தமது வீட்டின் சாப்பாட்டு அறைக்குள்ளே தடதடவென்று நுழைந்தார் டாக்டர் புலாவின்.

"நண்பர்களே! ஜெர்மானியரோடு சமாதானம்! சமாதானம்!"

"வதங்கிப் போன வெறுப்புணர்ச்சியும் திருப்தியுடனான வெற்றிப் புன்னகையும் குடிகொண்ட டாக்டர் புலாவினின் அகன்று விரிந்த முகத்தை மௌனமாகப் பார்த்தவாறே, ரோஷின் ஜன்னல் பக்கமாகத் திரும்பினான். ஜன்னலுக்கு வெளியே பனிமூட்டத்திலே மூழ்கியவர்களாய், ஒரு பெரும் ஜனத்திரள் கையோடு கைகோர்த்து கூட்டம் கூட்டமாகச் சத்தமிட்டுக் கொண்டும் சிரித்துக் கொண்டும் நடந்து சென்றது. ராணுவ வீரர்களுடைய மேல்கோட்டுகளும் விவசாய மென்மயிர் தோலாலான கோட்டுக்களும் அணிந்தோர், பெண்கள், சிறுவர்கள் உட்பட இடையறாத முடிவேயற்ற ஊர்வலமாக - தனக்கேயுரித்தான உயிர்த் துடிப்புடன் ருஷ்யா - மாதாவே நடந்து செல்வது போல் - சென்றனர். இவர்களெல்லாம் எங்கிருந்து முளைத்து வந்தார்கள்?

உத்வேகமும் உக்கிரமும் கொண்ட ரோஷினின் வெள்ளியையொத்த பிடரி அவனது தோளுக்குள்ளே உள்வாங்கிப் புதைவது போலத் தோன்றியது. காத்யா அவனது தோள் மீது தனது கன்னத்தைச் சாய்த்தாள். ஜன்னலுக்கு வெளியே சென்று கொண்டிருந்த வாழ்க்கைத் தோற்றம் அவளுக்குச் சிறிதும் புரிவதாக இல்லை.

"இதோ பாரு, வதீம்! அந்த முகங்களில் எத்தனை ஆனந்தம் பொங்குகிறது! உண்மையிலேயே யுத்தம் முடிந்து போய் விட்டதா? என்னால் நம்பவே முடியவில்லை. எவ்வளவு பெரிய அற்புதம் இது!"

தனது முஷ்டியை முதுகுக்குப் பின்னால் இறுகப் பிடித்தவாறு ரோஷின் அவளை விட்டு விலகி அப்பால் சென்றான். அவனது உதடுகளில் ஒரு கொடிய பாவம் நெளிந்தசைந்தது.

"சீக்கிரமே சந்தோஷமடைந்து விட்டார்கள்."

ராணுவ வீரர்களுடைய சட்டைகளையும், கசங்கிப் போன மேற்சட்டைகளையும் அணிந்த ஐந்து பேர் சின்னஞ்சிறிய அறையொன்றில் ஒரு மேஜை முன்னால் அமர்ந்திருந்தார்கள். அவர்களது முகங்கள் தூக்கமின்மையால் கறுத்து வாடிப் போயிருந்தன. கரிந்து போயிருந்த மேஜை விரிப்பின் மீது காகிதங்கள், சிகரெட்டின் கரிந்த துண்டுகள், ரொட்டித் துண்டுகள் முதலியவற்றுக்கு மத்தியில் டெலிபோன்களும் கண்ணாடித் தம்ளர்களும் காட்சியளித்தன. இடையிடையே கதவு திறக்கப்பட்டது; வெளியே தெரிந்த நடைகூடத்தில் ஜனக்கூட்டத்தின் கசமுசப்பு கேட்டது. அப்போதெல்லாம் பரந்த புஜங்கள் கொண்ட, பெல்ட் அணிந்த ஒரு ராணுவ வீரன் உள்ளே கத்தைக் காகிதங்களைக் கையெழுத்துக்காகக் கொண்டு வந்தான்.

அந்தச் சிறுகூட்டத்தின் தலைவர் அந்த மேஜையின் முன்னால் ஐந்தாவதாக அமர்ந்திருந்தார். குட்டையான சாம்பல் நிறச் சட்டையணிந்திருந்த அந்த மனிதர் தமது உயரத்துக்கு மிஞ்சிய ஒரு நாற்காலியில் அமர்ந்து தூங்கி வழிவது போலத் தோற்றமளித்தார். அவரது இடது கை நெற்றியைத் தாங்கியவாறு கண்களையும் மூக்கையும் மறைத்திருந்தது. அவரது முகத்திலே தென்பட்டதெல்லாம் தசைகளோடு கூடிய சவரம் செய்யப்படாத கன்னமும், குத்திட்டு நின்ற மீசையும், நேரான வாயும் தான். அவரை நன்கு அறிந்தவர்களால் தான் விரல்களுக்கிடையே தெரியும் அவரது முகத்தில் கூரிய பாதகம் மிகுந்த கண்கள் அங்கு பேசிக் கொண்டிருப்பவரின் மேல் குத்திட்டு நிற்பதோடல்லாது ஏனைய மூவரையும் ஆழ்ந்த கவனத்தோடு நோக்கிக் கொண் டிருப்பதைக் கண்டறிய முடியும்.

டெலிபோன்கள் இடைவிடாது அலறின. பெல்ட் அணிந்த அதே ராணுவ வீரன் ரிசீவரை எடுத்து அதனுள்ளே உள்ளடக்கிய தடுமாற்றம் கொண்ட குரலில் பதில் சொன்னான்; 'மக்கள் கமிசாரவையினர்... கூடிப் பேசிக்

கொண்டிருக்கிறார்கள்... முடியாது." தொடர்ந்து நடை கூடத்திலிருந்து யாராவது அந்த அறைக் கதவின் மீது மோதிக் கொள்ளும் சத்தம் கேட்டது. இடையிடையே அந்தக் கதவின் பித்தளைக் கைப்பிடி திருகப்பட்டது. வெளியே கடற் புறத்திலிருந்து பலத்த காற்று வீசியது. அந்தக் காற்றிலே மழை வலுவாகப் பெய்தது. அப்போது உறைந்து போன, பனித் துண்டுகள் ஜன்னல் கண்ணாடிகளின் மீது மோதி விழுந்தன.

பேசிக் கொண்டிருந்தவர் தமது பேச்சை முடித்தார். மேஜையைச் சுற்றிலும் இருந்தவர்களில் சிலர் தமது தலைகளைத் தாழ்த்தினார்கள். வேறு சிலர் கைகளால் தமது தலைகளைத் தாங்கிக் கொண்டார்கள். கூட்டத் தலைவர் தமது கையைத் தன் வழுக்கைத் தலைக்கு மேலாக உயர்த்தினார். ஏதோ ஒன்றைக் காகிதமொன்றில் எழுதினார். ஏதோ ஒரு வார்த்தையை அழுத்தமாக அடிக் கோடிட்டுக் குறித்தார். அவர் அடிக் கோடிட்ட வேகத்தில் அவரது பேனா காகிதத்தையே கிழித்துக் கொண்டு உள்ளே இறங்கியது. அவர் அந்தக் குறிப்பைத் தமக்கு இடது பக்கத்தில் மூன்றாவதாக அமர்ந்திருந்தவருக்குக் கொடுத்தார். அந்த மூன்றாவது நபர் கரிய மீசையும் குத்திட்ட தலைமயிரும் கொண்ட ஒல்லியான மனிதராக காட்சியளித்தார்.

அவர் அதனைப் படித்தார்; தமது மீசைக்குள்ளாகவே மெல்ல நகைத்தார்; அதே குறிப்பில் தமது பதிலையும் எழுதினார்.

ஜன்னலுக்கு வெளியே பெய்யும் பனி மழையைப் பார்த்தவாறே இருந்த தலைவர் அந்தக் குறிப்பை அமைதியோடு துண்டு துண்டாகக் கிழித்தெறிந்தார்.

"அவர் சொல்வது ரொம்ப சரி. நம்மிடம் இப்போது இராணுவமும் இல்லை; போதிய சப்ளைகளும் இல்லை" என்று அவர் உள்ளடங்கிய குரலில் சொன்னார். "நாம் வெறும் சூன்யத்தில் தான் நடமாடி வருகிறோம். ஜெர்மானியர்கள் முன்னேறித்தான் வருகிறார்கள்;

இன்னும் முன்னேறிக் கொண்டேதான் இருப்பார்கள். அவர் சொல்வது சரிதான்."

அவர் பேச்சை உடனே பல குரல்கள் இடைமறித்துப் பேசின:

"அப்படியானால் இதுதான் முடிவா? இனி நாம் செய்ய வேண்டியது என்ன? சரணடைவதுதானா? அல்லது தலைமறைவாகப் போவதா?"

"இனி நாம் செய்ய வேண்டியதென்ன?" அவரது கண்கள் சிறுத்து நெளிந்தன. "போரிட வேண்டும்! வீராவே சத்தோடு போரிட வேண்டும்! ஜெர்மானியரைத் தோற்கடிக்க வேண்டும்! அவர்களை நாம் இப்போதே தோற்கடிக்க முடியாவிட்டால் நாம் மாஸ்கோவுக்குப் பின் வாங்குவோம். ஜெர்மானியர்கள் மாஸ்கோவையும் பிடித்து விட்டால் நாம் யூரல் பிரதேசத்துக்குப் போய் விடுவோம். நாம் அங்கு யூரல் - குஸ்னேத்ஸ்க் குடியரசை நிர்மாணிப்போம். அங்கு நிலக்கரியும் இரும்பும் இருக்கின்றன. அத்துடன் போர்குணம் மிக்க பாட்டாளி வர்க்கமும் இருக்கிறது. நாம் பெத்ரோகிராதிலிருந்து தொழிலாளர்களை அங்கு கொண்டு செல்வோம். எல்லாம் நல்ல முறையில் நடக்கும். அவசியப்பட்டால், நாம் கம்சாத்கா தீபகற்பம் வரை வேண்டுமானாலும் விட்டுக் கொடுப்போம். ஆனால் ஒன்றே ஒன்றை மட்டும் நாம் பார்க்கத் தவறிவிடக் கூடாது. நாம் தொழிலாளி வர்க்கத்தின் கருவைப் பாதுகாத்தாக வேண்டும். எவ்விதத்திலும் நாம் அதனை அழிய விட்டு விடக் கூடாது. பிறகு நாம் மீண்டும் மாஸ்கோவையும் பெத்ரொகிராதையும் கைப்பற்றுவோம்... அதற்குள் மேலை நாடுகளில் மேலும் மேலும் நிலைமைகள் மாறுதலடையும்.... கவலைப்பட்டுத் தலையைக் கவிழ்த்துக் கொள்வதோ, ஆத்திரத்தில் தலைமயிரைப் பிடித்துக் பிடுங்கிக் கொள்வதோ போல்ஷிவிக்குகளின் போக்கல்ல."

அவர் தமது உயரமான நாற்காலியிலிருந்து எதிர்பாராத சுறு சுறுப்போடு துள்ளிக் குதித்தார்; தமது சட்டைப் பாக்கெட்டுக்களுக்குள்ளே கைகளை நுழைத்தவாறே,

கதவை நோக்கி ஓடினார்; ஒரு பக்கத்துக் கதவைத் திறந்தார். வெளியே பெத்ரொகிராத் தொழிலாளர்களின் சுருக்கம் விழுந்த மெலிந்த முகங்கள் தென்பட்டன; அந்த நடைகூடத்திலே நிலவிய மங்கிய ஒளியிலே அவர்களது கண்கள் ஒளிர்வடைந்து பளபளத்தன. அவர்கள் அத்தனை பேருடைய முகங்களும் அந்தத் தலைவரை நோக்கித் திரும்பின. அவர் மை கறை படிந்த தமது கரத்தை உயர்த்தியவாறே சொன்னார்:

"தோழர்களே! நமது சோஷலிஸத் தாயகம் பேராபத்தில் இருக்கிறது!"

2

மாரிகாலத்தின் தொடக்கத்தில் தென்பிராந்திய ருஷ்ய ரயில் நிலைய ஜங்ஷன்களில் இரண்டு விதமான மனித வெள்ளங்கள் எதிரெதிராக வந்து சந்தித்துக் கொண்டேயிருந்தன. வட திசையிலேயிருந்து அரசியல் பிரமுகர்கள், சாதாரண உடையணிந்த ராணுவ அதிகாரிகள், வியாபாரிகள், போலீஸ்காரர்கள், எரிந்து போன எஸ்டேட்டுகளிலிருந்து தப்பிப் பிழைத்து வந்த நிலப்பிரபுக்கள், சூதாடிகள், நடிகர்கள், எழுத்தாளர்கள், சர்க்கார் உத்தியோகஸ்தர்கள், பென்னி மோர் கூப்பரின் காலம் திரும்பி வந்து கொண்டிருந்ததாகக் கருதிய வாலிபர்கள் முதலியோர் வந்தார்கள். சுருங்கச் சொன்னால், சமீப காலத்திலே கலகலப்பாகவும் கோலாகலமாகவும் இரு தலைநகர்களிலும் வாழ்ந்து வந்தவர்களே அவர்கள், வேத நூல்களிலே சொல்லப்பட்டுள்ள அழிவுகாலம் வந்து விட்டதாக அஞ்சி, செழிப்பான தானியக் களஞ்சியங்களாக விளங்கும் தோன், குபான், தேரெக் ஆறுகளின் பிரதேசங்களை நாடி வடக்கிலிருந்து ஓடி வந்தார்கள்.

தெற்கிலிருந்தோ திரான்ஸ் காக்கேஸிய ராணுவத்தைச் சேர்ந்த லட்சக்கணக்கான ராணுவ வீரர்கள் வந்தார்கள்;

அவர்களோ ஆயுதங்களோடும், பீரங்கிகளோடும், ராணுவ தளவாடங்களோடும், வண்டி வண்டியாக நிறைக்கப் பெற்ற உப்பு, சர்க்கரை, துணிமணிகள் முதலியவற்றோடும் வடதிசை நோக்கிச் சென்றார்கள். இந்த இருவேறு மனிதப் பிரவாகங்களும் சந்தித்த போது அங்கு ஒரே கும்பலும் குழப்பமுமாக இருந்தது. அந்தக் கும்பலுக்கும் குழப்பத்துக்கும் இடையிலே வெள்ளை வேவுகாரர்கள் தீவிரமாக வேலைகளைத் தொடங்கினார்கள். கிராமங்களிலிருந்து வந்த கசாக்குகள் அந்த ரயில் வண்டிகளிலிருந்து ஆயுதங்களை விலை கொடுத்து வாங்க வந்தார்கள். பணக்கார விவசாயிகளோ தானியத்தையும் உப்பையும் கொடுத்து விட்டு, துணிமணிகளைப் பண்ட மாற்றாகப் பெற்றார்கள். எங்கு பார்த்தாலும் ஜேப்படித் திருடர்களும் கொள்ளைக்காரர்களுமே திரிந்தார்கள். பிடிப்பட்டவர்களோ அங்கேயே அந்த இடத்திலேயே ரயில் தண்டவாளத்திலேயே கொலையுண்டவர்களாய்ப் போடப்பட்டார்கள்.

செஞ்சேனை வீரர்களாலான தடைப் படைகளும் பயனற்றுப் போயின. அவையனைத்தும் சிலந்திக் கூடுகளைப் போல் எளிதில் சிதைந்து போயின. அந்தப் பிராந்தியமோ வெட்ட வெளியான பிரதேசம் - ஸ்தெப்பிப் புல்வெளி. அங்கு தடைமுடையே கிடையாது. அந்தப் பிராந்தியத்திலே நீண்ட காலமாகக் கசாக்குகள் தன்னிச்சையாகத் திரிந்தலைந்து வந்திருக்கிறார்கள். அங்கு எல்லாமே நிலையற்றதாக நிச்சயமற்றதாக இருந்தது. இன்றோ, அதே இடத்தில் வெளியிலிருந்து வந்தவர்களும், நிலமற்ற விவசாயிகளும் ஒன்று கூடி, ஒரு சோவியத்தைத் தேர்ந்தெடுத்தார்கள். ஆனால் மறுநாளே அக்கம் பக்கத்திலுள்ள கிராமங்களிலுள்ள கசாக்குகளெல்லாம் ஒன்றுகூடி, தமது வாளாயுதங்களால் கம்யூனிஸ்டுகளையெல்லாம் விரட்டியடித்து நோவச்செர்காஸ்கிலுள்ள தமது கசாக்கு தலைவனான ஆத்தமான் கலேதினுக்கு ஒரு தூதுவனை - அவனுடைய தொப்பிக்குள்ளே ஒரு கடிதத்தை எழுதி வைத்து அனுப்பி வைத்தார்கள். பெத்ரொகிராதிலிருந்த அரசாங்கத்தை

இங்குள்ளவர்கள் எவரும் சட்டை பண்ணவில்லை.

ஆனால் நவம்பர் மாத இறுதிக்குள் பெத்ரொகிராத் தனது அதிகாரத்தை நாடெங்கும் உணரும்படி செய்யத் தொடங்கியது. தொழிலாளர்கள், மாலுமிகள், யுத்த களத்திலிருந்து திரும்பி வந்த வீடுவாசலற்ற வீரர்கள் முதலியோரைக் கொண்டு முதலாவது புரட்சிப் படைகள் உண்டாக்கப் பட்டன. இந்தப் புரட்சிப் படைகள் உடைந்து உருக்குலைந்து போன ராணுவ ரயில்களில் ஏறிக் கொண்டு ஊர் ஊராய்ச் சென்று வந்தன. அவர்கள் எல்லோரும் கட்டுப்பாடற்றவர்களாகவும், அடங்காதவர்களாகவும் இருந்தார்கள். எனவே அவர்கள் மூர்க்கமாகப் போரிட்ட போதிலும், சிறு தோல்வி ஏற்பட்டு விட்டால்கூட பின் வாங்கத் தொடங்கினார்கள். போராட்டத்துக்குப் பிறகு கூட்டப்படும் கூட்டங்களிலே கூட குழப்பம் விளைவித்தார்கள்; அவர்கள் தங்கள் தளபதி களைக் காலையும் கையையும் வெட்டித் துண்டாடிக் கிழித்தெறியப் போவதாகவும் பயமுறுத்தினார்கள்.

இருந்த போதிலும், தோன், குபான் ஆற்றுப் பிரதேசங்களை மூன்று பிரதான திசைகளிலிருந்து சுற்றி வளைத்துக் கைப்பற்றுவதற்கான திட்டங்கள் வகுக்கப்பட்டன: வட மேற்குத் திசையிலிருந்து சாப்லின் உக்ரேய்ன் பகுதியில் இருந்து தோன் பிரதேசத்தைத் துண்டுப்படுத்தி முன்னேறிச் செல்வது என்றும், ரஸ்தோவ், நோவச்செர்காஸ்க் பிரதே சங்களை அரைவட்டமாக வளையமிட்டு சீவர்ஸ் படைகள் கைப்பற்ற முனைவதென்றும், கருங்கடல் கப்பல் படையினரைக் கொண்ட பட்டாளங்கள் நோவரசீய் ஸ்கிலிருந்து முன் னேறுவது என்றும் தீர்மானிக்கப்பட்டது. அதே சமயம் உள் நாட்டுப் பகுதிகளிலும், தொழிற்சாலைகளும் சுரங்கங்களும் உள்ள பகுதிகளில் உள்ள தொழிலாளர்களைக் கொண்டு கிளர்ச்சிகளைத் தொடங்குவது என்றும் திட்டம் தீட்டப்பட்டது.

ஜனவரி மாதத்தில் செஞ்சேனைப் படைகள் தகன்ரோக், ரஸ்தோவ், நோவச்செர்காஸ்க் ஆகிய நகரங்களை நோக்கி

முன்னேறின. தோன் பிரதேசத்திலுள்ள கிராமங்களில் கசாக்குகளுக்கும் வெளியிலிருந்து வந்தவர்களுக்கும் இடையே ஏற்பட்ட வேறுபாடு மோதல்கள் ஏற்படும் அளவுக்கு விரிவடையவில்லை. பிரதேசம் இன்னும் விழிப்புறாமலே இருந்தது. செஞ்சேனையின் தாக்குதலால் நெருக்கடிக்கு ஆளான ஆத்தமான் கலேதினின் முழுமையற்ற படைகள் சண்டையை நிறுத்தி விட்டுப் போர் முனையை விட்டு ஓடத் தொடங்கின.

செஞ்சேனை எதிரிகளுக்கு ஒரு பயங்கரமான பீதியாகக் காட்சியளித்தது. தகன்ரோகிலுள்ள தொழிலாளர்களும் கிளர்ந்தெழுந்து குதேபவின் சேவா சேனையை நகரத்தை விட்டு விரட்டியடித்தார்கள். சார்ஜெண்ட் பத்தியோல்கவின் செஞ்சேனைப் பகுதி நோவச்செர்காஸ்கிலிருந்த ஆத்தமானின் கடைசிப் படையையும் முழுமையாக முறியடித்துத் துரத்தியது.

இதன் பின்னர் ஆத்தமான் கலேதின் தோன் பிரதேசத்துக் கசாக்குகளிடம் தமது இறுதியான அபயக் குரலை எழுப்பினார். கசாக்குகள் சேவை செய்ய விரும்புவோரை, ஏக பலமுள்ள ராணுவ அமைப்புக்கு --ரஸ்தோவிலே ஜெனரல்கள் கர்னீலவ், அலெக்சேயவ், தெனீகின் மூவரும் சேர்ந்து அமைக்கும் சேவா சேனைக்கு - அனுப்புமாறு அவர் கேட்டுக் கொண்டார். ஆனால் அவரது அறைகூவலை யாரும் செவி மடுக்கவில்லை.

ஜனவரி மாதம் 29ம் தேதியன்று கலேதின் தனது ஆத்தமான் அரசாங்கத்தை நோவச்செர்காஸ்கிலுள்ள அரண்மனையில் கூட்டிப் பேசினார். அங்குள்ள வெள்ளைக் கூடத்தில் அரை வட்ட மேஜைக்கு முன்னால் தோன் பிரதேசக் கசாக்குச் சேனையின் பதினான்கு படைப்பிரிவுத் தலைவர்களும், பிரபல ஜெனரல்களும், "அராஜகத்தையும் போல்ஷிவிஸத்தையும் எதிர்த்த போராட்டத்துக்கான மாஸ்கோ மையத்தின்" பிரதிநிதிகளும் கூடினார்கள். தொங்கிய மீசையும் சிடுசிடுத்த முகமும் உயரமும் கொண்ட ஆத்தமான் கலேதின் சோகம் ததும்பும் அமைதியுடன் பேசினார்:

"பெரியோர்களே! நமது நிலைமை படுமோசமாகவுள்ளது என்பதை நான் உங்களுக்குத் தெரிவித்தாக வேண்டும். போல்ஷிவிக் படைகளின் எண்ணிக்கை நாளுக்கு நாள் அதிகரித்துக் கொண்டே வருகிறது. கர்னீலவோ நமது போர் முனையிலிருந்து தமது துருப்புக்கள் அனைத்தையுமே வாபஸ் வாங்கிக் கொண்டிருக்கிறார். அவரது முடிவு மாற்ற முடியாதது. தோன் பிரதேசத்தைப் பாதுகாக்க வேண்டும் என்ற எனது வேண்டுகோளுக்கு நூற்று நாற்பத்தியேழு பேர் மட்டுமே செவி சாய்த்தார்கள். தோனிலும் குபானிலும் உள்ள பொதுமக்கள் நமக்கு அவர்களது ஒத்துழைப்பைத்தர மறுப்பதோடு மட்டுமல்லாமல், நமக்கே விரோதமாகவும் செல்கிறார்கள். இந்த நிலைமை ஏன்? இத்தகைய வெட்கக் கேடான நிலைமையை என்ன பெயர் சொல்லி அழைப்பது? சுயநல ஊழல்கள் தான் நமது அழிவுக்கே காரணம். கடமையுணர்ச்சியோ, கௌரவ உணர்ச்சியோ நம்மிடையே இல்லை. பெரியோர்களே! எனவே நீங்கள் உங்கள் பதவிகளை ராஜிநாமா செய்து, உங்களுடைய பொறுப்புக்களையும், உரிமைகளையும் மற்றவர்களிடம் ஒப்படையுங்கள்." இவ்வாறு கூறிவிட்டு அவர் தமது ஆசனத்தில் அமர்ந்தார்; பிறகு யாரையும் ஏறெடுத்துப் பார்க்காமல் பெரியோர்களே! சுருக்கமாகப் பேசுங்கள், நமக்கு போதிய நேரமில்லை" என்று கூறினார்.

பின்னர் ஆத்தமானின் உதவியாளரான பகயேவ்ஸ்கி ஆத்திரம் மிகுந்த குரலில் கத்தினான்:

"அதாவது உங்கள் பேச்சின்படி, நாம் அதிகாரத்தைப் போல்ஷிவிக்குகளிடம் ஒப்படைத்து விட வேண்டும். அப்படித்தானே!"

இதைக் கேட்டதும் ஆத்தமான் கலேதின் அவர்களை நோக்கி, கசாக்கு அரசாங்கம் எப்படிச் செய்ய விரும்புகிறதோ அப்படியே செய்யலாம்" என்று கூறிவிட்டு அந்தக் கூட்டத்தை விட்டு அந்தக் கணமே வெளியேறி, பக்கத்திலிருந்த ஒரு வாசல் வழியாகத் தமது வாசஸ்தலத்தை நோக்கித் தடதடவென்று நடந்து சென்றார். அங்கு சென்ற தும், ஜன்னலருகே

நின்று பூங்காவிலேயுள்ள மொட்டையான மரங்கள் ஆடியசைவதையும் பனிமேகங்கள் வானில் குழுமுவதையும் வெறித்து நோக்கினார்; பிறகு தம் மனைவியைக் கூப்பிட்டார். அவளோ பதிலே சொல்லவில்லை. அதன் பின் அவர் படுக்கையறைக்குள் நுழைந்தார். அங்கு ஓர் இரும்புக் கிராதிக்குள் கணப்பு நெருப்பு எரிந்து கொண்டிருந்தது. அவர் தமது சட்டையையும் சிலுவை அடையாளத்தையும் கழற்றினார்; பிறகு கடைசி முறையாக, தம்மால் இன்னுமே அதை நம்ப முடியாதது போல் தமது படுக்கைக்கு மேலே தொங்கிய யுத்த நிலவரத்தைத் தெரிவிக்கும் வரை படத்தைக் கூர்ந்து பார்த்தார். தோன், குபான் ஸ்தெப்பிச் சமவெளிகளைச் சுற்றிலும் எங்கு பார்த்தாலும் சின்னஞ் சிறிய செங்கொடிகள் செக்கச் செவேலெனக் காட்சியளித்தன. ரஸ்தோவ் நகரைக் குறிக்கும் கறுப்புக் குறியில் மட் டும் தான் மூவர்ணக் கொடியுடனான ஊசியொன்று குத்தப் பட்டிருந்தது. ஆத்தமான் அதனைப் பார்த்து முடிந்ததும், தமது நீல நிற ராணுவக் கால்சராயின் பைக்குள்ளேயிருந்து தட்டையான பிரௌனிங் கைத்துப்பாக்கியை வெளியே எடுத்துத் தம் நெஞ்சுக்கு நேராகப் பிடித்துத் தன்னைத் தானே சுட்டுக் கொண்டார்.

பிப்ரவரி ஒன்பதாம் தேதியன்று ஜெனரல் கர்னீலவ் அதிகாரிகளையும் பயிற்சியாளரையும் கொண்ட தமது சின்னஞ்சிறிய சேவா சேனையையும், ஜெனரல்களின், செல்வாக்குள்ள அகதிகளின் பொருட்களைக் கொண்ட வண்டிகளையும் ரஸ்தோவிலிருந்து வெளிநடத்தி தோன் பிரதேசத்துக்கு அப்பாலுள்ள சமவெளிக்குக் கொண்டு சென்றார்.

மங்கோலிய இனத்தினருக்குரிய முகம் கொண்ட, கோபாவேசம் மிக்க குட்டையான ஜெனரல் தனது முதுகில் ராணுவ வீரர்கள் சுமக்கும் சாக்குப் பையைச் சுமந்தவாறு அந்தச் சேவா சேனைக்கு முன்னால் நடந்து சென்றார். பின்னால் வந்து கொண்டிருந்த வண்டியொன்றில் துர்ப்பாக்கியசாலியான ஜெனரல்

தெனீகின் சளி ஜுரத்தினால் பாதிக்கப்பட்டு, கோடு போட்ட கனத்த கம்பளியொன்றினுள் புகுந்து முடங்கிக் கிடந்தார்.

பனிப் படிவங்கள் நீங்கிய பழுப்பு நிறமான சமவெளி ரயில் வண்டியின் ஜன்னல்களுக்கப்பால் மிதந்தோடிச் சென்றது. பனியுருகியோடும் பூமியின் மணத்தைச் சுமந்த குளிர்ந்த காற்று உடைந்து போன ஜன்னல் கண்ணாடியின் ஓட்டை வழியே உள்ளே வீசியது. காத்யா ஜன்னலருகே அமர்ந்து வெளியே பார்த்துக் கொண்டிருந்தாள். அவள் தனது தலையையும் தோள்களையும் ஓரியன் பார்க் சால்வையினால் நன்றாக மூடி, பின்புறமாக முடிச்சுப் போட்டிருந்தாள். ராணுவ மேல்கோட்டும் கிழிந்த தொப்பியும் அணிந்த ரோஷின் தனது கால்களை நீட்டியவாறு தூங்கி வழிந்து கொண்டிருந்தான். அந்த ரயில் மிகவும் மெதுவாக ஓடிக் கொண்டிருந்தது. பறவைக் கூடுகள் அபரிமிதமாகத் தென்பட்ட உயர்ந்த மரங்களின் நெருக்கமான கிளைகள் கண்களிலே பட்டு மறைந்தன. அண்டங்காக்கைக் கூட்டங்கள் அவற்றை மேக மண்டலம் போல் சூழ்ந்து பறந்தன; மரக்கிளைகளில் அமர்ந்து ஊஞ்சலாடின. காத்யா ஜன்னலருகே நெருங்கி உட்கார்ந்தாள். அவள் சிறுமியாக இருந்த காலத்தில், வசந்த காலத்தில் கத்திய மாதிரியே, அந்தக் காக்கைகள் இப்போதும் இடைவிடாது உரத்துக் கத்தின. அவை வசந்த பருவத்தின் தண்ணீரையும், மேகத்தினையும், இடிமுழக்கத்தையும் பார்த்துத்தான் அவ்வாறு கத்தின.

காத்யாவும் ரோஷினும் தென்திசை நோக்கிச் சென்று கொண்டிருந்தார்கள். எங்கு போகிறோம் என்பதே அவர்களுக்குள் நிச்சயமாகவில்லை. ரஸ்தோவுக்கா, நோவச்செர் காஸ்குக்கா, தோன் பிரதேசத்துக் கிராமங்களுக்கா என்பதை அவர்கள் தீர்மானிக்கவில்லை. எங்கு உள்நாட்டு யுத்தத்தின் முடிச்சு கட்டப்பட்டிருக்கிறதோ அங்கு செல்வதாக அவர்கள் எண்ணம். ரோஷின் தலையைத் தொங்கவிட்டவாறே தூங்கினான்; அவனது சவரம் செய்யாத மெலிந்த முகம் ஒட்டிப் போயிருந்தது;

அவனது இறுகிய உதடுகளின் அருகில் அழுத்தமான கோடுகள் தெரிந்தன. காத்யா திடீரென்று பயபீதி கொண்டாள். உண்மையில் இது அவனுடைய முகமேயல்ல; கூரிய மூக்குக் கொண்ட இந்த விசித்திரமான முகம் அவனுடையதல்ல... உள்ளே வீசிய காற்றில் அண்டங் காக்கைகளின் சத்தம் வந்து ஒலித்தது. ரயில் மெதுவாகவே சென்றது; பாதைகள் கூடும் இடங்களில் கடகடவென்று ஓசையெழுப்பியவாறு சென்றது. சமவெளிக்கு அப்பால் தெரிந்த ஒரு ஏற்றமான நொடிப் பாதையில் பல வண்டிகள் வரிசை வரிசையாகத் தென்பட்டன. ரோமம் மண்டி வளர்ந்த மட்டக் குதிரைகளும், சேறு படிந்த பண்ணை வண்டிகளும் அங்கு காணப்பட்டன. அவற்றில் அழுக்கும் அட்டும் படிந்த தாடி மண்டி, பயங்கரமாகத் தோற்றிய மனிதர்கள் இருந்தார்கள். ரோஷின் தூக்க வெறியில் குறட்டையாகவும் இல்லாமல், முனகலாகவும் இல்லாமல் ஏதோ ஒரு கரகரத்த வேதனை மிக்க குரலில் முக்கி முனகினான். காத்யா நடுங்கும் விரல்களால் அவனது முகத்தைத் தொட்டாள்.

“வதீம், வதீம்!”

அவனது பயங்கரமான முனகல் ஒலி சட்டென்று நின்றது; அவன் தனது உணர்ச்சியிழந்த கண்களை அகலத் திறந்தான்.

“நான் மிக மிகக் கெட்ட கனா ஒன்று கண்டேன்.”

ரயில் நின்றது. அப்போது காக்கைகளின் கதறலோடு மனிதக் குரல்களும் கலந்து ஒலித்தன. ஆண்கள் அணியும் பூட்சுகளை அணிந்த பெண்கள் சிலர் தமது தோளின் மீது மூட்டைகளைச் சுமந்தவர்களாய் ஓடோடியும் வந்தார்கள். ஒருவரையொருவர் இடித்துத் தள்ளி முன்னேறியவாறு கூட்ஸ் வண்டியில் தாவி ஏறினார்கள்; அவ்வாறு ஏறும்போது அவர்களது வெண்மையான துடைகள் வெளியே தெரிந்தன. கலைந்த தலைமயிரும், கண்கள் வரையிலும் வளர்ந்து மண்டியிருந்த சிக்கலான தாடியும் கொண்ட ஒரு மனிதன் காத்யா அமர்ந்திருந்த ஜன்னலின்

வழியாக எட்டிப் பார்த்தவாறு கேட்டான்:

"உங்களிடம் இயந்திரத் துப்பாக்கி ஏதாவது விற்பனைக்கு இருக்கிறதா?"

மேல் பெர்த்திலே படுத்திருந்த யாரோ ஒருவன் உரத்து இருமினான். அதே சமயம் இன்னொருவன் மெல்லத் திரும்பி குதூகலமிக்க குரலில் பதிலளித்தான்:

"இயந்திரத் துப்பாக்கிகளெல்லாம் விற்பனையாகி விட்டது. எங்களிடம் சில பீரங்கிகள் மட்டுமே உள்ளன."

"அவை ஒன்றும் எங்களுக்குப் உபயோகப்படாது" என்று அந்த விவசாயி கூறினான். அவ்வாறு கூறும் போது அவனது திறந்த வாய்க்குக் கீழே ஒரு துடைப்பத்தைப் போல் அவனது தாடி நீண்டு தோன்றியது. அவன் தன் தலையையும் தோள்களையும் வண்டிக்குள் நுழைத்தவாறு, சுற்று முற்றும் கண்ணைச் செலுத்தி அவன் விட்ட நோட்டம், வேறு ஏதாவது விலைக்கு வாங்க முடியுமா?" என்று கேட்குமாய் போல இருந்தது. இதற்குள் மேல் பெர்த்திலிருந்த உயரமான ராணுவ வீரன் கீழே குதித்தான். அவனது முகம் அகலமாக இருந்தது; கண்கள் துடுக்கு மிக்கதாகவும், நீல நிறமாகவும் இருந்தன; தலையும் உருண்டு திரண்டு மொட்டையாக இருந்தது. அவன் தனது கோட்டின் இடைவாரைப் பட்டென்று இறுக்கிக் கட்டினான்.

"நீங்கள் சண்டை போட வேண்டிய காலமெல்லாம் போய் விட்டது. தாத்தா! இப்போது நீங்கள் கணப்படுப்பின் மீது படுத்துக் குளிர்காய வேண்டியது தான்..."

"ஆமாம். நான் இருக்க வேண்டிய இடம் அதுதான்" என்று அந்த விவசாயியும் ஆமோதித்தான். "ஆனால், இந்தக் காலத்திலே கணப்படுப்பின் மீது படுத்துத் தூங்குவதற்கு எங்கேயப்பா முடிகிறது? என்னை யார் படுக்க விடுகிறார்கள்? எப்படியாவது சாப்பாட்டுக்கு வழி பார்த்தாக வேண்டியிருக்கிறதே!"

"எப்படியாவது என்றால் - கொள்ளையடித்தா?"

"சேச்சே! நான் அப்படியா சொன்னேன்?"

"பின்னே - உங்களுக்கு எதற்கு இயந்திரத் துப்பாக்கி?"

"ஏனென்றால்..." என்று அந்த விவசாயி தனது மூக்கைக் கசக்கிக் கொண்டு தனது முடிச்சுக்கள் விழுந்த கையைத் தனது மீசை மீது வைத்துத் தன் குறும்புச் சிரிப்பை மூடி மறைத்தான்: "என் மகன் யுத்தத்திலிருந்து திரும்பி வந்து விட்டான். அவன்தான் என்னை இங்கே அனுப்பி வைத்தான். அப்பா! நீங்கள் ரயில் நிலையத்துக்குப் போய் ஏதாவது இயந்திரத் துப்பாக்கி விலைக்குக் கிடைக்குமா என்று பார்த்து விட்டு வாருங்கள்' என்றான். நாலு பூட் கோதுமையைப் பிரதியாகக் கொடுக்கலாம். நீ என்ன நினைக்கிறாய்?"

"ஐயோ, குலாக்குகளே!" என்று கூறி வாய்விட்டுச் சிரித்தான் அந்த ராணுவ வீரன். "குறும்புக்காரப் பிறவிகள் தான்! அது சரி, தாத்தா. உங்களிடம் எத்தனை குதிரைகள் இருக்கின்றன?"

"கடவுள் புண்ணியத்தில் எட்டுக் குதிரைகள் உண்டு. அது சரி. இங்கே விற்பதற்கு ஆயுதமோ அல்லது வேறு எதுவுமோ யாரிடத்திலும் இல்லையா?" அவன் மீண்டும் வண்டியில் இருந்தவர்களைப் பார்த்தான். திடீரென்று அவனது புன்னகை மறைந்தது; கண்கள் ஒளியிழந்தன. அந்த ரயில் வண்டியிருந்தவர் அத்தனை பேரையும் வெறும் குப்பை கூளத்தைப் பார்ப்பது போல் மதித்து, அவன் முகத்தைத் திருப்பிக் கொண்டான். பிறகு தனது சாட்டையை வீசியவாறே, சேறு படிந்த பிளாட்பாரத்தின் மீது நடந்து செல்ல முனைந்தான்.

"பார்த்தீர்களா?" என்று அந்த ராணுவ வீரன் காத்யாவைத் தெளிவாகப் பார்த்தவாறே பேசினான். 'எட்டுக் குதிரைகள் வைத்திருக்கிறானாம் அந்தக் கிழவன்! பிள்ளைகளும் பன்னிரண்டு பேர் இருப்பார்கள். அவன் அந்தப் பிள்ளைகளைக் குதிரை மீது உட்கார வைத்து,

ஸ்தெப்பிச் சமவெளியை நோக்கி ஓட்டி விடுவான். ஆமாம். கொள்ளைக்காரர்கள்தான். இவனோ? கணப்பின் மீது குளிர் காய்ந்து, முதுகைத் தானிய மூட்டைகளின் மீது சாய்த்து, அவர்கள் அடித்துக் கொண்டு வந்த கொள்ளைக்குக் காவல் இருப்பான்!...

பின்னர் அந்த ராணுவ வீரனின் பார்வை ரோஷினின் பக்கம் திரும்பியது. உடனே அவனது புருவங்கள் உயர்ந்தன; முகம் பிரகாசமடைந்தது.

"வதீம் பெத்ரோவிச்! நீங்களா?" ரோஷின் காத்யாவைச் சட்டென்று பார்த்தான். ஆனால், செய்வதற்கு ஒன்றுமேயில்லை. எனவே அவன் அந்த வீரனை நோக்கி கையை நீட்டினான். அந்த வீரன் ரோஷினின் கையை அன்போடு பற்றினான்; பிறகு அவனது அருகிலே அமர்ந்தான். ரோஷின் உற்சாகம் குன்றியிருப்பதைக் காத்யா கண்டு கொண்டாள்.

"நாம் மீண்டும் சந்தித்து விட்டோம்" என்று கசந்த குரலில் சொன்னான் ரோஷின். "உன்னைப் பார்த்ததிலே எனக்கு மிகுந்த சந்தோஷம், அலெக்சேய் இவானவிச். நான் என்ன கோலத்தில் கிடந்தேன், பார்த்தாயா?"

பிறகு தான் காத்யா அந்த வீரனை யாரென்று புரிந்து கொண்டாள். கிரசீல்னிகவ் ரோஷினிடம் முன்னர் ஆர்டலிச் சேவகனாக வேலை பார்த்தவன். ரோஷின் அவனைப் பற்றிப் பலமுறை அவளுக்குக் கூறியிருந்தான். அவன் அரிய புத்திக்கூர்மையும் அற்புதமான திறமையும் கொண்ட ருஷ்ய விவசாயி என்று ரோஷின் கருதியிருந்தான். எனினும், இன்று அவனைக் கண்டதும் ரோஷின் ஏன் இத்தனை வெறுப்போடு நடந்து கொள்ள வேண்டும் என்பது புரியாத ஒன்றாக இருந்தது. இருந்தாலும் கிரசீல்னிகவ் அதனைப் புரிந்து கொண்டதாகவே தோன்றியது. அவன் புன்னகை புரிந்தவாறே ஒரு சிகரெட்டைப் பற்ற வைத்தான். பிறகு காரியார்த்தமான குரலில் மெல்லக் கேட்டான்:

"இவர்தான் உங்கள் மனைவியா?"

"ஆமாம். எனக்குக் கல்யாணமாகி விட்டது. நான் உன்னை இவளுக்கு அறிமுகப்படுத்துகிறேன். காத்யா! இவன்தான் எனது பாதுகாவலன். இவனைப் பற்றி நான் முன்னமே உன்னிடம் சொல்லியிருக்கிறேன். ஒன்றாகவே போரிட்டோம், அலெக்சேய் இவானவிச்... என்றாலும் இப்போது வந்திருக்கிற வெட்கக் கேடான சமாதானத்தை நாம் பாராட்டுவோம். இந்த ருஷ்யக் கழுகுகள்!... ஹஹ் - ஹஹ் - ஹஹா! இப்போது நானும் என் மனைவியும் தென் திசைக்குப் போகிறோம் சூரிய வெப்பத்தை நோக்கி...." சூரிய வெப்பம் என்ற அந்த வார்த்தைகள் ஏதோ ஒன்றாக அவனது காதிலேயே ஒலித்தன. ரோஷின் முகத்தைச் சுழித்தான். கிரசீல்னிகள் எந்தவித உணர்ச்சியையும் வெளிக்காட்டவில்லை. "இப்போது எதுவுமே செய்வதற்கில்லை... நமது நாடு நமக்குப் பரிசளித்து விட்டது... துப்பாக்கிச் சனியன்களை நமது வயிற்றுக் குள்ளேயே சொருவி விட்டது.." அவன் நடுங்கினான். ஏதோ அவனது உடம்பிலெல்லாம் ஈக்கள் மொய்த்துக் கடித்து விட்டால் போல் சிலிர்த்து நடுங்கினான். "நாமெல்லாம் துரோகிகளாய்.... மக்களின் விரோதிகளாய் கருதப்படுகிறோம்..... அதுதான் மிச்சம்....."

"நீங்கள் மிகவும் நெருக்கடியான நிலையில் தான் இருக்கிறீர்கள்!" என்று கிரசீல்னிகவ் தலையை ஆட்டியவாறு பேசினான்; பேசியவாறே ஒடுங்கிய கண்களோடு ஜன்னலுக்கு வெளியே பார்த்தான். அங்கு ஓர் உடைந்த வேலிப் புறத்துக்கு அப்பால், ரயில் நிலையத்தைச் சேர்ந்த தோட்ட முன்புறத்தில் ஜனக்கூட்டம் திரண்டு நின்று கொண்டிருந்தது. அவன் மேலும் பேசினான்: "நீங்கள் ஓர் அந்நிய நாட்டினர் மாதிரி உணர்கிறீர்கள். என்னால் உங்களைப் புரிந்து கொள்ள முடிகிறது. ஆனால் எல்லோரும் அப்படியிருக்க மாட்டார்கள். உங்களுக்கு நமது ஜனங்களைத் தெரியாது.

"எப்படி எனக்கு அவர்களைத் தெரியாமல் இருக்க முடியும்?"

"நீங்கள் என்றுமே அவர்களைத் தெரிந்து கொண்டதில்லை.

நீங்களும் எப்போதும் ஏமாந்தே வந்திருக்கிறீர்கள்!"

"யாரிடம்?"

"எங்களிடம்தான். விவசாயிகளும் வீரர்களுமான எங்களிடம்தான். உங்கள் தலை மறைந்தால் போதும் நாங்கள் உங்களைப் பார்த்துச் சிரிப்போம். வதீம் பெத்ரோவிச்! சுயநலமற்ற தியாகம், ஜார் மன்னர் மீது விசுவாசம், தேசத்தின் மீது பக்தி முதலிய சொற்களையெல்லாம் பெருந்தனக்காரர்கள் கண்டுபிடித்தார்கள்; அவற்றை ராணுவத்திலிருந்த எங்களைத் திரும்பத் திரும்பச் சொல்ல வைத்து உருவேற்றினார்கள்... ஆனால் நானோ வெறும் விவசாயிதான். நான் ரஸ்தோவிலுள்ள என் தம்பியை அழைத்து வருவதற்காகச் செல்கிறேன். அவன் அங்கே காயப்பட்டுக் கிடக்கிறான். ஓர் அதிகாரியின் துப்பாக்கிக் குண்டு அவனை மார்பில் தாக்கிவிட்டது. நான் அவனை மீண்டும் கிராமத்துக்கு அழைத்து வருவதற்காகச் செல்கிறேன். ஒருவேளை நாங்களிருவரும் சேர்ந்தே நிலத்தை உழுவோம்; அல்லது சேர்ந்தே போரிடுவோம்..... அதெல்லாம் அங்கேயே பார்த்துக் கொள்வோம். ஆனால் நாங்கள் இனிப் போரிடுவதானால் எங்கள் சொந்த இஷ்டப்படியே போரிடுவோம். கொட்டு முழக்கத்துக்காகப் போரிட மாட்டோம். அப்படிப் போரிட்டாலும் மூர்க்கமாகவே போரிடுவோம்... அது சரி. நீங்கள் தெற்கே போவது நல்லதல்ல, வதீம் பெத்ரோவிச்! உங்களுக்கு இதனால் எந்த நன்மையும் விளையாது."

ரோஷின் தனது காய்ந்து போன உதடுகளை நாக்கால் தடவிக் கொடுத்தவாறே, அவனைத் தனது ஒளிமிகுந்த கண்களால் பார்த்தான். கிரசீல்னிகவோ ரயில் நிலையத்துக்கு அப்பால் வேலிப்புறத்தில் நிகழும் சம்பவங்களைக் கவனிப்பதிலேயே அதிகக் கவனம் செலுத்தினான். அங்கு ஆக்ரோஷமும் ஆத்திரமும் மிகுந்த குரல்கள் வரவர அதிகரித்தன. சில மனிதர்கள் அங்கு நடப்பதை நன்கு பார்ப்பதற்காக மரத்தின் மீது ஏறிக் கொண்டிருந்தார்கள்.

“ஒன்று மட்டும் சொல்கிறேன். உங்களால் ஜனங்களை அடக்கியாள முடியாது. பூர்ஷ்வாக்களான நீங்கள் எவ்வகையிலும் அந்நியர்களைப் போன்றவர்கள் தான். பூர்ஷ்வா என்ற வார்த்தை இந்தக் காலத்திலே மோசமான வார்த்தையாகி விட்டது! குதிரைத் திருடன்’ என்பது போல! கர்னீலவைப் போன்ற பழம்பெரும் அதிகாரி.... அவர் தமது கைப்படவே எனது சட்டையில் ‘புனிதர் ஜார்ஜ்’ பதக்கத்தை மாட்டி விட்டார். ஆனால் அவர் சட்ட சபையைக் காப்பாற்றுவதற்காகக் கசாக்குகளையெல்லாம் ஒன்று சேர்த்துக் கொண்டு போராடத் துணிந்தார். ஆனால் அதனால் விளைந்தது என்ன? ஒன்றுமேயில்லை. நமது நாட்டு மக்களை அவரும் நன்கறிந்தவர் தான் என்று நீங்கள் நினைக்கக் கூடும். ஆனால், அந்த மக்களிடம் சொல்வதற்குரிய சரியான விஷயம் என்ன என்பதை அவர் தெரிந்து கொள்ளவில்லை... இப்போது அவர் குபான் பிரதேசத்து ஸ்தெப்பிக் காடுகளிலே ஓநாய்களுக்கு மத்தியில் சிக்கிய நாயைப் போல் ஓடியொளிந்து உயிர் பிழைத்து வருவதாகக் கேள்வி. விவசாயிகள் என்ன சொல்கிறார்கள் தெரியுமா? ‘மாஸ்கோவில் தங்கள் இஷ்டம் போல் எதுவும் நடக்கவில்லை என்பதைக் கண்டு பூர்ஷ்வாக்கள் ஆத்திரம் கொண்டுள்ளார்கள்’ என்றே பேசிக் கொள்கிறார்கள். அவர்கள் தங்கள் துப்பாக்கிகளுக்கு எண்ணெய் போட்டுச் சுத்தமாக வைத்திருக்கிறார்கள். எந்த நேரத்தில் எது நேர்ந்தாலும் அவர்கள் அதைச் சமாளிக்கத் தயாராயிருக்கிறார்கள். அதிலே தங்களுக்குச் சிறிதும் சந்தேகம் வேண்டாம். வதீம் பெத்ரோவிச், நீங்கள் உங்கள் மனைவியையும் அழைத்துக் கொண்டு தலைநகருக்குப் போங்கள். இங்கே விவசாயிகளின் மத்தியிலே வாழ்வதைவிட, அங்கேயிருப்பது தான் உங்களுக்கு மிகுந்த பாதுகாப்பு... இதோ பாருங்கள் அவர்கள் என்ன செய்யகிறார்கள் என்று.” திடீரென்று அவன் முகத்தைச் சுழித்தவாறே தனது குரலை உயர்த்தினான். “அவர்கள் அவனைக் கொன்று விடுவார்கள்.”

ரயில் நிலையத்துக்கு அப்பால் நிகழ்ந்து வந்து சம்பவங்கள்

உச்சகட்டத்துக்கு வந்து விட்டதாகவே தோன்றியது. முகத்திலே மூர்க்கத் தன்மை பிரதிபலித்த இரண்டு முரட்டு ராணுவ வீரர்கள் பிளானல் துணியில் தைத்த கிழிந்து போன சட்டையை அணிந்த ஓர் ஒடிசலான மனிதனை இறுகப் பிடித்துக் கொண்டிருந்தார்கள். சவரம் செய்யாத அவனது முகம் சவக்களை தட்டி வெளிறிப் போயிருந்தது; மூக்கு வீங்கிப் போயிருந்தது; அவனது நடுங்கும் உதட்டோரங்களிலிருந்து ரத்தம் சொட்டுச் சொட்டாக ஒழுகி வடிந்தது. அவன் தனது மங்கிய ஒளி கொண்ட கண்களால் அங்கு கோபாவேசமாக நின்ற ஒரு பெண்ணின் நடமாட்டங்களைக் கவனித்துக் கொண்டிருந்தான். அவள் தன் தலை மீது கிடந்த முரட்டுச் சால்வையைக் கிழித்துக் கொண்டும், தனது பாவாடையை விரித்துப் போட்டுக் குந்தி உட்கார்ந்து கொண்டும், அந்த வெளிறிய முகம் கொண்ட மனிதனின் மீது பாய்ந்து சாடினாள்; அவனது குத்திட்ட தலைமயிரைப் பற்றிப் பிடித்தவாறு ஏதோ ஓர் உற்சாகத்தோடு கூச்சலிட்டாள்:

"நீதான் திருடினாய். நீதான் எனது பாவாடைக்குள்ளேயிருந்து அதனை எடுத்துக் கொண்டாய்! மிருகமே! என் பணத்தை என்னிடம் திருப்பிக் கொடுத்து விடு!' பின்னர் அவள் அவனது கன்னங்களைப் பேய்ப் பிடியாகப் பிடித்து இழுத்தாள். அந்த வெளிறிய முகத்துடனான மனிதன் அவளிடமிருந்து திமிறிக் கொண்டு விடுபட்டான்; ஆனால் அந்த ராணுவத்தார்கள் அவனை அமுக்கிப் பிடித்துக் கொண்டார்கள். அந்தப் பெண் கூச்சலிட்டாள். பின்னர் அங்கு நின்ற மக்களை இடித்துத் தள்ளிக்கொண்டு, ரயிலில் ஆயுதங்களை விலைக்குக் கேட்டு வந்த அந்த விவசாயி அங்கு வந்து சேர்ந்தான். அவன் தனது தோள்பட்டையால் அந்தப் பெண்ணை ஒதுக்கித் தள்ளி விட்டு, அந்த வெளிறிய முகத்துடனான மனிதனின் வாயில் ஓர் அறை அறைந்தவாறே உரத்துச் சத்தமிட்டான். அந்த வெளிறிய முகத்துடனான மனிதன் உடனே பூமியில் சாய்ந்தான். பக்கத்து மரத்திலே ஏறியிருந்த நீண்ட கோட்டை அணிந்த மனிதனொருவன்- குனிந்து பார்த்தவாறு கத்தினான்: "கொலை!" உடனே அந்தக் கூட்டம் முன்னோக்கி

நெருங்கத் தொடங்கியது. ஜனங்கள் குனிந்து அந்த மனிதனின் உடம்பில் அடித்து விட்டு நிமிர்ந்தார்கள்; தமது முஷ்டிகளை ஆட்டிக் கொண்டார்கள்.

ரயில் வண்டியின் ஜன்னல் அக்கூட்டத்தினரை ஒருவாறாகக் கடந்து சென்றது. காத்யாவின் தொண்டைக்குள் எழுந்த கூக்குரல் குரலாக வெளிவராமல் தொண்டைக்குள்ளேயே அடங்கிப் போய்விட்டது. ரோஷின் வெறுப்போடு முகத்தைச் சுழித்தான். கிரசீல்னிகவ் தலையை அசைத்தான்.

பாவம்! அவர்கள் அவனை அநியாயமாகக் கொன்று விட்டார்கள் போல் இருக்கிறது" என்று சொன்னான் அவன். "இந்தப் பெண்கள் எவனையும் பைத்தியமாக்கி விடுவார்கள். இவர்கள் ஆண்களைக் காட்டிலும் மோசமானவர்கள். சென்ற நான்கு வருஷகாலத்தில் இவர்கள் என்ன மாதிரி மாறினார்கள் ஏன்று எவருக்கும் தெரியாது. நாம் யுத்தத்திலிருந்து திரும்பி வந்து எதைத்தான் காண்கிறோம்? நமது பெண்கள் எல்லாம் முழுக்க முழுக்க மாறியிருப்பதைத்தான் பார்க்கிறோம். இனிமேல் நாமொன்றும் அவர்களைக் கடிவாளங்களை மாட்டித் தொட்டு அடிக்க முடியாது. நம்மை நாமே பாதுகாத்துக் கொள்ள வேண்டியதுதான். ஆமாம். இந்தப் பெண்கள் எவ்வளவு தூரம் தான் மாறிப் போய்விட்டார்கள்."

பார்த்த மாத்திரத்தில் அதைப் புரிந்து கொள்வது சிரமமாகத்தான் இருந்தது. அதாவது 'ருஷ்ய நாட்டின் விமோசன கர்த்தாக்கள்' என்று சொல்லிக் கொண்ட தளபதிகள் அலெக்சேயவ், கர்னீலவ் இருவர் வசத்திலும் சில அதிகாரிகளும் பயிற்சிப் படையினரும்தான் - மொத்தத்தில் ஐயாயிரம் பேர் தான் - இருந்தார்கள்; அத்துடன் அவர்களிடமிருந்த துப்பாக்கிகளோ படுமோசமானவை; குண்டுகள், தோட்டாக்கள் போன்ற எதுவுமே அவர்களிடம் இருக்கவில்லை. இத்தகைய நிலைமையில் அவர்கள் குபான் கசாக்குகளின் தலைநகரைச் சுற்றிலும் போல்ஷிவிக் படைகள் அரை வட்ட வடிவமாக வளைந்து முற்றுகையிட்டுக் கொண்டிருந்த பிரதேசமான தென் திசையில், எகதிரினதாரை நோக்கி ஏன் தமது படைகளை

நடத்திக் கொண்டு சென்றார்கள் என்ற விஷயத்தை எடுத்த எடுப்பில் புரிந்து கொள்ள முடியாது தான்.

இத்தகைய நடவடிக்கையில் எந்த விதமான போர்த் தந்திரத்தையும் காண முடியாது தான். ரஸ்தோவிலிருந்த சேவா சேனை அங்கிருந்து எதிர்த் தாக்குப் பிடிக்க முடியாமல் வெளியேறிவிட்டது. புரட்சிப் பேரலை அந்தச் சேவா சேனையைக் குபான் சமவெளியிலே கொண்டு போய் ஒதுக்கித் தள்ளி விட்டது. ஆனால் அதில் ஓர் அரசியல் தந்திரம் இருக்கத் தான் செய்தது. அந்த அரசியல் திட்டம் இரண்டு மாதங்களுக்குப் பின்னர் தான் புலனாயிற்று. அதாவது வெளி யிடங்களிலிருந்து வந்து குடியேறியவர்களுக்கு எதிராக, பணக்காரக் கசாக்குகள் திரண்டு எழும்பும் நிகழ்ச்சி தவிர்க்க முடியாதது. புதிதாக வந்தவர்கள் கசாக்குகளிடமிருந்து நிலங்களைத் குத்தகைக்குப் பெற்று வாழ்க்கை நடத்தி வந்தார்கள். அவர்களுக்கு எந்த விதமான உரிமைகளோ சலுகைகளோ கிடையாது. அங்கு பதினாறு லட்சம் பேர் புதிதாகக் குடியேறியவர்களாகவும், பதினான்கு லட்சம் பேர் கசாக்குகளாகவும் இருந்தார்கள்.

இதனால் புதிதாகக் குடியேறியவர்கள் நிலத்துக்காகவும் உரிமைக்காகவும் போராட முனைவதும் தவிர்க்க முடியாத நியதி. அதே போல், கசாக்குகளும் தங்கள் சலுகைகளைப் பாதுகாத்துக் கொள்வதற்காக ஆயுதம் தாங்கிப் போராடத் துணிவதும் தவிர்க்க முடியாத விஷயம். இந்தப் போராட்டத்தில் போல்ஷிவிக்குகள் குடியேறியவர்களுக்குத் தலைமை தாங்கி அவர்களை நடத்திச் சென்றார்கள். முதலில் அந்தக் கசாக்குகள் யாருடைய ஆட்சியையும் ஏற்றுக் கொள்ளவும் அதற்குக் கட்டுப்படவும் மறுத்தார்கள். அவர்கள் தங்கள் கிராமங்களுக்குத் தாங்களே ஏகபோகச் சர்வாதிகாரர்களாக விளங்க வேண்டும் என்று விரும்பினார்கள். வேறு எப்படி விரும்ப முடியும்? ஆனால் பிப்ரவரி மாதத்திலேயே கசாக்கு களின் மத்தியிலேயே பிறந்த கோலுபவ் என்ற ஒருவன் தனக்குப் பின்னால் இருபத்தேழு கசாக்குகளை ஒன்று திரட்டி அழைத்துக்

கொண்டு, நோவச்செர்காஸ்கிலிருந்த ஆத்தமான் நஸாரவின் பாசறையிலே நடந்து கொண்டிருந்த ஆலோசனைக் கூட்டத்துக்குள் திடீரென்று பிரவேசித்தான். தனது கையிலுள்ள துப்பாக்கியைச் சுழற்றிக் கொண்டே அவன் சத்தமிட்டான்: எழுந்து நில்லுங்கள்! அயோக்கியர்களே! சோவியத் ஆத்தமானான கோலுபவ் அதிகாரத்தை ஏற்றுக் கொள்ள வந்திருக்கிறேன்!” அதே சமயம் அவனுக்குப் பின்னால் நின்ற கசாக்குகளின் துப்பாக்கிக் குதிரைகள் கிளிக்கென்று சத்தமிட்டுச் சுடத் தயாராயின. மறுநாள் (ஆத்தமானுக்குரிய செங்கோலைத் தமது கையில் ஏந்துவதற்காக) ஆத்தமான் நஸாரவும் அவரது மந்திரிகளும் வெளியே அழைத்துச் செல்லப்பட்டு, நகருக்குப் புறத்தேயுள்ள காட்டில் சுட்டுக் கொல்லப்பட்டார்கள். பின்னர் அவன் மேலும் இரண்டாயிரம் கசாக்கு அதிகாரிகளைச் சுட்டுக் கொன்றான். பிறகு ஸ்தெப்பிச் சமவெளி வழியாகக் குதிரையில் விரைந்து சென்றான்; அங்கே பகயேவ்ஸ்கி என்பவனை அழைத்து வந்து, அவனை சுதந்திர தோன் பிரதேசத்துக்கும் தனது தலைமைக்கும் ஆதரவாக அவனைப் பல்வேறு கூட்டங்களுக்கு இழுத்துச் சென்று பேச வைத்தான். கடைசியில் சப்லாவ்ஸ்கயா கிராமத்தில் நடந்த ஒரு கூட்டத்தில் தானே கொல்லப் பட்டான். சுருங்கச் சொன்னால், பிப்ரவரி மாதத்தில் கசாக்குகள் தமக்கு ஒரு தலைவனின்றித் தவித்தார்கள். அத்துடன் வடதிசையிலிருந்தும் பொறுமையையிழந்து, பஞ்சத்தில் அடிப்பட்டு உருக்குலைந்து போன மகா ருஷ்யாவும் அவர்களைப் பயமுறுத்தத் தொடங்கியது.

எகதிரினதாரிலிருந்து கசாக்குகளின் இயக்கத்தை முன்னின்று நடத்தவும், ஒரு நிரந்தரமான கசாக்குப் படையைத் திரட்டி நிறுவவும், காக்கஸஸையும் கிரோஸ்னி, பாக்கூ பிரதேசங்களிலுள்ள எண்ணெய் வயல்களையும் போல்ஷிவிக் ருஷ்யாவிடமிருந்து துண்டாடிப் பிரிக்கவும், நேச நாடுகளுக்குத் தமது விசுவாசத்தைத் தெரிவித்து உறுதிப்படுத்தவும் திட்டமிட்டுத்தான் அந்தச் சேவா சேனை அங்கு சென்றது. பனிப் போராட்டம்’ என்று பின்னர் பெயரிடப்பட்ட அந்தப் போராட்டத்தைத்

தொடங்குவதற்கு முன்னிருந்த பூர்வாங்கமான உத்தேசத் திட்டங்கள் இவைதான்.

அலெக்சேய் கிரசீல்னிகவின் தம்பியான செம்யோன் என்பவன் தன்னையொத்த நண்பர்களோடு ரயில் பாதைக்குச் சமீபத்திலேயிருந்த கணவாயை அடுத்து உழுது போடப்பட்டிருந்த வயல்வெளியொன்றில் குப்புறக் கிடந்தான். அவனுக்கு அருகில், ஒரு ராணுவ வீரன் மூஞ்சூறு போல் மண் வெட்டியைக் கொண்டு துறுதுறுவென்று வேலை செய்து குழி பறித்துக் கொண்டிருந்தான். பதுங்கு குழியைப் பறித்து முடித்து அதனுள் இறங்கிய பின்னர் அவன் தனது துப்பாக்கியை முன்னால் இழுத்து நிறுத்திக் கொண்டு, செம்யோனை நோக்கித் திருப்பினான்:

"தம்பி, ஆழமாகத் தோண்டு!"

தனக்குக் கீழே தரைக்குள்ளிருந்த ஈரப்பசை கொண்ட அந்த மண்ணை செம்யோனால் அவ்வளவு இலகுவில் வெட்டி யெடுக்க முடியவில்லை. அவர்களது தலைக்கு மேலாகத் துப்பாக்கிக் குண்டுகள் விசிலடித்தாற்போல் இரைந்து கொண்டு சென்றன. மண்வெட்டி ஒரு செங்கல்லின் மீது மோதியது. செம்யோன் திட்டியவாறே முழங்காலிட்டு எழுந்தான். அதே சமயத்தில் அவனது மார்பில் ஏதோ ஒன்று விண்ணென்று தாக்கியது. மறுகணமே அவன் மூச்சுத் திணறியவனாய் தான் தோண்டி வைத்திருந்த குழிக்குள் குப்புற விழுந்தான்.

சேவா சேனையின் முன்னேற்றத்தைத் தடுப்பதற்காக நடந்த எண்ணற்ற சிறுசிறு சண்டைகளில் ஒன்று தான் அந்தச் சண்டை. செஞ்சேனைப் படை அநேகமாக எப்போதும் அதிக பலமுள்ளதாக இருந்தது; எனவே அவர்களால் துணிவாகப் போராடவும், அந்தப் போராட்டத்தில் தோல்விகள் ஏற்படும் போது அதிக சேதங்கள் இல்லாமலே பின் வாங்கவும் முடிந்தது. உள்நாட்டு யுத்தத்தின் ஆரம்பக் கட்டத்தில் அவர்களுக்கு வெற்றி பெறுவது என்பது அத்தியாவசியமான ஒன்றாக இருக்கவில்லை. அவர்களது

நிலைமை மோசமாக இருந்தால், சேவா சேனையின் தாக்குதல் மும்முரமாக இருந்தால், அதனால் அவர்களுக்கு ஒன்றும் பெருமோசம் வந்து விடாது. அவர்கள் அடுத்த சந்தர்ப்பம் கிட்டும் வரையிலும் காத்திருப்பார்கள்; கர்னீலவை முன்னேறவும் விடுவார்கள்.

சேவா சேனைக்கோ ஒவ்வொரு சண்டையும் ஒரு ஜீவ மரணப் போராட்டமாகவே விளங்கியது. ஒவ்வொரு சண்டையிலும் வெற்றியடைய வேண்டிய நிர்ப்பந்தம் அதற்கிருந்தது. ஏனெனில் அப்போதுதான் ஒரே தினத்திலேயே அவர்கள் தங்கள் படையிலுள்ள காயப்பட்டவர்களையும், தமது சாமான்களைச் சுமந்து வந்த வண்டிகளையும் முன்னால் கொண்டு செல்ல முடியும். அவர்களுக்குப் பின் வாங்குவதற்கான வழியே இருக்கவில்லை. அதனால் கர்னீலவின் படைகள் திக்கற்ற நிலையிலே ஏற்பட்ட வெறிவேகத்தின் காரணமாகத்தான் வெற்றி கண்டு வந்தன. இந்த முறையும் அதே சம்பவம் தான் நிகழ்ந்தது.

இயந்திரத் துப்பாக்கிப் பிரயோகம் நடக்கும் இடத்துக்குக் கால் மைல் தூரத்திலிருந்த, போன வருஷத்து வைக்கோற் போர் ஒன்றின் மீது அகட்டி வைத்த கால்களோடு கர்னீலவ் நின்று கொண்டிருந்தார். அவர் முழங்கைகளை உயர்த்தி, தமது தொலைநோக்கிக் கண்ணாடி வழியாகப் பார்த்தார். அவரது முதுகில் ஒரு சாக்குப்பை அசைந்தாடியது. சாம்பல் நிறக் கரையிட்டுத் தைத்த அவரது ஆட்டுத் தோல் மோஸ்தர் கறுப்புக் கோட்டு பொத்தான்கள் மாட்டப் படாமல் திறந்து கிடந்தது. அவருக்கு ஒரே புழுக்கமாக இருந்தது. நரைத்த மயிர் தலைகாட்டி முளைத்திருந்த அவரது மோவாய் அந்தத் தொலை நோக்கிக்குக் கீழாக நீண்டு கொண்டிருந்தது.

அவருக்குக் கீழே அந்த வைக்கோற் போரின் மீது சாய்ந்து கொண்டு அவரது பாதுகாவல் அதிகாரியான லெப்டினென்ட் தலீன்ஸ்கி நின்று கொண்டிருந்தான். அகன்ற கண்களும் கரிய புருவங்களும் கொண்ட அந்த இளைஞன் அதிகாரிகளுக்குரிய மேல் கோட்டை

அணிந்திருந்தான்; அவனது தொப்பி ஒரு புறமாகச் சாய்ந்து இருந்தது. தனது உணர்ச்சி வேகத்தை உள்ளடக்கியவாறு, அவன் கர்னீலவின் நரைத்த மோவாயை ஏறிட்டுப் பார்த்தான். அந்தப் பயங்கரமான, நெருங்கிய மோவாயில் தான் எல்லோரும் தப்பிப் பிழைக்கக் கூடிய வழி வகைகள் அடங்கியிருப்பதாகக் கருதுவது மாதிரி அவன் அதனைப் பார்த்தான்.

“மாட்சிமை தங்கிய கமாண்டர் அவர்களே! கீழே வாருங்கள். நான் உங்களைக் கெஞ்சிக் கேட்கிறேன். இல்லையேனில் நீங்கள் சுடுபட்டுப் போவீர்கள்!” என்று தலீன்ஸ்கி திரும்பத் திரும்பக் கூறிக் கொண்டேயிருந்தான். கர்னீலவின் ஊதா நிற உதடுகள் திறப்பதையும் பற்கள் வக்கரித்த பாவத்தில் தோன்றுவதையும் அவன் கவனித்தான். அத்தகைய தோற்றம் நிலைமைகள் மோசமாகவுள்ளன என்பதற்கான அறிகுறிதான். தூரத்திலே பழுப்பும் பச்சையும் கலந்து தோற்றிய ஸ்தெப்பி வெளியிலே போல்ஷிவிக்குகளின் போர் முனையிலே கன்னங்கரியதாகச் சின்னஞ்சிறு உருவங்கள் அங்குமிங்கும் ஓடுகின்ற காட்சியை தலீன் ஸ்கி அதற்கு மேலும் பார்த்துக் கொண்டிருக்கவில்லை. அவர்களை நோக்கி வெடிகுண்டுகளின் வெடித்த துண்டுகள் உஸ்ஸென்று இரைந்து கொண்டு வந்தன. ஆனால் தலீன்ஸ்கிக்கோ தங்களிடம் அதிகமாக வெடிகுண்டுகள் கிடையாது என்பது தெரியும். வெடி வைத்துத் தகர்க்கப்பட்ட பாலத்துக்கப்பால், போல்ஷிவிக்குகளின் பீரங்கி வேட்டு ‘பூம்’ என்று உள்ளடங்கி ஒலித்தது... ஓர் இயந்திரத் துப்பாக்கி கடகட வென்று இடையறாது பொழிந்து தள்ளியது. கர்னீலவின் தலையைச் சுற்றிலும் தேனீக் கூட்டம் போல் தோட்டாக்கள் இரைந்து சென்றன.

“மாட்சிமை தங்கிய கமாண்டர் அவர்களே! உங்கள் மீது குண்டு பட்டு விடும்!...”

கர்னீலவ் தமது தொலை நோக்கியைப் பக்கவாட்டில் தொங்க விட்டார். வானம்பாடியையொத்த கண்களும், மங்கோலியத் தன்மையும் பெற்ற அவரது முகத்தில்

சுருக்கங்கள் விழுந்தன. அவர் அந்த வைக்கோலைக் காலால் உதைத்துக் கொண்டு திரும்பினார்; அந்த வைக்கோல் போருக்குப் பின்னால் குதிரைகளிலிருந்து இறங்கி நின்று கொண்டிருந்த துர்க்மேனியர்கள் பக்கமாகப் குனிந்தார். அவர்கள் தான் அவரது மெய் காப்பாளர்கள். வளைந்த கால்களும் மெலிந்த உடம்பும் கொண்ட அந்தக் காவலர்கள் பெரிய ஆட்டுத் தோல் தொப்பிகளையும், கோடு போட்ட செம்மஞ்சள் நிறச் சட்டைகளையும் அணிந்திருந்தார்கள். தமது மெலிந்த குதிரைகளின் கடிவாளத்தைப் பிடித்தவாறு சிலைகளைப் போல் ஆடாது அசையாது நின்றார்கள்.

கர்னீலவ் தமது கரகரத்த முரட்டுக் குரலில் ஏதோ உத்தரவிட்டவராய், அந்தக் கணவாய்ப் புறத்தைக் கை நீட்டிக் காட்டினார். உடனே அந்தக் காவலர்கள் தமது குதிரைகளின் மீது பூனைகளைப் போல் தாவியேறினார்கள்; அவர்களில் ஒருவன் ஏதோ தனக்கேயுரிய பாணியில் அடித் தொண்டையால் கத்தினான். பின்னர் எல்லோரும் தமது வளைந்த வாட்கருவிகளை வீசியாட்டிக் கொண்டு தமது குதிரைகளைத் தட்டி விட்டார்கள். தூரத்திலே தெரிந்த, உழுதுவிட்டிருந்த நிலத்தைக் கொண்டிருந்த கணவாய்ப் பகுதியை நோக்கி, வேகமாகப் பாய்ந்து சென்றார்கள். அந்த இடத்தின் பின்னால் ரயில் பாதை உள்ள மண்மேடு அமைந் திருந்தது.

செம்யோன் கிரசீல்னிகள் பக்கவாட்டில் படுத்திருந்தான்; அப்படிப் படுத்திருப்பதால் அவனுக்கு வலி ஓரளவு குறைந்த மாதிரி தென்பட்டது. ஒரு மணி நேரத்துக்கு முன்னர் அவன் உறுதியாகவும் ஊக்கமாகவும் மூர்க்கமாகவும் இருந்தான். இப்போதோ அடிக்கடி முக்கி முக்கி முனகினான்; தனது வாய்க்குள்ளே வந்து கூடும் ரத்தத்தை மிகவும் சிரமப்பட்டு வெளியே துப்பினான். அவனுக்கு இருபுறத்திலும் அவனது தோழர்கள் இடைவிடாது துள்ளித் துள்ளிச் சுட்டுக் கொண்டிருந்தார்கள். அவர்களும் செம்யோனைப் போலவே, அந்தக் கணவாய்க்கு அப்பால் தெரிந்த பழுப்பு நிறமான மேட்டுப் பகுதி மீது தான்

கண் வைத்திருந்தார்கள். அந்த மேட்டு நிலத்தின் மீது பொங்கி வழிந்து விடுவது போல் சுமார் ஐம்பது குதிரை வீரர்கள் கனவேகத்தில் வந்து கொண்டிருந்தார்கள். அது ரிஸர்வ் குதிரைப்படையின் தாக்குதலாகும்.

பின்புறமிருந்து ஒரு மனிதன் ஓடோடியும் வந்தான்.

அவன் செம்யோனுக்கு அருகில் மண்டியிட்டமர்ந்தவாறு, தனது கைத் துப்பாக்கியைச் சுழற்றிக் கொண்டே கரகரத்த குரலில் உரத்துச் சத்தமிட்டான். அவன் கறுப்பு நிறத் தோலினாலான மேல் சட்டை அணிந்திருந்தான். குதிரைப் படை வீரர்கள் கணவாய்ச் சரிவுக்குள் தடதடவென்று புகுந்து இறங்கினார்கள். தோலினாலான மேல் சட்டை அணிந்த அந்த மனிதன் அழுத்தம் திருத்தமாக, ராணுவத் தன்மையற்ற குரலில் கத்தினான்:

பின் வாங்காதீர்கள்! அப்படியப்படியே நில்லுங்கள்!" அதற்குள் கணவாய்க்கருகில் பெரிய தொப்பிகள் தெரியத் தொடங்கின. அத்துடன் ஏதோ ஒரு பெருங்காற்று இரைச்சலிடுவது போல் ஹோவென்ற ஆரவாரமும் கேட்டது. அந்த துர்க்மேனியக் காவலர்கள் தான் அவ்வாறு பாய்ந்து வந்தார்கள். அவர்கள் கோடு போட்ட சட்டைகளை அணிந்திருந்தவர்களாய் தமது குதிரைகளின் பிடரி மீது சாய்ந்து கொண்டு, உழுது போடப்பட்ட பள்ளங்களில் பனிபடிந்து கிடந்த அந்தக் கரிசல் நிலத்தின் வழியாக விரைந்து வந்தார்கள். அந்தக் குதிரைகளின் குளம்புகளில் இருந்து களிமண் உருண்டைகள் காற்றில் பறந்து விழுந்தன. தொப்பியணிந்த உயரமான அந்தக் குதிரைப் படையினர் பயங்கரமாகக் கூச்சலிட்டார்கள்; மீசைகள் கொண்ட தமது கறுத்த முகங்களில் தமது பற்கள் பளிச்சென்று வெளித் தெரியும் விதத்தில் பல்லையிளித்துக் கொண்டுவந்தார்கள். அவர்கள் நெருங்கியதும் அவர்களது வளைந்த வாளாயுதங்கள் நீரின் மேல் பட்டுத் தெறிக்கும் ஒளிக் கதிர் போல ஒளிர்ந்தன. அந்தக் குதிரைப்படை வீரரின் தாக்குதலைச் செஞ்சேனை வீரர்கள் எப்படிச் சமாளிக்கப் போகிறார்கள்? கரிசல் நிலத்திலே படுத்துக் கிடந்த உருவங்கள் எல்லாம் துள்ளியெழுந்தன. அவர்கள்

சுட்டுக் கொண்டே பின்வாங்கினார்கள். தோலினாலான மேல் சட்டை அணிந்த அந்தத் தளபதி வெறி பிடித்தவர் போல வேகமாக முன்னால் பாய்ந்து சென்று அந்த வீரர்களில் ஒருவன் முதுகில் அறைந்தபடி கத்தினார்:

"முன்னேறுங்கள் - முன்னேறித் துப்பாக்கிக் குத்தீட்டிகளால் தாக்குங்கள்!"

அந்தக் குதிரை வீரர்களில் ஒருவன் குதிரையிலிருந்து கீழே உருண்டு விழுந்தான். அவன் வேண்டுமென்றே அப்படி விழுந்ததாகத்தான் செம்யோனுக்குத் தோன்றியது. அவன் ஏறி வந்த குதிரை பயந்து போய்த் திரும்பிப் பார்த்து விட்டு ஓடோடிச் சென்று விட்டது. கணீர் என்று உலோகங்கள் மோதும் சத்தம், புகை மண்டலம், வெடிகுண்டுகள் வெடிக்கும் போது எழும் மஞ்சள் நிறமான மின்னலொளி முதலியனவே அங்கு நிரம்பி நிலவின. அப்போது தனது அளவை விடப் பெரிதான மேல் கோட்டை அணிந்தவனான வசீலி என்னும் வேடிக்கைக்காரன் திடீரென்று துப்பாக்கியைக் கீழே விட்டெறிந்தான்; எல்லாமே வெளுத்துப் போய் விட்டது. தன்னை நோக்கி வரும் மரணத்தைப் பிளந்த வாயுடன் கண் வெட்டாமல் பீதியோடு பார்த்தான். அந்தக் குதிரை வீரர்கள் நெருங்கி வந்தார்கள்; மேலும் மேலும் வந்தார்கள். அவர்களில் ஒருவன் எல்லோருக்கும் முன்பாக, தனது குதிரையைத் தரையோடு தரையாய் நாய் மாதிரிக் குனிந்த நிலையில் ஓடும் படி விரட்டிக் கொண்டு வந்தான். அவனோ அந்தக் குதிரையின் மீது நிமிர்ந்து நின்றான்; அவனது உடை காற்றில் பறந்து படபடத்தது.

"பன்றிப் பயல்! அவன் நமது தளபதிக்கு ஆபத்து ஏற்படப் போகிறதே!" செம்யோன் தனது துப்பாக்கியைத் தேடினான். அதற்குள் அந்தக் குதிரை வீரன் தளபதி அருகில் நெருங்கி விட்டான். "சுடுங்கள், அவனைச் சுட்டுத் தள்ளுங்கள்!..."

தளபதியின் அந்தத் தோலினாலான மேல் சட்டையின் மீது அந்தக் குதிரை வீரனின் வாள் பளாரென்று விரைந்து

பாய்வதைத்தான் செம்யோனால் பார்க்க முடிந்தது. மறு நிமிஷத்தில் அந்தக் குதிரைப்படை முழுவதும் போர்முனை மீது சாடிப் பாய்ந்தது. குதிரைகளின் வெப்பமான வியர்வை நாற்றம் தான் அங்கு நிலவியது.

அந்தக் குதிரை வீரர்கள் போர் முனையை நோக்கித் தாவிப் பாய்ந்து, மறு பக்கமாகத் திரும்பினார்கள். அதே சமயத்தில் மென் சாம்பல் நிறத்திலும் கறுப்பு நிறத்திலும் மேல் கோட்டுகள் அணிந்த மனிதர்கள், தமது அதிகாரச் சின்னங்கள் தோளில் பளபளக்க, கணவாய்க்குள்ளேயிருந்து வெளியே வந்தார்கள்; அந்த வயல்வெளியிலே தடுமாடி ஓடிவந்தார்கள்.

“ஹோரா – ஹோரா!”

சண்டை ரயில் பாதைக்கருகில் இடம் மாறி விட்டது. வெகு நேரம் வரையிலும் வெட்டுப்பட்டு விழுந்த தளபதியின் முக்கலையும் முனகலையும் தான் செம்யோன் கேட்டான். வெடிச் சத்தம் வரவர விட்டு விட்டு ஒலிக்கத் தொடங்கியது. பீரங்கிகள் மௌனமாயின. செம்யோன் கண்களை மூடினான். அவனது தலைக்குள் ஏதோ ஒன்று இரைந்து குறுகுறுத்தது. அவனது நெஞ்சில் வலியெடுத்தது. அவனுக்குத் தன் மீதே ஒரு பரிவுணர்ச்சி ஏற்பட்டது; அவன் சாக விரும்பவில்லை. அவனது உடம்பு வரவரக் கனம் கூடிப் போவது போலவும், தரையிலேயே அழுந்தி மூழ்குவது போலவும் தோன்றியது. அவன் தனது மனைவியான மத்ரியோனாவைப் பற்றி அனு தாபத்தோடு எண்ணிப் பார்த்தான். அவள் தனித்தவளாகி விடப் போகிறாள். அவள் தான் அவனுக்காக எப்படி ஏங்கித் தவித்தாள்! அவன் தகன்ரோகில் இருந்த சமயத்தில் “வந்து விடுங்கள்! வந்து விடுங்கள்!” என்று எத்தனை தடவை வருந்தி வருந்திக் கடிதம் எழுதினாள்! இப்போது மத்ரியோனா மட்டும் அவனருகிலேயிருந்திருந்தால், அந்தக் காயத்துக்கு அவள் கட்டுப்போட்டிருப்பாள்; அவனுக்குக் குடிப்பதற்கு ஏதாவது கொண்டு வந்து தந்திருப்பாள். இந்தச் சமயத்திலே ஒரு தம்ளர் நிறையக் குளிர்ந்த தண்ணீர் குடித்தால் எவ்வளவு நன்றாயிருக்கும்!... அதன்

பிறகு, ஒரு கிண்ணம் தயிரும் கிடைத்தால்...

தனது தோழர்களின் குரல்களுக்குப் பதிலாக வேறு யாரோ சில அதிகாரிகளின் குரல்கள் செம்யோனின் காதில் விழுந்தன. எனவே அவன் தன் கண்களை ஜாக்கிரதையாகத் திறந்து பார்த்தான். அவர்களில் நான்கு பேர் நடந்து சென்றார்கள். ஒருவன் செர்க்கேசிய உடுப்பு அணிந்திருந்தான்; இரண்டு பேர் அதிகாரிகட்குரிய மேல் கோட்டை அணிந்திருந்தார்கள்; நான்காமவன் மாணவ உடை அணிந்திருந்தான்; அவனது தோள்ப் பட்டையில் கார்பரோல் பதவிக்கான சின்னங்கள் தென்பட்டன. அவர்கள் வேட்டைக்காரர்களைப் போல் தமது கக்கத்தில் துப்பாக்கிகளைத் தாங்கி யிருந்தார்கள்.

அதோ பார். ஒரு கப்பற்படை வீரன். "அந்தப் பயலைத் தீர்த்துக் கட்டு!" என்றான் ஒருவன்.

"அவனை விட்டுத் தள்ளு. பயல் இறந்து விட்டான். அதோ கிடக்கிறானே, அவன்தான் இன்னும் உயிரோடு கிடக்கிறான்!"

அவர்கள் அங்கு நீட்டி நிமிர்ந்து கிடந்த வசீலியின் உருவத்தைக் கண்டதும் நின்றார்கள். திடீரென்று செர்க்கேசிய - உடை அணிந்த மனிதன் வசீலியைக் காலால் உதைத்து,

"எழுந்திரடா!" என்று கத்தினான்.

வசீலி எழுந்திருப்பதையும், அவனது முகத்தின் ஒரு பாதியில் ரத்தம் பொங்கி வழிந்தோடுவதையும் செம்யோன் கண்டான்.

'அட்டென்ஷன்!" என்று அந்தச் செர்க்கேசிய உடை தரித்த மனிதன் கத்தியவாறே, வசீலியின் முகத்தில் ஓங்கியறைந்தான். உடனே அந்த நால்வரும் தமது துப்பாக்கிகளை நீட்டிப் பிடித்தார்கள்.

"என் மீது இரக்கப்படுங்கள், மாமா!" என்று அழுது கெஞ்சினான் வசீலி.

ஆனால் அந்தச் செர்க்கேசிய உடை தரித்த மனிதன் அவனிடமிருந்து துள்ளி விலகிப் போய், தனது மூக்கின் வழியாக உரத்து மூச்செடுத்தவாறே, தனது துப்பாக்கிக் குத்தீட்டியால் வசீலியின் வயிற்றில் குத்தினான். பின்னர் அவன் திரும்பி அப்பால் நடந்தான். மற்றவர்கள் வசீலியை நோக்கிக் குனிந்து அவனது பூட்சுகளை இழுத்துக் கழற்றி எடுத்துக் கொண்டார்கள்.

அந்தச் சேவா சேனை வீரர்கள் கைதிகளைச் சுட்டுத் தள்ளினார்கள்; கிராம சபை கூடும் இடத்தைத் தீயிட்டுக் கொளுத்தினார்கள்; அதன் மூலம் ஜனங்களுக்குப் பாடம் கற்பிக்க முனைந்தார்கள். பின்னர் தெற்கு நோக்கிச் சென்றார்கள். செல்லும் வழியில் கசாக்குகள் அந்தக் கரிசல் நிலத்தில் செம்யோனைக் கண்டு பிடித்தார்கள். சேவா படையினர் அடி வான வளையத்தைக் கடந்து அப்பால் செல்வதற்கு முன்பே, வெளிறிய பச்சைப் பசும் கதிர்கள் தலைகாட்டத் தொடங்கியிருந்த ஸ்தெப்பி வெளியை விட்டுச் சென்றவுடனேயே, கசாக்குகள் தமது மனைவி மக்களோடும், ஆடு மாடுகளோடும் தமது கிராமங்களுக்குத் திரும்பி வந்து விட்டார்கள்.

செம்யோன் அந்நியர்களின் மத்தியிலே சாக விரும்பவில்லை. அவனிடம் கொஞ்சம் பணம் இருந்தது. ஆதலால் தன்னை ரஸ்தோவ் வரையிலும் ஒரு வண்டியிலே அழைத்துச்சென்று சேர்ப்பதற்கு அவன் ஒரு ஆளையும் அமர்த்திக் கொண்டான். அங்கு சென்று அவன் தன் அண்ணனுக்குக் கடிதம் எழுதினான். தான் படுகாயமுற்றிருப்பதாகவும், அந்நியர்கள் மத்தியிலே மரணமடைவதற்கு அஞ்சுவதாகவும் அத்துடன் தான் மத்ரியோனாவைப் பார்க்க விரும்புவதாகவும் எழுதியிருந்தான். அந்தக் கடிதத்தை செம்யோனின் கிராமத்திலிருந்து வந்திருந்த ஒரு மனிதன் எடுத்துச் சென்றான்.

1918ம் ஆண்டு வரையிலும் செம்யோன் கருங்கடல் கப்பற் படையில் கேர்ச் என்ற போர்க் கப்பலில் ஒரு கப்பற்படை வீரனாகப் பணிபுரிந்து வந்தான்.

அந்தக் கப்பற்படை, அட்மிரல் கல்ச்சாக் என்பவரின் ஆணையின் கீழ் இயங்கியது. அவர் சிறந்த புத்திமான் தான்; நிறைந்த கல்விமான் தான். தனது தாய்நாடான ருஷ்யாவுக்குத் தன்னலமற்ற சேவை புரிய வேண்டும் என்ற எண்ணமுள்ளவர்தான். என்றாலும், அவர் அந்தச் சமயத்தில் நாட்டில் என்ன நிகழ்ந்து கொண்டிருந்தது என்பதையோ அல்லது என்ன நிகழப் போகிறது என்பதையோ புரிந்து கொள்ளவில்லை. அவருக்கு உலகத்திலுள்ள கப்பற் படைகள் அனைத்திலும் உள்ள ஆயுத பலத்தைப் பற்றிய விவரங்களெல்லாம் தெரியும்; எந்தவொரு கடற்பனி மூட்டத்திலும் அவர் எந்தவொரு போர்க் கப்பலையும் அதன் மங்கிய நிழலுருவத் தோற்றத்தைக் கண்டே இனம் கண்டு கொள்வார்; கடற் சுரங்க வெடிகளின் விஷயத்திலோ அவர் ஒரு நிபுணர். த்ஸூசி மாவில் நிகழ்ந்த படுதோல்விக்குப் பின்னர் ருஷ்ய நாட்டுக் கப்பற்படையின் திறமையை உயர்த்தியாக வேண்டும் என்று பாடுபட்டவர்களில் முன்னணியில் நின்றவர். ஆனால் 1917ம் ஆண்டுக்கு முன்னால் யாராவது அவரிடம் அரசியலைப் பற்றிப் பேச்செடுத்தால், அவர் தமக்கு அரசியலிலே அக்கறை இல்லையென்றும், அரசியல் விவகாரங்களே தமக்குப் புரியாது. என்றும், அதெல்லாம் மாணவர்கள், வேலை வெட்டியற்ற மாணவிகள், யூதர்கள் முதலியோரின் விவகாரங்கள் என்றும் கூறிவிடுவார்.

அவரைப் பொறுத்தவரையில் ருஷ்யா என்பதே யுத்தக் கப்பல்கள் தான். ஏற்கனவே உள்ளவையும், இனி உண்டாக்கப்பட இருப்பவையும் சேர்த்துத்தான். ஜெர்மனியை நடுநடுங்க வைக்கும் விதத்தில் கொடிமரத்திலே புனிதர் ஆண்டருவின் கொடி படபடத்துப் பறக்க, புகை போக்கிகளிலே கரும்புகை கக்க நிற்கும் கப்பற்படைதான் அவரது ருஷ்யா. யுத்த மந்திரி காரியாலயத்தின் ராஜரீகமான கம்பீர பிரவேச வாயிலில் நடை நடந்து செல்வதையும், அவ்வாறு பிரவேசிக்கும் போது அங்குள்ள பரிச்சயமான காவலாளி அவரது கோட்டை ஒரு தந்தையின் பரிவுணர்ச்சியோடு கழற்றி வாங்கிக் கொள்வதையும், அப்போது அவன் "சீதோஷ்ணம்

படுமோசமாக இருக்கிறதே, அலெக்சான்தர் வசீலிய விச்" என்று சொல்வதையும் அவர் நேசித்தார். அதே போல் தமது நற்பழக்கங்கள் நிறைந்த அதிகாரி நண்பர்களையும், அதிகாரிகள் கிளப்பில் நிலவும் கட்டுப்பாடான நட்புரிமை மனோபாவத்தையும் அவர் விரும்பினார். இத்தகைய நடை முறைக்கும் மரபுக்கும் ஜார் மன்னனே அவருக்கு நிலைக் களனாகத் தோன்றி வந்தார்.

அதே போல் கல்ச்சாக் நேசித்த வேறொரு ருஷ்யாவும் இருந்தது. அதாவது கப்பலின் மேல் தளத்திலே ரிப்பன்கள் கட்டிய குல்லாயும், அகன்ற முகமும், உறுதியான உரம் வாய்ந்த அவயவங்களும் கொண்ட கப்பற்படை வீரர்கள் தான் அந்த ருஷ்யா. அந்திவேளையிலே கடவுள் வணக்கம் பாடிக் கப்பலின் கொடியை இறக்கும்போது பாடும் பாட்டுக் குரலிலே தொனித்த ருஷ்யா அது. உயிரைத் தியாகம் செய்ய வேண்டும் என்ற உத்தரவு பிறக்கும் போது, அவ்வாறே எந்த விதமான முணுமுணுப்புமின்றி தன்னையே அர்ப்பணம் செய்யத் துணிகின்ற மனோபாவமே அந்த ருஷ்யா. அத்தகைய ருஷ்யாவைப் பற்றி அவர் பெருமிதமே கொண்டார்.

1917ம் ஆண்டில் எந்தவிதத் தயக்கமுமின்றி, தற்காலிக அரசாங்கத்துக்கு விசுவாசப் பிரமாணம் செய்து கொண்டார்; அதன் பின்னர் அவர் கருங்கடல் கப்பற்படைக்குத் தளபதியானார். தவிர்க்க முடியாத சூழ்நிலையில் மனக் கசப்போடு அவர் பணிந்து கொடுத்து, சாம்ராஜ்யத்தின் தலைமை சரிந்து விழுந்ததைச் சகித்துக் கொண்டார்; கப்பற்படை வீரர்களின் கமிட்டிகளையும் புரட்சி நிலைமைகளையும் அவர் பல்லைக் கடித்துக் கொண்டு பொறுத்துக் கொண்டார். எப்படியாவது ஜெர்மானியரோடு தொடர்ந்து யுத்தத்தை நடத்தும் நிலைமையில் ருஷ்ய நாடும், கப்பற்படையும் இருந்து வந்தால் போதும் என்று அவர் கருதினார். தம் வசம் ஒரே ஒரு குண்டெறியும் படகு மட்டும் மிஞ்சியிருக்கும் வரையிலும் போரிட்டுக் கொண்டிருக்க அவர் பின் வாங்க மாட்டார். அவர் செவஸ்தோபலில் நடந்த

கப்பற்படை வீரர்களின் கூட்டத்துக்கெல்லாம் சென்றார். அங்கு உள்ளூரிலும் வெளியிடங்களிலும் இருந்து வந்த சொற்பொழிவாளர்கள் (அந்தச் சொற்பொழிவாளர்கள் அனைவருமே தொழிலாளர்கள் தான்) பேசிய ஆத்திரமூட்டும் பேச்சுக்களைக் கேட்டார்; அவற்றுக்குப் பதிலளிக்கும் போது, தம்மைப் பொறுத்த வரையில் டார்டனல்ஸோ, பாஸ்போரோ போன்றவை தமக்குத் தேவையில்லையென்றும், ஏனெனில் தம்மிடம் நிலங்களோ, தொழிற்சாலைகளோ கிடையாதென்றும், அதனால் எதனையும் ஏற்றுமதி செய்து சம்பாதிக்க வேண்டிய அவசியம் தமக்கு இல்லையென்றும், ஆனால் தாம் விரும்புவதெல்லாம் யுத்தம் மட்டும் தான் என்றும், அந்த யுத்தத் தைத்தான் 'பூர்ஷ்வா வர்க்கத்தின் கைக்கூலி' என்ற முறையில் விரும்பவில்லையென்றும் (இவ்வாறு சொல்லும் போது அவரது உள்வாங்கிய கண்களும் ஒடுங்கிய வாயும், உறுதியான மோவாயும் கொண்ட அவரது வழுவழுப்பான முகத்தில் ஒரு வரட்டு முகபாவனை உருவாயிற்று), ஆனால் "ருஷ்ய தேச பக்தன்" என்ற முறையிலேயே விரும்புவதாகவும் அவர், தெரிவித்தார்.

அந்தக் கடற்படையினர் இதைக் கேட்டுச் சிரித்தார்கள். இது அவருக்கு மிகவும் பயங்கரமாக இருந்தது. நேற்று வரையிலும் தமது தாய் நாட்டிற்காகவும், புனிதர் ஆண்ட்ருவின் கொடிக்காகவும், நீரிலும் நெருப்பிலும் புகுந்து போராடத் தயாராக இருந்த அதே பேர்வழிகள் இன்று தங்கள் தளபதியை நோக்கி, "ஏகாதிபத்தியவாதிகளின் கைக் கூலிகள் ஒழிக!" என்று குரலெடுத்துக் கோஷமிட்டார்கள்!

ருஷ்ய தேசபக்தன் என்ற அந்த வார்த்தைகளை அவர் மிகவும் அழுத்தம் திருத்தமாக, அந்த வார்த்தைக்காக அந்தக் கணமே வேண்டுமானாலும் தமது உயிரைத் தியாகம் செய்யத் தயாராக இருப்பது போல் உணர்ச்சிப் பரவசத்தோடுதான் உச்சரித்தார். ஆனால் அந்தப் பாழாய்ப் போன கடற்படை வீரர்களோ, தனது வஞ்சக வலையில் தம்மை வீழ்த்துவதற்காகவே அவ்வாறெல்லாம் தந்திரமாகப் பேச முனைந்த எவனோ ஒரு விரோதியின் பேச்சைக்

கேட்பதைப் போல் அவரது பேச்சைக் கேட்டார்கள்.

அங்கு நடைபெற்ற கூட்டங்களிலிருந்து செம்யோன் கிரசீல்னிகவ் ஓர் உண்மையைத் தெரிந்து கொண்டான். அதாவது யுத்தத்தை மேலும் நீடிக்க விரும்புபவர்கள் தேசபக்தர்கள் அல்லவென்றும், ஆனால் யுத்தத்தின் மூலம் கொள்ளை லாபம் திரட்டி வந்த தொழிற்சாலை அதிபர்களும், பெருநிலப் பிரபுக்களும் தான் யுத்தத்தை நீடிக்க விரும்பினார்கள் என்றும், பொதுமக்களைப் பொறுத்த வரை யுத்தத்துக்கான அவசியம் எதுவுமே இல்லையென்றும் அவன் அறிந்து கொண்டான். ஜெர்மானியர்களும் ருஷ்ய மக்களைப் போலவே விவசாயிகளாகவும் தொழிலாளர்களாகவும் தான் இருந்தார்கள் என்பதையும், அவர்கள் நாட்டிலுள்ள ரத்த தாகம் கொண்ட முதலாளித்துவ வர்க்கத்தாலும் மென்ஷிவிக்குகளாலும்[4] ஏமாற்றப்பட்டதால் தான் யுத்தத்தில் ஈடுபட்டிருக்கிறார்கள் என்றும் அவன் புரிந்து கொண்டான். அந்தக் கூட்டங்களில் பல்வேறு கப்பற்படை வீரர்களும் ஆத்திர உணர்ச்சி கொண்டார்கள். "பாவிகள்! ருஷ்ய மக்களை ஆயிரம் ஆண்டுக்காலமாக ஏமாற்றிப் பிழைத்து வந்திருக்கிறார்கள்! ஆயிரம் வருஷமாக நமது ரத்தத்தையெல்லாம் உறிஞ்சிக் குடித்து வந்திருக்கிறார்கள் இந்த நிலப்பிரபுக்கள், இந்தப் பூர்ஷ்வாக்கள்! இவர்களெல்லாம் அசல் விரியன் பாம்புகள்" என்று குமுறினார்கள். அவர்களது கண்கள் திறந்தன. இதனாற்றான் நாமெல்லாம் ஆடுமாடுகளையும் விடக் கேவலமாக வாழ்ந்து வந்திருக்கிறோம்! இங்கேதான் நமது

---

4. மென்ஷிவிக்குகள் - சிறுபான்மையினர் என்று அர்த்தம். 1903ம் ஆண்டு நிகழ்ந்த ருஷ்ய சமுதாய ஜனநாயகக் கட்சியின் இரண்டாவது கட்சிக் காங்கிரசில் லெனின் நடத்தி வந்த 'இஸ்க்ரா' (தீப்பொறி) என்ற பத்திரிகையின் கொள்கைக்கு எதிராக எழுந்த சந்தர்ப்பவாதிகளின் கோஷ்டி இது. இவர்கள் சிறுபான்மையாக இருந்ததால் மென்ஷிவிக்குகள் என்று அழைக்கப்பட்டார்கள். இவர்களுக்கு எதிராக லெனினின் தலைமையில் இயங்கிய பெரும்பான்மையினர்தான் போல்ஷிவிக்குகள் (பெரும்பான்மையினர்) என்று அழைக்கப் பட்டார்கள். - (மொ-ர்.)

உண்மையான எதிரி ஒளிந்திருக்கிறான்! தான் விட்டு விட்டு வந்த பண்ணையையும், இளம் மனைவியையும் காண வேண்டும் என்ற ஏக்கமும் நோக்கமும் செம்யோனுக்கு ஏற்பட்ட போதிலும் கூட, அவன் அந்தப் பிரசங்கிகளின் பேச்சைக் கேட்டபோது முஷ்டிகளை இறுகப் பற்றிப் பிசைந்தான்; புரட்சி என்ற மதுவை ஏனைய வீரர்களைப் போல் அவனும் அருந்தினான்; அந்தப் போதை மயக்கத்தில் அவன் வீட்டையும், பண்ணையையும், தான் விட்டு விட்டு வந்த தனது அருமையான அழகியான மத்ரியோனாவையும் மறந்து விட்டான்.

ஒரு நாள் பெத்ரொகிராதிலிருந்து வசீலி ருபிலோவ் என்ற பிரபலமான பிரசங்கி அங்கு வந்து சேர்ந்தான். அவன் பின்வரும் கேள்வியை எழுப்பினான்: "சகோதரர்களே! நீங்கள் இன்னும் முட்டாள்களாகவே இருக்கப் போகிறீர்களா? கூட்டங்களுக்கு வந்து வெறுமனே பல்லைக்காட்டி விட்டுப் போவதோடு திருப்தியடைந்து விடத்தான் விரும்புகிறீர்களா? கெரென்ஸ்கி உங்களையெல்லாம் முதலாளிகளிடத்திலே எப்போதோ விற்றுவிட்டார். அவர்கள் இன்னும் கொஞ்சக்காலத்துக்குத்தான் உங்களையெல்லாம் விட்டு வைத்திருப்பார்கள். அதன் பின்னர் எதிர்ப்புரட்சிக்காரர்கள் எல்லோருடைய தலைகளையும் சீவித் தள்ளத் தொடங்கி விடுவார்கள். காலம் கடந்து போகுமுன்னர் கல்ச்சாக்கிடமிருந்து பதவியைப் பறியுங்கள். கப்பற்படையை உங்களது தொழிலாளர்கள், விவசாயிகளின் கையிலே ஒப்படையுங்கள்."

மறுநாளே ஒரு போர்க் கப்பலிலிருந்து பின் வரும் ரேடியோச் செய்தி அனுப்பப்பட்டது: "அதிகாரிகள் அனைவரையும் நிராயுதபாணியாக்குங்கள்!" சில அதிகாரிகள் தம்மைத் தாமே சுட்டுத் தற்கொலை புரிந்து கொண்டார்கள்; மற்றவர்கள் தமது ஆயுதங்களை ஒப்புவித்து விட்டார்கள். "வெற்றி வீரனான புனிதர் ஜார்ஜ்" என்ற கொடிக் கப்பலிலிருந்த கல்ச்சாக் கப்பலிலிருந்த எல்லோரையும் மேல் தளத்துக்கு வருமாறு கட்டளையிட்டார். கப்பற்படை

வீரர்கள் சிரித்துக் கொண்டே மேலே வந்து சேர்ந்தார்கள். அட்மிரல் கல்ச்சாக் பரிபூரணமான ராணுவ உடையுடன் கப்பல் பாலத்தின் மீது ஏறி நின்றார்.

"வீரர்களே!" என்று அவர் கரகரத்த கீச்சுக் குரலில் கத்தினார்: "பரிகாரம் காண முடியாத ஒரு துர்ப்பாக்கிய சம்பவம் நிகழ்ந்து விட்டது. மக்களின் விரோதிகளான ஜெர்மானிய உளவாளிகள் அதிகாரிகளை நிராயுதபாணிகளாக்கி விட்டார்கள். அதிகாரிகள் எல்லோரும் சேர்ந்து எதிர்ப் புரட்சிக்கான சதிச் செயலைச் செய்கிறார்கள் என்று எந்த மடையன் சொன்னான்? பொதுவாகச் சொன்னால், எதிர்ப் புரட்சி என்ற ஒன்றே இல்லை என்றே நான் சொல்லுவேன். ஆமாம். அப்படி ஒரு விஷயம் உலகத்திலேயே இல்லை."

இவ்வாறு கூறியவாறு அவர் அந்தப் பாலத்தின் மீது அங்குமிங்கும் நடந்தார்; அப்போது அவரது உடைவாள் கலகலத்தது. அவர் தமது உணர்ச்சிகளை வெளிப்படுத்த முயன்றார்.

"இந்தக் கப்பற்படையின் பிரதம தளபதி என்ற முறையில், இதுவரை நடந்த சம்பவங்கள் அனைத்தும் என்னையே இழிவு படுத்துவதாக உள்ளன என்று நான் கருதுகிறேன். எனவே நான் இனியும் இந்தக் கப்பற்படைக்குத் தலைமை தாங்கி நடத்த முடியாது; எனக்கு விருப்பமும் இல்லை. அதனால் இப்போதே அரசாங்கத்துக்கு நான் கப்பற்படையை விட்டு விலகி வெளியேறுகிறேன், எனக்குப் போதும் போதும் என்றாகி விட்டது!' என்று தந்தி கொடுத்து விடப் போகிறேன்!" -

அவர் தமது உடைவாளின் தங்கப் பிடியை இரு கைகளாலும் பிடித்து, இடைவாரிலிருந்து கழற்ற முயல்வதையும், அது அந்த இடைவாரில் நன்கு சிக்கிக் கட்டுண்டிருந்ததால் அவர் அதனைப் பலங்கொண்ட மட்டும் இழுத்துப் பறிக்க முயல்வதையும் செம்யோன் கண்டான். அவரது உதடுகளே கறுத்துப் போய் விட்டன.

"இத்தகைய நிலையில் எந்த நேர்மையுள்ள அதிகாரியும்

இப்படித்தான் நடந்து கொள்வார்."

அவர் தமது வாளை உயர்த்தி அதனைக் கடலுக்குள் விட்டெறிந்தார். ஆனால் அவரது இந்தச் சரித்திரப் பிரசித்தி பெற்ற செயல் அங்கிருந்த படைவீரர்கள் மனத்தை ஒரு சிறிதும் தொட்டு உலுப்பவில்லை.

அந்தக் கணத்திலிருந்து கப்பற்படையில் பெரிய குழப்பங்களும் குமுறல்களும் எழுந்தன. கடலின் மத்தியில் கப்பலுக்குள்ளே ஒன்றுபட்டு நின்று வாழ்ந்து பழகிவிட்ட கடற்படை வீரர்கள், தேகாரோக்கியமும் திறமையும் துணிச்சலும் மிகுந்த அவர்கள், பல்வேறு நாடுகளையும் கடல்களையும் பார்த்துப் பழகிவிட்ட அவர்கள், தரைப்படை வீரர்களைக் காட்டிலும், முற்போக்கான அவர்கள், அதிகாரிகளின் அறைகளுக்கும் படைவீரரின் வாசஸ்தலத்திற்கும் இடையேயுள்ள கடக்க முடியாத இடைவெளியைக் கண்டுணர்ந்த அவர்கள் - ஏனைய வீரர்களையெல்லாம் விட எளிதில் கொதித்துக் கொந்தளிக்கக் கூடியவர்களாக இருந்தார்கள். அவர்கள் மத்தியில் புரட்சி செய்யும் எண்ணம் தலை தூக்கியது. எனவே அந்த வீரர்கள் தமது அடங்கிக் கிடந்த ஆர்வத்தையெல்லாம் கட்டவிழ்த்து விட்டவாறு, போராட்ட நெருப்பில் பொலபொலவென்று குதித்தார்கள். அதன் மூலம் அதுவரையிலும் தயக்கத்தோடும் ஊசலாட்டத்தோடும் இருந்து வந்த எதிரிகளைக் கிண்டிக்கிளறிவிட்டு அவர்கள் தமது ஆட்களை ஒன்று திரட்டிப் போருக்கெழுந்து வரும் நிலைமையை உண்டாக்கி விட்டார்கள்.

வீட்டைப் பற்றியோ மனைவியைப் பற்றியோ நினைத்துப் பார்ப்பதற்குக் கூட செம்யோனுக்கு இப்போது நேரமில்லை. அக்டோபர் மாதத்தோடு பிரசங்க மாரி எல்லாம் ஓய்ந்து விட்டது. மாறாக, துப்பாக்கிகள் பேசத் தொடங்கின. எங்கு பார்த்தாலும் எதிரியை எதிர்நோக்கும் நிலை வந்து விட்டது. பயமும் பகையுணர்ச்சியும் கொண்ட ஒவ்வொருவரின் பார்வையிலும் மரணம் பதுங்கியிருப்பது போல் தோன்றியது. பால்டிக் கடலிலிருந்து பசிபிக்

மகாசமுத்திரம் வரையிலும் வெண் கடலிலிருந்து கருங்கடல் வரையிலும், ருஷ்ய நாடு ஒரு பெருங்குழப்ப நிலையில் அலைபுரண்டு தவித்தது. செம் யோன் தனது துப்பாக்கியைத் தோளில் தூக்கிப் போட்டுக் கொண்டு எதிர்ப் புரட்சி என்ற ஆயிரந் தலை நாக சர்ப்பத்தை எதிர்த்துப் போராடக் களத்தில் இறங்கினான்.

ஒரு கேத்திலையும் மூட்டையையும் சுமந்து கொண்டு. காத்யாவும் ரோஷினும் ரயில் நிலையத்தில் கூடியிருந்த கூட்டத்தின் வழியாக முண்டியடித்துக் கொண்டு வெளியே வந்தார்கள். அலைமோதி வந்த மனித வெள்ளத்தோடு அடித்துச் செல்லப்பட்டு, அவர்கள் ஆங்காங்கே காவலுக்கு நின்ற வீரர்களின் பயங்கரமான துப்பாக்கிக் குத்தீட்டிகளையெல்லாம் கடந்து வந்தார்கள். வெளியே வந்ததும் ரஸ்தோவ் நகரின் பிரதான வீதியில் கால் போன போக்கில் நடந்தார்கள்.

ஆறு வாரங்களுக்கு முன்னெல்லாம் அந்தத் தெருவீதியில் பீட்டர்ஸ்பர்க் சமுதாயத்தின் பெயர்பெற்ற பிரதிநிதிகள் கடைகடையாகத் திரிந்தார்கள். நடைபாதைகளில் சென்று கொண்டிருந்த படை வீரர்களின் தொப்பிகள் பிரகாசித்துக் கொண்டிருந்தன; அவர்களது பூட்சுக்களின் குதிமுட்கள் கலகலப்பான ஒலியை எழுப்பிக் கொண்டிருந்தன; இடையிடையே பிரெஞ்சுமொழியில் பேசும் பேச்சுக்களும் காதில் விழுந்தன; கவர்ச்சிகரமான ஆடையணிகள் அணிந்த மாதரசிகள் பனிக் குளிரிலிருந்து தம்மைப் பாதுகாத்துக் கொள்வதற்காக, விலை யுயர்ந்த கம்பளியுடைகளைத் தரித்துத் திரிந்தார்கள். புரிந்து கொள்ள முடியாத கருத்துக்களுடைய அவர்கள் மாரி காலத்தை அங்கு மகிழ்ச்சியாகக் கழித்து விட்டு, பின்னர் மரியாதைமிக்க வாயிற்காப்போர்களும், தூண்கள் மிகுந்த பெருங்கூடங்களும், கம்பள ஜமுக்காளங்களும் கதகதப்பூட்டும் கணப்பு நெருப்பும் கொண்ட பீட்டர்ஸ்பர்கிலுள்ள தமது மாளிகைகளுக்கும் வீடுகளுக்கும் திரும்பிச் செல்லலாம் என்று தீர்மானித்திருந்தார்கள். அந்தோ பீட்டர்ஸ்பர்கே! முடிவில் எல்லாவற்றையும்

சமாளித்து விடலாம். நடந்து போனவற்றுக்கெல்லாம் அந்தக் கவர்ச்சிகரமான பெண்ணரசிகளைக் குறை கூற முடியாது!

திடீரென்று யாரோ ஒரு நாடக இயக்குனர் கைதட்டி ஆரவாரித்து விட்டது போல், சுழலும் நாடக மேடையின் காட்சி மாற்றம் போல், எல்லாமே மறைந்து விட்டது. காட்சியே முழுக்க முழுக்க மாறிப் போய் விட்டது. ரஸ்தோவ் நகரத்தின் வீதிகளே நிர்மானுஷ்யமாகக் காட்சியளித்தன; கடைகளெல்லாம் மூடிக் கிடந்தன; அதன் ஜன்னல் கண்ணாடிகளெல்லாம் துப்பாக்கிக் குண்டுகளால் துளைபட்டுப் போயிருந்தன. அந்தப் பெண்ணரசிகளெல்லாம் தமது கம்பளியுடைகளை மறைத்து விட்டு, தலைகளிலே சால்வைகளை எடுத்துக் கட்டிக் கொண்டு விட்டார்கள். அதிகாரிகளில் சிலர் கர்னீலவுடன் சேர்ந்து போய் விட்டார்கள். ஆனால் அவர்களில் பெரும்பான்மையோர் நாடகத்தில் வேஷம் மாற்றுவது மாதிரி ஆபத்தில்லாத நகர மாந்தர்களாகவும், நடிகர்களாகவும், சங்கீத வித்வான்களாகவும், நாட்டிய ஆசிரியர்களாகவும் உருமாறி விட்டார்கள். பிப்ரவரி மாதத்துப் பேய்க் காற்று நடைமேடைகளிலே குப்பை கூளங்களை வாரியிறைத்துக் குவித்தது.

“நாம் மிகவும் காலம் கடந்து வந்து சேர்ந்திருக்கிறோம்!” என்றான் ரோஷின். அவன் கவிழ்ந்த தலையோடு நடந்தான். ருஷ்ய நாட்டின் உடம்பே சுக்கு நூறாக உடைந்து சிதறிப் போய் விட்டது போல் அவன் உணர்ந்தான். சாம்ராஜ்யத்தைப் பாதுகாத்து வந்த கலச கூடம் தூள் தூளாக நொறுங்கிப் போய் விட்டது. மக்களெல்லாம் மந்தைக் கூட்டமாகி விட்டார்கள். சரித்திரமும் பழம்பெருமையும் நாடக மேடையில் தோன்றும் மாயாஜாலம் போல் மறைந்து போய் விட்டது. வெட்ட வெளியான, எரிந்து அழிந்த பாலைவனப் பரப்பே தென்பட்டது; அதில் எங்கு பார்த்தாலும் சமாதி மேடுகளே நிறைந்திருந்தன. ருஷ்ய நாடே சமாதியாகி விட்டது. அவன் தன்னுள்ளிருந்த ஏதோ ஒன்று தகர்ந்து தவிடு

பொடியாகி விட்டது போல் உணர்ந்தான்; அவ்வாறு பொடிந்து போன கூரிய துண்டு துக்காணிகள் அவன் என்றென்றும் அழிக்க முடியாதது என்று கருதி வந்த ஒன்றை, அவனது வாழ்வுக்கே அச்சாணியாக இருந்த ஒன்றைக் குத்திக் கிழித்து வாங்குவதைப் போல் அவன் உணர்ந்தான். அவன் காத்யாவுக்கு ஓரடி பின் தங்கியே நடந்து வந்தான். "ரஸ்தோவ் வீழ்ந்து விட்டது. ருஷ்ய நாட்டின் கடைசி எச்சமச்சமான கர்னீலவின் படையும் சீக்கிரமே அழிபட்டுப் போகும். அப்புறம் தற்கொலை செய்து கொண்டு சாவதைத் தவிர, வேறு ஒன்றும் மிச்சமிராது!"

அவர்கள் கால் போன போக்கில் நடந்தார்கள். ரோஷின் தனது படையைச் சேர்ந்த சில ராணுவத் தோழர்களின் விலாசங்களை நினைவு கூர்ந்தான். அனால் அவர்களும் கூட ஓடிப் போயிருப்பார்கள். அல்லது சுட்டுத் தள்ளப்பட்டிருப்பார்கள். அப்படியானால், அவர்களை மரணம் ஒன்றுதான் காத்து நிற்கும். அவன் காத்யாவைப் பார்த்தான். அவள் தனது ஓரியன் பார்க் சால்வையோடும், குட்டையான சட்டை யோடும் அடக்கமாகவும் அமைதியாகவும் நடந்து சென்றாள். அகன்ற சாம்பல் நிறக் கண்கள் கொண்ட அவளது இனிய முகம் அங்கு தென்பட்ட உடைந்த கண்ணாடி ஜன்னல்களையும், கிழிந்து போன சுவரொட்டிகளையும் வியப்போடு திரும்பித் திரும்பிப் பார்த்தது. அவளது இதழோரங்களில் ஒரு புன்னகை மெல்ல விளையாடியது. "நிலைமை எத்தனை பயங்கரமாக இருக்கிறது என்பதை அவள் உணரவில்லையா, என்ன? எதையும் மன்னித்துச் சகித்துக் கொள்ளும் இத்தகைய போக்கை என்னால் புரிந்து கொள்ள முடியாது!"

தெருமூலையில் நிராயுதபாணிகளான சில வீரர்கள் நின்றார்கள். புள்ளி விழுந்த முகமும் கன்றல் தழும்புடன் ஊதிப் போன கண்களும் கொண்ட ஒருவன் தனது கக்கத்தில் கபில நிறங்கொண்ட ஒரு ரொட்டித் துண்டை வைத்திருந்தான்; அதிலிருந்து கொஞ்சம் கொஞ்சமாக

ரொட்டியைப் பிய்த்து வாயில் திணித்து அதனை மெல்ல அசை போட்டுக் கொண்டிருந்தான்.

"இங்கே யார் அதிகாரம் நடக்கிறது என்று நம்மால் சொல்ல முடியாது. சோவியத் ஆட்சியா, வேறு யாருடைய ஆட்சியா என்று தீர்மானிக்க இயலாது..." என்று அவர்களில் ஒருவன் பேசினான். அவனிடம் ஒரு மரப்பெட்டி இருந்தது; அந்த மரப்பெட்டியில் அவன் ஒரு ஜோடி கிழிந்து போன கம்பளிப் பூட்சுகளைக் கட்டித் தொங்க விட்டுக் கொண்டிருந்தான். ரொட்டியைத் தின்று கொண்டிருந்தவன் பின்வரு மாறு பதிலளித்தான்:

"அதிகாரம் என்னவோ தோழர் பிராய்னீத்ஸ்கியின் கையில் தான் இருக்கிறது. வாருங்கள். அவரைப் போய்ப் பார்ப்போம் நாம். அவர் நமக்கு ஒரு ரயில் கொடுத்துதவுவார். நாம் அதில் போய் விடலாம். அவ்வாறு போகவில்லையென்றால் நாம் இங்கேயே கிடந்து நாறிச் சாக வேண்டியதுதான்."

"யாரவர்? அவரது பதவி என்ன?"

"ராணுவத் தளபதியோ அல்லது வேறோ....." ரோஷின் அந்த வீரர்களை அணுகி, தான் தேடிவந்த விலாசமுள்ள இடம் எங்கேயிருக்கிறது என்பதை விசாரித்தான். அவர்களில் ஒருவன் கொஞ்சம்கூட விருப்பமற்ற குரலில் பதில் சொன்னான்:

"நாங்களே வெளியூர்க்காரர்கள்!"

இன்னொருவன் சொன்னான்: "அதிகாரியவர்களே! நீங்கள் மிகவும் மோசமான நேரத்தில் இங்கு வந்து சேர்ந்திருக்கிறீர்கள்."

காத்யா தன் கணவனின் சட்டையைப் பற்றி வெடுக்கென்று இழுத்தாள்; அவர்களிருவரும் எதிர்த்த சாலைக்குக் நடந்து சென்றார்கள். அங்கு இலைகளற்று மொட்டையாகி நின்ற ஒரு மரத்தினடியில் கிடந்த உடைந்த பெஞ்சின் மீது வைக்கோல் தொப்பியும், கம்பளிக் கோட்டும் அணிந்த

ஒரு கிழவன் உட்கார்ந்திருந்தான்; அவன் தனது சவரம் செய்யப்படாத மோவாயைத் தனது கைத்தடியின் பிடியின் மீது தாங்கியவாறு அமர்ந்திருந்தான். அவனது உடம்பு கிடு கிடுத்து நடுங்கியது; அவனது மூடிய கண்களிலிருந்து கண்ணீர் பொங்கியெழுந்து அவனது குழி விழுந்த கன்னங்களின் மீது வழிந்தோடியது.

காத்யாவின் முகத்தில் ஒரு நடுக்கம் பரவியோடியது. ரோஷின் அவளது சட்டையைப் பிடித்து இழுத்தான்.

"வா போகலாம், இங்கே நாம் யாருக்காகவும் அனுதாபப்பட முடியாது...."

அமைதியான குப்பை கூளம் நிறைந்த தெருக்களில் வெகுநேரம் அலைந்து திரிந்து அவர்கள் ஒருவாறாகத் தேடித் திரிந்த விலாசத்தைக் கண்டுபிடித்தார்கள். வீட்டினுள் நுழைந்ததும் முட்டையைப் போல் வழுவழுத்த தலையும் கொழுத்த கால்களும் கொண்ட ஒரு குட்டையான மனிதனைப் பார்த்தார்கள். அவன் கைகளில்லாத படை வீரர்களுக்குரிய கோட்டு அணிந்திருந்தான்; அந்தக் கோட்டின் மீது திட்டாக எண்ணெய்க் கறைகள் படிந்திருந்தன. அவன் தன் கையில் ஒரு சட்டியை ஏந்திக் கொண்டிருந்தான்; அதிலிருந்து எழுந்த நாற்றத்தைத் தவிர்ப்பதற்காக அவன் முகத்தை வேறு பக்கமாகத் திருப்பியிருந்தான். அவன் தான் லெப்டினெண்ட் கர்னல் தேத்கின். அவனோடு ஒன்றாகப் பணியாற்றிய சகோதர அதிகாரி. அவன் அந்தச் சட்டியைத் தரையிலே வைத்து விட்டு - ரோஷினைக் கட்டித் தழுவிக் கொண்டான். பிறகு தன் கால் இரண்டையும் ஒன்று கூட்டி நின்றவாறு, காத்யாவின் கையைப் பிடித்துக் குலுக்கினான்.

"எனக்கு எல்லாம் தெரியும். நீங்கள் ஒன்றும் சொல்ல வேண்டாம். நான் உங்களுக்கு இங்கு தங்குவதற்கு ஏற்பாடு செய்து தருகிறேன். ஆனால் நீங்கள் ஒரே ஒரு அறையில் தான் இருக்க முடியும். இருந்தாலும், ஒரு மூன்று பட்டை நிலைக் கண்ணாடியும், பீக்கஸ் செடி கொண்ட பூந்தொட்டியும் கூட அதில் உண்டு. என்

மனைவிக்குச் சொந்த ஊர் இதுதான்.... முதலில் நாங்கள் அதோ அங்குதான் குடியிருந்தோம்" *(அவன் பக்கத்தில் தெரிந்த இரண்டு மாடிச் செங்கல் கட்டிடத்தைச் சுட்டிக் காட்டினான்).* "பிறகுதான் நாங்கள் இங்கு ஜாகை மாற்றிக் கொண்டோம். தொழிலாளி வர்க்க பாணியில்!" *(அவன் ஓர் ஆட்டம் கொடுத்துப் போன பலகை வீட்டைக் காட்டினான்.)* "நான் இப்போது பூட் பாலிஷ் தயாரிக்கிறேன்; நான் வேலை தேடித் தரும் ஸ்தாபனத்தில் வேலையற்றவனாகப் பதிவு செய்து கொண்டிருக்கிறேன். அக்கம் பக்கத்திலுள்ளவர்கள் நம்மைப் பற்றிக் கதைகள் கட்டி விட்டு வம்பளக்காத வரையில் நாம் எப்படியாவது சமாளித்து விடலாம். நாமும் ருஷ்யர்கள் தானே. இத்தகைய தொல்லைகளெல்லாம் பழகிப் போய் விட்டன."

அவன் தனது பெரிய வாயை அகலத் திறந்தவாறே சிரித்தான்; அப்போது அவனது வெள்ளிய பற்கள் வெளியே தெரிந்தன. பின்னர் அவன் ஏதோ சிந்தனை வயப்பட்டவனாகச் சொன்னான்: "நமது நிலைமை எப்படியாகி விட்டது பார்த்தாயா?" இவ்வாறு கூறி விட்டு அவன் தனது வழுக்கைத் தலையைக் கையால் தடவினான்; அப்படித் தடவும் போது அவனது கையிலிருந்த பூட் பாலிஷ் கரியெல்லாம் தலை முழுவதும் பரவி அலங்கோலப்படுத்தியது.

அவனைப் போலவே கட்டுக் குட்டாக இருந்த அவனது மனைவி விருந்தினரை இனிமையான குரலில் வரவேற்றாள். என்றாலும் அவளது கபில நிறக் கண்களிலிருந்து அவள் அவர்களது வருகையை விரும்பவில்லை என்பதை அவர்கள் கண்டு கொண்டார்கள். கிழிந்த சுவர்க் காகிதங்கள் கொண்ட ஒரு சின்ன அறையை ரோஷின் தம்பதிகளுக்கு ஒதுக்கிக் கொடுத்தார்கள். அந்த அறையில் அவர்கள் சொன்னது போல் ஒரு அழுக்கடைந்த மூன்று பட்டை நிலைக்கண்ணாடி இருக்கத்தான் செய்தது; அந்தக் கண்ணாடி சுவரைப் பார்க்கத் திருப்பி வைக்கப்பட்டிருந்தது. அத்துடன் அங்கு ஓர் இரும்புக்

கட்டிலும் பூந்தொட்டியும் இருந்தன. -

"நாங்கள் பாதுகாப்பைக் கருதித்தான் கண்ணாடியைச் சுவர்ப் பக்கமாகத் திருப்பி வைத்திருக்கிறோம். அது விலையுயர்ந்த பொருளாச்சே!" என்றான் தேத்கின்: "அவர்கள் இந்த இடத்தைச் சோதனை போட வந்தால் இந்தக் கண்ணாடியை நொறுக்கித் தள்ளி விடுவார்கள். ஆமாம். தங்கள் முகங்களையே பார்ப்பதற்கு அவர்களுக்குச் சகிக்காது." அவன் மீண்டும் தலையைத் தடவியவாறே சிரித்தான். ஒரு விதத்தில் என்னால் அவர்கள் போக்கைப் புரிந்து கொள்ள முடியும். இத்தனை உடைவுகளுக்கும் மத்தியில் ஒரு கண்ணாடி இருப்பதென்றால் - அவர்கள் அதனை உடைக்கத்தானே செய்வார்கள்."

அவனது மனைவி மேஜையை ஒழுங்காக்கினாள். ஆனால் முள்கரண்டிகள் துருப்பிடித்திருந்தன; தட்டுக்கள் உடைந்திருந்தன. நல்ல சாமான்களையெல்லாம் அவர்கள் மறைத்து வைத்திருக்க வேண்டும். ரோஷினும் காத்யாவும் தமது மனத்தை உறுத்தும் வேண்டா வெறுப்புடன், தமக்களிக்கப் பெற்ற வறுத்த மீனையும், வெள்ளை ரொட்டியையும் பொரித்த முட்டையையும் விருப்பத்தை வரவழைத்தவர்களாகச் சாப்பிட்டார்கள். தேத்கின் அவர்களது தட்டுக்களில் உணவைக் குவித்துப் பரிமாறிக் கொண்டே பெருத்த தட புடல்கள் செய்தான். அவனது மனைவியோ தனது தடித்த கரங்களை நெஞ்சின் மீது மடித்து வைத்தவாறு எல்லாவற்றையும் குறை கூறிக் கொண்டிருந்தாள்:

"எங்கே பார்த்தாலும் ஒரே அருவருக்கத்தக்க அவமானகரமான காரியங்கள் தான் நடைபெறுகின்றன. எங்கும் ஒரே அடக்குமுறை. இது ஒரே வேதனையாயிருக்கிறது! நான் வீட்டை விட்டு வெளியே போய் கிட்டத்தட்ட ஒரு மாதத்துக்கு மேலாகி விட்டது. இந்தப் போல்ஷிவிக்குகளை மட்டும் விரட்டியடித்து விட்டால்!... அது சரி. தலைநகரில் இதைப்பற்றி என்ன பேசிக் கொள்கிறார்கள்? இவர்களைச் சீக்கிரமே ஒழித்துக் கட்டி விடுவார்களா?..."

"உன்னைத்தான்! கொஞ்சம் ஜாக்கிரதையாய் பேசு!" என்று தேத்கின் பயந்து போய்க் குறுக்கிட்டுப் பேசினான்! "இந்த மாதிரியெல்லாம் பேசுவதால் உன்னை யாரும் பாராட்டப் போவதில்லை, சோபியா! அதுவும் இந்தக் காலத்திலே!" -

"அதற்காக நான் வாயை மூடிக் கொண்டிருக்க முடியாது. வேண்டுமென்றால் அவர்கள் என்னைச் சுட்டுத் தள்ளட்டும்!" என்றாள் சோபியா இவானவ்னா. அவளது கண்கள் இரண்டும் அகன்று விரிந்தன; அவள் தன் கைகளால் மார்பை நன்கு அணைத்துக் கொண்டாள்: "எப்படியும் ஜார் மன்னர் திரும்பவும் வரத்தான் போகிறார். ஆமாம். நிச்சயமாக!" (அவள் தன் கணவனின் பக்கமாகத் திரும்பினாள்; அவளது மார்பு விம்மித் தாழ்ந்தது.) "உங்களுக்குத்தான் இந்த உண்மை புலப்படுவதேயில்லை."

தேத்கின் வெட்கமடைந்தவனாய் முகத்தைச் சுழித்தான். அவனது மனைவி கோபாவேசமாக எழுந்து அந்த அறையை விட்டு வெளியே போன பின்னர் அவன் ரகசியம் போலத் தணிந்த குரலில் பேசினான்:

"அவளைச் சட்டை செய்ய வேண்டாம். அவள் நல்லவள் தான்; அருமையான மனைவிதான். என்றாலும் இந்தக் காலத்து நிகழ்ச்சிகளைக் கண்டு அவளுக்குப் புத்தியே புரண்டு போய்விட்டது." (அவன் தேநீர் அருந்திக் கொண்டிருந்த காத்யாவின் கன்றிச் சிவந்த முகத்தையும், சிகரெட்டைச் சுருட்டிக் கொண்டிருந்த ரோஷினையும் பார்த்தான்.) "வதீம் பெத்ரோவிச்! இவை எல்லாம் சுலபமானவை அல்ல. எல்லாவற்றையும் நாம் வெறும் அர்த்தமற்ற ஆரவாரமாக ஒதுக்கித் தள்ளி விட முடியாது. நான் ஜனங்களோடு பழகுகிறேன். அதன் மூலம் பல விஷயங்களைக் கண்ணால் பார்க்கிறேன்... நான் தோன் நதிக்கு அக்கரையிலுள்ள பதாய்ஸ்க் நகருக்கு அடிக்கடி செல்கிறேன். அங்கு பெரும்பாலும் ஏழை மக்களே தொழிலாளர்களே வாழ்கிறார்கள்... அவர்கள் ஒன்றும் அயோக்கியர்கள் அல்ல, வதீம்

பெத்ரோவிச். இல்லையில்லை. அவர்களனைவரும் நசுக்கப்பட்டவர்கள்; தாழ்த்தப் பட்டவர்கள்; இழிவு படுத்தப்பட்ட மனிதர்கள்தான். அவர்கள் எல்லோரும் சோவியத் ஆட்சிக்காக எவ்வளவு தூரம் காத்திருந்திருக்கிறார்கள் தெரியுமா? என்னையும் ஒரு போல்ஷிவிக்கோ, என்னவோ என்று தயவு செய்து எண்ணி விடாதேயுங்கள்.." (அவன் தனது தடித்த மயிரடர்ந்த கைகளை மன்னிப்பு கோருபவன் போல் நெஞ்சின் மீது வைத்து அழுத்தினான்.) 'கையாலாகாத தலைக்கனம் பிடித்த ஆட்சியாளர்கள் தான் ரஸ்தோவை சோவியத் ஆட்சியின் கையில் ஒப்படைத்து விட்டார்கள். ஆத்தமான் கலேதினின் ஆட்சிக் காலத்தில் இங்கு என்ன நடந்தது என்பதை நீங்கள் கண்ணால் பார்த்திருக்க வேண்டும். சதோவயா தெருவிலே மேலும் கீழும் தலைக்கணம் கொண்ட ராணுவ அதிகாரிகள் நடந்து திரிந்தார்கள். "அந்தப் பன்றிப் பயல்களை நாங்கள் பொந்துகளுக்குள்ளே திருப்பி விரட்டியடிக்கிறோமா இல்லையா பாருங்கள்!' இப்படித்தான் அவர்கள் பேசினார்கள். அவர்கள் ருஷ்ய மக்கள் அனைவரையும் தான் பன்றிப் பயல்கள் என்று திட்டினார்கள். ஆனால் ருஷ்ய மக்களோ பொந்துகளுக்குள் ஓடியொளியவில்லை. எதிர்த்து நின்று தாக்கினார்கள். நான் டிசம்பர் மாதத்தில் நோவச்செர்காஸ்கிலிருந்தேன். அங்குள்ள பிரதான வீதியிலேயுள்ள காவல் கூடம் தெரியுமல்லவா உங்களுக்கு புனிதர் அலெக்சான்தர் மன்னர் காலத்தில் 'சாம்ராஜ்ய' மோஸ்தரில் கட்டப்பட்ட சின்னக் கட்டிடம் அது. ஆத்தமான் பிலாதவ்தான் அதைக் கட்டியதாகச் சொல்கிறார்கள். வதீம் பெத்ரோவிச்! என்னால் கண்களை மூடிக் கொண்டு இப்போதும் அந்தக் காட்சியை நினைவு கூர்ந்து காண முடியும். அந்தக் கட்டிடத்தின் முன் வாசற்படிகளில் ரத்தம் வெள்ளமாக வழிந்தோடியதை என்னால் காண முடியும்.... அந்த வாசலைக் கடந்து செல்லும் போது - நான் ஒரு பயங்கரமான கூச்சலை - சித்திரவதைக்கு ஆளான ஒரு மனிதனின் அவலக் குரலைக் கேட்டேன். பட்டப் பகலிலே, தோன் பிரதேசத்தின் தலைநகரின் நட்ட

நடுவிலே... நான் அருகில் சென்று பார்த்தேன். அங்கு ஒரே கூட்டமாக இருந்தது. அந்தக் காவல் கூடத்துக்கு முன்பு சில கசாக்குகள் தமது குதிரையின் அருகில் நின்றார்கள். அவர்கள் எல்லோரும் மௌனமாகப் பார்த்துக் கொண்டு நின்றார்கள். நகர மக்களைப் பயமுறுத்துவதற்காக, அங்கு சிலரைத் தூணோடு கட்டி வைத்து உதைத்துக் கொண்டிருந்தார்கள். அவர்கள் அறைக்குள்ளிருந்து இவ்விரண்டு தொழிலாளர்களாக வெளியே கொண்டு வந்து சித்திரவதை செய்தார்கள். போல்ஷிவிக்குகளிடம் அனுதாபம் காட்டியது தான் அவர்கள் குற்றம். ஆமாம். அனுதாபம் காட்டியதற்குத்தான் அத்தனை பாடு. அவர்களது கைகளைத் திருகி அவர்களைத் தூணோடு கட்டி வைத்தார்கள். நாலு முரட்டுக் கசாக்குகள் அவர்களைச் சவுக்கினால் முதுகிலும் பின்பக்கத்திலுமாக ஓங்கியறைந்தார்கள். சவுக்கு காற்றிலே இரைந்தது; சட்டையும் கால்சராயும் கிழிந்து தும்பாகிப் பறந்தன. சதைத்துண்டுகளே தோலோடு பிய்த்துக் கொண்டு காற்றிலே பறந்து விழுந்தன. ரத்த வெள்ளம் படிகளின் மீது வழிந்தோடியது. அந்த இடமே ஒரு கசாப்புக் கடை மாதிரிக் காட்சியளித்தது... நான் இலகுவில் அதிர்ச்சிக்கு ஆளாக மாட்டேன். ஆனால் அந்தக் காட்சியைப் பார்த்த போது... அவர்கள் போட்ட சத்தம் அத்தனை பயங்கரமாக இருந்தது. உடம்பு வலியினால் மட்டும் ஜனங்கள் அப்படிக் கத்துவதில்லை."

ரோஷின் அவன் சொன்னதையெல்லாம் நிமிர்ந்து பாராமலே கேட்டான். சிகரெட்டைப் பிடித்திருந்த அவனது கைவிரல்கள் நடுங்கின. தேத்கின் மேஜை விரிப்பின் மீது படிந்திருந்த ஒரு கடுகுக் கறையைச் சுரண்டிக் கொண்டிருந்தான்.

"அப்புறம் கேளுங்கள் - ஆத்தமானும் இறந்து போனார். கசாக்கு வம்சத்தைச் சேர்ந்த பெருந்தனக்காரர்கள் எல்லாம் நகருக்கு வெளியேயுள்ள பள்ளத்தில் புதையுண்டு போனார்கள்; அந்தப் படிகளிலே பெருக்கெடுத்தோடிய இரத்தமோ பழிவாங்கத் துடித்தது. இப்போதோ ஏழை

மக்களின் அதிகாரம் வந்து விட்டது... நான் பூட் பாலிஷ் செய்கிறேனோ அல்லது வேறு எதையேனும் செய்கிறேனோ, அது பற்றி எனக்குக் கவலையில்லை. நான் உலக யுத்தத்திலிருந்து உயிர் தப்பி வந்தேன். நான் வாழ்க்கையில் மிக மிக மதிப்பதெல்லாம் வாழ்வின் உயிர் மூச்சைத்தான். இந்தப் பதத்தைப் பிரயோகிப்பதற்காக என்னை மன்னித்துக்கொளுங்கள் - நான் பதுங்கு குழிகளுக்குள்ளே கிடந்த சமயத்தில் ஏராளமான புத்தகங்களைப் படித்தேன். எனவே இத்தகைய பதப்பிரயோகங்களெல்லாம் என்னில் பழக்கத்தில் வந்து விட்டது. நான் சொல்ல வந்தது...” (அவன் வாசல்புறத்தைப் பார்த்து விட்டுத் தன் குரலைத் தாழ்த்திக் கொண்டான்.) ஜனங்கள் குதூகலமாக ஆனந்தமாக இருப்பதைப் பார்க்கும் வரையிலும் நான் எந்த ஒரு ஆட்சியையும் ஏற்றுக் கொள்ளத் தயார்.... நான் ஒரு போல்ஷிவிக் அல்ல. அதைப் புரிந்து கொள்ளுங்கள். வதீம் பெத்ரோவிச்” (மீண்டும் அவன் தன் கைகளை மார்பில் அழுத்திக் கொண்டான்.) என்னைப் பொறுத்தவரையில் எனது தேவைகள் மிகவும் சொற்பம்தான். ஒரு துண்டு ரொட்டி, கொஞ்சம் புகையிலை; அத்துடன் நேர்மையான மனிதர்களின் சகவாசம். அவ்வளவேதான்... (அவன் மன்னிப்புக் கோருபவன் போல் புன்னகை புரிந்தான்.) ஆனால், இது தான் விஷயம். இங்கே தொழிலாளர்களே முணுமுணுக்கிறார்கள். பிறகு மற்ற மனிதர்களைப் பற்றிச் சொல்ல வேண்டியதில்லை... நீங்கள் இங்குள்ள ராணுவத் தளபதி தோழர் பிராய்னீத்ஸ்கியினைப்பற்றிக் கேள்விப் பட்டிருக்கிறீர்களா? எனது புத்திமதி இதுதான். தெருவில் எங்காவது அவரது காரைக் கண்டால், உடனே ஒளிந்து கொள்ளுங்கள். ரஸ்தோவைக் கைப்பற்றியவுடனேயே அவர் திடீரென்று பிரபலமாகி விட்டார். யாராவது எதையேனும் லேசாகப் பேசினால் போதும், உடனே அவர் என்னைப் பற்றித் தோழர் லெனினுக்கு நன்கு தெரியும். அவர் என் மீது பெரு மதிப்பு வைத்திருக்கிறார். நான் இப்போதே அவருக்கு நேரடியாகத் தந்தி கொடுத்து விடுவேன்...’ என்று கத்துவார். அவரைச்சுற்றிலும்

போக்கிரிகள் தான் வட்டமிட்டுத் திரிகிறார்கள். அவர்கள் தான் அவருக்கு வேண்டிய பொருள்களைப் பெற்று வருகிறார்கள்; சுட்டுத் தள்ள வேண்டியவர்களையும் அழைத்துச் செல்கிறார்கள். இரவு நேரத்திலே அவர்கள் யாரையாவது வழியில் கண்டால், உடனே அந்த நபரின் ஆடைகளையுரித்து நிர்வாணமாக்கி விடுகிறார்கள். அவர் ஒரு கொள்ளைக்காரனைப் போலத்தான் நடந்து கொள்கிறார்... அவமானம்! அவமானம்! ஆனால் அவரிடம் போய்ச் சேரும் பொருள்களும் சொத்துக்களும் எங்குதான் போகின்றனவோ?... மேலும் புரட்சிக் கமிட்டியால் அவரை ஒன்றும் கட்டுப்படுத்த முடியவில்லை. அவர்கள் அவரைக் கண்டு பயப்படுகிறார்கள்... அவர் ஒன்றும் கொள்கைப் பிடிப்புள்ள மனிதனாக எனக்குத் தோன்றவில்லை. அவர் தொழிலாளி வர்க்கத்துக்கு நல்லதை விடக் கெடுதலையே அதிகம் செய்து வருகிறார்..." இந்த இடத்தில் தான் அளவுக்கு மிஞ்சிப் பேசி விட்டதை உணர்ந்து, தேத்கின் ஒரு பக்கமாகத் திரும்பி, மூக்கை லேசாகச் சிணுங்கிக் கொண்டான்; பிறகு எதுவும் பேசாமல் மீண்டும் தனது கையை மார்பின் மீது வைத்தான்.

"நீங்கள் சொல்வது ஒன்றுமே எனக்குப் புரியவில்லை, மதிப்புக்குரிய உப கர்னலே!" என்று தணிவாகச் சொன்னான் ரோஷின்: "பிராய்னீத்ஸ்கியும் சரி, அவரைச் சார்ந்தவர்களும் சரி, இவர்கள் தான் சோவியத் ஆட்சியின் புடம் போட்டு எடுத்த பத்தரைமாற்றுத் தங்கம். இவர்களது செய்கைகளை நியாயப்படுத்துவது நமது வேலையல்ல; நமது உயிரையே பணயம் வைத்து இத்தகையவர்களை எதிர்த்துப் போராடுவது தான் நமது கடமை...."

"யாருடைய பேரால்?" என்று சட்டென்று கேட்டான் தேத்கின்.

"மகா ருஷ்யாவின் பெயரால், உப கர்னலே!"

"என்ன இது? என்னை மன்னித்து விடுங்கள்; நான் கேட்டது அசட்டுத்தனமாகக் கூட இருக்கலாம். மகாருஷ்யா என்றால், அது யாருடைய கோட்பாட்டின்படி?

நீங்கள் இன்னும் கொஞ்சம் தெளிவாக விளக்க வேண்டும். பெத்ரொகிராதிலுள்ள மேல்வர்க்கத்தாரின் கொள்கைப்படியா? அப்படியும் ஓர் அர்த்தம் உண்டு. அல்லது கம்பி வேலித் தடை மதில்களுக்கிடையே வீராவேசமாகப் போராடி மாய்ந்த காலாட்படையினரின் அதாவது நீங்களும் நானும் சேவை செய்தோமே, அந்தக் காலாட்படையின் - கருத்துப்படியா? அல்லது மாஸ்கோவிலுள்ள வர்த்தக சங்கத்தின் கருத்துப் படியா? போல்ஷாய் தியேட்டரில் ரியாபுஷின்ஸ்கி மகா ருஷ்யாவுக்காக அழுதரற்றிக் கண்ணீர் வடித்தது உனக்கு நினைவிருக்கிறதா? அப்படியும் ஓர் அர்த்த பாவம் உண்டு. அல்லது கள்ளுக்கடையிலே விடுமுறை நாட்களில் குடித்துக் கூத்தாடிக் களிக்கின்ற தொழிலாளி ருஷ்ய நாட்டின் பெருமையை உணர்கிறானே, அந்த மாதிரியிலா? அல்லது லட்சோப லட்சக் கணக்கான விவசாயிகள்....”

“நீங்கள் என்ன பேசுகிறீர்கள்?” என்று இடைமறித்தான் ரோஷின். அதற்குள் காத்யா ரோஷினின் கையை மேஜைக்குக் கீழாகப் பிடித்துக் கிள்ளினாள். “என்னை மன்னித்து விடுங்கள், உப கர்னல் அவர்களே! இதுவரையிலும் நான் ருஷ்யா என்பது உலகத்தின் பூப்பரப்பில் ஆறிலொரு பங்கு பூமிப்பரப்பு என்றும், அதில் மகத்தான சரித்திர பாரம்பரியம் கொண்ட மக்கள் வசிக்கிறார்கள் என்றும் தான் தெரிந்திருந்தேன்... ஒரு வேளை போல்ஷிவிக்குகளின் கருத்தோட்டம் வேறு மாதிரியாக இருக்கலாம்... என்னை மன்னித்து விடுங்கள்...” (ரோஷின் தனது ஆத்திரத்தையும் எரிச்சலையும் உள்ளடக்கிக் கொண்டு கசந்து போய் வாய் விட்டுச் சிரித்தான்.)

“இதுவேதான் எனது கருத்தும். இதுபற்றி நான் பெருமையும் பெருமிதமும் கொள்கிறேன். ருஷ்ய நாட்டின் சரித்திர நூல்களைப் படிக்கும் போது நான் பூரண திருப்தியும் அடைகிறேன். ஆனால், நமது நாட்டிலுள்ள லட்சோப லட்சக்கணக்கான விவசாயிகள் எல்லாம் அந்த

நூல்களைப் படிக்கவில்லையே! அவர்களிடத்திலே இத்தகைய பெருமையும் பெருமிதமும் தோன்றவில்லை. அவர்கள் தங்களது சொந்த சரித்திரத்தையே சிருஷ்டிக்க எண்ணுகிறார்கள். அந்தச் சித்திரத்தின் வளர்ச்சியைக் கடந்த காலத்திலே காணாமல், எதிர்காலத்திலே காண்கிறார்கள்.... செழிப்பும் சிறப்பும் மிக்க சரித்தரம் அது.... அவர்கள் அப்படி நினைப்பதை நாம் எப்படித் தடுக்க முடியும் ?.. மேலும் அவர்களுக்குத் தலைவர்களும் இருக்கிறார்கள் - பாட்டாளி வர்க்கம்! இவர்களோ இன்னும் தீவிரமாக எண்ணுகிறார்கள். அவர்கள் உலக சரித்திரத்தையே உருவாக்கத் துணிகிறார்கள். அதையும் நாமொன்றும் தடுத்து நிறுத்தி விட முடியாது வதீம் பெத்ரோவிச்! நீங்கள் என்னைப் போல்ஷிவிக் கொள்கைக்காரனென்று குற்றம் சாட்டலாம். ஆனால் நானோ வெறுமனே செயலற்றுச் சிந்தித்துக் கொண்டிருப்பதால், என்னை நானே குறை கூறிக் கொள்கிறேன். இது ஒரு பெருங்குறை. இதற்கெல்லாம் நான் காணும் சமாதானம் ஒன்றே ஒன்றுதான். பதுங்கு குழிகளிலே கிடந்து புழுங்கிய வாழ்வுக்குப் பின்னர் நான் மிகவும் களைத்துப் போயிருக்கிறேன் என்பது தான். ஆனால், போகப் போக நானும் தீவிரமாகச் செயல்படக் கூடும். அப்போது, ஒரு வேளை, உங்களது இன்றைய குற்றச்சாட்டை மறுக்க வேண்டிய அவசியமிராது.."

தேத்கின் உணர்ச்சிப் பரவசத்தோடு காணப்பட்டான். அவனது வழவழத்த தலையில் வியர்வைத் துளிகள் துளிர்த்து நின்றன. ரோஷின் தனது கோட்டை அவசர அவசரமாக மாட்டினான், அந்த அவசரத்தில் பொத்தான்களை மேலும் கீழுமாக இடம் மாற்றி மாட்டிவிட்டான். காத்யாவோ பதைபதைத்துப் போய் தன் கணவனையும் தேத்கினையும் மாறி மாறிப் பார்த்தாள். சிறு நேர வேதனை மிக்க மௌனத்துக்குப் பிறகு ரோஷின் சொன்னான்:

"நான் எனது நண்பன் ஒருவனை இழக்க நேர்ந்தது குறித்து மிகவும் வருந்துகிறேன். உனது விருந்தோம்பலுக்கு எனது பணிவான நன்றியறிதலைத் தெரிவித்துக் கொள்கிறேன்..."

அவன் தன் நண்பனிடம் கைகுலுக்கக் கூட முனையாமல் அறையை விட்டு வெளியேறினான். அதுவரையிலும் ஆட்டுக் குட்டி போல் அடங்கி ஒடுங்கி அமைதியுடனிருந்த காத்யா தன் கைகளை இறுகப் பிடித்துக் கொண்டு உரத்த குரலில் கூப்பிட்டாள்:

"வதீம், ஒரு நிமிஷம் பொறு!" (அவன் திரும்பினான்; புருவங்களை உயர்த்திப் பார்த்தான்.) "வதீம், நீ நினைப்பது தவறு. இந்தத் தடவை..." (அவள் முகம் செக்கச் செவேலெனக் கன்றியது.) "இத்தகைய உணர்ச்சிகளையும் கருத்துக்களையும் கொண்டு எவரும் வாழ முடியாது..."

"ஓஹோ! அப்படியா?" என்று ஆவேசத்தோடு சொன்னான் ரோஷின். "என்னுடைய பாராட்டுக்கள்!"

"வதீம்! நான் என்ன நினைக்கிறேன் என்று நீ என்னிடம் எப்போதும் கேட்டதில்லை. நானும் நீ அப்படிக் கேட்க வேண்டும் என்று கருதவில்லை. நான் உனது விஷயங்களில் தலையிட்டதுமில்லை. நான் உன்னை நம்பினேன்... ஆனால் என் அருமை வதீம்! ஒன்றை மட்டும் புரிந்துகொள். நீ நினைப்பது முற்றிலும் சரியல்ல. நான் இதனை உன்னிடம் சொல்ல வேண்டும் என்று எவ்வளவோ காலமாக ஏங்கிக் கொண்டிருந்தேன். நீ வேறு வழியில் தான் ஏதாவது செய்தாக வேண்டும். நீ இங்கு எதற்காக வந்தாயோ அந்த நோக்கத்தை விட்டு விட வேண்டும்... முதலில் நீ நிலைமையைப் புரிந்து கொள்ள வேண்டும். பிறகுதான், உனக்குச் சர்வ நிச்சயமாக இருந்தால்..." (அவள் உணர்ச்சி வேகத்தில் தன் கைகளைத் தொப்பென்று கீழே போட்டாள்; போட்ட வேகத்தில் அந்தக் கைகள் மேஜை மீது பலமாக மோதிக் கொண்டன) "உன் மனச்சாட்சி அதற்கு இடம் கொடுக்குமென்று நீ சர்வ நிச்சயமாக இருந்தால் - பின்னர் நீ உன் இஷ்டம் போல் செல்; சென்று ஜனங்களைக் கொல்."

"காத்யா!" ஏதோ பலத்த அடிப்பட்டு விட்டது போல் ரோஷின் உரத்துக் கத்தினான்: "பேசியது போதும்!" -

"முடியாது. நான் உன்னை அளவுக்கும் அதிகமாகக்

காதலிக்கிறேன். அதனால்தான் இதனை உன்னிடம் சொல்கிறேன்: நீ ஒரு கொலைகாரரனாக மாறக் கூடாது. மாறக் கூடாது...."

தேத்கின் இருவர் பக்கத்திலும் செல்லத் துணியாதவனாய் முணுமுணுத்துக் கொண்டேயிருந்தான்:

"நண்பர்களே! நண்பர்களே! பொறுங்கள். நாம் எல்லாவற்றையும் தீரப் பேசி முடிப்போம். கடைசியில் எல்லோரும் ஓர் ஒத்த முடிவுக்கு வருவோம்."

ஆனால் எந்த ஓர் ஒத்த முடிவுக்கும் வருவதற்கான காலம் கடந்து போய் விட்டது. கடந்த சில மாதங்களாக ரோஷினின் நெஞ்சுக்குள் புகைந்து கனலாகிப் புழுங்கிக் கொண்டிருந்த பகைமையுணர்ச்சியெல்லாம் திடீரென்று வெடித்துப் பொங்கி விட்டது. அவன் வாசலருகிலே நீட்டிய கழுத்தோடும் திறந்த வாயோடும், பற்களைக் காட்டியவாறே நின்று காத்யாவைப் பார்த்தான்.

"நான் உன்னை வெறுக்கிறேன்!" என்று கரகரத்தான் ரோஷின். "நீ எப்படி வேண்டுமானாலும் நாசமாகப் போ! நீயும் உன் காதலும்! எவனாவது ஒரு யூதனை... ஒரு போல்ஷிவிக்கைத் தேடிப் பிடித்துக் கட்டிக் கொள், போ!... எப்படியும் தொலைந்து போ!"

ரயில் வண்டியில் பிரயாணம் செய்து வந்த போது கேட்ட அதே வேதனை மிகுந்த சத்தம் அவளது தொண்டையிலிருந்து வெளிக்கிளம்பி வருவதைக் காத்யா உணர்ந்தாள். அவன் அநேகமாகத் தனது நிதானத்தை எல்லாம் இழந்துவிட்டதாகவே தோன்றியது; நிலைமை எக்கச் சக்கமாக படுமோசமாக மாறி விட்டது போல் தோன்றியது... தேத்கின் காத்யாவைப் பாதுகாப்பதற்காக அவளுக்கு முன்னால் போய் நின்றான். ஆனால் ரோஷின் தனது கண்களை மெல்ல மூடியவாறே அந்த இடத்தை விட்டு வெளியேறினான்.

செம்யோன் கிரசீல்னிகவ் தனது ஆஸ்பத்திரிக் கட்டிலில் அமர்ந்தவாறு தனது சகோதரன் அலெக்சேய் சொல்லி வந்த விஷயங்களைச் சோர்வுடன் கேட்டுக் கொண்டிருந்தான். மத்ரியோனா அனுப்பி வைத்த வெகுமதிகளான கேக்குகள், கோழிக்குஞ்சுகள், பன்றியிறைச்சி முதலியன கட்டிலுக்கு அடியில் கிடந்தன. செம்யோன் அவற்றை ஏறிட்டுக் கூடப் பார்க்கவில்லை. அவன் மெலிந்து போயிருந்தான். சவரம் செய்யாத அவனது முகத்தில் நோய்களை தெரிந்தது; பல நாட்கள் படுக்கையிலேயிருந்ததால் தலைமயிர் சிக்கலாகி இருந்தது. மஞ்சள் நிறமான காற்சட்டைக்குள் தென்பட்ட அவனது கால்கள் மெலிந்து போயிருந்தன. அவன் ஒரு சிவந்த முட்டையை ஒரு கையிலிருந்து மறு கைக்கு மாற்றி மாற்றி உருட்டிக் கொண்டிருந்தான். அவனது அண்ணனான அலெக்சேய் வெயிலால் பழுப்பேறிப் போயிருந்தான். அவன் தனது பளபளக்கும் பழுப்பு நிறத் தாடியோடு ஒரு பெஞ்சின் மீது உட்கார்ந்திருந்தான். அருமையான பூட்சுகள் அணிந்த அவனது கால்கள் அகட்டி வைக்கப்பட்டு இருந்தன. அவன் அன்பாகவும் இனிமையாகவும் பேசிக் கொண்டிருந்தான். அவனது ஒவ்வொரு வார்த்தையைக் கேட்கும் போதும் செம்யோனின் உள்ளம் மேலும் மேலும் அதில் ஈடுபடாது விலகி வந்தது.

“தம்பி! விவசாயிகள் ஒரு போக்கில் செல்கிறார்கள்; தொழிலாளிகளோ வேறொரு வழியில் செல்கிறார்கள்” என்று பேசத் தொடங்கினான் அலெக்சேய். “தொழிலாளிகள் நமது ஊரிலுள்ள சுரங்கத்தின் அடித்தளத்துக்கு செல்லத் தொடங்கி விட்டார்கள். ஆனால் அதனுள்ளோ ஒரே வெள்ளக்காடு. அத்துடன் இயந்திரங்களும் பழுதாகி விட்டன. என்ஜினீயர்கள் எல்லாம் ஓடிவிட்டார்கள். என்ன இருந்தாலும், நாம் வயிற்றுப்பாட்டையும் கவனித்தாக வேண்டுமே! இல்லையா? எல்லாத் தொழிலாளர்களும் செஞ் சேனையில் சேர்ந்து விட்டார்கள். அதாவது செஞ்சேனை புரட்சியை மேலும் நீண்ட தூரம் வரை கொண்டு செலுத்த முடியும் என்று தானே அர்த்தம். இல்லையா? ஆனால் நமது விவசாயப் புரட்சி அவ்வளவு

ஆழமாகப் போகவில்லை. நல்ல நிலத்திலேயே ஓர் அடி தூரம் தான் போகிறது. நாம் அதனை உழுது, விதைத்து, அறுவடை செய்து மேலும் ஆழப்படுத்த வேண்டும். நான் சொல்வது சரிதானே. நாம் எல்லோரும் சண்டையிடச் சென்று விட்டால், யார்தான் உழைத்துப் பாடுபடுவது? பெண் பிள்ளைகளா? அவர்கள் கால்நடைகளை மட்டுமே மேற்பார்வை செய்து கொண்டால் போதுமானது. நிலம் என்பதோ நிறைந்த கவனத்தையும் பேணி வளர்க்கும் தன்மையையும் பொறுத்துத்தான் மேம்படுகிறது. இது தானப்பா நிலைமை. நாம் வீட்டுக்குப் போவோம். வீட்டுச் சாப்பாடு சாப்பிட்டால் உன் உடம்பும் விரைவில் தேறி விடும். இப்போதோ நிலம் நமக்குச் சொந்தமாகி விட்டது. ஆனால் வேலை செய்யத்தான் ஆட்களைக் காணோம். உழவும் பயிரிடவும் அறுக்கவும் ஆளில்லை. நானும் மத்ரியோனாவும் மட்டும் தனியாக எவ்வளவு தான் சமாளிக்க முடியும்? இப்போது நம்மிடம் பதினெட்டுப் பன்றிகள் இருக்கின்றன. நான் இன்னொரு பசுவையும் வாங்குவதற்குத் திட்டமிட்டிருக்கிறேன். எல்லாவற்றுக்கும் உதவிக்கு ஆட்கள் தான் தேவை."

அலெக்சேய் தனது பையிலிருந்து புகையிலைத் தூள் நிரப்பிய பையொன்றை வெளியே எடுத்தான். செம்யோனோ தலையாட்டிக் காட்டி, புகை குடிக்க மறுத்து விட்டான். என் நெஞ்சு இன்னும் வலிக்கிறது" என்றான். அலெக்சேய் தன் தம்பியை வீட்டுக்கு அழைத்துச் செல்லும் விஷயத்தையே மீண்டும் வற்புறுத்தினான். பிறகு அவன் கொண்டு வந்த பொருள்களைப் புரட்டிப் பார்த்து அதிலிருந்து ஒரு பெரிய கேக்கை வெளியே எடுத்தான்.

"இதைத் தின்று பார். மத்ரியோனா ஒரு பவுண்டு வெண்ணெய் பூராவையும் இதற்காகச் செலவழித்தாள்."

"இதோ பார் அண்ணா!" என்று ஆரம்பித்தான் செம்யோன்: 'நான் உனக்கு எப்படிப் பதில் சொல்வதென்று தெரியாமல் விழிக்கிறேன். எனது காயம் ஆறுகின்ற வரை யிலும் நான் வீட்டோடு வந்து இருப்பது எனக்கு மகிழ்ச்சி தருவதுதான். ஆனால் நான் அதன் பிறகும் அங்கேயே

தங்கி நிலத்தில் வேலை செய்யத் தயாராக இல்லை. எனவே அதைப் பற்றிப் பேசாதே."

"ஊறும்! ஏன் உன்னால் வேலை செய்ய முடியாது?"

"என்னால் முடியாது, அண்ணா..." (அவனது முகம் கோணியது; எனினும் அவன் அதைச் சிரமப்பட்டுத் தடுத்து விட்டான்.) "என்னால் முடியாது என்றால் நீ அதைக் கேட்டுக் கொள்ளத்தான் வேண்டும். நான் எனது இதயத்திலுள்ள புண்ணை மறந்துவிட முடியாது. என்னுடைய தோழர்களை அவர்கள் எப்படிச் சித்திரவதை செய்தார்கள் என்பதை என்னால் மறக்கவே முடியாது." (அவன் ஜன்னல் பக்கமாகத் திரும்பினான். அவனது உடம்பு நடுங்கியது. கண்களில் ஆக்ரோ ஷம் பொங்கியது.) "நீ எனது ஸ்தானத்திலிருந்து இதனைச் சிந்தித்துப் பார்க்க வேண்டும். அந்த விரியன் பாம்புப் பிறவிகளைத் தவிர வேறு எதையுமே என்னால் நினைக்க முடியவில்லை..."" அவன் பின்னர் சில வார்த்தைகளைக் கிசுகிசுத்தான். பின்னர் அந்தச் சிவந்த முட்டையைக் கையில் பிடித்தவாறு வாய்விட்டுச் சொன்னான்: "அந்த விரியன் பாம்புப் பிறவிகள் நமது ரத்தத்தை உறிஞ்சிக் குடித்துக் கொண்டிருக்கும் வரை என்னால் ஓய்ந்திருக்க முடியாது. ஆமாம். நான் ஓய்ந்திருக்க மாட்டேன்!"

அலெக்சேய் தலையை ஆட்டினான். அவன் தன் சிகரெட்டின் முனையிலே எச்சிலைத் துப்பி அதனை விரல்களுக்கிடை யிலே நசுக்கி அணைத்தான். பின்னர் அதனை எங்கே போடலாம் என்று சுற்றுமுற்றும் பார்த்துவிட்டு, இறுதியில் அதைக் கட்டிலுக்கடியிலே விட்டெறிந்தான்.

"நல்லது, செம்யோன். அது உன் பாடு. உன்னுடைய காரணமும் நியாயமானதுதான். வீட்டுக்கு வந்து உடம்பைத் தேற்றிக் கொள். நான் உன்னைப் பலவந்தப்படுத்தி நிறுத்தி வைக்க மாட்டேன்."

அலெக்சேய் கிரசீல்னிகவ் ஆஸ்பத்திரியை விட்டு வெளியே வந்ததுமே தனது ஊர்க்காரனும் யுத்தகால

வீரனுமான இக்னாத் என்பவனைச் சந்தித்தான். அவர்களிருவரும் கைகுலுக்கி முகமன் கூறிக் கொண்டனர். சோவியத் நிர்வாகக் கமிட்டியில் தான் ஒரு டிரைவராக வேலைபார்த்து வருவதாக இக்னாத் கூறினான்.

"என்னோடு சோலைலுக்கு' வந்து விட்டுத் திரும்பேன்!" என்றான் இக்னாத். "இரவில் நீ என் வீட்டில் தங்கியிருக்கலாம். இன்று அங்கே பெரிய சண்டை நடக்கப் போகிறது. நீ கமிசார் பிராய்னீத்ஸ்கி என்பவரைப் பற்றிக் கேள்விப்பட்டிருக்கிறாயா? இன்றைக்கு அவர் என்ன ஜவாப் சொல்லப் போகிறார் என்று தெரியவில்லை. அவரது ஆட்கள் எல்லோரும் வெறும் அயோக்கியர்கள். அவர்களைப் பற்றி நகரம் முழுவதுமே கசமுசவென்று கரித்துக் கொட்டுகிறது. நேற்று அதோ அங்கு, அந்த மூலையில் பட்டப் பகலில் அவர்கள் இரண்டு பள்ளிச் சிறுவர்களை, பச்சிளம் பாலகர்களை எந்தவித காரணமுமின்றி வெட்டிக்கொன்று விட்டார்கள். வெறுமனே அவர்கள் வாளால் வெட்டித் தள்ளி விட்டார்கள். அப்போது நானும் அங்கு தான் நின்று கொண்டிருந்தேன். அந்தக் காட்சியைக் கண்டு என் வயிறே கலங்கி விட்டது."

அவர்கள் 'சோலைல்' சினிமாக் கொட்டகை வரையிலும் பேசிக் கொண்டே நடந்து வந்தார்கள். மக்கள் கூட்டம் மிகவும் அதிகமாக இருந்தது. கூட்டத்தினரை இடித்துத் தள்ளிக் கொண்டு முன்னே சென்றார்கள்; உள்ளே சென்றதும், வாத்திய கோஷ்டியினர் அமரும் இடத்துக்குப் பின்னால் சென்று இடம்பிடித்து நின்று கொண்டார்கள். அங்கு மேடை மீது போடப்பட்டிருந்த மேஜையின் முன்னால் தலைமைக் குழுவினர் அமர்ந்திருந்தார்கள். அந்தக் குழுவில் ராணுவக் கோட்டு அணிந்த வட்டவடிவமான முகம் கொண்ட ஒரு பெண்ணும், தலையிலே அழுக்கடைந்த துணியினால் கட்டுப் போடப்பட்ட ஒரு ராணுவ வீரனும், மூக்குக் கண்ணாடி அணிந்து வாடிவதங்கித் தோற்றிய ஒரு வயதான தொழிலாளியும், ராணுவ உடை தரித்த

இரண்டு இளைஞர்களும் வீற்றிருந்தார்கள். கறுத்தடர்ந்த தலைமயிரும் வெளிறிய முகமும் கொண்ட ஒரு மனிதர் தலையைத் தாழ்த்தியவாறே அந்த மேடை மீது அடைபட்ட மிருகம் போன்று அங்கும் இங்குமாக விசுக் விசுக்கென்று நடந்தார். அந்த வெளிறிய முகத்துடனான மனிதர் தமது மெலிந்த ஒரு முஷ்டியை அங்குமிங்கும் ஆட்டிக் கொண்டும் தமது மறுகையிலே ஒரு கத்தையாக பத்திரிகை வெட்டுத் துண்டுகளைப் பற்றிப் பிடித்துக் கொண்டும் பேசிக் கொண்டிருந்தார்.

"அவர் எங்கள் சோவியத்தில் ஓர் உபாத்தியாயர்" என்று இக்னாத் கிரசீல்னிகவிடம் கிசுகிசுத்தான்.

"நம்மால் வாய்மூடி இருக்க முடியாது; நாம் வாய் மூடி மௌனமாக இருக்கவும் கூடாது. தோழர்களே! எத்தகைய சோவியத் ஆட்சிக்காக நீங்கள் போராடினீர்களோ, அத்தகைய ஆட்சி இந்த நகரிலே நிலவுகிறதா?... இங்கு தன்னிச்சையைத் தவிர வேறு ஒன்றுமே இல்லை. ஜாராட்சியையும் மிஞ்சும் கொடுங்கோன்மைதான் இங்கு நிலவுகிறது... அமைதியாக வாழும் பிரஜைகளின் வீடுகளில் அத்து மீறிப் பிரவேசிப்பது.. இருட்டிய பிறகு வெளியில் நடமாடுவதே ஆபத்தாகப் போய் விட்டது... அப்படி நடமாடினால் நீங்கள் கொள்ளையடிக்கப்படுவீர்கள்! உடைகளைப் பறிகொடுப்பீர்கள்! குழந்தைகளோ நடுத்தெருவிலே படுகொலைக்கு ஆளாகிறார்கள்! நான் இதைப் பற்றி நிர்வாகக் கமிட்டியிடம் பேசியாயிற்று. இதைப் பற்றி புரட்சிக் கமிட்டியிடமும் பேசியாகி விட்டது. ஆனால் அவர்களால் எதுவுமே செய்ய இயலவில்லை. அவர்கள் வலியிழந்து நிற்கிறார்கள்... இங்குள்ள கமிசார் தம்மிடமுள்ள அளவில்லாத அதிகார பலத்தால் இத்தகைய குற்றங்களை எல்லாம் மூடி மறைத்து விடுகிறார்.... தோழர்களே!.." (அவர் தம் கையிலிருந்த பத்திரிகை வெட்டுக்களின் கத்தையால் தமது நெஞ்சிலே பட்டென்று அறைந்து கொண்டார்.) "அவர்கள் ஏன் குழந்தைகளைக் கொல்ல வேண்டும்? வேண்டுமானால் அவர்கள் நம்மைச் சுட்டுக் கொல்லட்டும். ஆனால்

குழந்தைகளை ஏன் கொலை செய்ய வேண்டும்?"

அந்த ஹாலிலே எழுந்த ஆரவாரத்தில் அவரது கடைசி வார்த்தைகள் அமுங்கிப் போய் விட்டன. அவரது பேச்சைக் கேட்டவர்கள் ஒருவரையொருவர் பயத்தோடும் உணர்ச்சி வேகத்தோடும் பார்த்துக் கொண்டார்கள். பேசி முடித்ததும் அவர் மேஜை முன்னால் போய் அமர்ந்து, சுருக்கங்கள் விழுந்த தமது முகத்தைக் கையிலிருந்த பத்திரிகைத் தாள்களினால் மறைத்துக் கொண்டார். தலையில் கட்டுப் போட்டிருந்த அந்தக் குழுவின் தலைவர் இருபுறத்தையும் ஏறிட்டுப் பார்த்தார்.

"அடுத்தாற்போல் செஞ்சேனையின் கமாண்டரான தோழர் திரீபனவ் பேசுவார்."

இதைக் கேட்டதும் கூட்டத்தினர் தமது தலைக்கு மேலாகக் கைகளை உயர்த்தி, கைதட்டி ஆரவாரித்தார்கள். அந்த ஹாலின் மத்தியில் அமர்ந்திருந்த சில பெண்கள் "தோழர் திரீபனவ்!" என்று குரல் எழுப்பினார்கள். ஒரு கனத்த குரல் 'திரீபன்வுக்கு ஜே!' என்று கோஷமிட்டது.

இந்தச் சமயத்தில் தான் அலெக்சேய் திரசீல்னிகவ், ஓர் உயரமான தேகாத்திரமான மனிதர் வாத்தியகோஷ்டியினர் அமரும் இடத்துக்கு எதிராக ஜனக்கூட்டத்தின் பக்கம் முதுகுப் புறத்தைக் காட்டியவராய் அநாயசமாக நிற்பதைக் கண்டான். அவர் தோல் உடுப்பும் இடைவாரும் குறுக்கே மற்றொரு வாரும் தரித்திருந்தார். தலைவரின் குரல் கேட்டதும் அவர் நிமிர்ந்து நின்றவராய், ஜனக்கூட்டத்தினரை நோக்கித் திரும்பினார். அவரது சாம்பல் நிற இரும்புக் கண்கள் ஆரவாரிக்கும் ஜனக் கூட்டத்தினரை வட்டமிட்டுப் பார்த்தவுடன் உயரே தோன்றிய கரங்கள் எல்லாம் கீழே தாழ்ந்தன; தலைகள் எல்லாம் உள்வாங்கின ; ஆரவாரமும் கைதட்டலும் சட்டென்று அடங்கின. யாரோ ஒருவன் உடம்பைக் குனிந்து கொண்டு வாசல் வழியாக விருட்டென்று வெளியேறினான்.

அந்த இரும்புக் கண்கள் படைத்த மனிதர் எகத்தாளமாகச்

சிரித்தார்; தமது துப்பாக்கியுறையைச் சட்டென்று இழுத்தார். அவரது முகம் நீளமாகவும் மழுமழுப்பாகவும் ஒரு நடிகனது முகம் போல் தோற்றமளித்தது. அவர் மீண்டு மொருமுறை மேடையை நோக்கித் திரும்பினார்; வாத்திய கோஷ்டியினர் அமரும் இடத்திலிருந்த தட்டியின் மீது தமது முழங்கைகளை ஊன்றிக் கொண்டார். இக்னாத் கிரசில்னிகவை மெல்ல இடித்தான்.

“அவர்தான் பிராய்னீத்ஸ்கி. அவர் பார்க்கிற பார்வையே போதும். உடனே உன் இதயம் நடுநடுங்கி விடும்!”

பக்க வாட்டிலிருந்து கனத்த பூட்சுகள் பெருத்த ஒலியெழுப்ப, செஞ்சேனையின் கமாண்டரான திரீபனவ் வந்தார். அவரது பிளானல் சட்டையில் ஒரு சிவப்புத் துணியிலான சின்னம் தென்பட்டது. அவரது கையிலிருந்த தொப்பியிலும் சிவப்பாக ஏதோ ஒன்று சுற்றிக் கட்டப்பட்டிருந்தது. அமைதியும் உறுதியும் நிறைந்த முறையில், அவர் மேடையை நோக்கிச் சாவதானமாக நடந்து சென்றார். மொட்டையடிக்கப் பெற்ற அவரது தலையின் தோல் லேசாகச் சுழிந்து அசைந்தது. மடிந்து தொங்கிய அவரது புருவங்களுக்கடியில் அவரது கண்கள் மறைந்திருந்தன. அவர் தமது கையை உயர்த்தினார்; உடனே அங்கு பூரண அமைதி நிலவியது. பிறகு அவர் பாதி மூடிய முஷ்டியால் கீழே நின்று கொண்டிருந்த பிராய்னீத் ஸ்கியைச் சுட்டிக் காட்டினார்.

“தோழர்களே, பாருங்கள் கமிசார் தோழர் பிராய்னீத்ஸ்கி இதோ நிற்கிறார். நல்லது. அவர் இந்தக் கடைசிக் கேள்விக்குப் பதில் கூறட்டும். அவர் பதிலளிக்க விரும்பாவிட்டால், நாம் அவரைப் பதிலளிக்க வைப்போம்!..

‘‘ஓஹோ!’’ என்று பயமுறுத்தும் தொனியில் பிராய்னீத்ஸ்கியிடமிருந்து குரல் எழுந்தது.

“ஆம், பதிலளிக்க வைப்போம்! தொழிலாளர்கள் விவசாயிகளின் அரசாங்கத்தவர்கள் நாம். அவர் அதற்குக் கீழ்ப் படிந்து தானாக வேண்டும். தோழர்களே! இந்தக்

காலத்தில் நாம் எல்லா விஷயங்களிலும் உடனடியாகத் தெளிவு கண்டு விட முடியாது... இது மிகவும் குழப்பமான காலகட்டம்..... - உலக வழக்கில் சொல்வதுபோல், பாசியும் பச்சையும் மேலெழும்பி வரத்தான் செய்யும். இதிலிருந்து நாம் தெரிந்து கொள்வது என்ன? சகலவிதமான அயோக்கியர்களும் புரட்சியைத் தமக்குச் சாதகமாகப் பயன்படுத்திக் கொள்ள முனைகிறார்கள் என்பதுதான்..."

"நீங்கள் யாரைக் குறிப்பிட்டுச் சொல்கிறீர்கள்? பெயரைச் சொல்லுங்கள்!" என்று பிராய்னீத்ஸ்கி அழுத்தமான போலந்து பாணிக் குரலில் சத்தமிட்டார்.

"பெயர்களைச் சொல்லத்தான் போகிறோம். அவசரப்படாதீர்கள். தொழிலாளர்கள் விவசாயிகளின் தியாகச் செயல்களின் விளைவால் நாம் வெள்ளைப்படைக் கொள்ளையர்களிடமிருந்து ரஸ்தோவை மீட்டு விட்டோம். சோவியத் ஆட்சி தோன் பிரதேசத்தில் உறுதியாகக் காலூன்றி நிற்கிறது. இருந்தும் எல்லாத் திசைகளிலிருந்தும் புகார்கள் வந்து குவிவானேன்? தொழிலாளர்கள் அமைதியிழந்து நிற்கிறார்கள்! செஞ்சேனை வீரர்கள் அதிருப்திப்பட்டுக் காண்கிறார்கள். ரயில்களிலுள்ள துருப்புக்களோ கலகம் விளைவிக்கிறார்கள்; தாங்கள் ஏன் வீதியோரங்களிலே கிடந்து அழுகி நாறி அவதிப்பட வேண்டும் என்று அவர்கள் கேட்கிறார்கள். இப்போது நாம் அறிவுஜிவிகளின் பிரதிநிதியான ஒருவரின் பேச்சைக் கேட்டோம்." (அவர் தமக்கு முன் பேசியவரைச் சுட்டிக் காட்டினார்.) "இதெல்லாம் என்ன? சோவியத் ஆட்சியின் மீது எல்லோருமே அதிருப்தி கொண்டிருப்பதாகவே தோன்றுகிறது. நீங்கள் ஏன் கொள்ளையடிக்கிறீர்கள்?' என்று அவர்கள் கேட்கிறார்கள். நீங்கள் ஏன் குடித்துக் கும்மாளம் போடுகிறீர்கள்? நீங்கள் ஏன் குழந்தைகளைக் கொன்று தள்ளுகிறீர்கள்?' என்று அவர்கள் கேட்கிறார்கள். எனக்கு முன் பேசியவர், வேண்டுமானால் எங்களைச் சுட்டுக் கொல்லுங்கள் என்று கூடக் கேட்டு விட்டார்." (சிலர் சிரித்தார்கள்; சிலர் லேசாகக் கை தட்டினார்கள்.) "தோழர்களே! சோவியத் ஆட்சி கொள்ளையடிக்கவும்

இல்லை; குழந்தைகளைக் கொல்லவும் இல்லை. ஆனால், சோவியத் ஆட்சியோடு வந்து ஒட்டிக் கொண்டுள்ள துரோகிகள் தான் கொள்ளையடிக்கிறார்கள்; கொலை செய்கிறார்கள். இதன் மூலம் அவர்கள் சோவியத் ஆட்சியின் மீதுள்ள நம்பிக்கையைக் குலைக்க முனைகிறார்கள்; நமது எதிரிகளின் கையில் ஒரு கூர்மையான ஆயுதத்தைக் கொடுத்து விடுகிறார்கள்..." *(சிறிது நேரம் மௌனம். ஜனங்களிடையே மூச்சு விடும் சத்தம் கூடக் கேட்கவில்லை.)*

"இப்போது நான் தோழர் பிராய்னீத்ஸ்கியிடம் ஒரு கேள்வி கேட்க விரும்புகிறேன்.... நேற்று இரண்டு பள்ளிச் சிறுவர்கள் கொலை செய்யப்பட்ட செய்தி உங்களுக்குத் தெரியுமா?"

கீழேயிருந்து உணர்ச்சியற்ற ஒரு குரல் ஒலித்தது:

"தெரியும்."

"நல்லது. இரவிலே நடக்கும் கொள்ளைகளைப் பற்றி, 'பலாஸ்' ஹோட்டலில் குடித்து விட்டு நடத்தும் கும்மாளங்களைப்பற்றி எல்லாம் உங்களுக்குத் தெரியுமா? கைப்பற்றப்படும் சொத்துக்களும் பொருள்களும் யாருடைய கைக்குப் போகின்றன என்பது தெரியுமா? தோழர் பிராய்னீத்ஸ்கி! நீங்கள் ஏன் பேசவில்லை? ஆம். இதற்கெல்லாம் பதிலளிக்க உங்களால் முடியாது. கைப்பற்றப்படும் சொத்தும் பொருளும் கொள்ளைக் கூட்டத்தாரின் கையில் சிக்கி, கள்ளுக் கடைகளிலே கரியாக்கப்படுகின்றன...." *(ஹாலில் பரபரப்பு நிலவுகிறது; திரீபனவ் தமது கையை உயர்த்தினார்.)* மேலும் நாங்கள் இங்கு வேறொரு உண்மையையும் கண்டு பிடித்துள்ளோம். உமக்கு ரஸ்தோவில் ஆட்சியதிகாரத்தை யாரும் வழங்கவில்லை. நீர் கொண்டு வந்த அத்தாட்சிப் பத்திரம் கள்ளத்தனமான, பொய்யான தஸ்தாவேஜு! மாஸ்கோவைப் பற்றியும், தோழர் லெனினைப் பற்றியும் நீர் அளந்து கொட்டியதெல்லாம் வடிகட்டிய பொய்! கட்டுக்கதை!..."

பிராய்னீத்ஸ்கி நிமிர்ந்து நின்றார். அவரது அழகிய, ஆனால் அந்தச் சமயம் சவக்களை தட்டி விட்ட முகம் நடுங்கியது... திடீரென்று அவர் தமது பக்கத்தில் திறந்த வாயோடு நின்ற அழகிய தலைமயிர் கொண்ட ஒரு வாலிப வீரனின் பக்கம் தாவிச் சென்றார்; அவனது கோட்டைப் பற்றியிழுத்து, திரீபனவைக் கை தூண்டிக் காட்டி, மூர்க்கவெறியோடு கத்தினார்:

"அந்த அயோக்கியனைச் சுட்டுத் தள்ளு!"

அந்த இளைஞன் தனது தோளிலிருந்து துப்பாக்கியை இழுத்து எடுக்கும் போது, அவனது முகம் வக்கரித்துச் சுழிந்தது. திரீபனவ் தமது கால்களை அகட்டி வைத்தவராய் அசையாமல் நின்றார்; அவர் தமது தலையை மட்டும் ஒரு காளை மாட்டைப் போல் முன்னோக்கிக் கவிழ்த்தார். அதற்குள் பக்கத்திலிருந்த ஒரு தொழிலாளி ஓடோடியும் வந்து அவருக்கு அருகிலே நின்று, அவரது துப்பாக்கியின் குதிரையை இழுத்து மாட்டினான். அவனைத் தொடர்ந்து மறுகணமே இன்னொருவன் வந்தான்; அவனுக்குப் பின் வேறொருவன். இவ்வாறாக அந்த மேடை முழுவதும் சிறிது நேரத்தில் ராணுவக் கோட்டுகளும் கறுப்புத் தோல் சட்டைகளும் அணிந்த மனிதர்கள் கூடி விட்டார்கள்; அதே சமயம் துப்பாக்கிகளும் கலகலத்து ஒலிக்கத் தொடங்கின. உடனே அங்கிருந்த கூட்டத் தலைவர் தமது நாற்காலியிலிருந்து துள்ளியெழுந்தார்; தமது தலையிலிருந்து அவிழ்ந்து கண்களிலே வந்து விழுந்த துணியை விலக்கிக் கொண்டே கரகரத்த குரலில் சத்தமிட்டார்:

"தோழர்களே! யாரும் கலவரப்பட்டு எதையும் செய்ய வேண்டாம்! இங்கு எந்தவிதமான துர்ச்சம்பவமும் நிகழ்ந்து விடவில்லை. தயவு செய்து பின்பக்கமுள்ள கதவைச் சாத்துங்கள். தோழர் திரீபனவ் இங்கு பத்திரமாகத்தான் இருக்கிறார். அடுத்துத் தோழர் பிராய்னீத்ஸ்கியைப் பேசுமாறு அழைக்கிறேன்."

ஆனால் பிராய்னீத்ஸ்கி அதற்குள் மறைந்து போய் விட்டார்; அந்த அழகிய தலைமயிர் கொண்ட வாலிப

வீரன் தான் - வாத்திய பீடத்துக்கு அடுத்தாற்போல், வியப்பினால் பிளந்து போன வாயை மூடாமலே அப்படியே நின்று கொண்டிருந்தான்.

3

கரேனோவ்ஸ்கயா கிராமத்தில் சேவா சேனை பலத்த எதிர்த்தாக்குதலுக்கு உட்பட்டது. இருந்த போதிலும், அந்தச் சேனை கிராமத்தைக் கைப்பற்றி விட்டது. எனினும் ஏராளமான உயிர்ச்சேதம் ஏற்பட்டு விட்டது. மேலும் அங்கு வந்த பின்னர் அப்படையினரிடமிருந்து இது நாள் வரையிலும் மூடி மறைக்கப்பட்டு வந்த ஒரு செய்தியும் வெளியாகி விட்டது; அத்தகைய செய்தியை எதிர்நோக்கி அவர்கள் நெடுநாட்களாகவே பயந்து கொண்டிருந்தார்கள். அதாவது அவர்களது எதிர்காலப் போராட்டத்துக்கான தளமாகவும், அவர்களது ஓய்வு தரும் நம்பிக்கையாகவும், அவர்களது போர் பயணத்தின் நோக்கமாகவும் விளங்கிய குபான் பிரதேசத்துத் தலைநகரான எகதிரினதார் என்ற நகரம் சில தினங்களுக்கு முன்பே, எந்த விதமான எதிர்ப்புமின்றி, ஒரு துப்பாக்கி குண்டுக்குக் கூட வேலை வைக்காமல் போல்ஷிவிக்களிடம் சரண் அடைந்து விட்டது என்பதுதான் அந்தச் செய்தி. பக்ரோவ்ஸ்கியின் தலைமையில் குபான் சேவாசேனையும் குபான் ஆத்தமானும் உக்ரேய்ன் சட்டசபையான ராதாவும் தப்பியோடி விட்டதாகவும், எங்கு போனார்கள் என்பதே தெரியாதென்றும் தகவல் எட்டியது. எனவே தமது முன்னேற்றத்தின் முழுமுதல் நோக்கமாக விளங்கிய குபான் தலைநகரை எட்டிப் பிடிப்பதற்கு மூன்றே நாட்கள் இருப்பதாக எண்ணிக் கொண்டிருந்த சமயத்தில் அவர்கள் திடீரென்று ஏமாந்து போய், அடுத்து என்ன செய்வது எனத் தெரியாத நிலையில் விழித்தார்கள்.

அதுமட்டுமல்லாமல் குபானில் தமக்கு நல்லுறவோடு கூடிய வரவேற்பு கிடைக்கும் என்று நம்பியிருந்த

நம்பிக்கைகளும் பறிபோய் விட்டன. தமது பயிற்சிப் படையினரின் உதவியை நாடாமலே, கசாக்குகள் நடந்து போன சம்பவங்களின் சூட்சுமத்தைப் புரிந்துகொள்ள முனைந்தார்கள் போலும். அவர்களது படை செல்லும் வழியெங்கணும் உள்ள பண்ணைகள் எல்லாம் வெறிச்சோடிப்போய்க் கிடந்தன; ஒவ்வொரு கிராமத்திலும் படைவீரர்கள் பதுங்கியிருந்தார்கள்; ஒவ்வொரு குன்றின் சிகரத்துக்குப் பின்னும் ஓர் இயந்திரத் துப்பாக்கி ஒளிந்து கொண்டிருந்தது. இத்தகைய நிலைமையில் அந்தச் சேவா சேனை எத்தகைய நம்பிக்கையைக் கொள்ள முடியும்? உக்ரேய்னாவிலிருந்து வந்து குடியேறியுள்ள குபான் கசாக்குகளோ, ருஷ்யர்களுக்கு எதிராக நெடுங்காலப் பகையை வளர்த்து வந்துள்ள செர்க்கேசியர்களோ, அல்லது செழிப்பான குபான் பிரதேசத்தில் தங்கியிருந்த காக்கேஸிய ராணுவத்தின் மிச்சசொச்சப் படைகளோ, இந்த மீசை முளைக்காத பயிற்சிப் படையினரோடும், பிரகாசிக்கும் பித்தளைத் தொப்பியணிந்த அதிகாரிகளோடும் கைகோர்த்து நின்று, "கர்னீலவுக்கும் நமது நாட்டுக்கும் நமது கொள்கைக்கும் - ஜே!" என்று கோஷமிட்டுப் போரிட முன்வந்து விடுவார்களா? நிச்சயமாக அவர்கள் வரப் போவதில்லை. ஜாராட்சிக் காலத்தின் செப்புக் காசைப் போல் செல்லாக் காசாகி விட்ட இந்த வெத்து வேட்டுக் கோஷத்தைத் தான் அந்தச் சேவா சேனை செழிப்பான கசாக்குக் கிராமத்தாருக்கு, "நமது கசாக்குகளின் சொந்தச் சுதந்திரக் குடியரசை ஸ்தாபிப்பதற்கான காலம் இன்னுமா வரவில்லை என்று கூறியும், ஏற்கனவே செங்கொடியின் கீழ் ஒன்று திரண்டவர்களாய் வந்து குடியேறியவர்களுக்கு, தோன், குபான் பிரதேசங்களின் நிலங்கள், மீன் பிடிக்கும் தளங்கள் முதலியவற்றிலே தமக்குள்ள சம உரிமைக்காகவும், கிராம சோவியத்துக்களை அமைப்பதற்காகவும் போராடும்படியாகவும் எடுத்துரைத்து, மக்களைத் தூண்டிவிட முடிந்தது.

அந்தச் சேவா சேனையிலே கப்பற்படை வீரனும் பிரபல பிரசங்கியுமான பாத்கின் என்பவன் இருந்தது உண்மைதான். வளைந்த கால்களும் கறுத்த சிகையும்

கொண்ட அந்த மனிதன் புனிதர் ஜார்ஜ் சின்னத்துக்கான ரிப்பனைத் தரித்த கப்பற் படைத் தொப்பியும் சட்டையும் அணிந்திருந்தான். அந்தச் சேனையிலுள்ள அதிகாரிகளோ அவனை ஒரு யூதன் என்றும் செஞ்சேனையைச் சேர்ந்த நாய்க்குப் பிறந்த பயல் என்றும் கூறி அவனைச் சுட்டுக் கொன்றுவிடப் பல முறை முயன்றார்கள். ஆனால் கர்னீலவே அவனது உயிரைப் பாதுகாத்து வந்தார். தமது சேனையிலுள்ள தத்துவார்த்த பலவீனங்களை யெல்லாம் அந்தப் பிரபல பிரசங்கிதான் சமரசப்படுத்தி ஈடுசெய்து வருவதாக அவர் கருதினார். கிராமத்து மக்களிடையே தாம் எப்போதாவது பேச வேண்டும் என்று கர்னீலவ் விரும்பினால், அத்தகைய கூட்டத்தில் அவர் தமக்கு முன்பாக பாத்கினைப் பேசுமாறு அனுப்பி வைத்தார். அவனோ மிகுந்த குயுக்தியாகவும் சாமர்த்தியமாகவும் கிராம மக்களிடம் பிரசங்கம் புரிவான். அதாவது கர்னீலவ்தான் புரட்சிக்காகப் பாடுபடுகிறார் என்றும், போல்ஷிவிக்குகளோ அதற்கு மாறாக, எதிர்ப்புரட்சிக்காரர்களாகவும், ஜெர்மானியரின் கைக்கூலிகளாகவும் இருந்து வருகிறார்கள் என்றும் அவன் மிகவும் தந்திரமாகப் பேசி விடுவான்.

சேவா சேனை சரணடைந்து விடுவதற்கான வாய்ப்பும் வழியும் இல்லை; ஏனெனில் அந்தச் சமயத்தில் யுத்தக் கைதிகள் என்று எவரையும் பிடித்து வைத்துக் கொண்டிருக்கவில்லை. அவர்கள் கலைந்து சிதறிப் போனால், அவர்கள் தனித் தனியாகக் கொல்லப்படுவார்கள். அவர்களிடம் வேறொரு திட்டம் இருந்தது. ஆஸ்திரகன் ஸ்தெப்பிச் சமவெளியைக் கடந்து வோல்கா பிரதேசத்துக்குள் நுழைந்து, பின்னர் அங்கிருந்து சைபீரியாவுக்குள் புகுந்து விடுவது என்பதுதான் அந்தத் திட்டம். ஆனால் கர்னீலவோ எகதிரினதாருக்குச் செல்லும் படையெடுப்பையே தொடர்ந்து நடத்த வேண்டு மென்றும், அந்த நகரைத் திடீரென்று தாக்கிக் கைப்பற்ற வேண்டுமென்றும் சாதித்துக் கொண்டிருந்தார். கரேனோவ்ஸ் கயாவில் இருந்து அந்தச் சேனை தெற்கு நோக்கித் திரும்பி, அந்தச் சமயத்தில் பொங்கிப்

பெருக்கெடுத்து வந்த குபான் நதியின் வெள்ளத்தைக் கடந்து சென்றது; இவ்வாறு செல்லும் போதும், ஊஸ்த்லபீன்ஸ்கயா என்ற கிராமத்தில் அவர்கள் பெரும்போர் புரிந்து தான் மேலே செல்ல முடிந்தது. அந்தச் சேனை வழியிலே எங்கும் தங்கி நிற்காமல், காயப் பட்டவர்கள் பலரையும் தமது சேனையுடனேயே தூக்கிக் கொண்டு சென்றது. இவ்வாறாக பலத்த சேதங்கள் பல ஏற்பட்ட போதிலும் செஞ்சேனைப் படைகள் அவர்களை ஒவ்வொரு இடத்திலும் வழிமறித்துத் தாக்கும் போதும், அவர்களின் படை தமது பலத்தினாலும், திறமையினாலும் முன்னோக்கியே சென்று கொண்டிருந்தது.

தமது எதிரிகளின் கண்ணில் மண்ணைத் தூவி ஏமாற்றியவாறே, அந்தச் சேவா சேனை மாய்க்காப் இருந்த திக்கை நோக்கித் திரும்பியது; ஆனால், பிலிப்போவ்ஸ்கயா என்ற கிராமத்துக்கு வந்தவுடன் அவர்கள் பேலயா நதியைக் கடந்து, மேற்குப் புறமாகத் திரும்பி, எகதிரினதார் நகரத்தை நோக்கிப் பின்புறமாக முன்னேறத் தொடங்கினர். ஆனால், பேலயா நதிக்கு அக்கரையிலிருந்த ஒடுங்கிய கணவாய்ப் பகுதிக்குள் அவர்கள் நுழைந்தவுடன் செஞ்சேனைப் படையினர் அவர்களைப் பலமாகத் தாக்கினார்கள். இதனால் அவர்களது நிலைமை படுமோசமாகி விட்டது. லேசாகக் காயப்பட்டவர்களிடமெல்லாம் துப்பாக்கிகளைக் கொடுத்துப் போரிடச் சொன்னார்கள்... அந்தப் போர் நாள் முழுவதும் நடைபெற்றது. செஞ்சேனை வீரர்களோ மலைக்கு மேலேயிருந்து தமது பீரங்கிகளை வெடிக்கச் செய்தார்கள். இயந்திரத் துப்பாக்கிகளால் ஆங்காங்குள்ள துறைகளையும் மூட்டை முடிச்சுக்களை ஏற்றி வந்த வண்டிகளையும் சிதற அடித்தார்கள்; தமது எதிரிகள் மலை மீது ஏறித் தம்மைத் தாக்க இடம் கொடுக்காமலும் பார்த்துக் கொண்டார்கள். பொழுது சாய்ந்த பிறகு, கலைந்து குலைந்து போன சேவா சேனைப்படையினர் முழுமூச்சோடு எதிர்த்தாக்குதல் நடத்த முனைந்தார்கள்; இந்தத் தாக்குதல் தொடங்கிய பின்னர், செஞ்சேனையினர் மலையிலிருந்து வாபஸாகி, கர்னீலவின் படையை மேற்கு முகமாகச் செல்ல விடுத்தனர். சரித்திரம் திரும்பத்

திரும்ப வரத்தான் செய்தது. ஆம். சண்டை என்பது ஜீவ மரணப் போராட்டம் தான் என்ற உணர்வும், ராணுவ அனுபவமும் உள்ளவர்கள் தான் வெற்றியடைந்தார்கள்.

எங்கு பார்த்தாலும் இரவெல்லாம் கிராமங்கள் தீப்பற்றி எரிந்தன. கால நிலையும் மோசமாகி விட்டது; வட திசையில் பெருங்காற்று வீசத் தொடங்கிற்று. வான மண்டலத்தைக் கொழுத்துத் திரண்ட மேகக் கூட்டங்கள் படர்ந்து அடைத்திருந்தன. மழை பெய்யத் தொடங்கியது; இரவெல்லாம் கொட்டுக் கொட்டென்று கொட்டியது. மார்ச் மாதம் 15ம் தேதியன்று அந்தச் சேவா சேனை நோவ - திமீத்ரவ்ஸ்கயாவை நோக்கிச் சென்று கொண்டிருந்த நேரத்தில், அதன் வழியில் சேறும் நீருமாக இருந்த எல்லையற்ற பெரும் நீர்ப் பரப்பு குறுக்கிட்டது. ஆங்காங்கே வண்டித் தடங்களோடு தென்பட்ட குன்றுகளெல்லாம் பூமிவரையிலும் வந்து கனத்து இறங்கியிருந்த பனிமூட்டத்தில் கண்களுக்கே புலப்படாது மறைந்து விட்டன. அந்த மனிதர்கள் அந்த நீரில் முழங்காலளவு ஆழம் வரையிலும் இறங்கி நடந்தார்கள்; வண்டிகளும் பீரங்கிகளும் அச்சாணி வரையிலும் ஆழத்தில் இறங்கிவிட்டன. அதே சமயம் பனி மழை பெய்தது; அந்தப் பனிமழை கொஞ்சம் கொஞ்சமாகப் பயங்கரமான பனிப்புயலாக மாறிக் கொண்டிருந்தது.

ரோஷின் கூட்ஸ் வண்டியிலிருந்து வெளியே வந்தான். அவன் தனது துப்பாக்கியையும் மூட்டையையும் சரியாக மாட்டிக் கொண்டு சுற்று முற்றும் பார்த்தான். வர்னாவ்ஸ்கி படைப் பகுதியைச் சேர்ந்த சில ராணுவ வீரர்கள் ரயில் தண்டவாளங்களின் மீது நின்று கொண்டு கூச்சலிட்டுக் கொண்டும், உரத்துப் பேசிக் கொண்டும் இருந்தார்கள். அவர்களில் சிலர் மேல் கோட்டுக்களையும், சிலர் ஆட்டுத் தோல் மோஸ்தர் உடுப்புக்களையும், சிலர் இடையிலே கயிற்றினால் முடியப் பெற்ற சிவிலியன் கோட்டுக்களையும் அணிந்திருந்தார்கள். அவர்களில் பலர் இயந்திரத் துப்பாக்கிக்கான தளவாட பெல்ட்டுகளையும்,

வெடி குண்டுகளையும், கைத்துப்பாக்கிகளையும் வைத்திருந்தார்கள். சிலர் தமது தலைகளில் சாதாரணத் துணித் தொப்பிகளையும், சிலர் ராணுவக் கம்பளித் தொப்பிகளையும், சிலர் வியாபாரிகளிடமிருந்து பறித்த பௌலர் தொப்பிகளையும் அணிந்திருந்தார்கள். கிழிந்து போன பூட்சுகளும், கம்பளிப் பூட்சுகளும், கந்தைகளால் சுற்றப் பெற்ற கால்களும். அங்கு தென்பட்ட தொள தொளத்த ஈரச் சேற்றில் புதைந்து நின்றன. துப்பாக்கிக் குத்தீட்டிகள் ஒன்றோடொன்று உரசிக் கலகலத்தன. அத்துடன் பல்வேறு குரல்களும் சேர்ந்து ஒலித்தன: "வாருங்கள்! நண்பர்களே! வாருங்கள். கூட்டத்துக்கு வாருங்கள். நாம் இந்த விவகாரத்தை நமக்குள்ளாகவே பேசி முடிவு காண்போம். இனிமேலும் நாம் நம்மைப் பலிகடாக்களாக்க முடியாது. அதற்கான காலம் போய் விட்டது!"

அவர்கள் ஆத்திரப்பட்டதற்குக் காரணம் அவர்கள் கேள்விப்பட்ட வதந்திகள் தான். அத்தகைய வதந்திகள் எப்போதும் ஒன்றைப் பத்தாக்கிக் காட்டுவதுதான் வழக்கம். அதாவது பிலிப்போவ்ஸ்கயாவில் செஞ்சேனைப் படைகள் தோல்வி கண்டு விட்டன என்பதுதான் அந்த வதந்தி. அவர்கள் சத்தமிட்டார்கள்: "கர்னீலவிடமோ ஐம்பதினாயிரம் பயிற்சிப் படையினர் இருக்கிறார்கள். ஆனால் நமது படைகளையோ ஒவ்வொன்றாகத்தான் அனுப்புகிறார்கள்; அனுப்பி அவர்களிடம் நம்மைப் பலி கொடுக்கிறார்கள். நண்பர்களே! இது பெரிய துரோகம்! சரி. எங்கே நமது தளபதி? கொண்டு வாருங்கள் அவரை!"

வீரர்கள் ரயில் நிலையத்தின் முற்றத்தினுள் ஒன்று கூடினார்கள்; அந்த முற்றவெளிக்கு அப்பால் பனிமூட்டம் கவிந்த ஸ்தெப்பிச் சமவெளிப் பரப்பு தான் தென்பட்டது. கூட்ஸ் வண்டிகளின் கதவுகள் கடகடத்த வண்ணமாயிருந்தன; அவற்றிலிருந்து தமது முதுகிலே துப்பாக்கிகளைச் சுமந்து கொண்டிருந்த ஆக்ரோஷம் கொண்ட வீரர்கள் தரையிலே குதித்தார்கள்; குதித்து அங்கு கூடியிருந்த கூட்டத்தை நோக்கி ஆர்வத்தோடு

ஓடினார்கள். அந்த இடத்தில் காற்று அங்கிருந்த உயரமான மொட்டையான பாப்லாக் மரங்களின் மீது உரத்து வீசி இரைந்தது; காக்கைக் கூட்டங்கள் கத்திக் கொண்டே உயரே வட்டமிட்டன. அங்கு பேசியவர்கள் எல்லாம் அங்கிருந்த ஓர் அரங்கு வீட்டின் கூரை மீது ஏறி நின்று, முஷ்டிகளை ஆட்டிக் கொண்டு சத்த மிட்டார்கள்: "தோழர்களே! கர்னீலவின் படைகள் நம்மை ஏன் ஒவ்வொரு முறையும் தோற்கடிக்க வேண்டும்? எகதிரினதாரின் வழியாக அந்தப் பயிற்சிப் படையினர் முன்னேறிச் செல்வதற்கு நாம் ஏன் இடம் கொடுக்க வேண்டும்? இதிலே என்ன போர்த் தந்திரம் இருக்கிறது? இதிலே என்ன திட்டம் இருக்கிறது? நமது தளபதி இந்தக் கேள்விக்குப் பதில் சொல்லட்டும்!"

அதே சமயத்தில் ஆயிரக்கணக்கான குரல்கள் "பதில் சொல்லட்டும்!" என்று எதிரொலித்தன. அந்த முழக்கத்தைக் கேட்டு, அங்கு பறந்து கொண்டிருந்த காக்கைகள் பயந்து போய் மேகமண்டலத்தையே எட்டுவது போல் உயரப் பறந்து சென்றன. அந்தத் தளபதியின் கசங்கிப் போன தொப்பியை அணிந்த தலை, அங்கு அசைந்தாடிக் கொண்டிருந்த தலைகளின் வெள்ளத்தினிடையே மிதந்து முன்னேறி, அந்த அரங்கு வீட்டை நோக்கிச் செல்வதை ரோஷின் ரயில் நிலையத்தின் படிக்கட்டில் நின்றவாறே கண்டான். மழுங்கச் சவரம் செய்திருந்த அந்தத் தளபதியின் ஒருங்கிய முகம் வெளுத்திருந்தது; எனினும் அவரது கண்களிலே ஒரு விடாப்பிடியான உறுதிபாவம் குடிகொண்டிருந்தது. ரோஷின் அந்தத் தளபதியைக் கண்டதும் தனது பழைய நண்பனை இனம் கண்டு கொண்டான். அது வேறு யாருமல்ல செர்கேய் செர்கேயவிச் சாபஷ்கோவ்தான்.

யுத்தத்துக்கு வெகு நாட்களுக்கு முன்னால் சாபஷ்கோவ் "எதிர்கால மக்கள் கோஷ்டியில் ஒரு முக்கிய நபராக இருந்து, பழைய ஒழுக்க சம்பிரதாயங்களை எல்லாம் எதிர்த்துச் சாடி வந்தான். அவன் மேல் வர்க்கத்தாரான பூர்ஷ்வா சமுதாயத்தைச் சேர்ந்தவர்கள் மத்தியில் சென்று

கன்னங்களிலே கவர்ச்சிகரமான சித்திரங்களைத் தீட்டிக் கொண்டும், பளபளக்கும் பச்சை நிறப் பட்டுடுப்பு ஒன்றை அணிந்து கொண்டும் கூத்தடித்தான். யுத்தம் தொடங்கிய பின்பு, அவன் குதிரைப் பட்டாளத்தில் போய் தானாகவே சேர்ந்தான். அதில் அவன் அஞ்சா நெஞ்சம் படைத்த போர் வீரன் என்று பெயரெடுத்தான். அதன் மூலம் அவனுக்கு உதவி லெப்டினெண்ட் பதவி கிட்டியது. பின்னர் 1917ம் ஆண்டுத் தொடக்கத்தில் சிறிதும் எதிர்பாராத விதத்தில் அவன் கைது செய்யப்பட்டான்; கைது செய்த பின்னர் அவனைப் பெத்ரொகிராதுக்கு அனுப்பி வைத்தார்கள்; அங்கு ஏதோ ஒரு ரகசிய ஸ்தாபனத்தில் அங்கத்தினனாக இருந்த குற்றத்துக்காக அவனுக்கு மரண தண்டனை விதித்தார்கள்; ஆனால், பிப்ரவரிப் புரட்சி தொடங்கியவுடன் அவன் விடுதலை பெற்று விட்டான். அதன்பின் அவன் ராணுவ வீரர்களின் பிரதிநிதிகள் கொண்ட சோவியத்தில் இருந்த அராஜகவாதிகளின் கோஷ்டியோடு சில காலம் சேர்ந்திருந்தான். பின்னர் அவன் ஒரேயடியாக மறைந்து போனான்; அதன் பிறகு அக்டோபர் மாதக் கடைசியில் திரும்பவும் வந்து மாரிகால அரண்மனையைக் கைப்பற்றுவதற்காக நடந்த தாக்குதலில் கலந்து கொண்டான். செஞ்சேனையில் சேர்வதற்கு முதன் முதலில் முன் வந்த ராணுவ அதிகாரிகளில் அவனும் ஒருவனாக விளங்கினான்.

இப்போது சாபஷ்கோவ் அந்த அரங்கு வீட்டின் கூரை மீது நழுவியும் பிடி தவறியும் தட்டுத் தடுமாறி மேலேறி வந்தான். ஏறிய பின் அவன் தன் இரு கைப் பெருவிரல்களையும் தனது பெல்ட்டுக்குள் சொருகிப் பிடித்தவாறு, கழுத்து மடிப்புக்களின் மீது மோவாய் படிந்து நின்ற நிலையில், தன்னை நோக்கிக் கழுத்தை நீட்டிக் கொண்டு பார்த்த அந்த ஆயிரக்கணக்கான தலைகளையும் சுற்றுமுற்றும் பார்த்தான்.

ஊளையிடும் பிசாசுகளே! தங்கமயமான ராணுவச் சின்னங்கள் தரித்த அந்தத் தறுதலைப்பயல்கள் நம்மை ஏன் தோற்கடிக்கிறார்கள் என்பதை நீங்கள்

தெரிந்து கொள்ள வேண்டுமா? இத்தகைய கூச்சலும் குழப்பமும் தான் அதற்கெல்லாம் காரணம்!' அவன் உரத்துக் கத்தாமல் பரிகாசம் தொனிக்கும் குரலிலேயே பேசினான். என்றாலும் அவனது பேச்சை எல்லோராலும் நன்கு கேட்க முடிந்தது. "நீங்கள் பிரதம தளபதியின் உத்தரவுகளை மட்டும் மீறவில்லை; சின்னஞ்சிறு விஷயத்துக்கெல்லாம் பெரிய ஆர்ப்பாட்டம் செய்து ஊளையிடத் தொடங்குவதோடு மட்டும் நிற்கவில்லை. உங்களில் சில பேர் பயபீதியைக் கிளப்பி விடுவதைத் தொழிலாகக் கொண்டிருக்கிறார்கள் போல் தெரிகிறது. பிலிப்போவ்ஸ் கயாவில் நாம் தோற்கடிக்கப்பட்டோம் என்று உங்களுக்கு யார் சொன்னார்கள்? துரோகச் செயலின் காரணமாகத் தான் கர்னீலவின் படைகள் எகதிரினதாரை நோக்கி முன்னேறுகின்றன என்று யார் உங்களிடம் சொன்னார்கள்? நீதானே சொன்னாய்!" இவ்வாறு கூறியவாறு அவன் ரிவால்வரை ஏந்திய தனது கையைச் சட்டென்று முன்னே நீட்டி, அங்கு நின்றவர்களில் ஒருவனை அந்தத் துப்பாக்கியாலேயே சுட்டிக் காட்டிக் கேட்டான். "பின்னே மேலே வா. நாம் இதனைப் பேசித் தீர்த்து விடுவோம். ஓஹோ! அப்படியென்றால் நீ அப்படிச் சொல்லவில்லையா?" அவன் தனது கைத் துப்பாக்கியை வேண்டா வெறுப்பாகத் தன் பைக்குள் திரும்பவும் வைத்தான். "நீங்கள் என்ன என்னை சுத்த முட்டாள் என்று நினைத்துக் கொண்டீர்களா? நீங்கள் எல்லோரும் எதனால் இப்படியெல்லாம் மொறுமொறுக்கிறீர்கள் என்பதை நான் அறிந்து கொள்ளவில்லை என்றா நினைக்கிறீர்கள்? அறிந்து கொண்டதைச் சொல்லத்தான் வேண்டுமென்கிறீர்களா? சொல்லட்டுமா? இதோ நிற்கும் இவல்கின், அதோ நிற்கும் பவ்லேன்கவ், தூல்யா இந்த மூன்று பேருக்கும் நேரடியாக ரகசியத் தகவல் வந்திருக்கிறது. அதாவது அபீப்ஸ் கயா கிராமத்திலே குடம் குடமாகக் கள் இருக்கிறது என்று தந்தி வந்திருக்கிறது!..." கூட்டத்தாரிடையே குபீலென்று சிரிப்பு பொங்கியது. ரோஷின் வேண்டா வெறுப்பாகப் புன்னகை செய்தான். படுபாவிப் பயல்! விளையாட்டாகப் பேசியே விஷயத்தைத் தட்டிக் கழித்து விட்டானே!' என்று

நினைத்துக் கொண்டான். "நல்லது, நமது வாலிபர்கள் எல்லாம் உண்மையில் உயிரைக் கொடுத்துப் போராடத் தயாராயிருக்கிறார்கள். ஒன்று மட்டும் தெளிவாகிவிட்டது; நமது பிரதம தளபதி தான் துரோகியாகப் போய் விட்டார்! - அந்தக் கள்ளுக்குடங்களெல்லாம் கர்னீலவின் ஆட்களிடம் சிக்கி விட்டால்!... அப்புறம் அது நமது குடியரசுக்கே பெருத்த நஷ்டமாகி விடாதா?..." (மீண்டும் பலத்த சிரிப்பு. அந்தக் காக்கைகள் மீண்டும் பயந்து போய் உயரப் பறந்தன. "தோழர்களே! இந்தச் சம்பவத்தை இத்துடன் விட்டு விடுவோம். இனி நான் இறுதியாக வந்த போர்முனை அறிக்கையை வாசிக்கிறேன்."

சாபஷ்கோவ் தனது பையிலிருந்த சில துண்டுப் பிரசுரங்களை வெளியே எடுத்து அவற்றை உரத்த குரலில் வாசிக்கத் தொடங்கினான். ரோஷின் அங்கிருந்து திரும்பி ரயில் நிலையத்துக்குள் நுழைந்து பிளாட்பாரத்துக்குச் சென்றான்; அங்கு ஓர் உடைந்த பெஞ்சின் மீது அமர்ந்து தன்னிடமிருந்த நாட்டுப் புகையிலையை ஒரு காகிதத்தில் சுற்றத் தொடங்கினான். ஒரு வாரத்துக்கு முன்னர் தான் அவன் பொய்யான தஸ்தாவேஜுகள் சிலவற்றைக் காட்டி போர்முனைக்குச் செல்லவிருந்த ஒரு செஞ்சேனைப் பகுதியில் சேர்ந்து கொண்டான். காத்யாவும் அவனும் ஒருவாறாக சமரசத்துக்கு வந்திருந்தார்கள். தேத்கினின் வீட்டிலே நடந்த வேதனைமிக்க சம்பாஷணைக்கு பின்னர் அன்றையப் பகல் பொழுது முழுவதும் ரோஷின் அந்த நகரத்தின் வீதிகளிலேயே கால்போன போக்கிக் சுற்றித் திரிந்தான். இரவில் தான் திரும்பி வந்தான். காத்யாவின் முகத்தைப் பார்த்தால் தனது பலவீன உணர்ச்சிகளை அவள் தெரிந்து கொண்டு விடுவாளோ என்ற பயத்தில் அவளது முகத்தைப் பார்க்காமல் கண்களை வேறு பக்கமாக திருப்பிக் கொண்டு கண்டிப்பான குரலில் பேசினான்:

"நீ இங்கேயே ஒன்றிரண்டு மாதங்களுக்குத் தங்கியிரு எவ்வளவு நாட்கள் என்று என்னால் திட்டமாகச் சொல்ல முடியாது. நீயும் தேத்கினும் கொள்கையளவில்

பரிபூரணமாக ஒத்துப் போவீர்கள் என்று நம்புகிறேன். பணம் கிடைத்ததும் முதல் வேலையாக நான் உனது சாப்பாட்டுச் செலவுக்கென்று அவனிடம் பணம் கொடுத்து விடுகிறேன். எனவே, நான் அவனுக்குப் பணம் கொடுக்கச் சித்தமாயிருக்கும் விஷயத்தை அவனிடம் தெரிவித்து விடு. எனக்கு யாருடைய தயவும் தர்மமும் தேவையில்லை... நான் கொஞ்ச நாளைக்கு எங்காவது போய் விட்டு வருகிறேன்."

காத்யா தனது உதடுகளைப் பூரணமாகத் திறக்காமலே கேட்டாள்: "எங்கே? போர் முனைக்கா?"

"மன்னித்து விடு. அது என் சொந்த விஷயம்."

காத்யாவைப் பொறுத்த வரையில் நிலைமைகள் மேலும் மேலும் மோசமாகவே போய்க் கொண்டிருந்தன. சென்ற ஆண்டின் கோடைப் பருவத்திலே தான் ஜூலை மாதத்தில் என்றோ ஒரு நாள், அந்த வெப்பம் மிகுந்த நாளன்று, கண்ணாடி போல் பளபளத்த நேவா நதிப் பரப்பின் மீது வசீலியவ்ஸ்கி தீவின் பாலங்கள், மரங்கள் முதலியவற்றின் நிழல்கள் பிரதிபலித்துக் கொண்டிருந்த சமயத்தில், அந்தக் கரையோரத்தில் கிடந்த கல்பெஞ்சின் மீது ரோஷின் காத்யாவின் பக்கமாக அமர்ந்து அவளிடம் பேசினான்: "யுத்தங்கள் சென்றொழியும்; புரட்சிகளும் முடிந்து விடும்; ஆட்சியும் மறைந்துவிடும். ஆனால் உனது அன்பு மிகுந்த காதல் இதயம் மட்டுமே தங்கி நிற்கும்..." ஆனால், இன்றோ? அவர்கள் இருவரும் ஓர் அழுக்கடைந்த வீட்டு முற்றத்தில் எதிரிகளைப் போல் பிரிந்து செல்கிறார்கள். காத்யாவின் காதல் இவ்வாறு முடிந்திருக்கக் கூடாது..." ஆனால், ருஷ்ய நாடு முழுவதுமே அழிந்து கொண்டிருக்கும் போது, இந்தக் காதல் மட்டும் எம்மாத்திரம்?"

ரோஷினின் திட்டம் மிகவும் சாதாரணமானது தான். செஞ்சேனைப் படையிலே சேர்ந்து, சேவா சேனைக்கு எதிராக நடக்கும் சண்டையின் முன்னனிக்குச் சென்று விட வேண்டும். அங்கு சென்றவுடன் முதல் வேலையாக,

எதிரிகள் பக்கம் சேர்ந்து விட வேண்டும். மேலும் அந்த வெள்ளைப் படையில் அவனுக்கு ஜெனரல் மார்க்கவையும், கர்னல் நேஷின்சவையும் நேர்முகமாகத் தெரியும். அவன் அவர்களிடம் செஞ்சேனையின் நிலைமையையும் பலத்தையும் பற்றிய பெறுமதி வாய்ந்த தகவல்களையெல்லாம் கொடுக்க முடியும். எல்லாவற்றுக்கும் மேலாக, அவன் தனது சொந்த ஜனங்களுக்கு மத்தியில் வாழ்கின்ற உணர்ச்சியைப் பெற முடியும்; அவன் அணிந்து வந்த போலி வேடத்தைக் களைந்தெறிந்து விட்டு. நிம்மதியாக சுதந்திரமாக இருக்க முடியும்; "இந்த அடங்காப்பிடாரிகளான காட்டுமிராண்டிகளின், ஏமாற்றுப் பேர்வழிகளின் முகத்தில் தனது ஆத்திரத்தையெல்லாம் காட்டிக் காறித் துப்ப முடியும்; அத்துடன் அவர்களைச் சுட்டுத் தள்ளவும் முடியும்....

"தளபதி சொன்னது ரொம்பவும் சரி . நாம் அதிகமாகத் தான் கூச்சல் போடுகிறோம். நாம் வேண்டாததற்கெல்லாம் பெருத்த அட்டகாசம் செய்கிறோம். இதற்கெல்லாம் காரணம் என்னவென்று நாம் ஆராய்ந்து கொண்டேயிருந்தால், நமது தொல்லைகளுக்கு ஒரு முடிவேயிராது" என்று எவனோ ஒருவன் சொன்னான். அவன் ஓர் ஆட்டுத்தோல் மோஸ்தர் கோட்டை அணிந்திருந்தான். அந்தக் கோட்டில் இங்குமங்குமாகக் கம்பளி கிழிந்து பிதிர்ந்து தலை நீட்டிக் கொண்டிருந்தது. அவன் ரோஷினுக்கு அருகில் வந்து அதே பெஞ்சில் அமர்ந்தவாறே, அவனிடம் சிறிதளவு புகையிலை தரும்படிக் கேட்டான்.

"நான் வயதானவர்களின் பழக்கப்படி குழாயில்தான் புகை பிடிக்கிறேன்" என்றான் அவன். தந்திரமான வெளுத்துப் போன தலையும், சுருங்கி தெரிந்த கண்களும், காய்த்துக் கறுத்துப் போன முகமும் கொண்ட அந்த மனிதன் ரோஷினின் பக்கமாகத் திரும்பினான். "நான் நிஷ்னி நோவ்கரதிலுள்ள வியாபாரிகளின் கிடங்குகளிலே வேலை பார்த்து வந்தேன். அங்குதான் நான் குழாயில்

புகைபிடிக்கக் கற்றுக் கொண்டேன். நான் 1914ம் ஆண்டு முதற்கொண்டே போரில் ஈடுபட்டிருக்கிறேன். அதினின்றும் விலகி இருக்க என்னால் முடியாது. நான் ஒரு போராளி, தம்பி! ஆமாம். போராளி தான்!"

"நீ ஓய்வு பெற வேண்டிய காலம் இது!" என்று உள்ளூர வெறுத்துக் கொண்டே பதில் சொன்னான் ரோஷின்.

"என்னது? ஓய்வா? அதை எங்கே கண்டுபிடிப்பது? தம்பி, நீ பணக்காரக் குடும்பத்துப்பிள்ளை. உன்னைப் பார்த்தாலே அது தெரிகிறது. முடியாது. நான் ஒன்றும் போரிடுவதை நிறுத்தப் போவதில்லை. பூர்ஷ்வாக் வர்க்கத்தினால் நான் பட்ட பாடு போதுமென்றாகிவிட்டது. நான் பதினாறு வயது முதற்கொண்டே வேலை செய்கிறேன். எப்போதும் காவலாளியாகவே பணிபுரிந்து வருகிறேன். நான் வசேன்கவ் குடும்பத்தாரிடம் வேலை செய்யும் போது - நீ கூட அவர்களைப் பற்றிக் கேள்விப்பட்டிருக்கலாம் — நான் அங்கு வண்டிக்காரனாக வேலை பார்த்தேன். அப்போது நான் அங்கிருந்த ஒரு ஜோடிக் குதிரைகளை - அவை நல்ல குதிரைகள் தான். இல்லையென்று சொல்லவில்லை - அந்தக் குதிரைகளுக்குத் தவறாகத் தண்ணீர் காட்டியதால், அவற்றை நான் குட்டிச்சுவராக்கி விட்டேன். ஆமாம். நான் தான் அவற்றைக் கெடுத்து விட்டேன். அப்புறம் என்ன? என்னை அவர்கள் வேலையை விட்டு நீக்கி விட்டார்கள். என் மகன் யுத்தத்தில் கொல்லப்பட்டுப் போனான்; என் மனைவியும் எவ்வளவோ காலத்துக்கு முன் இறந்து போனாள். இப்போது சொல்லு, தம்பி, நான் யாருக்காகச் சண்டையிடுவது? சோவியத்துக்களுக்கா? பூர்ஷ்வாக்களுக்கா? இப்போது எனக்கு வயிற்றுக்குப் போதுமான உணவு கிடைக்கிறது. சென்ற வாரம் நான் ஒரு பிணத்திலேயிருந்து ஒரு ஜோடி பூட்சுகளைக் கழற்றி எடுத்துக் கொண்டேன். நல்ல பூட்சுகள்! இதோ பாரேன். இவற்றினுள்ளே ஈரம் ஏறுவதில்லை. இப்போது நான் செய்ய வேண்டியதெல்லாம் 'டபார்' என்று கொஞ்சம் சுட வேண்டியது; பிறகு 'ஹோ' என்று கத்த வேண்டியது; அப்புறம் போய் உட்கார்ந்து சாப்பிட வேண்டியது. இங்கே

நாம் நமக்காகவே உழைக்கிறோம், தம்பி. ஏழைகள், இல்லாதவர்கள், உடுத்துவதற்குத் துணிக்குக் கூட விதியற்றவர்கள், என்றென்றும் துன்பத்துக்கும் துயரத்துக்கும் இரையானவர்கள் - இவர்களைக் கொண்டதுதானப்பா நமது சேனை. அந்தச் சட்டசபையோ -- அதை யார் தேர்ந்தெடுத்தார்கள் என்பதை நிஷ்னிநோவ்கரதில் நானும் தான் கண்ணாரப் பார்த்தேனே - அறிவு ஜீவிகளும், இரக்கமற்ற பணக்காரர்களும்தான் அதைத் தேர்ந்தெடுத்தார்கள்!"

'நீயும் ரொம்ப ரொம்பப் பேசப்படித்து விட்டாய்!' என்று ரோஷின் அந்த மனிதனைக் குறும்புத் தனமாகப் பார்த்தவாறே சொன்னான். அந்த மனிதனின் பெயர் குவாஷின். அவர்கள் இருவரும் ஒரே ரயிலில் ஒரே வண்டியின் மேல் 'பெர்த்தில்' ஒருவருக்கொருவர் பக்கமாகப் படுத்து ஒரு வார காலமாக ஆடியசைந்து உருண்டு புரண்டு பிரயாணம் செய்து வந்தவர்கள் தான். அந்த ரயிலில் வந்தவர்கள் எல்லாம் குவாஷினைத் 'தாத்தா' என்றுதான் அழைத்தார்கள். எப்போது பார்த்தாலும் அவன் எங்காவது ஓரிடத்தில் அமர்ந்து, தனது வதங்கிய மூக்கின் மேல் தங்கபிரேம் போட்ட கண்ணாடியை அணிந்து கொண்டு, கையிலே ஒரு பத்திரிகையைப் பிரித்துப் பிடித்தவாறு முணுமுணுவென்று வாசிக்கத் தொடங்கி விடுவான்.

"இந்தக் கண்ணாடியை நான் சமாராவில் இருந்த போது, ஆர்டர் செய்து வாங்கினேன். அதாவது பஷ்கீரவ் என்ற லட்சாதிபதி இதைத் தனக்காக ஆர்டர் செய்தான்; ஆனால் நான் தான் இதை உபயோகித்து வருகிறேன்" என்று அவன் அடிக்கடி மனமகிழ்ச்சியோடு சொல்லிக் கொள்வான்.

"நான் ரொம்பவும் பேசப் படித்து விட்டேன். ஆமாம். உண்மை!" என்று அவன் ரோஷினுக்குப் பதிலளிக்க முனைந்தான். "நான் எந்த ஒரு பொதுக்கூட்டத்தையும் தவற விடுவதில்லை. ஒவ்வொரு ரயில் நிலையத்திலும் நான் அங்குள்ள உத்தரவுகளையும் அறிக்கைகளையும்

படிக்கத் தவறுவதில்லை. நமது பாட்டாளி வர்க்கத்தின் பலமே பேச்சில் தான் இருக்கிறது. நம்மால் வாய் திறந்து பேச முடியாவிட்டால், நாம் வர்க்க போதம் பெற்றிராவிட்டால், அப்புறம் நாம் என்னத்துக்காவோம்? பிறகு நாம் ஆடுமாடுகள்தான்! மந்தைக் கூட்டம்தான்!"

அவன் ஒரு பத்திரிகையை எடுத்து அதனைப் பதனமாகப் பிரித்தான்; தனது மூக்குக் கண்ணாடியைப் பெருமையோடு ஆர அமர மாட்டிக் கொண்டான்; பிறகு அந்தப் பத்திரிகையின் தலையங்கத்தை அது ஏதோ ஓர் அந்நிய மொழியில் எழுதப்பட்டிருப்பதைப் போல் அதிலுள்ள வார்த்தைகளை அழுத்தம் திருத்தமாக ஆர அமர உச்சரித்தவாறே வாய் விட்டு வாசிக்கத் தொடங்கினான்.

"நீங்கள் எல்லாவிதமான உழைப்பாளிகளின், ஒடுக்கப் பட்டவர்களின் ஆனந்த வாழ்வுக்காகவும் போராடுகிறீர்கள் என்பதையும், புதியதொரு மேம்பட்ட நியாயமான வாழ்க்கை முறையைக் கட்டி வளர்ப்பதற்கான உரிமைக்காகப் போராடுகிறீர்கள் என்பதையும் நினைவில் நிறுத்துங்கள்..."

இந்த வார்த்தைகளை அவன் வாசித்தபோது, ரோஷின் மறுபக்கம் திரும்பிக் கொண்டான். அதனை வாசிக்கும் போதே குவாஷின் தனது கண்ணாடிக்கு மேலாக ரோஷினைக் குறுகுறுவென்று உற்றுப் பார்த்துக் கொண்டிருந்ததை ரோஷின் கவனிக்கவில்லை.

"தம்பி! நீ பணக்கார வர்க்கத்திலிருந்து தான் வருகிறாய் என்பதை எவரும் இலகுவில் கண்டு கொள்ளலாம்" என்று தனது குரலையே மாற்றியவாறு பேசினான் குவாஷின். "நான் வாசிப்பது உனக்குப் பிடிக்கவில்லை. நீ ஒன்றும் உளவறிய வந்த ஒற்றனில்லையே...!"

அபீப்ஸ்கயாவிலிருந்து வர்னாவ்ஸ்கி படைப்பகுதி நோவ - திமீத்ரவ்ஸ்கயா கிராமத்தை நோக்கிக் கால்நடையாகவே அணிவகுத்து நடந்து சென்றது. இரவின் அந்தகாரத்திலே காற்று அவர்களின் துப்பாக்கிக் குத்தீட்டிகளினூடே புகுந்து இரைந்தது; அவர்களது உடைகளைக் கிழித்தெறிந்தது;

முகத்திலே பனித்துண்டுகளை வாரியிறைத்தது. அவர்களது பாதங்கள் தரைமீது படிந்திருந்த பனிப்படிவத்தினுள் அழுந்தி, அதன் கீழுள்ள சேற்றில் புதைந்தன. அந்தப் பேய்க்காற்றின் ஊளைக்கு மத்தியில் பல்வேறு குரல்களும் ஒலித்தன: "நில்லுங்கள்! இவ்வளவு வேகம் வேண்டாம்! பிசாசுகளே! முண்டியடித்து மோதிக் கொண்டு செல்லாதீர்கள்!"

பனிக்குளிர் மெல்லிய துணிகளைத் துளைத்துக் கொண்டு உள்ளே புகுந்து, அவர்களது எலும்புக் குருத்துக்களையே உறைய வைத்தது. ரோஷின் தன்னுள் நினைத்தான்: "நான் தடுக்கிக் கீழே விழுந்து விடக் கூடாது. விழுந்தால் அவ்வளவு தான். இவர்கள் என் மீது ஏறி மிதித்துக் கொண்டே சென்று விடுவார்கள்..." திடீரென்று முன் பக்கத்தில் சென்றவர்கள் சட்டென்று நின்றார்கள்; அத்துடன் சத்தங்களும் எழுந்தன. அவர்கள் வழிதவறி விட்டார்கள் என்றும் ஒரு நதியின் கரையிலே, ஏதோ ஒரு கணவாயின் எல்லையிலே திண்டாடிக் கொண்டிருந்தார்கள் என்றும் தெரிந்தது. எங்கோ பக்கத்திலிருந்து, "தம்பிகளா! இனிமேல் என்னால் ஓர் அடி கூட எடுத்து வைக்க முடியாது" என்ற கரகரத்த குரல் கேட்டது. அது குவாஷினின் குரல்தானோ? அவன் எப்போதும் என் அருகிலேயே இருந்து வந்தான். ஒருவேளை அவன் என்னை இன்னாரென்று ஊகித்துக் கொண்டு விட்டானோ? நான் சொல்வது ஒன்றையும் அவன் நம்புவதாகக் காணோமே! முந்தின நாள் இரவில் ரோஷின் அவனைத் தன்னிடமிருந்து தட்டிக் கழிப்பதற்கு எவ்வளவோ முயற்சி செய்ய வேண்டியிருந்தது. இப்போது அவர்கள் மீண்டும் முன்னால் நின்று விட்டார்கள். ரோஷினின் மூக்கு அவனுக்கு முன்னால் சென்று கொண்டிருந்தவனின் விறைத்துப் போன கோட்டின் மீது மோதிக் கொண்டது. அவன் தனது மரத்துப் போன கைகளைக் கோட்டுக்குள் திணித்தவாறும், தலையைக் குனிந்தவாறும் நின்று யோசித்தான்: "நான்கு வருஷ காலமாக, நான் அலுப்புக் களைப்பு எதையும் பொருட்படுத்தாமல் ஆயிரக் கணக்கான மைல்கள்

அலைந்து திரிந்து வருகிறேன். எல்லாம் மனிதர்களைக் கொல்வதற்குத்தான். ஆமாம். அது முக்கியமானது; குறிப்பிடத் தக்கது. நான் காத்யாவைக் கோபத்தில் புறக்கணித்து விட்டேன் - அது அத்தனை முக்கியமானது அல்ல. இன்றோ நாளையோ நான் எதிர்ப்பக்கத்தில் போய்ச் சேர்ந்து விடுவேன்; சேர்ந்து இதோ இந்த மக்களை, இந்த ருஷ்யர்களை, இதே போன்ற பனிப்புயலில் கொன்று தள்ளத் தொடங்குவேன். விசித்திரம் தான்! காத்யாவோ என்னை எப்போதும் மகோந்நதமான அன்பு மயமான மனிதன் என்று சொல்லி வந்தாள். விசித்திரம்! எல்லாமே விசித்திரம்தான்!"

அவன் தனது சிந்தனைகளைக் குறுகுறுப்புணர்ச்சியோடு ஆழ்ந்து நோக்கினான். ஆனால் திடீரென்று அதன் தொடர்பு அறுந்து போய் விட்டது. "ஐயோ!" என்று நினைத்தான் அவன். ரொம்ப மோசம்! மோசம்! நானே விறைத்துக் கொண்டிருக்கிறேன். இந்தச் சமயத்திலே இறுதியான, முக்கியமான சிந்தனைகளெல்லாம் எனது மனத்துள்ளே இடம்பெறுகின்றன. அதாவது நான் இன்னும் சிறிது நேரத்தில் இந்தப் பனியிலே விழுந்து கிடப்பேன் என்பது தான் இதன் அர்த்தம்."

ஆனால் அவனுக்கு முன்னாலிருந்த விறைத்த கோட்டு அசைந்து கொடுத்தது; முன்னே சென்றது. ரோஷினும் அசைந்தாடியவாறே அதன் பின்னே சென்றான். அப்போது அவன் கால்கள் முழங்கால் வரையிலும் சேற்றில் புதைந்து விட்டன. அவனால் தனது காலை அந்தக் களி மண்ணிலிருந்து பிடுங்கியெடுப்பது மிகவும் சிரமமாக இருந்தது. அவனது காலின் கனம் டன் கணக்கில் கூடிவிட்டது போல் தோன்றியது. அப்போது காற்றோடு காற்றாக ஏதோ ஒரு குரல் அவன் காதில் விழுந்தது: "தம்பிகளா! ஆறு குறுக்கிட்டு விட்டது." அதையடுத்து வசைமாரி. காற்றோ துப்பாக்கிக் குத்தீட்டிகளினூடே புகுந்து சீட்டியடித்து இரைந்த வண்ணம் இருந்தது; அது அவனது மனத்திலும் என்னென்னவோ எண்ணங்களை எழுப்பியது. மங்கலான குனிந்த உருவங்கள் ரோஷினைக் கடந்து

தள்ளாடி நடந்தன. ரோஷின் தனது பலத்தையெல்லாம் ஒன்று கூட்டி முக்கி முனகியபடி காலை வெளியே இழுத்தான் ; பிறகு மீண்டும் தள்ளாடியவாறே நடந்தான்.

பனிப்படிவத்துக்குக் குறுக்கே, கொழு கொழுத்துச் செல்லும் ஓர் ஆற்றின் கரிய தோற்றம் தென்பட்டது; அதற்கு அப்பால் எல்லாமே பனிப்புயலின் வேகத்தில் மூட்டமிட்டுத் தோன்றின. அந்த ஆற்றின் கரை மீது பாதங்கள் வழுக்கின. அந்தக் கரிய தண்ணீர் படுவேகமாகப் புரண்டோடிச் சென்றது. அங்கு பல்வேறு உரத்த சத்தங்கள் எழுந்தன.

"பாலத்தில் வெள்ளம் ஏறி விட்டது... திரும்பி விடலாமா?"

"திரும்பலாம் என்று எவன் சொன்னான்? நீதானா? நீதானா திரும்ப வேண்டும் என்று சொன்னவன்?"

"விட்டு விடு! தோழா, விட்டு விடு!"

"அவனுக்கு ஒரு உதை கொடு!"

"ஐயோ! ஐயோ!..."

அந்த ஆற்றின் கரைக்குக் கீழே நீர்ப்பரப்புக்கு அருகில், ஒரு மின்சார டார்ச் விளக்கின் கோண வடிவான ஒளிக்கிரணம் தெரிந்தது; அந்த ஒளி உடைந்து போன பாலத்தின் மிச்சம் மிஞ்சாடியாக நிற்கும் வளைவையும், அந்தகாரத்திலே நிற்கும் குறுக்குக் கம்பியையும் இனம் காட்டியது; அந்தப் பாலத்தை அடித்துக் கொண்டு போன ஆற்று வெள்ளம் பெருவேகத்தில் கரைபுரண்டு சென்றது. அந்த டார்ச் வெளிச்சம் மேலே உயர்ந்து அங்கு மிங்கும் அலைந்து திரிந் தது; பிறகு அணைந்து விட்டது. நெஞ்சையே உறையச் செய்யும் விதத்தில் ஒரு கரகரத்த குரல் கத்தியது:

"வீரர்களே!.. ஆற்றைக் கடவுங்கள்!... துப்பாக்கிகளையும் தோட்டாக்களையும் தலைக்கு மேல் உயர்த்திக் கொள்ளுங்கள்! தள்ளாதீர்கள்! இரண்டிரண்டு பேராக இறங்குங்கள்! ம்!"

தனது துப்பாக்கியை உயர்த்தியவாறு ரோஷின் இடுப்பளவு ஆழம் வரையிலும் தண்ணீரில் இறங்கி விட்டான். என்ன இருந்தாலும், அந்தத் தண்ணீர் பனிக்காற்றைப் போல் அவ்வளவு குளிராக இல்லை. அலைகள் அவனது வலப் புறத்தில் பலமாகத் தாக்கின; அவனை உருட்டித் தள்ளிவிடும் போல் மோதின. அவனைப் பிடித்துத் தள்ளி அந்த ஆழமான தண்ணீர் அந்தகாரத்தினுள்ளே அமுக்கிக் கொண்டு போய் விட விரும்புவது போல் தோற்றியது. அவனது கால்கள் வழுக்கின; தனது கால்களுக்குக் கீழே உடைந்து போன பாலத்தின் பலகைகள் தட்டுப்பட்டதாகவே அவனுக்குத் தோன்றவில்லை. -

நோவ - திமீத்ரவ்ஸ்கயாவிலுள்ள உள்ளூர்ப்படைகளைப் பலப்படுத்துவதற்காகத்தான் வர்னாவ்ஸ்கி படைப்பகுதி அனுப்பப்பட்டது. அந்தக் கிராமத்திலுள்ள மக்கள் எல்லோரும் பதுங்கு குழிகளை வெட்டுவதிலும், கிராமக் கவுன்சில் கட்டிடத்தையும், பிற கட்டிடங்களையும் அரண் செய்து பாதுகாப்பதிலும், இயந்திரத் துப்பாக்கிகளை ஆங்காங்கே நிறுவுவதிலும் ஈடுபட்டிருந்தார்கள். கன இயந்திரத் துப்பாக்கிகளும் பீரங்கிகளும் அந்தக் கிராமத்துக்குத் தெற்கே, கிரிகோரியவ்ஸ்கயா என்ற கிராமத்தினருகே நிறுத்தப்பட்டிருந்தன. அதற்குப் பக்கத்திலே தான் இரண்டாவது வட காக்கேஸியப் படைப் பகுதியும் திமித்ரி ஷேலிஸ்த் என்பவரின் தலைமையின் கீழ் பணியாற்றியது. அந்தப் படை ரஸ்தோவிலிருந்தே சேவா சேனையினரை வழியெல்லாம் விடாமல் துரத்திக் கொண்டே வந்து சேர்ந்திருந்தது. மேற்குத் திசையில், அபீப்ஸ்கயாவில் பீரங்கிப் படையும், ஆயுதம் தாங்கிய ரயில் வண்டிகளும் கொண்ட ஒரு முகாம் இருந்தது. செஞ்சேனைப் படை இவ்வாறாகப் பரவலாகச் சிதறியிருந்தது. பனியெல்லாம் உருகி வழிந்த பாதைகளெல்லாம் போக்குவரத்துக்கு லாயக்கற்ற முறையில், அவற்றைக் கடக்க இயலாத நிலையில் இருந்தன.

பொழுது சாய்கின்ற நேரத்தில், மேலெல்லாம் ஈரப்பனியும்

சேறும் படிந்த நிலையில் ஒரு கசாக்கு கிராமக் கவுன்சில் கட்டிடத்தை நோக்கிக் குதிரை மீது அதிவேகமாக வந்தான். அவன் தன் குதிரையின் கடிவாளத்தை வாசலருகே வந்ததும் இழுத்துப் பிடித்தான். அந்தக் குதிரையின் இருபுறத்திலிருந்தும் நீராவிப் புகை சுருண்டு சுருண்டு மேலெழுந்து பரவியது.

"தோழர் படைத்தலைவர் எங்கிருக்கிறார்?" சிலர் தமது கோட்டுக்களை அவசர அவசரமாக மாட்டியவாறு வாசலுக்கு ஓடி வந்தார்கள். ஆட்டுத்தோல் மோஸ்தர் குதிரைப் படையுடையை அணிந்தவராக சாபஷ்கோவ் வெளியே வந்தான்.

"நான் தான் படைத்தலைவர்" என்று மற்றவர்களை விலக்கிக் கொண்டே சொன்னான் சாபஷ்கோவ்.

அந்தக் கசாக்கு மூச்செடுப்பதற்காகச் சிறிது நின்று விட்டு, சேணத்தின் மீது குனிந்தவாறே சொன்னான்:

"நமது முன்னணிக் காவல் படை முற்றும் அழிந்து விட்டது. நான் ஒருவன் மட்டுமே தப்பிப் பிழைத்தேன்."

"வேறென்ன?"

"இதுதான். இன்றிரவே கர்னீலவ் தமது படைகள் அனைத்தோடும் இங்கு படையெடுக்கக் கூடும்..."

வாசலில் கூடியவர்கள் எல்லோரும் ஒருவரையொருவர் பார்த்துக் கொண்டார்கள். அவர்களிடையே அந்தக் கிராமத்தின் தற்காப்பைத் திட்டமிட்ட கம்யூனிஸ்டுகளும் இருந்தார்கள். சாபஷ்கோவ் மூக்கைச் சிணுங்கினான்; அவனது மோவாய்க்கு அடியிலுள்ள கழுத்துச் சதையில் மடிப்புக்கள் விழுந்தன.

நான் தயார். நீங்கள் என்ன சொல்கிறீர்கள், தோழர்களே!

அந்தக் கசாக்கு குதிரையிலிருந்து இறங்கி, ஜெனரல் எர்தேலியின் படையைச் சேர்ந்த செர்க்கேசியர்கள் அந்த முன்னணிக் காவல்படையை எவ்வாறு தாக்கி

அழித்தார்கள் என்பதை விளக்கிக் கூறினான். கசாக்குப் பெண்களும், ராணுவ வீரர்களும், சிறுவர்களும் அங்கு கூடிவிட்டார்கள். எல்லோரும் அவன் கூறியதை மௌனமாகக் கூர்ந்து கேட்டார்கள்.

ரோஷினும் தனது தலையைப் போர்வையால் நன்கு மூடிக் கட்டிக் கொண்டு, அங்கு வந்தான். அவன் நாற்றமும் கதகதப்பும் நிறைந்த ஒரு குடிசையில் தங்க இடம் தேடி, அங்கேயே தனது துணி மணிகளை உலர்த்திக் கொண்டான்; சிறு தூக்கமும் தூங்கிக் கொண்டான். அந்த வீட்டில் ஐம்பதுக்கும் மேற்பட்ட வீரர்கள் ஈரத் துணிகளோடும் கால் பட்டிகளோடும் அப்படியே தரையில் விழுந்து ஓய்வு பெற்றார்கள். அந்த வீட்டின் சொந்தக்காரி, அதிகாலையில் ரொட்டி சுட்டு, அதனைத் தன் கையாலேயே வெட்டித் துண்டு போட்டு, அந்தத் துண்டுகளை அங்கிருந்த வீரர்களுக்கு வழங்கினாள்.

"நன்கு போராடுங்கள் வீரர்களே! அந்த அதிகாரிகளை நமது கிராமத்துக்குள் வரவிடாதீர்கள்!"

அந்தச் செஞ்சேனை வீரர்களும் அந்த அழகிய இளம் பெண்ணை நோக்கிப் பதில் சொன்னார்கள்:

"பயப்படாதே பெண்ணே! ஒன்றே ஒன்றுக்கு மட்டும் பயந்து கொள்... அதாவது..."

இதன் பின் அவர்கள் சொன்ன வார்த்தையைக் கேட்டு அந்தப் பெண் அவர்களைக் கையோங்கி அடிப்பது மாதிரி வந்து விட்டாள்.

"இந்தப் போக்கிரிகள் பேச்சைப் பாரேன்! சாவை எதிர்நோக்கி நிற்கும் நேரத்திலும் கூட இந்தப் பேச்சு?... இந்த..."

அன்றைய இரவின் பெரும் பயணத்துக்குப் பின்னர் ரோஷினின் உடம்பிலுள்ள எலும்புகள் எல்லாம் ஒரேயடியாக வலித்தன. என்றாலும் அவனது தீர்மானம் உறுதியாகவே இருந்தது. காலையிலிருந்து அவன்

காய்கறிப் பாத்திகளிலுள்ள உறைந்து போன மண்ணைக் கொத்திக் கிளறிக் கொண்டிருந்தான். அதன்பின் வண்டிகளிலிருந்த தளவாடப் பெட்டிகளைக் கிராமக் கவுன்சில் கட்டிடத்துக்குள்ளே தூக்கிச் சுமந்தான். எல்லோருக்கும் சாப்பாட்டு வேளையின் போது ஒவ்வொரு கோப்பை சாராயம் கிடைத்தது. அந்த உக்கிரமான திரவம் அவனது உடம்பு வலியையெல்லாம் போக்கியது; மூட்டுக்களிலேயிருந்த வேதனையையும் நீக்கியது. அவன் தனது திட்டத்தை ஒத்திப் போட விரும்பவில்லை. தான் செய்ய எண்ணியிருந்த காரியத்தை அன்றைக்கே செய்து முடித்து விடுவது என்று தீர்மானித்தான்.

இப்போதோ அவன் அந்த வாசலருகிலேயே வட்டமிட்டான்; தன்னை எங்காவது ஒரு எல்லைப்புறப் போர்முனைக்கான காவல்படையோடு சேர்த்து அனுப்பிவிட மாட்டார்களா என்று நினைத்து அத்தகைய சந்தர்ப்பத்தை எதிர் நோக்கியிருந்தான். அவன் எல்லாவற்றையுமே திட்டமிட்டுக் காரியங்களைச் செய்து வந்தான். தனது உள் சட்டையின் முன்புறத்திலே காப்டன் பதவிக்கான சின்னங்களைக்கூட தைத்து முடித்து வைத்திருந்தான். அவன் எதிர்பார்த்தபடியே எல்லாக் காரியங்களும் நடைபெற்றன. சாபஷ்கோவுக்கு அடுத்து நின்று கொண்டிருந்த ஒரு கப்பற்படை வீரன் வாசலை விட்டு இறங்கி வந்து, ஒரு பயங்கரமான காரியத்துக்கான படைவீரர்களைத் தேர்ந்தெடுப்பதற்காக பேசினான்:

“சகோதரர்களே!” என்று அவனது இடிக்குரல் முழங்கியது: “இங்கு தமது உயிரைப் பணயம் வைக்கத் தயாராக உள்ளவர்கள் யார்?”

ஒரு மணி நேரத்துக்குப் பின்னர் ஐம்பது பேர்களைக் கொண்ட ஒரு படைப்பிரிவோடு ரோஷின் அந்தக் கிராமத்தை விட்டுச் சென்றான்; அவர்களுக்கு முன்னால் பயங்கரமாக விரிந்து தோற்றிய பனிமூட்டம் கவிந்த சமவெளியை நோக்கி அவர்கள் பயணப்பட்டார்கள். அந்தகாரம் சூழத் தொடங்கியது. பனி நின்று விட்டது. காற்று மட்டும் அவர்கள் முகத்திலே கனத்த மழைத்

தாரைகளைக் கொண்டு தாக்கியது. அவர்கள் ஏதோ ஓர் ஏரியின் வழியாகச் செல்வது போல், தடம் தெரியாத ஒரு தண்ணீர்ப் பரப்பின் மீது நடந்து சென்றார்கள், அதற்கப்பால் பதுங்கு குழிகள் தோண்டப் படுவதற்காக இருந்த மண் மேடுகளை நோக்கி நடந்தார்கள்.

திடீரென்று மின்னலைப் போன்ற ஓர் ஒளி வீச்சு தொடர்ந்து ஒரு பேரொலி. அதன் பின் அந்த மப்பும் மந்தாரமுமான அருணோதயப் பனிமூட்டத்திலே ஓர் அவலக்குரல். மறுகணமே அந்த மண் மேடுகளுக்கும் ஆற்றுக்கும் மேலாக குண்டுகள் படபடவென்று வெடித்துப் பொரிந்தன. மறுபடியும் ஒரு மின்னல் வெட்டு; ஒரு வெடி குண்டின் ஓசை. தொடர்ந்து முன்புறத்தில் எங்கோ ஓரிடத்திலிருந்து ஓர் இயந்திரத் துப்பாக்கி கடகடவென்று வெடிகளை உமிழ்ந்து தள்ளியது.

அது கர்னீலவ் முன்னேறி வருவதற்கான அறிகுறி. அவரது முன்னணிப் படைகள் ஏற்கெனவே ஆற்றின் மறுகரைக்கு வந்து சேர்ந்து விட்டன. தண்ணீரை அடுத்துள்ள புதர்களுக்குள்ளே குனிந்த வாக்கில் ஓடிப் பதுங்கும் சில உருவங்களைக் காண்பது போல ரோஷினுக்குத் தோற்றியது. அவனது இதயம் படபடத்துத் துடித்தது. அவன் அந்த ஆற்றின் ஓரத்தில் தோண்டப்பட்டிருந்த ஆழமற்ற பதுங்கு குழிக்குள்ளிருந்து வெளியே ஊர்ந்து வந்தான்.

மஞ்சளும் பச்சையும் கலந்த நிறங்கொண்ட அந்தக் கொழு கொழுத்த தண்ணீர் கரையையொட்டிச் சுழித்துக் களகளத்தது. ஆற்றின் மத்தியிலே இடது புறத்தில் தண்ணீருக்குள் அரையும் குறையுமாக அமிழ்ந்திருந்த பாலம் தென்பட்டது. சுமார் இருபதுக்கும் மேற்பட்ட மங்கிய உருவங்கள் தண்ணீரிலிருந்து அந்தப் பாலத்தின் மீது தொத்தி ஏறின; பின்னர் குனிந்த வாக்கிலேயே அதன் வழியே ஓடின. அந்த மேடுகளுக்கு அப்பாலிருந்து துப்பாக்கிப் பிரயோகம் வரவரத் தாறுமாறாகவும் அதிகமாகவும் ஒலிக்கத் தொடங்கியது; அந்தப் பாலத்தையும் ஆற்றையும் குறி வைத்தே அந்தத் துப்பாக்கிப்

பிரயோகம் நடந்தது. மறுபக்கத்தில் வெகு சமீபத்திலேயே ஒரு பெரிய துப்பாக்கியிலிருந்து நீண்ட தீ நாக்கு ஒன்று எழுந்து சுழன்றது. ரோஷின் பதுங்கியிருந்த குழிக்கு மேலாக வெடிகுண்டுச் சிதறல்கள் வந்து விழுந்தன. சாம்பல் நிறமும் கறுப்பு நிறமும் கொண்ட சில உருவங்கள் குன்றினுச்சியிலிருந்து எழுந்து, பாலத்தை நோக்கி ஓடின; அவற்றுள் சில வழுக்கி மல்லாந்து விழுந்தன; சில உருண்டன. அவர்களது தோளிலுள்ள ராணுவச் சின்னக் கோடுகளை ரோஷினால் காண முடிந்தது.

மீண்டும் ஒரு வெடிகுண்டு வெடித்தது; அந்தப் பதுங்கு குழிக்கு மேலாக அதன் கர்ஜனை கிடுகிடுத்தது. "சகோதரர்களே! சகோதரர்களே!" என்று ஒரு குரல் ஓலமிட்டது. அந்த வெடியோசைகளுக்கு மத்தியிலே ஓர் அவலக் குரல் கத்தியது: "அவர்கள் நம்மைச் சூழ்ந்து வளைக்க முயல்கிறார்கள். பின் வாங்குங்கள், நண்பர்களே!"

"இதோ நான் காத்துக் கிடந்த தருணம் வந்து விட்டது!: என்று நினைத்தான் ரோஷின். அவன் தரையில் குப்புறப் படுத்து அசைவற்றுக் கிடந்தான். அவனது மூளைக்குள்ளே சிந்தனைகள் வெறிவேகத்தில் எழத் தொடங்கின. 'கைக் குட்டையைக் காட்டக் கூடாது.... எனது துப்பாக்கிக் குத்தீட்டியில் என் சட்டையைக் கொஞ்சம் கிழித்து மாட்டிக் காட்டினால் போதும்... பிரெஞ்சு மொழியில் கத்துவதற்கு மறந்து விடக் கூடாது...' அதே சமயம் யாரோ ஒருவன் அவனது முதுகின் மீது தொப்பென்று விழுந்தான்; அவனது கழுத்தைச் சுற்றி வளைத்துப் பிடித்து, அவனது தொண்டைக் குழியை விரல்களால் நெருக்கினான். ரோஷின் திடுக்கிட்டான். அவனது தோள்புறத்திலே அவன் ஒரு ரத்தம் தோய்ந்த முகத்தையும், புடைத்த கண்ணையும், பற்களற்ற திறந்த வாயையும் கண்டான். குவாஷின் தான் அவன்! அவன் மீண்டும் மீண்டும் வெறிகொண்டவனைப் போல் கத்தினான்.

"சிலுவைக் குறியா கீறுகிறாய்? உனது இனத்தாரைப் பார்த்து விட்டாயல்லவா?"

ரோஷின் அவனைத் தனது முதுகிலிருந்து உலுப்பி உருட்டித் தள்ளிவிட்டு, எழுந்து நின்று தள்ளாடினான். குவாஷினின் விரல்கள் அவனது தோளை அட்டை மாதிரி பற்றிப் பிடித்தன. அவனிடமிருந்து விடுபடுவதற்காக, ரோஷின் அப்படியே அந்தப் பதுங்கு குழியின் அணைப்புச் சுவரின் மீது சாடினான்; சாடிய வேகத்தில் அவன் குவாஷினின் நாற்றம் பிடித்த ஆட்டுத்தோல் மோஸ்தர் சட்டையை வெறிகொண்டவன் போல் பற்களால் கடித்தான். தனது முழங்கைகளும், முழங்கால்களும் அங்கிருந்த சேற்றில் வழுக்கிப் புதைவதை அவன் உணர்ந்தான். அதற்கு ஒன்றிரண்டு அடிகளுக்கப்பால் தான் அந்தச் செங்குத்துச் சிகரத்தின் விளிம்பு தென்பட்டது.

"விடு என்னை!" என்று ரோஷின் பயங்கரமாகக் கத்தினான். அவனது காலடியிலிருந்த மண் சரிந்தது; அவர்களிருவரும் அந்தச் செங்குத்துச் சரிவிலே விழுந்து ஆற்றை நோக்கிச் சரிந்து உருண்டார்கள்.

எங்கு பார்த்தாலும் துப்பாக்கி முழக்கம், வெடிகுண்டுகள் வெடிப்பதால் பூமிப்பரப்பே குலுங்கி நடுங்கியது. வெள்ளை ராணுவத்தின் பிரதானப் படைகள் ஆற்றைக் கடந்து கொண்டிருந்தன. கிரிகோரியவ்ஸ்கயா கிராமத்திலிருந்து பீரங்கிகள் பாலத்தை நோக்கிச் சுட்டன. பனி படிந்த அந்த நிலப்பரப்பெங்கணும் எறி குண்டுகள் விழுந்து வெடித்தன; அவற்றுள் சில ஆற்றுக்குள் விழுந்து வெடித்த போது தண்ணீர் மலைபோல் மேலெழும்பி விழுந்தது.

வெள்ளை ராணுவத்தின் காலாட்படையினர் குதிரைக்கு இருவராக ஏறி ஆற்றைக் கடந்து கொண்டிருந்தார்கள். அந்த வேகமுள்ள ஆற்றில் இறங்கிய குதிரைகள் வேகம் தாங்கமாட்டாமல் பின்னடித்தன. எனவே அவற்றைத் துப்பாக்கிச் குத்தீட்டிகளால் குத்தி முன்னோக்கி முடுக்கினார்கள். குதிரைகளால் இழுத்து வரப்பட்ட ஒரு பீரங்கி அந்தச் செங்குத்தான வழுக்கல் நிறைந்த ஆற்றங்கரை மீது பாய்ந்து சென்றது. அங்குமிங்கும் ஆடியசைந்த அந்தப் பீரங்கி தண்ணீருக்குள் மூழ்கி மறைந்தது. சவுக்கடியினால் வதைப்பட்ட அந்த மெலிந்த

குதிரைகள் எப்படியோ முக்கித் தக்கி, அந்தப் பீரங்கியை வெள்ளம் பாயும் பாலத்தின் வளைவின் மீது இழுத்து ஏற்றின; குண்டுகள் எல்லாத் திசைகளிலும் பரந்து விழுந்தன; தண்ணீரில் விழுந்து வெடித்த வெடிகளால் தண்ணீர் உஸ்ஸென்று இரைந்தது. குதிரைகள் மூர்க்கமாகப் பின்வாங்கிய வேகத்தில் அவற்றின் பின்னங்கால்கள் அந்தப் பீரங்கி வண்டியின் பூட்டாங்கயிறுகளில் சிக்கிக் கொண்டன.

அந்தப் பாலத்தைக் கடந்து இயந்திரத் துப்பாக்கிகளைச் சுமந்து வந்து கொண்டிருந்த வண்டிகள் கீழ் நோக்கிக் கடகடத்துப் பாய்ந்து ஆற்றுக்குள் விழுந்தன; அவை ஆற்று வெள்ளத்திலே மிதந்து, கரையேற முடியாமல் சுழன்றன. அதில் ஒரு வண்டி குடை சாய்ந்து, அதில் பூட்டப்பட்டிருந்த குதிரைகளோடும் மனிதர்களோடும் ஆற்று வெள்ளத்தோடு அடித்துச் செல்லப்பட்டது; அந்த மனிதர்களோ அவற்றின் சக்கரங்களைப் பிடித்துப் பரிதாபகரமாகத் தொத்திக் கொண்டிருந்தார்கள். இத்தகைய குழப்பத்துக்கிடையில், ஒரு வெடிகுண்டு வானத்திலிருந்து வந்து அங்கே விழுந்தது; மறுகணமே அங்கு திரண்டு எழுந்த தண்ணீரோடு பலகைத் துண்டுகளும், மனித மாமிசங்களும் மேலே பறந்து விழுந்தன.

கத்தரித்து விடப் பெற்ற தாடியும், பழுப்பு நிற பிளானல் சட்டையும், கண்கள் வரையிலும் இழுத்து விடப்பட்ட வெள்ளைக் கம்பளித் தொப்பியும் அணிந்த ஒரு குட்டையான மனிதன் ஒரு சின்ன மட்டக் குதிரையின் மீது ஏறிக் கொண்டு அந்த ஆற்றங்கரை வழியே வந்தான். அவன் தனது சாட்டையைப் பயங்கரமாகச் சுழற்றியவாறே உரத்த, கரகரத்த குரலில் சத்தமிட்டான். அந்த ஆற்றைக் கடக்கும் குழுவுக்குத் தலைமை தாங்கிய ஜெனரல் மார்க்கவ்தான் அவர். அவரது வீரதீரத்தைப் பற்றி விசித்திரமான கதைகள் எல்லாம் நடமாடின.

உலக யுத்தத்தின் போது போராடியவர்களில் ஒருவர் ஆவார்; அந்த யுத்தத்தின் நாற்றத்தினாலேயே யுத்த வெறி அவரது உடம்பெல்லாம் உறைந்து உருவேறிப் போயிருந்தது.

அலெக்சேய் தல்ஸ்தோய் ▲ 129

தொலைநோக்கியைக் கண்களுக்கு முன்னால் பிடித்தவாறு அவர் குதிரை மீது ஏறியமர்ந்திருந்த வேளையிலும், அல்லது கையிலே வாளை ஏந்தி, தமது படைவீரருக்கு முன்பாக நின்று பயங்கரமான யுத்த சாகசத்திலே இறங்கிச் செயலாற்றும் வேளையிலும், அவர் ஈடு இணையற்றதோர் உற்சாகத்தையும் உவகையையுமே அனுபவித்து வந்தார். சுருங்கக் கூறின், எந்த ஒரு காரணத்துக்காகவும் எவரோடும் போராடுவதற்கு அவர் எப்போதும் தயாராக இருந்தார். அவரது மூளையிலே தாய்நாட்டைப் பற்றியும், ஜாரைப் பற்றியும் கடவுளைப் பற்றியும் சில அசைக்க முடியாத கொள்கைகள் ஆணித்தரமாகப் பதிந்து போய் விட்டன. அந்த எண்ணங்கள் எல்லாம் அவரைப் பொறுத்தவரையில் பரிபூரணமான உண்மைகள், சத்தியப் பிரமாணங்கள். அவற்றுக்கு மேல் அவருக்கு வேறு எதுவுமே தேவைப்படவில்லை. சதுரங்க ஆட்டக் காரனுக்கு எப்படி சதுரங்கப் பலகையைத் தவிர வேறு எதுவுமே நினைவில் இருப்பதில்லையோ, அதே போன்று அவரது உலகமும் ஒரு குறிப்பிட்ட இடத்துக்குள் குறிப்பிட்ட மனிதர்களை ஆட்டுவிப்பதோடு குறுகிப் போய் விட்டது.

அவர் அதிகார வேட்கை மிக்கவர்; அத்துடன் தமக்குக் கீழ் உள்ளவர்களிடம் தலைக்கனத்தோடும் முரட்டுத்தனத் தோடும் நடந்து கொள்வார்; ராணுவத்தில் அவரைக் கண்டால் எல்லோருக்குமே பயம்; மற்ற மனிதர்களையெல்லாம் சதுரங்கக் காய்களாக மதிக்கும் இந்த மனிதரின் மீது பலருக்கு உள்ளூரக் குரோத உணர்ச்சியே குடிகொண்டிருந்தது. எனினும் அவர் அசாத்தியமான தைரியசாலி; யுத்தகளத்திலே ஏற்படும் நெருக்கடியான, எக்கச் சக்கமான நிலைமைகளைத் தெரிந்து, அந்த நிலைமையைச் சமாளிக்கும் பொறுப்பு தளபதியின் திறமையைப் பொறுத்த விஷயமாக இருந்தால், அவர் குண்டு மழைக்கிடையே தமது கையிலே சாட்டையை ஏந்திக் கொண்டு, தமது துருப்புக்களுக்குத் தலைமை தாங்கித் தமது உயிரையே பணயம் வைத்து யுத்த களத்திலே புகுந்து விளையாட ஒரு நாளும் தயங்கமாட்டார். அத்தகைய அஞ்சா நெஞ்சார் அவர்.

ஆற்றைக் கடக்கும் முயற்சி பல மணி நேரம் நீடித்தது. ஆறும் அதன் கரைகளும் மீண்டும் பனிப் புயலுக்குள்ளாயின; காற்று வடபுறமாகத் திசைமாறியது; பலத்து வீசத் தொடங்கியது; பனிமூட்டமோ மேலும் மேலும் அதிகரித்தது; சுளுக்கேறிப் பிசகிப் போன தோளோடு ரோஷின் ஆற்றின் செங்குத்தான கரை மீது விழுந்து கிடந்தான்; தன்னை யாராவது அடையாளம் கண்டு கொள்வார்கள் என்று அவன் நம்பிய நம்பிக்கை வீணாயிற்று. எனினும் அவன் தனது வலியையும் பொருட்படுத்தாமல், தனது உட்சட்டைக் குள்ளே ஒளித்து வைத்திருந்த காப்டன் ராணுவச் சின்னத்தை வெளியே உருவியெடுத்து, அதனைக் குண்டூசிகளைக் கொண்டு தனது தோளில் மிகுந்த சிரமத்தோடு குத்திக் கொண்டான்; பின்னர் தனது தொப்பியிலிருந்த ஐந்து முகம் கொண்ட நட்சத்திரக் குறியையும் கிழித்தெறிந்தான். குவாஷினின் பிணத்தை அந்த ஆறு அடித்துக் கொண்டு போய் வெகு நேரமாகி விட்டது. எங்கு பார்த்தாலும் காயம்பட்ட வீரர்கள் படுத்துக் கிடந்தார்கள்; அவர்களை யாரும் வந்து அப்போது கவனிக்கவில்லை.

ஆற்றைக் கடந்ததும் சிறிது கூடத் தாமதிக்காமல், அந்தச் சேனை நோவ - திமீத்ரவ்ஸ்கயாவை நோக்கி முன்னேற முனைந்தது. மனிதர்களின் உடம்பின் மீதுள்ள ஆடையணிகள் குளிரால் விறைத்துக் கனத்தன; அவற்றின் மீது பனிப் படலங்கள் படிந்தன. உறைந்து போன பூமிப்பரப்பு வண்டிச் சக்கரங்களாலும் குதிரைக் குளம்புகளாலும் உடைந்து கரகரத்தது. பூட்சுகள் பிளந்து கிழிந்தன; பாதையிலுள்ள மேடு, பள்ளங்கள் பாதங்களைப் பதம் பார்த்துப் புண்ணாக்கின.

காயப்பட்டவர்களில் சிலர் மெல்ல எழுந்து, தமது உயிரைக் கையில் பிடித்துக்கொண்டு செங்குத்தான ஆற்றங் கரையின் மீது ஊர்ந்து தவழ்ந்து சென்றார்கள்; சில சமயம் பிடிதாரம் நழுவிக் கீழே விழவும் செய்தார்கள். தனது கால்கள் தரையோடு தரையாய் உறைந்து மரத்துப் போயிருப்பதை ரோஷின் உணர்ந்தான். அவனது தோளிலும் முதுகுப்

புறத்திலும் வலியிருந்தது; முழங்கால மூட்டு அடிப்பட்டுக் காயப்பட்டிருந்தது. எனினும் கூட பற்களைக் கடித்துக் கொண்டு, அவன் எழுந்தான்; மற்றவர்களைத் தொடர்ந்து தானும் மேலேற முனைந்தான். எவரும் அவனைக் கவனித்துப் பார்க்கவில்லை. அந்தக் கரையின் உச்சிக்கு வந்து சேர்வதற்குள் அவனுக்குப் பெரும்பாடாய்ப் போய் விட்டது. கரைக்கு மேலே பனிப்புயல் ஓலமிட்டது; குண்டு மாரி பொழிந்தது; உறைந்து போன கம்பளிக் கோட்டும் உயரமான தொப்பியும் அணிந்திருந்த, ரோஷினுக்கு முன்னால் சென்று கொண்டிருந்த உருண்டு திரண்ட தோள்களையுடைய ஒரு மனிதன், திடீரென்று தடுமாறித் தொப்பென்று கீழே விழுந்தான். காற்றின் வேகத்தில் இருந்து தன்னைக் காப்பாற்றிக் கொள்வதற்காக, ரோஷின் குனிந்தவாறே முன்னேறினான்.

ஒரு குதிரையின் சவம் பனிமூடிக் கிடந்தது; அதன் பின்னங்கால்களில் ஒன்று விறைத்துப் போய் நீண்டிருந்தது. கவனிப்பாரற்றுக் கிடந்த ஒரு பெருந்துப்பாக்கியின் அருகே குனிந்த தலைகளோடு இரண்டு மெலிந்த குதிரைகள் நின்றன. அவையிரண்டுக்கும் இடையேயுள்ள சிறிய இடைவெளியில் பனி பெய்து உறைந்து, இரண்டையும் ஒட்ட வைத்திருந்தது. அவற்றின் முதுகெல்லாம் பனி உறைந்து போயிருந்தது. தூரத்திலே ஒலித்துக் கொண்டிருந்த இயந்திரத்துப் பாக்கிகளின் கடகடத்த வெடியோசை வரவர அதிகமாகவும் பயங்கரமாகவும் கேட்டது. பொழுது சாய்வதற்குள் கதகதப்பான கிராமத்துக் குடிசைகளுக்குள் அடைக்கலம் புகுந்துவிட வேண்டும் என்ற நம்பிக்கையாலும், சமவெளியிலே வீசும் பனிப்புயலிலே அகப்பட்டு விறைத்துச் சாவதைத் தவிர்க்க வேண்டும் என்ற தாபத்தாலும், மூர்க்கத்தனமாகவும் முழு மூச்சோடும் அந்தச் சேவா சேனையினர் போரிட்டார்கள்.

கிரிகோரியவ்ஸ்கயாவிலிருந்த பீரங்கிப்படை படையெடுப்பாளரின் மீது வெடிகுண்டு பிரயோகத்தைத் தொடங்கியது. ஆனால் அபீப்ஸ்கயாவிலிருந்த ரிஸர்வ் படையினர் உட்பட செஞ்சேனைப் படையினர் எவரும்

அந்தப் போரில் ஈடுபடுத்தப்படவில்லை. வர்னாவ்ஸ்கி படைப் பகுதியை நோவ - திமீத்ரவ்ஸ்கயா கிராமத்திலேயே எதிரிகள் சுற்றி வளைத்துக் கொண்டனர். அந்தப் படையினர் நேருக்கு நேரான தெருச் சண்டையில் கொல்லப்பட்ட பின்னர்தான் இரண்டாவது காக்கேஸியப் படைக்கு எதிர்த்தாக்குதலைத் தொடங்குவதற்கான உத்தரவு கிடைத்தது. இரண்டாவது காக்கேஸியப் படை சேறும் சகதியும் மேடும் பள்ளமும் நிறைந்த சதுப்பு நிலத்தில் ஆறு மைல் தூரம் நடந்து வந்தது; அவ்வாறு வரும் போதே, வெள்ளத்திலும் பனியின் குளிரிலும் ஒரு படைப் பிரிவையே இழந்து விட்டு வந்து, எதிரிகளைப் பின்புறமாகத் தாக்கியது. அதன் மூலம் வர்னாவ்ஸ்கி படைப்பகுதியில் உயிர் பிழைத்திருந்தவர்கள் எல்லோரும், எதிரிகளின் முற்றுகையை உடைத்துக் கொண்டு வெளியே தப்பி வர ஏதுவாகியது.

இதே போன்ற குழப்பமும் ஒழுங்கின்மையும் வெள்ளை ராணுவத்தாரிடமும் நிலவியது. அந்தக் கிராமத்தைத் தென் திசையிலிருந்து வந்து தாக்க வேண்டும் என்று நிர்ணயிக்கப் பட்டிருந்த பக்ரோவ்ஸ்கியின் குபான் படைப்பகுதி, அந்தச் சதுப்பு நிலத்தின் வழியாக நடந்து செல்ல அடியோடு மறுத்து விட்டது. பக்ரோவ்ஸ்கிக்கு ஜெனரல் பதவியை அளித்தது ஜார் மன்னரல்ல; மாறாக, குபான் அரசாங்கமே அவருக்கு அந்தப் பதவியை அளித்துக் கௌரவித்திருந்தது. அப்படிப்பட்ட மனிதரை ராணுவ ஆலோசனைக் கூட்டத்தில் ஜெனரல் அலெக்சேயவ் என்பவர் தமது பெருந்தனவர்க்க ஆணவத்தோடு கிண்டலாகப் பேசி அவமானப்படுத்தி விட்டார்: "ஏ! கர்னலே! போதும்! மன்னிக்க வேண்டும், உங்களைத் தற்போது எப்படி அழைப்பதென்று தெரியவில்லை..." இந்தக் 'கர்னல்' என்ற சொல்லுக்காகத் தான் பக்ரோவ்ஸ்கி அந்தச் சதுப்பு நிலத்தின் வழியாகத் தமது படையை நடத்திச் செல்ல மறுத்து விட்டார். வடதிசையிலிருந்து வந்து அந்தக் கிராமத்தைச் சூழ்ந்து கொள்ளுமாறு உத்தரவிடப் பட்டிருந்த ஜெனரல் எர்தேலியின் படையோ வெள்ளப் பெருக்கெடுத்தோடிய பள்ளத்தாக்கைக் கடந்து

வர முடியாமல், பொழுது சாயும் நேரத்தில் மீண்டும் துறைக்கே திரும்பி போய்விட்டது.

நோவ - திமீத்ரவ்ஸ்கயாவுக்கு முதலில் வந்து சேர்ந்தது வெள்ளைப்படை அதிகாரிகளைக் கொண்ட படைதான். பனியால் விறைத்துப் போய், கோபத்தால் வெறிகொண்டு வந்த அந்த அனுபவமிக்க அதிகாரிகள் புதிதாகச் சுட்ட ரொட்டியின் மணத்தை நுகர்ந்தார்கள்; சாளரங்களிலே விளக்கொளியைக் கண்டார்கள். அவர்கள் உதவிப் படைகளின் வரவுக்காகக் காத்திராமல், பனியும் சேறும் கலந்த மண்ணை மிதித்துக் கொண்டும், பனிக்கட்டிகள் படிந்த தண்ணீரில் தத்தித் தத்தி நடந்து கொண்டும் அந்தக் கிராமத்தை நோக்கி முன்னேறி விட்டார்கள். அவர்கள் கிராமத்தின் எல்லைக்கு வரும் போதே கிராமத்திலுள்ள வீரர்கள் அவர்களைக் கண்டு விட்டார்கள். உடனே அவர்கள் மீது இயந்திரத் துப்பாக்கிகள் குண்டுகளைப் பொழியத் தொடங்கின. அந்த அதிகாரிகளோ துப்பாக்கிக் குத்தீட்டிகளால் மூர்க்கமாகத் தாக்கினார்கள். எந்தவொரு சந்தர்ப்பத்திலும் என்ன செய்ய வேண்டும், எப்படிச் செய்ய வேண்டும் என்ற விஷயத்தில் அவர்கள் எல்லோரும் மிகவும் அனுபவப்பட்டவர்கள்; கரைகண்டவர்கள். மார்க்கவின் உயரமான தொப்பி பார்க்கும் இடத்திலெல்லாம் தோற்றமளித்தது. அது அனுபவப்பட்ட கை தேர்ந்த ராணுவ அதிகாரிகளுக்கும், கட்டுப்பாடற்ற, திறமையோடு நடத்தப்படாத வீரர்களின் கும்பலுக்கும் நடந்த சண்டையாகும்.

அந்த அதிகாரிகள் கிராமத்துக்குள்ளே புகுந்து, அங்கிருந்த கொரில்லா வீரர்களோடும், வர்னாவ்ஸ்கி படையினரோடும் கைகலந்து சண்டை புரியத் தொடங்கினார்கள். அங்கு நிலவிய குழப்பத்திலும் அந்தகாரத்திலும் இயந்திரத் துப்பாக்கிகளை இயக்கியவர்களெல்லாம் துப்பாக்கிக் குத்தீட்டிகளால் குத்தப்பட்டனர்; அல்லது தத்தம் இடங்களிலேயே வெடிகுண்டுகளுக்கு இரையாகி மாண்டனர். வெள்ளைப் படையினருக்கு மேலும் மேலும் உதவிப் படைகள் வந்து குவிந்தன. எனவே

செஞ்சேனையினர் சுற்றி வளைக்கப் பட்டார்கள்; அவர்கள் வேறு வழியின்றி, கிராமக் கவுன்சில் கட்டிடம் அமைக்கப் பெற்றிருந்த கிராமத்தின் சதுக்கத்தை நோக்கி வாபஸாகத் தொடங்கினார்கள்.

மறைந்து கொள்ளக் கூடிய இடங்களிலிருந்தெல்லாம் குண்டுகள் வெடித்துப் பாய்ந்தன; ஒவ்வொரு தெருவின் மூலையிலும் போராட்டம் நடந்து கொண்டிருந்தது. ஒரு பீரங்கி வண்டி மண்ணைப் பெயர்த்து வாரியிறைத்தவாறு விரைந்து வந்தது. அது அந்தச் சதுக்கத்துக்குள் வந்ததும் அதனை நாலாபுறமும் சுற்றியோடி வந்தது; பின்னர் அங்கிருந்த கிராமக் கவுன்சில் கட்டிடத்தை நோக்கித் தனது முகத்தைத் திருப்பியது; ஒரு பெரிய குண்டை அந்தக் கட்டிடத்தின் மீது இலக்காகச் சுட்டுத் தள்ளியது. உடனே ஜனங்கள் அந்தக் கட்டிடத்தின் ஜன்னல்கள் வழியாகத் தாவிக் குதித்தார்கள்; மஞ்சட் புகை உள்ளேயிருந்து தள்ளிக் கொண்டு வந்தது; அந்தக் கட்டிடத்துக்குள்ளே சேமித்து வைக்கப்பட்டிருந்த தோட்டாக்கள் நிறைந்த பெட்டிகள் அனைத்தும் ஒன்றன் பின் ஒன்றாக வெடித்துச் சிதற ஆரம்பித்தன.

அதே சமயத்தில் அந்த அதிகாரிகளை இரண்டாவது காக் கேஸியப் படை கிழக்குப் புறமாக வந்து தாக்கித் துப்பாக்கிப் பிரயோகம் செய்தது. எதிரிகளின் பின்னணியிலே ஒலிக்கும் சண்டையின் ஆரவாரத்தை வர்னாவ்ஸ்கி படையினர் கேட்டனர்; அதன் பின்னர் அவர்களுக்குச் சிறிது உயிர் வந்தது. சத்தம் போட்டுப் போட்டுத் தொண்டையே அடைத்துப் போய்விட்ட நிலைமையில் இருந்த சாபஷ்கோவ் மெழுகு சீலையால் சுற்றப்பட்டிருந்த தங்கள் கொடியைத் தூக்கிக் கொண்டிருந்தவனிடமிருந்து கிழித்துப் பிடுங்கி அதனை வீசியாட்டிக் கொண்டே, அந்த சதுக்கத்தின் குறுக்காக, வெள்ளைப் படையினர் நெருக்கமாக நின்ற இடத்துக்கு அங்கு நின்ற உயரமான பாப்லார் மரங்களை நோக்கி வேகமாக ஓடினான். அதே சமயம் வர்னாவ்ஸ்கி படையினர் தமது துப்பாக்கிக் குத் தீட்டிகளை உயர்த்திப் பிடித்துக் கொண்டு, எல்லாத்

திசைகளிலிருந்தும் வெளிவந்து, அந்த அதிகாரிகள் கூட்டத்தைச் சாடிப் பிளந்து கொண்டு, கிராமத்தின் மேற்குப் புறமாக வெளியே தப்பியோடி வந்து விட்டார்கள்.

ரோஷின் கவனிப்பாரற்றுக் கிடந்த ஒரு வைக்கோல் வண்டியிலுள்ள வைக்கோலுக்குள் புதைந்து கிடந்து இரவுப் பொழுதைக் கழித்தான்; அந்த வைக்கோலுக்குள் விழுந்து கிடப்பதற்கு முன்பு, அந்த வண்டியிலிருந்து பனியால் விறைத்து மடிந்து போன இரண்டு பிணங்களை அவன் வெளியே இழுத்துப் போட வேண்டியிருந்தது. இரவு பூராவும் நோவ - திமீத்ரவ்ஸ்கயா கிராமத்தின் மீது துப்பாக்கிகளும் வெடிகுண்டுகளும் வெடித்து முழங்கிய வண்ணம் இருந்தன. பின்னர் இரவுப் பொழுது முழுவதையும் கலூரஷ்கயா கிராமத்திலேயே கழித்த வெள்ளை ராணுவத்தினரின் வண்டிகள் அதிகாலைப் பொழுதில் மீண்டும் தங்கள் பயணத்தைத் தொடங்கின. ரோஷின் அந்த வைக்கோல் வண்டியை விட்டு இறங்கி, அவைகளுக்குப் பின்னால் சென்றான். அவனுக்கிருந்த உணர்ச்சிப் பிரவாகத்தில் அவனுக்கு வலி கூடத் தோன்றவில்லை.

காற்றோ இன்னும் பலமாகத்தான். அடித்தது; கிழக்குப் புறத்திலிருந்து வீசிய அந்தக் காற்று பனியையும் மழை மேகங்களையும் கலைத்து விரட்டியது. காலை சுமார் எட்டு மணிக்கெல்லாம் வானத்தில் குவிந்திருந்த மேகத்திரளுக்கப்பால் நீலவானம் பளிச்சிட்டுத் தெரிந்தது. சூரிய ஒளி வாள் வீச்சம் போன்ற கதிர்களோடு கதகதப்போடு வீசியது. பனிப்படலம் உருகி வழியத் தொடங்கியது. ஸ்தெப்பிச் சமவெளியோ போகப் போகக் கன்னங்கரிசலாகத் தோன்றியது, இடையிடையே இங்குமங்குமாகப் பச்சைப் பசிய புல்லும், தங்க நிறமாகத் தோற்றும் கதிர்த் தாள்களும் காட்சியளித்தன. எங்கும் தண்ணீர் பளபளத்தது. பாதையிலுள்ள நொடித் தடங்களெல்லாம் சிற்றோடைகளாக மாறிவிட்டன. மண் மேடுகளில் கிடந்து காய்ந்து கொண்டிருந்த பிணங்களெல்லாம் நீல வானவெளியை உயிரற்ற

கண்களோடு வெறித்து நோக்கிக் கொண்டிருந்தன.

“அதோ - அது ரோஷின் அல்லவா? ஆமாம். ரோஷினே தான். என்ன ரோஷின்! நீங்கள் எப்படி இங்கு வந்து சேர்ந்தீர்கள்?” என்று நகர்ந்து சென்று கொண்டிருந்த வண்டியிலிருந்து யாரோ சத்தமிட்டார்கள். ரோஷின் திரும்பிப் பார்த்தான். தலைகளிலே கட்டுக்களும், கைகளுக்குத் தொட்டிலும் கட்டிய நிலையிலிருந்த மூன்று மனிதர்கள் ஒரு லொட லொடத்த அட்டுப் பிடித்த வண்டியில் அமர்ந்திருந்தார்கள். தோளின் மீது நாற்றம் பிடித்த ஆட்டுத் தோல் மோஸ்தர் சட்டையை அணிந்திருந்த ஒரு கசாக்கு அதை ஓட்டி வந்தான். அந்த மூன்று பேர்களில் கழுத்துப் பட்டிக்கு மேல் நீண்டு கொண்டிருந்த கழுத்தையும் ஒல்லியான தோற்றத்தையும் உடைய ஒரு மனிதன் ரோஷினை நோக்கித் தலையைப் பலமுறை ஆட்டியவாறே அவனை வரவேற்றான். அவனது காய்ந்து வெடித்த உதடுகள் புன்னகையால் விரிந்தன. அந்த மனிதனை இனம் கண்டு கொள்வதில் ரோஷின் சிறிது சிரமப்பட்டான். பிறகுதான் அவன் தனது ராணுவ தோழனான தெப்லோவ்தான் என்பதைக் கண்டு கொண்டான். ஒரு காலத்திலே பெண் வேட்டைக்காரனாகவும், குடிகாரனாகவும், வேடிக்கைக்காரனாகவும் இருந்த அந்தச் செக்கச் சிவந்த கன்னமுடைய தெப்லோவா இப்படி மாறிவிட்டான்? அவன் அந்த வண்டியின் அருகில் நெருங்கிச் சென்று அவனை ஆரத் தழுவிக் கொண்டான்.

“தெப்லோவ்! நான் யாரைப் போய்ப் பார்க்க வேண்டும். அதைச் சொல்லு. உங்கள் தலைவர் யார்? நீ எனது ராணுவச் சின்னத்தைப் பார்த்தாயா? இதை நான் வெறுமனே ஊசி கொண்டு தான் குத்தியிருக்கிறேன். நேற்று இரவில் தான் நான் எல்லையைக் கடந்து இங்கு வந்து சேர்ந்தேன்...”

“மேலே ஏறுங்கள். டேய்! பன்றிப் பயலே! வண்டியை நிறுத்துடா” என்று தெப்லோவ் அந்த வண்டியோட்டியை நோக்கிச் சத்தமிட்டான். அந்தக் கசாக்கும் மொறுமொறுத்து

முனகியவாறே வண்டியை நிறுத்தினான். ரோஷின் அந்த வண்டியில் தாவியேறி, ஒரு மூலையில் உட்கார்ந்து கால்களை வண்டிச் சக்கரங்களுக்கு மேலாகத் தொங்கவிட்டுக் கொண்டான். அந்தக் கதகதப்பான சூரிய ஒளியின் கீழ் பிரயாணம் செய்வது மிகவும் சுகமாக இருந்தது. அவன் தான் மாஸ்கோவை விட்டு வந்ததிலிருந்து செய்த காரியங்களையெல்லாம் ஏதோ ஒரு அறிக்கை சமர்ப்பிப்பது மாதிரி வறட்சியுடன் ஒப்பித்து முடித்தான். பிறகு தெப்லோவ் லேசாக இருமிவிட்டு சொன்னான்:

“ஜெனரல் ரமனோவ்ஸ்கியிடம் உங்களை நானே நேரில் அழைத்துச் செல்கிறேன்... நாம் கிராமத்துக்குப் போய்ச் சேர்ந்ததும் ஏதாவது சாப்பிடுவோம். பிறகு சீக்கிரமே நான் எல்லாவற்றையும் ஏற்பாடு செய்து விடுகிறேன். நீங்கள் என்ன நேராகவே அவரைப் போய்ப் பார்த்து விடலாம் என்று நினைத்தீர்களா? ‘நான் செஞ்சேனையிலிருந்து வந்திருக்கிறேன்’ என்று நேராகவே சொல்லிவிடலாம் என்று நினைத்தீர்களா? உங்களுக்கு இங்குள்ள பயல்களைத் தெரியாது. நீங்கள் தலைமைக் காரியாலயத்துக்குப் போகும் வழியிலேயே உங்களை இவர்கள் துப்பாக்கிக் குத்தீட்டியால் குத்திக் கொன்றிருப்பார்கள். அதோ, அதோ பாருங்கள்” அவன் பாதையோரத்தில் ராணுவ அதிகாரியின் உடையோடு கிடந்த ஒரு நெடிய பிணத்தைச் சுட்டிக் காட்டினான்.) “அது மிஹயில் தான். உங்களுக்கு அவனை நினைவிருக்கிறதா? எப்பேர்ப்பட்டவன் அவன். அது சரி. உங்களிடம் சிகரெட் ஏதாவது இருக்கிறதா? அடடா! பொழுது எவ்வளவு நன்றாக இருக்கிறது. நாளை மறுநாள் நாம் எகதிரினதாருக்குள் பிரவேசித்து விடுவோம். பிறகு நாம் நல்ல படுக்கைகளிலே படுத்துறங்கலாம். பூங்காவுக்கும் செல்லலாம். அப்புறமென்ன? பீர், பெண்கள், சங்கீதம் எல்லாம் தான்!”

அவன் கடகடவென்று வெறிகொண்டவன் போல் சிரித்தான். அவனது வதங்கிய நோய்களை படிந்த முகத்தில் சுருக்கங்கள் விழுந்தன. அவனது கன்ன எலும்புகளின்

மீதுள்ள கன்றிச் சிவந்த பகுதிகள் எரிந்து கனன்றன.

“பிறகு ருஷ்ய நாடு முழுவதிலுமே பீரும், பெண்களும், சங்கீதமுமாகத்தான் இருக்கும். நாம் எகதிரினதாரில் ஒரு மாத காலம் தங்க வேண்டியது; பிறகு நம்மைத் தயார் செய்து கொண்டு, பழிக்குப் பழிவாங்க வேண்டியது தான்.”

“ஹா - ஹா! நாம் இன்னும் அவ்வளவுக்கு முட்டாள்களாகி விடவில்லை.... ருஷ்ய சாம்ராஜ்யத்தை நமது இஷ்டம் போல் ஆட்டிப் படைக்கும் உரிமையை நாம் ரத்தத்தைச் சிந்தியல்லவா பெற்றிருக்கிறோம். நாம் யார் என்பதை அவர்களுக்குக் கற்றுக் கொடுப்போம். வேசிக்குப் பிறந்த பயல்கள்! அதோ அங்கே ஒரு பயல் விழுந்து கிடக்கிறான், பாருங்கள்” அவன் அங்கு தென்பட்ட ஒரு குழியின் ஓரத்தில் விம்மி வலித்த நீண்ட கால்களோடும், ஆட்டுத்தோல் மோஸ்தர் உடுப்போடும் ஒரு பிணம் விழுந்து கிடப்பதைச் சுட்டிக்காட்டினான். “இவனும் அந்தப் பயல்களில் ஒருவனாகத்தான் இருக்க வேண்டும்...”

பிரம்பினால் செய்யப்பட்ட ஒரு சாரட்டு வாகனம் அந்த வண்டியை முந்திக் கொண்டு சென்றது. அதில் இரண்டு மனிதர்கள் இருந்தார்கள். அவர்கள் மேலெல்லாம் சேறு படிந்திருந்தது; அவர்களது கோட்டுக்காலர்கள் பின்னோக்கித் தள்ளப்பட்டிருந்தன. அவர்கள் தமது தலையில் நனைந்து போயிருந்த கம்பளித் தொப்பிகளை அணிந்திருந்தார்கள். அவர்களில் ஒருவன் கறுத்த சதை தொங்கும் முகத்தையுடைய பூதாகாரமான உருவத்தினன்; மற்றவனோ, சிக்கல் நிறைந்த நரைத்த தாடியும், கண்களுக்குக் கீழ் தொங்கிச் சதையாடிப் போன முகமும் கொண்டவன்; அவனது தொங்கித் தொளதொளத்துப் போன உதடுகளில் ஒரு நீண்ட சிகரெட் குழாய் காட்சியளித்தது.

“இவர்கள்தான் இந்த நாட்டைக் காப்பவர்கள்” என்று அவர்களை நோக்கித் தலையை ஆட்டியவாறே சொன்னான் தெப்லோவ். “நல்ல காலம் வரும் வரையிலும் நாம் இவர்களோடு இருந்து தீர வேண்டியிருக்கிறது.

இவர்களும் ஒரு விதத்தில் உதவிகரமாயிருப்பார்கள்."

"அந்தப் பூதாகாரமான ஆசாமி குச்கோவ் என்பவர் தானே, இல்லையா?"

"ஆமாம். அவனேதான். நல்ல நேரம் வரும்போது இவனும் சுடப்பட்டுச் சாவான். அந்தக் கவலை வேண்டாம். சிகரெட்டோடு இருக்கிறானே, அவன் தான் பாரீஸ் சுவோரின். இவனும் அப்படியொன்றும் நல்லவனல்ல. இவன் மன்னராட்சியை ஆதரிக்கிறான். ஆனால் மன்னராட்சி என்று திட்டவட்டமாகச் சொல்வது இல்லை. இவன் ஓர் ஊசலாட்டப் பேர்வழி. என்றாலும் கெட்டிக்காரப் பத்திரிகை ஆசிரியன். நாம் இவனைச் சுட்டுத் தள்ள மாட்டோம்..."

அந்த வண்டி கிராமத்தினுள் புகுந்தது. தோட்டவெளிகளுக்கு அப்பால் தென்பட்ட வீடுகளிலும் குடிசைகளிலும் ஆள் நடமாட்டமே இல்லை. எங்கும் ஒரே நெருப்பின் புகை மயம். அங்கு தரை மீது சில பிணங்கள் கிடந்தன; அவை தரைக்குள் மிதிபட்டுப் புதைந்தும் புதையாமலும் கிடந்தன. அரங்கு வீடுகளுக்குள்ளும், வைக்கோல் போர்களுக்குள்ளும் ஒளிந்து கொண்டிருந்த வெளியார்களை இழுத்துக் கொண்டு வந்து அவர்களைத் தீர்த்துக் கட்டும் காரியத்தினால், விட்டு விட்டுத் துப்பாக்கி வெடிக்கும் சத்தம் கேட்டுக் கொண்டிருந்தது. அந்த வண்டித் தொடர் அத்தனையும் கிராமத்தின் மைதானத்தில் ஓர் ஒழுங்கற்றுக் குவிந்து நின்றன. வண்டிகளிலிருந்து காயப்பட்டவர்களின் கூக்குரல் எழுந்தது. ஆண்கள் அணியும் அட்டுப் பிடித்த படைவீரர்களின் கம்பளிக் கோட்டுக்களைத் தரித்தவர்களாய் அலுத்தும் களைத்தும் ஆயாசப்பட்டுப் போன நர்சுகள் அந்த வண்டிகளினூடே புகுந்து சென்றார்கள். பலத்த சத்தத்துடனான கூச்சல்களும், சவுக்கடி ஓசையும் பக்கத்தில் எங்கிருந்தோ கேட்டன . குதிரைக்காரர்கள் அங்குமிங்கும் பாய்ந்தோடிக் கொண்டிருந்தார்கள். பயிற்சிப் படையினரில் சிலர் ஒரு வேலியோரமாக நின்று, தகர வாளியொன்றிலிருந்து பாலை மொண்டு குடித்துக் கொண்டிருந்தார்கள்.

காற்றினால் நிர்மலமாகி விட்ட நீல வான்வெளியிலே சூரியன் பிரகாசமாகவும் கதகதப்பாகவும் ஒளி வீசிக் கொண்டிருந்தது. ஒரு மரத்துக்கும், ஒரு தந்திக் கம்பத்துக்குமாகக் குறுக்கே கட்டப்பட்டிருந்த ஒரு தண்டையக் கம்பில் ஏழு நெடிய பிணங்கள் ஊஞ்சலாடிக் கொண்டிருந்தன அவற்றின் கழுத்துக்கள் முறித்துத் திருகப்பட்டிருந்தன. அவற்றின் கால்விரல்கள் தரையை நோக்கித் திரும்பியிருந்தன. புரட்சிக் கமிட்டியையும் புரட்சி நீதிமன்றக் கமிட்டியையும் சேர்ந்த கம்யூனிஸ்டுகள் தான் அவர்கள்.

ஜெனரல் கர்னீலவ் படையெடுப்பின் இறுதி நாளாக இருந்தது அன்றைய தினம். குதிரை மீதிருந்த சேவா வீரர்கள் சூரிய ஒளி கண்ணிலே விழாதவாறு கையினால் மறைத்துக் கொண்டு தூரதொலையை ஏறிட்டுப் பார்த்தார்கள். காலை நேரத்தின் பனிமூட்டத்துக்கு அப்பால், சலசலத்துச் செல்லும் குபான் நதிக்கரைக்கு அந்தப்புறத்தில், எகதிரினதார் நகரத்தின் தங்க மயமான கலச கூடங்கள் தென்பட்டன.

எலிசவேதின் ஸ்கயா கிராமத்துக்கருகில் குபான் நதியைக் கடப்பதற்கென இருந்த ஒரே படகுத்துறையைச் செஞ் சேனையினர் பாதுகாத்துக் கொண்டிருந்தார்கள். அவர்களை விரட்டியடிக்க வேண்டியதே முன்னணிக் குதிரைப்படையின் முதல் வேலையாக இருந்தது. இதிலும் கர்னீலவ் ஒரு புதிய போர்த் தந்திரத்தைக் கையாண்டார். தெற்குப் பக்கத்தில் நோவ - திமீத்ரவ் ஸ்கயாவிலிருந்தோ, அல்லது தென்மேற்குத் திசையில் நோவரசீய்ஸ்க் -- எகதிரினதார் ரயில்வே பாதையிலிருந்து தான் அவர் தாக்கக் கூடும் என்று யாரும் எதிர்பார்த்தார்கள். ஆனால் அவரோ நகரத்தின் மேற்குத் திக்கிலிருந்து தான் அந்த மிக மிக ஆபத்தான தாக்குதலைத் தொடங்கவும், அதே சமயத்தில் தமது ராணுவம் முழுவதையும் குபான் நதியின் வெள்ளத்தைக் கடந்து அக்கரைக்குக் கொண்டு செல்லவும் திட்டமிட்டார். அதாவது பாலங்களே இல்லாத ஒரே ஒரு படகுத் துறை மட்டும் உள்ள ஓர் இடத்தில் ஆற்றைக்

கடக்க முனைந்தால் வாபஸாக வேண்டிய வாய்ப்பே இருக்காது என்பது அவர் திட்டம். இத்தகையதொரு திட்டத்தை செஞ்சேனைத் தளத்தின் பிரதம தளபதியான அவ்தனோமவ் கொஞ்சம் கூட எதிர்பார்த்திருக்க மாட்டார். குயுக்தி மிக்கவரான கர்னீலவின் சூழ்ச்சி இதுதான். தற்காப்பு மிகமிகக் குறைவான ஒரு பாதையின் மூலம் செல்வது தமது ராணுவத்துக்கும் இரண்டு மூன்று நாட்கள் ஓய்வைத் தரும்; மேலும் தமது ராணுவத்தை எகதிரினதார் நகரின் காய்கறித் தோட்டங்கள், பழத்தோட்டங்கள் முதலியவற்றினுள் நேராகக் கொண்டு போய்விடலாம் என்பது அவரது எண்ணம்.

அபீப்ஸ்கயா ரயில் நிலையத்தை ஆக்கிரமித்துக் கொண்டிருந்த காலத்திலேயே அவர்களது ராணுவம் தமது தளவாடக் குறைவைப் போதுமான அளவுக்குச் சமப்படுத்தி நிறைவு செய்து விட்டது; அங்கு அவர்கள் ராணுவ தளவாடங்கள் கொண்ட ரயில்கள் வந்து தம் மீது தாக்குதல் தொடங்கி விடக் கூடாதே என்பதற்காக, ரயில் பாதையையே வெடி வைத்துத் தகர்த்தெறிந்து விட்டார்கள். இருந்த போதிலும் கூட, செஞ்சேனைப் படையினரின் ரயில் வண்டிகளில் ஒன்றிலிருந்து, இயந்திரத் துப்பாக்கிகள் அவர்களைத் தாக்கின. உருகி வழிந்தோடும் பனித் திரளால் ஏற்பட்ட தண்ணீர் வெள்ளத்தின் வழியே நடந்து சென்ற போது, அவை அவர்கள் மீது குண்டுகளைப் பொழிந்தன. அவர்கள் அவ்வாறு செல்லும் போது குண்டுகள் தண்ணீரில் விழுந்து நீரை மேலெழும்பச் செய்தன; அவர்கள் அருகிலும் விழுந்தன. அப்போதெல்லாம் அவர்கள் வாத்துக்கள் மாதிரி குபுக்கென்று தலையைத் தண்ணீருக்குள் இழுத்து மூழ்கி விட்டார்கள்; பின்னர் அவர்கள் தலையை மெல்ல வெளியே காட்டியவாறே எழுந்து ஓடத் தொடங்கினார்கள். அபீப்ஸ்கயாவிலிருந்த காவல் தளம் முழு மூச்சொடுதான் எதிர்த்து நின்றது. என்றாலும் செஞ்சேனையினருக்குத் தோல்வியே காத்திருந்தது. அவர் தற்காப்புக்காகவே போரிட வேண்டியிருந்தது; எதிரிகளோ விடாமல் தாக்கினார்கள்.

சேவா சேனையினர் அபீப்ஸ்கயா கிராமத்தை மெல்ல மெல்ல பாம்பு மாதிரி சுற்றி வளைத்துக் கொண்டு, நெருக்கத் தொடங்கினார்கள். தண்ணீருக்கு மேலாகத் தலைகாட்டிக் கொண்டிருந்த குடிசைக் கூரைகள், வைக்கோல் போர்கள், மரங்கள் முதலியவற்றையெல்லாம் கொண்டிருந்த அந்தத் தண்ணீர் பரந்த நீல வெளியிலே பிரகாசமான சூரிய ஒளி தகதகத்தது ; வசந்த காலத்து மேகத் கூட்டத்தின் நிழல்கள் அந்த வெள்ள நீரிலே ஒன்றையொன்று விரட்டிக் கொண்டு சென்றன. ஜெனரலுக்குரிய ராணுவச் சின்னத்தைத் தோளில் தரித்திருந்த குட்டையான ஆட்டுத்தோல் மோஸ்தர் சட்டையுடனும், கையிலே - தொலைநோக்கிக் கண்ணாடியையும், தரைப்படத்தையும் ஏந்திய வண்ணமாக அந்தத் தண்ணீர்ப் பரப்பின் கானல் நீர் போன்ற பளபளப்பின் மத்தியிலே கர்னீலவ் தமது குதிரை மீது சென்று கொண்டிருந்தார். குதிரை களின் காலடிபட்டு, தண்ணீர் தெறித்துச் சிதறி விழும் வண்ணம் குதிரைகளை விரட்டிச் சென்ற தமது அதிகாரிகளுக்கு அவ்வப்போது உத்தரவுகளும் கொடுத்துக் கொண்டிருந்தார். ஒரு சமயம் அவருக்குப் பக்கமாகவே துப்பாக்கிக் குண்டுகள் பறந்தன. அப்போது அவருக்கு அருகிலே வந்து கொண்டிருந்த ஜெனரல் ரமனோவ்ஸ்கி லேசாகக் காயம் அடைந்தார்.

மேலைத் திசையிலிருந்து அந்த நிலையத்தை வளைத்தவுடன், பொதுத் தாக்குதல் ஆரம்பமாயிற்று. உடனே கர்னீலவ் தமது குதிரையைச் சவுக்கினால் அடித்து முடுக்கி, அபீப்ஸ் கயாவை நோக்கி நேராக உட்புகத் தொடங்கினார். வெற்றி தமக்கே என்பதில் அவர் சிறிதும் சந்தேகப்படவில்லை. அங்கே, ரயில் பாதை மீது, ஆட்களற்றுக் கிடந்த ரயில் வண்டிகளுக்கும், ரயில் நிலையத்தின் கட்டிடங்களுக்கும், கிடங்குகளுக்கும், குடியிருப்புக் கொட்டகைகளுக்கும் மத்தியிலே, அடைபட்டுத் தவித்த செஞ்சேனை வீரர்களை சேவா சேனையினர் கொன்று தீர்த்தார்கள்.

சேவா சேனையினர் அடைந்த வெற்றிகளில் இதுவே மகா கொடூரமான இறுதி வெற்றியாக அமைந்தது.

சிவந்த கன்னமும், வாலிபத் தோற்றமும், உத்வேக மிகுதியும் கொண்டவராக விளங்கிய கர்னல் நேஷின்சவ் அங்கு கிடந்த பிணங்களையெல்லாம் தாண்டிக் கொண்டு கர்னீலவை நோக்கி ஓடி வந்தார். தமது மூக்குக் கண்ணாடியில் ஒளிபட்டுப் பிரதிபலிக்க அவர் சொன்னார்:

"மதிப்புக்குரிய ஜெனரல் அவர்களே! அபீப்ஸ்கயா ரயில் நிலையத்தை நாம் ஆக்கிரமித்து விட்டோம்!"

கர்னீலவ் பொறுமையற்றவராகக் குறுக்கிட்டுக் கேட்டார்:

"தளவாடங்களைக் கைப்பற்றினீர்களா?"

"ஆமாம். எழுநூறு வெடிகுண்டுகளும். நான்கு வண்டி நிறைய சிறு ஆயுதங்களும் சிக்கியுள்ளன!"

"கடவுளுக்கு நன்றி செலுத்துவோம்!" என்று கூறியவாறே அவர் விசுக்கென்று தம் முன் சிலுவை கீறினார். அப்போது அவரது சிறு விரலின் நகம் அவரது விறைத்து நின்ற கோட்டின் மீது கிறீச்சிட்டு உரசியது. "கடவுளுக்கு நன்றி."

பின்னர் நேஷின்சவ் தமது கண்களாலேயே அந்த ரயில் நிலையத்தில் குவிந்து நின்ற தமது மின்னல் படைவீரர்களைக் காட்டினார். சட்டைக் கைகளின் மீது நீண்ட சதுரமான மூவர்ணக் கோடுகள் தரித்தவர்களாய், கொலை பாதகர்களாலான ஒரு விசேட படையினர் நின்று கொண்டிருந்தனர். அவர்கள் ஏதோ ஒரு செங்குத்தான ஏற்றத்தில் ஏறுபவர்கள் மாதிரி, தங்கள் துப்பாக்கிகளின் மீது சாய்ந்தவாறு நின்றிருந்தார்கள். அவர்களது முகங்களிலே ஆவேச வெறி குடிகொண்டிருந்தது; கண்கள் அங்குமிங்கும் அலைந்து திரிந்தன. அவர்களில் பலரின் முகத்திலும் கைகளிலும் ரத்தக் கறை படிந்திருந்தது.

"அவர்கள் இரண்டு முறை நிலைமையைச் சமாளித்து விட்டார்கள். மேலும் அவர்கள் தான் முதலிலே உள்ளே புகுந்து தாக்கத் தொடங்கினார்கள்!"

"ஆஹா!" கர்னீலவ் தமது குதிரையைத் தமது பூட்ஸ்

முட்களால் குத்தி இடித்தார். உடனே அந்தக் குதிரை மின்னல் படை வீரர்களை நோக்கி (அவர்கள் வெகு சமீபத்திலேயே நின்று கொண்டிருந்த போதிலும் கூட) வாயு வேகத்தில் பறந்து சென்றது. அந்த மின்னல் படை வீரர்களின் மத்தியில் ஒரு திடீர்ச் சலசலப்பு ஏற்பட்டது; உடனே அவர்கள் எல்லோரும் அணிவகுத்து நின்றார்கள். கர்னீலவ் தமது குதிரையின் கடிவாளத்தை அசாத்திய வேகத்தோடு இழுத்து நிறுத்தினார்; அப்போது அவரது தோற்றம் ஏதோ ஒரு குதிரைச் சிலை வீரனைப் போல் தோற்றியது. அவர் தமது தலையைப் பின்னால் சாய்த்தவாறே இரைத்து மூச்சு வாங்கிய குரலிலே சத்தமிட்டார்:

"என் அருமைக் கழுகுகளே! உங்களுக்கு என் நன்றி. நீங்கள் செய்த மகத்தான செயலுக்காகவும், தளவாடங்களைக் கைப்பற்றியதற்காகவும் உங்களுக்கு நன்றி செலுத்துகிறேன். உங்களுக்குத் தலை வணங்குகிறேன்..."

புதிதாகத் தளவாடங்கள் கிடைத்த பின்னால், அந்தச் சேவா சேனையினர் குபான் நதியைக் கடக்க முனைந்தனர். தங்களது முன்னணிக் குதிரைப் படைகளில் ஒன்றினால் கைப்பற்றப்பட்ட பலகைகளால் ஆன தெப்பத்தின் மூலம் அவர்கள் நதியைக் கடந்தனர். அப்போது அவர்களது படையில் ஒன்பதாயிரம் மனிதர்களுடன், நலாயிரம் குதிரைகளும் இருந்தன. அனைவரும் ஆற்றைக் கடந்து முடிப்பதற்கு மூன்று நாட்களாயின. ஆற்றின் இருமருங்கிலும் துருப்புக்களும் வண்டிகளும் தளவாடங்களும் பெரும் முகாமாகக் குவிந்திருந்தன. கம்புகளின் மீது காயப்போட்டிருந்த கந்தலும் கிழிசலுமான ஆடைகள் வசந்த காலக் காற்றிலே படபடத்தன. கணப்புத் தீயிலிருந்து புகை கிளம்பியது. அவிழ்த்து விடப்பட்ட குதிரைகள் புல்வெளியில் மேய்ந்து கொண்டிருந்தன. அதிகாரிகள் உற்சாகமிகுதியால் வண்டிகளின் மீது தாவியேறிக் கொண்டு, தமது தொலை நோக்கிகளினூடே தூரத்திலே தெரியும் நீலவெளியான அடிவானத் தொலைவிலே தங்களுக்கு மிகுந்த நம்பிக்கையை அளித்துக்

கொண்டிருக்கும் அந்த நகரின் கலச கோபுரங்களையும் பழத் தோட்டங்களையும் பார்க்க முனைந்தனர்.

"சத்தியமாய்ச் சொல்கிறேன். நாம் எருசலேம் நகருக்குள்ளே செல்லும் சிலுவைப் படைவீரர்களைப் போலவே இருக்கிறோம்!"

"ஆனால் ஒன்று, அன்பர்களே! அங்கே யூதப் பெண்கள் இருந்தார்கள். இங்கோ பாட்டாளி வர்க்கப் பெண்கள் தான் இருக்கிறார்கள்!"

"நாம் பெண்களையும் பொதுவுடைமையாகப் பிரகடனப் படுத்தி விடுவோம்... ஹா... ஹா!"

"ஸ்நான கட்டடங்கள்! பூங்காக்கள்! பீர்க்கடைகள்!..." இடையிடையே உளவாளிகள் ஒன்றிரண்டு தடவை சுட்டார்களே தவிர, எகதிரினதாரின் பக்கமிருந்து அவர்களை எதிர்த்துத் தாக்கி, ஆற்றைக் கடக்கும் முயற்சியைத் தடை செய்வதற்கு எவ்வித முயற்சியும் நடைபெறவில்லை. செஞ் சேனை வீரர்கள் நகரத்தைத் தற்காத்துக் கொள்வது என்று தீர்மானித்திருந்தார்கள். அந்த நகரத்திலேயுள்ள ஆண், பெண், குழந்தைகள் அத்தனை பேரும் பதுங்கு குழிகளை வெட்டுவதிலும், முள்வேலிக் கம்பி அரண்களை நிறுவுவதிலும், பீரங்கிகளை நிறுத்துவதிலும் தான் ஈடுபட்டு இருந்தார்கள். கருங்கடல் கப்பற்படையைச் சேர்ந்த துருப்புக்கள் நோவரசீய் ஸ்கிலிருந்து பீரங்கிகளோடும் தளவாடங்களோடும் வந்து சேர்ந்தார்கள். கமிசார்கள் கர்னீலவின் சேவா சேனையினரின் வர்க்கத் தன்மையைப் பற்றிப் பிரசங்கம் செய்தார்கள். "தோழர்களே! நாம் யாரை எதிர்த்து இடையறாது போராடுகிறோமோ, அந்த ஈவிரக்கமற்ற உலக முதலாளித்துவத்தின் ஆசியோடும் ஆதரவோடும் வருபவர்கள் அவர்கள்' என்றும், எகதிரினதாரை அவர்களிடம் ஒப்படைத்துச் சரணடைவதை விட, சாவதே மேல் என்றும் அவர்கள் பேசிக்கொண்டார்கள்.

நான்காவது நாளன்று அந்தச் சேவா சேனையினர் குபான் பிரதேசத்துத் தலைநகரைத் தாக்கிக் கைப்பற்றும்

முயற்சியில் இறங்கினார்கள்.

ஆனால் அவர்களது மூர்க்கத்தனமான தாக்குதல்களுக் கெல்லாம் எதிர்த் தாக்குதலாக, கருங்கடல் ரயில் நிலையத்திலும் குபான் நதியின் படித்துறைகளிலும் இருந்த படையினரின் பீரங்கிகள் குண்டுகளைப் பொழிந்தன. ஆனால், மேடுபள்ளமாக இருந்த தரையினால், பழத்தோட்டங்கள், குழிகள், புதர்கள், சிற்றோடை படுகைகள் முதலியவற்றைத் தமக்குச் சாதகமாகப் பயன்படுத்திக் கொண்டு, எதிரிகள் அதிகமான உயிர்ச்சேதமும் நஷ்டமுமின்றி நகரை நெருங்கிவிட்டார்கள்.

உடனே அங்கு பெரும் சண்டை தொடங்கியது. குபான் நதியின் உயரமான கரைக்கு அருகில் மொட்டையாகி நின்ற பாப்லார் மரத் தோப்புக்கு வெளிப்புறத்திலிருந்த 'பண்ணை' என்ற பெயர் கொண்ட வெள்ளை நிற வீட்டுக்குச் சமீபத்தில், செஞ்சேனையினர் உறுதியோடு எதிர்த்து நின்றார்கள். ஆனால், அங்கு அவர்கள் விரட்டியடிக்கப்பட்டார்கள். எனினும் அவர்கள் பெருந்திரளாகக் கூடி வந்து எதிரிகளின் இயந்திரத் துப்பாக்கிகளின் மீது பாய்ந்து தாக்கி, அந்தப் பண்ணையை மீண்டும் கைப்பற்றினார்கள். என்றாலும் அடுத்த ஒரு மணி நேரத்துக்குள் கர்னல் உலகாய் என்பவரின் தலைமையிலே இயங்கிய குபான் கசாக்கு உளவாளிகள் படைப் பிரிவுகள் அவர்களை மீண்டும் விரட்டியடித்து வெற்றி கண்டன.

அந்த ஒற்றை மாடிக் கட்டிடத்தைக் கைப்பற்றியவுடனேயே கர்னீலவும் அவரது சகாக்களும் தங்களது ராணுவத் தலைமைக் காரியாலயத்தை அங்கு நிறுவினார்கள். அங்கிருந்தவாறே எகதிரினதாரின் நேரான வீதிகளையும், உயரமான வெள்ளை வீடுகளையும், வேலிகளையும், சமாதி ஸ்தலத்தையும், கருங்கடல் ரயில் நிலையத்தையும், இவையனைத்துக்கும் முன்பாகத் தோன்றிய நீண்ட பதுங்கு குழிகளையும் ஒரே வீச்சில் பார்க்க முடிந்தது. அன்று காற்றும் பிரகாசமும் பொருந்திய நிர்மலமான வசந்தப் பொழுதாக இருந்தது. எங்கு பார்த்தாலும் துப்பாக்கி வெடிப் புகை காட்சி அளித்தது. பீரங்கிகளின் இடையறாத

முழக்கத்தினால் கிடு கிடாய்த்துக் கொண்டிருந்த நீல ஒளி உள்ளத்தையே உருக்குலைய வைக்கும் வண்ணம் அமைந்திருந்தது. அன்றைய தினத்தில் செஞ்சேனை வீரரோ அன்றி, வெள்ளை ராணுவத்தாரோ தங்கள் உயிரைப் பணயம் வைத்துப் போரிட முனையவில்லை.

வெள்ளைக் கட்டிடத்திலேயுள்ள ஒரு மூலையறை கர்னீலவின் காரியாலயமாக ஒதுக்கி விடப்பட்டது. அந்த அறையிலே ஒரு மேஜையும் நாற்காலியும் போடப்பட்டன; அத்துடன் டெலிபோன்களும் நிறுவப்பெற்றன. கர்னீலவ் அதனுள் சென்று, மேஜை முன்னால் அமர்ந்து, தமது தரைப்படத்தை விரித்து, அடுத்தாற்போல் தமது போராட்டத்தின் போக்குகளைப் பற்றி ஆராயும் சிந்தனையிலே ஆழ்ந்து ஈடுபட்டார். அவரது இரண்டு உதவியாளர்களான லெப்டினென்ட் தலீன்ஸ்கியும், ஹத்ஷீயவும் அவருடன் இருந்தார்கள். அவர்களில் ஒருவன் வாசற்புறத்திலும், மற்றொருவன் டெலிபோன்களின் அருகிலும் நின்று கொண்டிருந்தார்கள்.

அந்தப் பிரதம சேனாதிபதியின் மங்கோலிய இனத் தோற்றம் கொண்ட சுருக்கம் விழுந்த முகத்தில் இத்தகைய தொரு கவலையும் சோகமும் இதற்கு முன் குடிகொண்டிருந்ததே இல்லை. அவரது நரையோடிய குட்டையான தலைமயிர் குத்திட்டு நின்றது; அவரது சிறிய சுருக்கம் விழுந்த கை அந்தத் தரைப்படத்தின் மீது அசைவற்றுக் கிடந்தது. அந்தக் கையின் சுண்டு விரலிலே ஒரு தங்க முத்திரை மோதிரம் பளபளத்தது. அலெக்சேயவ், தெனீகின் மற்றும் பல அதிகாரிகளின் ஆலோசனைக்கும் மாறாக, அந்த நகரைத் தாக்கிப் பிடிக்கும் திட்டத்தை அவர் ஒருவர் மட்டுமே வற்புறுத்தி வந்தார். ஆனால் இப்போதோ, அந்த நகரத்தைக் கைப்பற்ற முனைந்த முதல் நாளன்றே, அவரது தன்னம்பிக்கை ஆட்டம் கண்டு விட்டது. என்றாலும் இந்த உண்மையை அவர் தனக்குள்ளே தானே கூட ஒப்புக் கொள்ளத் துணியவில்லை.

இரண்டு தவறுகள் நேர்ந்து விட்டன: முதலாவதாக

ஜெனரல் மார்க்கவின் தலைமையின் கீழ் மூன்றிலொரு பகுதி துருப்புக்களை, ஆற்றைக் கடக்கும் இடத்தில் இருந்த தளவாடங்களைக் கொண்ட வண்டிகளைப் பாதுகாப்பதற்காக நிறுத்தி விட்டு வந்தது. இதனால் எகதிரினதாரின் மீது தொடுத்த முதல் தாக்குதல் போதுமான அளவுக்குக் கேந்திரப் படுத்தப்படவில்லை; எதிர்பார்த்த பலனும் அதன் மூலம் கிட்டவில்லை. செஞ்சேனையினர் அந்தத் தாக்குதலைச் சமாளித்து தங்களது ஸ்தானங்களையும் கேந்திரங்களையும் காப்பாற்றிக் கொண்டு விட்டார்கள். அவற்றிலே அவர்கள் உறுதியாகவும் நின்றார்கள் என்பதும் தெரிந்தது. இரண்டாவதாக, வரும் வழியிலே தாங்கள் தாக்கிப் பிடித்த கிராமங்களை எவ்வாறு தாக்கிக் கைப்பற்றினார்களோ, அதே தண்டனைப் படைப் போர்த் தந்திரத்தை எகதிரினதாரிலும் கையாள நினைத்தது. அந்த நகரம் சுற்றி வளைக்கப்பட்டது; (வலப்புறத்திலே ஆற்றங்கரையை ஒட்டித் தோல் தொழிற்சாலைகள் வரையிலும் காலாட் படைப் பகுதியும், உளவாளிகள் படைப்பிரிவுகளும் வளைத்தன; இடது புறத்திலே ஜெனரல் எர்தேலியின் தலைமையில் இயங்கிய குதிரைப்படை அகன்று வளைத்து உள்ளே புகுந்தது. இவ்வாறு எல்லாப் பிரவேச வழிகளையும், வெளியேறும் பாதைகளையும் வளைத்துச் சுற்றி முற்றுகையிட்டு விட்டால், நகரத்தைப் பாதுகாப்பவர்களையும், நகரத்து மக்களையும் பழிவாங்கித் தீர்த்துக்கட்டி விடலாம் என்பது அவர்கள் திட்டம். அதாவது அந்த மக்களைக் கொள்ளைக்காரர்களென்றும், 'கலகக்காரப் பன்றிப் பயல்கள்' என்றும் கூறி, அவர்களைச் சுட்டுத் தள்ளவோ, தூக்கிலிடவோ, அடித்து நொறுக்கவோ செய்யலாம். ஆனால் இம்முறை இத்தகைய போர்த் தந்திரம் தற்காத்து நின்ற நகர மக்களிடம் தூக்கிலேற்றப்பட்டுச் சாவதைவிட போரிலே அடிபட்டுச் சாவது மேல் என்ற ஒரு முடிவையே ஏற்படுத்தியது. 'கர்னீலவ் எல்லோரையும் கொன்று தள்ளப் போகிறான்!' என்ற சொல் நகரமெங்கணும் காட்டுத் தீ போல் பரவி விட்டது. இதனால் பெண்கள், யுவதிகள், குழந்தைகள், சிறியவர்கள்,

பெரியவர்கள் எல்லோரும் மழையாகப் பாய்ந்து வரும் துப்பாக்கிக் குண்டுகளையும் சட்டை செய்யாமல் பால் குடங்களையும் பட்டாணிக் கடலையையும், பாலாடைக் கேக்குகளையும் சுமந்து கொண்டு, பதுங்கு குழிகளை நோக்கி ஓடினார்கள். அங்கிருந்த வீரர்களிடம் "கப்பற் படை வீரர்களே! சாப்பிடுங்கள்! நன்றாகச் சாப்பிடுங்கள்! வீரர்களே சாப்பிடுங்கள்! தோழர்களே! எங்களுக்காகப் போராடுங்கள்!" என்று உபசரித்தார்கள். அதுமட்டுமல்லாமல், அவர்கள் அந்த வீரர்களுக்கு ஆயுத தளவாடங்கள் நிறைந்த பெட்டிகளையும், உணவையும் கூடத் தூக்கிச் செல்லத் தொடங்கினார்கள். குதிரை வீரர்கள் அங்குமிங்கும் பாய்ந்து விரட்டினாலும் கூட, அதிலும் இரவு நேரத்தில், "தெருக்களிலே திரியாதீர்கள்! தலைகாட்டாதீர்கள்! வீடுகளுக்குப் போங்கள்! விளக்குகளை அணையுங்கள்!" என்று கத்திக் கொண்டே திரிந்த போதிலும் கூட, அவர்கள் அதையெல்லாம் சட்டை செய்யவே இல்லை.

இவ்வாறாக, அந்த முதல் நாள் போராட்டம் செஞ் சேனையினருக்குச் சாதகமாகவே முடிந்தது. அன்றைய தினத்தில் வெள்ளை ராணுவம் தனது சிறந்த தளபதிகள் மூவரையும், ஆயிரத்துக்கும் மேற்பட்ட வீரர்களையும், அதிகாரிகளையும் இழந்தது. அத்துடன் எந்தவிதமான குறிப்பிடத்தக்க ஆதாயமுமின்றி, தனது தளவாடங்களிலும் மூன்றிலொரு பகுதிக்குமேல் கரியாக்கி விட்டது.

மேலும் நோவரசீய் ஸ்கிலிருந்து, ஒரு பெரும் புகை மண்டலத்தினூடாக, வெடிகுண்டுகளையும் பீரங்கிகளையும் கடற் படை வீரர்களையும் வண்டி வண்டியாகச் சுமந்து கொண்டு, லொட லொடத்த ரயில் வண்டிகள் ஒன்றன் பின் ஒன்றாய் வந்து கொண்டேயிருந்தன. அந்த ரயில் வண்டிகளிலே வந்தவர்கள் நேராகப் பதுங்கு குழிகளை நோக்கித்தான் ஓடினார்கள். அவர்கள் கும்பல் கும்பலாகப் போனதாலும், அவர்களுக்குச் சரியான தலைமை இல்லாததாலும் அவர்கள் பக்கத்தில் ஏராளமானோர் அடிபட்டுச் செத்தார்கள்.

கர்னீலவ் தமது மூலையறையிலமர்ந்து தமது தரைப் படத்திலேயே ஆழ்ந்து போயிருந்தார். அவர் இனி வேறு வழியில்லை என்பதை ஏற்கெனவே உணர்ந்து விட்டார்: அதாவது, ஒன்று நகரைக் கைப்பற்றியாக வேண்டும்; அல்லது அத்தனை பேரும் சாக வேண்டும். அப்போது அவரது சிந்தனையில் தற்கொலை எண்ணமும் லேசாகத் தோன்றியது. தமது ஏகபோகத் தலைமையின் கீழ் இயங்கி வந்த தமது ராணுவம் இப்போது உலைக்களத்தினுள் எறியப்பட்ட தகரப் பொம்மைகளைப் போன்று உருகி உருக்குலைந்து கொண்டிருந்ததை அவர் உணர்ந்தார். என்றாலும் அஞ்சா நெஞ்சமும் அசட்டுத் துணிச்சலும் கொண்ட அந்த மனிதர் எதற்கும் அசைந்து கொடுக்காதவராக இருந்தார்.

எலிசவேதின் ஸ்கயா கிராமத்தில் தேவலயமொன்றின் படிக்கட்டுகளின் மீது சுள்ளென்று எரிக்கும் வெயிலில் இருபதுக்கும் மேற்பட்ட காயமடைந்த அதிகாரிகள் அமர்ந்திருந்தார்கள். கீழைத் திசையில் பீரங்கி வேட்டின் முழக்கம் ஒரு சமயம் உரத்தும் ஒரு சமயம் உள்ளடங்கியும் கேட்டுக் கொண்டிருந்தது. ஆனால் இங்கோ, குண்டடிப்பட்டு உருக்குலைந்து போன தேவாலயத்தின் மணிக்கூண்டுக்கு மேலாக, நிர்மலமான வானவெளியில் புறாக் கூட்டங்கள் உயர்ந்து பறந்தன. தேவாலயத்துக்கு முன்னாலிருந்த வெட்டவெளிச் சதுக்கம் வெறிச்சோடிப்போய்க் கிடந்தது. உடைந்த ஜன்னல்களோடு காட்சியளித்த குடிசைகள் மனிதவாடையே அற்றுக் கிடந்தன. மொட்டும் பூவுமாகக் காட்சியளிக்கும் பூஞ்செடிப் புதர்கள் மண்டியிருந்த ஒரு முல்வேலிக்கருகில், புதைந்தும் புதையாமலும் ஒரு பிணம் கிடந்தது; அதன் மீது ஈக்கள் மொய்த்துக் கொண்டிருந்தன.

அந்தத் தேவாலயத்தின் படிக்கட்டில் உள்ளடங்கிய பேச்சுக் குரல்கள் கேட்டன.

"எனக்கு ஒரு காதலி இருந்தாள்; அருமையான அழகான யுவதி; பழுப்பு நிறத்தில் குஞ்சம் வைத்த உடையை உடுத்திக் கொண்டு அவள் நிற்கும் கோலத்தை இப்போதும்

கூட என்னால் கண் முன் காண முடியும். அவள் இப்போது எங்கிருக்கிறாளோ, என்ன ஆனாளோ? எனக்குத் தெரியவில்லை!"

"காதல்... அது என்னவோ விசித்திரமானதுதான்... இருந்தாலும், பழைய வாழ்க்கைக்காக ஒவ்வொருவனும் எப்படி ஏங்குகிறான்? நல்ல பெண்கள்..... நன்றாக உடை உடுத்திக் கொண்டு, ஹோட்டல்களிலே அமைதியோடு உட்கார்ந்திருப்பது... ஹூம்! அந்த வாழ்க்கை எவ்வளவு நன்றாக இருந்தது..."

அந்தப் போல்ஷிவிக் பிணம் நாறத் தொடங்கி விட்டது. அதனை இதற்குள்ளேயே புதைத்திருக்க வேண்டும்."

"அந்தக் கவலை நமக்கெதற்கு? அதனை அந்த ஈக்களே தின்று தீர்த்து விடும்."

"உஷ்! அதோ கேளுங்கள். மீண்டும் சுழல் துப்பாக்கிகளின் சத்தம்."

"நான் சொல்வதை நம்புங்கள். இதுதான் முடிவு. நமது பயல்கள் நகரத்துக்குள் இதற்குள் புகுந்திருப்பார்கள்."

மௌனம். எல்லோரும் கீழ்த்திசையை நோக்கித் திரும்பினார்கள். அங்கு எகதிரினதார் நகரத்துக்கு மேலே புழுதியும் புகையும் பழுப்பும் மஞ்சலுமான புகை மண்டலமாகக் காட்சியளித்தன. எலும்புக் கூட்டைப் போல் மெலிந்து தோற்றிய ஒரு செம்பட்டைத் தலை அதிகாரி அங்கு நொண்டியவாறே வந்து அவர்கள் அருகிலே அமர்ந்தான்.

"வலென்தின் இப்போதுதான் இறந்து போனான்..." என்றான் அவன். அவன் அழுது கொண்டே இருந்தான். *"அம்மா! அம்மா! நான் கூப்பிடுவது உன் காதில் விழவில்லையா?" என்று புலம்பினான்."*

அப்போது மேல் படிக்கட்டிலிருந்து ஒரு கரகரத்த குரல் பேசியது:

"காதல்!... குஞ்சம் வைத்த உடையணிந்த பெண்கள்! எல்லாம் வெறும் பேத்தல்!.. வெட்டிப் பேச்சு!.. உங்களுடைய குஞ்சம் வைத்த உடையணிந்த காதலியைவிட, என் மனைவி அழகாகத்தானிருந்தாள். அவளையும் நான் எங்கு அனுப்பினேன்." அவன் கோபத்தோடு கனைத்துக் கொண்டான். "நீ சொல்வது எல்லாமே பொய்! உனக்கு எந்தக் காதலியுமே இருந்ததில்லை. சட்டைப் பையிலே ஒரு ரிவால்வர்; இடுப்பிலே ஒரு வாள். இதுதான் உனது குடும்பம், சொத்து, சுகம் எல்லாம்!"

அந்தத் தேவாலயத்தின் முன்னால் அங்கும் இங்குமாக நடந்து பாராக் கொடுத்துக் கொண்டிருந்த ரோஷின் இவ்வாறு பேசியவனைப் பார்ப்பதற்காக சட்டென்று நின்றான். அவன் நடப்பதை நிறுத்திவிட்டு அந்த மனிதனை இமை கொட்டாது கூர்ந்து பார்த்தான். அந்த மனிதன் அழகிய தலைமயிர் கொண்ட சிறு குழந்தை போன்ற முகமும், முதுமை தட்டிய கனத்து ஒளியிழந்த நீலக் கண்களும் கொண்டவனாக இருந்தான்; அந்தக் கண்கள் தூக்கமிழந்த ஒரு கொலைகாரனின் கண்களைப் போல் இருந்தன. அவனது உயர்ந்த மூக்குக்கு இருபுறத்திலும் வாயோரமாக ஒழுங்கற்ற கீறல் மடிப்புக்கள் தோன்றின. ரோஷின் தன் துப்பாக்கியின் மீது சாய்ந்து நின்றான்; அவனது கால் இன்னும் வலித்தது; அவனது மனத்தில் வேண்டாத எண்ணங்களெல்லாம் தோன்றின. அவன் புறக்கணித்து விட்டு வந்த காத்யாவைப் பற்றிய நினைவு அவனுள்ளத்தில் பரிவுணர்ச்சியோடு மேலோங்கியது. அவன் குளிர்ந்து போயிருந்த தனது துப்பாக்கிக் குத்தீட்டியின் மீது தனது நெற்றியைச் சாய்ந்து அழுத்தினான். "போதும் போதும். இப்படி நினைப்பதே பலவீனம். இப்போது வேண்டியது இத்தகைய நினைப்பதல்ல.." அவன் தன்னுடம்பை உலுக்கி விட்டு விட்டு, மீண்டும் அந்தப் பசிய புதிய புல் தரையின் மீது நடக்கத் தொடங்கினான். "ஆமாம். பரிவுணர்ச்சி கொள்வதற்கோ, காதலைப் பற்றிச் சிந்திப்பதற்கோ இது நேரமல்ல..."

குண்டடிபட்டுத் தகர்ந்து நின்ற ஒரு செங்கல் சுவருக்கருகில், ஒரு கட்டுமஸ்தான மனிதன் முகத்தைச் சுழித்தவாறு நின்று, தனது தொலை நோக்கிக் கண்ணாடியின் வழியாகப் பார்த்துக்கொண்டிருந்தான். அவனது பகட்டான தோலுடுப்பிலும், தோல் கால் சட்டையிலும், மிருதுவான கசாக்குக் குதிரைப் படைப் பூட்சுகளிலும் சேறு படிந்து காய்ந்து போயிருந்தது. இடையிடையே அவனுக்கருகில் நின்ற அந்தச் செங்கல் சுவரின் மீது துப்பாக்கிக் குண்டுகள் வந்து பாய்ந்து தாக்கின.

அவனுக்கப்பால், சுமார் நூறடி தூரத்தில், ஒரு பீரங்கிப் படையும், அதன் அருகிலே பச்சை நிறமான தளவாடப் பெட்டிகளும் தென்பட்டன. அந்தச் சுவரின் அருகே அப்போதுதான் கொண்டு வந்து நிறுத்தப்பட்ட சில குதிரைகள் நின்றன; அவை தமது தலைகளைத் தொங்க விட்டவாறு மலம் கழித்தன; அந்த மலத்திலிருந்து நீராவிப் புகை மேலெழும்பியது. அந்தப் பீரங்கிப் படையினர் ஒரு பீரங்கி வண்டியின் மீது ஏறியமர்ந்து கொண்டு, புகை பிடித்துக் கொண்டும் சிரித்துக் கொண்டும் இருந்தனர்; இடையிடையே அவர்கள் தொலை நோக்கி வழியாகப் பார்த்துக் கொண் டிருக்கும் தமது படைத் தலைவரையும் பார்த்துக் கொண்டனர். அவர்களில் பெரும்பாலோர் கப்பற்படையினர்; கிழிந்த உடையும், தாடியும் கொண்ட மூன்று பீரங்கி வீரர் கள் மட்டுமே அங்கிருந்தனர்.

அடிவானம், பதுங்கு குழி வரிசைகள், ஏற்றமும் இறக்குமுமான பூமிப் பரப்பின் மடிப்புக்கள், பழத்தோட்டங்கள் எல்லாமே புகையும் புழுதியும் கலந்த திரையினால் மூடப்பட் டிருந்தன. அந்தப் படைத் தலைவர் தமது தொலை நோக்கி வழியாகப் பார்க்கும் போது அவை எல்லாமே ஒரு சமயம் மங்கியும் ஒரு சமயம் தெளிவாகவும் தெரிந்தன. மாலுமியின் அரைக் கை சட்டையும் கால் சட்டையும் அணிந்திருந்த செம்பு நிறங்கொண்ட கப்பற்படை வீரனொருவன் அந்தப் படைத் தலைவர் நின்று கொண்டிருந்த வீட்டின் பின்னாலிருந்து வெளியே வந்து, சுவரோடு பூனை போல் பதுங்கி வந்தவனாய்,

தனது பச்சை குத்திய உறுதியான கரங்களால் தன் முழங்கால்களைப் பிடித்துக் கொண்டான். அவன் தனது மஞ்சள் நிறமான கழுகுக் கண்களை நெரித்து விழித்தவாறு சொன்னான்:

"அதோ ஆற்றங்கரைக்கு வலப்புறத்திலே இரண்டு மரங்கள் தெரிகின்றன, அல்லவா?"

"ஆமாம்."

"அவற்றின் பின்னால் வெள்ளை நிறமான சுவருடன் ஒரு கட்டிடம் இருக்கிறது... என்ன தெரிகிறதா?"

"ஆமாம்."

"அது ஒரு பண்ணை."

"அது எனக்குத் தெரியும்."

"அதற்கு வடபுறம் ஒரு தோப்பும், அதற்கப்பால், ஒரு ரோடும் இருக்கிறது."

"ஆமாம். தெரிகிறது."

"நான்கு மணி சுமாருக்கு அந்த வழியாகச் சிலர் குதிரை மீது கனவேகமாகப் போனார்கள். அத்துடன் ஜன நடமாட்டமும் அதிகமாக இருந்தது. மாலையிலே இரண்டு வண்டிகளும் அங்கு வந்து சேர்ந்தன. அங்குதான் அந்தக் கிழட்டுப் பிசாசு இருக்க வேண்டும். வெறெங்குமில்லை."

"சரி. நீ போ' என்று அந்தப் படைத் தளபதி அதிகார தோரணையில் கூறி விட்டு, அங்கு நின்ற பீரங்கிப் படையின் தலைவனை அழைத்தான். ஆட்டுத்தோல் மோஸ்தர் அணிந்த ஒரு தாடிக்காரன் அந்த மேட்டின் உச்சிக்கு ஏறி வந்தான். அந்தப் படைத் தளபதி தன் கையிலிருந்த தொலைநோக்கியை அவனிடம் அளித்தான்; அவன் அதை வாங்கி, அந்தத் திசையை நீண்ட நேரமாகப் பார்த்தான்.

'அதுதான் ஸ்லுஸரிவின் பண்ணை' என்று அவன்

உள்ளடங்கிய குரலில் சொன்னான். "இங்கிருந்து நாலரை மைல் தூரம் இருக்கும். நாம் அதன் மீதே நேரடியாகத் தாக்கலாம்."

பின்னர் அவன் தொலைநோக்கியைத் திரும்பக் கொடுத்து விட்டு, அந்த மேட்டின் சரிவில் இறங்கினான். இறங்கும் போதே நீண்ட பெருமூச்செடுத்துக் கொண்டு, சத்தமிட்டான்:

"பீரங்கிகளைத் தயார் செய்யுங்கள்!... தூரத்தில்!... முதல் வேட்டு!... சுடுங்கள்!"

அந்தப் பீரங்கிகளின் வாய்கள் இடிமுழக்கத்தோடு வெடித்தன. பீரங்கிக் குழாய்கள் அந்த வேகத்தில் பின்னோக்கிக் குதித்தன; அதே சமயம் பெருந்தீப்படலத்தோடு கனத்த குண்டுகள் பறந்து சென்றன; அவை மரண பயத்தை விதைத்துக் கொண்டு, குபான் நதியின் உயர்ந்த கரையை நோக்கி, அங்கு நின்ற மொட்டையான பாப்லார் மரங்களை நோக்கி, அதன் அருகிலேயுள்ள வெள்ளைக் குடிசையிலமர்ந்து கர்னீலவ் தமது தரைப்படத்தைக் கவலை தோய்ந்த முகத்தோடு வெறிக்கப் பார்த்தவாறே இருந்த இடத்தை நோக்கிப் பாய்ந்து சென்றன.

அந்த நகரத்தைத் தாக்கிய இரண்டாவது நாளன்றே மூட்டை முடிச்சுக்களோடு பின்னால் வந்து கொண்டிருந்த படையிலிருந்து ஜெனரல் மார்க்கவையும் அதிகாரிகள் படையையும் அழைப்பித்தார்கள். அந்தப் படையிலே ரோஷின் ஒரு சாதாரணப் போர் வீரனாகத்தான் இருந்தான். முந்திய நாள் இருந்ததைக் காட்டிலும் அதிகமான அளவில், பீரங்கிப் பிரயோகத்தால் புகை மண்டலம் ஏற்பட்டிருந்த எகதிரின் தாரை ஒரு மணி அடைய எஞ்சியிருந்த ஆறு மைல் தூரத்தை அவர்கள் ஒரு மணி நேரத்தில் கடந்தார்கள். தமது கம்பளித் தொப்பியைத் தலையில் சற்றுப் பின்னால் தள்ளி வைத்தவாறும், மெத்தைக் கனத்தில் தைக்கப்பட்டிருந்த சட்டையின் பொத்தான்களைக் கழற்றி விட்டவாறும்

மார்க்கவ் எல்லோருக்கும் முன்பாக முன்னணியில் வந்து கொண்டிருந்தார். அவரோடு ஒட்டி வராது முன்னும் பின்னுமாக வந்து கொண்டிருந்த தமது படையின் கர்னலை நோக்கி அவர் பேசினார்; தமது ராணுவத்தின் தலைமைப் பீடத்தின் மீது வசைமாரி பொழிந்தார்:

அவர்கள் நமது படையையே பிளவுபடுத்தி, என்னை இந்த மூட்டை முடிச்சுக்களோடு விட்டு விட்டுச் சென்று விட்டார்கள்..” இந்தச் சமயத்தில் அவர் வாய்க்கு வந்தபடி ஆபாசமான வசை மொழிகளையும் பொழிந்தார். “அவர்கள் என்னை மட்டும் முன்னணிப் படையோடு போக விட்டிருந்தால், நான் எப்போதோ எகதிரினதார் நகரத்தைக் கைப்பற்றியிருப்பேன்.” மீண்டும் ஆபாசமான வசை மாரி.

அவர் ஒரு குழிக்கு மேலாகப் பாய்ந்து தமது சவுக்கை உயர்த்தினார்; பின்னால் திரும்பி, பரந்து கிடந்த பச்சைப் புல்வெளியில் வந்து கொண்டிருந்த தமது நெடும்படையை நோக்கி ஏதோ உரத்து உத்தரவிட்டார்; அந்தக் கத்தலினால் அவரது கழுத்து நரம்புகள் புடைத்தெழுந்தன.

வேர்த்து விதிர் விதிர்த்துப் போன முகங்களோடு மேல் மூச்சு கீழ் மூச்சு வாங்க அதிகாரிகள் ஓடி வரத் தொடங்கினார்கள்; ஒரே அச்சாணியில் இயங்கும் ஒரு பெரும் அணியாக, நகரத்தை நோக்கி நீண்டு செல்லும் நான்கு கோடுகள் மாதிரி அவர்கள் திரும்பி, அந்தப் பெருவெளி வழியாக ஓடினார்கள்; ரோஷின் தான் மார்க்கவுக்கு மிகவும் சமீபமாக இருப்பதைக் கண்டான். அவர்கள் சில நிமிட நேரம் நின்றார்கள். பிறகு தமது துப்பாக்கிக் குதிரைகளைச் சரிப்படுத்தினார்கள். தோட்டாக்கள் இருக்கும் பைகளையும் சரிபார்த்துக் கொண்டார்கள். மார்க்கவ் மீண்டும் வார்த்தைகளை நீட்டி முழக்கி ஏதோ உத்தரவிட்டார். உடனே முன்னணிப் படை தயாராயிற்று; முன்னோக்கி ஓடத் தொடங்கியது. மற்றவர்கள் எல்லோரும் அவர்கள் பின்னே சென்றனர்.

இடது பக்கத்திலிருந்து, நொடியும் புழுதியும் நிறைந்த

ஒரு பாதையின் வழியாக, லொட லொடத்த வண்டிகள் சாரியாக வந்தன. அவற்றில் இருந்த காயப்பட்ட மனிதர்கள் அங்குமிங்கும் புரண்டார்கள்; காயப்பட்டவர்களில் சிலர் குனிந்த தலைகளோடு அந்த வண்டிகளின் அருகே நடந்து வந்தார்கள். பலர் பக்கங்களிலிருந்த குழிகளின் ஓரத்திலும் குடை சாய்ந்து கிடந்த வண்டிகளின் மீதும் அமர்ந்திருந்தார்கள். அந்த வண்டிகளுக்கும் காயப்பட்டவர்களுக்கும் ஒரு கணக்கே இல்லை. அந்தப் பட்டாளம் முழுவதுமே அவர்களாகத்தான் தோன்றியது.

கறுத்த குதிரையொன்றின் மீது வந்த ஓர் உயரமான தடித்த மீசைக்கார மனிதன் அவர்களது படையைக் கடந்து சென்றான். அவன் சிவப்புக் கரை வைத்துத் தைத்த தொப்பியும், ராணுவச் சின்னம் கொண்ட தோள்பட்டியுடன் கூடிய நல்லதொரு சட்டையும் அணிந்திருந்தான். அவன் மார்க்கவை நோக்கிக் குஷாலாக ஏதோ சொன்னான்; அவர் பதிலளிக்காமல் வெறுமனே தலையை மட்டும் திருப்பினார். அந்த மனிதன் தான் ரத்ஸியான்கோ என்பவன். சாமான்களைக் கொண்டு வந்த வண்டிப் பட்டாளத்தை விட்டு விட்டு, நகரத்தின் தாக்குதலை மேற்பார்த்து வருவதற்காக அனுமதி பெற்று வந்தவன் அவன்.

அந்தப் படை மீண்டும் நின்றது. தூரத்திலேயிருந்து மங்கிய குரலில் உத்தரவிடும் சத்தம் கேட்டது. பலர் சிகரெட்டுகளைப் பற்ற வைத்துப் புகைபிடித்தார்கள். தமது முன்னணிப் படையினர் தாக்குதலுக்காகப் பதுங்கியிருக்கும் பள்ளமும் மேடும் நிறைந்த பிரதேசத்தை அவர்கள் எல்லோரும் அமைதியுடன் பார்த்துக் கொண்டிருந்தார்கள். ஜெனரல் மார்க்கவ் தமது சாட்டையைச் சுழற்றியவாறே நீண்டுயர்ந்த பாப்லார் மரங்களிருந்த திசையை நோக்கிச் சென்றார். அங்கு, அப்போதுதான் தளிர்க்கத் தொடங்கியிருந்த மரங்களின் பின்னாலிருந்து விட்டு விட்டுப் புகை மண்டலம் மேலெழும்பியது; அத்துடன் முறிந்த மரக்கிளைகளும், மண்ணும் வானத்திலே உயர்ந்து சிதறி விழுந்தன.

அவர்கள் வெகு நேரமாகக் காத்திருந்தார்கள். அதற்குள் மணியும் நாலாகி விட்டது. அந்தத் தோப்புக்குள்ளிருந்து ஒரு குதிரை வீரன் தனது குதிரையின் கழுத்தின் மேல் குனிந்து படுத்தவனாகக் கன வேகத்தில் வெளியே வந்தான். அந்தக் குதிரை ஒரு குழியின் ஓரத்துக்கு வந்ததும் அதனைத் தாண்ட மறுப்பது போல் அங்கு நாட்டியமாடியதையும், பின்னர் அது அந்தக் குழியைத் தாவிப் பாய்ந்ததையும் ரோஷின் கண்டான். குதிரைக்காரன் தனது குல்லாயை இழந்துவிட்டான். அவன் அந்தப் படையினரை நோக்கி கத்தினான்:

"தாக்குங்கள்!... துப்பாக்கிக் கிடங்கை நோக்கி! ஜெனரல் அங்கே, முன்னணியில் இருக்கிறார்!.."

அவன் தன் கையால் ஒரு மேட்டை நோக்கிச் சுட்டிக் காட்டினான். அந்த மேட்டுப்புறத்தில் சில உருவங்கள் தோன்றி மறைந்தன. அவர்களில் ஓர் உருவம் வெண் கம்பளித் தொப்பி அணிந்திருந்தது. பிறகு ஆணை பிறந்தது:

"படைவீரர்களே! முன்னேறுங்கள்!"

ரோஷினின் தொண்டை உள்வாங்கியது; கண்கள் எரிந்தன. அவன் தன்னுள் பயமும் வெறிவேகமும் தோன்றுவதாக ஒருகணம் உணர்ந்தான். அந்த நேரத்தில் அவனது உடம்பே உருகி விடுவது போல் தோன்றியது. அவனுக்கு எழுந்து ஓட வேண்டுமென்றும், கூச்சலிட வேண்டுமென்றும், சுடவேண்டு மென்றும், சாடிப் பிளக்க வேண்டுமென்றும், தனது இதயத்தை இரத்தத்தால் நிரப்ப வேண்டுமென்றும், தனது இருதயத்தையே தியாகப் பலி கொடுக்க வேண்டுமென்றும் தோன்றியது.

முன்வரிசைப் பட்டாளம் முன்னேறத் தொடங்கியது.

ரோஷின் இடது பக்கத்தில் நின்றான். அவர்கள் ஜெனரல் மார்க்கவ் நின்ற குன்றை நோக்கிச் சென்றார்கள். அங்கு மார்க்கள் தமது கால்களை அகட்டியூன்றியவாறு, படையினரைப் பார்த்து நின்றார்.

"முன்னேறுங்கள், நண்பர்களே! முன்னேறுங்கள்!" என்று அவர் உத்தரவிட்டார். வழக்கமாகப் பாதி மூடிய நிலையிலே காணப்படும் அவரது கண்களோ, இப்போது அகலத் திறந்தவாறு பயங்கரமாகத் தோன்றின.

பிறகு, வாடி வரண்டு போன கதிர்த் தாள்கள் பூமியின் மீது குத்திட்டு நிற்பதை ரோஷின் கண்டான். அந்தக் கதிர்த் தாள்களுக்கு இடையே, எங்கு பார்த்தாலும் ராணுவ உடையும், கப்பற்படை மேற்சட்டையும், அதிகாரிகளின் கம்பளிக் கோட்டும் தரித்த பல்வேறு மனித சடலங்கள் சாக்கு மூட்டைகள் போல் அசைவற்று, பக்கவாட்டிலும் மல்லாந்தும் குப்புறவும் விழுந்து கிடந்தன. அவனுக்கு முன்னால் கல்லாலான ஒரு தணிந்த சுவரும், இலைகளற்ற முட்புதரும் தென் பட்டன. மெத்தைக் கனம் கொண்ட படை வீரர்களுக்குரிய சட்டை ஒன்றை அணிந்தவனாய், நீண்ட முகத்துடனான ஒரு மனிதன் அந்தச் சுவரின் மீது சாய்ந்தவனாக அங்கு அமர்ந்திருந்தான்; அவன் தன் வாயைத் திறப்பதும் மூடுவதுமாக இருந்தான்.

ரோஷின் அந்தச் சுவரின் மீது ஏறித் தாண்டினான்; அதற்கு மறுபக்கத்தில் ஓர் அகன்ற ரோட்டுப்பாதை தென் பட்டது; அதில் புழுதி மண்டலம் எழும்பி, முன்னோக்கி வந்து கொண்டிருந்தது. தம்மைத் தாக்க வந்துள்ள எதிரிகளின் மீது போல்ஷிவிக்குகள் இயந்திரத் துப்பாக்கிப் பிரயோகம் செய்வதால் ஏற்பட்ட புழுதிப் படலம் தான் அது. ரோஷின் சட்டென்று நின்று பின் வாங்கினான்; மூச்சைப் பிடித்துக் கொண்டு, சுற்றுமுற்றும் பார்த்தான். அந்தச் சுவரைத் தாண்டிக் குதித்து விட்ட ஏனைய வீரர்களும் அங்கு கீழே படுத்துக் கிடந்தார்கள். ரோஷினும் அவ்வாறே அந்தத் தெத்தும் குத்துமான தரையில் கன்னம் படியப் படுத்துக் கொண்டான். அவன் தன் தலையை மேலே உயர்த்திப் பார்க்க முயன்றான். அந்த முன்னணிப் படை முழுவதுமே தரையோடு தரையாய்ப் படுத்துக் கிடந்தது. அவனுக்கு ஐம்பது அடிகளுக்கு முன்னால், வயல்வெளிக்கு அப்பால், ஒரு பதுங்கு குழியின் மண்மேடு தெரிந்தது. ரோஷின் துள்ளியெழுந்தவனாய், குனிந்த

நிலையில் அந்த மண்மேட்டை நோக்கி ஓடினான்; அவனது இருதயம் மார்பின் எலும்புக் கூட்டின் மீது முட்டி மோதியது. அவன் அந்தப் பள்ளத்தின் ஈரப்பசை மிகுந்த சேற்றினுள் போய் விழுந்தான். அவனுக்குப் பின்னால் படையினர் ஒவ்வொருவரும் ஒருவர் பின் ஒருவராக வரத் தொடங்கினார்கள். ஓரிருவர் அந்தப் பள்ளத்தை அடைவதற்கு முன்பே அடிபட்டு விழுந்தார்கள். பள்ளத்துக்குள் வந்து சேர்ந்தவர்களோ இரைக்க இரைக்க மூச்சு வாங்கினார்கள். அவர்களது தலைக்கு மேல் இருந்த மண்மேட்டின் மீது துப்பாக்கிக் குண்டுகள் சரமாரியாகப் பொழிந்தன.

ஆனால் திடீரென்று போர்முனையில் ஒரு மாற்றம் தென் பட்டது. எங்கிருந்தோ படை வீடுகளை நோக்கிக் குண்டுகள் பொழியத் தொடங்கின. இயந்திரத் துப்பாக்கிப் பிரயோகத்தின் வேகம் குறைந்தது.

அந்தப் பள்ளத்திலுள்ளவர்கள் சிரமப்பட்டு எழுந்தவாறு முன்னேறத் தொடங்கினார்கள். தனது செங்கருமை நிறமான நிழல் கரடு முரடான அந்த வயல்வெளியில் நீண்டு விழுவதை ரோஷின் கண்டான். அந்த நிழல் சமயங்களில் வெகு நீளமாகவும், சமயங்களில் மிகவும் குறுகியதாகவும் மாறி மாறி விழுந்தது. 'விசித்திரம் தான்! நான் உயிரோடு வேறு இருக்கிறேன். அத்துடன் எனது நிழலும் கூடப் பூமியில் விழுகிறது!' என்று அவன் தன்னுள் நினைத்துக் கொண்டான்.

எதிர்த்திசையிலிருந்து வரும் துப்பாக்கிப் பிரயோகம் மீண்டும் அதிகரிக்கத் தொடங்கியது; ஆனால் அந்தப் படையினர் படைவீடுகளுக்கு நூறடி தூரத்திலுள்ள ஓர் ஆழ்ந்த ஓடைக்குள் சென்று மறைந்து கொண்டார்கள். அந்த ஓடையின் ஈரக்களி மண்ணில் ஜெனரல் மார்க்கவ் அங்கும் இங்குமாக நடந்தார்; அவரது கண்கள் பார்ப்பதற்குப் பயங்கரமாக இருந்தன.

"நல்லது, நண்பர்களே! சிறிது ஓய்வு பெற்றுக் கொள்ளுங்கள். அவசியமானால் புகையும் பிடித்துக் கொள்ளுங்கள்.

அடுத்தாற் போல் இறுதித் தாக்குதலைத் தொடங்க வேண்டியது தான். எல்லாமாக வெறுமனே இன்னுல் நூறடி தூரம் தான் பாக்கி..." என்றார் அவர்.

ரோஷினுக்கு அடுத்தாற்போல் இருந்த வழுக்கை விழுந்த சற்றுக் குள்ளமான அதிகாரி அந்த ஓடைக்கரையின் உச்சியை ஏறிட்டுப் பார்த்தார்; அங்கு துப்பாக்கிக் குண்டுகளால் புகைப்படலம் பரந்து நின்றது. அவர் தமது தணிந்த குரலில் தமது வழக்கமான அதே வசைமாரிகளை மாறி மாறிப் புலம்பத் தொடங்கினார். சிலர் தமது முகங்களைக் கைகளால் மூடியவாறே தரையில் படுத்திருந்தார்கள். ஒருவன் முழங்காலைக் கட்டிக் குந்தியமர்ந்தவாறு தனது நெற்றியைப் பற்றிப் பிடித்தான்; அவன் ரத்த வாந்தியெடுத்தான். அந்த ஆழமான ஓடைக்குள், கூண்டுக்குள் அடைபட்ட கழுதைப் புலி களைப் போல், பலர் அங்கும் இங்குமாக நிலையற்று நடந்து திரிந்தார்கள். திடீரென்று முன்னேறுங்கள்!" என்ற உத்தரவு ஒலித்தது. ஆனால் எவருமே அதனைக் காதில் வாங்கியதாகத் தெரியவில்லை. ரோஷின் தனது இடைவாரை இறுக்கியவாறு, அங்கிருந்த புதர்ச் செடியொன்றை இறுகப் பிடித்தவனாய் அந்த ஓடைக் கரையின் மீது ஏறத் தொடங்கினான். அந்த முயற்சியில் அவன் வழுக்கி விழுந்தாலும், பல்லைக் கடித்துக் கொண்டு மீண்டும் ஏறினான். அதன் உச்சியில் ஜெனரல் மார்க்கவ் குந்தி உட்கார்ந்தவாறு உரக்கக் கத்தினார்:

"தாக்க முனையுங்கள்! முன்னேறுங்கள்!" தனக்கு முன்னால் மார்க்கவின் கிழிந்து பிதிர்ந்த பூட்சுகள் முன்னேறிச் செல்வதை ரோஷின் கண்டான். சிலர் ரோஷினையும் முந்திக் கொண்டு முன்னேறினார்கள். படைவீடுகளின் செங்கல் சுவர் அஸ்தமன சூரியனின் செங்கதிரில் பளபளத்தது. அதன் உடைந்த ஜன்னல்கள் செந்நிறமாக மாறின. அந்தப் படைவீட்டிலிருந்து சின்னஞ்சிறு மனித உருவங்கள் வெளியேறி, தூரத்தில் தெரிந்த தோட்டத்தோடு கூடிய குடிசைகளை நோக்கி ஓடத் தொடங்கின.

துப்பாக்கிப் படைவீட்டின் மணல் படிந்த முற்றத்தில்

உடைந்த உடற்பயிற்சி உபகரணங்களைச் சுற்றிலும் சில சிவிலியன்களும் ராணுவத்தார்களும் நின்று கொண்டிருந்தார்கள். அவர்களது முகங்கள் வெளிறிச்சுருங்கிப் போயிருந்தன; அவற்றில் ஒரு வக்கிரபாவம் தென்பட்டது. அவர்கள் தரையை நோக்கி தமது கைகளைத் தொங்கவிட்டவாறு செயலற்று நின்றார்கள்.

அவர்களுக்கு முன்னால் சிலர் துப்பாக்கிகளின் மீது சாய்ந்தவாறு நின்றார்கள். அவர்கள் எல்லோரும் அதிகாரிகள். அவர்கள் அங்கு நின்ற கைதிகளை வெறுப்புணர்ச்சியோடு பார்த்தார்கள். இரண்டு பிரிவினரும் எதையோ எதிர்நோக்கி அமைதியுடன் நின்றார்கள். திடீரென்று ஓர் அதிகாரி துள்ளிக் குதித்தவாறு அந்த முற்றத்துக்கு வந்தான். ரோஷின் அவனை இனம் கண்டு கொண்டான். தூக்கமிழந்த கொலைகாரனைப் போல் கண்களைக் கொண்டிருந்த அந்த மனிதன்தான் காப்டன் பான்மேக்கி.

"எல்லோரையும்..." களிப்பான உரத்த குரலில் அவன் கத்தினான். "எல்லோரையும் சுட கட்டளையிடப்பட்டுள்ளது கனவான்களே! உங்களில் பத்துப் பேர் முன்வாருங்கள்!"

தங்களது துப்பாக்கிக் குதிரைகளை இழுத்து மாட்டிக் கொண்டு, அந்த அதிகாரிகளில் பத்துப் பேர் முன்வருதற்குள்ளே அந்தக் கைதிகளிடையே சிறிது சலனம் ஏற்பட்டது. அவர்களில் அகன்ற மார்பும் நல்ல உயரமும் கொண்ட ஒருவன் தனது சட்டையை தலையின் ஊடாக இழுத்து எடுத்தான். மேல் மூச்சு கீழ் மூச்சு வாங்க நின்று கொண்டிருந்த நேரான கரிய மீசை படைத்த பல்லில்லாத சிவிலியன் ஒருவன் தொண்டை வெடிக்கும் குரலில் கத்தினான்:

"புல்லுருவிகளா! தொழிலாளி வர்க்கத்தின் ரத்தத்தையா குடிக்கப் போகிறீர்கள்!"

இரண்டு கைதிகள் ஒருவரையொருவர் தழுவிக் கொண்டனர். ஒரு கரகரத்த குரல் நாராசமாக ஒலித்தது:

“எழும்புங்கள்! சாபமிடப்பட்டவர்களே!...”[5]

அந்தப் பத்து அதிகாரிகளும் தங்கள் துப்பாக்கிகளைத் தோளின் மீது உயர்த்திப் பிடித்தார்கள். தன்னை யாரோ ஒருவன் இமை கொட்டாமல் வெறித்துப் பார்ப்பதாக ரோஷின் திடீரென்று உணர்ந்தான். அவன் நிமிர்ந்து பார்த்தான். அப்போது அவன் ஒரு பெட்டியின் மீது அமர்ந்து தனது பூட்சுகளைக் கழற்றிக் கொண்டிருந்தான். அவன் முகத்தைப் பார்க்கவில்லை. இரண்டு கண்கள் மட்டும் மரண பயத்தோடு பெரிய ஓர் அர்த்தத்துடன் தன்னை வெறித்து நோக்குவதைக் கண்டான். “எங்கோ பழக்கமான, விருப்பமான, சாம்பல் நிறக் கண்கள்.. அட கடவுளே!’

“சுடுங்கள்!”

படபடவென்று ஒன்றின் பின் மற்றொன்றாக துப்பாக்கிக் குண்டுகள் வெடித்துப் பாய்ந்தன. முனகல்களும் கூச்சல்களும் கேட்டன. ரோஷின் குனிந்து, சண்டையின் போது தனது காலில் உரசிக் காயப்படுத்தி விட்டுப் போன குண்டுக் காயத்தின் மீது ஒரு பழங்கந்தல் துணியைச் சுற்றிக் காட்டினான்.

முதல் நாளைப் போல் இரண்டாவது நாளன்று சேவா சேனையினருக்குப் பிரமாதமான வெற்றி கிட்டிவிடவில்லை. வலது பக்கத்திலிருந்த துப்பாக்கிக் கிடங்குகளைக் கைப்பற்றியாகி விட்டது; ஆனால், மத்தியப் பகுதியிலோ அவர்களால் ஓர் அடி கூட முன்னேற முடியவில்லை. அங்கு போராடிக் கொண்டிருந்த கர்னீலவின் படையில், கர்னீலவுக்கு மிகவும் பிடித்தவரான கர்னல் நேஷின்சவ் அடிபட்டு மாண்டு போனார். இடது பக்கத்திலோ எர்தேலியின் குதிரைப்படை பின்வாங்கத் தொடங்கி விட்டது. எகதிரினதாரிலுள்ள ஒவ்வொரு வீட்டிலும் காயப்பட்டு விழுந்து கிடந்த போதிலும் கூட, செஞ்சேனையினர்

---

5. “இன்டர்னேஷனல்’ என்னும் சர்வதேசப் பாட்டாளி மக்களின் கீதத்தின் ஆரம்பச் சொற்கள். - (மொ -ர்.)

இதற்கு முன் காணாத புதிய உறுதியோடு எதிர்த்து நின்றார்கள். பதுங்கு குழிகளுக்கருகிலும் தெருக்களிலும் ஏராளமான பெண்களும் குழந்தைகளும் கொலையுண்டு மாண்டார்கள். அவ்தனோமவுக்குப் பதிலாக, திறமை மிக்க செஞ்சேனையினரின் தலைமை மட்டும் இருந்திருந்தால், கட்டுப் பாடிழந்து குழம்பிக் கிடந்த அந்த சேவா சேனையைச் செஞ்சேனையினர் ஒருமுகமாகத் தாக்கி, அவர்களது அணியை உடைத்துச் சீர்குலைத்து, அவர்களை அடியோடு அழித்திருக்க முடியும்.

மூன்றாவது நாளன்று சேவா சேனையினர் தம்மைக் கூடுமானவரை மீண்டும் பலப்படுத்திக் கொண்டு, மீண்டும் தாக்குதலில் முனைந்தார்கள்; ஆனால் அன்றும் அவர்கள் தாங்கள் தொடங்கிய இடத்துக்கே மீண்டும் வாபஸாக நேர்ந்தது. அவர்களில் பலர் துப்பாக்கிகளை விட்டெறிந்து விட்டு, பின்னணியில் மூட்டை முடிச்சுக்களோடு இருந்த படையினரிடம் ஓடிவந்து தஞ்சம் புக நேர்ந்தது. தளபதிகளுக்கெல்லாம் உறுதி குலைந்து போயிற்று. நிலைமையைப் பரிசீலனை செய்ய முன்வந்த அலெக்சேயவ் தனது நரைத்த தலையை ஆட்டி விட்டு, திரும்பிச் சென்று விட்டார். ஆனால் தாம் தோற்றுவிட்டதாகவும் ஏதோ ஓர் அதிசய அதிருஷ்டத்தின் மூலம் எகதிரினதாருக்குள் பிரவேசித்து விட்டாலும் கூட, அந்த நகரைத் தம் வசம் வைத்துக் கொண்டிருக்க முடியாத அளவுக்கு நிலைமை கட்டுமீறிப் போய்விட்டது என்னும் உண்மையை அவர்களில் எவனும் பிரதம தளபதியிடம் சென்று சொல்வதற்குத் துணியவில்லை.

கர்னீலவின் அபிமான அதிகாரியான நேஷின் சவின் உயிரற்ற சடலத்தை ஒரு வண்டியில் போட்டு, கர்னீலவ் இருந்த பண்ணை வீட்டுக்குக் கொண்டு வந்தார்கள். அந்தச் சடலத்தின் குளிர்ந்த நெற்றியில் கர்னலவ் முத்தமிட்டார். பிறகு அவர் வாய் திறந்து யாரிடமும் எதுவும் பேசவில்லை. அந்த வீட்டுக்கருகிலேயே ஒரு குண்டு வெடித்துச் சிதறிய போதும், ஒரு துப்பாக்கிக் குண்டு ஜன்னலின் வழியாக உள்ளே பாய்ந்து வந்து,

வீட்டு முகட்டிலே பாய்ந்து தைத்த போதும் தான் அவர் அதனைத் தமது எலும்பு விரலால் விரக்தியோடு சுட்டிக் காட்டியவாறு, தமது பாதுகாவலனான ஹத்ஷீயவை நோக்கி என்ன காரணத்தாலோ "அந்தக் குண்டை எடுத்து வைத்துக்கொள்!" என்று சொன்னார்.

நாலாவது நாள் இரவில் பிரதம தளபதியின் உத்தரவு போர்க் களத்தின் எல்லா டெலிபோன்கள் மூலமாகவும் அனுப்பப்பட்டது: "தாக்குதலைத் தொடர்ந்து நடத்துங்கள்!"

இதற்குள் முன்னேற்றத்தின் விறுவிறுப்பு மிகவும் குறைந்து போய் விட்டது என்ற உண்மை மறுநாளே எல்லோருக்கும் புரிந்து போய் விட்டது. நேஷின்சவின் ஸ்தானத்துக்கு வந்திருந்த ஜெனரல் குதேபவினால் அந்தப் படையிலேயே சிறந்த பகுதியான கர்னீலவின் படை வரிசையை முன்னேறிச் செல்லும்படி தூண்ட முடியவில்லை. அந்தப் படையினர் இன்னும் பழத்தோட்டங்களுக்குள்ளேயே பதுங்கியிருந்தார்கள். படையினரும் வேண்டா வெறுப்பாகத்தான் போரிட்டார்கள். எர்தேலியின் குதிரைப் படையோ வாபஸ் வாங்குவதை நிறுத்தவில்லை. சத்தம் போட்டும் வசைமொழிகளை அள்ளி வீசியும் தொண்டை கம்மிப்போன மார்க்கவும் வழியிலேயே தூங்கி வழிய ஆரம்பித்தார். அவரது படையின் அதிகாரிகளும் படைவீட்டுக்கப்பால் ஓரடிகூட முன்னேறிய பாட்டைக் காணோம்.

அன்று மதியம் கர்னீலவின் அறையில் ராணுவ ஆலோசனைக் கூட்டம் கூடியது. அதற்கு ஜெனரல்கள் அலெக்சேயவ், ரமனோவ்ஸ்கி, மார்க்கவ், பகயேவ்ஸ்கி, பிலிமோனவ், தெனீகின் ஆகியவர்கள் வந்திருந்தார்கள். தமது சிறுத்த நரைத்த தலையை உள்ளிழுத்தவாறு கர்னீலவ் ரமனோவ்ஸ்கி தெரிவித்த அறிக்கையைக் கேட்டார்:

"நம்மிடம் துப்பாக்கித் தோட்டாக்களும், குண்டுகளும் இல்லை. கசாக்கு சேவா சேனையினரோ தமது வீடுகளை நோக்கிக் கலைந்து செல்லத் தொடங்கி விட்டார்கள். படைவரிசை அத்தனையுமே நிலை குழம்பிப் போயுள்ளன.

மனோ நிலைமை சீர்குலைந்து விட்டது. காயப்படாதவர்கள் கூட, பின்னணியை நோக்கிப் பின்வாங்கத் தொடங்கி விட்டார்கள்..." இவ்வாறு அவரது அறிக்கை போய்க் கொண்டிருந்தது.

ஜெனரல்களெல்லாம் அதனைத் தாழ்ந்த கண்களோடு கேட்டனர். மார்க்கவோ அருகிலிருந்த ஒருவரின் தோள் மீது சாய்ந்தவராகத் தூங்கிப் போய் விட்டார். ஜன்னலில் திரையிடப்பட்டிருந்ததால் உள்ளே இருள் நிலவியது. அந்த இருளில் கர்னீலவின் புடைத்த கன்னம் கொண்ட முகம் வாடிவதங்கிச் சுருண்டு போன சவம் போலத் தோற்றியது. அவர் உள்ளடங்கிய குரலில் பேசினார்:

"நண்பர்களே! அப்படியென்றால் நிலைமை படுமோசமாகத் தான் இருக்கிறது. ஆனால் எகதிரினதாரைக் கைப்பற்று வதைத் தவிர, எனக்கு வேறு வழி புலப்படவில்லை. நாளை அதிகாலையிலேயே, போர்முனை முழுவதிலும் நமது படை வரிசைகளை ஒருமுகப்படுத்திக் கொண்டு, அந்நகரைத் தாக்கிப் பிடிப்பதாகவே நான் தீர்மானித்து விட்டேன். கசனோவிச் பட்டாளம் இது வரையிலும் பயன்படுத்தப்படவில்லை. நாளையத் தாக்குதலில் நானே அதனைத் தலைமை தாங்கி நடத்திச் செல்வேன்."

அவர் மூக்கைச் சிணுங்கிச் செருமி விட்டு, தம் பேச்சைச் சட்டென்று எதிர்பாராத விதமாக நிறுத்தினார். தளபதிகளெல்லாம் தலை குனிந்தவாறு தமது ஆசனங்களிலேயே அமர்ந்திருந்தனர். நரைத்த தாடியும் கனத்த உடம்பும் கொண்ட ஜெனரல் தெனீகின் ஒரு அரசாங்கக் குமாஸ்தாவைப் போல் காட்சியளித்தார். அவர் மட்டும் "அட கடவுளே! கடவுளே!" என்று தம்மையும் மீறிச் சொல்லியவாறே, தம்முள் பொங்கி வந்த இருமலை அடக்க மாட்டாதவராய் வாசலை நோக்கி விரைந்தார். கர்னீலவின் கரிய கண்கள் அவரை ஏறிட்டுப் பார்த்தன. அவர் எல்லோரது ஆட்சேபனைகளையும் கேட்டார்; பிறகு ஆலோசனைக் கூட்டம் முடிந்தது என்று கூறித் தம் இடத்தை விட்டு எழுந்தார். இறுதியான தாக்குதலை ஏப்ரல் மாதம் முதல் தேதியன்று தொடங்குவது என்று

தீர்மானிக்கப்பட்டது.

அரை மணி நேரம் கழித்து தெனீகின் மீண்டும் அறைக்குள் திரும்ப வந்தார்; அப்போதும் அவரது காசநோய் கொண்ட மார்பில் இருந்து சீட்டியடிப்பது போல் மேல் மூச்சு கீழ் மூச்சு வாங்கியது. அவர் அங்கமர்ந்து, மிகுந்த கனிவுடன் பேசினார்.

"பிரதம தளபதி அவர்களே! மனிதத் தன்மையுடன் நான் தங்களிடம் ஒரு கேள்வி கேட்கலாமா?"

"கேளுங்கள், அன்தோன் இவானவிச்!"

"லாவர் கியோர்கிவிச்! நீங்கள் ஏன் கொஞ்சங்கூட வளைந்து கொடுப்பதில்லை?"

அத்தகைய கேள்வியைத் தாம் ரொம்ப காலமாகவே எதிர்பார்த்திருந்தவர் போல் கர்னீலவ் சட்டென்று பதில் சொன்னார்:

"அதைத் தவிர வேறு வழியில்லை. நாம் எகதிரினதாரைக் கைப்பற்றா விட்டால், என்னை நானே சுட்டுக் கொண்டு சாவேன்!" என்று சொல்லியவாறே, அவர் கடித்தெடுக்கப் பட்ட கட்டை நகத்தோடு கூடிய தமது கைவிரலைத் தமது நெற்றிப் பொட்டில் வைத்துக் காட்டினார்.

"அப்படியொன்றும் செய்து விடாதீர்கள்!" என்று தெனீகின் சொல்லியவாறே, தமது தடித்த வெள்ளைக் கரங்களை உயர்த்தி, தமது நெஞ்சை அழுத்திப் பிடித்துக் கொண்டார். "ஆண்டவனின் பெயரால், உங்களது தாய்நாட்டின் பெயரால், கேட்கின்றேன். உங்களை விட்டால், பின்னே யார் படைகளுக்குத் தலைமை தாங்குவது?"

"ஏன்..... நீங்களே தாங்கலாமே!"

அதன் பின் கர்னீலவ் தாம் பொறுமையை இழந்து விட்டதாகக் காட்டிக் கொண்டு, அந்தப் பேட்டியை அத்துடன் முடித்தார்.

மார்ச் 31ம் தேதிக் காலைப் பொழுது நிர்மலமாகவும்

கதகதப்பாகவும் இருந்தது. பசிய புற்கதிர்கள் தலைகாட்டத் தொடங்கியிருந்த பூமிப் பரப்பிலிருந்து மெல்லிய மூடுபனி மேலெழுந்து பரவியது. குபான் நதியின் மஞ்சள் நிறமான கலங்கலான தண்ணீர் அதன் செங்குத்தான கரைகளை அணைத்து, சாவதானமாக ஓடியது; அந்தத் தண்ணீரின் அமைதியை அவ்வப்போது துள்ளிப் பாயும் மீன்கள் தான் கலைத்தன. எங்கும் அமைதி நிலவியது. எங்கோ இடை விட்டு ஒலிக்கும் துப்பாக்கி வேட்டுச் சத்தத்தையும், அல்லது விரைந்து செல்லும் எறி குண்டின் ஓசையையும் தவிர வேறு ஒலியே இல்லை. எல்லோரும் மறுநாள் தொடங்கவிருக்கும் புதிய பயங்கரமான இரத்த யுத்தத்தை எதிர்நோக்கி, காத்துக் கிடந்தார்கள்.

பண்ணை வீட்டின் வாசற் படியில் நின்று லெப்டினண்ட் தலீன்ஸ்கி புகை பிடித்துக் கொண்டிருந்தார். அவர் அப்போது தமக்குள்ளாகவே நினைத்தார்: "சட்டையையும் உள்ளாடையையும் துவைக்க வேண்டும்... எனது காலுறைகளையும் கசக்க வேண்டும்... குளித்தால் கூட நல்லதுதான்." பழத்தோட்டத்தில் ஏதோ ஒரு பறவை உற்சாகமாகக் கூவியது. தலீன்ஸ்கி தலையை உயர்த்திப் பார்த்தார். ஒரு குண்டு கணகணத்துப் பாய்ந்து வந்து அந்தச் சோலைக்குள் விழுந்து சன்னங்களைச் சிதறியவாறே படபடவென்று வெடித்தது. அந்தப் பறவை பாடுவதை நிறுத்தி விட்டது. தலீன்ஸ்கி தமது சிகரெட்டை அங்கு எப்படியோ கறிக்கு அகப்படாமல் புரிந்து கொள்ள முடியாத விதத்தில் தப்பி வந்து திரிந்து கொண்டிருந்த பெட்டைக் கோழியின் மீது எறிந்து விட்டு, வீட்டை நோக்கித் திரும்பினார்; அந்த வீட்டின் வாசலருகே அமர்ந்தார்; மறுகணமே அவர் துள்ளியெழுந்தவராய், அந்த இருண்ட அறைக்குள் சென்றார். அங்கு தமது கால்சராயை இழுத்து மாட்டியவராய், கர்னீலவ் மேஜையின் முன்னால் நின்று கொண்டிருந்தார்.

"இன்னும் தேநீர் தயாராகவில்லையா?" என்று அவர் மிருதுவாகக் கேட்டார்.

"இன்னும் ஒரு நிமிஷத்தில் தயாராகிவிடும், மதிப்புக்குரிய

தளபதியவர்களே! நான் அதற்கு உத்தரவு கொடுத்து விட்டேன்."

கர்னீலவ் மேஜை மீது முழங்கைகளை ஊன்றியவாறு அமர்ந்தார்; தமது வரண்ட கையினால், மடிப்புக்கள் விழுந்த நெற்றியைத் தடவிக் கொடுத்தார்.

தலீன்ஸ்கி! நான் உங்களிடம் ஏதோ சொல்ல வேண்டு மென்று நினைத்தேன். ஆனால், இப்போது அது நினைவில்லை.... ஆமாம்... மறந்து போய் விட்டது... மோசம்! ரொம்ப மோசம்!"

அவர் சொல்லப் போவதைக் கேட்கத் தயாரானவராய், தலீன்ஸ்கி மேஜையை நோக்கிக் குனிந்தார். கர்னீலவின் தாழ்ந்த குரல், கலக்கம் - இவை அனைத்துமே வழக்கத்துக்கு மாறாக அமைந்திருந்தன. தலீன்ஸ்கிக்கோ ஆச்சரியம் அளவு கடந்தது.

கர்னீலவ் மீண்டும் சொன்னார்: "மோசம்! சுத்த மோசம்!... இப்போதே நான் அதனை நினைவுபடுத்துகிறேன். நீங்கள் போக வேண்டாம்..." அவர் ஜன்னல் வழியாக வெளியே பார்த்தார். என்ன அழகான காலைப் பொழுது!... "ஆம். எனக்கு நினைவுக்கு வந்து விட்டது."

அவர் பேசுவதை நிறுத்தி விட்டு, எதையோ கேட்பது மாதிரி தலையை உயர்த்தினார். இப்போதோ குண்டுச் சத்தம் ரத்தத்தையே உறைய வைப்பது போல் மிகவும் நெருங்கிக் கேட்பதை, அந்த அறையின் திரையிட்ட ஜன்னலையே துளைத்துக் கொண்டு வருவது மாதிரி ஒலிப்பதை தலீன்ஸ்கி தெளிவாக உணர்ந்தார். தலீன்ஸ்கி ஓரடி பின் வாங்கினார். தலைக்கு மேல் ஒரு பலத்த வெடிச் சத்தம் கேட்டது. சுற்றுப்புறம் கிடுகிடுத்தது. விளக்கொளி மேலெழும்பி அடங்கியது. கர்னீலவின் உடம்பு திடீரென்று மேலெழுந்து, கைகளை அகலப் பரப்பிக் கொண்டு விழுந்தது...

தலீன்ஸ்கி ஜன்னலின் வழியாக வெளியே தூக்கியெறியப் பட்டார். தமது உடம்பெல்லாம் சுண்ணாம்புக் காரை

படிந் திருக்க, உதடுகள் துடிக்க, தாம் புல்வெளியில் வந்து விழுந்து கிடப்பதை அவர் உணர்ந்தார். ஜனங்கள் அவரை நோக்கி ஓடி வந்தார்கள்.

ஒரு டாக்டர் குந்தியமர்ந்தவாறு கர்னீலவின் உடம்பைப் பரிசோதித்தார்; கர்னீலவின் உடம்பு ஆட்டுத்தோல் மோஸ்தர் சட்டையினால் போர்த்தியபடி ஒரு ஸ்ட்ரெச்சரின் மீது கிடத்தப்பட்டிருந்தது. சிறிது தூரத்துக்கப்பால் சில அதிகாரிகள் நின்று கொண்டிருந்தார்கள். ஸ்ட்ரெச்சருக்கு அருகில், கூம்பிய தொப்பியொன்றைத் தலையில் அணிந்தவராக, தெனீகின் நின்று கொண்டிருந்தார்.

ஒரு நிமிஷத்துக்கு முன்னால் வரையிலும் கர்னீலவுக்கு மூச்சு வந்து கொண்டிருந்தது. அவரது உடம்பில் வெளிக் காயங்கள் எதுவும் பட்டதற்கான அடையாளமே இல்லை. நெற்றிப் பொருத்தில் மட்டும் ஒரு சிறு கீறல் தென்பட்டது. அந்த டாக்டர் பிரபல்யம் வாய்ந்தவராக இருக்கவில்லை. இப்போதோ அங்கிருந்தோர் அத்தனை பேரின் கவனமும் தன்மீதே பதிந்திருப்பதை அவர் உணர்ந்தார். கர்னீலவின் கதை எப்போதோ முடிந்து போய் விட்டது என்பதை அவர் தெரிந்திருந்தும், ஏதோ மிகவும் கரிசனை கொண்டவர் போல், அந்தச் சடலத்தை மிகவும் உன்னிப்பாகப் பரிசோதித்துக் கொண்டிருந்தார். பின்னர் அவர் சாவதானமாக எழுந்து நின்று, தமது மூக்குக் கண்ணாடியைச் சீர்செய்தவராக, தலையை ஆட்டினார். துரதிருஷ்டவசமாக, இந்த நிலைமையில் வைத்திய சாஸ்திரம் கூடப் பயன்படாது... என்று அவர் சொல்ல விரும்புவது போல் தோன்றியது.

தெனீகின் அவரருகே சென்று, உள்ளடங்கிய கரகரத்த குரலில் கேட்டார்: "நம்பிக்கைக்கே இடமில்லையா?"

"இல்லை!" என்று டாக்டர் கையை விரித்தார். "எல்லாமே முடிந்து போய் விட்டது."

தெனீகின் வெடுக்கென்று தன் கைக்குட்டையை வெளியே எடுத்து, தமது கண்களை அழுத்தித் துடைத்தார்;

அவரது தோள்கள் விம்மியடங்கின. அவரது உறுதியான உடம்பு தளர்ந்து குழைவது போல் தோன்றியது. அங்கு நின்ற அதிகாரிகள் சடலத்தை ஏறிட்டுப் பார்க்காமலே தெனீகினின் அருகில் சென்று அவரைப் பார்த்தார்கள். அவர் முழுங்காலிட்டுப் பணிந்து, கர்னீலவின் மஞ்சள் நிறமான சடலத்தின் மீது சிலுவைக் குறி கீறினார்; பின்னர் அந்தச் சடலத்தின் நெற்றியில் முத்தமிட்டார். இரண்டு அதிகாரிகள் அவரைத் தூக்கி விட்டார்கள். மூன்றாவது அதிகாரி நடுநடுங்கிய குரலில் முனகினார்: "இனி யார் தலைமையை ஏற்றுக் கொள்வது?"

"நான்தான். நானே ஏற்றுக் கொள்வேன்!" என்று தெனீகின் உடைந்த கீச்சுக் குரலில் சொன்னார்: "கர்னீலவே அவ்வாறு உத்தரவிட்டுள்ளார். நேற்று நாங்கள் இதுபற்றிப் பேசினோம்."

அன்றிரவே சேவா சேனையினர் முழுவதும் மௌனமாகத் தங்களது ஸ்தானங்களை விட்டுவிட்டு, வடக்கு நோக்கித் திரும்பினார்கள். காலாட்படை, குதிரைப்படை, சாமான் வண்டிகள், வைத்தியப்படை, அரசியல் பிரமுகர்கள் நிறைந்த வண்டிகள் முதலிய யாவற்றோடும் அவர்கள் கினாச்பாவ் கிராமத்தை நோக்கி கர்னீலவ், நேஷின்சவ் இருவரது சடலங்களையும் சுமந்து சென்றார்கள்.

கர்னீலவின் படையெடுப்பு தோல்வி கண்டு விட்டது. அதன் முக்கிய தலைவர்களும், அதில் பங்கெடுத்தவர்களில் பாதிப் பேரும் அழிபட்டுப் போனார்கள். எதிர்காலச் சரித்திராசிரியர்கள் எல்லாம் இந்தப் படையெடுப்பைப் பற்றிச் சில வார்த்தைகளிலேயே சொல்லி முடித்து விடுவார்கள் என்று தோன்றியது.

உண்மையில் கர்னீலவின் பனிப்போர் மிகவும் முக்கியத்துவம் வாய்ந்தது தான். அதில் தான் வெள்ளை ராணுவத்தினர் தமக்கேயுரிய பான்மையையும், மரபுகளையும், யுத்த பாஷையையும் கண்டு கொண்டார்கள். புதிதாக உண்டாக்கப் பெற்ற வெள்ளை ராணுவ முறையில், புனிதர் ஜார்ஜ் சின்னத்தின் மீது வாளும்

சூடிய முள்முடியும் கலந்து நிற்பதை அவர்கள் அறிந்து கொண்டார்கள்.

அதன் பின்னே, அவர்கள் பட்டாளத்துக்கு ஆள் சேர்க்கும் போதும், படை திரட்டும் போதும், அந்நிய நாட்டாருடன் வேண்டாத விவாதங்களில் ஈடுபடும் போதும், உள் நாட்டு மக்களோடு அபிப்பிராய பேதம் கொள்ளும் போதும், அவர்கள் தாங்கள் தியாகத்தின் முள் முடியைத் தாங்கி நிற்பதாகவே முதலாவதாகவும் உயர்ந்த முறையிலும் நியாயம் பேசினார்கள். இதற்கு எதிராக எந்த மறுமொழிகளையும் எழுப்ப முடியவில்லை. என்னதான் செய்வது? உதாரணமாக, ஏதாவது ஒரு ஜெனரல் ஒரு ஜில்லாவின் ஜனத்தொகை முழுவதையும் பட்டாளத் தீனியாகத் திரட்டி விடுவார். இவ்வாறு செய்பவர்கள் எல்லாம் தியாகிகள் என்று சொல்லப்பட்டார்கள். தியாகிகளைச் சாதாரண அளவு கோல்களினால் அளந்து பார்த்துவிட முடியுமா?

கர்னீலவின் படையெடுப்பு பெரியதொரு துயர நாடகத்துக்கான முதற்காட்சியாகத்தான் இருந்தது; அந்த முதற்காட்சியைத் தொடர்ந்து திரை உயர்ந்த பின்னால், மயிர்க் கூச்செறியும் சம்பவங்கள், முன்னால் கண்டதை விட மேலும் மேலும் பயங்கரமான காட்சிகள் தான் தொடர்ந்து நடைபெற்றன.

4

அலெக்சேய் கிரசீல்னிகள் ரயில் வண்டியின் படிக்கட்டிலிருந்து துள்ளிக் குதித்து இறங்கினான்; தன் தம்பியை ஒரு குழந்தையைத் தூக்குவது போல் தூக்கிவந்து அவனைப் பிளாட்பாரத்தில் இறக்கி விட்டான். மத்ரியோனா ரயில் நிலையத்தின் வாசலுக்கருகே, மணிக்குப் பக்கத்தில் நின்று கொண்டிருந்தாள். செம்யோனால் முதலில் அவளை இனம் கண்டு

கொள்ள முடியவில்லை; அவள் நகரப்புறத்து உடைகளை அணிந்திருந்தாள், அவளது பளபளப்பான கரிய கூந்தலை வெள்ளை வெளேரென்று தெரிந்த ஒரு சால்வை மறைத்திருந்தது; அவள் அந்தச் சால்வையைப் புதிய சோவியத் பாணியில் தலையில் கட்டியிருந்தாள். அவளது உருண்டு திரண்ட அழகும் இளமையும் மிகுந்த முகத்தில் ஏதோ ஒரு பயவுணர்ச்சி தென் பட்டது; அவளது உதடுகள் இரண்டும் இறுக மூடியிருந்தன.

தனது அண்ணனின் கைத் தாங்கலோடு செம்யோன் கால்களை இழுத்துப் போட்டு நடந்து அவளருகே நெருங்கிய போது, மத்ரியோனாவின் பழுப்பு நிறக் கண்கள் படபடத்தன; முகத்தில் ஒரு நடுக்கம் பரந்தது.

“அட கடவுளே! இவர் எவ்வளவு இளைத்துப் போய் விட்டார்!” என்று அவள் மிருதுவாகச் சொன்னாள்.

செம்யோன் வேதனை நிறைந்த பெருமூச்சுடன் தனது மனைவியின் தோள் மீது கையைப் போட்டான். அவளது குளிர்ந்த மளமளப்பான கன்னத்தை தனது உதடுகளால் தொட்டான். அலெக்சேய் அவளிடமிருந்து சாட்டையை வாங்கினான். அவர்கள் எல்லோருமே மௌனமாயிருந்தார்கள். இறுதியில் அலெக்சேய் பேசினான்:

“இதோ உன் கணவனைத் திரும்பவும் கொண்டு வந்து சேர்த்தாகி விட்டது. அவர்கள் இவனைக் கொல்ல முயன்றார்கள்; ஆனால் முடியாது போயிற்று. பரவாயில்லை. இவை எல்லாவற்றுக்கும் சேர்த்து நாமே சீக்கிரமே அறுவடை செய்வோம். சரி, வாருங்கள். வீட்டுக்குப் போவோம்.”

மத்ரியோனா தனது அன்பு கனிந்த உறுதியான கரத்தால் செம்யோனின் இடுப்பைச் சுற்றி வளைத்தவாறு, அவனை வண்டியை நோக்கி அழைத்துச் சென்றாள். அந்த வண்டியில் கைத்தறித் துணியாலான, பூவேலைப்பாடுகள் நிறைந்த திண்டு மெத்தைகள் கிடந்தன. அவனை அதில் உட்கார வைத்துவிட்டு, அவளும் அவனருகே அமர்ந்தாள்;

புதிய நகரப் புறத்துப் பூட்சுகள் அணிந்த தனது பாதங்களை முன்னால் நீட்டிக் கொண்டாள்... அலெக்சேய் லகானைக் கையிலேந்தியவாறு உற்சாகத்தோடு பேச முனைந்தான்.

"பிப்ரவரி மாதத்தில் குதிரைப் படைப் பட்டாளத்திலிருந்து ஒரு சிப்பாய் தப்பியோடி விட்டான். நான் இரண்டு நாள் அவனுக்குக் கள்ளச் சாராயம் வாங்கிக் கொடுத்தேன். பிறகு அவனுக்கு கெரென்ஸ்கி அரசாங்கத்தின் நோட்டுகளில் ஐந்நூறு ரூபிள்களும் கொடுத்தேன். அதற்குப் பிரதியாக அவனிடமிருந்து இந்தக் குதிரையைப் பெற்றுக் கொண்டேன். எவ்வளவு அருமையான குதிரை பார்த்தாயா?" பின்னர் அவன் காயடிக்கப் பெற்ற அந்தக் குதிரையின் உருண்ட திரண்ட பின் புறத்தைத் தட்டிக் கொடுத்தான். பிறகு அவன் வண்டியோட்டியின் ஆசனத்தின் மீது தாவியமர்ந்தவாறே, தனது ஆட்டுத்தோல் தொப்பியைத் தலைமீது இழுத்து விட்டுவிட்டு, கடிவாளத்தை ஒரு வெட்டு வெட்டி இழுத்தான். லேசாக அங்குமிங்கும் பயிர்கள் முளைவிட்டிருந்த வயல்வெளியில் வண்டித் தடத்தின் வழியாக, அவன் தன் வண்டியைச் செலுத்தினான். அப்போது சூரிய ஒளியில் தனது இறக்கைகளைப் படபடவென்று அடித்துவிட்டு, ஒரு வானம்பாடி உள்ளத்தைத் தொட்டு உலுக்கும் வண்ணம் பாடியது. சவரம் செய்யப்படாத, வெளிறிக் கிடந்த செம்யோனின் முகத்தில் ஒரு புன்னகை தவழ்ந்தது. மத்ரியோனா அவனைத் தன்னோடு சேர்த்து அணைத்தவாறே, அவனைக் கண்களாலேயே அர்த்தபாவத்தோடு பார்த்தாள். அவனும் அந்தப் பார்வைக்குப் பதிலளித்தான்:

"இங்கே உங்களுக்கு எல்லாமே நிறைந்திருக்கிறது. இல்லையா?"

புதிதாக வெள்ளையடிக்கப் பெற்றிருந்த விசாலமான வீட்டுக்குள் புகுந்தது செம்யோனுக்கு இனிமையைக் கொடுத்தது. ஜன்னல்களிலே சிறிய பச்சை நிறமான கதவுகளும், புதிதாகச் செதுக்கப் பெற்ற படிக்கட்டும் இருந்தன. பின்னர் அவன் தனக்குப் பழக்கமான

தணிந்த வாசலின் வழியே சென்றான். அப்போது அங்கு தென்பட்டவற்றைக் கண்டு செம்யோன் பிரமித்துப் போனான்; வெள்ளை அடிக்கப் பெற்ற அடுப்பு பூவேலைப்பாடு நிறைந்த விரிப்பினால் மூடப்பெற்ற உறுதியான மேஜை, அலமாரியிலோ, முற்றிலும் புதுமையான, கிராமப்புறத் தன்மை அற்ற ஈயம் பூசப்பெற்ற பாத்திரங்கள், பீங்கான்கள். இடது பக்கத்தில் – மத்ரியோனாவின் படுக்கையறையிலும் ஓர் அகன்ற இரும்புக் கட்டில்; அதிலே வலைப்பின்னல் குஞ்சங்கள் கொண்ட மெத்தை; மெத்தை யின் மீது பொங்கிப் புடைத்து நிற்கும் தலையணைகள்; வலது புறத்தில், முற்காலத்தில் அவனது தந்தையின் அறையாகவும் இப்போது அலெக்சேயின் அறையாகவும் இருந்த அறையிலோ ஒரு தூண்டில்; குதிரைச் சேணம்; பளபளக்கும் தலையணி; ஒரு வாள்; ஒரு துப்பாக்கி புகைப்படம். அங்கிருந்த மூன்று அறைகளிலும் பூந்தொட்டிகளிலே பூக்கள்; பீக்குஸ் கன்றும், கள்ளிச் செடிக் கன்றும் கொண்ட தொட்டிகள். இவை அனைத்தும், அங்கு காணப்பட்ட சுத்தமும் அவனை ஆச்சரியம் அடையச் செய்தன. செம்யோன் தனது வீட்டை விட்டுப் போய் ஒன்றரை ஆண்டுகள் ஆகிவிட்டன; அதற்குள் அந்த வீட்டுக்குள் பீக்குஸ் கன்றுகள் வந்து விட்டன; ஓர் இளவரசிக்கேற்ற படுக்கை போன்று வேறு; மத்ரியோனாவே நகரப்புறத்து ஆடையல்லவா அணிந்திருக்கிறாள்!

"நீங்கள் நிலப் பிரபுக்கள் மாதிரியல்லவா வாழ்கிறீர்கள்!" என்று சொல்லியவாறே அவன் ஒரு பெஞ்சின் மீது அமர்ந்து, தனது கழுத்துக் கச்சையைச் சிரமத்தோடு அவிழ்க்க முனைந்தான். மத்ரியோனா தனது நகரப் புறத்து மேல் கோட்டைக் கழற்றி அதனை பீரோவில் வைத்து விட்டு, தனது உடையின் மீது ஒரு மேலங்கியைத் தரித்தவாறு, மேஜை விரிப்பை மாற்றி விரித்தாள்; பிறகு மேஜையை ஒழுங்கு படுத்தி சாப்பாட்டுக்கு ஏற்பாடு செய்தாள். அவள் ரொட்டி சுடும் சட்டுவத்தை அடுப்பினுள் வைத்து விட்டு, தனது முழங்கைகளைத் திரைத்துச் சுருட்டியவாறு கீழே குனிந்தாள்; குனிந்து

சூப் இருந்த இரும்புச் சட்டியை வெளியே இழுத்தாள். மேஜை மீது ஏற்கெனவே வறுத்த வாத்துக் கறியும், பன்றிக் கறியும் வாட்டப்பட்ட கருவாடும் பரிமாறப்பட்டிருந்தன. மத்ரியோனா தனது களிமிகுந்த கண்களை அலெக்சேயை நோக்கித் திருப்பினாள்; அவனும் கண்ணைச் சிமிட்டிக் காட்டினான் ; உடனே அவள் வடித்த சாராயம் நிறைந்த ஒரு மண் ஜாடியைக் கொண்டு வந்து வைத்தாள்.

பின்னர் சகோதரர்கள் இருவரும் மேஜையருகே நெருங்கி யமர்ந்தார்கள். அலெக்சேய் தன் தம்பிக்கு முதலில் மதுக் கிண்ணத்தை வழங்கினான். மத்ரியோனா தலைவணங்கிக் கொண்டாள். செம்யோன் அந்த நெடிமிகுந்த காரமான மதுவைக் குடித்தான்; குடித்த வேகத்தில் அவனுக்கு மூச்சே அடைபட்டு நின்றுவிடும் போலிருந்தது; அதைக் கண்டதும் அலெக்சேயும் மத்ரியோனாவும் தமது கண்களைத் துடைத்துக் கொண்டார்கள். செம்யோன் மீண்டும் உயிரோடு திரும்பி வந்து அவர்களோடு அமர்ந்து உணவுண்ணும் அந்தக் காட்சியைக் கண்டதால் ஏற்பட்ட ஆனந்தக் கண்ணீர் அது.

“தம்பி, நாங்கள் ஒன்றும் இளவரசர்கள் மாதிரி வாழவில்லை. என்றாலும் நாங்கள் இப்போது சௌக்கியமாக இருக்கிறோம்” என்றான் அலெக்சேய். அங்கிருந்த சூப்பைச் சாப்பிட்டு முடித்தவுடன் மத்ரியோனா காலியான தட்டுக்களை ஒதுக்கி வைத்துவிட்டு, தன் கணவனின் அருகில் நெருங்கியமர்ந்து கொண்டாள். அலெக்சேய் கூறினான்:

“பிரபுவின் வேனில் விடுதிக்குப் பக்கத்தில், தோப்புக்கருகில் ஒரு வயல் இருந்ததே நினைவிருக்கிறதா? அருமையான நில வளம் கொண்ட வயல் அது. உனக்கும் தெரியுமே. நான் எவ்வளவோ பேசி, விவசாயிகளுக்கு ஆறு வாளி மதுவைக் கொடுத்து, அந்த நிலத்தை என் பெயருக்கு மாற்றி வாங்கி விட்டேன். இப்போது நானும் மத்ரியோனாவும் அதனை உழுதிருக்கிறோம். ஆற்றங்கரையிலுள்ள துண்டு நிலத்திலும் கூட, இந்த ஆண்டு அறுவடை மோசமில்லை. இந்தச் சாமான்கள் எல்லாம், - கட்டில், நிலைக்கண்ணாடி;

காப்பி வட்டில்கள், கரண்டிகள், முள்கரண்டிகள், மற்றும் இங்குள்ள தட்டு முட்டுச் சாமான்கள் எல்லாவற்றையுமே நாங்கள் இந்த மாரி காலத்தில் தான் வாங்கினோம். மத்ரியோனா ஓர் அபூர்வமான குடும்பப் பெண். அவள் ஒரு சந்தை நாளைக்கூடத் தவற விடுவதில்லை. நானோ இன்னும் பழைய முறையிலேயே எல்லாவற்றையும் பணத்துக்கு விற்று விடுவேன். ஆனால் அவளோ அப்படியல்ல. அவள் ஒரு பன்றியைக் கொல்வாள்; சில கோழிக் குஞ்சுகளைக் கொல்வாள்; பிறகு கொஞ்சம் மாவையும், உருளைக் கிழங்கையும் அவற்றுடன் சேர்த்து எடுத்துக் கொண்டு, நகர்ப்புறத்துக்குச் செல்வாள். அவள் நேராகச் சந்தைக்குச் சென்று விடுவதில்லை; அவள் அவற்றை முந்திய பெருந்தனக்காரர்களின் வீடுகளுக்கே கொண்டு செல்வாள். பிறகு அவள் தன் கண்களை உருட்டியவாறே ஒரு கட்டில் தந்தால், இரண்டு பூடுமாவும், ஆறு பவுண்டு பன்றிக் கறியும் தருகிறேன்' என்று விலை பேசுவாள்; கட்டில் மெத்தைக்கு ஒரு மூடை உருளைக் கிழங்கு தருவதாகப் பேரம் பேசுவாள். நாங்கள் சந்தையிலிருந்து திரும்பி வரும் அழகைக் கண்டால், நீ சிரித்தே விடுவாய். நாடோடிகளைப் போல், வண்டி நிறைய ஏதேதோ சாமான்களையெல்லாம் வாரிப் போட்டுக் கொண்டு வீடு வந்து சேர்வோம்."

மத்ரியோனா தன் கணவனின் கையைப் பற்றிப் பிடித்தவாறு கூறினாள்:

"உங்களுக்கு எனது ஒன்றுவிட்ட அக்கா அவ்தோத்யாவைத் தெரியும் அல்லவா? அவள் என்னை விட ஒரு வயது மூத்தவள். நாங்கள் அவளை உங்கள் அண்ணனுக்குக் கல்யாணம் செய்து வைக்க விரும்புகிறோம்."

அலெக்சேய் சிரித்தவாறே, தன் சட்டைப் பையைத் துழாவினான்.

"என்னைக் கூடக் கேட்காமல், இந்தப் பெண்கள் இந்த விஷயத்தை முடிவு கட்டி விட்டார்கள். ஆனால் தம்பி, உனக்குத் தெரியும். மனைவியை இழந்து வாழும்

வாழ்க்கையில் நானும் அலுத்துப் போய் விட்டேன். குடிப்பதும், கூத்தியாரைத் தேடிப் போவதும் எனக்கு அலுத்து விட்டது. அது ஓர் ஈனங்கெட்ட செயல்தான்!"

அவன் ஒரு புகையிலைப் பையையும் வெளியே ஒரு கரிந்து போன புகைக்குழாயையும் எடுத்தான்; அந்தப் புகைக் குழாயில் செப்பாலான வளையங்கள் தென்பட்டன. அவன் அந்தக் குழாயில் வீட்டில் பயிராக்கிய புகையிலைத் தூளை வைத்து அடைத்து, புகை பிடிக்கத் தொடங்கினான். உடனே அந்த வீடு முழுவதும் புகை மண்டத் தொடங்கியது. அந்தப் பேச்சினாலும், மது வெறியினாலும் செம்யோனின் தலை சுற்றியது. அவன் வியப்புற்றவனாய், அவர்கள் பேசுவதைக் கேட்டவாறு, அவ்விடத்திலேயே அமர்ந்திருந்தான்.

பொழுது சாயும் நேரத்தில் மத்ரியோனா அவனைக் குளிக்கும் இடத்துக்கு அழைத்துச் சென்று, நன்றாக அவனுக்குச் சோப்புப் போட்டுக் குளிப்பாட்டினாள்; பின்னர் ஆவி பிடித்து துவட்டினாள்; பின்னர் அவனது உடம்பை ஓர் ஆட்டுத்தோல் மோஸ்தர் கோட்டினால் போர்த்தினாள். மீண்டும். அவர்கள் எல்லோரும் மேஜைமுன் அமர்ந்து இரவுச் சாப்பாட்டைச் சாப்பிட்டார்கள்; மண் ஜாடியிலிருந்த காரமான மதுவையும் ஒரு சொட்டும் விடாமல் குடித்துத் தீர்த்தார்கள். பலவீனத்திலிருந்து இன்னும் மீளாத நிலையிலிருந்த செம்யோன் தன் மனைவியுடன் படுக்கைக்குப் போனான்; அவளது கதகதப்பான கரம் அவனது கழுத்தை வளைத்துக் கிடந்த நிலையிலேயே அவன் நிம்மதியாகத் தூங்கினான். மறுநாள் காலையில் அவன் கண்ணைத் திறந்து பார்த்தபோது, அந்தக் கூடம் இதமாகவும், துப்புரவாகவும் இருக்கக் கண்டான். மத்ரியோனா தனது கண்களிலும் வெண் பற்கள் தெரிய உதடுகளிலும் புன்னகை மின்ன, மாவைப் பிசைந்து கொண்டிருந்தாள். அலெக்சேய் இன்னும் சிறிது நேரத்தில் காலைச் சாப்பாட்டுக்காக வயலில் இருந்து திரும்பி வந்து விடுவான். வசந்த காலத்தின் சூரிய வெளிச்சம் பளபளப்பாக மெருகிடப் பெற்றிருந்த ஜன்னல்

கதவுகளின் வழியாக உள்ளே பாய்ந்து வழிந்தது. பீக்குஸ் கன்றுகளின் இலைகள் அந்த ஒளியில் பளிச்சிட்டுத் தெரிந்தன. படுக்கையில் எழுந்து அமர்ந்தவாறு செம்யோன் சோம்பல் முறித்தான். இரவும் பகலும் மத்ரியோனாவின் துணையுடன் அவன் கழித்த இன்பகரமான பொழுதினால், தனது பலமெல்லாம் இரட்டிப்பாக திரும்பி வந்து விட்டதுபோல் அவனுக்குத் தோன்றியது. அவன் உடை உடுத்தி முகம் கழுவிக் கொண்டான்; பிறகு, தன் அண்ணன் சவரக் கத்தியை எங்கு வைத்திருக்கிறான் என்பதைக் கேட்டுத் தெரிந்து கொண்டு. அவன் அலெக்சேயின் அறைக்குள் சென்று, அங்கு ஜன்னலின் அருகே, ஒரு சிறிய உடைந்த கண்ணாடித் துண்டின் முன்னால் நின்று, முகச்சவரம் செய்து கொண்டான். பின்னர் அவன் வெளியே சென்று வாசலருகே நின்று, அடுத்த வீட்டுத் தோட்டத்தில் உட்கார்ந்திருந்த கிழவனை நோக்கி முகமன் கூறினான்; அந்த கிழவனுக்கு வயது அதிகம்; நான்கு ஜார் மன்னர்களின் ஆட்சியைக் கண்டவன் அவன். அந்தக் கிழவனும் தனது தொப்பியைக் கழற்றி, கண்ணியத்தோடு தலை வணங்கினான். கம்பளி பூட்சுகள் தரித்திருந்த அவனது மரத்துப் போயிருந்த கால்களை நீட்டி இன்னும் உட்கார்ந்திருந்தான். நரம்புகள் புடைத்துக் கொண்டிருந்த அவனது கரங்கள் அவனது கைத்தடியின் மீது மடிந்து கிடந்தன.

அந்தப் பழக்கமான தெருவில் அந்நேரத்தில் ஆளரவமே இல்லை. வீடுகளுக்கு இடையே பச்சைப்பசேலெனச் சோலைகள் தென்பட்டன; அவை வெகு தூரம் வரையிலும் பரவியிருந்தன. அடிவானத்தில் அங்குமிங்கும் நிழல் வடிவில் தெரிந்த மண்மேடுகளின் மீது குதிரைகள் பூட்டப்படாத வண்டிகள் நின்று கொண்டிருந்தன. செம்யோன் இடது புறமாகத் திரும்பிப் பார்த்தான். அங்கு வெள்ளை வெளேரென்று தோற்றிய வாய்க்கால் கரைக்கு மேலாக, இரண்டு காற்றாடி இயந்திரங்களின் இறக்கைகள் மெதுவாகச் சுழன்றாடிக் கொண்டிருந்தன. அதற்குக் கீழே, சரிவுப் புறத்தில், பழத்தோட்டங்களுக்கும் வைக்கோல் போர்களுக்கும் மத்தியில், தேவாலயத்தின்

மணிக் கூண்டுக் கோபுரம் வெள்ளை வெளேரென்று பளிச்சிட்டது. இலைகள் தளிர்க்கத் தொடங்கியிருந்த தோப்புப் பகுதிக்கு அப்பால், முன்னொரு காலத்தில் பிரபுவாக இருந்த ஒருவனது மாளிகையின் ஜன்னல்கள் சூரிய ஒளியில் பளபளத்தன. அண்டங்காக்கைகள் தமது கூடுகளைச் சுற்றிக் கத்திக் கொண்டு வட்டமிட்டன. அந்தத் தோப்பும், அந்த மாளிகையும், தண்ணீர் நிரம்பி நின்ற குளத்து நீர்ப்பரப்பில் பிரதிபலித்தன. அந்தத் தண்ணீர்க் கரையில் பசுக்கள் படுத்திருந்தன; குழந்தைகள் விளையாடினார்கள்.

செம்யோன் தனது புருவங்களுக்குக் கீழாகப் பார்த்தவாறு நின்றான்; அவனது கைகள் அவன் அணிந்திருந்த தனது சகோதரனின் அகன்ற சட்டைப் பைகளுக்குள்ளே மறைந்திருந்தன. அவற்றைப் பார்த்தபோது, அவன் மனத்தில் துயரச் சுமை எழுந்தது; மெல்ல மெல்ல அங்கு காலைக் கதிரவனின் ஒளியும் உஷ்ணமும் பரவும் சூழ்நிலையில், நீலநிறமான பழத்தோட்டங்களும், உழுது போடப்பெற்ற வயல்வெளிகளும், இந்த அமைதியான சூழலுக்கெல்லாம் அப்பாற்பட்ட வேறொரு உலகமும் அவன் கண் முன்னால் விரிந்தது. அலெக்சேய் தூரத்திலிருந்தே செம்யோனை நோக்கி உற்சாகமாகக் குரல் கொடுத்துக் கொண்டே வண்டியை விரட்டிக் கொண்டு வந்தான். அவன் வெளிவாசலைத் திறக்கும் போதே, செம்யோனைக் கூர்ந்து நோக்கினான். அந்தக் குதிரையை வண்டியை விட்டு அவிழ்த்துவிட்ட பின்பு, அவன் முற்றத்தில் தொங்கிக் கொண்டிந்த தண்ணீர் வாளியருகே சென்று தன் கைகளைக் கழுவிக் கொண்டான்.

"அதைப் பற்றியெல்லாம் எண்ணாதே, தம்பி. எல்லாம் சரியாப் போய்விடும்" என்று அன்போடு சொன்னான் அலெக்சேய். "ஜெர்மன் போர் முனையிலிருந்து திரும்பி வந்தபோது, எனக்கும் தான் எதையும் பார்க்கப் பிடிக்கவில்லை. எனது கண்களில் ரத்தம் பொங்கியது; இதயத்தில் துயரம் பொங்கியது. எல்லாம் இந்த நாசமாய்ப் போன யுத்தத்தால்தான். போகட்டும் வா, சாப்பிடப்

போவோம்."

செம்யோன் எதுவும் பேசவில்லை. என்றாலும் தன் கணவன் உற்சாகமிழந்து இருப்பதை மத்ரியோனா கண்டு கொண்டாள். சாப்பாட்டுக்குப் பின்னால் அலெக்சேய் மீண்டும் வயலுக்குச் சென்று விட்டான். மத்ரியோனா வெறுங்கால்களோடு, தனது பாவாடையை இடுப்பில் தூக்கிச் சொருகியவாறு, அங்கு குவிந்திருந்த சாணத்தை வண்டியில் கொண்டு போய் கொட்டினாள். செம்யோன் தன் அண்ணனின் படுக்கையில் படுத்திருந்தான். அவன் அங்குமிங்கும் நிலை கொள்ளாமல் புரண்டான்; உருண்டான்; எனினும் அவனுக்குத் தூக்கமே வரவில்லை. அவனது இதயத்தில் துயரச்சுமை கனத்து அழுத்தியது. அவன் தன் பற்களைக் கடித்தவாறே யோசித்தான். "அவர்களோடு பேசுவதில் எந்தப் பயனும் இல்லை; அவர்களுக்கு ஓர் இழவும் புரியாது' மாலையிலோ அவர்கள் மூவரும் வாசலுக்கருகே கிடந்த மரக்கட்டையின் மீது சென்று அமர்ந்தபோது, செம்யோன் தன்னையும் மீறிக் கூறி விட்டான்.

"அலெக்சேய்! நீ எதற்கும் உனது துப்பாக்கியைச் சுத்தம் செய்து தயாராக வைப்பது நல்லது."

"துப்பாக்கி நாசமாய்ப் போக! அதற்கென்ன வந்தது இப்போது? நாம் இன்னும் நூறு ஆண்டுக் காலத்துக்கு யுத்தத்துக்கே போகப் போவதில்லை."

"இல்லை. நீ சீக்கிரத்திலேயே மனம் மகிழத் தொடங்கி விட்டாய். அதற்குள் பீக்குஸ் கன்றுகளை வளர்க்கத் தொடங்கி விட்டாய்!"

"அதற்குள் கோபித்துக் கொள்ளாதே, செம்யோன்!" என்று அலெக்சேய் தனது புகைக் குழாயைப் பற்ற வைத்துவிட்டு, கால்களுக்கிடையில் துப்பியவாறே சொன்னான்: நாமும் விவசாயிகளைப் போலவே பேசுவோம். நாம் ஒன்றும் இங்கு பிரசங்கம் பண்ணத் தேவையில்லை. கூட்டங்களிலே அவர்கள் பொழிந்து தள்ளும் எல்லா விஷயங்களையும் நான் அறிவேன். நானும்

கூட, அவர்களைப் பார்த்துக் கத்தித்தான் இருக்கிறேன். என்றாலும் நமக்குத் தேவையானது எது என்பதைத் தெரிந்து நாம் அவற்றுக்குச் செவி சாய்க்க வேண்டும்; தேவையில்லாதவற்றைத் தெரிந்து அவற்றைக் காதில் வாங்காமலும் ஒதுக்க வேண்டும். உழுபவர்களுக்கே நிலம் சொந்தம் என்கிறார்கள். ரொம்ப சரி. அப்புறம் ஏழை விவசாயிகளின் கமிட்டிகள் என்கிறார்கள். நமது கிராமத்திலோ இந்தக் கமிட்டியில் உள்ளவர்களையெல்லாம் நாம் தான் கவனிக்கிறோம். ஆனால், சஸ்னோவ்காவிலோ, அங்குள்ள ஏழை விவசாயிகள் கமிட்டி அதன் இஷ்டத்துக்கு நடக்கிறது; அது வைக்கிற கோரிக்கைகளும், செய்கிற ஆர்ப்பாட்டங்களும் எவரையும் பைத்தியமாக்கி விடும். பாபிரீன்ஸ்கி பிரபுவுக்குச் சொந்தமான நிலம் முழுவதும் சோவியத் பண்ணைக்குத்தான் போய்ச் சேர்ந்தது. எனினும் விவசாயிக்கு ஓர் அடி நிலம் கூடக் கிடைக்கவில்லை. சரி. அந்தக் கமிட்டி யில் இருப்பவர்கள் யார்? இரண்டே பேர். அவர்களிடம் குதிரைகள் கூட இல்லை. மற்றவர்களெல்லாம் யாராரோ? கடவுளுக்குத்தான் வெளிச்சம். எல்லாரும் அந்நியர்கள்; அல்லது பழைய கைதிகள்... நான் சொல்வது புரிகிறதா?"

"நான் அதைப் பற்றி ஒன்றும் பேசவில்லை" என்று முகத்தைத் திருப்பியவாறே சொன்னான் செம்யோன்.

அதைத்தான் நான் பேச வந்தேன். 1917 ஆம் ஆண்டில், போர் முனையில் இருந்த போது, பூர்ஷ்வாக்களுக்கு எதிராக நானும் தான் கோஷமிட்டுக் கொண்டேன். எவனோ ஒரு புண்ணியவான் விட்ட குண்டு என் காலில் வந்து பாய்ந்தது. அத்தோடு நானும் நேராக வீட்டை விட்டு வெளியேறினேன். நான் இப்படித்தான் பார்க்கிறேன். இன்றைக்கு ஒரு மனிதன் எவ்வளவுதான் தின்றாலும், நாளைக்கும் அவன் தின்ன விரும்புகிறான் இல்லையா? ஒவ்வொரு மனிதனும் உழைத்தாக வேண்டுமே!..

செம்யோன் தனது கைவிரல்களால் அந்த மரக்கட்டையைக் கொட்டினான்:

"உனக்குக் கீழே உலகமே எரிந்து கொண்டிருக்கிறது. நீயோ அதன்மீது படுத்து உறங்குகிறாய்!"

"ஒரு வேளை கடற்படையிலோ அல்லது நகரப்புறத்திலோ இன்னும் புரட்சி முடிவடையாமல் இருக்கலாம்" என்று அலெக்சேய் உறுதியுடன் பேசத் தொடங்கினான்: "ஆனால், இங்கு நிலமெல்லாம் எப்போது பங்கிடப் பெற்று வழங்கப்பட்டாயிற்றோ, அப்போதே அந்தக் கணத்திலேயே, அது முடிந்து போய் விட்டது. இனிமேல் எல்லாமே இப்படித்தான் இருக்கும். அதாவது, நாமெல்லாம் பயிர் செய்வோம். பிறகு இந்தக் கமிட்டிகளை நாம் கவனித்துக் கொள்வோம். புனிதர் பீட்டர் திருநாளுக்குள்ளே இந்தக் கமிட்டிகளில் எதுவுமே மிஞ்சி நிற்கப் போவதில்லை. நாம் அவற்றை உயிரோடு புதைத்து விடுவோம். நாங்கள் கம்யூனிஸ்டுகளைக் கண்டு பயப்படவில்லை. நாங்கள் சைத்தானே வந்தாலும் பயப்பட மாட்டோம். அதை மட்டும் நினைவில் வைத்துக் கொள்....."

"உங்கள் பேச்சை நிறுத்துங்கள்! அதோ அவருக்கு உடம்பெல்லாம் நடுங்குவது உங்களுக்குத் தெரியவில்லையா? நோயாளியிடம் பேச்சுக் கொடுப்பது ஆகுமா?" என்று மத்ரியோனா அலெக்சேயை நோக்கி மிருதுவாகச் சொன்னாள்.

நான் ஒன்றும் நோயாளியல்ல. நான் இங்கு ஒரு அந்நியனாகவே தென்படுகிறேன். அதுதான் விஷயம்" என்று செம்யோன் கத்தியவாறே, எழுந்து நடந்தான்.

அதற்கு மேல் பேச்சு நீடிக்கவில்லை.

அந்திக்காலக் கருக்கலொளியில் இரண்டு வௌவால்கள் பிசாசுகள் மாதிரி வான மண்டலத்தில் பறந்து மறைந்தன. அங்கும் இங்குமாக, ஜன்னல்களில் விளக்கொளி தெரிந்தது. இராச் சாப்பாடு முடிந்து விட்ட வேளை. எங்கோ தூரத்திலிருந்து, இளம் பெண்கள் பாடும் பாட்டுக் குரல் மிதந்து வந்தது. அந்தப் பாட்டு திடீரென்று நின்றது; அதன்பின், அந்தகார இருளில் மூழ்கிக் கிடந்த அகன்ற தெருவில் குதிரைகளின் குளம்போசை கேட்டது.

குதிரைக்காரன் குதிரையை இழுத்து நிறுத்தி விட்டு, ஏதோ குரல் கொடுத்தான். பிறகு கடிவாளத்தை மீண்டும் தளர்த்தினான். அலெக்சேய் தனது புகைக்குழாயை வாயிலிருந்து எடுத்தவாறு அந்தச் சத்தத்தைத் தெளிவாகக் கேட்க முயன்றான்; தான் அமர்ந்திருந்த மரக் கட்டையிலிருந்து எழுந்தான்.

"துக்ககரமான விஷயமா? என்ன?" என்று நடுநடுங்கும் தொனியில் கேட்டாள் மத்ரியோனா.

கடைசியாக அந்தக் குதிரைக்காரன் கண்ணில் தென்பட்டான்; அவன் தொப்பியோ, காலணியோ அணியாத இளைஞனாக இருந்தான். அவன் அவர்களை நோக்கிக் குதிரையை ஓட்டி வந்தான்.

"ஜெர்மானியர்கள் வந்து கொண்டிருக்கிறார்கள்! சஸ்னோவ்காவில் அவர்கள் நான்கு பேரைக் கொன்று தள்ளி விட்டார்கள்!' என்று கத்தினான் அவன்.

மார்ச் மாத மத்தியில் (புதிய காலண்டர்படி) சமாதான உடன்படிக்கை ஏற்பட்ட பின்பு, ஜெர்மானியத் துருப்புக்கள் தோன் நிலக்கரி பிரதேசத்தின் மீதும், உக்ரேயன் பிரதேசத்தின் மீதும், ரீகாவிலிருந்து கருங்கடல் வரையிலும் தாக்குதலைத் தொடங்கின.

சமாதான உடன்படிக்கையின்படி, ஜெர்மானியர்கள் மத்திய ராடா (கவுன்சில்)விலிருந்து 750 லட்சம் பூடு தானியம்; 110 லட்சம் பூடு அளவுக்கு மாமிசம், 20 லட்சம் வாத்துக்கள், கோழிகள், 25 லட்சம் பூடு எடையுள்ள சர்க்கரை, 20 லட்சம் லிட்டர் அளவுக்கு காரமான மதுவகைகள், 2500 ரயில் வண்டிகளில் முட்டைகள், நாலாயிரம் பூடு அளவுக்கு பன்றிக்கறி, இவை தவிர வெண்ணெய், தோல்கள், கம்பளி, மரக்கட்டைகள் முதலியவற்றைப் பெற உரிமை பெற்றார்கள்.

ஜெர்மானியர்கள் காக்கி உடையும் இரும்புத் தொப்பியும் அணிந்த படைவீரர்களைக் கொண்டு, யுத்தத்தின் சகல முறைகளையும் பின்பற்றி, உக்ரேயன் பிரதேசத்தைத் தாக்கி

னார்கள். ஜெர்மானியர்களின் பலம் வாய்ந்த பீரங்கிப் பிரயோகத்தால், பலமிழந்திருந்த செஞ்சேனைப் படைகள் அழிக்கப்பட்டன.

படைகள், மோட்டார் வண்டிகள், பல்வேறு விதமான வர்ணங்கள் தீட்டப் பெற்று பச்சோந்தி வேடம் பூண்டிருந்த கனத்த பீரங்கி வண்டிகள் சகலமும் போய்க் கொண்டேயிருந்தன. டாங்கிகளும், கவச மோட்டார்களும் கடகடத்துச் சென்றன; ஆறுகளைக் கடப்பதற்குத் தெப்பங்களும், பாலங்களும் கூட அவற்றுடன் கொண்டு வரப்பட்டன. ஆகாய விமானங்கள் தலைக்கு மேல் இடைவிடாது இரைந்து பறந்தன.

கிட்டத்தட்ட நிராயுதபாணிகளாக இருந்த மக்களின் மீது தொடுத்த பயங்கரமான படையெடுப்பாக இருந்தது அது. இராணுவ வீரர்களையும், விவசாயிகளையும், சுரங்கத் தொழிலாளரையும், இயந்திரத் தொழிலாளரையும் கொண்டிருந்த செம்படைகள் கட்டுக் குலைந்திருந்தன; மேலும் ஜெர்மானியரை விட எண்ணிக்கையிலும் அவைகள் குறைவு. எனவே அவைகள் சண்டையிட்டுக் கொண்டே வடக்கு கிழக்குத் திசைகளை நோக்கிப் பின் வாங்கின.

உக்ரேயன் பிரதேசத்தை ஜெர்மானியருக்கு விற்று முதலாக்கி விட்ட மத்திய ராடா கவுன்சில்வுக்கு கீவ் நகரில் முன்னாளில் ஜாரரசனின் மெய்க்காப்பாளராக இருந்த ஜெனரல் ஸ்கரபாத்ஸ்கி மாற்றாளாக நியமிக்கப்பட்டார். உக்ரேனியத் தேசியவாதிகளுக்கே பிடித்தமான நீலநிற உக்ரேனியக் கோட்டை அணிந்தவராய், கையில் பொறுப்பு மிக்க ராணுவத் தடியை ஏந்தியவாறு அவர் வீராவேசமாய்ப் பேசினார். "உக்ரேய்ன் நீடூழி வாழ்க! இந்த நிமிஷம் முதல் இனி என்றென்றும் சமாதானமும் ஒழுங்கும் நல்வாழ்வும் நிலவட்டும்! தொழிலாளர்களே! நீங்கள் பட்டறைகளுக்குச் செல்லுங்கள்! விவசாயிகளே! நீங்கள் கலப்பைகளை நாடுங்கள்! இந்தச் செஞ்சேனையினர் நாசமாகிப் போகட்டும்!"

விளதீமிர் ஸ்கயா கிராமத்தின் பிரதான வீதியின் வழியாக, படுநாசத்தின் வரவை அந்தக் குதிரைக்காரன் பறைசாற்றி விட்டுப் போனதற்கு ஒரு வார காலத்துக்குப் பின்னால், ஒரு நாள் காலையில் சுண்ணக் கல் நிறைந்த அருவிக் கரையினருகே இருந்த காற்றாடி இயந்தரங்களுக்கருகே ஒரு குதிரைப்படைப் பிரிவு தலை காட்டியது. அந்தப் பிரிவில் உயரமான கறுப்புக் குதிரைகளின் மீது இருபது பேர் தென்பட்டார்கள். அவர்கள் எல்லோரும் ருஷ்யர்களாகத் தோற்றவில்லை. உயரமாகவும், பட்டி வைக்கப் பெற்ற தொப்பியும், குட்டையான பச்சை நிறக் கோட்டும் அணிந்தவர்களாகவும் அவர்கள் தென்பட்டார்கள். அவர்கள் அந்தக் கிராமத்தை ஏறிட்டுப் பார்த்து விட்டு, குதிரைகளை விட்டு இறங்கினார்கள்.

அந்நேரத்தில் கிராமத்தில் இன்னும் ஜனங்கள் இருந்து கொண்டிருந்தார்கள்; அன்று பலர் வயல்வெளிகளுக்கு வேலைக்குச் செல்லவில்லை. அந்தக் குதிரை வீரர்களைக் கண்டதும், சிறுவர்கள் ஒவ்வொரு வீட்டு வாசலாக ஓடினார்கள்; பெண்கள் தத்தம் வீட்டு முள்வேலிக்கு மேலாக ஒருவருக்கொருவர் குரல் கொடுத்தார்கள்; விரைவிலேயே கிராமத்துத் தேவாலயத்தின் முன்னாலுள்ள வெட்டவெளியில் ஒரு கூட்டம் கூடிவிட்டது. அவர்கள் அங்கிருந்து ஏறிட்டுப் பார்த்த போது, அந்தக் குதிரை வீரர்கள் அந்தக் காற்றாடி இயந்திரங்களுக்கு அருகில் இரண்டு இயந்திரத் துப்பாக்கிகளை நிறுவுவதைக் கண்டார்கள்.

அடுத்து அதனைத் தொடர்ந்தாற்போல், கிராமத்துத் தெருக்களில் இரும்புச் சக்கரங்கள் கொண்ட வண்டிகள் கடகடத்துச் சென்றன; ஒரு சாட்டை சொடுக்கித் துவளும் சத்தம் கேட்டது. நுரை பொங்கிக் கொண்டிருந்த இரண்டு குதிரைகள் ஒரு ராணுவ வண்டியை இழுத்துக் கொண்டு, சதுக்கத்தை நோக்கி வெகுவேகமாகப் பாய்ந்து வந்தன. வெளிறிய கண்ணும், நீண்ட மோவாயும் கொண்ட சாதாரணத் தொப்பியும், இறுக்கமான உடையும் அணிந்த ஒரு ராணுவ வீரன் அந்த வண்டியில்,

வண்டியோட்டியின் இடத்தில் அமர்ந்திருந்தான். அவனுக்குப் பின்னால், இடுப்பில் கை வைத்தவனாய் ஒரு ஜெர்மன் அதிகாரி வீற்றிருந்தான். கொடிய பார்வை கொண்ட அந்த விசித்திரமான மனிதன் ஒரு கண்ணில் கண்ணாடி அணிந்திருந்தான். அவன் அணிந் திருந்த தொப்பி அப்போதுதான் விலைக்கு வாங்கிய மாதிரி புத்தம் புதிதாக இருந்தது. அவனுக்கு இடது பக்கத்திலே சுருண்டு முடங்கியிருந்த மனிதனைக் கிராமத்தார்கள் இனம் கண்டு கொண்டார்கள். அவன் தான் பிரபுவின் நிர்வாக அதிகாரி. சென்ற மாரிகாலத்தின் போது தான் அணிந்திருந்த கோவணத் துணியோடு, குண்டோட்டம் குதிரையோட்டமாகக் குடியோடிப் போனவன் தான் அவன்.

கிரிகோரி கார்லவிச் மீல் என்ற அந்த மனிதன் தனது உருண்ட, சவரம் செய்யப்பட்ட முகத்தில் தங்க பிரேம் போட்ட மூக்குக் கண்ணாடி அணிந்திருந்தான். அவன் கம்பளித் தொப்பியும், கோட்டும் தரித்திருந்தான். அவனை அந்தக் கிராமவாசிகள் பார்த்த போது அவர்களது உடம்பில் ஏதோ ஓர் அரிப்பு ஏற்படுவது போலத் தோன்றியது.

"தொப்பிகளைக் கழற்றுங்கள்!" என்று அந்த ஜெர்மன் அதிகாரி ருஷ்ய மொழியில் கத்தினான். அந்த வண்டிக்கு அருகில் நின்றிருந்த கிராமவாசிகள் வேண்டா வெறுப்பாகத் தமது தொப்பிகளைக் கழற்றினார்கள். அந்தச் சதுக்கத்தில் பேரமைதி நிலவியது. அந்த அதிகாரி இடுப்பில் வைத்த கைகளை எடுக்காமலே, தனது ஒற்றைக் கண்ணாடி பளபளக்க, பேசத் தொடங்கினான். அவன் ஒவ்வொரு வார்த்தையையும் மிகவும் சிரமப்பட்டு, ஆனால் தெள்ளத் தெளிவாக நிறுத்தி உச்சரித்தான்:

"விளதிமீர் ஸ்கயா கிராமத்திலுள்ள விவசாயிகளே! அதோ அந்தக் குன்றின் உச்சியில் இரண்டு ஜெர்மானிய இயந்திரத் துப்பாக்கிகள் நிறுத்தப்பட்டிருப்பதைப் பார்த்தீர்கள் அல்லவா? அவை இரண்டும் அபாரமான சக்தி கொண்டவை... நீங்களெல்லாம் புத்திசாலிகள். உங்களுக்கு

எவ்விதக் கெடுதியும் செய்ய நான் விரும்ப மாட்டேன். சக்கரவர்த்தி வில்ஹெல்மின் ஜெர்மானியப் படைகள் உங்கள் மத்தியில் மீண்டும் நாணயமான வாழ்க்கையை நிலை நிறுத்தவே இங்கு வந்துள்ளன என்ற உண்மையை உங்களிடம் சொல்ல வேண்டியது என் கடமை. ஜெர்மானியரான நாங்கள் பிறருடைய செல்வத்தைத் திருடி எடுத்துக்கொள்வதை விரும்பவில்லை. அத்தகைய செயல்களுக்கு நாங்கள் கடுமையான தண்டனைகளை விதிப்போம். போல்ஷிவிக்குகள் உங்களுக்கு வேறு மாதிரியாகக் கற்றுக் கொடுத்திருப்பார்கள். இல்லையா? எனவேதான் நாங்கள் போல்ஷிவிக்குகளை விரட்டியடித்து விட்டோம்; அவர்கள் இனி ஒரு போதும் உங்கள் பக்கத்தில் வரப் போவதில்லை. எனவே உங்களது தீய செயல்களையெல்லாம் நீங்கள் மீண்டும் புனராலோசனை செய்து பார்த்து, சொத்துடைமைக்காரர்களிடமிருந்து நீங்கள் பறித்துக் கொண்டவற்றையெல்லாம் உடனடியாகத் திருப்பித் தந்து விட முன்வர வேண்டும் என்று உங்களுக்கு நான் ஆலோசனை கூறுகிறேன்."

இதைக் கேட்டதும் கூட்டத்தினரிடையே இலேசாக சலசலப்பு எழுந்தது. கிரிகோரி கார்லவிச் தனது தொப்பியைக் கண்களுக்கு மேலாக இழுத்து விட்டவாறு, அந்த விவசாயிகளைக் கூர்ந்து நோக்கிய வண்ணம் அப்படியே உட்கார்ந்திருந்தான். திடீரென்று அவனது உருண்ட முகத்தில் ஒரு வெற்றிகரமான புன்னகை தோன்றியது. அங்கு நின்ற கூட்டத்தினரிடையே அவன் ஏதோ ஒரு தெரிந்த முகத்தை இனம் கண்டு கொண்டான். அந்த அதிகாரி பேசுவதை நிறுத்தினான். விவசாயிகளோ அமைதியோடு நின்றார்கள்.

"நான் எனது கடமையைச் செய்து விட்டேன். திருவாளர் மீல், நீங்கள் தான் இப்போது அவர்களிடம் பேச வேண்டும்!" என்று அந்த அதிகாரி சொன்னான்.

கிரிகோரி கார்லவிச் அந்தக் கோரிக்கையைப் பணிவுடன் மறுத்துப் பேசினான்.

"திருவாளர் லெப்டினெண்ட்! நான் அவர்களுக்கு ஒன்றும் சொல்வதற்கில்லை. அவர்களுக்கே எல்லாம் நன்றாகப் புரியும்!" என்றான் அவன்.

"நல்லது" என்று அந்த அதிகாரி விரக்தியுடன் சொல்லி விட்டு, "அகஸ்டின்! வண்டியை ஓட்டு!" என்று உத்தரவிட்டான்.

சாரதி சாட்டையைச் சொடுக்கினான். வண்டி அந்தக் கூட்டத்தினரைப் பிளந்து கொண்டு ஓடத் தொடங்கியது; ஜனங்கள் அதற்கு வழிவிட்டு விலகினார்கள். அந்த வண்டி இளவரசரின் மாளிகையை நோக்கிச் சென்றது; அந்த மாளிகையில் தான் மூன்று நாட்களுக்கு முன்னால், அந்த ஜில்லாவின் நிர்வாகக் கமிட்டி ஸ்தாபிக்கப்பட்டது. தங்களைக் கடந்து செல்லும் அந்த வண்டியையே ஜனங்கள் பார்த்தார்கள்.

"ஜெர்மானியன் எப்படி அமர்ந்திருந்தான், பார்த்தீர்களா?" என்று கூட்டத்திலிருந்து ஒரு குரல் எழும்பியது.

"பார்த்தீர்களா? கிரிகோரி கார்லவிச் வாயே திறக்கவில்லை!"

"இன்னும் கொஞ்சம் போகட்டும். அவன் தானே வாய் திறப்பான்!"

"அட கடவுளே! என்ன தொல்லை இது? நாம் என்ன செய்து விட்டோம்?"

"பொறுப்பதிகாரிகள் நம்மீது சீக்கிரமே பாய்ந்து விடுவார்கள்."

"சஸ்னாவ்காவுக்கு ஒருவன் ஏற்கெனவே வந்து விட்டான். அவன் விவசாயிகளைக் கூட்டி வைத்துக் கொண்டு, ஒவ்வொருவனையும் தாறுமாறாக வாய்க்கு வந்தபடி திருடர்கள், கொள்ளைக்காரர்கள் என்று திட்டினான். 1905 ஆம் ஆண்டை மறந்து விட்டீர்களா என்று கேட்டான். மூன்று மணி நேரமாக அவன் அவர்களை வாட்டி வதைத்தான்; வாய்க்கு வந்தபடி வைதான். அரசியல் என்றால் என்ன என்பதை அவன் அவர்களுக்குக் காட்டிக்

கொடுத்தான்."

"அது சரி. இனிமேல் என்ன நடக்கும்?"

"அடி பிடிதான். அதுதான் நடக்கும்."

"விதைப்பின் கதி என்ன? இனி அது யாருக்குச் சொந்த மாகும்?" -

அவர்கள் அறுவடை செய்ய நம்மை அனுமதிப்பார்கள். அதில் பாதியை இளவரசருக்கென்று அள்ளிக் கொண்டு போய் விடுவார்கள்."

"இதென்னடா கஷ்டம்? நான் போய்விடப் போகிறேன்."

"எங்கேடா போகிறாய், முட்டாள்?"

அந்த விவசாயிகள் மேலும் சிறிது நேரம் பேசி விட்டுக் கலைந்து சென்றார்கள். அன்றிரவே அவர்கள் தம்மிடமிருந்த சோபாக்கள், கட்டில்கள், திரைச்சீலைகள், தங்க பிரேம் போட்ட நிலைக் கண்ணாடிகள், படங்கள் எல்லாவற்றையும் நிலப் பிரபுவின் வீட்டில் கொண்டு போய்த் திரும்பக் கொடுத்து விட்டார்கள்.

கிரசீல்னிகவ் குடும்பத்தினர் இருட்டில் சாப்பிட்டுக் கொண்டிருந்தார்கள். அலெக்சேய் கரண்டியை மேஜை மீது வைத்து விட்டு, ஜன்னல் வழியாக வெளியே நோக்கி பெரு மூச்செறிந்தான். மத்ரியோனா அடுப்புக்கும் மேஜைக்குமாகச் சுண்டெலியைப் போல் அங்குமிங்கும் அலைந்தோடிக் கொண்டிருந்தாள். செம்யோன் குனிந்தவாறு உட்கார்ந்திருந்தான்; அவனது சுருண்ட கறுத்த தலைமயிர் நெற்றியின் மீது விழுந்து புரண்டது. அவளோ மேஜையின் மீதுள்ள உணவுத் துணிக் கைகளைத் துடைக்கும் போதும், அல்லது ஏதாவதொரு பாத்திரத்தை மேஜை மீது வைக்கும் போதும் செம்யோனின் மீது தனது கையோ மார்பகமோ உரசும்படி நடந்து கொண்டாள். என்றாலும் செம்யோன் நிலையான அமைதியுடன் குனிந்த தலை நிமிராமலேயே இருந்தான். திடீரென்று அலெக்சேய் ஜன்னலருகே தடுமாறிச் சென்றான்;

ஜன்னல் கண்ணாடியில் தனது கைவிரல் நகத்தால் கொட்டியவாறு வெளியே பார்த்தான். அந்த இருளின் அந்தகாரப் பேரமைதியிலே ஒரு நெடிய பயங்கரமான கூச்சல் கேட்டது. மத்ரியோனா தனது இரு கைகளையும் முழங்கால்களுக்கிடையே சேர்த்துப் பிசைந்தவாறு பெஞ்சின் மீது தொப்பென்று உட்கார்ந்தாள்.

"அவர்கள் வசீலி திமேன்தியவை அடித்து நொறுக்குகிறார்கள். அவர்கள் அவனைத் தேடி வந்து, இளவரசரின் மாளிகைக்கு அழைத்துச் சென்றார்கள்" என்று அலெக்சேய் அமைதியாகச் சொன்னான்.

"அப்படியென்றால், அவர்கள் இப்போது மூன்றாவது நபரை அடித்து நொறுக்குகிறார்கள்" என்றாள் மத்ரியோனா.

அவர்கள் அமைதியுடன் காது கொடுத்துக் கேட்டார்கள். அந்த இருளில் அதே பயபீதியும் நிராதரவும் நிறைந்த அந்தக் கூப்பாட்டுக் குரல் காற்றில் கலந்து பயங்கரமாக ஒலித்தது.

செம்யோன் சட்டென்று நிமிர்ந்து உட்கார்ந்தான். அவன் தன் இடைவாரை இழுத்து விட்டவாறு, தன் சகோதரனின் அறைக்குள் சென்றான். மத்ரியோனாவும் ஒன்றும் பேசாமல் அவனைப் பின்தொடர்ந்து சென்றாள். அவன் சுவரில் தொங்கிய துப்பாக்கியைக் கையில் எடுத்துக் கொண்டான். மத்ரியோனா அவனது கழுத்தைச் சுற்றிக் கரங்களைப் போட்டு தனது தலையை நிமிர்த்தி, பற்களை இறுகக் கடித்த வண்ணம் அவனைக் கட்டிப் பிடித்தாள். செம்யோன் அவளை உதறித் தள்ள முயன்றான்; ஆனால் முடியவில்லை. அந்தத் துப்பாக்கி தரை மீது விழுந்தது. செம்யோன் படுக்கையில் சென்று விழுந்து, தலையணைக்குள் முகத்தைப் புதைத்துக் கொண்டான். மத்ரியோனா அவனருகே சென்று அமர்ந்தாள்; அவனது கரிய தலைமயிரை ஆர்வத்தோடு தடவிக் கொடுத்தாள்.

கிரிகோரி கார்லவிச்சுக்கு உள்ளூர் எதிர்ப்புரட்சிக் கசாக்கு படையினர் மீதோ, காவல்காரர்கள் மீதோ

நம்பிக்கையில்லை. அவன் விளதிமீர் ஸ்கயா கிராமத்துக்கு ஒரு பிரத்தியேக ஜெர்மன் படையையே அனுப்பி வைக்குமாறு கோரினான். ஜெர்மானியர்களோ இந்த மாதிரிச் சந்தர்ப்பங்களிலெல்லாம் தாராளமாக உதவ முன்வந்தார்கள்; எனவே இயந்திரத் துப்பாக்கிகளோடு கூடிய இரண்டு படைப்பகுதிகள் அந்தக் கிராமத்துக்குள் புகுந்தன.

அந்தப் படைவீரர்கள் கிராமத்துக்குள்ளேயே வீடுகளில் தங்கினார்கள். ஜெர்மானிய வீரர்களை எந்தெந்த வீட்டில் தங்க வைப்பது என்பதை கிரிகோரி கார்லவிச் தானே முடிவு செய்தான் என்று ஜனங்கள் பேசிக் கொண்டார்கள். சென்ற ஆண்டில் இளவரசரின் மாளிகையைக் கொள்ளையடித்தவர்கள் ஒவ்வொருவரும் கிராம சோவியத் கமிட்டியின் ஒவ்வொருவரும் (அந்தக் கமிட்டியிலுள்ள பத்து இளைஞர்கள் அங்கு ஜெர்மன் படைகள் வருவதற்கு முன்பே அங்கிருந்து வெளியேறி விட்டார்கள்) தத்தம் வீட்டில் ஒரு குதிரைக்கும் ஒரு சிப்பாய்க்கும் தங்க இடம் கொடுத்துப் பராமரிக்க வேண்டும் என்று அவன் உத்தரவிட்டான்.

எனவே தலையிலே இரும்புத் தொப்பியும், தோளிலே துப்பாக்கியும், மற்றும் இராணுவ தளவாடங்களும் கொண்ட ஒரு ஜெர்மானியப் போர் வீரன் அலெக்சேயின் வீட்டுக் கதவைத் தட்டினான். புரிந்து கொள்ள முடியாத வார்த்தைகளைப் பேசிக் கொண்டு, அவன் அலெக்சேயிடம் தான் கொண்டு வந்துள்ள உத்தரவைக் காட்டி, அவனது தோள் மீது தட்டினான்.

"நல்லது, தம்பி!"

துப்பாக்கியையும் சுமையையும் இறக்கி வைத்த பின்பு, அவனுக்குக் அலெக்சேயின் அறை ஒதுக்கி விடப்பட்டது. அவன் உடனேயே அங்கிருந்த படுக்கையில் ஒரு நல்ல போர் வையை விரித்துப் போட்டான்; சுவரில் சக்கரவர்த்தி வில் ஹெல்மின் படத்தை மாட்டினான்; அந்த அறையைச் சுத்தம் செய்யுமாறு உத்தரவிட்டான்.

மத்ரியோனா அந்த அறையைச் சுத்தம் செய்து கொண்டிருந்த போது அவன் தனது அழுக்குத் துணிகளையெல்லாம் சுருட்டியெடுத்து, "ஏ! பொண்ணு! இவற்றைத் துவைத்துக் காயப்போடு" என்று உத்தரவிட்டான். பிறகு அவன் மன மகிழ்ச்சியோடு கால்களிலுள்ள பூட்சுகளைக் கூடக் கழற்றாமல் அப்படியே படுக்கையில் விழுந்தவனாய், ஒரு சுருட்டை எடுத்துப் பற்ற வைத்தான்.

அந்தப் போர் வீரன் தடித்த ஆசாமி; அவனுக்கு மேல் நோக்கி வளைந்த மீசையும் இருந்தது. அவன் அணிந்திருந்த உடைகளும் உயர்ந்த ரக ஆடைகள்; அவை அவனுக்குக் கச்சிதமாக இருந்தன. அவன் ஒரு பெரிய சாப்பாட்டு ராமன். மத்ரியோனா என்ன கொண்டு வந்து கொடுத்தாலும் அவன் அவற்றையெல்லாம் மிச்சம் வைக்காமல் தின்று தீர்த்தான். எல்லாவற்றுக்கும் மேலாக, உப்புப் போட்ட பன்றிக்கறி அவனுக்கு மிகவும் பிடித்திருந்தது. தனது பன்றிக் கறியையெல்லாம் அந்த ஜெர்மானியனுக்குக் கொட்டியழுவதைக் காண, மத்ரியோனாவுக்கு வருத்தம் பொங்கிக் கொண்டு வந்தது. ஆனால் அலெக்சேய் சொன்னான்: "பரவாயில்லை. அவன் நன்றாகத் தின்று விட்டுத் தூங்கட்டும். அவன் அநாவசியமாக நமது காரியங்களில் தலையிடாமல் இருந்தால் சரிதான்."

ஓய்வு நேரங்களில் அந்தப் பட்டாளக்காரன் இராணுவ இசையை முணுமுணுத்தான். அல்லது கீவ் நகரத்துக் காட்சிகளைக் கொண்ட தபால் கார்டுகளில் தன் வீட்டுக்குக் கடிதங்கள் எழுதினான். அவன் மிகவும் கண்ணியமாகவே நடந்து கொண்டான். எனினும் அந்த வீடே தனக்குச் சொந்தமாகிவிட்ட மாதிரி, பூட்சுகளோடு டக்டக்கென்று நடந்து திரிந்தான்.

வீட்டுக்காரர்களுக்கோ தமது வீட்டுக்குள் ஒரு பிணத்துடன் குடியிருப்பது மாதிரி இருந்தது. சாப்பிட உட்காரும் போது அவர்கள் ஒன்றுமே பேசாமல் சாப்பிட்டு எழுந்தார்கள். அலெக்சேயோ உற்சாகமிழந்து போனான்; அவனது நெற்றியில் சுருக்கங்கள் தோன்றின. மத்ரியோனாவோ

தொங்கிப் போன முகத்துடன் அங்குமிங்கும் நடமாடினாள்; பெருமூச் செறிந்தவாறு தனது கண்ணீரை மேலங்கியால் துடைத்து விட்டுக் கொண்டாள். செம்யோன் திடீரென்று நிதானமிழந்து சீறிச் சினந்து பாய்ந்து விடக் கூடும் என்ற நிரந்தரமான பயம் அவள் உள்ளத்தை ஆட்டியலைத்தது. ஆனால் செம்யோனோ வாயடைத்துப் போய்; தானும் தன் பாடுமாய் இருந்தான்.

ஒவ்வொரு நாளும் ஜில்லா அலுவலகத்திலும், வீடுகளின் வெளிவாசற் கதவுகளிலும் ஜெர்மானியரின் பல்வேறு உத்தரவுகள் ஒட்டப்பட்டன. நிலத்தையும் கால்நடைகளையும் நிலப்பிரபுகளிடம் திருப்பிக் கொடுப்பது, பறிமுதல் உத்தரவு, தண்டத் தீர்வைகள், கட்டாய தானியக் கொள்முதல், கலகம் செய்யவோ, கம்யூனிஸ்டுகளுக்குத் தங்க இடம் கொடுக்கவோ முனைபவர்களுக்கு ஈவிரக்கமற்ற தண்டனைகள் இத்தியாதி இத்தியாதி....

விவசாயிகள் அந்த உத்தரவுகளைப் படித்தார்கள்; வாயடைத்து நின்றார்கள். ஏதோ ஒரு கிராமத்தில் ஜெர்மானியக் குதிரைப் படையின் துணையுடன் வந்து புடைக்கப்படாத தானியத்தைக் கூட வாங்கிக் கொண்டு போய் விட்டார்களென்றும், அதற்குப் பிரதியாக ருஷ்ய நாட்டுப் பணமல்லாத வேறு நாட்டுக் காகித நோட்டுக்களைத் தந்தார்களென்றும், அந்தக் காகிதப் பணத்தைப் பெண்கள் வாங்குவதற்கு மறுத்து விட்டார்கள் என்றும் பேச்சு அடிபட்டது. இன்னொரு கிராமத்திலோ, அவர்கள் கால்நடைகளையெல்லாம் ஓட்டிக் கொண்டு போய் விட்டதாகவும், மற்றொரு கிராமத்தில் ஒரு குருவிக்குத் தேவையான குன்று மணி தானியத்தைக் கூட விட்டு வைக்கவில்லை என்றும் வதந்திகள் நிலவின. விவசாயிகள் இரவு நேரங்களில் ரகசியமான இடங்களில் சிறுசிறு கும்பலாகக் கூடி, வதந்திகளையும் வயிற்றெரிச்சலையும் பரிமாறிக் கொண்டார்கள். இனி என்ன செய்வது? இனிமேல் இதற்கு விமோசனமே இல்லையா? அவர்கள் மீது ஏவி விடப் பெற்றுள்ள சக்தியோ அவர்களது சக்திக்கும் மிகவும் மேம்பட்டதாக

இருந்தது. எனவே தாங்கள் மூச்சுப் பேச்சுக் காட்டாமல் பணிந்து போவதைத் தவிர வேறு வழியில்லை என்றே அவர்களுக்குப் பட்டது.

வாய்க்கால் கரைகளிலும் தோட்டந் துரவுகளிலும், புழக்கடைகளிலும் கூடிய இத்தகைய ரகசியக் கூட்டங்களுக்கு செம்யோன் சென்று வந்தான். அவன் தரை மீது அமர்ந்து, தனது கோட்டைத்தோள் மீது தூக்கிப் போட்டவாறு புகை பிடிப்பான்; பேசுவதைக் கேட்பான். சில சமயங்களில் தனது கோட்டைத் தூக்கியெறிந்து விட்டு, துள்ளியெழுந்து நின்று "தோழர்களே!.." என்று வாய்விட்டுக் கத்த வேண்டும் என்று அவனுக்குத் தோன்றும். ஆனால் அவ்வாறு கத்துவதால் விளையப் போவது என்ன? வீணில் அந்த ஜனங்கள் பயபீதி கொண்டு விழுந்தடித்துக் கொண்டு ஓடிப் போய் விடுவார்கள். அவ்வளவு தான்.

ஒருமுறை அவன் தனக்கு எதிராக நின்று தன்னை நோக்கி இலேசாகச் சிரிக்கும் ஒரு மனிதனைக் கண்டான். செம்யோன் அந்த மனிதனைக் கடந்து போக நினைத்தான். ஆனால் அவனோ "தம்பி" என்று வாய்விட்டுக் கூப்பிட்டான்.

செம்யோன் திடுக்கிட்டுப் போனான். அவன் யார்? ஒரு வேளை நண்பனாக இருக்குமோ?

"உனக்கு என்ன வேண்டும்?" என்று அவனை உணர்ச்சியற்றுப் பார்த்தவாறே கேட்டான்.

"நீ அலெக்சேயின் தம்பிதானே?"

"ஆமாம். அதனால் என்ன?"

"உனக்கு உனது சொந்த பந்த ஜனங்களையே தெரியவில்லை. உனக்கு 'கேர்ச்' கப்பலிலிருந்த கப்பலோட்டிகளைத் தெரியுமல்லவா?"

"அட, கோஷின் நீதானே?"

செம்யோன் அவனுடன் கை குலுக்கிக் கொண்டான்.

அவர்கள் இருவரும் ஒருவரையொருவர் பார்த்தவாறு நின்றார்கள். கோஷின் சட்டென்று பக்கத்தில் திரும்பிப் பார்த்துவிட்டுச் சொன்னான்:

"நீங்களெல்லாம் துப்பாக்கிகளைத் தயாரித்து வருகிறீர்களா?"

"அதெல்லாமில்லை. இங்கு நிலைமைகள் கட்டுமீறிப் போய்விடவில்லை."

"இங்கே துடிப்பான இளைஞர்களாவது இருக்கிறார்களா?"

"யாருக்குத் தெரியும்? நான் யாரையும் இதுவரையில் சந்தித்ததில்லை. நாம் பொறுத்திருந்து தான் பார்க்க வேண்டும்."

"நீங்களெல்லாம் இங்கு என்ன தான் செய்கிறீர்கள்?" என்று கேட்டு விட்டு, தன் கண்களை அங்குமிங்கும் ஓட்டி, அந்தியிருட்டில் அங்குமிங்கும் தெரியும் நிழலுருவங்களையெல்லாம் கூர்ந்து கவனித்து விட்டு, கோஷின் மேலும் பேசினான்:

"நீங்களெல்லாம் என்ன நினைப்பில் சும்மா இருக்கிறீர்கள்? உங்களையெல்லாம் வாத்து மாதிரி உரித்து உப்பைத் தடவும் வரையில் அனுமதித்துக் கொண்டிருக்கிறீர்களே. உஸ்பேன்ஸ்கயா கிராமத்தில் என்ன நடக்கிறது என்று உங்களுக்குத் தெரியுமா? அங்கே துப்பாக்கிக் குண்டுகளால் அந்தக் கிராமமே சுடுசாம்பலாகிவிட்டது. அங்கிருந்து பெண்களும் குழந்தைகளும் எங்கோ ஓடி விட்டார்கள். ஆண்களெல்லாம் காடுகளிலே பதுங்கிக் கொண்டு விட்டார்கள்... நோவஸ் பாஸ்கயா கிராமத்திலிருந்து ஜனங்கள் ஓடுகிறார்கள். பியோ தரவ்கா, குல்யாய் - போல்யே முதலிய எல்லா இடங்களிலிருந்தும் நம்மை நோக்கி ஓடி வருகிறார்கள்."

"நம்மை என்று யாரைக் குறிப்பிடுகிறாய்?"

"அதுசரி. உனக்கு திப்ரிவ்ஸ்கி காடு தெரியுமல்லவா? அங்கு தான் நாங்கள் கூடுகிறோம். நல்லது... உங்கள் கிராமத்து ஜனங்களின் காதில் இந்த விஷயத்தை ரகசியமாகப்

அலெக்சேய் தல்ஸ்தோய் ▲ 197

போட்டு வை. விளதீமிர் ஸ்கயா கிராமத்தார்கள் நாற்பது கட்டைத் துப்பாக்கிகளையும், தோட்டாக்களோடு கூடிய பெரிய துப்பாக்கிகள் பத்தையும், எவ்வளவு முடியுமோ அவ்வளவு நாட்டு வெடிகுண்டுகளையும் தயார் செய்ய வேண்டும் என்று சொல். அவற்றையெல்லாம் வயலிலுள்ள வைக்கோற் போர்களுக்குள் மறைத்து வைத்துவிட வேண்டும். புரிந்ததா? சஸ்னோவ்காவிலும் அப்படித்தான் மறைத்து வைத்திருக்கிறார்கள். அங்குள்ள வாலிபர்கள் எனது வருகைக்காகக் காத்துக் கொண்டிருக்கிறார்கள்... குந்தியாயெவ்காவில் முப்பது விவசாயிகள் குதிரைகளோடு காத்திருக்கிறார்கள். சரி. கிராமத்தை விட்டும் வெளியேறுவதற்கு நேரமாகி விட்டது."

"எங்கே? யாரிடம்?"

"ஆத்தமானிடம். அவர் பெயர் ஷூஸ் என்பது. நாங்கள் எகதிரின ஸ்லாவ் பிரதேசம் முழுவதிலும் படை திரட்டிக் கொண்டு இருக்கிறோம். சென்ற வாரம் நாங்கள் பிரபுவின் கூலிப்படையைத் தாக்கி, மாளிகைக்கே தீ வைத்து விட்டோம்.... அது ஓர் அருமையான விளையாட்டு தான் தம்பி! நாங்கள் சாராயத்தையும் சர்க்கரையையும் விவசாயிகளுக்கு வாரி வழங்கினோம். இனாமாகத்தான்... ஞாபகம் இருக்கட்டும். நான் இன்னும் ஒரு வாரத்தில் திரும்ப வருகிறேன்."

அவன் செம்யோனை நோக்கிக் கண்ணைச் சிமிட்டிவிட்டு, புதர் வேலியைத் தாண்டிக் குதித்து, தவளைகள் இடைவிடாது கத்தும் நாணற் காட்டை நோக்கிக் குனிந்தவாறே ஓடத் தொடங்கினான்.

ஆத்தமான்களையும், இந்த மாதிரியான தாக்குதலையும் பற்றி ஏற்கெனவே விளதீமிர்ஸ்கயா கிராமத்துக்கு வதந்திகள் எட்டத்தான் செய்தன; எனினும் எவரும் அவற்றை நம்பவில்லை. ஆனால் இப்போதோ அவற்றுக்கெல்லாம் நேரடியான சாட்சியே தோன்றிவிட்டது. செம்யோன் அன்றிரவு தன் அண்ணனிடம் அந்த விஷயத்தைச் சொன்னான். அலெக் சேய் தன் தம்பி கூறியதைக்

கவலையுடன் கேட்டான்.

"அந்த ஆத்தமானின் பெயர் என்ன?"

"ஷூஸ் என்று அவன் சொன்னான்."

அந்தப் பெயரையே கேள்விப்பட்டதில்லையே. மாஹ்னோ என்பவன் தான் இருபத்தைந்து சண்டியர்களைச் சேர்த்துக் கொண்டு மாளிகைகளையெல்லாம் கொள்ளையடிப்பதாகப் பேசிக் கொள்கிறார்கள். நான் ஷூஸ் என்ற பெயரைக் கேள்விப்பட்டதே இல்லையே. ஒரு வேளை அவன் சொன்னது உண்மையாக இருக்கலாம். இந்தக் காலத்து விவசாயிகள் எதையும் செய்வார்கள். எப்படியாயினும், அது ஷூஸ் ஆனாலும் வேறு யாரானாலும் காரியம் என்னவோ நல்ல காரியமாகத்தான் இருக்கிறது... ஆனால், செம்யோன்! நீ அதற்குள் விவசாயிகளிடம் பேச்சுக் கொடுத்து விடாதே. காலம் வரும்போது நானே அவர்களிடம் பேசிக் கொள்கிறேன்."

செம்யோன் புன்னகை புரிந்தவாறே தன் தோளை உலுக்கிக் கொண்டான்.

"அவர்கள் உன்னுடைய எலும்பையெல்லாம் நொறுக்கிப் போடும் வரையிலும் நீ காத்திருப்பாய்!"

சொல்லப் போனால், செம்யோனைத் தவிர வேறு பலரும் கோஷினைச் சந்தித்திருப்பதாகவே தோன்றியது. கட்டைத் துப்பாக்கிகள், நாட்டு வெடிகுண்டுகள், ஆத்தமான் கும்பல்கள் முதலியவற்றைப் பற்றி எல்லாம் கிராமத்தில் ஜனங்கள் குசுகுசுத்தார்கள். இரவு நேரங்களில் பண்ணை முற்றங்களில் அரத்தினால் அரவும் சத்தமும் அறுக்கும் சத்தமும் கூரிய செவிகளுக்குக் கேட்கத்தான் செய்தன. என்றாலும் அதுவரையிலும் எல்லாம் அமைதியாகத்தான் இருந்தது. ஜெர்மானியர்கள் ஒழுங்கை நிலைநாட்டினார்கள்; சனிக்கிழமை இரவில் கிராமம் முழுவதையும் சுத்தப்படுத்த வேண்டும் என்று உத்தரவு போட்டார்கள். ஒருவரும் வாய் திறந்து முணுமுணுக்காமல், தெருக்களைச் சுத்தம் செய்து முடித்தார்கள்.

பின்னர்தான் அவர்கள் தலையில் இடிவிழுந்தது. ஒரு நாள் அதிகாலையில், நீர்நிலையை நோக்கி கால்நடைகளை மேய்த்துக் கொண்டு செல்வதற்கு முன்னால், காவலர்களும், மார்பிலே சின்னங்கள் தாங்கிய போர் வீரர்களும் ஜன்னல் கதவுகளையெல்லாம் தட்டிக் கொண்டு தெருவழியே நடந்து சென்றார்கள்.

"வெளியே வாருங்கள்!" விவசாயிகள் வெறுங்கால்களோடு, தமது சட்டைகளின் பொத்தான்களை மாட்டியும் மாட்டாமலும் அவசர அவசரமாக வெளியே விழுந்தடித்துக் கொண்டு ஓடி வந்தார்கள். வந்தவுடன் அவர்களுக்கு அதிகாரபூர்வமான உத்தரவுப் பத்திரம் வழங்கப்பட்டது; குறிப்பிட்ட பண்ணைகளிலிருந்து இவ்வளவு இவ்வளவு தானியம், கம்பளி, பன்றிக்கறி, முட்டை முதலியவற்றை ஜெர்மன் நாணயத்தைப் பெற்றுக் கொண்டு, ஜெர்மானிய அதிகாரிகளிடம் ஒப்படைக்க வேண்டும் என்று உத்தரவாகியது. கிராமத்துச் சதுக்கத்தில் தேவாலயத்தின் முன்னிலையில், அவற்றை எடுத்துக் கொண்டு போக வரிசை வரிசையாக வண்டிகளும் வந்து நின்றன. வீடுகளிலே தங்கியிருந்த ஜெர்மன் போர் வீரர்கள் தலையிலே இரும்புத் தொப்பியும், கையிலே துப்பாக்கியும் ஏந்தி, ஒவ்வொரு குடிசையின் வாசலிலும் புன்னகை புரிந்தவாறே நின்றார்கள்.

விவசாயிகளோ தலையைச் சொறிந்து கொண்டு நின்றார்கள். சிலர் தம்மிடம் எதுவும் இல்லை என்று கையை விரித்தார்கள்; சிலர் தமது தொப்பிகளைத் தரையில் வீசியெறிந்தார்கள்.

எங்களிடம் ஒரு மணித் தானியம் கூட இல்லை. ஒன்றுமே இல்லை. வேண்டுமெனில் எங்களைக் கொன்று போடுங்கள். வெட்டிப் போடுங்கள். எங்களைக் கொன்றாலும் எங்களிடம் ஒன்றுமில்லை!"

இந்தச் சமயத்தில் நிர்வாக அதிகாரி கிரிகோரி கார்லவிச் ஒரு வண்டியில் வந்து கொண்டிருப்பது தெரிந்தது. அங்கிருந்த விவசாயிகளுக்குக் காவலரையோ,

ராணுவத்தாரையோ கண்டு பயம் எழவில்லை; தங்க பிரேம் போட்ட மூக்குக் கண்ணாடியணிந்த கிரிகோரி கார்லவிச்சைக் கண்டு தான் அவர்கள் பயந்தார்கள்; ஏனெனில் அவன் எல்லோரையும் தெரிந்து வைத்திருந்தான்; எல்லாவற்றையும் அறிந்திருந்தான்.

அவன் தனது குதிரையை இழுத்து நிறுத்தினான். பொறுப் பதிகாரி அவனது வண்டியருகே வந்தான். இரண்டு பேரும் ஏதோ சம்பாஷித்தார்கள். அந்தப் பொறுப்பதிகாரி தனது ஜவான்களை நோக்கி ஏதோ ஓர் உத்தரவிட்டுக் கத்தினான். அவர்கள் உடனே முதல் பண்ணை வீட்டுக்குள் பாய்ந்தார்கள்; ஒரே நிமிஷத்தில் அவர்கள் உரக் குவியலுக்கு அடியில் மறைத்து வைக்கப்பட்டிருந்த தானிய மூட்டைகளைக் கண்டு பிடித்து விட்டார்கள். அந்தப் பண்ணைக்குச் சொந்தக்காரர்களான விவசாயிகள் கூச்சலிட்டபோது, கிரிகோரி கார்லவிச்சின் மூக்குக் கண்ணாடி பளிச்சிட்டு ஒளிபரப்பியது.

இத்தனை நேரமும் அலெக்சேய் தனது வீட்டு முற்றத்தில் அங்குமிங்கும் மனம் குழம்பியவனாய் நடந்து கொண்டிருந்தான்; அவனைப் பார்க்கவே பரிதாபமாக இருந்தது. மத்ரியோனா தனது தலைக் கச்சையைக் கண்கள் வரையிலும் இழுத்து விட்டுக் கொண்டு, கூட்டத்தில் அமர்ந்து அழுது கொண்டிருந்தாள்.

இந்த ஜெர்மன் நாணயங்களால் எனக்கென்ன பிரயோஜனம்?" என்று அலெக்சேய் கேட்டவாறு, ஒரு மரத்துண்டையோ அல்லது உடைந்து போன வண்டிச் சக்கரத்தின் கட்டையையோ, வேலிக்கு அடியில் வளர்ந்திருந்த முட்செடி களின் மீது விட்டெறிந்தான். சேவற்கோழியொன்று அங்கு நடைபோட்டு வந்ததைப் பார்த்து, அவன் தன் காலால் உதைத்து அதனை வைது விரட்டினான். அவன் தானியக் கிடங்கின் நாதாங்கியை ஆட்டிச் சத்தம் எழுப்பினான். 'நாங்கள் இனி எதைத் தின்பதாம்? அந்த ஜெர்மன் நாணயங்கள் எதற்கு உதவும்? அவர்கள் எங்களை ஓட்டாண்டிகளாக்கத் திட்டமிட்டு விட்டார்கள் போலிருக்கிறது. எங்களை அடியோடு

அழிக்க முனைந்து விட்டார்கள்! எங்களை மீண்டும் அடிமைப்படுத்தத் தீர்மானித்து விட்டார்கள்!"

மத்ரியோனாவுக்கு அருகில் அமர்ந்திருந்த செம்யோன் சொன்னான்: 'இன்னும் இதைவிட மோசமானவை எல்லாம் வரத்தான் போகிறது. அவர்கள் உன் குதிரையையும் கூடப் பறித்துக் கொள்வார்கள்!"

"அதெல்லாம் நடக்காது. அவர்கள் அப்படி ஏதாவது செய்ய முனைந்தால், நான் உடனே கோடரியைத் தூக்கிக் கொன்று போட்டு விடுவேன். ஆமாம்."

"அந்தக் காலம் கடந்து விட்டது, அண்ணே!

ஓவென்று ஓலமிட்டு அழுதாள் மத்ரியோனா:

"நான் அவர்களது குரல் வளையைக் கடித்துக் குதறி விடுவேன்!" என்று புலம்பினாள் அவள். யாரோ வெளிக்கதவைத் துப்பாக்கியின் மட்டையால் இடிக்கும் சத்தம் கேட்டது. அந்த வீட்டில் முகாம் போட்டிருந்த தடித்த ஜெர்மானியச் சிப்பாய் தான் ஏதோ சொந்த வீட்டுக்குத் திரும்பி வருவது போல் கலகலப்போடு வந்தான். அவனுக்குப் பின்னால் ஆறு காவலர்களும் தொப்பியில் சூலாயுதச் சின்னம் தரித்த ஒரு அதிகாரியும் உள்ளே வந்தார்கள். அந்த சிவில் அதிகாரியின் கக்கத்தில் ஒரு பேரேட்டுப் புத்தகம் இருந்தது.

"இந்த வீட்டில் ஏராளமான பன்றிக்கறியும் தானியமும் இருக்கின்றது!.." என்று அந்த ஜெர்மானியச் சிப்பாய் தானியக் கிடங்கை நோக்கித் தலையை ஆட்டியவாறே சொன்னான்.

அலெக்சேய் அவனைக் கோபமாகப் பார்த்தவாறே பின் வாங்கி, துருப்பிடித்துப் போன சாவியொன்றைத் தன் பலத்தை எல்லாம் கூட்டி, அந்தச் சிவில் அதிகாரியின் காலடியில் விட்டெறிந்தான்.

"என்னை என்ன நினைத்துக் கொண்டாய்? உன்னைச் செம்மையாக உதைக்க வேண்டுமா? நாய்க்குப் பிறந்த

பயலே!" என்று அந்த சிவில் அதிகாரி சீறினான்.

செம்யோன், மத்ரியோனாவைத் தனது முழங்கையால் இடித்துத் தள்ளி விட்டு, முற்றத்தை விட்டு வெளியேற முனைந்தான். ஆனால் அதற்குள் அந்தச் சிப்பாயின் துப்பாக்கியின் அகன்ற கூர்மையான குத்தீட்டி மார்புக்கு நேராகக் குறுக்கிட்டு அவனைத் தடுத்து நிறுத்தியது.

"நில்லு! திரும்பிப் போ!" என்று அந்த ஜெர்மானியச் சிப்பாய் கரகரத்த அதிகாரத் தொனியில் சத்தமிட்டான்.

அன்று முழுதும் இராணுவ வண்டிகளில் சாமான்களை ஏறிய வண்ணமாகவே இருந்தது; அந்த வண்டிகள் நள்ளிரவில் தான் அங்கிருந்து நகன்றன. அந்தக் கிராமத்தை முழுக்கத் தூர்த்துத் துடைத்து விட்டார்கள். கிராமத்தில் விளக்குகள் ஏற்றப்படவில்லை; எவரும் சாப்பிடவில்லை. பெண்களெல்லாம் குடிசையின் இருளுக்குள் மூழ்கியவாறே, ஒப்பாரி வைத்தார்கள். அவர்களது கைகளுக்குள் ஜெர்மன் காகித நோட்டுக்கள் கசங்கிக் கொண்டிருந்தன.

அந்தக் காகிதப் பணத்தை எடுத்துக் கொண்டு எவனாவது ஒருவன் தன் மனைவியையும் அழைத்துக் கொண்டு நகருக்குச் சென்றால், அதைக் கொண்டு என்ன செய்ய முடியும்? அங்கோ ஒரு கடையிலாவது சரக்குக் கிடையாது. ஓர் ஆணி கூட, ஒரு முழம் துணி கூட, ஒரு தோல் துண்டுகூட அங்கு கிடைக்காது. தொழிற்சாலைகளெல்லாம் மூடிக் கிடந்தன. தானியம், சர்க்கரை, சோப், மற்றும் பல்வேறு கசாப்புப் பொருட்களையும் ரயில்களிலேற்றி ஜெர்மனிக்குக் கொண்டு சென்று விட்டார்கள். அங்கு ஒரு பியானோ வாத்தியமோ, டச்சு தேசத்து வர்ணச் சித்திரமோ, சீன நாட்டுத் தேயிலைப் பாத்திரமோதான் கிடைக்கும். ஆனால் அத்தகைய பொருட்கள் விவசாயிகளுக்குத் தேவைப்படாதே. அங்கு சென்றால், நீண்ட நீல நிறக் கோட்டுகளும், ஆட்டுத்தோல் தொப்பிகளும் அணிந்து, தொங்கு மீசையுடன் தோற்றமளிக்கும் எதிர்ப் புரட்சிப் படையினரை வெறித்து நோக்கலாம்; நீல நிற மோவாயும், பௌலர் தொப்பியும் அணிந்த

வியாபாரி களோடு பேசிப் பழகலாம்; கடைசியில் வெறுமனே கசந்துபோய் வெட்டிப் பெருமூச்செறிந்து விட்டு, வீடு நோக்கித் திரும்பி வரலாம். வீட்டுக்கு வரும் வழியில் ரயில் வண்டி இடையில் நிற்கக் கூடும். இருபது மைல் ஓடி வருவதற்குள்ளாகவே ரயிலின் சக்கரங்கள் சூடேறி விடும்; அந்த இயந்திரத்துக்கு ஊற்றுவதற்குக் கூட, ரயிலில் எண்ணெய் கிடையாது. அதையும் கூட ஜெர்மானியர்கள் கொண்டு போய் விட்டார்கள். எனவே அதனைக் குளிராக்குவதற்காக, அந்தச் சக்கரங்களின் மீது மண்ணையள்ளிப் போடுவார்கள். பிறகு மீண்டும் அந்த ரயில் புறப்பட்டுச் செல்லும்.

இதையெல்லாம் எண்ணித்தான் அந்தப் பெண்கள் கையில் கசங்கிய நோட்டுக்களுடன் அழுது கண்ணீர் வடித்தார்கள்; ஆண்களோ கால்நடைகளுக்கு எந்தவித ஆபத்தும் வந்து விடக் கூடாது என்பதற்காக, அவற்றைக் காட்டுப் புறத்திலுள்ள ஆழமான மடுக்களுக்குள்ளே மறைந்து வைத்தார்கள். நாளைக்கு எத்தகைய உத்தரவு வரப்போகிறது என்று யார் தான் சொல்ல முடியும்!

கிராமத்தில் விளக்குகளே இல்லை. கிராமமே இருளில் மூழ்கி கிடந்தது. ஏரிக்கு அக்கரையிலுள்ள குன்றுக்கு அப்பாலிருக்கும் இளரவசர் மாளிகை ஜன்னல்களில் தான் விளக்கு வெளிச்சம் பிரகாசமாகத் தெரிந்தது. அங்கு அந்த நிர்வாக அதிகாரி ஜெர்மன் அதிகாரிகளைக் கௌரவிப்பதற்காக ஒரு விருந்து அளித்துக் கொண்டிருந்தான். அங்கு இராணுவ பாண்டு வாத்தியங்களின் சங்கீத ஒலி கேட்டது; ஜெர்மானிய நடன கீதங்கள் இருண்டு கிடந்த கிராமத்தில் எதிரொலித்தன . எரிந்து கொண்டிருக்கும் கயிற்றைப் போல், ஒரு வாணவெடி ஆகாயத்தில் உயர்ந்து சென்று வெடித்தது. அந்த மாளிகையின் முற்றத்தில் கூடியிருந்த ஜெர்மன் வீரர்கள் அதனைக் கண்டு களித்தார்கள். அவர்களுக்கு முன்னால் ஒரு பெரிய பீர் பீப்பாய் உருண்டு வந்தது. அந்த வாண வெடி வெடித்துச் சிதறியது; நட்சத்திரப் பூக்களாகச் சிதறி விழுந்த அதன் தீப்பொறிகளின்

வெளிச்சத்தில், கிராமத்திலுள்ள வீட்டுக் கூரைகளும், பழத்தோட்டங்களும், மரங்களும், வெள்ளை நிறத் தேவாலய மணிக்கூண்டும், முட்புதர்களும் ஒளிபெற்றன. உற்சாகமிழந்து கிடந்த பல்வேறு முகங்கள் அந்த வாண வேடிக்கையை ஏறிட்டுப் பார்த்தன. அந்த முகங்களிலே தோன்றிய சுருக்கங்கள் அத்தனையையும் இனம் கண்டு கொள்ளும் அளவுக்கு அந்த வெளிச்சம் பிரகாசமாக இருந்தது. அந்த நேரத்தில் கண்காணாத ஒரு காமிராவினால், அந்த முகபாவனைகளைப் படம் பிடிக்க இயலாமற் போனது தான் துர்ப்பாக்கியம்! அத்தகைய படங்களைப் பார்த்திருந்தால், அந்த ஜெர்மானிய பிரதான காரியாலய அதிகாரிகள் எவ்வளவோ சிந்தித்திருப்பார்கள்!

கிராமத்துக்கு ஒரு மைல் தூரத்திலுள்ள வயல்வெளிகள் அந்த வெளிச்சத்தினால் பகல் போல் காட்சியளித்தன. அங்கு சில மனிதர்கள் பதுங்கிப் பதுங்கிப், போய் அங்கிருந்த வைக்கோற் போரின் அருகே, தரையோடு தரையாகப் படுத்துக் கொண்டார்கள். அவர்களில் ஒருவன் மட்டும் அந்த வைக்கோற் போருக்குப் பின்னால் படுக்கவில்லை. அவன் வானத்திலிருந்து சிதறி விழும் ஒளிச் சிதறல்களை ஏறிட்டுப் பார்த்தவாறு சிரித்தான்:

"அதோ அந்த வெளிச்சத்தைப் பாருங்கள்!" அந்த ஒளி ஜாலங்கள் பூமியை அடையுமுன்பே நின்று விட்டன; மீண்டும் இருள் சூழ்ந்தது. வைக்கோற் போரருகே குழுமியிருந்த மனிதர்கள் ஒன்றுகூடினார்கள். அவர்கள் தம்மிடமுள்ள துப்பாக்கிகளைக் கீழே வைத்த போது அவை கணீரென்று ஒலித்தன. -

"மொத்தம் எவ்வளவு இருக்கின்றன?"

"பத்து கட்டைத் துப்பாக்கிகள்; நாலு பெரிய துப்பாக்கிகள், தோழர் கோஷின்!"

"இவை போதாதே!"

"எங்களுக்குப் போதுமான அவகாசம் இல்லை... நாளை இரவில் நாங்கள் இன்னும் கொஞ்சம் கொண்டு

வருகிறோம்."

"சரி. தோட்டாக்கள் எங்கே?"

"இதோ எங்கள் பாக்கெட்டில் இருக்கின்றன. அவை ஏராளம் இருக்கின்றன."

"அவற்றையெல்லாம் வைக்கோற் போருக்கு அடியிலே மறைத்து வையுங்கள். நாட்டு வெடிகுண்டுகள் இன்னும் அதிகம் வேண்டுமே. கட்டைத் துப்பாக்கியெல்லாம் புதருக்கு மறைவிலுள்ள குழியில் பதுங்கிச் சுடும் கிழவர்களுக்குத்தான் லாயக்கு. ஒரு தடவை சுடுவதற்குள்ளாகவே அவர்கள் கால் வழியே மூத்திரம் பெய்து விடுவார்கள். அத்தோடு அவர்கள் போராட்டம் முடிந்து விடும்! இளைஞர்களுக்குப் பெரிய துப்பாக்கி வேண்டும். எல்லாவற்றுக்கும் மேலாக, நாட்டு வெடிகுண்டுகள் வேண்டும். புரிந்ததா? வாள் பிடிக்கத் தெரிந் தவரெல்லாம் வாளை ஏந்திக் கொள்ள வேண்டும். அதுதான் ஆயுதங்களிலெல்லாம் தலைசிறந்த ஆயுதம்!"

"தோழர் கோஷின் இன்றிரவே நாம் தாக்கத் தொடங்கி விடலாமா?"

"நாம் கிராமம் முழுவதையும் கிளப்பி விட முடியும்... கிராமத்து மக்கள் எல்லோரும் கொதித்துப் பொங்கிப் போயிருக்கிறார்கள்... பாருங்கள்! அவர்கள் நமது இரத்தத்தையே உறிஞ்சி விட்டார்கள். நாம் அவர்களை உழவுக் கரண்டிகளாலும், கருக்கரிவாளாலும் தாக்குவோம். நமது உழவுக் கருவிகள் அனைத்தையும் நாம் போராயுதங்களாக மாற்றுவோம்... அவர்கள் தூங்கி வழிந்து கொண்டிருக்கும் இந்த நேரத்திலே அவர்களைத் தாக்குவது தான் மிகவும் சுலபம்..."

"இங்கே என்ன, நீதான் தலைவனா?" என்று கோஷின் கண்டிக்கும் குரலில் சத்தமிட்டான்; பின்னர் அவன் மௌனமானான். மீண்டும் அவன் பேச முனைந்த போது அவனது குரல் மிருதுவாகவும், வரவர உயர்ந்தும் ஒலித்தது: "இங்கு யார் தலைவன்? அது எனக்கு முதலில்

தெரிந்தாக வேண்டும்... நான் என்ன முட்டாள்களோடு பேசிக் கொண்டிருக்கிறேனா?.. அது எனக்கு முதலில் தெரிந்தாக வேண்டும்.. அப்படியானால் நான் இப்போதே போய் விடுகிறேன். ஜெர்மானியர்கள் உங்களை அடித்து நொறுக்கட்டும்; கொள்ளையடிக்கட்டும்" இந்த நேரத்தில் அவன் ஏதேதோ ஆபாசமான வசை மொழிகளைப் பொழிந்தான். பிறகு மீண்டும் பேசினான். "உங்களிடம் கட்டுப்பாடு என்பதே கிடையாதா? இதே காரணத்துக்கர்க, நான் என் கையாலேயே எத்தனையோ தலைகளை வெட்டித் தள்ளியிருக்கிறேன். நீங்கள் ஒரு படையில் சேர்ந்து விட்டால், அந்தப் படையின் தலைவருக்கு ஆத்தமானுக்கு நிபந்தனையற்ற முறையில் பரிபூரணமான பணிவையும் விசுவாசத்தையும் காட்டியாக வேண்டும். அப்படியில்லாவிட்டால், நீங்கள் வராமலிருப்பதே நல்லது. இதுதான் நிபந்தனை. நீங்கள் பாடுங்கள்; ஆடுங்கள். ஆனால், குதிரையில் ஏறுங்கள்!" என்று ஆத்தமான் ஆணையிட்டு விட்டால், பிறகு நீங்கள் உங்கள் இஷ்டத்துக்கு நடக்க முடியாது. புரிந்ததா?" அவன் மீண்டும் மௌனமானான். பிறகு அவன் சமாதானமான, எனினும் கண்டிப்பான குரலில் மீண்டும் பேசினான்: ஜெர்மானியர்களை இன்றோ, நாளையோ நாம் தொட்டு விடக் கூடாது. அவர்களைத் தாக்குவதற்கு நமக்கு இன்னும் அதிகமான பலம் தேவை."

"தோழர் கோஷின்! நாம் அந்தக் நிர்வாக அதிகாரியான கிரிகோரி கார்லவிச்சை மட்டும் உடனடியாகத் தீர்த்துக் கட்டி விட்டால்!.. அவனால் எங்களுக்கு நிம்மதியே இல்லாது போய் விட்டது!"

"நீங்கள் அவனைத் தாக்கலாம். ஆனால் அதனையும் அடுத்த வாரத்துக்கு முன்பு செய்ய முடியாது. இல்லா விட்டால் என்னால் சமாளிக்க இயலாது போய் விடும். அன்றொரு நாள் ஒரு ஜெர்மானியன் ஓசிபவ்காவில் ஒரு பெண்ணைக் கற்பழித்து விட்டான். அவள் என்ன செய்தாள் தெரியுமா? அவனுக்கு அவள் சுட்டுக் கொடுத்த ரொட்டிக்குள் நிறைய ஊசிகளைப் புதைத்து

வைத்து விட்டாள். அவன் அதனை ஒரு கடிகடித்து விழுங்கினான். பிறகு வேதனை தாங்க மாட்டாமல் எழுந்து ஓடினான்; பின்னர் கீழே விழுந்து செத்தான். ஜெர்மானியர்கள் அந்தப் பெண்ணை அந்த இடத்திலேயே கொன்று தீர்த்து விட்டார்கள். விவசாயிகள் இதைக் கண்டு ஆத்திரப் பட்டுத் தமது கோடரிகளைத் தூக்கிக் கொண்டு வந்தார்கள்... அப்புறம் அந்த ஜெர்மானியர்கள் அவர்களுக்கிழைத்த கொடுமையை என்னால் நினைத்துக் கூடப் பார்க்க முடியவில்லை.. இப்போதோ ஓசிபவ்கா கிராமமே இருந்த இடம் தெரியாமல் போய் விட்டது... திட்டமில்லாமல் ஆத்திரப்பட்டுக் காரியங்கள் செய்வதால் ஏற்படும் விளைவு இதுதான். புரிந்ததா?"

மத்ரியோனா தனது படுக்கையில் நிலை கொள்ளாமல் புரண்டு புரண்டு படுத்துப் பெருமூச்செறிந்தாள். பொழுது புலரத் தொடங்கியிருந்தது; சேவல்கள் கூவத் தொடங்கின. திறந்து கிடந்த ஜன்னல் கண்ணாடி மீது பனித்துளிகள் படிந்திருந்தன. ஒரு கொசு ரீங்காரமிட்டுப் பறந்தது. கணப்படுப் பின் மீது படுத்திருந்த பூனை விழித்தெழுந்து, தரை மீது லாவகமாகக் குதித்து, அந்த அறையின் மூலையில் கிடந்த குப்பை கூளத்தில் எதையோ மோப்பம் பிடித்துக் கொண்டு அங்கு சென்றது.

சகோதரர்கள் இருவரும் மேஜைக்கருகே அமர்ந்து மெதுவான குரலில் பேசிக் கொண்டிருந்தார்கள். செம்யோன் தனது கைகளை மோவாயின் மீது ஊன்றியிருந்தான்; அலெக் சேய் தன் தம்பியின் அருகே சாய்ந்தவாறு அவனது முகத்தைக் கூர்ந்து நோக்கினான்.

"என்னால் முடியாது, செம்யோன்! மத்ரியோனா தன்னந் தனிமையில் என்ன செய்ய முடியும்? நாம் எவ்வளவோ ஆண்டு காலமாக இங்கு உழைத்தோம்; பாடுபட்டோம்; மிச்சம் பிடித்தோம். எல்லாவற்றையும் நாம் எப்படி விட்டு விட்டுப் போவது? எல்லாமே பறிபோய் விடுமே. நாம் திரும்பி வரும்போது வெறும் தரிசு நிலத்தைத் தவிர, வேறு என்ன மிச்சம் இருக்கும்?"

"இதை விட்டுப் போக முடியாது என்று நீ சொல்கிறாய்; இவற்றை இழப்பதால் உனக்கு என்ன தான் ஆகிவிடும்? நாம் வெற்றி கண்ட பிறகு நாம் செங்கற்களாலேயே வீடு கட்டிக் கொள்ளலாம்." செம்யோன் சிரித்து விட்டுப் பேசினான்: "நாம் இப்போது கொரில்லாப் போர் புரிய வேண்டும்; நீயோ இப்போது பண்ணையைப் பற்றிக் கவலைப்படுகிறாய்."

"அது சரி. பிறகு நமக்கு உணவளிக்கப் போவது யார்? அதைச் சொல்லு முதலில்."

"இப்போது நாம் நமக்கு உணவளித்துக் கொள்கிறோமா? ஜெர்மானியருக்கும், சிப்பாய்களுக்கும், அந்தப் பன்றிப் பயல்கள் அத்தனை பேருக்கும் அல்லவா நீ உணவளிக்கிறாய்!... இப்போது நீ ஓர் அடிமை!..."

"ஒரு நிமிஷம் பொறு. நான் 1917 ஆம் ஆண்டுப் புரட்சிக்காகப் போரிடவில்லையா? போர் வீரர்களின் கமிட்டிக்கு நானும் தேர்ந்தெடுக்கப்படவில்லையா? நானும் ஏகாதிபத்திய முன்னணியைச் சீர்குலைக்கவில்லையா? நீ அதற்குள் என்னைக் கேவலப்படுத்த முனையாதே, செம்யோன்! இப்போதும் கூட, செஞ்சேனை இங்கு வந்தால், துப்பாக்கியைத் தோளில் போட்டுக் கொண்டு போகக் கூடிய முதல் நபர் நானாகத்தான் இருப்பேன். ஆனால் யாரோ ஓர் ஆத்தமானை நம்பி, காட்டுக்குள்ளே போவதால் இப்போது நமக்கு என்ன பயன் விளையப் போகிறது?"

"இந்தச் சமயத்தில் ஆத்தமான்களும் கூட நமக்கு உதவி கரமாக இருக்க முடியும்."

"ஒருவேளை இருக்கலாம். இருந்தாலும்.."

"இந்தப் பாழாய்ப் போன காயமல்லவா என்னைப் பாடு படுத்துகிறது!" என்று சொல்லி விட்டு செம்யோன் தன் கைகளை மேஜை மீது நீட்டினான். "இதுதான் எனது துர்ப் பாக்கியம்..... கருங்கடல் கப்பற்படையைச் சேர்ந்த பல இளைஞர்கள் இந்தப் படைவரிசையுடன் சேர்ந்து

விட்டார்கள்... நமக்குக் கொஞ்சக் கால அவகாசம் கிடைத்தால் போதும். நாம் உக்ரேயனையே ஒரு கோடியிலிருந்து மறுகோடி வரையிலும் கொளுத்தி விடுவோம்!"

"நீ கோஷனை மீண்டும் சந்தித்தாயா?"

"ஆமாம். அவன் என்ன சொன்னான்?"

"நமது கிராமத்திலேயே நாங்கள் விரைவில் விளக்கேற்றி வைக்கத் தீர்மானித்துள்ளோம்!"

அலெக்சேய் தன் தம்பியைப் பார்த்தான்; அவன் முகம் வெளிறியது. உடனே பிறகு அவன் தலையைக் குனிந்து கொண்டான்.

"அதுவும் நல்லதுதான். அந்தப் பாழாய் போன மாளிகை நமது கண்ணை உறுத்தத்தான் செய்கிறது... கிரிகோரி கார்லவிச் உயிரோடிருக்கும் வரையிலும் நமக்கு நிம்மதி கிடையாது.."

மத்ரியோனா தன் படுக்கையிலிருந்து துள்ளிக் குதித்து, தன் உடம்பின் மீது பூப்போட்ட போர்வையை மட்டும் எடுத்துப் போர்த்திக் கொண்டு, மேஜையருகே வந்தாள்; வந்து, தனது விரல்களால் அதனைத் தட்டிக் கொண்டு பேசினாள்:

"அவர்கள் எனது சொத்தையல்லவா பறிக்கிறார்கள். என்னால் அதைச் சகித்துக் கொண்டிருக்க முடியாது. ஆண்களான நீங்கள் அந்தப் பிசாசுகளை எதிர்த்துப் போராடுவதற்கு முன்னால், பெண்களே அவர்களை எதிர்த்துப் போராடத் தொடங்கி விடுவோம்."

செம்யோன் வியப்பு நிறைந்த மகிழ்ச்சியோடு அவளைப் பார்த்தான்.

"அப்படியா? நீங்கள் எப்படிப் போராடப் போகிறீர்கள்? அதைக் கொஞ்சம் சொல்லேன்!"

"பெண்களால் எப்படி முடியுமோ அப்படித்தான்.

அவர்கள் சாப்பிட வந்து உட்காரும்போது, அவர்களுக்கு நாங்கள் எலிப்பாஷாணத்தை உணவில் கலந்து வைப்போம்... அதற்கு நாங்கள் எப்படியாவது வழி செய்து கொள்வோம். அல்லது அவர்களில் ஒருவனைச் சாகசம் செய்து வைக்கோற் போருக்கோ, குளிக்கும் இடத்துக்கோ கவர்ந்திழுத்துச் செல்வேன். என்னிடம் பின்னல் ஊசி இருக்கிறதே. அதைக் கொண்டு அவனை ஒரே குத்தாய்க் குத்திக் கொன்று விடுவேன். எங்கே குத்துவேன் தெரியுமா? அங்கே குத்தினால், பயலிட மிருந்து சத்தம் கூட வராது! எங்களுக்கு என்ன செய்ய வேண்டும் என்று தெரியும். நீங்கள் ஒன்றும் கூச வேண்டாம். அவசியப்பட்டால் உங்களைப் போல் நாங்களும் தோளில் துப்பாக்கி ஏந்தவும் செய்வோம்!"

செம்யோன் தனது இடுப்பில் கையை ஊன்றியவாறே வாய் விட்டுச் சிரித்தான்.

'கடவுளே! இவள் ஆயிரத்தில் ஒருத்திதான்!'

"சரி. என்னை விடுங்கள்!" அவள் தன் போர்வையைச் சுழற்றிக் கொண்டே, வாசல் படியில் கிடந்த பூட்சுகளைக் காலில் மாட்டினாள். காலை ஓசை யெழும்ப உதைத்து விட்டு, வெளியே சென்றாள்; பசுக்களைப் பார்த்து விட்டு வருவதற்காகத்தான் அவள் சென்றிருக்க வேண்டும். வெகுநேரம் வரையிலும் செம்யோனும் அலெக்சேயும் தலையையாட்டிக் கொண்டே சிரித்தார்கள்; இவளே ஒரு சரியான ஆத்தமான்!" -

காலையின் வரவைக் கூறும் காற்று திறந்த ஜன்னலின் வழியாக வீசியது; அந்தக் காற்றில் பீக்குஸ் கன்றுகளின் இலைகள் சரசரத்தன; அத்துடன் அந்தக் காற்றில் ஏதோ ஒரு முணுமுணுப்புக் குரலும், ருஷ்ய பாஷையல்லாத ஏதோ ஒரு பாட்டுக் குரலும் கேட்டன. அவர்கள் வீட்டில் தங்கியிருக்கும் அந்த ஜெர்மானியச் சிப்பாய்தான் மாளிகைக்குச் சென்று குடித்து விட்டு, தள்ளாடித் தள்ளாடித் திரும்பி வந்து கொண்டிருந்தான். அவன் பாடிய பாட்டுத்தான் அது.

அலெக்சேய் ஜன்னல் கதவைக் கோபத்தோடு அறைந்து மூடினான்.

"செம்யோன்! நீ இந்த வேளையில் உள்ளே போய்ப் படுத்துக் கொள்வது தான் நல்லது."

"ஏன்? உனக்குப் பயமாக இருக்கிறதா?"

"அந்தக் குடிகார மட்டை உன்னோடு ஏதாவது தகராறுக்கு வருவான், முன்னொரு முறை நீ அவன் மீது சீற்றம் கொண்டதை அவன் மறந்துவிடவில்லை."

"நான் மீண்டும் அவனை ஒரு கை பார்க்கிறேன்" என்று சொல்லி விட்டு, தனது அறைக்குப் போவது போல் செம்யோன் தனது இடத்தை விட்டு எழுந்தான். "அண்ணா! உங்களைப் போன்ற நபர்களை எல்லாம் உசுப்பி விட முடியாததால் தான் புரட்சியே அழிந்து கொண்டு இருக்கிறது... உங்களுக்கெல்லாம் கர்னீலவ் மட்டும் போதாதா? ஜெர்மானியர்கள் மட்டும் போதாதா? இன்னும் என்ன கொடுமை வேண்டும் உனக்கு?... திடீரென்று அவன் பேச்சு தடைப்பட்டது. மறுகணம் அவன் கேட்டான்: "அதென்ன சத்தம்?"

வெளிமுற்றத்தில் ஏதோ ஒரு முனகல் கேட்டது; நிதான மிழந்து ஒலிக்கும் பூட்ஸ் கால்களின் ஓசையும் கேட்டது. பிறகு ஒரு பெண் கோபாவேசமாக, "விடு என்னை!" என்று கத்தும் குரல் கேட்டது. பிறகு முண்டிப் போராடும் சத்தமும், பெருமூச்சு வாங்கும் ஒலியும் கேட்டன; பின்னர் வேதனை தொனிக்கும் குரல் எழும்பியது. தொடர்ந்து மத்ரியோனா "செம்யோன்! செம்யோன்!" என்று உரத்துக் கூப்பிடும் கூச்சல் கேட்டது.

செம்யோன் தனது வளைந்த கால்களை எட்டிப் போட்டவாறு குடிசையை விட்டு வெளியே ஓடினான். அலெக்சேய் தான் அமர்ந்திருந்த பெஞ்சைப் பிடித்தவாறு, அங்கேயே அமர்ந்திருந்தான். ஒரு மனிதனுக்குக் இத்தகைய கோபம் வந்து விட்டால் அவன் என்ன செய்வான் என்பது அவனுக்குத் தெரியும். "நான் நேற்று கோடாரியை

வாசலிலேயே விட்டு விட்டு வந்து விட்டேன். அவன் அதை உபயோகித்து விடுவான்...” என்று எண்ணினான் அவன். வெளியில் செம்யோன் வெறிபிடித்தவன் போல் கத்தினான். பின்னர் ஏதோ மோதும் சத்தம் கேட்டது; அப்புறம் ஒரு கரகரப்பு; முனகல். ஏதோ ஒன்று தரைமீது தடாலென்று சாய்ந்த சத்தம்.

மத்ரியோனா உள்ளே ஓடிவந்தாள்; அவள் முகம் வெளுத்திருந்தது. அவளது போர்வை அவளுக்குப் பின்னால் தரையில் புரண்டது. அவள் அடுப்பின் மீது சாய்ந்தவாறு நின்றாள்; அவள் இரைக்க இரைக்கப் பெருமூச்சு வாங்கினாள். அலெக்சேயின் பார்வையை எதிர்நின்று நோக்கச் சக்தியற்றவள் போல், அவள் அவனை நோக்கிக் கைகளை ஆட்டினாள்.

செம்யோன் வாசல் படியில் வந்து நின்று வெளிறிய முகத்துடன் அமைதியாகச் சொன்னான்.

“அண்ணே! எனக்குக் கொஞ்சம் உதவி செய். நாம் இவனை இங்கிருந்து தூக்கிச் சென்று, எங்காவது கொண்டு சென்று புதைத்து விடுவோம்.”

5

ஜெர்மானியத் துருப்புக்கள் தோன் பிரதேசத்துக்கும், அசோவ் கடற்கரைக்கும் சென்று, அங்கேயே நின்று விட்டன. அவர்கள் ஜெர்மனியை விடப் பெரிதான நிலப்பரப்பை, ஏராளமான இயற்கைச் செல்வங்கள் நிறைந்த பகுதியைக் கைப்பற்றிக் கொண்டார்கள். தோன் பிரதேசத்திலும், உக்ரேய்னாவில் செய்ததைப் போலவே, ஜெர்மனிய ராணுவத் தலைமை வந்தவுடனேயே அரசியல் தலையிடத் தொடங்கியது; பெரிய நிலச் சொந்தக்காரர்களாகிய பணக்காரக் கசாக்குகளுக்கு ஆதரவளித்தது; நான்கு வருஷங்களுக்கு முன்னால் பெர்லின் நகரைத் திடீரென்று தாக்கிக் கைப்பற்றி

விடுவோம் என்று ஜம்பம் பேசிக் கொண்டிருந்த அதே கசாக்குகளை உற்சாகமூட்டி ஆதரித்தது. சிவப்புப் பட்டிகள் வைத்துத் தைத்த கால்சராயை அணிந்திருக்கும் இரும்பைப் போன்ற உறுதியும் திடமும் படைத்த அந்த அகன்ற முகத்துக் கசாக்குகளெல்லாம் இப்போது ஆட்டுக் குட்டிகளைப் போல் அடங்கியொடுங்கி விட்டார்கள்.

ஜெர்மானியர்கள் ரஸ்தோவை எட்டிப் பிடிப்பதற்கு முன்பே, ஆத்தமான் பபோவ் என்பவனின் தலைமையில் பத்தாயிரம் பேர் கொண்ட ஒரு கசாக்குப் படை தோன் பிரதேசத்துத் தலைநகரான நோவச்செர்காஸ்கைத் தாக்கியது. தோன் நதிக்கு அப்பாலுள்ள உயர்ந்த பீடபூமியில் ஒரு ரத்த பயங்கரமான சண்டை நடந்தது; நோவச்செர்காஸ்கிலிருந்த செஞ்சேனைக் கசாக்குகளும், ரஸ்தோவிலிருந்து அவர்களுக்கு உதவிக்கு வந்த போல்ஷிவிக் படையினரும் அன்றையச் சண்டையின் முடிவைத் தீர்மானிக்கும் நிலையில் இருந்தார்கள். ஆனால் அதற்குள் ஒரு விசித்திரமான சம்பவம் நிகழ்ந்து விட்டது.

கர்னல் திராஸ்தோவ்ஸ்கி என்பவரின் சேவாப் படைப் பிரிவு ருமேனியாவிலிருந்து கிளம்பி வந்துவிட்டது. ஏப்ரல் மாதம் 22ஆம் தேதி அந்தப் படை எதிர்பாராத விதமாக, ரஸ்தோவுக்குள் புகுந்து, அந்நகரை இருட்டுகிற வரையிலும் தன்வசம் வைத்திருந்தது; அதன் பின்னரே அந்தப் படை விரட்டியடிக்கப்பட்டது. அவர்கள் பரந்து கிடக்கும் ஸ்தெப்பிப் புல்வெளியில், கர்னீலவின் படையைத் தேடியலைந் தார்கள். அவர்கள் சென்ற வழியில் ஏப்ரல் 25ஆம் தேதியன்று, நோவச்செர்காஸ்க் நகரத்துக்கு வெளியே போர் முழக்கம் கேட்பதை கண்டார்கள். யார் சண்டையிடுகிறார்கள், எதற்காகச் சண்டையிடுகிறார்கள் என்பதைக் கூடத் தெரிந்து கொள்ளாமல், அவர்கள் நகரை நோக்கித் திரும்பினார்கள்; தம்மிடமிருந்த கவச மோட்டாரைச் செஞ்சேனைப் படையினரிடையே மூர்க்கத்தனமாகச் செலுத்தி, பெருத்த குழப்பத்தையே விளைவித்து விட்டார்கள். தோன் பிரதேசத்துக் கசாக்குகளோ எதிர்பாராத விதமாகத் தமக்குக்

கிடைத்த உதவியைக் கண்டு, செஞ்சேனையினர் மீது எதிர்த்தாக்குதல் நடத்தி, அதனைச் சின்னா பின்னப்படுத்தி விரட்டி விட்டார்கள். எனவே நோவச்செர்காஸ்க் சேவா சேனையினர் வசம் போய் விட்டது. புரட்சிக் கமிட்டியின் அதிகாரத்தையெல்லாம் தோன் பிரதேசத்து பாதுகாவலர்கள்" கைப்பற்றி விட்டார்கள். இதன் பிறகே ஜெர்மானியர்கள் வந்து சேர்ந்தார்கள்.

ஜெர்மானியர்கள் புத்திசாலித்தனமாக அந்த நகரில் படைகளையும் நிறுத்தாது விட்டார்கள். ஜெர்மானியரின் ஆதரவுடன், அங்கிருந்த தோன் பிரதேசத்து பாதுகாவலர்கள், 'சக்கரவர்த்தி வில்ஹெல்மின் அந்தரங்க நண்பன்' என்று தன்னைத்தானே அழைத்துக் கொள்வதில் பெருமை கொண்ட ஜெனரல் கிரஸ்னோவிடம் ஆத்தமானின் செங்கோலை வழங்கி விட்டார்கள். இந்த வைபவத்தின்போது, தேவாலயத்தின் மணிகள் கணகணத்தன. அந்த தேவாலயத்தின் சரற் கற்கள் பாவிய சதுக்கத்தில் நின்றிருந்த கசாக்குகள் மகிழ்ச்சி ஆரவாரம் செய்தார்கள்; முதிய கசாக்குகள் எல்லாம் புதிய ஆட்சியை ஆசீர்வதித்தார்கள்.

ஜெர்மானியர்கள் ரஸ்தோவுக்கப்பால் தோன் பிர தேசத்தினுள்ளும், குபான் பிரதேசத்துக்குள்ளும் புகவில்லை. ராஸ்தோவுக்கு எதிர்புறமாக ஆற்றின் இடது கரையில் இருந்த பதாய்ஸ்க் என்ற ஊரைத் 'தம் வசமாக்க' முயற்சிகள் நடந்தன; அந்த ஊரில் ரஸ்தோவிலுள்ள தொழிற்சாலைகளில் வேலை பார்க்கும் தொழிலாளர்களும், நகரப்புற ஏழை ஜனங்களும் குடியிருந்தார்கள். இயந்திரத் துப்பாக்கி அரணை நிறுவி, குண்டு மாரி பொழிந்தும், இரத்த பயங்கரத்தை விதைத்தும் கூட, ஜெர்மானியரால் அந்த ஊரைக் கைப்பற்ற இயலவில்லை. நீர்வளம் நிரம்பிய வயல்களால் சூழப் பெற்ற பதாய்ஸ்க் ஊர் துணிவுடன் எதிர்த்து நின்று, தனது சுதந்திரத்தைப் பாதுகாத்துக் கொண்டது.

ஜெர்மானியர்கள் அத்துடன் நின்று விட்டார்கள். ஆத்தமான் ஆட்சியைப் பலப்படுத்துவதிலும்,

உக்ரேய்னாவிலிருந்த ருஷ்ய ஆயுதக்கிடங்குகளிலிருந்து எடுத்து வந்த தளவாடங்களை ஆத்தமான் படைகளுக்கு விநியோகிப்பதிலுமே அவர்கள் ஈடுபட்டார்கள். அங்கு தெனீகினின் தலைமையில் ஒரு சேவா சேனையும் திராஸ்தோவ்ஸ்கியின் தலைமையில் படைப் பிரிவும் இருந்தன. இந்த இரண்டு படையிடத்தும் எவ்வாறு நடந்து கொள்வது என்ற இக்கட்டான பிரச்சினையை அவர்கள் மிகவும் கவனமாகச் சமாளித்தார்கள். அந்தச் சேவா சேனையினர். இரண்டு விதமான கட்டளைகளுக்குப் பணிந்து செயலாற்றினார்கள். அதாவது, போல்ஷிவிக்குகளை ஒழித்துக் கட்டுவது; ஜெர்மானியருக்கு எதிராகத் திரும்பவும் போர் தொடுத்து, நேச நாடுகளின் பால் தமக்குள்ள உறுதியான விசுவாசத்தைக் காட்டிக் கொள்வது. இதில் முதல் திட்டம் ஜெர்மானியருக்கு சிறந்ததாகவும், புத்தி சாதுரியம் மிக்கதாகவும் தோற்றியது. இரண்டாவது திட்டத்தை அவர்கள் அவ்வளவு பெரிய அபாயகரமான முட்டாள் தனமாகக் கருதிவிடவில்லை. எனவே அவர்கள் அந்தச் சேவா சேனை நிலைத் திருப்பதைப் பற்றித் தெரியாதவர்கள் போல் காட்டிக் கொண்டார்கள். தெனீகின் திராஸ்தோவ்ஸ்கி இருவரும் அவர் தம் படையினரும், ருஷ்ய நாட்டு மண்ணில் ஜெர்மன் படையினர் இருப்பதைப் பற்றிய பிரக்ஞையே தமக்கு இல்லாதவர்கள் மாதிரி நடந்து கொண்டார்கள்.

ஒருமுறை திராஸ்தோவ்ஸ்கியின் படை கிஷினேவிலிருந்து ரஸ்தோவுக்குச் செல்லும் வழியில் ஓர் ஆற்றைக் கடக்க நேர்ந்தது. அதன் ஒரு கரையில் அதாவது பரிஸ்லாவ்ல் நகரத்தில் ஜெர்மானியர்களும் அதன் மறுகரையில் அதாவது கஹோவ்காவில் போல்ஷிவிக்குகளும் இருந்தார்கள்.

ஜெர்மானியர்களால் ஆற்றினூடாகப் பாலத்தைக் கடக்க முடியவில்லை. அப்போது திராஸ்தோவ்ஸ்கியின் படையோ பாலத்தைக் கடந்து சென்று, கஹோவ்காவிலிருந்த போல்ஷிவிக் படைப் பிரிவினை விரட்டியடித்தார்கள்; ஜெர்மானியர்கள் தமக்கு நன்றி தெரிவிக்கும் வரை

காத்திராமல் மேலே சென்றார்கள்.

தெனீகினும் இத்தகைய இக்கட்டான நிலைமைகளுக்கு ஆளானார். என்றாலும் அவருக்கு ஏற்பட்ட நிலைமைகள் பேரளவில் இருந்தன. ஏப்ரல் மாதக் கடைசியில், எகதிரினதாரில் நடந்த போரினால் சின்னா பின்னப்பட்டிருந்த சேவா சேனையின் மிச்ச சொச்சத்தினர் நோவச்செர்காஸ்குக்குச் சுமார் முப்பது மைல் தூரத்திலுள்ள எகோர்லித்ஸ்கயா, மெச்சே தின்ஸ்கயா முதலிய கிராமங்களின் வழியாக முன்னேற முனைந்தார்கள். அங்கு வந்ததும் அவர்களுக்கு எதிர்பாராத விதமாக மனச் சாந்தியைத் தரும் ஒரு செய்தி கிட்டியது. அதாவது ரஸ்தோவ் ஜெர்மானியரின் வசம் ஆகிவிட்டதென்பதும், நோவச்செர்காஸ்க் ஆத்தமானின் தலைமையில் வந்த தோன் கசாக்குகளிடம் வீழ்ந்து விட்டது என்பதும்தான் அந்தச் செய்தி. செஞ்சேனையினர் அந்த சேவா சேனையினரைத் தாக்குவதை விடுத்து, புதிய எதிரியான ஜெர்மானியரைத் தாக்க முனைந்திருந்தார்கள்.

எனவே சேவா சேனையினருக்குச் சிறிது ஓய்வு பெறவும், காயப்பட்டவர்களைக் கவனிக்கவும், தமது சக்திகளைத் திரட்டவும் அவகாசம் கிடைத்தது. ராணுவத் தேவைகளைப் பூர்த்தி செய்வதே அவர்களது முழுமுதற் கடமையாக இருந்தது.

திஹரேத் ஸ்கயாவிலிருந்து பதாய் ஸ்குக்குச் செல்லும் வழியிலுள்ள எல்லா ரயில் நிலையங்களிலும் ரஸ்தோவைத் தாக்குவதற்குத் தயாராகும் செஞ்சேனையினரின் ராணுவ தளவாடங்கள் குவித்து வைக்கப்பட்டிருந்தன. ஜெனரல்கள் மார்க்கவ், பகயேவ்ஸ்கி எர்தேலி மூவரும் செஞ்சேனையினரின் சமீபத்திய பின்னணிப் படையை மூன்று பிரிவாகச் சென்று தாக்கினார்கள். கிரிலோவ்ஸ்கயா, சீக்கா, நோவ - லியுஷ்கோவ்ஸ்கயா முதலிய ரயில் நிலையங்களில் அவர்கள் ராணுவ ரயில்களைத் தாக்கி அழித்தார்கள்; தளவாடங்கள் நிறைந்த வண்டிகளை உடைத்தெறிந்தார்கள்; ஏராளமான தளவாடங்களை வாரியெடுத்துக் கொண்டு ஸ்தெப்பி வெளிக்கு வாபஸ்

வாங்கி விட்டார்கள். இவ்வாறாக, செஞ்சேனையினரின் தாக்குதல் தடுத்து நிறுத்தப்பட்டது.

பூட்டு இறங்கிப் போன தோளையும், சண்டையில் ஏற்பட்ட சிறுசிறு காயங்களையும் ரோஷின் குணப்படுத்திக் கொண்டான். முன்னை விட அவனுக்கு உடம்பில் தெம்பு அதிகரித்தது; அவனது உடலும் சூரிய ஒளிபட்டுக் கறுத்துப் போயிருந்தது; கடந்த சில நாட்களாக, அவன் ஓர் அமைதியான கிராமத்தில் ஓய்வெடுத்து, வயிறாரத் தின்று செழித்தான்.

அவன் மாஸ்கோவை விட்டுக் கிளம்பி வந்ததிலிருந்து அவனது உள்ளத்தில் ஓர் ஆத்மார்த்தச் சுமைபோல் அழுத்திக் கொண்டிருந்த அந்த எண்ணம், அந்தக் காரியம் - அதாவது போல்ஷிவிக்குகளினால் தனக்கு ஏற்பட்ட அவமானத்துக்குப் பழிவாங்கும் காரியம் - இப்போது நிறைவேறி விட்டது. அவன் இப்போது அந்தப் பழியைத் தீர்த்துக் கொண்டான். ஒரு சம்பவம் அவன் நினைவுத் திரையில் ஆழப் பதிந்திருந்தது. அவன் ரயில் கிடங்குகளை நோக்கி ஓடினான்... அதில் அவனுக்கு வெற்றியும் கிட்டியது... அப்போது அவனது கால்கள் நடுங்கின; நெற்றிப் பொருத்துக்கள் விண் விண் என்று தெறித்தன. அவன் தன் தொப்பியைக் கழற்றி, துப்பாக்கியின் குத்தீட்டியைத் துடைத்தான்... தனது ஆயுதங்களை எப்போதும் சுத்தமாக வைத்திருக்க விரும்பும் ஒரு பழக்கப்பட்ட போர் வீரனைப் போல் அவன் அப்போது தன்னையறியாமலே நடந்து கொண்டான். அவனது உள்ளத்தில் குடியிருந்த அந்தப் பகைமை வெறி, தனது தலையிலே ஈயக் கனம் போல் அழுத்திக் கொண்டிருந்த அந்தச் சுமை சட்டென்று தன்னை விட்டு மறைந்து விட்டதை அவன் உணர்ந்தான். அவன் செய்ததெல்லாம் இதுதான் - ஓடிக் கொண்டிருந்த தன் எதிரியை விரட்டிச் சென்று, தனது துப்பாக்கியின் குத்தீட்டியால் அவனை ஓங்கிக் குத்திச் சாய்த்து விட்டு, பின்னர் அதில் படிந்திருந்த ரத்தத்தைத் துடைத்துக் கொண்டான். அதாவது, அவன் செய்தது சரியா, சரிதானா? ஆனால், அவனது

புத்தி மெல்ல மெல்லத் தெளிவடைந்த போது அவன் சிந்தித்தான்: தான் செய்தது நல்ல காரியம் தானா? சரியானதுதானா? சரியானதுதான் என்றால், தான் ஏன் இத்தகைய கேள்வியைத் தனக்குள்ளாகவே கேட்டுக் கொள்ள வேண்டும்?

அன்று ஞாயிற்றுக் கிழமை. கிராமத்துத் தேவாலயத்தில் சர்வ ஜன ஜெபம் நடந்து கொண்டிருந்தது. ரோஷின் அங்கு செல்வதற்குத் தாமதமாகிவிட்டது; எனவே மொட்டையடிக்கப் பெற்ற தலைகளுடன் தேவாலயத்தின் முற்றத்தில் நின்று கொண்டிருந்த கூட்டத்தாரோடு சென்று அவன் நின்றான்; பிறகு, அவன் அங்கிருந்து அகன்று, தேவாலயத்துக்குப் பின்னாலுள்ள பழைய சமாதி ஸ்தலத்துக்குச் சென்று திரியத் தொடங்கினான். அங்குள்ள நடைபாதையில் அவன் நடந்து சென்றான்; அங்கு பூக்கள் மலர்ந்திருந்தன. அவன் அந்தப் நடைபாதையிலிருந்து ஒரு புல்லைப் பிடுங்கி, அதன் மெல்லிய இளந்தண்டைப் பற்களால் கடித்தவாறே, ஒரு மண்மேட்டின் மீது அமர்ந்தான். அவனது சிந்தனைகள் சிதறின; காத்யா சொன்னது போல் ரோஷின் ஒரு நல்ல மனிதனாக, நேர்மையாளனாகவே இருந்தான்.

நூலாம்படையடைந்த, பாதி திறந்து கிடந்த ஜன்னல்களின் வழியே குழந்தைகள் பாடும் சத்தம் வந்தது; பாதிரியாரின் கனத்த வேத கோஷம் இரக்கமற்றதாகவும், கோபமிக்கதாகவும் ஒலித்தது; குழந்தைகளின் குரல்களைப் பய முறுத்தி விரட்டியடிப்பது போல் அந்தக் குரல் ஒலித்தது. ரோஷினின் சிந்தனைகள் அவனையுமறியாமல் கடந்த காலத்தை எண்ணிப் பார்த்தன; அதில் ஏதோ பிரகாசமான ஒன்றை, தூய்மையான ஒன்றை இனம்காண முயன்றன...

அவன் மகிழ்ச்சி நிறைந்த மனத்தோடு கண் விழிக்கின்றான். பளபளக்கும் உயர்ந்த ஜன்னல்களுக்கப்பால், கருநீல நிறமான வசந்த காலத்து வானம் விரிந்து பரந்து கிடந்தது. அத்தகைய வானத்தை அவன் இதுவரை காலமாக என்றுமே பார்த்ததில்லை. தோட்டத்திலுள்ள மரங்கள்

அலெக்சேய் தல்ஸ்தோய் ▲ 219

சலசலப்பதையும் அவன் கேட்கிறான். வெள்ளைப் புள்ளிகள் கொண்ட நீலநிறப் பட்டுச் சட்டையொன்று மரக்கட்டிலுக்கு அருகேயுள்ள நாற்காலியின் மீது தொங்கிக் கொண்டிருக்கிறது. அன்று ஓய்வு நாளின் சூழ்நிலை நிலவுகிறது. அவன் அங்கேயே படுத்து அந்த நீண்ட நாளை எப்படிக் கழிப்பது என்று சிந்திக்கிறான்... யாரைச் சந்திக்கலாம் என்று நினைத்துப் பார்க்கிறான்... அன்றைய தினம் அவ்வளவு விரும்பத்தக்கதாகவும், மகிழ்ச்சி நிரம்பியதாகவும் இருப்பதால், இன்னும் சிறிது நேரம் படுத்துக் களிக்க வேண்டும் போலிருக்கிறது அவனுக்கு. அவன் சுவரிலிருக்கும் வண்ணக் காகிதத்தைப் பார்க்கிறான்... அந்தக் காகிதத்தில் சுருள் சுருளான கூரையுடன் கூடிய ஒரு சீன வீடு தென்படுகிறது; ஒரு செங்குத்தாகச் சென்று வளைந்த பாலமும், குடைகளைப் பிடித்தவாறே செல்லும் இரு சீனர்களும், விளக்கு மூடியையொத்த தொப்பியை அணிந்து, பாலத்தில் அமர்ந்து மீன் பிடிக்கும் மற்றொரு சீனனும் அதில் தென்படுகிறது. இத்தகைய காட்சிகளே அந்தக் காகிதத்தில் மாறி மாறி அச்சிடப்பட்டிருக்கின்றன. நீர்நிலைக்கு அருகிலுள்ள அந்தச் சின்னஞ்சிறிய வீட்டில் சீனாக்காரர்கள் எவ்வளவு சந்தோஷமாக வாழ்கிறார்கள்!... நடைகூடத்திலிருந்து அவனது தாய் கூப்பிடும் குரல் கேட்கிறது. 'வதீம்! நீ வருகிறாயா இல்லையா? நான் தயாராகி விட்டேன். அந்த அன்பும் அமைதியும் நிறைந்த குரல் அவனது வாழ்நாள் முழுவதும் ஒலிப்பது போல், அவனுக்கு ஆனந்தமும் நல்வாழ்வும் நல்குவது போல் தோன்றுகிறது. இப்போது அவன் வெள்ளைப் புள்ளி போட்ட அந்த நீலநிறப் பட்டுச் சட்டையை அணிந்து கொண்டு தனது தாய்க்கருகில் நிற்கிறான். அவள் அழகான பட்டாடைகள் புனைந்திருக்கிறாள். அவள் அவனை முத்தமிடுகிறாள்; தன் தலையிலிருந்து ஒரு சீப்பையெடுத்து, அவனது தலையை வாரி விடுகிறாள்: "இப்போது நீ அழகாக இருக்கிறாய். சரி வா போகலாம்" என்கிறாள். அவள் அகன்ற படிக்கட்டுகளின் வழியாக இறங்கியவாறே தன் குடையை விரித்துப் பிடிக்கிறாள்.

நன்றாகப் பெருக்கிச் சுத்தம் செய்யப்பட்ட, துடைப்பத்தின் குறிகள் இன்னும் அழியாத முற்றத்தில் ஒரு வண்டி காத்து நிற்கிறது. அந்த வண்டியில் பூட்டப்பட்டிருந்த மூன்று செங்குதிரைகள் துறுதுறுவென்று நிலையிழந்து நின்றன; ஒரு குதிரை தனது குளம்பினால் தரையைக் கிளறி அங்கு குழியையே பறித்து விட்டது. குஷால் பேர்வழியான தடித்த வண்டியோட்டி சிவப்பு நிறச் சட்டையும், வெல்வெட் அரைக் கோட்டும் அணிந்திருந்தான். அவன் தனது தாடியை ஆட்டிக் கொண்டே, அவர்களுக்கு ஈஸ்டர் தின வாழ்த்துக்களைக் கூறுகிறான். அவனது தாய் சூரிய உஷ்ணம் பட்டுக் கதகதப்பேறிப் போன வண்டியின் மெத்தையில் சௌகரியமாக அமர்ந்து கொள்கிறாள். ரோஷின் தாயின் அருகே மகிழ்ச்சியோடும் இனிய எண்ணங்களோடும் ஏறியமர்கிறான். இன்னும் சிறிது நேரத்தில் காற்று அவனது காதுகளில் இசை பாடும்; மரங்கள் அவனைக் கடந்து ஓட்டம் பிடிக்கும். அந்த வண்டி அந்தப் பெரிய வீட்டைச் சுற்றி வளைத்துக் கொண்டு ஓடுகிறது. அதன் பின் கிராமத்தின் அகன்ற வீதி; அதில் மரியாதையுடன் தலை வணங்கிப் பணியும் விவசாயிகள் ; வண்டிச் சக்கரங்களுக்குக் கீழே கோழிகள் கூவிக் கொண்டு பாய்ந்தோடுகின்றன. தேவாலயத்தின் வெள்ளையடிக்கப் பெற்ற மதில் சுவர், பச்சைப் புல்வெளி, பெர்ச் மரங்கள் எல்லாம் தெரிகின்றன; அந்த மரங்களில் அப்போதுதான் தளிர் இலைகள் தோன்றியுள்ளன; அவற்றுக்குக் கீழே மண் மேடுகள்; சாய்ந்து நிற்கும் சிலுவைகள்... தேவாலயத்தின் முற்றம்... அதில் நிற்கும் பிச்சைக்காரர்கள்... பழக்கமான பரிமள கந்தத்தின் நறுமணம்...

அந்தத் தேவாலயமும் பெர்ச் மரங்களும் இன்னும் அங்கேயே இருக்கின்றன.... ரோஷின் அந்த நீலவானத்தில் அந்த பெர்ச் மரங்களின் பசிய இலைக்கூட்டத்தை இப்போதும் கூடப் பார்ப்பது போல் தோன்றியது... அந்த மரங்களின் ஒன்றினடியில், தேவாலயத்தின் மூலையிலிருந்து ஐந்தாவதாக நிற்கும் மரத்தின் அடியில் அவனது தாய் பல ஆண்டுகளாக கண்மூடி உறங்குகிறாள்;

அவளது சமாதியைச் சுற்றி வேலியும் இருக்கிறது. மூன்று வருடங்களுக்கு முன்னால், தேவாலயத்தின் மேற்பார்வையாளர் அந்த இரும்பு வேலி உடைந்து போய் விட்டது என்றும், மரச்சிலுவை உளுத்துப் போய் விட்டது என்றும் கடிதம் எழுதியிருந்தார்... இப்போதோ அந்தக் கடிதத்துக்குதான் பதிலே போடவில்லை என்பதை ரோஷின் வருத்தத்துடன் நினைவு கூர்ந்தான்.

அந்த அன்பு முகம்... கனிவான கரங்கள்... காலையில் அவனை எழுப்பும் அந்தக் குரல்.... நாள் முழுதும் அவனது நெஞ்சில் மகிழ்ச்சியை நிறைக்கும் அந்தக் குரல்.... அவனது உடம்பின் ஒவ்வொரு அணுவையும், அதில் ஏற்படும் சின்னஞ்சிறு கீறலையும் பரிவுடன், பாசத்துடன் நோக்கும் அந்த அன்பு.... அவனுக்கு எத்தகைய துயர் ஏற்பட்டாலும், அதனை தனது அன்பினால் கழுவித் துடைத்து விடுவாள் தன் தாய் என்பதை ரோஷின் அறிவான். இப்போதோ அந்த அன்பெல்லாம், அவையெல்லாம் அந்த பெர்ச் மரத்தினடியில், மண்ணோடு மண்ணாகப் புதையுண்டு ஊமையாகி விட்டன.

ரோஷின் தன் முழங்கைகளைக் கால்களின் மீது ஊன்றி, முகத்தைக் கைகளில் புதைத்துக் கொண்டான்.

எவ்வளவோ ஆண்டுகள் கழிந்து விட்டன. ஒரே ஒரு முயற்சி செய்தால் போதும், அத்தகைய நீல நிறமான காலைப் பொழுதில் தான் மீண்டும் குதூகலமிக்க உள்ளத்தோடு கண் விழித்தெழலாம் என்று அவனுக்கு எப்போதுமே தோன்றி வந்தது. குடைகளைப் பிடித்துள்ள அந்த இரு சீனக்காரர்களும் அவனை அந்தக் கூன் விழுந்த பாலத்தின் வழியாக, அந்தச் சீன வீட்டுக்கு அழைத்துச் செல்வார்கள். அங்கே சொல்ல முடியாத அளவுக்கு நேசமும் நெருக்கமும் கொண்ட ஒரு ஜீவன் தனக்காக என்றுமே காத்துக் கொண்டிருப்பது போல் அவனுக்குப் பட்டது.

'என் தாய் நாடு..' என்று ரோஷின் நினைத்தான்; அவன் மனத்தில் அந்த முக்குதிரை வண்டி கிராமத்துத் தெருவின்

வழியாக ஓடோடிச் செல்லும் நினைவு மீண்டும் எழுந்தது. ருஷ்யா... ஆம்! அப்பெயருடன் இருந்த நிலம்... இப்போது அதில் எதுவுமே மிஞ்சவில்லை. அத்தகைய ருஷ்யா இனி மீண்டும் என்றென்றும் வரப் போவதில்லை. பட்டுச்சட்டை அணிந்திருந்த அந்தப் பாலகன் இப்போது ஒரு கொலைகாரனாக மாறி விட்டான்!"

அவன் சட்டென்று அங்கிருந்து எழுந்தான்; தனது கைகளைப் பின்புறமாகக் கட்டிக் கொண்டு, அங்கும் இங்குமாக நடந்தான்; தனது கைவிரல்களை இழுத்துச் சொடக்கு விட்டுக் கொண்டான். தான் முன்பு வாழ்ந்த இடங்களை, தனது வாழ்வில் நிரந்தரமாகக் கதவடைத்துப் போன இடங்களையெல்லாம் அவன் நினைத்துப் பார்த்தான். தான் தனது சாவை நோக்கியே போய்க் கொண்டிருப்பதாகத்தான் அவன் நம்பினான். என்றாலும் அவன் இன்னும் செத்துவிடவில்லை... எங்காவது ஒரு புல்வெளியில், அங்குள்ள பள்ளமொன்றில், உடம்பெல்லாம் ஈக்கள் மொய்க்க, காலைப் பரப்பிக் கொண்டு விழுந்து கிடப்பது தான் எவ்வளவு எளிதாக இருக்கும்!...

அவன் தனக்குத் தானே நினைத்துக் கொண்டான்: "ஆமாம். சாவது சுலபம்தான்; வாழ்வதுதான் சிரமமானது.... செத்துக் கொண்டிருக்கும் நமது தாய் நாட்டுக்கு நாம் நமது எலும்பும் சதையும் கொண்ட உடம்பை மட்டும் கொடுத்தால் போதாது; அதற்கு நமது வாழ்நாள் முழுவதையும், நமது ஆசாபாசங்கள், நம்பிக்கைகள், சீன வீடு..... நமது புனிதத் தன்மைகள் எல்லாவற்றையும் கொடுத்து விடுவதுதான் நமது கடமை..."

அவன் முனகினான்; பின்னர் தான் முனகுவதை யாராவது கேட்டு விட்டார்களோ என்று பார்ப்பதற்காகச் சட்டென்று திரும்பிப் பார்த்தான். ஆனால் அந்தக் குழந்தைகளின் பாட்டுக் குரலே இன்னும் கேட்டுக் கொண்டிருந்தது... புறாக்கள் துருப்பிடித்த ஒரு கூட கோபுரத்தின் உச்சியிலிருந்து அகவின... அவசரமாக, அதே சமயம் அந்தரங்கமாக, அவன் தாங்க முடியாத

பரிவுணர்ச்சியுடன் வேறொரு சம்பவத்தையும் நினைவு கூர்ந்தான். அவன் அதைப் பற்றிக் காத்யாவிடம் எப்போதுமே பேசியதில்லை. அது ஒரு வருஷத்துக்கு முன்னால் மாஸ்கோவில் நடந்தது. காத்யாவின் கணவனை அன்று சமாதி செய்ததாகவும், அவள் தன்னந் தனிமையில் இருப்பதாகவும் அவன் அன்று ரயில் நிலையத்தில் வைத்துக் கேள்விப்பட்டான். அவன் அந்தி சாயும் நேரத்தில் அவளைக் காணச் சென்றான். அவள் தூங்கிக் கொண்டிருப்பதாக வேலைக்காரி சொன்னாள். அவனோ அவளுக்காகக் கூடத்தில் காத்திருக்க முடிவு செய்தான். வேலைக்காரி அன்று முழுவதும் காத்யா அழுது கண்ணீர் வடித்ததாகச் சொன்னாள். "அவள் படுக்கையில் படுத்து, சுவர்ப் பக்கமாக முகத்தைத் திருப்பிக் கொண்டு ஒரு குழந்தையைப் போல் அழுகிறாள். நாங்களோ சமையலறைக் கதவைச் சாத்திக் கொள்கிறோம்" என்றாள் அவள். அவசியப் பட்டால் அன்று இரவு முழுவதுமே அவளுக்காக அங்கு காத்திருப்பது என்று அவன் தீர்மானித்தான்; எனவே சோபாவில் அமர்ந்தவாறு, அவன் கடிகாரத்தின் பெண்டுல ஓசையைக் காது கொடுத்துக் கேட்டான்; அந்தக் கடிகாரமோ வாழ்வின் ஒவ்வொரு கணத்தையும் போக்கடித்து, அன்பு கனிந்த முகத்தின் மீது சுருக்கம் விழச் செய்து, தலையிலே நரையும் தோன்ற வைத்தது... காத்யாவும் தூங்காதிருப்பாளே யாகில் அவளும் அந்தக் கடிகார ஓசையைக் கேட்டு, தன் மாதிரியே சிந்திக்கக் கூடும் என்று அவனுக்குத் தோன்றியது. பிறகு மெல்லிய நிதானமில்லாத காத்யாவின் காலடி ஓசை கேட்டது; அவளுடைய காலணிகள் தடம் புரண்டு போய் விட்டது போல் அந்தக் காலடியோசை ஒழுங்கற்றிருந்தது. அவள் தனக்குத் தானே ஏதோ பேசிக் கொண்டு, தனது சயன அறைக்குள் நடந்து கொண்டிருந்தாள். பின்னர் அவள் வெகு நேரம் வரையிலும் அசைவற்று நின்றாள். சுவரையும் துளைத்துக் கொண்டு காத்யாவின் சிந்தனைக்குள் தான் புகுந்து அவளுடைய கவலையை உணர்பவன் போல் ரோஷின் மனந் தளரத்தொடங்கினான். கதவு கிரீச்சிட்டது;

அவள் சாப்பாட்டு அறைக்குள் வந்தாள்; பக்கத்திலிருந்த அலமாரியைத் திறந்தாள்; ஏதோ பளிங்குப் பாத்திரங்கள் கலகலக்கும் சத்தம் கேட்டது. ரோஷின் அவளிடம் தாவிச் செல்ல விரும்புபவன் போல் துள்ளியெழுந்தான். அவள் கதவைப் பட்டென்று திறந்தாள். யாரது? லீஸா! நீதானா அது?" என்று கேட்டாள். அவள் ஒட்டகை மயிராலான உடையை அணிந்திருந்தாள்; அவளது ஒரு கையில் ஒயின் கோப்பையும் மறுகையில் ஒரு சிறு பாட்டிலும் இருந்தன. அவள் அவற்றை உட்கொண்டு தனது துயரத்தையும், தனிமையையும் தொலைக்கவும், எல்லாவற்றிலிருந்தும், சகிக்க முடியாத காலக் கொடுமையிலிருந்தும் விடுதலை பெறவும் விரும்பினாள். அவளது தொங்கிப் போன, சாம்பல் நிறக் கண்கள் கொண்ட முகம் நிராதரவான ஒரு குழந்தையின் முகம் போல் தோற்றியது... அவளைத்தான் அந்தச் சீன வீட்டுக்குள் அழைத்துச் செல்ல வேண்டும்... அப்போது ரோஷின் அவளை நோக்கிச் சொன்னான்: "என் வாழ்நாள் முழுவதும் நான் உனக்குப் பணிபுரியக் காத்திருக்கிறேன்!" அவள் அவன் வார்த்தையை நம்பினாள்; அவனது காதலில், பரிவில் தனது தனிமையையும், தனது வருங்காலத்தையும் கரைத்து மறைத்து விடலாம் என்று அவள் நம்பினாள்...

அட கடவுளே! காத்யா தன்னை விட்டு ஒரு கணம் கூடப் பிரிந்திருந்ததில்லை என்பதையும் அவன் அறிந்திருந்தான்; அவனது மூளையில் அந்தப் பகைமையுணர்ச்சி ஈயக் குண்டைப் போல் அழுத்திக் கொண்டிருந்த வேளையிலும் கூட, யுத்தத்தின் கோரப் பிடிக்குள் தான் ஈடுபட்டிருந்த போதும் கூட, அவளது நினைவு தன்னை விட்டு நீங்கியதில்லை என்பதை அவன் அறிந்தான். ஏதோ ஓர் இனந்தெரியாத நிழல் தனது கைகளை மௌனமாகப் பரப்பி விரித்தது போல், அவள் அவனை வழி மறித்து நின்றாள். காட்டுமிராண்டி போல் கத்திக் கொண்டு, அவன் தன் துப்பாக்கிக் குத்தீட்டியை அந்தச் செஞ்சேனை வீரனின் மேல் கோட்டின் மீது பாய்ச்சிய காலத்தில் அவன் தன்னைப் பற்றி நிற்கும் அந்த நிழலின் ஊடாகவே அதைப் பாய்ச்சியதாகவும், அவன் பின் தன் தொப்பியை

அலெக்சேய் தல்ஸ்தோய் ▲ 225

எடுத்துக் குத்தீட்டியைத் துடைத்ததாகவும் உணர்ந்தான்.

பிரார்த்தனை முடிந்து விட்டது. காய்ந்து போய்விட்ட பயிற்சிப் படையினரும் அதிகாரிகளும் தேவாலயத்தை விட்டுக் கும்பலாக வெளியேறினார்கள். பிரபலமான ராணுவ அதிகாரிகள் பசை போட்டுத் தேய்க்கப்பட்ட பளபளப்பான உடையுடனும், பதக்கங்கள் சின்னங்களுடனும், தமது முகத்திலே தொனிக்கும் வழக்கமான உக்கிரப் பார்வையுடனும் நிதானமாக அடியெடுத்து வைத்து வந்தார்கள். ஒல்லியாகவும் உயரமாகவும் உள்ள எர்தேலி பிளந்திருந்த தாடியுடனும், தலை மீது சாய்ந்து சரிந்திருந்த தொப்பியுடனும் வெளிவந்தார்; அழுக்கடைந்த கம்பளித் தொப்பியை அணிந்தவராய், முகச் சவரம் செய்யாத நிலையில் மார்க்க வந்தார்; பிறகு சப்பை மூக்கும்; கரடிக் கண்ணும் குள்ளமான உடம்பும் கொண்ட குதேபவ் வந்தார்; அதன் பின் சுருட்டி முறுக்கிய மீசையுடன் பகயேவ்ஸ்கி வந்தார். இவர்களுக் கெல்லாம் பின்னால், பேசிக் கொண்டே தெனீகினும், ரமனோவ்ஸ்கியும் வந்தனர். அழகான புத்தி சாதுரியமான முகத்தைக் கொண்ட ரமனோவ்ஸ்கியைப் பட்டாளத்தில் 'புரியாத புதிர்' என்று சொல்லி அழைத்தார்கள். பிரதம தளபதியைக் கண்டதும் எல்லோரும் நிமிர்ந்து விறைப்பாக நின்றனர்; புகைபிடித்துக் கொண்டிருந்தவர்கள் எல்லாம் தமது சிகரெட்டுகளை பெர்ச் மரங்களுக்கடியில் விட்டெறிந்தார்கள்.

சிவிலியன் உடையும் கிழிந்த பூட்சுகளும் தரித்து, தனது மூட்டை முடிச்சுக்கள் எதுவுமே இல்லாமல் ராணுவ வண்டிக்குப் பின்னாலேயே சளி, ஜுர நோயின் கொர கொரப்போடு நடந்து செல்லும் 'பழைய' தெனீகினாக, இப்போது தெனீகின் காட்சியளிக்கவில்லை. இப்போது அவர் கச்சிதமாகவும் கவர்ச்சிகரமாகவும் உடையணிந்து நிமிர்ந்து தோற்றமளித்தார். அவரது வெள்ளி நிறத் தாடியைக் கண்டாலே யாருக்கும் அவரிடம் மதிப்புக் கொடுக்க வேண்டும் என்ற உணர்வு தோன்றும்; அவரது கண்களோ உருண்டு திரண்டிருந்தன. அவற்றிலே ஒரு

கழுகைப் போன்ற ஒரு கொடூரமும் ஈரப் பசையும் குடிகொண்டிருந்தன. கர்னீலவுடன் அவரை ஒப்பிட முடியாது தான்; என்றாலும் அங்கிருந்த எல்லாத் தளபதிகளிலும் அவர் தான் அனுபவமும் எதிலும் தீர்வு காணக் கூடிய ஆற்றலும் மிக்கவர். அவர் தமது கைவிரல்கள் இரண்டைத் தமது தொப்பி வரையில் தூக்கிக்காட்டியவாறே அழுத்தத்தோடு தேவாலயத்தை விட்டு வெளியே வந்தார்; வெளியே நின்ற வண்டியில் ரமனோவ்ஸ்கியின் அருகில் சென்று அமர்ந்தார்.

நீண்ட கால்களையுடைய தெப்லோவ் என்பவன் ரோஷினின் அருகில் வந்தான். அவனது இடது கை ஒரு தொட்டிலில் கிடந்தது; அவனது தோளின் மீது பசையிட்ட குதிரைப் படை மேல்கோட்டு கிடந்தது. அவன் திருநாள் தினத்துக்காகச் சவரம் செய்து குதூகலமாக இருந்தான்.

"கடைசியாக வந்த செய்தி தெரியுமா ரோஷின்? ஜெர்மானியர்களும் பின்லாந்துக்காரர்களும் பெத்ரொகிராதைக் கைப்பற்றக் கூடிய நிலைமையில் இருக்கிறார்களாம். மன்னர் ஹைம் தான் அங்கு ஜெனரலாம். உனக்கு அவரை நினைவிருக்கிறதா? பிரபலமான ஜெனரல்; நல்ல மனிதர்; தீரமிக்க போர் வீரர். பின்லாந்தில் அவர் எல்லா சோஷலிஸ்டுகளையும் ஒழித்துக் கட்டி விட்டார். போல்ஷிவிக்குகள் இப்போதே தமது மூட்டை முடிச்சுக்களைக் கட்டிக் கொண்டு அர்காங் கெல் ஸ்க் வழியாகத் தப்பியோடுகிறார்களாம்... ஆமாம். இது முற்றிலும் உண்மைதான்!... லெப்டினெண்ட் சிதேல்னிகவ் தான் எங்களிடம் சொன்னார். அவர் இப்போது தான் நோவச்செர்காஸ்கிலிருந்து வந்தார்... அங்கேயுள்ள பெண்கள் எல்லாம் அருமையாக இருக்கிறார்களாம். ஒரு மனிதனுக்குப் பத்துப் பெண்கள் கிடைப்பார்களாம்!... அவர்தான் சொன்னார்." அவன் தன் மெலிந்த பூட்டுக் கழன்ற கால்களை இழுத்து இழுத்துப் போட்டு நடந்தான்; அவன் தனது தொண்டைக் குழி சட்டைக் காலருக்கு மேல் புடைத்துக் கொண்டு வெளியே வரும் வரையில் சிரித்தான்.

நோவச்செர்கா ஸ்கிலுள்ள அழகிய பெண்களைப் பற்றிய செய்தியில் ரோஷின் அக்கறை காட்டவில்லை, எனவே தெப்லோவ் வெட்டவெளியான ஸ்தெப்பிப் பிரதேசத்தில் இருந்து வரும் ராணுவத்தாருக்கு உற்சாகமூட்டக் கூடிய அரசியல் செய்திகளைச் சொல்லத் தொடங்கினான்.

"மாஸ்கோ நகரம் முழுவதிலுமே கண்ணிவெடிகள் வைக்கப்பட்டிருப்பதாகச் சொல்கிறார்கள். கிரெம்ளின், தேவாலயங்கள், நாடகக் கொட்டகைகள், பெரிய பெரிய மாளிகைகள், தெருக்கள் எல்லாவற்றிலுமே வைத்திருப்பதாகக் கேள்வி. சகோல்னிகி வட்டாரம் வரையிலும் கூட, மின்சாரக் கம்பிகள் போட்டு விட்டார்களாம். அங்கு ஒரு மர்மமான வீடு இருக்கிறது. அதனை இரவும் பகலும் காவல் புரிகிறார்களாம்... நாம் மாஸ்கோவுக்கு அருகில் போனால். டாம்மார்! டாம்மார்! அவ்வளவு தான். மாஸ்கோ நகரமே தூள் துளாகிக் காற்றில் பறக்கும்!" அவன் குனிந்து குரலைத் தாழ்த்தியவாறு சொன்னான்: "இது உண்மைதான். பிரதம தளபதி வேண்டிய நடவடிக்கைகளை எடுத்திருக்கிறார். இந்தக் கம்பிகளையெல்லாம் தேடிக் கண்டு பிடித்து அவற்றை அகற்று வதற்கும், நாம் மாஸ்கோவுக்குச் செல்லும் போது அந்த நகரம் வெடித்துச் சிதறாமல் இருப்பதற்கும் வேண்டிய நடவடிக்கைகளை மேற்கொள்ளச் சொல்லி, அவரே ரகசிய ஒற்றர்களை மாஸ்கோவுக்கு அனுப்பியுள்ளார். அங்கு சென்று விட்டால், நாம் எத்தனை பேரைத் தூக்கிலே தொங்கவிடலாம்! செஞ்சதுக்கத்திலேயே! பகிரங்கமாக, படை பட்டாளத்தோடு, கொட்டு முழக்கத்தோடு தூக்கிலிடலாமே!.."

ரோஷின் முகத்தைச் சுழித்தவாறே எழுந்தான்.

"தெப்லோவ்! நீ பெண்களைப் பற்றிய கதைகளைப் பேசுவதே சிறந்ததாக இருக்கும்!"

"அப்படியென்றால் உனக்கு இத்தகைய பேச்சு பிடிக்கவில்லையா?"

"பிடிக்கவில்லை." ரோஷின் தெப்லோவின் அசடு

வழியும் சிவந்திருந்த கண்களைக் கூர்ந்து நோக்கினான். தெப்லோவின் நீண்ட வாய் ஒருபுறமாகக் கோணியது.

"அப்படியா சேதி? செஞ்சேனையுடன் சேர்ந்து ஒன்றாகப் போராடியதை உன்னால் மறக்க முடியவில்லை போலும்!"

"என்ன? என்ன சொன்னாய்?" என்று ரோஷின் வியப்புடன் தன் புருவங்களை நெரித்தவாறே கேட்டான்.

"நமது பட்டாளம் பூராவும் என்ன சொல்கிறதோ அதைத் தான் நானும் சொன்னேன். செஞ்சேனையில் நீ ஆற்றிய வேலைகளைப் பற்றிய விவரத்தைத் தெரிவிக்க வேண்டிய காலம் வந்து விட்டது, ரோஷின்!"

"திருட்டுப் பயலே!"

தெப்லோவின் ஒரு கை ஒடிந்து தொட்டிலில் கிடந்த காரணத்தாலும் அவன் ஒரு நோயாளி என்று கருதப்படுவதாலும் தான் அவன் ரோஷினிடமிருந்து அடிவாங்காமல் தப்பினான். அவனை அடிப்பதற்குப் பதிலாக ரோஷின் தனது கைகளைப் பின்புறமாகக் கோத்தவாறு சட்டென்று திரும்பி, மரத்துப் போனவன் போல் தோளை உலுக்கி விட்டு, சமாதிகளுக்கு நடுவே அமைந்திருந்த நடைபாதை வழியாக நடந்து போய் விட்டான்.

தெப்லோவ் நழுவி விழுந்த தனது கோட்டை இழுத்து தோளில் போட்டுக் கொண்டு, ரோஷினின் நிமிர்ந்த முதுகை வக்கிரம் நிறைந்த புன்னகையுடன் நோக்கினான். காப்டன் ஃபான் மேக்கி தமது இணைபிரியாத நண்பனான வலெரியான் ஓனோலியுடன் வந்தார். ஓனோலி என்பவன் சிம்பிரோபலிலுள்ள ஒரு புகையிலை முதலாளியின் மகன்; கனவு காணும் பிரகாசமான கண்களும் புள்ளி விழுந்த முகமும் கொண்ட இளைஞன் அவன். அவன் அழுக்கடைந்த கறைபட்ட மாணவக் கோட்டு ஒன்றை அணிந்திருந்தான்; அவனது தோளில் கடைத்தர அதிகாரியின் சின்னங்கள் இருந்தன.

"என்ன நடந்தது? நீங்கள் இருவரும் ஏன் சண்டை பிடித்துக் கொண்டீர்கள்?" என்று செவிடர்களுக்கே உரிய கரகரத்த குரலில் கேட்டார் ஃபான் மேக்கி.

தெப்லோவ் உள்ளத்தில் ஆத்திரம் பொங்க, தனது தொங்கு மீசையை இழுத்து விட்டுக் கொண்டு, தனக்கும் ரோஷினுக்கும் நடந்த சம்பாஷனையைத் திருப்பிச் சொன்னான்.

"காப்டன்! இன்னும் கூட உங்களுக்கு வியப்பா என்ன? உப கர்னல் ரோஷின் நம்மிடையே ஓர் ஒற்றனாகத்தான் இருந்து வருகிறார் என்பதை நான் ஆரம்பத்திலேயே கண்டு கொண்டேன்" என்றான் ஓனோலி.

"அப்படிச் சொல்லாதே, ஓனோலி!" என்று ஃபான் மேக்கி சொன்னார்; ஒரு குண்டு வீச்சிலே பட்ட அதிர்ச்சியினால், அவரது இடது கன்னம் அடிக்கொருதரம் வலித்து இழுத்துக் கொள்வதுண்டு. சொல்லப் போனால், மார்க்கவுக்கு ரோஷினை நன்கு தெரியும். எனவே எதைச் சொன்னாலும் நாம் என்ன சொல்கிறோம் என்பதை நின்று நிதானித்துச் சொல்ல வேண்டும். என்றாலும், ரோஷின் ஒரு போல்ஷிவிக்தான். ஓர் உளவாளிதான், ஓர் அயோக்கியன் தான் என்பதில் எனக்குச் சந்தேகமில்லை. அதற்கு என்ன பந்தயம், வேண்டுமானாலும் கட்டுவேன்."

மே மாதக் கடைசி வரையிலும் வடக்குக் காக்கஸஸ் பிரதேசத்திலே பெரும்பாலும் அமைதியே நிலவியது. இரண்டு தரப்பாரும் முடிவான, தீர்மானமான போராட்டத்துக்குத் தம்மைத் தயாரித்துக் கொண்டிருந்தார்கள். சேவா சேனையினர் சந்தி ரயில் நிலையங்களைத் தாக்கிப் பிடிக்கவும், காக்கஸஸ் பிரதேசத்தைத் தனிமைப்படுத்தவும், வெள்ளைக் கசாக்குப் படையினரின் உதவியுடன் செஞ்சேனையின் வசமிருக்கும் பிரதேசத்தை மீட்கவும் திட்டமிட்டார்கள். குபான் - கருங்கடல் பிரதேசத்துக் குடியரசின் மத்திய நிர்வாகக் கமிட்டியோ மும்முனைகளிலும் போர் தொடுக்க ஏற்பாடுகள் செய்தது. ஜெர்மானியர்கள், வெள்ளைக்

கசாக்குகள், தெனீகின் கும்பல் என்ற பெயருடன் மீண்டும் திரட்டப்பட்ட படை எல்லோரையும் ஒரு முகமாக எதிர்க்க நினைத்தார்கள்.

"காக்கேஸியச் செஞ்சேனையில் முந்திய ஜார் காலத்தில் டிரான்ஸ்காக்கேஸியப் படையில் பணியாற்றிய திறமை மிக்க யுத்த வீரர்கள் நிறையப் பேர் இருந்தார்கள்; அத்துடன் குடியேறியவர்களும் அதிகமாக நில புலங்களற்ற கசாக்கு இளைஞர்களும் லட்சம் பேருக்கு மேல் இருந்தார்கள். அந்தப் சேனையின் பிரதம தளபதியான அவ்தனோமவ் என்பவரை குபான் - கருங்கடல் பிரதேசத்து மத்திய நிர்வாகக் கமிட்டி சர்வாதிகாரியாக விருப்பம் கொண்டவரென்று சந்தேகித்தனர்; அவர் அரசாங்கத்துடன் எப்போது பார்த்தாலும் சண்டையிட்டுக் கொண்டிருந்தார். திஹரேத் ஸ்கயாவில் நடந்த ஒரு பிரம்மாண்டமான கூட்டத்தில் அவர் மத்திய நிர்வாகக் கமிட்டியினரை ஜெர்மன் ஒற்றர்களென்றும், கலகக்காரர்கள் என்றும் குற்றம்சாட்டிப் பேசினார். பதிலுக்கு மத்திய நிர்வாகக் கமிட்டியும் அவ்தானோமவையும் அவரது நெருங்கிய சகாவான சரோகின் என்பவரையும் கொள்ளைக்காரர்களென்றும், மக்கள் விரோதிகளென்றும் 'பட்டம் சூட்டி', அவர்கள் மீது வசைபாடி, அவர்களை நிரந்தரமான அவக்கேட்டுக்கும் ஆளாக்கியது.

இத்தகைய குழப்பங்களெல்லாம் ராணுவத்தையும் பாதித்து முடக்கின. தமக்கு மத்தியிலே வந்து சேர்ந்துள்ள சேவா சேனையை முப்புறங்களிலிருந்தும் மும்முனைத் தாக்குதல் நடத்தி, அதனைத் தீர்த்துக் கட்டுவதற்குப் பதிலாக, செஞ்சேனைப் படையினர் இத்தகைய குழப்பங்களிலே ஈடுபட்டிருந்தனர். தொடர்ந்து கூட்டங்கள் நடத்துவது, தளபதிகளை நீக்குவது முதலிய காரியங்களே நடந்தன. இதையெல்லாம் பார்க்கும்போது, அந்தப் படை கூண்டோடு அழிந்து போகக் கூடிய போக்கில் தான் போய்க் கொண்டிருந்தது.

கடைசியாக, மாஸ்கோவிலிருந்து வந்த உத்தரவுகள் தான்

பிரதேசத்து அதிகாரிகளின் இத்தகைய முரண்டுத் தனத்தை உடைத்தெறிந்தன. அவ்தனோமவ் போர் முனையின் இன்ஸ்பெக்டராக நியமிக்கப்பட்டார்; படையின் வடக்குத் திசைப் பகுதியை உம்மனா மூஞ்சி லாத்வியாக்காரரான உப கர்னல் கால்னின் என்பவரின் ஆணையின் கீழ் விடப் பட்டது. சரோகின் மேற்குப் பகுதியின் - தளபதியாகவே இருந்தார்.

அப்போதுதான் கர்னல் திராஸ்தோவ்ஸ்கி சிறந்த, பலம் வாய்ந்த மூவாயிரம் வீரர்களோடு சேவா சேனையோடு வந்து சேர்ந்து கொண்டார். அந்த மூவாயிரம் பேரும் மூர்க்கம் மிக்கவர்கள்; ஒவ்வொருவனும் பத்துச் சாதாரணப் போர் வீரர்களுக்குச் சமமானவன். கிராமப்புறங்களிலிருந்து கசாக்குக் குதிரை வீரர்களும் கொஞ்சம் கொஞ்சமாக வரத் தொடங்கினார்கள். 'பனிப் போரின்' அபார சூரத்தனங்களையெல்லாம் கேள்விப்பட்டிருந்த அதிகாரிகள் கும்பலாகவும் தனியாகவும் பெத்ரொகிராத், மாஸ்கோ முதலிய இடங்களிலிருந்தும் ருஷ்யாவின் வேறுபல பகுதிகளிலிருந்தும் வந்து சேர்ந்தார்கள். ஆத்தமான் கிரஸ்னோவ் தன்னிடம் கொஞ்சமாகவே இருந்தபோதிலும், அவர்களுக்கெல்லாம் ஆயுதங்களும் பணமும் கொடுத்து உதவினார். நாளுக்கு நாள் சேவா சேனையின் பலம் அதிகரித்தது. ஜென்ரல்களும், திறமையான பிரசங்கிகளும் செய்த திறமையான பிரசாரமும் சேனையிலுள்ளவர்களுக்குச் சிறந்த மனோநிலையைக் கொடுத்தது. பிரதேசத்து சோவியத் ஆட்சியினால் நிலைமையைச் சமாளிக்க முடியாமல் இருந்ததும், வடதிசையிலிருந்து வந்தவர்கள் சொன்ன கதைகளும் சேவா சேனையினருக்கு உற்சாகம் அளிப்பதாகவே இருந்தன. -

மே மாதக் கடைசியில் அங்குள்ள செஞ்சேனைப் படை சேவா சேனையை எதிர்த்துத் தாக்கும் யோசனையைக் கை விட்டது. எதிர்த் தாக்குதலுக்கான சமயம் வாய்த்ததை அறிந்து, சேவா சேனையினர் கால்னினின் தலைமையில் தர்கோவயா ரயில் நிலையத்தில் போராடிக் கொண்டிருந்த

வட திசைப் பட்டாளத்தை மூர்க்கமாகத் தாக்கி வெற்றி கண்டது.

"நீங்கள் ஏன் பாடுவதை நிறுத்தி விட்டீர்கள், தம்பிகளா?"

"எங்கள் குரல் கரகரப்பாக இருக்கிறது."

"எனது புகைக் குழாயைப் பற்ற வைக்க ஒரு நெருப்புத் துண்டு வேண்டுமே!" என்று கூறியவாறு தெலேகின் கணப்புத் தீயருகே நெருங்கி உட்கார்ந்தான்; குளிர்காய மூட்டிய அந்தக் கணப்புத் தீயில் ஒரு ரயில் பாதைப் பலகைகள் கொழுந்து விட்டு எரிந்து கொண்டிருந்தன. அவன் தனது புகைக் குழாயைப் பற்ற வைத்து விட்டு, காதைத் தீட்டிக் கொண்டு உட்கார்ந்திருந்தான்.

அப்போது இரவு வெகுநேரமாகி விட்டது. ரயில் பாதையையொட்டி ஆங்காங்கே மூட்டப்பட்டிருந்த தீயெல்லாம் அணைக்கப்பட்டு விட்டது. இரவுக் காற்று சில்லிட்டிருந்தது; வானத்தில் நட்சத்திரக் கூட்டங்கள் ஏராளமாகப் பூத்துக் கிடந்தன. செங்கல் சிவப்பு நிறமான உடைந்த சரக்கு ரயில் வண்டிகள் சற்றே உயர்ந்த மண் மேட்டில் நின்று கொண்டிருந்தன. அவை கணப்புத் தீயின் வெளிச்சத்தில் தம்மை இனம் காட்டின. அந்த வண்டிகளில் சில பசிபிக் கடற்கரையிலிருந்தும், சில ஆர்க்டிக் பிரதேசத்துச் சதுப்பு நிலங்களிலிருந்தும், சில துர்க்கிஸ்தான் பாலை நிலப் பிரதேசத்திலிருந்தும், மற்றும் வோல்கா, உக்ரேய்ன் பிரதேசங்களிலிருந்தும் வந்திருந்தன. ஒவ்வொரு வண்டியிலும் "உடனடியாக அனுப்பி வைக்கவும்!" என்று எழுதப்பட்டிருந்தது. ஆனால் அதற்குரிய கால எல்லையெல்லாம் தாண்டி வெகு நாளாகி விட்டது. சமாதான சேவைக்காகக் கட்டப்பெற்ற அந்த வண்டிகள் எவ்வளவோ நாட்களாக உழைத்து, உழைத்து அலுத்து விட்டன. இப்போதோ அதிக பொறுமையுள்ள அந்த வண்டிகள் தமது அச்சாணிகளுக்குக் கூட எண்ணெய் அற்ற நிலையில் நின்று கொண்டிருக்கின்றன. அதன் வெளிப் புறமெல்லாம் உடைந்து போயிருந்தது. அந்த வண்டிகளெல்லாம் தாரகை மலிந்த வானத்தின்

கீழே புதிய வாழ்வை எதிர்பார்த்துத் தவம் கிடந்தன. அவையனைத்தும் அவற்றினுள் ஏற்றப்படும் பொருள் அத்தனையுடனும், கவிழ்த்து நொறுக்கப்படத்தான் போகின்றன. சிலவற்றில் செஞ்சேனைப் படைக் கைதிகள் இருப்பார்கள்; அதன் ஜன்னல்களும் கதவுகளும் அப்போது மூடப்பட்டிருக்கும்; அந்த நிலையில் அந்த வண்டிகள் ஆயிரக் கணக்கான மைல்கள் பயணம் போகும்; அப்போது அந்த வண்டிகளில் 'அழியாத பொருள்கள், மெதுவான வேகம்' என்று சாக்குக் கட்டியினால் எழுதவும் பட்டிருக்கும். மற்றவையெல்லாம் டைபாய்ட் காய்ச்சலுக்கு இரையானவர்களுக்குச் சவப் பெட்டிகளாக மாறும்; சில வண்டிகள் உறைந்து போன சவங்களைச் சுமந்து செல்லும் குளிர் சாதனப் பெட்டிகளாகச் செயலாற்றும்; பல வண்டிகள் சொக்கப் பனையான நெருப்புக்குப் பலியாகிக் கருகி நீறிப் புகைந்து அழியும்... சைபீரியக் காடுகளிலே அவற்றின் கதவுகளும், பலகைகளும் வேலிகள் கட்டவும் கூரைவேயவும் பயன்படுத்தப்படும்.... எரிப்பட்டும் முறிபட்டும் கூட, இதையெல்லாம் தாண்டிப் பிழைத்திருக்கும் வண்டிகளோ 'உடனடியாக அனுப்பவும்' என்ற வேண்டு கோளுடன் அதிக காலம் நிற்கும். அதன் பின் அந்த வண்டிகள் துருப்பிடித்த தண்டவாளங்களின் மீது ஓடி, சீக்கிரத்திலேயே ரிப்பேர் செய்யவேண்டிய நிலையை அடையும்.

"மாஸ்கோவில் என்ன பேசிக் கொள்கிறார்கள், தோழர் தெலேகின்? இந்த உள்நாட்டு யுத்தம் எப்போதுதான் முடியும்?"

"நாம் வெற்றியடைந்தவுடனேயே முடிந்து விடும்!"

"அப்படியா? அப்படியென்றால் நம்மைத்தான் நம்பிக் கொண்டிருக்கிறார்கள் போலிருக்கிறது."

தாடியுள்ள, வெயிலினால் உடல் கறுத்துப் போன சில மனிதர்கள் அந்தக் கணப்புத் தீயின் அருகே கால் பரப்பிப் படுத்துக் கிடந்தார்கள். அவர்களில் யாரும் தூங்க விரும்பவில்லை; தீவிரமான சம்பாஷணையிலும் ஈடுபட

விரும்பவில்லை. அவர்களில் ஒருவன் தெலேகினிடம் சிறிது நாட்டுப் புகையிலை கேட்டான்.

"தோழர் தெலேகின்! இந்த செக்கோஸ்லோவகியர்கள் என்பது யார்? அவர்கள் எங்கிருந்து வருகிறார்கள்? அவர்களைப் பற்றி நான் இதற்கு முன் கேள்விப்பட்டதில்லையே!..."

செக்கோஸ்லோவாகியர்கள் என்பவர்கள் ஆஸ்திரிய நாட்டு யுத்தக் கைதிகள் என்பதை தெலேகின் விளக்கினார். ஜார் அரசாங்கம் அவர்களைக் கொண்டு ஒரு ராணுவத்தை அமைக்கத் தொடங்கியதென்றும், அவர்களை பிரான்ஸ் நாட்டுப் போர்முனைக்கு அனுப்பத் திட்டமிட்டதென்றும், ஆனால் அந்தத் திட்டம் வெற்றி பெறவில்லையென்றும் தெரிவித்தான்.

"இப்போதோ சோவியத் அரசாங்கம் அவர்களை இந்த நாட்டை விட்டு வெளியேற அனுமதிக்கவில்லை; ஏனென்றால் அவர்கள் ஏகாதிபத்தியவாதிகளின் பக்கமிருந்து போராட விரும்புகிறார்கள். நாம் அவர்களிடம் ஆயுதப் பறிமுதல் செய்யப் போகிறோம்; அவர்களோ அதை எதிர்த்துக் கிளர்ச்சி செய்கிறார்கள்..."

"தோழர் தெலேகின்! அதாவது நாம் அவர்களையும் எதிர்த்துப் போராட வேண்டியிருக்குமோ?"

"அதைப் பற்றி இப்போது ஒன்றும் நிச்சயம் சொல்ல முடியாது... நமக்கு அதைப் பற்றித் திட்டவட்டமான செய்தி எதுவும் இல்லை... என்னைப் பொறுத்த வரையில் மிகவும் அரிதாக அவ்வாறு போராட நேரும் என்றுதான் நினைக்கிறேன். மொத்தத்தில் - அவர்கள் நாற்பதினாயிரம் பேர்களே இருக்கிறார்கள்..."

"அப்படியென்றால் நாம் அவர்களை இலகுவில் முறியடித்து விடலாம்."

மீண்டும் அந்தக் கணப்புத் தீ அருகில் அமைதி நிலவியது. புகையிலை கேட்ட மனிதன் தெலேகினை ஒரு பார்வை

பார்த்துவிட்டு, பேச வேண்டுமே என்பதற்காக பேசினான்:

ஜார் ஆட்சியில் நம்மையெல்லாம் சரகாமிஷுக்கு விரட்டினார்கள். நாம் ஏன் துருக்கியர்களை எதிர்த்துப் போராடுகிறோம், நாம் எதற்காகச் சாகிறோம் என்பதைப் பற்றி எவருமே நம்மிடம் எடுத்துச் சொல்லவில்லை. அதிலும் அங்கே அந்த மலைப் பிராந்தியம் படுபயங்கரமானது. சுற்று முற்றும் பார்த்தவுடனேயே, நாம் பிறந்த வேளை நல்ல வேளையில்லை என்ற உண்மை நமக்குப் புலனாகி விடும்..... இப்போதோ எல்லாமே மாறி விட்டது. இந்த யுத்தம் நமது சொந்த யுத்தம்; இது நமது ஜீவ மரணப் போராட்டம்... இப்போது எல்லாம் தெளிவாகத் தெரிகிறது. எப்படி, ஏன், எதற்காக என்ப தெல்லாம் புரிகிறது..."

"உதாரணத்துக்கு என்னைப் பாருங்களேன். என் பெயர் செர்த்த கானவ்" என்று இன்னொரு வீரன் கனத்த குரலில் பேசத் தொடங்கினான். அவன் தன் முழங்கையை ஊன்றிச் சாய்ந்து கொண்டு, நெருப்பினருகே நெருங்கி வந்து உட்கார்ந்தான். அவனது தாடியில் நெருப்புப்பற்றிக் கொள்ளாமல் இருந்ததே அதிசயம் தான். அவன் குரூரம் மிக்கவனாகத் தோற்றினான்; அவனது கறுத்த தலைமயிர் நெற்றியில் விழுந்து புரண்டது; மெருகூட்டப்பட்ட அவனது முகத்தில் கண்கள் சிவந்து உருண்டு தோன்றின. அவன் பேசினான்: "நான் தூரக் கிழக்குக்கு இரண்டு முறை சென்று இருக்கிறேன். எனது நாடோடி வாழ்க்கையால் மீண்டும் மீண்டும் நான் ஜெயிலுக்கும் போயிருக்கிறேன்... அது சரி.... ஆக அவர்கள் என்னை அங்கே படைவீட்டில் போட்டு வைத்தார்கள்; பிறகு எனக்கு ஒரு ராணுவ வீரனுக்கான பத்திரத்தைக் கொடுத்து, யுத்தத்துக்கு அனுப்பி வைத்தார்கள்... எனக்கு ஆறு காயங்கள் ஏற்பட்டன... இதோ பாருங்கள்." அவன் தன் விரலைத் தனது கன்னத்தின் உட்புறம் கொடுத்து, வாயைப் பக்கவாட்டில் இழுத்து, உடைந்து போன பற்களைக் காட்டினான். "எப்படியோ நான் மாஸ்கோவிலுள்ள ஓர் ஆஸ்பத்திரிக்குப் போய்ச் சேர்ந்தேன். அங்கேயும் போல்ஷிவிக்குகள் ஆட்சிக்கு வந்தார்கள்... என் துயரங்களுக்கெல்லாம் ஒரு முடிவு

வந்தது. அவர்கள் என்னைப் பார்த்து, 'உனது சமூக அந்தஸ்து என்ன?' என்று கேட்டார்கள். 'அவ்வளவு தூரத்துக்கு ஒன்றுமில்லை. நான் ஒரு பரம்பரை விவசாயக் கூலி. எனது மூதாதையரைப் பற்றி எனக்கு ஒன்றும் தெரியாது' என்றேன். அவர்கள் சிரித்தார்கள். பிறகு அவர்கள் என்னிடம் ஒரு துப்பாக்கியைக் கொடுத்து, அத்தாட்சி உத்தரவும் கொடுத்தார்கள். நாங்கள் அந்த நாட்களில் பூர்ஷ்வாக்களைத் தேடி நகரத்துக்குள் பாராக் கொடுத்து வந்தோம்... நாங்கள் எங்காவது ஒரு பெரிய மாளிகைக்குள்ளே செல்லும் போது அதன் சொந்தக்காரர்கள் பயந்து போவார்கள். நாங்கள் அவர்கள் பொருள்களை மறைத்து வைத்திருக்கும் இடங்களைத் தேடுவோம். மாவு, சர்க்கரை எல்லாம் தான்... அந்தப் பன்றிப் பயல்களுக்கு ஒரே பயம் தான். ஆனால் அவர்கள் வாய் திறந்து ஒரு வார்த்தை பேச மாட்டார்கள்.... சில சமயங்களில் நமக்கும் வெறி பிடித்து விடும். நாம் என்ன மனிதப் பிறவிகள் இல்லையா? எங்களுடன் பேசு, ஏசு, கேள்... ஏசினாலும் அவர்கள் பதிலே பேசமாட்டார்கள்... என்ன இது என்று என்னை நானே கேட்டுக் கொள்வேன்... இப்படியாக எனக்கே மனவருத்தமாக இருந்தது. ஆயுட்காலம் பூராவும் நான் அவர்களுக்குப் பணிவிடை செய்தேன்; வாயே திறக்காமல், அவர்களுக்காக எனது ரத்தத்தைச் சிந்தினேன்... ஆனால் அவர்களோ என்னை மனிதனாகக் கூட மதிப்பதில்லை.... பூர்ஷ்வாக்கள் என்றாலே அப்படித்தான் இருப்பார்கள் போலிருக்கிறது. அதிலிருந்து என் உள்ளத்தில் வர்க்கப் பகைமை கொழுந்து விட்டு எரிந்தது.... நல்லது... ஒரு தடவை நாங்கள் ரியபீன்கின் என்ற வியாபாரியின் மாளிகைக்கு அதனை கைப்பற்றச் சென்றோம். நாங்கள் மொத்தம் நாலு பேர்; எங்களிடம் ஓர் இயந்திரத் துப்பாக்கியும் இருந்தது. அவர்கள் உள்ளத்தில் பயத்தை மூட்ட அது ஒன்றே போதும். நாங்கள் முன்வாசற் கதவைத் தட்டினோம். சிறிது நேரம் கழித்து ஓர் அடக்க ஒடுக்கமான வேலைக்காரி வந்து கதவைத் திறந்தாள். திறந்ததும் எங்களைக் கண்டு அவள் முகம் வெளிறிப்

போய் விட்டது. உடனே அவள் பூனை மாதிரி மெல்ல நடந்து கொண்டு ஓவென்று குரல் எழுப்பினாள். நாங்கள் அவளைத் தள்ளி விட்டு, மாளிகையின் கூடத்துள் பிரவேசித்தோம். பெரிய பெரிய தூண்கள் கொண்ட விசாலமான ஹால் அது. அதன் மத்தியில் ஒரு மேஜை; அதன் முன் ரியபீன்கின். அவனைச் சுற்றிலும் பல விருந்தாளிகள்; அவர்கள் எல்லோரும் அப்பங்களைச் சாப்பிட்டுக் கொண்டிருக்கிறார்கள். அப்போது திருவிழாக் காலம். எனவே எல்லோரும் நன்றாகக் குடித்திருந்தார்கள்... தொழிலாளிகள் பட்டினியால் சாகும் நேரத்தில் தான் இவ்வளவும்! நான் என் துப்பாக்கியைப் பலம் கொண்ட மட்டும் தரையில் ஓங்கியறைந்தேன்; அவர்களை நோக்கிச் சத்தமிட்டேன். அவர்களோ புன்னகை புரிந்தவாறே அங்கேயே இருந்தார்கள். பிறகு ரியபீன்கின் எங்களை நோக்கி ஓடி வந்தான். அவனது சந்தோஷம் மிக்க சிவந்த முகத்திலே கண்கள் புடைத்திருந்தன. அவன் எங்களை நோக்கி அன்பான தோழர்களே! நீங்கள் என் வீட்டைப் பரிசோதனை செய்யவும், அதிலுள்ள சாமான்களை எடுத்துச் செல்லவும் வந்திருக்கிறீர்கள் என்பதை நான் முன்னமேயே அறிவேன். நாங்கள் இந்த அப்பங்களை மட்டும் தின்று முடிக்கும் வரையிலும் பொறுங்கள். நீங்களும் ஏன் எங்களுடன் உட்காரக் கூடாது? இதிலே ஒன்றும் அவமானம் இல்லை. எல்லாமே இப்போது பொதுச் சொத்து தானே!' என்று சொல்லியவாறு அவன் மேஜையைச் சுட்டிக் காட்டினான். நாங்கள் கால் மாறி நின்றோம்; பிறகு மேஜையைச் சுற்றிலும் உட்கார்ந்தோம்; எங்களது துப்பாக்கிகளைக் கையில் பிடித்துக் கொண்டு முகத்தைச் சுழித்தவாறு இருந்தோம். ரியபீன்கின் எங்களுக்கும் ஓட்கா மதுவை ஊற்றி வைத்தான்; எங்கள் முன்பும் பல தட்டுக்களில் அப்பங்களையும் வேறு பல தின்பண்டங்களையும் குவித்து வைத்தான். அத்தனை நேரமும் அவன் சிரித்துப் பேசிக் கொண்டிருந்தான்... அவன் சொன்ன அந்தக் கிண்டலான விஷயங்கள்.... அவன் எல்லோரையும் வக்கணை காட்டினான்... விருந்தாளிகள் எல்லோரும் விழுந்து விழுந்து சிரித்தார்கள்; எங்களாலும்

சிரிக்காமலிருக்க முடியவில்லை. பூர்ஷ்வாக்களைப் பற்றிப் பற்பலவிதமான கதைகள் எல்லாம் சொன்னான்; அதையொட்டி வாதப் பிரதிவாதங்களும் எழுந்தன. எங்களில் யாராவது ஒருவன் கொஞ்சம் வீராவேசம் அடைகிறான் என்று தெரிந்தால், ரியபீன்கின் அவனுக்கு மேலும் சிறிது ஓட்காவை ஊற்றினான். அந்தத் தேநீர் அருந்தும் கிளாசில் ஊற்றப்பட்ட மதுவை மட்டும் குடித்தவாறே நாங்கள் அமர்ந்திருந்தோம். பிறகு அவர்கள் சாம்பேன் மதுபாட்டில்களைத் திறந்தார்கள்; நாங்கள் துப்பாக்கிகளை ஒரு மூலையில் சாத்தி வைத்தோம். செர்த்த கானவ்! நீதானா இப்படித் தள்ளாடிக் கொண்டு தூண்களிலே முட்டிக் கொள்கிறாய்?' என்று என்னை நானே கேட்டுக் கொண்டேன். நாங்கள் எல்லோரும் கோஷ்டியாகப் பாடத் தொடங்கினோம். இரவில் நாங்கள் இயந்திரத் துப்பாக்கியை வெளி முற்றத்தில் வைத்துக் கொண்டோம்; அதன் மூலம் அந்நியர்கள் யாரும் உள்ளே வந்து விடாதபடி தடுத்துக் கொண்டோம். நாங்கள் ஒன்றரை நாட்களாக விடாமல் நன்றாக குடித்தோம். இவ்வளவு நாட்களும் அடிமையாக நான் வாழ்ந்ததையெல்லாம் அந்த ஒன்றரை நாட்களில் நான் ஈடுகட்டி விட்டேன். ஆனால் ரியபீன் கினோ எங்களை ஏமாற்றி விட்டான். திருட்டு ராஸ்கல்! நாங்கள் குஷியாக இருந்த நேரத்திலேயே அவன் தன்னிடமிருந்த விலையுயர்ந்த பொருள்கள், பணம், தங்கம், வைரம் எல்லாவற்றையும் அந்த வேலைக்காரியின் உதவியுடன் எங்கோ பத்திரமான இடத்துக்குக் கடத்திவிட்டான். நாங்கள் கைப்பற்றியது எல்லாம் வெறுமனே சுவரும், மேஜை நாற்காலிகளும் தான். நாங்கள் இன்ப போகத்தில் இருக்கும் போது ரியபீன்கின் எங்களுக்குப் பிரிவுபசார வார்த்தைகளைப் போதையுடன் கூறினான். 'அன்பான தோழர்களே! எல்லாவற்றையும் எடுத்துச் செல்லுங்கள். நான் எதற்கும் வருந்தவில்லை. நான் பொது மக்களிலிருந்து வந்தவன் தானே. இப்போது நான் மக்களிடம் திரும்பி வந்து விடுகிறேன்...' என்று சொன்னான் அவன். அன்றைய தினமே அவன் வெளிநாட்டுக்குத் தப்பியோடி விட்டான்.

என்னை விசாரணைக்குக் கொண்டு சென்றார்கள். 'நான் தான் எல்லாவற்றுக்கும் காரணம். என்னைச் சுட்டுத் தள்ளுங்கள்!' என்றேன் நான். ஆனால் அவர்கள் என்னைச் சுடாது விட்டார்களென்றால் அதற்குக் காரணம் எனக்கு இன்னும் போதுமான வர்க்க உணர்ச்சி வரவில்லை என்பதுதான். எனக்கும் ஒரு நல்ல காலம் இருந்ததை நான் இன்னும் கூட எண்ணி மகிழ்கிறேன். குறைந்தபட்சம் எனக்கு இந்த இன்பகரமான நினைவேனும் இருக்கிறது..."

"பூர்ஷ்வாக்கள் மத்தியில் பல அயோக்கியர்கள் இருப்பது வாஸ்தவம். ஆனால் நம்மிடையேயும் அயோக்கியர்களுக்குப் பஞ்சமில்லை" என்று வேறொருவன் சொன்னான். அவனைச் சுற்றிலும் புகை மண்டியிருந்தது. எல்லோரும் அவனிருந்த திக்கைப் பார்த்தார்கள். தெலேகினிடம் புகையிலை கேட்ட மனிதன் சொன்னான்:

"1914ம் ஆண்டிலேயே மனிதர்கள் ரத்த வாடையைக் கண்டு விட்டார்கள்; இப்போது மக்களை எதனாலும் நிறுத்த முடியாது."

"நான் சொல்ல வந்தது அதுவல்ல" என்று புகை நடுவே ஒரு குரல் எழுந்தது. "எதிரிகள் எப்போதும் எதிரிகள் தான். ரத்தமும் சிந்தித்தானாக வேண்டும். நான் உண்மையிலேயே கேடு விளைவிக்கும் சிலரைத்தான் குறிப்பிட்டேன்."

"நீ யாராம்?"

"நானா? கேடு விளைவிப்பவர்களில் நானும் ஒருவன் தான்!" என்று அந்தக் குரல் அமைதியாய்ப் பதிலளித்தது.

இதைக் கேட்டதும் எல்லோரும் மீண்டும் மௌனமாகி கணப்புத் தீயின் நெருப்புத் துண்டங்களையே பார்த்தார்கள். தெலேகினின் முதுகெலும்புக் குருத்துக்களில் ஒரு சில்லிட்ட உணர்ச்சி குளிர்ந்தோடியது. அன்றிரவு ஒரே குளிர் வாடையாயிருந்தது. கணப்புத் தீயைச் சுற்றியமர்ந்திருந்த சில மனிதர்கள் நிலையிழந்து அசைந்து கொடுத்தார்கள்; பிறகு தமது தொப்பிகளின் மீது கன்னத்தைப் பதித்தவாறு தரையில் படுத்தார்கள்.

தெலேகின் எழுந்து நின்று சோம்பல் முறித்தான்; தனது ராணுவ உடையை இழுத்து விட்டுக் கொண்டான். தீயில் புகை அடங்கிய பின்னர் அவன் அந்தக் கேடு விளைவிப்பவனைப்' பார்த்தான். அவன் கணப்புத் தீக்கு மறுபுறம் கால்களைப் பின்னிப் போட்டுக்கொண்டு உட்கார்ந்திருந்தான். அவன் ஒரு காரமான புல் செடிக் குச்சியைக் கடித்துக் கொண்டிருந்தான். தீப் பிழம்புகள் அவனது முகத்தை ஒளி செய்தன; அந்த ஒளியில் அவன் முகத்தில் பெண்மை கலந்த மிருதுத் தன்மை புலப்பட்டது; அவனது கன்னங்களில் ஓர் அழகிய கோலத்தை இட்டது. அவனது தலையில் ஒரு கசங்கிய தொப்பி பின்னோக்கித் தள்ளியிருந்தது; அவனது ஒடுங்கிய தோள் மீது ஒரு ராணுவ மேல்கோட்டு தொங்கியது. அதற்குக் கீழே அவனது உடம்பில் இடுப்பு வரையிலும் எவ்வித ஆடையுமில்லை. செள்ளுப் பூச்சிகள் இருந்ததாலோ என்னவோ, அவன் தன் சட்டையைக் கழற்றிப் போட்டிருந்தான். தன்னை யாரோ கூர்ந்து நோக்குவதை உணர்ந்ததும் அவன் தன் தலையை உயர்த்தி சிறு பிள்ளையைப் போல மெல்லப் புன்னகை புரிந்தான்.

தெலேகின் அவனை இனம் கண்டு கொண்டான். தெலேகின் தலைமையில் இருந்த படைப் பிரிவிலிருந்து வந்தவன் தான் அவன். அவன் பெயர் சலோமின். எலேத்ஸ் என்னும் ஊர் பக்கமிருந்து வந்த விவசாயி அவன். அவன் செஞ்சேனையில் ஒரு சாரணனாகச் சேர்ந்தான்; சீவர்ஸின் படையுடன் அவனும் வட காக்கஸஸுக்கு வந்திருந்தான்.

அவன் தெலேகினை ஒரு கணம் பார்த்தான்; பிறகு மனம் குழம்பியவனைப் போல் கண்களைச் சட்டென்று தாழ்த்திக் கொண்டான். அப்போது தான் சலோமின் தனது படையிலிருந்தபோது கவிதைகள் இயற்றுவதில் பேர் பெற்றவன் என்பதையும், அவன் ஒரு மிடாக்குடியன் என்பதையும் தெலேகின் நினைவு கூர்ந்தான். என்றாலும் அவனைக் குடிவெறியில் மிகவும் அரிதாகவே பார்க்க முடிந்தது. அவன் தன் கோட்டைத் தோளிலிருந்து

சாவதானமாகக் கழற்றி விட்டு, கீழே போட்டிருந்த தன் சட்டையை எடுத்து அணிய முனைந்தான். தெலேகின் மண் மேட்டின் மீது நின்ற பிரயாணிகள் ரயிலில் ஏறினான்; அங்கு அந்தப் படைப் பிரிவின் தலைவர் சாபஷ் கோவ் தங்கியிருந்த பெட்டியின் ஜன்னலிலே ஓர் எண்ணெய் விளக்கு எரிந்து கொண்டிருந்தது. கரைக்கு மேலே, வானத்தில் நட்சத்திரங்கள் தெளிவாகத் தெரிந்தன; அணைந்து அவிந்து கொண்டிருந்த கணப்புத் தீயில் தீப் பிழம்புகள் செக்கச் சிவந்து துண்டு துண்டாகத் தெரிந்தன.

"தெலேகின்! உள்ளே வா. இங்கே ஏராளமான வெந்நீர் இருக்கிறது" என்று சாபஷ்கோவ் ஜன்னலின் வழியாக எட்டிப் பார்த்தவாறே குரல் கொடுத்தான். அவனது பற்களிடையே ஒரு வளைந்த புகைக் குழாய் தென்பட்டது.

சுவரிலே மாட்டப்பட்டிருந்த அந்த எண்ணெய் விளக்கு அந்த அழுக்கடைந்த இரண்டாம் வகுப்புப் பெட்டியினுள் மங்கிய ஒளியைச் சிதறியது; அந்தப் பெட்டியில் துப்பாக்கிகள் கொக்கிகளில் தொங்கின; புத்தகங்களும் ராணுவ வரைப்படங்களும் அங்குமிங்கும் சிதறிக் கிடந்தன. அழுக்கடைந்த காலிகோ சட்டையும், கால் சராய்ப் பட்டிகளும் அணிந்திருந்த சாபஷ்கோவ் உள்ளே வந்த தெலேகினிடம் அவன் பக்கம் திரும்பியவனாகக் கேட்டான்:

"மது அருந்துகிறாயா?"

தெலேகின் படுக்கையில் அமர்ந்து கொண்டான். திறந்திருந்த ஜன்னலின் வழியாகக் குளிர்ந்த காற்று வீசியது; காடைப் பறவைகள் கத்தும் ஒலியும் கேட்டது. அடுத்த வண்டியிலிருந்து தூக்கக் கலக்கம் தெளியாத ஒரு சிப்பாய் தட்டுத் தடுமாறி எங்கோ தேவையின் பொருட்டு நடந்து செல்லும் காலடியோசை கேட்டது. எங்கிருந்தோ ஒரு பல்லாய்க்கா வாத்தியம் மிருதுவாக ஒலித்தது. எங்கோ சமீபத்தில் ஒரு கோழி கூவியது. நேரம் நள்ளிரவைக் கடந்து விட்டது.

"என்ன அது? கோழிதானே?" என்று கேட்டான் சாபஷ்

கோவ். அவன் அப்போதுதான் தான் நிறைத்து வைத்த கேத் தலை விட்டுத் திரும்பி வந்தான். அவனது கண்கள் சிவந்திருந்தன. அவனது மெலிந்த கன்னங்களில் சிவப்பு நிறமான திட்டுக்கள் தெரிந்தன. அவன் தனக்குப் பின்னாலிருந்த படுக்கையைத் துழாவி, தனது மூக்குக் கண்ணாடியைத் தேடி எடுத்தான்; அதனைக் கண்களில் மாட்டிக் கொண்டவனாக, தெலேகினைப் பார்த்தான்:

"இந்தப் படையிலே எப்படி ஒரு கோழி உயிரோடிக்கிறது?"

"மேலும் சில அகதிகள் வந்திருக்கிறார்கள். நான் கமிசாரிடம் விஷயத்தைத் தெரிவித்து விட்டேன். இருபது வண்டி நிறைய பெண்களும் குழந்தைகளும் வந்துள்ளார்கள். நமக்கு ஒரே தலைவேதனை தான்" என்று கூறிக் கொண்டே, தெலேகின் தனது கோப்பையிலுள்ள தேநீரைக் கலக்கினான்.

"எங்கிருந்து வந்திருக்கிறார்கள்?"

பிரிவோல்னயாவிலிருந்து, ரொம்பப் பேர் வந்தார்கள் போலிருக்கிறது. ஆனால் வழியில் கசாக்குப் படையினர் அவர்களைத் தாக்கி விட்டார்களாம். எல்லோரும் பரம ஏழைகள்; அந்நிய நகரத்தவர்கள். அவர்களது கிராமத்தைச் சேர்ந்த இரண்டு கசாக்கு அதிகாரிகள் அங்குள்ள சில மனிதர்களை ஒன்று சேர்த்து ஒரு படையைத் திரட்டிக் கொண்டு, இரவோடு இரவாய்த் தாக்குதல் நடத்தி, அங்குள்ள சோவியத்தை அழித்து விட்டார்களாம்... பலரைத் தூக்கிலிட்டு விட்டார்களாம்...."

"ஒரே வார்த்தையில் சொன்னால், வழக்கமான கதை தான் இது!" என்று சாபஷ்கோவ் ஒவ்வொரு வார்த்தையையும் நிறுத்தித் தெள்ளத் தெளிவாகச் சொன்னான். அவன் அளவுக்கு மீறிக் குடித்திருப்பது போல் தோன்றியது; அவன் தனது மனப்பாரத்தைப் பேசித் தீர்த்துக் கொள்ளத்தான் தெலேகினையே அங்கு அழைத்தான். தெலேகினுக்கோ தனது உடம்பு முழுவதுமே களைத்துச் சோர்ந்து வேதனைப்படுவதாகத் தோன்றியது; ஆனால் அந்தப் பெட்டியிலுள்ள மெத்தையிட்ட ஆசனத்தில்

சாய்ந்து, தேநீர் அருந்துவது அவனுக்கு இதமாக இருந்தது. எனவே சாபஷ்கோவுடன் பேசுவதால் அப்போது எந்தப் பயனும் விளையப் போவதில்லை என்று தெரிந்தும் அவன் அங்கிருந்து எழுந்து செல்லவில்லை.

"தெலேகின்! உன் மனைவி இப்போது எங்கே இருக்கிறாள்?"

"பீட்டர்ஸ்பர்கிலேதான்."

"விசித்திரமான பேர்வழிதான் நீ. சமாதான காலத்தில் நீ கொஞ்சம் வசதியைத் தேடிக் கொண்டு விடுவாய். நல்லதொரு மனைவி, இரண்டு குழந்தைகள்; ஒரு கிராமபோன்.... அது சரி. நீ ஏன் செஞ்சேனையிலே வந்து சேர்ந்தாய் ? இங்கே வந்தால் நீ கொலையுண்டல்லவா போவாய்?"

"எல்லாவற்றையும் தான் நான் ஏற்கெனவே உன்னிடம் சொல்லியிருக்கிறேனே..."

"நீ கட்சியில் சேர்வதற்குத் திட்டம் போட்டிருக்கிறாயா?"

"அவசியம் ஏற்பட்டால், நான் கட்சியிலும் சேர்வேன்."

சாபஷ்கோவ் தெளிவற்ற தனது கண்ணாடியினுடாக கண்களை நெரித்துக் கொண்டு தெலேகினைப் பார்த்தான்:

"என்னை உலையிலே கொதிக்க வைத்தாலும் கூட, நான் ஒன்றும் கம்யூனிஸ்டாகப் போவதில்லை" என்றான் அவன்.

"விசித்திரமான பேர்வழி என்றால் அது நீதான் சாபஷ் கோவ்!"

"இல்லவே இல்லை. என்னுடைய மூளையில் இயக்கவியலுக்கு இடம் இல்லை. நான் ஒரு காட்டுமிராண்டி. எப்போது பார்த்தாலும் காட்டுக்குத் திரும்பி ஓடுவதிலேயே எனக்கு ஒரு கண்! ஹூம்! நீ என்னையா விசித்திரப் பிறவி என்கிறாய்?" அவன் திருப்தியுடன் சிரித்துக் கொண்டான். "அக்டோபர் புரட்சிக் காலத்திலிருந்து நான் சோவியத் ஆட்சிக்காகப் போராடி வருகிறேன். உம். அது சரி. நீ கிராபோத்கினின்

நூல்களைப் படித்திருக்கிறாயா?"

"இல்லை. நான் படித்ததில்லை."

"அப்படியா? நான் அதைப் படித்துச் சலித்துப் போனேன். அப்பா!... பூர்ஷ்வா உலகம் மிகமிக இழிவானது; சலிப்பு மிக்கது. நாம் வெற்றியடைந்தாலும், கம்யூனிஸ்ட் உலகமும் சலிப்பூட்டுவதாகவும், கலகலப்பற்றதாகவும் தான் இருக்கும். புண்ணியம் மிக்கதாகவும் சலிப்புத் தருவதாகவுமே இருக்கும்... ஆனால் கிராபோத்கின் ஒரு நல்ல மனிதர்... அவருடைய கவிதைகள், கனவுகள், வர்க்க பேதமற்ற சமுதாயம்... அவர் ஒரு பண்பு நிறைந்த பெரிய மனிதர் தான். 'ஜனங்களுக்கு அராஜகமான சுதந்திரத்தை அளியுங்கள்; உலகத்தின் பெருந்தீமைகளான பெரும் நகரங்களின் பந்த பாசங்களை அறுத்தெறியுங்கள்! வர்க்க பேதமற்ற சமுதாயம் ஒரு கிராமியச் சூழ்நிலை மிகுந்த சொர்க்கத்தைத் தானே உண்டாக்கி விடும்! ஏனென்றால் மனிதனின் அடிப்படையான ஆதார சக்தி அடுத்தவனிடம் அன்பு பாராட்டுவதுதான்!' என்கிறார் அவர்... ஹா ஹா ஹா!..."

சாபஷ்கோவ் கீச்சுக் குரலில் சிரித்தான்; ஏதோ ஒரு கண்காணாத மனிதனைக் கிண்டல் செய்து சிரிப்பது போலிருந்தது அவனது சிரிப்பு. அப்போது அவனது மூக்குக் கண்ணாடி மூக்கின் எலும்பின் மீது நடனமாடியது. சிரித்துக் கொண்டே அவன் குனிந்து தனது ஆசனத்துக்கு அடியிலிருந்து கார மது நிறைந்த ஒரு தகரப் புட்டியை வெளியே எடுத்தான். தனது கோப்பையில் கொஞ்சம் மதுவை ஊற்றி அதனைக் குடித்தான்; ஒரு துண்டு சர்க்கரையைக் கடுக்கென்று கடித்து மென்று தின்றான்.

"என் அருமை நண்பா! ருஷ்யாவின் அறிவு ஜீவிகளான நாம் பண்ணையடிமை முறையின் அமைதியான மடியில் வளர்ந்திருக்கிறோம். நம்மையெல்லாம் படுபயங்கரமாகப் பயமுறுத்தி விட்ட புரட்சியோ நமது மூளையையே பித்தக் கிறுகிறுப்புக்கு ஆளாக்கிவிட்டது.... நம் போன்ற நாசூக்கான பேர்வழிகளை இவ்வளவு தூரம் பயமுறுத்தலாமா?

நாமெல்லாம் நமது கிராமத் தோட்டங்களிலே அமைதியாக உட்கார்ந்து, பறவைகளின் இனிய 'கீதத்தைக் கேட்டுப் பழகி விட்டோம். எல்லோரையும் மகிழ வைப்பதற்கு ஒரு வழியைக் கண்டுபிடித்தால் எவ்வளவு நன்றாயிருக்கும்?' என்று நமக்கு நாமே எண்ணிக் கொண்டோம். நாமெல்லாம் அப்படிப்பட்டவர்கள்தான்... மேல்நாட்டு அறிவு ஜீவிகள் மூளையுள்ளவர்கள்; அவர்கள் தான் பூர்ஷ்வாக்களின் தலையானவர்கள். அவர்கள் கடுமையான பணிகளை மேற்கொள்கிறார்கள்... விஞ்ஞானத்தையும் தொழில் வளர்ச்சியையும் மேம்படுத்துகிறார்கள்; வளர்க்கிறார்கள்... கருத்து முதல் வாதத்தைப் பற்றி இதய சாந்தி அளிக்கும் உருவெளித் தோற்றங்களை உலகமெங்கும் பரப்புகிறார்கள்... தாம் எதற்காக வாழ்கிறோம் என்பது அங்குள்ள அறிவு ஜீவிகளுக்குத் தெரியும்... ஆனால் இங்கோ, ருஷ்யாவிலோ? அட கடவுளே! நாம் யாருக்காகப் பணியாற்றுகிறோம்? நமது பணிகள்தான் என்ன? ஒரு புறத்தில் நாம் ஸ்லாவ் பக்திவாதிகளின்[6] ஒரு பகுதியாக, அவர்களின் ஆத்மார்த்த வாரிசுகளாக விளங்குகிறோம். ஸ்லாவ் பக்திவாதம் என்றால் என்ன என்று உனக்குத் தெரியுமா? ருஷ்ய நாட்டு நிலப் பிரபுக்களின் கருத்து முதல்வாதம் தான் அது! மற்றொரு புறத்திலோ, நமக்கு வரும் பணமெல்லாம் உள்நாட்டு பூர்ஷ்வாக்களிடமிருந்து வந்து சேர்கிறது. அந்தப் பணத்தில் தான் நாம் வாழ்கிறோம். இவ்வளவோடும் நாம் மக்களுக்குத் தான் சேவை செய்ய விரும்புகிறோம். நாம் எவ்வளவு முட்டாள்கள்? மக்களுக்குத்தான்!.. இது ஒரு துன்பமயமான வேடிக்கை நாடகம் தான்! நாம் ஜனங்களுக்காக, ஜனங்களின் கஷ்டங்களுக்காக எவ்வளவோ கண்ணீரைச் சிந்தியிருக்கிறோம். நம்மிடம்

---

6. ஸ்லாவ் பக்திவாதிகள் [ஸ்லாவோபைல்கள்] - பத்தொன்பதாம் நூற்றாண்டின் மத்தியில் ருஷ்ய நாட்டில் நிலவிய ஒரு கருத்தோட்டத்தின் பிரதிநிதிகள். இவர்கள் ருஷ்ய நாட்டின் தலைமையில் ஸ்லாவ் மக்களையெல்லாம் ஒன்று திரட்ட வேண்டும் என்று சொன்னார்கள். ருஷ்ய மக்களுக்குத் தனியானதொரு வளர்ச்சிப் போக்கு உண்டு என்றும் மேற்கு ஐரோப்பிய நாட்டு மக்களிடமிருந்து அவர்களது கலாசாரம் வேறுபட்டது என்றும் நிர்ணயித்தார்கள் இவர்கள். (மொ-ர்.)

இப்போது சிந்துவதற்குக் கண்ணீர்கூட இல்லை. சிந்துவதற்காக கண்ணீர்வற்றிப் போன பின்பு, நாம் உயிர் வாழ்வதற்கும் ஒன்றுமே இல்லாது போய் விட்டது. நமது விவசாயிகளெல்லாம் கான்ஸ்தான்தினபலை அடைந்து, அங்குள்ள புனிதர் சோபியா தேவாலயத்தின் கலச கூடத்தின் மீது ஏறி, அங்கு சம்பிரதாயபூர்வமான சிறப்பு மிக்க சிலுவைச் சின்னத்தை நாட்டி விடுவார்கள் என்றுதான் நமக்கு நாமே சொல்லிக் கொண்டோம். நமது விவசாயிகளுக்கு நாம் பூகோளத்தையே பரிசாகக் கொடுப்பது போல் கனவு கண்டோம். கனவு காண்பவர்களான நம்மை உற்சாகம் மிக்கவரான நம்மை, கண்ணீர் வடிப்பவர்களான நம்மையே எதிர்த்து அந்த விவசாயிகள் உழவுக் கரண்டிகளைத் தூக்கிக் கொண்டு வருவதைத்தான் நாம் கண்டோம். இத்தகைய ஆவேசத்தைப்பற்றி யார்தான் கேள்விப்பட்டதுண்டு? நாமெல்லாம் மரண பயங்கரத்தையே அனு பவித்தோம். பிறகோ நாசவேலை வேறு தொடங்கிவிட்டது... அறிவு ஜீவிகளோ பின் வாங்க நினைத்தார்கள்; பிடியிலிருந்து நழுவ முயன்றார்கள். 'என்னால் முடியாது! என்னை விட்டு விட்டு எப்படியும் போய்த் தொலையுங்கள்!' என்று கத்தினார்கள்... அதுவும் ருஷ்ய நாடு படுபாதாளத்தை நோக்கிச் சரிந்து கொண்டிருந்த வேளையிலே!.. இது ஒரு மாபெரும் தவறு; சீர்படுத்த முடியாத தவறு. அறிவு ஜீவிகளெல்லாம் நாசூக்கான முறையில் வளர்ந்தவர்கள்; வளர்க்கப்பட்டவர்கள். புரட்சியைப் பற்றிய ஞானம் எல்லாம் அவர்களுக்குப் புத்தகங்களிலேயிருந்து ஏற்பட்டதுதான்... புத்தகத்தில் படிக்கும் போது புரட்சி கவர்ச்சிகரமாகத்தான் தோற்றியது.... ஆனால், இப்போதோ, ராணுவத்தார்கள் ஜெர்மன் முனையிலிருந்து தப்பி ஓடுகிறார்கள்; தங்கள் அதிகாரிகளையே கொல்கிறார்கள்; பிரதம தளபதியைச் சுக்கு நூறாகப் பிய்த்துப் பிடுங்குகிறார்கள்; பண்ணை வீடுகளை தீயிடுகிறார்கள்; வியாபாரிகளின் மனைவிமார்களை ரயில் வண்டிகளிலே மடக்கிப் பிடிக்கிறார்கள்; அவர்களது காதிலே கிடக்கும் வைரக் கம்மல்களைக்

கழற்றித் தரும்படி நிர்ப்பந்திக்கிறார்கள்.... போதுமப்பா எல்லாம். இத்தகைய மக்களுடன் நம்மால் விளையாட முடியாது! இத்தகைய மக்களைப் பற்றிப் புத்தகங்களிலே எதுவுமே கூறப்படவில்லை... பின்னே, இப்போது நாம் என்ன தான் செய்வது? நமது வீடுகளிலே உட்கார்ந்து மலை மலையாய் அழுது கண்ணீர் வடிப்பதா? துர்ப்பாக்கியவசமாக நாம் அழுகிற வழக்கத்தையும் இழந்து விட்டோம்... நமது கனவுகள் நொறுங்கி விட்டன. நமக்கு வாழ்வதற்கே ஒன்றுமில்லாது போய் விட்டது. பயத்தாலும் விரக்தியாலும் நமது தலைகளைத் தலையணைக்குள் புதைத்துக் கொண்டுதான் நாம் கிடக்க முடியும். நம்மில் சிலர் வெளிநாடுகளுக்குத் தப்பியோடி விட்டார்கள்; தைரியசாலிகளெல்லாம் ஆயுதம் தாங்கி விட்டார்கள்.... விளைவு என்ன? கண்ணியமான ஒரு குடும்பத்துக்கு ஓர் அவப்பெயர்... ஜனங்களிலோ 70 சதவீதம் பேருக்கு எழுதப் படிக்கத் தெரியாது... அவர்களுக்குத் தமது பகைமையுணர்ச்சியை எப்படி வெளியிடுவது என்று தெரியவில்லை; அவர்களுக்குத் தெரிந்ததெல்லாம் ரத்த ஸ்நானமும் பயங்கரச் செயல்களும் தான். எங்களை விலையாக்கி விட்டார்கள்! எங்கள் வாழ்வைச் சூதாடி விட்டார்கள்! கண்ணாடிகளை உடையுங்கள்! எல்லாவற்றையும் நொறுக்கித் தள்ளுங்கள்!' என்று சொல்கிறார்கள் அவர்கள். நமது அறிவு ஜீவிகளில் ஒரே ஒரு சின்னஞ்சிறு கோஷ்டி மட்டும் தான் கம்யூனிஸ்டுகளாக மாறி ஏதோ நல்லது செய்திருக்கிறார்கள். கப்பலே கவிழ்ந்து மூழ்கிக் கொண்டிருக்கும் போது என்ன செய்வார்கள்? தேவையற்ற சாமான்கள் எல்லாவற்றையும் கடலுக்குள்ளே தூக்கியெறிந்து கப்பல் பாரத்தைக் குறைப்பார்கள். கம்யூனிஸ்டுகள் செய்த முதல் காரியமும் அதுதான். அவர்கள் ருஷ்ய நாட்டின் பழைய பத்தாம்பசலியான கருத்து முதல் வாத மூட்டைகளையெல்லாம் வெளியே தூக்கியெறிந்து விட்டார்கள். இதெல்லாம் 'கிழவர்' செய்த காரியம் தான். உண்மையான ருஷ்யர்தான் அவர். ஜனங்களும் ஏதோ ஒரு மிருக சுபாவத்தோடு இவர்கள் தான் எங்கள் சகாக்கள்,

இவர்கள் கனவான்களல்ல’ என்று உணர்ந்து விட்டார்கள். ’இவர்கள் வெறுமனே உட்கார்ந்து அழமாட்டார்கள்; அவர்களின் எண்ணிக்கையோ மிகவும் குறைவானது.....’ எனவேதான் நான் கிராபோத்கினின் கண்ணாடி வீட்டிலே மூடு தோட்ட வனத்திலே கனவுகளுக்கு மத்தியிலே பயிரானவன் தான் என்றாலும், நான் அவர்கள் பக்கம் சேர்ந்து விட்டேன். இப்படியானவர்கள் எங்களில் பலர் இருக்கிறார்கள். தெலேகின்! முகத்தைச் சுழிக்காதே. நீ இப்போது ஒரு சின்னஞ்சிறு கருவாக, குஷி மிகுந்த பூர்வகால மனிதனாக இருக்கிறாய். நம்மில் பலர் நமது உள்ளங்களையே திறந்து கொட்டி அதனை மாற்றிக் கொள்ளத் துணிய வேண்டும்; அவ்வாறு மாற்றி ஒவ்வொரு சிறு ஸ்பரிசத்தையும் உணரக் கூடிய நிலைமைக்கு ஆளான பின்னர், பகைமையுணர்ச்சி என்ற ஒரே மனோசித்தத்திலும் உறுதியிலும் நாம் ஈடுபட வேண்டும்... அப்படிப்பட்ட உணர்ச்சியில்லாமல், நம்மால் போர் புரிய முடியாது. ஜனங்களுக்கு ஓர் இலட்சியத்தை எடுத்துக் காட்டி, அதனை நோக்கி அவர்களை அழைத்துச் செல்லும் பணியில் நாம் மானிட சாத்தியமான எல்லாவற்றையும் தான் செய்து பார்க்கிறோம். ஆனால் நாமோ ஒரு சிலர்தான். எதிரிகளோ எங்கெங்கும் பரவி இருக்கிறார்கள். நீ செக்கோ ஸ்லோவகியர்களைப் பற்றிக் கேள்விப்பட்டாயா? கமிசார் இங்கு சீக்கிரமே வருவார்; அவரே அவர்களைப் பற்றி எல்லாம் சொல்வார்... நான் எதையெண்ணிப் பயப்படுகிறேன் என்று உனக்குத் தெரியுமா? எல்லாமே நமக்கு ஒரு தற்கொலைப் பாதையைக் காட்டி விடுமோ என்றே நான் அஞ்சுகிறேன். நம்மால் ஒரு மாதம் அல்லது இரண்டு மாதம், கூடிப்போனால் ஆறு மாதம் வரையிலும் தான் தாக்குப் பிடிக்க முடியும். அப்புறம் முடியாது. தம்பி, நாம் இனி ஒழிந்த மாதிரிதான். மீண்டும் ஜெனரல்களினால் எல்லாமே முடிக்கப்பட்டு விடும். இதெல்லாமே ஸ்லாவோபைல்களால் வந்த வினைதான். நான் சொல்லுவதை நம்பு. விவசாயிகளுக்கு விடுதலை ஏற்பட்ட காலத்திலேயே நாம் உதவி செய்யுங்கள்! நாம் நாசமாகிக் கொண்டிருக்கிறோம்! அபரிமிதமான

விவசாய உற்பத்தியும், இயந்திரத் தொழில் வளர்ச்சியும், எல்லோருக்கும் கல்வியறிவும் தேவை. யாராவது ஒரு புகச்சேவ் அல்லது ஸ்தெபான்ராஸின்[7] வரட்டும். அடிமைத் தனத்தை இந்தத் தடவை அடியோடு ஒழித்துக் கட்டுவார்களேயானால், அப்படிப்பட்டவர்கள் வரட்டும்" என்று நாம் கூச்சலிட்டிருக்க வேண்டும். அத்தகைய கோஷத்தைத் தான் நாம் மக்கள் முன்பு எழுப்பியிருக்க வேண்டும்; அப்படித்தான் நாம் அறிவு ஜீவிகளைச் சிந்திக்க வைத்திருக்க வேண்டும்.... நாமோ ஆனந்தக் கண்ணீர் வெள்ளத்திலே அகமகிழ்ந்து மூழ்கிக் கொண்டிருந்தோம். அட கடவுளே! ருஷ்ய நாடு எவ்வளவு எல்லையற்றதாக, சுயாதீனம் நிறைந்ததாக விளங்குகிறது! இப்போதோ விவசாயிகள் காற்றைப் போல் சுதந்திர புருஷர்களாகி விட்டார்கள். துர்கேனிவின் கொத்தடிமை வேலைகளைக் கொண்ட பண்ணைப் பிரபுக்கள் எல்லாம் கட்டுப்பாடாக இருக்கிறார்கள்; நமது ஜனங்களின் ஆத்மாவோ புரியாத புதிராக இருக்கிறது. அந்த ஆத்மா பண வெறி பிடித்த மேலைநாட்டுத் தன்மையுடன் இல்லை! "நானோ இப்போது எல்லா விதமான கனவுகளையும் காலடியில் போட்டு மிதித்துத் துவைக்கிறேன்..."

சாபஷ்கோவினால் மேலும் பேசிக் கொண்டே போக முடியவில்லை. அவனது முகம் செக்கச் சிவந்து போயிருந்தது. ஆனால் அவன் மிகவும் முக்கியமான ஒன்றை இன்னும் சொல்லவில்லை எனப் புரிந்து கொள்ளக் கூடியதாக இருந்தது. அவனது சொல்மாரியைக் கண்டு பிரமித்துப் போன தெலேகின் திறந்த வாய் மூடாமல், குளிர்ந்து ஆறிப் போன தேநீரை மடிமீது வைத்தவாறே அமர்ந்திருந்தான். நடைபாதையில் கனத்த காலடியோசை கேட்டது; யாராவது ஒரு தடித்த மனிதன் நடந்து வருவது போலிருந்தது. பெட்டியின் கதவு திறந்தது; நிதானமான உயரமும் அகன்ற தோள்களும் கொண்ட ஒரு மனிதன்

---

7. ருஷ்யாவில் நிலப்பிரபுக்களின் ஆட்சிக்கும் பண்ணையடிமை முறைக்கும் எதிராக 1772-75ல் புகச்சேவ் தலைமையிலும் 1667-71ல் ராஸின் தலைமையிலும் விவசாயப் போர்கள் நடந்தன. - (ப-ர்.)

வாசலில் வந்து நின்றான். அவனது கரிய தலைமயிர் நெற்றியோடு ஒட்டிக் கிடந்தது. அவன் விளக்குக்கடியில் வந்து அமைதியாக உட்கார்ந்தான்; அவனது அகன்ற கைகளை முழங்காலின் மீது வைத்துக் கொண்டான். அவனது காய்த்துப் போன முகத்தில் காயவடுக்கள் மாதிரி சுருக்கங்கள் தோன்றின; ஆழ்ந்து குழி விழுந்து, இமைச் சதை மடிந்து விழுந்திருந்த அவனது கண்களை அந்த நிழலிருட்டில் கண்டு கொள்ள முடியவில்லை. அவன் தான் தோழர் கீம்ஸா; படையின் விசேட பிரிவின் தலைவன்.

மீண்டும் குடிக்க ஆரம்பித்து விட்டாயா? தோழா! ஜாக்கிரதை!" என்று அவன் மெதுவாகவும், ஆழ்ந்த கருத்துடனும் சொன்னான்.

"கார மதுவா? நாசமாய்ப் போக! நாங்கள் தேநீர் அல்லவா அருந்திக் கொண்டிருக்கிறோம்! நீயே பாரேன்" என்றான் சாபஷ்கோவ்.

கீம்ஸா தன் இடத்தை விட்டு அசையாமலே பேசத் தொடங்கினான்:

"பொய் வேறு சொல்ல வேண்டுமா?. இந்தப் பெட்டி முழுவதும் மதுவாடை வீசுகிறதே! இந்த வாடைதான் ஒரு மைல் தூரம் வரையிலும் வீசும் போலிருக்கிறதே! சாமான் வண்டிகளில் தங்கியுள்ள வீரர்களும் ஏற்கெனவே நிலையிழந்துதான் இருக்கிறார்கள். அவர்களுக்கும் கூட இந்த வாடை எட்டி விடும்!... ஏற்கெனவே நமக்குத் தொல்லைகள் போதும் போதும் என்றிருக்கிறது. நீயோ மீண்டும் உனது அசட்டுத்தனமான தத்துவார்த்த விஷயங்களை அளந்து கொட்டத் தொடங்கி விட்டாய். நீ பேசுகின்ற பேச்சிலிருந்து நீ நல்ல குடிவெறியில் இருக்கிறாய் என்பதை நான் முடிவு கட்டிக் கொண்டேன்."

"ஆமாம். நான் குடித்துத்தான் இருக்கிறேன். வேண்டுமானால் என்னை நீ சுட்டுத் தள்ளு!"

"நான் உன்னைச் சுலபமாகச் சுட்டுத் தள்ள முடியும்.

அதுவும் உனக்குத் தெரியும். நான் அப்படிச் செய்யாதிருப்பதற்குக் காரணம், உனது திறமை மிகுந்த போர்க் குணம்தான்..."

"எனக்குக் கொஞ்சம் புகையிலை கொடு!" என்றான் சாபஷ்கோவ்.

கீம்ஸா தனது பாக்கெட்டிலிருந்து ஒரு துணிப்பையை மெதுவாக எடுத்தான்; பின்னர் தெலேகினிடம் திரும்பி, தணிந்த குரலில் ஏதோ திரிகையைத் திரிப்பது மாதிரி, மெதுவாகப் பேச முனைந்தான்:

"ஒவ்வொரு நாளும் ஏதாவது ஒன்று நடந்தே தீருகிறது. சென்ற வாரம் நாம் மூன்று துரோகிகளைச் சுட்டுத் தள்ளினோம். அவர்களை நானே விசாரித்தேன்; அவர்கள் எல்லாவற்றையும் வெகுளித்தனமாக ஒப்புக் கொண்டார்கள். பிறகு அவன் போய் நன்றாகக் குடித்துப் புரண்டான்... இன்றும் நாங்கள் தெனீகினின் எதிர் உளவாளிகளில் ஒருவனைப் பிடித்துச் சுட்டோம். அவனை சாபஷ்கோவே நாணற் காட்டில் பிடித்தான். இப்போதோ அவனே வெறியில் வந்து அசட்டுத் தனமான தத்துவார்த்தம் பேசுகிறான். நான் அப்போது தான் வெளியே வந்து ஜன்னல் பக்கம் நின்று கொண்டிருந்தேன். அவன் பேசியதைக் கேட்டதும் எனக்கு என்னவோ செத்த பிணத்தைத் தின்ற மாதிரி இருந்தது. இந்த மாதிரியான தத்துவார்த்தப் பிரசங்கிகளைக் கண்டால், எனது ஸ்தானத்தில் வேறு யாராவது இருந்திருந்தால், அவனை ஒரு சீர்குலைவுவாதி என்று சொல்லி, விசேட உளவுப் பிரிவுக்கு அனுப்பி வைத்திருப்பான். இதன் பின்பு அவன் இரண்டு நாட்களாக நோயாளியாக இருக்கிறான். அவனால் படையையும் நடத்திச் செல்ல முடியாது."

"நீ எனது சர்வகலாசாலைத் தோழனைச் சுட்டுக் கொன்று விடவில்லையே!" சாபஷ்கோவ் கண்களை நெரித்துக் கொண்டு பேசினான். அவனது நாசித் துவாரங்கள் நடுங்கின.

கீம்ஸா அவன் சொன்னதையே காதில் வாங்காதது

மாதிரி அவனுக்குப் பதில் சொல்லவில்லை. தெலேகின் தலையைக் குனிந்தான். வேர்த்து வடியும் மூக்கை கீம்ஸாவின் முகத்துக்கருகில் கொண்டு போனவனாய், சாபஷ்கோவ் மேலும் பேசினான்:

"ஆமாம். அவன் தெனீகினின் உளவாளிதான். ஆனால் நானும் அவனும் தத்துவார்த்தக் கூட்டங்களுக்குச் சேர்ந்தே போவோம். அவன் ஏன் வெள்ளை ராணுவத்தோடு சேர்ந்தான் என்பது கடவுளுக்கே தெரியும். ஒருவேளை விரக்தியடைந்த நிலையில் தான் சேர்ந்தானோ என்னவோ? அவனை நான் தான் உன்னிடம் அழைத்து வந்தேன். நான் எனது கடமையைச் செய்தேன். அது போதாதா உனக்கு? அவனைக் கணவாய்க்குக் கொண்டு செல்லும் போது நான் நாட்டியமாடியிருக்க வேண்டுமா என்ன? நானும் பின்னால் வந்தேன்; நடந்ததையெல்லாம் நானும் பார்த்தேன்..."

அவன் கீம்ஸாவின் குழிந்த கண்களை இடைவிடாது பார்த்தான். "நானும் மனித உணர்ச்சிகளைக் கொண்டிருக்கலாமா? அல்லது எல்லாவற்றையும் என்னுள்ளேயே எரித்துச் சாம்பலாக்கிவிட வேண்டுமா?"

கீம்ஸா தீர்மானமான குரலில் பதில் சொன்னான்:

"நீ அத்தகைய உணர்ச்சிகளைக் கொண்டிருக்க முடியாது.... மற்றவர்களைப் பற்றி எனக்குத் தெரியாது. ஆனால் நீ எல்லாவற்றையும் உன்னுள்ளேயே எரித்து விட வேண்டியது தான். உனது உணர்ச்சிகளையொத்த எண்ணங்களிலிருந்து தான் எதிர்ப்புரட்சி மனப்பான்மையே உருவாகிறது."

பின்னர் நெடிய அமைதி நிலவியது. அங்கு நிலவிய சூழ்நிலை அவர்களை அழுத்துவது மாதிரி இருந்தது. அந்த இருண்ட ஜன்னலுக்கு வெளியே ஒலித்த எல்லாச் சத்தங்களும் அடங்கி விட்டன. கீம்ஸா தனக்கும் சிறிது தேநீரை ஊற்றிக் கொண்டான்; பிறகு கறுத்த ரொட்டித் துண்டிலிருந்து ஒரு பெரிய துண்டைப் பிய்த்தெடுத்து, அபரிமிதமான பசி கொண்டவர்கள் தின்பதைப் போல் அதனை மெதுவாகக் கடித்துத் தின்னத் தொடங்கினான்.

பின்னர் அவன் செக்கோஸ்லோவக்கியரைப் பற்றி உள்ளடங்கிய குரலில் பேசினான். அவன் தெரிவித்த செய்திகள் உற்சாகமளிப்பதாக இல்லை. பேன்ஸாவிலிருந்து விளாதிவஸ்தோக் வரையில் ரயிலில் செல்லும் எல்லா வண்டிகளிலும் அவர்கள் கலகம் செய்தார்கள். சோவியத் அதிகாரிகள் அதனைக் கண்டு கொள்ளும் முன்பே, ரயில் வேகளையும் நகரங்களையும் செக்கோஸ் லோவக்கியர்கள் கைப்பற்றி விடுகிறார்கள். மேற்கு ருஷ்யாவிலிருந்த. பட்டாளத்தினர் எல்லாம் எற்கெனவே பேன்ஸாவை காலி செய்து விட்டு, சீஸ்ரனை நோக்கிச் சென்று, அதனைக் கைப்பற்றி விட்டு, சமாராவை நோக்கிச் சென்று விட்டார்கள். அவர்கள் எல்லோரும் அற்புதமான கட்டுப் பாடும் ஆயுத பலமும் துணிவும் திறமையும் கொண்டவர்களாக இருக்கிறார்கள். இதெல்லாம் வெறும் உள்நாட்டுக் கலகம் தானா, அல்லது ஏதாவது வெளிநாட்டின் தூண்டுதலால் நடைபெறும் காரியங்களா என்பதையே இன்னும் தெளிவாக்கிக் கொள்ள முடியவில்லை. இரண்டு விதமான போக்கும் இருக்கின்றன என்றே தெரிகிறது. எப்படியிருந்தாலும், ஒரு புதிய முன்னணி வேறு தோன்றியுள்ளது; அதுவோ பசிபிக்கிலிருந்து வோல்கா வரையிலும் வெடி வைப்பது மாதிரி தோற்றுகிறது; அதன் மூலம் பயங்கரமான விளைவுகள் ஏற்படக் கூடும் என்றும் தெரிகிறது.

வெளியிலிருந்து யாரோ ஜன்னலருகே வந்தார்கள். கீம்ஸா பேசுவதை நிறுத்தி விட்டு, முகத்தைச் சுழித்தவாறே திரும்பினான்.

ஒரு கூப்பிடும் குரல் கேட்டது: "தோழர் கீம்ஸா! இங்கே வாருங்கள்...."

"ஏன்? என்ன விஷயம்?"

"ரகசிய விஷயம்."

தனது கண்களுக்கு மேலாகப் புருவச் சதையை இழுத்து விட்டவாறு கீம்ஸா தனது கையைத் தானிருந்த ஆசனத்தின் மீது ஊன்றிய வண்ணம் ஒரு கணம் இருந்தான். பிறகு

முக்கி முனகி எழுந்திருந்து வெளியே சென்றான்; அவன் செல்லும் போது அவனது அகன்ற தோள்கள் வாசலின் இருபுறத்தையும் அடைத்துத் தொட்டன. அவன் ரயில் வண்டியின் மேல் படிக்கட்டில் அமர்ந்து வெளியே எட்டிப் பார்த்தான். குதிரைப் படையினரின் மேல் கோட்டு அணிந்த ஒரு நெடிய உருவம் கலகலக்கும் கால் குதிகளோடு இருட்டிலிருந்து வெளிவந்தது. அந்த உருவம் கீம்ஸாவின் காதில் ரகசியமாக ஏதோ சொல்லியது.

கீம்ஸா வெளியே சென்றவுடன், சாபஷ்கோவ் தனது புகைக் குழாயிலிருந்து அவசர அவசரமாகப் புகையை இழுத்தான்; ஜன்னலின் வழியே அடிக்கொரு தடவை வெளியே துப்பினான். அவன் தன் மூக்குக் கண்ணாடியைக் கழற்றி, அதனைப் பக்கத்திலே சுண்டியெறிந்து விட்டு, திடீரென்று சிரித்தான்.

"எல்லாக் கேள்விகளுக்கும் நேரடியான பதில் கொடுப்பதென்பது பெரிய காரியம்தான். கடவுள் இருக்கிறாரா இல்லையா? - கடவுள் இல்லை. ஒருவனைக் கொல்லலாமா, கூடாதா? - கொல்லலாம். நமது முழுமுதல் லட்சியம் என்ன? உலகப் புரட்சி. தம்பி! இவ்வாறு சொன்னால், சிக்கலான உணர்ச்சிகளுக்கே இடமிருப்பதில்லை..."

அவன் பேச்சை நிறுத்தி விட்டு, உடம்பை நிமிர்த்தி எதனையோ காது கொடுத்துக் கேட்டான். அந்த ரயில் வண்டி முழுவதுமே குலுங்கியது. கீம்ஸா அந்த வண்டியைத் தனது முஷ்டியால் குத்தியது தான் காரணம். அவனது கரகரத்த முரட்டுக் குரல் கொடூரமாக ஒலித்தது:

"நாய்க்குப் பிறந்த பயலே! நீ என்னிடமே பொய் சொன்னால்..."

சாபஷ்கோவ் தெலேகினைப் பற்றி இழுத்தான்:

"அவன் சொல்வதைக் கேட்டாயா? என்ன விஷயம் என்று உனக்குத் தெரியுமா? நமது பிரதம தளபதி சரோகினைப் பற்றி விரும்பத் தகாத வதந்திகளெல்லாம் உலவுகின்றன.

தலைமை நிலையத்திலிருந்து வந்துள்ள விசேட பிரிவுத் தோழன் ஒருவன் தான் இப்போது வந்தான். தலையில் சிரங்கு பிடித்த கரடி மாதிரி கீம்ஸா ஏன் இப்படிப் புழுங்கிக் கொண்டிருக்கிறான் என்பது இப்போது புரிகிறதா?..."

அருணோதயப் பொழுதில், நட்சத்திரங்களின் ஒளி மங்கத் தொடங்கி விட்டது. வண்டிகளுக்கு மத்தியிலிருந்து கோழிகள் மீண்டும் கூவத் தொடங்கின. தூங்கும் வசதிகள் கொண்ட வண்டிகள் மீது பனி இறங்கிப் படிந்தது. தெலேகின் தனது பெட்டிக்குச் சென்று, பூட்சுகளைக் கழற்றினான்; பிறகு பெரு மூச்செறிந்தவாறே தனது படுக்கையில் விழுந்தான்; அப்போது அந்த ஆசனத்தின் இரும்புச் சுருள்கள் கிரீச்சிட்டு ஒலித்தன.

சில சமயங்களில் தெலேகினுக்குத் தனது வாழ்க்கையில் கிட்டிய குறைந்த கால ஆனந்தமும், பச்சைப் பசிய ஸ்தெப்பிச் சமவெளியிலே வண்டிச் சக்கரங்கள் கடகடத்துச் செல்லும் சூழ்நிலையில் தோன்றிய ஒரு கனவுதானோ என்று தோன்றியது... அவனது வாழ்க்கை ஒரு காலத்தில் அமைதி நிறைந்ததாகவும் வெற்றிகரமானதாகவும் இருந்தது: மாணவப் பருவம், கரை காண முடியாத பீட்டர்ஸ்பர்க் நகர வாழ்க்கை, அவன் செய்து கொண்டிருந்த பணி, அவனுடன் வசீலியவ்ஸ்கி என்னும் தீவில் ஒரே அறையில் வசித்து வந்த கவலையேயற்ற விசித்திரமான பேர்வழிகளின் கூட்டு எல்லாமே மறக்க முடியாதன... அப்போதெல்லாம் எதிர்காலம் தெள்ளத் தெளிவாக இன்னதெனத் தெரிந்தது. அன்றெல்லாம் அவன் அதைப் பற்றி அதிகம் சிந்தித்து மனத்தை அலட்டிக் கொள்ளவில்லை. அந்த வருஷங்கள் எல்லாம் இலகு வாகவும் மெதுவாகவும் அவனது வாழ்வைக் கடந்து சென்றதாக அவனுக்குத் தோன்றியது. தன்னையொத்த ஆயிரமாயிரம் பேர்களைப் போலவே, தானும் தன் முன்னுள்ள கடமையை உணர்வு பூர்வமாக நிறைவேற்றிவிடலாம் என்றும், பின்னர் பிற்காலத்தில் தனது தலை நரைத்த பின்னர், தான் நிறைவேற்றிய காரியங்களைத் திரும்பப் பார்க்கும் போது,

எந்தவொரு அபாயகரமான பாதையிலும் திசை திரும்பி விடாமல் தான் நெடுந்தூரம் வாழ்க்கைப் பாதையில் நடந்து வந்திருப்பதைத் தன்னால் உணர முடியும் என்றும் தெலேகின் முன்னர் அறிந்திருந்தான். அதன் பின்னர் அவனது எளிய வாழ்க்கைச் சரிதத்தில் தாஷா நம்பிக்கையோடு பிரவேசித்தாள்; அவளது சாம்பல் நிறக் கண்களில் ஒரு பயங்கரமான ஆனந்தவுணர்ச்சி படர்ந்திருந்தது. அப்போதும் கூட, அவனது அந்தரங்க சிந்தையில் ஒரு சந்தேகம் சில சமயங்களில் தலை தூக்கியது. அந்த ஆனந்தமெல்லாம் தனக்குக் கிட்டப் போவதில்லை என்ற சந்தேகமே அது. ஆனாலும் அவன் அந்தச் சந்தேகத்தை விரட்டியடித்தான்; யுத்தம் முடிந்ததும் தாஷாவுடன் ஆனந்த வாழ்க்கை தொடங்கி விடலாம் என்று நினைத்தான். சாம்ராஜ்யத்தின் கொலுபீடமெல்லாம் சரிந்து நொறுங்கிய போதும் கூட, எங்கும் எல்லாமும் ஒரே குழப்பத் திலிருந்த போதும் கூட, பதினைந்த கோடி மக்கள் கோபத்தோடும், வேதனையோடும் கொதித்தெழுந்த போதும் கூட, தெலேகின் அந்தச் சண்டமாருதமெல்லாம் சீக்கிரமே ஓய்ந்து விடுமென்றும், தாஷாவின் வீட்டு வாசலுக்கு எதிரேயுள்ள புல்வெளியில் மழை பெய்து ஓய்ந்த பின் மழைத் துளிகள் பளபளக்கும் என்றும் அவன் நம்பிக் கொண்டேயிருந்தான்.

இப்போதோ மீண்டும் அவன் அந்த ராணுவ ரயில் பெட்டியில் அமர்ந்திருந்தான்; அவனுக்கு முன்னால் நேற்றும் போர் நடந்தது; நாளையும் அவன் முன் போர் நடக்கும். அப்போது தான் அவனுக்குத் தான் கடந்த காலத்துக்குத் திரும்பிப் போய் விட முடியாது என்பது தெளிவாயிற்று. ஒரு வருஷத்துக்கு முன்னால், அவனும் தாஷாவும் பீட்டர்ஸ்பர்கிலுள்ள காமினோ - ஆஸ்திரோவ் பெருஞ்சாலையில் தமது ஜாகையில் குடியிருந்த காலத்தில், அவன் அந்த ஜாகையை அலங்கரிப் பதில் பெரிய ஏற்பாடுகளெல்லாம் பண்ணினாள்; அங்கு ஒரு தேக்கங் கட்டிலை வாங்கிப் போட்டான். அந்தக் கட்டிலில் தாஷாவின் இறந்து போன தலைக் குழந்தையைத்தான் கிடத்த நேர்ந்தது. தெலேகின் அதையெல்லாம் எண்ணிப்

பார்க்கவே வெட்கப்பட்டான்.

தாஷாதான் முதலில் இந்தச் சுழியிலே சிக்கினாள். வேனில் பூங்காவுக்கருகே அந்தத் தாவும் பேர்வழிகள்' அவள் மீது விழுந்து தாக்கினார்கள்; பின்னர் அவளது இறந்த குழந்தையின் தலைமயிர் குத்திட்டு நின்றதைப் பார்த்தாள்; பசி, இருட்டு, அரசாங்க உத்தரவுகள் எல்லாமே பகைவுணர்ச்சியையும் கோபாவேசத்தையுமே கக்கின - புரட்சி என்பதை அவள் முதலில் இப்படித்தான் கண்டு கொண்டாள். அந்தப் புரட்சி இரவு நேரங்களிலே கூரையில் கூவென்று இரைந்தது; உறை பனி படிந்திருந்த ஜன்னல் கதவுகளை ஓங்கியறைந்தது; 'நீ எங்களில் ஒருவரல்ல!' என்று தாஷாவை நோக்கிக் கத்தியது. பிறகு குளிர்காற்று வீசியது; பனித்துளிகள் உடைந்து போன மழை நீர்க் குழாய் வழியாகவும், கூரைகளில் இருந்தும் வழிந்திறங்கின. ஒரு நாள் தெலேகின் உற் சாகத்தோடு வீட்டுக்கு வந்தான். அப்போது அவனது கோட்டில் பொத்தான்கள் மாட்டப்படவில்லை; அவன் அன்று வழக்கத்துக்கு மீறிய ஒளிமிகுந்த கண்களுடன் தாஷாவைப் பார்த்தான். அவனது பார்வையின் முன் தாஷா கூனிக் குறுகினாள்; தனது சால்வையை மோவாய் வரையிலும் இழுத்துப் போர்த்திக் கொண்டு பேசினாள்:

"இவான்! நான் எனது தலையை ஏதாவது சுவரின் மீது மோதி உடைத்துக் கொண்டு, எல்லாவற்றையும் அடியோடு இறுதிவரை மறந்து விட வேண்டும் போலிருக்கிறது... பின்னர் மீண்டும் நான் உனக்குத் துணைவியாக வந்து சேரலாம் போல் தோன்றுகிறது. இந்தப் பயங்கரமான படுக்கையிலேயே ஒவ்வொரு நாளும் படுத்திருந்து, ஒவ்வொரு நாள் பொழுதும் விடிவதை என்னால் பார்த்துக் கொண்டிருக்க முடியாது... என்னால் வாழ முடியாது.... நான் என்னவோ சொகுசாக வாழ வேண்டும் என்று எண்ணிக் கொண்டிருப்பதாக நினைத்து விடாதே... அப்படியெல்லாம் ஒன்றுமில்லை... ஆனால் நான் முழு மூச்சுடன் வாழ விரும்புகிறேன்... எனக்கு வாழ்வின் மிச்சம் சொச்சம் வேண்டாம். நான் உன்னைக் காதலிப்பதைக்

கூட நிறுத்தி விட்டேன்... என்னை மன்னித்து விடு."

இவ்வாறு பேசிவிட்டு, அவள் முகத்தைத் திருப்பிக் கொண்டாள்.

தாஷா எப்போதுமே அவளது உணர்ச்சிகளில் கண்டிப்பாகவே இருப்பாள்; இப்போதோ அவள் கொடியவளாகவும் மாறி விட்டாள்.

"ஒருவேளை - நாம் இருவரும் சிறிது காலம் பிரிந்திருப்பதே நல்லது. தாஷா" என்றான் தெலேகின்.

அப்போது தான் அந்த மாரி காலத்தில் அவன் தாஷாவின் புருவங்கள் ஆனந்தத்தோடு மேலுயர்வதை முதன் முறையாக அன்று கண்டான்; அவளது கண்களிலே ஒரு புதிய விசித்திரமான நம்பிக்கை ஒளி தெரிந்தது; அவளது மெலிந்த முகத்தில் பரிதாபகரமான ஒரு நடுக்கம் தோன்றியது.

"நாம் பிரிந்து விடுவதே நமக்கு நல்லது என்றே நானும் நினைக்கிறேன், இவான்" என்றாள் அவள்.

பின்னர் தான் அவன் வசீலி ருபிலோவின் மூலம் செஞ் சேனையில் சேர மனுச் செய்தான்; மார்ச் மாத இறுதியில், அவன் தென் திசை நோக்கிச் சென்ற செஞ்சேனைப் படையுடன் புறப்பட்டான். தாஷா அவனை அக்டோபர் ரயில் நிலையத்தில் வந்து வழியனுப்பினாள். அவனிருந்த ரயில் வண்டியின் ஜன்னல் அவளைக் கடந்து போன போது, அவள் வாய் விட்டு துயரத்துடன் அழுதாள்; தன் முகத்தைச் சால்வையால் மூடிக் கொண்டாள்.

அதன் பின்னர் தெலேகின் ஆயிரக்கணக்கான மைல்கள் பிரயாணம் செய்து விட்டான்; யுத்தமோ, களைப்போ, பிற தொல்லைகளோ அவன் மனத்திலிருந்து அந்நினைவை விரட்டி யடிக்கவில்லை; ரயில் நிலையத்தின் சுவரோரத்தில் பெண்களோடு பெண்ணாக நின்று தாஷா அழுத காட்சி, அந்தக் கண்ணீர்க் கறை படிந்த முகம் அவன் கண்ணுக்குள்ளேயே நின்றது. தாஷா அவனை

நிரந்தரமாகவே வழியனுப்பி வைப்பது போல் அன்று அவனை வழியனுப்பினாள். தான் எந்த விதத்தில் அவளுக்குத் தவறு செய்து விட்டோம் என்பதைக் கண்டு கொள்வதற்காக, தெலேகின் தன் மூளையைப் போட்டுக் குழப்பினான். அவள் அவனைக் காதலிக்க மறுத்து விட்டதற்குரிய முடிவான காரணத்தை அவன் தன்னிடம் தான் கண்டாக வேண்டும். குழந்தையைப் பறிகொடுத்த தாய் என்று சொன்னால், அவளைப் போல் எத்தனையோ பேர் பறி கொடுத்திருக்கிறார்கள். புரட்சிதான் அவளைத் தன்னிடமிருந்து பிரித்து, அவளைத் தனக்கு அந்நியளாக்கி விட்டது என்றும் சொல்வதற்கில்லை.... அத்தகைய குழப்பமான சிரமமான காலகட்டத்தில் எத்தனை எத்தனையோ தம்பதிகள் முன்னைக் காட்டிலும் அந்நியோந்நியமாகப் பழகத் தொடங்கியிருக்கிறார்கள். பின்னே - பின்னே குற்றம் அவனுடையதுதானா?

சில சமயங்களில் அவனது உள்ளத்தில் ஒரு கோபாவேச உணர்ச்சி மேலோங்கும். அப்போது அவன் "நல்லது, பெண்ணே! என்னைப் போல் உன்னை வட்டமிட்டுக் கொண்டு திரியக் கூடிய வேறொரு மனிதனை நீயே தேடிக் கண்டு கொள்!" என்று சொல்லிக் கொள்வான். உலகமே உடைந்து சிதறிக் கொண்டிருக்கிறது! இந்த வேளையில் அவள் அவளது சொந்த உணர்ச்சிகளைப் பற்றி மட்டும் தான் சிந்திக்கிறாள். இது சுத்த சுயநலம் - பிரஞ்சு நாட்டுத் தின்பண்டங்களையே தின்று பழகிய பெண்ணுக்கு, தவிட்டிலும் ரை தானியத்திலும் செய்த கறுத்த ரொட்டியைத் தின்னப் பிடிக்காது தான்.

இவையனைத்தும் உண்மையானால்! உண்மையும் அதுதான். என்றாலும் இதிலிருந்து வரக் கூடிய முடிவு என்ன? தெலேகின் என்னவோ மிகவும் நல்லவன் தான்; எனவே அவனைக் காதலிக்கா விட்டால் அது மாபெரும் குற்றம். தெலேகின் மீண்டும் மீண்டும் இந்த முடிவுக்குத்தான் வந்தான்: "அப்படி என்னதான் என்னிடம் பிரத்தியேகமாக இருக்கிறது? என் உடம்பு திடகாத்திரமாக இருக்கிறது - சரி,

போகட்டும், புத்திசாலித்தனமும் கவர்ச்சியும் என்னிடம் அதிகமா? ஏன்? எல்லோரையும் போலத்தான் நானும் இருக்கிறேன். வீரனா? பெரிய மனிதனா? அழகனா?... இல்லை இல்லவே இல்லை. லட்சோப லட்சக்கணக்கான மற்றவர்களைப் போல் நானும் சாதாரண நாணயமான மனிதன் தான்... நான் வாழ்க்கை என்னும் லாட்டரியில் ஒரு அதிருஷ்டச் சீட்டைப் பெற்றுவிட்டேன். அதன் மூலம் என்னை விட அதிகமான அறிவும், உணர்ச்சியும் மிக்க ஓர் அழகிய பெண்ணை, எனக்கு மிஞ்சிய ஒரு பெண்ணை, எதிர்பாராத விதமாக என் மீது காதல் கொண்ட ஒரு பெண்ணை, அதே போல் எதிர்பாராத விதமாகக் காதலை முறித்து விட்டுப் போன ஒரு பெண்ணை நான் அடைந்திருந்தேன். அவ்வளவு தான்..."

அவன் தன்னைத் தானே பரிசீலனை செய்து, தான் அந்தக் காலத்தின் போக்குக்கேற்ப பெரிய மனிதனாக மாறவில்லை என்பது தான் காரணமாக இருக்குமோ என்று நினைத்தான்; தான் மிகவும் சர்வ சாதாரணமான முறையில் ஏதோ ஒரு கணக்கெழுதும் குமாஸ்தா மாதிரி நடந்து கொண்டதும் தான் காரணமோ என்றும் நினைத்தான். இப்போதோ அவன் ரத்த பயங்கரம் நிறைந்த போர் முகத்தில் ராக்ஷஸர்கள் மாதிரி நிமிர்ந்து செல்லும் பல மனிதர்களைப் பல தடவைகள் காணக் கூடியதாக இருந்தது. "தெலேகின்! நீயும் ஏன் உனது பகைவனை முழு மனத்துடனும் பகைக்கக் கூடாது? நீயும் ஏன் மரண பயத்துக்கு ஆளாகக் கூடாது!"

இத்தகைய எண்ணங்களெல்லாம் தெலேகினை மிகுந்த சோகத்துக்காளாக்கின. அந்தப் பட்டாளத்தின் நம்பிக்கை வாய்ந்த, புத்திக் கூர்மை படைத்த, துணிவாற்றல் மிக்க வீரர்களில் தானும் ஒருவனாக மாறியிருக்கிறோம் என்ற உண்மையை அவன் சிறிதும் உணர்ந்து கொள்ளவில்லை. சில அபாயகரமான காரியங்கள் அவனது பொறுப்பில் விடப் பட்டன; அவனும் அவற்றைப் பிரமிக்கத் தக்க வகையில் நிறைவேற்றி முடித்தான்.

சாபஷ்கோவுடன் பேசிய பேச்சு அவனை ஆழ்ந்த

சிந்தனைக்கு ஆளாக்கி விட்டது... அப்படியென்றால், அந்தக் குஷிப் பேர்வழியான தளபதியின் உள்ளத்திலே கூட, தாங்க முடியாத வேதனைகள் இருக்கத்தான் செய்கின்றன. அப் படியென்றால், சலோமின், செர்த்த கானவ் மற்றும் அவன் கவனிக்காமலே ஒதுக்கி விட்ட மற்றவர்கள் - அவர்கள் நிலை மையெல்லாம் என்ன?... அவர்க஌ெல்லாம் காலத்தோடு போகிறவர்கள்; ஆத்மார்த்த வேதனைகளால் உருக்குலைந்து போனவர்கள்; அவர்களுக்குத் தமது வேதனையை வெளியிடுவதற்கு வார்த்தைகள் கிடைக்காமல் தான் கையில் துப்பாக்கிகளை ஏந்தித் திரிகிறார்கள். சிலர் கோரமான வெறியாட்டத்தில் ஈடுபட்டு விட்டு, பின்னர் அதை எண்ணி வருந்துகிறார்கள்... இதுதான் ருஷ்யா!... இதுதான் புரட்சி!

"தோழர் அணித்தலைவரே! எழுந்திருங்கள்!"

தெலேகின் எழுந்து உட்கார்ந்தான். பரந்த புல்வெளி யின் அடிவானத்தில் தங்கமயமான சூரியன் தலைகாட்டியது; இப்போது அது ஒரு வாத்துக் குஞ்சின் அடிவயிற்றுத் தூவி மாதிரி நிறம் பெற்று, ரயில் வண்டிச் சன்னலின் வழியே எட்டிப் பார்த்தது. அந்தக் காலைச் சூரியனைப் போலவே பரந்த தாடியையும், அகன்ற முகத்தையும் கொண்ட அந்தச் செஞ்சேனைச் சிப்பாய் தெலேகினை மீண்டும் ஒருமுறை உலுக்கியெழுப்பினான்.

"படைத் தலைவர் உங்களை உடனே பார்க்க விரும்புகிறார்."

சாபஷ்கோவின் பெட்டியில் அந்த நாற்றம் பிடித்த எண்ணெய் விளக்கு இன்னும் எரிந்து கொண்டிருந்தது. அங்கு கீம்ஸாவும் கமிசார் சகலோவ்ஸ்கியும் இருந்தார்கள். கரிய தலைமயிரும் காசநோய்க்காரயின் தோற்றமும் கொண்ட அந்தக் கமிசாரின் கண்கள் தூக்கமின்மையால் சிவந்து போயிருந்தன; அவர்களுடன் இரண்டு பட்டாளத்தினரும், வேறு சில அணித் தலைவர்களும், ராணுவ வீரர்கள் கமிட்டியின் பிரதிநிதி ஒருவரும் இருந்தார்கள். அந்தப் பிரதிநிதியின் முகம் ஏதோ புண்பட்ட உணர்ச்சி பாவத்துடன் இருந்தது. அவர்கள்

எல்லோரும் புகை பிடித்துக் கொண்டிருந்தார்கள். சாபஷ்கோவ் ராணுவ உடை தரித்து, இடுப்பிலே ஒரு ரிவால்வரைத் தொங்க விட்டிருந்தான். அவனது நடுங்கிக் கொண்டிருந்த கையில் ஒரு தந்திக் கடிதம் இருந்தது.

"ரயில் நிலையத்தை எதிர்பாராதவிதமாக எதிரிகள் தாக்கிப் பிடித்து விட்டதால், நமது துருப்புக்கள் துண்டு பட்டுப் பிரிந்து போயின. அதனால் நம்மை இருபுறத்திலும் இருந்து தாக்கும் அபாயம் நேர்ந்து விட்டது.." தெலேகின் அந்தப் பெட்டியின் வாசலருகே வந்து நின்ற போது சாபஷ் கோவ் இந்த வார்த்தைகளைக் கரகரத்த குரலில் வாசித்துக் கொண்டிருந்தான்:

"புரட்சியின் பேரால் கேட்கிறோம்; வெள்ளைப் படைகளின் கையில் சிக்கி, தவிர்க்க முடியாத மரணத்துக்கும், படுகொலைக்கும், சித்திரவதைக்கும் ஆளாக நேரும் துர்ப்பாக்கிசாலிகளான மக்களின் பேரால் கேட்கிறோம். ஒரு கணம் கூடத் தாமதியாமல், இங்கே உடனே படைகளை அனுப்புங்கள்."

"பிரதம தளபதியிடமிருந்து உத்தரவு வராமல் நாமாக என்ன செய்ய முடியும்? நான் மீண்டும் ஒருமுறை தொலை பேசி மூலம் அவரோடு தொடர்பு கொள்ள முயல்கிறேன்" என்றான் சகலோவ்ஸ்கி

"சரி. போய் முயன்று பார்!" என்று அழுத்தமாகச் சொன்னான் கீம்ஸா. எல்லோரும் அவனைப் பார்த்தார்கள். "என்ன செய்ய வேண்டும் என்பதை நான் சொல்கிறேன். நாலு மனிதர்களையும் தெலேகினையும் அழைத்துக் கொண்டு தலைமை ஸ்தலத்துக்கு உடனே ஒரு ட்ராலி வண்டியில் செல்லுங்கள். அங்கு சென்று உத்தரவை வாங்காமல் மட்டும் வந்து விடாதீர்கள். சாபஷ்கோவ்! பிரதம தளபதி சரோகினுக்கு ஒரு சீட்டு எழுதிக் கொடு."

புல் நிறைந்த மேடொன்றின் உச்சியில் நின்று ஒரு குதிரை வீரன் தனது கையை நெற்றிக்கு மேல் பிடித்தவாறு, ரயில் பாதையின் வழியாக முன்னேறி வந்து கொண்டிருக்கும்

தூசிப் படலத்தைக் கண் கொட்டாமல் பார்த்தான்.

அந்தத் தூசிப் படலம் ஒரு குன்றுப் பிளவினுள் மறைந்த வுடன், அவன் தன் குதிரையை முதலில் தன் முழங்காலாலும் பின்னர் தனது கால் குதியாலும் இடித்து விரட்டினான்; அந்த மெலிந்த சிவந்த குதிரை தனது கோரமான தலையை ஆட்டி விட்டுத் திரும்ப அந்த மேட்டிலிருந்து இறங்கியது; அதன் அடியில் இருபுறத்திலும் சேவா சேனையின் அதிகாரிகள் புதிதாக குவித்துப் போட்டிருந்த மண் குவியல்களின் மறைவில் பதுங்கியிருந்தார்கள்.

"ஒரு ட்ராலி வருகிறது" என்று ஃபான் மேக்கி தமது சேணத்தில் இருந்து கீழே குதித்தவாறே சொன்னார்; அவர் - தமது குதிரையைத் தமது சாட்டையினால் தட்டிக் கொடுத்து, அதனைக் கீழே படுக்கச் சொன்னார். அந்தக் குதிரை தரையை நிலையற்றுக் கிளறியவாறே காதுகளைத் திருகித் திரும்பியது; எனினும் உத்தரவுக்குப் பணிந்து, நீண்ட பெருமூச்சுடன் கீழே படுத்தது; அதன் மூக்கு தரையைத் தொட்டது. அதன் மார்புக்கூடு ஒருமுறை விம்மியெழுந்து அடங்கியது.

ஃபான் மேக்கி அந்த மண்மேட்டின் உச்சியில் ரோஷினின் அருகில் குந்தியமர்ந்தார். அப்போதுதான் அந்த ட்ராலி வண்டி குன்றுப் பிளவிலிருந்து வெளிவந்து மீண்டும் கண்ணில் பட்டது. அந்த வண்டியில் மேல் கோட்டு அணிந்த ஆறு பேர் வந்து கொண்டிருக்கிறார்கள் என்பதும் தெளிவாயிற்று.

"செஞ்சேனையினர்தான்! நான் நினைத்தேன்!" என்றார் ஃபான் மேக்கி. அவரது தலை இடது புறமாகத் திரும்பியது: "வீரர்களே!" என்றார். பிறகு வலது புறம் திரும்பி, "சீக்கிரமே தயாராகுங்கள். ஓடிக் கொண்டிருக்கும் வண்டி மீது துரிதமாகத் தாக்க வேண்டும்! சுட்டுத் தள்ளுங்கள்!" என்றார்.

பசையிட்ட துணியைக் கிழித்தெறிவது போல், அந்த மண் திரட்டுக்கருகில் சர்சர்ரென்று துப்பாக்கி வெடிக்கும் சத்தம்

கேட்டது. அந்த ட்ராலியிலிருந்த ஒரு மனிதன் அதிலிருந்து கீழே விழுந்து, தண்டவாளத்தை அடுத்த சரிவில் உருண்டு உருண்டு செல்வதையும், அவ்வாறு விழும்போது, அவன் அங்கு வளர்ந்திருந்த புல் பூண்டுகளைப் பற்றி அவற்றை மூட்டோடு பறிப்பதையும் புகை மண்டலத்தின் ஊடாகக் காண முடிந்தது.

வேகமாக ஓடி மறைந்து கொண்டிருந்த அந்த ட்ராலியிலிருந்த ஐந்து மனிதர்களில் இருவர் ரிவால்வரினாலும், மூவர் துப்பாக்கிகளாலும் எதிர்த்துச் சுட்டார்கள். அடுத்த நிமிஷத்தில் அந்த வண்டி, கைகாட்டி மரத்தை அடுத்த குன்றுப் பிளவுக்குள் சென்று மறைந்து விடும். அதைக் கண்டதும் ஃபான் மேக்கி தனது சவுக்கைக் காற்றில் வீசிச் சொடுக்கியவாறு வெறிவேகத்தில் கத்தினான்:

"அவர்கள் தப்பி ஓடுகிறார்கள்! நீங்கள் எல்லாம் காக்காய் சுடுவதற்குத்தான் லாயக்கு! வெட்கம்! வெட்கம்!"

ரோஷின் சுடுவதில் கெட்டிக்காரன் என்று பேர் வாங்கியவன். அவன் ஓர் அடி தூரத்துக்கு அந்த ட்ராலியை நன்கு குறி பார்த்தான்; அந்த ட்ராலியிலுள்ள அகன்ற தோளும் மழுமழுப்பான முகமும் கொண்ட மனிதனை, அவர்களின் தலைவன் என்று கருதப்படக் கூடியவனை நோக்கிக் குறி வைத்தான். "என்ன? அவன் தெலேகின் மாதிரி இருக்கிறானே! அவன் தானா? அப்படியென்றால் எவ்வளவு பயரங்கரமான நிலைமை!" என்று அவன் யோசித்தான்.

ரோஷின் சுட்டு விட்டான். அந்த மனிதனின் தொப்பி அடிபட்டுப் பறந்து விழுந்தது; ஆனால் மறுகணமே அந்த இரண்டாவது குன்றுப் பிளவுக்குள் ட்ராலி புகுந்து மறைந்து விட்டது. ஃபான் மேக்கி மீண்டும் தனது சாட்டையைச் சொடுக்கினான்.

"தேவடியாள் மக்களா? நீங்களெல்லாம் சுடுவதற்கு லாயக்கில்லை. நீங்கள் எல்லாம் தேவடியாள் மக்கள்தான்!"

அவரது கண்கள் - தூக்கமிழந்த கொலைகாரனின்

கண்களையொத்த அந்தக் கண்கள் - புடைத்தன; அவர் அந்த அதிகாரிகள் முணுமுணுத்துக் கொண்டே எழுந்து நின்று தமது உடைகளில் ஒட்டியிருந்த மண்ணைத் தட்டித் துடைக்கும் வரையிலும் அவர்களைத் தொடர்ந்து வாய்க்கு வந்தபடி திட்டினார்.

“காப்டன்! பேசுவதை நிதானமாகப் பேசுங்கள். இங்கு உங்களுக்கும் மேலான பதவி வகிப்பவர்களும் இருக்கிறார்கள்!” என்றது ஒரு குரல்.

ரோஷின் தனது துப்பாக்கியில் மேலும் சில புதிய தோட்டாக்களைச் செலுத்திப் பூட்டினான்; அப்போதும் தனது கைகள் நடுங்கிக் கொண்டிருந்தன என்பதை அவனால் உணராது இருக்க முடியவில்லை. ஏன் இப்படி நடுங்குகிறது? அந்த மனிதனை தெலேகின் என்று நினைத்து மயங்கியதாலா? அபத்தம்! தெலேகின் பெத்ரொகிராதில் அல்லவா இருந்தான்?...

தலையில் கட்டுப் போட்டிருந்த தெலேகினும் கமிசார் சகலோவ்ஸ்கியும் கிராமக் கவுன்சிலின் இரண்டடுக்கு மாடியின் படிக்கட்டுக்களில் ஏறி மேலே சென்றார்கள். அந்தக் கட்டிடம் வழக்கப்படியே தேவாலயத்துக்கு எதிராகவுள்ள தளவரிசை போடப்படாத சதுக்கத்தில் இருந்தது; அங்கு தான் முன்னெல்லாம் சந்தை கூடும். இப்போதோ அங்கு கடைகளெல்லாம் மூடிக் கிடந்தன; ஜன்னல்கள் உடைந்திருந்தன; கம்பிகளெல்லாம் களவு போய் விட்டன. தேவாலயத்தை அவர்கள் ஒரு ராணுவ ஆஸ்பத்திரியாக மாற்றியிருந்தார்கள். தேவாலய முற்றத்தில் கட்டப்பட்டிருந்த ஒரு கயிற்றுக் கொடியில் ராணுவ வீரர்களின் கிழிந்து பிதிர்ந்த துணிமணிகள் காற்றில் படபடத்து உலர்ந்து கொண்டிருந்தன.

கிராமக் கவுன்சிலின் நுழை வாயிலில் கிழிந்த காகிதங் களும் சிகரெட்டுத் துண்டுகளும் சிதறிக் கிடந்தன. அதுதான் பிரதம தளபதி சரோகினின் தலைமை நிலையம். ஒரு செஞ் சேனை வீரன் தனது துப்பாக்கியை முழங்கால்களுக்கிடையே ஊன்றியவாறு, அந்தப்

படிக்கட்டின் அடியில் கிடந்த பிரம்பு நாற்காலியில் உட்கார்ந்திருந்தான். அவன் ஏதோ ஒரு நாட்டுப்பண்ணை முணுமுணுத்தான்; அவனது கண்கள் மூடியிருந்தன. அவனது கன்னங்கள் புடைத்திருந்தன. ஆளைப் பார்த்தாலே அவன் ஓர் அடிபட்டுக் காய்த்த போர் வீரன் என்று நிச்சயமாகத் தெரிந்தது. சிவப்புப் பட்டி வைத்த அவனது தொப்பி அவனது தலையில் பின்னோக்கிச் சாய்ந்திருந்தது; எனவே முன்புறத்தில் அவனது தலைமயிர் திரண்டு சுருண்டிருந்தது. சகலோவ்ஸ்கி அவசரத்துடன் கேட்டார்....

"நாங்கள் தோழர் சரோகினைப் பார்க்க வேண்டும். அவர் எங்கிருக்கிறார்?"

அந்தப் போர் வீரன் வேண்டா வெறுப்பாகச் சோர்ந்து போய் கண்களைத் திறந்தான். அவன் சகலோவ்ஸ்கியைத் தலை முதல் கால்வரையிலும் ஏற இறங்கப் பார்த்தான். அவரது முகம், உடை, பூட்சுகள் எல்லாவற்றையும் பார்த்தான்; அதே போன்று தெலேகினையும் பார்த்தான். கமிசார் பொறுமையையிழந்து அவனருகே நெருங்கிச் சொன்னார்:

"தோழரே! எனக்குச் சீக்கிரம் பதில் வேண்டும். நாங்கள் பிரதம தளபதியை மிகவும் அவசரமான காரியத்துக்காகப் பார்த்தாக வேண்டும்."

"பாராவுக்கு நிற்கும் சிப்பாயுடன் பேசக் கூடாது!" என்றான் அந்த இளைஞன்.

"அட, கடவுளே! இந்த மாதிரிப் பயல்களைத்தான் தலைமை ஸ்தானத்தில் கொண்டு போடுகிறார்கள்! கஷ்டகாலம்! எல்லாம் சட்டப்படிதான் நடப்பார்கள்!" என்று கத்தினார் சகலோவ்ஸ்கி: "எனக்குப் பதில் தெரிந்தாக வேண்டும், தோழரே! தோழர் சரோகின் உள்ளே இருக்கிறாரா, இல்லையா?"

"சொல்ல முடியாது."

“காரியாலயத் தலைவர் எங்கே? ஆபீஸிலா?”

“ஆம். அவர் அங்குதான் இருக்கிறார்.”

சகலோவ்ஸ்கி தெலேகினின் சட்டையைப் பிடித்து இழுத்துக் கொண்டு மாடிப்படி வழியே மேலே ஏறினார். அந்தப் பாராக்காரச் சிப்பாயோ தனது நாற்காலியை விட்டு எழாமலே, முன்னே குனிந்து தனது துப்பாக்கியை முழங்காலுக்கிடையிருந்து வெளியே எடுத்தான்.

“நீங்கள் எங்கே போகிறீர்கள்?”

காரியாலயத் தலைவரிடம். “உங்களிடம் அனுமதிச் சீட்டு இருக்கிறதா?”

சகலோவ்ஸ்கிக்குக் கோபம் பொங்கிக் கொண்டு வந்தது. இருந்தாலும் அவர் தாங்கள் ரயில் பாதை வழியாக ட்ராலியில் அவசர அவசரமாக வரவேண்டி நேர்ந்த அவசியத்தை அவனிடம் விளக்கினார். அந்தச் சிப்பாயோ வாசலில் நிறுத்தி வைக்கப்பட்டிருந்த இயந்திரத் துப்பாக்கியையும் அங்கு சுவர் நிரம்ப ஒட்டப்பட்டிருந்த உத்தரவுகள், அறிவிப்புகள் முதலியவற்றைப் பார்த்தவாறும், அவர் சொன்னதை மௌனமாகக் கேட்டு முடித்தான். பிறகு அவன் தன் தலையை ஆட்டினான்.

“நீங்கள் நன்கு உணர்ந்து பார்க்கக் கூடியவர்கள். உங்களுக்கு எல்லாம் தெரிந்திருக்க வேண்டும். உங்களிடம் அனுமதிச் சீட்டு இருந்தால் நீங்கள் உள்ளே போகலாம். இல்லாவிட்டால், நான் உங்களை ஈவிரக்கமின்றிச் சுட்டுத் தள்ளி விடுவேன்!”

அந்தச் சிப்பாய்க்குப் பணிந்து போவதைத் தவிர வேறு வழியில்லை. அந்தச் சதுக்கத்துக்கு மறுபுறத்தில் எங்கோ ஓரிடத்தில் தான் அனுமதிச் சீட்டுக்கள் வழங்கப்படும். ஆனால் அங்கு சென்று கேட்டாலோ அதற்குரிய தளபதி அன்று வெளியே போயிருக்கிறார். நாளை தான் வருவார் என்று தான் பதில் கிடைக்கும். எனவே சகலோவ்ஸ்கி உடனேயே மனந் தளர்ந்து போனார்.

அந்தச் சமயத்தில் அடிவயிறு வரையிலும் திறந்து கிடந்த சட்டையை அணிந்த ஒரு குட்டையான மனிதன் பூட்ஸ் ஓசை கடகடக்க வாசல் பக்கமிருந்து ஓடோடியும் வந்து சத்தமிட்டான்:

"திமித்ரி! அங்கே எல்லோருக்கும் சோப் வழங்குகிறார்கள்..."

அவ்வளவுதான், அந்தக் காவல்காரச் சிப்பாய் திடீரென்று காற்றடித்தது போல், அந்த நாற்காலியிலிருந்து துள்ளி யெழுந்து வாசல்புறத்தை நோக்கி ஓடிவிட்டான். எனவே சகலோவ்ஸ்கியும் தெலேகினும் எவ்விதத் தடையுமின்றி இரண்டாம் மாடிக்கு ஏறினார்கள்; அங்கு சென்றதும் பட்டாடைகள் புனைந்த அழகிய பெண்கள் சிலர் அவர்களை இடது புறமாகவும் வலது புறமாகவும் அலைத்து வழிகாட்டினார்கள். கடைசியில் ஒருவாறாக அவர்கள் காரியாலயத்தலைவர் இருக்குமிடத்தைக் கண்டு கொண்டார்கள்.

அங்கே, கிழிந்து பிதிர்ந்த ஒரு நீண்ட சோபாவின் மீது கனகச்சிதமாக ஆடையணிந்திருந்த ஒரு ராணுவாதிகாரி படுத்துக் கொண்டு, தம் கைவிரல் நகங்களை மிகவும் கூர்மையாகப் பரிசோதித்துக் கொண்டிருந்தார். இருவரும் உள்ளே சென்றதும். அவர் அவர்களை மிகுந்த பவ்வியத் தோடும், கவனம் மிகுந்த தொழிலாளி வர்க்க கண்ணோட்டத்தோடும் வரவேற்றார். அவர் அடிக்கடி 'தோழர்' என்ற வார்த்தையை உபயோகித்தார். ஆனால் 'தோழர்' என்று அழைக்கும். போதெல்லாம் அது என்னவோ "சக லோவ்ஸ்கி பிரபுவே!" "தெலேகின் இளவரசே!" என்று அழைப்பது மாதிரி இருந்தது! அவர்கள் வந்த காரியத்தைத் திருப்திகரமாக விசாரித்துத் தெரிந்த பின்னர், அவர் திரும்பத் திரும்ப மன்னிப்புக் கேட்டுக் கொண்டு, அங்கிருந்து வெளியே சென்றார். அவர் செல்லும் போது முழங்கால் வரையிலும் இருந்த அவரது தோல் பூட்சுகள் இரண்டும் கிரீச்சிட்டன. அடுத்த அறையில் ஏதோ ரகசியம் பேசும் குரல் கேட்டது. தூரத்தில் எங்கோ கதவைப் படாரென்று சாத்தும் சத்தம் கேட்டது. பிறகு ஒரே பேரமைதி.

சகலோவ்ஸ்கி, தெலேகினைக் கோபத்தால் சிவந்த கண்களால் பார்த்தார்.

"உனக்கு ஏதாவது புரிகிறதா? நாம் எங்கிருக்கிறோம்? ஒரு வேளை வெள்ளை ராணுவத் தலைமை ஸ்தலத்தில்தானோ?"

அவர் தமது மெலிந்த தோள்களை உயர்த்தினார்; அவரது வியப்புணர்ச்சி அவரை அந்த நிலையிலேயே இழுத்துப் பிடித்து நிறுத்தி விட்டது போல் தோன்றியது. அடுத்த அறையில் ரகசியப் பேச்சு மேலும் தொடர்ந்தது. பிறகு கதவு தடாலெனத் திறந்தது; காரியாலயத் தலைவர் வந்தார். மத்திய வயதும், கனத்த உடம்பும், சுழிந்த முகமும் கொண்டவராக அவர் காட்சியளித்தார். அவரது தலையின் முன் பகுதி வழுக்கை விழுந்திருந்தது. அவர் ஒரு முரட்டு ராணுவ உடை தரித்திருந்தார்; அவரது பெருத்த தொந்தியின் மேல் ஒரு காக்கேஸிய பெல்ட் சுற்றிக் கட்டப்பட்டிருந்தது. அவர் தெலேகினைச் சட்டென்று கூர்ந்து பார்த்துவிட்டு, சகலோவ்ஸ்கியை நோக்கித் தலையை ஆட்டினார். பின்னர் மேஜைமுன் அமர்ந்து தமது மயிரடர்ந்த கைகளை மேஜை மீது அழுத்த லாகப் போட்டார். அவரது நெற்றி வேர்த்து நனைந்திருந்தது; அவரைப் பார்த்தால் வயிறு முட்டக் குடித்து விட்டு, புடைக்கத் தின்று விட்டு வந்தவனைப் போல் தோற்றியது. அவர்கள் இருவரின் கண்களும் தம்மையே பார்ப்பதையுணர்ந்த அவர், தமது புடைத்த முகத்தை மேலும் புடைத்தது போல் உம்மென்று வைத்துக் கொண்டார்.

"தோழர்களே! இங்கு இப்போது பொறுப்பாகவுள்ள தோழர் நீங்கள் ஓர் அவசர காரியமாக வந்திருப்பதாகச் சொன்னார்" என்று உணர்ச்சியற்ற முக்கியத்துவத்தோடு அவர் பேசினார்: "உங்கள் படையின் தளபதியோ அல்லது கமிசார் தோழரான நீங்களோ ஏன் நேரடித் தந்தி மூலம் தொடர்பு கொண்டிருக்கக் கூடாது என்று எனக்கு விளங்கவில்லை..."

“நான் மூன்று முறை தந்தித் தொடர்பு பெற முயன்றேன்” என்று துள்ளிக் கொண்டு பேசினார் சகலோவ்ஸ்கி. பிறகு தன் பையிலிருந்த தந்திச் செய்தியை எடுத்து காரியாலயத் தலைவரிடம் நீட்டினார்: “நம்முடைய தோழர்கள் அழிந்து மடிந்து கொண்டிருக்கும் போது, நாங்கள் எப்படிச் சும்மா காத்திருக்க முடியும்?.. எங்களுக்கு ராணுவத் தலைமைக் காரியாலயத்திலிருந்து எவ்வித உத்தரவும் வரவில்லை. எங்களிடம் உதவி கோரி அவர்கள் அபயக் குரல் எழுப்பியுள்ளார்கள். தொழிலாளி வர்க்க விடுதலைப் படை அழிந்து கொண்டிருக்கிறது; அந்தப் படையின் பின்னணி முகாமில் இரண்டாயிரம் அகதிகள் வேறு இருக்கிறார்கள்....”

அந்தக் காரியாலயத் தலைவர் தந்திச் செய்தியை அலட்சியமாகப் பார்த்து விட்டு, அதனை மேஜை மீது விட்டெறிந்தார்; அது அங்கிருந்த பெரிய மை பாட்டிலைச் சுற்றிக் கொண்டு சுருண்டு விழுந்தது.

“தோழர்களே! தொழிலாளி வர்க்க விடுதலைப் படையுள்ள இடத்துக்குச் சமீபத்தில் சண்டை நடக்கிறது என்ற செய்தி எங்களுக்கும் தான் தெரியும்... நான் உங்களது சுறுசுறுப்பையும் புரட்சி தாகத்தையும் போற்றுகிறேன்...” (அவர் வார்த்தைகளை அளந்து பொறுக்கிப் பேசுவது போல் தோன்றியது.) ஆனால் எதிர்காலத்திலாவது, நீங்கள் இப்படி பயபீதியைக் கிளப்பிவிடாமலிருக்க வேண்டும் என்று கேட்டுக் கொள்கிறேன்.. அதிலும் எதிரிகளின் தாக்குதல்களெல்லாம் சர்வ சாதாரணமாக இருக்கும் நேரத்தில், இப்படியெல்லாம் செய்யக் கூடாது. சுருங்கச் சொன்னால், எல்லா நடவடிக்கைகளும் எடுத்தாயிற்று; நீங்கள் எந்தவிதக் கவலையுமின்றி, உங்கள் வேலைக்குத் திரும்பலாம்.”

அவரது தலை நிமிர்ந்தது. அவரது பார்வை உறுதியாகவும் அமைதியாகவும் இருந்தது. இதற்கு மேல் அவரிடம் பேசுவதற்கில்லை என்று உணர்ந்து தெலேகின் தன் இடத்தை விட்டு எழுந்தான். சகலோவ்ஸ்கி பிரமை பிடித்தவர் மாதிரி தம்மிடத்திலேயே இருந்தார்.

“இத்தகைய பதிலோடு நான் எனது படைக்குத் திரும்பிச் செல்ல முடியாது” என்று சொன்னார் அவர்: “அங்குள்ள ராணுவ வீரர்கள் இன்றே கூட்டம் கூடிப் பேசுவார்கள்; இன்றே எங்கள் படை தொழிலாளி வர்க்க விடுதலைப் படைக்கு உதவுவதற்காக வீராவேசமாகப் புறப்பட்டு விடும். தோழரே! நான் இப்போதே முன்னெச்சரிக்கையாகச் சொல்லி விடுகிறேன். அந்தக் கூட்டத்தில் நான் தாக்குதல் நடத்த வேண்டும் என்று தான் பேசுவேன்.”

காரியாலயத் தலைவரின் முகம் சிவந்தது. அவரது பெரிய வழுக்கைத் தலை பளபளத்தது. அவர் தம் நாற்காலியைச் சர்ட்டென்று பின்னால் தள்ளி விட்டு, இடத்தை விட்டு எழுந்தார்; அவரது கால்சராய் தொள தொளத்துத் தொங்கியது. அவர் கைகளைத் தமது பெல்ட்டுக்குள் சொருகினார்.

“தோழரே! நீங்கள் உங்களது செயல்களைத் குறித்து ராணுவத்தின் புரட்சி விசாரணைக் கமிட்டியில் பதில் சொல்ல நேரும். ஆமாம். ஞாபகம் இருக்கட்டும். இது ஒன்றும் 1917ஆம் ஆண்டல்ல!”

“தோழரே! என்னை ஒன்றும் பயமுறுத்த வேண்டாம்!” “வாயை மூடும்!” மீண்டும் கதவு திறந்தது. இந்தத் தடவை செர்க்கேசிய மோஸ்தரில் மெல்லிய துணியில் தைத்த நீல நிற உடைகள் அணிந்த, உயரமும் மெலிந்த உருவமும் கொண்ட ஒரு மனிதர் உள்ளே வந்தார். அவரது கரிய தலைமயிர் நெற்றியில் வந்து விழுந்தது; மீசை கீழ் நோக்கித் தொங்கியது. உறுத்த பார்வை கொண்ட அவரது அழகிய முகம் மிதமிஞ்சிய குடியும் கொடுமைக் குணங்களும் நிறைந்தவர்கள் முகம் போல் சிவந்து தோன்றியது. அவரது உதடுகள் சிவந்து ஈரம் பாய்ந்திருந்தன; கறுத்த கண்களின் கருமணிகள் அகல விரிந்திருந்தன. அவர் தமது கோட்டின் இடது புறத்தை ஆட்டியவாறே, நேராக சகலோவ்ஸ்கியிடமும் தெலேகினிடமும் வந்தார்; வந்து அவர்களது கண்களைக் கடுமையாகப் பார்த்தார். பின்னர் காரியாலயத் தலைவரை நோக்கித் திரும்பினார். அவரது நாசித் துவாரங்கள் கோபாவேசத்தால் விரிந்து சுருங்கின.

மீண்டும் நீங்கள் உங்களது பழைய அதிகார வர்க்க சேஷ்டைகளை ஆரம்பித்து விட்டீர்களா? "வாயை மூடும்!" என்று வந்தவர்களைப் பார்த்துக் கத்துகிறீர்களே. இதென்ன கத்தல்? அவர்கள் குற்றவாளிகள் என்று கருதப்பட்டால், அவர்கள் சுடப்பட்டு மாய்வார்கள். ஆனால் இந்த மாதிரி அவர்கள் மீது அதிகாரம் செலுத்துவதற்கு நான் அனுமதிக்க மாட்டேன்..."

தலைவர் அந்தக் கண்டனத்தை மௌனமாகத் தலை குனிந்தவாறு கேட்டுக்கொண்டார். அவரால் அதற்கு வாய் திறந்து பதில் சொல்ல முடியவில்லை. ஏனெனில் வந்தது வேறு யாருமல்ல - பிரதம தளபதி சரோகின் தான்!

"உட்காருங்கள், தோழர்களே! உங்கள் விஷயத்தை நானே கேட்கிறேன்" என்று சரோகின் அமைதியாகச் சொல்லி விட்டு, ஜன்னல் விளிம்பின் மீது ஏறியமர்ந்து கொண்டார்.

மீண்டும் சகலோவ்ஸ்கி தாம் வந்த காரியத்தை விளக்க முன்வந்தார்: வர்னாவ்ஸ்கி படைப் பிரிவை தனக்கு அருகில் ஆபத்தில் சிக்கியுள்ள தொழிலாளி வர்க்கப் படைக்கு உதவியாக உடனே அனுப்புவதற்கு அனுமதி தர வேண்டும் எனக் கோரினார். மேலும் இது ஒரு புரட்சிக் கடமை என்பதால் இந்த நடவடிக்கையை யதார்த்தமான நிலைமை காரணமாகவே மேற்கொள்ள வேண்டியிருக்கிறது என்பதையும் குறிப்பிட்டார். ஏனெனில் 'தொழிலாளி வர்க்கப் படைகள் செயலற்றுப் போனால், வர்னாவ்ஸ்கி படைப்பிரிவும் அதன் யுத்த தளத்தில் இருந்து துண்டு பட்டுப் பிரிந்து போகும் என்பதையும் தெளிவுப்படுத்தினார்.

சரோகின் அந்த ஜன்னலருகிலேயே ஒரு கணம் இருந்தார். பிறகு ஒரு கதவிலிருந்து மறு கதவுக்கு அங்கும் இங்குமாக நடந்தார். இடையிடையே பல கேள்விகளையும் கேட்டார். ஒவ்வொரு தடவையும் அவர் சட்டென்று திரும்பும் போது அவரது திரண்ட தலைமயிர் நாலாபுறத்திலும் பறந்து புரண்டது. ராணுவ வீரர்கள் அவரது துணிவாற்றலையும்

ஆர்வத்தையும் கண்டு அவரை நேசித்தார்கள். அவர் பெரிய கூட்டங்களிலெல்லாம் சிறப்பாகப் பேசும் ஆற்றலைப் பெற்றிருந்தார். அந்தக் காலத்தில் அத்தகைய குணபாவங்கள் ராணுவ சாஸ்திரத்துக்கு இணையானவை என்று கருதப்பட்டது. அவர் கசாக்கு அதிகாரியாக காப்டன் பதவியில் இருந்தார்; யுதேனிச்சின் தலைமையில் டிரான்ஸ்காக்கஸஸில் அவர் போர் புரிந்திருக்கிறார். அக்டோபர் புரட்சிக்குப் பின்னால், அவர் குபானுக்குத் திரும்பிச் சென்று, தமது பிறந்த ஊரான பெத்ரோபாவ்லோவ்ஸ்கயாவில் ஒரு கொரில்லாப் படையைத் திரட்டினார். அந்தப் படை பின்னர் எகதிரினதார் முற்றுகையின் போது வெற்றிகரமாகப் போராடியது. அவரது பதவி வேகமாக உயரத் தொடங்கியது; பேரும் புகழும் அவருக்குக் கர்வத்தை உண்டாக்கின. அவரது உள்ளத்திலிருந்த மிருக உணர்ச்சிகளெல்லாம் நுரைத்துப் பொங்கின. போர் புரிவதும், மதுவைக் குடித்து விட்டு போதையில் உருளுவதும் அவரது காரியங்களாகிவிட்டன. அதுமட்டுமல்லாமல், எப்போது பார்த்தாலும் அவரைச் சுற்றிலும் அழகான பெண்கள் இருக்கவும், சுகபோகத்துக்கும் காமாந்தகார வாழ்க்கைக்கும் தேவையான விஷயாதிகள் அனைத்தும் அவருக்குக் கிட்டவும் அவரது காரியாலயத் தலைவரே வழி செய்து கொடுத்திருந்தார்.

“எனது காரியாலயத்திலிருந்து உங்களுக்கு என்ன பதில் கிடைத்தது?” என்று அவர் கேட்டார். சகலோவ்ஸ்கி அப்போது தான் பேசி முடித்து விட்டு, அழுக்கடைந்த கசங்கிய கைக்குட்டையொன்றினால் தம் முகத்தைத் துடைத்துக் கொண்டிருந்தார்.

இந்தக் கேள்விக்குக் காரியாலயத் தலைவரே முந்திக் கொண்டு பதில் சொல்ல முன் வந்தார்:

“தொழிலாளி வர்க்கப் படையின் பாதுகாப்புக்கான எல்லா நடவடிக்கைகளையும் நாம் மேற்கொண்டாகி விட்டது என்று நான் பதில் சொன்னேன். மேலும் வர்னாவ்ஸ்கி படைப் பிரிவினர் தலைமைக் காரியாலயத்தின்

உத்தரவுகளிலே தலையிடுகிறார்கள் என்றும், அத்தகைய போக்கை நிச்சயம் அனுமதிக்க முடியாதென்றும், அநாவசியமான பீதியை அவர்கள் வளர்க்கிறார்கள் என்றும் நான் சொன்னேன்."

"இந்த விடயத்தில் நீங்கள் செய்தது சரியானதல்ல, தோழரே!" என்று சரோகின் எதிர்பாராதவிதமாக மிருதுவாகச் சொன்னார்: "நம்மிடம் கட்டுப்பாடு இருக்க வேண்டியதுதான்... என்றாலும் கட்டுப்பாட்டை விட மிகவும் முக்கியமான விஷயங்கள் எவ்வளவோ இருக்கின்றன... அதுதான் பொது மக்களின் விருப்பம் நமது ராணுவ சாஸ்திரத்துக்கு விரோதமாக இருந்த போதிலும் கூட, நாம் புரட்சி உத்வேகத்தை ஊக்குவிக்கத்தான் வேண்டும்... வர்னாவ்ஸ்கி படையினரின் நடவடிக்கை பிரயோஜனமற்றுப் போனால் என்ன? அவர்கள் போக்கு தீங்கு விளைவிப்பதாக இருந்தால் தான் என்ன? அது எப்படியும் போகட்டும். புரட்சியல்லவா நடந்து கொண்டிருக்கிறது! இன்று நீங்கள் அவர்களைத் தடுத்து நிறுத்தினால், அவர்கள் உடனேயே கூட்டம் போட்டு விடுவார்கள். எனக்கு இந்த ஆத்திர புத்திக்காரர்களையெல்லாம் நன்கு தெரியும். குடியினால் நான் பட்டாளத்தையே நாசமாக்கி வருவதாக அவர்கள் கூச்சல் போடுவார்கள்...."

அவர் அடுப்பு இருந்த பக்கமாக விருட்டென்று போனார்; அப்போது சகலோவ்ஸ்கியை அவர் பார்த்த பார்வை கோபாவேசம் மிக்கதாயிருந்தது.

"உங்கள் அறிக்கையை என்னிடம் கொடுங்கள்!" தெலேகின் உடனே தன் பாக்கெட்டிலிருந்து ஒரு காகிதத்தை எடுத்து அதனை மேஜை மீது வைத்தான். அதைத் தாவி எடுத்தவராய், பிரதம தளபதி அதனை ஒரு பார்வை பார்த்தார்; பிறகு தமது பேனாவை ஒரு முறை ஆட்டி விட்டு, எழுதத் தொடங்கினார்:

"வர்னாவ்ஸ்கி படைப் பகுதியினரைப் படையெடுத்துச் சென்று, தமது புரட்சிக் கடமையை நிறைவேற்றுமாறு

நான் உத்தரவிடுகிறேன்."

பின்னர் அவர் அந்தக் காகிதத்தைக் காரியாலயத் தலைவரிடம் நீட்டிய போது, அவரது செய்கையை ஏளனமான புன்னகையுடன் கவனித்துக் கொண்டிருந்த காரியாலயத் தலைவர் ஓர் அடி பின்வாங்கி, தமது கைகளைப் பின்புறமாகக் கட்டிக் கொண்டார்.

"என்னை வேண்டுமானால் ராணுவ விசாரணைக்குக் கொண்டு செல்லுங்கள். ஆனால், நான் இந்த உத்தரவை ஏற்றுக் கொள்ள மாட்டேன்."

அவர் அவ்வாறு பேசி முடிப்பதற்குள், தெலேகின் முன்னே பாய்ந்து சென்று, சரோகினின் மணிக்கட்டை எட்டிப் பிடித்தான்; அதன் மூலம் அவரது கையிலிருந்த ரிவால்வர் மேலும் உயராமல் தக்க சமயத்தில் தடுத்து விட்டான். சகலோவ்ஸ்கியும் முன்னே பாய்ந்து காரியாலயத் தலைவரைத் தமது உடம்பினால் மறைத்துக் கொண்டார். அவர்கள் நான்கு பேருக்கும், மூச்சு வாங்கியது. சரோகின் தமது கையைப் பிடுங்கி விடுவித்துக் கொண்டு, ரிவால்வரை மீண்டும் உறையில் போட்டு விட்டு, அந்த அறையை விட்டு வெளியே சென்றார்; அவர் போகும் போது கதவைப் படாரென்று சாத்திய வேகத்தில் சுவரிலிருந்து தெறித்த காரைக் கட்டிகள் காற்றில் பறந்தன.

கதவுகள் படாரென்று சாத்தப்பட்டன; பிரதம தளபதியின் படபடத்த காலடியோசை மங்கி மடிந்தது.

காரியாலயத் தலைவர் சமாதான பாணியில் கரகரத்த குரலில் பேச முனைந்தார்:

"தோழர்களே! ஒன்று மட்டும் நிச்சயமாகச் சொல்கிறேன். நான் அந்த உத்தரவில் கையெழுத்திட்டிருந்தால், நமக்கு நேரும் பெருநாசம் பெருத்த அளவுக்குப் போயிருக்கும்."

"அதென்ன பெருநாசம்?" என்று தொண்டையைச் செருமிவிட்டு, அடங்கிய குரலில் கேட்டார் சகலோவ்ஸ்கி. தலைவர் அவரை விசித்திரமாகப் பார்த்தார்.

"நான் சொல்வதை உங்களால் ஊகிக்க முடியவில்லையா?"

"இல்லை." சகலோவ்ஸ்கியின் கண்ணிமைகள் படபடத்தன.

"நான் நமது ராணுவத்தைப் பற்றிப் பேசுகிறேன்."

"சரி. அதற்கென்ன?"

"ஒரு படைப்பிரிவின் கமிசாருக்கு ராணுவ ரகசியங்களைச் சொல்வதற்கு எனக்கு உரிமையில்லை. அது உங்களுக்கே தெரியும். இல்லையா, தோழரே? நான் அவ்வாறு செய்தால் நீங்களே என்னைச் சுட்டுத் தள்ளி விடலாம்... ஆனால் நாம் வெகு தூரத்துக்குப் போய் விட்டோம்... போகட்டும்..... நான் சொல்வதை உங்களோடு வைத்திருங்கள்..."

பின்னர் அவர் சுவரில் மாட்டப்பட்டிருந்த ஒரு வரை படத்தை நோக்கிச் சென்றார். அதில் ஆங்காங்கே பல இடங்களில் சின்னஞ்சிறு கொடிகள் குத்தப்பட்டிருந்தன. சகலோவ்ஸ்கியும் தெலேகினும் அவருக்கு அருகில் சென்று அவருக்குப் பின்னால் நின்று கொண்டார்கள். அந்தத் தலைவரின் தோள் பட்டைகள் அவரது சட்டைக்குக் கீழே திருகி நெளிந்தன; தமது முதுகுக்குப் பின்புறமிருந்து இரண்டு பேர்கள் அவரது கழுத்தின் மீது சுடுமூச்சு விடுவதை அவர் விரும்பவில்லை என்பது தெளிவாகத் தெரிந்தது. எனினும் அவர் அமைதியாகத் தமது பையிலிருந்து ஒரு பல் குச்சியை எடுத்து, அதன் கடியுண்ட முனையைக் கொண்டு, அந்த வரைப்படத்தின் தென் திசைப் பகுதியில் தென்பட்ட மூவர்ணக் கொடிகளிலிருந்து, செங்கொடிகள் நெருக்கமாகச் செறிந்திருக்கும் பகுதியை நோக்கி, அடையாளம் காட்டினார்.

"வெள்ளை இராணுவத்தார் இங்கே தான் இருக்கிறார்கள்" என்றார் தலைவர்.

"எங்கே? எங்கே?" சகலோவ்ஸ்கி வரைப்படத்தின் அருகே நெருங்கிச் சென்றார்; அவரது சிந்தனை நிறைந்த கண்கள் படத்தைத் துழாவின.

“ஏன்? அது தர்கோவயா அல்லவா?”

“ஆமாம். தர்கோவயா தான். அது வீழ்ச்சியடைந்தால், வெள்ளை ராணுவத்துக்கு வழியைத் திறந்து விட்ட மாதிரிதான்...”

"எனக்குப் புரியவில்லையே. வெள்ளை ராணுவத்தார் எவ்வளவோ மைல்களுக்கப்பால் வடக்கே வெகுதொலைவில் இருப்பதாகவல்லவா நாங்கள் நினைத்தோம்...”

“கமிசார் தோழரே! நாங்களும் அப்படித்தான் நினைத்தோம். ஆனால் வெள்ளையர்கள் வேறு விதமாய் நினைத்து விட்டார்கள். இப்போது தர்கோவயா பலமுனைத் தாக்குதலுக்கு ஆளாகியுள்ளது. வெள்ளையரிடம் டாங்கிகளும் ஆகாய விமானங்களும் உள்ளன. அது ஒன்றும் கர்னீலவின் முன் போன்ற கொள்ளைக் கூட்டமல்ல... அவர்கள் போர்முனையின் உட்பிரதேசத்திலேயே புகுந்து இஷ்டம் போல் தாக்குகிறார்கள். அவர்கள் கைதான் மேலோங்கியிருக்கிறது...”

“தர்கோவயாவுக்கு வடக்கே திமித்ரி ஷேலிஸ்தின் ‘இரும்புப்படை’ இருக்கிறதே!” என்றான் தெலேகின்.

“அதுவும் அழிக்கப்பட்டு விட்டது.”

“குதிரைப் படை?”

“அதுவும்தான்!”

சகலோவ்ஸ்கி கழுத்தை நீட்டிக் கொண்டு படத்தைப் பார்க்க முனைந்தார்.

“உங்களுக்கு மிகுந்த மனோ உறுதிதான், தோழரே!” என்றார் அவர்: “தர்கோவயாவின் வீழ்ச்சியைப் பற்றி நீங்கள் முன்னமேயே முடிவு கட்டி விட்டாற் போலிருக்கிறது. அந்தப் படையும் அழிந்தது; இந்தப் படையும் அழிந்தது...” அவர் தலைவரின் பக்கமாகத் திரும்பிக் கேட்டார்: “அப்படியென்றால் நமது படையின் கதி என்ன?”

"நாங்கள் சுப்ரீம் கமாண்டிலிருந்து உத்தரவுகளை எதிர்பார்த்திருக்கிறோம். தோழர் கால்னினுக்குத் தமது நிலைமை புரியும். நீங்கள் என்ன நினைக்கிறீர்கள்? இந்தச் சமயத்தில் நாங்கள் மேஜை மீது அடித்துப் பேசி, சுப்ரீம் கமாண்டிலிருந்து தாக்குதலுக்கான உத்தரவு வந்தாக வேண்டும் என்று கோர முடியுமா? யுத்தம் என்பது பொதுக்கூட்டமல்ல. தெரிந்ததா?"

அந்தத் தலைவர் மெதுவாகப் புன்னகை புரிந்தார். சகலோவ்ஸ்கி மூச்சுக் கூட விடாமல், அவரது அமைதி நிறைந்த தடித்த முகத்தைப் பார்த்தார். தலைவரும் அவரை நேருக்கு நேர் நோக்கினார்.

"இதுதான் நிலைமை, தோழரே!" என்று சொல்லிக் கொண்டே அவர் தமது மேஜைக்குச் சென்றார். அதனால்தான் அவசியமென்றும், சரியான தென்றும் தோன்றினாலும்கூட, போர் முனையிலிருந்து எந்த ஒரு படைப்பிரிவையும் வாபஸ் வாங்குமாறு கோர எனக்கு உரிமையில்லை. நமது நிலைமை மிகவும் இக்கட்டானது. எனவே நீங்கள் உங்கள் படைப் பிரிவுக்குப் போய்ச் சேர்வதே நல்லது. நான் சொன்னவையனைத்தும் தற்சமயத்துக்கு மிகவும் இரகசியமான தகவல்கள் என்பதை மட்டும் மறந்து விடாதீர்கள். இராணுவத்தில் பரிபூரணமான அமைதியை நிலைநாட்ட வேண்டும். "தொழிலாள வர்க்க விடுதலைப் படையைப் பொறுத்த வரையிலும், அதன் தலைவிதியைப் பற்றி நீங்கள் ஒன்றும் கவலைப்பட வேண்டாம். இப்போதுதான் எனக்கு நம்பிக்கை தரும் தகவல் வந்து சேர்ந்தது."

தலைவரது புருவங்கள் அவரது வளைந்த மூக்கின் மீது ஒன்று கூடின. அவர் தமது தலையை அசைத்து அவர்களைப் போகுமாறு கட்டளையிட்டார். தெலேகினும் சகலோவ்ஸ்கியும் வெளியே வந்தார்கள். வெளியறையிலிருந்த அதிகாரி அப்போது ஜன்னலின் அருகே நின்று தமது கை நகங்களைச் சுத்தம் செய்து கொண்டிருந்தார். அவர்கள் வெளியே செல்லும் போது அவர் பவ்வியத்தோடு தலைவணங்கி அவர்களை

வழியனுப்பினார்.

"அயோக்கியன்!" என்று கிசுகிசுத்தார் சகலோவ்ஸ்கி.

அவர்கள் வெளியே வந்து சேர்ந்ததும், அவர் தெலேகினின் சட்டையை பற்றிப் பிடித்தார்.

"நல்லது. நீ என்ன நினைக்கிறாய்?"

"பொதுப் படையாகப் பார்த்தால் அவர் சொன்னது சரிதான். ஆனால், உண்மையில், இது நாசவேலைதான்!"

"நாச வேலையா? அதுவல்ல. இது.. அவன் அதைவிடப் பெரிய சதியில் ஈடுபட்டிருக்கிறான்! நான் இப்போதே போய் அவனைச் சுட்டுத் தள்ளி விடுகிறேன்!"

"சகலோவ்ஸ்கி! நிறுத்துங்கள் பேச்சை! அசட்டுத்தனமாக நடக்க வேண்டாம்!"

"இது பச்சைத் துரோகம். நான் நிச்சயமாகச் சொல்கிறேன். இங்கேயே துரோகிகள் இருக்கிறார்கள்!" என்று முனகினார் சகலோவ்ஸ்கி. கீம்ஸாவுக்குத் தினசரி செய்திகள் வந்து கொண்டிருக்கின்றன. இங்கே தலைமை ஸ்தானத்தில் குடித்து விட்டுக் கூத்தடிக்கிறார்கள் என்று. இந்த சரோகின் கமிஸார்களையெல்லாம் விரட்டியடித்து விட்டார். நாம் தான் என்ன செய்ய முடியும்? ராணுவத்தில் சரோகின் தான் கடவுள்; அவர்தான் இங்கு ஜார் மன்னர்! அவர்கள் அவரது தைரியத்தைப் போற்றிப் பாராட்டுகிறார்கள்; அவரையும் தம்மவராகக் கருதுகிறார்கள். மேலும், அந்தக் காரியாலயத் தலைவர் தான் யார்? அவன் தான் பெலக்கோவ், பழைய ஜாராட்சிக் காலத்துக் கர்னல்! பார்த்தாயா? எல்லாம் எப்படி ஒன்று கூடியிருக்கிறது. பார்த்தாயா? வா, வா போகலாம்... நாம் இதையெல்லாம் தாண்டிக் கடந்து விடுவோம் என்று நீ எண்ணுகிறாயா?"

காரியாலயத் தலைவர் மேஜை மீதுள்ள மணியை அழுத்தினார். உடனே வெளியிலிருந்த ஆர்டர்லி அதிகாரி கம்பீரமாக வந்து வாசற் படியில் நின்றார்.

"பிரதம தளபதியின் நிலைமை எப்படியிருக்கிறதென்று பார்த்து விட்டுவா" என்று தம் முன்னிருந்த காகிதங்களைத் தீவிரமாக குனிந்து பார்த்தவாறே சொன்னார் பெலக்கோவ்.

"தோழர் சரோகின் சாப்பாட்டு அறையில் தான் இருக்கிறார். நிலைமை.... இப்போது போதை ஏறிய நிலைதான்."

அந்த அதிகாரி தலைவரின் புன்னகைக்காகக் காத்து நின்று விட்டு, அவர் வேண்டா வெறுப்பாகப் புன்னகை புரிந்தவுடன், தானும் அர்த்தபுஷ்டியுடன் புன்னகை புரிந்து கொண்டார்:

"சினயீதா அவரோடு இருக்கிறாள்."

"பேஷ்! நீ போகலாம்" என்றார் தலைவர்.

பெலக்கோவ் செய்தித் தொடர்பு இலாகாவினுள் நுழைந்து, அங்கு வந்திருந்த சில டெலிபோன் தந்திகளைப் பார்வையிட்டார். பின் கச்சிதமாகவும் அழகாகவும் சில கடிதங்களில் ஒப்பமிட்டார்; பிறகு வெளியே வந்து நடை கூடத்தின் கடைக்கோடியிலுள்ள கதவின் முன்னால் ஒரு கணம் நின்றார். அந்தக் கதவுக்கு மறுபுறமுள்ள அறையிலிருந்து கித்தார் வாத்தியத்தின் தந்தி நாதம் மிருதுவாக மிதந்து வந்தது. தலைவர் தமது கைக்குட்டையை உருவியெடுத்து, தமது தடித்துச் சிவந்த கழுத்தைத் துடைத்துக் கொண்டு கதவைத் தட்டினார்; பதிலுக்குக் காத்திராமல் அறைக்குள் பிரவேசித்தார்.

அந்த அறையின் மத்தியில் ஒரு மேஜை மீது செய்திப் பத்திரிகைகள் விரிக்கப்பட்டிருந்தன; அதன் மீது காலி செய்யப்பட்ட தட்டுக்களும் மதுக் கோப்பைகளும் இருந்தன. அந்த மேஜையருகே சரோகின் அமர்ந்திருந்தார். அவர் அணிந்திருந்த செர்க்கேசியக் கோட்டின் மடிப்புக்கள் பின்புறமாகக் கிடந்தன. அவரது அழகிய முகம் இன்னும் வாட்ட முற்றுத்தான் இருந்தது. வியர்வையால் நனைந்திருந்த அவரது நெற்றியில் கரிய தலைமயிர்ச் சுருள் ஒன்று விழுந்து கிடந்தது. அவர் அகலத் திறந்த

கண்களோடு பெலக்கோவை வெறித்து நோக்கினார். பக்கத்திலிருந்த ஒரு தாழ்வான பெஞ்சின் மீது சினயீதா கால் மேல் கால் போட்டு அமர்ந்திருந்தாள்; அவள் இருந்த நிலையில் அவளது காலில் அணிந்திருந்த காலுறையும், லேஸ் வைத்துத் தைத்த அவளது உள்ளாடையும் வெளியே தெரிந்தன. அவள் கித்தார் வாத்தியத்தை மீட்டிக் கொண்டிருந்தாள். பிரகாசமான நீலநிறக் கண்களும், ஈரப்பசை மிகுந்த உதடுகளும் கொண்ட இளம் பெண் அவள். அவளுக்கு அழகிய கூர்மையான மூக்கு இருந்தது. அழகிய கேசச் சுருள்கள் அவளது உச்சந் தலையில் பொம்மென்று வாரி விடப்பட்டிருந்தன. கண்ணுக்கு அவ்வளவாகப் புலப்படாத மெல்லிய வரிக்கோடுகள் அவளது வாயோரத்தில் தென்பட்டன; அந்த வரிக் கோடுகள் அவளது இனிய முகத்தில் விஷப் பற்கள் கொண்ட ஒரு சிறு மிருகத்தின் தோற்றத்தை அவளுக்கு வழங்கின. அவள் ஓம்ஸ்க் நகரிலிருந்து வந்தவள் என்றும், ஒரு ரயில் தொழிலாளியின் மகள் என்றும் அவளது பாஸ்போர்ட் கூறியது. ஆனால் எவரும் அதை நம்பவில்லை. மேலும் அவளுக்குப் பதினெட்டு வயதுதான் ஆகிறது என்பதையும், அவளது முழுப் பெயர் சினயீதா கனாவினா என்பதையும் எவரும் நம்பவில்லை. ஆனால் அவள் ஒரு திறமை வாய்ந்த டைப்பிஸ்ட்: அவள் வோட்கா மதுவை நன்றாகக் குடிப்பாள்; கித்தார் வாசிப்பாள்; அருமையான நாடோடிப் பாடல்களையும் பாடுவாள். வெள்ளை ராணுவத்தின் அழுகல், பூசணத்தையெல்லாம் கொண்டு வந்து அவள் அந்தத் தலைமை ஸ்தானத்திலும் காட்ட முயன்றால், அவளை அந்த இடத்திலேயே தம் கையாலேயே சுட்டுத் தள்ளுவதாக சரோகின் அவளைப் பயமுறுத்தி வைத்திருந்தார். எனவே எவரும் அவளைப் பற்றிக் கவலைப்படவில்லை.

“நீ ஓர் அருமையான ஆள் தான்! இல்லையா?” என்று பெலக்கோவ் தமது தலையை ஆட்டிக் கொண்டும், பாதுகாப்புக்காகக் கதவினருகிலேயே நின்று கொண்டும் பேசினார். “என்னை நீ இன்று எவ்வளவு இக்கட்டான நிலைமையில் இழுத்து விட்டு விட்டாய். மத்தியக்

கமிட்டியிலிருந்து இரண்டு பயல்கள் வருகிறார்கள்; வந்து அவர்கள் கூட்டங்கள் போடப் போவதாக உன்னை மிரட்டுகிறார்கள்; நீயும் உடனே அவர்களுக்குப் பரிந்து கொண்டு பேச முன்வந்து விடுகிறாய்! ஏன்? நேராகத் தந்தியடிக்கும் கருவிக்குச் சென்று எகதிரினதாருக்கு ஒரு தந்தி அனுப்புவது தானே! அவர்கள் உடனே ஓர் அருமையான யூத வாலிபனை உன்னிடம் அனுப்பி வைப்பார்கள்; அவன் வந்து உனது காரியாலயச் சிப்பந்திகளை நியமிப்பான்; உன் படுக்கையில் உன்னருகில் படுத்து உறங்குவான்; உன்னோடு கக்கூசுக்கும் துணை வருவான்; உனது எண்ணங்கள் ஒவ்வொன்றையுமே அவன் கண்காணிப்பான்! அதை நினைத்தாலே எவ்வளவு பயங்கரமாக இருக்கிறது! பிரதம தளபதிசரோகின் சர்வாதிகாரப் போக்கில் போகிறார்! அப்படித்தான் போவேன் என்றால் தாராளமாகப் போ! வேண்டுமென்றால், என்னை வேண்டுமானாலும் சுட்டுத் தள்ளு! ஆனால், எனக்குக் கீழ் உள்ள அதிகாரிகளின் முன்னிலையில் நீ என்னை ரிவால்வரால் மிரட்டுவதை மட்டும் நான் அனுமதிக்க மாட்டேன்! அப்புறம் கட்டுப்பாடு எங்கே இருக்கும்? எல்லாமே நாசமான மாதிரிதான்!"

காரியாலயத் தலைவரின் மீது வைத்த கண்ணை வாங்காமல், சரோகின் தமது விரிந்த வலுமிக்க கரத்தை நீட்டி, மதுபாட்டிலைப் பிடிக்கப் போனார்; ஆனால் பாட்டிலைப் பிடிக்காமல் வெறுமனே கையில் காற்றைத்தான் பிடித்தார். அவரது வாய் ஒரு சிறு வலிப்பினால் கோணியது; அப்போது அவரது மீசை மயிர் குத்திட்டு நின்றது. ஒருவாறாக அவர் பாட்டிலைக் கைப்பற்றி, அதிலிருந்து இரண்டு கோப்பை நிறைய மதுவை ஊற்றினார்.

"சரி. உட்கார்ந்து இதைக் குடி." சினயீதாவின் லேஸ் தைத்த உள்ளாடையை ஓரக் கண்ணால் பார்த்தவாறே, பெலக்கோவ் மேஜையருகே சென்றார். சரோகின் சொன்னார்:

“நீ மட்டும் இத்தனை சாமர்த்தியசாலியாக இல்லா விட்டால், நான் உன்னை என்றோ தொலைத்துத் தலை முழுகியிருப்பேன். கட்டுப்பாடா?... எனது கட்டுப்பாடு சண்டைதான்! உங்களில் யாராவது ஒருவன் ஜனங்களைக் கிளப்பிவிட முயற்சி செய்து பாருங்களேன். கிளப்பி விட்டாலும், நான் தான் அவர்களைத் தலைமை தாங்கி வழிநடத்த வேண்டும்... வேறு யாராலும் அது முடியாது... அந்த வெள்ளை ராணுவக் குப்பையையெல்லாம் நான் ஒருவனே தூர்த்துத் துடைத்து விடுவேன்... அதைக் கண்டு உலகமே நடுங்கும்...”

அவர் தமது மூக்கின் வழியாக சுவாசத்தை உள்ளே இழுத்தார்; அப்போது பழுப்பு நிறமான அவரது ரத்த நாளங்கள் அவரது நெற்றிப் பொருத்தில் பட்படட்டென்று துடித்தன.

“நான் மத்தியக் கமிட்டியின் உதவியில்லாமலே, குபான், தோன், தேரெக் பிரதேசங்களையெல்லாம் தூர்த்துத் தடைத்து விடுவேன்... அவர்களும், அவர்களது கமிட்டிகளும்! அவர்களெல்லாம் அங்கே எகதிரினதாரில் வெறுமனே பிரசங்கம் பண்ணி, காக்கைகள் மாதிரிக் கத்திக் கொண்டிருக்கிறார்கள்... கோழைகள்! நான் என் குதிரை மீது ஏறி, போர்க் களத்துக்குச் செல்லும் காலத்தில் என்னைப் பார்! அப்போது நான் தான் சர்வாதிகாரி!... நான் தான் படையை நடத்துவேன்!...”

அவர் மீண்டும் மதுபாட்டிலை எடுக்கப் போனார்; ஆனால் பெலக்கோவோ அவரை முந்திக் கொண்டு அதனைத் தட்டி கவிழ்த்து விட்டார்.

“நீ வேண்டு மட்டும் குடித்தாயிற்று!”

“ஆஹா! நீயே எனக்கு உத்தரவு போட வந்து விட்டாயா?”

“நண்பன் என்ற முறையில் தான் சொல்கிறேன்.”

சரோகின் நாற்காலியினுள் தொப்பென்று சாய்ந்தார்; தொடர்ந்தாற்போல் பெருமூச்சு வாங்கியவாறே

அங்குமிங்கும் தம் பார்வையைத் திரிய விட்டார்; இறுதியாகத் தமது பார்வையை சினயீதாவின் மீது நிலைக்கச் செய்தார். அவளோ கித்தார் வாத்தியத்தை ஒற்றை விரலால் மீட்டிக் கொண்டிருந்தாள்.

"இரவு பெருமூச்செறிந்தது!..." என்று அவள் பாடினாள்; அவளது புருவங்கள் மெல்ல மேலுயர்ந்தன.

அந்தப் பாட்டைக் கேட்டுக் கொண்டிருந்த போது சரோகினின் நெற்றிப் பொருத்தில் ரத்த நாளங்கள் துரிதகதியில் துடிக்கத் தொடங்கின. அவர் எழுந்து சென்று, சினயீதாவின் தலையைப் பின்புறமாக வளைத்து, அவளது உதடுகளில் வெறி வேகத்தோடு முத்தங்களைச் சொரிந்தார். அவளோ அப்போதும் கித்தார் வாத்தியத்தை மீட்டினாள்; ஆனால் சின்னேரத்தில் அது அவளது மடியிலிருந்து நழுவிக் கீழே விழுந்தது.

"இப்படியன்றோ இருக்க வேண்டும்!" என்று அன்பு கனிந்த குரலில் சொன்னார் பெலக்கோவ். "ஓ! சரோகின்! சரோகின்! எனக்கு ஏனென்றே தெரியவில்லை. இருந்தாலும் எனக்கு உன்னை மிகவும் பிடித்துப் போய் விட்டது!"

சினயீதா ஒருவாறாகத் தன்னை அவரது பிடியிலிருந்து விடுவித்துக் கொண்டு, செக்கச் சிவந்த முகத்தோடு, கித்தார் வாத்தியத்தை எடுக்கக் குனிந்தாள். அவளது அழகிய கலைந்த தலைமயிருக்கும் கீழே அவளது கண்கள் பளபளத்தன. அவள் வீங்கிப் போன தன் உதடுகளை நாவால் நக்கிக் கொடுத்துக் கொண்டாள்.

"ச்சூ! நீங்கள் எனக்கு வருத்தத்தை ஏற்படுத்திவிட்டீர்கள்!"

"தோழர்களே, கேளுங்கள்! நான் இன்னொரு பாட்டிலை பத்திரமாக ஒளித்து வைத்திருக்கிறேன்..."

பெலக்கோவின் பேச்சு சட்டென்று இடையிலேயே தடைபட்டு முறிந்தது. அவரது விரிந்த கை அப்படியே அந்தரத்தில் அசைவற்று நின்றது. ஜன்னலுக்கு வெளியே துப்பாக்கி வெடிச் சத்தமும், கசமுசப்புக் குரலும் கேட்டன.

சினயீதாவும் அவளது கித்தார் வாத்தியமும் காற்றோடு கலந்து மறைந்து விட்டாற் போலிருந்தது. சரோகின் சுழித்துச் சுருங்கிய முகத்துடன் ஜன்னலருகே சென்றார்.

“நீ போக வேண்டாம்! என்ன விஷயம் என்று நான் கவனிக்கிறேன்” என்று அவசர அவசரமாகச் சொன்னார் பெலக்கோவ்.

தலைமை ஸ்தலத்தில் தகராறுகளும் சண்டைகளும் அதன் காரணமாகத் துப்பாக்கிப் பிரயோகங்களும் நடப்பது சர்வ சாதாரணமாகி விட்டது. சரோகினின் பட்டாளம் இரண்டு விதமான அடிப்படைக் கோஷ்டிகளைக் கொண்டது. முந்தின ஆண்டில் சரோகினே உருவாக்கிய குபான் பிரதேசத்துக் கசாக்குப் பட்டாளம் ஒன்று; ஜெர்மானியரின் தாக்குதலால் பின்வாங்கி வந்த உக்ரேனியச் செஞ்சேனையில் மிஞ்சி வந்தவர்களைக் கொண்டு அமைக்கப்பட்ட உக்ரேனியப் படை மற்றொன்று. குபான் கசாக்குகளுக்கும் உக்ரேனியர்களுக்கும் நீண்ட நெடுநாள் பகை இருந்து வந்தது. ‘அந்நிய நிலத்தில் சண்டை போடுவது என்று வந்தவுடன் உக்ரேனியர்கள் அதில் அக்கறை கொள்ளாமல் வேண்டா வெறுப்புடன் நடந்து கொண்டார்கள். அது மட்டுமல்லாமல் கசாக்குக் கிராமங்களின் வழியாகச் செல்லும் போது, தமக்கு வேண்டிய உணவையும் மற்றும் தேவையான பொருள்களையும் வாரிக் கொண்டு போவதிலும் அவர்கள் சளைக்கவில்லை.

இதனால் சண்டை சச்சரவுகளும் கைகலப்புக்களும் அன் றாட நிகழ்ச்சியாகி விட்டன. ஆனால் அன்றைய தினத்தில் நடந்த சம்பவமோ மிகவும் படுமோசமான நிலையை எட்டி யிருந்தது. குதிரைகளின் மீது ஏறியிருந்த கசாக்குகள் உரத்துக் கூச்சலிட்டுக் கொண்டு குதிரைகளை விரட்டினார்கள்; திடுக்கிட்ட செஞ்சேனை வீரர்கள் பாதுகாப்பைத் தேடி வேலிப் புறத்திலும் தோப்புகளிலும் ஓடி ஒளிந்தார்கள். ரயில் நிலையம் இருந்த திக்கிலிருந்து கண்மூடித் தனமாகத் துப்பாக்கிப் பிரயோகம் நடந்தது. காயப்பட்ட ஒரு கசாக்கு தலைமை ஸ்தானத்துக்

கட்டிடத்தின் ஜன்னல்களுக்குக் கீழேயிருந்த சதுக்கத்தில் உடம்பைச் சுருட்டி நெளித்து ஊர்ந்து வந்தான் ; அவன் வெறிபிடித்தவன் போல் கத்தினான்.

தலைமை ஸ்தானத்தில் பரபரப்பு ஏற்பட்டது. அன்று காலையில் மௌனமாக ஓய்ந்து கிடந்த தந்திக் கருவியில் பற்பல விசித்திரமான செய்திகள் வந்த வண்ணமாக இருந்தன. அந்தச் செய்திகளிலிருந்து சசீகா - உமான்ஸ்கயா எல்லையை நோக்கி வெள்ளை ராணுவம் முன்னேறிச் செல்கிறது என்றும், அதனால் செஞ்சேனையினரின் படைகள் பயபீதி கொண்டு தலைதெறிக்க ஓடத் தொடங்கி விட்டன என்றும் தான் ஊகிக்க முடிந்தது. ராணுவத் தலைமைக் காரியாலயம் இருந்த இடத்தை எட்டி விட்ட முன்னணிப் படைகள் ரயில் நிலையத்தையும் கிராமத்தையும் கொள்ளையடிக்கத் தொடங்கி விட்டன. குபான் துருப்புக்கள் அவர்கள் மீது துப்பாக்கிப் பிரயோகத்தைத் தொடங்கின. எனவே சண்டையும் தொடங்கி விட்டது.

சரோகின் ஓர் உயரமான, மூர்க்கத் தன்மை மிகுந்த சிவப்புக் குதிரையின் மேல் ஏறிக் கொண்டு, முற்றத்தைக் கடந்து பாய்ச்சலில் சென்றார். அவருக்குப் பின்னால் செர்க்கேசிய உடைகள் அணிந்த ஐம்பது பாதுகாவலர்கள் சென்றார்கள். அவர்களது மூடு தொப்பிகள் பின்னால் விழுந்து காற்றில் பறந்தன; அவர்கள் கையில் வளைந்த வாட்களை ஏந்திச் சென்றார்கள். குதிரையும் தானும் இரண்டறக் கலந்து விட்டது போல் சரோகின் தமது குதிரை மீது அமர்ந்திருந்தார். அவர் தொப்பி அணிந்திருக்கவில்லை; எனவே அவரை யாரும் உடனே இலகுவில் இனம் கண்டு கொள்ள முடியும். அவரது அழகிய தலை மேல் நோக்கி நிமிர்ந்திருந்தது; அவரது தலைமயிரையும் கோட்டின் மடிப்புக்களையும் காற்று படபடத்துப் பறக்கச் செய்தது. அவருக்கு இன்னும் போதை தெளியவில்லை; அவரது முகம் வெளிறிக் கடுத்துப் போய் இருந்தது. அவர் துணிவுடனிருந்தார். அவரது கொடிய கண்களின் குரூரப் பார்வை பயங்கரமாக

இருந்தது. பாய்ந்தோடும் குதிரைகளின் காற்குளம்புகளின் அடியிலிருந்து தூசிப் படலம் மேலெழும்பியது.

ரயில் நிலையத்துக்கு அருகிலுள்ள முட்செடிப் புதருக்குப் பின்னால் இருந்து சில துப்பாக்கி வெடிகள் வெடித்தன. பாதுகாவலர்களாக வந்த வீரர்கள் சிலர் ஆவேசமாகக் கூச்சலிட்டார்கள்; அவர்களில் ஒருவன் குதிரையிலிருந்து கீழே விழுந்தான். ஆனால், சரோகின் அவனைத் திரும்பிக் கூடப் பார்க்காமல் சென்றார். அவரது பார்வையெல்லாம் ரயில் நிலையத்துக்கு அருகில் நின்ற சரக்கு வண்டிகளுக்கு மத்தியில் ஹோவென்று இரைந்து பொங்கிக் கொண்டிருந்த ஜனக் கூட்டத்தின் மீது தான் பாய்ந்தது.

தூரத்தில் வரும்போதே அவர்கள் அவரை இனம் கண்டு கொண்டார்கள். உடனே பலர் அந்த ரயில் வண்டிகளின் கூரையின் மீது ஏறிக் கொண்டு விட்டார்கள். துப்பாக்கிகளை மேலே தூக்கி ஆட்டிக்கொண்டு, சிலர் சத்தம் போட்டார்கள். சரோகின் தமது குதிரையின் வேகத்தைக் கட்டுப் படுத்தாமலே, ரயில் நிலையத்தின் அருகிலுள்ள தோட்டத்தின் வேலியை ஒரே தாவாகத் தாவி, அந்தக் கும்பலின் மத்தியிலேயே பாய்ந்து விட்டார். குதிரையின் கடிவாளத்தை அவர்கள் எட்டிப் பிடித்தார்கள். அவர் தமது கைகளைத் தலைக்கு மேலே உயர்த்தியவாறு சத்தமிட்டார்:

“தோழர்களே! சகபாடிகளே! வீரர்களே! என்ன நடந்தது? எதற்காகச் சுடுகிறீர்கள்? ஏன் இந்த பயபீதி? உங்களைத் தூண்டிவிட்டவன் யார்? எங்கே அந்த அயோக்கியன்?”

“எங்களைக் காட்டி கொடுத்து விட்டார்கள்!” என்று ஒரு பயபீதி மிகுந்த குரல் ஒலித்தது.

படைத் தலைவர்கள் எங்களுக்கு விலைகூறி விட்டார்கள்! எதிரிகளை உள்ளே புக அனுமதித்து விட்டார்கள்!” என்று பல குரல்கள் கேட்டன. ஆயிரக்கணக்கில் திரண்டிருந்த அந்தக் கும்பல் ரயில் தண்டவாளங்களின் மீதும், அதற்கப்பாலுள்ள வயல்களிலும் ரயில் வண்டிகளிலும் நின்று கொண்டு உரக்கக் கத்தினார்கள்:

“எங்களை விற்று விட்டார்கள்! ராணுவம் சீர்குலைக்கப் பட்டுவிட்டது!... படைத் தலைவர் ஒழிக! பிரதம படைத் தலைவரை அடித்துக் கொல்லுங்கள்!”

அந்தக் கும்பல் ஊவென்று ஊளையிட்டது; ஏதோ ஒரு பயங்கரமான சூறாவளிபோல் அந்தக் குரல் ஒலித்தது. பாதுகாவலர்களின் குதிரைகள் பின்னடித்துக் கனைத்தன. வக்கரித்த முகங்களும், கறுத்த கைகளும் சரோகினை நோக்கி நெருங்கி வந்தன. சரோகினோ இடி முழக்கம் போல் கர்ஜித்தார்; அவர் போட்ட சத்தத்தில் அவரது கழுத்துத் தசைகளெல்லாம் புடைத்தன:

“வாயை மூடுங்கள்! நீங்களெல்லாம் புரட்சிப் படை வீரர்கள் அல்ல... நீங்கள் கொள்ளைக்காரர்கள்; அயோக்கியர்கள்! உங்களைக் கிளப்பிவிட்ட அந்த அயோக்கியர்களைக் காட்டுங்கள்! வெள்ளை ராணுவத்தின் உளவாளிகளைக் காட்டிக் கொடுங்கள்!”

அவர் தம் குதிரையைத் திடீரென்று முடக்கி விரட்டி, அந்தக் கும்பலின் மத்திக்கே சென்று விட்டார். அங்கு சென்று சேணத்தின் மீது சாய்ந்தவாறு அவர் ஒருவனைச் சுட்டிக் காட்டினார்:

“அவன் தானே!” அவர் சுட்டிக் காட்டிய மனிதனை நோக்கிக் கூட்டத்தினர் எல்லோரும் தம்மையுமறியாமல் திரும்பினர். அங்கு பெரிய மூக்கும் ஒல்லியான உடம்புக் கொண்ட ஓர் உயரமான மனிதன் நின்றான்; அவனது முகம் வெளிறி விட்டது; அவன் தன் முழங்கையால் கூட்டத்தை இடித்துக் கொண்டு ஓரடி பின் வாங்கினான். சரோகினுக்கு உண்மையிலேயே அவனைத் தெரியுமோ அல்லது தமது கண்ணில் பட்ட எவனோ ஒருவனைத்தான் அந் நிலைமையைச் சமாளிப்பதற்காக அவர் அவ்வாறு பலிகடா ஆக்கினாரோ அந்த உண்மை யாருக்கும் என்றும் தெரியப் போவதில்லை.... கூட்டத்தினரோ ரத்த தாகம் கொண்டு நின்றார்கள். சரோகின் தமது வாளை உருவி, அதனைக் காற்றில் ஓசையெழும்பப் பளாரென்று வீசியவாறு, அந்த உயரமான மனிதனின் நீண்ட கழுத்தின்

மீது ஓங்கி வெட்டினார்; மறுகணத்தில் ரத்தம் அருவி போலக் கொப்புளித்துச் சரோகினின் குதிரையின் தலை மீது பாய்ந்து வழிந்தது.

"மக்கள் விரோதிகளுக்குப் புரட்சி ராணுவம் அளிக்கும் தண்டனை இதுதான்!"

சரோகின் தமது குதிரையை மேலும் முன்னால் முடுக்கினார். அவர் தமது ரத்தக் கறை படிந்த வாளைச் சுழற்றிக் கொண்டே, உக்கிரத் தன்மையும் வெளுப்பும் பாய்ந்த முகத்தோடு வாய்க்கு வந்தபடி வைது கொண்டும் மிரட்டிக் கொண்டும் எச்சரித்துக் கொண்டும் கூட்டத்தினரிடையே பாய்ந்து சென்றார்.

"ராணுவம் தோற்று விட்டது என்று யார் சொன்னது? வெள்ளை உளவாளிகளும், கைக்கூலிகளும் தான் அத்தகைய பயபீதியை வேண்டுமென்றே உங்கள் மத்தியிலே பரப்ப முனைகிறார்கள், அவர்கள் தான் சூறையாட்டத்தை நோக்கி உங்களைத் தள்ளுகிறார்கள். உங்கள் கட்டுப்பாட்டை உடைக்க முனைகிறார்கள். நாம் தோற்று விட்டோம் என்று யார் சொன்னது? நீ பார்த்தாயா? தோழர்களே! நான் உங்களைத் தலைமை தாங்கி யுத்த களத்துக்கு நடத்தியிருக்கிறேன். என்னை உங்களுக்குத் தெரியும். என் உடம்பில் இருபத்தாறு காயங்களின் வடுக்கள் இருக்கின்றன. இந்த நிமிஷமே கொள்ளையடிப்பதை நீங்கள் நிறுத்த வேண்டும். எல்லோரும் ரயில்களுக்குத் திரும்பிச் செல்ல வேண்டும். இன்று நானே உங்களுக்குத் தலைமை தாங்கி, தாக்குதலைத் தொடங்குவேன்! கோபாவேசம் கொண்ட மக்களின் கையில் கோழைகளும் துரோகிகளும் நாய்படாத பாடுபடப் போகிறார்கள்!..."

அந்தக் கூட்டம் அவர் சொன்னதைக் காது கொடுத்துக் கேட்டது. அவர்களது உற்சாகத்தில் அவர்கள் ஒருவர் மேல் ஒருவர் தொத்திக் கொண்டு, பிரதம தளபதியைக் காண முயன்றார்கள். அவர்களில் சிலர் மட்டும் இன்னும் மொறு மொறுத்துக் கொண்டிருந்தார்கள். எனினும்

பெரும்பாலோர் போரிடத் தயாராகி விட்டார்கள். எல்லாத் திசைகளிலிருந்தும் பல்வேறு குரல்கள் எழுந்தன: "அவர் சொல்வது வாஸ்தவம் தான். அவரே நமக்கும் தலைமை தாங்கட்டும். அவரை நாம் பின்பற்றுவோம்." இதுவரையிலும் ஒளிந்து மறைந்திருந்த படைப்பிரிவுத் தளபதிகள் மெல்ல வெளியே வந்தார்கள்; ராணுவ வீரர்கள் மீண்டும் தங்கள் தங்கள் அணிகளுக்குப் போய்ச் சேர்ந்தார்கள். சரோகினின் கோட்டு மார்புப்புறத்தில் கிழிந்து திறந்து கிடந்தது; தமது மார்பிலே பட்ட காய வடுக்களைக் காட்டுவதற்காக, அவரே அதனைக் கிழித்தெறிந்திருந்தார்... அவரது முகம் சவம் போல் வெளிறியிருந்தது. பயபீதி அடங்கியவுடன், வண்டிகளில் வந்திருந்த துருப்புக்களைச் சமாளிக்க, இயந்திரத் துப்பாக்கிகள் ஆங்காங்கே நிறுவப்பட்டன. மிகவும் முக்கியமான தகவல்களையும், தீர்மானங்களையும் கொண்ட தந்திச் செய்திகள் அங்குமிங்கும் பறந்தன.

இவ்வளவெல்லாம் செய்த போதிலும் கூட, பின் வாங்குவது தவிர்க்க முடியாததாகி விட்டது. துருப்புக்களின் மத்தியில் மீண்டும் ஒழுங்கையும் கட்டுப்பாட்டையும் நிலை நிறுத்துவதற்குப் பல நாட்களாகிவிட்டன. திமஷேவ்ஸ்கயா ரயில் நிலையத்துக்கு அருகில் வந்த பின்னர் தான் அவர்களால் எதிர்த் தாக்குதலைத் தொடங்க முடிந்தது. வீசெல்கி, கரேனோவ்ஸ்கயா இரண்டையும் நோக்கி, செஞ்சேனையினர் இரண்டு பெரும் அணிகளாக முன்னேறினார்கள். எங்கெல்லாம் போர் நிலைமை தளர்ச்சியடைந்ததோ, அங்கெல்லாம் சரோகின் தமது செங்குதிரையின் மீதேறிக் கொண்டு பாய்ந்தோடி வருவதை எல்லோரும் பார்த்தார்கள். அவரது ஆவேசமிக்க மனோவுறுதியின் காரணமாகத்தான், அவர் அடுத் தடுத்து ஏற்பட்ட தோல்விகளைத் தடுத்து நிறுத்தி, கருங் கடல் பிரதேசத்தைக் காப்பாற்றினார் என்று தோன்றியது. எல்லா ராணுவ நடவடிக்கைகளிலும் சரோகினின் ராணுவத் தலைமையை எந்தவித ஆட்சேபனையும் இல்லாமல் அங்கீகரித்து அதனை ஒப்புக் கொண்டு போவதைத் தவிர, வடக்குக் காக்கேஸியக் குடியரசின் மத்திய நிர்வாகக்

கமிட்டியினால் வேறு எதுவும் செய்வதற்கு இல்லாது போய் விட்டது.

6

மே மாதப் பிற்பகுதியில் - அதாவது பிற்காலத்தில் ‘இரண்டாவது குபான் படையெடுப்பு’ என்று அழைக்கப்பட்ட தெனீகினின் ராணுவப் படையெடுப்பு நடந்து கொண்டிருந்த அதே சமயத்தில் - ருஷ்ய சோவியத் குடியரசுக்குப் புதியதொரு பேராபத்து நேர்ந்தது. உக்ரேனிய போர்முனையிலிருந்து கிழக்கு நோக்கி வந்து கொண்டிருந்த மூன்று செக்கோஸ்லோவகியப் படைப்பிரிவுகளும் அதே சமயத்தில் பேன்ஸாவிலிருந்து ஓம்ஸ்க் வரையிலும் இருந்த எல்லா ராணுவ ரயில்களிலும் ராணுவக் கலகத்தை மூட்டிவிட்டன.

சோவியத் யூனியனை நாசப்படுத்தும் படையெடுப்பின் முதற்பெரும் முயற்சியாக அந்த ராணுவக் கலகம் தூண்டி விடப்பட்டது. ருஷ்யாவில் குடியேறியிருந்த செக்கோ ஸ்லோவகியர்களையும், பின்னர் யுத்தக் கைதிகளையும் ஒன்றுபடுத்தி, 1914ம் ஆண்டு முதலே திரட்டி உருவாக்கப்பட்டவைதான் அந்தச் செக்கோஸ்லோவகியப் படைப் பிரிவுகள். அக்டோபர் புரட்சிக்குப் பிறகே, அந்தப் படை ருஷ்ய நாட்டுக்குள்ளேயே அமைந்த அந்நியப் படையாகவும், ருஷ்ய நாட்டின் உள்நாட்டு விவகாரங்களில் ஆயுதம் தாங்கித் தலையிடும் சக்தியாகவும் விளங்கியது.

ருஷ்யப் புரட்சிக்கெதிராக அந்தப் படையினரை ஆயுதம் தாங்கித் தாக்குமாறு தூண்டிவிடும் காரியம் அவ்வளவு இலகுவில் நடந்து விடவில்லை. ஏனெனில், ஆஸ்திரிய நாட்டுக் கொடுங்கோன்மைக்கு ஆளாகியிருந்த செக்கோஸ்லோவகிய நாட்டை எதிர்காலத்தில் ருஷ்ய நாடு தான் விடுதலை பெறச் செய்யும் என்ற எண்ணம் அந்தச்

செக்கோஸ்லோவகியர்களின் மனத்தில் ஏற்பட்டிருந்தது. கிறிஸ்துவ சமயத்தில் ஏராளமான வாத்துக்களைக் கொன்று தின்னும் செக்கோஸ்லோவகிய நாட்டின் விவசாயிகள், அவ்வாறு தின்னும் போது 'ஒரு வாத்து ருஷ்யர்களுக்கு!' என்று வாழ்த்துக் கூறித் தின்னும் பழக்கத்தை கடைப்பிடித்தார்கள். உக்ரேய்னாவில் தாக்குதல் நடத்திய ஜெர்மானியரைச் சமாளித்து நிற்க முடியாமல், செக்கோஸ்லோவகியப் படைப் பிரிவினர் தம்மைத் தாமே பிரான்ஸ் நாட்டுக்கு மாற்றிக் கொள்ளவும், பிரெஞ்சுப் போர்முனையிலிருந்து அகில உலகமும் கண்டு வியக்கும் வண்ணம் தமது செக் நாட்டு விடுதலைக்குப் போராடவும், ஆஸ்திரியர்களையும் ஜெர்மானியர்களையும் முறியடிக்கும் திருப்பணியில் தமது உரிமையை நிலைநாட்டவும் விரும்பினார்கள்.

அதே சமயத்தில் ஜெர்மன் யுத்தக் கைதிகளும், செக்கோஸ்லோவகியர்கள் மிகவும் வெறுத்தொதுக்கும் ஹங்கேரிய யுத்தக் கைதிகளும் விளாதிவஸ்தோக்கை நோக்கிச் செல்லும் செக்கோ ஸ்லோவகியர்களுக்கு எதிர்த் திசையில் திரும்பி, அவர்களை நோக்கி வந்தார்கள். இந்த இருவேறு சக்திகளும் சந்தித்த இடங்களிளெல்லாம் ஆவேச உணர்ச்சி மேலிட்டுப் பொங்கியது. வெள்ளை ராணுவத்தின் கைக்கூலிகள் செக்கோஸ்லோவகியரிடம் போல்ஷிவிக்குகளிடம் துரோகத்தனமான நோக்கங்கள் இருப்பதாக ரகசியமாக ஊதி வைத்தார்கள்; அதாவது போல்ஷிவிக்குகள் செக்கோ ஸ்லோவகியர்களை நிராயுத பாணிகளாக்கி அவர்களை ஜெர்மன் துருப்புக்களிடம் காட்டிக் கொடுக்கத் திட்டமிட்டுள்ளதாகத் தெரிவித்தார்கள்.

மே மாதம் 14ம் தேதியன்று செல்யாபின்ஸ்க் ரயில் நிலையத்தில் செக்கோஸ்லோவகியருக்கும், ஹங்கேரியர்களுக்கும் மூர்க்கமான போர் மூண்டு விட்டது. செல்யாபின்ஸ்கிலுள்ள சோவியத் அதிகாரிகள் அதி தீவிரமான செக்கோ ஸ்லோவகியர் சிலரைக் கைது செய்தார்கள். இதைக் கண்டதும் செக்கோஸ்லோவகியப்

படை முழுதும் இதனை எதிர்த்து ஆயுதம் தாங்கிக் கலகம் செய்தது. செல்யாபின்ஸ்க் சோவியத்தின் கீழ் இருந்த செஞ்சேனை வீரர்களோ போதுமான ஆயுத பலம் இல்லாதிருந்தார்கள்; எனவே அவர்கள் பணிந்து செல்ல வேண்டிய நிர்ப்பந்தம் ஏற்பட்டது. செல்யாபின்ஸ்கில் நடந்த சம்பவத்தின் எதிரொலி எல்லாப் படை வரிசைகளுக்கும் காட்டுத் தீப் போல் பரவியது. இந்தச் சம்பவத்தைக் கண்டு, குடியரசின் சுப்ரீம் ராணுவக் கவுன்சிலின் தலைவர் விடுத்த ஆத்திர மூட்டக் கூடிய, துரோகத்தனமான உத்தரவினால், பெருங்கிளர்ச்சியே வெடித்து விட்டது.

"எல்லா சோவியத்துக்களும் செக்கோஸ்லோவகியரை ஆயுதப் பரிகரணம் செய்ய வேண்டும்; இந்த உத்தரவை நிறைவேற்றா விட்டால், அதற்குச் சோவியத்துக்களே முழுப் பொறுப்பாளியாவார்கள். ரயில் பாதையில் எந்த ஒரு செக்கோஸ்லோவகியனாவது கையில் ஆயுதம் வைத்திருக்கக் கண்டால், அவனை உடனடியாகச் சுட்டுத் தள்ள வேண்டும். எந்தவொரு ராணுவ ரயிலிலும் எவனாவது ஒரு செக்கோஸ்லோவகியன் ஆயுதம் தாங்கியிருக்கக் கண்டால், அந்த ரயிலிலுள்ள எல்லா செக்கோஸ்லோவகியர்களையும் உடனே ரயிலை விட்டு இறக்கி, அவர்களை யுத்தக் கைதிகளின் முகாமுக்கு அனுப்பி வைக்க வேண்டும்" என்பது தான் அந்த உத்தரவு.

செக்கோஸ்லோவகியரிடம் அருமையான கட்டுப்பாடும், ஒற்றுமையும், யுத்த அனுபவமும் இருந்தன; அத்துடன் ஏராளமான இயந்திரத் துப்பாக்கிகளும் பீரங்கிகளும் இருந்தன; சோவியத்துக்களிடமோ அனுபவமற்ற ராணுவத் தலைவர்களின் ஆணையின் கீழ், போதுமான ஆயுதங்கள் அற்றிருந்த செஞ்சேனைப் படைப்பிரிவுகள்தான் இருந்தன. எனவே சோவியத்துக்கள் செக்கோஸ்லோவாகியரின் ஆயுதங்களைப் பறிப்பதற்குப் பதிலாக, செக்கோஸ்லோவகியர்கள் சோவியத்துக்களின் ஆயுதங்களைப் பறித்து விட்டார்கள். இதன் மூலம் பேன்ஸாவிலிருந்து ஓம்ஸ்க் வரையிலும்

செக்கோஸ்லோவகியர்களே ஆள்வோர் ஆனார்கள்.

பேன்ஸாவில் கலகம் மூண்ட போது, பதினாலாயிரம் செக்கோஸ்லோவகியர்களுக்கு எதிராக, சோவியத்துக்கள் ஐந்நூறு செஞ்சேனை வீரர்களை அனுப்பி வைத்தார்கள்.

செஞ்சேனையினர் ரயில் நிலையத்தைத் தாக்கினார்கள். அந்தத் தாக்குதலில் அநேகமாக எல்லோருமே அழிபட்டுப் போனார்கள். செக்கோஸ்லோவகியர்களோ பேன்ஸாவிலுள்ள செலாவணி நோட்டுக்களை அச்சிடும் அச்சுயந்திரத்தைக் கைப்பற்றி அதனையும் எடுத்துச் சென்று விட்டார்கள்; அத்துடன் பெசின் சூக், லிப்யாகி முதலியவற்றின் அருகில் நடந்த பெரும் போரில், செஞ்சேனையினரைத் தோற்கடித்து, சமாராவையும் கைப்பற்றி விட்டார்கள்.

இவ்வாறாக உள் நாட்டுப் போரில் ஒரு புதிய போர் முன்னணி உருவாயிற்று; இந்த முன்னணி விரைவிலேயே வோல்கா பிரதேசம், யூரல் பிரதேசம், சைபீரியப் பிரதேசம் முதலிய எல்லா விரிந்து பரந்த பிரதேசங்களுக்கும் பரவி விட்டது.

டாக்டர் திமித்ரி ஸ்தெபானவிச் புலாவின் திறந்து கிடந்த ஜன்னலின் மீது சாய்ந்து வெளியே எட்டிப் பார்த்தவாறு, தூரத்திலிருந்து கேட்கும் பீரங்கி முழக்கத்தின் கும்மிட்ட வெடியோசையைக் கேட்டுக் கொண்டிருந்தார். தெருவில் ஆளரவமே இல்லை. தாழ்ந்த வீடுகளின் சுவர்களின் மீதும், காலியான கடைகளின் தூசிபடிந்த ஜன்னல்களின் மீதும், அந்தக் கடைகளின் கதவுகளில் பயனற்றுப் பதிக்கப்பட்டிருந்த விளம்பரப் பலகைகளின் மீதும், சுண்ணாம்புத் தூள் படிந்த தார் ரோட்டின் மீதும் வெண் சூரியனின் கொதிக்கும் கிரணங்கள் பாய்ந்து கொண்டிருந்தன.

டாக்டர் பார்த்துக் கொண்டிருந்த திசைக்கு வலது புறத்தில் ஒரு சதுக்கம் இருந்தது; அதில் ஒரு மரப்பீடம் இருந்தது; அந்தப் பீடத்தில் இரண்டாம் அலெக்சான்தர் மன்னரின் சிலை காட்சியளித்தது; அந்தச் சிலையைக் கிழிந்து நைந்த

கந்தல் துணியினால் போர்த்தி மூடியிருந்தார்கள். அதனை அடுத்து ஒரு பீரங்கி; அதற்கருகில் சில மனிதர்கள் ஏதோ கருத்தற்ற முறையில் தரையைத் தோண்டிக் கொண்டிருந்தார்கள். பாதிரியார் ஸ்லவஹோதவ், சமாராவிலுள்ள அறிவு ஜீவிகள் பெருமைக்கும் புகழுக்கும் காரணனாக விளங்கும் மீஷின் என்ற சான்றதிகாரி, உணவுப் பொருள் கடைக்காரனான ரமானவ், ஜில்லா நிர்வாகக் குழுவின் மாஜி அங்கத்தினனான ஸ்திராம்பவ், நரைத்த தலையும் அழகிய தோற்றமும் கொண்ட, முன்னை நாள் நகரப் பிரமுகரும், நிலப் பிரபுவும் ஆன குரயேதவ் முதலியோரெல்லாம் அந்தக் கூட்டத்தில் காணப்பட்டார்கள். அவர்கள் எல்லோருமே ஒரு காலத்தில் டாக்டர் புலாவினிடம் வைத்தியம் செய்து கொண்டவர்கள் தான்; அத்துடன் சீட்டு விளையாடவும் அவருக்குக் கூட்டாளியாக இருந்தவர்கள் தான்... ஒரு செஞ்சேனை வீரன் துப்பாக்கியை முழங்கால்களுக்கு இடையே ஊன்றியவாறு, ஒரு தணிந்த திண்ணை மீது அமர்ந்து புகை பிடித்துக் கொண்டிருந்தான்.

சமார்க்கா நதியின் அக்கரையிலுருந்து துப்பாக்கிகள் முழங்கிக் கொண்டிருந்தன. அந்த முழக்கத்தில் ஜன்னல் கதவுகள் அதிர்ந்து ரீங்காரித்தன. ஒவ்வொரு முறை வெடிச் சத்தம் கேட்கும் போதும் டாக்டரின் முகம் வெறுப்புடன் சுருங்கியது; தமது நரைத்த மீசைக்குள் இருமிக் கொள்ளவும் செய்தார். அவரது நாடித் துடிப்பு 105ஐ எட்டியிருந்தது. அவரது உள்ளத்தில் பழைய சமுதாய உத்வேக உணர்ச்சி இன்னும் மடியவில்லை என்பதை அது புலப்படுத்தியது. ஆனால் அந்த உணர்ச்சிகளை வெளியிட முனைந்தால், இப்போது அது அவருக்கு ஆபத்தாகவே முடியும். ரோட்டுக்கு நேர் எதிரே, லேடர் என்பவனின் நகைக் கடையின் உடைந்த கண்ணாடி ஜன்னலை மறைத்து வைக்கப்பட்டிருந்த விளம்பரக் பலகைகளில் ஒட்டப்பட்டிருந்த அறிவிப்பு அவரது கண்ணை உறுத்தியது. புரட்சிக்கு எதிராக நடவடிக்கை எடுக்க முனைபவர்கள் சுட்டுத் தள்ளப்படுவார்கள் என்று புரட்சிக் கமிட்டி விடுத்த அறிவிப்பு இது.

அப்போது அந்தத் தெருவில் ஒரு விசித்திரமான மனித உருவம் தென்பட்டது. முன்னும் பின்னும் கூம்பியிருந்த தேங்காய் நாரினால் செய்த தொப்பியும், யுத்த முற்கால பாணியில் தைத்த பட்டுச் சட்டையும் அவன் அணிந்திருந்தான். அவனது முகத்துக்கு நேராக ஏதோ ஒரு துப்பாக்கிக் குண்டு பாய்ந்தோடி விட்டதைக் கண்டு பயந்த மாதிரி, அவன் சுவரோரமாக மெல்ல ஊர்ந்து வந்தான்; வரும்போதே திரும்பித் திரும்பிப் பார்த்துக் கொண்டான். சணல் நிறத்திலிருந்த அவனது தலைமயிர் தோளின் இருபுறத்திலும் சரிந்து தொங்கியது; அவனது நீண்ட வெளிறிய முகத்தில் தென்பட்ட செந்நிறமான தாடி ஏதோ பசையிட்டு ஒட்டிய ஒட்டுத் தாடி மாதிரி தோன்றியது.

அவன் தான் கவ்யாதின் என்பவன்; அந்த ஜில்லாவின் புள்ளி விவர அதிகாரி. அவன்தான் ஒருமுறை தாஷாவின் உள்ளத்திலுள்ள 'அழகிய மிருகத்தை' உசுப்பி விட வேண்டும் என்று வீணில் முயன்றவன். அவன் புலாவினைப் பார்க்கத்தான் வந்து கொண்டிருந்தான். அந்த அத்துவானமான தெருவையும், முழங்கும் துப்பாக்கிச் சத்தத்தையும் கண்டு பயப்படாமல் அவன் துணிந்து அங்கு வருவதற்குக் காரணம் அவன் வந்த காரியம் மிகவும் முக்கியமானது என்பதுதான்.

ஜன்னலின் மீது டாக்டரின் முகத்தைக் கண்டதும், கவ்யாதின் கையை அர்த்தபுஷ்டியுடன் அசைத்து ஏதோ சைகை செய்தான். "தயவுசெய்து என்னைப் பார்க்காதீர்கள்! என்னைப் பின்தொடர்ந்து வருகிறார்கள்!" என்று சொல்வது போலிருந்தது அந்தச் சைகை. திரும்பிப் பார்த்து விட்டு, புரட்சிக் கமிட்டியின் அறிவிப்பு ஒட்டப்பட்டிருந்த சுவரின் ஓரமாகப் பதுங்கிச் சென்றான். திடீரென்று ரோட்டின் குறுக்கே பாய்ந்து வாசலுக்குள் ஓடி மறைந்து விட்டான். ஒரு நிமிஷ நேரத்தில் அவன் டாக்டர் வீட்டின் பின்வாசல் கதவைத் தட்டிக் கொண்டிருந்தான்.

தயவு செய்து ஜன்னல் கதவைச் சாத்திவிடுங்கள். நம்மை அவர்கள் கவனிக்கிறார்கள்" என்று கரகரத்த

குரலில் கிசுகிசுத்துக் கொண்டே கவ்யாதின் சாப்பாட்டு அறைக்குள் நுழைந்தான். 'திரைகளை இழுத்து மூடுங்கள்... இல்லை. மூடாமலிருப்பதே நல்லது. திமித்ரி ஸ்தெபானவிச்! நான் உங்களைச் சந்திப்பதற்காகத்தான் அனுப்பப்பட்டிருக்கிறேன்."

"நல்லது" என்று சொல்லிக் கொண்டே டாக்டர் மேஜைமுன் உட்கார்ந்தார். அந்த மேஜை மீது அழுக்கடைந்து கறுத்திருந்த ஒரு மெழுகு துணி விரிக்கப்பட்டிருந்தது: "உட்காருங்கள். சொல்ல வந்த செய்தியைச் சொல்லுங்கள்."

கவ்யாதின் ஒரு நாற்காலியை இழுத்து, அதில் தொப்பென்று ஒரு காலை மடக்கிக் கொண்டு உட்கார்ந்தான்; பின்னர் டாக்டரின் காதில் கரகரத்த குரலில் ரகசியமாகப் பேசினான்:

"திமித்ரி ஸ்தெபானவிச்! சட்டசபைக் கமிட்டியின் ரகசியக் கூட்டத்திலே இப்போதுதான் ஒரு விஷயம் முடிவாயிற்று. அதாவது சுகாதார இலாகாவின் உதவி மந்திரிப் பதவியை உங்களுக்கு அளிப்பதென்று தீர்மானமாகியுள்ளது."

"உதவி மந்திரிப் பதவியா?" என்று டாக்டர் குறுக்கிட்டுக் கேட்டார்; அப்போது வாய் கீழ்நோக்கி வளைந்தது; அதனால் அவரது மோவாயில் வரிக்கோடுகள் விழுந்தன. "நல்லது, எந்தக் குடியரசுக்கு?"

"குடியரசுக்கல்ல. சர்க்காருக்கு... இப்போது நாங்களே போராட்டத்தில் முக்கிய பங்கை எடுக்கிறோம்....... நாங்களே ஒரு முன்னணியை உருவாக்குகிறோம். பணம் அச்சடிப்பதற்கும் எங்களுக்கு ஓர் அச்சு இயந்திரமும் வந்து சேர இருக்கின்றது. செக்கோஸ்லோவகியப் படைகளின் தலைமையில் நாங்கள் மாஸ்கோவை நோக்கி முன்னேறப் போகிறோம்... நாங்களே ஒரு சட்டசபையை உருவாக்குகிறோம்... நாங்கள்... ஆமாம் நாங்களேதான்... புரிந்ததா? இன்று ஒரு பெரிய வாக்குவாதம் நடந்தது. சோஷலிஸ்ட்- புரட்சிவாதிகளும், மென்ஷ்விக்குகளும் எல்லாப் பதவிகளும் தமக்கே வேண்டுமென்று கோரினார்கள். ஆனால் ஜில்லா நிர்வாகிகளான நாங்களோ

உங்கள் பெயரைப் பிரேரேபித்தோம்; ஓட்டெடுப்பில் ஜெயித்து, உங்கள் பெயரை உறுதிப்படுத்தி விட்டோம்.... சரி. நீங்கள் பதவியை ஏற்றுக் கொள்கிறீர்களல்லவா?"

அதே கணத்தில் சமார்க்காவின் மறுகரையிலிருந்து திடீரென்று பலத்த குண்டு முழக்கம் எழுந்தது; அந்த அதிர்ச்சியில் மேஜை மீதிருந்த கண்ணாடித் தம்ளர்கள் கலகலத்தன; கவ்யாதின் தன் நெஞ்சைப் பிடித்துக் கொண்டு துள்ளிக் குதித்தான்.

"செக்கோஸ்லோவகியர்கள்தான்..."

மீண்டும் மற்றொரு குண்டு முழக்கம். அடுத்த வீட்டுப் பக்கத்தில் இருந்தே ஓர் இயந்திரத் துப்பாக்கி முழங்கத் தொடங்கி விட்டது போலிருந்தது. வெள்ளை வெளேரென்று வெளிறிய முகத்துடன் கவ்யாதின் தனது காலை மீண்டும் மடித்தவாறே அமர்ந்தான்.

"இது அந்தச் செஞ்சேனைப் பயல்கள் தான்.... அவர் களது இயந்திரத் துப்பாக்கிகள் தானியக் கிடங்கின் மீது நிறுவப்பட்டுள்ளன. அதில் சந்தேகமில்லை. செக்கோஸ் லோவகியர்கள் நகரத்தைக் கைப்பற்றி விடுவார்கள். ஆம். நிச்சயம்... நிச்சயமாகக் கைப்பற்றியே விடுவார்கள்..."

"சரி. நான் பதவியை ஒப்புக்கொண்டு தான் தீர வேண்டும் போலிருக்கிறது" என்று தாழ்ந்த குரலில் சொன்னார் டாக்டர் புலாவின்: "சரி, கொஞ்சம் தேநீர் சாப்பிடுங்கள். தேநீர் குளிர்ந்து போய்விட்டதோ என்னவோ?"

கவ்யாதின் தேநீரை வேண்டாமென மறுத்துவிட்டு, மீண்டும் ஏதோ வெறிவேகத்துக்கு ஆளானவன் மாதிரி கிசுகிசுக்கத் தொடங்கினான்:

"சர்க்காரின் தலைமைப் பீடத்தில் தேசபக்தர்கள் இருக்கிறார்கள். அவர்கள் எல்லோரும் மிகவும் நாணயஸ்தர்கள்; கண்ணியமான பிரமுகர்கள்.... வோல்ஸ்கி- அவரை உங்களுக்குத் தெரியும் --திவேர் நகரத்திலிருந்து வந்துள்ள பாரிஸ்டர்; ரொம்பக் கெட்டிக்காரரர். பிறகு

- காப்டன் பர்த் துனாதவ்.... அப்புறம் கிலீமுஷ்கின் - இவரும் சமாரா நகரத்தைச் சேர்ந்தவர்தான்... ரொம்பவும் நல்ல மனிதர். அவர்கள் எல்லோரும் சோஷலிஸ்ட - புரட்சிவாதிகள்; இலகுவில் திருப்திப்பட்டு விடாத போராளிகள். அவர்கள் செர்னோவின் வருகையைக் கூட எதிர்நோக்கியிருக்கிறார்கள். ஆனால் அது ஒரு பெரிய இரகசியம்..... அவரோ வடதிசையில் போல்ஷிவிக்குகளை எதிர்த்துப் போராடிக் கொண்டிருக்கிறார். ராணுவ வட்டாரங்கள் எல்லாவற்றிலும், நாம் நெருங்கிய தொடர்பு வைத்திருக்கிறோம்... கர்னல் கால்கின் தான் ராணுவத்தினரின் பிரதிநிதி. அவரைப் புதிய தன்தோன் என்று அவர்கள் சொல்கிறார்கள்.. ஒரே வார்த்தையில் சொன்னால், எல்லாமே தயாராக இருக்கிறது... தாக்குதலையே எதிர்நோக்கியிருக்கிறோம். இருக்கிற நிலைமையைப் பார்த்தால் செக்கோஸ்லோவகியர்கள் இன்றிரவே தாக்குதலைத் தொடங்குவார்கள் என்று தான் தெரிகிறது. நான் மக்கள் காவல் படையைச் சேர்ந்தவன்.... இது மிகவும் ஆபத்தான, பொறுப்பான பதவிதான்.... என்றாலும் நாம் போராட வேண்டியிருக்கிறதே... தியாகம் பண்ண வேண்டுமே!...”

ஜன்னலின் வழியாக ராணுவ பாண்டு வாத்தியத்தின் ‘சர்வதேச கீதத்தை வாசித்துக் கொண்டு செல்லும் பலத்த, சுருதியிழந்த இசை முழக்கம் கேட்டது. கவ்யதின் நாற்காலியிலிருந்து குனிந்தவாறு, தன் தலையை டாக்டர் புலாவினின் வயிற்றின் மீது வைத்தான். அவனது சணல் நிறங்கொண்ட தலைமயிர் ஒரு பொம்மையின் தலைமயிரைப் போல் உயிரற்றுத் தோன்றியது.

சூரியன் பிரம்மாண்டமான மேகப்படலத்தின் பின்னால் அஸ்தமித்து விட்டது. இரவு வந்தும், குளுமை ஏற்படவில்லை. நட்சத்திரங்களெல்லாம் மூடுபனியில் மறைந்திருந்தன. ஆற்றுக்கு அக்கரையிலிருந்து வெடிக்கும் குண்டு முழக்கம் வரவர அதிகமாகவும் உரத்தும் கேட்கத் தொடங்கியது. ஒவ்வொரு குண்டு வெடிக்கும் போதும் வீடுகள் அதிர்ந்து நடுங்கின. ஆறு அங்குல அளவுத்

துப்பாக்கிகள் கொண்ட போல்ஷிவிக் இயந்திரத் துப்பாக்கிப் படை தானியக் கிடங்குக்குப் பின்புறமிருந்து பதிலுக்கு வெடித்துக் கொண்டிருந்தது. இயந்திரத் துப்பாக்கிகள் கூரைகளின் மேலிருந்து முழங்கின. மரப் பாலத்தால் இணைக்கப்பட்டுள்ள ஆற்றின் மறுகரையிலிருந்து செஞ்சேனைப் பாதுகாவலர்களின் மெதுவான துப்பாக்கிப்பிரயோகம் முழங்கியது.

ஒரு பெரிய கருமேகம் வானில் படர்ந்து இடிமுழக்கம் செய்து உறுமியது. எங்கும் ஒரே கும்மிருட்டாகப் போனது. நகர்ப்புறத்திலும் சரி, நதிக்கரையிலும் சரி துப்பாக்கிகளி லிருந்து கிளம்பும் நெருப்பு வெளிச்சத்தைத் தவிர வேறு விளக்குகளோ, ஒளியோ இல்லை.

நகரில் அன்றிரவு ஒருவருமே தூங்கவில்லை. சட்டசபைக் கமிட்டி எங்கோ அந்தரங்கமான சுரங்க வீட்டினுள் ஓய்வின்றி கூடிப் பேசியது. அதிகாரிகளின் ஸ்தாபனங்களிலிருந்து வந்த சேவா வீரர்கள் தத்தம் வீடுகளில் பரிபூரண ஆயுத பாணிகளாக அமர்ந்து நிலை கொள்ளாமல் தவித்துப் புழுங்கிக் காத்திருந்தார்கள். நகரத்து மாந்தர்கள் தத்தம் வீட்டு ஜன்னல்களினருகே நின்று, பயங்கரமான இருள் வெளியைப் பார்த்துக் கொண்டிருந்தார்கள். வீதிகளிலெல்லாம் காவலர்கள் குரல் கொடுத்துக் கொண்டிருந்தார்கள். இடையிடையே நிலவும் அமைதிக்கு மத்தியில், கிழக்குத் திசையை நோக்கிச் செல்லும் ரயில்களை இழுத்துச் செல்லும் என்ஜின்களின் உயிரற்ற பயங்கரமான விசில் சத்தம் கேட்டது.

ஜன்னல்களிலே நின்றவர்களின் கண்களில், வான மண்டலத்தில் பெரியதொரு மின்னல் கிளை பல விடுத்துத் துள்ளிப் பாய்ந்து பளிச்சிட்ட காட்சி புலனாயிற்று. அந்த மின்னல் வீச்சில் வோல்கா நதியின் கலங்கலான தண்ணீர் பளபளத்தது. துறைமுகத்தில் நின்ற படகுகளும், நீராவிக் கப்பல்களும் ஒரு கணம் நிழல் வடிவமாகத் தோன்றி மறைந்தன. ஆற்றுக்கு வெகு தொலைவில், இரும்புத் தகடு வேய்ந்த கூரைகளுக்கு மேல், தானியக் கிடங்கின் பிரம்மாண்டமான குதிரும், லூதர்

தேவாலயத்தின் ஊசிக் கோபுரமும், கன்னியா ஸ்திரி மடத்தின் வெள்ளை மணிக் கூண்டும் தோன்றித் தோன்றி மறைந்தன. அந்த மணிக்கூண்டை சூசானா என்ற கன்னியாஸ்திரி நன்கொடை வசூலித்துக் கட்டினாள் என்று சொல்லப்பட்டது. மின்னல் வீச்சு நின்றது. எங்கும் ஒரே காரிருள்.

மேகங்கள் கலைந்தன; ஒரு பெருங்காற்று புகைக் கூண்டுகளின் வழியே ஊளையிட்டு வீசிற்று. செக்கோஸ்லோவாகியார்கள் தாக்குதலைத் தொடங்கினார்கள்.

அவர்கள் கிரியாஷ் ரயில் நிலையத்திலிருந்து இடைவெளிகளுடனான அணி அணியாக ரயில் பாலத்தை நோக்கி முன்னேறினார்கள்; ஆற்றின் சுற்றுப்புறத்திலிருந்து பன்றிக் கறி தயாரிக்கும் தொழிற்சாலையைக் கடந்து வந்தார்கள். ஆங்காங்கே வெடித்திருந்த தரைப் பரப்பும், அணையும், பழுப்புப் நிறமான தூங்கு மூஞ்சி மரங்கள் அடர்ந்த தாழ்ந்த புதர்களும் அவர்களது துரித முன்னேற்றத்துக்கு இடையூறாக இருந்தன.

அந்த நகரத்துக்குள் வருவதற்கு இரண்டு பாதைகள் இருந்தன; ஒன்று மரப்பாலம்; மற்றது ரயில் பாலம். தானியக் கிடங்குக்குப் பின்னாலிருந்து குண்டு மழை பொழிந்த போல்ஷிவிக் துப்பாக்கிப் படை இந்த இரு பாதைகளையும் நோக்கிக் குண்டு வீச்சை நடத்தியது. தங்களது தளபதிகளின் ராணுவ அனுபவத்தில் அவ்வளவாக நம்பிக்கையில்லாத செஞ்சேனையினர் பெருத்த குண்டு வீச்சினாலும், வெடிமுழக்கத்தினாலும் தைரியமாக இருந்தார்கள்.

பொழுது விடியப் போகும் தருணத்தில் செக்கோஸ்லோவகியர்கள் ஒரு தந்திரத்தைக் கையாண்டார்கள். தானியக் கிடங்குக்கு அருகிலுள்ள குடிசைகளில் போலந்து அகதிகளில் சிலர் தமது மனைவி மக்களுடன் வாழ்ந்து வந்தார்கள். செக்கோஸ்லோவகியருக்கு இந்த விவரம் தெரியும். அந்தத்

தானியக் கிடங்குக்கு மேலாகக் குண்டுகள் வெடிக்கத் தொடங்கிய பின்னர், அந்தக் குடிசைகளிலிருந்து போலந்துக்காரர்கள் அங்குமிங்கும் புகலிடம் தேடி ஓடத் தொடங்கினார்கள். பீரங்கிப் படையினரோ அவர்களை வாய்க்கு வந்தபடி வைதுகொண்டு, அவர்களைப் பீரங்கிகளுக்கு அப்பால், பீரங்கிக் கம்பிகளைக் கொண்டு தாக்கி விரட்டியடித்தார்கள். ஆறு அங்குல அளவுப் பீரங்கிகள் முழங்கிய போது, அந்த அகதி கள் கண் மண் தெரியாமல் எல்லாத் திசைகளிலும் சிதறியோடினார்கள்... அந்த நேரத்தில் இன்னொரு பெண்கள் கூட்டம் குடிசைப் பகுதியிலிருந்து கூச்சலிட்டுக் கொண்டு ஓடிவந்தது:

"சுடாதீர்கள் அண்ணன்மாரே! சுடாதீர்கள்! இந்த அனாதைகள் மீது கருணை காட்டுங்கள்! நாங்கள் மிகவும் வேண்டிக் கேட்டுக் கொள்கிறோம்!"

அவர்கள் அந்தப் பீரங்கிகளை நாலாதிசையிலிருந்தும் சூழ்ந்து கொண்டார்கள்.

அந்த விசித்திரமான போலந்துப் பெண்கள் பீரங்கிகளைச் சுத்தம் செய்ய வைத்திருக்கும் கம்பிகளையும், பீரங்கிச் சக்கரங்களையும் பற்றிப் பிடித்தார்கள். துப்பாக்கி வீரர்களின் கையிலிருந்த ஆயுதங்களையும் விடாப்பிடியாகப் பற்றிப் பிடித்தார்கள்; அந்த வீரர்களோ இந்தக் குழப்பத்தில் பிரமை பிடித்தவர்கள் போலாகி விட்டார்கள். அந்தப் பெண்கள் அவர்கள் மீது தொப்பென்று விழுந்து அவர் களது கைகளைக் கெட்டியாகப் பிடித்து, அவர்களைத் தரையில் இழுத்துக் கிடத்தி அமுக்கினார்கள். அப்போதுதான் அந்தப் பெண்களின் ரவிக்கைகளுக்குள்ளே, ராணுவ உடைகளும், பாவாடைகளுக்கடியில் குதிரை வீரரின் கால் சராயும் காட்சியளிப்பதைக் கண்டார்கள்!

"இவர்கள் செக்கோ ஸ்லோவகியர்கள், தம்பிகளா!" என்று ஒரு குரல் சத்தமிட்டது; மறுகணத்தில் அவ்வாறு சத்தமிட்டவனின் தலை ஒரு ரிவால்வர் குண்டினால் தெறித்துச் சிதறியது. அந்தத் துப்பாக்கி வீரர்களில் சிலர் அந்தப் 'பெண்களை' அடித்து நொறுக்க முயன்றார்கள்;

மற்றவர்களோ தலைதெறிக்க ஓடினார்கள்... ஆனால் செக்கோஸ்லோவகியரோ அந்தப் பீரங்கிகளைச் செயலிழக்கச் செய்து விட்டு, இடைவிடாது சுட்டுக் கொண்டே வாபஸ் வாங்கினார்கள். பின்னர் அவர்கள் அந்தக் குடிசைகளுக்குப் பின்னால் ஓடி மறைந்தார்கள்; மறுகணம் பூமியே வாய்திறந்து அவர்களை விழுங்கி விட்ட மாதிரி, ஓடி மறைந்து விட்டார்கள்.

பீரங்கிப் படை செயலிழந்தது; இயந்திரத் துப்பாக்கிகள் ஊமையாகி விட்டன; செக்கோஸ்லோவகியர்கள் தொடர்ந்து முன்னேறினார்கள்; வோல்கா நதியின் கரை வரையிலும் சமாராவின் சுற்றுப்புறம் அனைத்தையும் கைப்பற்றி விட்டார்கள்.

பொழுது விடிந்ததும் மேகங்கள் கலைந்து விட்டன. வெப்பம் மிகுந்த சூரியன் டாக்டர் புலாவின் வீட்டு அழுக்கடைந்த ஜன்னல்களின் மீது தனது கதிர்களைப் பாய்ச்சியது. டாக்டர் நன்றாக உடை தரித்துக் கொண்டு ஜன்னலருகில் அமர்ந்திருந்தார். அவரது கண்கள் ஆழ்ந்து குழிந்திருந்தன; அவர் இரவில் தூங்கவேயில்லை. தட்டு, பாத்திரம் எல்லாவற்றிலும் சிகரெட்டுத் துண்டுள் நிறைந்திருந்தன. இடையிடையே அவர் ஒரு ஓடிந்த சீப்பை எடுத்து, தமது சுருண்டு நரைத்த தலை மயிரை வாரிவிட்டுக் கொண்டார். மந்திரிப் பதவியேற்புக்கான அழைப்பு எந்த நிமிஷத்திலும் வந்து சேரக் கூடும். அப்போதுதான் திடீரென்று தாம் தலைக்கு மிஞ்சிய அதிகார வேட்கை கொண்டவராக இருப்பதை அவர் உணர்ந்தார்.

காயமடைந்த சிப்பாய்கள் அவரது வீட்டு ஜன்னல்களின் ஓரமாக, துவரியான்ஸ்கயா தெரு வழியாக வரிசையாகப் போனார்கள். அவர்கள் ஏதோ ஒரு புதையுண்ட நகரத்தின் வழியாகப் போவது போலத் தோற்றினார்கள். போகும் போதே சிலர் தொப் தொப்பென்று கீழே சரிந்தார்கள்; ரத்தக் கறை படிந்த துணிகளால் கட்டுப் போடப்பட்டவார்களாய், வேறு சிலர் சுவரின் மீது சாய்ந்தார்கள். அவர்கள் ஆள் நட மாட்டமற்ற

ஜன்னல்களை ஏறிட்டுப் பார்த்தார்கள்; ஆனால் ஒரு குவளைத் தண்ணீரோ அல்லது ஒரு ரொட்டித் துண்டோ கேட்டுப் பெறுவதற்குக் கூட அங்கு ஒருவரையும் காணோம்.

முந்தின நாள் இரவு அடித்த புயலினால் கூட குளிர்ச்சி பெறாத அந்தத் தெருவீதி சூரிய வெப்பத்தில் கொதித்துத் தகதகத்தது. ஆற்றின் மறுகரையிலிருந்து பீரங்கி முழக்கத் தின் கிடுகிடாய்க்கும் சத்தம் கேட்டுக் கொண்டிருந்தது. ஒரு கார் வேகமாகப் விரைந்து சென்றது; அது சென்ற வேகத்தில் வெள்ளைப் புழுதியைக் கிளப்பி விட்டு விட்டது. அந்தக் காரில் வக்கரித்த முகமும் கறுத்துப் போன உதடுகளும் கொண்ட ஒரு ராணுவக் கமிசார் அமர்ந்திருப்பது மின் வெட்டும் நேரத்தில் தெரிந்து மறைந்தது. அந்தக் கார் இறக்கத்தில் இறங்கி மரப்பாலத்தை நோக்கிச் சென்றது; ஆனால் மரப்பாலத்தின் மீது சென்ற போது அது நேரடியான குண்டு வீச்சுக்கு இரையாகி, அதிலிருந்த பிரயாணிகள் அத்தனை பேருடனும் தூள் தூளாகிச் சிதறி வீழ்ந்து விட்டது என்று பிறகு கூறப்பட்டது.

காலமே ஸ்தம்பித்தாற் போலிருந்தது; சண்டைக்கு முடிவே இல்லை போல் தோன்றியது. நகரம் பூராவும் மூச்சைப் பிடித்துக் கொண்டு பிரமித்து நின்றது. வெள்ளுடை தரித்த பெரிய வீட்டுப் பெண்கள் தலையணிகளில் தலையைப் புதைத்துக் கொண்டு படுத்துக் கிடந்தார்கள். ஒரு மாவு மில் முதலாளி வழங்கிய தேநீரைச் சட்டசபைக் கமிட்டியினர் அருந்திக் கொண்டிருந்தனர். அந்தச் சுரங்க வீட்டின் ஒளியில், அங்கிருந்த மந்திரிமார்களின் முகங்களெல்லாம் சவக்களை தட்டிக் காட்சியளித்தன. ஆற்றுக்கு அக்கரையிலிருந்து செக்கோஸ்லோவகியப் பீரங்கிப் படை இடைவிடாது குண்டு மாரி பொழிந்து கொண்டிருந்தது.

மதியம் பன்னிரண்டு மணிக்கு, டாக்டர் புலாவின் ஜன்னலருகே சென்றார்; பெருமூச்சு விட்டவாறே அதன் கதவைத் திறந்தார்; அந்த அறையில் சுற்றிச் சுழன்று

கொண்டிருந்த சிகரெட்டுப் புகையின் மங்கிய கருநீல மூட்டத்தை அவரால் மேலும் சகித்துக் கொண்டிருக்க முடியவில்லை. தெருவிலே அப்போது காயப்பட்ட சிப்பாய்கள் எவரையுமே காணோம். பல ஜன்னல்கள் கிரீச்சிட்டுத் திறந்து கொண்டன; ஒரு ஜன்னலில் திரைக்குப் பின்னாலிருந்து ஒரு கண் மெதுவாக எட்டிப் பார்த்தது, மற்றொரு ஜன்னலில் கலவரமுற்ற ஒரு முகம் ஒரு கணம் தோன்றி மறைந்தது. கூடங்களிலிருந்து தலைகள் எட்டிப் பார்த்தன; சட்டென்று தலையை உள்ளே இழுத்துக் கொண்டன. போல்ஷிவிக்குகள் யாருமே அந்த நகரில் இல்லாமல் போய் விட்டது போல் தோன்றியது... ஆனால், ஆற்றின் மறுகரையிலிருந்து படபடவென்று இடைவிடாது குண்டு முழக்கம் கேட்பது ஏன்? அதன் அர்த்தம் என்ன? எவ்வளவு சங்கடமாகப் போய் விட்டதடா இதெல்லாம்!.

திடீரென்று ஏதோ அதிசயம் நேர்ந்து விட்டது போல், நீண்ட கால்களையுடைய ஒரு அதிகாரி தெரு மூலையில் வந்தார். அவர் பனி வெள்ளை நிறத்தில் உடை தரித்திருந்தார்.

அவர் ஒரு கணம் நின்று பார்த்துவிட்டு, தெரு வழியே நடந்தார். ஓர் உடைவாள் அவரது பூட்சுகளில் மோதிக் கலகலத்தது. தங்க நிறமான அவரது தோள் பட்டிகள் மதிய வெயிலில் பளபளத்தன. அந்தக் கடந்த காலம் தான் எவ்வளவு நல்ல காலம்!

மறந்து போன ஏதோ ஒன்று ஞாபகத்துக்கு வந்து மனதை உறுத்துவது போல் டாக்டர் புலாவின் உணர்ந்தார். உடனே அவர் புரிந்து கொள்ள முடியாத ஓர் உற்சாகத்துடன் தலையை வெளியே நீட்டி, அந்த அதிகாரியை நோக்கிச் சத்தமிட்டார்:

“சட்டசபை நீடூழி வாழ்க!’

அந்த அதிகாரி டாக்டரை நோக்கிக் கண்ணைச் சிமிட்டி விட்டு, புதிராகப் பதிலளித்தார்:

“அங்கே பார்த்துக் கொள்வோம்!” இதன் பின்

ஜன்னல்களிலிருந்து பல தலைகள் எட்டிப் பார்த்தன; அந்த அதிகாரியை அழைத்தன:

"அதிகாரி அவர்களே! என்ன நடந்தது? நமது நகரைப் பிடித்து விட்டார்களா? போல்ஷிவிக்குகள் போய் விட்டார்களா ?"

டாக்டர் புலாவின் தமது உயரமான வெள்ளைத் தொப்பியை அணிந்தார்; கைத் தடியைக் கையில் பிடித்தார்; கண்ணாடியில் தமது அழகை ஒரு பார்வை பார்த்தார்; பிறகு வீட்டை விட்டு வெளியேறினார். ஏதோ தேவாலயப் பிரார்த்தனை முடிந்து வருவது போன்று ஜனங்கள் வீட்டை விட்டுத் தெருக்களுக்கு வந்தார்கள். தூரத்தில் தேவாலயத்தின் மணிகள் குதூகலமாகக் கணீர் கணீரென்று ஒலித்தன. தெருமுனை யில் ஜனங்கள் உவகைப் பெருக்கோடு ஒருவரை ஒருவர் இடித்துக் கொண்டு சென்றனர். டாக்டரை வழியில் ஒரு பெண் பிடித்து நிறுத்தினாள்; அவள் டாக்டரிடம் வைத்தியம் செய்து கொள்பவள். அவளது மோவாய் மூன்று பிரிவாகத் தோன்றியது; அவள் அணிந்திருந்த தொப்பியில் தென்பட்ட காகிதப் பூக்களிலிருந்து பாச்சா உருண்டைகளின் மணம் பரவியது.

"பாருங்கள், டாக்டர்! அதோ செக்கோஸ்லோவகியர்கள்!"

தெருமூலையில் துப்பாக்கிகளை ஏந்திப் பிடித்தவாறு இரண்டு செக்கோஸ்லோவகியப் போர் வீரர்கள் தென்பட்டார்கள்; அவர்களைச் சுற்றிலும் ஒரே பெண்களின் கூட்டம். அந்த வீரர்களில் ஒருவன் நீலம் பாரித்த சவரம் செய்த மழுமழுப்பான முகத்தையும், மற்றவன் அடர்த்தியான கரிய மீசையும் கொண்டிருந்தான். அவர்கள் கலவரத்துடன் புன்னகை புரிந்தவாறு, வீட்டுக் கூரைகளையும் ஜன்னல்களையும் தெருவில் போவோர் வருவோரையும் பரபரவென்று பார்த்தார்கள்.

அவர்களது கச்சிதமான தொப்பிகள், உடைகளிலேயுள்ள தோல் பொத்தான்கள், இடது கையில் தைத்திருந்த ராணுவச் சின்னங்கள், அவர்களது கனத்த மூட்டைகள்,

தோட்டாப் பைகள், உறுதி நிறைந்த முகங்கள் - எல்லாவற்றையும் பார்க்கப் பார்க்க அந்த ஜனங்களுக்கு ஓர் ஆர்வமும், மரியாதை மிக்க வியப்புணர்ச்சியும் ஏற்பட்டன. அந்த இரண்டு பேரும் ஏதோ ஒரு வான் வெளிக் கிரகத்திலிருந்து துவரியான் ஸ்கயா தெருவுக்குள் வந்து குதித்துவிட்ட விசித்திரப் பிறவிகள் போல் தோற்றினார்கள்.

கூட்டத்தில் நின்ற சில குமாஸ்தாக்கள் உற்சாகத்தோடு கத்தினார்கள்: "செக்கோஸ்லோவகியருக்கு ஜே! அவர்களை மேலே தூக்குங்கள்!"

டாக்டர் புலாவின் மூக்கைச் சிணுங்கிக் கொண்டே கூட்டத்தினரிடையே புகுந்து சென்றார். அவருக்குத் தாமும் ஒரு பொருத்தமான வாழ்த்தைக் கூற வேண்டுமென்று ஆசை. ஆனால் உணர்ச்சி வேகத்தினால் அவரது தொண்டை உலர்ந்து போயிருந்தது. எனவே அவர் ஒன்றும் பேசாமல், தமக்காகப் பெருங்கடமைகள் காத்துக் கொண்டிருக்கும் அந்த ரகசியச் சுரங்க வீட்டுக்கு அவசர அவசரமாகச் செல்ல முனைந்தார்.

அந்த மாவு மில்லின் சுரங்க வீட்டில் ஒருவருமே இல்லை. சிகரெட்டுப் புகையின் நாற்றமும், சிகரெட்டுத் தட்டுக்களில் குவிந்து கிடந்த சிகரெட் துண்டுகளும் தான் அங்கு தென் பட்டன. எனினும் அங்குள்ள மேஜையின் மூலையில் பொன் நிறத் தலைமயிர் கொண்ட ஒரு மனிதன் அயர்ந்து தூங்கிக் கொண்டிருந்தான்; விசித்திரமான முகங்களை வரைந்திருந்த ஒரு காகிதத்தின் மீது அவன் தலை சாய்த்திருந்தான். டாக்டர் புலாவின் அவனது தோளைத் தொட்டார். அந்த மனிதன் ஆழ்ந்த பெருமூச்சு விட்டான்; பின்னர் அவன் தாடி கொண்ட முகத்தை நிமிர்த்தினான். இளநீல நிறங்கொண்ட அவனது கண்கள் தூக்கக் கலக்கம் தெளியாமல் உருண்டு விழித்தன.

"என்ன வேண்டும்?"

"சர்க்கார் எங்கே? நான் தான் சுகாதார இலாகாவின் உதவி மந்திரி" என்று அழுத்தமாகச் சொன்னார் டாக்டர்

புலாவின்.

"ஆஹா! டாக்டர் புலாவினா?" என்றான் அந்த மனிதன்.

"நான் தான் தூங்கிப் போய் விட்டேன். நல்லது, வெளியே நகரத்தில் நிலைமை எப்படியிருக்கிறது?"

விவகாரம் இன்னும் பூரணமாக முடியவில்லை. என்றாலும் முடிந்த மாதிரிதான். செக்கோஸ்லோவகியப் பாராக்காரர்கள் துவரியான் ஸ்கயா தெருவில் நிற்கிறார்கள்."

அந்த மனிதன் வாயைத் திறந்து பற்களைக் காட்டி, சிரித்தான்.

"பிரமாதம்! நல்ல வேலை செய்தார்கள்! நல்லது. சர்க்கார் சரியாக மூன்று மணிக்கு இங்கு கூடும். எல்லாம் நல்ல படியாக நடந்தால், நாம் இன்று மாலையே நல்ல இடத்துக்கு மாற்றிக் கொண்டு விடலாம்."

டாக்டர் புலாவினின் மனத்தில் திடீரென்று ஒரு சந்தேகம் தோன்றியது.

"என்னை மன்னியுங்கள்! நான் மத்தியக் கமிட்டி அங்கத்தினரோடுதானே பேசுகிறேன்? நீங்கள் தானே அவக்சேன்தியவ்?"

அந்த மனிதன் புரியாத விதத்தில் ஏதோ சைகை காட்டினான். "அப்படித்தான்…" என்று சொல்வது போலிருந்தது அந்தச் சைகை. டெலிபோன் மணியடித்தது. அவன் ரிஸீவரைக் கையிலெடுத்தான்.

டாக்டர்! போங்கள்! நீங்கள் இருக்க வேண்டிய இடம் தெருதான். ஞாபகம் இருக்கட்டும். இந்தச் சமயத்தில் எதுவும் நம் கையை விட்டு மீறிப் போய்விடக் கூடாது. நீங்கள் ஒரு பூர்ஷ்வா அறிவு ஜீவிகளின் பிரதிநிதி… நீங்கள் போய் ஜனங்களின் உத்வேகத்தை அமைதியுறச் செய்யுங்கள். இல்லையென்றால்… பின்னால் தொல்லைகள் ஏற்பட்டு விடும்…" என்று கண்ணைச்

சிமிட்டிக் கொண்டே சொன்னான் அந்த மனிதன். டாக்டர் புலாவின் வெளியே சென்றார். அதற்குள் நகர மக்கள் முழுப் பேருமே தெருவில் நிறைந்து விட்டனர், அன்று ஏதோ ஈஸ்டர் திருநாள் வந்து விட்டது போல் ஒருவருக்கொருவர் அறிமுகம் இல்லாதவர்கள் கூடக் குசலம் விசாரித்துக் கொண்டார்கள். பாராட்டுக்களைப் பரிமாறிக் கொண்டார்கள். செய்திகளைத் தெரிவித்துக் கொண்டார்கள்.

"போல்ஷிவிக்குகள் ஆயிரக் கணக்கில் சமார்க்கா நதியில் குதித்து அக்கரைக்குச் செல்ல முயல்கிறார்கள்."

"அவர்கள் கொல்லவும் படுகிறார்கள்."

"பலர் முழுகியே போய் விட்டார்களாம்!"

"ஆமாம். ஆமாம். நகருக்கு வெளியே வோல்கா நதியில் ஒரே பிணங்கள் தான் மிதக்கின்றன!"

"கடவுளுக்கு நன்றி செலுத்த வேண்டும்! நான் ஒன்றும் இதைக் கொலை பாதகம் என்று கருதவில்லை..."

"வாஸ்தவம்தான். நாய்களுக்கு நாய்களுக்கேற்ற சாவு தான் வேண்டும்!"

"கேட்டீர்களா? அவர்கள் தேவாலய மணிக் கூண்டிலிருந்து கோவில் பிள்ளையை தூக்கி கீழே எறிந்து விட்டார்களாம்!"

"யார்? போல்ஷிவிக்குகளா?"

"ஆமாம். அவன் மணியை அடிக்கக் கூடாது என்பதற்காகத்தானாம். இதன் பெயர்தான் கதவடைப்பு. அவர்கள் வேறு யாரையும் அவ்வாறு செய்திருந்தால் எனக்குப் புரியும்... இருந்திருந்து கோவில் பிள்ளையையா?..."

"அப்பா! எங்கே போகிறீர்கள்?"

"கீழே போகிறேன். பண்டச் சாலையை நான் பார்க்க வேண்டும். ஒழுங்காக இருக்கிறதா என்று."

"உங்களுக்கென்ன பைத்தியமா? துறைமுகத்தில் இன்னும்

போல்ஷிவிக்குகள் இருக்கிறார்கள்..."

"திமித்ரி ஸ்தெபானவிச்! இந்தக் காட்சியைப் பார்க்க நமக்கு கொடுத்து வைத்திருந்ததே!... சரி, எங்கே போகிறீர்கள்? ரொம்ப அவசரமாகப் போகிறாற் போலிருக்கிறது..."

"ஆமாம். அவர்கள் என்னைச் சுகாதார இலாகாவின் உதவி மந்திரியாகத் தேர்ந்தெடுத்திருக்கிறார்கள்!"

"அப்படியா? எனது பாராட்டுக்கள்."

"அதற்குள் என்னைப் பாராட்ட வேண்டாம். மாஸ்கோவைக் கைப்பற்றும் வரையில், பாராட்ட வேண்டாம்!"

"டாக்டர்! எங்களுக்கு இப்போதாவது நிம்மதி பிறந்ததே. அதற்கு நன்றி செலுத்த வேண்டியதுதான்!"

தங்க நிறமான தோள் பட்டியை அணிந்த மனிதர்கள் அந்தக் கும்பலினரிடையே அங்குமிங்கும் திரிந்தார்கள். பழமையும் பழகிப் போனதையும் பாதுகாப்பையும் அவர்கள் பிரதிநிதித்துவப்படுத்தினார்கள். ஒரு ராணுவ அதிகாரிகளின் படை உறுதியான காலடியோசையோடு நடந்து சென்றது. அதன் அருகில் சிறு குழந்தைகள் பல்லைக் காட்டிக் கொண்டும் பெரிய வீட்டுப் பெண்கள் சிரித்துக் கொண்டும் சென்றார்கள். ஜனக்கூட்டம் சதோவயாவிலிருந்து, துவரியான்ஸ்கயா தெருவினுள் திரும்பியது; அந்தத் தெருவிலிருந்த பச்சை நிறமான ஓடுகள் வேய்ந்த கூர்லினாவின் மாளிகையைத் தாண்டிச் சென்றது. யாரோ ஓர் இளைஞன் அந்தக் கூட்டத்தினுள் பாய்ந்தான்.

"என்ன விஷயம்? என்ன நடந்தது?"

"அதிகாரி அவர்களே! அந்த முற்றத்தில் போல்ஷிவிக்குகள் இருக்கிறார்கள். அங்குள்ள மரக்கட்டை அடுக்குக்குப் பின்னால் இரண்டு பேர் ஒளிந்து கொண்டிருக்கிறார்கள்."

"ஆஹா! கனவான்களே! போங்கள்! போங்கள்!"

"அந்த ராணுவ அதிகாரிகள் எங்கே ஓடிப் போய் விட்டார்கள்?"

"பயபீதி வேண்டாம், பெரியோர்களே! பயம் வேண்டாம். அவர்கள் சில 'செக்கா' மனிதர்களைக் கண்டு விட்டார்கள்!"

"டாக்டர் புலாவின்! எதற்கும் நாம் போய் விடுவோம். இல்லாவிட்டால் எப்படியோ.."

துப்பாக்கிக் குண்டுகள் வெடித்தன. ஜனக்கூட்டம் அலை மோதியது. ஜனங்கள் தொப்பிகளையும் குல்லாக்களையும் போட்டு விட்டுத் தலைதெறிக்க ஓடினார்கள். டாக்டர் புலாவின் மூச்சு வாங்கிய நிலையில் மீண்டும் துவரியான்ஸ்கயா தெருவுக்கு வந்து சேர்ந்தார். நடந்து போனவற்றுக்கெல்லாம் தானே பொறுப்பாளி என்று அவர் உணர்ந்தார். சதுக்கத்துக்கு வந்ததும், அவர் இரண்டாம் அலெக்சான்தர் ஜாரின் சிலையை மூடி வைத்திருந்த அந்தப் பீடத்தைக் கண்களை நெரித்துக் கொண்டு கூர்ந்து பார்த்தார். அவர் தமது கையை நீட்டிக் கொண்டு, கோபாவேசம் மிகுந்த உரத்த குரலில் கத்தினார்:

"போல்ஷிவிக்குகள் ருஷ்யத் தன்மைகள் எல்லாவற்றையுமே அழித்தொழிக்கத் தயாராகி விட்டார்கள். ருஷ்ய சரித்திரத்தையே ருஷ்ய மக்கள் மறந்துவிட வேண்டும் என்று அவர்கள் விரும்புகிறார்கள். இங்கு இதோ நமது விடுதலை வீரரான ஜார் மன்னரின் சிலை இருக்கிறது. அதோ அந்த மிருகத்தனமான பலகைகளையும், அந்தக் கந்தல் துணிகளையும் அகற்றுங்கள்!"

ஜனங்கள் மத்தியிலே அவர் பேசிய முதற் பிரசங்கமே அதுதான். உயர்ந்த தொப்பிகள் அணிந்த சில துணிந்த பையன்கள் - அவர்கள் சிப்பந்திகளாக இருக்கக் கூடும் - அவர்கள் உடனே சத்தம் போட முனைந்தார்கள்.

"உடைத்தெறியுங்கள் அதனை!"

அந்தச் சிலையை மறைத்துக் கொண்டிருந்த பலகைகள்

படபடவென்று நொறுங்கி விழுந்தன. டாக்டர் புலாவின் மேலும் நடந்தார். போகப் போகக் கூட்டம் குறைந்தது. ஆற்றுக்கு அக்கரையிலிருந்து வந்த வெடிச் சத்தம் தெளிவாகக் கேட்டது. ஆற்றங்கரைத் திசையிலிருந்து ஒரு மனிதன் டாக்டரை நோக்கி அரை நிர்வாண கோலத்துடன் ஓடிவந்தான். அவன் ஒரு நனைந்த உள்ளாடை மட்டுமே அணிந்திருந்தான். அவனது கரிய தலைமயிர் கண்களின் மீது வந்து விழுந்தது. அவனது விரிந்த மார்பில் பச்சை குத்தப்பட்டிருந்தது. பெண்கள் ஓவென்று அலறிக் கொண்டே வாசல்களை நோக்கி ஓடினார்கள். அவன் சட்டென்று திரும்பி, வோல்கா நதிக்கரையை நோக்கிச் செல்லும் சரிவில் இறங்கினான். மேலும் மூவர் வந்தனர்; தொடர்ந்து ஒருவர் பின் ஒருவராகப் பலர் வந்தனர். எல்லோரும் உடம்பிலிருந்து நீர் சொட்டச் சொட்ட மூச்சு வாங்கியபடி ஓடி வந்தார்கள். ஜனங்கள் தெருவில் சத்தமிட்டார்கள்:

“போல்ஷிவிக்குகள்! கொல்லுங்கள் அவர்களை!”

வேடனின் துப்பாக்கி வெடியினால் பயந்துவிட்ட உள்ளான் குருவிகளைப் போல், அவர்கள் நதிக்கரையை நோக்கிச் செல்லும் சரிவில் கண் மூடித்தனமாக விழுந்தடித்துக் கொண்டு ஓடினார்கள். உணர்ச்சி வசப்பட்ட டாக்டர் புலாவினும் ஓடினார்; வளைந்த மூக்கும், சிவப்பு இமையுடனான கண்களும் கொண்ட நோயாளி போன்ற ஒரு மனிதனை அவர் கையைப் பிடித்து நிறுத்தினார்.

“நான் புதிய சர்க்காரில் ஒரு மந்திரி” என்றார் அவர். “இங்கு உடனே ஓர் இயந்திரத் துப்பாக்கி தேவை. உடனே சென்று கொண்டு வா. மந்திரி என்ற முறையில் நான் ஆணையிடுகிறேன்...”

“எனக்கு ருஷ்ய மொழி தெரியாது!” என்று அந்த மனிதன் திக்கித் திணறிப் பதில் சொன்னான். டாக்டர் அவனைத் தூரத் தள்ளினார். விஷயமோ மிகமிக முக்கியமானது; அதி அவசரமானது. இயந்திரத் துப்பாக்கியை வைத்திருக்கும் ஒரு செக்கோஸ்லோவகியனைக் கண்டு

பிடிக்கும் எண்ணத்துடன் அவர் சென்றார். அவர் ஒரு வாசலுக்கு வந்தார்; அந்த வாசலின் மீது ஒரு சிவப்பு நட்சத்திரம் உடைந்து தொங்கியது; அங்கு அவர் மற்றொரு போல்ஷிவிக்கைக் கண்டு விட்டார். வெயிலால் காய்ந்து பழுப்பேறிய நிற உடலும், மொட்டையடித்த தலையும், தாத்தாரியத் தாடியும் கொண்டிருந்தான் அவன். அவனது ராணுவ உடை கிழிந்திருந்தது; தோளிலிருந்து ரத்தம் சொட்டுச் சொட்டாக வடிந்து கொண்டிருந்தது. அவன் தன் தலையை அங்குமிங்கும் திருப்பி, ஒரு நாயைப் போல் தனது சிறிய பற்களை வெளிக்காட்டுவதும், திரும்பவும் வாயை மூடுவதுமாக இருந்தான். அவனது முகத்தில் படுபயங்கரமான மரண பயம் குடி கொண்டிருந்தது.

ஜனக் கூட்டம் அவன் மீது பாய்ந்தது; முக்கியமாகப் பெண்கள் வெறிபிடித்தவர்களாய் கத்தினார்கள். குடைகளும் கம்புகளும் வீசப்பட்டன; இறுகிய முஷ்டிகள் உயர்ந்தன. தனது வழுக்கைத் தலையிலிருந்து வழுவி விழும் பெரிய தொப்பியை அணிந்த ஓர் ஓய்வு பெற்ற ஜெனரல் படிக்கட்டின் மீது ஏறி நின்று கொண்டு, தமது பழுப்பு நிறமான முஷ்டியை உயர்த்தி, அந்தப் போல்ஷிவிக்கின் முகத்துக்கு நேராகக் கொண்டு போய் அவனைச் சுட்டிக் காட்டினார்; அப்போது அவரது தொள தொளத்த தொண்டைச் சதைக்குக் கீழே அவர் அணிந்திருந்த ராணுவப் பதக்கம் மேலும் கீழும் ஆடியது. அவர் எல்லோருடைய சத்தத்துக்கும் மேலாக உரத்துச் சத்தமிட்டார்:

"பெரியோர்களே! விடாதீர்கள்! இவன் ஒரு கமிசார்!... இரக்கம் காட்டாதீர்கள். நான் பெற்ற மகனே ஒரு செஞ் சேனை வீரன் தான்! எனக்கு வந்து வாய்த்த பீடை அது! கனவான்களே! நான் உங்களை வேண்டிக் கேட்டுக் கொள்கிறேன். என் மகனை என்னிடம் கொண்டு வந்து சேருங்கள்... அவனைக் கொண்டு வந்தீர்களானால், இங்கேயே, இந்த இடத்திலேயே, உங்கள் எல்லோருடைய கண் முன்பும் நான் அவனைக் கொல்வேன்... ஆம். அவனைக் கொன்று காட்டுவேன்!.. இதோ இந்தப்

பயலுக்கும் நாம் இரக்கம் காட்டக் கூடாது!..”

“இந்த விஷயத்திலே போய்த் தலையிடுவதில் புண்ணியமில்லை’ என்று படப்படப்போடு நினைத்தார் டாக்டர் புலாவின்; பிறகு திரும்பிப் பார்த்துக் கொண்டே அவர் அங்கிருந்து அகன்றார். கூச்சல் அடங்கிவிட்டது. அந்தக் காயப்பட்ட கமிசார் நின்ற இடத்தில் குடைகளும், கம்புகளும் தான் காணப்பட்டன. இப்போது எல்லாம் அமைதியாகி விட்டது; அடிகள் விழும் சத்தம் மட்டும் தான் கேட்டது. அந்த ஓய்வு பெற்ற ஜெனரல் படிக்கட்டின் உச்சியிலிருந்து ஏறிட்டுப் பார்த்தார். அவரது தொப்பி இப்போது மூக்கு வரையிலும் நழுவி வந்து விட்டது. அவர் ஏதோ வாத்திய கோஷ்டியை இயக்குவிக்கும் சங்கீத வித்துவான் மாதிரி, கைகளைத் தலைக்குமேல் உயர்த்தி ஏதேதோ சைகைகள் காட்டிக் கொண்டிருந்தார்.

டாக்டர் புலாவின் அருகில் பத்திரிகைகாரனான மீஷின் வந்து சேர்ந்தான். கழுத்து வரையிலும் பொத்தான் வைத்திருந்த ஓர் அழுக்கு மேலங்கியை அவன் அணிந்திருந்தான்; அவனது முகம் புடைத்துப் பூதித்திருந்தது. அவனது மூக்குக் கண்ணாடியில் ஒருபுறம் கண்ணாடியின்றி ஓட்டையாக இருந்தது.

“அவனைக் கொன்று விட்டார்கள். குடையினாலேயே அடித்துக் கொன்றுவிட்டார்கள். மகா பயங்கரம்! இந்தப் பொது ஜனங்களின் போக்கு! டாக்டர்! ஆற்றங்கரையில் இப்போது படுபயங்கரமான சம்பவங்களெல்லாம் நடந்து கொண்டிருப்பதாகச் சொல்லுகிறார்கள்...”

“அப்படியென்றால், நாம் அங்கே போவோம். நான் இப்போது சர்க்காரில் இருக்கிறேன் என்பது உனக்குத் தெரியுமா?"

“ஆமாம். அதைக் கேட்டுப் பெருத்த மகிழ்ச்சியடைந்தேன்."

வழியில் சென்று கொண்டிருந்த ஆறு ராணுவ அதிகாரிகளைச் சர்க்காரின் பேரால் தடுத்து நிறுத்தினார் அவர்; பின்னர் விரும்பத் தகாத நிகழ்ச்சிகள் நடைபெறும்

ஆற்றங்கரைப் பகுதிக்குச் செல்வதற்கு அவர்களைத் தமக்குத் துணையாக வருமாறு கோரினார். இப்போது எல்லாத் தெரு மூலைகளிலும் செக்கோஸ்லோவகியப் பாராக்காரர்கள் நின்றார்கள். பகட்டான உடையணிந்த சில பெண்கள் அவர்களுக்கு மலர்களை அணிவித்தார்கள்; ருஷ்ய மொழியைக் கற்றுக் கொடுக்க முனைந்தார்கள்; கலகலவென்று சிரித்தார்கள். பெண்களையும், அந்த நகரத்தையும் ருஷ்ய நாட்டையுமே அந்த அந்நியர்கள் விரும்ப வேண்டும் என்று அவர்கள் ஆசைப்பட்டார்கள்; ஆனால் செக்கோஸ்லோவகியர்கள் யுத்தக் கைதிகளாக இருந்த காலத்தில் அந்த ருஷ்யாவையே அடியோடு வெறுத்திருந்தனர்.

சேவா சேனையினர் அதற்குள் சமார்க்கா நதியின் அழுக்கு நிறைந்த கரையில் செஞ்சேனையினரைத் தீர்த்துக் கட்டி விட்டார்கள். டாக்டர் புலாவின் அங்கு கால தாமதமாகத் தான் போய்ச் சேர்ந்தார். மரப்பாலத்தைத் தாண்டி ஓடியும், ஆற்றை நெடும் போக்கில் கடந்து நீந்தியும் தப்பிச் சென்ற செஞ்சேனையினரில் சிலர் நீராவிக் கப்பலிலும், படகுகளிலும் ஏறி, வோல்கா நதியில் எதிர்த் திசையில் அவற்றை ஓட்டிச் சென்று விட்டார்கள். மெல்லிய அலைவரிசைகள் வந்து மோதும் ஆற்றின் கரையோரத்தில் சில பிணங்கள் விழுந்து கிடந்தன. நூற்றுக்கணக்கான பிணங்கள் வோல்கா நதியின் வெள்ளத்துடனேயே சென்று விட்டன.

கவ்யாதின் குப்புறக் கிடந்த ஓர் உளுத்துப்போன படகின் மீது உட்கார்ந்திருந்தான்; அவனது சட்டையில் ஒரு மூவர்ணச் சின்னம் தென்பட்டது. சணல் நிறங்கொண்ட அவனது தலை மயிர் வியர்வையால் நனைந்து போயிருந்தது. அவனது வெளிறிய கண்களில் கருமணிகள் வெறும் புள்ளிகள் போல் தென் பட்டன; அவன் சூரிய ஒளியால் பளபளக்கும் ஆற்று நீர்ப் பரப்பையே பார்த்துக் கொண்டிருந்தான். டாக்டர் புலாவின் அவனருகே சென்று, கடுமையான குரலில் சத்தமிட்டார்.

"மிலீஷியாவின் உதவித் தலைவரே! இங்கு விரும்பத் தகாத

நிகழ்ச்சிகள் எல்லாம் நடந்தன என்று நான் கேள்விப் பட்டேன். அதுபற்றி சர்க்கார்..."

டாக்டர் தமது பேரசை முடிக்கவில்லை. ஏனெனில் அதற்குள் அவரது பார்வை கவ்யாதினின் கையில் இருந்த ஓக் மரத் தடியைக் கண்டு விட்டன. அந்தக் கம்பின் மீது உறைந்து போன ரத்தமும், ஒட்டியிருக்கும் மயிரும் தென்பட்டன. உள்ளடங்கிய தெளிவற்ற குரலில் கவ்யாதின் முனகினான்:

"அதோ இன்னொருவன் நீந்திப் போகிறான்..."

பின்னர் அவன் சோர்ந்தாற்போல் அந்தப் படகிலிருந்து எழுந்து, தண்ணீர்க் கரையை நோக்கிப் பேசினான். அங்கு சென்று, வெள்ளத்தின் போக்கோடு நெடும் போக்காக நீந்தி, அக்கரைக்குச் சென்று கொண்டிருந்த ஒரு கட்டையாக முடிவெட்டப்பட்டிருந்த மனிதனைக் கூர்ந்து பார்த்தான். கைகளிலே தடிகள் ஏந்திய ஐந்தாறு இளைஞர்கள் கவ்யாதின் அருகில் வந்தார்கள். டாக்டர் புலாவின் தமது ராணுவ அதிகாரிகளிடம் திரும்பி வந்தார். அவர்கள் அந்த ஆற்றங்கரையில் தனது வண்டியைத் தள்ளியவாறு வியாபாரம் செய்து கொண்டிருந்த ஒரு கடைக்காரனிடமிருந்து பவேரியன் குவாஸ் வாங்கி அதனை நின்றவாறே பருகிக் கொண்டிருந்தார்கள். அத்து மீறிய ரத்த பயங்கரக் கொடுமைகளை நிறுத்த வேண்டுமென்று அவர் அந்த அதிகாரிகளிடம் காரசாரமாக எடுத்துரைத்தார். அவர் கவ்யாதினையும், மிதந்து செல்லும் அந்தத் தலையையும் சுட்டிக் காட்டினார். பனி வெள்ளை நிற உடுப்பணிந்த அந்த நெட்டைக்கால் குதிரைப் படை அதிகாரி, குவாஸ் நுரைபடிந்திருந்த தனது மீசையைத் திருகி விட்டவாறு, தனது துப்பாக்கியை உயர்த்திக் குறிபார்த்துச் சுட்டான். அந்தத் தலை தண்ணீருக்கடியில் மூழ்கி மறைந்தது.

தமது சக்திக்கு உட்பட்ட சகல சாத்தியமான காரியங்களையும் செய்து முடித்து விட்ட திருப்தியோடு, டாக்டர் புலாவின் நகருக்குத் திரும்பினார். சர்க்காரின்

முதல் மந்திரி சபைக் கூட்டத்துக்குத் தாம் காலதாமதமாகப் போய்ச் சேரக் கூடாது என்று அவர் விரும்பினார். எனவே மேட்டின் மீது மேல் மூச்சு வாங்க அவர் ஏறிச் சென்றபோது, அவரது பூட்ஸ் காலடியிலிருந்து கனத்த தூசிப் படலங்கள் எழுந்தன. அப்போது அவரது இருதயம் நிமிஷத்துக்கு நூற்று இருபது துடிப்பாவது துடித்திருக்கும். அவரது மனக் கண் முன்னால் பிரகாசமான, கண்ணைப் பறிக்கும் பல்வேறு விதமான காட்சிகள் நிறைந்து தெரிந்தன: மாஸ்கோவைப் நோக்கி அணி வகுப்பு செல்கிறது. மாஸ்கோ நகரிலுள்ள ஆயிரத்து அறு நூறு தேவாலயங்களிலும் கண்டாமணிகள் கணகணக்கின்றன; யாருக்குத் தெரியும்?- ஒருவேளை பிரதம மந்திரிப் பதவியே நமக்குக் கிட்டலாம்... இந்தப் புரட்சியைப் பற்றி எதுவும் நிச்சயம் சொல்வதற்கில்லை... எப்போது இந்தப் புரட்சி தலைகீழாக உருளத் தொடங்கி விட்டதோ, அப்போதே இந்தச் சோஷலிஸ்ட்- புரட்சிவாதிகளும், சமூக - ஜனநாயகவாதிகளும் பின்னோக்கி உருண்டோடும் அதன் சக்கரங்களுக்கிடையே ஒரே கணத்தில் சிக்கி நசுங்குவார்கள்... போதும், போதும், இந்த இடதுசாரி அரசியல் பித்து விளையாட்டெல்லாம் இனி நமக்கு வேண்டாம்...

7

கா த்யா அந்தத் தாழ்வான முன்கூடத்திலிருந்த பீக்குஸ் கன்றுச் செடியின் அருகில் அமர்ந்து, தனது தங்கை தாஷாவுக்குக் கடிதம் எழுதிக் கொண்டிருந்தாள். அவளது கைக் குட்டை கண்ணீரால் நனைந்து போய், அவளது கைக்குள் பந்துபோல் சுருண்டு இருந்தது.

வெளியே ஜன்னலின் கீறிப் போன கண்ணாடியின் மீது மழை நீர் சோவென்று படபடத்துப் பெய்தது; முற்றத்திலிருந்து வேல மரங்கள் காற்றின் வேகத்தில் தலைவிரித்துப் பேயாட்டம் ஆடின. அஸோவ் கடலிலிருந்து மேகங்களை விரட்டியடித்துக் கொண்டு

வீசிய அதே காற்று, அறையின் சுவரில் கிழிந்து தொங்கிக் கொண்டிருந்த வண்ணக் காகிதங்களைப் படபடக்கச் செய்தது.

காத்யா எழுதினாள்:

"தாஷா! தாஷா நான் எவ்வளவு தூரம் நிலை குழம்பிப் போயிருக்கிறேன் என்பதை என்னால் எழுத முடியாது. வதீம் இறந்துவிட்டார். உப கர்னல் தேத்கின் - அவருடைய வீட்டில்தான் நான் இப்போது வசித்து வருகிறேன் - அவர் தான் இந்தச் செய்தியை நேற்று என்னிடம் சொன்னார். என்னால் அதை நம்பவே முடியவில்லை; யார் சொன்னது என்று கேட்டேன். அவர் வலெரியான் ஓனோலி என்பவரின் விலாசத்தைக் கொடுத்தார். அந்த மனிதர் கர்னீலவின் படையைச் சேர்ந்தவராம். போர்முனையிலிருந்து அவர் திரும்பி வந்திருந்தார். அன்றிரவே நான் அவர் தங்கியிருந்த ஹோட்டலுக்குச் சென்றேன். அவர் நல்ல குடிவெறியில் இருந்தார் போலிருக்கிறது. அவர் என்னை கையைப் பிடித்து இழுத்துத் தம் அறைக்குக் கூட்டிச் சென்றார்; பின்னர் எனக்கும் மதுவகைகளை வழங்க முன் வந்தார். படு பயங்கரமாக இருந்தது. இங்கு எத்தகைய மனிதர்கள் இருக்கிறார்கள் என்பதை உன்னால் எண்ணிக் கூடப் பார்க்க முடியாது... 'என் கணவன் கொல்லப்பட்டு விட்டாரா?' என்று நான் அவரைக் கேட்டேன். ஓனோலியும் அவருடன் கூடப் பணி புரிந்தவர்தானாம். அவரது தோழர்; இருவரும் தோளோடு தோள் நின்று போராடியிருக்கிறார்களாம். ஒவ்வொரு நாளும் ரோஷினை அவர் பார்ப்பதுண்டாம். அவர் என்னை நோக்கிக் கிண்டலான குரலில் பதில் சொன்னார்: 'வருத்தப் படாதே, சின்னப் பெண்ணே உன் கணவர் இறந்துதான் போனார். அவரது உடலை ஈக்கள் பிய்த்துப் பிடுங்கித் தின்பதை நானே கண்டேன்." பிறகு அவர் மேலும் பேசினார். 'ரோஷினை நாங்கள் சந்தேகத்துக்குரிய புள்ளியாகத்தான் கருதினோம். அவர் யுத்த களத்திலேயே இறக்க நேர்ந்தது அவருக்கு வாய்ந்த அதிருஷ்டம் என்றுதான் சொல்ல வேண்டும். ஆனால்,

வதீம் எப்படி இறந்தார்; எங்கு கொல்லப்பட்டார் என்ற விபரத்தையெல்லாம் அவர் சொல்லவில்லை. நான் அழுதேன்; கெஞ்சினேன். அவரோ என்னைப் பார்த்துச் சத்தம் போட ஆரம்பித்து விட்டார்: 'ஒவ்வொருத்தனும் எப்படிச் செத்தான் என்பதை நான் நினைவில் வைத்துக் கொண்டிருக்க முடியாது!...' பிறகு ரோஷினுக்குப் பதிலாக, நான் அவரை ஏற்றுக் கொள்ள வேண்டுமென்றும் சொன்னார். ஐயோ! தாஷா! இந்த மனிதர்கள் எவ்வளவு பயங்கரமானவர்கள்! நான் வேதனை பொங்கும் இதயத்தோடு அந்த ஹோட்டலிலிருந்து ஓடோடியும் வந்து விட்டேன்.

'வதீம் இறந்து விட்டார் என்பதை என்னால் நம்பவே முடியவில்லை. ஆனாலும் அந்தச் செய்தி உண்மையாகத்தான் இருக்க வேண்டும். அந்த மனிதர் என்னிடம் பொய் சொல்வதற்கு எந்தக் காரணமுமில்லை. உப கர்னல் தேத்கினும் அந்தச் செய்தி உண்மையாகத்தான் இருக்கும் என்று சொல்கிறார். போர்முனைக்குச் சென்ற பிறகு வதீமிடமிருந்து எனக்கு ஒரே ஒரு கடிதம் தான் வந்தது. அதுவும் மிகவும் குறுகியதாகவும், அவரிடமிருந்து தானா என்று எண்ணும் படியானதாகவும் இருந்தது. அந்தக் கடிதம் ஈஸ்டருக்குப் பின்னர் இரண்டாவது வாரத்தில் வந்து சேர்ந்தது. அதில் ஆரம்ப வாசகம் எதுவுமே இருக்கவில்லை. அதில் அவர் எழுதியிருந்ததெல்லாம் இவ்வளவுதான்: நான் உனக்குப் பணம் அனுப்பி யிருக்கிறேன். நான் உன்னைப் பார்க்க இயலாது. நாம் பிரிந்த போது நீ சொன்ன வார்த்தைகள் என் நினைவில் இன்னும் இருக்கின்றன. கொலை செய்வதிலிருந்து ஒரு மனிதன் தப்ப முடியுமா என்பதே எனக்குத் தெரியவில்லை. நான் எப்படி ஒரு கொலைகாரனானேன் என்பதும் எனக்குப் புரியவில்லை. அதைப் பற்றியெல்லாம் எண்ணக் கூடாது என்று தான் நினைக்கிறேன். ஆனால் இனிமேல் அதைப் பற்றி எண்ண வேண்டியும், ஏதாவது செய்ய வேண்டியும் இருக்கும் போலிருக்கிறது. இந்த நிலைமையெல்லாம் மாறினால் - இவை என்றாவது மாறக்கூடுமானால்- நாம் மீண்டும் சந்திக்கலாம்.'

அவர் எழுதியதெல்லாம் இவ்வளவேதான். தாஷா! இதைப் படித்து விட்டு நான் எவ்வளவுதான் அழுது தீர்த்தேன். சாவதற்குத் தானா அவர் என்னிடமிருந்து பிரிந்து போனார்! நான் அவரை எப்படித் தடுத்து நிறுத்தியிருக்க முடியும்? எப்படித் திரும்பி வரச் செய்ய முடியும்? எப்படிக் காப்பாற்றியிருக்க முடியும்? நான் என்னதானடி செய்ய முடியும்? அவரை என் இதயத்தோடு கட்டிப் போட்டிருக்க முடியும். அவ்வளவுதான்... ஆனால், கடைசிக் காலத்திலோ அவர் என்னைப் பற்றியே சிந்தித்ததாக, கவலை கொண்டதாகத் தெரியவில்லை. புரட்சி! புரட்சியைத் தவிர வேறு எதையுமே அவர் காணவில்லை; சிந்திக்கவில்லை. எனக்கு ஒன்றுமே புரியவில்லை; புரியவே இல்லை. நாமெல்லாம் உயிர் வாழ்ந்து கொண்டிருப்பதில் இனியும் அர்த்தமுண்டா? எல்லாமே அழிந்து விட்டது. புயலில் அடிபட்ட பறவைகள் மாதிரி நாம் ருஷ்யா முழுவதிலும் அலைந்து அலைக்கழிந்து திரிகிறோம். எதற்காக? இவ்வளவு நாட்களாகச் சிந்திய ரத்தமும், நாம் பட்ட துன்பங்களும் துயரங்களும், அனுபவித்த சோதனைகளும் வேதனைகளும், நமது வாழ்வைத் திரும்பவும் தந்து விட்டால்... மீண்டும் நமது வீட்டையும், அதன் அழகிய இனிய அறைகளையும், நண்பர்களோடு நாம் விளையாடும் சீட்டு விளையாட்டையும் நாம் திரும்பவும் பெற்றால்... நாம் என்றேனும் மீண்டும் நமது ஆனந்தத்தைத் திரும்பப் பெறுவோமா? கடந்த காலமோ எந்தவிதப் புனரமைப்புக்கும் இடமின்றி நம்மைக் கடந்து விட்டது; நிரந்தரமாகக் கை கடந்து சென்று விட்டது, தாஷா!... நம்மைப் பொறுத்த வரையில் வாழ்க்கை முடிந்து விட்டது; அஸ்தமித்து விட்டது. நமது இடத்தில் மற்றவர்கள் - நம்மை விடச் சிறந்த, பலம் மிகுந்த மனிதர்கள் - வந்து விட்டுப் போகட்டும்."

காத்யா பேனாவைக் கீழே வைத்தாள்; நனைந்து கசங்கிப் போயிருந்த தனது கைக்குட்டையால், தனது கண்களைத் துடைத்துக் கொண்டாள். பின்னர் மழைத் தண்ணீர் வடியும் ஜன்னல் கண்ணாடிகளை அவள் வெறித்து நோக்கினாள். ஒரு வேல மரம் கீழே வளைந்து

நிமிர்ந்திருந்தது; உலர்ந்து கலைந்து போயிருந்த அதன் கிளைகள் சூறாவளிக் காற்றில் கிறுகிறுத்துச் சுழன்று ஆடின. காத்யா மீண்டும் தனது கடிதத்தைத் தொடர்ந்தாள்:

"வசந்த காலத்தின் தொடக்கத்தில் தான் வதீம் போர் முனைக்குச் சென்றார். என் வாழ்க்கை முழுவதுமே அவருக்காகக் காத்திருக்கும் வாழ்க்கையாகப் போய் விட்டது. அதை நினைத்தால் எவ்வளவு துன்பம் ஏற்படுகிறது? என் வாழ்க்கை எவ்வளவு உதவாக் கரையாகப் போய் விட்டது!... எனக்கு நன்கு நினைவிருக்கிறது: ஒரு நாள் மாலையில் நான் ஜன்னலருகே அமர்ந்திருந்தேன். வேலமரங்கள் அப்போதுதான் பூக்கத் தொடங்கியிருந்தன; கொத்துக் கொத்தான பூக்கள் வெடித்து மலரத் தொடங்கியிருந்தன. முற்றத்திலே ஒரு குருவிக் கூட்டம் அங்குமிங்கும் பறந்து விளையாடியது. அப்போது என் மனம் தனிமையுணர்ச்சியால் மிகவும் வேதனையடைந்தது. இந்த உலகத்தில் எனக்கென்று ஒரு இடம் இல்லாது போய் விட்டது போல் தோன்றியது. யுத்தம் முடிந்து விட்டது; புரட்சியும் முடிந்து விடும். ருஷ்யாவோ பழைய ருஷ்யாவாக என்றும் இருக்காது. நாம் போரிடுகிறோம்; அழிகிறோம்; துன்பப்படுகிறோம். அந்த வேல மரமோ சென்ற வசந்தத்திலும் அதற்கு முந்திய எத்தனை எத்தனையோ வசந்தங்களிலும் எவ்வாறு பூத்துக் குலுங்கியதோ அவ்வாறுதான் இப்போதும் பூத்துக் குலுங்குகிறது. அந்த மரமும், அந்தக் குருவிகளும், இயற்கை அத்தனையும் என்னை விட்டு எங்கோ வெகு தொலைவுக்கு விலகிச் சென்று விட்டதுபோல், எனக்கு மிகவும் அந்நியமாகி விட்ட ஒரு வாழ்வை அவை மேற்கொண்டிருப்பதுபோல் எனக்குத் தோன்றுகிறது..."

'தாஷா! நாம் ஏன் இவ்வாறெல்லாம் கஷ்டப்படுகிறோம்? நாம் படும் கஷ்டங்களெல்லாம் வீண் போய் விடுமா? பெண்களான நமக்கு - உனக்கும் எனக்கும் -- நமது சுருங்கிய சின்னஞ்சிறு உலகம் மட்டும் தான் தெரியும். ஆனால் நமது உலகத்துக்கு வெளியேயுள்ள விரிந்த, பரந்த உலகத்தில் - ருஷ்ய நாடு முழுவதிலும் - என்ன

நடக்கிறது தெரியுமா? ருஷ்யா நாடே தீப்பற்றி எரியும் ஒரு நெருப்பு உலை மாதிரிக் காட்சியளிக்கின்றது. அந்தத் தீப் பிழம்புகளிலிருந்து புதியதொரு வாழ்க்கை, புதியதொரு ஆனந்தம் வெளிவரத்தான் வேண்டும். மக்கள் இவ்வாறு நம்பா விட்டால், அவர்கள் இத்தனை பகைமையுணர்ச்சிக்கு ஆளாக மாட்டார்கள்; இவ்வாறு ஒருவரை ஒருவர் அழித்துக் கொள்ள மாட்டார்கள். நான் எல்லாவற்றையும் இழந்து விட்டேன்... நான் எனக்கே தேவையற்ற ஒருத்தியாகிவிட்டேன். இருந்தாலும் நான் வாழ்கிறேன். ஏன் தெரியுமா? பயத்தினால் அல்ல; வெட்கத்தினால். ஆம். எங்காவது ஒரு ரயிலின் முன் விழுந்தோ அல்லது உத்திரத்திலிருந்து தொங்கும் ஒரு முழக் கயிற்றில் தொங்கியோ உயிரை மாய்த்துக் கொள்ள நான் வெட்கப்படுகிறேன்.

நான் ரஸ்தோவை விட்டு நாளை கிளம்பிச் செல்கிறேன். இங்கிருந்து சென்றால் தான் எதுவும் என் சிந்தனையை வதைக்காது... நான் எகதிரின ஸ்லாவுக்குப் போகிறேன். எனக்கு அங்கே நண்பர்கள் இருக்கிறார்கள்... அங்கு ஒரு மிட்டாய்க் கடையில் நான் வேலை செய்யலாம் என்று அவர்கள் கூறியுள்ளார்கள். ஒருவேளை நீயும் கூடத் தென் திசைக்கு வரலாம், தாஷா.... இப்போது பீட்டர்ஸ்பர்கில் நிலைமை மிகவும் மோசமாயிருப்பதாக இங்கு பேசிக் கொள்கிறார்கள்.

ஆணுக்கும் பெண்ணுக்கும் இது தான் வித்தியாசம். உலகமே தலைகீழாகப் புரண்டாலும் சரி, ஒரு பெண் தான் காதலிக்கும் காதலனை விட்டு என்றுமே பிரியச் சம்மதிக்க மாட்டாள்... ஆனால் வதீமோ என்னை விட்டுப் போய் விட்டார்... அவருக்குத் தன்னம்பிக்கை இருந்த வரையிலும் அவர் என்னைக் காதலித்தார். நாம் பீட்டர்ஸ்பர்கில் இருந்த காலத்தில் - அந்த ஜூன் மாதம் உனக்கு நினைவிருக்கிறதா? அப்போது சூரியன் நமது ஆனந்தத்தின் மீது எவ்வாறு ஒளி செய்தது? அந்த வெளிறிய உத்தராயண காலச் சூரியனை நான் என் வாழ்வில் என்றென்றும் மறக்கமாட்டேன்.. என்னிடம்

வதீமின் புகைப்படம் கூட இல்லை. ஒரு சின்னஞ்சிறு நினைவுச் சின்னம் கூட இல்லை.. எல்லாமே ஒரு கனவு மாதிரி போய் விட்டதுபோல் தோன்றுகிறது. தாஷா! அவர் இறந்து விட்டார் என்று என்னால் நம்பவே முடியவில்லை. என்னால் நம்பவே முடியாது. தாஷா! எனக்குப் பைத்தியமே பிடித்து விடும் போலிருக்கிறது! என் வாழ்க்கையே ஒரு வேதனையாக விழலாகப் போய் விட்டதடி!"

காத்யாவால் மேலும் எழுத முடியவில்லை. அவளது கைக்குட்டை மேலும் நனைந்து விட்டது. எனினும் கடிதங்களைப் பெறுபவர்களால் வழக்கமாக எதிர்பார்க்கப்படும் சாதாரணமான அன்றாட விஷயங்களைப் பற்றியும் அவள் தன் தங்கைக்கு எழுத வேண்டியிருந்தது. மழை பெய்யும் ஓசையைக் கேட்டுக் கொண்டே, அவள் அத்தகைய விஷயங்களில் சிறிதும் ஈடுபாடின்றி வேண்டா வெறுப்பாக அவற்றை எழுத முனைந்தாள். அவள் உணவுப் பொருள்களின் விலைவாசி விஷம்போல் ஏறுவதைக் குறித்து எழுதினாள்: "ஒரு சாமானும் கிடைப்பதில்லை; நூல் கூடக் கிடைக்கவில்லை... ஓர் ஊசியின் விலை 1500 ரூபிள் ஆகிறது; அல்லது பால்குடி மறக்காத இரண்டு பன்றிக் குட்டிகளைக் கொடுக்க வேண்டும். அடுத்த வீட்டில் குடியிருக்கும் பதினேழு வயதுப் பெண்ணொருத்தி ஒருநாள் உடம்பெல்லாம் அடிபட்ட காயத்தோடு நிர்வாணமாக வீடு திரும்பி வந்தாள். தெருவில் யாரோ அவளை அடித்துத் துணிமணிகளைப் பிடுங்கிக் கொண்டு விட்டார்களாம். எல்லாவற்றையும் விட இப்போது பூட்சுகளுக்குத்தான் மிகவும் கிராக்கி....." அவள் ஜெர்மானியர்களைப் பற்றியும், ஒவ்வொரு நாளும் பூங்காவில் அவர்களது ராணுவ பாண்டு வாத்தியம் வாசிக்கப்படுவது பற்றியும், தெருக்களையெல்லாம் தூர்த்துத் துடைத்துச் சுத்தமாக வைத்திருக்க அவர்கள் உத்தரவிடுவதைப் பற்றியும், என்றாலும் அவர்கள் தானியம், முட்டை, வெண்ணெய் எல்லாவற்றையும் வண்டி வண்டியாக ஜெர்மனிக்கு அனுப்பி விட்டது

குறித்தும் அவள் எழுதினாள்... சாதாரண ஜனங்களும் தொழிலாளர்களும் அவர்களை வெறுத்தார்கள்; என்றாலும் அவர்கள் வாய் திறந்து எதுவும் பேசுவதில்லை; ஏனென்றால் அவர்களுக்கு அனுசரணையாக நின்று உதவக் கூடியவர்கள் யாருமில்லை.

உப கர்னல் தேத்கின் தான் அவளுக்கு இந்த விபரங்களையெல்லாம் கூறினார். "அவர் ரொம்பவும் நல்லவர்; ஆனால் என்னையும் இங்கு வைத்துக் கொண்டு சாப்பாடு போடுவதென்பது அவருக்குப் பாரம் தான்... அவரது மனைவி இதனை வாய்விட்டே சாடையாகப் பேசி விடுகிறாள்." காத்யா மேலும் எழுதினாள்: "நேற்றைக்கு முந்திய நாள் தான் எனது இருபத்தேழாவது பிறந்த நாள். ஆனால், நான் எவ்வளவு வயது முதிர்த்தவளாய் தோற்றமளிக்கிறேன் தெரியுமா? போகட்டும் அதைப் பற்றி எல்லாம் இனிமேல் கவலையில்லை. யாருக்காகத்தான் நான்?"

மீண்டும் அவள் தன் கைக் குட்டையை எடுத்துக் கண்களை கசக்கத் தொடங்கினாள்.

காத்யா இந்தக் கடிதத்தை தேத்கினிடம் கொடுத்தாள்.

அவர் அதனை முதல் வேலையாகப் பீட்டர்ஸ்பர்குக்கு அனுப்பி வைப்பதாகச் சொன்னார். ஆனால் காத்யா அங்கிருந்து வெளியூர் போன பின்னரும், அந்தக் கடிதம் பல நாட்களாக அவரது பாக்கெட்டிலேயே இருந்தது. வட திசையோடு கடிதத் தொடர்பு கொள்வது மிகமிகச் சிரமமான காரியமாக இருந்தது. தபால் இலாகா வேலை செய்யவில்லை. கடிதங்கள் எல்லாம் தனிப்பட்ட நபர்களின் மூலம் தான் பட்டுவாடா செய்யப்பட்டன; ஆனால் அவர்களோ ஒரு கடிதத்தைக் கொண்டு போய்ச் சேர்ப்பதற்கே ஏராளமான தொகை கேட்டார்கள்.

அங்கிருந்து காத்யா புறப்பட்டுப் போகுமுன்பு, சமாராவில் இருந்து அவள் கொண்டு வந்திருந்த சாமான்களையெல்லாம் விற்று விட்டாள். ஒரே ஒரு மரகதக்கல் மோதிரத்தை மட்டும் அவள் விற்காது தன் வசம் வைத்துக் கொண்டாள்.

அந்த மோதிரம் யுத்தத்துக்கெல்லாம் வெகுநாட்களுக்கு முன்னர், வசந்த காலத்தில் ஒரு நாள் காலையில், பீட்டர்ஸ்பர்க் நகரத்திலிருந்த காலத்தில் அவளுக்குப் பிறந்த நாள் பரிசாக வந்து சேர்ந்ததாகும். தனது இளமைக் காலத்தைக் கழித்த அந்தப் பனிபடிந்த நகரம் இப்போது எங்கோ எட்டாத் தொலைவுக்குக் கண் மறைந்து போய்விட்டது போல் காத்யாவுக்குத் தோன்றியது... அன்றைய தினத்தில் தாஷாவும், நிகலாய் இவானவிச்சும் காத்யாவும் நேவ்ஸ்கி பெருஞ்சாலை வழியே நடந்து சென்றார்கள்; அப்போதுதான் அவர்கள் அந்த மரகதக் கல் மோதிரத்தைக் கடையில் தேர்ந்தெடுத்தார்கள்; அவள் அந்தப் பச்சைப் பசிய சுடரொளியைத் தன் விரலில் அணிந்திருந்தாள்; இப்போதோ அவளது கடந்த கால வாழ்க்கையின் மிச்சச்சொச்சமாக அந்த மோதிரம் மட்டுமே மிஞ்சி நின்றது.

ரஸ்தோவ் நகரத்து ரயில் நிலையத்திலிருந்து பல ரயில்கள் ஒன்றன் பின் ஒன்றாய்ப் புறப்பட்டுச் சென்ற வண்ணம் இருந்தன. காத்யா ஒரு மூன்றாம் வகுப்புப் பெட்டியினுள் கூட்டத்தினரை இடித்துத் தள்ளிக் கொண்டு முண்டியடித்து ஏறி இடம் பிடித்தாள். ஜன்னல் ஓரத்திலே அவளுக்கு உட்கார இடம் கிடைத்தது. அவள் தையல் போட்டிருந்த தனது துணி மூட்டையை மடி மீது வைத்துக் கொண்டாள். தார் தாழ்ந்த புல்வெளிகள், தோன் பிரதேசத்துச் சதுப்பு நிலங்கள், அடிவானத்தில் தென்பட்ட புகைப்படலம், ஜெர்மானியர்களால் கைப்பற்றப்படாத பதாய்ஸ்க் பனிமூட்டம் கவிந்த நிழல் வடிவம் எல்லாம் ஜன்னலுக்கப்பால் ஓடி மறைந்தன. ஒரு செங்குத்தான ஆற்றங்கரையினருகே, தண்ணீரில் மூழ்கியும் மூழ்காமலும் காட்சி தந்த சில மீன் பிடிப்போர் கிராமங்கள், மண் குடிசைகள், பழத்தோட்டங்கள், கவிழ்ந்து கிடந்த படகுகள், மீன் வலையைத் தூக்கிக் கொண்டு செல்லும் சிறுவர்கள் முதலியன தென்பட்டன. அதன் பின்னர் பாற்கடல் போல் பரந்து கிடந்தது அஸோவ் கடல்; அந்தக் கடற்பரப்பில் சில பாய்மரப் படகுகள் சாய்ந்து சென்றன. பின்னர் தகன்ரோக் தொழிற்சாலைகளின்

புகையற்ற புகை போக்கிகள் தென்பட்டன. பின்னர் பரந்த ஸ்தெப்பி புல்வெளி. குன்றுகள், ஆள் நடமாட்டம் அற்ற சுரங்கக் குழிகள். வெள்ளைக் கல் மலைகளின் சரிவிலே அங்கு மிங்குமாகத் தென்பட்ட பெரிய கிராமங்கள். நீலவானத்திலே பறந்து செல்லும் கழுகுகள். அந்த வெளிக்காட்சியைப் போலவே சோகம் நிறைந்த முறையில் கீச்சிட்டு அலறும் ரயிலின் விசில் சத்தம். முகத்தை உறுத்து வைத்துக் கொண்டிருக்கும் விவசாயிகள்; ரயில் நிலையங்களில் நிற்கும் ஜெர்மானியரின் இரும்புத் தொப்பிகள்.

காத்யா ஒரு கிழவியைப் போல் கூனிக் குறுகியமர்ந்து கொண்டு ஜன்னலுக்கு வெளியே பார்த்தாள். அவளது முகத்தில் அதீதமான அழகும், அபரிமிதமான சோகமும் குடி கொண்டிருந்திருக்க வேண்டும். ஏனெனில் அவளுக்கு எதிர்த்தாற் போல் அமர்ந்திருந்த ஜெர்மானியச் சிப்பாய் முன்பின் தெரியாத அவளை, அந்த ருஷ்யப் பெண்ணை வைத்த கண் வாங்காமல் பார்த்துக் கொண்டிருந்தான். அவனது மெலிந்து களைத்த, மூக்குக் கண்ணாடி அணிந்த முகத்திலும் சோகத்திரை படர்ந்திருந்தது.

“மேடம்! இதற்கெல்லாம் காரணமானவர்கள் தண்டனை பெறத்தான் போகிறார்கள்; அதற்குரிய காலம் வரத்தான் போகிறது!” என்று அவன் ஜெர்மன் மொழியில் மிருதுவாகச் சொன்னான்: “ஜெர்மனியிலும் அதுதான் நடக்கப் போகிறது; உலகமெங்கணும் அதே தான் நடக்கும். மாபெரும் நியாயம் வரத்தான் போகிறது. அதன் பெயர் தான் சோஷலிஸம்!”

தன்னை நோக்கித்தான் அவன் பேசுகிறான் என்பதைக் காத்யா முதலில் உணரவில்லை. பின்னர் அவள் அவனது பெரிய பளபளப்பான மூக்குக் கண்ணாடியை ஏறிட்டுப் பார்த்தாள். அந்தச் சிப்பாய் மரியாதை காட்டித் தன் தலையை அசைத்தான்:

“உங்களுக்கு ஜெர்மன் மொழி தெரியுமா மேடம்?”

“தெரியும்” என்றாள் காத்யா.

"ஒரு மனிதன் கஷ்டப்படும் போது, நாம் ஒரு நல்ல காரியத்துக்காகக் கஷ்டப்படுகிறோம் என்ற எண்ணத்தில் ஒரு ஆத்ம சாந்தி ஏற்படுகிறது" என்று அந்தச் சிப்பாய் சொல்லிக்கொண்டே, தன் கால்களைப் பெஞ்சுக்கடியில் இழுத்தவாறு, தனது புருவங்களைத் தாழ்த்திக் காத்யாவைத் தனது மூக்குக் கண்ணாடிக்கு மேலாகப் பார்த்தான். பிறகு அவன் மேலும் பேசத் தொடங்கினான்: "நான் மனித சரித்திரத்தை நன்றாக ஆழ்ந்து கற்றிருக்கிறேன். நீண்ட நெடுங் காலப் பேரமைதிக்குப் பின்னர், நாம் மீண்டும் சூறாவளி நிறைந்த காலத்தில் பிரவேசித்திருக்கிறோம். இதுதான் என் முடிவு. ஒரு மாபெரும் நாகரிகம் அழியத் தொடங்கியுள்ள காலகட்டத்தில் நாம் இருக்கிறோம். ஆரிய சமுதாயமும் இத்தகையதொரு காலகட்டத்தில், சகாப்தத்தில் முன்னொரு முறை இருந்தது. காட்டு மிராண்டிகள் ரோமாபுரியை அழித்த நாலாம் நூற்றாண்டுக் காலத்தில் நடந்தது அது. அதே காலத்தைப் போன்ற சூழ்நிலைகளையும் இந்தக் காலத்திலே பலர் எதிர்பார்க்கிறார்கள். ஆனால் அதெல்லாம் தவறு. கிறிஸ்துவத்தின் தத்துவத்தால் ரோமாபுரி அழிந்தது. காட்டு மிராண்டிகள் ரோமாபுரியின் சவத்தைத்தான் துண்டு துண்டாகக் கிழித்தெறிந்தார்கள். நவீன நாகரிகமோ சோஷலிஸத்தின் மூலம் மாற்றம் அடையும். அந்தக் காலத்திலே அழிவுதான் நேர்ந்தது; இப்போதோ ஆக்கம் தான் நேரும். சமத்துவம், சர்வதேசியம், பணம் படைத்தவர்களை விட ஏழைகள் தான் ஒழுக்கத்து மேம்பட்டவர்கள் என்ற எண்ணம் - இவைதான் கிறிஸ்துவ தர்மத்தின் பிரதானமான நாசக் கருத்துக்கள். செல்வத்தின் செழிப்பிலே செழித்துக் கொழித்துக் கொண்டிருந்த ரோமாபுரி என்னும் ராக்ஷஸப் புல்லுருவியின் அகோரப் பசிக்கு அந்தக் காட்டு மிராண்டிகள் அளித்த உணவுதான் இந்தக் கருத்துக்கள். எனவேதான் ரோமானியர்கள் பயந்தார்கள்; கிறிஸ்துவர்களைப் பின்பற்றினார்கள். ஆனால் கிறிஸ்துவ தர்மத்தில் ஆக்கபூர்வமான கருத்துக்களே இல்லை; அந்த தர்மம் உழைப்பை ஒழுங்குபடுத்தி அமைக்கவில்லை. அது இந்த உலகில் அழிவில் மட்டும் தான் கவனம்

செலுத்தியது; மற்றவை எல்லாவற்றையும் பரலோக சாம்ராஜ்யத்தில் பெற்றுக் கொள்ளலாம் என்று உறுதி கூறியது. கிறிஸ்துவ தர்மம் ஒரு வாள்தான்; அழிவுக்கும் தண்டனைக்கும் பயன்படக் கூடிய ஓர் ஆயுதம்தான். பரலோக சாம்ராஜ்யத்திலும் சரி, அதன் இலட்சிய உலகிலும் சரி, அந்த தர்மம் ரோம் சாம்ராஜ்யத்தின் மதகுரு வர்க்கத்தையும் அதிகார வர்க்கத்தையும் மாற்று ரூபத்தில் அளிப்பதாக வாக்குறுதி அளித்ததே தவிர, வேறொன்றும் செய்யவில்லை. இதுதான் அந்த தர்மத்தின் அடிப்படைத் தவறு. ரோமாபுரியோ இதற்கு மாறாக ஒழுங்கைப் பற்றிய கருத்தைப் பிரகடனப்படுத்தியது. ஆனால் அந்தச் சமயத்தில் ஒழுங்கற்ற நிலைமையும் சர்வ வியாபகரமான குழப்பமும் தான் அந்தக் காட்டுமிராண்டிகளின் இதயம் நிறைந்த கனவாக இருந்தது; அவர்கள் ரோமாபுரியின் கோட்டைச் சுவர்களைத் தாக்கும் சந்தர்ப்பத்துக்குத்தான் காத்திருந்தார்கள். அந்தச் சந்தர்ப்பமும் வந்தது. அப்போது நகரங்களெல்லாம் இடிந்து தரைமட்டமாயின; சாம்பற் குவியலாகக் குவிந்தன. கழுவிலேற்றிக் கொல்லப்பட்ட பிணங்களும், ரதங்களின் சக்கரங்களுக்கடியில் நசுங்கிச் செத்த பிணங்களும் வீதிகளிலே கிடந்தன. எங்கிருந்தும் விமோசனம் கிட்டவில்லை. ஐரோப்பா, சின்ன ஆசியா, ஆப்பிரிக்கா எல்லாமே ஒரு கோடி முதல் மறுகோடி வரையில் பற்றியெரிந்தன. உலகமெல்லாம் தீப் பிடித்து எரிந்து கொண்டிருந்த அந்தச் சமயத்தில் ரோமானியர்கள் பறவைகள் போல் வட்டமிட்டுத் திரிந்தனர். காட்டு மிராண்டிகள் அவர்களை வேட்டையாடிக் கொன்றார்கள்; காட்டுமிருகங்கள் அவர்களைக் கிழித்தெறிந்தன; பாலைவனத்தில் அவர்கள் பசியாலும், தாகத்தாலும், உஷ்ணத்தாலும், குளிராலும் மாண்டு மடிந்தனர். அந்தக் காலத்தில் உயிர் வாழ்ந்த ஒருவன் எழுதிய சரித்திரத்தை நான் படித்திருக்கிறேன். அதில் அலாரிக்கும் அவனது ஜெர்மன் படைகளும் ரோமாபுரிக்குள் பிரவேசித்த பின்னர், ரோமாபுரியின் தேசாதிபதியின் மனைவியான ப்ரோபா என்பவள் இரவோடு இரவாக எவ்வாறு தன் இரு புதல்வியரோடும் தப்பிச் சென்றாள் என்று

படித்திருக்கிறேன். தீபர் நதியின் வழியாகப் படகில் செல்லும் போது அவர்கள் சொக்கப்பனையாய்ப் பற்றி யெரிந்து கொண்டிருக்கும் ரோமாபுரியைப் பார்த்தார்களாம்... உலகமே அங்கு அழிந்து விட்டது."

அந்த ஜெர்மானியச் சிப்பாய் தனது கோணிப் பையைத் திறந்து அதன் அடியிலிருந்து தோலால் பைண்டு செய்யப் பட்ட ஒரு புடைத்த நோட்டுப் புத்தகத்தை வெளியே எடுத்தான்; அவன் அந்தப் புத்தகத்தின் பக்கங்களை மௌனமாகச் சிறிது நேரம் புரட்டினான்; பிறகு மெல்லப் புன்னகை புரிந்தான்.

"இதோ இந்தப் பகுதிதான் என்று சொல்லிக் கொண்டே அவன் காத்யாவுக்கு அருகில் சென்று உட்கார்ந்தான்: அம்மியான மார்ஸெல்லீன் எழுதிய இந்தப் பகுதியைப் படித்துப் பார்த்தால் ரோமாபுரியின் வீழ்ச்சிக்கு முன்னால் ரோமானியர்கள் எப்படியிருந்தார்கள் என்பதைப் புரிந்து கொள்ளலாம்" என்று சொல்லி விட்டு அதனை வாசிக்கத் தொடங்கினான்:

"அவர்களது நீளமான பட்டுடைகளும், பழுப்பு நிற மான மடிப்புக்களும் காற்றிலே படபடத்தன; பல்வேறு மிருகங்களின் உருவங்களைப் பூவேலை செய்து தைத்திருந்த விலையுயர்ந்த உடைகளை அவர்கள் தரித்திருந்தார்கள். ஏராளமான பணியாட்கள் பின்னே தொடர்ந்து வர, அவர்கள் தங்களது மூடிய ரதங்களை தலைதெறிக்கும் வேகத்தில் ஓட்டிச் சென்றார்கள். அந்த வேகத்தில் வீடுகளும் வீதிகளும் அதிர்ந்து நடுங்கின. கடைவீதிகளும், உணவு விடுதிகளும், உல்லாசப் பூங்காக்களும் சூழ்ந்த ஸ்நானத் தடாகத்துக்கு அவர்களில் எவனாவது ஒருவன் வர நேர்ந்தால், அவன் அந்தத் தடாகம் முழுவதையும் தனக்கே ஏகபோகமாக விட்டுவிட்டுச் செல்லுமாறு, அங்குள்ளவர்களை நோக்கி ராஜரீகமான அதிகாரத் தொனியில் முழங்குவான். குளித்து முடிந்ததும் அவன் கற்கள் பதித்த மோதிரங்களையும், பக்கிள்ஸ்களையும் அணிந்து கொள்வான்; அவன் அணியும் மடிப்புக்கள் நிறைந்த பல்வேறு விதமான ஆடையலங்காரங்களோ

பத்து மனிதர்களுக்குத் தேவையான துணிக்கும் மேலான துணிகளில் தைக்கப்பட்டிருக்கும். இவற்றுக்கெல்லாம் மேலாக, அவனது தற்பெருமையை விளம்பரப்படுத்தும் ஆடம்பர அணிமணிகள் வேறு. எப்போது பார்த்தாலும் அவன் தனது ஆடம்பரத்தையும் அதிகாரத் தோரணையையும் காட்டிக் கொள்ள மறப்பதில்லை. ஸைராகூஸைக் கைப்பற்றிய வெற்றி வீரனான மார்ஸெல்லிடம் அத்தனை அழுத்தலையும் ஆணவத்தையும் காண முடியாது. சமயங்களில் அவனும் துணிச்சலான பயணங்களில் ஈடுபட்டு விடுவான். ஏராளமான வேலைக்காரர்களும், சமையற்காரர்களும், அவலட்சணமான உருவங்கள் கொண்ட அலிப்பிறவிகளும், அடியாட்களும் புடைசூழ அவன் இத்தாலிய பண்ணைக் காடுகளில் புகுந்து, பறவைகளையும் முயல்களையும் வேட்டையாடிக் களிப்பான். என்றாவது ஒரு நாள் சந்தர்ப்பவசமாக, அவன் மத்தியான வேளையில், தங்கத் தகடு வேய்ந்த தனது உல்லாசப் படகில் ஏறிக் கொண்டு லுகிரீன் ஏரியைக் கடந்து அக்கரைக்குச் செல்வான்; அவ்வாறு அவன் போய் விட்டு வந்தால், அவன் அந்தப் பயணத்தை அலெக்சான்தர், சீசர் முதலியோரின் திக்விஜயங்களுக்குச் சமதையாக ஒப்பிட்டுப் பேசுவான். அவனது படகை மூடித் தொங்கும் பட்டுத் திரைகளின் வழியாக, உள்ளே ஏதாவதொரு ஈ பறந்து விட்டால், அல்லது அதன் வழியே சூரிய கிரணம் மெள்ள உட் புகுந்து விட்டால், உடனே அவன் தனது துரதிருஷ்டத்தை எண்ணி அழுவான்; என்றென்றும் நிரந்தர இருள் நிலவும் கிம்மேரிய நாட்டில் தான் பிறக்காது போனோமே என்று அவன் சிந்தை குழம்புவான். தான் சொல்லும் ஒவ்வொரு வார்த்தையையும் கரகோஷம் செய்து வரவேற்கும் முகஸ்து திக்காரர்களும், பிடுங்கித் தின்னும் பேர்வழிகளும் தான் அவனுக்கு மிகவும் பிடித்தமான பிரியமான விருந்தினர்கள். அவர்கள் அவனது மாளிகையிலுள்ள சலவைக் கல் தூண்களையும், பளிங்குக் கற்களாலான தரையையும் கண்டு பிரமிப்பார்கள். மேஜை மீது பெரிய பெரிய மீன்களும் கோழிகளும் பரிமாறப்படுவதைக் கண்டு அவர்கள்

அதிசயிப்பார்கள். சிலர் துலாக்கோல்களைக் கொண்டு வந்து அந்தப் பிரம்மாண்டமான உணவுப் பொருள்களை எடை நிறுத்துப் பார்க்கவும் முனைவார்கள்; கொஞ்சம் புத்திசாலிகளாய் உள்ளவர்களோ, இதையெல்லாம் கண்டும் காணாதது போல் வேறு புறம் திரும்பிக் கொள்வார்கள். அவற்றை எடை போட்டுப் பார்த்து அந்த அதிசயத்தைப் பதிவு செய்து கொள்வதற்காக, பத்திரிகை இலிகிதனையே வரவழைக்க - வேண்டும் என்று அந்தப் பிடுங்கித் தின்னிப் பேர்வழிகள் ஆரவாரிப்பார்கள்…"

"ஆமாம்! இவ்வாறாக வாழ்ந்து மறைகிறது நாகரீகம் என்று சொன்னவாறே அந்த ஜெர்மானியன் புத்தகத்தை மூடினான்:"… இத்தகைய பேர்வழிகள் தான் பின்னர் ரோடுகளிலும், இடிபாடான நகரங்களிலும் உணவைத் தேடி அலைந்து திரிந்தார்கள்; காட்டு மிராண்டிகளோ கீழ்த்திசையிலிருந்து படைப்படையாய் வந்து எல்லாவற்றையும் கொள்ளையடித்தார்கள்; துவம்சம் செய்தார்கள். ஐம்பது ஆண்டுகளுக்குள் ரோம சாம்ராஜ்யத்தின் எச்சமச்சம் கூட இல்லாது போய் விட்டது. மாபெரும் ரோமாபுரியில் புல்லும் பூண்டும் மண்டி வளர்ந்தன; ஆளரவமற்றுப் போன முற்றவெளிகளில் ஆடுகள் மேய்ந்தன. கிட்டத்தட்ட ஏழு நூற்றாண்டு காலம் வரையிலும் ஐரோப்பாவே அந்தகாரத்தில் மூழ்கிக் கிடந்தது. கிறிஸ்துவ தர்மம் உழைப்பை ஒழுங்குபடுத்தி அமைப்பதைப் பற்றிய சிந்தனையே இல்லாமல், வெறுமனே அழிவு சக்தியாகப் பயன்பட்டதால் நேர்ந்த விளைவு தான் இதெல்லாம். கிறிஸ்துவ தர்மத்தின் பத்துக் கட்டளைகளில் உழைப்பைப் பற்றி ஒரு வார்த்தை கூட இல்லை. விதைப்பவர்களையும் அறுப்பவர்களையும் அடிமைகளாகக் கொண்டவர்களுக்கு, விதைக்கவோ அறுக்கவோ செய்யாத மனிதர்களுக்காகச் சொல்லப்பட்டவைதான் அவை. கிறிஸ்துவ தர்மம் ஆக்கிரமிப்பாளருக்கும், சக்கரவர்த்திகளுக்கும் உரிய மதமாக மாறியது. உழைப்பு ஒழுங்குபடுத்தப்படாமலே; நீதி சாஸ்திரங்களுக்கப்பால் நின்றது. இரண்டாவது ரோம சாம்ராஜ்யத்தை அழிப்பதற்காக, உழைப்பின்

அடிப்படையிலான உழைப்பாளிகளின் மதத்தைப் புதிய காட்டுமிராண்டிகள் உலகிற்குள் கொண்டு வருவார்கள். நீங்கள் ஷ்பேன் கிலாரின் நூல்களைப் படித்ததுண்டா? அவன் சர்வாங்கத்திலும் ஒரு ரோமானியன் தான். என்றாலும் அவன் தனது ஐரோப்பாவில் அஸ்தமன காலம் தொடங்கி விட்டது என்று கூறுவது முற்றிலும் சரிதான். ஆனால் நமக்கோ இதுதான் உதய காலம். உலகத்தின் பாட்டாளி வர்க்கத்தை அவன் தன் சமாதிக்குழிக்குத் தன்னோடு இழுத்துச் சென்று விட முடியாது. அன்னப் பறவைகள் அந்திம காலத்தில் அருமையாகப் பாடுமாம். பூர்ஷ்வா உலகம் அவனை அன்னப் பறவை போல் பாடவைத்தது. அவன் தான் அவர்களது கடைசிக் கருத்துவாதத் தன்மையுடனான துருப்புச் சீட்டு. கிறிஸ்துவ தர்மத்தின் பற்கள் உளுத்து ஆட்டம் கண்டு விட்டன; நமது பற்களோ உருக்கைப் போல் இருக்கின்றன... கிறிஸ்துவ தர்மத்துக்கு மாறாக, நாம் சோஷலிஸ உழைப்பை ஒழுங்குபடுத்துவோம். போல்ஷிவிக்குகளுக்கு எதிராகப் போர் புரியும் நிர்ப்பந்தத்துக்கு நாங்கள் இரையாகியிருக்கிறோம். எங்களை ஆயுதந் தாங்கச் செய்பவர்கள் யார் என்பதையும், யாருக்கு எதிராக எங்களை ஆயுதம் தாங்கிப் போராடச் செய்கிறார்கள் என்பதையும் நாங்கள் அறியாமலிருக்கிறோம், என்றா நீங்கள் நினைக்கிறீர்கள்? ஹா! மற்றவர்கள் நினைப்பதைவிட, நாங்கள் அதையெல்லாம் நன்கு புரிந்து தான் வைத்திருக்கிறோம். முன்னெல்லாம் நாங்கள் ருஷ்யர்களை வேம்பாக வெறுத்தோம். இப்போதோ நாங்கள் அவர்களைக் கண்டு வியக்கவும் மதிக்கவும் தொடங்கியிருக்கிறோம்...”

நீண்ட விசில் சத்தத்தோடு, ரயில் ஒரு பெரிய கிராமத்தைக் கடந்து சென்றது. இரும்புத் தகடுகள் வேய்ந்து நன்றாகக் கட்டப்பட்ட வீடுகள், நீளமான வைக்கோல் போர்கள், வேலியிட்ட பழத்தோட்டங்கள், கடை விளம்பரங்கள் முதலியன எல்லாம் ஓடி மறைந்தன. இடைவார் அவிழ்ந்து கிடந்த ராணுவ உடுப்பும், ஆட்டுத்தோல் மோஸ்தர் தொப்பியும் அணிந்த ஒரு விவசாயி ரயில் பாதையை

அடுத்துச் செல்லும் புழுதிபடிந்த ரோட்டின் மீது வண்டியை ஓட்டிச் சென்றான். அவன் அந்த வண்டியில் நின்று கொண்டிருந்தான்; கடிவாளத்தின் முனைகள் அவன் கையில் சுருண்டிருந்தன. அந்த வண்டியின் கொழுத்த பெரிய குதிரை ரயில் வண்டியையே முந்த முயன்று கொண்டு நாலு கால் பாய்ச்சலில் ஓடியது. அந்த விவசாயி ரயிலை நோக்கித் திரும்பி, தனது வெண் பற்களை வெளிக்காட்டியவாறே ஏதோ சொன்னான்.

"இதுதான் குல்யாய் - போல்யே. செல்வ வளம் மிகுந்த கிராமம்" என்றான் அந்த ஜெர்மன் சிப்பாய்.

நேராகச் செல்லும் பெட்டியில் ஏறாத காரணத்தால், காத்யா பலமுறை கீழிறங்கி வேறு வண்டிகளில் ஏற நேர்ந்தது. ஜனங்களின் ஆரவாரம், ரயிலுக்காகக் காத்திருப்பவர்கள், புதிய புதிய முகங்கள், அவள் அதுவரையிலும் கண்டிராத அளவுக்குப் பெரிதான ஸ்தெப்பிப் புல்வெளிகள் முதலியனவெல்லாம் ஜன்னலுக்கப்பால் மெதுவாக ஓடி மறைந்தன. அவற்றைப் பார்த்துக் கொண்டு வந்ததால், காத்யா தன் மனச்சுமையைச் சிறிது மறந்திருந்தாள். அந்த ஜெர்மன் சிப்பாய் எப்போதோ இறங்கிப் போய் விட்டான்; போகும் போது அவள் கையைப் பிடித்துப் பலமாகக் குலுக்கி விடை பெற்றுக் கொண்டான். நடைபெறும் சம்பவங்களைக் குறித்து அவனுக்குத் தர்க்க ரீதியான ஒரு தீர்மானமும் தெளிவும் இருந்தன; அத்துடன் அவற்றில் தனக்குரிய பங்கு என்ன என்பதைப் பற்றியும் அவன் ஒரு முடிவுக்கு வந்திருந்தான். அவனது அமைதி நிறைந்த எதிர்கால எண்ணங்களின் நம் பிக்கையைக் கண்டு காத்யா வியந்தாள்; பயந்தாள். அழிவு, குழப்பம், பயங்கரம் என்றெல்லாம் மற்றவர்கள் எதைக் கருதுகிறார்களோ, அதிலேயே தான் தான் வெகுகாலமாக எதிர்பார்த்திருந்த புதிய சகாப்தத்தின் அருணோதயப் பொழுது புலர்ந்து கொண்டிருப்பதாக, அவன் கருதினான்.

கையாலாகாத நிலைமையில் பற்களை நெறுநெறுவென்று கடிப்பதையும், திக்கற்ற நிலையில் பெருமூச்செறிவதையும் தான் காத்யா அந்த ஆண்டு முழுவதும் கேட்டிருந்தாள்;

தனது தந்தையின் வீட்டில் மார்ச் மாதத்தின் அந்தக் காலைப் பொழுதில் கண்டது போலவே, வக்கரித்த முகங்களையும் திரண்ட முஷ்டிகளையும் தான் பாத்திருந்தாள். உப கர்னல் தேத்கின் மட்டும் அவ்வாறு பற்களைத் கடிக்கவோ, பெரு மூச்சு விடவோ இல்லை என்பது வாஸ்தவம்தான். என்றாலும், அவரே வாய்விட்டுச் சொன்ன மாதிரி, அவர் ஓர் அப்பாவியாகவும், நியாயத்தின் மீது பேரின்பம் மிக்க நம்பிக்கையின் பேரால் புரட்சியை வரவேற்பவராகவும்தான் இருந்தார்.

காத்யாவின் இனத்தைச் சேர்ந்தவர்கள் எல்லோருமே ருஷ்ய நாட்டுக்கும் ருஷ்யக் கலாச்சாரத்துக்கும் ஏற்பட்ட அழிவாகவும், வாழ்க்கையை அழித்தொழிக்கும் நாச சக்தியாகவும், அணுகிக் கொண்டிருக்கும் உலக அழிவாகவும் தான் புரட்சியைக் கண்டார்கள். ஒரு சாம்ராஜ்யம் இருந்தது; அதன் நிர்வாகமெல்லாம் தெள்ளத் தெளிவாகவும் திட்டவட்டமாகவும் இருந்தது. அதில் விவசாயிகள் உழுதார்கள்; சுரங்கத் தொழிலாளிகள் நிலக்கரியை அள்ளிக் கொணர்ந்தார்கள்; தொழிற்சாலைகள் விலை மலிவான உபயோககரமான சாமான்களை உற்பத்தி செய்து குவித்தன; வியாபாரிகள் சுறுசுறுப்பாக வியாபாரம் செய்தார்கள்; குமாஸ்தாக்கள் முறையாக கடிகாரத்தைப் போல் வேலை பார்த்தார்கள்;- எல்லாமே குறித்த காலத்தில் குறித்தபடி நடந்தன. சமூகத்தின் மேல் தட்டில் உள்ளவர்கள் இவற்றில் இருந்தெல்லாம் அபரிமிதமான சுகபோகங்களைப் பெற்றார்கள். இத்தகைய சமுதாய அமைப்பு நியாயமற்றது என்று யாரோ சிலர் சொல்லி விட்டார்கள். ஆனால் கடவுளே இவ்வாறு விதித்திருக்கும் போது, யார் என்ன செய்வது? ஆனால் திடீரென்று அந்த வாழ்க்கையெல்லாம் உடைந்து சுக்கு நூறாகி விட்டது; சாம்ராஜ்யத்துக்குப் பதிலாக, எறும்புப் புற்றுதான் வெளித் தோன்றியது. குறுகிய மனப்பான்மையுள்ள மனிதர்களெல்லாம் பயபீதி நிறைந்து வெளுத்த கண்களோடு தள்ளாடித் தள்ளாடி நடந்தார்கள்.

ஒரு ரயில் நிலையத்தில் ஆழ்ந்த அமைதியினூடே ரயில்

வெகுநேரமாக நின்றது. காத்யா ஜன்னலுக்கு வெளியே எட்டிப் பார்த்தாள். இருளினூடே ஓர் உயர்ந்திருந்த மரத்தின் இலைகள் சலசலத்தன. நட்சத்திரங்கள் மலிந்த தொலை வானம் அந்த விசித்திரமான பூமிக்கு மேலே எல்லையற்றுப் பரந்து விரிந்திருந்தது.

காத்யா திறந்த ஜன்னலின் விளிம்பில் தனது முழங்கைகளை ஊன்றிச் சாய்ந்து கொண்டாள். இலைகளின் சலசலப்பு, நட்சத்திரக் கூட்டங்கள், பூமிப்பரப்பின் கதகதப்பான இனிய மணம் - இவையெல்லாம் அவளுக்குப் பாரிஸிலுள்ள ஒரு பூங்காவில் ஒரு நாள் இரவு அவள் கழித்த பொழுதை நினைவூட்டின. பீட்டர்ஸ்பர்க்கிலிருந்து சில நண்பர்கள் இரண்டு கார்களில் அங்கு சென்றிருந்தார்கள்... ஏரிக்கு மத்தியிலேயுள்ள வேனில் விடுதியில் அமர்ந்து அவர்கள் இரவுச் சாப்பாட்டை உண்ட அப்பொழுது இன்பகரமானதாக இருந்தது. தூங்கு மூஞ்சி மரங்கள் வெள்ளி மேகங்கள் மாதிரி நீர்ப்பரப்பின் மீது குனிந்து வளைந்து நின்றன.

அந்தக் கூட்டத்தில் தொப்பியணிந்திராத, மாலை நேர உடையணிந்த ஒரு மனிதன் இருந்தான். அவனைக் காத்யாவுக்குத் தெரியாது. அவன் ஒரு ஜெர்மானியன்; அவன் பிரஞ்சுமொழியில் அருமையாகப் பேசினான்; ருஷ்ய நாட்டில் வெகு காலம் வாழ்ந்தவன் அவன். அவன் ஒல்லியாகவும், நீண்ட, கலவரவுணர்ச்சி கொண்ட முகத்தையும், உயர்ந்து மேலேறிய நெற்றியையும், அந்த நெற்றிக்கு மேல் வாளிப்பான தலைமயிரையும், கனத்த கண்ணிமைகள் கொண்ட குறுகுறுத்த கண்களையும் கொண்டிருந்தான். அவன் மேஜைமுன் அமைதியாக அமர்ந்து, தனது நீண்ட விரல்களால் மதுக் கிண்ணத்தைத் தடவிக்கொண்டிருந்தான். காத்யாவுக்கு யாரையேனும் பிடித்துப் போய் விட்டால், உடனே நட்புணர்ச்சியும் அன்பும் அவள் நெஞ்சில் தோன்றிவிடும். அரைகுறையாகத் திறந்து கிடந்த அவளது தோள்களை ஜூலை மாத இதமான இரவு தழுவி நிற்பதைப் போல் அவளுக்குத் தோன்றியது. தலைக்கு மேலிருந்த கொடிப் பந்தலின்

இலைகளினூடே நட்சத்திரங்கள் தலைகாட்டின. மெழுகு வர்த்திகளின் கதகதப்பான வெளிச்சம் அங்கு குடியிருந்தோரின் முகங்களின் மீதும் மேஜை மீது விழுந்து கிடந்த அந்துக்களின் மீதும், அந்த ஜெர்மானியனின் சிந்தனைவயப்பட்ட முகத்தின் மீதும் விழுந்தது. தன்னைத்தான் சிந்தனைவயப்பட்டவனாக அவன் பார்த்துக் கொண்டிருக்கிறான் என்று காத்யா உணர்ந்தாள். அன்று இரவில் அவள் மிகவும் அழகாகத் தோற்றியிருக்க வேண்டும்.

அவர்கள் மேஜையினை விட்டு எழுந்து இருபுறமும் மரங்கள் அடர்ந்திருந்த ஓர் இருண்ட நீண்டு வளைந்திருந்த பாதை வழியே பாரிஸ் நகரத்தின் ஒளி ஜாலங்களைக் காண்பதற்காக, பூங்காவின் கோடியில் அமைந்திருந்த சற்றே மேட்டுப் பாங்கான இடத்தை நோக்கிச் சென்றார்கள். அவ்வாறு செல்லும்போது அந்த ஜெர்மானியன் காத்யாவின் அருகிலேயே நடந்து வந்தான்.

“மேடம்! அனுமதிப்படாத, அனுமதிக்கக் கூடாத ஏதோ ஒன்று அழகில் இருக்கிறது என்று நீங்கள் கருதுகிறீர்களா?” என்று கேட்டான் அவன். தான் சொன்னதில் எந்த விதமான உள்ளர்த்தமும் இல்லை என்பதை வலியுறுத்திப் பேசுபவன் போல் அந்த வார்த்தைகளைத் தெள்ளத் தெளிவாக நிறுத்திச் சொன்னான். காத்யா மெதுவாக நடந்து மேலே சென்றாள். அந்த மனிதன் தன்னிடம் பேசியது காட்யாவுக்குப் பிடித்திருந்தது; அதிலும் அவர்களின் தலைக்கு மேல் படர்ந்திருந்த இலைகளின் சலசலப்பை விழுங்கி விடாத முறையில் அவன் மிருதுவாகப் பேசியது அவளுக்கு மிகவும் பிடித்தது. அவளுக்கு இடது புறமாய் நடந்து வந்த அந்த மனிதன் அந்த நடைபாதையின் கடைக்கோடியை ஆழ்ந்து நோக்கினான்; அங்கு பாரிஸ் நகரத்தின் செக்கச் சிவந்த ஒளி மூட்டம் மேலே தெரிந்தது. அவன் பேசிக் கொண்டே நடந்தான்.

“நான் ஓர் என்ஜினியர். என் தந்தை பெரிய பணக்காரர். நான் பெரிய தொழிற்சாலைகளில் பணியாற்றுகிறேன்.

ஆயிரக்கணக்கான ஜனங்களுடன் நான் தொடர்பு வைத்திருக்கிறேன். உங்களுக்குத் தெரியாத எவ்வளவோ விஷயங்களை நான் பார்க்கிறேன்; அவற்றைத் தெரிந்து வைத்திருக்கிறேன். என்னை மன்னியுங்கள். நான் பேசுவது உங்களுக்குச் சலிப்புத் தருகிறதோ?"

காத்யா அவனை நோக்கித் திரும்பி, மௌனமாகப் புன்னகை புரிந்தாள். தூரத்திலே தெரியும் ஒளிமூட்டத்தின் மங்கிய ஒளிவீச்சிலே, அவன் அவளது கண்களையும் புன்னகையையும் கண்டான். அவன் மேலும் பேசத் தொடங்கினான்:

'துரதிருஷ்டவசமாக, நாம் வேறுபட்ட இரு சகாப்தங்கள் சந்திக்கும் காலச் சூழ்நிலையிலே வாழ்கிறோம். ஒன்று மகோந்நதமானது; மகத்தானது. அது சீரழிந்து கொண்டிருக்கிறது. மற்றொன்றோ இயந்திரங்களின் பேராசையின் மத்தியில் இரைச்சல் மிகுந்த இயந்திரத் தொழிற்சாலை வட்டாரங்களிலே உதயமாகிக் கொண்டிருக்கிறது. இந்தச் சகாப்தத்தின் பெயர் மக்களின் சகாப்தம், மனித வர்க்கத்தின் சகாப்தம். இதன் மத்தியில் எல்லா வேற்றுமைகளுமே அழிந்து கொண்டிருக்கின்றன. மனிதன் என்பவன் இயந்திரங்களை இயக்கும் திறமை வாய்ந்த கரங்களாகவே இருந்து வருகிறான். இங்கு வேறுபட்ட நீதிகளும், வேறுபட்ட கால வரையறைகளும், வேறுபட்ட உண்மையும் புலப்படுகின்றன. மேடம்! நீங்கள் பழைய சகாப்தத்தின் கடைசி மிச்சம் மிஞ்சாடிகளில் ஒருவராக விளங்குகிறீர்கள். அதனால்தான் உங்கள் முகத்தைப் பார்க்கும் போது உள்ளத்தில் சோக உணர்ச்சி மேலிடுகிறது. புதிய சகாப்தத்துக்கு அது தேவையில்லை. காதல், தியாகம், கவிதை, ஆனந்தக் கண்ணீர் போன்ற உதவாக்கரையான உணர்ச்சிகளைத் தூண்டிவிடும் உபயோக மற்ற, உருப்படியில்லாத எதையுமே புதிய சகாப்தம் விரும்பவில்லை. அழகு! அதனால் என்ன பயன்? அது நெஞ்சைச் சலனத்துக்கு ஆளாக்குகிறது; அழகு அனுமதிக்கக் கூடாதது. எதிர்காலத்தில் அழகுக்கு எதிராகச் சட்டங்கள் இயற்றப்படும்... நான் உறுதியாகச்

சொல்கிறேன். நீங்கள் இயந்திர வாகன முறை பற்றிக் கேள்விப்பட்டிருக்கிறீர்களா? அது அமெரிக்காவின் புதிய கண்டுபிடிப்பு. இடையறாது இயங்கிக் கொண்டிருக்கும் ஓடும் பெல்ட்டின் மூலம் தொழில் நடத்தும் தத்துவம் அது. அந்தத் தத்துவத்தை தான் மக்கள் மத்தியிலே உருவேற்ற வேண்டும்... இடையறாது இயங்கும் இயந்திரத்தின் முன் நின்று கனவு காண்பது கொலையையும் கொள்ளையையும் விட மோசமான குற்றங்கள் என்று கருதச் செய்ய வேண்டும். சிறிதே கற்பனை பண்ணிப் பாருங்கள். இதயத்தை உலுக்கும், கவரும் அழகு திடீரென்று இயந்திரத் தொழிற்சாலையின் இரும்புக் கூடத்தினுள் வந்து விடுகிறது என்று வைத்துக் கொள்ளுங்கள். என்ன நடக்கும் தெரியுமா? மனிதர்களின் நடமாட்டம் குழம்பும்; தசைகள் நடுங்கும்; கைகள் வேலை செய்வதில் ஒரு கணம் தாமதமாகும்; ஒரு கண நேரத்துக்கு தவறு நேர்ந்தாலும்.... ஒரு கணத் தவறு பல மணித் தவறாக வளரும்; பல மணித் தவறுகள் படுநாசத்தை உண்டாக்கும்... எனது அண்டை அயலிலுள்ள தொழிற்சாலைகளின் உற்பத்தியை விட, எனது தொழிற்சாலையின் உற்பத்தி தரத்திலே குறையும்... அதனால் என் தொழிற்சாலை சீர்குலையும்..... அதனால் எங்காவது ஒரு பாங்கு முறியும். பங்கு மார்க்கெட்டில் விலைகள் சரியும்.... எவனாவது ஒருவன் தன்னைத் தானே சுட்டுக் கொண்டு சாவான்... எல்லாம் எதனால்? எல்லாம் ஒரு பேரழகி தனது பாவாடை சரசரக்க, தொழிற்சாலைக்குள்ளே வந்து போனதன் விளைவுதான்!"

காத்யா சிரித்தாள். அவன் கூறிய அத்தகைய இயந்திர வாகனங்களைப் பற்றி அவளுக்கு எதுவுமே தெரியாது. அவள் எந்தத் தொழிற்சாலைக்குள்ளும் போனதில்லை. அவளுக்குத் தெரிந்ததெல்லாம் தொழிற்சாலைகளின் நீண்ட புகை போக்கிகள் இயற்கைக் காட்சியின் அழகைக் கெடுத்து விடுகின்றன என்பதுதான். பெரிய மரச் சாலைகளிலே மனிதர்கள் - மனித வர்க்கத்தினர் கும்பல் கும்பலாகச் செல்வது அவளுக்குப் பிடிக்கும்; அவற்றில் எந்தவித பயங்கரமும் இருப்பதாக அவளுக்குத் தோன்றியதில்லை. அந்த ஏரிக்கரையில் அவளோடு விருந்துண்ட அவளது

நண்பர்களில் இருவர் சமூக ஜனநாயகவாதிகள். எனவே எந்தவிதத்திலும் அவளது மனச்சாட்சி உறுத்தவில்லை. அந்த வெதுவெதுப்பான இருள் மண்டிய நடைபாதையில் தலையை நிமிர்த்தியவாறு அவளருகில் நடந்து சென்ற அந்த ஜெர்மானியன் அவளிடம் இவ்வாறெல்லாம் பேசிய போது, அந்த விஷயங்கள் அவளுக்குப் புதிதாகவும் ருசிகரமாகவும் இருந்தன. அதாவது ஒருகாலத்தில் அவளது வீட்டின் கூடத்தை அலங்கரித்துக் கொண்டிருந்த உருவகக் கலைச் சித்திரம் போல் அவை வியப்பூட்டின. ஆனால் அன்றிரவில் அவள் தத்துவார்த்த சிந்தனையில் இறங்கிவிடவில்லை.

"அழகிய பெண்கள் உங்களுக்கு அவதியைக் கொடுத் திருப்பார்கள் போலிருக்கிறது. அதனால் தான் நீங்கள் அவர்களை வெறுக்கிறீர்கள்!" என்றாள் காத்யா. பிறகு அவள் வேறு எதையோ நினைத்துக் கொண்டு மெல்லச் சிரித்தாள். அந்த இரவைப் போலவே, இலையும் பூவும் மணக்கும் அதன் மணம், தலைக்கு மேலுள்ள மரங்களுக்கூடே தெரியும் நட்சத்திர ஒளி முதலியவற்றைப் போலவே தெளிவற்றிருந்த ஏதோ ஒன்று அவள் மனத்தில் எழுந்தது; காதலின் இனிய உறவு நினைவுகள் தோன்றி அவளது தலையைக் கிறுகிறுக்கச் செய்தன. ஆனால் அந்தக் காதல் இந்தப் புதிய மனிதன் மீது தோன்றியது தானா? இல்லவே இல்லை; ஒருவேளை இருக்கவும் இருக்கலாம். அவன் தானே அவளது இச்சைகளைக் கிளறிவிட்டவன். சிறிது நேரத்துக்கு முன்னால் எது மிகவும் சிரமமானதாகவும், அவநம்பிக்கை மிக்கதாகவும் விளங்கியதோ, அதுவே, அந்த உணர்ச்சியே அப்போது அவளை இலகுவில் அணுகியது; அவளை ஆட்கொண்டது.

பாரிஸிலிருந்த அந்த நாட்களில் அவளுக்கு என்ன நேர்ந்திருக்கக் கூடும் என்று யாரால் சொல்ல முடியும்? என்றாலும், அது அத்தனையும் திடீரென்று உடைந்து சிதறிவிட்டது. உலக யுத்தத்தின் வெடி முழக்கங்கள் கேட்கத் தொடங்கி விட்டன. யுத்தம் தொடங்கிவிட்டது. காத்யா அந்த ஜெர்மானியனை அதன் பின் சந்திக்கவே

இல்லை. ஒருவேளை அவன் யுத்தம் வருவதை முன்கூட்டியே தெரிந்து வைத்திருந்தானோ? அல்லது ஊகித்திருந்தானோ?... சிறிது நேரத்துக்குப் பின்னர் அவர்கள் அந்த ஏரிக்கரையில் கல்மேடையின் மீது ஏறி அதன் சுவரின் மீது சாய்ந்து கொண்டு, அடிவானத்தின் கருமையிலே பாரிஸ் நகரத்து விளக்குகள் வைரங்களைப் போல் சுடர் விடும் காட்சியைப் பார்த்து ரசித்துக் கொண்டிருந்த வேளையில் அந்த ஜெர்மானியன் அதே தெள்ளத் தெளிவான உறுதியான நம்பிக்கையற்ற தொனியுடன் அழிவு வருவதைத் தவிர்க்க முடியாதெனச் சொன்னான். அந்த இரவின் அழகு, காத்யாவின் கவர்ச்சி முதலியன உட்பட, எல்லாமே பயனற்றவை என்ற எண்ணத்துக்கு அவன் இரையாகி விட்டவன் போல் தோன்றியது.

அவள் அவனிடம் என்ன பேசினாள் என்பது அவளுக்கு நினைவில்லை. என்றாலும் தான் அசட்டுத்தனமாக ஏதாவது பேசினோம் என்பது மட்டும் அவளுக்கு நினைவிருந்தது. அது ஒன்றும் முக்கியமில்லை. அவன் அந்தக் கல் மேடையின் கைப் பிடிச்சுவரின் மீது முழங்கையை ஊன்றி நின்றான்; அவனது கன்னம் காத்யாவின் தோளைத் தொட்டுக் கொண்டிருப்பது போல் நெருங்கியிருந்தது. அந்த இரவுக் காற்றில் தனது தோளில், தனது கேசத்தில், தான் பூசியிருந்த செண்ட்டின் மணம் பரவி நிற்பதை அவள் உணர்ந்தாள்... சந்தேகமேயில்லை. அப்படித்தானோ என்னவோ? ஆனால் அவளுக்கு இப்போது அப்படித்தான் தோன்றியது--அதாவது, அந்த நேரத்தில் அந்த ஜெர்மானியன் அவளது தோள்மீது கையைப் போட்டிருந்தால், அவள் அந்த இடத்தை விட்டு அகன்றிருக்க மாட்டாள். என்றாலும் அப்படியொன்றும் நிகழ்ந்துவிடவில்லை.

அவளது கன்னத்தில் மோதி, தலைமயிரைக் கலைத்து உலைத்த காற்று மீண்டும் அவளை நிகழ்காலத்துக்குக் கொண்டு வந்து சேர்த்தது. ரயில் என்ஜினிலிருந்து நெருப்புப் பொறிகள் இருட்டில் பறந்து சென்றன. அந்த ரயில்

ஒரு ஸ்தெப்பிச் சமவெளியைக் கடந்து கொண்டிருந்தது. காத்யா ஜன்னலிலிருந்து முகத்தை உள்ளே திருப்பினாள். திரும்பியதும் ஒரு கணம் அவளுக்குக் கண்ணில் எதுவுமே புலப்படவில்லை. பின்னர் அவள் தனது மூலையில் முடங்கியிருந்தவாறு, குளிர்ந்து போன கைகளைப் பிசைந்து சூடேற்றிக் கொண்டாள்.

அவள் இப்போது மீண்டும் சோகவுணர்ச்சிக்கு ஆளாகிவிட்டாள். இத்தகைய எண்ணங்களுக்கெல்லாம் என்ன அர்த்தம்? ரோஷினின் மரணத்தைப் பற்றிக் கேள்விப்பட்டு, ஒரு வாரம் கூட ஆகவில்லை. அதற்குள்ளாகவா அவனுக்குத் துரோகம் நினைப்பது? தனது காதலனாக இல்லாத எவனோ ஒரு மனிதனைப் பற்றிய கனவுகளிலா அவள் ஈடுபட வேண்டும்! அந்த ஜெர்மானியன் நிச்சயம் இறந்து போயிருப்பான். அவன் ராணுவத்திலே ஒரு சேமப்படை அதிகாரி.... அவன் இறந்திருப்பான்... கொல்லப்பட்டிருப்பான். எல்லோருமே இறந்து விட்டார்கள். எல்லாமே அழிந்து விட்டது. மறைந்துவிட்டது. பாரிஸிலுள்ள ஏரிக்கரையின் கல்மேடையின் மீது அன்றிரவு வீசிய காற்றைப் போல் எல்லாமே போய் விட்டன; மறைந்து விட்டன.

விம்மலை உள்ளடக்குவதற்காக அவள் தன் உதடுகளை இறுக மூடிக் கொண்டாள். அவள் கண்களை மூடினாள். அடக்க முடியாத வேதனை அவள் நெஞ்சைப் பிளந்தது. படபடத்துத் துடிக்கும் மெழுகுவர்த்தி விளக்கின் மங்கிய ஒளி பரவிய அந்த அழுக்கடைந்த பெட்டியில் அதிகமான பிரயாணிகள் இல்லை. உயர்ந்த கைகளும், கலைந்த தாடிகளும், பூட்சுகளைக் கழற்றிய மேல் 'பெர்த்'திலிருந்து தொங்கிய கால்களும் அந்த விளக்கொளியில் அசைந்தன. இரவு அகாலமாகி விட்ட போதிலும் ரயிலில் எவரும் தூங்கவில்லை. ஜனங்கள் உள்ளடங்கிய குரலில் பேசிக் கொண்டிருந்தார்கள்.

“இந்த ஜில்லா மிகவும் மோசமான வட்டாரம். ஆமாம். நான் நிச்சயமாகச் சொல்கிறேன்.”

"என்ன? இங்கேயும் பாதுகாப்பு இல்லையா?"

"மன்னியுங்கள், நீங்கள் என்ன பேசிக் கொள்கிறீர்கள்? இங்கேயும் கொள்ளைகள் நடக்கின்றன என்றா? வியப்பாக இருக்கிறதே! ஜெர்மானியர்கள் ஏன் இதையெல்லாம் நிறுத்தவில்லை! பிரயாணிகளைப் பாதுகாப்பது அவர்கள் கடமையல்லவா? அவர்கள் இந்த நாட்டை ஆக்கிரமித்திருப்பதால், அவர்கள் தானே ஒழுங்கை நிலைநாட்ட வேண்டும்!"

"பெரியோர்களே! நமக்கு என்ன நேர்கிறது என்பதைப் பற்றி ஜெர்மானியருக்குக் கவலையில்லை. 'என் அன்பான பெரியோர்களே! உங்களை நீங்களே கவனித்துக் கொள்ளுங்கள். நீங்கள்தான் இதனைத் தொடங்கி வைத்தீர்கள்.' ஆமாம். கொள்ளையடிப்பது நமது ரத்தத்திலேயே ஊறிப் போயிருக்கிறது. நமது மக்கள்தான் அயோக்கியர்கள்!"

இதைக் கேட்டதும் ஒரு திடமான குரல் பதிலளித்தது: "ருஷ்ய இலக்கியம் முழுவதுமே அழிக்கப்பட வேண்டும்; பகிரங்கமாகக் கொளுத்தப்பட வேண்டும். அது எதைத்தான் கற்றுத் தந்திருக்கிறது? ருஷ்ய நாடு முழுவதிலும் ஒரு யோக்கியனைக் காண முடியவில்லை. பாருங்கள். நான் ஒருமுறை பின்லாந்துக்குச் சென்றிருந்தேன். அங்கு ஒரு ஹோட்டலில் என் பாத அணிகளை விட்டுவிட்டு வந்து விட்டேன். அவர்கள் ஒரு மனிதனைக் குதிரையில் அனுப்பி, அதை என்னிடம் கொண்டு வந்து சேர்ப்பித்தார்கள். இவ்வளவுக்கும் அந்தப் பாத அணியில் ஒரே கிழிசல்; ஒரே பொத்தல்... அது ஒரு யோக்கியமான தேசம். பாருங்கள், அவர்கள் கம்யூனிஸ்டுகளை, ருஷ்யர்களையே எப்படி நடத்தினார்கள் தெரியுமா? கலகம் ஒடுக்கப்பட்ட பின்பு, ஆபோ நகரத்தில் பின்லாந்துக்காரர்கள் அப்போது செஞ்சேனை வீரரின் தலைவனாக இருந்த மனிதனைச் சித்திரவதை செய்தார்கள். அந்த போல்ஷிவிக் கூவிய கூச்சலை ஆற்றின் மறுகரையில் இருந்து கூட கேட்டிருக்கலாம்."

"அட, கடவுளே! எப்போது தான் மீண்டும் இங்கு ஒழுங்கு நிலவப் போகிறது?"

"மன்னியுங்கள். நான் இப்போது தான் கீவிலிருந்து வருகிறேன். அங்கு நவநாகரிகமான கடைகளெல்லாம் உள்ளன; ஹோட்டல்களில் எல்லாம் சங்கீதம் முழங்குகிறது... மாதரசிகள் எல்லாம் வைர நகைகளை அணிந்து கொண்டு பகிரங்கமாக உலவுகிறார்கள். வாழ்க்கை என்றால் அப்படி இருக்க வேண்டும்.கடைகளில் தங்கத்தை நல்ல விலைக்கு வாங்குகிறார்கள்; வியாபாரமும் சுறுசுறுப்பாக இருக்கிறது. தெருக்களிலெல்லாம் கலகலப்பு நிரம்பி வழிகிறது. அருமையான நகரம் அது..."

"ஒரு கால்சராய் தைப்பதற்கான துணிக்கு மட்டும் அரை வருஷச் சம்பளத்தை விலையாகக் கொடுக்க வேண்டியிருக்கிறது. கொள்ளை லாபக்காரர்கள் எங்களைக் கசக்கிப் பிழிகிறார்கள். அவர்கள் நெற்றியெல்லாம் உயர்ந்து புடைத்திருக்கின்றன; அவர்கள் எல்லோரும் நீலநிற உடைகள் தரித்திருக்கிறார்கள். அவர்கள் ஹோட்டல்களின் அருகில் உட்கார்ந்து சரக்குகளான கொள்முதல் சீட்டுக்களை விற்பனை செய்கிறார்கள். காலையில் எழுந்து பார்த்தால் நகரத்தில் தீப்பெட்டியே இல்லை. ஒரு வாரத்துக்குப் பின்னால் தான் தீப்பெட்டி கிடைக்கிறது. ஆனால் விலையோ ஒரு பெட்டிக்கு ஒரு ரூபிள்! இன்னொரு நாளோ ஊசிகள் கிடைப்பதில்லை. நான் என் மனைவிக்கு அவளது பிறந்த நாளன்று ஒரு சுருள் நூலும் இரண்டு ஊசிகளும் தான் வாங்கிக் கொடுத்தேன். வழக்கமாக நான் அவளுக்கு வைரக் கம்மல்கள் தான் பரிசளிப்பேன். அறிவு ஜீவிகள் எல்லாம் அழிகிறார்கள்; மடிகிறார்கள்..."

கொள்ளைலாபக் காரர்களை ஈவிரக்கமற்றுச் சுட்டுத் தள்ள வேண்டும்.'

"என்ன தோழரே! உங்கள் போல்ஷிவிஸம் எல்லாம் இங்கே வேண்டாம்!"

"கீவ் நகரத்தில் வேறு என்ன செய்தி? அங்குள்ள கசாக்கு

ராணுவத்தின் தலைவர் தமது ஸ்தானத்தில் நிலைத்து அமர்ந்திருக்கிறாரோ!

"எல்லாம் ஜெர்மானியர்கள் ஒத்துழைக்கிற வரையிலும் தான். உக்ரேய்ன் பிரதேசத்துக்கு உரிமை கொண்டாட இன்னொருவர் முளைத்திருப்பதாகச் சொல்கிறார்கள். அவர் பெயர் வசீலி விஷிவானி என்பதாம். அவர் ஹாப்ஸ்பர்க் இளவரசரின் வம்சத்தைச் சேர்ந்தவராம். ஆனால், அவர் என்னவோ உக்ரேய்ன் உடையில் தான் நடமாடுகிறார்."

"பெரியோர்களே! தூங்குவதற்கு நேரமாகி விட்டது. நாம் விளக்கை அணைத்து விடுவோம்."

"விளக்கை அணைப்பதா? நாம் ரயிலில் தானே இருக்கிறோம். இல்லையா?"

"விளக்கை அணைப்பது நல்லது. இல்லையெனில் ரயில் ஓடும் போது வயல் வெளிகளிலேயிருந்து நமது ஜன்னல்களை இனம் கண்டு கொள்ளக்கூடும்."

அந்தப் பெட்டிக்குள் அமைதி நிலவியது. ஓடும் ரயிலின் கடகடவென்ற சத்தம் திடீரென்று மிகவும் தெளிவாகக் கேட்டது. என்ஜினிலிருந்து எழுந்த தீப்பொறிகள் ஸ்தெப்பி வெளியின் மீது பறந்து சென்றன. பிறகு யாரோ ஒருவன் கோபாவேசத்தோடு கத்தினான்:

"விளக்கை அணைக்க வேண்டுமென்று யார் சொன்னது?" அந்தக் கேள்விக்குப் பதிலில்லை. அமைதி நிலவியது. எல்லோரும் உள்ளுக்குள் புழுங்கினார்கள். "விளக்கை அணைத்து விட்டால் இருட்டில் நமது மூட்டை முடிச்சுக்களை அவிழ்த்துப் பார்க்கலாம் என்று நினைத்தானோ? அப்படிச் சொன்னவனைக் கண்டு பிடித்து, அவனை ரயிலிலிருந்தே பிடித்துத் தள்ளிவிட வேண்டியதுதான்!"

எவனோ ஒருவன் பற்களை உறிஞ்சி ஓசையெழுப்பினான். பயபீதி நிறைந்த ஒரு குரல் கேட்டது:

"சென்ற வாரம் நான் பிரயாணம் செய்து கொண்டிருந்த போது, ஒரு பெண்ணுடைய இரண்டு மூட்டைகளைத் திருடிக் கொண்டு விட்டார்கள்."

"அவர்கள் மாஹ்னோவின் ஆட்களாகத்தான் இருக்க வேண்டும். அது மட்டும் நிச்சயம்."

"மாஹ்னோவின் மனிதர்கள் கேவலம் இரண்டு மூட்டைகளை வந்து திருட மாட்டார்கள்; அவர்கள் கொள்ளையடிப்பதானால் ரயில் முழுவதையுமே கொள்ளையடிப்பார்கள்!- அதுதான் அவர்கள் வேலை!"

"தயவு செய்து இரவு வேளையில் அவர்களைப் பற்றி பேசத் தொடங்கிவிடாதீர்கள், பெரியோர்களே!"

ஒன்றையடுத்து ஒன்றாய், ஒன்றைவிட மற்றது பயங்கரமாய் பல்வேறு கதைகள் சொல்லப்பட்டன. அவற்றில் சில கேட்பவர்களின் ரத்தத்தையே உறையச் செய்வது போல் இருந்தன. அவர்களது பேச்சிலிருந்து அந்த ரயில் ஆடியசைந்து சாவதானமாகச் சென்று கொண்டிருந்த அந்தப் பிரதேசமே கொள்ளைக்காரர்களின் குகைதான் என்று தோன்றலாயிற்று. ஜெர்மானியர்கள்கூட அந்தப் பிரதேசத்தைக் கடக்க விரும்பவில்லையென்றும், முந்திய ரயில் நிலையத்திலேயே ரயில் வண்டியின் கார்டு கூட இறக்கப்பட்டுவிட்டார் என்றும் தெரிய வந்தது. அந்த வட்டாரத்திலுள்ள மனிதர்கள் நீர்க் கீரியின் தோலினாலான கோட்டுக்களை அணிந்து திரிந்தார்கள்; பெண்களோ பட்டும் வெல்வெட்டும் உடுத்தித் திரிந்தார்கள். ஒரு நாளாவது அங்கு துப்பாக்கி வெடிச் சத்தம் படபடவென்று வெடிக்காமல் போவதில்லை. எங்காவதிருந்து ஓர் இயந்திரத் துப்பாக்கியினால் ரயிலையே தாக்கிச் சுடுவார்கள்; அல்லது கடைசியிலுள்ள இரண்டொரு வண்டிகளைக் கழற்றி விட்டு, அவற்றை அந்த மேட்டுப் பகுதியில் பின்னோக்கிச் சரிந்தோடச் செய்வார்கள். அல்லது அந்த ரயில் மிகவும் வேகமாகச் செல்லும் போது, ரயில் பெட்டிகளின் கதவுகள் திறந்து கொள்ள நேர்ந்தால், தாடியுள்ள மனிதர்கள் கையில்

கட்டைத் துப்பாக்கிகளுடனும் கோடாரிகளுடனும் உள்ளே நுழைந்து கைகளைத் தூக்குங்கள்!' என்று திடீரென்று மிரட்டுவார்கள். ரயிலிலுள்ளவர்கள் ருஷ்யர்களாக இருந்தால், அவர்களிடம் இருப்பதையெல்லாம் பிடுங்கிக் கொண்டு, அவர்களைப் பிறந்த மேனியுடன் விட்டு விடுவார்கள்; ஆனால் அவர்கள் கையில் ஒரு யூதன் அகப்படுவானானால்...”

“யூதனா? யூதர்களுக்கும் இதற்கும் என்ன சம்பந்தம்?” என்று கீவ் நகரைப் பற்றி உற்சாகமாகப் பேசிய அந்த மழுமழுப்பான முகமும் நீல நிற சூட்டும் அணிந்த மனிதன் கோபாவேசமாகக் கத்தினான்: ‘எல்லாவற்றுக்கும் யூதர்களையே ஏன் பழி கூறுகிறீர்கள்?”

இந்தக் கத்தலால், பிரயாணிகள் மேலும் பயந்து போய் விட்டார்கள். எல்லோரும் வாயடைத்து மௌனமாகி விட்டார்கள். காத்யா மீண்டும் கண்களை மூடினாள். அந்த மரகதக் கல் மோதிரம் ஒன்றைத் தவிர, அவளிடம் திருடுவதற்கேற்ற உருப்படியான பொருள் எதுவும் இல்லை. இருந்தாலும் அவளும் கூட, மற்றவர்களைப் போல் மிகவும் பயந்து நடுங்கினாள். அவளது மனத்திலெழும் வேதனை மிகுந்த பயவுணர்ச்சியைச் சாந்தப்படுத்துவதற்காக, அவள் பாரிஸில் கழித்த அந்தப் பூர்த்தி பெறாத இரவின் மந்திர ஜாலத்தை மீண்டும் நினைவுபடுத்த முயன்றாள். ஆனால் அந்தகாரப் பெரு வெளியினூடே கடகடத்துச் செல்லும் அந்த ரயில் வண்டியின் சக்கரங்களின் ஓசையைத் தவிர வேறு எதையும் அவளால் கேட்க முடியவில்லை:

காத் – தென் –கா! காத் – தென் – கா! காத் – தென் –கா! எல்லாமே முடிந்தது.. முடிந்தது.. முடிந்தது.

அந்த ரயில் ஏதோ ஒரு கற்சுவரின் மீது மோதிக் கொண்டது போல் சட்டென்று நின்றது. அதன் பிரேக்குகள் கிரிச்சீட்டுச் கத்தின. சங்கிலிகள் கலகலத்தன; கண்ணாடி கணீரென்று ஒலித்தது; மேல் தட்டிலிருந்த சில பெட்டிகள் திடுமென்று கீழே விழுந்தன. இவையெல்லாவற்றையும் விடப் பெரிய அதிசயம் என்னவென்றால், இவ்வளவு

நேர்ந்தும் அந்த ரயிலில் உள்ளவர்கள் எவரும் மூச்சுக்கூட விடவில்லை. ஜனங்கள் தங்கள் தங்கள் ஆசனங்களிலிருந்து துள்ளி யெழுந்தவாறு காதுகளைத் தீட்டிக் கொண்டு அங்குமிங்கும் பார்த்தனர். வார்த்தைக்கே அங்கு இடமில்லை. எல்லோருமே ஏதோ ஒரு துர்ப்பாக்கியம் நேர்ந்து விட்டது என்பதைத் தெரிந்து கொண்டு விட்டார்கள்.

வெளியே இருட்டில் துப்பாக்கி வேட்டுக்கள் ஒலித்தன. அந்த நீல நிற உடை அணிந்திருந்த மனிதன் ரயில் பெட்டியில் அங்கும் இங்குமாக ஓடியாடி, இறுதியில் எங்கோ தாவிக் குதித்து ஒளிந்து கொண்டான். ரயில் தண்டவாளத்தை அடுத்துப் போடப்பட்டிருந்த மண்பாதையில் ஜனங்கள் ஜன்னல்களைக் கடந்து ஓடிக் கொண்டிருந்தார்கள். டும்! டும்!... கண்கள் கூசின; காதுகள் செவிடுபட்டன. 'ஜன்னல்களுக்கு வெளியே எட்டிப் பார்க்காதீர்கள்!" என்று பயங்கரமான குரலொன்று கத்தியது. ஓர் எறி குண்டு வெடித்தது; ரயில் வண்டி ஆடியது. பிரயாணிகளின் பற்கள் கிடுகிடுத்து நடுங்கின... சில மனிதர்கள் ரயிலின் படிக்கட்டுகளில் ஏறி, அதன் கதவுகளைத் தமது துப்பாக்கிகளின் மட்டைப்புறத்தால் இடித்துத் திறந்து கொண்டு உள்ளே புகுந்தார்கள். கைகளில் எறி குண்டுகளை ஏந்திக் கொண்டும், தம்மில் ஒருவரோடு ஒருவர் இடித்துக் கொண்டதால் துப்பாக்கிள் ஒன்றோடொன்று மோத, ஆட்டுத் தோலினாலான தொப்பிகளை அணிந்தவர்களாய் சுமார் பத்துப் பேர் பலமாக மூச்சு விட்டுக் கொண்டே ரயில் பெட்டிக்குள் தட்டுத் தடுமாறி வந்து சேர்ந்தார்கள்.

"உங்கள் சாமான்களை எடுத்துக் கொண்டு கீழே இறங்குங்கள்!"

"சீக்கிரமாக நகருங்கள்! இல்லாவிட்டால்..."

"மிஹயில்! உனது எறி குண்டைக் கொண்டு, இந்த பூர்ஷ்வாக்களைக் கவனித்துக் கொள்!"

பிரயாணிகள் ஒன்று கூடிக் குவிந்தார்கள். ஒளிரும் தலை

மயிரும், மூர்க்கமான வெளிறிய முகமும் கொண்ட ஓர் இளைஞன் முன்னே பாய்ந்து வந்து, தன் கையிலிருந்த எறி குண்டைத் தலைக்கு மேல் உயர்த்தியவாறு ஒரு கணம் அசையாது நின்றான்.

"நாங்கள் போகிறோம், போகிறோம், போகிறோம்!" என்று பிரயாணிகளின் குரல்கள் முணுமுணுத்தன. மேலும் அவர்கள் முண்டிப் பார்க்காமல், வாய் திறந்து பேசாமல், ரயிலை விட்டும் இறங்கினார்கள். சிலர் பெட்டிகளையும், சிலர் வெறுந்தலையணையையோ அல்லது கேத்தலையோ தூக்கிக் கொண்டும் கீழே இறங்கி வந்தார்கள். பக்கவாட்டில் திரும்பிய தாடியும் மூக்குக் கண்ணாடியும் கொண்ட ஒரு மனிதன் அந்தக் கொள்ளைக்காரர்களினூடே புகுந்து செல்லும் போது புன்னகை கூடப் புரிந்தான்.

இரவு மிகவும் குளிராக இருந்தது. அந்த ஸ்தெப்பி வெளியில் நட்சத்திரங்கள் நிறைந்த வானம் அழகியதோர் விதானப் பந்தல் போலவே காட்சியளித்தது. காத்யா தனது மூட்டையுடன் உளுத்துப் போன ரயில் கட்டைகளின் அடுக்கொன்றின் மீது சென்று உட்கார்ந்தாள். அவர்கள் எடுத்த எடுப்பிலேயே எவரையும் கொல்ல முனையவில்லையாதலால், ஒருவேளை அவர்கள் எல்லோரையும் கொல்லாமல் விட்டு விடவும் கூடும். மயக்கத்திலிருந்து விடுபட்டுப் பிரக்ஞை பெற்றவள் மாதிரி, தான் மிகவும் பலவீனமாயிருப்பதை அவள் உணர்ந்தாள். "எகதிரின ஸ்லாவில் ஒரு துண்டு ரொட்டி கூட இல்லாமல் தெருவிலே அலைந்து திரிவதும் இந்தக் கட்டைகளின் மீது உட்கார்ந்திருப்பதும் எனக்கு ஒன்றுதான்!" என்று நினைத்தாள் அவள். அவள் தனது தோளின் மீது குளிர் தாக்குவதை உணர்ந்தாள்; பின்னர் கொட்டாவி விட்டாள். உயரமான விவசாயிகள் ரயிலின் மேல் தட்டுக்களிலிருந்து பெட்டிகளை வெளியே இழுத்து, ஜன்னலின் வழியே அவற்றை வெளியே எறிந்தார்கள். அந்த மூக்குக் கண்ணாடியணிந்த மனிதன் ரயிலுக்கு அருகிலுள்ள மண் கரை மீது ஏற முயன்றவாறு கத்தினான்:

அலெக்சேய் தல்ஸ்தோய் ▲ 349

“பெரியோர்களே! கனவான்களே! ரயிலில் எனது விஞ்ஞானக் கருவிகள் இருக்கின்றன. அவை இலகுவில் உடைந்து விடக் கூடியவை. தயவு செய்து அவற்றைப் பத்திரமாக இறக்குங்கள்!..”

மற்றவர்கள் அவனை நோக்கி உஸ்ஸென்று இரைந்தார்கள். அவனது மழைக் கோட்டைப் பிடித்து அவனை மீண்டும் கூட்டத்தாரிடையே இழுத்துத் தள்ளினார்கள். அந்தச் சமயத்தில் ஒரு குதிரைப் படை இருளினூடே ஓடி வந்தது; குதிரையின் குளம் போசையும், கால் குதிகளின் கலகலப்பொலியும் கேட்டன. உயரமான தொப்பியும் கட்டுமஸ்தான உடம்பும் கொண்ட ஒரு மனிதன் தனது சேணத்தின் மீது அசைந்தாடியவாறே மற்றவர்களுக்குச் சிறிது தூரத்துக்கு முன்பாகப் பாய்ச்சலில் வந்தான். பிரயாணிகள் ஒருவரையொருவர் இடித்துக் கொண்டு ஒன்று கூடினர். அந்தக் குதிரைப் படை ரயிலுக்கு அருகே வந்து நின்றது; அந்தப் படையினர் வாட்களையும் துப்பாக்கிகளையும் ஏந்திப் பிடித்திருந்தனர். அந்தக் கட்டுமஸ்தான மனிதன் கணீரென்ற குரலில் சத்தமிட்டான்:

“ஏதாவது சேதமுண்டா, பையன்களா?”

“இல்லை. ஒன்றும் இல்லை. நாங்கள் சாமான்களை இறக்கிக் கொண்டிருக்கிறோம். வண்டிகளை அனுப்புங்கள் என்று பல குரல்கள் பதிலளித்தன.

அந்தக் கட்டுமஸ்தான மனிதன் தனது குதிரையின் தலையை வளைத்துத் திருப்பி, கூட்டத்தினர் அருகே வந்தான்.

“உங்கள் அத்தாட்சிப் பத்திரங்களைக் காட்டுங்கள்!” என்று உத்தரவிட்டுக் கொண்டே, தன் குதிரையை முன்னும் பின்னும் நடக்க விட்டான். அதனால் அந்தக் குதிரையின் வாயிலிருந்து பறந்து சிதறிய நுரை பயத்தால் அகன்று விரிந்திருந்த பிரயாணிகளின் கண்களிலே வந்து விழுந்தது: “பயப்படாதீர்கள். நீங்கள் இப்போது ஆத்தமான் மாஃறனோவின் மக்கள் படையின் பாதுகாப்பில்

இருக்கிறீர்கள். நாங்கள் அதிகாரிகளையும் போலீஸாரையும் தான் சுட்டுத் தள்ளுவோம்” என்றான் அவன். ‘அத்துடன் கொள்ளை லாபக்காரர்களையும் சுட்டுத் தள்ளுவோம்!” என்று பயங்கரமான குரலில் சொன்னான்.

மழைக் கோட்டு அணிந்த மனிதன் தனது மூக்குக் கண்ணாடியைச் சரி செய்து கொண்டே மீண்டும் முன்னால் செல்ல முயன்றான்.

“என்னை மன்னியுங்கள். நீங்கள் குறிப்பிட்ட மாதிரியான நபர்கள் யாரும் எங்கள் மத்தியில் இல்லை, என்று நான் சத்தியமாகச் சொல்கிறேன். நாங்கள் எல்லோரும் அமைதியான பிரஜைகள். என் பெயர் ஓப்ருச்சிவ்; பௌதிக ஆசிரியர்...”

“ஆசிரியரா?” என்று அந்தக் கட்டுமஸ்தான மனிதன் கண்டிக்கும் பாவனையில் சொன்னான்: ஆசிரியராக இருந்தும், அயோக்கியர்களோடெல்லாம் சேர்ந்து திரிகிறீர்! தள்ளி நில்லும்! பையன்களா! இவரைத் தொடாதீர்கள்! இவர் ஓர் ஆசிரியர்!"

ரயிலிருந்து ஒரு மெழுகு வர்த்தி கொண்டு வரப்பட்டது. அதன் ஒளியில் அத்தாட்சிப் பத்திரங்கள் பரிசோதிக்கப்பட்டன். உண்மையில் அந்தப் பிரயாணிகள் மத்தியில் அதிகாரிகளோ, போலீஸ்காரர்களோ இல்லை. நீலநிற உடை அணிந்திருந்த, அந்த மழுமழுப்பான முகம் கொண்ட மனிதன் மற்றவர்களைவிட அந்த மெழுகுவத்தி விளக்கின் அருகில் மிகவும் பரபரப்புடன் காணப்பட்டான். அப்போது அவன் அந்த நீல உடையைத் தரித்திருக்கவில்லை. மாறாக, அவன் ஒரு கிழிந்து போன விவசாயிக் கோட்டையும், ராணுவச் சிப்பாயின் கூம்பிய தொப்பியையும் அணிந்திருந்தான். இவற்றை அவன் எங்கிருந்து பெற்றான்? அவன் அவற்றைத் தன் பெட்டிக்குள் தான் வைத்திருக்க வேண்டும். அவன் அந்தக் கொள்ளைக்காரர்களை சிநேக பாவத்தோடு தோளில் தட்டிக் கொடுத்தான்.

“நான் ஒரு பாடகன்; நண்பர்களே! உங்களையெல்லாம்

சந்திக்க நேர்ந்ததில் எனக்குப் பெருத்த மகிழ்ச்சி. கலைஞர்களான நாங்கள் வாழ்க்கையைக் கற்றறிய வேண்டுமல்லவா? நானும் ஒரு கலைஞன்...”

அவன் தொடர்ந்து இருமினான்; தன் தொண்டையைக் கனைத்துச் செருமிக் கொண்டான். அப்போது அந்தக் கொள்ளைக்காரர்களில் ஒருவன் உள்ளர்த்தத்தோடு பேசினான்:

“நீ எப்படிப்பட்ட கலைஞன் என்பதை நாங்கள் சீக்கிரமே கண்டு பிடிக்கிறோம். அதற்குள் நீ அகமகிழ்ந்து போய் விடாதே!”

இரும்புப் பட்டை போட்ட சக்கரங்கள் கொண்ட சின்ன வண்டிகள் வந்து சேர்ந்தன. அந்த மாஹ்னோ மனிதர்கள் பெட்டிகளையும் கூடைகளையும் மூட்டைகளையும் அந்த வண்டியிலே தூக்கி எறிந்தார்கள் பிறகு அந்தச் சாமான்களுக்குமேல் தாங்களும் ஏறியமர்ந்து கொண்டார்கள்: வண்டியோட்டிகள் தமது கர்ண கடூரமான குரல்களை எழுப்பினார்கள். உடனே ஒவ்வொரு வண்டிக்கும் மூன்று குதிரைகளாகப் பூட்டப்பட்டிருந்த, நன்றாகத் தின்று கொழுத்திருந்த அந்தக் குதிரைகள் நாலுகால் பாய்ச்சலில் பாய்ந்தோடின; சிறிது நேரத்தில் அந்த வண்டிகள் ஸ்தெப்பி வெளியில் மறைந்து போயின. வண்டிச் சாரதிகளின் சீட்டி அடிக்கும் சத்தமும் குதிரைகளின் குளம்போசையும் இருளில் தேய்ந்து மடிந்தன.

அந்தக் குதிரைப் படையும் ஓடி மறைந்தது. மாஹ்னோ மனிதர்களில் ஒரு சிலர் மட்டும் அந்த ரயிலுக்கு பின்னால் அங்குமிங்கும் போய் வந்து கொண்டிருந்தார்கள். பிரயாணிகள் கைகளை உயர்த்திக் காட்டுவதன் மூலம் தமக்குள்ளேயே ஒரு பிரதிநிதி கோஷ்டியைத் தேர்ந்தெடுத்து, தமது பிரயாணத்தைத் தொடங்குவதற்கான அனுமதியை அந்தக் கொள்ளைக்காரரிடம் கேட்கத் துணிந்தார்கள். ஒளிரும் தலை மயிர் கொண்ட அந்த வாலிபன் அவர்களிடம் வந்தான்; அவனது உடம்பைச்

சுற்றி எறி குண்டுகள் கட்டித் தொங்க விடப்பட்டிருந்தன. அவனது தொப்பிக்குள்ளிருந்து முன் புறத்தில் பிதுங்கி வெளிவந்திருந்த தலைமயிர்ச் சுருள் அவனது கண்ணொன்றைப் பூரணமாக மறைத்தது. குதூகலம் மிகுந்த அவன்து மற்றொரு நீல நிறக் கண் அங்குமிங்கும் திரிந்தது.

"என்ன இது?" என்று சொல்லிக் கொண்டே அவன் அந்தப் பிரதிநிதிக் கோஷ்டியினர் ஒவ்வொருவரையும் உச்சிமுதல் உள்ளங்கால் வரையிலும் பார்த்தான்; "போவதா? எங்கே? எப்படி? முட்டாள்களே! உங்கள் ரயிலின் என்ஜின் டிரைவர் என்ஜினை விட்டுக் குதித்து ஓடிவிட்டான் என்பது உங்களுக்குத் தெரியுமா? அவன் இதற்குள் இந்த ஸ்தெப்பிப் புல்வெளியில் பத்து மைல் தூரம் பறந்திருப்பான். இன்றிரவு நான் உங்களை இங்கு விட்டு வைத்திருக்க முடியாது. இந்த ஸ்தெப்பி வெளியில் எத்தகைய தான்தோன்றிக் கூட்டமெல்லாம் திரிகிறது என்று யாருக்குத் தெரியும்? மக்களே! உத் தரவிடுகிறேன்! கேளுங்கள்!" (அவன் தனது கனத்த பெல்ட்டைச் சரி செய்தவாறே மேட்டிலிருந்து இறங்கி வந்தான்; ஏனைய மாஹ்னோ மனிதர்கள் தமது துப்பாக்கிகளைத் தோளில் போட்டுக் கொண்டு அவளைப் பின்தொடர்ந்தார்கள்.) "மக்களே! நன்னான்கு பேராகச் செல்லுங்கள். உங்கள் சாமான்களைத் தூக்கிக்கொண்டு, ஸ்தெப்பிப் புல்வெளியை நோக்கி நடவுங்கள்!..."

காத்யாவைக் கடந்து செல்லும் போது அவன் குனிந்து அவளது தோளைத் தொட்டான்.

"வருத்தப்படாதே பெண்ணே! நாங்கள் உன்னை ஒன்றும் துன்பப்படுத்த மாட்டோம். உன் மூட்டையை எடுத்துக் கொண்டு, இந்த அணியில் சேராமல், என்னோடு நடந்து வா...."

தன் மூட்டையைக் கையில் தூக்கிக் கொண்டும், சால்வையைக் கண்வரையிலும் இழுத்து மூடிக்கொண்டும், காத்யா அந்த ஸ்தெப்பிச் சமவெளியில் நடக்கத்

தொடங்கினாள். சுருண்ட தலைமயிர் கொண்ட அந்த இளைஞன் அவளுக்கு இடது புறமாக வந்தான். வாய் பேசாது சோம்பிச் சொர்ந்து நடந்து வந்த அந்தப் பிரயாணிகளைத் தனது தோளின் மேலாக அவன் திரும்பிப் பார்த்துக் கொண்டான். அவன் தன் பற்களின் இடை வழியாக மிருதுவாகச் சீட்டியடித்தான்.

"நீ யார்? எங்கிருந்து வருகிறாய்?" என்று அவன் காத்யாவிடம் கேட்டான். அவள் பதில் சொல்லாமல் தன் தலையை வெட்டித் திருப்பிக் கொண்டாள். அவள் உள்ளத்திலே பயமோ பதற்றமோ குடி கொள்ளவில்லை; மாறாக, அவளிடத்தில் அலட்சிய மனோபாவம் தான் தென்பட்டது. அவளுக்கு எல்லாமே ஏதோ ஒரு கனவு போல் நடப்பதாகத்தான் தோன்றியது. அந்த இளைஞன் மீண்டும் அதே கேள்வியைக் கேட்டான்.

"அப்படியென்றால், உன்னை நீயே தாழ்த்திக் கொள்ள விரும்பவில்லையாக்கும்! ஒரு கொள்ளைக்காரனோடு பேச உனக்குப் பிடிக்கவில்லையாக்கும்!" என்றான் அவன். "இளம் பெண்ணே! இது ரொம்பத் தவறு. நீ உன் பெரிய இடத்துப் அகந்தையையும், நாசூக்குகளையும் விட்டுவிட வேண்டும். காலம் மாறி விட்டது..."

அவன் திரும்பினான்; சட்டென்று தன் தோளில் கிடந்த துப்பாக்கியைக் கையில் எடுத்துக் கொண்டு, அந்தக் கைதிகளின் அணியில் இருந்து மெல்ல விலகி வந்து கொண்டிருந்த ஒரு மங்கிய உருவத்தை நோக்கி அவன் கோபாவேசமாகக் கத்தினான்:

"பின்னடிக்கவா பார்க்கிறாய்? அயோக்கியப் பயலே! நான் உன்னைச் சுட்டுத் தள்ளி விடுவேன்."

அந்த உருவம் மீண்டும் அவசர அவசரமாகக் கும்பலோடு வந்து சேர்ந்து கொண்டது. அந்த இளைஞன் திருப்தி யோடு சிரித்துக் கொண்டான்.

"முட்டாள்! எங்கேதான் அவனால் ஓடிவிட முடியும்? ஒருவேளை அவன் சிறுநீர் கழிக்கவும் விரும்பியிருக்கலாம்.

ஆமாம், பெண்ணே! வாழ்க்கை இப்படித்தான் இருக்கிறது. நீயோ என்னோடு பேச விரும்பவில்லை. ஆனால் பேசாமல் இருப்பது ரொம்பவும் மோசமான காரியம். தெரியுமா? பயப்படாதே! நான் ஒன்றும் குடித்திருக்கவில்லை. குடிவெறியில் இருக்கும் போது நான் பேசுவதே இல்லை... அப்போது நான் நல்லபடியாய் நடக்க மாட்டேன்... சரி. நாம் ஒருவரை யொருவர் தெரிந்து கொள்ளலாமா?" என்று சொல்லிவிட்டு, அவன் இரண்டு விரல்களைத் தனது தொப்பியின் உச்சியை நோக்கி உயர்த்தினான்: "நான் தான் மிஹயில் சலோமின். செஞ் சேனையிலிருந்து ஓடிவந்தவன். இயற்கையிலேயே ஒரு கொள்ளைக்காரன் தான். கெட்டவன் தான். அதில் மட்டும் உன் ஊகம் தவறில்லை."

"நாம் எங்கே போகிறோம்?" என்று கேட்டாள் காத்யா. "கிராமத்துக்கு - கிராமத்திலுள்ள ராணுவத் தலைமை ஸ்தலத்துக்கு. அங்கு உங்களையெல்லாம் விசாரிப்பார்கள் கேள்வி கேட்பார்கள். சிலரை அவர்கள் சுட்டுத் தள்ளுவார்கள்; மற்றவர்களை விட்டு விடுவார்கள். நீ ஓர் இளம் பெண்ணாக இருப்பதால், நீ எதற்கும் பயப்பட வேண்டியதில்லை... மேலும், நான் வேறு உன்னோடு இருக்கிறேன்."

"மற்றவர்களைக் காட்டிலும் உன்னைக் கண்டு தான் நான் பயப்பட வேண்டியிருக்கும் என்றல்லவா எனக்குத் தோன்றுகிறது!' என்று அந்த இளைஞனைச் சட்டென்று ஒரு பார்வை பார்த்தவாறே சொன்னாள் காத்யா. அந்த வார்த்தைகள் அவனை அவ்வளவு தூரம் தாக்கும் என்று அவள் எதிர்பார்க்கவில்லை. அவன் சட்டென்று நிமிர்ந்தான்; மூக்கின் வழியாக இரைக்க இரைக்க மூச்சு வாங்கினான். நட்சத்திர ஒளியில் வெளிறித் தோன்றிய அவனது நீண்ட முகத்தில் சுருக்கங்கள் விழுந்தன. "பெட்டை நாயே!' என்று வாய்க்குள் முனகினான் அவன். பின்னர் அவர்கள் இருவரும் வாய் பேசாது நடந்தார்கள். நடந்து செல்லும் போதே, மிஹயில் ஒரு சிகரெட்டை உருட்டி எடுத்து அதனைப் பற்ற வைத்தான்.

“நீ மறுத்தாலும் நீ யார் என்று எனக்குத் தெரியும். நீ ராணுவ வர்க்கத்தைச் சேர்ந்தவள்.”

“ஆமாம். சேர்ந்தவள் தான்!” என்றாள் காத்யா.

“உன் கணவன் வெள்ளை ராணுவத்தில் தானே இருக்கிறான். இல்லையா?”

“ஆம். ஆனால் அவர் கொல்லப்பட்டு விட்டார்!”

“ஒருவேளை அவனைத் தீர்த்துக் கட்டியது எனது துப்பாக்கிக் குண்டு தானோ என்னவோ? எனக்குத் தெரியாது.”

அவன் தன் பற்களைக் காட்டினான். காத்யா அவனைச் சட்டென்று பார்த்தாள்; கால் தடமாறினாள். மிஹயில் அவளது முழங்கையைப் பிடித்து அவளைத் தாங்கிக் கொண்டான். அவளோ தலையை அசைத்துக் கொண்டு, தன் கையை விடுவித்துக் கொண்டாள்.

“நான் காக்கேஸியப் போர்முனையிலிருந்து வருகிறேன்... இங்கு வந்து நான்கு வாரங்கள்தான் ஆகிறது. அதற்கு முன்பு எந்நேரமும் வெள்ளை ராணுவத்தை எதிர்த்துப் போரிட்டுக் கொண்டிருந்தேன். இந்தத் துப்பாக்கியிலிருந்து கிளம்பிய குண்டுகள் பணக்கார வர்க்கத்தைச் சேர்ந்தவர்களில் எத்தனை பேருடைய எலும்பை நொறுக்கியிருக்கிறது தெரியுமா?”

காத்யா மீண்டும் தலையை அசைத்தாள். அவன் அவளருகிலேயே சிறிது நேரம் வாய் பேசாமல் நடந்து வந்தான். பிறகு சிரித்துக் கொண்டே பேசத் தொடங்கினான்:

“உமான்ஸ்கயா கிராமத்தில் நாங்கள் ஒரு பெரிய சிக்கலில் மாட்டிக் கொண்டுவிட்டோம். எங்களது வர்னாவ்ஸ்கி படைக் பகுதி சுக்கு நூறாக்கப்பட்டது. கமிசார் சகலோவ்ஸ்கி கொல்லப்பட்டார். தளபதி சாபஷ்கோவோ காயப்பட்டு போன ஒரு சிலரை மட்டும் கூட்டிக் கொண்டு தப்பிச் சென்றார். நானோ

ஜெர்மானிய முன்னணி வழியாகவே தப்பியோடி, இந்தப் பெரியவரிடம், மாஹ்னோவிடம் வந்து சேர்ந்தேன். இங்கே ஒரே தமாஷ்தான். யாரும் நம்மைத் தட்டிக் கேட்பதில்லை; அதிகாரம் பண்ணுவதில்லை. இது மக்கள் சேனை. நாங்கள் எல்லாம் கொரில்லாக்கள்; கொள்ளைக்காரர்கள் அல்ல, இளம்பெண்ணே! எங்களது தளபதிகளை நாங்களே தேர்ந்தெடுத்துக் கொள்கிறோம். நாங்களே அவர்களைத் தீர்த்துக் கட்டியும் விடுவோம். துப்பாக்கியை எடுக்க வேண்டியது... டமார்! டமார்! அவ்வளவுதான் தளபதி போயே விடுவார்! எங்களுக்கெல்லாம் மேலாக இருப்பவர் ஒரே ஒருவர்தான்: அந்தப் பெரியவர் ஒருவர்தான்... நாங்கள் ஒரு ரயிலைக் கொள்ளையடித்தால், நாங்கள் அதைக் கொண்டு குடித்துக் கும்மாளம் போடுவோம் என்று நீ எண்ணுகிறாயா? அதுதான் இல்லை. நாங்கள் எல்லாப் பொருள்களையும் தலைமை ஸ்தானத்தில் கொண்டு போய் ஒப்படைத்து விடுவோம். அங்குதான் பங்கீட்டு வேலை நடக்கும். சில சாமான்கள் விவசாயிகளுக்கும், சில சாமான்கள் ராணுவத்துக்கும் போய்ச் சேரும். ரயில்கள் தான் எங்களது 'சப்ளை' தளங்கள். மக்கள் படையைச் சேர்ந்த நாங்கள், அதாவது மக்களேயான நாங்கள் ஜெர்மனியுடன் யுத்தம் தொடுத்திருக்கும் நிலையில் உள்ளோம். அதுதான் இப்போதுள்ள நிலைமை. நாங்கள் - நிலப்பிரபுக்களின் கழுத்தைத்தான் சீவுகிறோம். போலீஸ்காரர்களும் ராணுவாதிகாரிகளும் எங்கள் கையில் சிக்காமல் இருந்தார்களோ பிழைத்தார்களோ? சிக்கினால் நாங்கள் அவர்களை வாளாலேயே வெட்டிக் கொன்று போடுவோம். நாங்கள் எகதிரின ஸ்லாவை நோக்கி சிறு ஆஸ்திரிய, ஜெர்மன் படைப் பிரிவுகளை விரட்டியடிக்கிறோம்; இப்படிப் பட்ட கொள்ளைக்காரர்கள் தான் நாங்கள்..."

அந்த ஸ்தெப்பிப் புல்வெளிக்கும் நட்சத்திரங்கள் செறிந்த வான மண்டலத்துக்கும் ஒரு முடிவே இல்லாதது போல் தோன்றியது. ஆனால் அவர்கள் நடந்து சென்ற திசையில், வெகு தூரத்தில், வானம் இளம்பச்சை நிறமாக மாறத் தொடங்கியது. காத்யா அடிக்கடி நடை தடுமாறினாள்;

அப்போதெல்லாம் அவளையும் மீறிக் கொண்டு பெருமூச்சு வெளியேறத்தான் செய்தது. ஆனால் மிஹயிலோ எதையும் பொருட் படுத்தவில்லை; துப்பாக்கியைத் தோளில் போட்டவாறு ஆயிரமாயிரம் மைல்களையும் அவன் அப்படியே அலுக்காமல் சலிக்காமல் நடந்து விடுவான் போலிருந்தது. காத்யாவுக்கு அப்போது ஒரே ஒரு கவலைதான். மேலும் மேலும் அதிகரித்து வரும் தனது பலவீனத்தை வெளியே காட்டிக் கொள்ளக் கூடாது என்பதும், அந்த வாயாடி தன்மீது அனுதாபம் கொள்ள இடம் கொடுத்து விடக் கூடாது என்பதும்தான்.

"நீங்கள் எல்லோருமே மோசமானவர்கள் - எல்லோரும் தான்!" என்றாள் காத்யா. அவள் நின்று, தனது சால்வையை இழுத்துப் போர்த்திக் கொள்ளும் சாக்கில் சிறிது மூச்சு வாங்கிக் கொண்டாள்; பின்னர் காரமான புல் செடிகளும், வயலெலிப் பொந்துக்களும் நிறைந்திருந்த அந்த ஸ்தெப்பி வெளியில் மேலும் நடந்தாள்: "நாங்கள் பிள்ளைகளைப் பெற்று உங்களிடம் எதற்காக உயிர்ப்பலி கொடுக்க வேண்டும்? கொல்வது பெரும் பாவம். ஆமாம்."

"அதெல்லாம் எங்களுக்கும் தெரியும். அதெல்லாம் அத்தைப் பாட்டி கதை." என்று மிஹயில் சட்டென்று பதில் சொன்னான். "எங்கள் கமிசார் அதைப் பற்றி இப்படித்தான் சொன்னார். எல்லாவற்றையும் வர்க்கக் கண்ணோட்டத்தோடு பாருங்கள்" என்று அவர் சொன்னார். துப்பாக்கியை ஏந்திக் குறி பார்க்கும்போது நாங்கள் மனிதர்களைப் பார்ப்பதில்லை; வர்க்க விரோதியைத்தான் பார்க்கிறோம். தெரிந்ததா? அனுதாப உணர்ச்சிக்கு அங்கே இடமே இல்லை; அவ்வாறு நினைத்தால், அது எதிர்ப்புரட்சிப் போக்குத்தான். அருமைப் பெண்ணே! அதைவிட முக்கியமான விஷயம் ஒன்று இருக்கிறது..."

திடீரென்று அவனது குரல் விசித்திரமாக மாறியது; அவன் தனக்குத் தானே பேசுவதைப் போல் உள்ளடங்கிய குரலில் பேசினான்:

"போர் முனையில் நான் எப்போது பார்த்தாலும் துப்பாக்கியைத் தூக்கிக் கொண்டு அங்குமிங்கும் அலைந்து கொண்டிருப்பது இல்லை. மிஹயில் ஒரு விரக்தியடைந்த பேர்வழியென்றும், குடிகாரனென்றும், எப்போதும் கீழ்த்தரமாக நடந்து படுபாதாளத்துக்கு சென்று விடுவான் என்றும் தான் எல்லோரும் பேசிக் கொள்கிறார்கள். அது உண்மைதான். என்றாலும் முழு உண்மையல்ல... நான் சீக்கிரத்தில் சாக விரும்பவில்லை. சொல்லப் போனால், நான் சாவதற்குக் கொஞ்சம்கூட விரும்பவில்லை. என்னைத் தீர்த்துக் கட்டக் கூடிய துப்பாக்கித் தோட்டா இன்னும் பிறக்கவே இல்லை."

அவன் தன் தலைமயிர்ச் சுருளைப் பின்னோக்கித் தள்ளினான்.

"இந்தக் காலத்திலே மனிதனுக்கு என்ன மதிப்பு இருக்கிறது? மனிதன் என்பவன் ராணுவக் கோட்டும் துப்பாக்கியும் தாங்கியவன் மட்டும்தானா? இல்லை. இல்லவே இல்லை... எனக்கு.... எனக்கு என்னதான் தேவை... எனக்கே அது தெரியாது. எனக்கு வேண்டியதெல்லாம் ஏராளமான பணம் தானா? இல்லை. என்னுள் உள்ள மனித உள்ளம் துடிக்கிறது.... அதிலும் புரட்சியும் உள்நாட்டுப் போரும் நடக்கும் இந்த நேரத்தில் அது மிகவும் வருந்துகிறது. என் பாதங்கள் புண்ணாகி விட்டன; நான் குளிரினாலும், காயங்களாலும் வாடுகிறேன்; வருந்துகிறேன்; எல்லாம் எதற்காக? எதனால்? எல்லாம் வர்க்க உணர்ச்சியின் காரணமாகத்தான்; எனது வர்க்கத்துக்காகத்தான். மார்ச் மாதத்தில் நான் ஒரு பனிக்கிடங்கில் பாதி நாளுக்கு மேல் பதுங்கிக் கிடந்தேன். என் தலைக்கு மேல் இயந்திரத் துப்பாக்கி இடையறாது குண்டு மழை பொழிந்து கொண்டிருந்தது... இந்தக் காரியத்தினால் நான் போர்க் களத்திலேயே ஒரு வீரனாகக் கருதப்பட்டேன். ஆனால் எனது கண்ணோட்டத்திலோ - எனது அந்தரங்கத்திலோ - உண்மையில் நான் யார்? குடிவெறியிலே போதை கொண்டு, தன் மீதும் உலகத்தின் மீதும் கோபாவேசம் கொண்டு, பூட்ஸ் காலில் சொருகி வைத்திருக்கும் கத்தியை

உருவியெடுக்கும் மனிதன்தான்."

மிஹயில் மீண்டும் ஒருமுறை நிமிர்ந்தான்; இரவின் புத்தம் புதிய இனிய காற்றை உள்வாங்கிச் சுவாசித்தான். அவனது முகம் பெண்மைத் தன்மை மிகுந்து, சோகம் ததும்பித் தோன்றியது. அவன் தன் கைகள் இரண்டையும் கம்பளிக் கோட்டின் பைகளுக்குள் செருகியிருந்தான். அப்போது அவன் காத்யாவை நோக்கிப் பேசாமல், அவன் முன்னால் மிதந்து செல்லும் ஏதோ ஒரு நிழலை நோக்கிப் பேசுவது போல் பேசத் தொடங்கினான்:

"கல்வியறிவு -அதைப் பற்றியெல்லாம் நானும் கேள்விப் பட்டிருக்கிறேன்... ஆனால் என் மனமோ காட்டுமிராண்டித்தனமாகத் தான் இருக்கிறது... என் குழந்தைகள் கல்வியறிவு பெறுவார்கள். ஆனால் நானோ இப்போதுள்ள படியே எப்போதும் இருப்பேன். கெட்டவனாகவே இருப்பேன். அதுதான் என் தலைவிதி. படித்த வர்க்கத்தினரைப் பற்றிப் புத்தகங்கள் எழுதுகிறார்கள். ஆஹா! எவ்வளவு அருமையான, அழகான வார்த்தைகள்! ஆனால் ஏன் எவரும் என்னைப் பற்றி ஒரு புத்தகம் எழுதுவதில்லை? படித்த வர்க்கத்தைச் சார்ந்தவர்கள் மட்டும் தானா பைத்தியமாகிறார்கள்? நான் தூங்கும் போது கனவில் கூச்சல்களைக் கேட்கிறேன்.... திடுக்கிட்டு விழித்தெழுந்து, மீண்டும் கொல்வதற்குத் தயாராகி விடுகிறேன்."

இருளினூடேயிருந்து சில குதிரைக்காரர்கள் வந்தார்கள்; தூரத்தில் வரும் போதே "நில்லுங்கள்! நில்லுங்கள்!" என்று அவர்கள் கத்தினார்கள். மிஹயில் தன் துப்பாக்கியைக் கையில் எடுத்தான். "நிற்க வேண்டுமா?.. உன் சொந்த ஆட்களையே உங்களுக்குத் தெரியவில்லையா?" என்று கேட்டான். அவன் காத்யாவை விட்டு விலகி, அந்தக் குதிரைக்காரர்களிடம் சென்றான்; அவர்களோடு அவன் வெகுநேரம் பேசினான்.

கைதிகளும் அங்கேயே நின்று தமக்குள் ரகசியக் குரலில் ஆர்வத்தோடு பேசிக் கொண்டோர்கள். காத்யா தரையிலே

உட்கார்ந்து, தன் முகத்தை முழங்காலின் மீது புதைத்துக் கொண்டாள். கீழ்த் திசையில், அருணோதயம் இளம் பச்சை நிறத்தில் காட்சியளித்தது; அங்கிருந்து ஈரப்பசை மிகுந்த குளிர் காற்று வீசிற்று; அந்தக் காற்றில் சாணம் எரிந்து சாம்பலாகும் புகையும், ஸ்தெப்பிக் கிராமங்களின் மணமும் கலந்து வந்தன.

அந்த எல்லையற்ற இரவின் நட்சத்திரக் கூட்டங்கள் வெளிறி மறையத் தொடங்கின. காத்யா எழுந்து நின்று மீண்டும் நடக்க முனைந்தாள். விரைவிலேயே நாய்கள் குரைக்கும் சத்தம் கேட்டது; வைக்கோல் போர்களும், கேணிச் சுவர்களும்; கிராமத்தின் குடிசைக் கூரைகளும் கண்ணில் தென் படத் தொடங்கின. வயல்வெளிகளிலே தூங்கிக் கொண் டிருந்த வாத்துக் கூட்டம் ஆங்காங்கே பனிபடிந்து கிடப்பதைப் போல் தோன்றியது. காலைச் செங்கதிரொளி ஏரி நீர்ப் பரப்பின் மீது பிரதிபலித்தது. முகத்தைச் சுழித்தவாறே மிஹயில் நடந்தான்.

"நீ மற்றவர்களுடன் போக வேண்டாம். உனக்கு நானே ஓர் இடம் பார்த்துத் தருகிறேன்."

"ஆகட்டும்" என்றாள் காத்யா. அவளது குரல் அவளுக்கே வெகு ஆழத்திலிருந்து ஒலிப்பது போல் கேட்டது.

தான் எங்கே போகிறோம் என்பதைப் பற்றியெல்லாம் அவளுக்குக் கவலையில்லை. எங்காவது காலாறப் படுத்துத் தூங்கினால் சரிதான் என்றிருந்தது அவளுக்கு.

தூக்கக் கிறக்கத்தில் சொக்கும் கண்களோடு அவள் பார்த்தபோது அங்கு சில உயரமான சூரிய காந்திச் செடிகள் தென்பட்டன; அதற்குப் பின்னால் பறவைகள், பூக்கள் முதலியவற்றைப் படமாக வரைந்திருந்த பச்சை நிறமான ஜன்னல் கதவுகள் தென்பட்டன. மிஹயில் தனது கைவிரல்களால் அந்த வீட்டின் கண்ணாடி ஜன்னலைத் தட்டினான். அந்தக் குடிசையின் வெள்ளை நிறச் சுவரை ஒட்டியிருந்த கதவு மெதுவாகத் திறக்கப்பட்டது; கலைந்த தலைமயிர் கொண்ட ஒரு விவசாயி எட்டிப் பார்த்தான். அவன் கொட்டாவி விட்டவாறே வாயைப் பிளந்தபோது

அவனது மீசை முனைகள் மேல் நோக்கித் திரும்பின. "உள்ளே வரலாம்" என்றான் அவன்.

காத்யா அந்தக் குடிசைக்குள் தள்ளாடி நடந்தாள். அங்கு ஈக் கூட்டம் பொம்மென்று மொய்த்து இரைந்தது. அந்த விவசாயி ஒரு தட்டி மறைவுக்குப் பின்னால் இருந்து ஓர் ஆட்டுத் தோல் கோட்டையும், ஒரு தலையணையையும் வெளியே எடுத்தான். "தூங்கம்மா!" என்று சொல்லி விட்டு, அவன் வெளியே சென்று விட்டான். காத்யா அந்தத் தட்டி மறைவுக்குப் பின்னாலிருந்த படுக்கையில் சென்று படுத்தாள். மறுகணமே அவள் கண்கள் இறங்கின. மிஹயில் அவள் மீது குனிந்து அவளது தலையணையைச் சரியாக வைப்பதுபோல் அவளுக்குத் தோன்றியது. அவள் எல்லாவற்றையும் மறந்து தூக்கத்தில் மூழ்கி விட்டதாக உணர்ந்தாள்...

அவளது கனவுகளில் வண்டிச் சக்கரங்களின் ஓசை கேட்டது. அந்தச் சக்கரங்கள் மேலும் மேலும் கடகடத்து ஓடின. எண்ணற்ற வண்டிகள் ஓடின. அந்த வாகனங்களுக்குப் பின்னால், சூரியஒளி உயரமான வீட்டு ஜன்னல்களில் பாய்ந்தது. வளைந்த ஓடு போட்ட கூரைகள்... பாரிஸ்.... அழகான உடையணிந்த பெண்கள் செல்லும் வாகனங்கள் உருண்டோடுகின்றன.. ஜனங்கள் சத்தமிடுகிறார்கள்; திரும்புகிறார்கள்; எதையோ சுட்டிக் காட்டுகிறார்கள்... பெண்கள் தங்களது லேஸ் கரை தைத்த குடைகளை அசைக்கிறார்கள்.... வண்டிகள் மேலும் மேலும் வேகமாக ஓடுகின்றன. கடவுளே! அது ஒரு விரட்டல்! பாரிளிலுள்ள பெருஞ்சாலைகளில் நடக்கிறது! அதோ ஒருவரையொருவர் விரட்டுகிறார்கள். பச்சைப் பசிய உதய காலத்தில் அந்தக் குதிரைகளின் நீண்ட பெருநிழல்! இனி எங்கும் அசைய முடியாது! தப்பியோட முடியாது! குதிரைகளின் குளம்போசைதான் எவ்வளவு பயங்கரமாக ஒலிக்கிறது! என்ன கூச்சல்? என்ன ஆரவாரம்?...

காத்யா தன் படுக்கையில் எழுந்து உட்கார்ந்தாள். ஜன்னலுக்கு வெளியே வண்டிகள் கடகடத்தன; குதிரைகள் கனைத்தன. அந்தத் தட்டியிலிருந்த திரையிடப்படாத ஓட்

டையின் வழியாக, உச்சி முதல் உள்ளங்கால் வரையில் ஆயுத பாணிகளாகத் தோற்றமளிக்கும் மனிதர்கள் வருவதும் போவதுமாக இருப்பதை அவள் பார்த்தாள். அந்தக் குடிசையினுள் மனிதர்களின் இரைச்சலும், பூட்ஸ் கால் களின் சத்தமும் நிறைந்து எதிரொலித்தன. ஒரு மேஜையின் அருகில் பலர் கூடி, அதன் மீதுள்ள ஏதோ ஒன்றைக் குனிந்து நோக்கினார்கள்; அந்த அறை முழுவதும் காரசாரமான வார்த் தைகள் ஒலித்தன. வெளியே நல்ல சூரிய வெளிச்சம். சில மங்கிய சூரியக் கிரணங்கள் சிறு கண்ணாடி ஜன்னல்களின் வழியே பாய்ந்து, அங்கு நிலவிய நீல நிறமான புகையிலைப் புகையை ஊடுருவின.

காத்யாவை யாருமே சட்டை செய்யவில்லை. அவள் தன் படுக்கையின் மீதமர்ந்து தன் உடையைச் சரிப்படுத்திக் கொண்டு, தலைமயிரை வாரிச் சுத்தம் செய்தாள். அந்தக் கிராமத்துக்குப் புதிய துருப்புக்கள் வந்து சேர்ந்திருப்பதாகத் தெரிந்தது. அந்தக் கூட்டத்திலிருந்து எழுந்த ஆர்வமிக்க பேச்சுக் குரலிலிருந்து ஏதோ மிகவும் முக்கியமான காரியம் நடந்து கொண்டு இருப்பதாகத் தெரிந்தது. பெண்ணின் தொன்டையும், கொன்னலும் நிறைந்த ஒரு கீச்சுக்குரல் அதிகார தோரணையுடன் கத்தியது.

“அவன் நாசமாய்ப் போக! அந்தப் படவாய் பயலை இங்கே கொண்டு வாருங்கள்!”

குரல்களும் கூச்சல்களும் அந்தக் குடிசையை விட்டு வெளி முற்றத்துக்கும் தெருவுக்கும் சென்றன. அங்கு மூன்று குதிரை வண்டிகளும், சேணம் பூட்டிய குதிரைகளும், ராணுவ வீரர்கள், கப்பற்படையினர், ஆயுதம் தரித்த விவசாயிகள் முதலியோரின் கும்பல்களும் ஆங்காங்கே நின்றன.

“பெத்ரிச்சேன்கோ!... எங்கே பெத்ரி சேன்கோ?... ஓடிப் போய் அவனைக் கொண்டு வா!”

“பன்றிப் பயலே! நீதான் ஓடேன். போய்க் கர்னலைக் கூப்பிடு, தம்பி! அவரை எங்கே போய்த் தேடுவது? அதோ

அங்கே - அந்த வண்டியில் நன்றாகக் குடித்துவிட்டுத் தூங்குகிறார். அந்தப் பிசாசின் மீது ஒரு வாளித் தண்ணீரை வாரிக் கொட்டு!. ஹிஹி... வாளி வைத்திருப்பவனே! கிணற் றுக்குப் போய்த் தண்ணீரைக் கொண்டு வா!... கர்னலை நம் மால் எழுப்ப முடியாது!... பையன்களா! தண்ணீர் லாயக்குப் படாது!... அவனது மூஞ்சியிலே தார் எண்ணெயை வாரிப் பூசுங்களடா! அவன் விழித்துக் கொண்டான்! அவனிடம் போய்ப் பெரியவர்' ஏதோ கோபமாக இருக்கிறார் என்று சொல்.... அதோ அவனே வந்து விட்டான்.. வருகிறான்..."

உயர்ந்த தொப்பியணிந்த ஒரு நெடிய மனிதன் குடிசையினுள் வந்தான். அவன் நன்றாகத் தூங்கியிருந்தான். எனவே மீசை கொண்ட அவனது சிவந்த முகத்தில் செக்கச் செவேலென்று சிவந்திருந்த அவனது கண்கள் தெளிவாகவே தெரியவில்லை. அவன் மொறுமொறுத்தவாறே, மேஜையருகே சென்று, அங்கு உட்கார்ந்தான்.

"அயோக்கியப் பயலே! நீ என்ன நினைத்துக் கொண்டிருக்கிறாய்? ராணுவத்தையா காட்டிக் கொடுக்கிறாய்? அவர்கள் உன்னை விலைக்கு வாங்கி விட்டார்கள்! இல்லையா?" என்று அந்தக் கொன்னல் குரல் கீச்சிட்டுக் கத்தியது.

"என்ன இதெல்லாம்? நான் தூங்கிக் கொண்டு தானே இருந்தேன். அவ்வளவுதான்..." என்று அந்தக் கர்னல் பேசினான். அவனது குரல் ஏதோ ஒரு பீப்பாயின் அடியிலிருந்து ஒலிப்பது மாதிரி இருந்தது.

"என்ன நடந்ததென்று நான் சொல்கிறேன்... என்ன நடந்தது தெரியுமா? நீ தூங்கிய தூக்கத்தில் ஜெர்மானியர்களை உள்ளே புக விட்டு விட்டாய்! அதுதான் நடந்தது!" என்றது ஒரு கரகரத்த குரல்.

"என்னது? ஜெர்மானியரை நான் வரவிட்டேனா? நான் யாரையும் வரவிடவில்லையே!"

“உனது எல்லைக் காவல் படை எல்லாம் என்னவாயிற்று? நாங்கள் இரவு முழுவதும் அணிவகுத்து நடந்து வந்தோம். ஆனால் ஒரு எல்லைக் காவல் படையாவது எங்கள் கண்ணில் படவில்லையே. நமது படையை அவர்கள் எப்படிச் சுற்றி வளைத்துக் கொள்ள முடிந்தது?”

“ஏன் கத்துகிறீர்கள்? ஜெர்மானியர்கள் எங்கிருக்கிறார்கள் என்பது எனக்கு எப்படித் தெரியும்? இந்த ஸ்தெப்பி வெளி அவ்வளவு பெரிதாக இருக்கிறதே?”

“அயோக்கியா! இதற்கெல்லாம் நீதான் குற்றவாளி!”

“ஆனால்... ஆனால்..”

“ஆமாம். உன்னால் வந்த வினைதான் இது.”

“என்னை விடுங்கள்!”

திடீரென்று குடிசையினுள் அமைதி நிலவியது. அந்த மேஜையை விட்டு மனிதர்கள் விலகிச் சென்றார்கள். ஆழ்ந்த பெருமூச்சும் சண்டை போடும் அரவமும் கேட்டன். ரிவால்வரைத் தாங்கிய ஒரு கை மேல் நோக்கி உயர்ந்தது. பல கைகள் அந்தக் கையை எட்டிப் பிடித்தன. ஒரு வெடிச் சத்தம் கிளம்பியது. காத்யா தன் காதுகளை மூடிக் கொண்டு, தலையணையில் முகத்தைப் புதைத்துக் கொண்டாள். முகட்டிலிருந்து காரைக் கட்டிகள் உதிர்ந்து விழுந்தன. மீண்டும் மனிதர்களின் கசமுசப்புக் குரல்; ஆனால் இப்போதோ அக்குரல்களில் குதூகலம் தொனித்தது. பெத்ரிச்சேன்கோ எழுந்து நின்றான்; அவனது உயர்ந்த தொப்பி முகட்டையே தொடுவது போல் தோன்றியது; பின்னர் அவன் வெற்றிகரமாக நிமிர்ந்தவாறு அந்த வீட்டை விட்டு வெளியேறினான்; அவனைச் சுற்றிப் பல மனிதர்கள் தள்ளாடியவாறே நடந்து சென்றார்கள்.

ஜன்னலுக்கு வெளியே ஆரவாரமும் அமைதியின்மையும் நிலவின. கலகக்காரர்கள் குதிரைகளின் மீது ஏறினார்கள்; வண்டிகளில் தாவிப் பாய்ந்தார்கள். சவுக்குகள் சொடுக்கின;

சக்கரங்கள் கிரீச்சிட்டன; மனிதர்கள் ஆக்ரோஷத்தோடு வாய்க்கு வந்தபடி பேசினார்கள். குடிசை காலியாகி விட்டது. பெண் குரலில் சத்தமிட்ட அந்த மனிதனைக் காத்யா கண்ணால் பார்க்கவில்லை; மற்றவர்களை விட அவன் மிகவும் குள்ளமாக இருந்தது தான் காரணம் என்பதைக் காத்யா உணர்ந்தாள். அந்தக் குட்டையான மனிதன் மேஜையருகில் அமர்ந்து மேஜையிலிருந்த வரைப்படத்தைப் பார்த்துக் கொண்டிருந்தான். அவனது முதுகுப் புறம் மட்டும் காத்யாவின் கண்ணில் பட்டது.

அவனது நீண்ட வாளிப்பான பழுப்பு நிறத் தலைமயிர் ஒரு சிறுவனது தலைமயிரைப் போல் தோள் வரையிலும் தொங்கியது. அவன் அணிந்திருந்த கறுத்த கோட்டின் மீது ஒரு தோட்டா பெல்ட் குறுக்காகத் தென்பட்டது. இரண்டு ரிவால்வர்களும், ஒரு வாளும் அவனது இடைவாரில் தொங்கின. கால்குதி கொண்ட குதிரைப்படை பூட்சுகளை அவன் அணிந்திருந்தான். அவன் கால் மேல் கால் போட்டு அங்கு அமர்ந்திருந்தான். அவன் தலையை இங்குமங்கும் அசைத்து அவசர அவசரமாக எதையோ எழுதினான்; அவன் எழுதிய வேகத்தில் அந்தப் பேனா காகிதத்தில் வாயைப் பிளந்து, கிரீச்சிட்டு, காகிதத்தில் தொளைகள் போட்டது. அப்போது அவனது முழுமழுப்பான தலைமயிர் முதுகில் அங்குமிங்கும் புரண்டசைந்தது.

காத்யாவுக்குப் படுக்கை தந்த அந்த விவசாயி அந்த அறைக்குள் மிகவும் ஜாக்கிரதையாக அடிமேல் அடி வைத்து வந்தான்.

அவன் முகம் பழுப்பு நிறமாயிருந்தது; முகத்தில் ஒரு பாவ்வியத் தோரணை தென்பட்டது. அவனது தலையில் வைக்கோல் துரும்புகள் ஒட்டிக் கொண்டிருந்தன. அவன் அசட்டுத் தனமாய் விழித்துக் கொண்டு, எழுதிக் கொண்டிருந்த அந்த மனிதனுக்கு எதிராக உட்கார்ந்தான். கைகள் இரண்டையும், மேஜைக்கடியில் வைத்துக் கொண்டான்; தனது காலணி தரிக்காத கால்களை ஒன்றோடொன்று உரசிக் கொண்டான்.

"எப்போது பார்த்தாலும் வேலை, வேலை! நேஸ்தர் இவானவிச்! நீங்கள் இரவுச் சாப்பாட்டுக்கேனும் வந்து விடுவீர்கள் என்று நான் எதிர்பார்த்தேன்... நேற்று நாங்கள் ஒரு கன்றுக் குட்டியைக் கொன்று சமைத்திருந்தோம்.... நீங்கள் வருவீர்கள் என்று நான் நினைத்திருந்ததைப் போலவே..."

"எனக்கு நேரமே இல்லை.. என்னைத் தொந்தரவு செய்யாதே."

"ஆஹா!" அந்த விவசாயி மௌனமானான்; அசட்டுத் தனமாய் விழிப்பதையும் விட்டு விட்டான். இப்போது அவனது கண்கள் சட்டென்று கூர்மையும் குறுகுறுப்பும் பெற்றன. சிறிது நேரம் அவன் அந்த மனிதன் எழுதுவதையே பார்த்துக் கொண்டிருந்தான்.

"நேஸ்தர் இவானவிச் எங்கள் கிராமத்திலேயே நீங்கள் போரை நடத்தப் போகிறீர்களா? என்ன?"

"எப்படியோ? பார்க்கலாம். ஆமாமாம். யுத்தம் என்றால்... எதுவும் நிச்சயம் சொல்ல முடியாது.. இங்கே சண்டை நடக்குமென்று தெரிந்தால், கால்நடைகளுக்கெல்லாம் ஓர் ஏற்பாடு செய்ய வேண்டுமே என்று தான் நினைத்தேன்... நாம் அவற்றைப் பண்ணைகளுக்கு ஓட்டி விடமாமா? அல்லது...."

நீண்ட மயிர் கொண்ட அந்த மனிதன் பேனாவைக் கீழே எறிந்து விட்டு, தனது சிறு கையினால் தலைமயிரைக் கோதியவாறே தான் எழுதியதைப் படித்துப் பார்த்தான். தனது தாடியிலும் கக்கங்களிலும் ஏதோ தினவு எடுத்ததால் அந்த விவசாயி அவற்றைச் சொறிந்து விட்டுக் கொண்டான். அப்போதுதான் அவனுக்கு ஏதோ நினைவு வந்தது போல் தோன்றியது:

நேஸ்தர் இவானவிச்! எங்களுக்கு வேண்டிய சாமான்களுக்கு என்ன ஏற்பாடு செய்திருக்கிறீர்கள்? எங்களுக்கு நீங்கள் கொடுத்த துணி மிகவும் நல்ல துணி. எடுத்த எடுப்பிலேயே அது ராணுவத்துக்காகத் தயாரிக்கப்பட்டது என்று தெரிந்து

கொள்ளலாம். மொத்தம் ஆறு வண்டிகள் நிறைய அவை இருந்தன.."

"அவ்வளவு போதாதா? திருப்தி ஏற்படவில்லையா?"

"ஏன்? அதுவே போதுமானதுதான்.. அதற்கு உங்களுக்கு எப்படி நன்றி செலுத்துவதென்றே தெரியவில்லை. உங்களுக்கே நன்கு தெரியும் - நாங்கள் எங்கள் கிராமத்திலிருந்து உங்களோடு சண்டை போடுவதற்கு நாற்பது பேரை அனுப்பி வைத்தோம். என் மகனே புறப்பட்டுப் போனான். 'விவசாயிகளின் நலனுக்காக நான் என் ரத்தத்தைச் சிந்தத்தான் வேண்டும், அப்பா!' என்று சொன்னான் அவன். அவர்கள் மட்டும் போதாது என்றால், கிழவர்களான நாங்களும் வருகிறோம்; சண்டை போடுகிறோம்... நீங்கள் சண்டை போடுங்கள்; நாங்கள் உங்களுக்குத் துணையாக நிற்கிறோம்... ஆனால், அந்தத் துணி விஷயம்... கடவுள் புண்ணியத்தால் அப்படியொன்றும் நேரக் கூடாது... இருந்தாலும் ஜெர்மானியர்கள் எங்கள் மீது பாய்ந்தால், இங்கே வந்து தொலைந்தால்... அவர்களது கொடூரத்தைப் பற்றி உங்களுக்கே தெரியும் தானே!.. எனவே சண்டை வருமா வராதா என்று இப்போது ஒன்றும் நிச்சயம் சொல்ல முடியாதா?..."

அந்த நீண்ட தலைமயிர்க்காரனின் முதுகு நிமிர்ந்தது. அவன் தன் தலையிலிருந்து கையை அகற்றி, மேஜையின் விளிம்பைப் பிடித்தான். அவன் மூச்சு விடும் சத்தம் நன்கு கேட்டது. அவன் தன் தலையைப் பின்னால் திருப்பினான். அந்த விவசாயியோ அவன் முன்னிலையிலிருந்து ஜாக்கிரதையாக எழுந்திருந்து, மேஜைக்கடியிலிருந்து கைகளை இழுத்துக் கொண்டு, குடிசையை விட்டு மெல்ல வெளியே நழுவி விட்டான்.

நீண்ட தலைமயிர் கொண்ட அந்த மனிதன் வீற்றிருந்த நாற்காலியை அவன் காலால் உதைத்தவாறே எழுந்தான். கறுத்த அரைகுறை ராணுவ உடை தரித்திருந்த அந்தச் சிறு மனிதனின் முகத்தைக் கண்டதும் காத்யா உள்ளுக்குள்

நடுங்கினாள். அவன் ஏதோ ஒரு மாறுவேடமிட்ட சாமியார் மாதிரி தோற்றினான். கொடூரமும் மிகுந்த கண்களால் அவன் காத்யாவைப் பார்த்தான். அந்தத் தவிட்டு நிறக் கண்கள் புடைத்துக் கொண்டிருந்த அவனது புருவங்களுக்குக் கீழ் மத்தியில் புதைந்திருப்பது போல் தோன்றின. அவனது முகம் லேசாகப் புள்ளி விழுந்து மஞ்சள் பாரித்திருந்தது; பாழுமழுவென்று சவரம் செய்யப்பட்டிருந்தது. அவனது முகத்தில் ஒரு பெண்ணின் பாவனை இருந்த போதிலும், பருவமெய்தி வரும் வாலிபனின் முகத்தில் தென்படுவது போல் அதில் மூர்க்கமும் கொடுமையும் தென்பட்டன. ஆனால் அந்தக் கண்களில் மட்டும் முதுமையும், அறிவுக் கூர்மையும் குடிகொண்டிருந்தன.

தன் எதிரில் நிற்கும் அந்த ஆசாமிதான் மாஹ்னோ என்பதைக் காத்யாவுக்குத் தெரிய நேர்ந்தால் அவள் மேலும் அதிகமாக நடுங்கியிருப்பாள். தூசி படிந்த பாதுகைகளும், கசங்கிப் போன எனினும் கவர்ச்சி குன்றாத பட்டுடைகளும் தரித்து, விவசாயிப் பெண்ணைப் போல் தனது கறுப்புச் சால்வையைப் போர்த்த வண்ணம் படுக்கையின் ஓரத்தில் அமர்ந்திருந்த அந்த இளம் பெண்ணை அவன் கூர்ந்து நோக்கினான். அந்தக் குடிசைக்குள் பறந்து வந்து குடியேறியிருக்கும் அந்த அழகிய பறவை எத்தகையது என்பதை அவனால் புரிந்து கொள்ள முடியவில்லை. அவனது நீண்ட மேலுதடு புன்னகையால் நெளிந்தது. அப்போது அவனது இடைவெளி மிகுந்த பற்கள் வெளியே தெரிந்தன.

“நீ யாருடையவள்?” என்று கடுமையாகக் கேட்டான் அவன்.

அவன் என்ன கேட்கிறான் என்பதையே புரிந்து கொள்ளாமல், காத்யா தலையை அசைத்தாள். அவனது புன்னகை மறைந்து விட்டது; அவனது முகத்தில் தோன்றிய புதிய உணர்ச்சியைக் கண்டு காத்யாவின் உதடுகள் நடுங்கின.

"யார் நீ? விபச்சாரியா? உனக்கு மேக நோய் இருக்குமானால், நான் உன்னைச் சுட்டுக் கொன்று விடுவேன். சரி. உனக்கு ருஷ்ய மொழியில் பேசத் தெரியுமா? உனக்கு உடம்புக்குச் சுகமில்லையா? அல்லது ஒழுங்காகத்தான் இருக்கிறாயா?"

"நான் ஒரு கைதி" என்று காத்யா தெளிவற்றுச் சொன்னாள்.

"உனக்கு என்ன செய்யத் தெரியும்? உனக்கு நகம் வெட்டத் தெரியுமா? அதற்குத் தேவையான கருவிகளைத் தரச் சொல்கிறேன்."

"நல்லது" என்று அவள் மேலும் மிருதுவாகச் சொன்னாள்.

"ஆனால், பட்டாளத்தில் உள்ளவர்களையெல்லாம் சீர் கேடான வேலைக்கு ஆளாக்கி விட்டுவிடாதே. தெரிந்ததா? நீ இங்கேயே தங்கலாம். சண்டையை முடித்துவிட்டு, நான் இரவு திரும்பி வருகிறேன். வந்த பின்னர் நீ எனது நகங்களைச் சுத்தம் செய்யலாம்."

மாஹ்னோவைப் பற்றி மக்கள் மத்தியில் எவ்வளவோ கதைகள் வழங்கப்பட்டன. அகதூரயிலுள்ள சிறைச்சாலையில் கடுங்காவல் தண்டனையை அனுபவித்துக் கொண்டிருந்த காலத்தில், அவன் பலமுறை தப்பியோட முயன்றான் என்றும், ஒருமுறை அவன் உண்மையிலேயே தப்பியோடி விட்டான் என்றும், அப்போது அவன் ஒரு மரக் கிடங்குக்குள் சிக்கி அடைபட்டு விட்டான் என்றும், அந்தச் சமயத்தில் அவன் சிப்பாய்களை எதிர்த்துக் கோடரியை ஏந்திப் போரிட்டான் என்றும் பேசிக் கொண்டார்கள். அந்தச் சிப்பாய்கள் அவனைத் துப்பாக்கி மட்டைகளால் நன்றாக இடித்துத் துவைத்து, அவனை மீண்டும் கைதுசெய்து விலங்கு போட்டு விட்டார்கள். மூன்று ஆண்டுக் காலமாக அவன் விலங்குடனேயே ஒரு மரநாய் போல் அமைதியாக இருந்தான்; தனது கைகளில் மாட்டிய விலங்கைக் கழற்றுவதற்காக இரவும் பகலும் முயன்று தோற்றான். அங்கு அந்தக் கடுங்காவல் தண்டனையை அனுபவித்து வந்த காலத்தில் தான் அவன் அராஜகவாதியான அர்ஷீனவ் - மாரின் என்பவனோடு நட்புக் கொண்டான்; அவனுடைய சிஷ்யனாக மாறினான்.

நேஸ்தர் மாஹ்னோவின் சொந்த ஊர் எகதிரின ஸ்லாவ் பகுதியிலுள்ள குல்யாய் - போல்யே என்ற கிராமமாகும். அவனது தந்தை ஒரு தச்சுத் தொழிலாளி. சிறுவனாக இருந்த காலத்தில் அவன் ஒரு பண்டகக் கடையில் வேலை பார்த்தான்; அப்போதே அவனது மூர்க்கத்தனத்தினாலும், கொடிய பார்வையினாலும் அவன் அங்கு உதை வாங்கினான்; விலங்கிடப்பட்டான். அப்போதுதான் அவனுக்கு 'மரநாய்' என்ற பட்டப் பெயரும் கிட்டியது. அக்காலத்திலேயே அவனது கடையின் பெரிய மானேஜர் அவனை அடித்து விட்டார் என்பதற்காக, அவன் அவர் மீது வெந்நீரை வாரிக் கொட்டிவிட்டான். அதனால் அவன் வேலையிலிருந்து விரட்டப் பட்டான். பிறகு அவன் தன்னொத்த பையன்களைத் திரட்டிக் கொண்டு, பழத்தோட்டங்களையும் வெள்ளரித் தோட்டங்களையும் கொள்ளையடித்தான்; எல்லாவிதமான துஷ்டத்தனங்களும் செய்து கொண்டு தன்னிச்சையாக வாழ்ந்தான். கடைசியில் அவனது தந்தை அவனை ஓர் அச்சாபீஸில் சேர்த்து விட்டார். அங்கு வோலின் என்ற அராஜகவாதியைச் சந்தித்தான் என்றும், பதினெட்டு ஆண்டுகளுக்குப் பின்னர் அதே வோலின் என்பவனே மாஹ்னோவின் காரியாலயத் தலைவனாகவும், பிரதம ஆலோசகனாகவும் மாறி விட்டான் என்றும் சொல்லப்பட்டது. வோலினுக்கு இளைஞனாக இருந்த மாஹ்னோவிடம் மிகுந்த ஈடுபாடு ஏற்பட்டது என்றும், அவன் இவனுக்கு எழுதப்படிக்கக் கற்றுக் கொடுத்தான் என்றும், அராஜகவாதத்தில் அவனைப் பயிற்றுவித்தான் என்றும், அவனைப் பள்ளிக்கும் அனுப்பி வைத்தான் என்றும் கூறப்பட்டது. மேலும் இதன் மூலம் மாஹ்னோ ஒரு பள்ளி ஆசிரியனாகவும் மாறினான் என்றும் சொன்னார்கள். ஆனால் இவையனைத்தும் உண்மையல்ல. மாஹ்னோ என்றுமே உபாத்தியாயராக இருந்ததில்லை; வோலினையும் அவன் வெகுகாலத்துக்குப் பின்னர்தான் தெரிந்திருக்க வேண்டும். கடுங்காவல் தண்டனையை அனுபவித்த காலத்தில்தான் அவன் அர்ஷினவின் மூலம் அராஜகவாதத்தைக் கற்றிருக்க வேண்டும்.

1903ம் ஆண்டில், மாஹ்னோ மீண்டும் தனது பிறந்த கிராமத்தில் தனது கைவேலைகளைக் காட்டத் தொடங்கினான். ஆனால் இந்த முறை அவன் பழத்தோட்டங்களையும் வெள்ளரித் தோட்டங்களையும் கொள்ளையடிக்கவில்லை. மாறாக, பணக்காரர்களின் மாளிகைகளிலும், வியாபாரிகளின் தானியக் கிடங்குகளிலும் கொள்ளையடித்தான். குதிரையைத் திருடினான்; கிடங்கிலுள்ள பொருள்களை ஒன்றும் விடாமல் வாரிச் செல்வான்; கடைக்காரனுக்குப் பயமுறுத்தல் கடிதம் எழுதி, குறிப்பிட்ட தொகையைக் குறிப்பிட்ட கல்லுக்கடியில் வைத்து விடுமாறு கோரி மிரட்டுவான். அத்துடன் அந்தக் காலத்தில் அவன் போலீஸ்காரர்களோடு சேர்ந்து குடித்துக் கூத்தாடி, அவர்களையும் சிநேகம் பிடித்து வைத்திருந்தான்.

மாஹ்னோ என்றாலே ஊரில் ஒரே பீதிதான். என்றாலும் விவசாயிகள் அவனை என்றும் அதிகாரிகளிடம் பிடித்துக் கொடுக்க முன்வரவில்லை. ஏனெனில் 1905ம் ஆண்டுப் புரட்சிக்கான காலம் நெருங்க நெருங்க, மாஹ்னோ நிலப் பிரபுக்களுக்கு அதிகப்படியான தொல்லைகளைக் கொடுத்து அவர்களுக்கு ஒரு கிலியாக இருந்தான். நிலப்பிரபுக்களின் பண்ணைகள் எல்லாம் தீப்பிடித்து எரிந்த காலத்தில், விவசாயிகள் நிலப்பிரபுக்களின் நிலங்களையே உழுவதற்கு ஒன்று திரண்டு வந்த காலத்தில், மாஹ்னோ பல நகரங்களுக்குள் புகுந்து அசகாய சூரத்தனமான காரியங்களையெல்லாம் செய்தான். 1906ம் ஆண்டுத் தொடக்கத்தில் அவனும் அவனது சகாக்களும், பெர்தியான் ஸ்கிலுள்ள கஜானாவைத் தாக்கினார்கள்; மூன்று அதிகாரிகளைச் சுட்டுக் கொன்றார்கள்; பணப் பெட்டியை எடுத்துக் கொண்டு ஓடி விட்டார்கள். எனினும் அவனது தோழன் ஒருவனே அவனைக் காட்டிக் கொடுத்து விட்டான். எனவே அவன் அகப்பட்டு, அகதூயிலுள்ள சிறையில் அடைபட்டான். தண்டனை அனுபவித்தான்.

இருபது ஆண்டுகளுக்குப் பின்னால், அவன் பிப்ரவரிப்

புரட்சியினால் விடுதலை பெற்றான்; மீண்டும் தனது கிராமமான குல்யாய் - போல்யேயுக்குத் திரும்பி வந்தான். அப்போது அங்குள்ள விவசாயிகள் தாற்காலிக அரசாங்கத்தின் தெளிவற்ற அறிவிப்புக்களையெல்லாம் புறக்கணித்துவிட்டு, அங்கிருந்த நிலப் பிரபுக்களையெல்லாம் விரட்டியடித்து விட்டு, நிலங்களைத் தமக்குள் பங்கு போட்டுக் கொண்டிருந்தார்கள். மாஹ்னோ அவர்களிடம்தான் முன்னர் அவர்களுக்கு அனுசரணையாகச் செய்த சேவைகளையெல்லாம் நினைவூட்டினான். அதன் மூலம் அவன் அந்த ஜில்லாவின் நிர்வாக பீடத்துக்கு, உதவித் தலைவராகத் தேர்ந்தெடுக்கப்பட்டான். அவ்வாறு தேர்ந்தெடுக்கப்பட்டவுடனேயே, அவன் தான் 'சுயேச்சையான விவசாயிகள் இயக்கத்துக்குத்' தனது ஆதரவைப் பகிரங்கமாகத் தெரிவித்தான். உள்ளூர் அதிகாரிகளின் நிர்வாகக் கூட்டத்தில் கலந்து கொண்டு, ஜில்லாவின் நிர்வாக பீடத்தை ஆதரிப்பவர்களெல்லாம் பூர்ஷ்வா ஆதரவாளர்கள் என்று அபிப்பிராயம் தெரிவித்தான். அதனால் எழுந்த காரசாரமான விவாதத்தின் போது, அவன் நிர்வாக பீடத்தின் அங்கத்தினர் ஒருவரை அங்கேயே சுட்டுக் கொன்றான். பின்னர் தன்னைத் தானே தலைவராகவும், ஜில்லா கமிசாராகவும் நியமித்துக் கொண்டு விட்டான்.

தாற்காலிக அரசாங்கத்தால் அவனை ஒன்றும் செய்ய முடியவில்லை; ஒரு வருஷத்துக்குப் பின்னர் ஜெர்மானியர்கள் வந்து விட்டார்கள். எனவே மாஹ்னோ ஓடிப் போக நேர்ந்தது. சில காலம் வரையிலும் அவன் ருஷ்யாவில் பல இடங்களில் சுற்றித் திரிந்தான். பின்னர் 1918ம் ஆண்டின் கோடை காலத்தின் போது அவன் மாஸ்கோவுக்கு வந்து சேர்ந்தான். மாஸ்கோவில் அந்தச் சமயத்தில் அராஜகவாதிகள் நிரம்பி யிருந்தார்கள். அங்கு பழைய அர்ஷீனவ் இருந்தான். அவன் புரட்சி நடவடிக்கைகளைச் சந்தேகக் கண்ணோடு பார்த்து வந்தான். ஆனால் புரிந்து கொள்ள முடியாத ஏதோ ஒரு விதியின் விளையாட்டில், புரட்சி நடவடிக்கைகளில்

போல்ஷிவிக்குகள் தலைமை தாங்குவதையும் அவன் கண்டான். அத்துடன் வோலினும் அங்கிருந்தான். அராஜகத்தின் தூண் ('ஒழுங்கின் தாயகம்') என்றும், பலம் வாய்ந்த தத்துவார்த்தியென்றும் அவன் கருதப்பட்டான். அத்துடன் அங்குதான் பொறுமையற்றவனும், பேராசைக்காரனுமான பரோன் என்பவனும் இருந்தான். மற்றும் ஆர்தென், தேப்பர், யாக்கள் ஆலி, கிரஸ்ன கூத்ஸ்கி, கிலாக்சோன், சின்சீப்பர், செர்னியாக் முதலியோரும் வேறுபல பெரிய மனிதர்களும் இருந்தார்கள். அவர்கள் எல்லோருக்கும் புரட்சியில் புகுந்துகொள்ள எவ்விதச் சந்தர்ப்பமும் கிட்டவில்லை. எனவே அவர்கள் கையிலே காசின்றி மாஸ்கோ நகரத்தில் அல்லோலகல்லோலப்பட்டுக் கொண்டிருந்தார்கள். இந்த நிலையில் தினம் தினம் அவர்கள் கூடும் கூட்டங்களிளெல்லாம் நிகழ்ச்சி நிரலில் ஒரே விஷயம்தான் இடம்பெறும்: "ஸ்தாபன அமைப்பும் நிதி நிலைமையும்..." பின்னர் இவர்களில் சிலர் மாஹ்னோவின் அராஜகவாதத்தின் தலைவர்களானார்கள்; மற்றவர்களோ லியோன்தியவ்ஸ்கி தெருவிலுள்ள போல்ஷிவிக்குகளின் மாஸ்கோ கமிட்டியை வெடிவைத்துத் தகர்த்தெறியும் செயலில் பங்கெடுத்தார்கள்.

மாஸ்கோவிலுள்ள ஹோட்டல்களில் சோர்ந்து போய் அடைந்து கிடந்த அராஜகவாதிகளுக்கு மாஹ்னோவின் வரவு உண்மையிலேயே ஒரு புதிய உற்சாகத்தை ஊட்டியது. மாஹ்னோ எப்போதுமே செயல் வீரன்; அத்துடன் உறுதியான தீர்மான புத்தி உடையவன். எனவே மாஹ்னோவை கீவ் நகருக்கு அனுப்புவதென்றும், அவன் அங்கு சென்று அங்கிருந்த கசாக்குப் படைத் தலைவரான ஸ்கரபாத் ஸ்கியையும் அவனது தளபதிகளையும் சுட்டுக் கொல்ல ஏற்பாடு செய்ய வேண்டும் என்றும் தீர்மானமாயிற்று.

மாஹ்னோ தனக்குத் துணையாக வேறொரு அராஜகவாதி யையும் அழைத்துக் கொண்டு, உக்ரேய்ன் எல்லையிலுள்ள பெலெனீகினோவுக்குப் போய்ச் சேர்ந்தான்; ரோட்டுப் பாதைகளையெல்லாம் கண்காணித்து வந்த பயங்கரமான

கமிசார் சாயென்கோவின் கண்ணிலும் மண்ணைத் தூவி விட்டு அவன் எப்படியோ அங்கு போய்ச் சேர்ந்தான். அவன் முதலில் ஓர் இராணுவ அதிகாரி போல் மாறுவேடம் பூண்டு கொண்டான்; பின்னர் அவன் திடீரென்று கீவுக்குச் செல்லும் திட்டத்தைக் கைவிட்டு, தன் எண்ணத்தை மாற்றிக் கொண்டான். ஏனெனில் சதிவேலைகளில் அவனுக்கு ஈடுபாடு இல்லை; மேலும் ஸ்தெப்பிச் சமவெளியின் சுயேச்சையான சுதந்திரமான சூழ்நிலை அவனைக் கவர்ந்திழுத்தது. எனவே அவன் மீண்டும் குல்யாய் - போல்யேயுக்கே போய்ச் சேர்ந்தான்.

அவன் தனது பிறந்த ஊரில் முதலில் ஐந்து அல்லது ஆறு நம்பிக்கையான வாலிபர்களைத் தன் பக்கம் சேர்த்தான் கோடரிகள், கத்திகள், கட்டைத் துப்பாக்கிகள் முதலிய வற்றோடு, ரேஸ்னிகவ் என்று நிலப் பிரபுவின் எஸ்டேட்டுக்கு அருகிலுள்ள மடுவில் அவனும் அவனது சகாக்களும் பதுங்கியிருந்தார்கள்; பின்னர் பொழுது இருட்டிய பிறகு, அவர்கள் அந்த எஸ்டேட்டினுள் புகுந்து, அந்த நிலப்பிரபுவையும், உள்ளூர்ப் போலீஸ் இலாகாவில் அதிகாரிகளாயிருந்த அவனது மூன்று சகோதரர்களையும் அமைதியாகக் கழுத்தை அறுத்துக் கொன்றார்கள்; அந்த வீட்டுக்கே தீ வைத்து விட்டார்கள். இந்தக் கொள்ளையின் மூலம் மாஹ்னோ ஏழு துப்பாக்கிகளையும், ஒரு ரிவால்வரையும், குதிரைகளையும், சேணங்களையும், போலீஸ் அதிகாரிகளின் உடுப்புக்களையும் ஆதாயமாகப் பெற்றான்.

இதன் பின்னர் ஒரு நிமிஷத்தைக் கூட வீணாக்காமல், மாஹ்னோவும் அவனது ஆட்களும் போதுமான ஆயுதங்களைத் தாங்கிக் கொண்டு, குதிரைகளின் மீது ஏறிய வண்ணம் ஏனைய பண்ணை வீடுகளையும் கொள்ளையடித்தார்கள்; அவற்றை நலாபுறத்திலும் தீ வைத்துப் பொசுக்கினார்கள். மாஹ்னோ தனது சகாக்களின் தொகையை அதிகரித்துக் கொண்டு, வெறி பிடித்த நிலையில் ஒவ்வொரு ஜில்லாவாகப் பாய்ந்தான்; அங்குள்ள நிலப் பிரபுக்களையும் கொன்று தள்ளினான்.

அலெக்சேய் தல்ஸ்தோய் ▲ 375

பின்னர்தான் அவனது பெரும் புகழுக்கும் பேருக்கும் காரணமான ஒரு செயலில் இறங்கினான்.

திரோயித்ஸா எனும் விழாவின் போது நிகழ்ந்தது அது. அந்த ஸ்தெப்பி வெளியின் பெரும் நிலப் பிரபுவான மிர் கரோத்ஸ்கி தமது மகளை, ராணுவாதிகாரியின் தளபதிகளில் ஒருவனுக்குத் திருமணம் செய்து கொடுக்க நிச்சயித்தார். அந்தத் திருமணத்துக்கு அக்கம் பக்கத்திலுள்ள நிலப் பிரபுக்களில் தைரியமானவர்கள் பலரும் வந்திருந்தார்கள்; ஏனெனில் அத்தகைய பயங்கரமான காலத்தில் ஸ்தெப்பிச் சமவெளியின் பாதை வழியே குதிரைகளின் மீது ஏறிக் கொண்டு வருவதற்கு எவ்வளவோ துணிச்சல் வேண்டும். இவர்களைத் தவிர, கீவிலிருந்தும் வேறு பல தூரதொலை இடங்களிலிருந்தும் விருந்தினர்கள் வந்திருந்தார்கள்.

மிர்கரோத்ஸ்கியின் எஸ்டேட்டை போலீஸ்காரரர்கள் பலமாகக் காவல் புரிந்தார்கள். அந்த எஸ்டேட்டின் மேல் மாடத்தில் ஓர் இயந்திரத் துப்பாக்கி நிறுவப்பட்டிருந்தது. மாப்பிள்ளை வரும்போதும் அவருக்குத் துணையாக, அவரது சக அதிகாரிகள் பலர் வந்தார்கள். கருநீல நிறங்கொண்ட நீளமான துருக்கியக் கால் சராயும், ரத்தச் சிவப்பு நிறத்திலிருந்த கோட்டும், ஜிகினா வேலைப்பாடுகள் மிகுந்த தொப்பியும் அணிந்த உயர்ந்த உருவத்தினர்களாக அந்த அதிகாரிகள் தோற்றமளித்தார்கள். அந்தத் தொப்பிகளிலிருந்து தொங்கிய ஜிகினாக் குஞ்சங்கள் இடுப்பு வரையிலும் தொங்கும் போலிருந்தது; அவர்கள் அணிந்திருந்த தொளதொளப்பான கால்சராய் பழைய மரபை ஒட்டி மிகவும் நீளமாகவும் தரையைத் துடைப்பதாகவும் இருந்தது. அவர்கள் அடி யெடுத்து நடந்து வரும்போது, அவர்களது வளைந்த உடை வாட்கள் அவர்களது பூட்சுகளில் மோதிக் கணீர் கணீரென்று ஒலியெழுப்பின. அந்தப் பூட்சுகளும் கூட, துருக்கிய பாணியில் முன்புறத்தில் மேல்நோக்கி வளைந்திருந்தன.

மணப்பெண்ணும் சமீபத்தில்தான் இங்கிலாந்திலிருந்து திரும்பியிருந்தாள்; அவள் அங்கு ஒரு பெண்கள் பள்ளியிலே

தனது படிப்பை முடித்து விட்டு வந்திருந்தாள். என்றாலும் ஏற்கெனவே உக்ரேனிய மொழியில் அவள் நன்கு பேசுவாள். அவள் பூவேலைப்பாடு நிறைந்த உக்ரேனிய ரவிக்கையையும், பாசி மணிகளையும், ரிப்பன்களையும் சின்னஞ்சிறு சிவப்புப் பாதுகைகளையும் அணிந்திருந்தாள். அவளது கண்ணியமிக்க தந்தையோ கரையில் பட்டுக் கம்பளி வைத்துத் தைத்த அழகிய வெல்வெட் உடையைத் தரித்திருந்தார். மசேப்பா[8] என்பவரின் உருவச் சித்திரத்தில், அவர் எவ்வாறு உடை அணிந்திருக்கிறாரோ, அதே மாதிரி தமது உடையும் இருக்க வேண்டுமென்பதற்காக, அவர் அந்த உடைக்காகக் கீவ் நகரில் பிரத்தியேகமாக ஆர்டர்' செய்து அதனை வரவழைத்திருந்தார். அந்தத் திருமணத்தைப் பழைய காலத்து முறையிலேயே நடத்த எல்லா முயற்சிகளும் மேற்கொள்ளப்பட்டன; அல்லோல கல்லோலப்பட்டு போயிருந்த உக்ரேய்ன் பிரதேசத்தில், நூற்றாண்டுக் காலமாகப் பக்குவப் படுத்தப்பட்ட மதுவகைகள் கிடைப்பது சிரம சாத்தியமாக இருந்த போதிலும், அந்தக் கல்யாணத்தில் குடித்துக் களிக்கவும் தின்று செழிக்கவும் ஏராளமான பொருள்கள் சேகரித்து வைக்கப்பட்டிருந்தன.

ஜெபம் முடிந்த பிறகு, மணப்பெண்ணைப் புதிதாகக் கட்டப்பட்டிருந்த கல்லாலான தேவாலயத்தின் பூங்கா வழியாக அழைத்துச் சென்றார்கள். தெய்வீக அழகு பொருந்திய அவளது தோழிமார்கள் பாடிக் கொண்டே அவளை அழைத்துச் சென்றார்கள். ஏதோ ஒரு கசாக்கு நாடோடிக் கவிதையில் வரும் அழகியைப் போலவே மணப்பெண் காட்சியளித்தாள். மாப்பிள்ளையின் தோழர்கள் வேலியோரத்தில் நின்று அந்தப் பெண்களைப் பார்த்து, "ஆஹாஹா! உக்ரேய்ன் நாட்டுக்குப் பழைய காலமே திரும்பவும் வந்து விட்டது போலிருக்கிறதே!" என்று சொன்னார்கள். திருமண வைபவம் முடிந்து, மணப்பெண்ணும் மாப்பிள்ளையும் தேவாலயத்தின்

---

8. 1687-1709 ஆண்டுகளில் உக்ரேய்னாவில் தலைமை ஆட்சியாளர். - (ப-ர்.)

முற்றத்துக்கு வந்தார்கள்; அவ்வாறு வரும்போது அவர்கள் மீது ஓட்ஸ் தானியத்தை அட்சதை போல் போட்டார்கள். மசேப்பாவின் பாணியில் உடை தரித்திருந்த மணப்பெண்ணின் தந்தை மெஷிகோர்யிலிருந்து வந்த ஒரு தெய்வச் சிலையைக் கையிலேந்தி அவர்களை ஆசீர்வதித்தார். ஒருவருக்கொருவர் குதூகலமாக வாழ்த்துக் கூறிக் கொண்டே, சாம்பேன் மதுவை எல்லோரும் அருந்தினார்கள்; மதுக்கோப்பைகள் உடைந்தன. இளந்தம்பதிகள் ஒரு மோட்டார் காரில் ஏறிக்கொண்டு ரயில் நிலையத்துக்குச் சென்றார்கள். விருந்தாளிகளெல்லாம் விருந்தாடிக் குடித்துக் களித்தார்கள்.

அந்த எஸ்டேட்டின் விரிந்து பரந்த வெளிமுற்றத்தில் இருள் இறங்கித் தேங்கியது; அங்கிருந்த வேலைக்காரர்களும் போலீஸாரும் உள்ளே நடைபெறும் நாட்டிய கீதத்தின் பரவசத்தில் ஈடுபட்டுப் பொழுதைப் போக்கினார்கள். அந்த எஸ்டேட்டின் ஜன்னல்களெல்லாம் ஒளிமயமாகப் பிரகாசித்தன. அலெக்சான்தரவ்ஸ்கிலிருந்து வந்திருந்த யூத வாத்திய கோஷ்டியினர் தமது திறமையையெல்லாம் காட்டி வாத்தியங்களை வாசித்தார்கள். மணப்பெண்ணின் தந்தையோ ஏற்கெனவே ஒரு விசித்திரமான 'கோபாக்' நாட்டியத்தை முடித்து விட்டு, சோடா அருந்திக் கொண்டிருந்தார். யுவதிகளும், மாதர்களும் திறந்து கிடந்த ஜன்னல்களுக்கருகே நின்று காற்று வாங்கிக் கொண்டிருந்தார்கள். மாப்பிள்ளையின் நண்பர்களான கசாக்கு அதிகாரிகள் இரவு விருந்துக்காக உள்ளே வந்து கொண்டிருந்தார்கள்; அவர்களது உடை வாட்கள் கலகலத்தன. அவர்கள் தாம் நேராக மாஸ்கோவுக்கே சென்று, அந்தப் பாழாய்ப் போன 'மாஸ்கோவாதி'களைக் கொன்று தீர்த்து விட்டு வரப் போவதாக ஜம்பம் பேசினார்கள்.

அந்தச் சமயத்தில் தான் அவர்களுக்கு மத்தியில் ஒரு சிறிய அதிகாரி தோன்றினான்; அவன் ராணுவாதிகாரியின் போலீஸ் உடுப்பை அணிந்திருந்தான். அந்த மாதிரியான நாளில் அந்த எஸ்டேட்டுக்குப் போலீஸ்காரர்கள்

வருவதும் போவதும் ஒன்றும் புதுமையல்ல. அவன் மிகுந்த அடக்கத்தோடு உள்ளே வந்தான்; மௌனமாகத் தலை வணங்கினான்; அந்த வாத்தியக் கோஷ்டியினரைக் கடைக் கண்ணால் பார்த்தான். அவன் அணிந்திருந்த உடை அவனது அளவுக்குப் பெரிதாயிருந்ததை யாரோ கவனித்தார்கள். ஒரு பெண் இன்னொரு பெண்ணை நோக்கி, "அது யாரது? எவ்வளவு பயங்கரமாக அவன் தோற்றமளிக்கிறான்?" என்று கேட்டாள். அந்த இனந்தெரியாத போலீஸ் அதிகாரி தன் கண்களை எவ்வளவு தான் தாழ்த்திக் கொண்ட போதிலும் கூட, அந்தக் கண்கள் அவனையும் மீறி பேய் போன்ற பார்வையை வீசி அதன் கொடிய நோக்கை வெளிப்படுத்தின. என்றாலும் நன்றாகக் குடித்து விட்டுப் போதையில் இருக்கும் மனிதர்களுக்கு அப்படிப்பட்ட அநாவசியமான சந்தேகங்கள்தான் தோன்றும்.

பாடகர் கோஷ்டியின் மஜூர்க்கா, வால்ட்ஸ் முதலிய வாத்தியங்களை இசைத்து விட்டு டாங்கோ வாத்தியத்தை இசைக்க முனைந்தார்கள்; சிவப்புச் சட்டைகள் அணிந்திருந்த இரண்டு அல்லது மூன்று இன்னும் நிலை தவறாதிருந்த நாட்டியக்காரர்கள், தமது நாட்டிய ஜோடிகளைப் பற்றிப் பிடித்தார்கள். யாரோ ஒருவன் தலைக்கு மேலுள்ள விளக்குகளை அணைக்குமாறு உத்தரவிட்டான். அங்கு நிலவிய அரைகுறை இருட்டில், சென்றொழிந்த காலாந்தரத்தின் பேராழத் திலிருந்து கரையேறிவருவதுபோல், உள்ளடங்கிய இனிய நாதம் அங்கு நிலவியது; அந்த நாத சுகத்தின் ஆனந்த போகத்திலே திளைத்து மூழ்கிய அந்த நாட்டிய ஜோடிகள் மரண சுகத்தின் மயக்கத்திலே இறங்குவதுபோல் சுற்றிச் சுற்றி ஆடினார்கள்.

அந்தச் சமயத்தில் திடீரென்று வேட்டுச் சத்தங்கள் கேட்டன. விருந்தாளிகள் எல்லாம் பிரமை பிடித்தவர்கள் போல் நின்றார்கள். சங்கீதம் சட்டென்று நின்றது. போலீஸ் அதிகாரியின் உடையிலிருந்த மாஹ்னோ பாதி திறந்து கிடந்த கதவினருகேயிருந்த விருந்தினர் மேஜையின்

பின்னால் நின்று கொண்டிருந்தான்; அவனது இரு கைகளிலும் இரண்டு ரிவால்வர்கள் இருந்தன. அவன் அந்தச் சிவப்பு உடை தரித்த நாட்டியக்காரர்களை நோக்கிச் சுட்டான். மாப்பிள்ளைத் தோழனான உயரமும் சிவந்த முகம் கொண்ட ஓர் அதிகாரி கைகளைப் பரப்பிக் கொண்டு, மேஜை மீது தடாலென்று விழுந்தான். அந்த மேஜை தலைகுப்புறக் கவிழ்ந்து வீழ்ந்தது. பெண்களெல்லாம் தொண்டை கிழியக் கத்தினார்கள். விருந்தாளிகளில் ஒருவன் தனது உடைவாளை உருவ முனைந்தான்; அதற்குள் அவன் அங்கு விரித்திருந்த ஜமுக்காளத்தின் மீது முகம் குப்புற விழுந்தான். மூன்று பேர் வாட்களை உருவிக் கொண்டு மாஹ்னோவை நோக்கி ஓடினார்கள். ஆனால் அவர்களில் இருவர் மறுகணமே விழுந்து விட்டார்கள்; மூன்றாவது நபரோ முயற்குட்டி மாதிரி கீச்சிட்டுக் கொண்டு ஜன்னலுக்கு விழுந்தடித்து ஓடினான். மூர்க்கமான பார்வையும் தொப்பிக்குக் கீழிருந்து பிதுங்கித் தொங்கும் கற்றைத் தலை மயிரும் போலீஸ் உடையும் கொண்ட இரண்டு பேர் எதிர்ப் புறத்திலிருந்த வாசலின் வழியாக வந்து, விருந்தினரை நோக்கிச் சுட்டார்கள். பெண்கள் இங்குமங்கும் திசைதெரியாமல் ஓடினார்கள்; விழுந்தார்கள். மணப் பெண்ணின் தந்தையால் இருந்த இடத்தை விட்டு எழுந்திருக்க முடியவில்லை. மாஹ்னோ அவரருகே சென்று அவரது தொண்டைக் குழிக்குள் ஒரு துப்பாக்கி வேட்டைத் தீர்த்தான். ஜன்னல்களினூடாகப் பாய்ந்தோடிய சில விருந்தாளிகள் சென்றடைந்த முற்றத்திலும் பூங்காவிலும் வெடிச் சத்தங்கள் கேட்டன; சிலர் மட்டுமே புதர்களிலும் பூங்காவின் ஏரிக்கரையிலிருந்த நாணற் காட்டிலும் பதுங்கி மறைந்தார்கள். வேலைக்காரர்களும் போலீஸாரும் முற்றாக அழிக்கப்பட்டார்கள். பின்னர் மாஹ்னோவின் ஆட்கள் எல்லா வண்டிகளையும் கைப்பற்றி, ஆயுதங்கள் உட்பட அகப்பட்டதையெல்லாம் சுருட்டி எடுத்து அந்த வண்டிகளிலே விடிய விடிய ஏற்றினார்கள். பொழுது புலர்ந்த போதோ அந்த எஸ்டேட் தீப்பற்றி எரிந்து கொண்டிருந்தது.

இந்தத் துணிகரமான, கொள்ளை குல்யாய் - போல்யேயில் ஆழ்ந்த அபிப்பிராயத்தை ஏற்படுத்தி விட்டது. அதற்குள் விவசாயிகள் எல்லாம் பூரணமாக ஒடுக்கப்பட்டு விட்டார்கள். ஜெர்மானியர் வருகையும், புதிதாக வந்த நில முதலாளிகளும், பழிவாங்கும் போக்கிலிருந்த போலீஸாரின் அடக்குமுறைகளும் விவசாயிகளைப் பாதித்தன. நில முதலாளிகளோ விவசாயிகளிடம் நம்பிக்கையில்லாமல், தமது நிலங்களை விவசாயிகளிடம் குத்தகைக்கு விட மறுத்தார்கள்; அப்படியே விடுத்தாலும், அந்த வருஷத்தின் அறுவடை மட்டுமல்லாமல், முந்திய வருஷத்தில் தாம் அடைந்த நஷ்டத்தையும் ஈடுசெலுத்த வேண்டும் என்று கோரினார்கள். விவசாயிகளோ தமது துயரங்களை எண்ணி அழுவதைத் தவிர, வேறு எதுவும் செய்ய முடியவில்லை. இந்த நிலைமையில் தான் மாஹ்னோ அங்கு தோன்றினான்; தனது ரத்த பயங்கரமான கொடூரத்தைத் தொடங்கினான். புதிய தலைவன், புதிய வீரன் ஒருவன் தோன்றி விட்டான் என்ற வதந்தி கிராமம் கிராமமாகப் பரவியது.

விவசாயிகளுக்குப் புதிய நம்பிக்கை பிறந்தது. மீண்டும் எஸ்டேட்டுகள் தீப்பற்றியெரிந்தன; கோதுமைப் போர்கள் ஸ்தெப்பி வெளிகளிலே வெந்து கருகின. ஜெர்மனிக்குக் கொண்டு செல்வதற்காகத் தானிய மூட்டைகள் ஏற்றப்பட்ட தோணிகளையும் நீராவிப் படகுகளையும் துணிச்சலுடன் கொரில்லாப் படைகள் தாக்கின. இத்தகைய போராட்டம் நீப்பர் நதியின் வலது கரை வரையிலும் பரவி விட்டது. கலகங்களை அடக்குவதற்காக, ஆஸ்திரிய, ஜெர்மன் துருப்புக்களுக்கு உத்தரவுகள் பிறப்பிக்கப்பட்டன. நூற்றுக் கணக்கான சிறுசிறு பட்டாளங்கள் நாடு முற்றும் அனுப்பப்பட்டன. ஆனால் மாஹ்னோ அவர்களை முந்திக் கொண்டு விட்டான். அவன், தனது சிறிய, எனினும் தக்க ஆயுத பலம் கொண்ட படையோடு ஆஸ்திரியத் துருப்புக்களை முன்சென்று தாக்கத் தொடங்கினான்.

அந்தச் சமயத்தில் மாஹ்னோவின் படை அவ்வளவுக்

கொன்றும் பெரியதல்ல. அவனது நிரந்தரப் படையில் இருநூறு அல்லது முந்நூறு பேர்தான் இருந்தார்கள்; அவர்கள் அத்தனை பேரும் பயங்கரத் துணிச்சல் வாய்ந்தவர்கள். கருங்கடல் கப்பல் படையைச் சேர்ந்தவர்களும், ஏதோ ஒரு காரணத்தால் தமது சொந்தக் கிராமத்துக்குள் தலைகாட்ட முடியாது போன யுத்த அனுபவஸ்தர்களும் தத்தம் கோஷ்டியுடன் வந்து மாஹ்னோவுடன் சேர்ந்து கொண்ட குட்டித் தலைவர்களும், சண்டை போட வேண்டும் என்ற வேட்கையும் சண்டையினால் அடையும் உல்லாச வாழ்க்கையில் நாட்டமும் கொண்ட, உற்றார் உறவினர், பெண்டு பிள்ளைகள் அற்ற தனிக்கட்டைகளும் தான் அந்தப் படையில் இருந்தார்கள்.

கொஞ்சம் கொஞ்சமாக, தனிப்பட்ட அராஜகவாதிகளும் மாஹ்னோவின் படையில் வந்து சேர்ந்தார்கள்; 'போராளிகள்' என்று தம்மை அழைத்துக் கொண்ட இந்தப் பேர் வழிகள், குதிரைகளின் மீதேறிக் கொண்டு தன்னிச்சையாகக் கொடி கட்டிப் பறக்கச் செய்யும் புதிய படையைப் பற்றிக் கேள்விப்பட்டு அதில் வந்து சேர்ந்தார்கள். ஒரு கையிலே வெடிகுண்டும், மறுகையிலே கிராபோத்கினின் புத்தகமும் தாங்கியவர்களாய், வயிற்றிலே பசியும் உடம்பிலே கந்தலுமாய், அராஜகவாதிகள் நடையாய் நடந்து மாஹ்னோவிடம் வந்து சேர்ந்தார்கள். அவர்கள் மாஹ்னோவை நோக்கிச் சொன்னார்கள்:

"நீங்கள் ஒரு மேதாவி - என்று நாங்கள் கேள்விப்பட்டோம். அதைப் பார்த்து விட்டுப் போவதற்காக வந்தோம்."

"பாருங்கள்! வேண்டு மட்டும் பாருங்கள்!' என்று மாஹ்னோ பதில் சொன்னான்.

"என்ன இது! உண்மையிலேயே நீங்கள் அப்படி ஒரு அதிசயமான மேதைப் பிறவிதான் என்றால், நீங்கள் உலக சரித்திரத்தையே உருவாக்கி விடுவீர்கள். யாருக்குத் தெரியும்? -- ஒரு வேளை நீங்களே இரண்டாம் கிராபோத்கினாகவும் மாறலாம்" என்றார்கள் அவர்கள்.

“யாருக்குத் தெரியும்?” என்று எதிரொலித்தான் மாஹ்னோ.

அவர்கள் அந்தப் பெரியவரின் சாமான் வண்டிகளோடு பின்னால் சென்றார்கள்; அவனோடு குடித்தார்கள்; சரித்திரத்தையும் புகழையும் பற்றிப் பெரிய பெரிய அற்புதமான வார்த்தைகளைச் சொல்லிப் பேசினார்கள்; அவ்வாறு அவர்கள் பேசுவதைக் கேட்கக் கேட்க மாஹ்னோவுக்கு மிகவும் பிடிக்கும். இவ்வாறாக, அவர்களில் சிலர் அவனது படையில் பொறுப்பான, கேந்திரமான பதவிகளையும் பெற்று விட்டார்கள். இத்தகையவர்களில் ஒவ்வொருவரும் யுத்தத்தில் சூறையாடிய சாமான்களை ஒவ்வொரு வண்டியில் நிரப்பிக்கொண்டார்கள். பிராந்தி பாட்டில்கள் நிறைந்த ஒரு பெட்டி, ஒரு பீப்பாய் நிறையத் தங்கம், ஒரு சாக்கு நிறையத் துணி முதலிய பொருள்களே அவை. இத்தகைய பேர்வழிகள்தான் சல்தோன், ஸ்கரபியோனவ், யுகலோபவ், செரெத்னியாக், என் காரித்ஸ், ‘பிரஞ்சுக்காரன்’ முதலியோரும் வேறு சிலரும் ஆவர். அவர் எங்காவது வழியில் நெடுநாள் தங்க நேர்ந்தால், அவர்கள் அழகிய, குஷால் பேர்வழிகளான பல யுவதிகளை தமக்குத் தேடிக் கொள்வார்கள்; அதன் மூலம் ஏதன்ஸ் இரவுகளை அனுபவித்தார்கள். அத்துடன் ‘செக்ஸ்’ விவகாரத்தில் அத்தகைய போக்கை அனுபவிப்பது தான் அலுத்துச் சலித்துப் போன அன்றாட வாழ்க்கையிலிருந்து விமோசனம் அளிக்குமென்றும், பரிபூரணமான சுதந்திரத்தை இவ்வாறு அனுபவிக்கத் தொடங்கிய பின்னர் ‘ஸிபிலிஸ்’ போன்ற மேக நோய்களெல்லாம் மிகவும் சின்ன விஷயம் என்றும் அவர்கள் மாஹ்னோவிடம் எடுத்துக் கூறுவார்கள். மாஹ்னோவோ அந்த அராஜகவாதிகளை ‘பாம்புக் குட்டிகள்’ என்று கூறுவான்; அவர்களைச் சுட்டுத் தள்ளி விடுவதாகப் பயமுறுத்துவான்; என்றாலும் அவர்கள் புத்தக அறிவுமிக்கவர்கள், உலகப் புகழின் பெருமையை நன்றாக உணர்பவர்கள் எனும் காரணத்தினால் அவன் அவர்கள் செய்து வந்த சகலவற்றையும் பொறுத்துக் கொண்டான்.

அந்தப் படைக்கு நிரந்தரமாக தலைமை ஸ்தானம்

என்று ஒன்றில்லை. அந்தப் படை சந்தர்ப்பத்துக்குத் தக்கபடி, மாகாணத்தின் ஒரு கோடியிலிருந்து மறுகோடி வரையிலும், குதிரைகளின் மூலமும், ராணுவ வண்டிகளின் மூலமும் இடம் மாறிக் கொண்டே இருந்தது. ஏதாவது ஒரு கொள்ளைக்குத் திட்டமிட்டால் அல்லது ஏதாவது ஒரு சண்டை வருமென்று தெரிந்தால், மாஹ்னோ கிராமங்களுக்குத் தனது தூதுவர்களை அனுப்புவான்; அவனே எங்காவது கூட்டம் நிறைந்த இடத்தில், உத்வேகத்தோடு பிரசங்கம் புரிவான்; அதன் பின்னர் அவனுடன் வருபவர்கள் தமது வண்டிகளிலிருந்து ஏராளமான துணிகளையும், சீட்டிகளையும் ஜனக்கூட்டத் இடையே எறிவார்கள். உடனே ஒரே நாளில் அவனது கொரில்லாப் படையின் பலம் விவசாய கொரில்லாக்களின் சேர்க்கையால் திடீரென்று அதிகரித்து விடும். சண்டை முடிந்து விட்டால், இந்த விவசாயிகளெல்லாம் உடனடியாகத் தமது கிராமங்களுக்குத் திரும்பி விடுவார்கள்; அங்கு வந்து தமது ஆயுதங்களை மறைத்து வைத்து விடுவார்கள். ஜெர்மன் பீரங்கிகள் எதிரியைத் தேடி இடிமுழக்கம் செய்யும் போது, அவர்கள் ஒன்றுமே அறியாத அப்பாவிகள் மாதிரி வாசல் நடைகளில் நின்று தலையைச் சொறிந்து கொண்டு நிற்பார்கள். மாஹ்னோவைத் தேடிக் கண்டு பிடிக்கும் முயற்சியில் ஆஸ்திரிய, ஜெர்மன் துருப்புக்கள் இரண்டுமே திக்கித் திணறிப் போய் விட்டன. அந்த சர்வ வியாபியான சைத்தான் எப்போது பார்த்தாலும் அவர்களின் பின்னாலேயே இருப்பதாகத் தோன்றியது. கொரில்லாக்களோ பழைய காலத்து நாடோடிகளைப்போன்று, எந்த ஒரு இடத்திலும் உறுதியாக நிலைத்துச் சண்டை செய்வதில்லை. அவர்கள் சமவெளி முழுவதும் பரவிச் சிதறியவாறு, கூச்சலிடுவதும், பட்டியடிப்பதும், குதிரைகளிலும் வண்டிகளிலும் ஏறிக் கொண்டு படபடவென்று அங்கே சுடுவதுமாகத்தான் இருந்தார்கள்; இவ்வாறு செய்து விட்டு, எதிர்பாராத ஓர் இடத்தில் அவர்கள் திடீரென்று ஒன்று திரண்டு, அடுத்தடுத்து தாக்குவார்கள். அந்தக் கிராமம் வெறிச்சோடிப் போய்க் கிடந்தது. மாஹ்னோ ஜமுக்காளம் விரித்த,

மூன்று குதிரைகள் இழுத்துச் செல்லும் வண்டியில் ஏறிக் கொண்டு தனது படையைப் பின்பற்றிச் சென்றுவிட்டான். அப்போது நல்ல மதியப் பொழுதாகி விட்டது. அழுதழுது முகம் கன்றிப் போன ஒரு தடித்த இளம் பெண் தனது பாவாடையைத் தூக்கி இடுப்பில் சொருகிக்கொண்டு, காரமான புல் செடிக்குச்சிகளால் கட்டப் பெற்ற துடைப்பத்தைக் கையிலேந்தி, அந்தக் குடிசையைப் பெருக்கிக் கொண்டிருந்தாள். குடிசையின் சொந்தக்காரன் திறந்த ஜன்னலின் மீது அமர்ந்து, அருகில் தெரியும் குன்றுகளை நோக்கி ஆழ்ந்த பெருமூச்செறிந்தான்; அந்தக் குன்றுகளுக்குப் பின்னேதான் அந்தக் காலாட்படையும் குதிரைப் படையும் சென்று மறைந்திருந்தன. அந்தக் குன்றின் உச்சியில் இரண்டு காற்றாடி இயந்திரங்களின் காற்றாடிகள் அமைதியாகச் சுழன்று கொண்டிருந்தன. மாஹ்னோவுடன் அவன் பேசிய பேச்சு அவனை அமைதிப் படுத்தியதாகத் தெரியவில்லை.

காத்யா வெளியேயிருந்த கிணற்றுக்குச் சென்று, கால், முகம் கழுவினாள்; தனது உடைகளையும் சீர்ப்படுத்திக் கொண்டாள். வீட்டுக்காரன் அவளைக் காலையுணவருந்த அழைத்தான். அவள் இரண்டு அவித்த ரொட்டிகளைத் தின்று, சிறிதளவு பாலும் குடித்தாள். பின்னர்தான் இனி என்ன செய்வது என்று தோன்றாமல், தான் எதை எதிர்பார்ப்பது என்பதும் புலனாகாமல், அவள் வெறுமனே ஜன்னலருகே சென்று அமர்ந்தாள். அப்போது அங்கு ஒரே உஷ்ணமாக இருந்தது. வீதியில் பல பெட்டைக் கோழிகள் நடமாடின. அப்போது தான் போடப்பட்ட கால்நடைகளின் சாணத்தை அவை கொத்திக் கிளறிக் கொண்டிருந்தன. சூரிய காந்திச் செடிகள் தமது தங்கமயமான தலைகளைத் தொங்கப் போட்டிருந்தன; செர்ரி மரங்களில் பழங்கள் பழுத்துத் தொங்கின. பருந்துகள் கிராமத்தின் மீது வட்டமிட்டன. வீட்டுக்காரன் தொண்டையைக் கனைத்து விட்டு, பெருமூச்சு விட்டான்.

"அடி, வெட்கங்கெட்ட பெண்ணே! நீ உன் பாவாடையை இன்னும் கொஞ்சம் தூக்கி, உன் தலையை மூடிக்

கொள்ளக் கூடாது?" என்று அவன் அந்த அழுது வடிந்த பெண்ணை நோக்கிக் கேட்டான்: "அவர்கள் உன் மீது கையைப் போட்டு விட்டால்தான் என்ன? நீதானா முதல் பெண்?"

அந்த யுவதி விம்மிக் கொண்டே மூச்சை உள்ளே உறிஞ்சினாள்; துடைப்பத்தை விட்டெறிந்தாள்; சொருகியிருந்த பாவாடை முனையை உருவி, அதனைத் தனது தடித்த வெள்ளிய கால்களின் மீது தளரத் தளர விட்டுக் கொண்டாள். அந்த மனிதன் அந்தத் துடைப்பத்தையே சிறிது நேரம் பார்த்தான்.

"அது சரி. உன்னைத் தொட்டவன் யார்? அதைச் சொல்லம்மா, அலெக்சான்தரா? பயப்படாதே!"

எனக்கு அவன் பேரைத் தெரியாது! மிருகம்! அவன் நமது ஊரைச் சேர்ந்தவனல்ல... அவன் கண்ணாடி அணிந்திருந்தான்..."

"அப்படிச் சொல்லு!" என்று ஏதோ ஒரு நல்ல செய்தியைக் கேட்டவன் போல் சொன்னான் அவன். "மூக்குக் கண்ணாடி அணிந்தவனா?... அப்படியென்றால் அவன் அந்த அராஜகவாதிகளில் ஒருவனாகத்தான் இருக்க வேண்டும்!" பின்னர் அவன் காத்யாவை நோக்கித் திரும்பினான்: "இவள் தான் என் மருமகள் அலெக்சான்தரா... நான் அவளைத் தானியக் கிடங்குக்குச் சென்று வைக்கோல் அள்ளிவர அனுப்பினேன்.... தானியக் கிடங்கு எங்கே இருக்கிறது தெரியுமா?.. காலையிலே இவள் கந்தலும் கிழிசலுமாய் அலங்கோல நிலையில் வந்து நிற்கிறாள்... சீ!" அவன் கசப்போடு காரித்துப்பினான்.

"அவன் குடித்திருந்தான். தன் ரிவால்வரால் என்னைச் நட்டு விடுவதாக மிரட்டினான். நான் என்னதான் செய்ய முடியும்?" அலெக்சான்தரா மெதுவாக விம்மினாள்; பொருமினாள். அவளது மாமன் தனது வெறுங்காலால் அவளையுதைத்தான்.

"போடி வெளியே! எப்படி இன்னும் உயிரோடிருக்கிறேன்

என்று புரியவில்லை!"

அந்தப் பெண் திரும்பிப் பார்த்துவிட்டு ஓடி விட்டாள். அவனோ மீண்டும் பெருமூச்செறிந்து விட்டு, இருமினான். அவனது கண்கள் மீண்டும் அந்தக் குன்றுகளை நோக்கின. இனி நாங்கள் என்னதான் செய்வது, இந்தக் கொள்ளைக்காரர்களுக்குச் சாப்பாடு போட்டா நாங்கள் மகிழ்ச்சியடைகிறோம்? இல்லவே இல்லை. நாங்கள் அவர்களுக்கு எங்கள் குதிரைகளையும் வண்டிகளையும் வேறு கொடுக்கிறோம். அவர்களோ எண்பது மைல் வேகத்தில் பறக்கிறார்கள்! பிசாசுகள்! குதிரை என்றால், அது என்ன இயந்திரமா? அதனையும் அன்போடு பராமரிக்க வேண்டும்.... இப்போதோ எங்கள் குதிரைகள் எல்லாம் நொண்டியாகி விட்டன... ஐயோ! யுத்தமே!"

மேஜை மீதிருந்த விளக்கின் மீது தொங்கிக் கொண்டிருந்த சிம்னி லேசாகக் கலகலத்தது; ஜன்னல் கண்ணாடிகள் அதிர்ந்து நடுங்கின. உஷ்ணமான காற்று ஆழ்ந்த பெருமூச்சு விட்டது போல் தோன்றியது. தூரத்தில் ஏற்பட்ட இடி முழக்கம் தரை வழியாக உருண்டோடி வந்தது. வீட்டுக்காரன் அவசர அவசரமாகத் தன் உடம்பை ஜன்னலுக்கு வெளியே நீட்டி எட்டிப் பார்த்தான்; மீண்டும் அந்தக் குன்றுகளை நீண்ட நேரம் பார்த்தான். அப்போது அந்தக் குன்றின் காற்றாடி இயந்திரங்களுக்கருகில் குதிரை மீது அமர்ந்திருக்கும் ஒரு மனிதனின் உருவம் தென்பட்டது. பின்னர் அவன் தன் கைவிரல்களை ஒன்று சேர்த்துக் குவித்தவாறு, வீட்டின் மூலையிலிருந்த தெய்வச் சிலையின் முன் சென்று சிலுவை கீறிக் கொண்டான்.

ஜெர்மானியரின் பீரங்கிப் படைதான் நமது ஆட்களின் மீது சுட்டுக் கொண்டிருக்கிறது" என்று அந்த மனிதன் கூறிக் கொண்டே, நிறம் மங்கிப் போன தனது சட்டைக்கடியில் தன் உடம்பைச் சொறிந்து கொடுத்துக் கொண்டான். "என்ன காலம் இது? கேடுகாலம்!"

அவன் வெறுங்காலுடன் நடந்து சென்று, அந்தத் துடைப்பத்தை எடுத்து மூலையில் விட்டெறிந்து விட்டு

வாயிலை நோக்கிச் சென்றான். மீண்டும் தூரத்தில் ஏற்பட்ட குண்டு முழக்கம் அந்தக் கிராமத்தினுள் அதிர்ந்து பரவியது. காத்யாவால் அதற்கு மேலும் குடிசைக்குள் இருக்க முடியவில்லை. அவள் எழுந்து வெளியே சென்றாள். வெளியில் நல்ல வெயில். புழுக்கம் நிறைந்த காற்றில் சாணத்தின் நாற்றம் புரை யோடிக் கலந்திருந்தது.

அந்த சமயத்தில் நேற்றைய தினத்தில் அவளுடன் பிரயாணம் செய்த பிரயாணிகள் கூட்டம் பயபீதி கொண்ட முகங்களோடு தெருவில் தென்பட்டார்கள். அவர்களுக்கு முன்பு, தனது மூக்குக் கண்ணாடிக்கு மேலாகப் பார்த்துக் கொண்டு, ஓப்ருச்சிவ் என்ற அந்த பௌதிக ஆசிரியன் நடந்து வந்தான். அவன் எப்படியோ ரப்பர் மழைக்கோட்டும், உயர்ந்த மழை பூட்சுகளும் அணிந்திருந்தான். அவன் எப்படியோ தன்னைத்தானே அவர்களுக்குத் தலைவனாக்கிக் கொண்டான் என்றும், எப்படியோ அவர்களும் அவனை நம்பினார்கள் என்றும் தான் தோன்றியது.

"வாருங்கள். வந்து எங்களோடு சேர்ந்து கொள்ளுங்கள்!" என்று அவன் காத்யாவை நோக்கிச் சத்தமிட்டான்.

அவர்களிடத்தே அவளும் சென்றாள். அந்தப் பிரயாணிகள் தலைகள் கலைந்து அலங்கோல நிலையில் காட்சியளித்தார்கள். அவர்கள் மத்தியிலேயிருந்த இரண்டு முதிய மாதர்கள் அழுதழுது முகம் வீங்கிப் போயிருந்தார்கள். மாறுவேடம் பூண்ட அந்தக் கொள்ளை லாபக்காரனை காணவே காணோம்.

"நமது கூட்டத்திலிருந்த ஒரு நபரைக் காணோம். அவரைப் பற்றிய தகவலே இல்லை. ஒருவேளை அவர் சுடப்பட்டு மாண்டிருக்கலாம்' என்று ஓப்ருச்சிவ் குதூகலத்தோடு சொன்னான்: "நண்பர்களே! நாம் போதுமான தைரியத்தைப் பெறாது போனால் நமக்கும் அந்தக் கதிதான் கிட்டும். நாம் இந்தப் பிரச்சினைக்கு உடனடியாகத் தாமதியாமல் பதில் காண வேண்டும்.

யுத்தம் இங்கு வந்து சேரும் வரையிலும் நாமும் காத்திருப்பதா? அல்லது கட்டும் காவலுமில்லாத இந்தச் சந்தர்ப்பத்தைப் பயன்படுத்திக் கொண்டு நாம் ரயில் ஸ்டேஷனை நோக்கிக் கால் நடையாகத் தப்பி ஓடுவதா?

"ஒவ்வொருவரும் ஒரு நிமிஷ நேரம் பேசலாம்."

எல்லோரும் உடனே பேசத் தொடங்கினார்கள். பரந்த ஸ்தெப்பி வெளியில் கொள்ளைக்காரர்கள் தங்களைத் தேடி வந்து வழிமறித்துக் கொண்டால், நிச்சயம் அத்தனை பேரையும் அவர்கள் அழித்தொழித்து விடுவார்கள் என்று சிலர் தெரிவித்தார்கள். என்ன தான் இருந்தாலும் ஓடிப் போவதன் மூலம் தாம் தப்பிவிடலாம் என்று நினைப்பது அவ்வளவு உசிதமில்லை என்றார்கள் சிலர். எப்படியும் ஜெர்மானியர்கள் தான் யுத்தத்தில் வெற்றி பெறுவார்கள். எனவே யுத்தம் நடந்து முடிகிற வரையிலும் தாம் அங்கேயே காத்திருப்பது தான் நல்லது என்று நம்பினார்கள் வேறு சிலர். ஆனால் குன்றுப் புறத்திலிருந்து மீண்டும் ஒருமுறை குண்டு முழக்கம் கேட்ட போதோ, எல்லோரும் மௌனமாகி விட்டார்கள்; தங்கள் கண்களை நெரித்துக் கொண்டு, அந்தத் திசையை ஏறிட்டுப் பார்த்தார்கள்; ஆனால் அங்கு சாவதானமாகச் சுழன்று கொண்டிருந்த காற்றாடி இயந்திரங்களைத் தவிர வேறு எதுவும் கண்ணில் படவில்லை. ஓப்ருச்சிவ் தெளிவான முறையில் பேசினான்; அந்தப் பேச்சில் அவன் அவர்கள் தெரிவித்த ஒன்றுக் கொன்று முரண்பட்ட எல்லாக் கருத்துக்களையும் தொகுத்துச் சொன்னான். அந்த இரண்டு பெண்களும் அவனை ஏதோ தீர்க்கதரிசிபோல் கருதி, அவனது உதட்டிலிருந்து உதிரும் வார்த்தைகளைக் கூர்ந்து கேட்டார்கள். எந்தவிதமான முடிவுக்கும் வராமல், ஆளரவம் அற்றுக் கிடந்த அந்தத் தெருவில் கோழிகளோடும் குருவிகளோடும் அவர்கள் நின்றார்கள். தம் சக ருஷ்யர்கள் மீது அனுதாபம் காட்டக் கூடிய ஒரு ஜீவனைக் கூட அங்கு காணோம். ஆமாம். ஒரு ஜீவனைக் கூடக் காணோம்! தலையை மூடாது தோற்றிய ஒரு பெண் ஜன்னல் வழியாக எட்டிப் பார்த்தாள்; கொட்டாவி

விட்டவாறே அவள் திரும்பினாள். கோபக்காரனாகத் தோற்றிய ஒரு விவசாயி தனது சட்டையைத் திறந்து போட்டுக் கொண்டு, அந்தத் தெருவின் மூலையிலிருந்து வந்தான்; அவன் அவர்களை ஏறிட்டு கூடப் பார்க்காமல் அவர்களைக் கடந்து சென்று, ஒரு களி மண் கட்டியைக் கையில் எடுத்து யாரோ ஒருவனது பன்றியின் மீது பலங்கொண்ட மட்டும் வீசியெறிந்தான். கிராமத்துக்கு மேலே சில பருந்துகள் பறந்தன; கொள்ளையடிக்கப் பட்டு, நாதியற்று நின்ற அந்தப் பட்டணவாசிகளை அந்தப் பறவைகள் அலட்சியமாகப் பார்த்தவாறே வட்டமிட்டன.

குன்றுக்கப்பால் தூசிப் படலம் எழும்பியது. காற்றாடி இயந்திரங்களின் அருகில் நின்று கொண்டிருந்த குதிரை வீரன் குதிரையை விரட்டிக் கொண்டு எங்கோ போய் மறைந்தான். அந்தப் பிரயாணிகளில் ஒருவன் தாங்கள் முந்தின நாள் இரவைக் கழித்த அந்த வட்டாரத்தின் கிராமச் சாவடிக்கே திரும்பிச் சென்றுவிடலாம் என்று அபிப்பிராயம் தெரிவித்தான். அந்த யோசனைப்படி அந்த இரு பெண்களும் தான் உடனடியாக நடந்து கொண்டார்கள். மூன்று குதிரைகள் பூட்டப் பெற்ற வண்டிகள் அந்தக் குன்றின் உச்சியிலிருந்து கடகடத்துப் பாய்ந்தோடி, வரக் கண்டதும் ஏனையோரும் அந்தப் பெண்மணிகளின் வழியைப் பின்பற்றினார்கள். தனது மழைக் கோட்டினுள் வீராவேசத்தோடு கைகளைக் கட்டிக் கொண்டு நின்ற அந்தப் பௌதிக ஆசிரியனும், காத்யாவும் தான் தெருவில் எஞ்சியிருந்தார்கள்.

நாலைந்து வண்டிகள் வந்தன. ஏரிக் கரையைச் சுற்றிக் கொண்டு அவை கிராமத்துக்குள் புகுந்தன. அந்த வண்டிகள் காயப்பட்டு விழுந்தவர்களைச் சுமந்து வந்தன. அந்த வரிசையில் வந்த முதல் வண்டி ஒரு குடிசையின் ஜன்னலுக்கு அருகில் நின்றது. பொத்தான்கள் மாட்டப்படாத தோல் உடுப்பை அணிந்திருந்த, உயரமான கொரில்லாப் படை வீரனான அதன் சாரதி கத்தினான்:

"நதேஷ்தா! இதோ உன் புருஷன்!"

குடிசையினுள்ளிருந்து தனது மேலங்கியைப் பிய்த்தெறிந்தவாறே ஒரு பெண் ஓடிவந்தாள்; பின்னர் அந்த வண்டியின் மீது பாய்ந்து ஓவென்று உள்ளடங்கிய குரலில் ஓலமிட்டு அழுதாள். பச்சை நிறம் பாரித்துக் களையிழந்திருந்த முகத்தோடு கூடிய ஓர் இளைஞன் அந்த வண்டியிலிருந்து இறங்கி, அந்தப் பெண்ணின் கழுத்தைச் சுற்றித் தன் கரத்தைப் போட்டவாறு, குடிசையினுள் தள்ளாடித் தடுமாறி நடந்தான்; அவனது தலை தொங்கிப் போயிருந்தது. அந்த வண்டி அடுத்த வீட்டுக்குச் சென்றது; அந்த வீட்டினுள்ளிருந்து கண்ணை உறுத்தும் விதத்தில் உடையணிந்திருந்த மூன்று யுவதிகள் வெளிப்பட்டார்கள்.

"என் அன்னங்களே! இதோ உங்கள் மனிதன். இவனுக்கு லேசாகத் தான் காயம் பட்டிருக்கிறது!" என்று வண்டிக்காரன் அவர்களை நோக்கிக் குதூகலமாகச் சொன்னான். அதன் பின்னர் அவன் தன் குதிரைகளின் லகானை இழுத்துப் பிடித்து எஞ்சியுள்ள காயப்பட்ட மனிதனை எங்கே கொண்டு போய்ச் சேர்ப்பது என்று யோசித்த வண்ணம் அதற்கான இடத்தைப் பற்றி எண்ணியவாறு வண்டியை மெதுவாக நடத்தினான். அந்த வண்டியில் மிஹயில் சலோமின் பரக்கப் பரக்க விழித்தவாறு, பற்களைக் கடித்துக் கொண்டு உட்கார்ந்திருந்தான். அவனது தலையில் சட்டையைக் கிழித்துப் போடப்பட்டிருந்த கட்டில் இரத்தக் கறை படிந்திருந்தது. அந்த வண்டியின் சாரதி சட்டென்று குதிரைகளை இழுத்து வண்டியை நிறுத்தினான்.

"யாரது? அட கடவுளே! எகதிரீனா திமித்ரியவ்னாதானா?"

காத்யா இவ்வாறு நடக்கும் என்று எதிர்பார்த்திருக்கவே இல்லை. உணர்ச்சிப் பரவசத்தோடு மூச்சு வாங்கிக் கொண்டு அவள் அந்த வண்டியை நோக்கி ஓடினாள். அந்த வண்டியின் மீது கால்களை அகல நிறுத்தி ஊன்றியவாறு, ஒரு கையை இடுப்பில் வைத்து மறுகையால் லகானைப் பிடித்த வாக்கிலும், அலெக்சேய் கிரசீல்னிகள் நின்று கொண்டிருந்தான். அவனது கன்னங்களில் சுருண்டு வளர்ந்திருந்தது தாடி; அவனது கண்களில் ஆனந்தம்

துள்ளாடியது. அவனது இடைவாளில் எறி குண்டுகள் தொங்கின; அவனது தோல் உடுப்பின் மீது ஒரு தோட்டா வார் குறுக்காகத் தொங்கியது; ஒரு குதிரைப் படைத் துப்பாக்கி முதுகில் தொங்கியது...

“எகதிரீனா திமித்ரியவ்னா!... இங்கு நீங்கள் என்ன செய்து கொண்டிருக்கிறீர்கள்? யார் வீட்டில் தங்கியிருக்கிறீர்கள்? அந்த வீட்டிலா? மித்ரபானின் வீட்டிலா? அவன் எனக்கு ஒன்றுவிட்ட சகோதரன் ஆச்சே! அவன் பெயரும் கிரசீல்னிகவ்தான். பாவம், மிஹயில்! ஒரு வெடி குண்டு இவன் தலையைப் பாதி நொறுக்கி விட்டது!”

காத்யா வண்டியின் அருகில் நடந்து வந்தாள். அலெக்சேய் சண்டைக்குப் பின்னால் நிலவும் உணர்ச்சி வேகத்திலிருந்தும், படபடப்பிலிருந்தும் இன்னும் மீளவில்லை. அவனது கண்களும் பற்களும் பளபளத்தன.

“நாங்கள் ஜெர்மானியர்களுக்குச் சரியான அடி கொடுத்தோம்... வடிகட்டின முட்டாள்கள்! அவர்கள் மூன்று முறை எங்களது இயந்திரத் துப்பாக்கிகளின் மீது சாடி விழுந்தார்கள். இப்போதோ வயல் முழுவதும் அவர்கள் விழுந்து கிடக்கிறார்கள். அப்பாவிப் பயல்கள்! இப்போதோ பெரியவருக்குத் தமது ராணுவத்துக்குப் போதுமான உடைகள் கிடைத்து விட்டன. மித்ரபான்! உன் குகையை விட்டு வெளியே வாப்பா. இந்தக் காயப்பட்ட வீரனை உன் வீட்டுக்குள் கொண்டு போ... எகதிரீனா திமித்ரியவ்னா! நீங்கள் இந்த வீட்டை விட்டு வெளியே போய் விடாதீர்கள்! வெளியே எங்கும் உங்களுக்கு பாதுகாப்பிராது...”

மணிக்கூண்டிலிருந்து மெல்லிய இனிய மணியோசை கேட்டது. கிராமம் முழுவதிலும் திட்டி வாசல்கள் படாரென்று சாத்தப்பட்டன. ஜன்னல் கதவுகள் திறக்கப்பட்டன; பெண்கள் வீதியில் ஓடினார்கள்; ஆண்களோ வீட்டை விட்டு ஜாக்கிரதையாக வெளியே வந்தார்கள்; எங்கிருந்தோ திடீரென்று ஒரு பெரிய ஜனத்திரள் சேர்ந்து விட்டது; பாடிக் கொண்டும் பேசிக்

கொண்டும் அவர்கள் வெற்றி வீரர்களாகத் திரும்பி வரும் மாஹ்னோவின் படையை வரவேற்பதற்காக, ஸ்தெப்பி வெளிக்கும் சென்றார்கள்.

குற்றுயிராக இருந்த மிஹயிலைக் கீழே இறக்கி, மித்ரபானின் வீட்டு முற்றத்துக்குக் கொண்டு போய்ச் சேர்க்கும் பணியில் காத்யாவும் அலெக்சேய் கிரசீல்னிகவுக்குக் கை கொடுத்து உதவினாள். இருவருமாக அவனை அங்கிருந்த குளுமை மிகுந்த குடிசையினுள் தாங்கித் தூக்கிச் சென்று, அங்கிருந்த அலெக்சான்தராவின் கட்டிலில் அவனைக் கிடத்தினார்கள். காத்யா அவனது தலைக்கட்டுக்களை அவிழ்த்தாள்; ரத்தம் உறைந்து காய்ந்து, மயிருடன் ஒட்டிக்கொண்டிருந்த அந்தக் கட்டுக்களை அவிழ்த்தெடுப்பது மிகவும் சிரமமாக இருந்தது. மிஹயில் பல்லைக் கடித்துக் கொண்டு எவ்விதச் சத்தமும் செய்யாதிருந்தான். அவனது மண்டையின் வலப் புறத்தில் தென்பட்ட பலத்த காயத்தைக் காத்யா கழுவித் துடைத்தாள்; அவளுக்குப் பக்கத்தில் தண்ணீர்ப் பாத்திரத்தை ஏந்திக்கொண்டு நின்ற அலெக்சான்தரா முனகிக் கொண்டே தள்ளாடினாள். உடனே அலெக்சேய் அவளை அப்பால் தள்ளி விட்டு, தண்ணீர்ப் பாத்திரத்தைத் தான் வாங்கிக் கொண்டான்.

"அதோ அந்தப் பக்கத்தில் ஒரு கூர்மையான எலும்பு துருத்திக் கொண்டிருக்கிறது பார்த்தீர்களா?" என்று அவன் காத்யாவிடம் சொன்னான்: "அலெக்சான்தரா! சர்க்கரை எடுக்கும் குறடு இருந்தால் கொண்டு வா..."

"அது இப்போது இல்லையே! உடைந்து போய் விட்டதே!" காத்யா தனது விரல் நகங்களால், காயத்தில் பிதுங்கிக் கொண்டிருந்த எலும்புத் துண்டொன்றைப் பற்றிப் பலமாக இழுத்தாள். அந்த வேதனையில் மிஹயில் அலறினான். அது ஒரு சின்னஞ்சிறிய துண்டு. அவளது நகங்கள் வழுக்கின. அதனால் அவள் நகங்களை ஆழமாக ஊன்றி அதனை ஒரு வாறாகப் பிடுங்கியெடுத்து விட்டாள்.

அலெக்சேய் நீண்ட பெருமூச்சு விட்டான்; பிறகு

சிரித்தான்.

"இப்படித்தான் நாங்கள் சண்டை போடுகிறோம் - விவசாயிகளின் முறையில்!"

காத்யா சுத்தமான துணியால் மிஹயிலின் தலையில் கட்டுப் போட்டாள். உடம்பெல்லாம் வியர்த்து நடுங்கிய நிலையில், அவன் ஆட்டுத்தோல் மோஸ்தர் கோட்டுக்குள் கூனிக் குறுகிப் படுத்துக் கொண்டான். திடீரென்று அவன் கண்களைத் திறந்தான்; அலெக்சேய் அவனை நோக்கிக் குனிந்தான்:

"வாழத்தான் போகிறாய்!"

"நான் நேற்றுத்தான் அவளிடம் பெருமையடித்துக் கொண்டேன்; என் பெருமையெல்லாம் இன்றோடு போயிற்று!" என்று உயிர்த் துடிப்பற்ற குரலுடன் புன்னகை புரிந்தவாறே சொன்னான் மிஹயில். அவன் காத்யாவைப் பார்த்தான். அவள் தன் கைகளைத் துடைத்துக் கொண்டிருந்தாள். அவளும் அவனருகே வந்து குனிந்து பார்த்தாள். மிஹயிலின் உதடுகள் அசைந்தன:

"அலெக்சேய்! இவளை நன்கு கவனித்துக் கொள்!"

"ஆகட்டும். ஆகட்டும்!"

"இவளைப் பற்றி என் மனத்தில் கெட்ட எண்ணங்கள் எல்லாம் உதித்திருந்தன... இவளை மீண்டும் நகரத்துக்குத் திரும்ப அனுப்பிவைத்து விடு..."

அவன் மீண்டும் வெறிவேகம் கொண்ட பார்வையால் காத்யாவைப் பார்த்தான். வேதனையையும் ஜுரத்தையும் அவன் பொருட்படுத்தவில்லை. அவற்றையெல்லாம் ஏதோ ஒரு அற்ப விஷயமாகவும், வெறும் எரிச்சலைத் தரக்கூடிய தாகவுமே கருதியிருந்தான். மரணத்தின் தழுவல் அவனது உள்ளத்திலே ஒரு பெரிய சூறாவளியை எழுப்பியது; அந்தச் சூறாவளியிலே அவனது ஆசாபாசங்களும் எதிரும் புதிருமான பல்வேறு எண்ணங்களும் வாரிச் சுழற்றியடிக்கப்பட்டன. அந்தக் கணத்தில் அவன்

தன்னை ஒரு குடிகாரனாகவோ, கெட்டவனாகவோ நினைக்கவில்லை; புயற்காற்றிலே சிக்கி அலைக் கழியும் பறவையைப் போன்றுள்ள ஒரு ருஷ்ய ஆத்மாவாகவே தன்னைக் கருதினான், மற்றவர்களைப் போலவே தானும் வீரச் செயல்களை நிகழ்த்த முடியும் என்றும், எந்தவொரு மகத்தான செயலும் தனது சக்திக்கு அப்பாற்பட்டதல்ல என்றும் அவனுக்குத் தோன்றியது...

"அவன் தூங்கட்டும்" என்று அலெக்சேய் மிருதுவாகச் சொன்னான். "எல்லாம் சரியாப் போய்விடும். அவன் நல்ல பலசாலி. நல்ல பையன். தூங்கியெழுந்தால் எல்லாம் சரியாகிவிடும்."

காத்யா, அலெக்சேயுடன் அந்த வீட்டை விட்டு வெளியே வந்தாள். சாம்பலாக எரியும் சாணத்தின் நிரந்தர நாற்றம் நிலவிடும் சூழ்நிலையில், அந்தக் கொதிக்கும் சமவெளியின் மீது எல்லையற்றுப் பரந்து தோற்றும் நீலவானத்தின் கீழ், ஏதோ கண் திறந்த நிலையிலேயே கனவு கண்டு திரிபவள் மாதிரித் தான் அவள் நடமாடிக் கொண்டிருந்தாள். அங்கு அந்தச் சூழ்நிலையில் எத்தனையோ நூற்றாண்டுக் கால இடை வெளிக்குப் பின்னால், மீண்டும் ஸ்தெப்பி வெளிகளில் மனிதர்கள் குதிரைகளில் ஏறிக் கொண்டு பறந்தார்கள்; பரபரக்கும் காற்றில் பற்களைக் காட்டிக் கொண்டே சென்றார்கள்... அங்கே தாகத்தைத் தணித்துக் கொள்வதுபோல், எந்தவிதத் தயக்கமுமின்றி ஆவல்கள் எல்லாம் பூர்த்தி செய்யப்பட்டன.

அவளுக்குப் பயமே தோன்றவில்லை. அங்குள்ளோர் யாருக்குமே கவலையைத் தராத, அவளுக்கே அங்கு தேவைப் படாத அவளது சோகம் தன்னுள் தானே சுருண்டு மடங்கிச் சோர்ந்து தூங்கி விட்டது போல் தோன்றியது. அந்தக் கணத்தில் தன்னைத்தானே தியாகம் செய்யவும், மகத்தான செயல்களைப் புரியவும் அவளுக்கு அழைப்பு விடுத்திருந்தால், அவள் அந்த அழைப்பை எந்தவிதமான ஆட்சேபனையுமின்றி எளிதில் ஏற்றிருப்பாள். யாராவது ஒருவர் அவளை நோக்கி செத்துபோ'! என்று சொல்லியிருந்தால் கூட, அவள் பரவாயில்லை என

வெறுமனே பெருமூச்செறிந்து விட்டு, தன் கண்களை வானை நோக்கித் திருப்பியிருப்பாள்.

"வதீம் பெத்ரோவிச் இறந்து போனார்" என்றாள் அவள். "நான் மாஸ்கோவுக்குத் திரும்பவும் போகவில்லை. அங்கு எனக்கு யாருமே இல்லை... எதுவுமே இல்லை... என் தங்கைக்கு என்ன நேர்ந்தது என்பதும் எனக்குத் தெரியவில்லை..... நான் எங்காவது போக விரும்பினேன். எகதிரின ஸ்லாவுக்குப் போகலாம் என்று நினைத்தேன். ஆனால்..."

தனது கால்களை அகல நிறுத்தி ஊன்றியவாறு, அலெக்சேய் தரையை நோக்கினான்.

"அநியாயமாக வதீம் பெத்ரோவிச் இறந்து போய் விட்டார்! பரிதாபம் தான்!" என்று அவன் தலையை அசைத்துக் கொண்டே சொன்னான்; "நல்ல மனிதர்!"

"ஆமாம். நல்லவர்தான். ரொம்பவும் நல்ல மனிதர்!" என்றாள் காத்யா. அவளது கண்களில் கண்ணீர் நிரம்பித் ததும்பியது.

"அக்காலத்திலே நான் சொன்னதை நீங்கள் கேட்கத் தயாராக இல்லை. வாஸ்தவம்தான். நாங்கள் எங்கள் பக்கத்தில் நிற்கிறோம்; நீங்கள் உங்கள் வர்க்கத்துக்காக நிற்கிறீர்கள். இங்கே யார் மீதும் கோபப்படுவதற்கு எதுவுமில்லை. ஆனால் நீங்கள் எப்படி மக்களை எதிர்த்துப் போராட முடியும்? நாங்கள் என்றேனும் பணிந்து விடுவோம் என்று நீங்கள் எதிர்பார்க்கிறீர்களா? நீங்கள் இன்று விவசாயிகளை நேரில் பார்த்தீர்கள். இல்லையா? இருந்தாலும், ரோஷின் நியாயமான மனிதராகத்தான் இருந்தார்."

வேலிக்குமேல் கனம் தங்காது வளைந்து தொங்கிக் கொண்டிருந்த செர்ரி மரத்தின் கிளையைப் பார்த்துக் கொண்டே காத்யா சொன்னாள்:

"அலெக்சேய் இவானவிச்! நான் இனிமேல் என்ன

செய்வது? நீங்களே சொல்லுங்கள். எப்படியும் வாழ்ந்தாக வேண்டுமே..." இவ்வாறு சொன்ன அதே கணத்திலேயே அவள் உள்ளுக்குள் பயந்தாள். அவளது வார்த்தைகள் எங்கோ சூனியத்தில் மிதந்து செல்வதைப் போல் தோன்றியது. அலெக்சேய் இந்தக் கேள்விக்கு உடன் பதிலளிக்கவில்லை.

"என்ன செய்வதா? சரியான கேள்வி! பெருந்தன வர்க்கத்தாரின் கேள்வியே அதுதான்! என்ன? நீங்களோ ஒரு படித்த பெண்; உங்களுக்கு பல மொழிகள் பேசத் தெரியும். மேலும் நீங்கள் அழகி. நீங்களோ ஒரு விவசாயியை நோக்கி என்ன செய்வது என்று கேட்கிறீர்கள்?"

அவன் முகத்தில் ஓர் அதீதமான ஏளனபாவம் தென்பட்டது. அவன் இடைவாரில் தொங்கிக் கொண்டிருந்த எறிகுண்டுகளை மெல்ல ஓசையெழும்ப அசைத்தான். காத்யா தன்னுள் தானே குன்றிக் குறுகினாள்.

"நகரத்துக்குச் சென்றால் உங்களுக்கு எவ்வளவோ வேலைகள் காத்திருக்கும்!' என்றான் அவன்.

"நீங்கள் எங்காவது ஒரு ஹோட்டலில் ஆடலாம்; பாடலாம். யாருக்காவது ஆசைநாயகியாகலாம்; அல்லது எங்காவது ஓர் ஆபீஸில் டைப்பிஸ்டாகச் சேரலாம். பிறகு எல்லாம் சரியாப் போகும்."

காத்யாவின் தலை கவிழ்ந்தது. அவன் தன்னைப் பார்த்துக் கொண்டிருப்பதாக அவள் உணர்ந்தாள்; அவனது கண்களைப் பார்த்துவிடக் கூடாதே என்ற பயத்தில் அவள் தலையையே நிமிர்த்தவில்லை. நேற்றைத் தினத்தில் மிஹயில் தன்னைப் பார்த்தது போலவே, அலெக்சேயும் தன் தலையை ஏன் அவ்வாறு வைத்த கண் வாங்காமல் பார்க்கிறான் என்பதை அவள் சட்டென்று புரிந்து கொண்டாள். மன்னிப்புக்கோ, அன்பு கொள்வதற்கோ உரிய காலமல்ல அது. அவள் அவர்கள் பக்கத்தில், அவர்கள் வர்க்கத்தில் சேராதது; அவளை அவர்களது எதிரியாக்கியது. தான் எப்படி வாழலாம் என்று அவள் அவனிடம் கேட்டு விட்டாள்.

அதிலும் துப்பாக்கிக் குண்டுகளின் ஓசையின் மத்தியில் இருந்து திரும்பி வந்த, உணர்ச்சி உத்வேகத்தோடு களத்திலிருந்து திரும்பி வந்த வெற்றிப் போதையிலே கிறங்கிக் கொண்டிருக்கும் ஒரு வீரனைப் பார்த்துக் கேட்டு விட்டாள், எப்படி வாழ்வது என்று! எப்படி வாழ்வது? அந்தக் கேள்வி எத்தனை அபத்தமானது என்பதை அவளே அப்போது உணர்ந்தாள். தான் தன்னைத்தானே யாருடனாவது இணைத்துக் கொள்ள வேண்டுமென்றோ, ஸ்தெப்பி வெளியில் பாய்ந்தோடும் யாருடைய வண்டிக்குப் பின்னால், எந்தச் சுதந்திரத்தை எதிர்பார்த்துத் தான் ஏக வேண்டுமென்றோ அவள் அவனிடம் கேட்டிருந்தால், சந்தேகமில்லாமல் அவனது கண்களிலே ஒரு நட்புணர்ச்சியின் ஒளிதென்பட்டிருக்கும்.

காத்யா இவையனைத்தையும் உணர்ந்தாள்; எனவே ஏதோ ஒரு காட்டு மிருகத்தைப் போல் அவள் தந்திரமொன்றைக் கையாண்டாள். இத்தனை காலத்துக்குப் பிறகு முதன் முறையாக அவள் தன்னைத் தானே காப்பாற்றிக் கொள்ள முயன்றாள்.

"அலெக்சேய் இவானவிச்! நீங்கள் என்னைப் புரிந்து கொள்ளவில்லை. வாடி உதிர்ந்த சருகு போல் நான் பூமியிலே அலைக்கழிவது என் தவறல்ல. நான் எதைக் காதலிக்க வேண்டும்? எதைப் போற்ற வேண்டும்? அதனை யாருமே எனக்குப் போதித்ததில்லை. எனவே என்னிடம் அதையெல்லாம் எதிர்பார்க்காதீர்கள். முதலில் அவற்றை எனக்குக் கற்றுக் கொடுங்கள். அலெக்சேய் எறிகுண்டுகளோடு விளையாடிக் கொண்டிருந்ததை நிறுத்தினான். அதிலிருந்து அவன் விழித்துக் கொண்டு அவள் சொல்வதைக் கேட்பதாகத் தோன்றியது. "எனது விருப்பத்துக்கு மாறாகத்தான் வதீம் பெத்ரோவிச் வெள்ளை ராணுவத்தில் போய்ச் சேர்ந்தார். நான் அதை விரும்பவே இல்லை... என்னிடம் குரோத உணர்வு இல்லை என்று அவர் என்னைத் திட்டினார். எனக்கு எல்லாம் தெரிகிறது. எல்லாம் புரிகிறது, அலெக்சேய் இவானவிச்!... ஆனால் நான்... நான்... ஒரு பார்வையாளர்

தான்... பயங்கரமானதுதான். ஆனால் அதுதான் என்னை வதைக்கிறது. எனவேதான் நான் என்ன செய்ய வேண்டும் என்றும், எப்படி வாழ வேண்டும் என்றும் உங்களைக் கேட்டேன்."

அவள் பேச்சை நிறுத்தினாள். அலெக்சேயின் முகத்தை நேரடியாக ஏறிட்டு இமைக்காமல் பார்த்தாள். அவன் கண்ணைச் சிமிட்டினான். அவனது முகபாவத்தில் சிறிதளவு அசட்டுத்தனமும் குழப்பமும் வியப்பும் பிரதிபலித்தன. அவனை நன்றாக ஏமாற்றியிருக்கிறார்கள் போலும். அவன் தலையைச் சொறிவது போல் கையைப் பிடரிக்குக் கொண்டு சென்றான்.

"நீங்கள் சொல்வது சரிதான். இது ஒரு பெரிய துன்ப நாடகம் தான்!" என்று தன் மூக்கைச் சுழித்தவாறே சொன்னான். "எங்களைப் பொறுத்த வரையில் எல்லாம் தெரிந்ததுதான். என் தம்பி ஒரு ஜெர்மானியனை எங்கள் வீட்டு முற்றத்தில் கொன்று விட்டான். நாங்கள் எங்கள் வீட்டையே கொளுத்தி விட்டு ஓடிவந்து விட்டோம். எங்கே ஓடுவது? ஆத்தமானிடம் தான் ஓடிப் போனோம். ஆனால், நீங்களோ பெருந்தனவர்க்கத்தார்... ஆமாம். உங்கள் பாடு கஷ்டம் தான்..."

காத்யாவின் தந்திரம் பலித்து விட்டது. அலெக்சேய் வேண்டுமென்றே அந்தப் பாழாய்ப் போன கேள்வியைத் தீர்க்க முனைவது போலிருந்தது. காத்யாவைப் போன்றவர்கள் - நிலமோ, குதிரையோ இல்லாதவர்கள் - எந்த உண்மைக்காகப் போராடுவது?

அந்தச் செர்ரி மரத்துக்கடியிலேயுள்ள வேலியருகில் பொழுதைப் போக்குவது ஒரு அசட்டுத்தனமான வேலை தான். ஒன்றோடொன்று இணைந்து தொங்கிக் கொண்டிருந்த இரண்டு காய செர்ரிக் கனிகளைப் பறிக்க வேண்டும் போலிருந்தது காத்யாவுக்கு. ஆனால், அவளோ கிரசீல்னிகவின் முன்னால் நின்றாள்; அப்போது அவளது அகன்ற வான ஒளியில் பிரகாசிக்கும் கண்களில் ஒரு குதூகல ஒளி பளிச்சிட்டது.

"விவசாயிகளான நாங்கள் நகரமாந்தராகிய உங்களுக்கு உணவளிக்க வேண்டுமென்றால் நீங்கள் எங்கள் பக்கம் இருக்க வேண்டும்" என்று அலெக்சேய் தனது வார்த்தைகளை அழுத்தம் திருத்தமாக உச்சரித்தவாறு பேசினான். விவசாயிகளான நாங்கள் ஜெர்மானியர்கள், வெள்ளை ராணுவத்தினர், கம்யூனிஸ்டுகள் எல்லோருக்குமே எதிரானவர்கள்; நாங்கள் சுதந்திரமான கிராம சோவியத்துக்களுக்காக மட்டும் தான் நிற்கிறோம். நான் சொல்வது உங்களுக்குப் புரிகிறதா?"

அவள் தலையை அசைத்தாள். அவன் பேசிக் கொண்டே போனான். அவளோ மெல்ல அடிமேல் அடிவைத்து நடந்து சென்று (தனது வலது புறத்தில் கக்கத்தினருகே தன் சட்டை கிழிந்திருந்ததால்) இடது கையினால் இரண்டு செர்ரிப் பழங்களைப் பறித்தாள். ஒன்றை அவள் வாயினுள் போட்டுக் கொண்டாள்; மற்றொன்றை அதன் காம்பைப் பிடித்துச் சுற்றினாள்.

'நானும் ஒரு கிராமத்துப் பெண்ணாக இருந்திருந்தால், எனக்கு எல்லாம் சுலபமாக விளங்கியிருக்கும்' என்று சொல்லிவிட்டு அவள் பழக்கொட்டையைத் துப்பினாள்; பிறகு மேலும் பேசினாள்: "தாய்நாடு, ருஷ்யா, மக்கள் என்ற வார்த்தைகளையெல்லாம் நான் அடிக்கடி கேட்டிருக்கிறேன். ஆனால் அவற்றுக்கு என்ன அர்த்தம் என்பதை என் கண் முன்னால் என்றுமே நான் கண்டதில்லை." பிறகு அவள் அடுத்த பழத்தையும் தின்றாள்; அப்போது அவள் அலெக்சேயையும், சூரிய ஒளியிலே தங்க மயமாகத் தோற்றும் அவனது தாடியையும், மார்ப்புறத்தில் திறந்து கிடந்த அவனது சட்டையையும், அவனது உறுதியான கால்களையும், பயங்கரமான ஆயுதங்களையும் நோட்டமிட்டாள்.

"மக்கள், ஆமாம். மக்கள்..." என்று மேலும் மேலும் குழம்பியவனாக அவனும் அதே வார்த்தையை எதிரொலித் தான்: "மக்கள் - எங்களிடம் பிரமாதமாக ஒன்றும் இல்லை தான். என்றாலும் நாங்கள் எங்களுக்கு உரியனவற்றை விட்டுக் கொடுக்க விரும்பவில்லை" என்றான். அவன்

படலிலிருந்த கழுவைத் தொட்டு அது பலமானதா என்று பார்த்துக் கொண்டான். "உலகையே எதிர்த்துப் போரிட நேர்ந்தாலும் கூட, நாங்கள் மூர்க்கமாகத்தான் போரிடுவோம். நீங்கள் அராஜகவாதிகளிடம் பேசிப் பார்க்க வேண்டும், எகதிரீனா திமித்ரியவ்னா.... என்னிடம் பேசிப் பயனில்லை. அவர்கள் தான் பேச்சில் திறமைசாலிகள்..." அவனது புருவங்கள் வளைந்தன; அவனது கண்கள் காத்யாவின் முகத்தை நோக்கின. ஆனால் அவர்கள் மோசமானவர்கள்; உதவாக்கரைப் பேர்வழிகள்; குடிகாரர்கள்... அவர்களது விஷப்பார்வை உங்கள் மீது பட்டுவிடக் கூடாது..."

"அர்த்தமற்ற பேச்சு!" என்றாள் காத்யா.

"அர்த்தமற்றதா? நீங்கள் என்ன சொல்கிறீர்கள்?"

"நான் ஒன்றும் சிறு குழந்தையல்ல. என்னைப் பாதுகாத்துக் கொள்ள எனக்குத் தெரியும். அந்த மாதிரி யாரும் என்னிடம் நடந்து கொள்ள நான் விடமாட்டேன்."

"நீங்கள் இவ்வாறு சொல்வதைக் கேட்டு, எனக்கும் மகிழ்ச்சிதான்."

காத்யாவின் இதழ்கள் புன்னகையோடு நடுங்கின. அவள் மீண்டும் அந்தச் செர்ரிப் பழத்தைப் பறிக்கக் கையை நீட்டினாள். சூரிய வெப்பம் தன் உடம்பெல்லாம் புகுந்து தழுவுவதை அவள் உணர்ந்தாள். அதுவும் கூட, அவளுக்கு கண் விழித்த நிலைமையிலேயே காணும் கனவுதான்.

"இருந்தாலும், நீங்கள் என்ன நினைக்கிறீர்கள்? நான் இங்கே என்ன செய்ய முடியும், அலெக்சேய் இவானவிச்?" என்றாள் அவள்.

"ஏன்? நீங்கள் கல்வி போதிக்கலாமே... பெரியவர் ஒரு அரசியல் இலாகாவை அமைத்துக் கொண்டிருக்கிறார். அவர் தமது சொந்தச் செய்திப் பத்திரிகை ஒன்றையும் வெளிக்கொண்டு வர விரும்புவதாகப் பேசிக் கொள்கிறார்கள்."

“நீங்கள் என்ன செய்யப் போகிறீர்கள்?”

“நானா?” மீண்டும் அவன் தன் கவனத்தை அந்த வேலிக் கம்புக்குத் திருப்பினான்; அதனை அசைத்துப் பார்த்தான். “நான் ஒரு சாதாரண போர் வீரன் தான். இயந்திரத் துப்பாக்கிகளைச் சுமந்து செல்லும் வண்டியின் சாரதிதான். எனக்குரிய இடம் போர்க்களம் தான்... முதலில் நீங்கள் இங்குள்ள நிலைமையையெல்லாம் நேரில் பார்த்துத் தெரிந்துகொள்ளுங்கள். அப்புறம் ஒரு முடிவுக்கு வாருங்கள். நீங்கள் திடுதிப்பென்று அவசரப்பட்டு ஒரு முடிவுக்கும் வந்துவிடக் கூடாது. நான் உங்களை என் மைத்துணி மத்ரியோனாவிடம் அழைத்துச் செல்கிறேன். அவள் தான் என் தம்பி மனைவி. நீங்கள் விரும்பினால், நாங்கள் உங்களை எங்கள் குடும்பத்தோடு சேர்த்துக் கொள்கிறோம்...”

“தனது நகங்களைச் சுத்தம் செய்வதற்கு நான் இன்றிரவு தயாராயிருக்க வேண்டுமென்று மாஹ்னோ சொன்னார்."

“என்னது?” அலெக்சேயின் இரண்டு கைகளும் அவனது இடைவாரைச் சட்டென்று பற்றின. அவனது மூக்கு திடீரென்று கூர்மையானது போல் தோன்றியது: “நகத்தைச் சுத்தம் செய்யவா? நீங்கள் என்ன சொன்னீர்கள்?”

“நான் ஒரு கைதி என்று மட்டும் சொன்னேன்” என்று அமைதியாகச் சொன்னாள் காத்யா.

“நல்லது. அவர் உங்களுக்கு ஆளனுப்பி வைத்தால், போங்கள், ஆனால், அதற்குள் நானும் அங்கு வந்து சேர்கிறேன்...”

அந்தச் சமயத்தில் அந்தத் தடித்த யுவதியான அலெக்சான்தரா தன் மேலங்கியை ஆட்டியசைத்துக் கொண்டே, குடிசையை விட்டு வெளிவந்தாள்.

“அவர்கள் வருகிறார்கள்! வந்து கொண்டிருக்கிறார்கள்!” என்று அவள் கத்திக் கொண்டே ஓடிப் போய் வெளிக் கதவைத் திறக்கப் போனாள். வேட்டு முழக்கங்கள், குதிரைகளின் குளம் போசை, ஆரவாரக்குரல் எல்லாம்

தூரத்தில் கேட்டன. மாஹ்னோ தனது படையின் முன்னால் வந்து கொண்டிருந்தான். காத்யாவும் அலெக்சேயும் தெருவுக்குச் சென்றார்கள். தெருவின் கோடியில் தூசிப் படலம் மேலெழும்பிப் பரவியது. குதிரை வீரர்களும் மூன்று குதிரைகள் பூட்டப்பட்ட வண்டிகளும் காற்றாடி இயந்திரங்களைத் தாண்டி, குன்றின் சரிவில் பாய்ந்தோடி வருவது தெரிந்தது.

முன்னணிப் படை கிராமத்துக்குள் பிரவேசிக்க தொடங்கியது. சிறு பையன்கள் அதைக் கண்டு துள்ளாட்டம் போட்டார்கள்; சிறுமிகள் அங்குமிங்கும் ஓடினார்கள். நுரை பொங்க வேர்த்து விதிர்த்து வந்த குதிரைகளின் உடம்புகள் மேல் மூச்சு கீழ் மூச்சு வாங்கி விம்மின. மாஹ்னோவின் ஆட்கள் தூசியும் புழுதியும் படிந்த உடம்போடு, தமது தொப்பிகளைத் தலையில் பின்புறமாகத் தள்ளி வைத்தவாறு, தமது வண்டிகளிலே நின்று கொண்டு வந்தார்கள்.

பாரசீகக் கம்பளம் விரிக்கப்பட்டிருந்த வண்டியில் மாஹ்னோ அமர்ந்திருந்தான். அவன் அந்த வண்டியிலிருந்த ஆயுதத்தளவாடப் பெட்டியின் மீது இடுப்பின் மீது கைகளை வைத்தவனாக அமர்ந்திருந்தான். அவனது ஆட்டுத்தோல் மோஸ்தர் தொப்பி அவனது மடியில் இருந்தது. அவனது வெளிறிய முகம் கலவரம் நிறைந்ததாகவும், உதடுகள் ஒன்றோடொன்று இறுக ஒட்டுப்பட்டாற்போன்றும் இருந்தன.

அவனுக்குப் பின்னால் வந்த வண்டியில் ஆறு மனிதர்கள் வந்தார்கள். அந்த மனிதர்களின் குட்டையான மேலுடுப்புக்கள், கம்பளித் தொப்பிகள், நாணற்புல் தொப்பிகள் முதலியவற்றைப் பார்த்தால், அவர்கள் நகரப்புறத்து மனிதர்கள் போல் தோன்றியது. அவர்கள் எல்லோருக்கும் நீண்ட தலைமயிரும் தாடியும் இருந்தன; அத்துடன் அவர்கள் மூக்குக் கண்ணாடிகளும் அணிந்திருந்தார்கள். அவர்கள் தான் மாஹ்னோவின் தலைமை ஸ்தானத்தையும் அரசியல் இலாகாவையும் சேர்ந்த அராஜகவாதிகள்.

8

ஐந்து மாத காலமாக, அந்த வெறிச்சோடிப் போயிருந்த வீட்டிலே தாஷா தன்னந் தனியாளாக வாழ்ந்தாள். போர் முனைக்குச் செல்வதற்கு முன்பு தெலேகின் அவளுக்கு ஆயிரம் ரூபிள்கள் கொடுத்து விட்டுச் சென்றான். ஆனால் அந்தப் பணம் வெகு நாட்களுக்கு நீடிக்கவில்லை. நல்ல வேளையாக அவளது ஜாகைக்குக் கீழ்வீட்டில், மாத்தே என்ற புத்திசாதுரியமான வெளிநாட்டுக்காரரர் ஒருவர் குடிவந்தார்; அந்த வீட்டில் ஏற்கெனவே குடியிருந்த பீட்டர்ஸ்பர்க் நகரத்தின் முக்கிய அதிகாரி ஒருவர் தம் குடும்பத்தோடு சொல்லாமல் கொள்ளாமல் ஓடி விட்டார். புதிதாகக் குடி வந்தவர் படங்கள், மேஜை நாற்காலிகள் முதலியவற்றையும், மற்றும் கிடைத்தவற்றையெல்லாம் விலைக்கு வாங்கினார்.

தனது இரட்டைக் கட்டிலையும், சில சித்திரங்களையும் பீங்கான் பாத்திரங்களையும் தாஷா அவரிடம் விற்று விட்டாள். பழைய நினைவுகளைக் கிளறிக் கொண்டிருந்த அந்தப் பொருட்களையெல்லாம் எந்தவித மனச் சங்கடமும் இன்றி, அவள் விற்றுத் தொலைத்து விட்டாள். அவள் தனது கடந்த கால வாழ்க்கையிலிருந்து தன்னை முற்றும் அறுத்துக் கொண்டு விட்டாள்.

அந்தச் சாமான்களை விற்று வந்த பணத்தின் மூலம் அவள் வசந்த காலத்திலும் கோடை காலத்திலும் வாழ்க்கை நடத்தினாள். நகரமோ நாளுக்கு நாள் காலியாகிக் கொண்டிருந்தது. போர் முனையோ சேஸ்திரா நதிக்கு அப்பால் பீட்டர்ஸ்பர்குக்கு வெகு சமீபத்தில் ஒரு மணி நேர பயணத் தொலை வரை வந்து விட்டது. அரசாங்க பீடம் மாஸ்கோவுக்கு இடம் மாறியது. நேவா நதிக்கரையிலிருந்த அரண்மனைகள் காலியாகக் கிடந்தன; அதன் ஜன்னல் கதவுகளெல்லாம் உடைந்து நொறுங்கிப் போயிருந்தன. தெருக்களில் விளக்கு வெளிச்சமே இல்லை. ஏற்கெனவே விழுந்து பட்டுப் போன பூர்ஷ்வாக்களைப் பாதுகாப்பதில் மக்கள் காவலர்

படையினருக்கு எவ்வித அக்கறையும் இருப்பதாகத் தோன்றவில்லை. அதற்கு முன்பெல்லாம் தென்படாத பயங்கரமான விசித்திர மனிதர்கள் தெருக்களிலே நடமாடினார்கள். அவர்கள் ஜன்னல்களின் வழியே எட்டிப் பார்த்தார்கள்; இருண்ட படிக்கட்டுக்களில் ஏறி வந்தார்கள்; கதவின் கைப்பிடிகளைத் திருகித் திறக்க முயன்றார்கள். கதவுகளையெல்லாம் நன்றாக அடைத்துப் பூட்டி வைக்காதவர்கள் பாடு ஆபத்துத்தான்! ஏனெனில் வீட்டை ஒழுங்காகப் பாதுகாத்துக் கொள்ளாவிட்டால், வீட்டில் எங்காவது சந்தேகத்துக்குரிய சத்தங்கள் கேட்கும்; அதைத் தொடர்ந்து வீட்டுக்குள் பலர் வந்து புகுந்து விடுவார்கள். வந்தவர்கள் கையை உயர்த்து! என்று கத்திக் கொண்டே வந்து வீட்டுக்காரரர்களின் மீது பாய்வார்கள்; அவர்களை மின்சாரக் கம்பிகளைக் கொண்டு கட்டி உருட்டுவார்கள்; வீட்டிலுள்ள எல்லாப் பொருட்களையும் ஆர அமர மூட்டை கட்டிக் கொண்டு போய் விடுவார்கள்.

நகரில் காலரா நோய் வேறு பரவியிருந்தது. சிறு செர்ரிப் பழங்கள் நன்றாகப் - பழுக்கத் தொடங்கிய காலத்தில், அந்த நோய் மிகவும் கடுமையாகப் பரவியது. தெருக்களிலும், சந்தைகளிலும் ஜனங்கள் வேதனை தாங்கமாட்டாமல் சுருண்டு விழுந்தார்கள். ஊரெங்கும் பல்வேறு ரகசிய வதந்திகள் பரவின. கேட்டறிய முடியாத பேராபத்துக்கள் எதிர்பார்க்கப்பட்டன. செஞ்சேனை வீரர்கள் தமது தொப்பிகளிலுள்ள ஐந்து முகம் கொண்ட நட்சத்திரச் சின்னங்களைக் கிறிஸ்துவ மதத்துக்கு எதிரான முறையில் தலைமாறி அணிந்து கொள்வதாகவும் பேச்சு நடமாடியது; லெப்டினெண்ட் ஷ்மித் பாலத்துக்கருகிலுள்ள பூட்டிக் கிடக்கும் பிரார்த்தனைக் கூடத்தில் ஒரு ‘வெள்ளை மனிதப் பிசாசு’ நடமாடுகிறதென்றும், கடற் புறத்திலிருந்து பேராபத்துக்கள் வருவதற்கான அறிகுறிதான் அதுவென்றும் ஜனங்கள் பேசிக் கொண்டார்கள். ஜனங்கள் பாலங்களின் மீது நின்று கொண்டு, அடிவானத்தின் செங்கதிரொளிப் பின்னணியிலே தெரியும் தொழிற் சாலைகளின் புகையற்ற புகை போக்கிகளைச் சுட்டிக் காட்டி, அவையெல்லாம் ‘சைத்தானின் கைவிரல்கள்’ என்று பேசிக் கொண்டார்கள்.

தொழிற்சாலைகள் மூடிக் கிடந்தன. தொழிலாளர்கள் உணவுக் கொள்முதல் பிரிவுகளில் சேர்ந்து கொண்டார்கள்; வேறுபலர் கிராமங்களுக்குச் சென்று விட்டார்கள். தெருக்களிலே பாவப்பட்டிருந்த சதுரக் கற்களின் இடைவெளியில் புல்பூண்டுகள் முளைக்கத் தொடங்கின.

தாஷா ஒவ்வொரு நாளும் வெளியே செல்வதில்லை. என்றைக்காவது தான் செல்வாள். அதுவும் காலையிலேயே மார்க்கெட்டுக்கு மட்டும் சென்று வருவாள். மார்க்கெட்டிலோ நேர்மையற்ற பின்லாந்து வியாபாரிகள் ஒரு மூட்டை உருளைக் கிழங்குக்கு இரண்டு கால் சராய்களையே விலையாகக் கேட்டார்கள். அந்த மார்க்கெட்டுகளுக்கு செஞ்சேனை வீரர்கள் அடிக்கடி வந்தார்கள்; அவர்கள் பூர்ஷ்வா வர்க்கத்தின் இத்தகைய மிச்சசொச்சங்களை விரட்டியடிப்பதற்காக ஆகாயத்தை நோக்கிச் சுட்டார்கள்; உருளைக் கிழங்கு விற்கும் பின்லாந்துக்காரர்களையும், ஜன்னல் திரைகளையும் ஆடவர்களின் துணிமணிகளையும் விலைக்கு வாங்கி மூட்டை கட்டி வைத்திருக்கும் பெண்களையும் அவர்கள் விரட்டியடித்தார்கள். ஒவ்வொரு நாளும் உணவு கிடைப்பதென்பது மிகவும் சிரமமாக இருந்தது. சமயங்களில் மாத்தேதான் தாஷாவை இத்தகைய இக்கட்டிலிருந்து காப்பாற்றினார். அவளிடமுள்ள கலைப் பொருட்களைப் பெற்றுக் கொண்டு, அதற்குப் பிரதியாக சர்க்கரையையும், புட்டிகளில் அடைத்த உணவையும் அவர் வழங்கினார்.

உணவு கிடைக்காத தொல்லையினால், தாஷா எவ்வளவு குறைத்துச் சாப்பிட முடியுமோ, அவ்வளவுக்குத் தன் உணவைக் குறைத்துச் சாப்பிட்டாள். அவள் ஒவ்வொரு நாளும் அதிகாலையிலேயே எழுந்து விடுவாள். வீட்டில் நூல் இருந்தால், அவள் ஏதாவது பின்னுவாள். இல்லையென்றால், 1913 அல்லது 1914ம் ஆண்டில் வெளியான எதாவதொரு புத்தகத்தை எடுத்துப் படிப்பாள்; எப்படியாவது சிந்தனை இல்லாமல் இருந்தால் போதும் என்றிருந்தது அவளுக்கு. ஆனால்

பெரும்பாலும் அவள் ஜன்னலருகிலேயே அமர்ந்து சிந்தனையில் ஈடுபடுவாள்; குறிப்பாக, இருண்ட ஒரு புள்ளியைச் சுற்றியே அவளது சிந்தனைகள் சிதறின. சமீப காலத்தில் அவளுக்கு ஏற்பட்ட ஆத்ம சோதனைகள், அவளது விரக்தி, அவளது துன்பங்கள் முதலியன எல்லாம் அவளது மூளையில் எங்கோ ஒரு பகுதியில் உறைந்து விட்டாற் போலவும், நோயின் மிச்ச சொச்சம் போலவும் தான் இருந்தன. அவள் மிகவும் மெலிந்து விட்டாள். அதன் காரணமாக அவள் பதினாறு வயதுக் குமரி மாதிரி தோன்றினாள். உண்மையில் அவளும் தன்னை மீண்டும் ஒரு குமரியாகவே எண்ணினாள்; ஆனால், அவளது குமரிப் பருவத்தின் அநாயசமான குதூகலம் தான் குடியோடிப் போய் விட்டது.

கோடைப் பருவம் கழிந்து கொண்டிருந்தது. வெள்ளை இரவுகள் முடிந்து கொண்டிருந்தன; கிரான்ஷ்டாட்டுக்கு அப்பால் சூரியன் செங்கதிரொளியைப் பரப்பி அஸ்தமித்தது. ஐந்தாவது மாடியிலிருந்த தனது ஜாகையில் திறந்த ஜன்னலுக்கு எதிராக நின்று வெளியே நோக்கினால், தூரத்தில் ஆளவரமற்ற தெருக்களும், வீடுகளின் இருண்ட ஜன்னல்களும் கண்ணுக்குத் தெரியும். அந்தத் தெருக்களில் இருள் தேங்கி இறங்கிக் கொண்டிருக்கும். விளக்குகள் ஏற்றப்படுவதில்லை. பாதசாரிகளின் காலடியோசை எப்போதாவது தான் கேட்கும்.

“இனி என்ன?” என்று அதிசயித்தாள் தாஷா. “இத்தகைய முடக்குவாத நிலை எப்போது தான் ஒழியும்? விரைவிலேயே இலையுதிர் காலம் வந்து விடும்; மழை தொடங்கிவிடும் குளிர்ந்த காற்று வீட்டுக் கூரைகளின் மீது ஊளையிடத் தொடங்கி விடும். ஆனால் விறகோ கிடைக்கவில்லை. அவள் தனது உரோமத்தாலான கோட்டையும் விற்று விட்டாள். ஒருவேளை அதற்குள் தெலேகின் திரும்பி வரவும் கூடும்... ஆனால் அப்போதும் இதே நிலைமைதான். இதே துயர நிலைதான்; விளக்குகளின் அதே மங்கிய செவ்வொளிதான்; அதே உதவாக்கரை வாழ்க்கைதான்...”

இந்தச் செயலற்ற முடக்க நிலையை முறித்தெறிந்து விட்டு

தன்னை உயிரோடு புதைத்துச் சமாதி செய்து விட்ட இந்த வீட்டை விட்டு வெளியேறி, செத்துக் கொண்டிருக்கும் இந்த நகரத்தை விட்டு அப்பால் செல்ல வேண்டுமே! பிறகு புதிதாக ஏதாவது நிகழக்கூடும்... 'புதிதாக ஏதாவது' என்பதைப் பற்றி, அந்த வருஷத்திலேயே அப்போது தான் தனக்குத்தானே முதலாவதாகச் சிந்தித்தாள் தாஷா. அந்த எண்ணத்தில் தன்னைத் தானே ஈடுபடுத்தியதும், அவளது உள்ளத்தில் ஒரு பரபரப்பு ஏற்பட்டது; பரவசம் ஏற்பட்டது. வோல்கா நதியில் சென்ற கப்பலொன்றில் அவள் ஒரு காலத்தில் பிரயாணம் செய்த வேளையில் கடலின் எல்லையற்ற வெளியிலே பிரதிபலித்த சூரிய ஒளியைப் போன்று, ஏதோ ஓர் ஒளிமயமான விரிநீர்ப்பரப்பில் தெரியும் பிரதி பிம்பங்களைப் போல் அவள் உள்ளத்தில் அந்த எண்ணம் எழுந்தது; நம்பிக்கைக்கே சிறிதும் இடமளிக்காத அவளது சஞ்சலத் திரையைக் கிழித்துக் கொண்டு அந்த ஒளி திடீரென்று பாய்ந்தது போல் அவளுக்குத் தோன்றியது.

பின்னர் அவள் தெலேகினின் பிரிவை எண்ணிப் பல நாட்கள் வருந்தினாள். அவள் அவனுக்காகப் புதியதொரு முறையில் அனுதாபப்பட்டாள். அவனது பொறுமை மிகுந்த பராமரிப்பையும், இறுதியில் யாருக்குமே எந்தவிதத் தொந்தரவும் கொடுக்காத அவனது நல்ல சுபாவத்தையும் எண்ணி, ஒரு சகோதரி போல் பரிவுணர்ச்சி கொண்டாள்.

ஒரு நாள் அவள் புத்தக அலமாரியில் பெஸ்ஸோனவின் வெள்ளை நிறங்கொண்ட மூன்று கவிதைத் தொகுதிகளை – தனது உள்ளத்தில் சுட்டுப் பொசுங்கி மறைந்து போன அந்தப் பழங்கால நினைவுகளை - தேடி எடுத்தாள். அவள் பொழுது சாய்வதற்கு முன் அவற்றைப் படித்தாள். அந்த அந்தி சாயும் நேரத்தில் எங்கும் அமைதி நிலவியது; குருவிகள் மட்டும் அவளது ஜன்னலருகே கரிய அம்புகள் போல் பறந்து சென்றன. அந்தக் கவிதைகளில் அவள் தனது சோகத்தையும், தனிமையையும், தனது சமாதியின் மீது என்றோ ஒரு நாள் வீசப்போகும் இருண்ட காற்றையுமே இனம் கண்டாள். அவள் சிந்தித்தாள், அழுதாள். மறுநாட்

காலையில் அவள் தனது திருமணத்துக்கென்று தைத்திருந்த உடையைப் பெட்டியிலிருந்து எடுத்தாள். அந்த உடை ஒரு டிரங்குப் பெட்டிக்குள் பாச்சான் உருண்டைகளோடு பல நாட்கள் கவனிப்பற்றுக் கிடந்தது. அவள் அதனை எடுத்துப் பிரித்து மாற்றித் தைக்கத் தொடங்கினாள். முந்திய நாள் மாலையில் பறந்ததைப் போலவே அன்றும் குருவிகள் ஜிவ் வென்று பறந்து சென்றன; வெளிறிய சூரியன் பிரகாசித்துக் கொண்டிருந்தது. அங்கு நிலவிய அமைதியுனூடே ஏதோ, எங்கோ அடிக்கும் சத்தம் இடைவிட்டுக் கேட்டது; இடையிடையே ஏதோ நொறுங்கும் சத்தம் கேட்டது; பின்னர் ஏதோ ஒன்று தடாலென்று கீழே விழும் சத்தமும் கேட்டது. பக்கத்துத் தெருவொன்றில் ஏதாவதொரு மர வீட்டை உடைத்து நொறுக்கியிருக்க வேண்டும்.

தாஷா சாவதானமாகத் தையலில் ஈடுபட்டிருந்தாள். அவளது கைவிரல் மிகவும் மெலிந்து விட்டது; எனவே தையலுக்குரிய அங்குஸ்தான் அந்த விரலில் நிற்காமல் நழுவி விழுந்து கொண்டேயிருந்தது. ஒருமுறை அது ஜன்னலுக்கு வெளியேயே விழப்பார்த்தது. காத்யாவின் வீட்டில் அவள் வசித்த காலத்தில் இதே அங்குஸ்தானை விரலில் மாட்டி கொண்டு, கூடத்திலிருந்த ஒரு மரம் பெட்டியின் மீது அமர்ந்து, தான் ரொட்டியும் மர்மலாதும் சாப்பிட்டது அவளுக்கு நினைவு வந்தது. அது நடந்தது 1914ம் வருஷத்தில். அப்போது காத்யா தன் கணவனோடு பேச்சுவாதப் பட்டுக் கொண்டு, பாரிசுக்குக் கிளம்பிக் கொண்டிருந்தாள். அவள் அழகிய இறகு சொருகப்பட்ட ஒரு சிறு தொப்பியை அப்போது அணிந்திருந்தாள். என்ன காரணத்தினாலோ, அந்த இறகு எந்தவிதத் தொடர்புமற்று, அந்தத் தொப்பியில் தன்னிச்சையாக ஒட்டிக் கொண்டிருப்பது போல் தோன்றியது. வாசல் நடைக்குச் சென்று காத்யா திரும்பிப் பார்த்தபோது, தாஷா அந்த டிரங்குப் பெட்டியின் மேல் இருந்ததை அவள் கண்டாள்: "என்னோடு நீயும் வா, தாஷா!" என்று அவள் கூப்பிட்டாள். தாஷா அவளுடன் போகவில்லை. ஆனால் இப்போதோ... தானும் பாரிசுக்குப்

போனாலென்ன என்ற எண்ணம் ஏற்பட்டது தாஷாவுக்கு. காத்யாவின் கடிதங்களிலிருந்து தாஷா பாரிசைப் பற்றித் தெரிந்திருந்தாள்: செண்ட் பாட்டில் அடைக்கப் பெற்ற பெட்டியைப் போல் மணத்தைத் தருவதாகவும் நீல நிறமாகவும் பட்டுப் போல் மிருதுவாகவும் பாரிஸ் அவள் நினைவில் நின்றது. அவள் தைத்துக் கொண்டேயிருந்தாள்; தனது உணர்ச்சிப் பரவசத்தினால் தன்னையும் அறியாமல் அவள் பெருமூச்செறிந்தாள். ருஷ்யாவை விட்டுப் போவதா? ரயில்களே ஓடவில்லையென்றும், அந்நிய நாட்டுக்குச் செல்ல எவருக்கும் அனுமதியில்லை என்றும் பேசிக் கொள்கிறார்களே!... நடந்து போனால் என்ன? தோளிலே ஒரு மூட்டையைச் சுமந்து கொண்டு, காடு, மலை, வயல், நீலநிற நதிகள் முதலியவற்றைக் கடந்து, ஒவ்வொரு நாடாகப் பார்த்துக் கொண்டு, இறுதியில் அந்தத் தெய்வீகமான அழகுத் திருநகருக்குப் போய்ச் சேர்ந்தாலென்ன?

அவள் கன்னங்களின் வழியே கண்ணீர் வழிந்தோடியது. இதென்ன அசட்டுத்தனம்? எவ்வளவு முட்டாள்தனம்? எங்கும் தான் யுத்தம் நடக்கிறது. ஜெர்மானியர்கள் பெரிய பெரிய பீரங்கிகளைக் கொண்டு பாரிஸ் நகரத்தையே தாக்குகிறார்கள். எல்லாம் கனவு, வெறும் கனவு, வீண்கனவு. மனிதர்கள் அமைதியாகவும் ஆனந்தமாகவும் வாழ்வதைத் தடுப்பது சரிதானா? "நான் அவர்களுக்கு என்ன கொடுமை செய்தேன்?.." அந்த அங்குஸ்தான் அவளது சாய்வு நாற்காலியின் அடியில் உருண்டோடி விட்டது; அவளது கண்ணீரினிடையே சூரியன் மங்கலாகத் தெரிந்தது. உள்ளடங்கிய கீச்சுக் குரலில் கத்தியவாறு குருவிகள் பறந்து சென்றன. ஈக்களும் கொசுக்களும் இரையாகக் கிடைக்கும் வரையிலும் அந்தக் குருவிகளுக்கு ஒரு தொல்லையும் இல்லை; ஒரு கவலையும் இல்லை. "நான் போவேன். எப்படியும் போகத்தான் செய்வேன்!" என்று விம்மினாள் தாஷா.

அந்தச் சமயத்தில் யாரோ வாசற்கதவை விட்டு விட்டுப் பலமுறை தட்டும் ஓசை கேட்டது. தாஷா ஊசியையும்

கத்தரிக்கோலையும் ஜன்னல் மீது வைத்து விட்டு, தான் தைத்துக் கொண்டிருந்த துணியைப் பந்து மாதிரி சுருட்டித் தனது கண்ணீரைத் துடைத்த பின், அந்தத் துணிச் சுருளை சாய்வு நாற்காலியின் மீது போட்டாள். எழுந்து கதவைத் தட்டியது யார் என்று பார்க்கப் போனாள்.

"திருமதி தார்யா திமித்ரியவ்னா தெலேகினா குடியிருப்பது இங்குதானா?" என்ற குரல் கேட்டது.

பதில் சொல்வதற்குப் பதிலாக தாஷா சாவித் துவாரத்தின் வழியாகப் பார்த்தாள்; கதவுக்கு வெளியேயும் யாரோ ஒருவர் அவளைப் போலவே குனிந்து பார்ப்பதாகத் தோன்றியது; அத்துடன் சாவித் துவாரத்தின் வழியாக கவனம் மிகுந்த ஒரு குரலும் கேட்டது: "ரஸ்தேர்விலிருந்து அவருக்கு ஒரு கடிதம் வந்திருக்கிறது...." தாஷா கதவை உடனே திறந்தாள். கசங்கிப் போயிருந்த ராணுவக் கோட்டும் கிழிந்த தொப்பியும் அணிந்த ஒரு விசித்திரமான மனிதன் நடையைத் தாண்டி உள்ளே வந்தான். தாஷா பயந்து போன வளாய், பின்வாங்கியவாறு கைகளை நீட்டினாள். அந்த மனிதன் அவசரமாகச் சொன்னான்:

"அட கடவுளே! தார்யா திமித்ரியவ்னா! என்னைத் தெரியவில்லையா?..."

"இல்லை. இல்லை."

"நான் தான் குலீச்செக். நிகனோர் யூரியவிச் குலீச்செக்.. உதவி வக்கீல்... உங்களுக்கு செஸ்திரோரேத்ஸ்க் ஞாபகமில்லையா?"

தாஷா கைகளைத் தொங்க விட்டுவிட்டு, அந்த மெலிந்த நீண்ட நாட்களாக சவரம் செய்யப்படாத முகமும், கூரிய மூக்கும் கொண்ட மனிதனைக் கூர்ந்து பார்த்தாள். அவனது அமைதியற்ற குறுகுறுப்பான கண்களைச் சுற்றி விழுந்திருந்த சுருக்கங்கள் எந்த நேரமும் விழிப்பாக இருந்து பழகிவிட்ட அவனது பார்வையைப் புலப்படுத்தின; வளைந்திருந்த வாயோ உறுதியையும் குரூரத்தையும் பிரதிபலித்தன. ஏதோ ஓர் ஆபத்தைக் கண்டு கொண்ட

மிருகம் போல் அவன் தோற்றினான்.

“தார்யா திமித்ரியவ்னா! நிச்சயம் நீங்கள் என்னை மறந்திருக்க முடியாது... நான் உங்கள் அத்தான், உங்கள் அக்காளின் கணவர் நிகலாய் இவான் விச்சிடம் உதவி வக்கீலாக இருந்தேன். உங்களைக் காதலித்தேன். நீங்கள் தான் என்னை நிராகரித்து விட்டீர்கள். நினைவிருக்கிறதா உங்களுக்கு?” திடீரென்று அவன் புன்னகை புரிந்தான். அவனது புன்னகை யுத்த முற்காலத்துக்கு முந்திய, மறந்து போன ஏதோ ஒன்றை நினைவுப்படுத்தும் கள்ளங் கபடமற்ற ஒன்றாக இருந்தது. மறுகணமே அவளுக்கு எல்லாம் நினைவுக்கு வந்துவிட்டது. பரந்து கிடந்த கடற்கரை மணல், லேசாகச் சலசலக்கும் வளைகுடாவின் மீது படிந்த மங்கிய சூரியவொளி, அவளது ‘தொட்டால் வாடிக்’ குணம், அவளது உடையிலே தரித்திருந்த குஞ்சம் அவள் மீது ஆராக் காதல் கொண்ட குலீச்செக், அகந்தை மிகுந்த தனது கன்னித் தன்மை அத்தனையையும் காட்டி அவள் அவனை வெறுத்து விட்டது; மறுத்தது.. அந்த மணல் வெளியிலே அல்லும் பகலும் ஓயாது சரசரத்துக் கொண்டிருந்த நெடிய பைன் மரங்களின் மணம் - எல்லாம் நினைவுக்கு வந்தன...

“நீங்கள் ரொம்பவும் மாறி விட்டீர்கள்” என்று நடுநடுங்கும் குரலில் கூறியவாறே, தாஷா தன் கரத்தை அவனிடம் நீட்டினாள். குலீச்செக் அவளது கரத்தை லாவகமாகப் பற்றி, அதில் முத்தமிட்டான். அவன் ராணுவக் கோட்டை அணிந்திருந்த போதிலும், அவன் அத்தனை காலமும் ஒரு குதிரைப் படையில் தான் இருந்திருக்க வேண்டும் என்று தெரிந்தது.

“நான் கடிதத்தைத் தரலாமா? ஆனால் அதற்கு முன் நான் எங்கவாது சென்று, என் பூட்சைக் கழற்ற வேண்டும். மன்னித்து விடுங்கள்.. ஏனெனில், அது என் பூட்சுக்குள்ளே தான் இருக்கிறது...”

அவன் அர்த்த புஷ்டியுடன் பார்த்தான்; பின்னர் தாஷாவின் பின்னால் ஒரு காலியான அறைக்குள்

சென்றான்; அங்கு தரையிலே உட்கார்ந்தவாறு, முகத்தைச் சுழித்தவண்ணம் சேறு படிந்திருந்த தனது பூட்சை இழுத்துக் கழற்றினான்.

அந்தக் கடிதம் காத்யாவிடமிருந்து வந்திருந்தது. ரஸ்தோவ் நகரத்திலிருந்த போது காத்யா உப கர்னல் தேத்கின் மூலமாகக் கொடுத்தனுப்பிய கடிதம் அது.

அந்தக் கடிதத்தின் தொடக்க வரிகளைப் படித்ததுமே, தாஷா கூக்குரலிட்டவாறு தன் தொண்டையைப் பற்றிக் கொண்டாள். ரோஷின் இறந்து விட்டார்!... பின்னர் அவள் கண்கள் கடிதத்தை விறுவிறுவென்று படித்தன. அவள் அந்தக் கடிதத்தை மீண்டும் ஒருமுறை ஆர்வத்தோடு படித்தாள். பின்னர் அவள் மயக்கமுற்றவள்போல் தனது சாய்வு நாற்காலியில் தொப்பென்று சாய்ந்து உட்கார்ந்தாள். குலீச்செக் சிறிது தூரத்தில் தள்ளி நின்றான்.

"நிகனோர் யூரியவிச், நீங்கள் என் அக்காளைப் பார்த்தீர்களா?"

"இல்லவே இல்லை இந்தக் கடிதத்தைப் பத்து நாட்களுக்கு முன்னால் ஒரு மனிதர் என்னிடம் கொடுத்தார். எகதிரீனா திமித்ரியவ்னா ரஸ்தோவை விட்டு ஒரு மாதத்துக்கு முன்பே போய் விட்டதாக அவர் என்னிடம் சொன்னார்.."

"அட, கடவுளே! அவள் எங்குதான் போயிருப்பாள்? அவளுக்கு என்ன நேர்ந்தது என்றே தெரியவில்லையே!"

"துரதிருஷ்டவசமாக, அதைப் பற்றித் தெரிந்து கொள்ளக் கூடிய சந்தர்ப்பம் எனக்குக் கிட்டவில்லை."

"உங்களுக்கு அவளது கணவர் வதீம் ரோஷினைத் தெரியுமா? அவர் கொல்லப்பட்டு விட்டாராம்... காத்யா எழுதியிருக்கிறாள். ஓ, எத்தனை பயங்கரம்!"

குலீச்செக்கின் புருவங்கள் வியப்பினால் உயர்ந்தன. அந்தக் கடிதம் தாஷாவின் கையில் நடுங்கிக் கொண்டிருந்தது. எனவே அவன் அந்தக் கடிதத்தை எடுத்து, அதில் காத்யாவின் கணவனது மரணத்தைப் பற்றி ஓனோலி

அவளிடம் எப்படிச் சொன்னான் என்ற விவரத்தை வாசித்தான். அப்போது குலீச்செக்கின் உதட்டோரத்தில் ஓர் ஏளன பாவம் நெளிந்தது.

“ஒனோலி எந்த அளவுக்கும் கீழ்த்தரமாகப் போவான் என்று நான் எப்போதும் நினைத்ததுண்டு. அவன் கொல்லியதைப் பார்த்தால், ரோஷின் மே மாதத்திலேயே கொல்லப் பட்டிருக்க வேண்டும். ஆனால் அப்படி நடந்திருக்க முடியுமா? விந்தைதான்!... ரோஷினை நான் அதற்குப் பின்னரும் கூடப் பார்த்ததாக எனக்குத் தோன்றுகிறதே!...”

“எங்கே? எப்போது?”

இந்தச் சமயத்தில் குலீச்செக்கின் கூரிய மூக்கு திடீரென்று தாஷாவை நோக்கிக் குனிந்தது; அவன் தாஷாவை ஆழம் பார்ப்பது போல் கூர்ந்து நோக்கினான். எல்லாம் ஒரு கண நேரம் தான். உணர்ச்சிப் பிழம்பாக இருந்த தாஷாவின் கண்களும், இறுகப் பிணைந்திருந்த கைவிரல்களும் அவன் எதிர்பார்த்ததை அவனுக்கு வாய் வார்த்தையைக் காட்டிலும் தெளிவாகப் புலப்படுத்தின: ஆம். அவள் ஒரு செஞ்சேனை அதிகாரியின் மனைவியாக இருக்கலாம். இருந்தாலும் அவள் அவனைக் காட்டிக் கொடுக்க மாட்டாள். அவன் அவளருகே மேலும் நெருங்கிச் சென்று கேட்டான்: “இந்த வீட்டில் நம்மைத் தவிர வேறு யாருமில்லையே?” “இல்லை, இல்லை” என்று தாஷா அவசரமாகத் தலையை அசைத்தாள்.) “தார்யா திமித்ரியவ்னா! நான் இப்போது சொல்லப் போகும் விஷயம் என் உயிருக்கே உலை வைத்து விடக் கூடிய விஷயம் - வெளியே....” என்றான் குலீச்செக்.

“நீங்கள் தெனீகினின் அதிகாரிகளில் ஒருவரா?”

“ஆம்.” தாஷா தன் விரல்களை இழுத்துச் சொடுக்கிக் கொண்டாள். அவள் ஜன்னலுக்கு வெளியே பரந்து கிடந்த எட்ட முடியாத தொலை வானத்தை ஒருகணம் பரிதாபகரமாகப் பார்த்தாள்.

"என்னிடம் நீங்கள் பயப்பட வேண்டியதில்லை."

"அதில் எனக்கு நம்பிக்கை உண்டு. நீங்கள் எனக்கு இங்கு சில நாட்கள் தங்குவதற்கு இடம் தர வேண்டும் என்று கேட்க விரும்புகிறேன்."

அவன் அதனை உறுதியாகவும், பயமுறுத்துவது போலவும் சொன்னான். தாஷா தலையைக் குனிந்தாள்.

"நல்லது."

"ஆனால் நீங்கள் பயந்தால்...." (அவன் பின் வாங்கினான்.) இல்லை? உங்களுக்குப் பயமில்லைதானே?' (அவன் மீண்டும் முன்னால் வந்தான்.) "எனக்கு நன்றாகப் புரிகிறது.... ஆனால் நீங்கள் எதற்கும் பயப்பட வேண்டியதில்லை... நான் மிகவும் ஜாக்கிரதையாக இருப்பேன்... இரவில்தான் நான் வெளியே போவேன். நான் பீட்டர்ஸ்பர்கில் இருக்கும் செய்தி யாருக்கும் தெரியாது." (அவன் தன் தொப்பியின் மடிப்பில் இருந்து ஒரு ராணுவ அத்தாட்சிக் கார்டை எடுத்துக் காட்டினான்.) பார்த்தீர்களா? இதில் உள்ள பெயர் இவான் ஸ்வீஷவ் என்பதுதான். இது ஒரு செஞ்சேனை வீரனின் அத்தாட்சிக் கார்டு. போலியல்ல, அசல் கார்டு. இதனை அந்தப் பயலிடமிருந்து நானேதான் எடுத்தேன்... சரி. அப்படியென்றால்.... நீங்கள் ரோஷினைப் பற்றித் தெரிந்து கொள்ள விரும்புகிறீர்கள், இல்லையா? எனது அபிப்பிராயப்படி, இதில் ஏதோ ஒரு குழப்படிதான் நடந்திருக்கிறது.."

இவ்வாறு கூறிவிட்டு, அவன் தாஷாவின் கைகளைப் பற்றி, அவற்றைத் தன் கைகளால் அழுத்திப் பிடித்தான்:

"அப்படியென்றால் நீங்கள் எங்கள் பக்கம் தானே, தார்யா திமித்ரியவ்னா! மிக்க நன்றி. அறிவு ஜீவிகள் எல்லோரும், அவமானத்துக்கும் அடக்கு முறைக்கும் ஆளான அதிகார வர்க்கத்தினர் அத்தனை பேரும், சேவா சேனையின் புனிதமான பதாகையின் கீழ் ஒன்று திரண்டு வருகிறார்கள். மாவீரர்களின் சேனை அது!... நீங்களே பாருங்களேன் - ருஷ்யா காப்பாற்றப் படும்! ருஷ்ய நாட்டிலுள்ள வெள்ளை

ராணுவம் தான் ருஷ்யாவைக் காப்பாற்றப் போகிறது. மற்றவர்களெல்லாம் ருஷ்ய நாட்டிலிருந்து தமது அட்டுப் பிடித்த கைகளை அகற்றிக் கொள்வார்கள்! உணர்ச்சி உத்வேகங்கள் எல்லாம் போதும் போதுமென்றாகி விட்டது. உழைப்பாளி மக்களாம்! நான் ஒரு ரயிலின் கூரையின் மீது ஏறியமர்ந்து கொண்டு தான் ஆயிரம் மைல்கள் கடந்து இங்கு வந்திருக்கிறேன். நான் உழைப்பாளி மக்களைக் கண்ணால் பார்த்தேன். காட்டுமிருகங்கள்! நான் சொல்கிறேன். நாங்கள் தான், மாவீரர்களான எங்களில் ஒருசிலர்தான் உண்மையான ருஷ்யாவை எங்கள் இதயங்களில் வைத்துப் போற்றுகிறோம். தவரீச்செஸ்கி அரண்மனை வாசலில் நாங்கள் எங்களது நீதியை எங்களது துப்பாக்கிக் குத்தீட்டிகளால் நிலைநாட்டத்தான் போகிறோம்."

அவனது சொல்மாரியைக் கண்டு தாஷா திக்பிரமை பிடித்துப் போனாள். குலீச்செக் அழுக்கடைந்திருந்த தன் கைவிரலால் ஆகாயத்தைக் குத்திக் காட்டினான். அவனது உதட்டோரத்தில் எச்சில் நுரைத்துப் பொங்கியது. ரயில் வண்டியில் வந்த காலத்தில் வாய் பேசாது மௌனமாக வந்த வயிற்றெறிச்சலையெல்லாம் அவன் அந்தப் பேச்சின் மூலம் தீர்த்துக் கொள்வதாகத் தோன்றியது.

"தார்யா திமித்ரியவ்னா! நான் உங்களிடம் உண்மையை மறைக்கப் போவதில்லை... அவர்கள் என்னை இங்கு, வட திசைக்கு ஏன் அனுப்பியிருக்கிறார்கள் தெரியுமா? வேவு பார்க்கவும் எங்கள் பக்கத்துக்கு ஆட்கள் சேர்க்கவும் தான். எங்களது பலத்தைப் பற்றிய உண்மையையே இன்னும் பலர் தெரிந்து கொள்ளவில்லை. இங்கிருந்து வெளிவரும் பத்திரிகைகளில் எங்களை வெள்ளையர் கும்பல்கள் என்றும், ஏதோ கையாலாகாத ஒரு சிலரின் கூட்டம் என்றும் எங்களை ஒன்றிரண்டு நாட்களிலே அவர்கள் ஒழித்துக் கட்டிவிடப் போவதாகவும்தான் செய்திகள் வெளிவருகின்றன. எனவேதான் பல அதிகாரிகள் எங்களோடு வந்து சேர்ந்து கொள்ளப் பயப்படுகிறார்கள். ஆனால் தோன், குபான் பிரதேசங்களிலே உண்மையில்

என்ன நடந்து கொண்டிருக்கிறது என்று உங்களுக்குத் தெரியுமா? தோன் பிரதேசத்து ஆத்தமானின் படை பனி மலை மாதிரி வளர்ந்து பெருகிக் கொண்டிருக்கிறது. வரோனிஷ் மாகாணத்திலிருந்து செஞ்சேனையை விரட்டியடித்தாகி விட்டது. ஸ்தாவரப்பலும் சீக்கிரம் வீழ்ச்சி கண்டு விடும். ஒவ்வொரு நாளும் நாங்கள் கிரஸ்னோவ் வோல்கா வந்து அவரது படை த்ஸாரீத்ஸினைக் கைப்பற்றுவதை எதிர்பார்த்துக் கொண்டிருக்கிறோம். அவர் இப்போது ஜெர்மனியருடன் உறவாடுகிறார் என்பது வாஸ்தவம்தான். என்றாலும் அதெல்லாம் தற்காலிகமானது தான். தெனீகினின் படையினரான நாங்கள் ராணுவ அணிவகுப்பு நடத்துவது மாதிரி, குபானின் தென் பிராந்தியத்தை நோக்கி முன்னேறிக் கொண்டிருக்கிறோம். நாங்கள் தர்கோவயா, திஹரேத்ஸ்கயா, வெலிகோக்னியாஷெஸ்கயா என்னும் பல இடங்களையும் கைப்பற்றி விட்டோம். சரோகினின் படைகள் அழிந்து விட்டன. சேவா சேனைக்கு எல்லாக் கிராமங்களும் மகத்தான உற்சாகமான வரவேற்புக் கொடுக்கின்றன. பேலயா கிலீனாவில் ஒரு பெரிய களப்பலியே நிகழ்ந்தது. அங்கு நாங்கள் மனிதப் பிணங்களினாலான கடலின் மீதுதான் நீந்திச் சென்றோம். அந்த ரத்த வெள்ளத்தில் அடியேனது உடம்பு இடுப்பு வரையிலே ரத்தத்தால் நனைந்து போய் விட்டது."

அவனது கண்களையே பார்த்த தாஷாவின் முகம் வெளிறியது. குலீச்செக் ஏளனமாகச் சிரித்தான்.

அவ்வளவுதான் என்று நினைத்தீர்களா? இதெல்லாம் எங்களது பழிவாங்கும் படலத்தின் தொடக்கம்தான். நாடு முற்றிலும் தீ பரவப் போகிறது. சமாரா, ஒரியன் பார்க், உபா மாகாணம், யூரல் பிரதேசம் எல்லாமே பற்றியெரியப் போகிறது. விவசாயிகளின் மத்தியிலுள்ள விவேக புத்திக்காரர்கள் தமக்குள்ளாகவே வெள்ளை ராணுவத்தை உருவாக்குகிறார்கள். மத்திய வோல்காப் பிரதேசம் முற்றும் செக்கோஸ்லோவகியரின் கைக்குப் போய் விட்டது. சமாராவிலிருந்து விளாதிவஸ்தோக்

வரையிலும் நாடு பூராவும் ஒரே முகமாய்க் கிளர்ந்தெழுந்து நிற்கிறது. இந்தப் பாழாய்ப் போன ஜெர்மானியர்கள் மட்டும் வந்து தொலைத்திரா விட்டால், சின்ன ருஷ்யாவின் எல்லாப் பகுதிகளும் ஒரே முகமாக ஒன்று திரண்டு விடும். வோல்காவின் மேல் பிராந்தியத்திலுள்ள நகரங்கள் அத்தனையும் கருமருந்துக் கிடங்குபோலத் தான் இருக்கின்றன. ஒரே ஒரு தீப்பொறி விழுந்தால் போதும். அத்தனையும் வெடித்துக் கிளம்பும்... போல்ஷிவிக்குகளுக்கு நான் ஒரு மாதம் கூட அவகாசம் தரமாட்டேன் அதுவரையிலும் அவர்கள் தரித்து நிற்க மாட்டார்கள். நான் அவர்களுக்காக ஒரு சல்லிக் காசு கூடக் கொடுக்க மாட்டேன்.

குலீச்செக் உணர்ச்சி உத்வேகத்தால் நடுங்கினான். அப்போது அவன் பயந்து விழிக்கும் சின்னஞ்சிறிய காட்டு மிருகமாகத் தோன்றவில்லை. யுத்த களத்திலே காய்த்துத் தடிப்பேறிப் போன ஸ்தெப்பி வெளியின் பரபரத்த காற்றிலே மரத்துப் போன அவனது கூரிய முகபாவம் நிறைந்த முகத்தை தாஷா பார்த்தாள். அப்போதுதான் தனது தனிமை வாழ்விலே, ஏதோ ஓர் உணர்ச்சி ஆவேசம் மிக்க வாழ்க்கை தானே வந்து குடியேறிக் கொண்டது போல் அவளுக்குத் தோன்றியது. அவளது நெற்றிப் பொருத்துக்களில் குத்தல் எழுந்தது; இதயம் படபடத்துத் துடித்தது. குலீச்செக் தனது சிறிய பற்களை வெளிக்காட்டியவாறே நாட்டுப் புகையிலைச் சிகரெட்டாகச் சுருட்டத் தொடங்கியபோது தாஷா சொன்னாள்:

"நீங்கள் ஜெயித்து விடுவீர்கள். ஆனால் யுத்தம் என்றென்றும் நடந்து கொண்டிருக்காது... பிறகு நீங்கள் என்ன செய்வீர்கள்?"

"பிறகா?" என்று அவன் மூச்சை உள்ளே இழுத்தவாறே, கண்களை நெரித்தான்: "பிறகு - ஜெர்மானியரோடு இறுதி வெற்றி கிடைக்கும் வரை யுத்தம்; அப்புறம் சமாதான மகாநாடு; அதற்கு வெற்றி பெற்ற வீரர்களாக நாங்கள் வருவோம். பிறகு - நேச நாடுகளின் ஒத்துழைப்போடும்,

ஐரோப்பா முழுவதின் ஒத்துழைப்போடும், ருஷ்ய நாட்டைப் புனரமைப்போம்; ஒழுங்கு, கட்டுப்பாடான வாழ்க்கை, சட்டசபை முறையுடனனான சர்க்கார், சுதந்திரம் முதலியவற்றை மீண்டும் நிறுவுவோம். அதெல்லாம் வருங்காலத்துச் சங்கதி... ஆனால் இப்போதோ...”

திடீரென்று அவன் தனது வலப்புறத்து மார்பைப் பிடித்தான். அவனது கோட்டுப் பைக்குள் உள்ள எதையோ தொட்டுணர்ந்தான். பின்னர் மத்தியிலே மடிக்கப்பட்டிருந்த ஓர் அட்டையைப் பதனமாக வெளியே எடுத்தான். அது ஒரு சிகரெட் பெட்டியின் மேல் மூடி. அவன் அதனை விரல்களில் பிடித்துச் சுழற்றியவாறே, தாஷாவை மீண்டும் கூர்ந்து நோக்கினான்.

“நான் ஆபத்தை விலைக்கு வாங்கக் கூடாது. நிலைமை இதுதான்... இங்கேயுள்ள தெருக்களில் திடீரென்று யாரையும் நிறுத்திச் சோதனை போடக் கூடும்... எனவே நான் உங்களிடம் ஒன்றைக் கொடுத்து வைக்க விரும்புகிறேன்” என்று சொல்லியவாறே, அவன் அந்த அட்டையை விரித்து, அதனுள்ளிருந்து, ஏதோ ஒரு விசிட்டிங் கார்டிலிருந்து வெட்டியெடுக்கப்பட்ட முக்கோண வடிவமுள்ள ஒரு துண்டைக் கொடுத்தான். அதில் ‘ஓ’ என்றும் ‘கே’ என்றும் இரண்டு எழுத்துக்கள் காணப்பட்டன. அவன் அதை அவளிடம் கொடுத்து விட்டுச் சொன்னான்:

“இதனை எங்காவது ஒளித்து வைத்திருங்கள், தார்யா திமித்ரியவ்னா! இதனைப் புனிதமான ஒரு பொருளாகக் கருதிப் பத்திரமாக வைத்திருங்கள். இதனை எப்படிப் பயன்படுத்த வேண்டும் என்பதை நான் உங்களுக்குச் சொல்கிறேன். என்னை மன்னித்து விடுங்கள்... உங்களுக்கு ஒன்றும் பயமாக இல்லையே?”

“இல்லை.”

“பேஷ்! நல்ல பெண் நீங்கள்!”

தன்னையறியாமலே, தனது மனோவுறுதிக்கும் மேலான ஏதோ ஒரு சக்தியினால், தாஷா ஒரு மாபெருஞ் சதித் திட்டத்தின் மத்தியிலேயே போய்ச் சிக்கிக் கொண்டு விட்டாள். அதாவது மகா ருஷ்யாவின் பல்வேறு நகரங்களையும், ருஷ்ய நாட்டின் இருபெரு தலைநகரங்களையும் பாதிக்கக் கூடிய, 'தாய்நாட்டின் தற்காப்புக்கும் விடுதலைக்குமான ஸ்தாபனம்' என்ற பெயர் பெற்ற சதியில் அவளும் பங்கெடுத்து விட்டாள்.

தெனீகினின் தலைமைப் பீடம் அனுப்பி வைத்த ரகசிய ஒற்றனான குலீச்செக்கின் நடத்தை நம்ப முடியாத அளவுக்குப் பொறுப்பற்ற போக்காக இருந்தது. தனக்கு அவ்வளவாகப் பழக்கம் இல்லாத ஒரு பெண்ணிடம், அதிலும் ஒரு செஞ்சேனை அதிகாரியின் மனைவியிடம் அவன் எடுத்த எடுப்பிலேயே தான் யார் என்பதைச் சொல்லி விட்டான். என்றாலும் அவன் தாஷாவை என்றோ ஒரு முறை காதலித்தான்; எனவே அவளது சாம்பல் நிறக் கண்களை அவன் கூர்ந்து பார்த்த காலத்தில் அவனால் அவளை நம்பாதிருக்க, அவள் மீது நம்பிக்கை வைக்காதிருக்க முடியவில்லை; ஏனெனில் அந்தக் கண்கள் 'என்னை நம்பலாம்' என்று அவனுக்குச் சொல்லின.

அந்தக் காலத்தில், ஆழ்ந்த சிந்தனை மக்களது மனத்தை வழி நடத்தவில்லை; மாறாக, அவர்கள் உள்ளுணர்ச்சியின் உத்வேகத்தின் மூலம் தான் நடந்து கொண்டார்கள். சம்பவங்களின் சூறாவளி கர்ஜித்தது; அந்தக் கர்ஜனையில் மானிட சமுத்திரம் அலைமோதிக் கொந்தளித்தது. ஒவ்வொருவனும் மூழ்கிக் கொண்டிருக்கும் வாழ்க்கைக் கப்பலைத் தான் தான் காப்பாற்றப் பிறந்தவன் என்று நினைத்துக் கொண்டு, பாலத்தின் மீது ஏறி நின்று கையிலே துப்பாக்கியை ஏந்திப் பிடித்து, அந்தக் கப்பலை அப்படித் திருப்பு, இப்படித் திருப்பு என்று உத்தரவிடவும் துணிந்து விட்டான். அப்போது எல்லாமே ஒரு மனமயக்கமாகவும் உருவெளித் தோற்றமாகவுமே இருந்தது. ருஷ்ய நாட்டின் எல்லையற்ற நிலப் பரப்பெங்கணும் வெள்ளை ராணுவத்தின் எதிர்ப் புரட்சிச் சிந்தனையே

கானல் நீர் போல் நடனமாடியது. அவர்களுக்குத் தேவையானவையெல்லாம் கானல் நீர் போலவே ஆகிவிட்டது.

எனவே போல்ஷிவிக்குகளின் துரிதமான, உடனடியான வீழ்ச்சி தவிர்க்க முடியாதது என்றே தோன்றியது. நேச நாடுகளின் படைகள் பூமிப்பரப்பின் நாலாபுறத்திலும் வளைய மிட்டு வளைத்து நெருக்குவது போல், வெள்ளை ராணுவத்தினருக்கு அனுசரணையாக வந்து விட்டது போல் தோன்றியது; லட்சோப லட்சக்கணக்கான ருஷ்ய விவசாயிகள் சுட்ட சபையை எதிர்நோக்கி ஆவலோடு காத்திருப்பது போல் தோன்றியது; ஒன்றுபட்ட, துண்டுபடுத்தப்படாத சாம்ராஜ்யத்தின் எல்லா நகரங்களும் சோவியத்துக்களை உடைத் தெறிவதற்கான பச்சை விளக்கை, சமிக்ஞையைத்தான் எதிர்நோக்கிக் கொண்டிருப்பதாகவும், அத்தகைய சந்தர்ப்பம் வாய்த்தால், மறுதினமே ஒழுங்கையும் சட்டசபை அடிப்படையிலான அரசியல் சட்டத்தையும் நிலைநாட்டி விடப் போவதாகவும் தான் தோன்றியது.

எல்லோரும் இந்த மனமயக்கத்தில் ஈடுபட்டார்கள்; அதனைப் போற்றினார்கள்; அந்த மாயைத் தோற்றத்தால் கவர்ந்திழுக்கப்பட்டார்கள். பெத்ரொகிராதிலிருந்து உடுத்திய உடையோடு தென்திசை நோக்கி ஓடிப்போன பெருந்தனக்காரரர் வீட்டுப் பெண்டுகளிலிருந்து, சரித்திரக் கண்ணோட்டத்தின் மூலம் நடக்கப் போகும் சம்பவங்களை எல்லாம் நாடகம் போல் தொகுத்தமைத்துக் கொண்டு, அவற்றின் வரவை எதிர்நோக்கி, அகம்பாவத்தோடு புன்னகை புரிந்து கொண்டிருந்த பேராசிரியர் மிலியுக்கோவ் வரையிலும் எல்லோரும் அந்தக் கானல் நீரை நம்பித்தான் இருந்தார்கள்.

இத்தகைய மனச்சாந்தி தரும் மாயைத் தோற்றங்களிலே உறுதியான நம்பிக்கை கொண்டிருந்த சில விசுவாசிகள் “தாய் நாட்டின் தற்காப்புக்கும், விடுதலைக்குமான ஸ்தாபனம்” என்றுள்ள சங்கத்தில் இடம் பெற்றார்கள். இந்த ஸ்தாபனம் ரஸ்தோவிலிருந்து கர்னீலாவின்

ராணுவம் வாபஸ் வாங்கிய பின்னரும் ஆத்தமானான கலேதினின் தற்கொலைக்குப் பிறகும், பாரீஸ் சாவின்கவ் என்பவனால், 1918ம் ஆண்டின் வசந்த காலத்தின் போது நிறுவப் பெற்றது. இந்த ஸ்தாபனம் சேவா சேனையின் ஒருவகையான ரகசிய ஸ்தாபனமாகத் திகழ்ந்தது.

அதன் தலைவனாக, தந்திரசாலியும், திறமையுடன் மாறு வேடம் பூண்டவனுமான சாவின்கவ் இருந்தான். அவன் காக்கிக் கலர் கோட்டும், ஆங்கில ராணுவ உடுப்பும், மஞ்சள் நிறமான கால்பட்டியும், மை தடவிய மீசையும் தாங்கி, மாஸ்கோ நகரத்தில் சுற்றிக் கொண்டிருந்தான். அந்த ரகசிய ஸ்தாபனம் பல்வேறுவிதமான பிரிவுகளுடன் ராணுவ ரீதியில் அமைக்கப்பட்டிருந்தது; அதன் காரியாலய வேலைகள் கர்னல் பெர்ஹூரெவ் என்பவனது பொறுப்பில் இருந்தன.

அந்த ஸ்தாபனத்துக்கான அங்கத்தினர்களைச் சேர்க்கும் பணி பரம ரகசியமான முறையில் நிறைவேற்றப்பட்டது. ஒவ்வொரு அங்கத்தினருக்கும் நான்கே நான்கு அங்கத்தினர்களைத்தான் தெரியும். எனவே யாராவது ஒருவன் அகப்பட்டுக் கொண்டால் கூட, அவனுக்குத் தெரிந்த ஏனைய நால்வரும் தான் தொடர்ந்து பிடிபடுவார்கள். அதற்கு மேல் மற்றவர்களைப் பற்றி எந்தத் துப்பும் துலங்காது. அதன் தலைமைக் காரியாலயத்தின் விலாசமும், தலைவர்களின் பெயர்களும் பரம ரகசியமாகக் காப்பாற்றப்பட்டன. யாராவது ஒருவர் அந்த ஸ்தாபனத்தில் சேர விரும்பினால், அந்த நபரின் வீட்டுக்கு ஒரு ராணுவப் பிரிவின் தலைவர் வருவார்; அந்த நபரைக் கேள்விகள் கேட்பார்; பிறகு அவர் அவனுக்குக் கொஞ்சம் பணம் கொடுப்பார்; அத்துடன் அவனது விலாசத்தையும் பரிபாஷையில் ஒரு கார்டில் குறித்துக் கொள்வார். அங்கத்தினர்களின் தொகையைக் குறிக்கும் வட்டங்களைக் கொண்ட இத்தகைய கார்டுகள் வாராவாரம் தலைமை ஸ்தானத்துக்குப் போய்ச் சேரும். இந்த ஸ்தாபனத்தின் படைகளைப் பரிசீலனை செய்வதும் ரகசியமான முறையில், அகன்ற மரச்சாலைகளிலேயேயும்,

உருவச்சிலைகளுக்கு அருகிலேயும் நடந்து விடும்; அத்தகைய பரிசீலனைக்கு வரும் ஸ்தாபனத்தின் அங்கத்தினர்கள் தம்மை இனம் காட்டிக் கொள்ளும் அடையாளமாக, தமது கோட்டுப் பொத்தான்களைக் குறிப்பிட்ட முறையில் அணிந்து வருவார்கள்; அல்லது ஒரு ரிப்பனைக் கோட்டின் குறிப்பிட்ட இடத்தில் குத்தியிருப்பார்கள். அவர்களுடன் தொடர்பு கொள்ளும் அதிகாரிகளுக்கு, ஒரு 'விசிட்டிங் கார்டி' லிருந்து வெட்டியெடுக்கப் பெற்ற முக்கோண வடிவமுள்ள துண்டு கொடுக்கப்படும். அந்தத் துண்டில் இரண்டு எழுத்துக்கள் பொறிக்கப்பட்டிருக்கும். அவற்றில் முதலாவது எழுத்து சங்கேதச் சொல்லையும் இரண்டாவது எழுத்து எந்த நகரம் என்பதையும் குறித்தன. அவர்கள் அந்த முக்கோண அட்டைத் துண்டைக் காட்டினால், அந்தத் துண்டை அது எந்த விசிட்டிங் கார்டிலிருந்து வெட்டியெடுக்கப்பட்டதோ, அதனோடு பொருத்திப் பார்க்கப்படும். அதன் மூலம் அந்த நபர் குறிப்பிட்ட நபர்தானா இல்லையா என்பது கண்டுபிடிக்கப்படும். அந்த ஸ்தாபனத்தில் ஏராளமான உளவறியும் அதிகாரிகள் இருந்தார்கள். ஏப்ரல் மாதத்திலே அதன் ரகசியக் கூட்டத்திலே, சோவியத்துக்களை எதிர்த்து நாச வேலை செய்வதை விடுத்து, சோவியத்துக் காரியாலயங்களுக்குள்ளேயே வேலை பெற்றுப் புக வேண்டும் என்று தீர்மானிக்கப்பட்டது. இந்தத் தீர்மானத்தின் படி, அந்த ஸ்தாபனத்தின் அங்கத்தினர்கள் சோவியத் அரசாங்கத்தின் கேந்திர ஸ்தானத்துக்குள்ளேயே எப்படியோ உட்புகுந்து விட்டார்கள். சிலர் மாஸ்கோ மிலீஷியாவினுள் இடம் பெற்று விட்டார்கள். கிரெம்ளினில் கூட, அவர்கள் தங்கள் தகவல் ஏஜண்டை இடம்பெறச் செய்து விட்டார்கள். அவர்கள் ராணுவத்தின் மேலிடத்துக் குழுக்களிலும், சுப்ரீம் ராணுவக் கவுன்சிலிலும் கூட இடம்பெற்று விட்டார்கள். இவ்வாறாக, அவர்களது வலை வீச்சில் கிரெம்ளின் நன்றாகச் சிக்கிக் கொண்டது போல் தோன்றியது.

அந்தச் சமயத்தில் பீல்ட் மார்ஷல் ஐஹ்கார்னின் படைகள் மாஸ்கோ நகரத்தைக் கைப்பற்றும் நிலைமை

தவிர்க்க முடியாத ஒன்றெனத் தோன்றியது. அந்த ரகசிய ஸ்தாபனத்துக்குள் ஜெர்மானியருக்கு ஆதரவான சில சக்திகள் பல முடையனவாக இருந்தன - அவர்கள் ஜெர்மானியரின் துப்பாக்கிக் குத்தீட்டிகளின் சக்தியைத் தவிர வேறு எதிலும் நம்பிக்கை வைத்திருக்கவில்லை. அவர்களது பொதுவான போக்கு நேச நாடுகளின் பக்கமே இருந்தது. ஜெர்மானியர்கள் மாஸ்கோவுக்குள் பிரவேசிப்பதற்கான தேதி கூட தலைமைப் பீடத்தில் நிர்ணயிக்கப்பட்டாகி விட்டது - ஜூன் மாதம் 15ஆம் தேதி. எனவே அந்த ரகசிய ஸ்தாபனத்தார் மாஸ்கோவையும், கிரெம்ளினையும், தாங்கள் கைப்பற்றும் யோசனையைக் கைவிட்டு விட்டு, தமது ராணுவப் பிரிவுகளைக் கொண்டு கசானை நோக்கிச் செல்வதென்றும், வழியில் மாஸ்கோவைச் சுற்றியுள்ள பாலங்கள், குடி தண்ணீர்த் தேக்கங்களையும் வெடி வைத்துத் தகர்ப்பதென்றும், கசான், நிஷ்னி நோவ்கரத், காஸ்திரமா, ரீபின் ஸ்க், மூரம் முதலிய இடங்களில் கலகங்களைத் தூண்டி விடுவதென்றும், செக் கோஸ்லோவகியருடன் சேர்ந்து கொள்வதென்றும், அதன் மூலம் கீழ்த்திசைப் போர்முனை ஒன்றைத் தொடங்குவதென்றும், அதற்கான தேவைகளைச் செழிப்பு மிகுந்த வோல்கா, யூரல் பிரதேசங்களின் மூலம் பூர்த்தி செய்து கொள்வதென்றும் தீர்மானித்தார்கள்.

தன்னிடம் குலீச்செக் சொன்ன ஒவ்வொரு வார்த்தையையும் தாஷா முழுக்க முழுக்க நம்பினாள். 'ஆத்மாவின் மாவீரர்கள்' என்று அவன் குறிப்பிட்ட ருஷ்யத் தேசபக்தர்கள், மார்க்கெட்டுகளில் உருளைக்கிழங்கு விற்கும் திமிர் பிடித்த பின்லாந்துக்கார வியாபாரிகளை விரட்டியடிப்பதற்காகவும் பீட்டர்ஸ்பர்க் நகர வீதிகள் பிரகாசம் அடைவதற்காகவும், தெருக்களிலே நன்றாக உடையணிந்து குதூகலமிக்க மனிதர்கள் நடமாட வேண்டும் என்பதற்காகவும் எப்போதாவது அலுப்புச் சலிப்பு தோன்றும் நேரத்திலே, இறகு சொருகப்பட்ட தொப்பியைத் தலையிலே தூக்கி வைத்துக் கொண்டு, பாரிஸ் நகரத்தை நோக்கி எவரும் புறப்பட்டுப் போக முடியும் எனும் சூழ்நிலை உருவாக வேண்டும் என்பதற்காகவும்,

'வேனில் பூங்காவிலே' 'தாவும் பேர்வழிகள்' இனிமேல் தலைகாட்டக் கூடாது என்பதற்காகவும், தாஷாவின் மகனது சமாதியிலே இனிமேல் இலையுதிர்காலத்தின் இரவுக் காற்று அழுது ஓலமிடக் கூடாது என்பதற்காகவும் தான் போராடினார்கள் என்று நம்பினாள்.

அவர்கள் இருவரும் அமர்ந்து தேநீர் அருந்திக் கொண்டிருந்த வேளையில் குலீச்செக் இத்தனையும் நடக்குமென்று அவளுக்கு உறுதி கூறி விட்டான். அவனுக்கு ஓநாய் மாதிரி அகோரப்பசி. எனவே அவள் வைத்திருந்த உணவில் பாதிக்கு மேல் தின்று தீர்த்து விட்டான். அவன் பச்சை மாவையும் கூட, உப்புடன் கலந்து சாப்பிட்டு விட்டான். பிறகு அவன் வெளிவாசற் கதவின் சாவியை எடுத்துக் கொண்டு, எவர் கண்ணிலும் படாமல் இருட்டில் வெளியேறிச் சென்றான்.

தாஷா படுக்கைக்குச் சென்றாள். ஜன்னலின் மீது திரையை இழுத்து மூடி விட்டு, அவள் படுத்தாள்; ஆனால் வழக்கமாக யாருக்கும் தூக்கம் வராத நேரங்களில், ஒன்றை யொன்றை அடுத்தும், ஒன்றையொன்று முந்திக் கொண்டும் பல்வேறு எண்ணங்களும், மனமயக்கங்களும், தோற்றங்களும், நினைவுகளும், திடீர் யோசனைகளும், மனவேதனையும் வருத்தமும் ஏற்படுவதைப் போல அவளுக்கும் தோன்றுவதுண்டு... தாஷா துள்ளிப் படுத்தாள்; புரண்டாள்; கைகளைத் தலையணைக்குள் சொருகிக் கொண்டாள்; ஒருவேளை மல்லாந்து படுத்தாள்; மறுசமயம் குப்புறப்படுத்தாள்.... போர்வை அவளது உடம்பை அறுப்பது போல் தோன்றியது; கட்டிலின் 'ஸ்பிரிங்குகள்' அவளது உடம்பை உறுத்தின; படுக்கை விரிப்புக்கள் நழுவி நழுவிக் கீழே விழுந்தன.

தன் வாழ்நாள் பூராவையுமே அந்த இரவில் அவள் அனுபவித்து விட்ட மாதிரி, அந்த இரவு அவளுக்குப் படு மோசமான இரவாக அமைந்து விட்டது. தாஷாவின் மூளையில் உறைந்து போயிருந்த அந்தக் கரிய பகுதி, மீண்டும் உயிர் பெற்றெழுந்து, அவளது மூளையின் பேராழம் வரையிலும் தனது விஷ வீச்சுக்களைப்

பரப்புவதாகத் தோன்றியது. ஆனால் ஏன் இந்த மனச்சாட்சியின் உறுத்தல்? ஏன் இந்தக் குற்ற உணர்ச்சி? அதுமட்டும் புரிந்தால்!

வெகுநேரத்துக்குப் பின்னர், ஜன்னல் திரைகளின் வழியே பகலொளி நீலமாகத் தெரியத் தொடங்கிய பின்னர் தான், கிறுகிறுக்கச் செய்யும் பல்வேறு எண்ணச் சூழலில் சிக்கித் தவித்துக் களைத்துச் சோர்ந்த தாஷா சற்றுத் தளர்ந்து அமைதி பெற்றாள்; அந்த நேரத்தில் தான் அவள் தன்னைத் தானே நேர்மையுணர்ச்சியோடும் நேரடியாகவும் ஆரம்பம் முதல் இறுதி வரை ஆத்ம விசாரணை செய்து பார்த்தாள். எல்லாமே தன்னுடைய தவறாகப் போயுள்ளன என்பதை அவள் தானே உணர்ந்தாள்.

அவள் படுக்கையில் எழுந்து உட்கார்ந்தாள்; தலைமயிரை வாரிச் சுருட்டிப் போட்டுக் கொண்டாள். தனது மெலிந்த கரங்களால் முழங்காலைக் கட்டிக் கொண்டு சிந்தனையில் ஈடு பட்டாள். அவள் தனக்குத் தானே சொல்லிக் கொண்டாள். 'தனித்த கனவு காண்கின்ற யாரையுமே நேசிக்காத உணர்ச்சியற்ற பெண்ணே! விடைபெற்றுப் போய்விடு! நீ எக்கேடு கெட்டுப் போனாலும் உனக்காக யாரும் வருந்தப் போவதில்லை. 'வேனில் பூங்காவில்' 'தாவும் பேர்வழிகள்' உன் மீது பாய்ந்து உன்னைப் பயமுறுத்தியது கூட நல்லதுதான்; அது மட்டும் போதாது உன்னை அவர்கள் இன்னும் பயங்கரமாகப் பயமுறுத்தியிருக்க வேண்டும். இப்போதோ - நீ மறைந்திருக்க வேண்டும். இனிமேல் நீ பறக்க வேண்டும். இனி, காற்றின் வீச்சிலே கலந்து, எங்கு அனுப்பப்பட்டாலும் என்ன காரியத்தைச் செய்யச் சொன்னாலும் அதனை மேற்கொண்டு, என் அருமைப் பெண்ணே, நீ பறக்க வேண்டும். இனி உனக்கென்று ஒரு மனோசங்கற்பம் இல்லை. லட்சோப லட்சக் கணக்கான பேர்களில் நீயும் ஒருத்தி. என்ன சாந்தி, என்ன விமோசனம்!..."

குலீச்செக் இரண்டு நாட்களாக அங்கில்லை; வெளியே போனவன் திரும்பி வரவில்லை. அவன் இல்லாத நேரத்தில் வேறு மனிதர்கள் வந்தார்கள்.

எல்லோரும் நெட்டையாகவும் கசங்கிய உடைகளைப் பூண்டவர்களாகவும் இருந்தார்கள். சாவித் துவாரத்தில் குனிந்து, அவர்கள் தங்கள் பரிபாஷையை, சங்கேதக் குறிப்பைத் தெரிவிப்பார்கள். அதைக் கேட்டதும் தாஷா அவர்களை உள்ளே வர அனுமதிப்பாள். இவான் ஸ்வீஷவ் வீட்டிலில்லை என்று அவள் அவர்களிடம் தெரிவித்தாலும் அவர்கள் உடனே திரும்பிப் போக மாட்டார்கள். அவர்களில் ஒருவன் தனது குடும்பத் தொல்லைகளையும் துயரங்களையும் சொல்லத் தொடங்கினான். இன்னொருவனோ புகை பிடிப்பதற்கு அனுமதி கேட்டு விட்டு, ஏதோ ஒரு சின்னம் பொறிக்கப்பட்ட சிகரெட் பெட்டியிலிருந்து தரம் குறைந்த சோவியத் சிகரெட் ஒன்றைப் பெருமையுடன் எடுத்தான். சோவியத் தலைவர்களை வாய்க்கு வந்தபடி கீழ்த்தரமான வார்த்தைகளால் திட்டினான்; அவ்வாறு திட்டும் போது தனது வசைமொழிகளைப் பிரெஞ்சு பாணியில் உச்சரித்தான். இன்னொருவனோ அவனது அந்தரங்க ரகசியங்களையெல்லாம் அவளிடம் அளந்து கொட்டத் தொடங்கினான். பெலசேல்ஸ்கி - பெலசேர்ஸ்கி அரண்மனைக்கு நேர் எதிரே, கிரெஸ்தோவ்ஸ்கி தீவில் அவனுக்கென்று ஒரு மோட்டார் படகு தயாராகக் காத்து கொண்டிருந்ததாம். அத்துடன் அவன் இரும்புப் பெட்டியிலிருந்தும் எடுக்க முடிந்த அளவுக்கு நகை நட்டுக்களையும் விலையுயர்ந்த பொருள்களையும் எடுத்து வைத்திருந்தானாம். ஆனால் அந்தச் சமயத்திலே அவனது குழந்தைகளுக்குக் கக்குவான் இருமல் நோய் வந்து விட்டதாம்! பாவம், என்ன துரதிருஷ்டம்!

அகன்ற கண்கள் கொண்ட அந்த மெலிந்த அழகிய இளம் பெண்ணுடன் பேசும் சந்தர்ப்பம் கிடைத்தது பற்றி அவர்கள் எல்லோரும் சந்தோஷப்பட்டார்கள் என்றே தோன்றியது. அங்கிருந்து செல்லும் போது, அவர்கள் தாஷாவின் கையை முத்தமிட்டுச் செல்வார்கள். அவர்களெல்லாம் பக்குவப்படாத, பழக்கப்படாத சதிகாரர்களாகத்தான் இருந்தார்கள்; அவர்கள் ஏதோ ஒரு அர்த்தமற்ற நாடகத்திலே வரும் பாத்திரங்கள் மாதிரியே

இருந்தார்கள். இது தான் தாஷாவுக்கு ஆச்சரியத்தைத் தந்தது. அவர்கள் எல்லோருமே 'இவான் ஸ்வீஷவ்' வழிச் செலவுக்குப் பணம் ஏதும் கொண்டு வரவில்லையா என்ற கேள்வியைத் தான் மிகவும் ஜாக்கிரதையாகச் சுற்றி வளைத்துக் கேட்டார்கள். "இந்த முட்டாள் தனமான போல்ஷிவிக் விளையாட்டெல்லாம்" சீக்கிரமே முடிந்து போய் விடும் என்று அவர்கள் எல்லோரும் திடமாக நம்பினார்கள். "என்னதான் இருந்தாலும் பெத்ரொகிராதைப் பிடிப்பதற்கு ஜெர்மானியருக்கு அதிக நேரம் ஒன்றும் ஆகாது!"

கடைசியாக குலீச்செக் ஒருவாறாகத் திரும்பி வந்தான். மீண்டும் அகோரப் பசியோடும், அழுக்கடைந்த உடம்போடும், அதிகப்படியான கவலையோடும் தான் வந்து சேர்ந்தான். தான் இல்லாத வேளையில் யாரார் வந்தார்கள் என்று அவன் கேட்டான். தாஷா விவரங்களைச் சொன்னாள். அவன் பற்களைக் கடித்துக் கொண்டான்:

"அயோக்கியர்கள்! பணத்துக்காகத்தான் வருகிறார்கள்! நல்ல படையினர்! உண்டு கொழுத்து உறங்கும் இந்தப் பயல்களுக்கு இருந்த இடத்தை விட்டு எழுந் திருக்கவே சோம்பலாக இருக்கிறது. ஜெர்மானியர்கள் வந்து இவர்களை விடுதலை செய்ய வேண்டும் என்று எதிர் பார்க்கிறார்கள். 'மாட்சிமை தங்கிய மகாப் பிரபுக்களே! நாங்கள் இப்போது தான் போல்ஷிவிக்குகளைத் தூக்கிலே போட்டுக் கொன்றோம்! எல்லாம் மீண்டும் ஒழுங்காகி விட்டது!' என்று அவர்கள் வந்து இவர்களை நோக்கிச் சொல்ல வேண்டும் என்று எதிர்பார்க்கிறார்கள்.... சகிக்க முடியாத அவமானம் இது!... இரண்டு லட்சம் அதிகாரிகளில், உண்மையிலேயே ஆத்மாவின் மாவீரர்களாக விளங்கக் கூடியவர்கள் கொஞ்சம் பேர் தான். திராஸ்தோவ்ஸ்கியின் படையின் மூவாயிரம் பேர்; தெனீகினின் படையில் எட்டாயிரம் பேர்; 'தாய்நாட்டின் தற்காப்புக்கும் விடுதலைக்குமான இயக்கத்தில்' இருப்பவர்கள் ஐயாயிரம் பேர்... அவ்வளவுதான்...

மற்றவர்களெல்லாம் எங்கே? தமது உள்ளம், மனச் சாட்சி அத்தனையையும் செஞ்சேனையிடம் விற்றுவிட்டார்கள்!... சிலர் பூட் பாலிஷ் செய்கிறார்கள்; சிலர் சிகரெட்டுகள் விற்கிறார்கள்... அநேகமாக முக்கியமான தலைமை ஸ்தான உறுப்பினர்கள் போல்ஷிவிக்குகளுடன் சேர்ந்து விட்டனர்.... அவமானம்!... அவமானம்!"

மாவையும் உப்பையும் கலந்து வயிறு முட்டத் தின்று வெந்நீரையும் குடித்து முடித்த பின்னர், குலீச்செக் படுக்கைக்குச் சென்றான். மறுநாள் அவன் அதிகாலையிலேயே தாஷாவின் அறையைத் தட்டி அவளை எழுப்பினான். அவள் அவசர அவசரமாக எழுந்து உடை உடுத்திக் கொண்டு, சாப்பாட்டு அறைக்குள் வந்தாள். அங்கு குலீச்செக் மேஜைக்கு அருகே, மேலும் கீழும் நடந்து கொண்டிருந்தான்.

"உங்கள் முடிவு என்ன?" என்று தாஷாவைக் கண்டதும் அவன் பொறுமையையிழந்து கத்தினான்: "சரி, நீங்கள் ஆபத்தான வேலைகளில் ஈடுபடத் தயாரா? தியாகம் செய்யத் தயாரா? பல்வேறு இடையூறுகளையும் தாங்கிக் கொள்ளத் தயார்தானா? பதில் சொல்லுங்கள்."

"தயார்தான்" என்றாள் தாஷா. "நான் இங்கு யாரையும் நம்ப முடியவில்லை. கவலைக்குரிய செய்திகள் வந்திருக்கின்றன. யாராவது ஒருவர் மாஸ்கோவுக்குச் செல்ல வேண்டும். நீங்கள் போகிறீர்களா?"

தாஷா விழித்தாள்; வாய் திறந்து பதில் சொல்வதற்குப் பதிலாக, வெறுமனே புருவங்களை உயர்த்தினாள். குலீச்செக் அவளருகே ஓடி, அவளை மேஜைமுன் உட்காரச் செய்தான்; பின்னர் அவளுக்கு மிகவும் அருகில், அவனது முழங்கால் அவளது முழங்கால் மீது படும்படியாக நெருங்கி உட்கார்ந்தான். மாஸ்கோவில் அவள் யாரைப் பார்க்க வேண்டும், பெத்ரொகிராதிலுள்ள ஸ்தாபனத்தைப் பற்றி வாய் மொழியாக அங்கு என்ன விஷயங்களைச் சொல்ல வேண்டும் என் பாதையெல்லாம் அவளிடம் எடுத்துரைத்தான். தாஷாவின் நினைவில்

அந்த வார்த்தைகளைச் செதுக்கிப் பொறிக்க முயல்பவன் போன்று, அவன் அந்த விஷயத்தை அழுத்தம் திருத்தமன் சொன்னான். பிறகு தான் சொன்னதையெல்லாம் அவளைத் திருப்பிச் சொல்லச் சொல்லியும் கேட்டான். அவள் அத்தனையையும் அடக்கத்துடன் சொல்லி முடித்தாள்.

"அற்புதம்! புத்திசாலிப் பெண்!" எங்களுக்கு உங்களைப் போன்ற பெண்களே தேவை என்று கத்தியவாறே அவன் அள்ளிக் குதித்தான்; கைகள் இரண்டையும் பரபரவென்று பிசைத்தான். "சரி. இனி உங்கள் ஜாகை விவகாரம் என்ன? நீங்கள் வீட்டுக் கமிட்டியாரிடம் சென்று, ஒரு வார காலத்துக்கு லுகாவுக்கு போகப் போவதாகச் சொல்லி விடுங்கள்.

"நான் இங்கு ஒன்றிரண்டு நாட்கள் தங்கி விட்டு, சாவியை 'வீட்டுக் கமிட்டித் தலைவரிடம் கொடுக்கிறேன்.... இந்த ஏற்பாடு சரிதானே?"

இந்த ஆவேசப் பேச்சுக்களைக் கேட்டு, தாஷாவுக்குத் தலை கிறுகிறுத்தது. எந்தவிதமான ஆட்சேபணையும் இன்றி, சொன்ன இடத்துக்குப் போகவும், சொன்ன வேலையைச் செய்யவும் தான் தயாராக இருப்பதை அவள் ஆச்சரியத்துடன் உணர்ந்தாள்; குலீச்செக் ஜாகையைப் பற்றிப் பேசிய போது, அவள் சட்டென்று அங்கிருந்த உணவு அலமாரியைப் பார்த்தாள்: 'சீ! எத்தனை மோசமான சுறுசுறுப்பேயற்ற உணவுக் கூடம் இது! அசல் சவப்பெட்டி மாதிரி...' அவள் அந்தக் குருவிகளை நினைத்துப் பார்த்தாள். அந்தக் குருவிகள் தன்னையுமல்லவா நீலவானில் சுயாதீனமாகப் பறந்து செல்லச் செய்து விட்டன! அந்தத் தூசியடைந்த சிறைக் கூண்டை விட்டு வெளியேறி, ஏதோ ஒரு பரந்த, கொரூரமான வாழ்க்கையை நோக்கித் தனது அதிருஷ்டமெல்லாம் பறந்து சென்று விட்டாற்போல் அவளுக்குத் தோன்றியது.

"ஜாகையா?" என்று எதிரொலித்தாள் அவள். "ஒருவேளை

நான் மீண்டும் திரும்பி வராமலும் போக்க் கூடும். எனவே உங்கள் இஷ்டம் போல் செய்யுங்கள்."

குலீச்செக் இல்லாத வேளையில் வந்து சென்றவர்களில், நீண்ட முகமும் தொங்கும் மீசையும் மெலிந்த உடம்பும் நல்ல சுபாவமும் கொண்ட ஒரு மனிதன் தாஷாவை, கண்ணாடிச் சட்டங்கள் உடைந்திருந்த ஒரு மூன்றாம் வகுப்பு ரயில் பெட்டியில் ஏற்றி விட்டான். பின்னர் அவன் அவளருகே குனிந்தவாறு, அவளது காதில் ஆழ்ந்த குரலில் "உங்களது சேவைகளை நாங்கள் மறக்க மாட்டோம்" என்று சொல்லி விட்டு, கூட்டத்தினரிடையே புகுந்து மறைந்து விட்டான். ரயில் புறப்பட்ட சமயத்தில் சிலர் ஓடோடியும் வந்து, தங்கள் மூட்டைகளை வாயால் கடித்துப் பிடித்துக் கொண்டு, ஜன்னல் வழியே உள்ளே தாவியேறி வந்தார்கள். அந்த ரயில் வண்டி முழுவதும் கூட்டம் நிரம்பி விட்டது. சிலர் சாமான்கள் வைப்பதற்காக இருந்த பரண் மீது ஏறினார்கள்; வேறு சிலர் பெஞ்சுகளுக்கு அடியில் ஊர்ந்து சென்று படுத்தார்கள்; தீக்குச்சிகளைக் கிழித்து, மட்டப் புகையிலையைப் புகைத்துக் கொண்டு நிம்மதியாகக் கீழே படுத்திருந்தார்கள்.

ரயில் தனது நீண்ட உடற்பாரத்தை, பனிமூட்டம் கவிந்த சதுப்பு நிலங்களின் வழியாக மெல்ல இழுத்துச் சென்றது. அந்த நிலங்களுக்குப் பின்னால் புகையற்ற தொழிற்சாலைப் புகை போக்கிகள் வானில் உயர்ந்து நின்றன; அப்பால், பச்சைப் பாசி படிந்த குளங்கள் தென்பட்டன. பூல்கவ் வானிலை நிலையம் அடிவான விளிம்பில் பார்வையில் பட்டு மிதந்து சென்றது. அங்கோ வானசாஸ்திர மேதாவிகளும் அவர்கள் மத்தியிலே எழுபது வயதான கிலாசினாப் என்பவரும், உலகத்தையே மறந்த நிலையில், பிரபஞ்சத்தின் நட்சத்திர ராசிகளை அமைதியாக எண்ணிக் கணக்கெடுத்துக் கொண்டிருந்தார்கள். பைன் மரக் கன்றுகள், நெடிது வளர்ந்த மரங்கள், வேனில் குடிசைகள் முதலியன ரயிலைக் கடந்து மறைந்தன. ரயில் நின்ற போதோ, ரயிலில் மேற்கொண்டும் ஜனங்கள் ஏறாதவாறு பார்த்துக் கொள்வதற்காக ஆயுதம் தாங்கிய

சிப்பாய் ஒருவன் நியமிக்கப்பட்டான். இப்போதோ, ரயிலில் கூட்டமிருந்தாலும், பெட்டிக்குள் எல்லாம் அமைதியாகவே இருந்தது.

தாஷா போர் முனையிலிருந்து வரும் இரண்டு ராணுவ வீரர்களுக்கிடையில் அமர்ந்து இடிப்பட்டுக் கொண்டிருந்தாள். மேலேயுள்ள பரணிலிருந்து ஓர் உற்சாகம் மிகுந்த தலை அடிக்கடி கீழே திரும்பியது; அந்த மனிதன் இடைவிடாது கீழே நடக்கும் சம்பாஷணையில் தானும் கலந்து கொண்டான்.

'அப்புறம் என்ன?" என்று அந்த மனிதன் கேட்டான். அவன் தன் சிரிப்பை அடக்கிக் கொள்ள விரும்பினான் என்று தெரிந்தது. "அப்புறம் நீங்கள் என்ன செய்தீர்கள்?"

தாஷாவுக்கு எதிரே கவலையினால் களையிழந்து போயிருந்த இரண்டு பெண்களுக்கு மத்தியில், நீண்ட மீசையும், சொர சொரப்பான மோவாயும், ஒற்றைக் கண்ணும் கொண்ட மெலிந்த விவசாயி ஒருவன் வீற்றிருந்தான். அவன் நாணற் புல் தொப்பியும், சாக்கினால் தைத்த சட்டையும் அணிந்திருந்தான். அந்தச் சட்டையை அவன் கழுத்துப் புறத்தில் ஒரு கயிற்றுப் பட்டியினால் சேர்த்துக் கட்டியிருந்தான். அவனது இடைவாரில் ஒரு சீப்பும், காப்பி எடுக்கும் பென்சில் ஒன்றும் துருத்திக் கொண்டு நின்றன. சட்டையின் முன்புறத்தில் ஒரு கட்டுக் காகிதங்களை அவன் சொருகி வைத்திருந்தான்.

முதலில் தாஷா அங்கு நடந்த சம்பாஷணையில் அக்கறை காட்டவில்லை. ஆனால் போகப் போக, அந்த ஒற்றைக் கண் மனிதன் ஏதோ மிகவும் சுவாரசியமான விஷயத்தைச் சொல்லி வருவதாக அவளுக்குத் தென்பட்டது. எல்லா ஆசனங்களில் இருந்தவர்களும் அவனை நோக்கித் திரும்பினார்கள்; பெட்டியில் அமைதி நிலவத் தொடங்கியது. கையிலே துப்பாக்கியை வைத்துக் கொண்டிருந்த ராணுவ வீரன் தீர்மானமாகச் சொன்னான்:

"நீ யாரென்று எனக்குத் தெரியும். நீங்களெல்லாம் மாஹ்னோவின் ஆட்கள். அதாவது கொரில்லாப்

படையைச் சேர்ந்தவர்கள்."

அந்த ஒற்றைக் கண்ணன் ஒரு கணம் தாமதித்து விட்டு, தனது மீசைக்குள்ளாகவே கள்ளத்தனமாகப் புன்னகை புரிந்தான்.

"தம்பி! நீ அறிந்திருக்கிறாய். ஆனால் தவறாக அறிந்திருக்கிறாய்." அவன் தன் புன்னகையைத் துடைத்து சுழிப்பவன் போன்று, முண்டும் முடிச்சுமாயிருந்த தனது புறங்கையை வாயருகே கொண்டு போனான் ; பின்னர் ஒரு ஆழ்ந்த அழுத்தத்தோடு அவன் சொன்னான்:

"மாஹ்னோவா... மாஹ்னோவின் படை.... அது ஒரு குலாக்குகளின் ஸ்தாபனம்... எகதிரின்ஸ்லாவுக்கு அருகே அந்தப் படை செயல்படுகிறது... அங்கெல்லாம் நூறு ஏக்கருக்குக் குறைந்த பண்ணைகளே எவரிடமும் இல்லை. நாங்கள் எல்லாம் வேறு மாதிரி. நாங்களெல்லாம் செஞ்சேனையைச் சேர்ந்த கொரில்லாக்கள்!"

மேல் பரணிலே படுத்திருந்த மனிதன் சட்டென்று கேட்டான்:

"ஆமாம் நீங்களெல்லாம் என்ன செய்கிறீர்கள்?"

"நேஷின் வட்டாரத்துக்கு வடக்கேயுள்ள பகுதிகளிலும், செர்னீகவ் வட்டாரத்திலும்தான் நாங்கள் செயல்படுகிறோம். தெரிந்ததா? நாங்கள் எல்லாம் கம்யூனிஸ்டுகள். எங்கள் கண்ணோட்டத்தில், ஜெர்மானியர்கள், போலந்து நில பிரபுக்கள், கசாக்கு எதிர்ப் புரட்சிப் படையினர், எங்கள் கிராமத்திலுள்ள குலக்குகள் எல்லோருமே ஒன்றுதான். எனவே எங்களை மாஹ்னோவின் ஆட்களோடு சேர்த்துக் குழப்பக் கூடாது. தெரிந்ததா?"

"எங்களுக்குத் தெரியும். நாங்கள் ஒன்றும் முட்டாள்கள் அல்ல. நீ உன் கதையை மேலே சொல்!"

"நல்லது. நடந்தது இதுதான். ஜெர்மானியரோடு நடத்திய இந்தப் போருக்குப் பின்னால், நாங்கள் மனமொடிந்து போனோம். நாங்கள் கோஷலெவ்ஸ்கி காட்டுக்குள்ளே

வாபஸ் வாங்கி விட்டோம். ஓநாய்களைத் தவிர வேறு எதுவும் வாழாத அந்தக் காட்டின் மத்திக்கே போய் விட்டோம். அங்கு சில நாட்கள் தங்கினோம். அக்கம் பக்கத்திலுள்ள கிராமங்களில் உள்ளவர்களெல்லாம் எங்களிடம் வரத் தொடங்கினார்கள். வாழ்க்கை அவர்களுக்கு மிகவும் நரக வேதனையாகி விட்டது என்று அவர்கள் எங்களிடம் சொன்னார்கள். ஜெர்மானியர்களோ கொரில்லாப் படைகள் இருந்து வந்த ஜில்லாக்களையெல்லாம் முழு மூச்சோடு தூர்த்து உடைக்கத் தீர்மானித்து விட்டார்கள். கசாக்கு எதிர்ப் புரட்சிப் படையினரோ ஜெர்மானியருக்கு உதவியாக அனுப்பி வைக்கப் பட்டார்கள். குலக்குகள் யார் யாரைச் சுட்டிக் காட்டுகிறார்களோ, அவர்களையெல்லாம் கிராமங்களுக்குள்ளே புகுந்து அடித்து நொறுக்குவது நாள் தவறாமல் நடக்கத் தொடங்கி விட்டது. இந்தக் கதைகளைக் கேட்டு எங்கள் இளைஞர்கள் கொதித்தார்கள்; கோபம் கொண்டார்கள். பற்களைக் கடித்தார்கள். இதற்குள் இன்னொரு படைப்பகுதி வந்து எங்களோடு சேர்ந்து கொண்டது. எனவே அந்தக் காட்டுக்குள் ஒரு படையே உருவாகி விட்டது. மொத்தம் சுமார் முந் நூற்று ஐம்பது பேர் இருந்தோம். வெர்க்கீவ் கொரில்லாப் படையைச் சேர்ந்த ராணுவ உதவி அதிகாரி கோல்தாவை நாங்கள் எங்கள் கோஷ்டியின் தளபதியாகத் தேர்ந்தெடுத்தோம். பின்னர் நாங்கள் எந்தத் திசையில் எங்களது நடவடிக்கைகளை மேற்கொள்ளலாம் என்று யோசித்தோம். பிறகு நாங்கள் தெஸ்னாவுக்கு அருகில் எங்கள் கண்காணிப்பு நிலையங்களை நிறுவுவதென்று தீர்மானித்தோம். ஏனென்றால், அந்த ஆற்றின் வழியாகத்தான் ஜெர்மானியர்களுக்குத் தேவையான ராணுவ துணைச் சாதனங்கள் அனுப்பப்படுவதாக நாங்கள் அறிந்தோம். எனவே நாங்கள் புறப்பட்டுச் சென்றோம். ஆற்றங்கரையை ஒட்டி, நீராவிக் கப்பல்கள் செல்லும் இடத்துக்கு எதிராக, நாங்கள் அவரவர் இடங்களில் பதுங்கி நின்று கொண்டோம்."

"அப்படியா? அப்புறம்?" என்று பரணிலிருந்து குரல்

கேட்டது.

அதே போலவே நீராவிக் கப்பல் வந்தது. "நிறுத்து!" என்று எங்களது முன்வரிசைப் பகுதியிலிருந்து சத்தம் கிளம்பியது. அந்தக் கப்பலின் காப்டன் எங்கள் உத்தரவுக்குப் பணியவில்லை. பிறகென்ன? டுமில்! டுமில் தான்! சுட்டோம். உடனே அந்தக் கப்பல் தானாகக் கரைக்கு வரத் தொடங்கியது. நாங்கள் ஒரே தாவில் கப்பலின் மேல் தளத்தில் ஏறினோம். பாராக்காரர்களை நிறுத்தினோம். ஒவ்வொருவரின் அத்தாட்சிப் பத்திரங்களையும் பரிசீலித்தோம்."

"சரியாகத்தான் செய்திருக்கிறீர்கள்!" என்றான் அந்த ராணுவ வீரன்.

"அந்தக் கப்பலில் குதிரைகளுக்கான சேணங்களும், கடிவாளங்களும் இருந்தன. அதற்கு இரண்டு கர்னல்கள் பொறுப்பாக இருந்தனர். ஒருவன் சரியான கிழவன்; மற்றவன் தான் நல்ல வாலிபன். அந்தக் கப்பலிலே மருந்துச் சாமான்களும் இருந்தன; அவைதான் எங்களுக்கு மிகமிகத் தேவை. நான் மேல் தளத்திலிருந்தேன்; பத்திரங்களைப் பரிசோதித்தேன். அப்போது பரோதியான் ஜில்லாவைச் சேர்ந்த பியோத்தர், இவான் பெத்ரோவ்ஸ்கி என்ற இரண்டு கம்யூனிஸ்டுகளை நான் அங்கு திடீரென்று கண்டேன். என்ன விஷயம் என்பதை நான் சட்டென்று புரிந்து கொண்டேன். அவர்களைக் கண்டு கொண்டதாகவே நான் காட்டிக் கொள்ளவில்லை. நான் அவர்களை மிகவும் கடுமையாகவும் அதிகார பூர்வமாகவும் நடத்தினேன். "உங்கள் பத்திரங்களை எடுங்கள்!" என்றேன். பெத்ரோவ்ஸ்கி தனது பாஸ்போர்ட்டைக் காட்டினார். அதில் சிகரெட் தாளில் ஒரு சிறு குறிப்பு தென் பட்டது: "தோழர் பியாவ்காவும், என் சகோதரனும், நானும் செர்னீகவிலிருந்து ருஷ்யாவை நோக்கிப் போகிறோம். எங்களிடம் கடுமையாக நடந்து கொள்ளுங்கள். சந்தேகத்து இடமளித்து விடாதீர்கள். எங்கு பர்த்தாலும் உளவாளிகள் இருக்கிறார்கள்" நல்லது. எல்லாப் பத்திரங்களையும் பரிசோதித்த பின்பு, நாங்கள்

அந்தச் சேணங்கள், கடிவாளங்கள், மருத்துவச் சாமான்கள் எல்லாவற்றையும் கீழே இறக்கினோம்; அத்துடன் காயம்பட்ட எங்களது வீரர்களுக்கு 'டானிக்' காகக் கொடுப்பதற்காக, அங்கிருந்த ஒயின் பாட்டில்கள் நிறைந்த பதினைந்து பெட்டிகளையும் இறக்கினோம். அந்தக் கப்பலிலுள்ள டாக்டர் ஒரு பெரிய வீரனைப் போல் நடந்து கொண்டார். நான் மருத்துவச் சரக்குகளை ஒன்றும் தரமுடியாது. அது சட்டத்துக்கே விரோதம்; சர்வதேசிய நீதிக்கே விரோதம். அது உங்களுக்கே தெரிந்திருக்கும்' என்று கத்தினார் அவர். நாங்களோ அவருக்குச் சுருக்கமாகப் பதிலளித்து விட்டோம். எங்களிடமும் காயம்பட்ட வீரர்கள் இருக்கிறார்கள். எனவே நீங்கள் உங்கள் மருத்துவச் சாமான்களையெல்லாம் எங்களிடம் ஒப்படைப்பதன் மூலம் சர்வதேசியச் சட்டத்தை பொருட்படுத்தாவிட்டாலும், மனிதாபிமானச் சட்டத்துக்கு நீங்கள் மதிப்புத் தருகிறீர்கள்' என்று சொன்னோம் நாங்கள். நாங்கள் ஒரு டஜன் அதிகாரிகளுக்கு மேல் கைது செய்து அவர்களைக் கரையில் இறக்கினோம். மற்றப்படி, அந்த நீராவிக் கப்பலையும் அதிலுள்ளவர்களையும் போக விட்டு விட்டோம். அந்தக் கிழட்டுக் கானலோ கரையில் நின்று அழத் தொடங்கி விட்டான்; அவன் தனது ராணுவப் பதவிகளையும் சேவைகளையெல்லாம் எடுத்துக் கூறி, தன்னை உயிரோடு விட்டு விடும்படி கெஞ்சினான். நாம் ஏன் அவனைப் போய்த் துன்புறுத்த வேண்டும்? எப்படியும் இவன் அதிக நாட்கள் உயிர் வாழப் போவதில்லை' என்று நாங்கள் நினைத்தோம். எனவே அவன் மீது கருணை காட்டி அவனை விடுதலை செய்தோம். அவனோ தப்பித்தோம் பிழைத்தோம் என்று காட்டுக்குள் விழுந்தடித்து ஓடிவிட்டான்..."

மேல் பரணிலிருந்து அட்டகாசத்துடன் சிரிக்கும் சிரிப்புக் குரல் கடகடவென்று கேட்டது. சிரிப்பொலியெல்லாம் அடங்கும் வரையிலும் அந்த ஒற்றைக் கண்ணன் காத்திருந்து விட்டு, தன் கதையை மேலும் தொடர்ந்தான்.

"அடுத்தவன், அந்த இளைஞன் இருக்கிறானே, அவன்

ராணுவத்தின் சப்ளைப் படையில் ஓர் அதிகாரி. அவன் மீது எங்களுக்கு நல்ல அபிப்பிராயமே ஏற்பட்டது. அவன் கேட்ட கேள்விகளுக்கெல்லாம் தயங்காது பதிலளித்தான்; எந்தவிதமான கவலையுமின்றி குதூகலமாக நின்றான். எனவே நாங்கள் அவனையும் போக விட்டு விட்டோம். மற்றவர்களையெல்லாம் நாங்கள் காட்டுக்குள் இழுத்துச் சென்றோம். எங்களுடைய கேள்விகளுக்குப் பதிலளிக்க மறுத்த அவர்களை நாங்கள் சுட்டுத் தள்ளினோம்."

தாஷா மூச்சுவிட மறந்தவளாய், அந்த ஒற்றைக் கண்ணனை வெறித்து நோக்கினாள். சுருக்கங்கள் விழுந்திருந்த அவனது முகத்தில் பரிபூரண அமைதி நிலவியது. சின்னஞ் சிறு கருமணியும் கருநீல நிறமும், குறுகுறுப்பும் மிகுந்த அவனது ஒற்றைக் கண் ஏதோ சிந்தனை வயப்பட்டதாக, வெளியே ஓடிக் கொண்டிருந்த சவுக்கு மரங்களைப் பார்த்தது. அவன் மீண்டும் தன் கதையைச் சீக்கிரமே தொடங்கி விட்டான்:

“தெஸ்னா நதிக்கரையில் நாங்கள் அதிக நாட்கள் தங்க முடியவில்லை. ஜெர்மானியர்கள் எங்களுக்கு இரு பக்கத்திலும் இருந்து எங்களை நெருங்கினார்கள். எனவே நாங்கள் திராஸ்தோவ்ஸ்கி காடுகளுக்குள் வாபஸ் வாங்கி விட்டோம். நாங்கள் கொள்ளையடித்து வந்த பொருள்களை விவசாயிகளிடையே பங்கிட்டுக்கொடுத்தோம். நாங்கள் எல்லோரும் ஆளுக்கொரு கோப்பை ஒயினை அருந்தத்தான் செய்தோம். என்றாலும் மீதியனைத்தையும் ஆஸ்பத்திரிக்கு அனுப்பி வைத்து விட்டோம். எங்களது இடது புறத்தில் கிராப்பிவ் யான்ஸ்கி ஒரு பெரிய படையோடு எதிர்த் தாக்குதல் நடத்திக்கொண்டிருந்தார். வலது புறத்திலோ மரூன்யா தாக்குதல் நடத்திக் கொண்டிருந்தார். எங்களது கூட்டு முயற்சி என்னவென்றால், நாங்கள் எப்படியாவது செர்னீகவுக்குச் சென்று, அதனைத் தாக்கிக் கைப்பற்றுவது என்பதுதான். எங்கள் படைப் பிரிவுகளுக்கும் ஒழுங்கான செய்தித் தொடர்புகள் மட்டும் இருந்திருந்தால்... ஆனால் உண்மையில் எங்களுக்குள் போதுமான தொடர்பே இல்லை. எனவே நாங்கள் அங்கு கால தாமதமாகத்தான்

போய்ச் சேர்ந்தோம். ஜெர்மானியர்களோ எங்களுக்கு எதிராக ஒவ்வொரு நாளும் துருப்புக்களையும், பீரங்கிகளையும் குதிரைப் படையையும் மேலும் மேலும் அனுப்பிக் கொண்டிருந்தார்கள். நாங்கள் அங்கு சென்றது. அவர்களுக்குப் பெரிய தலைவேதனையாகப் போய் விட்டது. ஏனெனில் அவர்கள் ஒரு கிராமத்தை விட்டுச் சென்றவுடனேயே, அங்கு ஒரு புரட்சிக் கமிட்டி உருவாகி விடும்; அத்துடன் ஒன்றிரண்டு குலக்குகளும் ஏதாவது ஒரு மரத்தில் தூக்கிலிடப்பட்டுத் தொங்குவார்கள். ஒரு நாள் மரூன்யாவின் படைப்பகுதிக்குச் சென்று பணம் பெற்று வரும்படி என்னை அனுப்பி வைத்தார்கள். எங்களுக்குப் பணம் மிகமிகத் தேவையாக இருந்தது. ஜனங்களிடமிருந்து நாங்கள் பெறும் ஒவ்வொரு சாமானுக்கும் நாங்கள் கைமேல் பணம் கொடுக்க வேண்டியிருந்தது; ஏனெனில் ஜனங்களிடம் கொள்ளையடிக்கக் கூடாதென்றும், அடித்தால் மரண தண்டனை தான் என்றும் எங்களிடம் ஒரு நியதி இருந்தது. எனவே நான் ஒரு வண்டியில் ஏறிக் கொண்டு, கோஷலெவ்ஸ்கி காட்டுக்குள் அதனை விரட்டிச் சென்றேன். மரூன்யாவும் நானும் வேண்டிய விஷயங்களை விவாதித்து முடித்தோம். அவர் எனக்கு கிரென்ஸ்கி ரூபிளில் ஆயிரம் ரூபிள்கள் கொடுத்தார். அதைப் பெற்றுக் கொண்டு நான் திரும்பினேன். ஜூகவ்கா கிராமத்தின் எல்லைப்புறத்திலுள்ள பள்ளத்தாக்கினுள் நான் புகுந்தேனோ இல்லையோ, உடனே ஜூகவ்கா புரட்சிக் கமிட்டியிலுள்ள எல்லைக் காவலில் வேவு பார்க்கும் இரண்டு குதிரை வீரர்கள் என்னிடம் பாய்ந்தோடி வந்தார்கள். 'எங்கே செல்கிறாய்? அங்கே ஜெர்மானியர்கள் வந்து விட்டார்கள்' என்றார்கள், அவர்கள். 'எங்கேயென்று கேட்டேன்.' 'ஏன்? அவர்கள் ஜூகவ்காவை அநேகமாக நெருங்கி விட்டார்கள்' என்றார்கள் அவர்கள். நான் மீண்டும் திரும்பினேன். காட்டுக்குள் போனேன். வண்டியை விட்டு இறங்கினேன். ஜனங்களெல்லாம் ஒன்று திரண்டு ஜெர்மானியரை எதிர்க்கக் கூடிய சாத்தியப்பாடும் இல்லை. ஜெர்மானியர்களோ பெரும்படையோடு வந்தார்கள். அத்துடன் பீரங்கிகள் வேறு."

"ஒரு படையினரை நோக்கி மூன்று படையினர்களா? ரொம்பக் கஷ்டம்தான்!" என்றான் அந்த ராணுவ வீரன்.

''ஆமாம். கஷ்டம்தான். எனவே நாங்கள் ஜெர்மானியர்களை வெறுமனே பயமுறுத்தி விடலாம் என்று மட்டும் நினைத்தோம். நாங்கள் ரை தானியக் கதிர்களுக்கூடே மறைந்து முன்னால் ஊர்ந்து சென்றோம். அங்கிருந்து ஜூகவ் காவை நாங்கள் பார்க்க முடிந்தது. காட்டுக்குள்ளிருந்து படைப் பிரிவு வந்து கொண்டிருந்தது. சுமார் இருநூறு மனிதர்கள், இரண்டு பீரங்கிகள், சில சாமான் வண்டிகள் இவ்வளவு தான் தென்பட்டன. அதற்குச் சிறிது முன்னால், பாராக் காரக் குதிரைப்படை வீரர்கள் வந்தார்கள். அவர்கள் மட்டும் எங்கள் மீது பீரங்கிகளைத் திருப்பியிருந்தால், எங்களது கொரில்லாப் படையின் புகழ் மிகவும் மேலோங்கியிருக்கும். நாங்கள் சில காய்கறித் தோட்டங்களுக்குள் முகம் குப்புறப் படுத்துக் கொண்டோம். எங்களின் மன நிலை அளவு கடந்ததாக இருந்தது. நாங்கள் நேர காலத்தோடு சிரிக்கக்கூடத் தயாராக இருந்தோம். அந்தக் குதிரைப் படைவீரர்கள் ஐம்பதடி தூரத்தில் வரும்போது, நான் "சுடுங்கள்!" என்று உத்தரவிட்டேன். ஒரு வேட்டு! பின் மற்றது... ஒரு குதிரை பின்புறமாகத் துள்ளி விழுந்தது; அதிலே அமர்ந்திருந்த ஜெர்மானியன் முள் செடிகளின் மீது விழுந்தான். நாங்கள் மீண்டும் சுட்டோம். நாங்கள் எங்களது துப்பாக்கிக் குதிரைகளை கலகலக்கச் செய்து முடிந்த மட்டும் சத்தம் எழுப்பினோம்..."

மேல்பரணிலே படுத்திருந்த மனிதன் கண்கள் பிதுங்க விழித்தான், அவன் ஒரு வார்த்தையைக் கூடக் கேட்காது போய் விடக் கூடாது என்று ஆர்வத்தோடு இருப்பவன் போல் தோன்றியது. அவன் தன்னுள் பொங்கி வந்த சிரிப்பை அடக்கிக் கொள்வதற்காக, வாயைக் கையினால் பொத்தி மூடினான். ராணுவ வீரன் ஆத்ம திருப்தியோடு கிளுகிளுத்துச் சிரித்தான்.

அந்தக் குதிரைப் படை வீரர்கள் பின்னால் வந்து கொண்டிருந்த படையோடு போய்ச் சேர்ந்து

கொண்டார்கள். ஜெர்மானியர்கள் உடனே திரும்பிப் பின்னே சென்று, தமது படை வரிசைகளை அனுப்பி, முறையான தாக்குதலை ஒரே முகமாகத் தொடங்க முனைந்தார்கள். அவர்கள் வண்டியில் கொண்டு வந்திருந்த பீரங்கிகள் உடனே கீழே இறக்கப் பட்டன; அதன் பின் மூன்று அங்குலச் சுற்றளவு கொண்ட குண்டுகள் காய்கறித் தோட்டங்கள் மீது பாய்ந்து வெடிக்கத் தொடங்கின. அங்கோ பெண்கள் உருளைக் கிழங்குகளைத் தோண்டி எடுத்துக் கொண்டிருந்தார்கள்... ஒரு குண்டு வந்து விழுந்து வெடித்தது; உடனே தரையிலிருந்து மண்ணும் புழுதியும் வாரியிறைக்கப்பட்டன. அந்தப் பெண்களோ..." அந்த ஒற்றைக் கண்ணன் தனது தொப்பியைக் காது வரையிலும் கைவிரலால் இழுத்து விட்டுக் கொண்டான்; அவன் சிரிப்பை அடக்க மாட்டாமல் கடகடத்துச் சிரித்தான். "அந்தப் பெண்களோ பெட்டைக்கோழிகள் மாதிரி உருளைக் கிழங்குப் பாத்திகளை விட்டு விட்டு ஓடினார்கள். ஜெர்மானியர்களோ கிராமத்தை நோக்கி ஓட்டமாக முன்னேறினார்கள். பின்னர் நான் 'பையன்களா! நல்ல வேடிக்கைதான் இது. சரி! இனி நாம் இங்கிருந்து போய் விடுவோம்' என்று சொன்னேன். நாங்கள் மீண்டும் ரை கதிர்களின் ஊடாக படுத்து ஊர்ந்து, பள்ளத்தாக்குக்கு வந்தோம். நான் மீண்டும் என் வண்டியில் ஏறிக் கொண்டு, மேற்கொண்டு எந்த விதமான சித்து விளையாட்டுக்களிலும் ஈடுபடாமல், நேராக வண்டியை திராஸ்தோவ்ஸ்கி காட்டுக்கு விரட்டினேன். ஜூகவ்காவிலுள்ள மக்கள் பின்னர் அங்கு என்ன நடந்ததென்பதை எங்களுக்குச் சொன்னார்கள். 'ஜெர்மானியர்கள் காய்கறித் தோட்டம் வரையிலும் ஓடி வந்து, அதன் வேலிப்புறத்தினருகிலேயே வந்து நின்று கொண்டு, வெற்றி ஆரவாரம் செய்தார்களாம். ஆனால், அந்த வேலிக்கு மறுபுறத்தில் யாருமே இல்லையாம். இந்த வேடிக்கையைக் கண்டு, கிராமத்து ஜனங்கள் வயிறு வெடிக்கச் சிரித்தார்களாம். ஜெர்மானியர்கள் ஜூகவ்காவைக் கைப்பற்றினார்கள். ஆனால் புரட்சிக் கமிட்டியோ, கொரில்லாப் படையோ அங்கிருப்பதாக

அவர்களுக்குத் தெரியவில்லை. என்றாலும் கூட, அவர்கள் அந்தக் கிராமம் போர் நிலையில் இருந்து கொண்டிருப்பதாகப் பிரகடனப்படுத்தினார்கள். ஏராளமான ஆயுத தளவாடங்களுடன் ஒரு ஜெர்மானிய வண்டித் தொடர் ஜூகவ்காவுக்கும் பிரவேசித்து விட்டதாக, இரண்டு நாட்களுக்குப் பின்னர் திராஸ்தோவ்ஸ்கி காட்டுக்குள்ளிருந்த எங்களுக்குச் செய்தி எட்டியது. எங்களுக்கும் ஏராளமான தோட்டாக்கள் தேவையாயிருந்தன. எனவே நாங்கள் கலந்துரையாடலானோம்; எங்கள் பையன்கள் கொண்டிருந்த பேராவலின் படி, நாங்கள் ஜூகவ்காவுக்குச் சென்று, அங்கு வந்துள்ள ஆயுதங்களைக் கைப்பற்றுவது என்று தீர்மானித்தோம். எங்களில் மொத்தமாக சுமார் நூறு பேர் இருந்தோம். அதில் முப்பது பேரை பிரதான சாலையை நோக்கி அனுப்பினோம்; எங்கள் தாக்குதலில் வெற்றியடைந்தால், வாபஸ் வாங்கிச் செல்லும் ஜெர்மானியர் செர்னீகவுக்குச் செல்லாமல் திசை திரும்பிச் செல்லுமாறு செய்யவேண்டியது அந்தக் கோஷ்டியின் பொறுப்பு. மற்றவர்களெல்லாம் அணி அணியாக ஜூகவ்காவை நோக்கிச் சென்றோம். நாங்கள் இருட்டிய பிறகு ஊர்ந்து சென்று, கிராமத்துக்கருகிலுள்ள ரை தானிய வயலில் பதுங்கிப் படுத்துக் கொண்டோம். பின்னர் அமைப்பு எப்படியிருக்கிறது என்று தெரிந்து வர எங்களில் ஏழு பேரை அனுப்பி வைத்தோம்; நிலைமையைப் புரிந்து கொண்டால், இரவில் திடீர்த் தாக்குதல் தொடங்கலாம் என்பது எங்கள் திட்டம். நாங்கள் எந்த விதமான சத்தமும் இல்லாமல் அங்கு பதுங்கிக் கிடந்தோம். புகைபிடித்தல் தடை செய்யப்பட்டிருந்தது. மழைவேறு தூறியது; எங்களுக்கோ தூக்கம் தூக்கமாக வந்தது. தரையோ ஒரே ஈரமாக இருந்தது. விடியும் வரையிலும் நாங்கள் பொறுமையோடு பழியாய்க் காத்திருந்தோம். ஓர் அசைவும் இல்லை. எங்களுக்கு விஷயம் என்னவென்று புரியவில்லை. பெண்கள் தமது கால்நடைகளை ஓட்டிக் கொண்டு வயலை நோக்கிச் செல்வதை நாங்கள் கண்டோம். பின்னர் நாங்கள் அனுப்பிய ஏழு பேரும் மெல்ல

ஊர்ந்து வந்து சேர்ந்தார்கள். நல்ல பிள்ளைகள்! அவர்கள் கிராமத்தினருகேயுள்ள ஆலைக்கு அருகில் சென்று, அங்கே சிறிது நேரம் ஓய்வுக்காகப் படுத்தார்களாம். படுத்தவர்கள் இரவு முடிவதும் தூங்கிப் போய் விட்டார்களாம். கிராமத்துப் பெண்கள் அவர்கள் மீது ஆடுமாடுகளை ஓட்டிக் கொண்டு வந்த சமயத்தில் தான் அவர்கள் விழித்தார்களாம். எனவே இனிமேல் நாங்கள் தாக்குதலைத் தொடங்குவது என்பது சாத்தியமில்லாது போய்விட்டது. எங்களுக்கு ஒரே கோபம் தான். எங்கள் ஆத்திரத்தை அடக்க முடியவில்லை. நாங்கள் அவர்களை ராணுவ விசாரணை செய்து, அவர்கள் அத்தனை பேரையும் சுட்டுத் தள்ளி விடுவது என்று ஏகமன தாகத் தீர்மானித்தோம். அவர்களோ குய்யோ முறையோ என்று கத்தினார்கள்; அழுதார்கள்; கருணை காட்டச் சொன்னார்கள்; தங்கள் குற்றத்தை ஒளிவு மறைவின்றி ஒப்புக் கொண்டார்கள். அவர்கள் எல்லோரும் இளைஞர்கள்; மேலும் அது அவர்கள் செய்த முதல் தவறு தான். எனவே நாங்கள் அவர்களை மன்னிக்கத் தீர்மானித்தோம். என்றாலும் அடுத்து வரும் சண்டையிலேயே அவர்கள் தாம் செய்த பிழைக்குச் சரியானபடி ஈடுகட்டிவிட வேண்டும் என்று சொன்னோம்.”

“மன்னிப்பதும் சில சமயங்களில் நல்லதுதான்” என்றான் அந்த ராணுவ வீரன்.

“ஆமாம். எனவே நாங்கள் மீண்டும் எங்கள் திட்டங்களை விவாதித்தோம். அன்றிரவில் நாங்கள் ஜூகவ்காவைத் தாக்கிக் கைப்பற்றாததால், அந்தக் காரியத்தைப் பகலில் செய்யத் தீர்மானித்தோம். அது சுபலமான காரியம் அல்ல. அது எத்தகைய பயங்கரமான காரியம் என்பதையும் எங்கள் இளைஞர்கள் உணர்ந்தார்கள். நாங்கள் பரவலாகப் பிரிந்து, எந்த நிமிஷமும் எங்கள் மீது குண்டு வீச்சு நடக்கக் கூடும் என்பதையும் எதிர்பார்த்து, படுத்து ஊர்ந்து செல்லாமல், முழங்கால்களையும் கைகளையும் ஊன்றி வெகுவேகமாக முன்னேறினோம்...” – பரணிலிருந்து கடகடத்த சிரிப்பொலி கேட்டது.

"ஆனால் ஜெர்மானியருக்குப் பதிலாக, எங்களுக்கு எதிரே கூடைகளைச் சுமந்து வரும் பெண்கள்தான் எதிர்ப்பட்டார்கள். அன்று ஞாயிற்றுக்கிழமை. எனவே அவர்கள் இலந்தைப் பழம் பொறுக்கக் கிளம்பிவிட்டார்கள். அவர்கள் எங்களைப் பார்த்துச் சிரிக்கத் தொடங்கினார்கள். 'நீங்கள் தாமதமாக வந்து விட்டீர்கள். ஜெர்மானியர்களின் தளவாட வண்டிகள் இரண்டு மணி நேரத்துக்கு முன்னர்தான் குலி கோவாவுக்குச் செல்லும் பாதையில் போய் மறைந்தன' என்றார்கள் அவர்கள். பிறகு நாங்கள் எல்லோரும் செத்து மடிந்தாலும் பரவாயில்லை என்று கருதி, ஜெர்மானியரைத் துரத்தியடிப்பதாக ஏகமனதாகத் தீர்மானித்தோம். எங்களுக்கு நாங்களே குழி தோண்டிக் கொள்வதற்காக நாங்கள் எங்களுடன் அலவாங்குகளையும் எடுத்துக் கொண்டோம். அந்தப் பெண்கள் எங்களுக்கு அப்பங்களையும் பணியாரங்களையும் தந்தார்கள். பின்னர் நாங்கள் புறப்பட்டுச் சென்றோம். ஒரு பெரிய கூட்டம் - கிட்டத்தட்ட ஒரு படையென்றே சொல்லலாம் - அவ்வளவு பேரும் என்னதான் நடக்கிற தென்று நாமும் பார்ப்போமே என்று எண்ணி எங்களின் பின்னால் வந்து கொண்டிருந்தார்கள். நாங்கள் செய்தது இதுதான். அவர்கள் ஆண் பெண் அத்தனை பேரின் கையிலும் தடிகளைக் கொடுத்தோம். ஒவ்வொருவருக்கும் இடையே இருபதடி இடைவெளி விட்டு அவர்களை இரண்டு பிரிவாகப் போகச் செய்தோம். ஒருவன் கையில் தடி என்றால் இன்னொருவன் கையில் துப்பாக்கி என்று கொடுத்து, முன்னே மண் வெட்டி போகச் சொன்னோம். இவ்வாறாக, எங்கள் படை மூன்று மைல் தூரத்துக்கு இருந்தது. நான் பதினைந்து பேரை பொறுக்கி எடுத்தேன். அதில் அந்த ஏழு இளைஞர்களும் இருந்தார்கள். அத்துடன் எங்களுடன் வந்து சேர்ந்து கொண்ட இரண்டு அதிகாரிகளும் இருந்தார்கள். அவர்கள் இருவரும் எதிர்ப்புரட்சிக்காரர்கள் தான். என்றாலும் அவர்களது உயிரைக் காப்பாற்றிக் கொள்ள வேண்டுமென்றால், எங்கள் நம்பிக்கையைப் பெறும் விதத்தில் அவர்கள் நடந்து கொள்ள வேண்டும் என்று நாங்கள் எச்சரித்திருந்தோம். இந்தக் கோஷ்டி

அந்தத் தளவாட வண்டிகள் சென்ற பாதையில் முன்னே சென்றது. பிறகு சண்டை தொடங்கியது. தொடர்ந்து நடந்தது; ஒரு நாளல்ல; இரண்டு நாட்களல்ல; பல நாள் நடந்தது.." அவன் மேலும் பேச விரும்பவில்லை என்பதைக் கையால் காட்டிக் கொண்டான்.

"அது எப்படி?" என்று கேட்டான் அந்த ராணுவ வீரன். "இப்படித்தான்... எங்கள் கோஷ்டி அந்தப் படையினரை முன்னே போக விட்டு விட்டு, பின்னே வந்து கொண்டிருந்த வண்டிகளின் மீது பாய்ந்தது. நாங்கள் கிட்டத் தட்ட இருபது வண்டிகளைத் தளவாடங்களுடன் கைப்பற்றி விட்டோம். நாங்கள் எங்கள் பைகள் கொள்ளுமட்டும் தோட்டாக்களைச் செலுத்தி அடைத்தோம். வசதி கிடைத்தவர்கள் சகலரின் கையிலும் துப்பாக்கிகளைத் தூக்கிக் கொடுத்து, தாக்குதலைத் தொடர்ந்து நடத்தினோம். நாங்கள் என்னவோ, அந்தப் படையைச் சூழ்ந்து கொண்டதாகத்தான் நினைத்தோம். ஆனால் உண்மையில் எங்களைத்தான் அவர்கள் சுற்றி வளைத்துக் கொண்டார்கள். அவர்கள் மூன்று பாதைகளின் வழியாகவும் தங்கள் படைகள் அனைத்தையும் கொண்டு வந்து எங்களை நெருக்கினார்கள்... நாங்கள் சின்னஞ் சிறு கும்பல்களாகப் பிரிந்து, குழிகளில் பதுங்கிக் கொண்டோம். ஜெர்மானியர்கள் பெரிய தாக்குதலுக்கான வழி முறைகளோடு எங்கள் மீது போர் தொடுத்தது எங்கள் அதிருஷ்டம் தான் என்று சொல்ல வேண்டும். இல்லாவிட்டால் எங்களில் யாருமே உயிருடன் திரும்பியிருக்க மாட்டோம். பத்து கொரில்லாப் படைவீரர்களும் நானும் தான் உயிர் தப்பினோம். நாங்கள் தோட்டாக்கள் இருக்கும் வரையில் போரிட்டோம். பிறகு அந்த இடத்தில் நாங்கள் மூச்சு விடக் கூட முடியாது என்று உணர்ந்தோம். தெஸ்னா நதியைக் கடந்து, நடுநிலைமைப் பிரதேசத்துக்கு, ருஷ்யாவுக்குச் சென்று விட முடிவு செய்தோம். நான் என் துப்பாக்கியை ஒளித்து வைத்து விட்டு, நோவ்கரத் - சேவெர்ஸ்கியை நோக்கி யுத்தக் கைதி போல நடித்துக் கொண்டு புறப்பட்டுப் போனேன்..."

"சரி. நீ இப்போது எங்கே போய் கொண்டிருக்கிறாய்?"

"மாஸ்கோவுக்கு. மேற்கொண்டு உத்தரவுகளைப் பெற்று வரத்தான்."

பியாவ்கா கிராமாந்திர வாழ்க்கையைப் பற்றியும் கொரில்லாப் படைகளைப் பற்றியும் மேலும் எவ்வளவோ விவரங்களைக் கூறினான். "நாங்கள் ஒரு தொல்லையிலிருந்து இன்னொரு தொல்லைக்கு ஆளாகிக் கொண்டேயிருக்கிறோம். விவசாயி என்பவன் ஓநாய் மாதிரிதான் வாழ வேண்டியிருக்கிறது. எந்த நேரமும் அவன் பாயத் தயாராயிருக்க வேண்டும்." பியாவ்காவுக்குச் சொந்த ஊர் நேஷின். அங்குள்ள சர்க்கரை ஆலைகளில் தான் அவன் வேலை பார்த்தான். கெரென் ஸ்கியின் ஆட்சிக்காலத்தில் நடந்த தோல்விக்குள்ளான ஜூன் மாதத்துத் தாக்குதலின் போதுதான்[9] அவன் தனது கண்களில் ஒன்றை இழந்தான். "கெரென்ஸ்கிதான் என் கண்ணைக் குத்தி விட்டார்." என்றான் அவன். அப்போது தான் பதுங்கு குழிகளில் தங்கியிருந்த காலத்தில் அவன் முதன் முதலில் கம்யூனிஸ்டுகளைச் சந்தித்தான். அவன் நேஷின் சோவியத்திலே ஓர் அங்கத்தினன். அத்துடன் புரட்சிக் கமிட்டியிலும் அவன் அங்கம் வகித்தான். கொரில்லா இயக்கத்தின் ரகசிய ஸ்தாபனத்திலும் அவன் பங்கெடுத்திருக்கிறான்.

அவனது கதை தாஷாவின் உள்ளத்தை நெகிழச் செய்தது. அந்தக் கதைக்குப் பின்னாலுள்ள உண்மை நம்பக் கூடியதாகவும் இருந்தது. மற்றப் பிரயாணிகளும் அப்படித்தான் உணர்ந்தார்கள்; எனவேதான் அவன்

---

9. ஜூன் மாதத் தாக்குதல் - 1917ம் ஆண்டு ஜூன் மாதம் 18ம் தேதியன்று, கெரென்ஸ்கியைப் பிரதம மந்திரியாகக் கொண்டிருந்த தாற்காலிக அரசாங்கம், ஆங்கிலேய பிரஞ்சு ஏகாதிபத்தியவாதிகளின் ஆலோசனையின் பேரில், (போர் முனையில் இருந்த ராணுவ வீரர்களை மீண்டும் ஒரு தாக்குதல் நடத்துமாறு உத்தரவிட்டது; புரட்சிக்கு முற்றுப் புள்ளி வைப்பதற்கு அந்தத் தாக்குதலொன்றே வழி என்று நம்பியது. - (மொ -ர்.)

கூறியதையெல்லாம் அவர்கள் கவனமாகக் கேட்டார்கள்.

அன்றையப் பகல் பொழுதும், இரவுப் பொழுதும் மிகவும் களைப்பையும் ஆயாசத்தையும் தந்தன. தாஷா தன் கால்களை ஆசனத்துக்குள் இழுத்தவாறு, கண்களை மூடிச் சிந்தனையில் ஈடுபட்டாள்; தனக்கு மனச் சோர்வு உண்டாகும் அளவுக்கு, தலைவலி தோன்றும் அளவுக்குச் சிந்தித்தாள். அவள் முன் இரண்டு உண்மைகள் தென்பட்டன. ஒன்று: அந்த ரயிலிலே குறட்டை விட்டுத் தூங்கும் களைத்துச் சோர்ந்த கள்ளமில்லாத முகங்கள் கொண்ட அந்தப் பெண்களும், அந்த ராணுவ வீரர்களும், அந்த ஒற்றைக் கண்ணனும் தெரிவித்த நம்பத் தகுந்த உண்மை. மற்றொன்று: குலீச்செக் அவளிடம் பெருமையடித்துக்கொண்ட உண்மை. என்றாலும் உலகில் இரண்டு உண்மைகள் இருக்க முடியாதே! இரண்டில் ஒன்றுதானே உண்மையாக இருக்க முடியும். இரண்டில் ஒன்று படுமோசமான தவறாக அல்லவா இருக்க வேண்டும்.

ரயில் மாஸ்கோ நகருக்கு மத்தியான வேளையிலே போய்ச் சேர்ந்தது. அவள் அங்கு ஒரு பழைய காலத்து ஜட்கா வண்டி யில் ஏறிக் கொண்டாள். அந்த வண்டி மியாஸ்னித்ஸ்கயா தெரு வழியாக கடகடத்து ஓடியது. அந்தத் தெருவெல்லாம் ஒரே குப்பையும் கூளமுமாக சிதைந்த சுவர்களுடன் இருந்தன. காலியாகக் கிடந்த கடைகளின் ஜன்னல்களின் மீது சேறு வாரி அடிக்கப்பட்டிருந்தது. வெறிச்சோடியிருந்த நகரம் தாஷாவுக்கு ஆச்சரியத்தை ஏற்படுத்தியது. அவளுக்கு அந்த நகரத்தைப் பற்றிய பழைய நிகழ்ச்சிகள் நினைவுக்கு வந்தன. அந்தக் காலத்திலே பனி படிந்திருக்கும் அந்தத் தெருக்களிலே கொடிகளை ஏந்திக் கொண்டும் பாடிக் கொண் டும் ஏராளமான மனிதர்கள் சென்றார்கள்; ரத்தம் சிந்தாத புரட்சியைப் பற்றி ஒருவருக்கொருவர் பாராட்டினார்கள்.

லுப்யான்ஸ்கயா சதுக்கத்தில், காற்றில் புழுதிப்படலம் மேலோங்கிச் சுழன்றது. இடைவாரை மாட்டாதபடி

சட்டைகள் அணிந்தும், சட்டைக்காலரைத் திறந்து விட்டுக் கொண்டும் அந்தச் சதுக்கத்தின் குறுக்கே இரண்டு ராணுவ வீரர்கள் நடந்து சென்றார்கள். வெல்வெட் சட்டையணிந்த நீண்ட முகமும் ஓடிசலான உடம்பும் கொண்ட ஒரு மனிதன் தாஷாவை நோட்டமிட்டான். அவன் வண்டிக்குப் பின்னாலும் கூட ஓடிவந்தான்; என்றாலும் புழுதிப் புயலில் சிக்கிக் கண் தெரியாமல் அங்கேயே நின்று விட்டான். மெத்ரா போல் ஹோட்டலில் துப்பாக்கிச் சன்னங்களால் பதிக்கப் பட்ட விலாசம் தெரிந்தது. அங்கும் கூட, புழுதிப்படலம் சுழன்றது. குப்பைகள் கொட்டப்பட்டிருந்த அந்தச் சதுக்கத்தின் மத்தியில் யாரோ ஒருவன் ஏதோ ஒரு காரணத்துக்காக நட்டுப் பயிராக்கியிருந்த வண்ண ஜாலம் மிகுந்த பூப் பாத்திகள் தென்பட்டன; அதைப் பார்க்கும் போது இனந் தெரியாத வியப்பு ஏற்பட்டது.

திவேர்ஸ்கயா தெருவில் தான் ஓரளவு சுறுசுறுப்பு தென் பட்டது; அங்கு சில கடைகள் திறந்திருந்தன. மாஸ்கோ சோவியத் காரியாலயத்தின் முன்பு மரத்தாலான ஒரு பெரிய சதுரமான பீடம் தென்பட்டது; அது சிவப்புத் துணியால் சுற்றிக் கட்டப்பட்டிருந்தது. அதே இடத்தில் முன்பு ஜெனெரல் ஸ்கோபெலிவின் நினைவுச் சின்னம் நிறுவப்பட்டிருந்தது. தாஷாவுக்கு அதில் ஏதோ பயங்கரம் மறைந்திருப்பதாகத் தோன்றியது. அந்த வண்டிக்காரக் கிழவன் தனது சாட்டையின் கைப்பிடியால் அதனைச் சுட்டிக் காட்டியவாறு சொன்னான்.

“அவர்கள் அந்த வீரனின் சிலையை இழுத்துத் தள்ளி விட்டார்கள். நான் மாஸ்கோவில் எவ்வளவோ வருஷங்களாக வண்டியோட்டுகிறேன். இத்தனை காலமும் அந்தச் சிலை அங்குதான் இருந்தது. ஆனால் இப்போதுள்ள அரசாங்கத்துக்கு அவரைப் பிடிக்கவில்லை. இந்தக் காலத்திலே மனிதன் எப்படித்தான் உயிர் வாழ்வதோ தெரியவில்லை. வெறுமனே படுத்துறங்கி, அப்படியே செத்துப் போய் விடலாம் போலிருக்கிறது. ஒரு பூடு வைக்கோல் விலை இருநூறு ரூபிள் இப்போது!

பெரிய வீட்டுக்காரர்கள் எல்லாம் ஓடி விட்டார்கள். இப்போது தோழர்களைத் தவிர வேறு யாருமே இங்கு இல்லை. அவர்களில் கூட பெரும்பாலோர் நடந்தேதான் போகிறார்கள். வண்டியிலும் ஏறுவதில்லை... நல்ல அரசாங்கம்! அரசாங்கம்!" அவன் தன் கடிவாளத்தை வெட்டி இழுத்தான். "நமக்கு ஒரு அரசன் மட்டும் இருந்து விட்டால்...."

ஸ்திராஸ்த்னயா சதுக்கத்துக்குள் பிரவேசிப்பதற்குச் சிறிதே முன்பு, இடது புறத்தில் 'போம் கபே' என்ற ஹோட்டலின் இரண்டு கண்ணாடி ஜன்னல்களின் வழியாக, உள்ளேயுள்ள மனிதர்கள் தென்பட்டார்கள். அங்கிருந்த சோம்பல் மிகுந்த இளைஞர்களும், சுறுசுறுப்பற்ற யுவதிகளும் சோபாக்களிலே சொகுசாகச் சாய்ந்து கொண்டும், புகைத்துக் கொண்டும், ஏதேதோ பானங்களைப் பருகிக் கொண்டும் இருந்தார்கள். நீண்ட தலைமயிரும், மழுமழுப்பான முகமும், வாயிலே புகைக்குழாயும் கொண்ட ஒரு மனிதன் அதன் திறந்து கிடந்த வாசல் நடையில் நின்று, கதவின் கைப்பிடி மேல் சாய்ந்து கொண்டிருந்தான். தாஷாவைக் கண்டதும் அவன் முகத்தில் ஏதோ வியப்புக் குறி தோன்றியது; அவன் தன் புகைக்குழாயை வாயிலிருந்து எடுத்தான். ஆனால் அதற்குள் தாஷாவின் வண்டி அவனைக் கடந்து சென்று விட்டது. இதோ ஸ்திராஸ்த்னாய் சாமியார் மடத்தின் பழுப்பு நிறமான கோபுரம் தென்படுகிறது; அதற்கு எதிரிலுள்ள பீடத்தில் தான் கவிஞர் புஷ்கினின் சிலை இருந்தது. அந்த ஆளுயரச் சிலையின் முழங்கைக்குக் கீழே ஒரு கம்பின் உச்சியில் ஒரு கந்தல் துணி ஒட்டிக் கொண்டிருந்தது; புரட்சி உத்வேகம் கரை புரண்டோடிய காலத்திலே அங்கு ஏற்றி வைக்கப்பட்ட கொடியின் மிச்சம் அது. அந்தச் சிலைக்குக் கீழுள்ள கற்கள் பரவப்பட்ட மேடை மீது மெலிந்த குழந்தைகள் விளையாடிக் கொண்டிருந்தார்கள். அங்கு கிடந்த ஒரு பெஞ்சின் மீது மூக்குக் கண்ணாடியணிந்த ஒரு மாது அமர்ந்திருந்தாள். அவள் அணிந்திருந்த தொப்பி, கைகளைப் பின்னால் சேர்த்துக் கொண்டு நின்ற புஷ்கினின் கையில் தென்படும் தொப்பியைப் போலவே இருந்தது.

திவேர்ஸ்காய் மரச் சாலைக்கு மேலே சிதறலாக மேகப் படலங்கள் மிதந்து சென்றன. ராணுவ வீரர்களைச் சுமந்து செல்லும் ஒரு மோட்டார் லாரி இடிமுழக்கம் செய்தது போல் கடகடத்துச் சென்றது. அந்த லாரியைக் காட்டித் தலையை அசைத்தவாறே வண்டியோட்டி பேசினான்: "அவர்கள் கொள்ளையடிக்கத்தான் செல்கிறார்கள். உங்களுக்கு, ஒவ்சியானிக்கவ் என்பவரைத் தெரியுமா? மாஸ்கோவிலேயே அவர் தான் பெரிய லட்சாதிபதி. நேற்று இந்த மாதிரி லாரிகளில் ஏறிக்கொண்டு அவர்கள் அவரது வீட்டுக்குச் சென்றார்கள்; அங்குள்ள எல்லாவற்றையும் காலி செய்து எடுத்துக் கொண்டு சென்று விட்டார்கள். ஒவ்சியானிக்கவ் வெறுமனே தலையையாட்டி விட்டு வெளியே நடந்து விட்டார். அவர் கண்போன போக்கிலே போய்விட்டார். ஜனங்கள் கடவுளை அடியோடு மறந்து விட்டார்கள்- வயதில் மூத்தவர்கள் அப்படித்தான் சொல்கிறார்கள்."

அந்த மரச்சாலையின் கோடியிலே ககாரின் வீட்டின் இடிபாடுகள் கண்ணில் தென்பட்டன. சட்டைக் கைகளைத் திரைத்து விட்டுக் கொண்டிருந்த ஒரு மனிதன் ஒரு சுவரின் மீது ஏறி நின்று கொண்டு, செங்கற்களைக் கடப்பாரையால் பெயர்த்து, அவற்றைத் தரையில் எறிந்து கொண்டிருந்தான். அதற்கு இடது புறத்தில் எரிந்து இடிந்து போன ஒரு பெரிய வீட்டின் இடிபாடுகள் தென்பட்டன; சுவர்களிலே யிருந்த ஜன்னல் ஓட்டைகளின் மூலம் அந்த இடிந்த வீடு வெளிறிய நீல வானத்தை ஏறிட்டுப் பார்ப்பது போல் தோன்றியது. அந்த வட்டாரத்திலுள்ள வீடுகள் பலவற்றிலும் துப்பாக்கிக் குண்டுகள் துளைத்த அடையாளங்கள் சல்லடை போலத் தென்பட்டன. ஒன்றரை வருஷங்களுக்கு முன்னர் தான் தாஷாவும் காத்யாவும் அதே நடைபாதை வழியாக அவசர அவசரமாக நடந்து சென்றார்கள். அப்போது அவர்கள் ஆட்டுக் கம்பளிச் சால்வைகளைத் தலை மீது போர்த்தியிருந்தார்கள். அவர்களது காலடியில் பனிக்கட்டிகள் நொறுங்கின; நட்சத்திரங்கள் ஆங்காங்கே தென்பட்ட பனி நீர்த் தேக்கங்களிலே பிரதிபலித்தன. அவர்கள் இருவரும்

வக்கீல்கள் சங்கத்தில் நடைபெறவிருக்கும் கூட்டத்துக்கு அவசர அவசரமாகச் சென்றார்கள். பீட்டர்ஸ்பர்கில் வெடித்து விட்டதாகச் சொல்லப்பட்ட புரட்சியைப் பற்றிய வதந்திகளைக் குறித்து நடந்த விசேடக் கூட்டம் அது. அப்போது நிலவிய குளிரான இனிய வசந்தச் சூழ்நிலையில் இதயமே போதை கொண்டது.

தாஷா தன் தலையை அசைத்தாள்: "நான் இனிமேல் அதையெல்லாம் நினைக்க மாட்டேன். அதெல்லாம் கடந்த விஷயம்; முடிந்த விஷயம்..."

வண்டி அர்பாத் தெருவுக்குள் புகுந்து இடது புறத்திலிருந்த பக்கத்துச் சந்தொன்றில் திரும்பியது. தாஷாவின் இதயம் அப்போது படபடவென்று அலறித் துடித்தது; அந்தத் துடிப்பில் அவளுக்குத் தலையே கிறுகிறுத்துச் சுழன்றது. அந்தத் தெருவிலுள்ள வெள்ளையான, முன் மாடத்துடன் கூடிய இரண்டடுக்கு வீட்டில் தான் 1915ம் ஆண்டுக்குப் பின்னர் அவள் தன் அக்காள் காத்யாவுடனும், அவள் கணவர் நிகலாய் இவானவிச்சுடனும் வசித்து வந்தாள். ஜெர்மானியரின் யுத்தக் கைதிகள் முகாமிலிருந்து தப்பியதும், தெலேகினும் அந்த வீட்டுக்குத் தான் வந்து சேர்ந்தான். அதே வீட்டில் தான் காத்யாவும் ரோஷினைச் சந்தித்தாள். சுவரின் வர்ணப்பூச்சு பொரிந்து உதிர்ந்து கொண்டிருக்கும் அதோ அந்த வீட்டின் வாசல் வழியாகத்தான் தாஷா தனது திருமண நாளன்று வெளியே வந்தாள்; அந்த வாயிலில் தான் சாம்பல் நிறக் குதிரை பூட்டிய, ரப்பர் சக்கரங்கள் கொண்ட ஒரு வண்டியில் தெலேகின் அவளைக் கை கொடுத்து ஏற்றி விட்டான்; பின்னர் அவர்கள் இருவரும் அங்கு நிலவிய வசந்த காலத்தின் சந்தியாகால ஒளி மயக்கத்திலே, நகரத்தின் மங்கிய விளக்கொளிகளின் ஊடே, ஆனந்தத்தை நோக்கிச் சவாரி செய்தார்கள்... இப்போதோ அந்த வீட்டின் உப்பரிகை மாடத்தின் ஜன்னல்கள் உடைந்து போயிருந்தன; அங்கிருந்த தாஷாவின் பழைய அறையின் சுவரில் ஒட்டப்பட்டிருந்த வண்ணக் காகிதம் கிழிந்து தொங்கியது. அதைக் கூட, தாஷாவால் அடையாளம்

காண முடிந்தது. ஒரு காக்கை அந்த ஜன்னலின் வழியாக வெளியே பறந்து சென்றது.

"எந்தப் பக்கம்? இடது புறமா? வலது புறமா?" என்று கேட்டான் வண்டிக்காரக் கிழவன்.

தாஷா தனது கையிலிருந்த துண்டுக் காகிதத்தைப் பார்த்து, அவனுக்குப் பதில் சொன்னாள். அந்த வண்டி ஓர் உயரமான வீட்டின் முன்னால் சென்று நின்றது. அதன் முன்புறக் கதவு பலகைகளால் அடைக்கப்பட்டிருந்தது. யாரிடமும் எதுவும் பேசவோ கேட்கவோ கூடாது என்பதுதான் தாஷாவுக்கு கொடுக்கப்பட்டிருந்த எச்சரிக்கை. எனவே அந்த வீட்டின் பின்வாசலைக் கண்டு பிடித்து, மாடிப்படிகளிலே ஏறி, அங்குமிங்கும் திரிந்து, அவள் நாடி வந்த 'ஜாகை நம்பர் 112' எங்கிருக்கிறது என்று கண்டுபிடிப்பதற்குள் அவளுக்குப் பெரும்பாடாய் விட்டது. அவள் நடந்து செல்லும் சத்தத்தைக் கேட்டு, ஏதாவதொரு கதவு லேசாகத்திறக்கும்; மீண்டும் மூடிக் கொள்ளும். அந்த வீட்டின் ஒவ்வொரு கதவுக்குப் பின்னும் ஆட்கள் இருப்பதாகவும், அவர்கள் அங்கு வருவோர் போகிறவர்களைப் பார்த்து, ஆபத்தா, இல்லையா என்று குடியிருப்போருக்குத் தெரிவிக்கக்காத் திருப்பதாகவும் தோன்றியது.

ஐந்தாவது மாடியில் உள்ள கதவை தாஷா தனக்குச் சொல்லிக் கொடுத்திருந்தபடியே, முதலில் மூன்று முறை தட்டினாள்; பிறகு ஒருமுறை தட்டினாள். அடிமேல் அடி வைத்து நடந்து வரும் காலடியோசை கேட்டது. மூச்சுக்கூட விடாமல் யாரோ ஒருவர் சாவித் துவாரத்தின் வழியாக தாஷாவைப் பார்த்தார்கள். பின்னர் ஓர் உயரமான, வயதான மாது கதவைத் திறந்தாள். அவள் துலக்கமான நீல நிறத்தையுடைய பிதுங்கிக் கொண்டிருக்கும் பயங்கரமான கண்களைக் கொண்டிருந்தாள். தாஷா ஒன்றும் பேசாமல் தன்னிடமிருந்த முக்கோண வடிவமான அட்டைத் துண்டை எடுத்து நீட்டினாள். அதைக் கண்டதும் அந்தப் பெண் சொன்னாள்:

“ஓ! பீட்டர்ஸ்பர்கிலிருந்தா? தயவு செய்து உள்ளே வாருங்கள்.”

தாஷா ஒரு சமையற் கட்டின் வழியாகச் சென்றாள். அங்கு வெகுகாலமாக எதுவுமே சமைக்கப்பட்டதாகத் தெரியவில்லை. பின்னர் பெரிய திரைகளிடப்பட்டிருந்த ஓர் அறைக்குள் அவள் பிரவேசித்தாள். அந்த அரைகுறை இருள் நிலவிய அறையில் அருமையான தளவாடங்கள் கிடப்பது தெரிந்தது; பித்தளைத் தகட்டின் ஒளியும் ஆங்காங்கே பிரதிபலித்தது. எனினும் அந்த அறையும் உபயோகத்திலிருந்ததாகத் தெரியவில்லை. அந்தப் பெண் தாஷாவை ஒரு சோபாவின் மீது அமரச் சொன்னாள்; பின்னர் தானும் அவளருகில் வந்து அமர்ந்தவாறு தனது அகன்று விரிந்த பயங்கரமான கண்களால் தாஷாவைப் பார்த்தாள்.

“பேசுங்கள்!” என்று கரகரத்த அதிகாரத் தொனியில் பேசினாள் அவள்.

தாஷா தனது சிந்தனையையெல்லாம் ஒன்று திரட்டிக் கொண்டு, குலீச்செக் அவள் மூலமாகச் சொல்லியனுப்பிய அந்த உற்சாகமளிக்காத செய்தியை ஒன்றும் விடாமல் சொல்லி முடித்தாள். அந்தப் பெண் ஏராளமான மோதிரங்கள் அணியப் பெற்ற தனது கைகளை முழங்கால்களின் மீது பிணைத்துக் கட்டிக் கொண்டாள்; தன் விரல்களை இழுத்துச் சொடுக்கு விட்டுக் கொண்டாள்.

“அப்படியென்றால் பெத்ரொகிராதில் உள்ளவர்களுக்கு ஒரு செய்தியுமே தெரியாது போலிருக்கிறதே!” என்று அவள் இடையே குறுக்கிட்டாள். அப்போது அவளது ஆழ்ந்த குரல் உணர்ச்சி வேகத்தினால் நடுங்கியது. “இங்கு நேற்று இரவு தான் கர்னல் சீதரவின் வீட்டைச் சோதனை போட்டார்கள். வெளியேற்றத்துக்கான திட்டமும், ஒருசில ராணுவப் பட்டியலும் அவர்கள் கையில் கிட்டின. இன்று காலையிலே விலேன்கின் கூடக் கைதாகி விட்டார். இவையெல்லாம் உங்களுக்கும் தெரியாதல்லவா?”

அவள் சட்டென்று நிமிர்ந்தவளாய், சோபாவிலிருந்து துள்ளியெழுந்தாள். கதவில் தென்பட்ட திரையை இழுத்து விட்டு, தாஷாவை நோக்கித் திரும்பினாள்.

"இந்த வழியாக வாருங்கள். இங்குள்ள ஒருவரை நீங்கள் சந்திக்க வேண்டும்."

"சங்கேத வார்த்தை?"

ஜன்னலோரத்தில் முதுகைக் காட்டிக் கொண்டிருந்த ஒரு மனிதனின் வாயிலிருந்து கடுமையாக வெளிவந்தது இந்த வார்த்தை. தாஷா தன்னிடமிருந்து முக்கோண அட்டையை நீட்டினாள். "இதை யார் கொடுத்தது?" தாஷா அதனை விளக்க முயன்றாள். "சுருக்கமாகச் சொல்!"

அந்த மனிதன் தன் இடது கையிலிருந்த ஒரு கைக்குட்டையைத் தன் வாயருகே தன் கறுத்திருந்த முகத்தை மூடி மறைத்துக் கொள்வது போல் வைத்திருந்தான். அவன் மஞ்சள் மேவிய கண் ஓரத்தினால் தாஷாவைப் பொறுமையற்றுப் பார்த்தான். பின்னர் மீண்டும் அவன் அவளிடம் குறுக்கிட்டான்:

"இந்த ஸ்தாபனத்தில் சேர்வதன் மூலம் நீங்கள் உங்களின் உயிரையே பேராபத்துக்கு ஆளாக்கிக் கொள்கிறீர்கள் என்ற விஷயம் உங்களுக்கு தெரியுமா?"

"நான் தனியாள்; சுதந்திரமானவள்" என்றாள் தாஷா. "எனக்கு ஸ்தாபனத்தைப் பற்றி மொத்தத்தில் ஒன்றுமே தெரியாது. குலீச்செக்தான் என்னை இங்கு அனுப்பி வைத்தார். என்னால் சும்மா செயலிழந்து இருக்க முடியவில்லை. நான் எந்த வேலைக்கும் பயப்படவில்லை என்பதை மட்டும் நிச்சயமாகக் கூறுவேன்."

"உங்களைப் பார்த்தால் ஒரு குழந்தை மாதிரியல்லவா இருக்கிறது!" இந்த வார்த்தைகள் அதே கரகரப்புடன் வெளிவந்தன. ஆனால் தாஷாவின் புருவங்கள் சட்டென்று வியப்புடன் மேலேறின.

"எனக்கு இருபத்து நாலு வயதாகிறது."

"உங்களுக்கு கல்யாணமாகி விட்டதா?" (தாஷா இதற்குப் பதில் சொல்லவில்லை.) "இந்தச் சந்தர்ப்பத்தில் இது ஒரு முக்கியமான விஷயம்" என்றான் அவன். (தாஷா ஆமாம் என்கிற பாவனையில் தலையசைத்தாள்.) "நீங்கள் உங்களைப் பற்றி விவரங்கள் எதையும் என்னிடம் தெரிவிக்க வேண்டியதில்லை. நான் உங்களைப் புரிந்து கொண்டு விட்டேன். உங்களை நான் நம்புகிறேன். ஏன், நான் சொல்வது உங்களுக்கு வியப்பாக இருக்கிறதா?"

தாஷா வெறுமனே விழித்தாள். அந்த மனிதனின் தன்னம்பிக்கை மிகுந்த வார்த்தைகள், அதிகாரத்தொனி, உணர்ச்சியற்ற கண்கள் முதலியன தாஷாவின் ஊசலாடும் மனத்தை ஒரே கணத்தில் வென்று, அவளை உறுதிபெறச் செய்தன. டாக்டர் ஒருவர் நோயாளியின் படுக்கையருகே வந்தமர்ந்து, தமது மூக்குக் கண்ணாடி பளபளக்க "அம்மா! இனி நீங்கள் இன்னின்ன செய்யப் போகிறீர்கள்..." என்று கூறும்போது நோயாளிக்கு ஏற்படும் நிவர்த்தியுணர்வைப் போன்ற ஓர் உணர்ச்சியை அவள் பெற்றாள்.

முகத்தில் கைக்குட்டையை வைத்து மறைத்திருந்த அந்த மனிதனை தாஷா கவனமாகப் பார்த்தாள். அந்த மனிதன் அதிக உயரமில்லாதவனாகவும், மிருதுவான தொப்பியும் அருமையாகத் தைக்கப் பெற்ற காக்கிக் கோட்டும், தோலாலான கால்பட்டிகளும் கொண்டிருந்தான். அவனது நடையுடை பாவனைகள் முதலியன வெளிநாட்டானைப் போன்றதாக இருந்தாலும், அவன் பீட்டர்ஸ்பர்க் வழக்கு மொழியை நன்கு பேசினான். அவனது குரல் என்னவோ மாதிரி உள்ளடங்கி உயிரற்று ஒலித்தது.

"நீங்கள் எங்கு தங்கியிருக்கிறீர்கள்?"

"எங்குமில்லை - ரயில் நிலையத்திலிருந்து நான் நேராக இங்கு தான் வருகிறேன்."

"நல்லது. நீங்கள் இப்போது நேராக திவேர்ஸ்கயா தெருவிலுள்ள 'போம் கபே' என்ற ஹோட்டலுக்குப்

போங்கள். போய் ஏதாவது வாங்கிச் சாப்பிட்டுக் கொண்டிருங்கள். பிறகு ஒரு மனிதன் உங்களைத் தேடி வருவான். அவன் தன் ‘டை’யில் மண்டையோட்டுச் சின்னம் கொண்ட ஊசியைக் குத்தியிருப்பான். அதைக் கொண்டு நீங்கள் அவனை அடையாளம் கண்டு கொள்ளலாம். அவன் உங்களிடம் வந்து சங்கேத வார்த்தையைச் சொல்வான். ‘உங்கள் பணியில் கடவுள் அருள் செய்வார்’ என்பது தான் சங்கேத மொழி. அதன் பின் நீங்கள் அவனிடம் இதைக் காட்டுங்கள்” (அந்த மனிதன் அந்த முக்கோண வடிவமான அட்டையை இரண்டாகக் கிழித்து ஒரு பாதியை தாஷாவிடம் கொடுத்தான்.) “நீங்கள் இதைக் காட்டும் போது யாரும் அதைப் பார்த்து விடக் கூடாது. ஆமாம். அவன் மேற்கொண்டு சொல்ல வேண்டியதை உங்களிடம் சொல்வான். நீங்கள் அவன் சொல்கிறபடி, எழுத்துக் கெழுத்து அப்படியே நடக்க வேண்டும். சரி. உங்களிடம் பணம் இருக்கிறதா?”

அவன் ஒரு பாக்கெட்டிலிருந்து இரண்டாயிரம் ரூபிள் மதிப்புள்ள ‘டூமா’ நோட்டுக்களை உருவியெடுத்தான்.

“உங்களுக்காகும் செலவுகளையெல்லாம் நாங்கள் கவனித்துக் கொள்கிறோம். நீங்கள் இந்தப் பணத்தை சரிவர அவசர காரியங்களுக்குப் பத்திரமாக வைத்திருங்கள். லஞ்சம் கொடுக்கவோ, தப்பி ஓடவோ இது உங்களுக்கு உதவிகரமாயிருக்கும். உங்களுக்கு எதுவும் நேரக் கூடும். சரி. நீங்கள் போங்கள்... ஆனால் முதலில் - நான் சொன்னதையெல்லாம் நீங்கள் நன்றாகப் புரிந்து கொண்டீர்களா?”

“ஆமாம்” என்று குழறினாள் தாஷா. அந்தப் பணத்தைப் பல மடிப்புக்களாக மடித்து வைத்துக் கொண்டாள்.

“என்னைப் பார்த்ததாக ஒரு வார்த்தை பேசக் கூடாது. இங்கு வந்தது பற்றி யாரிடமும் எதுவும் சொல்லக் கூடாது. சரி. நீங்கள் போகலாம்.”

தாஷா திவேர்ஸ்கயா தெருவுக்கு நடந்தே சென்றாள்.

அவளுக்கு ஒரே களைப்பாகவும் பசியாகவும் இருந்தது. திவேர்ஸ்கி மரச் சாலையில் வரிசையாக நின்ற மரங்களும் முகம் சோர்ந்து காணப்பட்ட பாதசாரிகளும் ஏதோ பனிப் புகை மண்டலத்தில் மிதந்து செல்வது போல் அவளது கண்களுக்குப் பட்டது. என்றாலும் அவள் மனம் சாந்தி பெற்றிருந்தது; செயலற்ற நிலைமையால் ஏற்பட்ட இதய ஆதங்கம் அவளை விட்டுப் பிரிந்து விட்டது. புரிந்துகொள்ள முடியாத பல்வேறு சம்பவங்கள் அவளை ஒரு சூறாவளி போல் தாக்கி, அவளை ஏதோ ஒரு மூர்க்கமான வாழ்க்கையை நோக்கிச் சுழற்றி வாரிச் சென்றன.

சணலால் பின்னப் பெற்ற பாதுகைகளை அணிந்த இரு மாதர்கள் திரையிலே தோன்றி மறையும் நிழலைப் போல் அவளைக் கடந்து சென்றனர். அவர்களில் ஒருத்தி தாஷாவைப் பார்த்தவாறு மெல்லிய குரலில் சொன்னாள்:

"அந்த வெட்கங்கெட்ட பெண்ணைப் பார்த்தாயா? அவளால் நிற்கக் கூட முடியவில்லை."

ஒரு நெட்டையான மாது அடுத்தாற்போல் அவளைக் கடந்து சென்றாள். அவள் தனது நரைத்த தலைமயிரைத் தலையின் உச்சியில் கொண்டையாகச் சுருட்டிக் கட்டியிருந்தாள்; அவளது புடைத்த உதடுகளின் ஓரத்தில் பரிதாபகரமான, பயங்கரமான சுருக்கங்கள் விழுந்திருந்தன. ஒரு காலத்தில் மிகவும் அழகாக இருந்திருக்கக் கூடிய அவளது முதுமை தட்டிய முகத்தில் ஏதோ ஓர் ஆழ்ந்த வியப்புணர்ச்சி ஆழப் பதிந்திருந்தது. அவளது நீண்ட, கரிய பாவாடையில், அந்த நிறத்துக்குச் சிறிதும் ஒத்துவராத ஏதோ ஒரு துணியில் பெரிதாக ஓட்டுப் போடப்பட்டிருந்தது. அவள் தனது சால்வைக்குக் கீழாக நிறையப் புத்தகங்களைச் சுமந்து கொண்டு சென்றாள். அவளது சால் வையின் முனையோ தரையில் பட்டு இழுபட்டுக் கொண்டு வந்தது. அவள் தாஷாவைக் கடந்து செல்லும் போது அவளிடம் ரகசியமான குரலில் பேசினாள்:

“என்னிடம் தடை செய்யப்பட்டுள்ள ரோசனவின் புத்தகங்களும், சலவியோவ் எழுதியுள்ள நூல்கள் அனைத்தும் உள்ளன. உங்களுக்குத் தேவையா?..”

அதற்கு அப்பால் சிறிது தூரத்தில் ஒரு பூங்காவின் பெஞ்சின் மீது மூன்று கிழவர்கள் குனிந்தவாறு அமர்ந் திருப்பதை தாஷா கண்டாள். அந்தப் பெஞ்சைக் கடந்து செல்லும் போது, அந்த பெஞ்சின் மீது இரண்டு செஞ் சேனை வீரர்கள் ஒருவரையொருவர் நெருக்கியமர்ந்தவாறு, வாயைத் திறந்துகொண்டு தூங்குவதை அவள் கண்டாள். அவர்கள் தங்கள் துப்பாக்கிகளை முழங்கால்களுக்கு இடையில் வைத்திருந்தார்கள். அந்தக் கிழவர்களோ அந்தச் செஞ்சேனை வீரர்களை வாய்க்கு வந்தபடி ரகசியமாகத் திட்டிக் கொண்டிருந்தார்கள்.

மரங்களுக்கு அப்பால் வறண்ட உஷ்ணக் காற்று புழுதியைக் கிளப்பி விரட்டியடித்தது. ஒரே ஒரு டிராம் வண்டி மட்டும் போயிற்று. அதன் படிக்கட்டில் ஒன்று முறிந்து தொங்கி, தெருவில் உரசிக் கடகடத்தது. ராணுவ வீரர் கள் அந்த டிராம் வண்டியின் கைப்பிடிகளிலும், பின்புறத் திலுள்ள பிரேக்குகளின் அருகிலும் ஈ மாதிரி மொய்த்துத் தொங்கிக் கொண்டிருந்தார்கள். புரட்சியைப் பற்றிய கவலையே இல்லாத குருவிகள் புஷ்கின் சிலையின் தலை மீது துள்ளி விளையாடிக் கொண்டிருந்தன.

தாஷா திவேர்ஸ்கயா தெருவில் திரும்பினாள். அவளுக்குப் பின்னால் எழுந்த புழுதிப்படலம் கிழிந்த காகிதங்களை அவள் மீது வாரியடித்தது; அவளையும் பழைய கவலையற்ற வாழ்வின் மிச்ச சொச்சமாக விளங்கிய அந்த ‘போம் கபே’ என்ற ஹோட்டலை நோக்கி உந்திப் பிடித்துத் தள்ளிச் சென்றது.

பல்வேறு விதமான இலக்கியக் கண்ணோட்டங்களும் கொண்ட கவிஞர்கள், மாஜிப் பத்திரிகை ஆசிரியர்கள், இலக்கியம் பேசிப் பொழுதைப் போக்குபவர்கள், அமைதியிழந்த காலச் சூழ்நிலைக்கேற்றவாறு தம்மைத் தாமே திறமையாகவும், எளிதாகவும் மாற்றிக் கொண்டு

விட்ட துடிப்பான இளைஞர்கள், அபின், கஞ்சா போன்ற கெடு மருந்துகளாலும், இதயச் சலிப்பினாலும் அலுத்து அயர்ந்து போன இளம் பெண்கள், கற்றுக் குட்டி அராஜகவாதிகள் -- இத்தியாதி நபர்களெல்லாம் அந்த ஹோட்டலில் கூடுவார்கள்; இவர்கள் எல்லாம் காரசாரமான உணர்ச்சி வேகங்களை உத்தேசித்து அங்கு வருவார்கள். சாதாரண ஜனங்களோ அங்கே கிடைக்கக் கூடிய அருமையான கேக்குகளை உத்தேசித்து வருவார்கள்.

தாஷா அந்த ஹோட்டலின் பின்புறத்தில் அங்கிருந்த ஒரு பிரபலமான எழுத்தாளரின் சிலைக்கு அடியில் உள்ள ஓர் ஆசனத்தில் சென்று அமர்ந்தாள். அவள் அமர்ந்தாளோ இல்லையோ அதற்குள் சிகரெட்டுப் புகை மண்டலத்தின் நடுவேயிருந்து ஒரு மனிதன் தன் கைகளை வியப்பினால் அகல விரித்துக் கொண்டு, அவள் அமர்ந்த ஆசனத்துக்கு அருகிலிருந்த ஆசனத்தில் தொப்பென்று உட்கார்ந்தான்; அவன் தனது சொத்தை விழுந்த பற்களைக் காட்டியவாறே கிளுகிளுத்துச் சிரித்தான். அவள் உடனேயே அவனை இனம் கண்டு கொண்டாள். அவன் ஒரு பழைய நண்பன்; அலெக்சான்தர் . ஜீரவ் என்ற கவிஞன்.

"நான் உங்களை லுபியான்காவிலிருந்தே பின்தொடர்ந்து ஓடி வருகிறேன். பார்த்தவுடனேயே நீங்கள் தான் என்று தெரிந்து கொண்டேன், தார்யா திமித்ரியவ்னா! எங்கிருந்து நீங்கள் வந்து சேர்ந்தீர்கள்? நீங்கள் தனியாகவா வந்திருக்கிறீர்கள்? அல்லது உங்கள் கணவனும் இங்கே தானா? என்னை நினைவிருக்கிறதா? ஒரு காலத்தில் நானும் உங்களைக் காதலித்தேன். உங்களுக்கும் அது தெரியுமே. இல்லையா?"

அவனது கண்களில் ஏதோ ஓர் எண்ணெய்ப் பசை மிகுந்த பளபளப்பு தென்பட்டது. அவன் தன் கேள்விகள் எதற்கும் அவளிடமிருந்து பதிலை எதிர்பார்க்கவில்லை என்பதும் தெளிவாகத் தெரிந்தது. எப்போதும் போலவே அவன் இருந்தான் - எப்போதும் அதே உணர்ச்சிப் பரவசத்தின் ஜுர வேக நிலைதான் அவனுக்கு. ஆனால் தேகாரோக்கியமில்லாத அவனது சர்மம் தொங்கு

சதையாக மடியத் தொடங்கி விட்டது; அவனது நீண்ட, மெலிந்த முகத்தில் அவனது உருண்டு புடைத்த வளைந்த மூக்கு முன்னை விடப் பெரிதாகத் தோற்றியது.

“இத்தனை காலமும் நான் என்னென்னவெல்லாம் பார்த்து விட்டேன் என்பதை நீங்கள் தெரிந்தால்?... உங்களால் அதை நம்பவே முடியாது!... நான் மாஸ்கோவுக்கு வந்து ரொம்ப நாட்கள் ஆகவில்லை.... செர்கேய் எசேனின் புரிலூக், கிருச்சோனிக் முதலியோருடன் ‘உருவவாதக்’ கோஷ்டியில் நான் இப்போது இருக்கிறேன். நாங்கள் எல்லாவற்றையுமே தகர்த்தெறிந்து வருகிறோம். நீங்கள் ஸ்திராஸ்த்னாய் சாமியார் மடத்துப் பக்கம் சென்றீர்களா? அங்குள்ள சுவரில் எழுதப்பட்டுள்ள பெரிய எழுத்துக்களை நீங்கள் பார்த்தீர்களா? அது இது வரையிலே காணாத ஒரு துணிச்சலான விவகாரம்... போல்ஷிவிக்குகள் கூட, அதைக் கண்டு உணர்ச்சி உத்வேகத்துக்கு ஆளாகி விட்டார்கள்.... எசேனினும் நானும் தான் இரவெல்லாம் இருந்து அதனை எழுதி முடித்தோம்.... நாங்கள் கன்னி மரியாவையும் ஏசு கிறிஸ்துவையும் அதன் மூலம் பிரதிபலித்தோம்... பிரபஞ்சத்தையே ஆபாசமாகத் தீட்டுவதுதான் அது!... இரண்டு முதாட்டிகள் அதனைக் காலையில் படித்து விட்டு, அங்கேயே இரண்டு பேரும் மூர்ச்சை போட்டு விழுந்து உயிரை விட்டு விட்டார்கள்!... நான் கருங்கழுகு’ என்ற அராஜகவாதி கள் கோஷ்டியிலும் இருக்கிறேன், தார்யா திமித்ரியவ்னா. நீங்களும் அந்த இயக்கத்தில் சேர்ந்து விட வேண்டும்... ஆட்சேபணையெல்லாம் பலிக்காது. ஆமாம். நாங்கள் உங்களை அதில் எப்படியும் சேர்த்து விடுவோம். உங்களுக்கு எங்களது தலைவரைப் பற்றித் தெரியுமா? அவர்தான் பிரபலஸ்தரான மாமன்த்தால்ஸ்கி.... அவர் ஒரு மேதை; இரண்டாவது கீன் என்று சொல்ல வேண்டும்; அசுரத்தனமான துணிச்சல் பேர்வழி... இன்னும் ஒன்றிரண்டு வாரங்களில் மாஸ்கோ நகரமே எங்கள் கைக்கு வந்து விடும்!

அதுவே புதிய சகாப்தத்தின் தொடக்கமாகவும் அமையும்! கறுப்புப் பதாகையின் கீழ் மாஸ்கோ!

நாங்கள் எங்களது வெற்றியை எப்படிக் கொண்டாடப் போகிறோம், தெரியுமா? நாங்கள் ஒரு சர்வ வியாபகமான ஒரு திருவிழாவை நடத்தப் போகிறோம்... ஒயின் கிடங்குகளையெல்லாம் திறந்துவிடப் போகிறோம்... சதுக்கங்களிலெல்லாம் ராணுவ பாண்டு முழங்கும்.... பதினைந்து லட்சம் பேர் முகமூடி அணிந்து கூத்தடித்துக் களிப்பார்கள்! அவர்களில் பாதிப் பேராவது நிச்சயம் முழு நிர்வாணமாக வருவர்கள். அதிலே சந்தேகமே வேண்டாம். வாணவேடிக்கைகளுக்கோ நாங்கள் லஸீனாய் தீவிலுள்ள வெடிமருந்துக் கிடங்கைத் தீ வைத்துத் தகர்ப்போம்! உலக சரித்திரத்திலேயே ஈடு இணையற்ற, இதுவரையில் எவரும் காணாத நிகழ்ச்சியாக அது அமையும்!"

கடந்த சில நாட்களுக்குள் தாஷாவுக்குத் தெரிய வந்த அரசியல் முறைகளில் இது மூன்றாவதாக அமைந்தது. இந்தத் தடவையோ அவளுக்குப் பயபீதிதான் ஏற்பட்டது. அவள் தன் பசியைக் கூட மறந்து விட்டாள். தான் பேசிய பேச்சில் தானே திருப்தியும் மகிழ்ச்சியும் கொண்டவனாய், ஜீரவ் அதனை மேலும் விரிவாக விளக்க முனைந்தான்:

தற்கால நகரங்களின் ஆபாசமான தோற்றத்தைக் கண்டால், உங்களுக்கு ரத்த வாந்தியெடுக்க வேண்டும் என்று தோன்றவில்லை? சிறந்த கலைஞனான எனது நண்பன் வாலெத் - உங்களுக்கும் அவனை நினைவிருக்குமே - நகரத்தின் தோற்றத்தையே முற்றிலும் மாற்றியமைப்பதற்கு ஒரு திட்டம் வகுத்திருக்கிறான்... திருவிழாவுக்கு முன்னால் எல்லாவற்றையும் தகர்த்தெறிந்து விட்டு, திரும்பவும் கட்டுவது என்பது நடக்காது; அதற்கு நேரமில்லை... என்றாலும், சில கட்டிடங்களையேனும் நாங்கள் தகர்ப்போம். சரித்திரச் சம்பந்தமான மியூசியம், கிரெம்ளின், சூஹரிவ் கோபுரம், பெர்த்சோவ் மாளிகை முதலியவற்றையேனும் நாங்கள் முதலில் தகர்ப்போம். நாங்கள் தெருக்களிலெல்லாம் வீடுகளின் உயரத்துக்குப் பெரிய பெரிய போர்டுகளை வைத்து, அவற்றில் இதுவரையில் எவரும் காணாத, புத்தம் புதிய கட்டிட நிர்மாணக் கலைச் சித்திரங்களையெல்லாம் வரைந்து

வைக்கப் போகிறோம்... மரங்களுக்குக் கூட, நாங்கள் வர்ணம் தெளித்து அவற்றைப் பல்வேறு நிறங்களுக்கு மாற்றப் போகிறோம்.... பிரெச்சீஸ்தென்ஸ்கி மரச் சாலையிலுள்ள லைம் மரங்களை எல்லாம் கறுப்பாகவும் திவேர்ஸ் காய் மரச் சாலையிலுள்ள மரங்களெல்லாம் பழுப்பாகவும் இருக்கும் காட்சியை நீங்கள் கொஞ்சம் கற்பனை பண்ணிப் பாருங்களேன்! சகிக்காது!... மேலும் புஷ்கினையும் நாங்கள் பகிரங்கமாக, தேசிய ரீதியாகச் சீர்குலைக்கத் திட்டமிட்டுள்ளோம்... உங்களுக்கு ஞாபகம் இருக்கிறதா? தெலேகினின் ஜாகையில் நடந்த சம்பிரதாய எதிர்ப்புப் போராட்டம்' 'மகோந்தமான தேவதூஷணைகள்' முதலியன பற்றியெல்லாம் நாங்கள் பேசினோமே. அப்போதெல்லாம் மற்றவர்கள் கேலி செய்தார்கள்."

அவன் கடந்த காலத்தை நினைவுகூர்ந்தவாறு கிளு கிளுத்துச் சிரித்தான்; நடுங்கினான். அவன் தாஷாவுக்கருகில் நெருங்கி உட்கார்ந்தான். அவன் கையை நீட்டி, ஆட்டிப் பேசிய போது, தெரிந்தும் தெரியாமலும் இருந்த அவளது மார்பகத்தின் புடைப்பில் அவன் கை உரசியது.

"உங்களுக்கு ஆட்டுக் கண்ணுடனான எலிசவேதா கீயவ்னாவை நினைவிருக்கிறதா? அவள் உங்கள் கணவன் மீது ஆராக் காதல் கொண்டிருந்தாள். பின்னர் அவள் பெஸ்ஸோனவுடன் தான் வாழ்ந்தாள்.. அவள் பிரபலமான அராஜக வாதியான ஜாதவைக் கல்யாணம் செய்து கொண்டு விட்டாள். ஜாதவும், மாமன்த் தால்ஸ்கியும் தான் எங்களது துருப்புச் சீட்டுக்கள். அன்தோன் அர்னோல்தவ் - அவனையும் உங்களுக்குத் தெரியுமே - அவனும் இங்குதான் இருக்கிறான். தாற்காலிக அரசாங்கம் நடந்த காலத்திலோ, செய்தித் துறை இலாகாவே அவன் கையில்தான் இருந்தது... இரண்டு கார்கள் வேறு... பெரிய பணக்கார வீட்டுப் பெண்களோடெல்லாம் அவன் படுத்துறங்கினான்... இந்தப் பெண்களிலே ஹங்கேரிப் பெண் ஒருத்தி. அவள் 'வில்லாரோடே மாளிகையைச் சேர்ந்தவள். அற்புதமான அழகி... அவளோடு படுத்துக் கொள்ளப் போகும்போது, அவன் ஒரு ரிவால்வரைக்

கையோடு கொண்டு செல்வான். போன ஜூலையில் அவன் பாரிசுக்குச் சென்றான். உண்மையில் அவன் ஸ்தானிகர் பதவியை மயிரிழையில்தான் இழந்து விட்டான்... கழுதை! அவன் தன் பணத்தையெல்லாம் ஏதாவதொரு அன்னிய நாட்டு பாங்குக்கு முன்னமேயே மாற்றத் தவறி விட்டான்!... இப்போதோ அவன் தெருவிலே நாய் மாதிரி பட்டினியாய் அலைகிறான் ஆம். தார்யா திமித்ரியவ்னா! நாமெல்லாம் புதிய சகாப்தத்தோடு ஒட்டிச் செல்ல வேண்டும். அர்னோல்தவ் தன்னைத் தானே அழித்துக் கொண்டான். கீரச்சினாயா தெருவிலே பெரிய பங்களா, முலாம் வேலைப் பாடுகள் நிறைந்த மேஜை நாற்காலிகள், காப்பி செட்டுகள்', நூறு ஜதை பூட்சுகள் எல்லாம் தான் அவனுக்கு இருந்தன... நாம் எல்லாவற்றையும் எரிக்க வேண்டும்; நொறுக்க வேண்டும்; தும்பு தும்பாய்க் கிழித்தெறிய வேண்டும்... முழுக்க முழுக்க மிருகம் மாதிரி, புத்தம் புதிதான சுதந்திரத்தைப் பெற வேண்டும் - அதுதான் நமக்குத் தேவை... அந்த மாதிரியான சந்தர்ப்பம் இனிமேல் கிடைக்காது. நாங்கள் ஒரு மகத்தான சோதனையையே நடத்தி வருகிறோம். மத்தியதர வர்க்க சுகபோகங்களையே நாடியலையும் பேர்வழிகள் எல்லாம் அழிந்து விடுவார்கள். நாங்கள் அவர்களை நசுக்கி விடுவோம்..." மனிதன் - எதனாலும் வரையறுக்க முடியாத ஓர் ஆசை. (அவன் தன் குரலைத் தாழ்த்திக் கொண்டு தாஷாவின் காதுகளில் பேசினான்.) 'போல்ஷிவிக்குகள் இருக்கிறார்களே - அவர்கள் சுத்தக் கசுமாலம்! அக்டோபரில் மட்டும் ஒரு வார காலத்துக்கு நன்றாக இருந்தார்கள்... பிறகோ மீண்டும் அவர்கள் அரசாங்கத் தத்துவத்துக்குத் திரும்பி விட்டார்கள். ருஷ்யா என்றுமே அராஜக நாடாகத்தான் இருந்து வந்திருக்கிறது. ருஷ்ய விவசாயியும் பிறவியிலேயே அராஜகவாதிதான். போல்ஷிவிக்குகள் ருஷ்யாவையே ஒரு தொழிற்சாலையாக மாற்ற விரும்புகிறார்கள் - சுத்த முட்டாள்தனம்! அவர்களால் அப்படிச் செய்யவே முடியாது. எங்களிடம் மாஹ்னோ இருக்கிறார். அவரோடு ஒப்பிட்டால், பீட்டர் சக்கரவர்த்தியே ஒரு நாய்க்குட்டிதான். மாஹ்னோ

தென்திசையில் இருக்கிறார்; மாமன்தும் ஜாதவும் மாஸ்கோவில். நாங்கள் இருபுறத்திலிருந்தும் தீ வைத்துச் சூழ்ந்து விடுவோம். இன்றிரவு நான் உங்களை ஓர் இடத்துக்கு அழைத்துச் செல்கிறேன். அங்கு வந்தால், எங்களது சாத்தியப்பாடுகளையும் நீங்களே கண்ணால் காண்பீர்கள். நீங்கள் வருவீர்கள் அல்லவா?"

கூரிய தாடி கொண்ட ஒரு வெளிறிய இளைஞன் தாஷா அமர்ந்திருந்த மேஜைக்கு அடுத்த மேஜையில் வெகு நேரமாக அமர்ந்திருந்தான். அவன் தன்னை ஒரு செய்தித் தாளால் மறைத்துக் கொண்டு, தனது மூக்குக் கண்ணாடி வழியாக தாஷாவையே கண்ணிமைக்காமல் பார்த்துக் கொண்டிருந்தான். ஜீரவின் வாக்குச் சாதுரியத்தைக் கண்டு, தாஷா பிரமித்துப் போயிருந்தாள்; எனவே அவன் பேசியதை மறுத்துப் பேசக் கூட அவளுக்கு வாய் வரவில்லை. புகை மண்டலத்தினூடே மின்னல் வீச்சைப் போல் அதீதமான, அபூர்வமான கருத்துக்கள் பிறந்து வருவதாகவும், வாய்களிலே சிகரெட்டும், வியந்து விரிந்த கண்களும் கொண்ட விசித்திரமான முகங்கள் அவளைச் சுற்றி வட்டமிட்டு மிதப்பதாகவும் அவளுக்குத் தோன்றியது. அவளால் என்னதான் சொல்ல முடியும்? தன்னைப் பயமுறுத்திய அந்தச் சோதனைகளைக் கண்டு அவள் பரிதாபகரமாக அழுது தீர்த்திருக்கலாம்; ஆனால் அவளது அழுகைக் குரலும் அசுரத்தனமான கடகடத்த சிரிப்பொலியிலும், கிண்டலிலும், கேலியிலும் ஆழ்ந்து மூழ்கிப் போயிருக்கும்.

கூரிய தாடி கொண்ட அந்த இளைஞனின் கண்கள் அவளை மேலும் மேலும் கூர்மையாகப் பார்த்தன. அவனது ரத்தச் சிவப்பான டையின் மீது குத்தப்பட்டிருந்த மண்டையோட்டுச் சின்னம் கொண்ட ஊசியை அவள் பார்த்தாள்; பார்த்தவுடன் தான் சந்திக்க வேண்டிய நபர் அவன் தான் என்பதை அவள் புரிந்து கொண்டாள். ஆனால், அவள் அங்கிருந்து எழுந்திருக்க முயன்ற போதோ, அவன் தன் தலையை லேசாக அசைத்து, அவளை அந்த இடத்தை விட்டு அசைய வேண்டாம்

என்று சமிக்ஞை காட்டினான். இனிமேல் தான் என்ன செய்வது என்று யோசித்தவாறே தாஷா முகத்தைச் சுழித்தாள். அவன் ஜீரவை அர்த்தபுஷ்டியுடன் பார்த்தான். அவள் அதைப் புரிந்து கொண்டு, தனக்குத் தின்பதற்கு ஏதாவது வாங்கி வரும்படி ஜீரவிடம் சொன்னாள். ஜீரவ் அங்கிருந்து எழுந்து சென்றதுமே, அந்த இளைஞன் அவளது மேஜையருகே வந்து, தனது உதடுகளை முழுதும் திறக்காமலே:

"உங்கள் பணியில் கடவுள் அருள் செய்வார்" என்றான்.

தாஷா தன் பையைத் திறந்து, தன்னிடமிருந்த முக்கோண வடிவ அட்டையின் கிழிந்த பாதியைக் காட்டினாள். அவன் உடனே தன்னிடமிருந்து அடுத்த பாதியை அதனுடன் ஒட்டவைத்துச் சரிபார்த்து, இரண்டு துண்டுகளையும் துண்டு துண்டாகக் கிழித்தெறிந்து விட்டான்.

"ஜீரவை உங்களுக்கு எப்படித் தெரியும்?" என்று அவன் அவசரமான தொனியில் கேட்டான்.

"பல வருஷங்களாகத் தெரியும் - பீட்டர்ஸ்பர்கில்."

"அதுவும் நமக்கு நல்லதுதான். நீங்கள் அவனது கோஷ்டியைச் சேர்ந்தவள்தான் என்று மற்றவர்கள் நம்பும்படி நீங்கள் நடந்துகொள்ள வேண்டும். அவன் சொல்லும் யோசனைகளையெல்லாம் ஒப்புக் கொள்ளுங்கள். நாளை இதே நேரத்துக்கு, பிரெச்சீஸ்தென்ஸ்கி மரச் சாலையின் கடைகோடியில் உள்ள கோகல்* சிலைக்கருகில் நீங்கள் வரவேண்டும். மறந்து விடாதீர்கள். சரி. இன்றிரவு நீங்கள் எங்கே தங்கப் போகிறீர்கள்?"

"தெரியாது."

"இன்றிரவு எங்கே வேண்டுமானாலும் தங்கிக் கொள்ளுங்கள். ஜீரவுடன் போங்கள்..."

"எனக்கு ஒரே களைப்பாயிருக்கிறது." தாஷாவின் கண்களில்

கண்ணீர் பொங்கியது; கைகள் நடுங்கின. ஆனால் அவனது கடுகடுத்த முகத்தையும் மண்டையோட்டுச் சின்னத்தையும் பார்த்தவுடன், அவள் தானாகப் பணிந்து தலை குனிந்தாள்.

"நினைவிருக்கட்டும் - இதெல்லாம் பரம ரகசியமானது. வாய் தவறியேனும், நீங்கள் ஏதாவது ஒரு வார்த்தையை வெளியிட்டு விட்டீர்களானால், நாங்கள் உங்களைத் தொலைத்துத் தலைமுழுக நேரும். இந்தக் காலம் மிகவும் கொடுமையான காலம்."

அவன் "தொலைத்துத் தலை முழுக" என்ற அந்த வார்த்தைகளை மிகவும் அழுத்திச் சொன்னான். தாஷாவுக்குத் தனது கால்விரல்களே குன்றிக் குறுகிச் சுருங்குவது போலிருந்தது. ஜீரவ் இரண்டு கைகளிலும் தட்டுக்களை ஏந்திக் கொண்டு, மேஜையை நோக்கி வந்து கொண்டிருந்தான். மண்டையோட்டுச் சின்னம் தரித்த அந்த மனிதன் அவனிடம் சென்றான்; அவனது மெல்லிய உதடுகள் புன்னகையால் வதங்கியது. அவன் ஜீரவிடம் "அந்த அழகான பெண் யார்?" என்று கேட்கும் குரல் தாஷாவின் காதில் விழுந்தது.

"யூரிய! அந்தச் சோலியை விட்டு விடு! அவள் உனக்காக ஏற்பாடு செய்யப்பட்டவளல்ல" என்றான் ஜீரவ். அந்த மனிதனைப் பார்த்து ஜீரவ் புன்னகை புரிந்தான்; அந்தப் புன்னகை ஏதோ ஒரு மிரட்டலை மூடி மறைப்பது போல் தோன்றியது. அப்போது அவனது சொத்தைப்

* மாபெரும் ருஷ்ய எழுத்தாளர் (1809 - 1852).-- (ப-ர்.)

பற்கள் வெளியே தெரிந்தன. அவன் தாஷாவின் முன்னே நாட்டு ரொட்டி, சோஸேஜ் முதலியவற்றையும், பழுப்பு நிறமாக இருந்த ஏதோ ஒரு பானம் நிறைந்த தம்ளரையும் வைத்தான்.

"இன்றிரவு என்ன செய்யப் போகிறீர்கள்?"

"என்ன செய்தாலென்ன?" என்று சொல்லியவாறே, தாஷா

ஒரு துண்டு சோஸேஜை எடுத்துப் பேரானந்தத்தோடு கடித்தாள்.

அந்தத் தெருவுக்கு எதிர்த்தாற் போலுள்ள 'லூக்ஸ்' ஹோட்டலிலுள்ள தனது அறைக்கு வருமாறு ஜீரவ் அவளை அழைத்தான்.

"அங்கு வந்தால் நீங்கள் தூங்கலாம்; குளிக்கலாம். பத்து மணிக்கு வந்து உங்களைப் பார்க்கிறேன்."

அவன் தாஷாவுக்காகச் சிரத்தையுடன் பரபரத்தான்; என்றாலும் அவன் உள்ளத்தில் அவளிடத்தில் ஏற்பட்ட பழைய பயவுணர்ச்சி ஓரளவுக்கு இருக்கத்தான் செய்தது. அவனது அறையில் வெல்வெட் திரைகளும், பழுப்பு நிற ஜமுக்காள விரிப்பும் இருந்தன; ஆனால் படுக்கை நம்பிக்கை ஊட்டுவதாக இல்லை. எனவே தாஷா சோபாவின் மீதே படுத்துத் தூங்கலாம் என்ற விஷயத்தை அவனே முந்திக் கொண்டு சொன்னான். அந்த சோபாவின் மீது கிடந்த புத்தகங்கள், பத்திரிகைகள், கையெழுத்துப் பிரதிகள் எல்லாவற்றையும் அகற்றிவிட்டு, அதில் முதலில் ஒரு படுக்கை விரிப்பை விரித்து அதன் மீது கறுத்த உரோம விரிப்பை விரித்தான்; அந்த உரோம விரிப்பு ஒரு காலத்தில் ஒரு விலையுயர்ந்த கோட்டிலிருந்து வெட்டி எடுக்கப்பட்டதெனத் தெரிந்தது. பின்னர் அவன் கிளுகிளுத்துச் சிரித்துக்கொண்டே அறையை விட்டு வெளியே சென்றான். தாஷா தனது பாதுகைகளைக் கழற்றினாள். அவளது கால்கள், முதுகு, அவளது உடம்பு முழுவதுமே வலியெடுத்தது. அவள் அந்தக் உரோம விரிப்புக்குள் அணைத்துப் புதைந்தவாறே, படுத்த மறுகணத்திலேயே தூங்கிப் போய் விட்டாள். அந்த விரிப்பிலிருந்து ஸெண்ட் மணமும், பாச்சை உருண்டையின் மணமும், மிருகத்தின் உரோம வாடையும் லேசாக எழுந்தன. ஜீரவ் உள்ளே வந்து தன் மீது குனிந்து தன்னைப் பார்த்ததையோ மழுமழுப்பான முகமும், நெடிய உயரமும், ரோமானிய முகவெட்டும் கொண்ட ஒரு மனிதனின் கனத்த குரல் வாசல் புறத்திலிருந்து ஜீரவை நோக்கி, "பின்னே, இவளை அங்கு அழைத்து வா.

நான் ஒரு சீட்டுக் கொடுக்கிறேன்" என்று சொன்னதையோ அவள் அறியவில்லை.

ஆழ்ந்த பெருமூச்செறிந்தவாறே, அவள் விழித்தெழுந்த போது இரவு எப்போதோ வந்து விட்டதை தாஷா உணர்ந்தாள். எதிர்த்தாற் போலிருந்த வீட்டுக் கூரைக்குப் பின்னே மஞ்சள் நிறமான நிலவு உதயமாகி, கரடு முரடான ஜன்னல் கண்ணாடியின் மீது உடைந்து சிதறிப் பிரதிபலிப்பதை அவள் கண்டாள். கதவுக்கு அடியில் மின்சார விளக்கில் இருந்து பாய்ந்த ஓர் ஒளிக்கோடு தலைகாட்டியது. அப்போதுதான் தான் எங்கிருக்கிறோம் என்பதை தாஷா உணர்ந்தாள். அவள் அவசர அவசரமாகத் தனது காலுறையை இழுத்து விட்டுக் கொண்டாள்; தலை மயிரையும், உடையையும் சீர் செய்து கொண்டாள். பின்னர் அவள் முகம் கழுவும் தொட்டிக்குச் சென்றாள். அங்கிருந்த முகம் துடைக்கும் துணி ஒரே அழுக்காக இருந்தது; எனவே அவள் அதிலே தன் முகத்தைத் துடைக்கக் கூசினாள். பின்னர் நீர் சொட்டும் தனது கைகளை நீட்டிக் கொண்டே, அவள் தன் பாவாடையின் உட்புறத்தைத் திருப்பி, அதிலே தன் கைகளையும் முகத்தையும் துடைத்துக் கொண்டாள்.

இந்த அழுக்கையும் ஆபாசத்தையும் அவள் உணர்ந்து பார்த்த போது, அவளது தொண்டை அருவருப்பினாலும், விரக்தியினாலும், சுருங்கி உள்வாங்கியது: அவள் மட்டும் அவளது ஜாகைக்கு, அந்த ஜாகையின் ஜன்னலுக்கு, வெளியிலே குருவிகள் ஜிவ்வென்று பறக்கும் அந்த ஜன்னலுக்குப் போய் விட முடியுமானால்!... தலையைத் திருப்பியதும், அவளது கண்களில் அந்த நிலவு தென்பட்டது. உடைந்த, வளைந்த அரிவாளைப் போன்று தோன்றிய அந்தப் பிறை நிலவு மாஸ்கோ நகரத்தின் மீது சோர்ந்து தொங்கிக் கொண்டிருந்தது. இல்லை. இல்லை. இனி அவளால் திரும்பிப் போக இயலாது! அந்த ஜன்னலருகேயுள்ள சாய்வு நாற்காலியில் தன்னந் தனிமையாக உட்கார்ந்து, ஆள் நடமாட்டம் அற்ற அந்தக் காமினோ - ஆஸ்திரோவ் வீதியைப் பார்க்கவும்,

ஜன்னல்களும் கதவுகளும் மூடப்படும் சத்தத்தைக் கேட்கவும் இனியும் அவளால் முடியாது... முடியாது... வருவது வரட்டும்.

கதவு தட்டும் ஓசை கேட்டது; ஜீரவ் அடிமேல் அடிவைத்து உள்ளே வந்தான்.

"என்னிடம் ஓர் அனுமதிச் சீட்டு இருக்கிறது, தார்யா திமித்ரியவ்னா. வாருங்கள், போகலாம்."

அவனிடம் என்ன அனுமதிச்சீட்டு இருந்தது என்றோ, அவர்கள் இருவரும் எங்கே போக வேண்டுமென்றோ, தாஷா அவனிடம் கேட்கவில்லை. தாஷா வீட்டில் பின்னிய தனது தொப்பியை இழுத்து மாட்டிக் கொண்டாள்; அந்த இரண்டாயிரம் ரூபிள் பணமிருந்த பையைத் தன் கைக்குள் அணைத்துக் கொண்டாள். அவர்கள் வெளியே போனார்கள். திவேர்ஸ்கயா தெருவின் ஒரு பக்கத்தில் நிலவொளி விழுந்து கொண்டிருந்தது. தெருவில் எந்த விளக்குகளும் எரியவில்லை. ஆளரவமற்றுக் கிடந்த தெருவில் ஒரு பாராக்காரன் மெதுவாக நடந்து சென்றான்; அவனது கனத்த பூட்சுகளின் காலடியோசையைத் தவிர எங்கும் அமைதி நிலவியது.

ஜீரவ் ஸ்திராஸ்த்னாய் மரச் சாலையின் வழியாகத் திரும்பினான். அந்தக் கரடு முரடான மரச் சாலையில் நிலவொளி திட்டுத் திட்டாக விழுந்தது. லைம் மரங்களுக்கடியில் நிலவிய கன்னங்கரும் இருளைக் பார்ப்பதற்கே பயமாக இருந்தது. அந்த இருட்டுக்குள் ஓர் உருவம் பாய்வது மாதிரி இருந்தது. ஜீரவ் கையில் ரிவால்வரை ஏந்திய வண்ணம் சட்டென்று நின்றான்.

ஒரு கணம் கழித்து, அவன் லேசாகச் சீட்டியடித்தான். உடனே அந்த மரத்தடி இருட்டிலிருந்து பதிலுக்குச் சீட்டியொலி வந்தது. 'நடைபாதை' என்று தனது சங்கேத வார்த்தையைச் சிறிது உரக்கச் சொன்னான் ஜீரவ்.

"தோழரே! போகலாம்" என்று தெளிந்த, சாவதானமான குரலில் பதில் வந்தது.

அவர்கள் மலாயா திமித்ரவ்காவினுள் திரும்பினார்கள். அங்கு தோல் சட்டைகள் அணிந்த இரண்டு மனிதர்கள் ரோட்டைக் கடந்து அவர்களை நோக்கி வந்தார்கள்; அவர்களை ஒரு பார்வை பார்த்ததும் அந்த மனிதர்கள் அவர்களைப் போக விடுத்தார்கள். அவர்கள் முன்னைய 'வியாபாரிகள் சங்கக்' கட்டிடத்தை நெருங்கிய போதோ, அந்தக் கட்டிடத்தின் இரண்டாவது மாடியிலிருந்து வாசற்புறத்துக்கு நேராக ஒரு கறுப்புக் கொடி தொங்கியது; அந்தக் கட்டிடத்தின் முற்றத்திலிருந்த தூண்களுக்குப் பின்னாலிருந்து நான்கு மனிதர்கள் புதிதாக வருபவர்களை நோக்கி, ரிவால்வர்களை நீட்டியவாறே வெளிவந்தார்கள். தாஷாவுக்குக் கால் தடுமாறியது.

"இதென்ன வேலை, தோழர்களே!" என்று ஜீரவ் கோபத்துடன் கத்தினான். "எங்களை இப்படியா பயமுறுத்துவது? என்னிடம் மாமன்த் கையெழுத்திட்ட அனுமதிச் சீட்டு இருக்கிறது..."

"எங்கே, காட்டு!" காலர்களைத் தூக்கி விட்டு, அந்த மனிதர்கள் தங்கள் கன்னங்களை மறைத்திருந்தார்கள்; அவர்களது கண்களும் தொப்பியின் முன் மடிப்பின் கீழ் மறைந்தன. அவர்கள் நால்வரும் நிலவு வெளிச்சத்தில் அந்த அனுமதிச் சீட்டைப் பரிசீலனை செய்தார்கள். ஜீரவின் முகத்தில் ஒரு புன்னகை உறைந்து அப்படியே நின்று விட்டாற் போலிருந்தது. அந்த நால்வரில் ஒருவன் கரகரத்த குரலில் கடுமையாகக் கேட்டான்:

"இந்தச் சீட்டு யாருக்கு?"

"இந்தத் தோழருக்குத்தான்" ஜீரவ் தாஷாவின் கையைப் பற்றினான். "இவள் பெத்ரொகிராதிலிருந்து வந்துள்ள நடிகை.... இவளுக்கு உடுப்பு அணிவிக்க வேண்டும்... இவள் நமது கோஷ்டியில் சேரப் போகிறாள்...."

"சரி. உள்ளே போகலாம்."

தாஷாவும் ஜீரவும் மங்கிய ஒளி நிலவிய ஒரு கூடத்துக்குள் சென்றார்கள்; அந்தக் கூடத்திலிருந்த மாடிப் படிக்கட்டின்

மீது ஓர் இயந்திரத் துப்பாக்கி நிறுத்தி வைக்கப் பட்டிருந்தது. அங்கிருந்த பொறுப்பதிகாரி வந்தான். மாணவர் அணியும் உடுப்பும், வட்டத் தொப்பியும், புடைத்த முகமும் குட்டை உருவமும் கொண்ட இளைஞன் அவன். அவன் அந்த அனுமதிச் சீட்டை அப்படியும் இப்படியும் புரட்டிப் பரிசோதித்து விட்டு, தாஷாவை நோக்கிக் கரகரத்த குரலில் கேட்டான்:

"உங்களுக்கு என்னென்ன துணிமணிகள் வேண்டும்?" அவளுக்குப் பதிலாக ஜீரவே பதில் சொன்னான்:

"உச்சியில் இருந்து உள்ளங்கால் வரையிலும், இருப்பதிலேயே சிறந்த உடைகளை இவள் அணிந்து கொள்வதற்கு மாமன்த் உத்தரவிட்டிருக்கிறார்."

"என்ன இது? மாமன்த் உத்தரவு கொடுத்தாரா? நாங்கள் இங்கு உத்தரவுகளை ஏற்றுக் கொள்வதில்லை என்பதைத் தெரிந்து கொள்ளும், தோழரே... இது ஒன்றும் துணிக் கடையல்ல." இந்தச் சமயத்தில் அந்தப் பொறுப்பதிகாரிக்குத் தொடையில் ஏதோ தினவு ஏற்பட்டு விட்டது. முகத்தை வக்கரித்தாற் போல் சுழித்துக் கொண்டு, அவன் அந்த இடத்தைப் பரபரவென்று சொரிந்தான். "சரி. நல்லது. வாருங்கள் உள்ளே!"

அவன் தன் பாக்கெட்டிலிருந்து ஒரு சாவியை எடுத்தான்; அவர்களை முன்னர் துணிமணிகள் நிறைந்த இடமாகவும், இப்போது 'அராஜக இல்லத்தின்' சேமிப்பு அறையாகவும் இருந்த களஞ்சிய அறைக்குள் அழைத்துச் சென்றான்.

"தார்யா திமித்ரியவ்னா, உங்களுக்கு வேண்டிய உடைகளைத் தேர்ந்தெடுத்துக் கொள்ளுங்கள்!" என்றான் ஜீரவ்.

"வெட்கப்படாதீர்கள். இங்குள்ள எல்லாமே மக்களுக்குச் சொந்தமானவைதான்!"

ஜீரவ் தன் கையை வீசி, அங்குள்ள துணி அலமாரிகளைக் காட்டினான். அங்கு பல்வேறு விதமான பெண்களுக்குரிய

உரோமத்தினாலான கச்சைகள் தொங்கின. அத்துடன் பல்வேறு விதமான மிருகங்களின் ரோமங்களால் செய்யப்பட்ட கோட்டுக்களும் தொங்கின. மற்றவையெல்லாம் மேஜைகளின் மீதும், தரையின் மீதும் குவிந்து கிடந்தன. திறந்து கிடந்த டிரங்குப் பெட்டிகளில் உடைகளும், உள்ளாடைகளும், செருப்புப் பெட்டிகளும் பொங்கி வழிந்தன. ஆடம்பரக் களஞ்சியம் ஒன்றையே அந்த அறைக்குள் கொண்டு வந்து சேர்த்திருப்பது போல் தோன்றியது. கண்ணைப் பறிக்கும் அந்த ஆடம்பரச் செழிப்பைப் பற்றியெல்லாம் கவலை கொள்ளாதவனாக, அந்தப் பொறுப்பதிகாரி கொட்டாவி விட்டவாறே, ஒரு பெட்டியின் மீது உட்கார்ந்தான்.

"தார்யா திமித்ரியவ்னா! உங்களுக்குப் பிடித்ததையெல்லாம் எடுத்துக் கொள்ளுங்கள். நான் அவற்றை உங்களுக்காகச் சுமந்து வருகிறேன். மாடிக்கு வாருங்கள். அங்கு சென்று நீங்கள் உடை மாற்றிக் கொள்ளலாம்" என்று துரிதப்படுத்தினான் ஜீரவ்.

அவளது உணர்ச்சிகள் எல்லாம் எவ்வளவு தான் குழம்பிப் போயிருந்த போதிலும், அவள் ஒரு பெண்ணாகத்தான் இருந்தாள். அவளது கன்னங்கள் சிவந்து கன்றின. ஒரு வாரத்துக்கு முன்னால், அவளது வீட்டு ஜன்னலின் மீது அவள் ஒரு தண்ணீரற்றுப் போன அல்லி மலரைப் போல் வாடி வதங்கி நின்ற போது, தனது வாழ்வே முடிந்து விட்டதாகவும், வாழ்வில் தான் இனி எதையுமே எதிர்பார்க்க முடியாது எனவும், இத்தகைய செல்வச் செழிப்பைப் பற்றிய எண்ணங்களுக்குக் கூட இனித் தன் வாழ்வில் இடமில்லை என்றும் தான் அவள் எண்ணியிருந்தாள். இப்போதோ அவளைச் சுற்றியுள்ள எல்லாமே உயிர் பெற்று எழுந்து விட்டது போலவும், தனது உள்ளத்தினுள்ளே உறங்கி ஓய்ந்து உயிரிழந்து போய்விட்டதென்று எண்ணிக் கொண்டிருந்தவையெல்லாம் மீண்டும் கனவேகத்தோடு எழுந்து வருவது போலவும் அவளுக்குத் தோன்றியது. விழித்தெழுந்த நம்பிக்கைகளும், விருப்பங்களும் வருங்காலத்தின் அமைதியற்ற பனிப்படலத்தை நாடிச்

செல்வதால் ஏற்பட்ட விசித்திரமான பரவச உணர்ச்சிக்கு அவள் ஆளாகி நின்றாள்; ஆனால் நிகழ்காலமோ அவளைச் சுற்றிலும் பாழடைந்த வீடு மாதிரி இடிந்து அழிந்து கிடந்தது.

அவளுக்குத் தனது குரலே புரியவில்லை; தனது பதில்களையும் நடத்தையையும் கண்டு, அவள் தனக்குத் தானே வியந்தாள். அந்த விசித்திரமான விந்தையான சம்பவங்களை அவள் எந்தவிதச் சலனமுமின்றி அமைதியாக ஏற்றுக் கொண்டதையும் எண்ணி அதிசயித்தாள். இது வரையிலும் அவளது இதயத்துக்குள்ளே உறங்கிக் கிடந்த ஓர் உள்ளுணர்ச்சி மீண்டும் உயிர் பெற்று எழுந்தது; வேண்டாத சரக்குகளையெல்லாம் வெளியே தூக்கியெறிந்து விட்டு, அவளது வாழ்க்கைப் படகை மீண்டும் பாய் விரித்துச் செலுத்த வேண்டிய தருணம் வந்து விட்டது என்று அந்த உள்ளுணர்ச்சி அவளிடம் கூறியது.

அவள் ஓர் உரோமத்தினாலான கறுப்புக் கோட்டை நோக்கித் தன் கையை நீட்டினாள்.

"இதை எனக்கு எடுத்துத் தருகிறீர்களா?"

ஜீரவ் அங்கிருந்த பொறுப்பதிகாரியைப் பார்த்தான். அவனோ வெறுமனே கன்னங்களை உப்ப வைத்துக் கொண்டிருந்தான். ஜீரவ் அந்தக் கோட்டை எடுத்துத் தோளில் போட்டுக்கொண்டான். தாஷா ஒரு பெரிய திறந்த டிரங்குப் பெட்டியின் மீது குனிந்தாள். அடுத்தவர்களின் துணிமணியை எடுப்பது பற்றி, அவளது மனத்தில் வெறுப்புணர்ச்சி தோன்றியது. ஆனால் ஒரே ஒரு கணம்தான் அந்த எண்ணம் நிலைத்தது. மறுகணத்திலோ அந்தப் பெட்டியிலே கிடந்த உள்ளாடைகளின் குவியலுக்குள்ளே, அவளது கை முழங்கை வரையிலும் இறங்கிப் பாய்ந்தது.

"பூட்சுகள் வேண்டாமா? தார்யா திமித்ரியவ்னா மழைக் காலத்துக்கு ஏற்ற இரண்டு பூட்சுகளை எடுத்துக் கொள்ளுங்கள். நாட்டிய உடைகள் எல்லாம் இதோ அந்தப்

பெட்டியில் இருக்கின்றன. பொறுப்பதிகாரித் தோழரே! அந்தப் பெட்டிக்கான சாவியைத் தருக்கிறீர்களா? ஒரு நடிகைக்கு நாட்டிய உடைகள்தான் பொருத்தமானவை; அவைதான் அவளது தொழிற் சாதனம் இல்லையா?"

"எதை வேண்டுமானாலும் எடுத்துக் கொள்ளுங்கள். எனக்கென்ன?" என்றான் அந்தப் பொறுப்பதிகாரித் தோழன்.

துணிமணிகளை எடுத்துக் கொண்டு தாஷா முன்னே நடந்தாள். அவளை ஒட்டினாற் போல் ஜீரவ் அவளைப் பின் தொடர்ந்தான். இருவரும் இரண்டாவது மாடியிலுள்ள சிறு அறைக்குள் நுழைந்தார்கள். அந்த அறையில் துப்பாக்கிக் குண்டினால் உடைந்து நொறுங்கிப் போன ஒரு நிலைக் கண்ணாடி இருந்தது. சிலந்தி வலை மாதிரி கீறல்கள் விழுந்திருந்த அந்த மங்கிய நிலைக் கண்ணாடியைப் பார்த்த போது, அதில் விசித்திரமான வேறொரு பெண் தனது பட்டுக் காலுறையை மெல்ல மேலிழுத்து மாட்டுவதைக் கண்டாள். பின்னர் அவள் மெல்லிய மிருதுவான துணியாலான உள்ளாடையையும், லேஸ் கரையிட்ட உடையையும் அணிந்து கொண்டாள். தனது பழைய துணிமணிகளையெல்லாம் துனது பூட்ஸ் காலின் முனையால் தூர ஒதுக்கித் தள்ளினாள். மூடப்படாத தனது, மென்மையான தோள்களின் மீது அவள் அந்த உரோமத்தினாலான உடையை எடுத்து மூடிக் கொண்டாள்... என் அருமைப் பெண்ணே! இப்போது நீ யார்? விபசாரியா? கொள்ளைக்காரக் கூட்டத்தவளா? திருடியா?... எதுவானால் என்ன? நீ இப்போது மிகவும் அழகாகத்தான் தோற்றுகிறாய்... நல்ல காலம் வந்து கொண்டிருக்கிறதா? வரட்டுமே!-- அதைப் பற்றியெல்லாம் யோசித்துப் பார்ப்பதற்கு பின்னர் வேண்டு மட்டும் அவகாசம் இருக்கும்.

அக்டோபர் மாதத்தில் நடந்த குண்டு வீச்சினால் பெரிய ஹோட்டலான 'மெத்ராபோல்' சேதமடைந்து விட்டது; எனவே அது மூடப்பட்டு விட்டது. என்றாலும், அந்த ஹோட்டலின் தனியறைகளில் உணவும் மதுவும்

வழங்கப்பட்டன. ஏனெனில் அந்த ஹோட்டலின் ஒரு பகுதியில் அன்னியர்கள் தங்கியிருந்தார்கள்; பெரும்பாலோர். ஜெர்மானியர்கள் தான். இவர்களைத் தவிர லிதுவேனியா, போலந்து, பாரசீகம் முதலிய நாடுகளின் பாஸ்போர்ட்டுகளை எப்படியோ சம்பாதித்துக் கொண்டிருந்த துணிவு நிறைந்த வியாபாரிகளும் தங்கியிருந்தார்கள். பிளாரென்ஸ் நகரத்திலே பிளேக் நோய் வந்த காலத்திலே அங்குள்ளோர் குடித்துக் களித்த மாதிரி, அந்தத் தனியறைகளில் உள்ளவர்கள் குடித்துக் கும்மாளம் போட்டார்கள். உண்மையான மாஸ்கோவாசிகள் சிலரும் அங்கு அனுமதிக்கப்பட்டார்கள்; ஆனால் அவர்கள் எல்லாம் பின்புற வாசலின் வழியாகத்தான் அனுமதிக்கப்பட்டார்கள். அவர்களில் பெரும்பாலோர் நடிகர்கள். அந்த சீசனின் முடிவு வரையிலும் கூட மாஸ்கோவிலுள்ள நாடகக் கொட்டகைகளில் நாடகங்கள் நடக்கப் போவதில்லை என்றும், எனவே நடிகர்களின் வாழ்வும் நாடகக் கொட்டகைகளின் வாழ்வும் அடியோடு தொலைந்த மாதிரிதான் என்றும் அவர்கள் நம்பினார்கள். இப்படிப்பட்ட நடிகர்கள் தமது மனக் கவலையை மறைக்க நன்றாகக் குடித்து மயங்கி உருண்டார்கள்.

இந்த மாதிரியான அர்த்தராத்திரிக் கேளிக்கைகளுக்கெல்லாம் மாமன்த் தால்ஸ்கி என்பவன் தான் தலைவனாக விளங்கினான். அவன் ஒரு சோக நாடக நடிகன்; பிரபலமான நடிகரான ரோஸ்ஸியைப் போல் அவனும் சமீப காலத்தில் பிரபலமாக இருந்தான். கட்டுப்பாடற்ற வேட்கையுணர்ச்சிகள் கொண்டவன் அவன். அவன் ஒரு சூதாடி; அழகன்; திட்டமிட்டுச் செயலாற்றும் வெறியன்; கம்பீரமானவன்; பயங்கரமானவன்; தந்திரம் மிக்கவன். சமீப காலத்தில் அவன் மேடை மீது மிகவும் அரிதாகத்தான் தோன்றினான்; அப்படியே தோன்றினாலும் வெளியூர்களிலேயே சென்று நடித்து வந்தான். அவன் மாஸ்கோ, பீட்டர்ஸ்பர்க் முதலிய இடங்களிலுள்ள சூதாடும் களங்களிலும், தென் திசையிலும் சைபீரியாவிலும் அவன் அடிக்கடி தென்பட்டுக் கொண்டிருந்தான். சூதாட்டத்திலே அவன்

தோற்ற தொகைகளைப் பற்றி நம்ப முடியாத கதைகள் எல்லாம் நடமாடின. அவனிடம் முதுமைச் சின்னங்கள் தோன்ற ஆரம்பித்து விட்டன, எனவே அவன் நடிப்பதை அடியோடு விட்டுவிடப் போவதாகச் சொல்லிக் கொண்டிருந்தான். யுத்த காலத்தில் அவன் ராணுவ தளவாட விநியோக ஒப்பந்தங்களில் சந்தேகத்துக்குரிய பல தில்லுமுல்லுகளைச் செய்து வந்தான். புரட்சி வெடித்த பின்னால் அவன் மாஸ்கோவுக்கு வந்து விட்டான். மாபெரும் சோக அரங்கத்தைக் கண்டு உணர்ந்த அவன், அந்த மாபெரும் நாடகத்தில், ஷில்லரின் 'திருடர்கள்' என்ற நாடகத்தைப் போன்றதொரு புதிய நாடகத்தில் நடிப்பது போல், தானும் பிரதான பங்கெடுக்க விரும்பினான்.

நடிப்புக் கலை மேதாவியின் பேச்சுத் திறனையும், நடிப்புத் திறனையும் கொண்டு, 'தெய்வீகமான அராஜகம்', சர்வ சுதந்திரம்' முதலியவற்றைப் பற்றியும், ஒழுக்க நியதிகளின் வழக்கங்கள் குறித்தும், ஒவ்வொரு வனும் தனக்குத் தேவையானதைத் தானே பெற்றுக் கொள்ளும் உரிமையைப் பற்றியும் அவன் ஆணித்தரமாகப் பேசினான். மாஸ்கோ நகரத்தில் அவன் ஓர் ஆத்மார்த்தக் கொந்தளிப்பையே உருவாக்கி விட்டான். தீயசெயல்களில் பெரிதும் ஈடுபடும் வாலிபர்களின் கூட்டத்தைக் கொண்ட, மாஸ்கோ நகரத்தின் பல்வேறு விதமான இளைஞர் கோஷ்டிகள் தனிப்பட்ட விடுதிகளைத் தேடித் திரிந்த போது, அவன் அத்தகைய அராஜகக் கோஷ்டிகளையெல்லாம் ஒன்று திரட்டினான்; வியாபாரிகள் சங்கக் கட்டிடத்தைப் பலாத்காரமாகக் கைப்பற்றி, அதற்கு அராஜக இல்லம்' என்று மறு பெயரிட்டான். இந்த விடயத்தில் சோவியத் அரசை அவன் முற்றிலும் தேவையற்ற ஒன்றாகக் கருதினான். அவன் சோவியத் ஆட்சியை இதுவரையிலும் எதிர்த்துப் போர் தொடுக்கவில்லை. ஆனால் அவனது எண்ணங்களும் திட்டங்களும் அந்த வியாபாரிகள் சங்கக் கட்டிடத்துக்குள் நடைபெறும் இரவுக் கேளிக்கைகளோடு மட்டும் நிற்கவில்லை. அந்த இல்லத்தின் ஜன்னலிலிருந்து அந்தக் கட்டிடத்தின் முன்னால் கூடியிருக்கும் ஜனத்திரளையும் நோக்கி

அவன் அட்டகாசமாக நடிப்புத் திறனோடு பிரசங்கம் செய்த போது அவனது பிரசங்கத்தைத் தொடர்ந்து கால்சராய்களும், பூட்சுகளும், துணிமணிகளும், பிராந்தி பாட்டில்களும். அந்த ஜனக்கூட்டத்தின் மீது மழை போல் வந்து பொழிந்தன.

தாஷாவும் ஜீரவும் 'மெத்ராபோல்' ஹோட்டலிலுள்ள தனியறைக்குள் நுழைந்தவுடனேயே அவள் கண்ணில் இந்த மனிதன் தான் முதன் முதலில் தென்பட்டான். அவள் வெண்கலத்திலே வடித்தெடுத்தது போன்ற அவனது வடிவான வருத்தந் தோய்ந்த முகத்தைக் கண்டாள். அந்த முகத்தில் ஏதோ ஒரு திறமை வாய்ந்த சிற்பி மடிப்புக்களையும் வரிக் கோடுகளையும் புகுத்தி, தீவிரமான வேட்கையுணர்ச்சிகளையும் வாழ்க்கைப் புயலில் அடிபட்டுக் காய்த்த வைராக்கியத்தையும் புலப்படுத்தியிருந்தது போல் தோன்றியது. அவனுடைய வாயும், மோவாயும், கழுத்தும் துடிப்பாகத் தெரிந்தன. அவனது கழுத்தைச் சுற்றி ஓர் அழுக்கேறிய மிருதுவான காலர் தென்பட்டது.

பெரியதொரு பியானோ வாத்தியம் திறந்து வைக்கப் பட்டிருந்தது. ஒடிசலான உடம்பும் மழுமழுப்பான முகமும் வெல்வெட் சட்டையும் கொண்ட ஒரு மனிதன் அந்த வாத்தியத்தின் முன்னேயமர்ந்து, இழவு வீட்டு நாதத்தை எழுப்பிக் கொண்டிருந்தான். அவனது உதட்டிலே சிகரெட் தொங்கியது; அவனது பளபளப்பான கண்கள் பாதி மூடியிருந்தன; தலை மேல் நோக்கி நிமிர்ந்திருந்தது. அங்கிருந்த மேஜையைச் சுற்றிலும் சில பிரமுகர்கள் வீற்றிருந்தனர்; மேஜைமீது ஏராளமான காலி பாட்டில்கள் இருந்தன. அந்தப் பிரமுகர்களில் நிமிர்ந்த மூக்கைக் கொண்ட ஒரு மனிதன் தனது மோவாயைத் தன் முஷ்டியின் மீது ஊன்றியவாறு, தனது முகமெல்லாம் சுருங்கி வதங்கிய நிலையில், தேவாலயத்தில் பாடும் பிரார்த்தனைக் கீதத்தில் ஒரு பகுதியை மென் குரலில் பாடிக் கொண்டிருந்தான். மற்றவர்கள் எல்லாம் - அதாவது ஜாடி போன்ற முகமுடைய ஒரு குணச்சித்திர நடிகன்;

தொங்கிப் போன உதடு கொண்ட ஒரு ஹாஸ்ய நடிகன்; கூரிய மூக்கும், மூன்று நாள் சவரம் செய்யப்படாத முகமும் கொண்ட ஒரு பிரதான நடிகன்; முடிந்த மட்டும் குடித்து விட்டிருந்த நாடக மேடைக் காதலன்; ஆழ்ந்த வரிக் கோடுகள் விழுந்திருந்த அகன்ற நெற்றியும், போதையற்ற நிலையும் கொண்ட ஒரு பெரிய பிரபலஸ்தர் முதலிய பேர்களெல்லாம் - அவசியமானபோது. அந்த மனிதனோடு சேர்ந்து கோஷ்டியாகப் பாடினார்கள்.

'புனிதர் சேவியர்' தேவாலயத்தைச் சேர்ந்த பாதிரி யாரும் அங்கு இருந்தார். நரை தோன்றத் தொடங்கிவிட்ட அந்த அழகான மனிதர் மாஸ்கோ நகரத்து வியாபாரிகள் தமக்குப் பரிசாக அளித்த தங்க பிரேம் போட்ட பெரிய மூக்குக் கண்ணாடியை அணிந்திருந்தார். அவர் அங்கு விரிக்கப் பெற்றிருந்த கம்பளத்தின் மீது மேலும் கீழும் நடந்தார்; அத்துடன் அவர் அணிந்திருந்த உடையின் மடிப்புக்கள் ஆடியசைந்தன. அவரும் தனது கனத்த குரலில் பாடிய போது, மேஜை மீதுள்ள கண்ணாடித் தம்ளர்களெல்லாம் அந்த அதிர்ச்சியில் கிணுகிணுத்தன. அந்தத் தனியறையின் சுவர்களில் கருஞ்சிவப்புப் பட்டினால் திரைகளிடப்பட்டிருந்தன; வாசல் நிலையில் சித்திர வேலைப்பாடுகள் நிறைந்த திரைகள் தொங்கின; அந்த வாசலுக்கு எதிரே மூன்று பட்டம் கொண்ட ஒரு மறைப்புத் தட்டி வைக்கப் பட்டிருந்தது.

மாமன்த் தால்ஸ்கி அந்தத் திரையிட்ட மறைப்பின் மீது முழங்கையை ஊன்றியவாறு நின்றான்; அவனது கையில் ஒரு சீட்டுக் கட்டு இருந்தது. அவன் அரைகுறையான ராணுவ உடையை-ஆங்கில மோஸ்தர் சட்டையும், குதிரை யேற்றத்துக்கான கட்டம். போட்ட, ஆசனப் பக்கத்தில் தோலிட்டுத் தைத்த கால்சராயையும், முழங்கால் வரையிலும் உள்ள கரிய பூட்சுகளையும் அணிந்திருந்தான். தாஷா உள்ளே நுழைந்த சமயத்தில், அவன் அந்தச் மரண சோக கீதத்தைக் கேட்டவாறு உவகையற்றுப் புன்னகை புரிந்தான்.

"எவ்வளவு அழகான பெண்! பார்த்தாலே பைத்தியம்

பிடித்து விடும் போலிருக்கிறதே!” என்று பியானோ வாசித்துக் கொண்டிருந்த அந்த மனிதன் சொன்னான். தாஷா உள்ளுக்குள் பயந்தவாறே சட்டென்று நின்றாள். மாமன்தைத் தவிர மற்றவர்களெல்லாம் அவளைப் பார்ப்பதற்குத் திரும்பினார்கள். பூரணமான ருஷ்ய அழகிதான்!” என்றார் பாதிரியார்.

“வா; வந்து எங்களுடன் உட்காரு பெண்ணே!” என்றான் அந்த நாடக மேடைக் காதலன்.

“உட்காருங்கள்; உட்காருங்கள்” என்று கிசுகிசுத்தான் ஜீரவ்.

தாஷா மேஜையருகே சென்று அமர்ந்தாள். அவர்கள் எல்லோரும் அவளைச் சூழ்ந்து கொண்டார்கள். அவளது கையை முத்தமிட்டார்கள்; என்னவோ ஸ்காத்லாந்து ராணி மரியா ஸ்தூயார்த் கண்ணால் கண்டுவிட்ட மாதிரி, அவள் முன் பவ்வியத்தோடு தலை வணங்கிப் பின் வாங்கினார்கள். பின்னர் மீண்டும் கோஷ்டி கானங்கள் தொடங்கி விட்டன. ஜீரவ் பொரித்த மீன் சினைக் கறியை, தாஷாவின் முன்னே வைத்து, காரமும் இனிப்பும் கலந்த ஏதோ ஒரு மதுபானத்தையும் அவளைப் பருக வைத்தான். அந்த அறையில் புகையும் புழுக்கமும் நிறைந்திருந்தது. அந்தக் காரமான மதுவைக் குடித்து முடிந்ததும், தாஷா தனது உரோமத்தாலான மேலங்கியைத் தூர விலக்கி விட்டு, தனது திறந்த கைகளை மேஜை மீது ஊன்றினாள். சோகமயமான கீதமும், பாடலின் பழைமையான சொற்களும் அவள் உள்ளத்தை என்னவோ செய்தன. மாமன்தின் மீது அவளால் வைத்த கண்ணை வாங்கவே முடியவில்லை. அவனைப் பற்றி வரும் வழியிலேயே ஜீரவ் எல்லா விவரங்களையும் அவளிடம் சொல்லியிருந்தான். மாமன்த் கூட்டத்திலிருந்து விலகி அங்கிருந்த மறைப்புக்குப் பின்னால் நின்றான். அவன் மிகவும் கோபாவேசமாக இருந்தானா அல்லது அளவுக்கு மீறிய குடிபோதையில் இருந்தானா என்று நிச்சயமாகச் சொல்ல முடியவில்லை.

“நல்லது, கனவான்களே! யாரும் ஆட்டத்துக்கு வரவில்லையா?” என்று அவன் கனத்த குரலில் கேட்டான்;

அந்தக் குரல் அந்த அறை முழுவதும் நிரம்பி ஒலித்தது.

"உன்னோடு விளையாட இங்கு யாரும் தயாராக இல்லை. நாங்கள் எல்லோரும் இப்போதே மகிழ்ச்சிக் கடலில் தான் மூழ்கியிருக்கிறோம். எனவே அமைதியாக இரு!" என்று அந்தத் தட்டையான முகம் கொண்ட மனிதன் அவசர அவசரமாகக் உரத்த குரலில் பதிலளித்தான். பின்னர் அவன் "யாக்கவ்! நாம் ஏழாவது கீதத்தைப் பாடலாம். நீ அதனை வாசி!" என்றான்.

பியானோவின் முன்னிருந்த யாக்கவ் தன் தலையைப் பின்னால் சாய்த்தவாறே, கண்களை அரையும் குறையுமாகக் மூடினான்; பியானோவின் கட்டைகளின் மீது விரல்களை வைத்தான்.

"பணம் வைத்து விளையாட வேண்டாம்... உங்கள் பணம் யாருக்கு வேண்டும்?" என்று மீண்டும் குரல் கொடுத்தான் மாமன்த்.

"எதுவானாலும் நாங்கள் ஆட்டத்துக்கு வரவில்லை... மீண்டும் மீண்டும் தொண தொணக்காதே, மாமன்!"

"துப்பாக்கிச் சூட்டுக்காக நான் ஆடத் தயார்!" *இந்தப் பிரகடனத்தைக் கேட்டதும், அங்கு ஒரு கணம் பூரண மௌனம் நிலவியது. பின்னர் அந்தக் கூரிய நாசி கொண்ட பிரதான நடிகன் தனது நெற்றியையும் தலை மயிரையும் தடவிக் கொடுத்தான்; தன்னிடத்தை விட்டு எழுந்து தன் கோட்டுப் பொத்தான்களை இழுத்து மாட்டினான்.*

"நானும் ஆடுகிறேன்!"

"*அந்த ஹாஸ்ய நடிகன் வாய் பேசாது அந்தப் பிரதான நடிகனைப் பற்றிப் பிடித்து, அவனது பெருத்த உடலைத் தன்மீது இழுத்து, அவனது ஆசனத்தின் மீது அவனைப் பிடித்துத் தள்ளினான்.*

"நான் என் உயிரையே பணயம் வைக்கத் தயார்!" என்று அந்தப் பிரதான நடிகன் திடீரென்று கத்தினான்.

அந்த அயோக்கியன் மாமன்த் அடையாளமிட்ட சீட்டுக் கட்டை வைத்து ஆடுகிறான். அதைப் பற்றி எனக்குக் கவலையில்லை... என்னை விடு!.. என்னைப் போக விடு!..."

ஆனால் அவன் ஏற்கனவே பலவீனமடைந்து விட்டான். ஜாடி போன்ற முகமுடைய அந்தக் குணச்சித்திர நடிகன் மிருதுவாகப் பேசினான்:

"பார்த்தாயா? சொட்டு மதுவும் கூட மிஞ்சவில்லை. மாமன்த்! பார்த்தாயா?... வெட்கக் கேடு!"

மாமன்த் திடீரென்று தன் கையிலிருந்த சீட்டுக் கட்டையும், ஒரு பெரிய சுழல் கைத் துப்பாக்கியையும் அங்கிருந்த சின்ன டெலிபோன் மேஜை மீது எறிந்தான். அவனது வடிவான முகம் கோபாவேசத்தால் வெளிறிப் போயிருந்தது.

"இந்த அறையை விட்டு யாரும் வெளியே போக முடியாது!" என்று வார்த்தைகளைக் கடித்து நொறுக்குவது போல் கடுகடுத்துச் சொன்னான் மாமன்த். *"நான் விரும்புகிறபடிதான் நீங்கள் ஆடவேண்டும்; இந்தச் சீட்டுக் கட்டில் எந்த அடையாளமும் இல்லை!"*

அவன் தன் கீழுதட்டைப் பிதுக்கியவாறே தனது விரிந்த நாசித் துவாரங்களின் வழியே ஆழ்ந்த மூச்சை இழுத்தான். அபாயத்தின் எல்லை அணுகிவிட்டது என்பதை எல்லோரும் உணர்ந்து விட்டார்கள். அவனது பார்வை மேஜையைச் சுற்றியிருந்தவர்கள் அனைவரையும் நோட்டம் பார்த்தது. யாக்கள் ஒரே ஒரு விரலால் அந்தப் பியானோ வாத்தியத்தில் பிரபலமான ஒரு பாடலின் கீதத்தை வாசிக்கத் தொடங்கினான். மாமன்தின் கரிய புருவங்கள் திடீரென்று மேலேறின; அவனது ஆழம் காண முடியாத கண்களில் வியப்புணர்ச்சி ஒரு கணம் மேலிட்டது. அவன் தாஷாவைப் பார்த்து விட்டான். அவன் பார்த்த பார்வையில் தாஷாவுக்கு இதயமே குளிர்ந்து உறைந்து விட்டது போல் இருந்தது. அவன் அவளை நோக்கி அசையாமல் நடந்து வந்து அவளது விரல் நுனிகளைப் பற்றி அவற்றைத் தனது ஈரம் காய்ந்து

வறண்ட உதடுகளின் அருகே கொண்டு சென்றான்; எனினும் முத்தமிடவில்லை; தனது உதடுகளால் மெல்ல ஸ்பரிசிக்க மட்டுமே செய்தான்.

“ஒயின் எதுவும் இல்லையென்றா சொன்னீர்கள்? சீக்கிரமே எல்லாம் வந்து சேரும்.”

அவன் தனது பார்வையைத் தாஷாவை விட்டு அகற்றாமலே போன் செய்தான். ஒரு தாத்தாரிய வேலையாள் வந்தான். அவன் தன் கைகளை அகல விரித்தான்: ஒரு பாட்டில் ஒயின்கூட இல்லை. எல்லாவற்றையும் தீர்த்தாகி விட்டது. கிடங்கு பூட்டிக் கிடக்கிறது. மானேஜர் போய் விட்டார்.

“போ வெளியே!” என்றான் மாமன்த். பின்னர் டெலிபோனை நோக்கிச் சென்றான்; அந்தச் சமயத்தில் எவ்வளவோ பேர் அவனைப் பார்த்துக் கொண்டிருப்பது போல் அவன் உணர்ந்தான். அவன் ஒரு நம்பரைத் திருப்பிக் கூப்பிட்டான்: “ஆமாம். நான்தான்... தால்ஸ்கி... ஒரு கட்டளையை அனுப்பு... ‘மெத்ராபோலுக்குத்’ தான்... நான் இங்கே தான் இருக்கிறேன். ரொம்ப அவசரம்... ஆமாம்... நாலுபேர் போதும்...”

அவன் ரிஸீவரை மெதுவாக வைத்தான்; தன் உடம்பு பூராவையும் சுவரின் மீது சாய்த்துக் கைகளைக் கட்டிக் கொண்டான். கால் மணி நேரம் சென்றது. யாக்கவ் தனது பியானோவில் ஸ்கிரியாபினின் வாத்தியமொன்றை மிருதுவாக வாசித்தான். தனக்கு மிகவும் பழக்கப்பட்டிருந்த அந்தச் வாத்தியத்தின் நாதத்தைக் கேட்டதும், தாஷாவுக்கு பழைய நினைவுகளெல்லாம் மேலோங்குவது போலிருந்தது; அவளது தலை கிறுகிறுத்தது. நேரம் சென்றது. அவளது மார்பின் மீது அணிந்திருந்த வெள்ளி ஜரிகையிட்ட சித்திரத் துணியாலான ரவிக்கை மேலும் கீழும் ஏறித் தாழ்ந்தது; நாடித் துடிப்பின் படப்படப்பு அவள் காதுகளில் துடித்துக் கேட்டது. ஜீரவ் அவளிடம் ரகசியமாக ஏதோ சொன்னான்; அவன் சொன்னதை அவள் காதில் வாங்கவே இல்லை.

அவள் இளமையின் லாவகத்தையும், சுதந்திரத்தின் ஆனந்தத்தையும் உணர்ந்தவளாய் உணர்ச்சிப் பரவசமுற்றாள். ஏதோ ஒரு குழந்தையின் தொட்டிலிலிருந்து விடுபட்டு, மேலே மேலே, கண்ணுக்கெட்டாத தூரத்துக்குப் பறந்து செல்லும் ஒரு விளையாட்டு பலூனைப் போல் தானும் பறந்து செல்வதாக அவள் உணர்ந்தாள்.

நாடக மேடைக் காதலன் அவளது திறந்து கிடந்த புஜங்களைத் தடவிக் கொடுத்தவாறே, மிருதுவான தொனியில் அவளிடம் பேசத் தொடங்கினான்:

"அவனை அவ்வளவு பரிவோடு ஒரேயடியாகப் பார்க்காதே, கண்ணே! பார்த்தால் உன் கண்கள் குருடாய்ப் போகும்... மாமன்திடம் ஏதோ ஒரு ராக்ஷஸக் கவர்ச்சி இருக்கத்தான் செய்கிறது!.."

அந்த நேரத்தில் நுழை கதவின் இரு பாதிகளும் படாரென்று திறந்தன; தொடர்ந்து தொப்பியணிந்த நான்கு தலைகள் மறைப்புக்கு அப்பால் தென்பட்டன; தோல் உறை யணிந்த நான்கு கைகளும் மேலே உயர்ந்தன. அந்தக் கைகள் ஒவ்வொன்றிலும் ஒரு நாட்டு வெடிகுண்டு இருந்தது. அந்த நான்கு அராஜகவாதிகளும் பயமுறுத்தும் தொனியில் சத்தமிட்டார்கள்:

"அசையாதீர்கள்! கைகளை உயர்த்துங்கள்!"

"எல்லாம் சரியாகாகத்தான் இருக்கிறது" என்று அந்த அராஜகவாதிகளை நோக்கி மாமன்த் அமைதியாகச் சொன்னான். பின்னர் அந்த அராஜகவாதிகளைப் பார்த்து "நன்றி, தோழர்களே!" என்று கூறியவாறே, அவர்கள் இருந்த பக்கமாகச் சென்று, அந்த மறைப்பின் மீது குனிந்தான்; அவர்களிடம் ரகசியமான குரலில் ஏதோ பேசினான். உடனே தொப்பிகளை அசைத்துக் காட்டிவிட்டு அந்த அராஜகவாதிகள் வெளியே போய் விட்டார்கள். சில நிமிஷங்கள் கழிந்த பின்னர் தூரத்திலிருந்து பல்வேறு மனிதக் குரல்களும், ஓர் உள்ளடங்கிய கூச்சலும் கேட்டன். ஏதோ ஒரு வெடிகுண்டு வீச்சினால் ஏற்பட்ட அதிர்ச்சி அந்த அறையின் சுவர்களில் எதிரொலித்து நடுங்கியது.

“அந்த நாய்க் குட்டிகள் இப்படி ஏதாவது செய்து காட்டினால் தான் வழிக்கு வருவார்கள்!” என்றான் மாமன்த்.

பின்னர் அவன் மணியை அடித்தான். வெளிறிய முகத்தோடு பற்கள் கிடுகிடுக்க, ஒரு பணியாள் உள்ளே ஓடி வந்தான்.

“இந்த மேஜையில் இருப்பதையெல்லாம் அப்புறப் படுத்திவிட்டு, புதிய ஓயின் கோப்பைகளைக் கொண்டு வா!” என்று உத்தரவிட்டான் மாமன்த். “யாக்கவ்! என்னைத் தொந்தரவு செய்யாதே! இந்தச் சோக கீதத்தையெல்லாம் விட்டு, ஜாலியாக ஏதாவது வாசி!”

அந்தப் பணியாள் மேஜையைச் சுத்தம் செய்து விட்டு, புதிய மேஜை விரிப்பொன்றை விரித்தவுடனே அராஜகவாதி கள் திரும்பவும் வந்தார்கள்; ஏராளமான மதுப் புட்டிகளைச் சுமந்து வந்தார்கள். பிராந்தி, விஸ்கி, சாம்பேன் முதலிய பல்வேறு மது வகைகளும் நிறைந்த பாட்டில்களைக் கம்பள விரிப்பின் மீது குவித்தார்கள். பின்னர் அவர்கள் வந்தது போலவே வாய் பேசாது திரும்பிப் போய்விட்டார்கள். மேஜையைச் சுற்றி இருந்தவர்கள் மத்தியிலிருந்து வியப்பும் களிப்பும் மிகுந்த ஆரவாரம் எழுந்தது.

“ஹோட்டல் அறைகளில் இருக்கும் மதுப் புட்டிகளில் நான் சரிபாதியைத்தான் இங்கு கொண்டு வரச் சொல்லி உத்தரவிட்டேன்” என்று மாமன்த் விளக்க முனைந்தான்.

மீதிப் பாதியை அதன் சொந்தக்காரர்களிடமே விட்டுவிடச் சொன்னேன். எனவே உங்கள் மனச்சாட்சியை வீணாக அலட்டிக் கொள்ள வேண்டாம். எல்லாம் ஒழுங்காகத்தான் இருக்கிறது.”

யாக்கள் குதூகலமான ஒரு கீதத்தை வாசித்தான். சாம் பேன் பாட்டில்களின் கார்க்குகள் வெளியே பறந்தன. மாமன்த் தாஷாவுக்கு அருகில் சென்று அமர்ந்து கொண்டான். மேஜை மீதிருந்த விளக்கின் ஒளியில்

அவனது வடிவமைந்த முகத்தோற்றம் மேலும் துடிப்பாகத் தெரிந்தது.

"நான் இன்று உங்களை 'லூக்ஸ்' ஹோட்டலில் பார்த்தேன் . அப்போது நீங்கள் தூங்கிக் கொண்டிருந்தீர்கள்... யார் நீங்கள்?"

அவள் சிரித்தாள். அவள் தலை கிறுகிறுப்பில் சுழன்றது. அவள் சொன்னாள்:

"நானா? நான் யாருமில்லை! நான் ஒரு விளையாட்டு பலூன்!"

அவன் தனது உஷ்ணம் மிகுந்த பெரிய கையை அவளது திறந்த புஜத்தின் மீது வைத்தவாறு, அவளது கண்களைக் கூர்ந்து நோக்கினான். தாஷா எதையும் பொருட்படுத்தவில்லை. அவளது குளிர்ந்த தோளின் மீது அவனது கதகதப் பான கையின் கனம் அழுந்துவதை மட்டுமே அவள் உணர்ந்தாள். அவள் தன் எதிரேயிருந்த சாம்பேன் மதுக் கோப்பையைத் தனது மிருதுவான கரத்தினால் எடுத்து, அதில் மீந்திருந்த மதுவை ஒரே மூச்சில் குடித்து முடித்தாள்.

"அப்படியென்றால் நீங்கள் யாருக்கும் சொந்தமில்லையே?" என்று கேட்டான் அவன். "யாருக்குமில்லை!"

மாமன்த் அவளது காதில் நாடக தோரணையின் அழுத்த பாவத்தோடு பேசத் தொடங்கினான்:

"வாழு! என் குழந்தாய்! உனது இதயத்தின் சகல சக்திகளையும் பிரயோகித்து நீ வாழ்! நீ என்னைச் சந்தித்ததும் உனது நல்ல அதிருஷ்டம் என்றுதான் சொல்ல வேண்டும்... பயப்படாதே! நான் உனது இளமையைக் காதலால் களங்கப்படுத்த மாட்டேன்... சுதந்திர புருஷர்கள் காதலிப்பதும் இல்லை; காதலைக் கோருவதும் இல்லை. ஷேக்ஸ்பியரின் ஒதேல்லோ இருக்கிறானே - அவன் ஒரு மத்திய காலத்தில் எரிக்கப்பட வேண்டிய சூனியக்காரன்! தேவதூஷணைத் தண்டனைக்கு இரையாக வேண்டியவன்!

சாத்தானின் ராக்ஷஸப் புன்னகை அவன்!... ரோமியோவும் ஜூலியத்தும் கூட அப்படித்தான்!.. நான் உன்னை அறிவேன் - நீ உன் அந்தரங்கத்தில் அத்தகைய காதலை வேண்டித்தான் தவிக்கிறாய்!.. ஆனால் அதெல்லாம் காலாவதியாகி விட்ட பழங்குப்பை. நாங்கள் அடி முதல் முடிவரை அனைத்தையுமே தகர்த்தெறிகிறோம். நாங்கள் எல்லாப் புத்தகங்களையும் எரிப்போம்... எல்லாப் பழம் பொருட்காட்சி சாலைகளையும் இடித்துத் தள்ளுவோம்... மனித வர்க்கம் தனது பண்டைக் காலத்தை - பன்னூறு நூற்றாண்டுகளையும் - மறந்து விட வேண்டும்... ஒரே ஒரு வழியில் தான் சுதந்திரம் அடங்கியிருக்கிறது: அதுதான் தெய்வீகமான அராஜகம்! வேட்கை உணர்ச்சிகளின் மகத்தான சொக்கப்பனை நெருப்பு அது!... ஆம். என் அழகியே! நீ என்னிடமிருந்து காதலையோ, சாந்தியையோ எதிர்பார்க்காதே!... நான் உன்னை விடுவிப்பேன்!... உன்னைப் பிணைத்திருக்கும் புனிதத் தன்மையின் விலங்குகளையெல்லாம் நான் தகர்த்தெறிகிறேன்! இரண்டு அரவணைப்புக்களிடையில் நீ என்னிடம் என்ன கேட்டாலும் நான் அவற்றை உனக்குத் தருவேன்... கேள்... இப்போதே கேள்... ஒரு வேளை நாளை மிகவும் பிந்தியதாகப் போய்விடலாம்..."

இந்த உத்வேகமான சொல்மாரியினூடே, வேட்கையுணர்ச்சியின் வெறிவேகம் தனது பக்கத்திலே பொங்கிக் கொண்டு காட்சியளிப்பதையும் தாஷா நன்குணர்ந்தாள். தாஷாவுக்குப் பயபீதி பிடித்தது. அசைய முடியாதபடி படுத்திருக்கும் வேளையில் பேய்க் கனவு கண்ட மாதிரி, அந்தக் கனவின் கருக்கிருட்டிலிருந்து வெளிவந்த நெருப்புக் கண்கள் படைத்த பைசாசம் கனவு கண்ட நபரைக் கீழே பிடித்துத் தள்ளி, மிதித்து நசுக்கித் துவைப்பது போல், அவள் பயந்தாள். அதைவிடப் பயங்கரமாக வேறோர் உணர்ச்சியும் அவளிடத்திலே தோன்றியது. அதுவரையிலும் அவளுக்குத் தெரியாத, பொங்கிப் புடைத்துப் புகைமுட்டித் தத்தளிக்கும் வேட்கையுணர்ச்சிகள் தன்னுள்ளும் எழும்புவதை அவள் உணர்ந்தாள். முழுக்க முழுக்க தான் ஒரு பெண் மட்டும் தான் என்று அவள் உணர்ந்தாள்.

அந்த உணர்ச்சிப் பரவசத்திலே அவள் மிகவும் அழகாகத் தோற் றமளித்திருக்க வேண்டும். அந்த அழகைக் கண்ட நாடக மேடைக் காதலன் அவளை அணுகி, அவளுடன் ஒயின் கோப்பைகளை ஓசையெழும்ப மோதியவாறே, பொறாமையுணர்ச்சியுடன் சொன்னான்:

"மாமன்த்! நீ குழந்தையைச் சித்திரவதை செய்கிறாய்!"

சுடப்பட்டவன் மாதிரி மாமன்த் துள்ளி யெழுந்தான்; மேஜை மீது ஓங்கிக் குத்தினான். மேஜை மீதுள்ள கண்ணாடித் தம்ளர்களெல்லாம் ஆட்டம் கண்டு கலகலத்துக் கீழே விழுந்தன.

"இந்தப் பெண்ணின் மீது எவனாவது கை வைக்கத் துணிந்தால் அவனை நான் சுட்டுத் தள்ளி விடுவேன்!"

அவன் தனது ரிவால்வர் கிடந்த மேஜையை நோக்கித் தாவினான். எல்லோரும் நாற்காலிகளைக் கீழே தள்ளியவாறு துள்ளி எழுந்தார்கள். யாக்கவ் பியானோவுக்குப் பின்னால் ஓடி ஒளிந்து கொண்டான். அப்போது, தாஷா எப்படித் தான் அது நடந்தது என்று தானே புரித்து கொள்ள முடியாத நிலையில் மாமன்தின் ரிவால்வரைப் பிடித்திருந்த கையில் தன் கையை இணைத்திருந்தாள். அவனது கையின் மீது தொங்கியவாறே, அவனை அவள் பரிதாபகரமாக, இரங்கத் தக்க முறையில் பார்த்தாள். அவன் அவளது தோள்களுக்குக் கீழாகக் கையைக் கொடுத்து அவளது நளினமான முதுகை வளைத்து, அவளைத் தூக்கி நிறுத்தி, அவளது வாயின் மீது தனது வாயை வைத்து அசுரத்தனமாக அழுத்தினான். அவர்கள் இருவரது பற்களும் ஒன்றோடொன்று மோதிக் கொண்டன. தாஷா கலங்கினாள். அந்தக் கணத்தில் டெலிபோன் மணி கணகணத்தது. மாமன்த் தாஷாவை ஒரு சாய்வு நாற்காலியின் மீது விட்டு விட்டு, டெலிபோன் ரிஸீவரை எடுத்தான். தாஷா தனது கையால் தன் கண்களை மூடிக் கொண்டாள்.

"ஆமாம். நான் தான்... உனக்கு என்ன வேண்டும்?

நான் ஒரு காரியமாக இருக்கிறேன்... ஓ! அப்படியா? எங்கே? மியாஸ்னீத் ஸ்கயா தெருவிலா?... வைரங்களா? விலையுயர்ந்தவையா?... சரி. நான் இன்னும் பத்து நிமிஷத்தில் வருகிறேன்..."

அவன் தனது ரிவால்வரைக் கால் சராயின் பின்புறத்திலுள்ள பையில் சொருகினான். பின்னர் தாஷாவிடம் மீண்டும் சென்றான். அவளது முகத்தை இரு கைகளாலும் அணைத்துப் பிடித்தவாறு, அவளை நப்பாசையுடன் மீண்டும் மீண்டும் மாறி மாறி முத்தமிட்டான். பின்னர் அவளிடம் விடை பெறும் பாவனையில் கையை நாசூக்காக ஆட்டிக் காட்டி விட்டு, அவன் அறையை விட்டு வெளியேறினான்.

தாஷா அன்றிரவின் குறைப்பொழுதையும் 'லூக்ஸ்' ஹோட்டலில் கழித்தாள். அவள் தனது ஜரிகைக் கரை கொண்ட சித்திரத் துணியாலான சட்டையைக் கூடக் கழற்றாமல், கட்டை மாதிரி விழுந்து தூங்கினாள். (மாமன்தை எண்ணிப் பயந்தவனாய், ஜீரவ் குளிக்கும் அறையிலே போய்த் தூங்கினான்.) மறு நாட்காலையில் படுக்கையை விட்டு எழுந்த பின்னால், தாஷா மத்தியானம் வரையிலும் ஜன்னலருகிலேயே சுருண்டு மடங்கி உட்கார்ந்திருந்தாள். அவள் ஜீரவுடன் பேசவோ அவன் கேட்கும் கேள்விகளுக்குப் பதில் சொல்லவோ இல்லை. நான்கு மணிக்கு அவள் வெளியே சென்றாள்; பிரெச்சீஸ் தென்ஸ்கி மரச் சாலையில் உள்ள நீண்ட மூக்குக் கொண்ட கோகலின் சிலைக்கெதிரே தென் பட்ட வெட்டவெளியில் ஐந்து மணி வரை காத்து நின்றாள். அங்கு மெலிந்த தோற்றமுடைய சில குழந்தைகள் மணலையும் மண்ணையும் உருண்டையாக உருட்டி விளையாடிக் கொண்டிருந்தன.

அப்போது அவள் தனது பழைய உடுப்பையும் பழைய தொப்பியையுமே அணிந்திருந்தாள். சூரிய ஒளி அவளது முதுகைச் சுட்டெரித்தது. அது அவளது துன்ப வாழ்வின் மேல் பரவி நின்றது. அந்தக் குழந்தைகளின் சின்னஞ்சிறு முகங்களில் பசிக் கொடுமையால் ஏற்பட்ட முதுமை

தென்பட்டது. எங்கும் ஆளரவமற்று, அமைதியாக இருந்தது. வாகனங்களின் சத்தமோ, மனிதக் குரல்களோ கேட்கவில்லை. எல்லா வாகனங்களும் போர் முனைக்குச் சென்று விட்டன; ரோட்டில் நடப்பவர்களோ வாய் பேசாது மௌனமாகவே நடந்தார்கள். கல்லாலான நாற்காலி மீது கோகல் அமர்ந்திருந்தார்; அவர் அணிந்திருந்த உடையின் பழுவால் அவரது உடம்பு முன்னோக்கி வளைந்து தோன்றியது. அந்தச் சிலை மீது குருவிகளின் எச்சம் படிந்திருந்தது. இரண்டு தாடிக்கார மனிதர்கள் தாஷாவைச் சிறிதும் கவனிக்காமல் அவளைக் கடந்து சென்றார்கள். அவர்களில் ஒருவன் தரையைப் பார்த்துக் கொண்டே நடந்தான்; மற்றவனோ மரங்களின் உச்சியைப் பார்த்தவாறே நடந்தான். அவர்கள் பேசிக் கொண்டு சென்ற பேச்சின் சில பகுதிகள் அவளுக்குக் கேட்டன.

“படுதோல்வி... பயங்கரம் தான்... இனி நாம் என்ன செய்வது?”

“என்ன தான் இருந்தாலும்... சமாராவைக் கைப்பற்றியாகி விட்டது, உபாவையும் கைப்பற்றியாயிற்று...”

“நான் இனி எதையும் நம்ப மாட்டேன். நாம் இந்த மாரிக்காலம் முடியும் வரையிலும் கூடத் தாக்குப் பிடிக்க மாட்டோம்.”

“இருந்தாலும், தோன் பிரதேசத்தில் இன்னும் தெனீகினின் கை தான் ஓங்கியிருக்கிறது...”

“நான் அதை நம்பவில்லை. எதுவும் நம்மைக் காப்பாற்ற முடியாது. பாபிலோன் அழிந்தது; ரோமாபுரி அழிந்தது; நாமும் அழிவோம்...”

“ஆனால் சாவின்கவ் இன்னும் கைதாகவில்லை. செர்னோவும் கைதாகவில்லை...”

“அதெல்லாம் எம்மாத்திரம்? ஆம். ருஷ்யா என்பது ஒரு காலத்தில் இருந்தது; இப்போது அது அழிந்து விட்டது.”

முந்திய நாளன்று தாஷாவைக் கடந்து சென்ற அதே மூதாட்டி அப்போதும் தாஷாவைக் கடந்து சென்றாள்; அப்போதும் அவள் தன் சால்வைக்குள்ளே ரோசனவின் நூல்களையெல்லாம் மறைத்துக் கொண்டு தான் சென்றாள். தாஷா வேறுபுறம் திரும்பிக் கொண்டாள். மண்டையோட்டுச் சின்னம் தரித்த அந்த மனிதன் தாஷா அமர்ந்திருந்த பெஞ்சை நோக்கி வந்து கொண்டு இருந்தான். அவன் சுற்று முற்றும் சட்டென்று பார்த்து விட்டு, தன் மூக்குக் கண்ணாடியைச் சரியாக வைத்தவாறே தாஷாவுக்கு அடுத்தாற் போல் வந்து அமர்ந்தான்.

"நீங்கள் நேற்றிரவை 'மெத்ராபோலில்' கழித்தீர்களா?"

தாஷா தலையைக் குனிந்தாள்; அவளது உதடுகள் மட்டும் "ஆம்" என்று லேசாக முணுமுணுத்தன.

"நல்லது. நான் உங்களுக்கு ஓர் அறை பார்த்திருக்கிறேன். இன்று மாலையிலேயே நீங்கள் அங்கு வந்துவிடலாம். ஜீரவிடம் இதுபற்றி எதுவும் பேசாதீர்கள்! இனி விஷயத்துக்கு வருவோம். நீங்கள் லெனினை நேராகப் பார்த்திருக்கிறீர்களா?"

"இல்லை."

அவன் தனது பாக்கெட்டிலிருந்து ஒரு கட்டுப் புகைப் படங்களை எடுத்து, அதனை தாஷாவின் கைப்பைக்குள் செலுத்தி அடைத்தான். பின்னர் தனது உதட்டின் மீது வந்து படியும் தாடி மயிரை ஒதுக்கியவாறே சிறிது நேரம் மௌனமாக இருந்தான். அதன்பின் தாஷாவின் மடிமீது உயிரற்றுச் சோர்ந்து கிடந்த அவளது கரங்களை அவன் பற்றி அவற்றைக் குலுக்கினான்.

"நிலைமை இதுதான். போல்ஷிவிஸம் - லெனின் தான். புரிந்ததா? நாம் செஞ்சேனையை நசுக்கி விடலாம். ஆனால் கிரெம்ளினுக்குள் லெனின் இருக்கும் வரையிலும் நமக்கு வெற்றி கிட்டப் போவதில்லை. தெரிந்ததா? லெனின் பெரிய தத்துவவாதி. அவர் மிகவும் உறுதியுள்ள சக்தி - அதன் மூலம் நமக்கு மட்டுமல்ல,

உலகம் முழுவதுக்குமே பேராபத்து விளையும். நன்றாக யோசித்து திட்டவட்டமாகச் சொல்லுங்கள்... நீங்கள் தயாரா இல்லையா?"

"அவரைக் கொல்லவா?" அங்கு விளையாடிக் கொண்டிருந்த வளைந்து தடுமாறும் கால்களைக் கொண்ட, அரை குறையாக ஆடையணிந்த ஒரு குழந்தையைப் பார்த்தவாறே இந்தக் கேள்வியைக் கேட்டாள் தாஷா. அந்த மனிதன் திடுக்கிட்டு நடுங்கிப் போனான்; வலதுபுறம் திரும்பிப் பார்த்தான்; அந்தக் குழந்தைகளை நெரிந்து சுருங்கிய கண்களால் பார்த்தான்; மீண்டும் தன் தாடியை உதட்டிலிருந்து பிதுக்கத் தொடங்கினான்.

யாரும் அப்படிச் சொல்லவில்லை. நீங்கள் நினைப்பது மாதிரியே இருந்தாலும் கூட, நீங்கள் அதை வாய்விட்டுச் சொல்லக் கூடாது. எங்கள் ஸ்தாபனத்துக்குள் உங்களையும் சேர்த்தாகி விட்டது. சாவின்கவ் இதைப் பற்றி உங்களிடம் சொன்னவை உங்களுக்குப் புரியவில்லையா?"

"அவர் என்னிடம் பேசியதே இல்லை. (அந்த இளைஞன் சிரித்தான்.) அப்படியானால் கைக்குட்டையை வாயில் வைத்து மூடிக் கொண்டிருந்தாரே, அவரா? அவர்தான்..."

"ஷ்! ஆம். அவர்தான் சாவின்கவ்... உங்கள் மீது அவர் அதீதமான நம்பிக்கை வைத்திருக்கிறார். எங்களுக்குப் புதிய ஆட்கள் வேண்டும்... நிறையப் பேர் கைதாகி விட்டார்கள். கசானில் படை திரட்டும் திட்டம் வெளியே தெரிந்து போய்விட்டது என்ற விவரம் உங்களுக்குத் தெரியுமென்று நினைக்கிறேன். நமது மத்தியத் தலைமைப் பீடத்தை வேறு இடத்துக்கு மாற்றியாகிவிட்டது. இருந்தாலும் இங்கு ஒரு ஸ்தாபனம் இருக்கும்... நீங்கள் செய்ய வேண்டிய காரியம் எல்லாம் இதுதான்: லெனின் எங்கெங்கே எப்போதெப்போது பிரசங்கங்களுக்கும், கூட்டங்களுக்கும், தொழிற்சாலைகளுக்கும் போகிறார் என்பதைத் தெரிந்து, அங்கெல்லாம் நீங்களும் போய் அங்கு நடப்பதைக் கவனித்து வரவேண்டும். இதில் நீங்கள் மட்டும் தனியாக வேலை செய்ய மாட்டீர்கள்.

கிரெம்ளினிலிருந்து அவர் எப்போது வெளியே போகிறார், எங்கே பேசப் போகிறார் என்பதற்கெல்லாம் உங்களுக்குத் தகவல்கள் வந்து சேரும்... நீங்கள் கம்யூனிஸ்டுகளில் சில பேரைப் பழக்கப்படுத்திக் கொண்டு, அதன் மூலம் நீங்கள் கம்யூனிஸ்ட் கட்சிக்குள்ளேயே புகுந்து விட்டால் அதுவே மிகவும் சிறந்ததாக இருக்கும். அவர்கள் வெளியிடும் புத்தகங்களையும், பத்திரிகைகளையும் படிக்க வேண்டும். நாளைக் காலையில், இதே இடத்தில் உங்களுக்கு மேற்கொண்டு தகவல்கள் சொல்கிறேன்..."

இதன் பின்னர் அவள் செல்ல வேண்டிய ரகசியமான இடத்தின் விலாசத்தையும் அங்கு ஆஜராவதற்கான சங்கேத வார்த்தையையும் அவன் அவளிடம் தெரிவித்தான்; அவளுக்காகப் பார்த்து வைத்துள்ள அறையின் சாவியையும் அவன் அவளிடம் கொடுத்தான். பின்னர் அவன் அர்பாத் சதுக்கத்தை நோக்கிச் செல்லும் பாதையில் நடந்து சென்றான். தாஷா அவன் கொடுத்த புகைப்படங்களில் ஒன்றை யெடுத்து அதனை வெகுநேரம் கூர்ந்து பார்த்தாள். ஆனால் அந்தப் படத்தில் தென்பட்ட முகத்துக்குப் பதிலாக, அவள் வேறொரு முகத்தையே அதில் கண்டாள்; முந்திய நாள் இரவில் தான் கண்ட கருஞ்சிவப்பு நிறத் திரைகளுக்குப் பின்னாலிருந்து அந்த முகம் மிதந்து வருவதாக அவளுக்குத் தோன்றியது. உடனே அவள் தன் கைப்பையைச் சட்டென்று மூடினாள்; உதடுகளை இறுக மூடி, புருவங்களை நெரித்தவாறு அந்த இடத்தை விட்டு எழுந்தாள். வளைந்த கால்களு டைய ஒரு சிறுவன் அவளுக்குப் பின்னாலேயே தத்தித் தத்தி ஓடிவர ஆரம்பித்தான்; ஆனால் தடுமாறிக் கீழே விழுந்து, வேதனை தாங்க மாட்டாமல், ஓவென்று அழத் தொடங்கினான்.

தாஷாவின் அறை ஸீவ்ஸவ் விராஷக் தெருவில், ஒரு பரந்த முற்றவெளியில் ஒரு பாழடைந்த கட்டிடத்தில் இருந்தது. அதில் யாருமே குடியிருக்கவில்லை என்றே தோன்றியது. தாஷா அந்த வீட்டின் பின் வாசலுக்குச் சென்று, வாசற் கதவை வெகுநேரம் தட்டினாள். அதன்

பின் ஒரு அட்டுப் பிடித்த, கனத்த கிழவி வந்து கதவைத் திறந்தாள். அவளது கண்ணிமைகள் மேல் நோக்கித் திரும்பி, இமையின் உட்புறச் சிவப்பை வெளிக்காட்டின. அவள் யாரோ ஒருவருடைய வீட்டில் தன் ஆயுட்காலம் முழுவதும் வேலைக்காரியாகப் பணியாற்றி ஓய்ந்து திரும்பியவள் போல் தோன்றினாள். தாஷா எதற்காக வந்திருக்கிறாள் என்பதைப் புரிந்து கொள்ளவே அந்தக் கிழவிக்கு வெகு நேரமாகி விட்டது. கடைசியில் அவள் தாஷாவை உள்ளே வர விடுத்தாள்; பின்னர் சம்பந்தா சம்பந்தமற்று ஏதேதோ முனகிக் கொண்டு, தாஷாவை அவளது அறைக்கு அழைத்துச் சென்றாள்.

"என் கழுகுகளெல்லாம் பறந்து விட்டன - யூரி யூரிய விச்சும் மிஹயில் யூரியவிச்சும் வசீலி யூரியவிச்சும் போய் விட்டார்கள்... வசீலிக்குச் சென்ற புனிதர் தோமஸ் தினத்தன்று தான் பதினாறு வயது ஆரம்பித்தது... அவர்கள் ஆத்மாக்களுக்காக நான் இப்போது பிரார்த்தித்துக் கொண்டிருக்கிறேன்."

அந்தக் கிழவி தேநீர் கொண்டு தருவதாகச் சொன்னாள். ஆனால் தாஷா அதனை மறுத்து விட்டு உடைகளைக் களைந்து விட்டு அறையிலிருந்த கட்டிலின் மீது கிடந்த மெத்தைக்குக் கீழே புகுந்து படுத்து இருட்டிலே அழுதாள்; பொங்கி வரும் விம்மலை அடக்க முடியாமல், முகத்தைத் தலையணைக்குள் புதைத்துக் கொண்டாள்.

மறுநாட்காலையில், கோகல் சிலைக்கு அருகில் அந்த மனிதனை அவள் மீண்டும் சந்தித்தாள். அவன் மேற்கொண்டு தகவல்களைச் சொன்னான். அன்றைக்கு மறுநாள் அவள் ஒரு தொழிற்சாலைக்குப் போக வேண்டும் என்பது தான் முக்கிய கட்டளை. அவனைச் சந்தித்த பின்பு அவள் முதலில் தன் ஜாகைக்குத் திரும்ப விரும்பினாள்; பிறகு அவள் அந்த எண்ணத்தை மாற்றிக் கொண்டு 'போம் கபே' ஹோட்டலுக்குச் சென்றாள். அங்கு அவள் ஜீரவைச் சந்தித்தாள். அவன் அவளையே சுற்றிச் சுற்றி வந்து, அவள் எங்கே சென்றாள், என்ன செய்தாள் என்பதைப் பற்றியும், அவள் ஏன் தான்

கொடுத்த துணிமணிகளை எடுத்துச் செல்லவில்லை என்பதையும் அவளிடம் கேட்டான். “மாமன்த் என்னைக் கூப்பிட்டு அனுப்புவார் என்று எதிர்பார்க்கிறேன். உங்களைப் பற்றி நான் அவரிடம் என்ன சொல்ல?” தாஷா தனது கன்றிச் சிவந்த கன்னங்களை மறைப்பதற்காக மறுபுறம் திருப்பிக் கொண்டாள். “என்ன இருந்தாலும், இவர்களோடெல்லாம் தொடர்பு வைத்துக் கொள்ள வேண்டும் என்பதுதானே எனக்கிட்ட உத்தரவு...” என்று தனக்குத் தானே சொல்லிக் கொண்டாள்; அதே சமயம் அவ்வாறு சொல்லி அவள் தன்னைத்தானே ஏமாற்றிக் கொள்வதையும் அவள் உணர்ந்தாள்.

“நான் வந்து அந்தத் துணிமணிகளை எடுத்து வருகிறேன். பிறகு பார்க்கலாம்” என்று எரிச்சலோடு சொன்னாள் தாஷா.

அவள் தனது அறைக்குத் திரும்பியபோது எதனாலோ மூடப்பட்ட ஒரு காகிதப் பாக்கெட்டை கொண்டு வந்து சேர்த்தாள். அந்த மூட்டையில் விலையுயர்ந்த உரோமத்தினாலான கோட்டும் வெள்ளி ஜரிகையிட்ட சித்திரத் துணியாலான நாட்டிய உடையும் உள்ளாடைகளும் இருந்தன. அவள் அந்த மூட்டையை அவிழ்த்து அவற்றைப் படுக்கையின் மீது விட்டெறிந்தாள். அவற்றைப் பார்த்தவுடனேயே அவளது உடம்பு கிடுகிடுவென்று நடுங்கியது; பற்கள் நெரிபட்டுக் கடகடத்தன; அவளது தோள் மீது மாமன்தின் கனத்த கையின் அழுத்தம் இன்னும் தங்கியிருப்பதாக மீண்டும் தோன்றியது; அவளது பற்களில் அவனது இறுகிய பற்கள் மோதி உரசிய உணர்ச்சியும் இன்னும் நிலவுவது போல் தோன்றியது... அவள் தன் படுக்கைக்கு அருகே தொப்பென்று சரிந்து உட்கார்ந்து அந்த நறுமணம் கமழும் உரோமத்தினாலான கோட்டினுள் முகத்தைப் புதைத்தவாறே “என்ன இது? என்ன இது?” என்று தனக்குத்தானே திரும்பத் திரும்ப அர்த்தமற்றுச் சொல்லிக் கொண்டிருந்தாள்.

மறுநாட்காலையில் அவள் தனக்குத் தெரிவித்த தகவல்களின்படியே, மண்டையோட்டுச் சின்னம்

தரித்த அந்த மனிதன் தன்னிடம் கொண்டு தந்த கறுத்த சீட்டித் துணி உடுப்பை அவள் அணிந்து கொண்டாள்; தொழிலாளி வர்க் கத்தைச் சேர்ந்த பெண் என்று தோற்றும் விதத்தில், தலையில் ஒரு துணியைக் கட்டிக் கொண்டாள். யார் கேட் டாலும் தான் ஒரு பணக்காரக் குடும்பத்தில் வேலைக்காரியாக வேலை பார்த்ததாகவும், அந்தப் பணக்காரன் தன்னைக் கற்பழித்துக் கெடுத்து விட்டதாகவும் தான் சொல்ல வேண்டும் என்பது அவளுக்கிட்டிருந்த உத்தரவு. பிறகு அவள் தொழிற்சாலைக்குச் செல்லும் டிராம் வண்டியில் ஏறினாள்.

அவளிடம் அனுமதிச் சீட்டு ஏதும் இல்லை. அங்கு வாசலில் நின்ற வயதான காவலாளி அவளைப் பார்த்துக் கண்ணைச் சிமிட்டியவாறே, "என்ன குட்டி? கூட் டத்துக்கு வந்தாயா? கூட்டம் மத்திய கட்டிடத்திலே நடக்கிறது. அங்கே போ" என்று சொல்லி அவளை உள்ளே போக விட்டு விட்டான்.

உளுத்துக் கொண்டிருந்த பலகைகளும், துருப்பிடித்த பழைய இரும்புச் சாமான்களும், உடைந்து கிடந்த பெரிய ஜன்னல்களும் ஆங்காங்கே குவிந்து கிடந்த ஒரு பாதையின் வழியாக அவள் உள்ளே சென்றாள். அங்கு கண்ணில் யாருமே தென்படவில்லை. புகை போக்கிகளிலிருந்து மட்டும் நிர்மலமான வானவெளியை நோக்கிப் புகைச் சுருள்கள் எழுந்து சென்றன.

யாரோ ஒருவன் சுவரில் தென்பட்ட அழுக்கேறிய சிறு வாசலைச் சுட்டிக் காட்டினான். உள்ளே சென்றதும், சாந்து பூசப்படாது நின்ற ஒரு செங்கல் கட்டிடத்தின் நீண்ட கூடத்தில் தான் இருப்பதை தாஷா உணர்ந்தாள். புகை படிந்திருந்த கண்ணாடி முகட்டின் வழியாக மங்கிய ஒளி அங்கு பாய்ந்து கொண்டிருந்தது. எங்கு பார்த்தாலும் வெம்பரப்பாய் வெளிறித் தோன்றியது. பளுதூக்கி இயந்திரங்களின் உயர்ந்த, மேடைகளிலிருந்து சங்கிலிகள் தொங்கிக்கொண்டிருந்தன. அதற்குக் கீழே இயந்திரங்களின் இயக்கக் கடத்தி உருளைகளும், சக்கரக்

கப்பிகளிலிருந்து தொங்கும் அசைவற்ற கம்பிகளும் தென்பட்டன. அங்கிருந்த கடைசல் இயந்திரங்களையும், அறுக்கும், அறைக்கும், தொளைபோடும் சிறிய பெரிய இயந்திரங்களையும், இயந்திரங்களின் மாபெரும் பல் சக்கரங்களையும், இரும்புத் தகடுகளையும் அவள் வியப்போடு பார்த்தாள். ஒரு பெரிய வளைவுக்குக் கீழ் நிலவிய மங்கிய வெளிச்சத்தில் நீராவியினால் இயங்கும் ஒரு ராக்ஷஸச் சம்மட்டி சாய்ந்து தொங்குவதையும் அவள் கண்டாள்.

அந்தத் தொழிற்சாலையின் கவர்ச்சியற்ற சுவர்களுக்கு அப்பாலுள்ள வாக்கைக்குத் தேவையான ஒளி, உஷ்ணம், இயக்கம், இலட்சியம், இன்பம் எல்லாவற்றையுமே உண்டாக்கும் அந்த இயந்திரங்களும் இயந்திர நுணுக்கங்களும் இங்கு தான் உற்பத்தி செய்யப்பட்டன. இரும்புத் தூள், இயந்திர எண்ணெய், பூமிப்புழுதி, புகையிலை இவற்றின் நாற்றம் தான் அங்கு நிலவியது. மரத்தாலான ஒரு மேடையின் முன்னால் ஏராளமான ஆண்களும் பெண்களும் நின்று கொண்டிருந்தார்கள். வேறு பலர் உயரத்திலிருந்த ஜன்னல் விளிம்புகளின் மீதும், இயந்திரங்களின் இரும்புச் சட்டங்களின் மீதும் ஏறி நின்றார்கள்.

தாஷா அந்த மேடையை நோக்கிக் கூட்டத்தினுள் புகுந்து நடந்தாள். உயரமான இளைஞன் ஒருவன் அகன்ற புன்னகையோடு வாயைத் திறந்தவாறே அவளைத் திரும்பிப் பார்த்தான்; அவனது கறுத்த முகத்தில் அவனது பற்கள் வெள்ளை வெளேரெனத் தெரிந்தன. ஒரு பலகையாலான பலகையைக் காட்டித் தலையை அசைத்தவாறே அவன் தாஷாவிடம் தன் கையை நீட்டினான். தாஷாவோ அவனுக்குப் பக்கத்தில் ஜன்னலுக்குக் கீழேயிருந்த அந்த மரப்பலகையின் மீது ஏறிக்கொண்டாள். தன்னைச் சுற்றிலும் ஆயிரக் கணக்கான முகங்கள் சூழ்ந்திருப்பதை அவள் உணர்ந்தாள். சுருக்கம் விழுந்த நெற்றியும், இறுக மூடிய உதடுகளும், வாடி வதங்கிய முகங்களும் தான் அங்கு தென்பட்டன. அத்தகைய முகங்களை அவள்

தினம் தினம் தெருக்களிலும் டிராம் வண்டிகளிலும் பார்த்திருக்கிறாள். அதே சாதாரணமான, அலுப்புத் தட்டிய விருப்புணர்ச்சியற்ற பார்வைகளைக் கொண்ட ருஷ்ய முகங்கள் தான். யுத்தத் துக்கு முன்னால், ஏதோ ஒரு ஞாயிற்றுக்கிழமையன்று பீட்டர்ஸ்பர்கிலுள்ள தீவுப் பகுதியில் தான் நடந்து சென்றதையும்; அப்போது தன்னோடு கூட வந்த இரண்டு வக்கீல்கள் பேசிக் கொண்டதையும் தாஷா நினைவு கூர்ந்தாள்; அவர்களில் ஒரு வக்கீல் அவளைப் பார்த்துப் பேசினார். “தார்யா திமித்ரியவ்னா! பாரிஸ் நகரத்து மக்கள் கூட்டத்தைப் பார்த்தால் – தெருக்களில் ஒரே குதூகலமும் கும்மாளமும் சிரிப்பும் தான் கலகலக்கும். ஆனால் இங்கேயோ எல்லாமே ஓநாய்போல் முறைத்துக் கொண்டு பார்க்கும் உம்மணாமூஞ்சிகள் தான். அதோ நம்மை நோக்கி வந்து கொண்டிருக்கும் அந்த இரண்டு தொழிலாளிகளையும் தான் பாருங்களேன். நான் அவர்களருகே சென்று ஏதாவது தமாஷாகப் பேசிப் பார்க்கட்டுமா? அவர்களுக்கு அது புரியவும் புரியாது. அதுமட்டுமல்ல. அவர்கள் என் மீது கோபப் படக் கூடச் செய்வார்கள்... ருஷ்யர்கள் அவ்வளவு அசட்டுத் தனமானவர்களாகவும், பயங்கரமானவர்களாகவும் இருக்கிறார்கள்...” இப்போதோ அதே ஹாஸ்ய உணர்ச்சியற்ற தொழிலாளர்கள் தான் உறுதியோடும் உத்வேகத் தோடும் உறுத்து நோக்கும் முகங்களோடும் அங்கு நின்றார்கள். அதே முகங்கள் தான்... ஆனாலும் இப்போது பசியால் வாடிக் கறுத்துவிட்ட அதே முகங்கள்தான். அதே கண்கள் தான். ஆனால் அந்தக் கண்களிலோ இப்போது நெருப்பையொத்த தாகமும் பொறுமையின்மையும் தென் பட்டன.

தான் அங்கு எதற்காக வந்தோம் என்பதையே தாஷா மறந்து விட்டாள். பெத்ரொகிராதிலுள்ள கிராஸ்னிய ஸோரி தெருவில் உள்ள வெறிச்சென்றிருந்த ஜன்னலிலேயிருந்து, சூறாவளியில் அடிபட்டுப் பறந்து வந்த பறவையைப் போல் தாஷா எந்தவொரு வாழ்க்கையின் நிறைவை எதிர்பார்த்து ஓடி வந்தாளோ, அந்த வாழ்க்கை தன்முன் பொங்கி நிற்கும் காட்சியைக் கண்டு அவள் தன்னை மறந்து

விட்டாள். அவள் மாசுபடாத புனிதத் தன்மையோடும் நேர்மையோடும் அந்தப் புதிய தோற்றங்களையெல்லாம் அள்ளியுண்டாள். அவள் ஒன்றும் புத்திசாலித் தனத்தில் குறைந்தவள் அல்ல; என்றாலும் எவ்வளவோ மாந்தரைப் போல் அவளும் தன்னுள்ளே தானாகவே வாழ்ந்து விட்டாள்; எனவே அவளுக்குக் கிட்டிய ஆகக் குறைந்த அனுபவங்களின் வழிகாட்டுதலின் படியே தான் அவள் நடந்தாள். அவளிடம் சத்திய தாகம் நிறைந்திருந்தது. ஒரு தனிநபர் என்ற முறையிலும் ஒரு பெண் என்ற முறையிலும், மனித வர்க்கத்தில் தானும் ஒரு நபர் என்ற முறையிலும் அவள் உண்மையைக் காணத் துடித்தாள்; தாகம் கொண்டாள்.

ஒரு பிரசங்கி பல்வேறு போர் முனைகளிலே நிலவும் நிலைமைகளைப் பற்றிப் பேசினார். அவர் சொல்லி வந்த செய்திகள் எதுவும் ஊக்கமோ உற்சாகமோ அளிப்பதாக இல்லை: உணவுப் பொருள்களை உள்ளே வராமல் தடுக்கும் முற்றுகை மேலும் அதிகரித்துள்ளது; சைபீரியாவிலிருந்து வரும் ரொட்டிக்கான தானியங்களை செக்கோ ஸ்லோவகியர்கள் தடுத்து நிறுத்துகிறார்கள்; தோன் பிரதேசத்திலிருந்து தானியம் வருவதை ஆத்தமான் கிரஸ்னோவ் நிறுத்தி விடுகிறான்; ஜெர்மானியர்களோ உக்ரேனிலுள்ள கொரில்லாப் படையினரை ஈவிரக்கமின்றிச் சித்திரவதை செய்து கொல்கிறார்கள். அன்னிய ராணுவக் கப்பல்களோ கிரான்ஷ்டாட், அர்காங்கெல்ஸ்க் துறைமுகங்களை அச்சுறுத்துகின்றன. என்ற போதிலும் புரட்சி வெற்றி பெறத்தான் போகிறது! அந்தப் பிரசங்கி தனது கோஷங்களைக் காற்றிலே கோஷித்து விட்டு, அவற்றைக் காற்றிலேயே ஆணித்தரமாக அறைவது மாதிரி, தம் முஷ்டியையும் உயர்த்தி ஆட்டினார். பின்னர் தமது தோல் பையை எடுத்துக் கொண்டு, மேடையை விட்டு அவசரமாக இறங்கி ஓடினார். கரகோஷம் உற்சாகமாக இல்லை; மனச் சோர்வு தரும் செய்திகளைக் கேட்ட பின்பு கைதட்டுவதற்கான ஆர்வமே எவருக்கும் ஏற்படவில்லை. தலைகள் கவிழ்ந்தன; முறைத்து நெரியும் புருவங்களுக்கடியில் கண்கள் மறைந்தன.

வெள்ளிய பற்கள் கொண்ட அந்த இளைஞனை தாஷா பார்த்தாள். அவனும் அவளைத்தான் பார்த்துக் கொண்டிருந்தான். அவர்களது கண்கள் சந்தித்த போது, அந்த இளைஞன் குதூகலத்தோடு புன்னகை புரிந்தான்.

"பெண்ணே! நிலைமையைப் பார்த்தாயா? படுமோசமான நிலைமை... அவர்கள் நம்மைப் பட்டினி போட்டே கொல்ல நினைக்கிறார்கள். இதற்கு நாம் என்ன செய்வது?..."

"உனக்கு பயமாக இருக்கிறதா?" என்று கேட்டாள் தாஷா.

எனக்கா? நான் பயந்து நிலை குலைந்து போயிருக்கிறேன்." (ஜனங்கள் சுற்றுமுற்றும் பார்த்து விட்டு "ஷ்! உன்னைத்தான் பேசாமல் இரு!" என்று குரல் கொடுத்தார்கள். "உன் பெயர் என்ன?"

தாஷா அவனைப் பார்த்தாள். அவன் அணிந்திருந்த கறுத்த சட்டை திறந்து கிடந்தது; அவனது திரண்ட மார்பு வெளியே தெரிந்தது. அவனது கழுத்தும் ஒரு காளையின் கழுத்தைப் போல் தடித்து உருண்டிருந்தது. களை பொருந்திய முகத்தில் புன்னகை பளிச்சிட்டது. அவனது தலைமயிர் ஈரம்படிந்து சுருள் சுருளாகக் கிடந்தது. அவனது வட்ட வடிவமான உருண்ட கண்கள் அவன் ஒரு சரச சல்லாபி என்பதை ஊர்ஜிதம் செய்தான். அவனது முகம் முழுதும் எண்ணெயும் தூசியும் படிந்திருந்தன.

"ரொம்ப நல்லவன் நீ என்ற நினைப்போ உனக்கு? என்னைப் பார்த்து நீ பல்லை இளிக்கிறாய்?" என்று கேட்டாள் தாஷா.

"நான் கைக் குழந்தையாக இருக்கும் போதே என் தாய் என்னை விட்டு விட்டு எங்கோ போய் விட்டாள். இதோ பார், நாளை மறுநாள் நீ எங்களோடு போர்முனைக்கு வருகிறாயா? மாஸ்கோவிலிருந்து வருத்தப்பட்டுக் கொண்டே நீ என்ன செய்யப் போகிறாய்?... பெண்ணே! நாங்கள் ஓர் அக்கார்டியன் வாத்தியத்தையும் கொண்டு செல்லப் போகிறோம்."

பலத்த கரகோஷத்தின் ஓசை அவனது பேச்சை விழுங்கி விட்டது. ஒரு புதிய பிரசங்கி மேடை மீது ஏறி வந்தார்.

கபில நிறக் கோட்டையணிந்த குட்டை மனிதர் அவர்; அவரது அரைக்கைச் சட்டை கசங்கி மடிந்து தோன்றியது. அவரது வழுக்கை விழுந்த புடைத்த தலை அவரது கையிலிருந்த குறிப்புக்களைக் குனிந்து நோக்கியது. 'தோழர்களே!" என்று அவர் பேசத் தொடங்கினார். அவர் 'ர்' என்ற எழுத்தைக் குதலைப் பேச்சைப்போல் அழுத்தி உச்சரித்தார். தாஷாவுக்கு அவருடைய முகம் கவலை நிறைந்ததாகத் தோற்றியது. கண்களில் வெளிச்சம் பட்டு உறுத்தியது போல் அவர் தம் கண்களைச் சுருக்கி நெரித்து விழித்தார். அவரது கைகள் மேஜை மேலுள்ள குறிப்புக்களின் மீது ஊன்றியிருந்தன. தாம் அன்று பேசப் போகும் விஷயம் ஐரோப்பா முழுவதையும், குறிப்பாக ருஷ்ய நாட்டையும் பெரிதும் பாதித்துள்ள பயங்கரமான நெருக்கடியைக் குறித்தது என்றும், அந்த விஷயம் உணவுப் பஞ்சம் பற்றியது என்றும் அவர் கூறினார். உடனே அந்தக் கரிபடிந்த கூரை யின் கீழ் நின்ற மூவாயிரம் பேர்களும் மூச்சுக்கூட விடாமல் அமைதியில் ஆழ்ந்தார்கள்.

அவர் முதலில் நிலைமையைப் பற்றிய பொதுவான அம்சங்களை எடுத்துரைத்தார்; அவர் தமது குரலை ஏற்றியும் இறக்கியும் சமனப்படுத்தி, தமது பேச்சைக் கேட்பவருடன் தொடர்பு பூண முயன்றார். அவர் மேஜையிலிருந்து பின் வாங்குவதும் முன்னே வருவதுமாக இருந்தார். உலக யுத்தத்தைப்பற்றியும், அந்த யுத்தத்திலே ஈடுபட்டுள்ள ஒருவரையொருவர் கழுத்தைப் பிடித்து நெருக்கும் இரு பெரும் கொள்ளைக்காரக் கோஷ்டிகளைப் பற்றியும், இரு கோஷ்டிக்கும் யுத்தத்தை முடிக்கக் கூடிய சக்தியோ, முடிக்க வேண்டும் என்ற விருப்பமோ இல்லை என்பதைப் பற்றியும், பஞ்சத்தைப் பயன்படுத்தி அவர்கள் கொள்ளை லாபம் அடிக்கத் துணிவது பற்றியும் அவர் எடுத்துரைத்தார். பாட்டாளி மக்களின் புரட்சி ஒன்றுதான் யுத்தத்துக்கு ஒரு முடிவு கட்டும் என்றும் அவர் சொன்னார்.

பஞ்சத்தை எதிர்த்துப் போராடுவதற்கு இரண்டே வழிகள் இருப்பதாக அவர் சொன்னார். ஒன்று: தனிப்பட்ட வியாபாரிகளின் கட்டுப்பாடற்ற வியாபாரம்; இதன் மூலம் கொள்ளை லாபக்காரர்கள் தான் பயன் அடைவார்கள். மற்றொன்று: அரசாங்கத்தின் ஏகபோகம். அவர் மேஜை விளிம்பிலிருந்து மூன்றடி தூரம் விலகி முன்னால் வந்து கூட்டத்தாரை நோக்கிக் குனிந்தார்; தமது பெருவிரல்களைத் தமது கோட்டுப் பைகளில் சொருகிக் கொண்டார். இந்த நிலையில் அவரது புடைத்து உயர்ந்த நெற்றியும் பெரிய கைகளும் நன்றாகத் தெரிந்தன. அவரது வலது கைச் சுட்டு விரலில் மை படிந்திருப்பது தாஷாவுக்குத் தெளிவாகத் தெரிந்தது.

"எந்த ஒரு வர்க்கத்தின் துணையோடு நாம் யுத்தத்துக்கு எதிராக ஒன்று திரண்டோமோ, எந்த ஒரு வர்க்கம் முதலாளித்துவ ஆட்சியைத் தூக்கியெறிய நமக்கு உதவிற்றோ, எந்த ஒரு வர்க்கம் இன்றைய பெரும் நெருக்கடியின் சுமையையெல்லாம் நம்மோடு சேர்ந்து நின்று தாங்கிக் கொள்கிறதோ, அந்த ஒரு வர்க்கத்தோடு நாம் தோளோடு தோள் சேர்ந்து அன்றும் நின்றோம்; என்றும் நிற்போம். நாமெல்லோரும் ஒன்று சேர்ந்து, தானிய விற்பனை ஏகபோகத்தையும் கடைசி வரையிலும் பாதுகாத்தாக வேண்டும்..." (இந்த வார்த்தைகளைக் கேட்டதும் பெரிய பற்களை உடைய அந்த இளைஞன் அதை ஒப்புக் கொள்வது போல் லேசாக முனகினான்.) "பஞ்சத்தை முறியடித்து வெற்றி காணவேண்டியது நமது கடமை. குறைந்த பட்சம் அடுத்த அறுவடை வரும் வரையிலும் நாம் பஞ்சத்தின் கொடுமையையாவது குறைக்க முயல்வோம். நாம் தானிய விற்பனையின் ஏகபோகத்தையும், சோவியத் அரசாங்கத்தின், பாட்டாளி வர்க்க அரசாங்கத்தின் உரிமைகளையும் பாதுகாப்போம். நாம் எல்லா உபரி தானியங்களையும் சேகரித்தாக வேண்டும்; எங்கெங்கு மிகமிகத் தேவையோ அங்கெல்லாம் தானியம் அனுப்பப்பட வேண்டும்; தானிய விநியோகமும் முறையாக நடக்க வேண்டும். நமது முக்கியமான கடமை இதுதான். நாம் மனித சமுதாயத்தையும், மாபெரும்

உழைப்பின் மகிமையையும் காப்பாற்ற வேண்டும்; இதனை நாம் நமது ஒன்றுபட்ட இடையறாத, உறுதியான உழைப்பின் அதிகரிப்பினால் தான் சாதிக்க முடியும்..."

அங்கு நிலவிய பெருமௌனத்தைக் கிழித்துக் கொண்டு எவனோ ஒருவன் உரக்க முனகினான். கபில நிறக் கோட்டணிந்த அந்தப் பிரசங்கி அவர்களையெல்லாம் இழுத்து ஏற்றிச் சென்ற பனிமுடிச் சிகரத்தில் இருந்து வழுக்கி விழுந்த ஓர் ஆத்மாவின் வேதனைக் குரலாக அது தொனித்தது. அவரது அகன்ற நெற்றி கூட்டத்தார் அனைவர் மீதும் ஊசலாடுவது போல் தோன்றியது; அந்த நெற்றிப் புடைப்புக்குக் கீழிருந்து அவரது கண்கள் நிலையாகவும், உறுதியாகவும் ஜனக்கூட்டத்தைப் பார்த்தன.

"ஒரு புரட்சிகரமான சோஷலிச் சமுதாயக் கடமையை நிறைவேற்ற வேண்டிய அவசியத் தேவையிலே நாம் ஈடு பட்டு நிற்கிறோம். நமது பாதையிலே ஏராளமான சங்கடங்கள் குறுக்கிடுகின்றன. நமது சகாப்தமே உள்நாட்டு யுத்த சகாப்தமாகி விட்டது. எதிர்ப் புரட்சியை முறியடிப்பதன் மூலம்தான், பஞ்சப் பிரசினையில் சோஷலிசக் கொள்கையைக் கடைப்பிடிப்பதன் மூலம் தான், பஞ்சத்தை எதிர்த்துப் போராடுவதன் மூலம் தான், பஞ்சத்தையும் பஞ்சத்தைப் பயன்படுத்தி வாழ முனையும் எதிர்ப் புரட்சிக்காரர்களையும் நாம் வெற்றி காண முடியும்..."

அவரது கையொன்று மேல் சட்டைப் பையிலிருந்து துள்ளி வெளியே வந்தது; அந்தக் கை ஏதோ ஒரு கண் காணாத எதிரியைத் தொலைத்துக் கட்டத் துணிந்த மாதிரி, கூட்டத்தாரின் தலைக்கு மேலே நீண்டு நின்றது.

"கொள்ளை லாபக்காரர்களின் கோஷங்களிலே மயங்கி, தொழிலாளர்கள் கட்டுப்பாடற்ற தானிய விற்பனையை ஆதரிக்க வேண்டும் என்றும், மோட்டார் லாரிகளையும் வேறு பல போக்குவரத்துச் சாதனங்களையும் இறக்குமதி செய்ய வேண்டும் என்றும் கேட்பார்களேயானால், அவர்களுக்கு நாங்கள் தரும் பதில் இதுதான்: அவ்வாறு

செய்வது குலக்குகளின் தயவை நாடுவதாகவே முடியும். அப்படிப் பட்ட செய்கையை நாங்கள் என்றும் செய்ய மாட்டோம்... எந்தத் தொழிலாளரின் மூலம் நாங்கள் அக்டோபர் புரட்சியில் வெற்றி கண்டோமோ, அதே தொழிலாளரின் ஒத்துழைப்பை நாங்கள் நாடுவோம். நாங்கள் எங்களது முடிவுகளை எல்லாத் உழைப்பாளி மக்கள் மீதும் தொழிலாளி வர்க்கக் கட்டுப்பாட்டையும் ஒழுங்கையும் கடைப்பிடிப்பதன் மூலம் நாங்கள் நிறைவேற்றித் தீருவோம். நாம் ஒரு சரித்திர பூர்வமான பணியை எதிர்நோக்கியுள்ளோம். அதனை நாம் நிறைவேற்றியே தீருவோம்... எல்லாப் பிரச்சினைகளிலும் அதிமுக்கியமாக விளங்கும் உணவுப் பிரச்சினையைப் பற்றித்தான் சமீபத்தில் வெளியிடப்பட்ட உத்தரவுகள் கூறுகின்றன. அவையனைத்தும் மூன்றே மூன்று ஆதாரக் கருத்துக்களின் அடிப்படையில் தான் உருவாக்கப் பட்டுள்ளன. முதற் கருத்து - எல்லாவற்றையும் கேந்திரப் படுத்தும் கருத்து. அதாவது மத்தியக் கமிட்டியின் வழிகாட்டுதலின் கீழ் நடைபெறும் பொதுவான ஒன்றுபட்ட கடமையை நிறைவேற்றுவதற்காக எல்லாவற்றையும் ஒரு முகப்படுத்தும் கொள்கை. தானிய ஏகபோகத்தை ஒவ்வொரு கட்டத்திலும் தனிப்பட்ட வியாபாரிகளும், கொள்ளை லாபக்காரர்களும் அச்சுறுத்துகிறார்கள் என்ற உண்மையையும் பலர் எங்களுக்குச் சுட்டிக் காட்டியுள்ளார்கள். கொள்ளை லாபக்காரர்கள் தான் தமக்கு மிகுந்த சேவை செய்வதாகவும் அவர்கள் தான் தமக்கு உணவளித்துத் தம்மை உயிர் வாழச் செய்வதாகவும் அறிவு ஜீவிகள் பலரும் நாளுக்கு நாள் அதிகமாகப் பேசி வருகிறார்கள் என்பதையும் நாங்கள் அறிவோம். ஆம். உண்மையும் அதுதான். கொள்ளை லாபக்காரர்களோ அவர்களைக் குலக்குகளின் வழியில் காப்பாற்றுகிறார்கள். அதாவது குலக்குகளின் ஆதிக்கத்தை நிலைநாட்டவும் உறுதிப்படுத்தவும் நிரந்தரப்படுத்தவும் கூடிய வழியிலே தான் அவர்கள் செல்கிறார்கள்...."

அவரது கை குலக்குகளின் ஆதிக்கத்தையே ஒரேயடியாகத் தூக்கியெறிவது போல் வீசி விளாசியது.

“நமது இரண்டாவது கோஷம் தொழிலாளர்களின் ஒற்றுமை . இன்று நிலவுகின்ற எக்கச்சக்கமான பரிதாபகரமான சிரமமான நிலைமையிலிருந்து ருஷ்ய நாட்டை அவர்கள் தான் காப்பாற்றுவார்கள். உணவுப் பங்கீடு செய்யும் தொழிலாளர் பட்டாளங்களையும், விவசாயம் அற்றுப் போன வட்டாரங்களிலே பஞ்சத்தால் வாடிக் கொண்டிருக்கும் மக்களையும் நாம் ஒன்று திரட்டுவோம். அவர்களது உதவியை நாடுவோம். உணவு விநியோகத்துக்கான எங்களது கமிசார் காரியாலயம் உணவுக்காக ரொட்டிக்காக நடைபெறும் அறப் போராட்டத்தில் அவர்களை எங்களுடன் சேர்ந்து நிற்குமாறு அறைகூவல் விடுக்கும்...”

இடி முழக்கம் போன்று எழுந்த பலத்த கரகோஷத்தில் கோபாவேசமும் புரையோடியிருந்தது. அந்தப் பிரசங்கி ஓரடி பின் வாங்குவதையும், தமது கைகளை மீண்டும் பைகளுக்குள் செலுத்தியவாறு நிமிர்ந்து நிற்பதையும் தாஷா கண்டாள். அவரது கன்னம் ரத்தச் சிவப்பேறித் தெரிந் தது; கண்ணிமைகள் படபடத்தன; நெற்றி ஈரமாகியிருந்தது.

“நாம் ஒரு சர்வாதிகாரத்தைச் அமைத்துக் கொண்டு இருக்கிறோம்... நாம் சுரண்டல்காரர்களுக்கு எதிராக, ஒரு பாட்டாளி வர்க்கச் சர்வாதிகாரத்தை உருவாக்கிக் கொண்டிருக்கிறோம்...”

இந்த வார்த்தைகளும் கரகோஷத்தின் பேரொலியில் ஆழ்ந்து போய் விட்டன. அவர் தம் கையை உயர்த்தி, கூட்டத்தாரை அமைதியாக இருக்குமாறு மௌனமாக வேண்டிக் கொண்டார். அமைதி நிலவியதும் அவர் மேலே தொடர்ந்தார்:

“ஏழைகளின் பிரதிநிதிகளே ஒன்றுபடுங்கள்!” – இதுதான் எங்களது மூன்றாவது கோஷம். நாம் ஒரு சரித்திர பூர்வமான பணியை எதிர்நோக்கி நிற்கிறோம். சரித்திரத்துக்கே புதியதான ஒரு வர்க்கத்தாரிடையே வர்க்க உணர்ச்சியை உருவேற்றும் பணியை நாம் மேற்கொண்டிருக்கிறோம். உலகமெங்கணும் எல்லா நகரத் தொழிலாளர்களும்,

இயந்திரத் துறைத் தொழிலாளர்களும் ஒரே இனமாக, ஒரே மனிதனாக ஒன்று திரண்டிருக்கிறார்கள். என்றாலும் கிராமங்களில், கண்காணாத தொலை தூரங்களில், சிறு சிறு விவசாய உற்பத்திப் பண்ணைகளில், வாழ்கின்ற மக்களை, தங்களது வாழ்க்கைச் சூழ்நிலைகளால் அறிவும் மனமும் மழுங்கிப் போய் அந்தகாரத்தில் வாழ்கின்ற மக்களையெல்லாம் ஒன்று திரட்டுவதற்கு முறையான, சுயநலமற்ற தியாகபூர்வமான முயற்சிகளை மேற்கொள்ளும் பணி உலகின் எந்தவொரு பகுதியிலும் காணப்படவில்லை. ஆனால் இங்கோ, பஞ்சத்துக்கு எதிரான போராட்டத்தையும், சோஷலிச அமைப்பை நிர்மாணிப்பதற்கான மாபெரும் போராட்டத்தையும் ஒன்றாக இணைத்து ஒரே குறிக்கோளுக்காக நடத்த வேண்டிய நிலையில் நாம் இருக்கிறோம். இந்தப் போராட்டத்தில் நமது சகல சக்திகளையும் பிரயோகிக்கவும், நமது சர்வத்தையும் தியாகம் செய்யவும் நாம் தயாராக இருக்க வேண்டும். ஏனென்றால், இது சோஷலிசத்துக்கான போராட்டம்; சுரண்டப்பட்டவர்களின், பாட்டாளிகளின் இறுதியான அரசாங்க அமைப்புக்கான போராட்டம்..."

அவர் தமது உள்ளங்கையால் நெற்றியை அவசரமாகத் தடவி விட்டுக் கொண்டார்.

"மாஸ்கோவைச் சுற்றியுள்ள ஜில்லாக்களிலும், சுற்றுப் புற மாகாணங்களிலும் - கூர்ஸ்க், அர்யோல், தம்போவ் முதலிய மாகாணங்களிலும் - எவ்வளவு தான் நாம் குறைத்து மதிப்பிட்டாலும் கூட, இன்றைத் தேதியில் ஒரு கோடி பூடு எடையுள்ள உபரி தானியங்கள் இருக்கின்றன என்று தெரிய வந்திருக்கிறது. தோழர்களே! நாம் இந்த விஷயத்தில் ஒன்று பட்டு நின்று தாக்குதலைத் தொடங்குவோம்! ஒன்றுபட்ட சக்தியின் மூலமாகத்தான், பஞ்சப் பிரதேசங்க ளிலே பெரி தும் பாதிக்கப்பட்டுள்ள மக்களையெல்லாம் ஒன்று திரட்டுவதன் மூலமாகத்தான், நாம் விமோசனம் காண முடியும். இவ்வாறு அறைகூவல் விடுத்து, சோவியத் ஆட்சி உங்களுக்குக் காட்டக் கூடிய பாதை இதுதான்: தொழிலாளர்கள் ஒன்றுபட வேண்டும்;

ஏழைகள் ஒன்றுபட வேண்டும்; இவர்களது முன்னோடிகள் ஒன்றுபட வேண்டும். இவர்கள் அனைவரும் எல்லா மாகாணங்களிலும் ஒரு கருத்தைப் பரப்ப வேண்டும். உணவுக்காக, ரொட்டிக்காக, குலக்குகள் மீது மக்கள் போர் தொடுக்க வேண்டும் என்பதுதான் அந்தக் கருத்து...”

அவர் தமது நெற்றியைத் தமது கையினால் அடிக்கடி துடைத்துக் கொண்டார்; அவரது குரலிலே குடிகொண்டிருந்த கணகணப்பு போய் விட்டது. அவர் தாம் சொல்ல விரும்பியதையெல்லாம் சொல்லி முடித்து விட்டதாகத் தோன்றியது. அவர் மேஜை மீதிருந்த காகிதத்தைக் கையிலெடுத்துப் பார்த்தார்; பிறகு மற்ற குறிப்புக்களையும் ஒன்று சேர்த்துக் கையில் எடுத்தார்.

“எனவே தோழர்களே! நாம் இவையனைத்தையும் ஏற்றுக் கொண்டால், இவையனைத்தையும் செய்து முடித்தால் நாம் நிச்சயம் வெற்றி பெறுவோம்!”

திடீரென்று அவரது முகத்தில் நேசபாவம் மிகுந்த, சுமுகமான புன்னகை ஒன்று தோன்றியது. அதைக் கண்டதும் எல்லோரும் அவரும் நம்மில் ஒருவர்தான் என்று புரிந்துகொண்டார்கள். அவர்கள் ஆரவாரித்தார்கள்; கை தட்டினார்கள்; குதித்தார்கள். அவர் மேடையில் இருந்து அவசரமாக இறங்கினார்; அப்போது அவரது தலை, அவரது தோள் பட்டையினுள்ளே உள்வாங்கிக் கொள்வது போலத் தோன்றியது. தாஷாவைப் பார்த்த பெரிய பற்களைக் கொண்ட அந்த இளைஞன் காளை மாடு கத்துவது மாதிரி அடித் தொண்டையிலிருந்து எழுந்த கனத்த குரலோடு முழங்கினான்: “லெனின் நீடூழி வாழ்க!” -

தான் கண்டதும் கேட்டதும் ஏதோ ஒரு புதிய விஷயம் என்று மட்டும் தாஷாவுக்குத் தெரிந்தது. அந்தக் கூட்டத்திலிருந்து திரும்பி வந்ததும், அவள் தன் படுக்கை மீது அமர்ந்தவாறு சுவரில் தென்பட்ட வண்ணக் காகிதத்தில் தீட்டப்பட்டிருந்த சித்திரங்களை வைத்த கண் வாங்காமல் விழித்துப் பார்த்தாள். அவளது தலையணை

மீது ஜீரவ் விட்டுச் சென்ற ஒரு குறிப்பு தென்பட்டது: 'மெத்ராபோல்' ஹோட்டலில் மாமன்த் இன்றிரவு பதினொன்று மணிக்கு உங்களை எதிர்பார்க்கிறார்." வாசல் நடையை அடுத்தாற் போல் தரைமீது வேறொரு குறிப்பு கிடந்தது: "இன்று மாலை ஆறு மணிக்கு கோகல் சிலைக்கு அருகே வரவும்..."

முதன் முதலில் "ஏதோ ஒரு புதியதான அந்த விஷயம் வைராக்கியம் பூண்ட ஒழுக்கசீலமாகவும், எனவே உன்னதமானதாகவும் தோன்றியது... ரொட்டியைப் பற்றிய விஷயம் தான் பேசப்பட்டது. இதற்கு முன்பெல்லாம் ரொட்டியை விலைக்கு வாங்கலாம் அல்லது ஏதாவதொரு பொருளைக் கொடுத்து பண்டமாற்றாக அதனைப் பெறலாம்; அதாவது ஒட்டுப் போடப்படாத கால்சராயைக் கொடுத்தால் ஒரு மூட்டை மாவு வாங்கலாம் என்ற, எல்லோருக்கும் தெரிந்த உண்மைதான் அவளுக்கும் தெரிந்திருந்தது. ஆனால் இப்போதோ, புரட்சி. அத்தகைய ரொட்டியைக் கோபாவேசத்தோடு புறக்கணிப்பது போலிருந்தது. அத்தகைய ரொட்டி ஆபாசமானது; அசுத்தமானது. அதனைத் தின்பதை விட பட்டினி கிடக்கலாம். பசித்த முகம் கொண்ட ஆண்களும் பெண்களுமான மூவாயிரம் பேர் இன்று அந்த அசுத்தமான ரொட்டியைப் புறக்கணித்து விட்டார்கள்.

எதன் பேரால்... (தாஷாவின் மூளையில் இந்தச் சமயத்தில் எல்லாமே குழம்பிப் போன மாதிரி இருந்தது.) "தாழ்த்தப்பட்டவர்கள், ஒடுக்கப்பட்டவர்களின் பேரால்." ஆமாம். அவர் அப்படித்தானே சொன்னார். இல்லையா? "உழைப்பவர்களுக்காகவும் சுரண்டப்பட்டவர்களுக்காகவும் நமது சக்தியையெல்லாம் பிரயோகிக்கவும், நமது சர்வத்தையும் தியாகம் செய்யவும், உயிரையே கொடுக்கவும்..." இதுதான் அவர்களுக்கு அந்தச் சோகத்துடனான வைராக்கியத்தைக் கொடுத்த காரணம்.

குலீச்செக்கோ அவளிடம் உலகமெங்கணுமிருந்து நேசக் கரங்கள் நீண்டு வருவதாகவும், ரொட்டிகளை ஏந்திய கைகள் எட்டி வருவதாகவும் சொல்லியிருந்தான். அவர்கள்

சோவியத் ஆட்சியை மட்டும் அழித்தொழிக்க வேண்டும்.... அழித்து முடித்து விட்டால் பிறகு ரொட்டி வந்து விடும்..... எதன் பேரால்?... ருஷ்ய நாட்டின் விமோசனத்தின் பேரால்... ஆனால் ருஷ்யாவை யாரிடமிருந்து காப்பாற்ற வேண்டும்? நம்மிடமிருந்து தான்.. ஆனால் அவர்கள் அந்த மாதிரி ருஷ்யாவைக் காப்பாற்ற விரும்பவில்லை - அதனையும் அவள் கண்ணால் பார்த்து விட்டாள்.

தாஷா! அப்பாவி தாஷா! நீ அரசியல் பிரச்சினைகள் குறித்து மிக மிகக் காலதாமதமாகச் சிந்திக்கிறாயே, தாஷாக் கண்ணே! 'ஒரு நிமிஷம் பொறு' என்று அவள் தனக்குத்தானே சொல்லிக் கொண்டாள். 'ஒரு நிமிஷம் பொறுத்துக் கொள்ளேன்!" அவள் தன் கைகளைப் பின்புறம் கட்டியவாறே தரையைப் பார்த்த வண்ணம் அறைக்குள் மேலும் கீழும் நடந்தாள்.

"தாழ்த்தப்பட்டவர்களுக்காகவும் ஒடுக்கப்பட்டவர் களுக்காகவும் உயிரைக் கொடுப்பதை விட, மகத்தான காரியம் வேறு என்ன இருக்கிறது?... ஆனால் குலீச்செக்கோ, போல்ஷிவிக்குகள் தான் ருஷ்யாவை நாசமாக்குகிறார்கள் என்றல்லவா சொன்னார்! மற்றவர்களும் அதையே தானே சொன்னார்கள்..." தாஷா கண்ணை மூடிக் கொண்டு, தன்னைக் காட்டிலும் தான் அதிகமாக நேசிக்க வேண்டிய ஒரு பொருளாக ருஷ்யாவைக் கற்பனை செய்து காண முயன்றாள். அவளுக்கு ஓவியர் செரோவ் என்பவர் எழுதிய ஓவியப் படம் - நினைவுக்கு வந்தது: 'ஒரு குன்றுப்புறத்திலே இரண்டு குதிரைகள்; அந்திநேரவான மண்டலத்திலே மேக்க கூட்டங்கள் ; தாறுமாறாக வேயப்பட்ட ஒரு வைக்கோல் கூரையாலான குடிசை... "ஆனால், செரோவ் பார்க்கிற பார்வை தான் இது!" இப்போதோ அந்த இளைஞன் வெள்ளை வெளேரென்ற பற்களைக் காட்டி குதூகலப் புன்னகை புரிந்தவாறே அவளது மூடிய கண்ணிமைகளுக்குள் தோன்றுகிறான். தாஷா மீண்டும் அறைக்குள் உலாவத் தொடங்கினாள்... "பின்னே எதுதான் ருஷ்யா? ஏன் அதனை ஆளுக்கொரு திசையில் நின்று இழுக்கிறார்கள்? ஒரு வேளை, நான்

ஒரு முட்டாள் பெண்! உண்மையில் எனக்கு ஒன்றுமே புரியவில்லை... அட, கடவுளே!" தாஷா தன் கைவிரல்களை ஒன்று கூட்டி மார்பில் அதனை மோதிக் கொள்ளத் தொடங்கினாள். ஆனால் அதனாலும் கூட அவளுக்குத் தெளிவு பிறக்கவில்லை. "ஒரு வேளை லெனினையே கேட்டுவிட்டால்... அட, பாவமே! நான் அவருக்கு எதிர்முகாமில் இருக்கிறேன் என்பதையே மறந்து விட்டேனே?..."

தாஷாவின் உள்ளத்திலே தோன்றிய இத்தனை பயங்கரமான முரண்பாடுகளும், ஆத்ம விசாரணைகளும் ஆறு மணியளவில் அவள் தொப்பியைத் தலையின் மீது அணிந்தவாறு, கோகல் சிலையை நோக்கி அவசரமாகச் செல்லும் முடிவுக்கு அவளைக் கொணர்ந்தன. மண்டையோட்டுச் சின்னம் அணிந்த அந்த மனிதன் ஒரு மரத்துக்குப் பின்னாலிருந்து வந்தான்.

'நீங்கள் மூன்று நிமிஷம் தாமதமாக வந்திருக்கிறீர்கள். போகட்டும். அது சரி. நீங்கள் அங்கு சென்றிருந்தீர்களா? லெனின் பேசியதை நீங்கள் கேட்டீர்களா? எனக்கு முக்கியமான விவரங்களை மட்டும் சொல்லுங்கள். அவர் அங்கு எப்படி வந்தார்? அவருடன் யார் யார் இருந்தார்கள்? மேடையின் மீது பாதுகாவல் இருந்ததா?"

பதில் சொல்வதற்கு முன் தனது சிந்தனைகளையெல்லாம் ஒருமுகப்படுத்த முயன்றாள் தாஷா.

"இதைச் சொல்லுங்கள். எதன் பேரால் நீங்கள் அவரைக் கொல்ல விரும்புகிறீர்கள்?"

"என்னது! என்னது? இந்த எண்ணமெல்லாம் உங்களுக்கு எப்படி வந்தது? யார் சொல்லித் தந்தது? அந்த மாதிரி எண்ணம் யாருக்கும் இல்லை. அதாவது, அதாவது... அப்படியென்றால், அவர் உங்களையும் கவர்ந்து விட்டாரா? இயல்புதான்.. அதனால்தான் அவர் மிகவும் ஆபத்தான பேர்வழியாக இருக்கிறார்."

"ஆனால் அவர் சொல்வதும் உண்மையாகத்தானே

இருக்கிறது!"

அவன் தன் கழுத்தை நீட்டி, தாஷாவின் அருகில் நெருங்கி வந்து அவள் முகத்தைக் கூர்ந்து பார்த்தான். பின்னர் மெல்லப் புன்னகை புரிந்தவாறே அவளைக் குத்திக் காட்டும் தொனியுடன் கேட்டான்:

"அப்படியென்றால், நீங்கள் உங்களது வேலையையே உதறித் தள்ளி விடலாமே!... என்ன?"

தாஷா திடுக்கிட்டுக் கூசியவாறு அவனிடமிருந்து பின் வாங்கினாள். அவனது கழுத்தோ ரப்பர் மாதிரி நீள்வது போலிருந்தது. அவனது மூக்குக் கண்ணாடியில் விட்டு விட்டுப் பிரதிபலித்த ஒளி தாஷாவின் கண்களின் முன்னால் நடன மாடியது.

"எனக்கு ஒன்றுமே தெரியாது. எனக்கு எதுவுமே புரியவில்லை... நான் தெளிவு பெற வேண்டும்... தெளிவு பெற வேண்டும்" என்று மென் குரலில் முனகினாள் தாஷா.

"லெனின் ஜெர்மானிய ராணுவத் தலைமைக் காரியாலயத்தின் ஏஜெண்ட்; கையாள்!" என்று அந்த மனிதன் கிசுகிசுத்தான். பின்னர் அவன் அரை மணி நேரத்துக்குக் குறையாமல், ஜெர்மானியர் நீசத்தனமான சதித் திட்டம் பற்றி தாஷாவிடம் விளக்கினான்: ஜெர்மானியர்கள் ஏராளமான பணத்தைக் கைக்கூலியாகக் கொடுத்து, முத்திரையிட்டு மூடப் பெற்ற ரயில்களில் போல்ஷிவிக்குகளை ஏற்றி, இங்கு கொண்டு வந்து இறக்குமதி செய்து விடுகிறார்கள். இந்த போல்ஷிவிக்குகளோ, ராணுவத்தைச் சீர்குலைக்கிறார்கள்; தொழிலாளரைத் தவறான வழியில் செலுத்துகிறார்கள்; நாட்டின் விவசாயத்தையும் இயந்திரத் தொழில் வளத்தையும் பாழாக்குகிறார்கள்... இன்னும் ஒரு மாத கால அளவில், ஒரு துப்பாக்கிக் குண்டுக்குக்கூட வேலை வைக்காமல் ஜெர்மானியர்கள் ருஷ்யாவைக் கைப்பற்றி விடுவார்கள்..

“இங்கு ஒரு தானிய முற்றுகை நிலவுவதாகச் சொல்லி இப்போது போல்ஷிவிக்குகள் உள்நாட்டுப் போரைத் தூண்டி விடுகிறார்கள். அதே சமயத்தில் அவர்கள் நமது பாதுகாவலர்களான தனிப்பட்ட வியாபாரிகளையெல்லாம் கொன்று தள்ளுகிறார்கள்... அவர்கள் திட்டமிட்டு வேண்டுமென்றே பஞ்சத்தை உருவாக்குகிறார்கள்.. ஆயிரக்கணக்கான கையாலாகாத அசட்டுப் பேர்வழிகள் லெனினின் திருவாயிலிருந்து என்ன தீர்க்கதரிசனம் வருகிறது என்று வாய் பார்த்து ஏங்கி நிற்பதை இன்று நீங்களே நேரில் கண்டு வந்திருக்கிறீர்கள்.... இதையெல்லாம் பார்த்தால் கோபம் கோபமாக வருகிறது; பைத்தியமே பிடித்து விடும் போலிருக்கிறது.... அவர் பொதுமக்களை ஏமாற்றுகிறார்... தேசம் முழுவதையும் ஏய்க்கிறார். வெளித்தோற்றத்திலோ அவர் ஒரு பயங்கரமான கலகக்காரர்'; இன்னொரு விதமாகப் பார்த்தாலோ” (அவன் தாஷாவின் காதருகிலே வந்து ஒரே மூச்சில் கிசுகிசுத்தான்.) அவர் ஒரு கிறிஸ்துவத் துவேஷி! உங்களுக்குத் தீர்க்க தரிசனத் திருவாக்கு நினைவிருக்கிறதா? அதன்படி எல்லாமே ஒத்துப் போகிறது. வடக்கிலுள்ளவர்கள் தெற்கிலுள்ளவர்கள் மீது போர் தொடுப்பார்கள். மரண தேவனின் உருக்குக் குதிரை வீரர்கள் தோன்றுவார்கள் - அவைதான் டாங்கிகள்... ஒரு தீய துருவ தாரகை நீர்நிலைகளின் உற்பத்தி ஸ்தானங்களின் மீது பாய்ந்து வீழும் - இந்த நட்சத்திரம் தான் போல்ஷிவிக்குகளின் ஐந்து முகம் கொண்ட நட்சத்திரச் சின்னம்.... லெனினும் கிறிஸ்து நாதரைப் போலவே ஜனங்களிடம் பிரசங்கம் செய்கிறார். ஆனால் எல்லாம் தலைகீழ்ப் பாடமாகத்தான்! இன்று அவர் உங்கள் மனத்தையும் கூடக் கெடுக்கப் பார்த்திருக்கிறார். ஆனால் நாங்கள் உங்களைக் கைவிடப் போவதில்லை. நான் உங்களை வேறு ஏதாவது வேலைக்கு மாற்றி விடுகிறேன்.”

தாஷாவின் மூன்றாவது கேள்விக்கு இன்னும் பதிலே கிட்டவில்லை. (அவள் மீண்டும் தன் அறைக்கு வந்தாள். படுக் கையில் படுத்து கண்களைத் தனது முழங்கையால் மூடிக் கொண்டாள்.) திடீரென்று அவள் இத்தகைய

சிந்தனைகள் மீது எரிச்சல் கொண்டாள்..... "என்ன இது? எனக்கென்ன நூறு வயதா ஆகி விட்டது? நான் என்ன அவ்வளவு அழகற்றவளாகவா இருக்கிறேன்? நான் விரும்புகிறபடியே நான் நடப்பேன்... 'மெத்ராபோல்' ஹோட்டலுக்குப் போகத் தான் வேண்டும் என்று நான் விரும்பினால், நான் ஏன் அங்கு போகக் கூடாது? மறைக்க முடியாத விஷயங்களை மறைக்க முயல்வானேன்? இன்ப வேட்கை என்னுள்ளே எழுப்பும் குரல்களை நான் ஏன் என் உள்ளத்தினுள்ளேயே மூடிப் புதைக்க வேண்டும்? என்னை நானே ஏன் தளையிட்டுக் கட்ட வேண்டும்? யாருக்காக? அசடு! அசடு! கோழை! தூ! உன்னை நீயே விடுவித்துக் கொள்! ஆசுவாசப்படுத்திக் கொள். ஆக அதனால் என்ன குடிமுழுகிப் போகப் போகிறது? காதலாவது, ஆத்மாவாவது? எல்லாம் நாசமாய்ப் போகட்டும்..."

தான் எப்படியும் 'மெத்ராபோலுக்குப்' போகத்தான் போகிறோம் என்ற உண்மையை அவள் ஏற்கெனவே உணர்ந்திருந்தாள். அவள் அது குறித்துத் தயங்கிக் கொண்டிருந்ததற்குக் காரணம் அதற்குரிய நேரம் வரவில்லையே என்பது ஒன்று தான்; அத்துடன் இருட்டாக இருந்ததும் ஒரு காரணம். ஏனெனில் இருள் சூழ்ந்து விட்டால் எண்ணங்களிலிருந்து எவருமே தப்ப முடியாது. வீட்டில் எங்கோ ஒரு கடிகாரம் ஒன்பது முறை அடித்து ஓய்ந்தது; அந்த மணியோசை ஏதோ மணிக் கூண்டுக் கோபுர நாதம் போல் பவித்திரமாக ஒலித்தது. தாஷா படுக்கையிலிருந்து சட்டென்று துள்ளியெழுந்தாள். "இந்த மாதிரி உணர்ச்சி வேகத்துக்கு நான் ஆளாகக் கூடாது. மிகவும் அவமானகரமானது இது!"

அவள் தன் உடைகளைக் களைந்துவிட்டு உள்ளாடையுடன் மட்டும் ஸ்நான அறைக்குள் சென்றாள்; அங்கு விறகும் டிரங்குப் பெட்டிகளும் வேறு பல ஏதேதோ சாமான்களும் குவிந்து கிடந்தன. அங்கிருந்த ஷவருக் கடியில் நின்றாள். அதிலிருந்து தாரை தாரையாகப் பொழிந்த பனிக் குளிர் நிறைந்த தண்ணீர் அவளது முதுகின் வழியே வழிந்

தோடியது. அவள் திணறியே விட்டாள். அவள் நீர் சொட்டச் சொட்டத் தனது அறைக்குள் வந்தாள். படுக்கை மீது கிடந்த விரிப்பை எடுத்து உடம்பைத் துவர்த்திக் கொண்டாள். அப்போது அவளது பற்கள் குளிரால் கிடுகிடுத்து நடுங்கின.

அப்போதும் கூட அவளால் ஒரு தீர்மானத்துக்கு வர முடியவில்லை. அவள் தரைமீது கிடந்த தன் பழைய கோட்டைப் பார்த்தாள்; பின்னர் நாற்காலியின் மீது மடித்துப் போடப்பட்டிருந்த அந்த நாட்டிய உடையையும் பார்த்தாள். பின்னர் இதெல்லாம் வெறும் கோழைத்தனம் என்றும், தவிர்க்க முடியாத ஒன்றைத் தள்ளிப் போடும் முயற்சி தான் என்றும் அவள் தனக்குத் தானே சொல்லிக் கொண்டாள். பின்னர் அவள் உடை உடுத்தத் தொடங்கினாள். நல்ல வேளை! அந்த அறையிலே நிலைக்கண்ணாடி எதுவும் இல்லை. உடுத்தி முடிந்த பின்பு அவள் அந்த உரோமத் தாலான கோட்டை எடுத்துத் தோளில் போர்த்திக் கொண்டு, ஒரு திருடனைப் போல் பதுங்கி நடந்து தெருவுக்கு வந்தாள். அப்போது பொழுது நன்றாக இருட்டத் தொடங்கி விட்டது. அவள் மரச் சாலை வழியாக நடந்தாள். அவள் செல்லும் அழகை மனிதர்கள் வியப்போடு பார்த்தார்கள்; அவள் அவர்களைக் கடந்து செல்லும் போது அவர்கள் சிலே டையாகப் பொருள்படும்படி அவளைப் பற்றி விமர்சனம் செய்ததும் அவளுக்குக் கேட்கத்தான் செய்தது. ராணுவக் கோட்டணிந்த இரு பேர்வழிகள் ஒரு மரத்தடியில் நின்றார்கள். இவளைப் பார்த்ததும் அவர்கள் இவளை நோக்கி உரக்கக் குரல் கொடுத்தார்கள்: "ஏய், உன்னைத்தான்! ஏ. புல்லுருவி! இந்த நேரத்திலே எங்கேயம்மா அவசரமாகச் செல்கிறாய்?"

நிகித்ஸ்கயா சதுக்கம் வந்ததும் தாஷா நின்றாள்; அவளுக்கு மூச்சுக்கூட விட முடியவில்லை. இருதயத்தில் ஊசி பாய்ந்தது போல் ஒரு வேதனை தென்பட்டது. இரண்டு வண்டிகள் ஒன்றாக இணைக்கப்பட்ட ஒரு டிராம் வண்டி கணகணவென்று மணியை ஒலித்தவாறே அவளைக்

கடந்து சென்றது; அந்த வண்டியினுள் பிரகாசமான விளக்குகள் எரிந்தன. அதன் படிக்கட்டுக்களில் ஜனங்கள் தொங்கிக் கொண்டிருந்தார்கள். அவர்களில் ஒருவன் வண்டியின் பித்தளைக் கைப்பிடியை ஒரு கையினால் பிடித்துத் தொங்கிக் கொண்டிருந்தான்; அவனது மறுகையிலோ முதலைத் தோலினால் தைத்த ஒரு கைப் பை இருந்தது. அந்த வண்டி கடந்து சென்ற வேகத்தில், அவன் தனது உறுதியான மழுமழுப் பான முகத்தை தாஷாவின் பக்கமாகத் திருப்பினான். அவன் மாமன்த் தால் ஸ்கிதான். தாஷா மூச்சு வாங்கியவாறே அந்த டிராம் வண்டிக்குப் பின்னால் ஓடினாள். மாமன்தும் அவளைப் பார்த்து விட்டான். அந்த முதலைத் தோல் பையை வைத்திருந்த கை மேல் நோக்கி உயர்ந்து அசைந்தது; அதே நேரத்தில் அவன் தன் மற்றொரு கையையும் கைப் பிடியிலிருந்து எடுத்தவாறே முழு வேகத்தில் ஓடிக் கொண்டிருந்த டிராம் வண்டியிலிருந்து கீழே குதித்தான். ஆனால், கீழே குதித்ததும் அவன் நிலை கொள்ளாமல் தள்ளாடினான்; ஆகாயத்தில் கைகளைப் பரப்பியவாறே மல்லாந்து விழுந்தான். அவனது ஒரு கால் பூட்சு ஒரு கணம் மேலே தெரிந்தது. அதற்குள் அவனது உடம்பு பின்னால் இணைக்கப்பட்டிருந்த டிராம் வண்டிக்குக் கீழே மறைந்து விட்டது. அந்த முதலைத் தோல் பை தாஷாவின் காலடியிலே வந்து விழுந்தது. மாமன்தின் முழங்கால்கள் கடைசி முறையாக வெட்டி வெட்டி இழுத்ததை அவள் கண்டாள்; அவனது எலும்புகள் அறைபட்டு நொறுங்கிய சத்தத்தை அவள் கேட்டாள்; பின்னர் அவனது பூட்சுகள் ரோட்டின் மீது படப்படவென்று உதைத்துக் கொள்வதை அவள் பார்த்தாள். அதற்குள் பிரேக்குகள் கிறீச்சிட்டன; பிரயாணிகள் வண்டியை விட்டு இறங்கி ஓடி வந்தார்கள்.

தாஷாவின் கண் முன்னால் ஒரு கருந்திரை படர்ந்தது; அந்த வீதி ஒரு போர்வை மாதிரி நினைவிலிருந்து மங்கியது. அவள் பிரக்ஞையிழந்து தரை மீது சாய்ந்தாள். அவளது கன்னமும் கைகளும் அந்த முதலைத் தோல் பையின் மீது சாய்ந்திருந்தன.

9

‘இரண்டாவது குபான் படையெடுப்பு’ என்று சொல்லப்படும் தாக்குதலை சேவா சேனையினர் தர்கோவயா ரயில் நிலையத்தைத் தாக்குவதன் மூலம் தொடங்கி வைத்தார்கள். இந்த ரயில் நிலையத்தைக் கைப்பற்றிய நிகழ்ச்சி மிகவும் முக்கியத்துவம் வாய்ந்ததாகும். ஏனெனில் அது வடக்குக் காக்கஸஸ் பிராந்தியம் முழுவதையும் ருஷ்யாவின் ஏனைய பாகங்களிலிருந்து தனிமைப்படுத்தியது. ஜூன் மாதம் பத்தாம் தேதியன்று தெனீகினின் தலைமையில் இயங்கிய ஒன்பதாயிரம் பேர் கொண்ட காலாட் படையும் குதிரைப் படையும், தர்கோவயாவை நான்கு அணிகளாக வந்து சூழத் தொடங்கின.

திராஸ்தோவ்ஸ்கியின் அணியில் தெனீகினே வந்தார். வெறிவேகம் மிகவும் பயங்கரமாக இருந்தது. அந்த முதல் சண்டையின் முடிவுதான் தமது ராணுவத்தின் தலைவிதியையே தீர்மானிக்கப் போகிறது என்று எல்லோரும் உணர்ந்திருந்தார்கள். திராஸ்தோவ்ஸ்கியின் படையினர் தம்மிடமிருந்த ஒரே பீரங்கியை முழங்கிக் கொண்டே அதன் மறைவிலும் பலத்திலும், தமது எதிரிகளின் பீரங்கித் தாக்குதலையும் பொருட்படுத்தாமல், மூர்க்க வேகத்தோடு சென்று, எகோர்லிக் ஆற்றில் இறங்கி நீந்திக் கடக்கத் துணிந்தார்கள். அந்த அணியில் முன்னால் படைத்தலைவரான காப்டன் துர்க்குல் காணப்பட்டான். அவன் ஆற்று நீரில் ரப்பர் பந்து மாதிரித் துள்ளி தண்ணீரை வாரி இறைத்தும் வசை மாரி பொழிந்தும் தன் படையை முடுக்கினான். செஞ்சேனையினரோ உறுதியாக எதிர்த்து நின்றார்கள்; என்றாலும் தமது அனுபவக் குறைவினால் எதிரிகள் தம்மைச் சூழ்ந்து கொள்ளும்படி விட்டு விட்டார்கள். தென் திசையிலிருந்து வந்த பரோவ்ஸ்கியின் அணியும், கீழ்த் திசையிலிருந்து வந்த எர்தேலியின் குதிரைப் படையும் அவர்களது காவல் நிலையங்களையெல்லாம்

தகர்த்து விட்டன. குழப்பத்துக்காளான செம்படைப் பிரிவினர் தர்கோவயாவைக் கை விட்டு விட்டு, தமது பெரிய சரக்கு வண்டிகளோடு வட திசை நோக்கி வாபஸ் வாங்கினர். ஆனால் ஷாப்லியவ்காவுக்கு அருகே மார்க்கவின் தலைமையில் இருந்த அணி அவர்களது வழியைத் தடுத்து மறித்து நின்றது. சேவா சேனையினர் தீர்மானமான வெற்றியைப் பெற்று விட்டார்கள். எர்தேலியின் கசாக்குப் படைகள் ஸ்தெப்பி வெளிகளில் வளையமிட்டுத் திரிந்து, தப்பியோடுபவர்களை வெட்டித் தள்ளின; அகப்பட்டவர்களைக் கைது செய்தன; சாமான்கள் நிறைந்த வண்டிகளைக் கைப்பற்றின.

அந்திக்கருக்கல் சூழ்ந்து கொண்டிருந்தது. யுத்த ஆரவாரம் அடங்கத் தொடங்கியது. தெனீகின் தமது தடித்த கைகளைப் பின்புறமாகக் கட்டியவாறே, ரயில் பிளாட்பாரத்தில் மேலும் கீழும் நடந்து கொண்டிருந்தார்; அவரது சிவந்த முகம் சுருங்கிப் போயிருந்தது. உயிருக்கு ஏற்பட்ட ஆபத்து நீங்கிப் போன பின்னர் மனிதர்கள் சிரிப்பது மாதிரி, சில பயிற்சிப் படைவீரர்கள் சிரித்துக் களித்துக் கொண்டிருந்தார்கள்; அவர்கள் மணல் மூட்டைகளைச் சுமந்து சென்று, பாதுகாப்பற்று நின்று கொண்டிருந்த ரயில் வண்டிகளில் குவித்து வைத்தார்கள்; வேறு சிலரோ ஆயுதத்தாங்கி ரயிலாக மாற்றிக் கொண்டு விட்ட ஒரு ரயில் வண்டியில் இயந்திரத் துப்பாக்கிகளை நிறுவிக் கொண்டிருந்தார்கள். இடையிடையே குண்டுகளின் முழக்கம் கும்மிட்டு எதிரொலித்தது; ஷாப்லியவ்காவுக்கு வடக்கேயிருந்த செஞ்சேனையினரின் ஆயுத ரயிலிலிருந்து கிளம்பிய குண்டு முழக்கம் தான் அது. அவர்கள் சுட்டுத் தள்ளிய கடைசிக் குண்டு மானிச்சுக்கு அருகேயுள்ள பாலத்துக்கருகே வந்து விழுந்தது; அங்குதான் ஜெனரல் மார்க்கவ் தமது கபில நிறக் குதிரை மீது அமர்ந்திருந்தார். அவர் சரியாகத் தூங்கவும் இல்லை; சாப்பிடவும் இல்லை; இரண்டு நாட்களாக அவர் புகை கூடப் பிடிக்கவில்லை. ஷாப்லியல் காவைக் கைப்பற்றும் முயற்சி தாம் போட்ட திட்டப்படி வெற்றி பெறாது போனதால், அவர் மனம் குழம்பிப் போயிருந்தார். அந்த ரயில் நிலையத்தைப்

பீரங்கிகளும், ஆயுதந் தாங்கி ரயில்களும் கொண்ட ஒரு பலம் வாய்ந்த படை பாதுகாத்து நிற்கும் உண்மை அவருக்குத் தெரிய வந்தது. இரண்டு நாட்களாக அதனைக் கைப்பற்ற அவரது சுற்றுப் படை அரும்பாடுபட்டும், தோல்விதான் மிச்சமாக இருந்தது. வழக்கமாக அவருக்குக் கிட்டிய அதிருஷ்டமும் அன்று கிட்டவில்லை; அவரது படைக்கு ஏற்பட்ட சேதமும் ஏராளம். ஷாப்லியவ்காவைக் கைப்பற்றியிருந்த போல்ஷிவிக்குகள் இரண்டாம் நாளன்று மாலையில் தான் யுத்த தளத்தின் பொதுவான நிலைமையின் காரணமாகப் பின் வாங்கினார்கள்.

தமது சேணத்தின் மீது குனிந்து அமர்ந்தவாறே மார்க்கவ் தெளிவற்றுத் தெரிந்த பல்வேறு பிணங்களைக் கூர்ந்து பார்த்தார்; அந்தப் பிணங்களெல்லாம் மரணம் சம்பவித்த நிலையில் எந்த மாதிரி இருந்தனவோ, அவ்வாறே காலும் கையும் குரக்குவலித்து வக்கரித்துக் கிடந்தன. அங்கு செத்துக் கிடந்தவர்கள் எல்லாம் மார்க்கவின் அதிகாரிகள். யுத்தக் களத்திலே ஒவ்வொருவரும் பத்துப் பேருக்குச் சமமானவர்கள். உண்மையிலேயே, கருத்தற்ற முறையில், அவரது படையிலுள்ள சிறந்த போர்வீரர்கள் பலரும் கொல்லப்பட்டார்கள்; பலரும் காயப்பட்டார்கள். அவர் தமது புத்தியைத் தற்காலிகமாகக் கடன் கொடுத்து விட்டது தான் இதற்கெல்லாம் காரணம்.

பேய்க் கனவு கண்டு எழுந்திருந்த மனிதனைப் போல் அவர் மொறுமொறுத்தார்; கொரகொரத்துப் பெருமூச் செறிந்தார். பின்னர் பாலத்துக்கு முன்னாலிருந்த பதுங்கு குழிக்குள்ளிருந்து ஓர் அதிகாரி மேலே ஏறி வருவதையும், ஆனால் மறுகணமே அந்த அதிகாரி கைப்பிடிச் சுவரின் மீது சாய்ந்து விழுவதையும் அவர் கண்டார். அந்த அதிகாரி இருமியவாறு கைகளை ஊன்றி நிமிர்ந்தான்; அந்தக் கருக் கலில் தோன்றிய பெரிய, பிரகாசமான நட்சத்திரத்தை வெறித்துப் பார்த்தான். பின்னர் மொட்டை அடிக்கப் பெற்ற தனது தலையைத் திருப்பி மீண்டும் முனகினான்; தடுமாறி நடந்தவாறே ஓரடி முன்னால் வந்தான். பின்னர் திடீரென்று அங்கு ஜெனரல் மார்க்கவ்

நிற்பதைக் கண்டு கொண்டான். அவன் அவருக்குச் சலாமிட்டு விட்டு கையைக் கீழே இறக்கினான்.

"ஜெனரல் அவர்களே! நான் காயம்பட்டிருக்கிறேன்."

"எனக்குத் தெரிகிறது."

"என்னைப் பின்னாலிருந்து சுட்டு விட்டார்கள்!"

"ரொம்ப மோசம்."

"மிகவும் அருகிலே முதுகின் பின்னாலிருந்து ரிவால்வரால் தலையில் சுடப்பட்டு விட்டேன். வலெரியான் ஓனோலி என்னை வேண்டுமென்றே கொல்ல முயன்றான்."

"உங்கள் பெயர்?" என்று கண்டிப்புடன் கேட்டார் மார்க்கவ்.

"ரோஷின்... லெப்டினெண்ட் கர்னல் ரோஷின்."

அதே கணத்தில் வட திசை நோக்கிச் சென்று கொண்டிருந்த செஞ்சேனையினரின் ஆயுதந் தாங்கி ரயிலிலிருந்து, ஆறு அங்குல அளவுள்ள பீரங்கி வாயிலிருந்து ஒரு குண்டு வெடித்துப் பாய்ந்தது. அந்தக் குண்டு பரந்த ஸ்தெப்பி வெளியின் மேலாக ஓலமிட்டுக் கொண்டு பாய்ந்து வந்தது. ஜெனரலின் கபில நிறக்குதிரை பயபீதி கொண்டு, காதுகளை நிமிர்த்திப் பார்த்தது ; தனது பின்னங்கால்களைத் தாழ்த்திப் பின்வாங்கியது. அந்தக் குண்டு மார்க்கவுக்குப் பத்தடி தூரத்திலே விழுந்து ஆகாயமே கிடுகிடுக்கும் வண்ணம் வெடித்துச் சிதறியது.

புழுதியும் புகையும் அடங்கிய பின்னர், அந்தக் குண்டு வீச்சினால் தள்ளப்பட்டு மல்லாந்து கிடந்த ரோஷின் தலை திரும்பி பார்த்தான். அங்கு அந்தக் குதிரை கால்களை ஆகாயத்தை நோக்கித் தூக்கிப் பயங்கரமாக வெட்டி உதைத்து இழுத்தவாறே தரையில் கிடந்தது. அந்தக் குதிரையின் அருகில் ஒரு சிறிய அசைவற்ற சடலம் கிடந்தது. ரோஷின் எழுந்திருக்க முயன்றவாறே கத்தினான்:

"மருத்துவத் தாதியரே! ஜெனரல் மார்க்கவ் கொல்லப்பட்டு விட்டார்!"

தர்கோவயாவைக் கைப்பற்றிய பின்னர் சேவாசேனை இரண்டு விதமான நோக்கங்களுடன் வட திசை நோக்கி, வட திசையிலுள்ள வெலிகோக்னியாஷெஸ்கயாவை நோக்கிப் புறப்பட்டது. ஆத்தமான் கிரஸ்னோவுக்கு உதவுவதற்காக சால்ஸ்கி ஜில்லாவிலுள்ள போல்ஷிவிக்குகளை விரட்டியடிப்பதும், த்ஸாரீத்ஸினிலிருந்து தாக்குதல் வரும் பட்சத்தில், தங்களது சொந்தப் பின்னணி முகாமைப் பலப்படுத்திக்கொள்வதும் தான் அந்த நோக்கங்கள். வெலிகோக்னி யாஷெஸ்கயாவை அவர்கள் குறைந்த சேதத்துடனேயே கைப்பற்றி விட்டார்கள்; ஆனால் இதே வெற்றியை அவர்களால் தொடர்ந்து கொண்டு செலுத்த முடியவில்லை. ஏனெனில் புதியோனியின் குதிரைப்படை இரவுப் போரின் போது எர்தேலியின் கசாக்குப் படைகளையெல்லாம் சீர்குலைத்து, அந்தப் படைகள் மானிச் ஆற்றைக் கடந்து வரும் முயற்சி யைத் தடுத்து நிறுத்தி விட்டது.

தர்கோவயா ரயில் நிலையத்தின் அருகில் வெள்ளை ராணு வத்தின் முதல் ஆயுதந் தாங்கி ரயில் அழிவிலிருந்து மயிரிழையில் தான் தப்பியது. அந்த ரயிலின் டிரைவர்கள் எதிரே வெள்ளைக் கொடி காட்டி வந்த என்ஜினைக் கண்டார்கள். எதிரிகள் சமாதானத்துக்குத் தான் வருகிறார்கள் என்று எண்ணிக் கொண்டு, அவர்கள் சுடாமல் இருந்து விட்டார்கள். அந்த என்ஜினோ இடைவிடாது விசிலடித்துக் கொண்டு முழு வேகத்தில் ஓடிவந்தது. அந்த என்ஜின் மிகவும் அருகில் நெருங்கி வந்த பின்னர் தான் அதனைச் சுட வேண்டும் என்ற எண்ணம் அவர்களுக்கு ஏற்பட்டது. அப்படியிருந்த போதிலும் இரு சாராருக்கும் மோதல் ஏற்பட்டது. அந்த மோதலில் அந்த ஆயுதந் தாங்கி ரயிலின் ஒரு பெட்டி உடைந்து நொறுங்கியது. வெடிகுண்டுகள் நிரப்பி வைக்கப்பட்டிருந்த, எங்கும் எண்ணெய் வழிந்து கொண்டிருந்த அந்த என்ஜின் தடம் புரண்டு வீழ்ந்தது.

சில நிமிஷ நேரத்துக்கு அங்கு ஏதோ ஒரு அமெரிக்கச் சினிமாக் காட்சி போன்ற நிலைமை நிலவியதை இரு சாராரும் பார்த்தார்கள்.

தெனீகின் அந்த ஜில்லாவை தோன் பிரதேசத்துக் கசாக்குகளிடம் ஒப்படைத்தார்; அங்குள்ள போல்ஷிவிக்குகளைத் தீர்த்துக் கட்டும் வேலையையும் உள்ளூரிலிருந்த கசாக்குப் படைப் பிரிவினரிடம் விட்டு விட்டு மீண்டும் தென் திசை நோக்கித் திரும்பினார். தோன் பிரதேசத்தைக் குபானோடும், கருங்கடல் பிரதேசத்தை காஸ்பியன் கடல் பிரதேசத்தோடும் இணைக்கும் முக்கியமான சந்திப்பு நிலையமாக விளங்கிய திஹரேத்ஸ்கயா ரயில் நிலையத்தைக் கைப்பற்ற வேண்டும் என்பதுதான் அவர் தென் திசக்குத் திரும்பியதன் நோக்கமாகும். அந்த முயற்சியில் பேரபாயங்களை எதிர்நோக்க வேண்டியிருந்தது. அவர் செல்லும் வழியில் பெஸ்ச்சியான கோப்ஸ்கயா, பேலயா கிலீனா என்ற கசாக்குகளுக்குச் சொந்தமற்ற இருபெரும் கிராமங்கள் இருந்தன. அவை இரண்டுமே போல்ஷிவிஸத்துக்குப் பேராதரவு மிகுந்த கோட்டைகள். அந்த இரு கிராமங்களையும் போல்ஷிவிக்குகள் அவசர அவசரமாகப் பலப்படுத்தினார்கள். கால்னினின் படையினர் திஹரேத் ஸ்கயாவின் எல்லைப் புறங்களில் அவசர அவசரமாகப் பதுங்கு குழிகள் வெட்டினார்கள். சரோகினின் படைகள் தமக்கேற்பட்ட பயபீதியை ஒழித்துக்கட்டி விட்டு, மேற்குத் திக்கிலிருந்து தாக்குதல் தொடுக்க முனைந்தன. மானிச்சில் குழப்பத்துக்குள்ளாகிச் சீர்குலைந்து போன செஞ்சேனைப் பிரிவுகள் மீண்டும் ஒன்று திரட்டப்பட்டு எதிரியைப் பின்னணியிலிருந்து தாக்க முனைந்தன. மேலும் பல கிராமங்கள் படைவீரர்களைப் புதிது புதிதாக அனுப்பி வைத்தன.

இவ்வளவெல்லாம் இருந்தும், ஒன்று கூடித் திட்டமிட்டு ஒருமுகமாகச் செயலாற்றும் போக்கு செஞ்சேனையினரிடம் குறைவாக இருந்தது என்பதையே தமது பலமாகக் கருதினார் தெனீகின். ஆனால் இந்த நிலை எந்த

நிமிடத்திலும் மறைந்துவிடக் கூடும். எனவே தெனீகின் அவசரப்பட்டார். சில சமயங்களில் அவர் அலுத்துக் களைத்துத் தரை மீது சாய்ந்து கிடக்கும் தமது படைவீரர்களைச் சந்தித்து, அவர்களைத் தானாகவே ஊக்குவித்துத் தட்டியெழுப்ப வேண்டி இருந்தது. அவர்கள் ஓய்வின்றி முன்னேற வேண்டும் என்று முறையிட்டார். காலாட்படையினரெல்லாம் வண்டிகளில் ஏறிச் சென்றார்கள். அந்தப் படையினருக்கு முன்னால் அவர்கள் தாற்காலிகமாகச் அமைத்துக் கொண்ட ஆயுதந் தாங்கி ரயிலும் சென்றது.

பொஸ்ச்சியான கோப்ஸ்கயா கிராமத்தில் அங்குள்ள மக்கள் எல்லோருமே செஞ்சேனையுடன் சேர்ந்து தோளோடு தோள் நின்று போரிட்டார்கள். இத்தனை மூர்க்கத்தனமான எதிர்ப்பைச் சேவா சேனையினர் இதற்கு முன் எங்குமே கண்டதில்லை. காலையிலிருந்து இரவு வரையிலும் அந்த ஸ்தெப்பி வெளியே பீரங்கி முழக்கத்தால் அதிர்ந்தது. பரோவ்ஸ்கி, திராஸ்தோவ்ஸ்கி இருவரது படைகளும் இரண்டு முறை கிராமத்துக்கு வெளியே விரட்டியடிக்கப் பெற்றன. நாலா திசைகளிலிருந்தும் எதிரிகள் தம்மைச் சூழ்ந்து கொண்டு விட்டார்கள் என்பதை கண்ட பின்னரே, அந்த எதிரிகளின் தொகையையும் ஆயுத பலத்தையும் தெரிந்திருக்காதவர்களாய் செஞ்சேனையினர் அந்தக் கிராமத்தை விட்டு ஒருவர் பாக்கியில்லாமல் வெளியேறிவிட்டார்கள். இப்போதோ எல்லாப் பிரிவினரும், எல்லாப் படையினரும், எல்லா அகதிகள் கூட்டமும் பேலயா கிலீனாவுக்கு அருகில் ஒன்று கூடிவிட்டனர்.

அங்குதான் திமித்ரி ஷேலிஸ்தின் 'இரும்புப் படை' பத்தாயிரம் பேர் மத்தியிலே நின்று கொண்டிருந்தது. அந்தப் பத்தாயிரம் பேரில் எல்லா வயதினரும் இருந்தார்கள். கிராமத்துக்குள்ளே வரும் பாதைகளெல்லாம் அரண் செய்யப் பெற்றிருந்தன; அங்குதான் முதன் முதலாகச் செஞ் சேனையினர் கட்டுப்பாடான ராணுவ முறைகளோடும், யுத்த தந்திரத்தோடும் செயல்பட்டார்கள். கூட்டங்கள்

நடத்தப்பட்டன. அந்தக் கூட்டங்களிலே வாழ்வா சாவா என்ற கோஷமும் சவாலும்தான் மேலோங்கி நின்றன.

ஆனால் இவ்வளவெல்லாம் இருந்தும் அத்தனையும் வீணாயிற்று. எதிரிகளோ யுத்தத்திலே மிகுந்த அனுபவமும் அறிவும் பெற்றவர்கள். எனவே எவ்வளவு தான் துணிச்சலும் ஆவேசமும் செஞ்சேனையிடத்தே இருந்த போதிலும், அவர்கள் அதனை விஞ்ஞானத்தினாலும், யுத்த நுணுக்கத்தாலும் முறியடிக்க முனைந்தார்கள். அவர்கள் ஒவ்வொரு சின்னஞ் சிறு விஷயத்தையும் கணக்கிலெடுத்து, சதுரங்க விளையாட்டுக்காரன் மாதிரி, ஒவ்வொரு முன்னேற்றத்தையும் திட்டமிட்டுச் செயலாற்றினார்கள்; அதன் மூலம் அவர்கள் எப்படியோ செஞ்சேனையினரைப் பின்னணியிலிருந்து தாக்கும் வாய்ப்பைப் பெற்று வந்தார்கள். எடுத்த எடுப்பில் வெள்ளை ராணுவத்திற்குத் தோல்வி ஏற்பட்டதென்னவோ உண்மைதான். திராஸ்தோவ்ஸ்கியின் அணியைத் தலைமை தாங்கி நடத்திச் சென்ற கர்னல் ஜெப்ராக் தமது படைகளை இரவோடு இரவாக நடத்திச் சென்று, செஞ்சேனையினரின் முன்னணிப் படை பதுங்கிக் கொண்டிருந்த பண்ணை வீட்டுக்கே நேராகச் சென்று விட்டார். தமது எதிரிகளின் சுறுசுறுப்பான எதிருக்கெதிரான குண்டு வீச்சையும் பொருட்படுத்தாமல் அவர் நேரடியாகத் தாக்குதலில் ஈடுபட்டார்; குண்டடிபட்டுச் செத்து விழுந்தார். அவரது படையினரோ பின்வாங்கியவாறே மறைந்து கொள்ளத் தொடங்கினார்கள். ஆனால் மறுநாட் காலை ஒன்பது மணிக்கு, குதேபவின் படைகள் தென் திசையிலிருந்து போலயாகிலீனா கிராமத்துக்குள் புகுந்து விட்டன. அந்தப் படைக்குத் துணையாக, கர்னீல்வ் படையும் திராஸ்தோவ்ஸ்கியின் குதிரைப்படையும், ஆயுதந் தாங்கிக் கார் ஒன்றும் வந்து உதவின. கைப்பற்றியிருந்த ரயில் நிலையத்திலிருந்து பரோவ்ஸ்கியின் படைகள் வந்தன. தெருக்களிலேயே சண்டை நடந்தது. எதிரிகள் தம்மைச் சூழ்ந்து கொண்டு விட்டார்கள் என்று உணர்ந்த செஞ் சேனையினர் நிலைகுலைந்தார்கள். அவர்களது அணியைக் கிழித்துக் கொண்டு கவச மோட்டார் கார் முன்னேறியது.

வைக்கோற் கூரை வீடுகள் தீப்பற்றியெரிந்தன. பற்றியெரியும் நெருப்பு, துப்பாக்கி வேட்டுக்கள், கூக்குரல்களினூடே ஆடு மாடுகளும் குதிரைகளும் அலறி ஓடின.

ஷேலிஸ்தின் 'இரும்புப் படை' மிஞ்சியிருந்த அந்த ஒரே ஒரு பாதையின் வழியாகப் பின்வாங்கியது. ஆனால், அந்தப் பாதையிலும், அங்கிருந்த ரயில்வே நிலையதுக்கு முன்னால், தெனீகின் நின்று கொண்டிருந்தார். அவர் ஒரு குதிரையின் மீது அமர்ந்தவாறு, தமது கைகள் இரண்டையும் வாயருகே குவித்தவண்ணம் தமது படையினரை நோக்கி, தப்பிச் செல்லும் அகதிகளைத் தடுத்து நிறுத்தும்படி கோபாவேசமாக உத்தரவிட்டுக் கொண்டிருந்தார். இரும்புப் படையின் மிச்ச சொச்சங்களுடன் கொரில்லாப் படையினரும், மக்களும் சென்றனர். எர்தேலியின் குதிரைப் படை அந்த அகதிகளை நோக்கி நாலு கால் பாய்ச்சலில் விரைந்தது. பிரதம தளபதி தெனீகினின் பாதுகாவலர்களும் கூட பொறுக்க முடியாதவர்களாய் வாளாயுதங்களை உருவிக் கொண்டு செஞ்சேனையினரை நோக்கி ஓடினார்கள். ஏனைய அதிகாரிகள் எல்லாம் வேட்டை நாய்கள் மிருகங்களின் மீது தாவுவதைப்போல பாய்ந்து தமது வாட்களினால் அகப்பட்டவர்களின் தலைகளையும் முதுகையும் வெட்டினார்கள். தெனீகின் மட்டும் தன்னந்தனியராக நின்றார். அவர் தமது தொப்பியை எடுத்து கொதித்துப் போன முகத்தை விசிறிக் கொண்டார். இந்த வெற்றியின் மூலம் திஹரேத்ஸ் கயாவுக்கும், எகதிரினதாருக்கும் செல்லும் பாதை அவருக்குத் திறக்கப்பட்டு விட்டது.

அந்தி நேரத்தில் கிராமத்திலிருந்தும் பண்ணை வீடுகளி லிருந்தும் துப்பாக்கிக் குண்டுகள் இடையிடையே வெடித்து ஒலித்தன. ஜெப்ராக்கின் மரணத்துக்காக திராஸ்தோவ்ஸ்கியின் ஆட்கள் சிறைப்பட்டிருந்த செஞ்சேனையினரை சுட்டுத் தீர்த்துக் கொண்டார்கள். ஈக்கள் மொய்க்கும் ஒரு குடிசையில் அமர்ந்து தெனீகின் தேநீர் அருந்திக் கொண்டிருந்தார். அன்றிரவு மிகுந்த வெப்பமும் புழுக்கமும் இருந்த போதிலும் கூட அவர்

பட்டிகள் வைத்துத் தைத்த தமது தடித்த மேலங்கியின் பொத்தான்களைக் கழற்றி விடாமல் இருந்தார். துப்பாக்கிச் சத்தம் ஒவ்வொரு தடவை கேட்டு முடியும் போதும் அவர் அந்தக் குடிசையின் உடைந்த ஜன்னல் பக்கமாகத் திரும்பினார். தமது கைக் குட்டையைப் பந்து மாதிரி சுருட்டிக் கொண்டு தமது நெற்றியையும் மூக்கின் இருபுறத்தினையும் துடைத்துக் கொண்டார்.

"வசீலி வசீலியவிச்!" என்று அவர் தமது உதவியாளைக் கூப்பிட்டார். 'போய் திராஸ்தோவ்ஸ்கியை வரச் சொல்லுங்கள். என்ன தான் இருந்தாலும், இது அனுமதிக்க முடியாதது!"

அந்த உதவியாள் தனது கால்களை ஓசையெழும்ப ஒன்று கூட்டி விறைப்பாகச் சலாமிட்டு விட்டு திரும்பி வெளியே சென்றான். தெனீகின் அடுப்பிலிருந்து வெந்நீரை எடுத்து, கேத்தலில் மேலும் ஊற்றிக் கொண்டார். மீண்டும் துப்பாக்கி வெடிச்சத்தம் கேட்டது. இந்தத் தடவையோ அது மிகவும் அருகில் கேட்டது. ஜன்னல் கண்ணாடிகள் அதிர்ந்தன. பின்னர் ஒரு நெடிய கூக்கூரல் இருளைப் பிளந்து ஒலித்தது. வெந்நீர் கேத்தலிலிருந்து பொங்கி வழிந்தது; அதனுடன் சில தேயிலைத் துணுக்குகளும் கீழே வடிந்தன. 'ச்சூ!' என்று முனகி விட்டு தெனீகின் மூடியை எடுத்துக் கேத்தலை மூடினார். கதவு தடாலென்று திறந்தது. முப்பது வயதுள்ள ஒரு மனிதன் உள்ளே வந்தான். அவனது முகம் வெளிறியிருந்தது. அவனது சட்டையும், தோளிலே இருந்த ராணுவச் சின்னங்களும் கசங்கிப் போயிருந்தன. அவனது மூக்குக் கண்ணாடியின் மீது எண்ணெய் விளக்கின் சுடர் பள பளத்தது. அவனது நடுவில் பள்ளம் விழுந்த சதுரமான மோவாயில் தென்பட்ட குறுந்தாடி முன்னே நீண்டிருந்தது; குழி விழுந்த கன்னங்கள் சுருங்கி அசைந்தன. அறைக்குள் வந்ததும் அவன் நின்றான். தெனீகின் பெரு மூச்செறிந்தவாறே தாம் இருந்த பெஞ்சை விட்டு எழுந்து, அந்த மனிதனிடம் கை கொடுத்தார்.

"உட்காருங்கள், மிஹயில் கிரிகோரியவிச் தேநீர் அருந்து

கிறீர்களா?"

"வேண்டாம். மிக்க நன்றி. எனக்கு நேரமே இல்லை."

அந்த மனிதன் தான் திராஸ்தோவ்ஸ்கி. சமீப காலத்தில் தான் அவர் ஜெனரல் பதவிக்கு வந்தார். பிரதம தளபதி தம்மை ஏன் வரவழைத்திருக்கிறார் என்பதை அவர் அறிவார். தாம் கண்டனத்தை எதிர்நோக்கியவராக உள்ளுக்குள் பொத்துக் கொண்டு வரும் கோபத்தை அவர் துன்பத்துடன் அடக்கிக் கொண்டார். எனவே அவர் தலையைக் குனிந்தவாறு தெனீகினை ஏறெடுத்துப் பார்க்காமல் நின்றார்.

"மிஹயில் கிரிகோரியவிச்! நான் உங்களிடம் சுட்டுக் கொன்ற விஷயங்களைப் பற்றித்தான் பேச விரும்பினேன்..."

திராஸ்தோவ்ஸ்கியின் முகம் மேலும் வெளிறியது. "என்னால் என் கீழுள்ள அதிகாரிகளைக் கட்டுப்படுத்த முடியவில்லை" என்று அவர் விரும்பத்தகாத உரத்த, விடுபட்ட, ஆவேசமான குரலில் கூறினார்: "பிரதம தளபதி அவர்களே, கர்னல் ஜெப்ராக்கைப் போல்ஷிவிக்குகள் மிருகத்தனமாகச் சித்திரவதை செய்து கொன்று விட்டார்கள் என்பது உங்களுக்கும் தெரியும்... ருமேனியாவிலிருந்து என்னோடு வந்து சேர்ந்த முப்பத்தைந்து அதிகாரிகள் சித்திரவதைக்கு ஆளாகிச் செத்திருக்கிறார்கள்... போல்ஷிவிக்குகள் நமது ஜனங்களையெல்லாம் சித்திரவதை செய்கிறார்கள்; கொல்கிறார்கள்... ஆம். எல்லோரையும்தான்..." (அவரது குரல் தடைப்பட்டது; தொண்டையே அடைத்துப் போனாற் போல் தோன்றியது.) "என்னால் அவர்களைத் தடுத்து நிறுத்த முடியாது... தடுத்து நிறுத்த மறுக்கிறேன் நான்... நீங்கள் ஆட்சேபித்தால்... இப்போதே எனது அத்தாட்சிப் பத்திரங்களைத் திரும்பத் தந்து விடுகிறேன்... நான் சாதாரணச் சிப்பாயாக இருந்து விட்டுப் போகிறேன்... அது எனக்கு எவ்வளவோ மகிழ்ச்சியாக இருக்கும்..."

"போதும், போதும்" என்று குறுக்கிட்டார் தெனீகின்: "நீங்கள் இவ்வளவு தூரம் இதை எடுத்துக்கொள்ளக்

கூடாது. அத்தாட்சிப் பத்திரங்களை அனுப்புவதாவது? மிஹயில் கிரிகோரியவிச்! கைதிகளைச் சுட்டுத் தள்ளுவதன் மூலம் எதிரிகளின் தற்காப்பை நாம் மேலும் வலுப்படுத்து வதாகாதா? இந்தத் துப்பாக்கிச் சூட்டுச் சம்பவத்தைப் பற்றிய வதந்திகள் எங்கும் பரவும். நாம் ஏன் நமது ராணுவத்துக்கே கேடு செய்ய வேண்டும்? நான் சொல்வது சரி தான் என்பதை நீங்கள் உணர்வீர்கள் என்று நினைக்கிறேன். இல்லையா?" (திராஸ்தோவ்ஸ்கி எதுவும் சொல்லவில்லை.) "உங்கள் அதிகாரிகளிடம் நான் சொன்னதைச் சொல்லுங்கள். இனி மேலாவது இதுமாதிரி நடக்காதபடி பார்த்துக் கொள்ளுங்கள்."

"நல்லது!" திராஸ்தோவ்ஸ்கி கதவை அறைந்து மூடியவாறே வெளியேறினார்.

தமது தலையை ஆட்டி விட்டு தெனீகின் வெகுநேரம் வரையிலும் தமது தேநீர்க் கோப்பையைப் பார்த்தவாறே சிந்தனையில் ஆழ்ந்தார். தூரத்து இருளில் கடைசி முறையாகத் துப்பாக்கி வேட்டுக்களின் சத்தம் கேட்டது. பிறகு ஆழ்ந்த அமைதியும் அந்தகாரமுமே மிஞ்சி நின்றன.

திஹரேத்ஸ்கயாவின் மீது மேற்கொண்ட நடவடிக்கையானது, நாற்பது மைல் அகலமுள்ள ஒரு பெரிய போர்முனையின் அளவுக்கு ராணுவத்தைப் பரவலாக்கும் திட்டத்தில் ஒரு பகுதிதான். இந்தத் திட்டத்துக்கோர் முன்னேற்பாடாக, அந்தப் பிரதேசத்தில் துண்டு துக்காணியாக ஆங்காங்கே சிதறிக் கிடக்கும் கொரில்லாப் படைகளையும், செஞ் சேனைப் பிரிவுகளையும் அங்கிருந்து காலி செய்ய வேண்டியிருந்தது. இந்தப் பணியை வாலிப ஜெனரலான பரோவ்ஸ்கியிடம் ஒப்படைத்தார்கள். அவர் இரண்டே நாட்களில் அறுபது மைல் தூரத்தைக் கடந்து, வழியெல்லாம் பல கிராமங்களை ஆக்கிரமித்து விட்டார். உள்நாட்டு யுத்த சரித்திரத்தில் எதிரிகளைப் பின்னணியிலிருந்து தாக்கும் முதல் நிகழ்ச்சி இதுவாகவே அமைந்தது.

இவ்வாறு கைப்பற்றப்பட்ட பிரதேசங்களில் சேவா

சேனையினர் பரவலாகத் தங்க முடிந்தது. ஜூன் மாதம் 30த் தேதியன்று தெனீகின் ஒரு சுருக்கமான உத்தரவைப் பிறப்பித்தார்: "நாளை ஜூலை மாதம் முதல் தேதியன்று திஹரேத் ஸ்கயா ரயில் நிலையம் கைப்பற்றப்பட வேண்டும்; தெர்னோவ்ஸ்கயா - திஹரேத்ஸ்கயா ஜில்லாவிலுள்ள எதிரிகள் கோஷ்டியையெல்லாம் சீர்குலைக்க வேண்டும்...' அன்றிரவில் படைகள் புறப்பட்டன; திஹரேத் ஸ்கயாவைக் கிடுக்கித் தாக்குதல் மூலமாக வளைத்துக் கொண்டன. சிறிது நேரத் துப்பாக்கிச் சண்டைக்குப் பின்னர் போல்ஷிவிக்குகள் தமது பாதுகாப்பான இடங்களுக்குப் பின்வாங்கத் தொடங்கினர்.

ஒரு வாரத்துக்கு முன்னாலிருந்த மூர்க்கத்தனமான வெறிவேகம் இந்தத் தற்காப்புப் போரிலே காணப்படவில்லை. பேலயா கிலீனாவின் வீழ்ச்சியால், துருப்புக்களிடையே ஒரு சோர்வுணர்ச்சி குடி புகுந்திருந்தது. சரோகினின் தாக்குதலும் முறிவு கண்டது. அங்கு நடந்த ரத்த பயங்கரமான சண்டைகளிலே வீழ்ந்த ஆயிரக் கணக்கான பேர்களின் தியாகமும் வீண் போயிற்று. வெள்ளை ராணுவம் இயந்திரம் போல் திட்டமிட்டு முன்னேறியது. வெள்ளை ராணுவத்தின் பலத்தைப் பற்றி அதீதமான, அளவுக்கு மீறிய கற்பனைக் கதைகள் பரவின. ருஷ்ய நாட்டின் எல்லாப் பகுதிகளிலிருந்தும் அதிகாரிகள் வந்து குவிந்து தெனீகினுடன் சேர்ந்து கொள்வதாகவும் வதந்திகள் பரவின. மேலும் பயிற்சிப் படையினர் யாரிடத்திலும் இரக்கம் காட்டுவதில்லை எனவும், அவர்கள் ஓரிடத்தில் இருந்து வெளியேறியதும் அந்த இடத்தை ஜெர்மானியர்கள் உடனே ஆக்கிரமித்துக் கொள்வார்களென்றும் பேச்சுக்கள் அடிப்பட்டன. திஹரேத் ஸ்கயர் கோஷ்டியின் தலைவரான கால்னின் பக்கவாதம் கண்டு விட்டவர்போல், திஹரேத் ஸ்கயா ரயில் நிலையத்தில் நின்ற ஒரு ரயிலிலேயே அசையாமல் உட்கார்ந்திருந்தார். தெனீகினின் படைகள் எல்லாத் திசைகளிலிருந்தும் முன்னேறி வருகிறது என்று அறிந்ததும், அவருக்கு நம்பிக்கையெல்லாம் அற்றுப் போய் விட்டது; எனவே அவர் தமது படையை வாபஸ் வாங்குமாறு

உத்தரவிட்டார்.

காலை ஒன்பது மணிக்கெல்லாம் சண்டை ஓயத் தொடங்கிவிட்டது. செஞ்சேனைத் துருப்புக்கள் திஹரேத்ஸ்கயாவுக்கு அப்பாலுள்ள பாதுகாப்பான இடத்தில் அரை வட்ட வடிவத்தில் வாபஸ் வாங்கின. கால்னின் தமது ரயில் பெட்டிக்குள்ளேயே அடைந்து கிடந்தார்; அன்றையத் தினத்தில் மேலும் சண்டைகள் இருக்காதென்ற தீர்மானத்தில் படுத்துத் தூங்கவும் செய்தார். இதற்குள் சேவா சேனையினர் தமது முற்றுகையை மேலும் பலப்படுத்தி, கோதுமைப் பயிர்கள் அடர்த்தியாக வளர்ந்திருந்த வயல் வெளிகளின் வழியே நெருங்கி வந்தார்கள். மத்தியானத் துக்குள் இருவேறு திசைகளிலிருந்து கிடுக்கி போல முன்னேறி வந்த இருபடைகளும் சந்தித்து, தமது எதிரிகளின் பின்னணியை நோக்கித் தென்திசையிலிருந்து முன்னேறின. கர்னீலவின் படை ரயில் நிலையத்தைத் தாக்கி எந்தவிதமான சேதமுமின்றி அதனைக் கைப்பற்றி விட்டது. ரயில்வே ஊழியர்களெல்லாம் ஓடி மறைந்து கொண்டார்கள். கால்னினும் மறைந்து விட்டார். அவர்து தொப்பியும் பூட்சுகளும் மட்டும் ரயில் பெட்டிக்குள் கீழே விழுந்து கிடந்தன. அடுத்த பெட்டியில் ராணுவ அலுவலக அதிகாரியும், கால்னினின் பிரதம அதிகாரியுமான ஸ்வேரிவ் மண்டை உடைந்து சிதறித் தரையிலே விழுந்து கிடந்தார். ஆசனத்தின் மீது தலையில் ஒரு சால்வையைப் போர்த்திய நிலையில் அவரது மனைவி மார்பிலே பாய்ந்து சென்ற குண்டுக் காயத்தோடு மல்லாந்து கிடந்தாள். அவளுக்கு இன்னும் உயிரிருந்தது.

தமது தலைமையையும் இழந்து, தமது சப்ளைத் தளங்களில் இருந்தும் போக்குவரத்துச் சாதனங்களிலிருந்தும் துண்டிக்கப் பெற்றுத் தவித்த செஞ்சேனைத் துருப்புக்களைக் கிடுக்கி போல நெருக்கிப் பிடிப்பது மட்டும் தான் சேவா சேனையினருக்கு மிச்சமாக இருந்தது. அவர்கள் பொழுது சாயும் வரையிலும் பீரங்கிகளாலும் இயந்திரத் துப்பாக்கிகளாலும் குண்டு

வீச்சு நடத்தினார்கள். அந்தக் கிடுக்கியினுள்ளே சிக்கிய செஞ்சேனையினர் எல்லாத் திசைகளிலிருந்தும் வந்து விழுந்த குண்டு மழையைத் தாங்க முடியாமல் இன்னும் அலைமோதினார்கள். அவர்கள் பதுங்கு குழிகளிலிருந்து வெறி பிடித்தாற்போல் தாவி வெளியே வந்தார்கள்; தமது துப்பாக்கிக் குத்தீட்டிகளாலேயே எதிரிகளைத் தாக்க முனைந்தார்கள்; எங்கு பார்த்தாலும் பிணமாகிச் செத்துச் செத்து விழுந்தார்கள். பொழுது சாய்வதற்குள் செஞ்சேனையினருக்கு மிஞ்சியிருந்த வட திசை வழியையும் குதே பவின் படை அடைத்து விட்டது. அந்த வழியாகத் தப்பியோட முனையும் செஞ்சேனை வீரர்களைத் துப்பாக்கிக் குண்டுகளாலும், குத்தீட்டிகளாலும் அவர்கள் கொன்று தள்ளினார்கள். அந்திக் கருக்கலின் போது அடர்த்தியாக வளர்ந்திருந்த கோதுமை வயல்களினுள்ளே செஞ் சேனையும் வெள்ளை ராணுவமும் ஒன்றோடொன்று நேரடியாகக் கைகலக்கத் தொடங்கி விட்டன. படைத் தலைவர்களெல்லாம் அந்த வயல்வெளிகளில் காடைப் பறவைகள் மாதிரி அங்குமிங்கும் பாய்ந்து சென்று, தமது அதிகாரிகளை ஒன்று திரட்டி, அவர்களைப் போரில் மீண்டும் மீண்டும் ஈடுபடுத்தினார்கள். ஏதோ ஒரு பதுங்கு குழியிலேயிருந்து வெள்ளைக் கைக்குட்டைகளைப் பறக்க விட்டுக் கொண்டிருந்த துப்பாக்கிக் குத்தீட்டிகள் தலை தூக்கின. குதேபவும் அவரது அதிகாரிகளும் அந்தத் திசையை நோக்கிப் பாய்ந்தார்கள்; ஆனால் அங்கு சென்று வாய்க்கு வந்தபடி ஆபாசமாகத் திட்டியவாறு, சரமாரியாகச் சுட்டுத் தள்ளினார்கள். பின்னர் தமது குதிரையின் கழுத்தின் மீது குனிந்து படுத்தவாறு அவர் பாய்ச்சலில் வந்தார். கைதிகளைச் சுடக் கூடாது என்று தான் பிரதம தளபதி உத்தரவிட்டிருந்தார்; ஆனால் அவர்களைக் கைது செய்து கொண்டு வரவேண்டும் என்று எவரும் சொல்லவில்லை. மறுநாட் காலையில் தெனீகின் தமது குதிரையை மெதுவாக நடத்தியவாறே போர்க்களம் முழுவதையும் சுற்றிப் பார்த்தார். கண்ணுக்கெட்டிய தூரம் வரையிலும் கோதுமை வயல்கள் மிதித்துத் துவைத்து நாசம் செய்யப்பட்டிருந்தன. நிர்மலமான நீலவானத்தில்

கழுகுகள் வட்டமிட்டு மிதந்தன. வயல்வெளிகளையும் பழைய இடுகாட்டு மேடுகளையும் பள்ளங்களையும் சுற்றிக் கொண்ட பல்வேறு பதுங்கு குழிகளின் வரிசையையும் தெனீகின் பார்த்தார். அந்தப் பதுங்கு குழிகளில் இருந்து கைகளும் கால்களும் தலைகளும் வெளியே நீட்டிக் கொண்டிருந்தன; அந்தக் குழிகளின் விளிம்பில் சாக்கு மூட்டைகள் மாதிரி பிணங்கள் தொங்கிக் 'கொண்டிருந்தன. தெனீகின் அந்தச் சமயத்தில் ஆத்மார்த்தமான ஒரு மனோநிலையில் இருந்தார். எனவே அவர் தமது உதவியாள் தமக்கு அருகில் வந்து கொண்டிருப்பதாக எண்ணிக் கொண்டு, தமக்குத் தாமே சொல்லிக் கொண்டார்:

"இவர்கள் எல்லோரும் ருஷ்யர்கள் தான் என்று எண்ணிப் பார்த்தால்! சே! மகா பயங்கரம்! நாம் ஒன்றும் முழுமையாக மகிழ்ச்சி கொள்ள முடியாது. இல்லையா, வசீலி வசீலியவிச்?"

வெற்றி பரிபூரணமாயிற்று. முப்பதினாயிரம் பேர்களைக் கொண்ட கால்னினின் சேனை முறியடிக்கப்பட்டது; அதன் அணிகள் அழிந்தன; சிதறிப் போய் விட்டன. செஞ்சேனை ராணுவத் துருப்புக்களைக் கொண்ட ஏழே ஏழு ரயில் வண்டிகள் மட்டும் தான் எகதிரினதாருக்கு எப்படியோ வந்து சேர்ந்தன. சரோகினின் சேனை துண்டிக்கப் பெற்று விட்டது. அதே போல் அர்மவீர் அருகிலுள்ள கிழக்கத்தியக் கோஷ்டியும், கடற்கரையிலிருந்த தமான் கோஷ்டியும் ஒன்றோடொன்று தொடர்பு கொள்ள வழியின்றித் துண்டிக்கப் பெற்றன. தெனீகினின் படைகளுக்கு ஏராளமான யுத்தக் கொள்ளைப் பொருள்கள் கிட்டின: மூன்று ஆயுதந் தாங்கி ரயில்கள்; ஆயுதந் தாங்கிக் கார்கள்; ஐம்பது பீரங்கிகள், ஓர் ஆகாய விமானம், வண்டி வண்டியாகத் துப்பாக்கிகள், இயந்திரத் துப்பாக்கிகள், வெடிகுண்டுகள், மற்றும் பல்வேறு விதமான ராணுவத் தளவாடங்கள் எல்லாம் அவர்கள் கையில் சிக்கின.

அந்த வெற்றியின் விளைவு மகத்தானதாக இருந்தது. ஆத்தமான் கிரஸ்னோவின் உத்தரவுப்படி,

நோவச்செர்காஸ்கிலுள்ள தேவாலயத்தில் ஒரு நன்றி செலுத்தும் பிரார்த்தனைக் கூட்டம் ஏற்பாடு செய்யப்பட்டது. அங்கு கிரஸ்னோவ் தமது அருமை நண்பர் வில்ஹெல்ம் சக்கரவர்த்தியை விட, குறைவற்ற முறையில் தமது துருப்புக்களை நோக்கிப் பெரியதொரு பிரசங்கம் செய்தார். மூன்று வார காலத்துக்குள் தெனீகின் தமது படைகளில் கால்வாசிப் பேர்களை இழந்து விட்டாலும், ஜூலை மாதத் தொடக்கத்திலேயே அதன் அளவு இரு மடங்காக அதிகரித்து விட்டது. உக்ரேய்ன், நோவருஷ்யா, மத்திய ருஷ்யா முதலிய பிரதேசங்களிலிருந்து ஏராளமான சேவா சேனையினர் தொடர்ச்சியாக வந்தனர். செஞ்சேனையிலிருந்து பிடிப்பட்ட கைதிகளைக் கொண்டு உருவாக்கப்பட்ட படைப் பிரிவுகளையும் வெள்ளை ராணுவம் முதன் முறையாகப் பயன்படுத்த முனைந்தது.

இரண்டு நாள் ஓய்வுக்குப் பின்னர், தெனீகின் தமது சேனையை மூன்று அணிகளாகப் பிரித்து பெரியதொரு மும்முனைத் தாக்குதலைத் தொடங்கினார். மேற்கில் சரோகினின் படைகளுக்கு எதிராகவும், தெற்கில் எகதிரின்தாரைச் சுற்றியிருந்த கால்னினின் படைகளின் எச்சமச்சங்களுக்கு எதிராகவும், கிழக்கில் அர்மவீர் கோஷ்டிகளை எதிர்த்தும் அந்தத் தாக்குதல் தொடங்கப் பட்டது. எகதிரினதாரைத் தாக்கிப் பிடிப்பதற்கு முன்னால், அவர் பின்னணி முகாமைத் தூர்த்துத் துடைத்துவிட வேண்டும் என்பதே அவர் எண்ணம். எல்லாவற்றையும் தீர்க்கமாக ஆலோசித்து, உயர்தரமான ராணுவ சாஸ்திர விதிகளின்படியே திட்டங்கள் வகுக்கப்பட்டன. என்றாலும் ஒரே விஷயத்தை, மிகவும் முக்கியமான ஒன்றை, தெனீகின் தமது பரிசீலனையில் எடுத்துக்கொள்ளவில்லை. அதாவது படை பலத்தையும் ஆயுத பலத்தையும் கணக்கிட்டுச் சொல்லி விடக் கூடிய எதிரிகளை மனத்தில் கொண்டு தான் அவர் தமது திட்டங்களை வகுத்தார். அதே நேரத்தில், எண்ணிலடங்காத சக்தியாக ஆயுதம் தாங்கிப் போரிடக் கூடிய மக்கள் சமுத்திரத்தை அவர் எண்ணிப் பார்த்துத் திட்டமிடவில்லை. தாம் அடைந்து வந்துள்ள

ஒவ்வொரு வெற்றியும் அதே அளவுக்கு மக்கள் பெரும் படையினரின் மத்தியில் ஒற்றுமையையும் உறுதியையும் தம்மீது பகைமையுணர்ச்சியையும் வளர்க்கத்தான் உதவிற்று என்பதையும், செல்வாக்கை இழந்து விட்ட தளபதிகள் நீக்கப்பட்டும், ராணுவ நடவடிக்கைகளைப் பெரும்பான்மை ஓட்டுக்களால் தீர்மானித்தும் நடத்தப்பட்டு வந்த உத்வேகம் மிகுந்த பொதுக் கூட்டங்களின் சகாப்தம் மாற்றியமைக்கப்பட்டுவிட்டது என்பதையும் அவர் கருத்தில் கொள்ளவில்லை. புதியதொரு உள்நாட்டு யுத்த ஒழுங்குக் கட்டுப்பாடு உருவாக்கப்படுவதையோ, அந்த ஒழுங்குக் கட்டுப்பாடு அன்றைய தினத்தில் அவ்வளவு உறுதியாக இல்லாவிட்டாலும், அது நாளுக்கு நாள் மேலும் மேலும் பலம் பெற்று உருக்காக மாறி வருவதையோ அவர் கருத்தில் கொள்ளவில்லை.

எல்லாமே எளிதான, உடனடியான வெற்றியைத்தான் உறுதிப்படுத்துகின்றன என்று தோன்றியது. தெனீகினின் உளவாளிகளோ, சரோகினின் படைகள் குபானுக்கு அப்பால் எகதிரினதாரை நோக்கிப் பயபீதியோடு பின்வாங்கிச் செல்வதாகத் தகவல்கள் கொண்டு வந்தார்கள். ஆனால் இது முழு உண்மையல்ல. அந்த உளவாளிகள் தப்புக் கணக்குப் போட்டு விட்டார்கள். குபானுக்கு அப்பால் ஓடிக் கொண்டிருந்தவர்கள் படையிலிருந்து தப்பியோடியவர்கள், சிதறிப் போன சின்னஞ்சிறு கோஷ்டிகள், வண்டிகளில் ஏறிச் சென்ற அகதிகள், முதலியோரேயாவர். முப்பதாயிரம் பேர் கொண்ட சரோகினின் படையிலிருந்து போரிடும் சக்தியற்ற பேர்வழிகளையெல்லாம் விலக்கி விட்டார்கள்; இப்போதோ அந்தப் படை மிகுந்த கட்டுப்பாடும் மூர்க்காவேசமும் மிக்கதாக விளங்கியது. ஜெர்மானியருக்கு எதிராக அமைத்திருந்த பதாய்ஸ்க் போர்முனை புறக்கணிக்கப்பட்டது. செஞ்சேனையினரோ தெனீகினின் படைகளை நேரடியான போர் முகத்தில் சந்திக்கக் காத்திருந்தார்கள். இதற்கேற்றாற் போல், தமது வெற்றியிலே அளவுக்கு மிஞ்சிய தன்னம்பிக்கை கொண்டிருந்த சேவா சேனை, வெற்றியின் எல்லையை எட்டிப் பிடித்து விடுவது

போல் தோன்றிய நேரத்தில், சரோகினின் படைகளோடு மோதி, பத்து நாட்களாக நடைபெற்ற ரத்த பயங்கரமான சண்டையில் தமது சேனை கிட்டத்தட்ட முழுதையும் இழந்த நிலையில் எஞ்சியிருந்தது.

குபான் - கருங்கடல் பிரதேசத்தின் மத்திய நிர்வாகக் கமிட்டிக் கூட்டத்தில் தம்மிடம் கேட்ட கேள்விகளுக்குப் பதிலளிக்கும் போது, சரோகின் நெப்போலியனையொத்த மண்டைக் கர்வத்தோடு பின்வருமாறு பதிலளித்தார்:

எனக்கு ஒன்றும் உணர்ச்சி ஆவேசத்தை ஊட்டக் கூடிய பிரசங்கிகள் தேவையில்லை. தெனீகினின் கொள்ளைக் கூட்டத்தினரே எனக்கு வேண்டிய உணர்ச்சி ஆவேசத்தையெல்லாம் ஊட்டி விடுகிறார்கள். எனது துருப்புக்களின் இதிகாசப் புகழ் கொண்ட துணிவாற்றல் எதிர்ப்புரட்சிக்காரர்களின் எல்லா முயற்சிகளையும் தவிடு பொடியாக்கி விடும்!" தெனீகினின் படைகள் தாக்கத் தொடங்கிய சில நாட்களுக்குப் பின்னர், சரோகின் செஞ்சேனைத் துருப்புக்களின் பயபீதியைப் போக்கி, அவரது செயலற்ற குடிகாரப் போக்கிலிருந்து அவர் நிலைக்கு வந்துவிட்டதைப்போல் தோற்றியது. அவர் ரயிலிலும் டிராலி வண்டியிலும் குதிரையிலும் ஏறி, அல்லும் பகலும் போர்முனையையே சுற்றித் திரிந்தார். அவர் தமது படைகளின் அணிவகுப்பைத் தாமே பார்வையிட்டார். போதுமான புரட்சி உத்வேகம் இல்லாத காரணத்துக்காக இரண்டு படைத் தலைவர்களைத் தமது படையினரின் கண் முன்னால், தமது கையாலேயே சுட்டுக் கொன்றார்; தமது குதிரையின் மீது அமர்ந்தவாறு தமது படைகளை நோக்கிப் பிரசங்கம் செய்தார். மக்கள் விரோதிகளைப் பற்றிய பயங்கரமான செய்திகளைச் சொன்னார்; வக்கிரமாக வலித்துக் கோணும் உதட்டோரத்தில் நுரை பொங்க, அவர் அந்த விரோதிகளை வாய்க்கு வந்த ஆபாச வசைமொழிகளையெல்லாம் வழங்கித் திட்டினார். அந்தப் பேச்சுக்களைக் கேட்டு, படைவீரர்களும் மாட்டு ஈக்களின் கடியைப் பொறுக்க மாட்டாத எருமை மாடுகளைப் போல் ஹோவென்று எக்காளமிட்டு ஆரவாரித்தார்கள்.

அவர் தமது ராணுவ விசாரணைக் கமிட்டியின் நடவடிக்கைகளை மேலும் பலப்படுத்தினார்; உளவாளிகள் இலாகாவின் நடவடிக்கைகளையும் அதிகப்படுத்தினார்; துப்பாக்கிகளை ஒழுங்காகப் பாதுகாக்கத் தவறியவர்களுக்கு மரண தண்டனையே விதித்தார்; ராணுவத்துக்கு ஒவ்வொரு நாளும் உத்தரவுகளை வழங்கினார். அந்த உத்தரவில் அவர் பின்வருமாறு கூறினார்: “வீரர்களே! உலகம் முழுவதிலுமுள்ள தொழிலாளர்கள் உங்களை நம்பிக்கையோடு பார்த்தும் கொண்டிருக்கிறார்கள். அவர்கள் உங்களுக்கு மிகவும் நன்றியுணர்ச்சி உடையவர்களாக இருப்பார்கள். திறந்த கண்களோடும் உறுதியான உடம்புகளோடும் நீங்கள் புதியதொரு சரித்திர சகாப்தத்தின் செவ்வொளி பாய்ந்த உதய காலத்தை நோக்கி அணிவகுத்துச் செல்கிறீர்கள். தெனீகினின் கோஷ்டிகளையும், மற்றும் எல்லாவிதமான எதிர்ப்புரட்சிப் புல்லுருவிகளையும் நாம் ஈயத்தாலும் எரி நெருப்பாலும் தூர்த்துத் துடைத்துத் தொலைத்து விட வேண்டும். உழைப்பாளிகளுக்குச் சமாதானம்! சுரண்டுபவர்களுக்கோ மரணம்! உலகப் புரட்சி நீடூழி வாழ்க!”

இந்த அறிக்கைகளையெல்லாம் தினம் தினம் அவரே உட்கார்ந்து உணர்ச்சி உத்வேகத்தோடு எழுதுவார். இந்த அறிக்கைகள் எல்லாப் படைப் பிரிவுகளிலும் உரத்த குரலில் வாசித்துக் காட்டப்பட்டன. உக்ரேனிய விவசாயிகள், தோன் பிரதேசத்து நிலக்கரிச் சுரங்கங்களிலிருந்து வந் திருந்த தொழிலாளிகள், காக்கஸிய ராணுவத்தின் முன்னணிப் படையினர், கசாக்குகள், குடியேறியவர்கள் முதலி யோர் யாவரும் ஆரவாரம் மிகுந்த, கட்டுப்பாடில்லாத, கந்தையும் கிழிசலுமாய்க் காட்சி தந்த அந்தப் பலரகப் பட்ட பேர்வழிகளும் - அந்த அறிக்கையின் வார்த்தை ஜாலங்களைப் பிரமை பிடித்தவர்கள் போல் கேட்டார்கள்.

காரியாலயத் தலைவரும், புத்திசாலித்தனமும் அனு பவமும் மிக்க போர் வீரரும் ஆன பெலக்கோவ் தாக்குதலுக்கான ஒரு திட்டத்தை வகுத்தார்; அதாவது முப்

பதினாயிரம் பேரைக் கொண்ட தங்கள் படை முழுவதும் தம்மைச் சூழ்ந்துள்ள எதிரிகளின் படைகளுக்குள் புகுந்து சாடுவதென்றும், அதன் மூலம் குபான் நதியின் மறுகரைக்கு வாபஸ் வாங்கி விடுவதென்றும் அவர் தீர்மானித்தார். தெனீகினின் படைகளோடு மோதுவதால் எந்தவிதமான லாபமும் ஏற்படப் போவதில்லை என்று அவர் உணர்ந்ததால் தான் அவர் இத்தகைய திட்டம் ஒன்றைத் தீட்டினார். அந்த ஊடுருவலை (திஹரேத்ஸ்கயாவுக்கும் எகதிரினதாருக்கும் மத்தியிலுள்ள) கரேனோவ்ஸ்கயாவுக்கு அருகிலே மேற்கொள்ள வேண்டும் என்பது திட்டம். கரேனோவ்ஸ்கயாவைக் கைப்பற்றி விட்டால், தென் திசையிலுள்ள பிரதானப் படைகளிலிருந்து துண்டிக்கப்பட்டுவிட்ட திராஸ்தோவ்ஸ்கி, கசனோவிச் இருவரது படைகளையும் சமாளிப்பது சுலபம்; பின்னர் எகதிரின தாரை நோக்கிச் செல்லுவதும் சாத்தியம்; இதற்கு மேல் அதிருஷ்டம் விட்ட வழி!... பெலக்கோவின் சிந்தனையோட்டம் இப்படித்தான் விவாதித்து முடிவுக்கு வந்தது. அவரது நிலைமை மிகவும் எக்கச் சக்கமானது. விழித்திருந்தாலும் தூங்கினாலும் அவர் எந்த நேரமும் செஞ்சேனையினரை முழு மனத்துடன் வெறுத்தார்; என்றாலும் பாழாய்ப் போன தலைவிதி அவரைப் போல்ஷிவிக்குகளோடு பின்னிப் பிணைத்திருந்தது. அவரது பொறாமையும் பொச்சரிப்பும் மிகுந்த, அந்தரங்க மதிப்புக் குரியவரான தெனீகினின் கையில் சிக்கினாலும், அவருக்கு மரணம் தான் பரிசாகக் கிடைக்கும்! தெனீகினைப் போதுமான அளவுக்குப் பகைக்கவில்லை என்பதைப் பற்றியோ, தம்மிடம் போதுமான புரட்சி உத்வேகம் இல்லை என்பதைப் பற்றியோ, சரோகினுக்குச் சந்தேகம் தட்டி விட்டாலும் அவருக்கு மரணம் தான் கிட்டும்! எனவே அவரது நம்பிக்கை - அந்த விசித்திரமான காலகட்டத்திலே நிலவிய எல்லாவற்றையும் போலவே, விசித்திரமாக இருந்த அந்த நம்பிக்கை ஒன்றே ஒன்றுதான். சரோகினின் எல்லையற்ற பேராசை ஒன்றுதான் அவரது நம்பிக்கை. இதை அடிப்படையாகக் கொண்டு விளையாடிப் பார்க்கலாம் சாகசமாக என்பதே அவரது

நோக்கம்: தமது சக்திகளை எல்லாம் பிரயோகித்து சரோகினைச் சர்வாதிகாரியாக உருவாக்கி விட்டு விட வேண்டும். அதன் பின் மேற்கொண்டு என்ன செய்வது என்பதை அவர் யோசிக்கலாம்.

அவரது அந்தரங்க எண்ணங்கள் எப்படியிருந்த போதி லும், அவர் அந்தத் தாக்குதலுக்காக மிகவும் தீவிரமான தயாரிப்புக்களை மேற்கொள்ளத் தொடங்கினார்: திமஷேவ்ஸ் கயா ரயில் நிலையத்தில் ஆயுத தளவாடங்களும் குதிரைகளுக்கான தீனியும் சேகரித்து வைக்கப்பட்டன; வெடிகுண்டுகள் இறக்கி வைக்கப்பட்டன; ஸ்தெப்பிச் சமவெளியில் ஏராளமான வண்டிகளில் சாமான்கள் அனுப்பி வைக்கப்பட்டன. படைகள் எல்லாம் திமஷேவ்ஸ்கயாவின் சுற்றுப்புறத்தில் தென்கிழக்குத் திசையை நோக்கிப் பரவலாக அணிவகுத்தன; கரேனோவ்ஸ்கயாவின் மீதும் அதற்கு வடக்கிலுள்ள வீசெல்கி மீதும் ஒரே சமயத்தில் தாக்குவது தான் இந்த ஏற்பாட்டுக்கான திட்டம்.

ஜூலை மாதம் பதினைந்தாம் தேதி அதிகாலையில், செஞ் சேனையின் பீரங்கிகள் கரேனோவ்ஸ்கயாவின் மீது சூறாவளித் தாக்குதலைத் தொடங்கின. ஒரு மணி நேரத்துக்குப் பின்னர் கசாக்குக் குதிரைப் படைகள் அலை மேல் அலையாகக் கிராமத்தையும் ரயில் நிலையத்தையும் தாக்கின. அந்தக் குதிரைப் படையினர் பயிற்சிப் படையாளர்களை விண்ணென்று இரையும் வாள் வீச்சினால் வெட்டித் தள்ளினார்கள்; அவர்களைக் கீழே தள்ளிக் குதிரைகளை மிதிக்கச் செய்தார்கள்; துப்பாக்கிகளைத் தூர எறிந்து விட்டவர்களை மட்டுமே கைதிகளாகப் பிடித்தார்கள். காலாட் படையினரோ இரவெல்லாம் நடந்து வந்தார்கள்; அவர்கள் கரேனோவ்ஸ் கயாவை அடைந்ததுமே அதனை வளைக்கத் தொடங்கினார்கள்; பேலயாகிலீனாவில் செய்தது போல், அரை வட்டமாக வளையாமல், முழு வட்டமாகவே வளைத்துச் சூழ்ந்தார்கள்.

புழுதிப் படலமும் உஷ்ணமும் நிறைந்த சூழ்நிலையில்

சூரியன் வெள்ளை வெளேரென்று உதயமாயிற்று. ஸ்தெப்பி முழுவதுமே ஒரே பரபரப்பு நிலவியது: குதிரைப் படைகள் பாய்ச்சலில் சென்றன; காலாட்படைகள் ஊர்ந்து சென்றன; கடகடத்துச் செல்லும் இரும்புச் சக்கரங்களின் பெருமுழக்கத்தோடு பீரங்கி வண்டிகள் சென்றன; வசை மொழிகளும், அடி உதைகளும், துப்பாக்கி வேட்டுக்களும், குதிரைகளின் கனைப்பும், தலைவர்களின் கரகரத்த கூச்சல்களும் தான் வானில் நிரம்பி ஒலித்தன. சப்ளை அணிகளோ அடிவானம் வரையிலும் நீண்டு சென்றன. அன்றையப் பொழுதே நெருப்புலை மாதிரி தகதகவென்று கொதித்தது. சரோகின் தமது காரியாலயத்தை விட்டு விட்டு தமது படைவீரர்களோடு சேர்ந்து நுரை கக்கிக் கொண்டு செல்லும் ஒரு குதிரை மீது சென்றார். செய்தி கொண்டு செல்லும் முறைக் காவலாளிகளும், ஆர்டர்லிகளும் அவரது உத்தரவுகளை ஆங்காங்கே தெரிவிப்பதற்காக, வேட்டை நாய்கள் மாதிரி அங்குமிங்கும் பறந்தார்கள்.

குதிரையின் பாய்ச்சல் வேகத்தில் அவரது தொப்பி எங்கோ பறந்து சென்று விட்டது; அவர் தமது செர்க் கேஸியச் மழைக் கோட்டையும் கழற்றி விட்டார். அவரது சிவப்பு நிறமான பட்டுச் சட்டையின் கைகளை அவர் முழுங் கைக்கு மேலே திரைத்துச் சுருட்டியிருந்தார்; குதிரைச் சவாரிக்கான அவரது நீலநிறக் கால்சராயை அவரது தோல் பெல்ட் இழுத்துப் பிடித்துக் கொண்டிருந்தது. அவர் ஒரே சமயத்தில் பல இடங்களில் இருப்பது போலத் தோன்றினார்; வியர்வையும் தூசியும் படிந்து கறுத்த அவரது முகத்தில் வெள்ளைப் பற்கள் பளிச்சிட்டன. அவர் தமது குதிரைகளை மூன்று தடவை மாற்றி விட்டார். அவர், பீரங்கிகளின் ஸ்தானங்களையும் பதுங்கு குழிகளையும் பார்வையிட்டார். அங்கு அந்தச் செழுமையான கரிசல் நிலத்தில் அவரது காலாட் படையினர் காட்டு எலிகளைப் போல் வளை பறித்துக்கொண்டிருந்தனர். பின்னர் அவர் ஸ்தெப்பி வெளியிலுள்ள வேவு நிலையங்களுக்குப் பாய்ந்தார்; அங்கிருந்து சப்ளை அணிகளின் வரவையும் சாமான்கள்

இறக்கப்படுவதையும் சென்று பார்வையிட்டார்; தமது சாட்டையைச் சொடுக்குவதன் மூலம் படைத் தலைவர்களை எல்லாம் தம் பக்கம் அழைத்தார்; தமது குதிரையின் சேணத்தின் மீது குனிந்தவாறே அவர்கள் சொல்லும் விவரங்களையெல்லாம் கோபமும் குரூரமும் நிறைந்த கண்களோடு கூர்ந்து பார்த்தவராய்க் கேட்டார். இவ்வாறாக ஒரு மாபெரும் வாத்திய கோஷ்டியையே இயக்குவிக்கும் சங்கீத வல்லுநர் போன்று அவர் வரப்போகும் சண்டை ஒன்றின் எண்ணற்ற அம்சங்களையெல்லாம் ஒன்றுபடுத்தி அதிலே இசையை எழுப்பிக் கொண்டிருந்தார். மூச்சு வாங்கி இளைத்துக் கொண்டிருந்த குதிரையை அவர் ரயில் நிலையத்தில் விட்டுவிட்டு, நேராகத் தந்தியடிக்கும் அறைக்குச் செல்ல முனைந்தார். அந்த அறைக்குச் செல்லும் வழியில் வாசலுக்கு நேரே, அதிகாரியின் சின்னம் தரித்த ஒரு பிணம் மண்டை வெடித்துக் குறுக்கே விழுந்து கிடந்தது; தமது வழியை மறித்த அந்தப் பிணத்தை அவர் காலால் எற்றித் தள்ளி விட்டு, அறைக்குள் சென்றார். வந்துள்ள தந்திச் செய்திகளைப் பரபரவென்று பார்த்தார். உடனேயே உச்சந்தலைக்கேறிய போதை வெறிபோல் உணர்ச்சி உத்வேகம் அவரிடத்தில் குடிகொண்டது: திராஸ்தோவ்ஸ்கி, கசனோவிச் இருவரது துருப்புக்களும் தென் திசையில் இருந்து சண்டையை எதிர்நோக்கி வெகு வேகமாக வந்து கொண்டிருக்கின்றன; அவர்கள் ஏற்கெனவே தீன்ஸ்கயா ரயில் நிலையத்தை விட்டுக் கிளம்பி விட்டார்கள்.

திராஸ்தோவ்ஸ்கி யின் துருப்புக்கள் நாட்டு வண்டிகளில் ஏறி வந்தன; அந்த வண்டிகளோ ஸ்தெப்பி வெளியில் நாள் பூராவும் கடகடத்து ஆடியசைந்து, உஷ்ணம் நிறைந்த புழுதிப் படலத்தைக் கிளப்பியவாறே வந்து கொண்டிருந்தன. காலம் சென்ற ஜெனரல் மார்க்கவின் தலைமையிலிருந்த துருப்புக்கள் இப்போது கசனோவிச்சின் தலைமையில் இருந்தன. அந்தத் துருப்புக்கள் பீரங்கிப் படைகளோடு சேர்ந்து ரயிலில் வந்ததால், திராஸ்தோவ்ஸ்கிக்கு முன்னதாகவே, பதினாறாம் தேதி

அதிகாலையில் வந்து சேர்ந்து விட்டன. ரயிலை விட்டு இறங்கியதுமே அந்தப் படைகள் நேராகப் பாய்ந்து வந்து கரேனோவ்ஸ்கயாவைத் தாக்கத் தொடங்கின.

ஜெனரல் கசனோவிச் ரயில் கட்டிடத்துக்கு எதிரேயிருந்த ஒரு கிணற்றின் கைப்பிடிச் சுவர் மீது ஏறி நின்று தமது அதிகாரிகளின் அணிகள் துப்பாக்கியால் ஒருமுறைக் கூடச் சுடாமல் திறமையுடன் நகர்வதை அமைதியுடன் கவனித்தார். (மாட்சிமை தங்கிய மன்னர் ஜாரைப் போலவே காட்சியளித்த) நீண்ட நரையோடிய மீசையும், வெட்டி விடப் பெற்ற தாடியும் கொண்ட அவரது ஒடுங்கிய மென்மையான முகத்தில், கவனமும் கிண்டலும் நிறைந்த ஒரு பொலிவு தோன்றியது; அவரது அழகிய கண்களிலும் பெண்மைக் குணம் மிகுந்த ஒரு குதூகல பாவம் தோன்றியது. அந்தச் சண்டையின் விளைவைப் பற்றி அவருக்கு அபாரமான தன்னம்பிக்கை இருந்தது; எனவேதான் அவர் திராஸ் தோவ்ஸ்கியின் துருப்புக்கள் வந்து சேரும் வரையிலும் கூடக் காத்திருக்க விரும்பவில்லை. கசனோவிச்சுக்கும் திராஸ் தோவ்ஸ்கிக்கும் புகழை அடைவதில் ஓர் இடையறாத போட்டா போட்டி இருந்து வந்தது. திராஸ்தோவ்ஸ்கியோ சகிக்க முடியாத அளவுக்குத் தற்பெருமையும், அளவுக்கு மீறிய விழிப்புணர்ச்சியும் உள்ளவர்; மேலும் அவர் தமது வேலையில் அடிக்கடி பாதகங்கள் ஏற்படும் அளவுக்குச் சோம்பல்தனம் மிக்கவராகவும் இருந்தார். கசனோவிச்சோ யுத்தத்தை அதன் பரந்து விரிந்த பல்வேறான ஆடம்பர அம்சங்களுக்காக நேசித்தார்; யுத்தத்தின் சங்கீத லயத்தையும், வெற்றியின் மகிமையையும் விரும்பினார்.

ஜூலை மாதத்து வெப்பத்தைப் பற்றிய முன்னறிவிப் போடு, மாபெரும் சூரிய வளையம் ஸ்தெப்பி வெளியின் தூரா தொலை மணற்குன்றுகளுக்கு அப்பால் தலைதூக்கி மேலே வந்தது; அதன் ஜோதிமயமான வெளிச்சம் போல்ஷிவிக்குகளின் கண்களை உறுதியது. இயந்திரத் துப்பாக்கிகள் படபடவென்று பொரிந்து தள்ளத் தொடங்கின; பீரங்கிகளின் முழக்கம் அங்கு நிலவிய

புழுக்கம் நிறைந்த அமைதியைக் கிழித்தெறிந்தது. எதிரிகளின் திரண்ட படையினர் அகழறைகளிலிருந்து வெளியேறினார்கள் என்பது தெரியக்கூடியதாக இருந்தது. மார்க்கவின் (தற்போது கசனோவிச்சின்) படையினர் முன்னே ஓடினார்கள்; அவர்களில் ஒருவர்கூட குண்டுகளுக்குப் பயந்து தலையை உள்ளிழுக்கவில்லை. ஆயிரக் கணக்கான சின்னஞ்சிறு உருவங்கள் அவர்களை எதிர்ப்பதற்காக ஓடிவந்தன. கசனோவிச் தமது தொலைநோக்கிக் கண்ணாடியை உயர்த்திப் பார்த்தார். அவருக்கு ஒரே வியப்பாகப் போய் விட்டது!

"அந்தத் தோழர்களின் மீது சிதர் குண்டுகளை மூன்று தடவை பொழியுங்கள்!" என்று அவர் தமக்கு அடுத்தாற் போல் கிணற்றடியில் அமர்ந்திருந்த டெலிபோன் ஆப்பரேட்டரிடம் சொன்னார். மண்மேட்டின் பின்னால் மறைந்து நின்ற இரண்டு பீரங்கிகள் குண்டு வீச்சைத் தொடங்கின. சிதர் குண்டுகள் எதிரிளின் தலைக்கு மேல் பாய்ந்து சென்று, பஞ்சு மாதிரி வெடித்துச் சிதறின. சிறு உருவங்கள் அங்குமிங்கும் ஓடின; எனினும் சீக்கிரத்திலேயே ஒன்று கூடியவாறு மீண் டும் முன்னோக்கி வந்தன. இதற்குள் போர்க்களம் முழுவதுமே குண்டுகள் வெடிக்கத் தொடங்கி விட்டன. இறுதியில், போல்ஷிவிக்குகளின் பீரங்கிளும் முழங்கத் தொடங்கின. எதுவுமே புரியாத நிலையில் கசனோவிச் புன்னகை புரிந்தார்; தொலை நோக்கிக் கண்ணாடியைப் பிடித்திருந்த அவரது மெலிந்த கரம் நடுங்கியது. மார்க்கவின் படையினர் கீழே படுத்து, அவசர அவசரமாகக் குழிகளைப் பறித்தார்கள். கசனோவிச்சின் முகம் வெயிலினால் பழுப்பேறியிருந்த தோலுக்கடியில் வெளிறத் தொடங்கியது. அவர் கிணற்றின் கைப்பிடிச் சுவரிலிருந்து குதித்தார்; டெலிபோன் முன்னால் அமர்ந்து ஜெனரல் திமனோவ் ஸ்கியைக் கூப்பிட்டார்.

"நமது படையினரின் அணிகள் படுத்துப் பதுங்கிக் கொண்டிருக்கின்றன!" என்று அவர் டெலிபோனுக்குள் உரத்துச் சத்தமிட்டார். "எந்த விதத்திலாவது எதிரிகளின்

இடது பக்க அணியைத் தாக்கித் தவிடு பொடியாக்குங்கள்... ஒரு விநாடியும் வீண் போகக் கூடாது.”

மறுகணமே திமனோவ்ஸ்கியின் தலைமையிலிருந்த ரிசர்வ் படையினர், ரயில் நிலையத்துக்கு அருகிலிருந்த மண்மேட் டுக்கு அப்பாலிருந்து மேலே வந்தன. அந்தப் படையினர் உறுதி வாய்ந்த உத்வேக வெறி வேகத்தோடு கும்பல் கும்பலாகவும் வரிசை வரிசையாகவும் பிரிந்து, நன்றாக முற்றி விளைந்திருந்த கோதுமை வயல்களின் உயர்ந்த கதிர்களினூடே புகுந்து மறைந்தார்கள். எப்போதும் சிரித்த முகமும் சிவந்த கன்னமும் கொண்ட திமனோவ்ஸ்கி என்ற அந்த இளைஞர் தமது ஜெனரல் பதவியைத் தெரிவிக்கும் சின்னங்களைக் கொண்ட அழுக்கடைந்த முரட்டுச் சட்டையைத் தரித்திருந்தார். அவர் தமது கம்பளித் தொப்பியைக் காதின் மீது இழுத்து விட்டவாறே, தமது வாளை இறுகப்பிடித்த வண்ணம் தமது அணிகளுக்குப் பின்னால் ஓடினார். புரிந்து கொள்ள முடியாத ஏதோ ஒன்று அங்கு நிகழ்ந்து கொண்டிருந்தது: போல்ஷிவிக்குகள் முற்றிலும் மாறுபட்ட மனிதர்களாக இருந்தார்கள் - அவர்கள் ஊசலாடுவதைத் தவிர்க்க முடியாது என்று தோன்றிய காலமெல்லாம் கடந்து போய் விட்டது. இப்போதோ அந்த ஸ்தெப்பி வெளி முழுவதுமே முன்னேறி வரும் சின்னஞ்சிறு உருவங்கள்தான் நிறைந்திருந்தன. வெள்ளை ராணுவத்தின் இயந்திரத் துப்பாக்கிகள் இடைவிடாது முழங்கின - என்ற போதிலும் அடிபட்டு விழுந்தவர்களின் இடத்தை நிரப்புவதற்கு அலைமேல் அலையாக அவர்கள் வந்து குவிந்து கொண்டிருந்தார்கள்.

அந்தக் கோதுமை வயலின் எல்லையிலே திமனோவ்ஸ்கியின் படைப் பிரிவுகளில் முதலில் ஒன்றும், பின்னர் அதனைத் தொடர்ந்து மற்றொன்றுமாகத் தமது துப்பாக்கிகளின் குத்தீட்டிகளை ஏந்திப் பிடித்தவாறு ஓடினார்கள்... கசனோவிச்சோ பிடில் தந்தியைப் போல் முறுக்கேறியவராய் அந்தக் கிணற்றின் மீது ஏறி நின்று பார்த்தார். தமது தொலை நோக்கிக் கண்ணாடிக்குள்

தெரியும் காட்சி வட்டத்துக்குள் கோபா வேசமாகச் செல்லும் மார்க்கவின் படையினரின் முதுகுகளை அவர் கண்டார். என்ன பரபரப்பு! அவர்கள் விழுகிறார்கள்!! விழுகிறார்கள்! அவர் ஓடிக் கொண்டிருப்பவர்கள் பக்கமாகக் கண்ணாடியைத் திருப்பினார். திடீரென்று திறந்த வாய்களும், அகன்ற முகங்களும், கப்பற்படைத் தொப்பிகளும், திறந்த உரமேறிய திரண்ட மார்புகளும் அவரது காட்சிப் புலனில் தெளிவாயின. போல்ஷிவிக் கப்பற்படையினர்! அடுத்த நிமிஷத்தில் இரண்டு கோஷ்டிகளும் ஒன்றோடொன்று மோதிக் கலந்து நேரடியான கைகலப்பில் இறங்கி விட்டன. கசனோவிச்சின் வடிவான உதடுகளிலே ஒரு வதங்கிய புன்னகை தோன்றியது. மார்க்கவ் படையினர் தோல்வி கண்டார்கள். அந்தப் படையின் முதற் பிரிவு கோதுமை வயலுக்குள் ஓடிச் சென்று கீழே படுத்தது; இரண்டாவது பிரிவும் விரட்டியடிக்கப் பெற்றுத் தரைமீது படுத்துப் பதுங்கியது.

அப்போது கசனோவிச் கிணற்றின் சுவரிலிருந்து குதித்து, வயலை நோக்கி மெல்ல ஓடத் தொடங்கினார். அவரது படையினர் அவர் வருவதைக் கண்டு கொண்டார்கள். அவரோ அவர்களைப் பார்த்து "கனவான்களே! இது மிகவும் அவமானம்! வெட்ககரமானது!" என்று கத்தி அவர்களை மீண்டும் எழுப்பிவிட முயன்றார்; அவர்களும் எழுந்து நின்றார்கள். அவர் அவர்களை மீண்டும் ஒருமுறை எதிர்த் தாக்குதல் நடத்துமாறு ஏவினார். ஆனால் எதிரிகளின் குண்டு வீச்சு மிகவும் கடுமையாக இருந்ததால், பலர் அடிபட்டு விழுந்தார்கள். எனவே அவர்கள் மீண்டும் வந்து தரையிலே படுத்துக் கொண்டார்கள்... இந்தச் சண்டையில் அவர்கள் தோற்று விட்டார்கள் என்றுதான் அர்த்தமா?

காலை ஒன்பது மணிக்கு திராஸ்தோவ்ஸ்கியின் படைகள் மேற்குத் திசையிலிருந்து பீரங்கி முழக்கம் செய்தன. ஒரு கவச மோட்டார் தலைகாட்டியது; அது ஓர் ஆமை மாதிரி, அந்த ஸ்தெப்பி வெளியில் ஊர்ந்து சென்றது. திராஸ்தோவ்ஸ்கியின் படைகள் தமது தாக்குதலை

முறையாகவும் பதட்டமில்லாமலும் மேற்கொண்டன. கசனோவிச்சின் படைகள் மூன்றாவது முறையாகத் தரையிலிருந்து எழுந்தன. சேவா சேனையினர் இப்போது ஒரு பெரிய அரை வட்ட வடிவில் முன்னேறத் தொடங்கினார்கள். இத்தகைய படையெடுப்பைப் போல்ஷிவிக்குகள் தாக்குப் பிடித்து நிற்க இயலா தென்றே தோன்றியது.

போல்ஷிவிக்குகளின் பதுங்கு குழிகளுக்கருகே ஒரு குதிரை வீரன் தோன்றினான். அவன் தன் குதிரையை அங்கு மிங்கும் மேலும் கீழும் பாய்ச்சலில் விரட்டியவாறும், தனது உடைவாளைச் சுழற்றியவாறும் திரிந்தான். ஒரு மணல் மேட்டின் மீது குதிரையைக் கனவேகமாகச் செலுத்தினான். பின்னர் கடிவாளத்தை இழுத்துப் பிடித்து, குதிரையைப் பின்னங்கால்களில் நிற்கச் செய்தான். அவன் சிவப்பு நிறச் சட்டை அணிந்திருந்தான். அந்தச் சட்டைக் கைகளை முழங் கைக்கு மேல் திரைத்துச் சுருட்டியிருந்தான். அவன் தலையைப் பின்னால் சாய்த்து ஏதோ சத்தமிட்டான்; அவன் கை யிலேயிருந்த வாள் பளபளத்துச் சுழன்றது. உடனே தாக்க முனைந்திருந்த திராஸ்தோவ்ஸ்கி யின் அணிகளின் மீது செஞ்சேனையின் குதிரைப்படை அலைமேல் அலையாகப் பொங்கி வந்து தாக்கத் தொடங்கியது. குட்டைக் கால்களும், குறும்புத் தனமும் மிகுந்த அந்த மட்டக் குதிரைகள் தாம் வந்த வெறிவேகத்தில் தரையின் மீது கால்களைப் பரப்பின. சுடுவது நின்று விட்டது. இப்போதோ வாள்வீச்சின் ஓசையும், கூக்கூரலும், குதிரைகளின் குளம்போசையும் தான் எங்கும் தொலை தூரத்துக்குக் கேட்டன. சிவப்புச் சட்டையணிந்த அந்தக் குதிரை வீரன் அந்த மணற் குன்றிலிருந்து தனது குதிரையைத் தலைகுப்புற இறக்கி, அதனைப் பாய்ச்சலில் விரட்டினான். ஓர் இருண்ட தூசிப் படலம் எழுந்து போர்க் களத்தையே மறைத்தது. அந்தக் குதிரைப் படையின் தாக்குதலை திராஸ்தோவ்ஸ்கி, மார்க்கவ் இருவருடைய படைகளும் எதிர்த்து நிற்க முடியாமல் ஓடத் தொடங்கின. கிர்பேலி என்ற சிற்றாறுக்கு அருகில் வந்துதான் அவர்கள் நின்றார்கள்; அங்கேயே

அவர்கள் குழிகள் வெட்டிப் பதுங்கினார்கள்.

இவான் இலீச் தெலேகின் வேதனையால் நடுங்கி, புருவங்களை நெரித்தான்; தனது முதலுதவிப் பையிலிருந்து பஞ்சுத் துணியைத் எடுத்துத் தனது தலையிலே கட்டுப் போட்டான்.

அது சாதாரணக் காயம்தான்; எலும்பைப் பாதிக்கவில்லை. என்றாலும் வேதனை மட்டும் அதிகமாக இருந்தது. அவனுக்குத் தன் தலையே மூட்டோடு கழன்று கொண்டு வருவது போலிருந்தது. அவன் தனது அலட்டலால் மிகவும் களைத்துப் போனான். எனவே தலையில் கட்டுப் போட்டு முடித்தவுடனேயே, அவன் அந்தக் கோதுமை வயலில் வெகு நேரம் ஆடாது அசையாது மல்லாந்து படுத்துக் கிடந்தான்.

அங்கு எதுவுமே நடக்காதது போல், அந்த வயலிலுள்ள வெட்டுக் கிளிகள் அமைதியாகச் சத்தம் செய்து கொண்டிருந்தன; அதனைக் கேட்பதற்கே அவனுக்கு விசித்திரமாயிருந்தது. பூமி வெடிப்புக்களினிடையிலே மறைந்து கொண்டிருக்கும் வெட்டுக் கிளிகள், கருக்கிருள் சூழ்ந்த தென் திசை வானத்திலே தோன்றிய பெரிய நட்சத்திரங்கள், தனது கண்களுக்கும் வானத்துக்குமிடையிலே, தாடியாகக் காட்சியளித்துத் தொங்கிய முற்றிய கோதுமைக் கதிர்கள் – இவை தான் அங்கு நடந்த ரத்த பயங்கரமான யுத்தத்தின், கூச்சலின், இரும்புக் கருவிகளின் கலகலப்பின் எச்சமச்சங்களாக மிஞ்சி நின்றன. சிறிது நேரத்துக்கு முன்னாலோ காயப்பட்டு விழுந்த யாரோ ஒருவனின் முக்கலும் முனகலுமாவது கேட்டது. இப்போது அவனும் அடங்கிப் போய்விட்டான்.

மௌனம் தான் எத்தனை அற்புதமாயிருக்கிறது! அவனது மண்டையில் ஏற்பட்ட எரிச்சல் குறைந்து கொண்டு வந்தது; அந்தகாரத்தின் ஆழ்ந்த அமைதியின் மகிமைதான் அந்த எரிச்சலைக் குறைத்தது போல் தோன்றியது. பின்னர் அன்று பகல் நடந்த சம்பவங்களைப் பற்றிய எண்ணச் சிந்தனைகள் அவன் மனத்திரையில் தெள்ளத் தெளிவாகத்

தோன்றி மறைந்தன; பீரங்கிக் குண்டுகளாலும், காட்டு மிருகங்களின் வாயைப் போல் அகலத் திறந்திருந்த மனித வாய்களிலிருந்து எழுந்த அவலக் கூக்குரல்களாலும், தன்னை நோக்கிச் சுடும் மனிதனின் வெளிறிய முகத்தையும் தன்னிடமுள்ள துப்பாக்கிக் குத்தீட்டியின் முனையையும் தவிர வேறு எதையுமே பார்க்காது முன்னேறி ஓடும் மனிதர்களின் -- மூர்க்க வெறி கொண்ட படைகளின் முழக்க ஒலிகளாலும் நிறைந்திருந்த அன்றையத் தினத்தின் நினைவுகளெல்லாம் அவனது மூளையை வேதனையோடு துளைத்தன. அதனால் அவனது தலையையே முறுக்கித் திருகியது போல் திடீரென்று ஒரு வேதனை எழும்பியது. அந்த வேதனையால் தெலேகின் முனகினான். அவன் வேறு எதைப் பற்றியாவது சிந்திக்க முயன்றான்.

ஆனால் வேறு எதைப் பற்றித்தான் அவன் சிந்திப்பது? சிந்திப்பதற்கு வேறு என்ன இருந்தது? புரட்சியையும் யுத்தத்தையும் பற்றிய, இத்தகைய சிந்தனைக்குள் பூரணமாகச் சிக்காத, முடிவற்ற சம்பவங்களின் பயங்கரமான நினைவுகளை நினைக்காவிட்டால், பூட்டுப் போட்டு மூடப்பட்டிருக்கும் அவனது ஆனந்தத்தின் தொலைதூரக் கனவைப் பற்றி, தாஷாவைப் பற்றி அவன் நினைப்பான். அவன் மீண்டும் தாஷாவைப்பற்றி நினைத்தான். (உண்மையில் அவன் அவளைப் பற்றி நினைக்காத நேரமே இல்லையென்று தான் சொல்ல வேண்டும்.) எந்தவிதத் தற்காப்புமின்றி, தன்னந்தனிமையிலே, அனுபவக் குறைவோடும், தனது சொந்தக் கனவுகளோடும் அவள் இருந்தாள்...அவள் கண்களில் ஏதோ ஒரு கடுப்பு இருக்கத்தான் செய்தது. ஆனால் அவளது உள்ளமோ பீதியால் பறந்து படபடக்கும் ஒரு பறவையைப் போன்றது... அவள் ஒரு குழந்தை... இன்னும் குழந்தைதான்.

தெலேகின் தனது பரப்பிக் கிடந்த கையினால் கதகதப்பான களிமண் கட்டியொன்றைப் பற்றினான். அவனது இமைகள் மூடியிருந்தன. அவள் அவனை விட்டுப் பிரிந்துவிட்டாள். நிரந்தரமாகப் பிரிந்து விட்டதாகத்தான் அவள் நிச்சயித்தாள். அசடு... உன் சாம்பல் நிறைந்த

கண்களைக் கண்டு யார் பயப்படப் போகிறார்கள்? என்னைவிட வேறு யார் உன்னை உண்மையாகக் காதலிக்க முடியும்? அசடு, அசடு! உனக்கு என்னென்ன துன்பங்கள் நேர்ந்ததோ?... கசப்பான, மறக்க முடியாத துன்பங்கள்.

தெலேகினின் மூடிய கண்களிலிருந்து கண்ணீர் பொங்கி வழிந்தோடியது. காயத்தினால் அவன் மிகவும் பலவீனமாக இருந்தான். ஒரு வெட்டுக்கிளி அவனது காதுக்கருகில் ஒலியெழுப்பத் தொடங்கியது. மிதித்து நாசமாக்கப்பட்ட, ரத்தம் படைந்த அந்த வயல்வெளி நட்சத்திர ஒளியின் கீழ் வெள்ளி போல் பளபளத்தது. எங்கும் இருள் கவிந்து மூடியிருந்தது. தெலேகின் கைகளை ஊன்றி எழுந்து உட்கார்ந்தான்; கைகளை முழங்காலின் மீது கட்டிக் கொண்டான். எல்லாமே ஒரு கனவு போலவும், தான் தனது குழந்தைப் பருவத்துக்கே திரும்பிப் போய் விட்டது போலவும் தோன்றியது. அவனது இதயத்திலே கண்ணீரும் கனிவும் நிரம்பின... அவன் எழுந்து நின்று நடக்கத் தொடங்கினான்; நடக்கும் போது தலைக்குள் அதிர்ச்சி ஏற்பட்டு மீண்டும் வேதனை ஏற்பட்டு விடாதபடி பதனமாக நடந்து சென்றான்.

கரேனோவ்ஸ்கயா அங்கிருந்து அரை மைல் தூரத்தில் இருந்தது. கிராமத்திலே அங்குமிங்கும் தீப்பற்றி எரியும் ஒளியை அவன் கண்டான். அவனுக்கு மிகவும் அருகில், ஒரு பள்ளத் தாக்கிலே ஒரு தீப்பிழம்பு தரையிலே நின்று நடன மாடுவது போல் தோன்றியது. அவனுக்குத் திடீரென்று பசி, தாக உணர்ச்சிகள் மேலோங்கின. அவன் அந்தத் தீப்பிழம்பு தென்பட்ட திசையை நோக்கி நடந்தான்.

போர்க்களத்தின் எல்லாப் பகுதிகளிலிருந்தும் இருண்ட உருவங்கள் தடுமாறி நடந்தவாறே அந்த நெருப்பை நோக்கி வந்தன. அவர்களில் சிலர் லேசாகக் காயம்பட்டிருந்தார்கள்; சிலர் வேறு படைப் பகுதிகளில் இருந்து சிதறிக் கலைந்து அங்கு வந்தார்கள்; இன்னும் சிலர் கைதிகளை முன்னால் விட்டு நடத்திக் கூட்டிக் கொண்டு வந்தார்கள். அவர்கள்

ஒருவரை ஒருவர் கூப்பிட்டுக்கொண்டும், வாய்க்கு வந்தபடி வைது கொண்டும், கடகடத்துச் சிரித்துக் கொண்டும் இருந்தார்கள். அந்த நெருப்பைச் சுற்றிலும் நல்ல கூட்டம் குழுமியிருந்தது; அவர்கள் தண்டவாளக் கட்டைகளை எரித்து அந்தத் தீயை வளர்த்திருந்தார்கள்.

ரொட்டியின் மணம் தெலேகினின் நாசியைத் தொட்டது. புழுதிப் படலத்தில் மறைபட்டிருந்த அவர்கள் எல்லோரும் ரொட்டியை அசைபோட்டுக் கொண்டிருந்தார்கள். அந்த நெருப்புக்குச் சிறிது தள்ளி நின்ற வண்டியில் நிறைய ரொட்டிகள் குவிந்து கிடந்தன. தலையிலே வெள்ளைக் கைக் குட்டையைக் கட்டியிருந்த மெலிந்து வாடிய பெண்ணொருத்தி அங்கு ஒரு பீப்பாயிலிருந்து எல்லோருக்கும் தண்ணீர் வழங்கிக் கொண்டிருந்தாள்.

தெலேகின் வயிறு முட்டத் தண்ணீரைக் குடித்தான்; ரொட்டியையும் கையில் வாங்கிக் கொண்டான். பின்னர் அந்த வண்டியின் மீது சாய்ந்து நின்றவாறே, நட்சத்திரங்களைப் பார்த்துக் கொண்டு ரொட்டியைத் தின்னத் தொடங்கினான். நெருப்பைச் சுற்றியமர்ந்திருந்தவர்களின் பேச்சுக் குரல் அடங்கி விட்டது; அவர்களில் பலர் படுத்துத் தூங்கி விட்டார்கள். ஆனால் போர்க் களத்திலிருந்து அப்போதுதான் அங்கு வந்து சேர்ந்தவர்கள் மட்டும் கோபத்தால் பொங்கிப் பொருமிக் கொண்டிருந்தார்கள். அவர்கள் வசைமாரிகளைப் பொழிந்தார்கள்; இருட்டிலே வஞ்சினம் கூறி மொறு மொறுத்தார்கள்; எனினும் அவர்கள் பேச்சையெல்லாம் அங்கு எவரும் கவனிக்கவில்லை. அந்தப் பெண் எல்லோருக்கும் ரொட்டியையும் தண்ணீரையும் வழங்கிக் கொண்டிருந்தாள்.

இடுப்புக்கு மேலே எவ்வித உடையும் தரிக்காமல் திறந்த மார்புடன் இருந்த ஒரு கறுத்த தாடிக்காரன், தான் இழுத்து வந்த கைதியை நெருப்புக்கு அருகே கீழே பிடித்துத் தள்ளினான்:

"இதோ இருக்கிறான்! இந்த நாய்க்குப் பிறந்த பயல்!

புல்லுருவி!... பிள்ளைகளா! இவனை விசாரியுங்கள்.” அந்தத் தாடிக்காரன் கீழே விழுந்து கிடந்த கைதியை எட்டி மிதித்தான்; பின்னர் திரும்பி, தனது கால்சராயை இழுத்து விட்டவாறே நடந்தான்; அவனது சூழிந்த மார்பு விம்மியெழுந்தது. தெலேகின் அந்தத் தாடிக்காரன் செர்த்தகானவ்தான் என்பதைக் கண்டு முகத்தைத் திருப்பிக் கொண்டான். பலரும் சென்று தரையிலே கிடந்த அந்தக் கைதியைக் குனிந்து பார்த்தார்கள்.

“விருப்பத்துடன் சேவை செய்யப் புறப்பட்டவனா, நீ?” (அவர்கள் அவனது தோள் பட்டையிலுள்ள சின்னங்களைக் கிழித்தெடுத்து, அவற்றை நெருப்பிலே விட்டெறிந்தார்கள்.)

“ஆளைப் பார்த்தால்தான் பையன் மாதிரி இருக்கிறான். ஆனால் சரியான விஷப் பாம்புக் குட்டி!”

“இவன் அப்பன் வீட்டுச் சொத்தைக் காப்பாற்றுவதற்காக யுத்தம் புரிய வந்து விட்டான்... இவன் ஒரு பணக்காரப் பயல்தான். பார்த்தாலே தெரிகிறதே!”

“இவன் கண்கள் எப்படிப் பளபளக்கின்றன, பார்த்தாயா? சரியான அயோக்கியன்!..”

“இந்தக் காலிப் பயல் மீது பார்ப்பதற்கு என்ன தான் இருக்கிறது..”

கொஞ்சம் பொறு. அவனது அத்தாட்சிப் பத்திரங்கள் அவனிடம் இருக்கலாம். இவனைத் தலைமை நிலையத்துக்கு அழைத்துப் போ.”

“ஆமாம். தலைமை நிலையத்துக்கு இழுத்துக் கொண்டு போ.”

“இல்லை! வேண்டாம்!” என்று அங்கு அவசரமாக வந்தவாறே, செர்த்தகானவ் சத்தமிட்டான். “இவன் அங்கு காயப்பட்டுக் கிடந்தான். எனவே நான் இவனருகே சென்றேன். அதோ அந்தப் பூட்சுகளைப் பார்த்தீர்களா? ஆனால் இந்தப் பயலோ என்னை இரண்டு முறை

சுட்டான். நான் அவனை ஒன்றும் சும்மா விடப் போவதில்லை!" பிறகு மேலும் ஆக்ரோஷம் மிகுந்த குரலில் அந்தக் கைதியை நோக்கிப் சத்தமிட்டான்: "உன் பூட்சுகளை கழற்று!"

தெலேகின் அந்தக் கும்பலைக் கடைக்கண்ணால் பார்த்தான். அந்தக் கைதியின் உருண்ட, இளமை மிகுந்த, மொட்டைத் தலை நெருப்பொளியில் பளபளத்தது. அவன் கோபாவேசத்தோடு பல்லை இளித்தான்; அவனது அகன்ற கண்கள் அங்குமிங்கும் பாய்ந்தன; அவனது சின்ன மூக்கு சுருங்கி மேலேறியது. அவன் பைத்தியம் பிடித்தவன் போல் இருக்க வேண்டும். அவன் திடீரென்று துள்ளியெழுந்து நின்றான். ரத்தக் கறை படிந்து கிழிந்து தொங்கிய அவனது இடது புறத்துச் சட்டைக்கடியில் அவனது இடது கை உயிரற்றுத் தொங்கியது. அவனது பற்களினிடையேயிருந்து ஒரு மெல்லிய சீட்டிக் குரல் எழுந்தது; அவன் தன் மோவாயைப் பயங்கரமாக முன்னே நீட்டினான். பகைமையுணர்ச்சியின் கோர சொரூபமாகக் காட்சியளித்த அந்தப் பயங்கரமான முகத்தைக் கண்டதும் செர்த்த கானவ் ஓரடி பின்வாங்கினான்.

"ஆஹா!" என்று கூட்டத்திடையேயிருந்த ஒரு கனத்த குரல் எழுந்தது: "இவனை எனக்குத் தெரியுமே. இவனுடைய அப்பன் நடத்திய புகையிலைத் தொழிற்சாலையில் நானும் வேலை பார்த்திருக்கிறேன். இவன் தான் ஓனோலி! ரஸ்தோவ் புகையிலைத் தொழிற்சாலை முதலாளியின் மகன்!..."

"எங்களுக்கும் தெரியும்! எங்களுக்குத் தெரியும்!" என்று பல குரல்கள் ஒரே நேரத்தில் ஒலித்தன.

வலெரியான் ஓனோலி முறைத்துப் பார்த்தவாறே தனது குனிந்த தலையை அங்குமிங்கும் அசைத்தான்; பின்னர் கரகரத்த கீச்சுக் குரலில் சத்தமிட்டான்:

"மிருகங்களா! கசுமாலங்களா! செஞ்சேனைப் பன்றிகளே! உங்களையெல்லாம் உதைத்துத் தள்ளி விடுவேன்! தெரிந்ததா! உங்களை எல்லாம் சவுக்காலடித்ததும், தூக்கிலே

போட்டதும் போதாதா என்ன? நாய்ப்பிறவிகளா? இன்னும் போதாதா உங்களுக்கு? நாங்கள் உங்கள் எல்லோரையும் தூக்கிலே தொங்க விடுகிறோமா இல்லையா என்று பாருங்கள்! நாய்க்குப் பிறந்த பயல்களா!...”

அத்தோடு, எதையுமே உணராத நிலையில் அவன், செர்த்த கானவின் தாடியையும் பற்றிப் பிடித்து இழுத்து, வயிற்றிலே தனது பூட்சுக் காலால் எட்டி உதைக்கவும் தொடங்கி விட்டான்.

தெலேகின் அந்த வண்டியை விட்டு விரைவாக நடந்து அப்பால் சென்று விட்டான். அங்கு ஒரே கூச்சலும் ஆரவாரமுமாக இருந்தது; அவர்கள் எல்லோரும் ஆவேசமாக ஏதேதோ கத்தினார்கள். அந்தக் கத்தல்களையெல்லாம் மிஞ்சிக் கொண்டு, ஒரு பயங்கரமான கூக்குரல் கேட்டது. காலையும் கையையும் உதைத்துக் கொண்டிருந்த ஒனோலியின் உடம்பு அந்தக் கூட்டத்தினரின் தலைக்கு மேலே துள்ளி பறந்து கீழ் நோக்கி விழுந்தது. அந்த நெருப்புக்கு மேலே திடீரென்று ஏராளமான தீப்பொறிகள் சிதறிப் பறந்தன.

ஸ்தெப்பிச் சமவெளியிலே பொழுது புலர்வதற்கு முன் நிலவும் குளிர்ந்த சூழ்நிலையிலே சாட்டையைச் சொடுக்குவதுபோல் அங்குமிங்கும் வெடிச் சத்தங்கள் விட்டு விட்டுக் கேட்டன; பீரங்கிகளின் முழக்கமும் தூரத்திலே கும்மிட்டு எதிரொலித்தது. திராஸ்தோவ்ஸ்கி, பரோவ்ஸ்கி ஆகியோரின் படைகள் தான் அந்தக் குண்டு வீச்சை நடத்திக் கொண்டிருந்தன. அவர்கள் மீண்டும் கிர்பேலியின் மறுகரையிலிருந்து தாக்குதலைத் தொடங்கியிருந்தார்கள்; தமது அதிருஷ்டத்தை முழு மூச்சுடன் சோதித்துப் பார்த்து விடுவது என்பது அவர்களது திட்டம்.

எகதிரினதாரில் நாளெல்லாம் இடைவிடாது கூடி விவாதித்துக் கொண்டிருந்த மத்திய நிர்வாகக் கமிட்டியிலிருந்து அன்றிரவே ஓர் உத்தரவு வந்து சேர்ந்தது. அந்த உத்தரவின்படி வடக்குக் காக்கஸஸில் உள்ள எல்லாச் செஞ்சேனைத் துருப்புக்களுக்கும் பிரதம

தளபதி சரோகின் சுப்ரீம் தளபதியாக நியமிக்கப்பட்டார்.

இந்தச் செய்தியை அவரது காரியாலயத் தலைவரான பெலக்கோவே கொண்டு வந்தார். அந்த உத்தரவைத் தாங்கியிருந்த தந்தியைக் கையிலேந்தியவாறே, அவர் சரோகின் தங்கியிருந்த ரயில் வண்டிக்குள் அவசரமாக நுழைந்தார். படுத்துத் தூங்கிக் கொண்டிருந்த சரோகினின் கால்களைக் கீழே தள்ளி விட்டு, தம்மிடமிருந்த சிகரெட் லைட்டரின் வெளிச்சத்தில் அந்தத் தந்திச் செய்தியை அவரிடம் படித்துக் காட்டினார். சரோகின் படுக்கையிலிருந்து எழுந்திருக்க இயலாதவராய் உஷ்ணம் மிகுந்த தமது தலையணையில் புரண்டு படுத்த வண்ணம், பெலக்கோவை நோக்கி வெறிக்க விழித்தார். பெலக்கோவ் அவரைத் தோளைப் பிடித்து உலுக்கினார்.

"எழுந்திருங்கள்! சுப்ரீம் கமாண்டர் அவர்களே! நீங்கள் இனிக் காக்கஸஸ் பிரதேசத்துக்கே ராஜா!... சொல்வது கேட்கிறதா? இனி நீங்கள் தான் ஜார்! நீங்கள் தான் கடவுள் இங்கே! தெரிந்ததா?"

அப்போதுதான் சரோகினுக்கு அந்தச் செய்தியின் முக்கியத்துவம் புரிந்தது. காரியாலயத் தலைவர் பெலக்கோவின் கையில் சுற்றிக் கொண்டிருக்கும் அந்தச் சின்னஞ்சிறு காகிதத்தில் உள்ள புள்ளிகளும் கோடுகளும் கொண்ட தந்திச் செய்திதான் தமது அற்புதமான அதிருஷ்டத்தைச் சுமந்து கொண்டிருக்கிறது என்பதை அவர் அப்போதுதான் உணர்ந்தார். உடனே அவர் அவசர அவசரமாகத் தமது கால்சராயை இழுத்து மாட்டினார்; சட்டையை எடுத்துப் போட்டார்; தமது உடைவாளையும் கைத் துப்பாக்கியையும் இடையிலே கட்டினார்.

"ராணுவத்துக்கு உடனே உத்தரவைத் தெரிவியுங்கள். என் குதிரையைக் கொண்டு வாருங்கள்!"

அதிகாலையில் தெலேகின் தனது தலைக்குப் புதிதாகக் கட்டுப் போட்டுக் கொண்ட பின்னர் வண்டிகளின் ஊடே புகுந்து, தனது படைக் காரியாலயத்தைத் தேடி நடந்தான். அந்தச் சமயத்தில் குதிரைப்படை வீரர்கள்

சிலர் ரயில் நிலையத்திலிருந்து வரும் பாதை வழியாகப் பாய்ச்சலில் வந்தார்கள். அவர்கள் அணிந்திருந்த கசாக்குத் தொப்பிகளின் நீண்ட வால்கள் காற்றில் பறந்தன. அவர்களிலே முதலில் ஒரு குழல் வாத்தியக்காரன் வந்தான்; அவனுக்குப் பின்னால் நீண்ட பிடரி மயிர் கொண்ட தமது குதிரையின் மீது சரோகின் வந்தார்; அவருக்கு அருகில் சுப்ரீம் கமாண்டரின் ராணுவச் சின்னத்தைத் தாங்கிய ஈட்டியுடன் ஒரு கசாக்கு படை வீரன் வந்தான். அவர்கள் எல்லோரும் குண்டுகளின் சத்தம் வந்து கொண்டிருந்த திசையை நோக்கி விரைவாகப் பாய்ந்து சென்றார்கள்! பரந்து பரவிச் சுழலும் புழுதிப் படலத்திடையே கண் மறைந்து போய் விட்டார்கள்.

பனித்துளி படிந்திருந்த ஈரமான வண்டிகளிலிருந்து தலைகளும் தாடிகளும் மேலே மெல்ல எழுந்தன; கரகரத்த பேச்சுக் குரல்கள் அமைதியைக் குலைத்தன. அந்தப் பாய்ந்து செல்லும் குழல் வாத்தியக்காரனின் குழலோ ஸ்தெப்பி வெளியில் வெகு தூரத்திலிருந்து ஒலித்தது. அவன் தன் வாத்தியத்தை ஊதியவாறே, சுப்ரீம் கமாண்டர் அவர்கள் அருகிலேயே, போர்க் களத்தின் மத்தியிலேயே குண்டு மழைக்கு நடுவிலேயே இருப்பதாக அறிவித்தான். "எதிரிகளை நாம் முறியடிப்போம்! வெற்றியையும் புகழையும் நாடிச் செல்வோம்! வீரர்களுக்கு மரணமில்லை; புகழ்தான் நிரந்தரமானது..." என்று அந்தக் குழல் இசைத்தது.

உடைந்து போன ஜன்னல்களைக் கொண்ட ஒரு மண் குடிசையினுள் தெலேகின் கீம்ஸாவைக் கண்டான். அங்கு கீம்ஸாவைத் தவிர படைக் காரியாலயத்திலிருந்து வேறு யாருமே இல்லை. கீம்ஸா உற்சாகமிழந்து கனத்த முகத்தோடு ஒரு பெஞ்சின் மீது குந்தி அமர்ந்திருந்தான். அவனது கையில் ஒரு மரக்கட்டைக் கரண்டி இருந்தது; அந்தக் கை முழங்கால்களுக்கிடையில் தொங்கிக் கொண்டிருந்தது. மேஜையின் ஒரு சட்டியில் முட்டைக்கோஸ் சூப் இருந்தது. அதன் பக்கத்திலே ஒரு புடைத்த தோல் பை இருந்தது. அதில் தான் உளவுப்

பிரிவின் சகல தஸ்தாவேஜுகளும் இருந்தன.

கீம்ஸா அரைத் தூக்கத்தில் இருப்பது போலத் தோன்றியது. அவன் இடத்தை விட்டு அசையாமலே தன் கண்களை மட்டும் தெலேகினை நோக்கித் திருப்பினான்.

"காயப்பட்டு விட்டாயா?"

"ஒன்றுமில்லை - சாதாரண கீறல் தான். நான் அர்த்த ராத்திரி வரையிலும் கோதுமை வயலில் தான் கிடந்தேன். எனவே எனது படைப் பிரிவினரோடு தொடர்பினை இழந்து விட்டேன். நேற்று அங்கு ஒரே குழப்பம்... சரி. எங்கள் படைப் பிரிவு எங்கே இருக்கிறது?"

"முதலில் உட்கார். பசிக்கிறதா?" என்றான் கீம்ஸா.

அவன் தன் கரத்தைச் சிரமத்துடன் தூக்கி, தன்னிடமிருந்த மரக் கரண்டியை தெலேகினிடம் கொடுத்தான். தெலேகின் அந்த சூப்புச் சட்டியைப் பேராவலோடு நாடினான். சிறிது நேரம் அவன் அந்த சூப்பை மௌனமாக அருந்தினான். பின்னர் குரல் கொடுத்தான்:

"தோழர் கீம்ஸா! நேற்று நம்மவர்கள் எப்படிப் போர் புரிந்தார்கள் தெரியுமா? அவர்களுக்குத் தூண்டுதலோ, உத்தரவோ தேவையாக இருக்கவில்லை. முன்னூறு - ஏன் நானூறு கஜத் தூரத்துக்குக் கூட அவர்கள் பாய்ந்தோடி, துப்பாக்கிக் குத்தீட்டிகளால் தாக்கினார்கள்."

"சாப்பிட்டு விட்டாயா? போது மட்டும்" என்று கேட்டான் கீம்ஸா. தெலேகின் கரண்டியை வைத்தான். "சரி. உனக்குப் புதிய உத்தரவைப் பற்றித் தெரியுமா?"

"தெரியாது."

"சரோகின் சுப்ரீம் கமாண்டராக நியமிக்கப்பட்டுள்ளார். நீ இதைப் பற்றி என்ன நினைக்கிறாய்?"

"சரிதானே... நீ அவரை நேற்றுப் பார்த்தாயோ? அவர் கடிவாளத்தைத் தளர்த்து விட்டவாறு, துப்பாக்கிப் பிரயோகம் நடந்து கொண்டிருந்த இடத்துக்கே பறந்து

வந்தார். சிவப்புச் சட்டையை அணிந்து அங்குமிங்கும் திரிந்தார். எல்லோரும் அவரைக் காணக் கூடியதாக இருந்தது. அவரைக் கண்டதுமே போர் வீரர்கள் ஆரவாரம் செய்தார்கள். அவர் மட்டும் இல்லாது போயிருந்தால் நேற்று நமக்கு என்ன நேர்ந்திருக்குமோ?... நாங்களெல்லாம் அப்படியே வியந்து போய் விட்டோம்: அவர் சீசரே தான்!"

"சரியாகச் சொன்னாய்!" என்றான் கீம்ஸா.

"ஆம். அவர் ஒரு சீசர்தான்!... நான் அவரைச் சுட்டுக் கொல்ல முடியாது... அதுதான் கவலை!"

தெலேகின் கரண்டியைத் தாழ்த்தினான். "உண்மையிலேயே இப்படிச் சொல்கிறாயா?" என்று கத்தினான் அவன்.

"உண்மையில் தான்!... பரவாயில்லை... உனக்கு இதெல்லாம் புரியாது!" என்றான் கீம்ஸா. அவன் தெலேகினைக் கனத்த, இமை தட்டாத கண்களோடு பார்த்தான். "அது சரி. நீ... நீ என்னை ஒன்றும் காட்டிக் கொடுத்து விட மாட்டாயே?" (தெலேகின் அவனை அமைதியுடன் கூர்ந்து நோக்கினான்.) "நல்லது.. தோழர் தெலேகின்! நான் உன்னிடம் ஒரு சிரமமான காரியத்தை ஒப்படைக்க விரும்புகிறேன். நீதான் அதற்குத் தகுந்த நபர் என்று எனக்குத் தோன்றுகிறது. நீ வோல்காப் பிரதேசத்துக்குப் போக வேண்டும்..."

"ஆகட்டும்!"

"நான் உனக்குத் தேவையான எல்லாத் தஸ்தாவேஜுகளையும் தருகிறேன். ராணுவக் கவுன்சிலுக்கு, அதன் தலைவருக்கு ஒரு கடிதமும் தருகிறேன். உன்னால் அங்கு போய்ச் சேர முடியா விட்டால், உன்னால் அந்தக் கடிதத்தைக் கொண்டு போய்க் கொடுக்க முடியாது போய் விட்டால், நீ வெள்ளை ராணுவத்தாரோடு சேர்ந்து விடு. எந்தக் காரணம் கொண்டும் இங்கே திரும்பி வராதே. புரிந்ததா?"

“நல்லது.”

யாரிடத்திலும் உயிரோடு அகப்பட்டுக் கொள்ளாதே. நான் தரும் கடிதத்தை நீ உன் உயிருக்கும் மேலாய்ப் பாதுகாத்துக் கொள். எதிர் உளவாளிகள் கையில் நீ சிக்கிவிட்டால், என்ன செய்ய முடியுமோ அதைச் செய். கடிதத்தைத் தின்று விடு. எது வேண்டுமானாலும் செய்! புரிந்ததா?” கீம்ஸா முன்னே சென்று தமது இறுகிய முஷ்டியால் ஓங்கிக் குத்தினான். குத்திய வேகத்தில் அந்தச் சூப்புச் சட்டி குதித்து எழுந்து உட்கார்ந்தது. “அந்தக் கடிதத்தில் என்ன விஷயம் இருக்கிறது என்பதை நீயும் தெரிந்து கொள்ள வேண்டியதுதான். இதுதான் விஷயம்: ராணுவம் சரோகினைப் பரிபூரணமாக நம்புகிறது. சரோகின் ஒரு மாவீரர். ராணுவத்திலுள்ளவர்கள் அவரைப் பின்பற்றி எங்கு வேண்டுமானாலும் செல்லத் தயாராக இருக்கிறார்கள். இருந்த போதிலும் சரோகின் சுடப்பட வேண்டும் என்று நான் கோருகிறேன். இதனை உடனடியாகச் செய்ய வேண்டும். அதாவது புரட்சியின் கடிவாளங்கள் அவரது கையில் சிக்கிக் கொள்வதற்கு முன்பே இதனைச் செய்ய வேண்டும்.

தெலேகின்! நன்றாக நினைவு வைத்துக் கொண்டாயா? இந்த விஷயம் - உனது மரணம், தெலேகின்... புரிந்ததல்லவா?”

கீம்ஸா மௌனமானான். அவனது நெற்றி மீது ஓர் ஈ ஊர்ந்து சென்றது.

“நல்லது. சொன்னபடியே செய்கிறேன்” என்றான் தெலேகின்.

“பின் - உடனே புறப்படு, தம்பி! எந்த வழியாகப் போவது உனக்குச் சுலபமாக இருக்கும் என்று எனக்குத் தெரியவில்லை... ஸ்வியாதோய் கிரேஸ்த் வழியாக, ஆஸ்திரகன் நோக்கி சென்று போவது நீண்ட வழி என்று நினைக்கிறேன். தோன் வழியாக, த்ஸாரீத்ஸின் சென்று, அங்கிருந்து போவது நல்லது. மேலும் போகிற வழியில் வெள்ளை ராணுவத் தின் பின்னணி முகாமின்

நிலைமை எப்படியிருக்கிறது என்று தெரிந்து கொள்ளவும் உனக்கு ஒரு சந்தர்ப்பம் கிடைக்கும்... எந்த மாதிரியான அதிகாரியின் சின்னத்தை வேண்டுமானாலும் தோளில் அணிந்து கொள். உனக்கு எது வேண்டும்? காப்டன் சின்னமா? அல்லது லெப்டினெண்ட் கர்னலுக்குரியதா?.."

கீம்ஸா சிரித்துக் கொண்டே, தனது கையை தெலேகினின் முழங்காலின் மீது வைத்தான்; அவனை ஒரு சிறு குழந்தையைத் தட்டிக் கொடுப்பது போல் பாசத்தோடு தட்டிக் கொடுத்தான்.

"நீ இரண்டு மணி நேரம் படுத்துத் தூங்கு; அதற்குள் நான் அந்தக் கடிதத்தை எழுதி முடித்து விடுகிறேன்."

10

வதீம் பெத்ரோவீச் ரோஷினுக்கு இறுதியில் ஒருவாறாக மூன்று வாரம் லீவு கிடைத்தது. அவன் நோயுற்றும் மெலிந்தும் மனப்போராட்டங்களாலும் கவலைகளாலும் நிலைகுலைந்தும் போயிருந்தான். அப்போது அவன் வெலிகோக்னியா ஷெஸ்கயாவில் தங்கியிருந்த சேவா சேனை முகாமில் இருந்தான். அந்தச் சமயத்தில் பெரும் சண்டைகள் எதுவும் நடக்கவில்லை. செஞ்சேனையினர் தெற்கே வெகு தூரத்தில் தள்ளியிருந்தார்கள்; அவர்கள் தெனீகினின் பிரதானப் படை வரிசைகளோடு போரிட்டுக் கொண்டிருந்தார்கள். மானிச், சால் நதிக் கரைகளிலுள்ள கிராமங்களில் அவ்வப்போது சிற்சில கிளர்ச்சிகள் வெடித்தன; ஆனால் ஆத்தமான் கிரஸ்னோவின் காவல் படைகள் இத்தகைய கிளர்ச்சிகளையெல்லாம் சீக்கிரத்திலேயே ஒடுக்கி விட்டன; சில சமயங்களில் அவர்கள் சாதுரியமாகப் பேசிக் காரியத்தைச் சாதித்தார்கள்; சில சமயங்களில் அடி உதைகளில் இறங்கினார்கள்; அதுவும் பலிக்காவிட்டால் கிளர்ச்சிக்காரர்களைத் தூக்கி லிட்டுக் கொன்றார்கள்.

ரோஷின் தன் தலையில் ஏற்பட்டுள்ள காயத்தைக் காரணமாகக் காட்டி, அத்தகைய அடக்குமுறை நடவடிக்கைகளில் பங்கெடுக்காமல் தப்பித்துக் கொண்டான். மேலும், தெனீகினின் வெற்றிகளைக் கொண்டாடி மகிழ்வதற்காக அதிகாரிகளெல்லாம் குடித்துக் கூத்தடித்த காலத்தில் அவன் அதிலிருந்தெல்லாம் கூடிய வரையில் விலகியிருந்தான். போர்க்களத்தில் இருந்தது போலவே, அங்கு, முகாமிலும்கூட, எல்லோரும் ரோஷினை அவ்வளவாக நம்பவில்லை; அவன் மீது தாங்கள் கொண்டிருந்த குரோத உணர்ச்சியை வெளிப் படையாகக் காட்டிக் கொள்ளா விட்டாலும் அவனிடம் ஜாக்கிரதையாகவே பழகினார்கள்.

எவனோ ஒருவன் ரோஷின் உண்மையிலேயே செஞ்சேனையை சேர்ந்தவன் தான் என்று சொன்னான். அதற்கேற்றாற் போல் ஒரு கதையையும் கட்டி விட்டு விட்டான். ஷாப்லியவ்காவுக்கு அருகிலிருந்த பதுங்கு குழிகளில் ரோஷின் இருந்த போது வலெரியான் ஓனோலி அவனைச் சுட்டு விட்டான். ரோஷினுக்கு அன்று நடந்த அந்தச் சம்பவம் நன்கு நினைவில் இருந்தது: ஆயுதந்தாங்கி ரயிலிலிருந்து ஒரு குண்டு இரைந்து கொண்டே பறந்து வந்தது. படைப் பிரிவுத் தலைவர் படுங்கள்!" என்று சத்தமிட்டார். பின்னர் குண்டு கீழே விழுந்து வெடித்தது. அதன்பின் ஒரு கணம் கழித்துத் தான் ரிவால்வர் வெடித்த சத்தமும், தன் தலைமேல் தடியால் தாக்கும் உணர்வும் ஏற்பட்டன; அத்துடன் ஓனோலியின் கறுத்த கண்களில் குரூரமான ஒரு குதூகலம் துள்ளிக் குதிப்பதையும் அவன் கண்டான்.

இந்தச் சம்பவத்தைப் பற்றி ரோஷின் சொன்ன வாக்கு மூலத்தை நம்புவதற்கு ஒருவர் மட்டுமே இருந்தார். அவர்தான் ஜெனரல் மார்க்கவ். ஆனால் அவரும் இறந்து போனார். எனவே ஓனோலியின் செய்கையைப் பற்றி தான் வேறு யாரிடமும் புகார் செய்யக் கூடாது என்று அவன் முடிவு செய்தான். அதனால் பலன் விளையுமென்ற நம்பிக்கை அவனுக்கில்லை.

என்றாலும் அவன் அந்தக் கேள்விக்கு விடை காணும் முயற்சியில் தன் மூளையை மிகவும் அலட்டிக் கொண்டான்: அவனை ஏன் மற்றவர்கள் வெறுக்க வேண்டும்? பகைக்க வேண்டும்? அவன் நேர்மையானவன் என்பதும், அவனுக்குச் சுயநல எண்ணங்கள் எதுவும் இல்லை என்பதும், அவனது செய்கைகள் அனைத்தும் ருஷ்ய நாட்டின் பெருமையை நிலை நாட்டும் கருத்துடனேயே செயல்படுகின்றன என்பதையும் அவர்கள் அறிய மாட்டார்களா? அவர்களால் அவற்றைக் காண முடியவில்லையா? ஜெனரல் பதவிக்காகவா அவன் அந்தப் படுபயங்கரமான ஸ்தெப்பி வெளியிலே வந்து சீரழிந்து கொண்டிருந்தான்?

நிலைமையைத் திட்டவட்டமாக ஆராய்ந்து பார்க்கக் கூடிய பார்வை அவனிடம் இல்லை. தான் எதையெல்லாம் மகத்தானதாகவும், மிகவும் முக்கியத்துவம் வாய்ந்ததாகவும் கருதினானோ, அவற்றை மனத்திலே கொண்டு தான் அவன் உலகத்தையும் சம்பவங்களையும் பார்த்தான். அவனது நம்பிக்கைகளுக்கு ஒத்துவராத விஷயங்களை அவன் கண்ணெடுத்துப் பார்க்கவும் மறுத்தான்; மேலும், அவனை நச்சரிக்கும் விஷயங்களுக்காக அவன் வேதனைப்பட்டான். அவனது பார்வையில் உலகம் ஒரு முடிந்த முடிவாகவே, முடிந்த அமைப்பாகவே தோன்றியது. எத்தனை எத்தனையோ தலைமுறைகளாக இருந்து வந்துள்ள வசதி படைத்த நிலப்பிரபுக்களின் மூலம் வழிவழியாக வந்து, அவனையும் ஆட்கொண்டிருந்த பெருந்தனவர்க்கத்தின் கர்வத்தனத்தினால் ஏற்பட்ட விளைவுதான் அந்தப் பார்வை என்பதுதான் சாத்தியமான ஒன்று. அழிந்து பட்டுப் போன இந்த இனத்தார்களோ, ஒத்து வாழும் நற்பண்பு ஒன்றையே எல்லாவிதமான நலன்களுக்கும் மேம்பட்டதாகக் கருதி அதனைச் சகலவற்றுடனும், எங்கணும் தொடர்புபடுத்தி வந்தார்கள். குதிரைக் கொட்டிலிலே கட்டி வைத்து விவசாயியை உதைத்தார்களா - அதனால் என்ன? அந்த விவசாயி கொஞ்ச நேரம் ஓலமிடுவான்; அடிபட்ட பிறகு, தன்னைத் தானே நொந்து வருந்துவான்; எல்லாம் நன்மைக்கே என்று

எண்ணுவான். எனவே விவசாயி இவ்வாறு தன்னைத் தானே நொந்து தவறை உணர்ந்து கொள்வானேயானால், பின்னர் அவனுக்குச் சாந்தியுணர்ச்சியும் தானாகவே ஏற்பட்டு விடும். கணக்கு வழக்குகளிலே தகராறு வருகிறதா? பண்ணை வீடு ஏலத்துக்கு வருகிறதா? அதனால் என்ன? அது நடக்கத்தான் செய்யும். முட்புதரும் குருவிக் காய்ச் செடிகளும் நிறைந்துள்ள இடத்திலேயுள்ள குடிசையிலே வாழலாமே. அங்கு ஆரவாரமும் சத்தமும் இன்றி அமைதியாகக் குடியிருக்கலாமே... ஆம். அப்படித்தான் காலத்தின் முதுமையிலே ஆத்மாவுக்குச் சாந்தியைத் தர முடியும். எந்தவிதமான இடியும் தலைமேல் விழுந்த போதிலும் கூட, நிலப் பிரபுக்களின் சும்மா இருப்பதே சுகம் என்ற மனப்பான்மை மாறவில்லை. ஏனெனில் எதிலேயுமே அழகையும் ஆனந்தத்தையும் காணும் விதத்தில், அந்த இனத்தார் ஒரு தனிப்பட்ட பார்வையையே உண்டாக்கிக் கொண்டிருந்தார்கள்.

மனிதர்களையும் அவர்களது செய்கைகளையும் எடை போடுவதில் ஏற்படும் இத்தகைய குறைபாடு ரோஷினிடமும் காணப்பட்டது. உண்மையில் சென்ற சில வருஷ காலத்து நிகழ்ச்சிகள் அவனது கற்பனாலங்காரங்களை எல்லாம் போதுமான அளவுக்குப் பாதித்தும் சோதித்தும், அவற்றைச் சுக்கு நூறாகக் கிழித்தெறிந்து விட்ட போதிலும் கூட, அவனிடம் இந்தக் குறைபாடு இருக்கத்தான் செய்தது. எனவேதான் மேலும் மேலும் தனது கண்களைச் சுருக்கிக்கொள்ள வேண்டிய நிர்ப்பந்தத்துக்கு ஆளாகிக் கொண்டிருந்தான். இதனாலேயே, அவன் அதிகாரிகளின் விருந்துகளுக்கும் செல்லாமல் கூடியவரையில் விலகியும் இருந்தான்.

அவனது பார்வையிலோ, அந்த மனிதர்கள் - அதாவது விரல் விட்டு எண்ணி விடக் கூடிய அந்த அதிகாரிகளும் பயிற்சிப் படையாளர்களும் - வெள்ளை வெளேரென்று உடை உடுத்தி, அறப்போர் வீரர்கள் போல் செல்ல வேண்டும் என்று தோன்றியது; இவர்களெல்லாம் கலகக்காரர்களுக்கும் கலகத் தலைவர்களுக்கும்

எதிராகத்தானே கத்தி தூக்கியுள்ளார்கள்? அந்தக் கலகத் தலைவர்களெல்லாம் கிறிஸ்துவத் துவேஷிகளா அல்லது ஜெர்மானியரின் கையாட்களா - யாருக்குத்தான் தெரியும் அவர்கள் யாரென்று - இத்தகைய எண்ணங்களோடுதான் ரோஷின், தோன் பிரதேசத்து வந்து சேர்ந்தான்.

ஆனால் அதிகாரிகள் குடித்து விட்டுக் கூத்தடிக்கும் போது அவர்கள் தங்கள் மதுக் கிண்ணங்களை ஒருவருக்கொருவர் மோதி உபசரித்துக் கொண்டு, தமது சகோதரனையே கொல்லும் துணிவு மிக்க கொலைவெறிச் செயல்களைப் பற்றியெல்லாம் சத்தத்தோடு பெருமையடித்துக் கொண்டார்கள். இதையெல்லாம் கேட்கும் போது ரோஷினுக்கு பயங்கரமாக இருந்தது. ஒரு காலத்தில் அழகாகவும் கண்ணியமாகவும் தோன்றிய அந்த 'அறப் போர் வீரர்களின்' வாலிப முகங்கள், இப்போது கொலை செய்யவும், தண்டனைகள் வழங்கவும், வஞ்சம் தீர்க்கவும் முனையும் தணியாத ரத்த தாகத்தால் வக்கரித்து வடிவிழந்து போய் விட்டன. காரமான பட்டைச் சாராயத்தைக் கண்ணாடித் தம்ளர்களிலே ஏந்தியவாறு, மனித வர்க்கத்திலேயே மிகவும் கீழான கேவலமான ஒருவனைப் பற்றி, எவனொருவனைச் சுட்டுத் தள்ளி, அவனது பிணத்தையும் சுட்டெரித்து, அந்தச் சாம்பலையும் காற்றில் பறக்க விட்டுவிட்ட ஒருவனைப் பற்றி அனுதாபப்பட்டார்கள். அவனது பலவீனமான சிந்தனையின் காரணமாகச் சிந்தப்பட்ட மனித ரத்தத்தை எல்லாம் ஒரு மாபெரும் ஏரியாகத் தேக்கி வைக்க முடிந்தால், அந்த ரத்த வெள்ளத்திலேயே மக்கள் அவனை மூழ்கடித்துச் சாகடித்திருக்க முடியுமோ, அத்தகைய மனிதனைப் பற்றி அவர்கள் பாடினார்கள்!

இத்தகைய சரமகவி பாடுவது ஒன்றுதான் தனது சகோதர அதிகாரிகளின் உள்ளத்திலே குடிகொண்டிருக்கும் ஒரே கருத்தோ என்று ரோஷினுக்குத் தோன்றியது. எனவே ரோஷின் மீண்டும் தன் பார்வையை வேறுபுறம் திருப்பினான். போல்ஷிவிக்குகளை ருஷ்ய மண்ணிலிருந்து தீர்த்துக் கட்டுவது... மாஸ்கோவுக்குச்

செல்வது... தேவாலயமணி யோசையைக் கேட்பது... வெண்ணிறக் குதிரை மேல் ஏறிக் கொண்டு தெனீகின் கிரெம்ளினுக்குள்ளே பிரவேசிப்பது... ஆம். இதெல்லாம் இலகுவில் புரிந்து கொள்ளக் கூடியதாகத்தான் இருக்கிறது... ஆனால் அதற்கப்புறம்? அதுதான் முக்கியமான கேள்வி! சட்டசபையைப் பற்றி அதிகாரிகள் மத்தியிலே பேசப்படுவதும்கூட அல்லவா முட்டாள்தனமாகக் கருதப்படுகிறது. அப்படியென்றால் செத்தவருக்குச் சரமகவி பாடுவதும் இத்துடனேயே நிற்க வேண்டியதுதானா?

பின்னே இவர்களெல்லாம் போர் முகத்துக்கும் மரண வாயிலுக்கும் வந்து சேர வேண்டிய காரணம் என்ன? இவர்களை இங்கு இழுத்துவிட்ட சக்தி என்ன? ரோஷின் மீண்டும் தன் கண்களைச் சுருக்கினான். துப்பாக்கிக் குண்டுகளுக்கு எதிராகத் தங்களது மார்பைத் திறந்து காட்டுவது; பின்னர் புழுக்கம் நிறைந்த சாமான் வண்டிகளில் ஏறியமர்ந்து கொண்டு சாராயத்தைக் குடிப்பது - இதுவா வீரம்? இதெல்லாம் பழைய சங்கதி. கோழைகளும் தைரியசாலிகளும் இதைத்தான் செய்தார்கள். மரண பயத்தை வெல்வது சர்வசாதாரணமாகப் போய் விட்டது; வாழ்க்கை அவ்வளவு மலிவாகிப் போயிற்று!

சத்தியத்துக்காகவும் கோட்பாட்டுக்காகவும் தன்னைத் தானே தியாகம் செய்வதுதான் வீரம். ஆனால் இங்கும் கூட ரோஷின் தனது முகத்தைச் சுளித்துக் கொண்டான். அப்படியென்றால் அவனது சகோதர அதிகாரிகளெல்லாம் எத்தகைய சத்தியத்தை, உண்மையை நம்பினார்கள்? ரோஷினே எத்தகைய சத்தியத்தில் நம்பிக்கை வைத்திருந்தான்? ருஷ்ய நாட்டின் மாபெரும் துயர சரித்திரத்தின் மீதா? ஆனால் அது ஓர் உருவாக்கப்பட்ட கோட்பாடு; சத்தியம் அல்ல. உண்மை என்பது இயக்கத்திலே, வாழ்க்கையிலே அடங்கிக் கிடப்பதாகும்; பைண்டு செய்யப்பட்டுத் தூசியடைந்து தூங்கும் புத்தகங்களின் பக்கங்களில் அடங்கிக் கிடப்பதல்ல; உண்மை என்பது இடையறாது ஓடிக் கொண்டிருக்கும் எதிர்காலத்தின் ஜீவப் பிரவாகத்திலே இருப்பதாகும்.

மாஸ்கோ நகரத்தின் தேவாலய மணியோசையையும், வெண்ணிறக் குதிரையையும், துப்பாக்கிக் குத்தீட்டியின் மீது சூடும் வெற்றிமாலைகளையும் மற்றும் அவையொத்தவற்றையும் மறந்து விட்டு, மறுத்து விட்டுப் பார்த்தாலும் எந்த ஒரு சத்தியத்தின் பேரால் ருஷ்ய விவசாயிகளைக் கொன்று தள்ள வேண்டிய அவசியம் நேர்ந்தது? இந்தக் கேள்விதான் ரோஷினின் மனச்சாட்சிக்குள் புகுந்து கொள்ளத் தொடங்கி விட்டது; தண்ணீரிலே விட்டெறிந்த கல் அதன் மேற்பரப்பிலே சலனங்களை ஏற்படுத்துவது போல், இந்தக் கேள்வி அவனது சிந்தனைகளை அலைத்து உலுப்பிச் சலனத்தை உண்டாக்கியது. இந்தத் தருணத்தில்தான் அவனது சுவானுபதியான தன்மையும் வேதனையுடன் துண்டுப்பட்டுச் சிதறத் தொடங்கியது. அவன் தன் சகோதர அதிகாரிகள் மத்தியிலேயே அன்னியன் ஆனான்; ஒரு 'செஞ்சேனைக்காரன்' என்றும், 'போல்ஷிவிக்' என்றும் கருதப்பட்டான்.

காத்யாவுடன் அவன் கடைசியாகப் பேசிய வார்த்தைகளும் திரும்பத் திரும்ப மேலும் மேலும் அவனது மனவரங்கில் எழுந்தன; அந்த வார்த்தைகளை எண்ணும் போதே அவனது காதுகள் வெட்கத்தால் சிவந்து கொதித்தன. பாதாளத்தின் விளிம்பில் நின்று கொண்டிருக்கும் ரோஷினின் காலடியிலிருந்து கற்கள் பெயர்ந்து விழுவதைக் கண்டு விட்டவள்போல், அவள் அன்று கலவரத்தோடு மூச்சுவிட்டவளாய் கைகளைப் பிசைந்தாள். "வதீம்! வதீம்! முற்றிலும் மாறுபட்ட ஏதாவது ஒன்று செய்தாக வேண்டும்!" என்று சொன்னாள்.

காத்யா சொன்னது சரியாகத்தான் இருக்க வேண்டும் என்பதையும், தான் நம்பிக்கையற்ற நிலையில் தன்னைத் தானே குழப்பிக் கொள்கிறான் என்பதையும், அந்தக் 'கலகக் காரக் கும்பலின்' பலத்துக்கான, நாளுக்கு நாள் பேய்க் கனவின் வெறி வேகத்தோடு வளர்ந்தோங்கிக் கொண்டிருந்த அந்தப் பலத்துக்கான மூலாதாரம் எது என்பதைத் தான் மேலும் மேலும் குறைவாகவே உணர்ந்து

கொள்கிறான் என்பதையும், போல்ஷிவிக்குகள்தான் புரட்சிக்கு உயிரூட்டி அதனைக் கிளப்பி விட்டார்களா அல்லது மக்கள் தான் போல்ஷிவிக்குகளுக்கு உயிரூட்டினார்களா என்பது எவருக்குமே தெரியாத நிலையில், போல்ஷிவிக்குகள் தான் மக்களை ஏமாற்றிக் கெடுத்து விட்டார்கள் என்ற அவசரமான முடிவுக்கு வருவது எத்தனை அபத்தமானது என்பதையும், இத்தனைக்கும் மேலே, இத்தனைக்கும் தன்னைத்தானே தவிர, வேறு யாரையுமே பழிசாட்ட முடியாது என்பதையும் ரோஷின் அன்று ஒப்புக் கொள்ளவே துணியவில்லை.

காத்யா சொன்னது எல்லா விதத்திலும் சரியாக இருந்தது. அவள் தனது பழைய வாழ்க்கையிலிருந்து அந்தத் தெளிவற்ற காலகட்டத்தில். ஒன்றே ஒன்றை மட்டும்தான், ஒரே ஒரு தற்காப்பை மட்டும் தான், ஒரே ஒரு செல்வத்தை மட்டும்தான் விடாது கைப்பற்றியிருந்தாள். அவளது காதலும், கனிவும்தான் அந்தச் செல்வம். அவனது வாழ்நாட்களின் அருமைத் துணையாக, அவள் எப்படி தலையிலே போர்த்திய சால்வையோடும் கையிலே சுமந்த மூட்டையோடும் ரஸ்தோவ் நகரத்துத் தெருக்களில் தன்னோடு நடந்து வந்தாள் என்பதை அவன் நினைவு கூர்ந்தான். காத்யா! என் அருமைக் காத்யா!... அவளது மடி மீது தலை சாய்த்து, அவளது மிருதுவான கைகளின் மீது முகத்தைப் புதைத்து, “காத்யா! என்னால் இனிமேலும் இதைத் தாங்க முடியாது!' என்பதைத் தவிர வேறு ஒன்றுமே சொல்லாதிருக்கக் கூடுமானால்!... என்றாலும் ஒரு அர்த்தமற்ற தன்னகங்காரம் ரோஷினைத் தனது பிடிக்குள் நிறுத்தி வைத்திருந்தது. அவனது நெடிய உருவம் முற்றிலும் நரைத்து விட்ட தனது தலையை விறைப்பாக நிமிர்த்தியவாறு, இரும்புக் கவசம் அணிந்தது போல் நிமிர்ந்து நடை நடந்து, அந்தக் கிராமத்தின் புழுதி படிந்த தெருவின் வழியாகவோ, படையினரின் மத்தியிலோ அதிகாரிகளின் முகாமிலோ செல்லும் காலத்தில், அவனது சக அதிகாரிகள் எல்லாம் அவனைப் பார்த்துப் பேசிக் கொண்டார்கள்: “பயல் நடையைப் பாரேன்! விறைப்பாக அல்லவா நடக்கிறான்? பெரிய ராணுவாதிகாரி என்ற

நினைப்புப் போலும். காலாட்படைக் கழுதை!"

அவன் காத்யாவுக்கு இரண்டு சிறு கடிதங்கள் எழுதினான்; ஆனால் எதற்கும் அவளிடமிருந்து பதில் வரவில்லை. பின்னர் அவன் உப கர்னல் தேத்கினுக்குக் கடிதம் எழுதத் தீர்மானித்தான். ஆனால் அந்தச் சமயத்தில் லீவு அவனுக்குக் கிடைத்து விட்டது; எனவே அவன் உடனேயே ரஸ்தோவுக்குப் புறப்பட்டுச் சென்றான்.

மத்தியான நேரத்தில் ரஸ்தோவ் போய்ச் சேர்ந்தான் அவன். ரயிலை விட்டிறங்கியதும், அவன் ஜட்கா வண்டியில் ஏறியமர்ந்தான். அந்த நகரம் அடையாளமே கண்டு கொள்ள முடியாதவாறு மாறிப் போயிருந்தது. சதோவயா தெரு நன்றாகப் பெருக்கப்பட்டுச் சுத்தமாக இருந்தது; மரங்களெல்லாம் வெட்டி விடப்பட்டிருந்தன. வெள்ளுடை தரித்த சுறுசுறுப்பான பெண்கள் கடைகளின் ஜன்னல் கண்ணாடிகளில் தமது பிரதிபிம்பங்கள் தெரியும் படியாகத் தெருவில் நிழலோரமாக நடந்து சென்றார்கள்.

ரோஷின் தனது ஆசனத்தின் இடமும் புறமும் சென்றவாறே, தெருவில் காத்யா வருகிறாளா என்று அங்குமிங்கும் பார்த்தான். தெருவைப் பார்த்த போது தன் கண்களையே அவனால் நம்ப முடியவில்லை. பெண்களெல்லாம் இறகுகள் வைத்த தொப்பிகளும், வெண்ணிறக் கழுத்துக் கச்சைகளும் அணிந்து சென்றார்கள். அவர்களெல்லாம் ஏதோ மறந்து போன கனவிலிருந்து வெளிப்பட்ட உருவங்களைப் போல் தோற்றினார்கள். நன்றாகக் கழுவிவிடப்பட்டிருந்த நடை பாதையின் வழியாக அவர்களது வெண்ணிறப் பாதங்கள் நடந்து சென்றன. அந்தப் பாதங்களில் அணிந்திருந்த வெண்ணிறமான காலுறைகளில் ஒரு சொட்டு ரத்தக் கறையைக் கூடக் காணோம். அப்படியென்றால், வெலிகோக்னியாஷெஸ் கயாவைப் பாதுகாக்கும் முயற்சிக்காகப் படைகள் நிறுவப்பட்டிருப்பதும் இதற்காகத்தான்! கடந்த நான்கு வாரங்களாகச் செஞ்சேனையினரை எதிர்த்து, தெனீகின் போராடிக் கொண்டிருப்பதும் இதற்காகத்தான்! ஆம். இதுதான் வெட்ட வெளிச்சம் போல் தெற்றெனத்

தெரிகிறதே! இதுதான் வெள்ளை ராணுவம் நடத்தும் போரின் உண்மை!

ரோஷின் கசந்து போய்ச் சிரித்தான். தெருமுனைகளிலெல்லாம் ஜெர்மானியச் சிப்பாய்கள், பார்த்துப் பார்த்துப் புளித்தவிட்ட அந்தக் கபிலப் பச்சை நிறமான ராணுவச் சட்டைகளை அணிந்தும், புத்தம் புதிய ராணுவத் தொப்பிகளைத் தரித்தும் நின்றார்கள் - அங்கு முற்றிலும் பழக்கப்பட்டுப் போன சொந்த நாட்டிலேயே நிற்பது போல் அவர்கள் நின்றார்கள்! அதோ அங்கொருவன் நிற்கிறானே... அவன் தன் ஒற்றைக் கண் கண்ணாடியை நழுவிவிட்டவாறே!.. வெண்ணிற உடையுடன் உரத்துச் சிரித்துக் களிக்கும் ஓர் உயரமான பெண்ணின் கையை அவன் முத்தமிடக் குனிகிறான்.

"வண்டிக்காரா! சீக்கிரம் ஓட்டு!" உப கர்னல் தேத்கின் தமது வீட்டு முற்றத்தில் வெளி வாசலுக்கருகே நின்று கொண்டிருந்தார். ரோஷின் கடந்து செல்லும் போது வண்டியிலிருந்து குதித்து இறங்கினான். இறங்கிய போது தேத்கின் எவ்வாறு நின்ற இடத்திலிருந்து பின்வாங்கினார் என்பதையும், அவரது கண்கள் எவ்வாறு உருண்டு புடைத்துத் தோன்றின என்பதையும், அவரது தடித்த கை ரோஷின் தன் மீது வந்து விழப் போவதைத் தடுக்க முனைவது போல் உயர்ந்து வீசியதையும் அவன் ஒரே கணத்தில் கண்டான்.

"உப கர்னல் அவர்களே! உங்களுக்கு என் வாழ்த்துக்கள்! என்னைத் தெரிந்து கொள்ள முடியவில்லையா என்ன?"

"தயவு செய்து சொல்லுங்கள்: காத்யா எப்படி இருக்கிறாள்? சுகமாயிருக்கிறாளா? அவள் ஏன்..."

"அட கடவுளே! நீங்கள் உயிரோடு தானா இருக்கிறீர்கள்?" என்று தேத்கின் தமது பெண்மைத் தன்மை மிகுந்த கீச்சுக் குரலில் கத்தினார். "வதீம் பெத்ரோவிச்!" என்று மேலும் கத்தியவாறே ரோஷினைக் கட்டிப் பிடித்துத் தழுவினார்; அவனது கன்னங்களில் அவரது கண்ணீர் கசிந்து நனைந்தது.

“என்ன நடந்தது, உப கர்னல்?... எல்லா விவரத்தையும் சொல்லுங்கள்!”

“நீங்கள் உயிரோடிருப்பீர்கள் என்று என் இதயம் - கூறியது. ஆனால், பாவம் எகதிரீனா திமித்ரியவ்னா. அவள் எப்படித் துடித்துப் போய் விட்டாள்!' பின்னர் தேத்கின் எல்லாவற்றையும் முன்னும் பின்னுமாகக் குழம்பிய நிலையில் சொல்லி முடித்தார். காத்யா, ஓனோலியைப் பார்க்கப் போனது, என்ன காரணத்தாலோ, அவன் ரோஷின் இறந்து விட்டதாகக் காத்யாவிடம் உறுதியாகச் சொன்னது எல்லாவற்றையும் சொன்னார். பின்னர் காத்யாவின் துயரத்தையும், அவள் அங்கிருந்து போய்விட்ட செய்தியையும் தெரிவித்தார்.

“அப்படியா?' என்று ரோஷின் தரையைப் பார்த்துக் கொண்டே உறுதியாகச் சென்னான்: சரி, எகதிரீனா திமித்ரியவ்னா எங்கே சென்றாள்?”

தேத்கின் தெரியாது என்ற பாவனையில் கைகளை விரித்தார்; அவரது இனிய முகத்தில் ரோஷினுக்கு எப்படியாவது உதவ வேண்டும் என்ற ஆதங்க உணர்ச்சி பிரதிபலித்தது.

“அவள் எகதிரினஸ்லாவுக்குப் போவதாகத்தான் சொன்ன நினைவு...” என்று அவர் ஆரம்பித்தார்; “அங்கு சென்று ஏதோ ஒரு மிட்டாய்க் கடையில் வேலை செய்ய உத்தேசித்திருப்பதாகவும் சொன்னாள் என்று நினைக்கிறேன்... மனச் சோர்வுடன் அங்கு சென்றதும் அவள் எனக்குக் கடிதம் எழுதுவாள் என்று எண்ணினேன்... ஆனால் ஒன்றும் வரவில்லை. என்னவோ காற்றோடு கலந்து போய்விட்ட மாதிரி, அவளிடமிருந்து எந்தத் தகவலும் இல்லை.”

வீட்டுக்குள் சென்று ஒரு கோப்பை தேநீர் அருந்துவதற்குக் கூட ரோஷின் மறுத்து விட்டான்; அவன் உடனே ரயில் நிலையத்துக்குத் திரும்பினான். எகதிரின ஸ்லாவுக்கு அன்று மாலையில்தான் ரயில் இருந்தது. எனவே அவன் முதல் வகுப்புத் தங்கும் அறைக்குள் சென்று அங்கு கிடந்த

ஒரு ஓக் மரப் பெஞ்சின் மீது அமர்ந்தான். முழங்கையை ஊன்றியவாறு, தனது உள்ளங்கையால் கண்களைக் மூடிக் கொண்டான். இவ்வாறாக, ரயில் வரும் நேரம் வரையிலும் அங்கேயே அசையாது வீற்றிருக்கத் தொடங்கினான்...

அவனுக்குப் பக்கத்திலே நிம்மதியாகப் பெருமூச்செறிந்தவாறே யாரோ தொப்பென்று உட்கார்வது தெரிந்தது; அந்த நபர் உட்கார்ந்த போக்கைப் பார்த்தால், அவனும் அங்கு வெகுநேரம் இருப்பவன் போலத் தோன்றியது... அந்த நபருக்கு முன்னால் பலரும் வந்தார்கள்; வந்தவர்களும் போய் விட்டார்கள். ஆனால் அந்த நபர் மட்டும் அங்கேயே உட்கார்ந்து, தனது கால்களையும் தொடைகளையும் நிம்மதியற்று விடுவிடென்று ஆட்டிக் கொண்டிருந்தான். அதனால் அந்தப் பெஞ்சு முழுவதுமே நடுங்கியது. அவன் அந்த இடத்தை விட்டுப் போகவும் இல்லை; காலை ஆட்டுவதை நிறுத்தவும் இல்லை. ரோஷின் எரிச்சல் கொண்டவனாய், தனது கண்களை மூடியிருந்த கையை விலக்காமலே, சொன்னான்:

“உங்களைத் தான், உங்கள் காலை ஆட்டுவதை நிறுத்தக் கூடாதா?”

“மன்னிக்க வேண்டும். இது பழக்கதோஷம்!” என்று கச்சிதமாகப் பதிலளித்தான். அதன்பின் அந்த நபர் காலை ஆட்டாமல் அமைதியாக இருந்தான்.

அந்த மனிதனின் குரல் ரோஷினுக்கு மிகவும் பழக்கப்பட்ட குரல் போல் தோன்றியது; ஏதோ ஒரு பழங்கால இன்ப நினைவோடு சம்பந்தப்பட்ட குரலாகத் தோன்றியது. அவன் தன் கையை விலக்காமலே, விரல்களின் இடைவெளி வழியாக அந்த மனிதனைக் கூர்ந்து பார்த்தான். அந்த மனிதன் தெலேகின் தான்! சேறு படிந்திருந்த அவனது பூட்சுக் கால்கள் நீண்டிருந்தன; அவனது கைகள் வயிற்றின் மீது மடிந்திருந்தன; அவன் அந்தப் பெஞ்சின் பின்புறப் பலகையின் மீது அண்ணாந்து கழுத்தைச் சாய்த்தவாறு, தூங்கிக் கொண்டிருப்பதாகத் தோன்றியது. அவன்

இறுகலான இராணுவ உடுப்பு அணிந்திருந்தான்; அது அவனது கட்கத்தை இறுகப் பிடித்துக் கொண்டிருந்தது. அவனது தோள் பட்டையிலிருந்த லெப்டினெண்ட் கானலுக்குரிய புத்தம் புதிய சின்னங்கள் இருந்தன. அவனது மெலிந்த மழுமழுப்பான முகத்தில் அலுத்துக் களைத்துப் போன ஒருவன் ஓய்வு பெறும் போது தோன்றும் நிவர்த்தி நிறைந்த புன்னகை அப்படியே உறைந்து போயிருந்தது.

காத்யாவுக்கு அடுத்தாற்போல் இந்த உலகத்தில் ரோஷினுக்கு மிகவும் அன்னியோன்னியமானவன் தெலேகின் தான். தம்பி போலவும் உற்ற நண்பனாகவும் அவன் இருந்தான். சகோதரிகளான காத்யா, தாஷா இருவரது வசீகரக் கவர்ச்சியின் ஒளியிலே தான் அவனும் அமைதி கண்டான். ரோஷின் வியப்புணர்ச்சியினால் உடனே வாய் திறந்து கத்தவும், தெலேகினின் கழுத்தைத் தாவிப் போய்க் கட்டிக் கொள்ளவும் கூடத் துணிந்தான். ஆனால் தெலேகினோ கண்களைத் திறக்கவும் இல்லை; அசையவும் இல்லை. ஒரு கணம் சென்றது. அப்போதுதான் அருகிலிருந்த தெலேகின் அவனது எதிரி என்பதை அவன் உணர்ந்தான். மே மாதக் கடைசியிலேயே ரோஷினுக்கு தெலேகின் செஞ்சேனையில் சேர்ந்துவிட்ட விஷயம் தெரிய வந்தது. அவன் தன் சொந்த விருப்பத்தின் பேரில்தான் அதில் சேர்ந்தான் என்றும், அங்கும் அவன் நல்ல பெயரோடு தான் இருக்கிறான் என்றும் அவன் கேள்விப்பட்டிருந்தான். அவன் முற்றிலும் வேறுபட்ட முறையில் உடை அணிந்திருந்தான். ஒரு வேளை அவன் கொன்று தீர்த்த ஓர் அதிகாரியின் உடைகளையே அணிந்து கொண்டிருக்கலாம். மேலும், தெலேகின் லெப்டினெண்ட் கர்னலின் சின்னங்களையும் தரித்திருந்தான். ஆனால் அவன் இதற்கு முன்பு ஒரு காப்டனாகத்தான் இருந்தான் என்பதும் ரோஷினுக்குத் தெரிந்திருந்தது. ரோஷினுக்குத் திடீரென்று ஒரு குமட்டல் உணர்ச்சி ஏற்பட்டது; அப்படிப்பட்ட உணர்ச்சி ஏற்படும் போதெல்லாம் அவனுக்கு பகைமையுணர்ச்சிதான் மேலோங்கும். தெலேகின் இங்கு ஒரு போல்ஷிவிக் எதிர்

உளவாளியாகத்தான் வந்திருக்க வேண்டும்.

எனவே ரோஷின் உடனடியாகச் சென்று, இந்த விஷயத்தை ராணுவப் பொறுப்பு அதிகாரியிடம் தெரிவிக்க வேண்டும். அதுதான் அவனது கடமை. இரண்டு மாதங்களுக்கு முன்பென்றால், அவன் இந்தக் கடமையை நிறைவேற்ற ஒரு கணம் கூடத் தாமதித்திருக்க மாட்டான். இப்போதோ அவன் ஆணியடித்து அந்தப் பெஞ்சோடு அறைப்பட்டவன் போல் இருந்தான். அவனுக்கு எழுந்திருந்து செல்லவே சக்தியில்லை. பின்னர் அவனுக்கு ஏற்பட்ட அருவருப்பு எப்படியோ தணிந்தது. செஞ்சேனை அதிகாரியான தெலேகின் அவனுக்கு அருகிலே அமர்ந்திருந்தான். எப்போதும் போலவே களைத்துச் சோர்ந்தாலும் கனிவு குறையாத முகத்தோடு அமர்ந்திருந்தான். பணத்துக்காகவோ அல்லது பதவிக்காகவோ அவன் செஞ்சேனையில் சேர்ந்திருக்க மாட்டான் அப்படி நினைப்பதே அசட்டுத் தனம்! அமைதியும் அறிவாற்றலும் நிறைந்த அவன் செஞ்சேனையில் சேர்ந்திருக்கிறான் என்றால், அவனுக்கு அவ்வாறு செய்வதுதான் நல்லது என்றும் கடமை என்றும் மனத்தில் பட்டிருக்கும்; நம்பிக்கை ஏற்பட்டிருக்கும். "நான் எப்படி வெள்ளை ராணுவத்தில் சேருவது எனது கடமை என்று கருதினேனோ, அதைப் போலத்தான். என்னைப் போலத்தான்! அப்படியென்றால் நான் அவனைப் புறக்கணிப்பதா? காட்டிக் கொடுப்பதா? அப்படிச் செய்தால், இன்னும் ஒரு மணி நேரத்தில் தாஷாவின் கணவனும், காத்யாவுக்கும் எனக்கும் சகோதரனுமான தெலேகின் எங்காவது ஒரு வேலிப்புறத்திலுள்ள குப்பை மேட்டின் மீது கால்களையும் கைகளையும் பரப்பிக் கொண்டு பிணமாகக் கிடப்பான்!"

அவனது தொண்டை பயபீதியால் அடைத்தது. ரோஷின் தன்னுள் தானே குன்றிக் குறுகினான். பின் அவன் என்ன தான் செய்வது? எழுந்து போய் விடுவதா? ஆனால் தெலேகின் தன்னை இனம் கண்டு கொண்டால், அவன் தன்னையும் மறந்து, தன்னைக் கூப்பிட்டு விடுவானே. அவனை எப்படிக் காப்பாற்றுவது?

அவர்கள் இருவரும் அந்த ஓக் மரப் பெஞ்சின் மீது ஆடாது அசையாது தூங்குவதுபோல் அமர்ந்திருந்தனர். அந்த நேரத்தில் ஸ்டேஷனில் ஆளரவமே இல்லை. பிளாட்பாரங்களுக்குச் செல்லும் வாசற் கதவுகளைக் காவலாளி அடைத்து விட்டுப் போய் விட்டான். அப்போது தெலேகின் தன் கண்களைத் திறக்காமலே குரல் கொடுத்தான்:

"மிக்க நன்றி, வதீம்!" ரோஷினின் கை படபடவென்று நடுங்கத் தொடங்கியது. தெலேகின் மெல்ல எழுந்திருந்து, வெளியேயுள்ள சதுக்கத்துக்குச் செல்லும் வழியை நோக்கி, திரும்பிப் பார்க்காமலே, அமைதியாக நடந்தான். ஒரு நிமிஷம் கழிந்து, ரோஷின் அவனைத் தேடிப் பின்னால் ஓடினான். அவன் ஸ்டேஷன் முன்னாலிருந்த சதுக்கம் முழுவதையும் ஓடோடிச் சுற்றிப்பார்த்தான். அங்கோ வெளியிலே காய்ந்து உருகி வழியும் கற்கள் பாவிய நடைபாதைகளிலே, பொரித்த மீன்கள் நிரம்பிய மூடைகளின் மீது கறுத்த தோலுடைய கூடைக்கார வியாபாரிகள் தான் தூங்கி வழிந்து கொண்டிருந்தார்கள். அங்குள்ள மரங்களின் இலைகளெல்லாம் காய்ந்து கருகிச் சருகாயிருந்தன; நகரத்தின் புழுதிப் படலத்தோடு கலந்து புழுங்கிய அந்தச் சூழ்நிலையே கருகித்தான் போயிருந்தது.

"அவனை ஒரே ஒரு முறை கட்டித் தழுவ மட்டும் முடிந்திருந்தால்!..." ரோஷினின் கண்களின் முன்னால் பயங்கரமான வெப்பத்தின் கணகணப்பு அலையலையாக மிதந்து சென்றது. பூமிப்பரப்பே தெலேகினை விழுங்கிக் கொண்டு விட்டது போல் தோன்றியது.

அந்தி நேரத்தின் செக்கரொளி பரந்த ஸ்தெப்பி வெளியின் மீது மங்கி மயங்கிக் கறுக்கத் தொடங்கிய வேளையில் ரோஷின் ரயில் பெட்டிக்குள் சென்று மேல் தட்டில் இடம் பிடித்து ஏறிப் படுத்தான்; ரயில் வண்டியின் தாள ஓசையிலேயே ஈடுபட்டு அயர்ந்து தூங்கிப் போய்விட்டான். அவன் ரயிலில் ஏறிய அதே நேரத்தில்தான், அவன் யாரைத் தேடிச் சென்று கொண்டிருந்தானோ, ரத்த வெள்ளத்திலும் பகைமை வெறியிலும் அலுத்துச்

சலித்துவிட்ட அவனது ஆத்மா யாருக்காக எங்கித் தவித்ததோ, அந்த அவனது மனைவி காத்யா ஸ்தெப்பி வெளியின் மீது ஒரு குதிரை வண்டியில் ஆடியாடிச் சென்றுகொண்டிருந்தாள். அவள் தன் தோள்களின் மீது ஒரு சால்வையைப் போர்த்தியிருந்தாள். அவளுக்கு அருகில் செம்யோனின் அழகிய மனைவியான மத்ரியோனா கிரசீல்னிகவா வீற்றிருந்தாள். ஆட்டம் கண்டு போன அந்த வண்டி லொடலொடத்துச் சென்றது. குதிரைகள் மூக்கைச் சிணுங்கின. நட்சத்திரங்கள் மட்டுமே மினுக்கிய அந்த அந்தகாரத்தினூடே எண்ணற்ற வண்டிகள் அந்த ஸ்தெப்பி வெளியிலே ஒன்றன் பின் ஒன்றாகச் சென்று கொண்டிருந்தன. அலெக்சேய் கிரசீல்னிகவ் லகானைத் தளர்த்திப் பிடித்தவாறு முன்புறத்தில் அமர்ந்திருந்தான். செம்யோன் கிரசீல்னிகவ் வண்டியின் மீது பக்கவாட்டில் தொத்தியமர்ந்திருந்தான். அவனது பூட்சுகளின் மீது உயர்ந்த காட்டுப்புல்லும், குத்துச்செடி இலைகளும் உரசின. அங்கு காரமான புல் செடியின் மணமும் குதிரைகளின் நாற்றமும் நிலவின. காத்யா இறங்கிய நிலையில் தன் சிந்தனைகளைத் திரிய விட்டாள். காற்று அவளது தோள்களுக்குள்ளே புகுந்து குளிர்ந்து உறைத்தது. அந்த ஸ்தெப்பி வெளி எல்லையற்றதாகவும், பாதை முடிவற்றதாகவும் தோன்றியது. ஆதிகாலத்து நாடோடிகளின் ஆவிகளைப் போன்று, குதிரைகள் இழுத்துச் செல்வதும், வண்டிகள் கிறீச்சிட்டு உருளுவதும் அந்தப் பாதையில் அனாதி காலம் தொட்டு நடந்து வரும் நிகழ்ச்சியைப் போல் தோன்றியது.

ஆனந்தம், ஆனந்தம் - அது ஒரு சதா ஏக்கமாகவும், எல்லையற்ற ஸ்தெப்பி வெளியாகவும், நீல் வானக் கரையாகவும் அதில் மேவி நிற்கும் இதமூட்டும் அலைகளாகவும், அமைதி நிறைந்ததாகவும், அளவு கடந்ததாகவும் தான் இருக்கிறது.

மத்ரியோனா, காத்யாவின் முகத்தைப் பார்த்து விட்டு நகைத்துக் கொண்டாள். மீண்டும் அங்கு நிலவிய அமைதியைக் குதிரைகளின் குளம்புச் சத்தம் தான்

கலைத்தது. முற்றுகையிலிருந்து படை வெளியேறிக் கொண்டிருக்கிறது. எவ்வளவு அமைதியாக முடியுமோ அவ்வளவு அமைதியாகத் தப்பிச் செல்லுமாறுதான் மாஹ்னோ அவர்களிடம் சொல்லியிருந்தான். அலெக்சேயின் கனத்த தோள்கள் தளர்ந்து வளைந்தன. அவனுக்கும் தூக்கம் வந்து விட்டது போல் தோன்றியது.

"நான் ஒன்றும் உங்களை விட்டு விட்டு ஓடிப் போய் விட மாட்டேன்! எதற்கு 'செம்யோன்! செம்யோன்!' என்று கூப்பிட்டுத் தொண தொணக்கிறாய்?..." என்று செம்யோன் அமைதியாகக் கூறும் குரல் கேட்டது. *(மத்ரியோனா லேசாகப் பெருமூச்சு விட்டாள்; முகத்தைக் திருப்பிக் கொண்டு பரந்த ஸ்தெப்பி வெளியைப் பார்த்தாள்.)* "நான் அண்ணனிடம் சென்ற வசந்த பருவத்தின் போதே சொல்லி விட்டேன். நான் ஒன்றும் கப்பற்படைத் தொப்பியை அணிந்து கொள்வதற்காகச் சேரவில்லை... கொள்கைக்காகத்தான் சேர்ந்திருக்கிறேன்." *(அலெக்சேய் பேசாதிருந்தான்.)*

"இப்போது கப்பற்படை யாருக்குச் சொந்தம்? நமக்குத் தான். விவசாயிகளான நமக்குத்தான். நாம் எல்லோரும் ஓடிப்போய் விட்டால்?... நாமெல்லாம் ஒரே நோக்கத்துக்காகத்தான் போராடுகிறோம். நீங்கள் இங்கே போராடுகிறீர்கள்; நாங்கள் அங்கே போராடுகிறோம்!"

"அவர்கள் கடிதத்தில் என்ன எழுதியிருக்கிறார்கள்?"

"என்னைப் புரட்சியைப் புறக்கணித்தவன் என்றோ, ஓடுகாலி என்றோ தீர்மானிக்காமல் இருக்க வேண்டுமென்றால், நான் மீண்டும் அந்தப் போர்க் கப்பலுக்குத் திரும்பி வந்துவிட வேண்டும் என்றுதான் எழுதியிருக்கிறார்கள்..."

மத்ரியோனா தனது தோளைச் சிலுப்பிக் கொண்டாள். அவளுக்கு உள்ளுக்குள் கோபம் பொங்கிக் கொண்டு தான் வந்தது. என்றாலும் அவள் தன்னைக் கட்டுப்படுத்திக் கொண்டு ஒன்றும் பேசாதிருந்தாள். சிறிது நேரம் கழித்து, அலெக்சேய் தனது ஆசனத்தில் நிமிர்ந்து உட்கார்ந்தான்.

அலெக்சேய் தல்ஸ்தோய் ▲ 571

தனது காதில் ஏதோ ஒரு சத்தம் வந்து மோதுவதை உணர்ந்து தனது சவுக்கினால், இருளிலே கை தூக்கி காட்டினான்.

"அதோ எகதிரின ஸ்லாவ் எக்ஸ்பிரஸ் போகிறது..." காத்யாவும் இருட்டில் அந்தத் திசையைப் பார்த்தாள்; ஆனால் அவள் கண்ணில் அந்த ரயில் புலப்படவில்லை. அந்த வண்டியில் தான் ரோஷின் மேல் தட்டில் படுத்துத் தூங்கிக் கொண்டு சென்றான். தூரா தொலைவிலே நெடிதாக ஓலமிடும் ரயிலின் விசில் சத்தம் மட்டுமே அவளுக்குக் கேட்டது. அந்த நெடிய ஓலம் ஏனோ அவள் உள்ளத்தில் வேதனை மிகுந்த சோக உணர்ச்சியை எழுப்பியது.

எகதிரின ஸ்லாவ் நகரத்து ரயில் நிலையத்தில் சென்று இறங்கியதுமே, ரோஷின் அந்த நகரிலுள்ள மிட்டாய் கடைகள் ரொட்டிக் கடைகள் எல்லாவற்றையும் தேடிப் போய், காத்யாவைப் பற்றிய செய்தி கிட்டுமா என்று முயற்சி செய்யத் தொடங்கி விட்டான். அவன் நெருக்கடி மிகுந்த கடைகளுக்கும் போனான். அங்கிருந்த அழுக்கடைந்த ஜன்னல்களிலும் கேக்குகளை மூடி வைத்திருந்த எண்ணெய்த் துணிகளின் மீதும் ஈக்கள் மொய்த்துக்கொண்டிருந்தன. சந்தேகத்துக்குரிய உணவு விடுதிகளின் வாசல்களிலே அட்டைகளில் எழுதப்பட்டிருந்த பல்வேறு விளம்பரங்கள் தொங்கின. 'வெர்சேய்', 'எல்தோராதோ', 'குதூகலக் குடில்' என்பன போன்ற அந்த விளம்பரங்களை அவன் வாசித்தான். அத்தகைய ஹோட்டல்களிலிருந்த கறுத்த உடம்பும் நீண்ட மீசையும் கொண்ட ஹோட்டல்காரர்கள் வியந்து பரந்த விழிகளோடு தன்னை வெறித்துப் பார்ப்பதையும் அவன் கண்டான். அந்த மனிதர்களிடம் அணுகி, ஷாஷ்லிக்[10] கிடைக்குமா என்று கேட்டால் கூட, ஒரே நிமிஷத்தில் எந்த மாமிசத்தைக் கொண்டாவது அதனைத் தயாரித்துக் கொடுத்து விடுவார்கள் போல் தோன்றியது. அங்கெல்லாம்

---

10. ஷாஷ்லிக்: காக்கஸிய நாட்டு முறையில் ஆட்டுக்கறியைக் கொத்திச் செய்யப்படும் ஓர் உணவு. - (மொ - ர்.)

கூட, அவன் சென்று விசாரித்தான். பின்னர் அவன் எல்லாக்கடைகளுக்குமே சென்று ஒருமுறை விசாரித்து விட்டான்.

வெயிலோ ஈவிரக்கமின்றிக் காய்ந்தது. எகதிரீனின்ஸ்கி பெருவீதியின் இருமருங்கிலும் அடர்ந்து செழித்து வளர்ந்திருந்த மரங்களின் மரச்சாலை நிழலில் பல்வேறு ரகமான ஜனத்திரள் மேலும் கீழும் அலைமோதி ஆரவாரித்துச் சென்றது. ஆட்டம் கண்டு போன பழைய டிராம் வண்டிகள் கடகடத்து ஓடின. யுத்தத்துக்கு முன்னால் அந்த நகரம் தென்பகுதி உக்ரேனின் புதியதொரு தலைநகரம் உருவாகத் தொடங்கியது. ஆனால் யுத்தமோ அந்த நகரத்தின் வளர்ச்சியைத் தடுத்து நிறுத்தி விட்டது. ஜெர்மானியரின் பாதுகாப்புக்கும் உக்ரேனிய ராணுவத் தலைவரின் ஆட்சிக்கும் அந்த நகரம் கைமாறிய பின்பு, அங்கு மீண்டும் புதியதொரு வேகம் தென்பட்டது; ஆனால் இந்த வேகம் முற்றிலும் வேறுபட்ட, மாறுபட்ட வேகமாகும். காரியாலயங்களும், பாங்குகளும், பண்டகசாலைகளும் தோன்றுவதற்குப் பதிலாக, அங்கு சூதாடும் இல்லங்களும், பணம் மாற்றும் கடைகளும், ஷாஷ்லிக் ஹோட்டல்களும் சோடாக் கடைகளும் தான் பெருத்துக் கொண்டிருந்தன. வியாபாரத்தின் ஆரவாரமும் போக்கு வரத்துக்களும் மாற மாற, அன்னிய நாட்டுப் பணத்தை மாற்றுவதிலும் நாணயச் செலாவணிச் சூதாட்டத்திலும் ஈடுபடும் கொள்ளைலாபக்காரர்களும் வெறிபிடித்த ஆரவாரமும் அதிகரித்தது. சவரம் செய்யப்படாத கன்னங்களோடும், தலையிலே தள்ளி வைக்கப் பெற்ற தொப்பிகளோடும் இத்தகைய பேர்வழிகள் அங்குமிங்கும் ஓடித் திரிந்தார்கள். ஹோட்டல்களிலும் தெரு மூலைகளிலும் காணப்பட்டார்கள். இவர்களது ஆரவாரமும் கூச்சலும் தெருக்களிலே பூட் பாலிஷ்'மையை விற்பவர்களும் பூட் பாலிஷ் செய்பவர்களும் எழுப்பும் குரல்களோடு கலந்து குழம்பி ஒலித்தன. (அந்தக் காலத்தில் பூட்பாலிஷ் மையைத் தயாரிப்பது ஒன்று தான் தொழிலாக இருந்து வந்தது.) அத்துடன் பயங்கரமான பார்வையோடு இடைவிடாது பிச்சை கேட்டலையும் பொறுக்கிப்

பயல்களின் சத்தமும், 'குதூகலக் குடில்களிலேயிருந்து' குலவையிட்டு ஒலிக்கும் வாத்திய கோஷ்டிகளின் ஓலமும், கள்ள நோட்டுக்களையும், சந்தையிலேயே இல்லாத சரக்குகளையும் வாங்கியும் விற்றும் பிழைக்க எண்ணி, அர்த்தமற்று அலைமோதித் திரியும் சோம்பேறிக் கூட்டத்தின் இரைச்சலும் ஒன்றோடொன்று கலந்து குழம்பி ஒலித்துக் கொண்டிருந்தன.

தேடித் தேடித் தோற்றுப் போன விரக்தியுடனும், அலைந்தலைந்து களைத்துப் போன உடம்போடும் இருந்த ரோஷின் இன்னது செய்வதெனத் தெரியாமல், ஒரு வேலமரத்தின் அடியில் கிடந்த பெஞ்சின் மீது சென்று அமர்ந்தான். ஜனக்கூட்டம் அவனைக் கடந்து அங்குமிங்கும் சென்றது: கவர்ச்சிகரமான, புதிரான பெண்கள் சென்றார்கள்; அவர்களில் சிலர் உக்ரேனியத் தேசிய உடைகளை அணிந்திருந்தார்கள்; மற்றும் சிலரோ வீட்டுத் திரைகளையே கிழித்து உடைகளாகத் தைத்திருந்தார்கள். கண்களிலே காதளவோடிய மையும், கன்னங்களிலே செம்மையும், முகத்திலே பவுடரும் தீட்டிய மேனா மினுக்கிப் பெண்களும் வந்தார்கள்; ஆனால், அவர்களது கண்களோ சூரிய உஷ்ணத்தால் கரித்துச் சிவந்து நனைந்து போயிருந்தன; கன்னங்களிலோ வியர்வை வழிந்தோடிக் கொண்டிருந்தது. வெறி பிடித்துத் திரிந்த கொள்ளை லாப வேட்டைக்காரர்களோ பெண்களையெல்லாம் இடித்துக் கொண்டு சென்றார்கள். பொருளாதாரத் தில்லு முல்லுகளையும், அரசாங்கத்தின் பணத்தை மேலும் மேலும் அபகரிப்பதற்கான புதிய திட்டங்களையும் சிந்தித்துக் கொண்டு, தொப்பிகளிலே திரிசூலச் சின்னம் தரித்த குமாஸ்தாக்கள் ஆணவமும் அழுத்தலும் நிறைந்த வண்ணம் சென்றார்கள்; நெடிய தோற்றமும், அகன்று விரிந்த தோள்களும், புடைத்துப் பிதுங்கும் கழுத்தும் கொண்ட கசாக்குகளும் சென்றார்கள்; சிவப்புக் குடுமியுடன் கூடிய பெரிய தொப்பியையும், வான நீலக் கோட்டையும், தொள தொளத்த உக்ரேனிய மிகவும் அகன்ற கால்சராயையும் அணிந்த மீசைக் காரப் எதிர்ப்புரட்சி கசாக்குப்படையினர் சென்றார்கள்.

உக்ரேனியத் தேசியப் பள்ளி ஆசிரியர்கள் இரண்டு நூற்றாண்டுக் காலமாகக் கனவு கண்டும் அவர்களால் அன்றும் அணிய முடியாத கால்சராயையெல்லாம் அந்தப் எதிர்ப்புரட்சி கசாக்குகள் அணிந்து திரிந்தார்கள். இவர்களைத் தவிர இங்குமங்கும் ஜெர்மன் அதிகாரிகளும் தலைகாட்டினார்கள்; அவர்கள் தெருவில் அலைமோதி மேலும் கீழும் செல்லும் ஜனசமுத்திரத்தை ஏளனப் புன்னகையோடு பார்த்தார்கள்.

ரோஷின் இவையனைத்தையும் பார்த்தான். அவனது இதயம் கோபாவேசத்தால் பொங்கியது. "இந்த மிருகப் பிறவிகளையெல்லாம் பெட்ரோலிலே முக்கியெடுத்து, ஒரேயடியாகத் தீ வைத்துக் கொளுத்தி விட்டால்!..." என்று எண்ணினான் அவன். அவன் ஒரு குளிர்பானம் விற்கும் கடைக்குச் சென்று, ஒரு கோப்பைப் பழரசம் வாங்கிச் சாப்பிட்டான்; பின்னர் வீடு வீடாகத் தேட ஆரம்பித்து விட்டான். அப்போதுதான் அவன் தனது முயற்சியின் அர்த்தமற்ற தன்மையை உணரத் தொடங்கினான். உடைந்த உள்ளமும், நாணமும், அனுபவக் குறைவும் கொண்ட காத்யா தன்னந்தனியளாக, கையிலே காசில்லாதவளாக அல்லவா புறப்பட்டு வந்தாள். அவள் இந்த அரைப் பைத்தியக் கும்பலில் எங்கேயோ தான் இருக்க வேண்டும். அவனது சிந்தனையோ மாஸ்கோ நகரில் விஷப் புட்டியுடன் காணப்பட்ட காத்யாவை வேதனையுணர்ச்சியுடன் மீண்டும் மீண்டும் நினைவு கூர்ந்தது. கொள்ளை லாபச் சூதாடிகளும், கூட்டிக் கொடுப்பவர்களும், ஹோட்டல் நடத்துபவர்களும் நிறைந்த இந்த நகரத்திலே, இத்தகையவர்களின் விஷக் கண்களின் பார்வை காத்யாவின் மீது விழுந்தால்?... இவர்களது அட்டுப் பிடித்த கைகள் அவளைத் தொட்டால்?...

ரோஷினுக்கு மூச்சே முட்டியது. அவன் கூட்டத்தினரின் கூச்சலையும் வசவுகளையும் பொருட்படுத்தாமல், அவர்களை இடித்துத் தள்ளிக் கொண்டு முன்னே சென்றான். அன்று மாலையிலோ அவன் ஒரு ஹோட்டலில் அதிகப்படியான வாடகை கொடுத்து ஓர்

அறையை அமர்த்திக் கொண்டான். அந்த இருண்ட அறையில் ஒரே ஒரு இரும்புக் கட்டிலுக்கும், அதன் மீது கிழிந்த மெத்தைக்கும் தான் இடம் இருந்தது. அவன் தனது பூட்சுகளைக் கழற்றி விட்டு அந்தப் படுக்கையிலேயே விழுந்தான்; தனது நரை தட்டிய தலையைத் தலையணையில் புதைத்துக் கொண்டு, கண்ணீர் சிந்தாமல், சத்தம் போடாமல் அழுதான்.

தோன் பிரதேசத்தின் எல்லையைக் கால் நடையாகவே நடந்து கடந்தான் தேலேகின். அதன் பின்னர் அவன் தனது லெப்டினென்ட் கர்னல் சின்னங்களைக் கழற்றிப் பைக்குள்ளே வைத்துக் கொண்டான். பிறகு அவன் ரயில் மூலமாக த்ஸாரீத்ஸின் வரையிலும் சென்றான்; அங்கிருந்து ஆற்றின் மீது செல்லும் ஒரு பெரிய நீராவிக் கப்பலில் ஏறினான். அந்தக் கப்பலிலோ மேல் தளத்திலிருந்து அடித்தளம் வரையிலும் விவசாயிகளும், திரும்பி வரும் சிப்பாய்களும், ராணுவத்தின் ஓடுகாலிகளும், அகதிகளும் சிப்பம் போல் அடைந்து கிடந்தார்கள். சராதவில் வந்து இறங்கியதும், அவன் அங்கிருந்த புரட்சிக் கமிட்டியாரிடம் தனது அத்தாட்சிப் பத்திரங்களைக் காட்டினான். பின்னர் அங்கிருந்து ஒரு நீராவிப் படகில் ஏறிக் கொண்டு சீஸ்ரனை நோக்கிப் போனான். அங்கு தான் செக்கோஸ்லோவகியப் போர்முனை இருந்தது.

கற்பனைக் கதைகள் மலிந்த அந்தப் பழங்காலத்தில் செங்கீஸ்கானுடைய குதிரைப் படைகள் புகழ்வாய்ந்த வோல்கா நதியின் மணற் பாங்கான கரைகளை அணுகி, தங்களது குதிரைகளுக்குத் தண்ணீர் காட்டினார்களாம். அந்தச் சமயத்தில் அந்த நதிக்கரைப் பிரதேசம் எவ்வாறு ஆளரவமற்று வெறிச்சோடிக் கிடந்ததோ அதே மாதிரி அப்போதும் வெறிச்சோடிக் கிடந்தது. அந்த நதியின் நிலைக் கண்ணாடி போன்ற ஆற்றொழுக்கு, மணற் பாங்கான கரைகளுக்கு மத்தியில் முடிவற்று மெதுவாகச் சென்று கொண்டிருந்தது. அந்தக் கரைகளிலே பச்சைப் பசேலென்ற வயல் வெளிகளும், துண்டு துக்காணியாய்த் தோன்றிய புதர்ச் செறிவுகளும் தென்பட்டன. ஆங்காங்கே

தென்பட்ட கிராமங்களிலும் ஆளரவம் இல்லாதது போல் தோன்றியது. தொடர்ச்சியான நிலப் பரப்பாகப் பரந்து கிடந்து ஸ்தெப்பிப் புல்வெளிகள் கிழக்கு நோக்கி விரிந்து கிடந்தன; அந்தப் பரப்பு முழுவதும் கானல் நீரின் வெப்பத்திலே கரைந்துருகிப் போவது போலத் தோன்றியது. ஆற்று நீர்ப்பரப்பின் மீது மேகங்களின் பிரதிபிம்பங்கள் மெதுவாக மிதந்து சென்றன. அங்கு நிலவிய அமைதியை நீராவிப் படகின் சக்கரங்களின் களகளப்பு மட்டுமே குலைத்துக் கொண்டிருந்தது.

அந்தப் படகின் கொதிப்பேறிய தளத்துக்கு அடியில் தெலேகின் படுத்திருந்தான். அவன் கால்களிலிருந்த பூட்சுகளைக் கழற்றி விட்டான்; உடம்பிலும் அவன் பருத்தியாலான தன் சட்டையைத் திறந்து போட்டிருந்தான். அவனது கன்னங்களிலோ கட்டை மயிர்கள் வளர்ந்திருந்தன. சூரிய வெப்பத்திலே குளிர் காயும் பூனையைப் போல் அவன் அங்கு சுகமாகப் படுத்திருந்தவாறே, தாழ்வான கரைப் பகுதியிலேயுள்ள சதுப்பு நிலத்தில் மலர்ந்துள்ள பூக்களின் ஈர மணத்தையும், ஸ்தெப்பி வெளியின் காய்ந்த புல்லின் மணத்தையும், எல்லையற்றுப் பரந்து கிடக்கும் ஒளிப் பிரவாகத்தையும் அமைதியாக அனுபவித்துக் கொண்டிருந்தான். இந்த மாதிரி அவன் என்றுமே ஓய்வு பெற்றதில்லை.

அந்த நீராவிப் படகு ஸ்தெப்பி வட்டாரங்களிலுள்ள கொரில்லாப் படைகளுக்குத் துப்பாக்கிகளையும் யுத்த தளவாடங்களையும் சுமந்து சென்றது. அந்தச் சாமான்களுக்குக் காவலாக வந்த செஞ்சேனை வீரர்கள் அங்கு வீசிய சுத்தமான காற்றில் அமைதியைப் பெற்றார்கள் - சிலர் தூங்கினார்கள்; ஏற்கெனவே நன்றாகத் தூங்கியெழுந்துவிட்ட வேறு சிலரோ ஆற்றுப் பரப்பைப் பார்த்துக் கொண்டே பாடினார்கள்; அந்த வீரர்களின் தலைவனும், கருங்கடல் கப்பற்படை வீரனும் ஆன தோழர் ஹ்வேதின் ஒவ்வொரு நாளும் அந்த வீரர்களிடம் போதுமான வர்க்க உணர்ச்சி இல்லாதிருப்பதை உணர்ச்சி தோன்றும்படி பலப்பல தடவை குத்திக்

காட்டிப் பேசிய போதிலும் கூட, அந்த வீரர்களுக்குச் சுரணை தட்டவில்லை. அவர்களோ அவரைச் சுற்றிலும் சூழ்ந்து கொண்டு, படுத்துக் கொண்டார்கள்; அல்லது குந்தி உட்கார்ந்து மோவாயைக் கைகளின் மீது ஏந்திக்கொண்டார்கள்.

ஹ்றவேதின் உள்ளடங்கிய குரலில் பேசினார்: "தம்பிமார்களே! இந்த உண்மையைப் புரிந்து கொள்ளுங்கள். நாம் தெனீகினையோ, ஆத்தமான் கிரஸ்னோவையோ, செக்கோஸ் லோவகியர்களையோ எதிர்த்துப் போராடவில்லை. உலகின் இருபெரும் அர்த்த கோளங்களிலுமுள்ள முதலாளித்துவ வர்க்கம் அனைத்தையுமே எதிர்த்து நாம் போராடுகிறோம். இந்த உலக முதலாளி வர்க்கம் தமது சக்திகளை எல்லாம் ஒன்று திரட்டிக் கொண்டு நம்மைத் தாக்கத் துணிவதற்கு முன்பே, நாம் அதற்கு மரண அடி கொடுத்துவிட வேண்டும். ருஷ்யர்களாகிய நம்மோடு (அவர் 'ருஷ்யர்கள்' என்ற வார்த்தையைப் பெருமையோடும், அழுத்தம் திருத்தத்தோடும் சொன்னார்) நமது ரத்தப் பிறவிகளான உலகப் பாட்டாளி மக்கள் நிற்கிறார்கள். அவர்கள் நம் பக்கம் இருக்கிறார்கள். நாம் நமது நாட்டுப் புல்லுருவி வர்க்கத்தை முதலில் ஒழித்துக் கட்டிவிட்டு, அவர்களது வர்க்கப் போராட்டத்தில் நாமும் சென்று உதவ வேண்டும் என்ற ஒன்றே ஒன்றையே அவர்கள் எதிர்பார்க்கிறார்கள். தம்பிமார்களே! இதையெல்லாம் உங்களிடம் அதிகம் விளக்கிச் சொல்ல வேண்டியதில்லை. உங்களுக்கே இலகுவில் புரியும். உலகம் முழுவதிலும் பார்த்தாலும் ருஷ்ய ராணுவ வீரர்களைப் போன்ற தைரியசாலிகளை எங்கும் காண முடியாது - கருங்கடல் கடற்படை வீரர்களைத் தவிர்த்து விட்டுப் பார்த்தால். எனவே நமக்கு ஜெயம் பெறுவதற்கான எல்லாச் சந்தர்ப்பங்களும் இருக்கின்றன. புரிந்ததா, தம்பிகளா? நான் சொன்னதெல்லாம் ஆனா ஆவன்னா' மாதிரி இலகுவில் புரியக் கூடிய விஷயம்தான். இன்று சமாராவுக்கு அருகில் சண்டை நடக்கிறது. சீக்கிரமே உலகின் சகல கண்டங்களிலும் சண்டை நடக்கும்..."

இந்த இளம் வீரர்கள் அவர் வாயையே பார்த்தவாறு எல்லாவற்றையும் கேட்டார்கள். எவனோ ஒருவன் மட்டும் அமைதியாகச் சொன்னான்:

"டேய்! நாம் உலகம் முழுவதிலும் ஏதோ ஒன்றைத் தொடங்கியிருக்கிறோமாம்!"

இடது கரையில் ஹிவலீன்ஸ்க் மலைகள் நீல நிறமாகத் தோன்றின. தோழர் ஹ்வேதின் தமது தொலை நோக்கியின் வழியாகப் பார்த்தார். தூங்கி வழிந்து கொண்டிருந்த ஹிவலீன்ஸ்க் நகரம் அடர்ந்த செறிவுகளுக்கு மத்தியில் தென்பட்டது. அங்கு அந்த நீராவிப் படகுக்கு எண்ணெய் ஊற்றிக் கொள்ள வேண்டும்.

படகோட்டியின் அருகில் அந்தப் படகின் நரைத்த தலையைக் கொண்ட காப்டன் நின்றான். அங்கு ஆறு மூன்று வாய்க் கால்களாகப் பிரிந்தது. திட்டுப் பிரதேசங்களில் தூங்கு மூச்சி மரங்கள் வளர்ந்திருந்தன. படகு செல்லும் நீர்ப்பாதைச் சுழிகள் நிரம்பியதாக இருந்தது. ஹ்வேதின் அந்தக் காப்டனிடம் சொன்னார்:

"நகரத்தில் யாருமே இருப்பதாகத் தெரியவில்லையே! என்ன விஷயமாக இருக்கும்?"

"எதுவாக இருந்தால் என்ன? நாம் எப்படியும் இங்கு எண்ணெய் ஊற்றிக் கொள்ள வேண்டும்."

"பின்னே போங்கள். எண்ணெய் போட்டுக் கொள்ளுங்கள்."

நீராவிப் படகு ஒரு தீவின் ஓரமாக ஒதுங்கியது. அந்தத் தீவில் வளர்ந்திருந்த கரிய பாப்லார் மரங்களின் கிளைகள் நீராவிப் படகின் இயந்திரப் பெட்டிகளையே தொட்டன. படகோட்டி படகின் சங்கொலியை முழக்கியவாறே படகைத் திருப்ப முனைந்தான். அந்தச் சமயத்தில் திடீரென்று தீவில் இருந்து பல்வேறு குரல்கள் ஆர்வத்தோடு ஒலித்தன: "நிறுத்துங்கள், நிறுத்துங்கள். எங்கே புறப்பட்டு விட்டீர்கள்?"

ஹ்வேதின் தமது தோலுறையிலிருந்து ரிவால்வரைக்

கையில் எடுத்தார். படகின் முனையிலே நின்று கொண்டிருந்த படகுக்காரர்கள் பின் வாங்கினார்கள். படகின் சக்கரங்களுக்கடியில் தண்ணீர் நுரைத்துப் பொங்கியது.

"நிறுத்துங்கள்! நிறுத்துங்கள்!" மீண்டும் குரல்கள் கேட்டன.

அந்தத் தீவிலிருந்த தூங்கு மூஞ்சி மரங்களில் ஏதோ சலசலப்பு கேட்டது; பின்னர் சில மனிதர்கள் அங்கிருந்து வெளிப்பட்டு, கரையை நோக்கி ஓடிவந்தார்கள். அவர்கள் கலவரமடைந்து பரபரக்கும் முகங்களோடு தமது கைகளை ஆட்டி, நகரம் இருந்த திசையைத் தூண்டிக் காண்பித்தார்கள். அங்கிருந்து எழுந்த ஆரவாரத்திலும் கூச்சலிலும் அவர்கள் என்ன சொல்கிறார்கள் என்பதே விளங்கவில்லை. ஹ்வேதின் கப்பற்படைக்காரர்களுக்கே உரிய வசைமொழிகளோடு அவர்களைத் திட்டினார். ஆனால் அதற்குள் எல்லாம் புரிந்து போய் விட்டது. நகரத்துக்குச் செல்வதற்கான இறங்கு துறைக்கருகில் புகை மண்டலம் திரிதிரியாகத் தெரிந்தது. அத்துடன் தண்ணீரின் மீது துப்பாக்கிக் குண்டுகளும் வெடித்து வந்து விழுந்தன. ஹிவலீன்ஸ்க் நகரை வெள்ளை ராணுவம் ஆக்கிரமித்துக் கொண்டிருந்தது. அந்தத் தீவிலே ஒளிந்து கொண்டிருந்தது ராணுவ முகாமிலிருந்து தப்பி வந்தவர்களும், உள்ளூர் கொரில்லாப் படையினர் சிலரும் தான். அவர்களில் சிலரிடம் துப்பாக்கிகள் இருந்தன. என்றாலும் தோட்டாக்களோ, பிற தளவாடங்களோ இல்லை.

படகிலிருந்த செஞ்சேனை வீரர்கள் தத்தம் இடங்களுக்கு ஓடித் துப்பாக்கிகளைத் தூக்கிக் கொண்டு ஓடி வந்தார்கள். காப்டனின் ஸ்தானத்தில் ஹ்வேதின் வந்து நின்றார்; அவர் பேசிய பேச்சுக்கள் தண்ணீரின் மீது எதிரொலித்துச் சென்றன. தீவில் நின்று கொண்டிருந்தவர்களுக்கு நம்பிக்கை பிறந்தது. அவர்களது முகங்களிலே புன்னகை தவழ்ந்தது. நகரின் மீது உடனடியாகத் தாக்குதலைத் தொடங்க வேண்டும் என்றும், எதிரிகளோடு நேரடியாக மோதுவதற்குச் சிலரைக் கரையிலே இறக்கிவிட

வேண்டும் என்றும் ஹ்றவேதின் முன்பின் யோசிக்காமல் கருதினார். ஆனால் தெலேகினோ அவரைத் தடுத்தான்; தயாரிப்பில்லாத தாக்குதலால் பயனிராது என்றும், தாக்குவதானால் சுற்றி வளைந்துதான் தாக்க வேண்டும் என்றும், மேலும் எதிரிகளின் பலாபலத்தைப் பற்றி ஒன்றுமே தெரியவில்லை என்றும், ஒருவேளை அவர்களிடம் பீரங்கிகளும் கூட இருக்கலாம் என்றும் தெலேகின் குறுகிய விவாதத்தில் எடுத்துக் கூறினான்.

ஹ்றவேதின் முதலில் பல்லைக் கடித்தாரென்றாலும், பின்னர் வேண்டா வெறுப்பாக தெலேகின் சொன்னதை ஏற்றுக் கொண்டார். எதிரிகளின் துப்பாக்கிக் குண்டு வீச்சையும் பொருட்படுத்தாது, அந்த நீராவிப் படகு ஆற்றொழுக்கோடு சென்று, அந்தத் தீவின் மேற்குப் புறத்தை அடைந்தது; அங்கிருந்து பார்த்தால் நகரம் மரச் செறிவினூடே மறைந்திருந்தது. அங்கே அவர்கள் தங்கள் படகை நிறுத்தினார்கள். தீவிலிருந்த மனிதர்கள் - அவர்கள் சுமார் ஐம்பது பேர் இருப்பார்கள் - கலைந்த தலையோடும் கிழிந்த உடையோடும் மணற் பாங்கான கரையை நோக்கி ஓடிவந்தார்கள்.

"ஏ, பிசாசுகளே! நாங்கள் சொல்வதைக் கொஞ்சம் கேளுங்கள்!" என்று அவர்கள் சத்தமிட்டார்கள்.

"புகச்சேவ்ஸ்கிலுள்ள கொரில்லா வீரர்களோடு சகார்க்கின் எங்களுக்கு உதவி செய்ய வருகிறார்."

"நாங்கள் நேற்றைக்கு முந்திய நாள் தான் அவருக்கு ஒரு தூதுவனை அனுப்பி வைத்தோம்."

பின்னர் அவர்கள் தங்கள் கதையைச் சொல்லத் தொடங்கினார்கள். மூன்று நாட்களுக்கு முன்னால் உள்ளூர் முதலாளிகள் அந்த நகர சோவியத்தின் கட்டிடத்தையும், தபால், தந்திக் காரியாலயங்களையும் ஆயுதந் தாங்கிப் பேர்வழிகளைக் கொண்டு தாக்கிக் கைப்பற்றி விட்டார்கள். அதிகாரிகளெல்லாம் தங்கள் ராணுவச் சின்னங்களைத் தோளில் தரித்துக் கொண்டு, ஆயுத சாலையைத் தாக்கி இயந்திரத் துப்பாக்கிகளைக்

கைப்பற்றிவிட்டார்கள். பள்ளிப் பையன்கள், வியாபாரிகள், உள்ளூர் குமாஸ்தாக்கள் எல்லோருமே ஆயுதம் தாங்கிவிட்டார்கள். தேவாலயத்தைச் சேர்ந்த பாதிரியார் கூட, கையிலே ஒரு வேட்டைத் துப்பாக்கியை ஏந்திக் கொண்டு தெருவில் மேலும் கீழும் நடந்தார். அந்த ராணுவச் சதி எதிர்பாராத விதத்தில் நடந்து விட்டது; தமது துப்பாக்கிகளை எடுப்பதற்குக் கூட, செஞ்சேனையினருக்கு நேரமில்லாமல் போய் விட்டது.

"எங்கள் தளபதிகள் ஓடி விட்டர்கள்; எங்களைக் காட்டிக் கொடுத்து விட்டார்கள்!"

"நாங்களெல்லாம் திசை தப்பிப் போன ஆட்டு மந்தை மாதிரி ஓடி வந்தோம்."

"ஓஹோ! நீங்களா? நீங்களா? தரைப் படையினரே!" என்று சொன்னார் ஹ்வேதின்.

பின்னர் அவர்கள் எல்லோரும் ஆற்றங்கரையில் கூடி ராணுவ ஆலோசனை நடத்தினார்கள். அந்தக் கூட்டத்துக்கு தெலேகின் தான் காரியதரிசியாகத் தேர்ந்தெடுக்கப்பட்டான். முதலில் ஹிவலீன்ஸ்க் நகரத்தை பூர்ஷ்வாக்களின் கையிலிருந்து விடுவிப்பதா இல்லையா என்ற பிரச்சினை நிகழ்ச்சி நிரலில் இடம்பெற்றது. அந்த நகரை விடுவிப்பது என்றே தீர்மானமாயிற்று. அடுத்த பிரச்சினை புகச்சேவ்ஸ்கிலிருந்து வரவிருக்கும் கொரில்லாப் படைகள் வந்து சேருமட்டும் காத்திருப்பதா அல்லது அப்போது தம்மிடமுள்ள துருப்புக்களின் துணையுடனேயே நகரைக் கைப்பற்ற முயல்வதா என்பது. இந்தப் பிரச்சினையில் தான் காரசாரமாக நெடுநேரம் விவாதம் நடந்தது. கொரில்லாக்களிடம் இயந்திரத் துப்பாக்கிகள் இருப்பதால், அவர்கள் வரும் வரை காத்திருப்பதுதான் நல்லது என்றார்கள் சிலர். வேறு சிலரோ காலம் கடத்துவதில் புண்ணியமில்லை என்றும், ஏனெனில் எந்த நிமிஷத்திலும் சமாராவிலிருந்து வெள்ளை ராணுவத்தின் நீராவிக் கப்பல்கள் வந்து விடக் கூடும் என்றும் தெரிவித்தார்கள். இந்த விவாதங்களைக்

கேட்டு மனம் சலித்தவராய், ஹ்ரவேதின் நிம்மதியிழந்து தமது கையை ஆட்டிப் பேசினார்:

தோழர்களே! பேசிப் பேசி வாய் வலித்தது போதும். இன்று இரவுக்குள் ஹிவலீன்ஸ்க் நம் வசம் வந்துவிட வேண்டும். இதனை ஏகமனதாகத் தீர்மானிக்கிறோம். தோழர் தெலேகின், இதனை நிகழ்ச்சிக் குறிப்பிலே எழுதிக் கொள்ளுங்கள்."

அவர் இவ்வாறு சொல்லி முடித்த தருணத்தில் இடது கரையில் தென்பட்ட செங்குத்தான ஆற்றங்கரைப் பாறைகளின் மீது குதிரை வீரர்கள் தென்பட்டார்கள். முதலில் இரண்டு பேரும், பின்னர் நான்கு பேரும் தென்பட்டார்கள். நீராவிப் படகைப் பார்த்ததும் அவர்கள் மறைந்து விட்டார்கள். இன்னும் சிறிது நேரத்தில் அந்தப் பாறைகளின் மீது ஏராளமான குதிரை வீரர்கள் தென்பட்டார்கள். அரிவாள்களைக் கொண்டு கட்டிய அகன்ற ஈட்டிக் கம்புகள் சூரிய ஒளிபட்டுப் பளபளத்தன.

"ஏய்! உங்களைத்தான். யார் நீங்கள்?" என்று ஹிவலீன்ஸ்க் நகரத்து ஜனங்கள் கரையிலிருந்து கத்தினார்கள்.

எதிர்க்கரையிலிருந்து பதில் வந்தது:

"புகச்சேவ்ஸ்க் விவசாயிகள் படையைச் சேர்ந்த சகார்க்கினின் பிரிவு நாங்கள்."

உடனே ஹ்ரவேதின் மைக்ரபோனைக் கையில் எடுத்து, தமது கழுத்து நரம்புகளெல்லாம் புடைக்கும் விதத்தில் அதன் வழியே உரக்கச் சத்தமிட்டார்:

"சகோதரர்களே! நாங்கள் உங்களுக்கு ஆயுதங்கள் கொண்டு வந்திருக்கிறோம். இங்கே தீவுக்கு வந்து சேருங்கள். நாம் ஹிவலீன் ஸ்க் நகரத்தைக் கைப்பற்றப் போகிறோம்."

அடுத்த கரையிலிருந்து பதில் வந்தது:

"ரொம்ப நல்லது. எங்களிடம் ஒரு பீரங்கியும் இருக்கிறது. அதனை ஏற்றிக் கொண்டு செல்ல, படகை இங்கே

அனுப்பி வையுங்கள்."

அந்தக் குதிரை வீரர்கள் சமாரா மாகாணத்தின் ஸ்தெப்பி வெளிகளிலிருந்து போராடிக் கொண்டிருந்த விவசாயிகளின் கொரில்லாப் படையில் ஒரு பகுதியினராகும். சமாரா நகரத்தில் அமைக்கப் பெற்றுள்ள தாற்காலிக அரசாங்கத்தின் ஆட்சியை ஒப்புக் கொண்டு விட்ட ஜில்லாக்களுக்கு எதிராக அவர்கள் போரிட்டு வந்தார்கள்.

செக்கோஸ்லோவகியர்கள் சமாராவை ஆக்கிரமித்துக் கொண்டவுடனேயே அந்தக் கொரில்லாப் படை உருவாகி விட்டது. (முன்னால் நிகலாயவ்ஸ்க் என்று அழைக்கப்பட்டு வந்த) புகச்சேவ்ஸ்க் நகரம் தான் அதன் சேனையை உருவாக்கும் தலைமை நிலையமாக இருந்தது. அங்கு பல்வேறு விதமான உத்வேகிகளும் வந்து படையில் சேர்ந்தார்கள்; குதிரைச் சவாரி செய்வதையே முழு முதல் நோக்கமாகவும் விருப்பமாகவும் கொண்டு வந்தவர்கள், நிலங்களை எழுதி வாங்குவதில் கைதேர்ந்த நிலப்பிரபுவான ஷெஹபாலவ் என் பவனிடம் தம்மிடமிருந்த கொஞ்ச நஞ்ச நிலத்தையும் தாரை வார்த்துவிட்டு வந்தவர்கள், யூரல் பிரதேசத்து பணக்காரக் கசாக்குகளின் சாகசத்தின் கீழ் தமது நிலங்களைப் பாதுகாக்க முடியாது தவித்தவர்கள், எல்லையற்ற ஸ்தெப்பி வெளியிலேயே பிறந்து வளர்ந்து, அங்கு என்றென்றும் சலசலத்துக் கொண்டிருக்கும் கோதுமை வயல்களிலே, மெதுவாக நடந்து செல்லும் தமது எருதுகளை முடுக்கியவாறு வயல்களை உழுது தள்ளி, அந்த மண்ணோடு மண்ணாய்ப் பழகிப் போய்விட்ட விவசாயிகள் முதலியோர் எல்லோரும் அந்தப் படையிலே வந்து சேர்ந்தார்கள்; அவர்களது இதயங்களெல்லாம் அடக்க முடியாத ஆர்வ உணர்ச்சியோடு பொங்கி வழிந்து கொண்டிருந்தன.

ஸ்தெப்பி வெளியிலே தோன்றும் கானலின் மாயைத் தோற்றம் மாதிரி, எதிரிகள் திரும்பிய இடங்களிலெல்லாம் தென்பட்டார்கள். கிராமப் பொதுக் கூட்டங்களிலே பணக்கார விவசாயிகளும், ஜார் ராணுவத்தின் கடைத்தர

உத்தியோகஸ்தர்களும், சமாராவிலிருந்து வந்திருக்கும் பிரசாரகர்களும் விவசாயிகளைப் போலவே வேடமிட்டுக் கொண்டு வந்து கலந்து கொண்டார்கள். அவர்களோடு ஏழை விவசாயிகளும், விவசாயக் கூலிகளும், நிலமற்ற நாடோடிகளும் சேர்ந்து கொண்டு, ஊரையே ஆளத் தொடங்குவதும், நிலப் பிரபுக்களிடமிருந்து நிலத்தையும் தானியத்தையும் பறிமுதல் செய்வதும் நாடும் ஏடும் கண்டு கேட்டறியாத விஷயமென்றும், இத்தகைய செயல்கள் நியாயத்துக்கே விரோதமானதென்றும் கூட்டங்களில் கூச்சல் போட்டார்கள். இத்தகைய கூட்டங்களிலே சுற்றுவட்டாரக் கிராமங்களுக்கெல்லாம் தூதனுப்பி, அங்கெல்லாம் பதுங்கு குழிகள் தோண்டச் சொல்ல வேண்டும் என்று தீர்மானிக்கப் பெற்றது. இதனால், ஆங்காங்கே ஒரு ஜில்லா முழுவதுமே கிளர்ந்தெழுந்தது; ரகசியமாக வைக்கப்பட்டிருந்த மறைவிடங்களிலிருந்து ஆயுதங்களைக் கொண்டு வந்தார்கள்; எல்லைக் கோட்டை நிர்ணயித்து ஓடைகள் வெட்டினார்கள்; பல மைல்கள் நீளத்துக்குப் பெரிய பெரிய பதுங்கு குழிகளையும் வெட்டினார்கள்.

சில ஜில்லாக்களிலே சுயாட்சிக் குடியரசுகள் தோன்றின; அந்தக் குடியரசுகள் சமாராவைத் தமது மத்திய பீடமாகவும் ஏற்றுக் கொண்டன. அங்குள்ளவர்கள் தமது பிரதேசத்தைப் பாதுகாக்கும் பொறுப்பைக் குதிரைப் படை வீரர்களிடம் ஒப்படைத்தார்கள். செஞ்சேனையினர் தம்மை வந்து தாக்கக் கூடும் என்ற சூசகங்கள் தென்படும் போதுதான் அவர்கள் காலாட்படையை உபயோகிக்கத் தொடங்கினார்கள். நீண்ட கம்புகளின் முனையில் அரிவாள்களைக் கட்டி வைத்து, அந்த ஈட்டிகளையே குதிரைப் படையின் ஆயுதமாகப் பயன்படுத்தினார்கள். குலக்குகளின் இத்தகைய படைகள் உண்மையிலேயே ஒரு பேராபத்தாகவே விளங்கின. பனிமூட்டம் படிந்த ஸ்தெப்பி வெளிகளிலேயிருந்து அவர்கள் திடீரென்று எதிர்பாராத விதமாகத் தோன்றினார்கள்; செஞ்சேனையினரின் அணிகளின் மீதும், இயந்திரத் துப்பாக்கிகளின் மீதும் திடீரென்று தாக்கினார்கள். இந்த நிலைமையால் ஜனங்கள்

தமது சொந்த பந்தங்களையே, உற்றார் உறவினரையே எதிர்த்துப் போராட நேர்ந்தது. சகோதரனுக்கு எதிராக சகோதரன், தந்தைக்கு எதிராக மகன், அண்டை வீட்டானை எதிர்த்து அடுத்த வீட்டான் - இவ்வாறாக அவர்கள் போரிட நேர்ந்தது. எனவே அவர்கள் மூர்க்கமாகவும் ஈவிரக்கமற்றும் போராடினார்கள். குலக்குப் படையினர் செஞ் சேனையினரை எப்போதாவது வெற்றி கண்டால், போரில் கைப்பற்றிய துப்பாக்கிகள், இயந்திரத் துப்பாக்கிகள் முதலியவற்றால் தம்மைப் பலப்படுத்திக் கொண்டார்கள்; என்றாலும் தமது பழைய ஆயுதங்களான அரிவாள் கட்டிய ஈட்டிக் கம்புகளையும் அவர்கள் கைவிட்டு விடவில்லை.

சமாராவைச் சுற்றியுள்ள ஸ்தெப்பி வெளிகளிலே நடந்த இந்த மாபெரும் விவசாயிகளின் போரைப் பற்றி, புகச்சேவின் தலைமையில் நடந்த கலகத்தைப் பற்றி, இன்னும் கூடப் பசுமை குன்றாத பல நினைவுகள் அங்கு நிலவுகின்றன. ஆனால், இவற்றைப் பற்றி எந்த விதமான ராணுவ தஸ்தாவேஜுகளிலும், குறிப்புக்களிலும் தகவல்கள் இல்லை. ஏதாவது ஒரு மத சம்பந்தமான திருநாளன்று அப்பனும் மகனும் தங்கள் முன்னால் ஒரு பானை ஓட்கா மதுவையும் வைத்துக் கொண்டு பேச உட்கார்ந்தார்களென்றால் மாத்திரம், பழைய காலத்தில் நடந்த அந்தப் போர்களையும், அந்தப் போரின் போது நிகழ்ந்த தவறுகளையும் பற்றி ஒருவரையொருவர் குறை கூறிப் பேசிக் கொள்வது வழக்கம்.

“யாக்கவ்! உனக்கு நினைவிருக்கிறதா?” என்று பேசத் தொடங்குவான் அப்பன்: “அந்தக் காலத்திலே கல்திபானில் நடந்த சண்டை ஞாபகம் இருக்கிறதா? நீங்கள் அப்போது எங்களுக்கு எதிராக ஒரு பெரிய பீரங்கியையே திருப்பிப் பிடித்தீர்களே! அதோ பீரங்கியைப் பிடித்துக் கொண்டிருப்பவன் என் யாக்கவ்தான்.... நாய்க்குப் பிறந்த பயல்!... காலாகாலத்திலே காதைப் பிடித்துத் திருகி அடக்கி வைக்காத குறையால் அல்லவா பயல் இந்த நிலைக்கு வந்திருக்கிறான்!’ என்று நான் அப்போது நினைத்தேன்.

நாங்கள் உங்களை விரட்டு விரட்டு என்று விரட்டி நன்றாக மிரட்டினோம். நல்லவேளை! நீ அந்தச் சமயத்தில் என் கையில் அகப்படாமல் போய் விட்டாய்!"

"பழையபடியும் தொண தொணக்கத் தொடங்கியாயிற்றா? எப்படியானாலும் கடைசியில் நாங்கள் தானே வெற்றி பெற்றோம்!"

"பொறு, பொறு, நீயும் நானும் மீண்டும் எதிரெதிராகப் போரிடக் கூடிய காலம் வரத்தான் செய்யும்!'

"வரட்டுமே பார்க்கலாம். நீங்கள் அன்றும் ஒரு குலாக் தான். இன்றும் ஒரு குலாக்தான். அந்தப் பாழாய்ப் போன குலாக் மனப்பான்மை உங்களை விட்டுப் போகாது!"

"சரிடா யாக்கவ்! நாம் குடிப்போம். இதோ உன் நலத்துக்காக, மகனே!"

"உங்கள் நலத்துக்காக, தந்தையே!"

அந்த நீராவிப் படகு இடதுபுறக் கரையருகே சென்றது. படகின் கயிற்றேணியை வீசினார்கள். புகச் சேவ்ஸ்க் படைப் பிரிவின் படைத் தலைவரான சகார்க்கின் படகுக்குள் வந்தார். அவரது மூக்கு கழுகைப் போல் கூர்ந்து வளைந்திருந்தது. அவரது உடம்பு கட்டுமஸ்தாகவும் திடகாத்திரமாகவும் இருந்தது; எனவே தொங்கு பாலத்தின் மீது நடந்து வரும்போது அதன் பலகைகள் நெளிந்து கொடுத்துக் கிறீச்சிட்டன. அவரது வெளிறிப் போன சட்டை கட்கத்தின் அருகே பிதிர்ந்து கிழிந்து போயிருந்தது. வளைந்த உடைவாள் அவரது உயர்ந்த குதிரைப்படை பூட்சுகளில் மோதிக் கலகலத்தது. உதேவ் ஜில்லா விவசாயிகளான அவரது மூத்த சகோதரர்களும் ஏற்கனவே அவரைப் போலவே செஞ்சேனைப் படைத் தலைவர்களாகத்தான் பணியாற்றியுள்ளார்கள்.

அவருக்குப் பின்னால் அவருக்குக் கீழ் பணியாற்றும் ஆறு கொரில்லாப் படைத் தலைவர்களின் குழு வந்தது. அவர்கள் சித்திரத்தைப் போல் விசித்திரமான உடைகளைத்

தரித்திருந்தார்கள். புழுதியும் கிலெண்ணெயும் படிந்த வெளிறிய சட்டைகள், பொத்தானில்லாத காலர்கள், கால் குதிகள் மாட்டப்பட்ட கம்பளிப் பூட்சுகள் முதலியவற்றைத் தரித்து வந்தார்கள். சிலரோ நாரினால் பின்னிய செருப்புக்களைத் தரித்திருந்தார்கள். அவர்களது தோளின் மீது தோட்டா பெல்ட்டுகள் தொங்கின. நாட்டு வெடிகுண்டுகள் இடை வாரிலே சொருகப்பட்டிருந்தன. அவர்கள் தங்கள் கைகளிலே கட்டைத் துப்பாக்கிகளையும், பட்டையான ஜெர்மன் துப்பாக்கிச் சனியன்களையும் சுமந்து வந்தார்கள்.

சகார்க்கினும், ஹ்ரவேதினும் படகின் மேல் தளத்தில் சந்தித்து பரஸ்பர நட்புரிமையோடு கைகுலுக்கிக் கொண்டார்கள். சிகரெட்டுகள் வழங்கப்பட்டன. ஹ்ரவேதின் ராணுவ நிலைமை குறித்துச் சுருக்கமாகத் தெரிவித்தார். சகார்க்கின் பதிலளித்தார்:

"ஹிவலீன் ஸ்கில் யார் இத்தனை கலவரங்களையும் மூட்டி விட்டு வருகிறார்கள் என்பதை நானறிவேன். ஜில்லா நிர்வாகத் தலைவனான குகூஷ்கின் தான் இதற்கெல்லாம் காரணம்..... அந்தப் பன்றிப் பயலை மட்டும் நான் உயிரோடு பிடிக்க முடிந்தால்.."

"சரி. அந்தப் பீரங்கி. அது நல்ல நிலைமையில் தானே இருக்கிறது?" என்று கேட்டார் ஹ்ரவேதின்.

"நன்றாகத்தான் சுடுகிறது. என்றாலும் ஒவ்வொரு முறையும் அதனை நேராக வைக்க வேண்டும். அதில் குறி பார்ப்பதற்கான சாதனம் இல்லை. அதன் குழாயின் வழியாகத்தான் குறி பார்க்க வேண்டும். இருந்தாலும் இது எதை வேண்டுமானாலும் நன்றாகச் சுட்டுத் தள்ளும். இதைக் கொண்டு சுட்டுத் தள்ளினால், மணிக்கூண்டு, தண்ணீர்த்தொட்டி முதலியவையெல்லாம் தவிடு பொடியாகி விடுகின்றன!"

"பேஷ்! சரி. இப்போது தரையிலே சில பேரை இறக்கி விடுவது பற்றியும், சுற்றி வளைப்பது பற்றியும் உங்கள் யோசனை என்ன? அதைச் சொல்லுங்கள், தோழர்

சகார்க்கின்!"

"நாம் குதிரைப் படையையே அக்கரைக்குக் கொண்டு போய் விடுவோம். நீங்கள் உங்கள் படகில் நூறு படை வீரரைக் கொண்டு போய் விட முடியுமா?"

"தாராளமாக! - இரண்டு முறை போனால் போகிறது. "பின்னே சரி . பொழுது சாயத் தொடங்கியவுடன், நாம் குதிரைப் படையை நகருக்கு அருகில் இறக்கிவிடுவோம். பீரங்கியை படகில் நிறுத்திக் கொள்வோம். பொழுது விடியும் நேரத்தில் தாக்குதலைத் தொடங்குவோம்."

கரையில் இறங்கும் காலாட்படையைத் தலைமை தாங்கி நடத்திச் செல்லும் பொறுப்பை ஹ்வேதின் தெலேகினிடம் ஒப்படைத்தார். அந்தக் காலாட்படை இறங்கு துறைக்கு அருகில் தங்கிக் கொண்டு நேர் முகத் தாக்குதலைத் தொடங்க வேண்டுமென்பது திட்டம். அந்திக் கருக்கலில் அந்தப் படகு தீவின் நெடுகலாக வோல்காவின் கிளைக் கரையோரமாக ஜாக்கிரதையாக நகரத் தொடங்கியது. அதன் விளக்கு களெல்லாம் அணைக்கப்பட்டிருந்தன. அங்கு நிலவிய பேரமைதியினூடே, கரையை ஒட்டிச் செல்லும் கம்புகளை ஊன்றிப் படகை நடத்தும் கப்பற்படை வீரனின் குரல் மட்டும் அவ்வப்போது மெல்லக் கேட்டது.

புகச் சேவ்ஸ்க் வீரர்கள் அந்த நீராவிப் படகை ஒட்டியே ஆற்றங்கரை மீது நடந்து வந்தார்கள். ஹிவலீன்ஸ்க் வீரர்களுக்கும் துப்பாக்கிகள் வழங்கப்பட்டன; அவர்கள் மணல் மீது படுத்துக் கொண்டார்கள். தெலேகின் கரையோரமாக மேலும் கீழும் நடந்து எவரும் புகை பிடிக்காமலும், தீக் கொளுத்தாமலும் பார்த்துக் கொண்டான். ஆற்று நீர் கரையோரத்து மணலில் சிற்றலையாக வந்து மோதியது. சதுப்பு நிலத்தில் மலர்ந்த மலர்களின் ஈரம் கலந்த மணமும், கொசுக்களின் இரைச்சலும் மிதந்து வந்தன. மணல் வெளி மீது படுத்திருந்த படை வீரர்கள் மிகவும் அமைதியாக இருந்தார்கள்.

இரவோ மேலும் மேலும் இருண்டு, பட்டுப் போலக் கறுத்து விட்டது; நட்சத்திரங்களும் சுடர் விட்டன. காரமான புல் செடியின் காய்ந்த மணமும், 'ஸ்பாத் - போரோ, ஸ்பாத் - போரா[11] என்று கத்தும் காடைப் பறவையின் சத்தமும் ஸ்தெப்பி வெளியிலிருந்து கிளம்பி, ஆற்றுப் பரப்பின் மீது மிதந்து வந்தன. கண்களை அழுத்தும் தூக்க வெறியையும் உதறியவனாய், தெலேகின் கரை மீது மேலும் கீழும் நடந்தான்.

அந்த நேரத்தில் இரவின் நிழல்கள் கலைந்து செல்லத் தொடங்கின; பட்டுப் போன்று கறுத்திருந்த வானம் தனது நிறத்தை இழக்கத் தொடங்கியது; தூரத்தில் எங்கோ கோழிகள் குரலெடுத்துக் கூவத் தொடங்கின; நீர்ப்பரப்பிலிருந்து மேலோங்கிக் கொண்டிருந்த மங்கிய பனிமூட்டத்தின் வழியே, தண்ணீரில் துடுப்புக்கள் சுழலும் சத்தம் மிதந்து வந்தது. அந்த நீராவிப் படகு கரையை நோக்கி வந்துகொண்டிருந்தது. தெலேகின் தன் ரிவால்வரிலுள்ள குண்டுகளைச் சரிபார்த்துக் கொண்டான்; தனது கால்சராயின் தோல் இடை வாரை இறுக்கிக் கட்டிக் கொண்டான்; பின்னர் கரையில் படுத்துத் தூங்கிக் கொண்டிருந்த வீரர்களின் கால்களில் ஒரு பிரம்பினால் லேசாகத் தட்டி அவர்களை எழுப்பினான்.

"தோழர்களே! விழித்தெழுங்கள்!"

அவர்கள் பதறிப் போய் அவசர அவசரமாக எழுந்து நின்றார்கள்; தூக்கக் கலக்கம் கலையா நிலையில், தங்கள் முன்னால் என்ன நடக்கிறது என்பதையே தெரிந்து கொள்ளாமல் விழித்தார்கள்... பலர் ஆற்றுக்குச் சென்று தமது தலைகளைத் தண்ணீரை நோக்கிக் குனிந்து தண்ணீர் குடித்தார்கள்; தெலேகின் தனது உத்தரவுகளை உள்ளடங்கிய குரலில் தெரிவித்தான். அவர்கள் ஏதாவது ஒருவிதத்தில் தம்மை மறைத்துக்

---

11. "ஸ்பாத்- போரா" என்று சொன்னால் "தூங்கப் போ!" என்று அர்த்தம். - (மொ -ர்.)

கொள்ள வேண்டியிருந்தது. எனவே அவர்கள் தங்கள் சட்டைகளையெல்லாம் கழற்றினார்கள்; அவற்றினுள் மணலைச் செலுத்தி மூட்டையாகக் கட்டினார்கள்; அந்த மூட்டைகளையே படகின் மீது அரண் போல் வரிசையாக அடுக்கி முடித்தார்கள். அவர்கள் எல்லோரும் மௌனமாக வாய் பேசாது வேலை செய்தார்கள் - அது ஒன்றும் விளையாட்டுக் காரியம் இல்லையே.

பொழுது புலரத் தொடங்கியது. தயாரிப்புக்கள் எல்லாம் முடிந்தன. துருப்பிடித்துப் போயிருந்த அந்த மலை நாட்டுச் சிறு பீரங்கி நீராவிப் படகின் உச்சி முகத்திலே கொண்டு வந்து நிறுத்தப்பட்டது. ஐம்பது பேர் படகின் மீது ஏறிச் சென்று, அந்த மணல் மூட்டைகளுக்குப் பின்னால் படுத்துக் கொண்டார்கள். ஹ்வேதினே படகின் சக்கரத்தைப் பிடித்தார். அவர் கத்தினார்:

"நீராவியை முழு வேகத்தில் செலுத்துங்கள்!"

தண்ணீர் துடுப்புச் சக்கரங்களுக்கடியில் நுரைத்துப் பொங்கியது. நீராவிப் படகு அந்தத் தீவின் முனையை விட்டு - விலகி, நகரத்தை நோக்கி ஆற்றின் பிரதானக் கால்வாயின் வழியாக வேகமாகப் புறப்பட்டது. நகரத்திலே அங்குமிங்கும் மஞ்சள் நிறமான விளக்கொளி தெரிந்தது. இருளிலே மூழ்கிக் கிடந்த ஒரு மங்கிய மலைத்தொடர் அதற்கப்பால் தெரிந்தது. கோழிகளின் சத்தம் வரவரத் தெளிவாகக் கேட்கத் தொடங்கியது.

தெலேகின் பீரங்கியின் அருகில் நின்றான். இன்னும் சிறிது நேரத்தில் எதிரே பரந்து கிடக்கும் அமைதியினூடே அவர்கள் துப்பாக்கிப் பிரயோகம் செய்யப் போகிறார்கள் என்ற உண்மையையே தெலேகினால் நம்ப முடியவில்லை. பாதிரியைப் போன்ற தோற்றம் கொண்ட ஒரு ஹிவலீன்ஸ்க் நகரவாசி அந்தப் பீரங்கியை இயக்குவதற்குத் தானாகவே முன் வந்தான். அவன் கனிவுடன் சொன்னான்:

"படைத் தலைவரே, தோழரே! நாம் தபாலாபீஸை நோக்கி நேராகச் சுட்டால் என்ன? அதன் நடுமத்தியிலே குண்டு வீசினால் என்ன? அதோ - இரண்டு மஞ்சள் விளக்குகள்

தெரிகிறதே. அதுதான் அந்தக் கட்டிடம்!"

"தபாலாபீஸைக் குறி வையுங்கள்!' என்று ஹ்வேதினின் குரல் மைக்ரபோனின் வழியாக இடிமுழக்கம் செய்தது. "தயாராகுங்கள்! குறி பாருங்கள்!.."

பீரங்கி சுடுபவன் கீழே குந்தி உட்கார்ந்து அதன் குழாய் வழியாக அந்த இரு மஞ்சள் விளக்குகளைக் குறிபார்த்து நிறுத்தினான். அதனுள் குண்டுகளைச் செலுத்தினான். பின்னர் தெலேகினிடம் திரும்பி வந்தான்.

"அன்பு மிகுந்த தோழரே! சற்று விலகி நில்லுங்கள். இந்தப் பீரங்கி ஒரு வேளை உடைந்து சிதறக் கூடும்..."

"சுடுங்கள்" - உரத்த குரலில் சத்தமிட்டார் ஹ்வேதின்.

பாய்ந்து சென்ற குண்டு கண்களை மங்கச் செய்து, நீரில் பட்டுப் பேரொலியை எழுப்பியவாறே அதன் மேற்பரப்பில் சறுக்கியவாறே சென்றது. அது மலைகளில் எதிரொலித்தது. குண்டுகள் ஒளிர்ந்த இடங்கள் அருகிலேயே அமைந்திருந்தன; பளிச்சிட்டது ஒரு வெடிப்பு, தொடர்ந்து இரண்டாவது எதிரொலி மலைகளிடையே எழுந்தது.

"சுடுங்கள்! சுடுங்கள்!' என்று ஹ்வேதின் சத்தமிட்டார். இடது பக்கமிருந்து விரைவாகச் சுடுங்கள்! குண்டுகளைப் பொழிந்து தள்ளுங்கள்! பன்றிப் பயல்கள் சாகட்டும்!"

அவர் காலை உதைத்தார்; வெறிவேகத்துக்கு ஆளானார்; வாய்க்கு வந்தபடியெல்லாம் வசைமாரி பொழிந்தார். மேல் தளத்தில் இருந்து படபடவென்று துப்பாக்கிகள் வெடித்தன. ஹிவலீன்ஸ்க் நகரத்தை அடுத்த கரைப் பகுதி மேலும் மேலும் அருகில் வந்தது. பீரங்கி வீரன் மீண்டும் பீரங்கியைக் கெட்டித்துச் சுட்டான். கூரை வீடு போன்ற ஏதோ ஒரு கொட்டகை தூள் தூளாக வெடித்துச் சிதறுவது தெரிந்தது. இப்போதோ பழத்தோட்டங்கள், மரவீடுகள், மணிக் கூண்டுகள் முதலியவற்றின் நிழல் வடிவங்கள் தெளிவாகத் தெரியத் தொடங்கின.

இறங்கு துறைக்கருகிலிருந்தும் துப்பாக்கிக் குண்டுகள்

வெடித்துச் சிதறும் வெளிச்சம் பளிச் பளிச்சென்று தெரிந்தது. இப்போதோ தெலேகின் அத்தனை நேரமும் எதிர்பார்த்துப் பயந்து கொண்டிருந்த அந்தச் சத்தம் கேட்கத் தொடங்கியது. ஆம். ஓர் இயந்திரத் துப்பாக்கி இடை விடாது படபடவென்று பொரிந்து தள்ளும் சத்தம் கேட்டது. அவன் தான் வழக்கமாக உணரும் ஒரு மதமதப்புணர்ச்சி அவனது கால் விரல்களில் பரவியது; அவனது உடம்பிலுள்ள ரத்தமெல்லாம் உறைந்து சுருங்குவது போல் தோன்றியது. அவன் அந்தப் பீரங்கியின் அருகில் குந்தியமர்ந்தான்; பீரங்கி வீரனிடம் எதிரே ஒரு குன்றின் சரிவில் நடுமத்தியில் தெரிந்த ஒரு நீண்ட கட்டிடத்தைச் சுட்டிக் காட்டினான்:

"அதோ புதர்கள் தெரிகிறதே, அந்த இடத்தைக் குறி பார்த்துச் சுட்டுத் தள்ளு, பார்ப்போம்!"

"இவ்வளவுதானா? அது ஒரு அருமையான சின்னஞ்சிறு வீடல்லவா? பரவாயில்லை. சுட்டால் போகிறது!"

பீரங்கி மூன்றாவது முறையும் முழங்கியது. அந்த இயந்திரத் துப்பாக்கி ஒன்றிரண்டு விநாடிகளுக்கு ஒலிக்கவில்லை; பின்னர் அது மீண்டும் ஒலித்தது. ஆனால் அந்த இடத்துக்கும் உயரமான ஏதோ ஓர் இடத்திலிருந்து அந்த ஓசை வந்தது. நீராவிப் படகு இறங்கு துறைக்கருகில் சட்டென்று திரும்பியது. அந்தப் படகின் புகை போக்கிகளுக்கும் பாய்மரங்களுக்கும் மேலாக, குண்டுகள் பறந்து சென்றன.

"கப்பல் கரை சேரும் வரையிலும் காத்திராதீர்கள். குதியுங்கள்!" என்று ஹ்வேதின் சத்தமிட்டார். "வெற்றி! பையன்களே!

இறங்கு துறையின் பலகைகள் கிறீச்சிட்டு முனகின. தெலேகின் தான் முதலில் குதித்தான்; கைப்பிடிக் கம்பிகளைப் பிடித்துக் கொண்டு ஊர்ந்து வந்த ஹிவலீன்ஸ்க் வீரர்களை நோக்கித் திரும்பி அவன் சத்தமிட்டான்: "என் பின்னால் வாருங்கள்! வெற்றி!"

அவன் பலகைகளின் வழியாக ஓடிக் கரையைச் சேர்ந்தான். அவனுக்குப் பின்னால் ஓடிக் கொண்டும், தடுமாறிக் கொண்டும் சுட்டுக் கொண்டும் மற்றவர்கள் ஆரவாரத்தோடு வந்தார்கள். கரையில் ஆளரவம் இல்லை. பழத் தோட்டங்களில் தென்பட்ட புதர்களுக்கு அருகில்தான் சில உருவங்கள் நடமாடுவதாகத் தெரிந்தது. வீட்டுக் கூரைகளில் இருந்து விட்டு விட்டுத் துப்பாக்கிகள் சுட்டன. அப்போதோ, தூரத்தில் தெரிந்த குன்றுகளிலிருந்து ஓர் இயந்திரத் துப்பாக்கி விட்டு விட்டுப் படபடத்தது; பின்னர் அடங்கியது. பிறகு மீண்டும் ஒன்றிரண்டு முறை சுட்டது. எதிரிகள் போருக்குத் தயாராக மறுப்பது போல் தோன்றியது.

தெலேகின் சதுக்கத்தைப் போன்றிருந்த கரடு முரடான இடமொன்றில் வந்து நின்றான். அவன் தன் மூச்சை இழுத்துப் பிடித்துக் கொண்டு சுற்றுமுற்றும் பார்த்து தனது ஆட்களைத் திரட்டினான். பூட்சுகள் அணியாது வந்த அவனது பாதங்கள் எரிந்து நொந்தன; ஏதோ சில கற்கள் அவன் பாதத்தில் அழுந்தி உறுத்தியிருக்க வேண்டும். காற்றில் புழுதி மணம் நிறைந்திருந்தது. மரவீடுகளில் கதவுகள் மூடிக் கிடந்தன. வேல மரங்களின் இலைகள் கூட அசையவில்லை. கோபுரம் போன்று கூம்பிய சிகரம் கொண்ட ஓர் இரட்டை மாடி வீட்டின் உப்பரிகை மாடத்தின் மீது ஒரு கொடியில் நான்கு நீண்ட கால்சராய்கள் தொங்கிக் கொண்டிருந்தன. “இவை திருட்டுப் போய் விடும்” என்று தெலேகின் தனக்குத் தானே நினைத்துக் கொண்டான். அந்த நகரமே ஆழ்ந்து தூங்கிக் கொண்டிருப்பது போல் தோன்றியது. வெடிச்சத்தம், ஓட்ட சாட்டம், கூச்சல் முதலியன எல்லாமே அந்தத் தூக்கத்திலே கனவுகள் போலத்தான் இருந்தன.

தபாலாபீஸ், தந்திக் காரியாலயலம், தண்ணீர்த் தொட்டி முதலியன எல்லாம் எங்கெங்கு இருக்கின்றன என்பதை விசாரித்துக் கொண்டு, தெலேகின் ஒவ்வொரு இடத்துக்கும் பத்துப் பேரை அனுப்பி வைத்தான். அப்போதும் கூட

அவர்கள் விழிப்பாகவே சென்றார்கள்; எங்காவது ஒரு சிறு சத்தம் கேட்டாலும் உடனே அவர்கள் உஷாராகித் துப்பாக்கியைப் தூக்கிப் பிடித்தார்கள். ஆனால் எந்த எதிரியுமே கண்ணில் படவில்லை. கரிச்சான் குருவிகள் பாடத் தொடங்கி விட்டன; வீட்டுக் கூரைகளிலிருந்து புறாக்கள் மேலெழும்பிப் பறந்து கொண்டிருந்தன.

தெலேகினின் படைப்பகுதி நகர சோவியத் கட்டிடத்தைக் கைப்பற்றியது; பூச்சு மணம் உதிர்ந்து விழுந்து கொண்டிருக்கும் தூண்களைக் கொண்ட பழைய செங்கல் கட்டிடம் அது. அதன் கதவுகள் எல்லாம் திறந்து கிடந்தன; பிரவேச வாயில் கூடத்தில் ஆயுதங்கள் சிதறிக் கிடந்தன. தெலேகின் அந்தக் கட்டிடத்தின் மேன்மாடத்துக்குச் சென்று பார்த்தான். கீழே செழிப்பான பழத்தோட்டங்களும், வர்ணம் தீட்டப்படாத நீண்ட கூரைகளும், தூசிபடிந்த, ஆள் நட மாட்டமற்ற தெருக்களும் தெரிந்தன. கிராமப்புறத்து நகரின் அமைதி அங்கு குடி கொண்டிருந்தது. பின்னர் திடீரென்று எங்கோ தூரத்தில் அபாய அறிவிப்பு ஒலித்தது; கணகண வென்று இடைவிடாது ஒலிக்கும் காண்டாமணியின் ஓசை கும்மிட்டு ஒலித்தது. அந்த வெண்கல மணியோசை வந்த திக்கிலிருந்து துரிதமான துப்பாக்கி வெடிச் சத்தங்களும் கிளம்பின; அதைத் தொடர்ந்து நாட்டு வெடிகுண்டுகள் வெடிக்கும் சத்தமும், கூச்சலும், குதிரைக் குளம்புகளின் கனத்த ஓசையும், கூப்பாடுகளும் கேட்டன. மலைப் பிராந்தியத்துக்கு வாபஸ் வாங்கிச் செல்லும் எதிரிகளை வழிமறித்து, சகார்க்கின் கோஷ்டியினர் நடத்திய தாக்குதல் தான் அது. பின்னர் ஒரு பக்கத்துச் சந்து வழியாகக் குதிரை வீரர்கள் பாய்ந்து வந்தார்கள்; குதிரைகளின் காலில் கட்டிய இரும்பு லாடங்கள் கணகணத்து ஒலித்தன. மீண்டும் அங்கு அமைதி நிலவிவிட்டது.

தெலேகின் சாவதானமாக நடந்து, கப்பலுக்குச் சென்று, நகரத்தைக் கைப்பற்றி விட்ட செய்தியைத் தெரிவித்தான். அவன் சொன்னதையெல்லாம் கேட்டு விட்டு ஹ்வேதின் சொன்னார்:

"சோவியத் ஆட்சியை மீண்டும் நிலைநாட்டியாகி விட்டது. இனி நாம் இங்கே செய்ய வேண்டிய காரியம் எதுவும் இல்லை. நாம் புறப்பட்டாக வேண்டும்."

பின்னர் அங்கு பயபீதியால் பாதி உயிர் போய் விட்டது போல் நடுங்கிக் கொண்டிருந்த அந்தப் படகின் முதிய காப்பு னிடம் சென்று, அவனது முதுகில் நட்புணர்வோடு தட்டிக் கொடுத்தார்: "என்ன கிழவரே! ஒரு மட்டுக்கும் நீரும் கரு மருந்து வாடையை அனுபவித்து விட்டீர்! நான் என் தலைமையை விட்டுக் கொடுத்து விடுகிறேன். நீரே தலை மையை ஏற்றுக் கொள்ளும்!"

நீராவிப் படகின் கடகடத்த இயந்திர ஓசையையும், தண்ணீரின் சலசலப்பையும் கேட்டவாறே தெலேகின் மாலை வரையிலும் தூங்கிப் போய் விட்டான். அடிவானத்தில் அஸ்தமன சூரியன் தனது மங்கிய செக்கரொளியைப் பரப்ப முனைந்திருந்தது. படகின் மேல் தளத்திலிருந்த மனிதர்கள் மிருதுவாகப் பாடிக்கொண்டிருந்தார்கள்; அவர்களது பாட்டுக் குரல்கள் வெம்பரப்பாய் வெட்டவெளியாய்ப் பரந்து கிடந்த ஸ்தெப்பி வெளியை நோக்கி மிதந்து சென்றன. அந்தி நேர மஞ்சள் வெயிலின் வீணான அழகு ஆற்றங்கரையிலும், ஆற்று நீர்ப் பரப்பிலும் பரவிப் படிந்தது; அந்த மனிதர்களின் இமைகளுக்குள்ளும், இதயத்துக்குள்ளும் புகுந்தது.

"ஏய் தம்பிகளா? ஏன் இத்தனை சோகம்? பாடுவதானால், ஏதாவது ஜாலியாகப் பாடுங்களேன்!" என்று சத்தமிட்டார் ஹ்வேதின். அவரும் தூங்கியெழுந்து விட்டார். அதன் பின் அவர் ஒரு தம்ளர் நிறைய காரமான மதுவை அருந்திவிட்டு, தமது கால்சராயை இடுப்புக்கு மேலே இழுத்துவிட்டவாறே, மேல் தளத்தில் மேலும் கீழும் நடந்து கொண்டிருந்தார். 'நாம் மட்டும் சீஸ்ரனைக் கைப்பற்ற முடிந்தால்? என்ன, தோழர் தெலேகின்? நீங்கள் என்ன சொல்கிறீர்கள்? நாம் அவர்களுக்கு நல்ல உதை கொடுக்கலாம் அல்லவா?"

அவர் தமது வெள்ளிய பற்களைக் காட்டியவாறே, தொடர்ந்தாற் போல் சிரித்துக்கொண்டிருந்தார். அவர் எதைத் தான் பொருட்படுத்தினார்? அபாயத்தையா? வோல்கா நதியின் மீது வழிந்து பொழியும் அந்தி நேரத்தின் சோகமயமான அழகையா? அல்லது போர்க் களத்திலோ அல்லது எங்கோ ஒரு மூலையிலிருந்தோ தமது உயிரைக் குடிப்பதற்காகப் பாய்ந்து பறந்து வரப்போகும் துப்பாக்கிக் குண்டையா? எதைப் பற்றியும் அவருக்குக் கவலையில்லை. வாழ்க்கையின் வேட்கையும் வலிமையின் வேகமும் தான் அங்கு அவருள்ளே பொங்கிக் கொண்டிருந்தன... அவரது காலணி அணியாத கால்களுக்கிடையில் பலகைகள் கிரீச்சிட்டன.

"கொஞ்சம் பொறுங்கள். அவகாசம் மட்டும் கிடைக் கட்டும். சீஸ்ரனும் சமாராவும் மட்டுமல்ல; வோல்கா பிரதேசம் முழுவதுமே நம் கைக்கு வந்து விடும்..."

அந்தி நேரச் செக்கரொளியில் கருந்திரை படியத் தொடங் கியது. படகிலே விளக்குகள் ஏற்றப்படவில்லை. கரை களெல்லாம் இருளோடு கலந்து மறைந்து போவது போல் தோன்றின. என்ன செய்வதென்று தெரியாமல் கலந்து துறு துறுத்துக் கொண்டு வந்த ஹ்வேதின் தெலேகினைத் தம்மோடு சீட்டு விளையாட அழைத்தார்:

"பணம் வைத்து விளையாட நீங்கள் விரும்பாவிட்டால், நாம் மூக்கிலே குத்து விட்டு விளையாடுவோம். குத்திலே தயை தாட்சண்யம் எதுவும் கிடையாது. சரிதானே?" அவர்கள் காப்டனின் அறையிலமர்ந்து சீட்டு விளையாடத் தொடங்கினார்கள். அவரது உத்வேகத்தில் ஹ்வேதின் பந்தயத்தை அதிகமாக்கினார்; முன்னூறு குத்துக்கள் வரை பந்தயம் கட்டிவிட்டார். உற்சாகமாக ஆடினார்; தெலேகினை அநேகமாக ஏமாற்றியும் விட்டார். ஆனால் தெலேகினோ ஆட்டத்தை நன்கு கவனித்து வந்தான். "அண்ணே! அதெல்லாம் முட்டாள்களில்லாதவர்களிடம் நடக்காது!" என்று சொல்லிக் கொண்டே ஆடினான்; ஜெயித்தும் விட்டான். பின்னர் ஒரு பெஞ்சின் மீது வசதியாக உட்கார்ந்து கொண்டு, அவன் ஹ்வேதினின்

மூக்கின் மீது சீட்டுக் கட்டினால் குத்தத் தொடங்கினான். கொஞ்ச நேரத்தில் ஹ்வேதினின் மூக்கு பீட்ரூட் கிழங்கு மாதிரி சிவந்து போய் விட்டது.

"நீங்கள் எங்கே இதனைக் கற்றுக் கொண்டீர்கள்?" என்று அவர் கேட்டார்.

"நான் ஜெர்மானியரிடம் கைதியாக இருந்தபோது கற்றுக் கொண்டேன்" என்றான் தெலேகின்: "உங்கள் மூக்கைத் திருப்பாதீர்கள். இத்துடன் இருநூற்றுத் தொன்னூற்றுயேழுகுத்து தான் ஆகியிருக்கிறது!'

"சீட்டுக் கட்டை வளைக்காதீர்கள். அப்படிச் செய்தால் பிறகு நான்..."

"அதெல்லாம் நடக்காது. சட்டப்படி கடைசி மூன்று குத்தையும் சீட்டுக்கட்டை வளைத்துத்தான் தரவேண்டும்.

"சரி சரி . நடக்கட்டும்!"

"ஆனால் தெலேகின் மீண்டும் குத்துவதற்கு முன், அந்தக் கிழட்டுக் காப்டன் உள்ளே வந்தான். அவனது தாடை நடுங்கிக் கொண்டிருந்தது. அவன் தன் தொப்பியைக் கையில் பிடித்திருந்தான். வழுக்கை விழுந்த அவனது தலையிலிருந்து வியர்வை வடிந்து கொண்டிருந்தது.

"தோழர்களே! நீங்கள் என்னை என்ன வேண்டுமானாலும் செய்து கொள்ளுங்கள்!" என்று அவன் பதைபதைப்போடு பேசத் தொடங்கினான்: "நான் எதற்கும் தயாராயிருக்கிறேன். ஆனால் நீங்கள் என்ன சொன்னாலும் நான் இதற்கு மேல் வரத் தயாராக இல்லை.... இனியும் போனால் நமக்குச் சாவு நிச்சயம்..."

சீட்டுக் கட்டைக் கீழே போட்டு விட்டு, தெலேகினும் ஹ்வேதினும் மேல் தளத்துக்குச் சென்றார்கள். அங்கிருந்து பார்த்தால் முன்புறத்திலும் இடது புறத்திலும் சீஸ்ரன் நகரத்தின் மின்சார விளக்குகள் பளிச்சிட்டு நட்சத்திரங்களைப் போல் எரிந்தன. விளக்குகள் ஏற்றப்பட்ட ஒரு பெரிய கப்பல் கரையோரமாக

மெதுவாகச் சென்றது. வெள்ளை நிறமான புனிதர் ஆண்ட்ரூவின் கொடி அதன் மீது பறந்தது. பெரிய பீரங்கிகளின் நிழல் வடிவங்களும், மேல் தளத்தின் மீது அங்குமிங்கும் நடந்து திரியும் அதிகாரிகளின் உருவங்களும் கண்ணுக்குப் புலனாயின.

"தோழர்களே! நாம் ஒன்றும் திரும்பிப் போக முடியாது. என்ன நேர்ந்தாலும் நாம் போகத்தான் வேண்டும்!" என்று சொன்னார் ஹ்வேதின். "நாம் மட்டும் பத்ராகிக்கு எப்படியாவது போய்ச் சேர்ந்து விட்டால், நாம் அங்கே படகை நிறுத்தலாம்; சாமான்களையும் இறக்கலாம்."

அவர் படகிலுள்ள அத்தனை பேரையும் ஒன்று கூடச் செய்தார்; போருக்கு எந்த நேரமும் தயாராக இருக்கச் சொன்னார். பிறகு படகில் மூவர்ணக் கொடி ஏற்றப்பட்டது; குறி காட்டும் விளக்குகள் ஏற்றப்பட்டன. கடைசியாக ஒரு மட்டும் அந்தப் பெரிய கப்பல் இந்த நீராவிப் படகைக் கண்டு கொண்டது. படகின் வேகத்தைக் குறைத்து வருமாறு, கப்பலிலிருந்து சமிக்ஞைச் சத்தங்கள் கொடுக்கப்பட்டன. பின்னர் கப்பலிலிருந்து மைக்ரபோனின் மூலம் ஒரு குரல் விம்மி ஒலிபரப்பியது:

"யார் நீங்கள்? எங்கே போகிறீர்கள்?"

"இது 'கலாஷ்னிகவ்' என்ற நீராவிப்படகு. நாங்கள் சமாராவுக்குச் செல்கிறோம்" என்று ஹ்வேதின் பதிலளித்தார்.

"நீங்கள் ஏன் இவ்வளவு நேரம் கழித்து விளக்குகளை ஏற்றினீர்கள்?"

"போல்ஷிவிக்குகளின் கண்ணில் பட்டுவிடக் கூடாதே என்று பயந்து தான்!" என்றார் ஹ்வேதின். பின்னர் அவர் மைக்ரபோனைக் கீழே தாழ்த்திவிட்டு தெலேகின் காதருகே ரகசியமாகச் சொன்னார்: 'இந்தச் சமயத்திலே மட்டும் நம்மிடம் ஒரு சுரங்க வெடிகுண்டு இருந்தால்?... சுரங்க வெடிகுண்டுகளைக் கேட்டு நான் ஆஸ்திரகனுக்குத் தகவல் அனுப்பினேன்... ஆனால் ஆஸ்திரகன் சோவியத்தில்

உள்ளவர்கள் சரியான சோம்பேறிக் கூட்டம் தான் போலிருக்கிறது."

சிறிது நேர அமைதிக்குப் பின்னர் அந்தக் கப்பலிலிருந்து பதில் வந்தது:

"நீங்கள் போகலாம்." காப்டன் நடுங்கிய கையினால் தொப்பியைத் தலையில் வைத்துக் கொண்டான். ஹ்வேதின் தமது பற்களைக் காட்டியவாறே, கண்களை நெரித்து, அந்தக் கப்பலின் விளக்குகளைப் பார்த்தார். பின்னர் அவர் காறித் துப்பிவிட்டு, அறைக்குள் திரும்பி வந்தார்.

"சரி. பாக்கியையும் குத்தித் தொலைத்து விடுங்கள்!" என்று அவர் தெலேகினை நோக்கிச் சத்தமிட்டவாறே, ஒரு சிகரெட்டைப் பற்ற வைத்தார்; தீக்குச்சியை இரண்டாக ஒடித்தார்.

ஒரு மணி நேரத்துக்குப் பின்னர் அவர்கள் சீஸ்ரனைக் கடந்து விட்டார்கள். பத்ராகி நகரை நெருங்கியவுடன், தெலேகின் அந்த நீராவிப் படகிலிருந்து ஒரு சின்னத் தோணியைத் தண்ணீரில் இறக்கி, அதில் ஏறிக்கொண்டு கரை சேர்ந்தான். பத்ராகி ரயில் நிலையத்துக்குச் சென்று, மத்தியான வேளையில் ரயில் ஏறினான். சமாராவுக்கு மாலை ஐந்து மணிக்கு வந்து இறங்கினான். இறங்கியதும் டாக்டர் புலாவினின் வீட்டை நோக்கி நடந்தான். மீண்டும் அவன் தனது கிழிந்து கசங்கிய உடையை அணிந்து கொண்டான்; தோளிலும் லெப்டினெண்ட் கர்னல் சின்னங்களைத் தரித்துக் கொண்டான். அதற்கு முந்திய நாள் இரவில் கொரில்லா வீரர்களைத் தட்டியெழுப்புவதற்குப் பயன்படுத்திய அந்தப் பிரம்பினால் தனது பூட்சுகளைத் தட்டி விட்டுக் கொண்டே அவன் நடந்தான். போகும் வழியில் தென்பட்ட பல்வேறு சுவரொட்டிகளை - நாடக அறிவிப்புகள், பொது ஜன வேண்டுகோள்கள், மேலும் விளம்பரங்கள் முதலியவற்றை - வாசித்துக் கொண்டே நடந்தான்; என்னவோ அத்தகைய சுவரொட்டிகளையெல்லாம் எத்தனையோ யுகங்களாகப்

பார்க்காதவன் மாதிரி, பரபரப்பு மிகுந்த ஆர்வத்தோடு படித்தான். அந்த அறிவிப்புகள் எல்லாம் இரண்டே மொழிகளில் தான் இருந்தன. ஒன்று செக் மொழி; மற்றது பழைய உச்சரிப்பு முறைப்படியிருந்த ருஷ்ய மொழி. டாக்டர் புலாவின் எழுந்து நின்றார்; தமது கையிலேயிருந்த லெமனேட்' நிறைந்த கண்ணாடித் தம்ளரை மேலே உயர்த்தினார்; தமது அரைக் கைக் கோட்டின் உச்சியில் சொருகி வைத்திருந்த கைக்குட்டையை உருவியெடுத்தார்; வாயில் எதையோ அசை போடுவது மாதிரி உதடுகளை மேலும் கீழும் பிதுக்கினார்; துணை மந்திரிப் பதவி தமக்குக் கிட்டிய பின்னர் அவர் உருவாக்கிக் கொண்ட அழுத்தம் நிறைந்த குரலில் தமது பிரசங்கத்தைத் தொடங்கினார்:

"கனவான்களே! தயவு செய்து நான்..."

அன்று ஒரு விருந்து. சட்டசபையைச் சேர்ந்த ராணுவம் வட திசையிலே வெற்றிகரமாக முன்னேறிச் செல்வதைக் கொண்டாடுவதற்காக, நகர சபை அங்கத்தினர்களுக்கு அளிக்கப்பட்ட விருந்துக் கூட்டம் அது. சிம்பீர் ஸ்க், கசான் முதலியவற்றையும் கைப்பற்றியாகி விட்டது. மத்திய வோல்காப் பிரதேசத்தையும் போல்ஷிவிக்குகள் இறுதியாக இழந்து விட்டார்கள் என்றே தோன்றியது. மெலெக்கெஸ தம்மைச் சூழ்ந்து கொண்டுள்ள முற்றுகையிலிருந்து தப்பிச் செல்வதற்காக, மூவாயிரத்து ஐந்நூறு பேரைக் கொண்ட செஞ்சேனைக் குதிரைப்படை கடும் முயற்சிகள் செய்து வருவதாகத் தகவல் வந்திருக்கிறது. செக்கோஸ்லோவகியர்கள் கசானையும் திடீர்த் தாக்குதல் மூலம் கைப்பற்றி விட்டார்கள். அதன் மூலம் சாம்ராஜ்யத்தின் தங்கச் சேமிப் பின் மொத்த அளவில் பாதிக்கும் அதிகமான தங்கத்தை, அதாவது இருபத்து நாலாயிரம் பூடு எடையுள்ள தங்கத்தையும் அவர்கள் கைப்பற்றி விட்டார்கள். இந்த உண்மை நம்ப முடியாததாகவும், பிரமிக்கத் தக்கதாகவும் விளங் கியது; எனவே இந்த நிலையிமையின் எல்லையற்ற விளைவு களைக் கூட, அவர்களால் எண்ணிப் பார்க்க

முடியவில்லை.

அந்தத் தங்கமெல்லாம் அப்போது சமாராவுக்கு வந்து கொண்டிருந்தது. இதுவரையிலும் யாரும் அந்தத் தங்கத் தின் மீது திட்ட வட்டமான உரிமை கொண்டாட முன் வரவில்லை. என்றாலும், அந்தத் தங்கத்தையெல்லாம் சமாராவிலுள்ள சட்டசபை அங்கத்தினர்களின் கமிட்டியிடமே ஒப்படைப்பது என்று தான் செக்கோஸ்லோவகியர்கள் தீர்மானித்திருக்கிறார்கள் என்று தெரிய வந்தது. சமாராவிலுள்ள வர்த்தகர்களுக்கோ அந்தத் தங்கத்தின் கதியைத் தீர்மானிப்பது பற்றி அந்தரங்கமான சில கருத்துக்கள் இருந்தன. ஆனால் அதுவரையிலும் அவர்கள் அதுபற்றி வாயே திறக்கவில்லை. இந்தச் சூழ்நிலையில் வெற்றி விஜயர்களாக விளங்கும் செக்கோஸ்லோவகியர்கள் மீதுள்ள மதிப்பும், நட்புணர்ச்சியும் ஜுரேவகத்தில் மேலோங்கி விட்டன.

அந்த விருந்து மண்டபத்தில் கூட்டமும் குதூகலமும் பொங்கி வழிந்தன. அன்றைய பிரதம விருந்தாளியும், செக் கோஸ்லோவாகிய ராணுவத்தின் தளபதியுமான காப்டன் செச்செக் அங்கு அமர்ந்திருந்தார்; அவரைச் சுற்றிலும் சமாரா நகரத்தின் சிரிப்பும் சிங்காரமும் மிகுந்த சீமாட்டிகள் அமர்ந்திருந்தார்கள். அந்தச் சீமாட்டிகளிலேயே நட்சத்திரங்கள் எனத் தகும் அர்ஷானவா, கூர்லினா, ஷெஹபா லவா முதலியோரும் அங்கிருந்தார்கள். ஐந்தடுக்கு மாடி கொண்ட மாவுத் தொழிற்சாலைகள், தானியங்களைச் சுமந்து செல்லும் வாகனங்கள், நீராவிக் கப்பல் கம்பெனிகள், செழிப்பான கரிசல் நிலம் மலிந்த பெரும் பெரும் ஜில்லாக்கள், முதலியவற்றுக்கெல்லாம் இந்தச் சீமாட்டிகள் சொந்தக்காரிகளாக இருந்தார்கள். அவர்கள் டாலடிக்கும் பெரிய பெரிய வைர நகைகளை எல்லாம் அணிந்திருந்தார்கள். அவர்கள் அணிந்திருந்த உடைகள் அந்த காலத்திலே அவ்வளவு நாகரிகமாக இல்லாவிட்டாலும், அவையெல்லாம் பாரிஸிலிருந்தும் வியன்னாவிலிருந்தும் எப்போதோ ஒரு காலத்தில் வரவழைக்கப்பட்ட உடைகளாகவே இருந்தன. எல்லா

மாவீரர்களையும் போலவே, செச்செக்கும் போற்றிப் புகழக்கூடிய எளிமையும் நளினமும் மிகுந்தவராகவே விளங்கினார். அவரது பூதாகரமான உடம்பு புழுக்கத்தைத் தாங்க முடியாமலும், உடம்பை இறுக்கிப் பிடித்தாற்போல் தைக்கப்பட்டிருந்த சட்டையின் இறுக்கமான காலர் அவரது சிவந்த கழுத்தைப் பிடித்து நெரித்துக் கொண்டிருந்தாலும் கூட, அவரது முகத்தின் இனிமை குறையவில்லை. இளமையும் செழுமையும் மிகுந்த அவரது முகத்தில் சின்னஞ்சிறு சிவந்த மீசை தென்பட்டது; கண்களிலோ ஒரு அதிசயக் கவர்ச்சியொளி மிகுந்திருந்தது. அந்தக் கண்களின் தேஜஸ் அவரது கன்னங்கள் இரண்டிலும் முத்தங்களை வாரிச் சொரிவதற்கு அழைப்பு விடுவது போலவே பிரகாசித்தது. அவரது உதட்டில் மலர்ந்திருந்த கவர்ச்சிகரமான புன்னகை சிறிது கூட மாறவில்லை. அவர் தாமடைந்த மகோந்நதமான புகழை எல்லாம் புறக்கணித்து விட்டது போலவும், வெற்றி முழக்கங்கள், மாகாணத் தலை நகர்களைக் கைப்பற்றுதல், ரயில்களில் வண்டி வண்டியாகக் கொண்டு வரும் தங்கப் பாளங்கள் முதலிய எல்லாவற்றைக் காட்டிலும் ஆயிரம் மடங்கு அதிகமாக அவர் அந்தச் சீமாட்டிகளை மதிப்பது போலவும் தோன்றியது.

அவருக்கு எதிரே தடித்த உடம்பும் மத்திய வயதும் கொண்ட வேறொரு ராணுவ அதிகாரி அமர்ந்திருந்தார்; அவரது முட்டை போன்ற பெரிய மொட்டைத் தலையைப் பார்த்தாலே அவர் அதிகாரத்தின் அரண் என்று சொல்லும் படியாக இருந்தது. அவரது கொழுத்த மழுமழுப்பான முகத்தில் குறிப்பிடத்தக்க அம்சமாக அவரது தடித்த உதடுகள் விளங்கின. அவரது வாய் எப்போது பார்த்தாலும் வெறுமனே அசைபோட்டுக் கொண்டிருந்தது. அவர் தமது புருவங்களையும் நெரிப்பதும் விரிப்பதுமாக இருந்தார். அவரது கண்களோ மேஜை மீது ஏராளமாகப் பரப்பி வைக்கப் பட்டிருந்த உணவுப் பொருள்களை வட்டமிட்டுப் பார்த்தவாறே சுழன்று கொண்டிருந்தன. மேஜைமீதிருந்த சிறிய மதுக்கிண்ணம், அவரது விரிந்தகன்ற உள்ளங்கைக்குள் இருக்கும் இடம்

தெரியாமல் மறைந்துவிட்டது. அவரைப் பார்த்தாலே, அவர் பெரிய தம்ளர்களைக் கையிலேந்திப் பழகியவர் என்றே தெரிந்தது. அவர் மதுவை மெதுவாக ஒரு மடக்குக் குடித்துக் கொண்டே தலையைப் பின்புறமாகச் சாய்ப்பதுமாக இருந்தார். அவரது கள்ளம் நிறைந்த சின்னஞ்சிறு நீலக் கண்கள் எவர் மீதும் நிலையாகப் பதியவில்லை; அங்கு அவர் திட்டவட்டமாக மிகவும் ஜாக்கிரதையாக இருந்தார். ராணுவ அதிகாரிகளெல்லாம் அவர் முன்பு பணிவோடும் பவ்வியத்தோடும் தலை வணங்கினார்கள். ஏனெனில் அவர்தான் யூரல் கசாக்குகளின் மாவீரரும், ஓரியன் பார்க் பிரதேசத்து ஆத்தமானும் ஆன தூத்தவ் என்பவர். அவர் ஒரு புதிய தலைவர்.

அவருக்குச் சில ஆசனங்களுக்கு அப்பால் தள்ளி, இரண்டு அழகிய மாதர்களுக்கு நடுவில் பிரெஞ்சு நாட்டின் ஸ்தானிகரான மோசே ஜானோ என்பவர் அமர்ந்திருந்தார். அந்தப் பெண்களில் ஒருத்தி பொன் நிற முடியையும் மற்றவள் செம்பட்டை முடியையும் கொண்டிருந்தனர். அந்த ஸ்தானிகர் இளங்கபில நிறத்தில் அமைந்த கோட்டையும், பளபளப்பு மிகுந்த வெண்ணிறமான சட்டையையும் அணிந்திருந்தார். அழகிய மீசை கொண்ட அவரது சிறிய முகமும் கூரிய மூக்கும் அமிதமான போக வாழ்வின் அறிகுறிகளைப் பிரதிபலித்துக் கொண்டிருந்தன. அவர் கரகரத்த குரலில் சளசளவென்று பேசிக் கொண்டிருந்தார். அவ்வாறு பேசும் போது அவர் ஒருமுறை தம்மருகிலே இருந்த அந்த செங் கூந்தல் பெண்ணின் பக்கமாகத் திரும்பிப் பார்த்தார்; அவள் அரை நிர்வாண கோலத்தில் எழிலுடன் அமர்ந்திருந்தாள். (அவர் அவ்வாறு தம் பக்கம் திரும்பியபோது அவரது கையை அவர் ஒரு மலரால் செல்லமாகத் தட்டினாள்.) அடுத்தாற் போல் அவர் மறுபக்கம் திரும்பி, அந்தப் பொன் கூந்தல் பெண்ணின் முத்தும் பவளமும் கலந்தது போல் தோன்றிய தோள் அழகைப் பார்த்தார். அவளோ அவர் ஏதோ தன்னைக் கிசுகிசு மூட்டிவிட்டாற்போல் களகளவென்று கிளுகிளுத்துச் சிரித்தாள். அந்த இரண்டு

பெண்களுக்கும் பிரெஞ்சு மொழி புரிந்தது; ஆனால் வேகமாகப் பேசினால் அவர்களுக்குப் புரியவில்லை என்றும் தெரிந்தது. அந்த இரு பெண்களின் கவர்ச்சியிலும் மயங்கி, அந்த ஸ்தானிகர் கிறுகிறுத்துப் ·போயிருந்தார் என்பதும் தெளிவாகத் தெரிந்தது. என்ற போதிலும் கூட, முன்பக்கமாகத் திரும்பி, அன்றுதான் ஓம்ஸ்க் நகரத்திலிருந்து வந்திருந்த மாபெரும் மாவுத் தொழிற்சாலை முதலாளியான பிரீக்கின் என்பவரோடு இடையிடையே பேச்சுக் கொடுத்துக் கொள்ளவும், ஆத்தமான் தூத்தவின் அற்புதமான சாதனைகளைப் பாராட்டி வாழ்த்துக் கூறும்போது தானும் தமது மதுக் கிண்ணத்தை உயர்த்தவும் அவர் மறந்து விடவில்லை. சைபீரியாவின் ரொட்டி மாவிலும், ஓரியன் பார்கிலிருந்து வரும் மாமிசத்திலும் வெண்ணெயிலும் ஜானோவுக்கு இருந்த வேட்கையையும் விருப்பத்தையும் பார்த்தாலே, வெள்ளை ராணுவத்திடம் அவர் ஏன் அவ்வளவு விசுவாசமாக இருக்கிறார் என்பதும் தெரிந்து விடும்; உணவு நெருக்கடி ஏற்படும் காலங்களிலெல்லாம் அந்தப் பிரெஞ்சு ஸ்தானிகர் ஐம்பது ரயில் வண்டிகள் கொள்ளும் அளவுக்கு மாவையோ அல்லது பிற உணவுப் பொருள்களையோ அரசாங்கத்துக்குத் தந்துதவ முன் வருவார். இருந்தாலும் அங்கும் சந்தேகத்துக்கிடமான கருத்துக்கள் நிலவத்தான் செய்தன. அவற்றைப் பரப்பியவர்களோ, ஜானோவை வரவழைத்து, அவரது ஸ்தானிகர் பதவிக்கான அத்தாட்சிப் பத்திரங்களை காட்டுமாறு கோர வேண்டுமென்றும், எந்த ஒரு கௌரவமான அரசாங்கமும் அவ்வாறுதான் செய்யும் என்றும் சொல்லிக் கொண்டிருந்தார்கள். ஆனால் அரசாங்கமோ அத்தாட்சிப் பத்திரங்களையே பார்க்காமல் நேச நாட்டார் மீது நம்பிக்கை வைக்கும் அதிசாமர்த்தியமான வழியைக் கடைப்பிடித்து விட்டது.

அங்கு வேறொரு குறிப்பிடத்தக்க அன்னிய நாட்டினரும் இருந்தார். கறுத்த மேனியும் குறுகுறுப்பான கண்களும் கொண்ட சின்யோர் பிக்கோலோமினி என்பவர்தான் அவர். (இதுதான் அவரது சொந்தப் பெயர் என்று அவர் உறுதிப் படுத்தியிருந்தார்.) எவருக்கும் புரியாத ஏதோ ஒரு

தெளிவற்ற முறையில், அவர் இத்தாலிய நாட்டுக்கும், இத்தாலிய மக்களுக்கும் அங்கு பிரதிநிதியாக இருந்தார். அவரது குட்டையான கருநீல உடைகளில் வெள்ளி நிறமான ஜரிகை வேலைப்பாடுகள் மிகுந்திருந்தன. அவரது தோள் பட்டைகளிலிருந்து ஜெனரல் பதவியின் ராணுவச் சின்னங்கள் தொங்கி மேலும் கீழும் ஆடிக் கொண்டிருந்தன. சமாராவில் ஒரு பிரத்தியேகமான இத்தாலியப் படையை அவர் உருவாக்கி வருவதாகச் சொல்லப்பட்டது. ஆனால் அரசாங்கமோ "இங்கே இத்தாலியர்களை இவர் எங்கே போய்க் கண்டு பிடிக்கப் போகிறார்?" என்று வியப்போடு விழித்தது. என்றாலும் அரசாங்கத்தார் அவருக்குப் பணம் கொடுத்தார்கள். என்னதான் இருந்தாலும், நேச நாட்டினர்தான். நண்பர்கள் நண்பர்கள்தான்... என்றாலும் பூர்ஷ்வா வட்டாரங்களிலோ யாரும் அவரைப் பொருட்படுத்தவில்லை.

அந்த விருந்திலே கலந்து கொண்ட அரசாங்கப் பிரதிநிதிகள் எல்லாம் டாக்டர் புலாவின், கவ்யாதின் போன்ற கட்சி சார்பற்ற நபர்கள் தான். கவ்யாதினோ பதவியிலே மிகவும் உயர்ந்து விட்டார்; இப்போது அவர் எதிர் உளவு இலாகாவில் துணைத் தலைவராக இருந்தார். போல்ஷிவிக்குகளைத் தூக்கியெறிந்த காலத்தில், ஒருவருக்கொருவர் பரஸ்பரம் கொண்டிருந்த உறவும் ஆர்வமும் குறைந்து போய் விட்டது. சட்டசபை அங்கத்தினர்களின் கமிட்டியால் நடத்தப்பட்டு வந்த அரசாங்கத்தில் இருந்தவர்களெல்லாம் சோஷலிஸ்ட் புரட்சிவாதிகளாக இருந்தார்கள்; புரட்சியின் சாதனைகளைப் பற்றி அவர்கள் வாய்க்கு வந்தபடி உளறிக் கொட்டினார்கள். ருஷ்ய நாட்டுப் பிரச்சினைகளில் செக்கோஸ்லோவகியர்களுக்கு ஆழ்ந்த ஞானமில்லாத காரணத்தால் அவர்கள் அந்த உளறல்களை நம்பினார்கள். அரசியலைக் கைப்பற்றும் சதியை உருவாக்கிய ஆரம்ப கட்டத்தில், தொழிலாளர்களையும் விவசாயிகளையும் ஏதாவது ஒரு விதத்தில் சமாதானம் கூறிச் சரிகட்ட வேண்டியிருந்தபோது, சோஷலிஸ்ட் - புரட்சிவாதிகளின் அரசாங்கம் பயனுள்ள, ஒரு வரப்பிரசாதமாகவே

திகழ்ந்தது. சமாராவிலுள்ள வியாபாரிகளே சோஷலிஸ்ட் புரட்சிவாதிகளின் கோஷங்களைக் கோஷித்தார்கள். ஆனால் இப்போதோ ஹிவலீன் ஸ்கிலிருந்து கசான் வரையிலும் செஞ் சேனையினரை விரட்டி வெற்றி கண்டாகிவிட்டது. தெனீகின் கிட்டத்தட்ட வடக்குக் காக்கஸஸ் பிரதேசம் முழுவதையும் வென்றுவிட்டார்; கிரஸ்னோவோ த்ஸாரீத்ஸின் வரையிலும் நெருங்கி வந்து விட்டார்; தூத்தவ் யூரல் பிரதேசத்தை விடுவித்துவிட்டார்; மேலும் சைபீரியாவில் ஒவ்வொரு நாளும் புதிதாக வெள்ளை ராணுவ ஆத்தமான்கள் தலை தூக்கிக் கொண்டிருந்தார்கள். எனினும் இந்த நீண்ட தலைமயிர் கொண்ட நாடோடிகளான வோல்ஸ்கி, புருஷ்வீத், கிலீ முஷ்கின் முதலியோரும், பிறரும் சமாரா நகரத்தின் பிரமுகர்கள் சபையின் பிரம்மாண்டமான அரண்மனையில் கூடிக் கொண்டு, சட்டசபையே வேண்டும் என்று தவித்துக் கொண்டிருந்தார்கள். பெரும் வியாபாரிகளோ எளிமையும் உறுதியும் சுலபமும் ஆன முற்றிலும் புதிய கோஷங்களை உருவாக்கத் தொடங்கி விட்டார்கள்.

டாக்டர் புலாவினோ விருந்துக்கு வந்திருந்த அன்னியரைக் கருத்தில் கொண்டே தமது பிரசங்கத்தைப் பேசினார்.

“பாம்பின் விஷப் பல்லைப் பிடுங்கியாகிவிட்டது. இந்தத் தத்துவபூர்வமான உண்மையை, சகாப்த மாற்றத்தையே கொண்டு வந்துவிட்ட இந்த யதார்த்தத்தை யாரும் போதுமான அளவுக்குக் கணக்கிலெடுத்துக் கொள்ளவில்லை. நான் நமது கையிலுள்ள அறுபது கோடி தங்க ரூபிள்களைப் பற்றிப் பேசுகிறேன்...’ (இதைக் கேட்டதும், ஜானோவின் மீசை முனைகள் சிலிர்த்தன. அவர் தமது மதுக் கிண்ணத்தை ஆட்டியவாறே “சபாஷ்!” என்று கத்தினார். பிக்கோலோமினியின் கண்களிலோ குரூர வேட்கை பிரதிபலித்தது.) போல்ஷிவிக்குகளிடம் இருந்து நாம் இந்தத் தங்க விஷப் பல்லைப் பிடுங்கி விட்டோம்.... கனவான்களே! எனினும் அந்தப் பாம்புகள் இன்னும் கடிக்கக் கூடும்; என்றாலும் அந்தக் கடியினால்

உயிருக்கு ஆபத்தில்லை. அவர்கள் பயமுறுத்தக் கூடும். ஆனால் அவர்களைக் கண்டு ஜனங்களுக்குப் பயமில்லை. கம்பை ஊன்றிக் கொண்டு வரும் நொண்டிப் பிச்சைக்காரனாகவே ஜனங்கள் அவர்களை மதிப்பார்கள். அவர்களிடம் இப்போது தங்கம் ஏதும் இல்லை . அச்சுக்கூடம் ஒன்றைத் தவிர ஏதும் இல்லை."

ஓம்ஸ்கிலிருந்து வந்திருந்த வியாபாரியான பிரீக்கின் வாயைத் திறந்து திடீரென்று கடகடவென்று நகைத்தார்; தமது கைக்குட்டையினால் கழுத்தைத் துடைத்துக் கொண்டு "அட கடவுளே! என்ன அருமையான விவகாரம்" என்று முணுமுணுத்துக் கொண்டார்.

டாக்டர் புலாவின் மேலும் பேசத் தொடங்கினார்; அவரது குரலில் அதுவரையிலும் இல்லாத கணீர்த் தன்மை குடிபுகுந்திருந்தது: "கனவான்களே! வெளி நாட்டுப் பிரதிநிதிகளாகிய நீங்கள் ஒன்றை நினைவு கூர்ந்து பார்க்க வேண்டும் - நட்பு என்பது வேறு; பணம் என்பது வேறு... நேற்று வரையிலும் நாங்கள் உங்கள் கண்களில் ஒரு ஹாஸ்யத் தெருக்கூத்துக் கோஷ்டி போலவே தோன்றினோம்; ஏதோ ஒரு தற்காலிகமான வளர்ச்சியாகவும், அடிப்பட்ட இடத்தில் தோன்றும் வீக்கம் போலவுமே தோற்றினோம். ஆனால் இன்றோ நாங்கள் உறுதியாக நிலைபெற்று விட்ட அரசாங்கமாக மாறி விட்டதையும், நாட்டின் தங்கச் சேமிப்பு நிதியின் பாதுகாவலர்களாக மாறி விட்டோம் என்பதையும் உலகம் முழுவதும் நன்கு அறியும். இப்போதோ நாங்கள் அன்னிய அரசாங்கங்களைப் பிரதிநிதித்துவப்படுத்தும் கனவான்களோடு ஓர் உடன்பாட்டுக்கு வர முடியும்..." (அவர் தமது மெலிந்த விரல்களால் மேஜையைக் கோபாவேசமாகத் தட்டினார்.) இப்போதோ நான் பல தனிப்பட்ட மனிதர்களோடு ஒரு தனிப்பட்ட நபர் பேசுவது போலவே அந்தரங்கமான சூழ்நிலையில் பேசுகிறேன். என்றாலும் இப்போது இங்கு தெரிவித்த கருத்துக்களின் முக்கியத்துவத்தையும் நான் நன்கு உணர்ந்திருக்கிறேன்.... ருஷ்ய நாட்டின் துறைமுகங்களுக்கு

ராணுவ தளவாடங்களையும் துணிமணிகளையும் ஏற்றிக் கொண்டு, கப்பல்கள் வரும் காட்சியை நான் இப்போதே கண்முன் காண்கிறேன்... வெள்ளை ராணுவம் பன்மடங்காக வளரும் என்பதையும் காண்கிறேன்... இப்போது ருஷ்ய நாட்டின் மீது ஆட்சி செலுத்தும் அயோக்கியர்களின் கழுத்தின் மீது தண்டனையின் கொடுவாள் தாக்கப் போவதையும் நான் காண்கிறேன். அறுபது கோடி தங்க ரூபிள்கள் அதற்குத் தாராளமாகப் போதுமானது!... அன்னிய நாட்டுப் பிரதிநிதிகளே! ருஷ்ய மக்களின் சட்டபூர்வமான பிரதிநிதிகளுக்கு நீங்கள் உதவ, தாராளமாக, ஏராளமாக உதவ முன்வர வேண்டும்!"

அவர் தமது மதுக் கிண்ணத்தை வாயில் வைத்தவாறே மீண்டும் அமர்ந்தார்; முகத்தைச் சுழித்தவாறே மூச்சு வாங்கினார். மேஜையைச் சுற்றிலும் அமர்ந்திருந்தவர்கள் பலத்த கரகோஷம் செய்தார்கள். வியாபாரியான பிரிக்கின் கத்தினார்: "நண்பரே! மிக்க நன்றி.. நன்றாகச் சொன்னீர்கள். அப்படித்தான் சொல்ல வேண்டும். நமக்கு சோஷலிஸம் தேவையில்லை."

தமது பெல்ட்டைச் சட்டென்று இடுப்பின் மீது இழுத்து விட்டவாறே, செச்செக் எழுந்தார். அவர் சொன்னார்:

"நான் சுருக்கமாகவே சொல்லி விடுகிறேன். எங்களது சகோதரர்களான ருஷ்யர்களின் நல்வாழ்வுக்காக நாங்கள் எங்கள் உயிர்களை அன்றும் ஈந்தோம், இன்றும் இனியும் ஈவோம். நீடூழி வாழ்க மாபெரும் ருஷ்யா!"

இதைக் கேட்டதும் குழுமியிருந்தவர்கள் எல்லோரும் இடிமுழக்கம் போல் கரகோஷம் செய்தார்கள்; மேஜை மீதிருந்த பூக்களின் மீது கைகளை உயர்த்தி, அங்கிருந்த பெண்களும் வெறிவேகத்தோடு கை தட்டினார்கள். பின்னர் ஜானோ பேச எழுந்தார். அவர் தமது தலையை அநாயாசமாக மேல்நோக்கி உலுக்கினார்; அவரது மீசை அவரது முகத்தின் ஆண்மைத் தன்மையைப் பிரதிபலித்தது.

"சீமாட்டிகளே! சீமான்களே! தங்களது மூதாதையர்களின் மகோந்நதத்தைப் பற்றிய கனவுகளில் மூழ்கியிருந்த ருஷ்ய

அலெக்சேய் தல்ஸ்தோய் ▲ 609

நாட்டின் வீரஞ்செறிந்த ராணுவத்தை போல்ஷிவிக்குகளின் கும்பல் தந்திரமாக ஏமாற்றி விட்டார்கள் என்பதை நாங்கள் நன்கு அறிவோம். அந்தப் போல்ஷிவிக்குகள் இயற்கைக்கு மாறான கருத்துக்களையும், மூர்க்கத்தனமான உணர்ச்சிகளையும் ராணுவத்தின் மத்தியில் உருவேற்றிவிட்ட காரணத்தால், அந்த ராணுவம் தனது ராணுவத் தன்மையையே இழந்துவிட்டது. சீமாட்டிகளே! சீமான்களே! ருஷ்ய மக்களின் நேர்மையுணர்ச்சியில் பிரெஞ்சுக்காரரான நாங்கள் நம்பிக்கையிழந்திருந்த காலமும் உண்டு என்ற உண்மையை நான் உங்களிடமிருந்து மூடி மறைக்க விரும்பவில்லை. இந்தப் பேய்க்கனவு இப்போது மறைந்துவிட்டது. நாங்கள் நினைத்ததெல்லாம் தவறு என்பதை நாங்கள் இன்று காண்கிறோம். ருஷ்ய மக்கள் மீண்டும் எங்களோடுதான் இருக்கிறார்கள்... ருஷ்ய ராணுவம் தனது தவறான போக்கை ஏற்கெனவே நன்கு உணர்ந்து கொண்டுவிட்டது. நமது பொது எதிரியின் தாக்குதலை எதிர்த்து, ருஷ்யப் பெருவீரன் மீண்டும் நிமிர்ந்து நின்று விட்டான். இந்தப் புதிய நம்பிக்கையால் நான் பெரிதும் மனமகிழ்ச்சி கொள்கிறேன்...”

கரகோஷம் ஓய்ந்த பிறகு பிக்கோலோமினி துள்ளி யெழுந்து நின்றார். அப்போது அவரது கனத்த ராணுவச் சின்னங்கள் அசைந்தாடின். அங்கிருந்தவர்களில் யாருக்குமே இத்தாலிய மொழி தெரியாததால், அவரும் தமக்கு அனுசரணையாகவே பேசியதாக எல்லோரும் நினைத்தார்கள்; அந்த வியாபாரி பிரீக்கின் உற்சாகத்தில் அந்தக் கறுத்த மனிதரை முத்தமிடவும் கூட முயன்றார். இதன் பின்னர் பெரு முதலாளிகளின் பிரதிநிதிகள் பேசினார்கள். அவர்கள் தெளிவற்றுச் சுற்றி வளைத்துப் பேசினார்கள்; சைபீரியாவின் பக்க மிருந்துதான் விமோசனம் வரவேண்டும் என்ற விஷயத்தை மட்டும் மிகவும் அழுத்திச் சொன்னார்கள். எல்லோரும் பேசி முடித்த பின்பு ஆத்தமான் தூத்தவ் எல்லோருடைய விருப்பத்துக்கும் இணங்கிப் பேச எழுந்தார். முதலில் அவர், “ஊஹூம். நான் ஒரு ராணுவ வீரன். எனக்குப் பேச வராது” என்று பிகு பண்ணினார்.

பின்னர் அவர் ஆழ்ந்த அமைதியினூடே அழுத்தலாக எழுந்து நின்று பேசினார்:

"கனவான்களே! நமது கூட்டு நண்பர்கள் நமக்கு உதவினால் - ரொம்ப நல்லது. அவர்கள் உதவா விட்டால் -- போல்ஷிவிக்குகளை ஒழித்துக் கட்டுவதையும் நாமே செய்து முடிப்போம்... பணம் இருக்கும் வரையிலும் நமக்குப் பயமில்லை... இந்தச் சமயத்தில் நீங்கள் எங்களுக்கு நிதி உதவி அளித்து உதவ வேண்டும். அதுதான் நாங்கள் உங்களை வேண்டிக் கொள்வது."

"எல்லாவற்றையும் எடுத்துக் கொள்ளுங்கள், ஆத்தமான்! எங்களிடமுள்ள சர்வத்தையும் எடுத்துக் கொள்ளுங்கள். நாங்கள் ஒன்றும் முணுமுணுக்க மாட்டோம்!" என்று உணர்ச்சி வேகத்தோடு கத்தினார் பிரிக்கின்.

விருந்து மிகவும் வெற்றிகரமாக அமைந்து விட்டது. பிரசங்கங்கள் முடிந்தவுடன், அன்னிய நாட்டுப் பிராந்தியுடனும், வேறுபல மதுவகைகளுடனும் பால் சேராத காப்பி வழங்கப்பட்டது. நேரமும் அதிகமாகி விட்டது. டாக்டர் புலாவின் ஆங்கில முறைப்படி யாரிடமும் விடைபெற்றுக் கொள்ளாமலே இடையிலேயே நழுவிச் சென்று விட்டார்.

அவர் ஒரு மோட்டார் காரில் தமது வீடு வந்து சேர்ந்து, முன்வாசற் கதவைத் திறக்க முனைந்தார். அந்தச் சமயத்தில் ஓர் அதிகாரி அவரை நோக்கி அவசரமாக ஓடிவந்தான்.

"மன்னியுங்கள், தாங்கள் தானே டாக்டர் புலாவின்?" டாக்டர் புலாவின் அந்த அன்னியரின் மீது தமது பார்வையைத் திருப்பினார். தெருவில் ஒரே இருட்டாக இருந்தது; அவரது கண்ணில் பட்டதெல்லாம் அந்த அதிகாரியின் தோளில் தென்பட்ட லெப்டினெண்ட் கர்னல் சின்னங்கள்தான். டாக்டர் புலாவின் முணுமுணுத்தார்:

"ஆம். நான்தான் புலாவின்."

"நான் தங்களிடம் மிகவும் முக்கியமான ஒரு காரியமாக வந்தேன். சந்திப்பதற்கான நேரம் இதுவல்ல என்பது எனக்குத் தெரியும்... எனினும் நான் தங்களை இங்கு மூன்று முறை தேடி வந்துவிட்டேன்."

"சரி. நாளைக் காலை பதினொன்று மணிக்கு, மந்திரிசபைக் காரியாலயத்தில்..."

"இன்றைக்கே அதனை வைத்துக் கொள்ளுமாறு நான் மிகவும் வேண்டிக் கொள்கிறேன். நான் இன்றிரவே நீராவிக் கப்பலில் புறப்பட வேண்டியிருக்கிறது."

புலாவின் பதிலளிக்கு முன்னர் சிறிது யோசித்தார். அந்த அன்னியனுடைய பேச்சைப் பார்த்தால், அதிலே ஒரு அழுத்தமும், வற்புறுத்தலும், அபாய உணர்ச்சியும் இருப்பது போலத் தோன்றியது. பின்னர் அவர் தமது தோளை உலுக்கிக் கொண்டார்.

"முதலிலேயே எச்சரித்து விடுகிறேன் – ஏதாவது நிதி உதவி சம்பந்தமான விஷயமென்றால், அது எனது இலாகாவுக்கு உட்பட்ட விஷயமல்ல என்பதைத் தெரிவித்துக் கொள்கிறேன்."

"இல்லை. எனக்கு எந்த உதவியும் தேவையில்லை."

"ஹூம்! சரி... உள்ளே வாருங்கள்!"

புலாவின் அந்த நபருக்கு முன்னால் நடந்து, தமது படிப்பறைக்குள் சென்றார்; இருவரும் அந்த அறைக்குள் சென்றதும், அவர் அந்த அறையிலிருந்து வீட்டின் உட் பகுதிகளுக்குச் செல்லும் வாசற்கதவை உடனே அடைத்துத் தாளிட்டார். வீட்டில் எங்கோ ஒரு பகுதியில் விளக்கெரிந்தது; எனவே யாராவது இன்னும் விழித்துக் கொண்டிருக்க வேண்டும். டாக்டர் புலாவின் தமது மேஜையின் முன்னால் அமர்ந்தார்; தம்மைக் காண வந்த அந்த நபரைத் தமக்கு எதிரே அமரும் படி கையைக் காட்டி விட்டு, தமது கையெழுத்துக்காக வந்திருக்கும் பல்வேறு தஸ்தாவேஜுகளையும் சோர்வுடன் ஒரு பார்வை

பார்த்தார்; பின்னர் தமது இரு கை விரல்களையும் பிணைத்துக் கொண்டார்:

"நல்லது. நீங்கள் வந்த காரியம் என்ன?" அந்த அதிகாரி தனது தொப்பியை மார்போடு அழுத்திப் பிடித்தவாறு, உள்ளத்தைத் தொடும் மிருதுவான குரலில் கேட்டான்:

"தாஷா எங்கிருக்கிறாள்?"

டாக்டர் புலாவின் தமது பிடரியைச் செதுக்கு வேலைப் பாடு நிறைந்த நாற்காலியின் மீது பலமாக மோதினார். அப்போது தான் அவர் முதன் முறையாக அந்த அன்னியனின் முகத்தைப் பார்த்தார். இரண்டு ஆண்டுகளுக்கு முன்னால், தாஷா தானும் தனது கணவனும் சேர்ந்து எடுத்துக் கொண்ட ஒரு புகைப்படத்தை அவருக்கு அனுப்பி வைத்திருந்தாள். அப்படியென்றால். இவன் தான் அந்தக் கணவன்! டாக்டரின் முகம் வெளுத்தது; கண்களுக்குக் கீழிருந்த அந்த சதை மடிப்புக்கள் நடுங்கின. அவர் கரகரத்த குரலில் எதிரொலித்தார்:

"தாஷாவா?"

"ஆம். நான் தான் தெலேகின்."

டாக்டரின் கண்களையே பார்த்துக் கொண்டிருந்த தெலேகினின் முகமும் வெளிறியது. டாக்டர் புலாவின் தம்மைத் தாமே சுதாரித்துக் கொண்டு விட்டாலும், தமது வாழ்க்கையிலேயே தாம் முதன் முதலாகச் சந்திக்கும் தமது மருமகப்பிள்ளையை வழக்கமான முறையில் வரவேற்பதற்குப் பதிலாக, அவர் ஏதோ நாடகத்தில் நடிப்பது போல் தமது கைகளை நீட்டினார். பின்னர் சிரிப்பை உள்ளடக்க முயல்வது போல், ஏதோ ஒரு கிளுகிளுத்த குரலை எழுப்பிக் கொண்டு பேசினார்:

"அப்படியென்றால் - நீங்கள்தான் தெலேகினா? நல்லது. நீங்கள் எப்படி இங்கே?"

அவர் மிகுந்த வியப்புக்கு ஆளாகியிருந்திருக்க வேண்டும்.

எனவே அவர் தெலேகினோடு கை குலுக்கவும் மறந்து விட்டார். அவர் தமது மூக்குக் கண்ணாடியைச் சரியாக வைத்துக் கொண்டார். (இப்போது அவர் உடைந்த கண்ணாடியுடன் கூடிய நிக்கல் பிரேம் அணிந்திருக்கவில்லை. மாறாகக் கவர்ச்சிகரமான தங்க பிரேம் போட்ட கண்ணாடி அணிந்திருந்தார்.) பின்னர் தமது மேஜை டிராயரை வெளியே இழுத்து, அதில் அடைத்துக் கிடந்த காகிதங்களிடையே எதையோ அவசர அவசரமாகத் தேடினார்.

தெலேகின் ஒன்றுமே புரியாதவனாக, அவரது செய்கைகளையே வியப்புடன் பார்த்துக் கொண்டிருந்தான். ஒரு நிமிஷத்துக்கு முன்னே தெலேகின் தன்னைப் பற்றிய எல்லா விஷயங்களையும் தன் தந்தையிடம் கூறுவது போல், டாக்டரிடம் தெரிவித்து விடவே தயாராக இருந்தான். ஆனால் இப்போதோ அவன் நினைத்தான்: "அவருக்கு என்னைப் பற்றித் தெரிந்திருக்கும் - அல்லது அவர் ஊகிக்கவாவது செய்திருப்பார். அவரை நான் தர்மசங்கடமான நிலைமைக்கு ஆளாக்கக் கூடாது. என்னதான் இருந்தாலும், அவர் ஒரு மந்திரி..." அவன் தனது தலையைக் குனிந்தவாறே மிகவும் மிருதுவாகச் சொன்னான்:

"திமித்ரி ஸ்தெபானவிச்! நான் தாஷாவைப் பார்த்து ஆறு மாதங்களுக்கு மேலாகி விட்டது. கடிதங்களும் வரவில்லை. அவள் எங்கிருக்கிறாள் என்பதே எனக்குப் புரியவில்லை."

"இருக்கிறாள். இருக்கிறாள். சுகமாகத்தான் இருக்கிறாள்."

டாக்டர் தமது மேஜையின் கீழ்த்தட்டிலுள்ள டிராயர் வரையிலும் குனிந்து விட்டார்.

"நான் சேவா சேனையில் பணியாற்றுகிறேன். சென்ற மார்ச் மாதத்திலிருந்து நான் போல்ஷிவிக்குகளுக்கு எதிராகப் போராடி வருகிறேன்... வட திசையிலுள்ள தலைமைக் காரியாலயத்துக்கு என்னை ஒரு ரகசியப் பணி சம்பந்தமாக அனுப்பியுள்ளார்கள்" என்றான் தெலேகின்.

கொண்டிருப்பதே பெரிய அதிசயம். நான் உயிர் வாழாமற் போயிருந்தால் கூட நன்றாயிருந்திருக்கும் என்று தோன்றுகிறது... நான் கேள்விப்பட்ட விஷயங்கள் அனைத்துமே புளுகு மூட்டைகள், அருவருக்கத்தக்க மோசடி... குலீச்செக் கூட... அவன் பேச்சைக் கேட்டு மாஸ்கோவுக்குக் கூடச் சென்றேன். (அந்த விவரத்தையெல்லாம் நாம் நேரில் சந்திக்கும் போது பேசுவோம்.) நேற்றுக்கூட, அவன் பலப்பலவாறு என்னிடம் கூறினான்: "அவர்கள் மனிதர்களைச் சுட்டுத் தள்ளுகிறார்கள்! பலரைப் பூமிக்குள்ளே குழிதோண்டிப் புதைத்து விடுகிறார்கள்... மனிதனுக்குள்ள மதிப்பெல்லாம் ஒரே ஒரு துப்பாக்கிக் குண்டுதான். உலகமே ரத்த வெள்ளத்தில் மூழ்கிக் கொண்டிருக்கிறது... நீ என்னவோ உன்னை நாங்கள் தலையில் தூக்கி வைத்து ஆட வேண்டும் என்று எதிர்பார்க்கிறாய். இன்னொருவனானால் இவ்வளவு தூரத்துக்குக் கூடப் பேச்சு வைத்துக் கொள்ள மாட்டான். படுக்கைக்கு வா என்று பட்டவர்த்தனமாக உத்தரவு போட்டு விடுவான்!" ஆனால், அப்பா! நான் சொல்வதை நம்புங்கள். நான் அவர்களை எதிர்த்தே நிற்கிறேன்... மதுவைக் குடித்த பின்பு மனிதர்கள் உண்ணும் தின்பண்டம் போல் என்னை ஆக்க எண்ணுவதை என்னால் சகித்துக் கொண்டிருக்க முடியாது. நான் அவ்வளவுக்குத் தாழ்ந்து தரங்கெட்டுப் போய் விட்டால் பின்னர் நான் என்ன கதியாவேன்? என் வாழ்வே முடிந்த மாதிரிதான். அதைவிட நான் தூக்குப் போட்டுக் கொண்டு சாகலாம். நான் பயனுள்ளவளாய் வாழவே முயன்றேன். யரஸ்லாவலில் குண்டு மழைக்கிடையே நான் மூன்று நாட்களாக, ஒரு செஞ்சிலுவைச் சங்க நர்சாகப் பணியாற்றினேன். இரவில் நான் படுக்கையில் வந்து அலுத்து விழும் போது, என் கைகளும் உடைகளும் ரத்தக்கறை மயமாகவே இருக்கும். ஒரு தடவை யாரோ ஒருவன் நான் தூங்கும் போது என் பாவாடையை மேலே தூக்கி விட்டான். உடனே நான் திடுக்கிட்டு விழித்தெழுந்தேன். படுக்கையில் அமர்ந்தவாறே கூச்சலிட்டேன். அவன் ஒரு வாலிபன்.

ஓர் அதிகாரி. அவன் முகத்தை என்னால் என்றும் மறக்க முடியாது! அவன் ஒரு சரியான காட்டு மிருகம். அவன் ஒரு வார்த்தை கூடப் பேசாமல் என்னைக் கீழே பிடித்துத் தள்ளி, என் கைகளைப் பிடித்துத் திருகினான்! அயோக்கியன்! நான் அவனது ரிவால்வராலேயே அவனைச் சுட்டேன். அதெல்லாம் எப்படி நடந்ததென்றே எனக்குத் தெரியவில்லை. அவன் கீழே விழுந்தான் என்று நினைக்கிறேன். நான் மேற்கொண்டு அவனைப் பார்க்கவில்லை... எனக்கு நினைவில்லை.... நான் தெருவுக்கு ஓடி வந்தேன். வெளியிலோ வான மண்டலத்தில் செவ்வொளி படர்ந்திருந்தது; நகரம் எரிந்து கொண்டிருந்தது; குண்டுகள் வெடித்துக் கொண்டிருந்தன... அன்றிரவு எனக்குப் எப்படிப் பைத்தியம் பிடிக்காது போயிற்று என்று எனக்குத் தெரியவில்லை. அப்போதுதான் நான் ஓடிவிட, ஒரேயடியாக ஓடிவிட முடிவு செய்தேன். நீங்கள் என்னைப் புரிந்து கொள்ள வேண்டும். எனக்கு உதவவேண்டும் என்று விரும்புகிறேன். நான் ருஷ்யாவை விட்டே வெளியேறியாக வேண்டும்! எனக்கு ஒரு சந்தர்ப்பம் வாய்த்திருக்கிறது. குலீச்செக்கிடமிருந்து தப்பிப்பதற்கு மட்டும் நீங்கள் எனக்கு உதவ வேண்டும். அவன் எப்போது பார்த்தாலும் என் பின்னாலேயே சுற்றுகிறான். அதாவது அவன் செல்லும் இடங்களுக்கெல்லாம் என்னையும் இழுத்தடிக்கிறான். ஒவ்வொரு இரவிலும் அதே பேச்சுத்தான். ஆனால், என்னைக் கொன்றாலும் சரி, நான் அவன் விருப்பத்துக்குப் பணிந்து விடப் போவதில்லை...”

தெலேகின் படிப்பதை நிறுத்திவிட்டு, ஆழ்ந்து மூச்செடுத்தான்; பின்னர் மெதுவாகப் பக்கத்தைத் திருப்பினான்:

“சந்தர்ப்பச் சூழ்நிலையால் என் கையில் மிகவும் விலையுயர்ந்த சில பொருள்கள் வந்து சிக்கின... நிகித்ஸ்கி வாயில் பக்கம் ஒரு மனிதன் டிராம் வண்டியில் அடிபட்டுச் செத்தான். அவன் என்னாலேயே செத்தான். அது மட்டும் எனக்குத் தெரியும்.... நான் மயக்கம்

தெளிந்து எழுந்தபோது, என் கையில் ஒரு முதலைத் தோல்பை இருந்தது. என்னைத் தரையிலிருந்து தூக்கி விட்ட சமயத்தில் யாரோ ஒருவன் அதை என் கையில் வைத்திருக்க வேண்டும்... நான் அதனை மறுநாள் தான் திறந்து பார்த்தேன். அத்தனை வைர நகைகள்; முத்து நகைகள். அந்தப் பொருள்களை அந்த மனிதன் தான் திருடியிருந்தான். அவன் என்னைச் சந்திக்கவே போய்க் கொண்டிருந்தான்... அந்தப் பொருள்களும் எனக்காகவே திருடப்பட்டவை... புரிகிறதா? அப்பா! அந்தத் திருட்டு நகைகளை வைத்திருப்பது சரியா தப்பா என்ற விவகாரத்துக்குள் நான் போகவில்லை - அந்தப் பொருள்களை நான் வைத்திருந்தேன்... எனது விமோசனத்துக்கு நம்பிக்கையூட்டுவதே அந்த நகைகள்தான்.... நீங்கள் என்னை ஒரு திருடி என்று கூறி, என்னையும் அவ்வாறே ஒப்புக்கொள்ள வைத்தாலும் கூட, நான் அவற்றை வைத்திருக்கவே விரும்புகிறேன். ஏனெனில் இத்தனை சாவுகளையும் பார்த்த பின்னால், நான் வாழ விரும்புகிறேன்... நான் மனித வர்க்கத்தின் உருவத்தையே இப்போது நம்பவில்லை. தாய் நாட்டின் விடுதலையைப் பற்றி அழகழகான வார்த்தைகளை அள்ளி வீசிப் பேசிய அந்தப் பெரிய மனிதர்கள் எல்லோருமே அயோக்கியர்கள், மிருகங்கள்... நான் கண்ணால் பார்த்தவற்றை நினைத்துப் பார்த்தால்? அவர்கள் நாசமாய்ப் போகட்டும்! நடந்தது இதுதான். ஒருநாள் இரவில் அகால வேளையில் திடீரென்று குலீச்செக் என்னிடம் வந்தான். அவன் பெத்ரொகிராதிலிருந்து நேராக வந்திருந்தான் என்று தோன்றியது. நான் அவனோடு மாஸ்கோவை விட்டு வெளியேற வேண்டும் என்று அவன் வற்புறுத்தினான். அவர்களது 'தாய் நாட்டின் தற்காப்புக்கும் விடுதலைக்குமான ஸ்தாபனம்' அம்பலமாகி விட்டது என்றும், மாஸ்கோவில் ஏராளமான பேர்கள் கைது செய்யப்படுகிறார்கள் என்றும் தோன்றியது. சாவின்கவும், அவரது சகாக்களும் வோல்காப் பிரதேசத்துக்குத் தப்பியோடி விட்டார்கள். ரீபின்ஸ்க், யரஸ்லாவல், மூரம் முதலிய இடங்களில் கலகங்களைத் தூண்டி விடுவது

தான் அவர்கள் திட்டம். அது விஷயத்தில் அவர்கள் மிகவும் அவசரப்பட்டார்கள். ஏனெனில் பிரெஞ்சு நாட்டின் ஸ்தானிகர் அவர்களுக்கு மேற்கொண்டும் பணம் கொடுத்து உதவ மறுத்து விட்டார். அவர்களது ஸ்தாபனத்தின் பலத்தைப்பற்றி நடைமுறை பூர்வமான அத்தாட்சியை அவர் கோரியிருக்கிறார். அவர்களோ விவசாயிகள் முழுவதையும் தம் பக்கம் திரும்பி விடலாம் என்று நம்பினார்கள். போல்ஷிவிக்குகளின் வாழ்க்கை இன்னும் சில நாட்களுக்குத் தான் நீடிக்கும் என்றும், அந்தக் கலகம் வட திசைப் பகுதி முழுவதிலும், வடக்கிலுள்ள எல்லா வோல்கா ஜில்லாக்களிலும் வெடிக்கும் என்றும், பின்னர் அந்தக் கலகக்காரர்கள் செக்கோஸ்லோவாகியரோடு சேர்ந்து கொள்வார்கள் என்றும் குலீச்செக் என்னிடம் உறுதியாகச் சொன்னான். மேலும் அவர்களது ஸ்தாபனத்தின் அங்கத்தினர் பட்டியலிலே எனது பெயரும் இருப்பதைக் கண்டு பிடித்து விட்டார்கள் என்றும், எனவே நான் மாஸ்கோவில் மேலும் இருப்பது பேராபத்தானது என்றும் அவன் சொன்னான். இதனால் நான் அவனோடு யரஸ்லாவலில் போய்ச் சேர்ந்தேன்.

அங்கோ, எல்லாமே தயாராக இருந்தன. அங்குள்ள ராணுவம், ஆயுதக் கிடங்கு, ராணுவத்தின் உயர்ந்த பதவிகள் எல்லாமே அவர்கள் ஸ்தாபனத்து ஆட்களின் கையிலேயே இருந்தன. நாங்கள் மாலையில் போய்ச் சேர்ந்தோம். அதிகாலையிலே துப்பாக்கிச் சத்தத்தைக் கேட்டுத்தான் நான் விழித்தேன்.... நான் ஜன்னலுக்கு ஓடி வெளியே பார்த்தேன். வெளியிலே ஒரு முற்றம் இருந்தது; அதற்கு எதிரே ஒரு காடியானாவின் செங்கல் சுவர்; பக்கத்திலே ஒரு குப்பை மேடு. வெளிவாசலுக்கருகே சில நாய்கள் குலைத்துக் கொண்டிருந்தன... ஆனால் திரும்பவும் அங்கு துப்பாக்கி சுடப்படவில்லை. அமைதிதான் நிலவியது; தூராதொலைவில் மட்டும் துப்பாக்கி வேட்டுச் சத்தமும், மோட்டார் சைக்கிள்கள் ஓடும் சத்தமும் கேட்டன. பிறகு நகரம் எங்கும் மணிகள் ஒலிக்கப் பட்டன; எல்லா தேவாலயங்களிலும் ஒலித்தன. வெளி முற்றத்தின்

கதவுகள் திறக்கப்பட்டன; தோளில் ராணுவச் சின்னங்கள் தரித்த சில அதிகாரிகள் உள்ளே வந்தார்கள். அவர்கள் எல்லோருமே வெறிவேகம் கொண்ட முகத்தோடு, தமது ஆயுதங்களைச் சுழற்றிக் கொண்டிருந்தார்கள். கபில நிறச் சட்டையணிந்த ஒரு மனிதனை அவர்கள் முன்னே தள்ளிக் கொண்டு வந்தார்கள்; அந்தத் தடித்த மனிதன் மழுங்க முகச் சவரம் செய்து கொண்டிருந்தான். அவன் தொப்பி அணியவில்லை; சட்டையிலே காலர் இல்லை; பொத்தான்கள் கூட மாட்டப்படவில்லை. அந்த மனிதனின் முகம் கோபத்தால் சிவந்திருந்தது. அவர்கள் அவனை முதுகில் அடித்து உதைத்துக் கொண்டே வந்தார்கள். அவன் தலை அங்குமிங்கும் உருண்டது. அவன் பயங்கரமான கோபாவேச உணர்ச்சிக்கு ஆளாகியிருக்கிறான் என்பதைப் பார்த்தவுடனேயே தெரிந்து கொள்ள முடிந்தது. காடியானாச் சுவருக்கருகே நின்ற இரண்டு அதிகாரிகள் அவனைப் பிடித்துக் கொண்டார்கள். மற்றவர்கள் தனியாகச் சென்று ஏதோ கூடிப் பேசினார்கள். அந்தச் சமயத்திலே பின்பக்கத்து முற்றத்திலிருந்து, கர்னல் பெர்ஹூரவ் வெளியே வந்தார். நான் அவரை அதற்கு முன்பு பார்த்ததேயில்லை. அந்த ஆயுதந் தாங்கிய கலகங்கள் அத்தனைக்கும் அவர்தான் தலைவர். அவர்கள் எல்லோரும் அவருக்குச் சலாமிட்டார்கள். அவர் ஒரு இரும்பு மனிதர்; உருக்கு உள்ளம் படைத்தவர். நல்ல கட்டுமஸ்தான உடம்பும் ஆழ்ந்திருந்த கரிய கண்களும் மெலிந்த முகமும் கொண்ட அந்த மனிதர் கையுறை அணிந்திருந்தார்; கையிலே ஒரு பிரம்பும் வைத்திருந்தார். எனக்கு விஷயம் புரிந்து விட்டது – கபில நிறச் சட்டையணிந்த அந்த மனிதனுக்குச் சாவு நெருங்கிவிட்டது. பெர்ஹூரவ் அந்த மனிதனைத் தமது புருவங்களுக்குக் கீழாகக் குனிந்து பார்த்தார். அவர் தமது பற்களை எவ்வளவு கோரமாக, குரூரமாக இளித்தார் என்பதையும் நான் பார்த்தேன். அந்த மனிதனோ வைது கொண்டும், வஞ்சினம் கூறிக்கொண்டும், பயமுறுத்திக் கொண்டும் ஏதேதோ கோரிக் கொண்டும் இருந்தான். பின்னர் பெர்ஹூரவ் தலையையாட்டி விட்டு, ஏதோ

உத்தரவிட்டு விட்டு, உடனே போய் விட்டார்... அந்தத் தடித்த மனிதனைப் பிடித்துக் கொண்டிருந்த இரண்டு அதிகாரிகளும் அவனிடமிருந்து துள்ளிப் பாய்ந்து விலகினார்கள். அவனோ தன் சட்டையைக் கிழித்து முறுக்கி, அதனைத் தன்னெதிரே நின்ற அதிகாரிகளின் மீது விட்டெறிந்தான். அது ஓர் அதிகாரியின் மூஞ்சியிலே வந்து சரியாக விழுந்தது. அந்த மனிதனோ ஏசினோன்; அவனது முகமோ மேலும் மேலும் சிவந்து கொண்டிருந்தது. அவன் தன் முஷ்டிகளை ஆட்டினான்; தனது திறந்து கிடந்த அரைக்கைக் கோட்டுடன், அவன் கோபாவேசமாக விம்மி நிமிர்ந்து நின்றான். பின்னர் அந்த அதிகாரிகள் அவனைச் சுட்டார்கள். அவன் சர்வாங்கமும் நடுங்கியவாறே, கைகளைப் பரப்பிக் கொண்டு, ஓரடி முன்னால் வந்து கீழே விழுந்தான். அவன் தரையில் விழுந்து கிடந்த போதும் கூட, அவர்கள் அவன் மீது சிறிது நேரம் விடாது சுட்டுத் தள்ளினார்கள். அந்த மனிதன் போல்ஷிவிக் கமிசாரான மஹிம்சான் என்பவன்.... அப்பா! மரண தண்டனை நிறைவேற்றப்படுவதை நான் கண்ணால் பார்த்து விட்டேன். நான் பயிரோடிருக்கும் வரையில், அந்த மனிதன் மூச்சுக்காக கவித்த தவிப்பை என்னால் மறக்கவே முடியாது. ஆனால் குலீச் செக்கோ அந்த மனிதனைச் சுட்டதுதான் சரி என்று என்னிடம் நியாயம் பேசினான். அவர்கள் அவனைச் சுடாவிட்டால், அவன் அவர்களைச் சுட்டு விடுவானாம்.... அதற்குப் பின்னால் என்ன நடந்தது என்று எனக்கு நன்றாக நினைவில்லை. எனினும் எல்லாம் அந்த மரண தண்டனையின் தொடர்ச்சியாகவும், எல்லாமே மரணத்தை ஏற்க விரும்பாத அந்தப் பூதாகரமான மனிதனின் அவஸ்தைகளே நிரம்பியிருந்ததாகவும் தோன்றியது... என்னை ஒரு நீண்ட மஞ்சள் கட்டிடத்துக்குப் போகுமாறு உத்தரவிட்டார்கள்... அந்தக் கட்டிடத்தில் தூண்கள் இருந்தன. நான் அங்கு உட்கார்ந்து உத்தரவுகளையும் விண்ணப்பங்களையும் டைப் அடித்தேன். மோட்டார் சைக்கிள்கள் புழுதி பறக்கப் பறந்து கொண்டிருந்தன. ஜனங்கள் தங்கள் நிதானத்தையே இழந்து அங்குமிங்கும் ஓடினார்கள்; உத்தரவுகள்

கொடுத்தார்கள்; சின்னஞ்சிறு விஷயத்துக்கெல்லாம் கூட அவர்கள் பெருங்கூச்சலிட்டு ஆர்ப்பாட்டம் செய்தார்கள். அவர்கள் நிரந்தரமான பயபீதிக்கும் அதையடுத்து அதீதமான நம்பிக்கைகளுக்கும் ஆளாகியிருந்தார்கள். ஆனால் தமது ஈவிரக்கமற்ற கண்களோடு பெர்ஹூரவ் வந்து விட்டால், வந்து ஒன்றிரண்டு வார்த்தைகளைப் பேசி விட்டால், அந்த ஆரவாரமெல்லாம் அடங்கிப் போய் விட்டன. மறுநாள் நகருக்கு வெளியேயிருந்து பீரங்கி முழக்கம் கேட்கத் தொடங்கியது. போல்ஷிவிக்குகள் வந்து கொண்டிருந்தார்கள். எங்களது காரியாலயத்தில் காலை முதல் இரவு வரையிலும் மனிதர்கள் கும்பல் கும்பலாக வந்து சென்றார்கள்; ஆனால் இப்போதோ அங்கு யாருமே வரவில்லை. நகரமே செத்துப் போய் விட்டது போல் தோன்றியது. பெர்ஹூரவின் மோட்டார் கார் வேகத்தோடு முழங்கிச் செல்லும் ஓசையும் ஆயுதந் தாங்கிய படைப் பிரிவுகள் அணிவகுத்துச் செல்லும் சத்தமும் தான் கேட்டன. பிரெஞ்சுக்காரர்களோடு சில ஆகாய விமானங்கள் வரக்கூடுமென்றும், வடதிசையிலிருந்து சில துருப்புக்கள் வருமென்றும், ரீபின்ஸ்கிலிருந்து ஆயுதங்களைச் சுமந்து கொண்டு நீராவிக் கப்பல்கள் வருமென் றும் எதிர்பார்த்திருந்தார்கள்..... ஆனால் இந்த நம்பிக்கைகள் எதுவும் நிறைவேறவில்லை. சீக்கிரமே அந்த நகரைப் போர் முழக்கம் சூழ்ந்து கொண்டு விட்டது. தெருக்களிலே குண்டுகள் வெடித்தன... பழங்காலத்து மணிக்கூண்டுகள் இடிந்து சரிந்து விழுந்தன; வீடுகள் சரிந்தன; எங்கு பார்த்தாலும் நெருப்பு பற்றி எரிந்தது. அதனை அணைப்பார் யாருமில்லை. சூரியனே புகை மண்டலத்தில் மறைந்து போய் விட்டது. தெருக்களிலே கிடந்த பிணங்களை அகற்றுவதற்குக் கூட நாதியில்லை. பின்னர்தான் ரீபின்ஸ்கிலேசாவின்கவ் இதைப் போன்ற ஒரு கலகத்தைக் கிளப்பிவிட்டு விட்டார் என்றும், அங்குதான் வெடிகுண்டுக் கிடங்குகள் எல்லாம் இருந்தன என்றும், என்றாலும் அங்கிருந்த ராணுவ வீரர்கள் அந்தக் கலகத்தை அடக்கி விட்டார்கள் என்றும் தகவல் எட்டியது. மேலும் யரஸ்லாவலைச்

சுற்றியுள்ள விவசாயிகளுக்கும் அவருக்கு உதவி செய்ய வேண்டும் என்ற விருப்பம் சிறிதும் இல்லையென்றும், யரஸ்லாவலிலுள்ள தொழிலாளிகள் பதுங்கு குழிகளுக்குச் செல்லவும், போல்ஷிவிக்குகளை எதிர்த்துப் போராடவும் மறுத்து விட்டார்கள் என்றும் தெரிய வந்தது. எல்லோருடைய முகத்தையும் விட, பெர்ஹூரவின் முகம் மிகவும் பயங்கரமாக இருந்தது. நான் அவரை அந்தக் காலத்தில் அடிக்கடி சந்தித்தேன். மரணமே உருவெடுத்து வந்தது போல் அவர் இருந்தார்; தமது காரிலே ஏறிக் கொண்டு நகரத்தின் இடிபாடுகளுக்கிடையே அவர் சுற்றித் திரிந்தார். எல்லாமே அவரது மனோபீஷ்டத்தின் படியே நடந்ததாகத் தோன்றியது. குலீச்செக் என்னை ஒரு சுரங்க அறையில் பல நாட்கள் வைத்திருந்தான். ஆனால், அப்பா! இதற்கெல்லாம் காரணம் நானும்தான் என்று நான் உணர்ந்தேன். அந்தச் சுரங்க அறையிலேயே இருந்திருந்தால் எனக்குப் பைத்தியம் பிடித்திருக்கும். நான் செஞ் சிலுவைச் சின்னமுள்ள ஒரு கைக்குட்டையைத் தலையில் கட்டிக் கொண்டு, இரவு வரையிலும் உழைத்தேன். அந்த வாலிப அதிகாரி என்னைக் கற்பழிக்க முயன்ற நாள் வரையிலும் அங்குதான் இருந்தேன்.

யரஸ்லாவல் வீழ்ச்சிக்கு முந்திய நாளன்று நானும் குலீச்செக்கும் படகொன்றில் ஏறிக் கொண்டு, வோல்கா நதியைக் கடந்து தப்பி வந்தோம். எவர் கண்ணிலும் படாதிருக்க முயன்று, மறைந்து மறைந்து இருவரும் ஒரு வார காலம் நடந்தோம். நாங்கள் இரவு நேரங்களில் வைக்கோல் போர்களின் மீது படுத்து உறங்கினோம். நல்ல வேளையாக இரவில் குளிரில்லை; கதகதப்பாகவே இருந்தது. எனது காலணிகள் கிழிந்து தும்பு தும்பாய்ப் பறக்கத் தொடங்கி விட்டன. எனவே எனது கால்களில் ரத்தம் கசிந்தது. குலீச்செக் எங்கிருந்தோ எனக்குச் சில கம்பளி பூட்சுகளை தேடிக் கொண்டு வந்தான். அவன் அதனை எங்காவது ஒரு வேலிப் புறத்திலிருந்து திருடித்தான் கொண்டு வந்திருக்க வேண்டும். என்றைக்கென்று எனக்கு நினைவில்லை; ஏதோ ஒரு நாள் நாங்கள் கிழிந்த சட்டையும், நார்ச்செருப்பும், கசங்கி

அழுக்கேறிய தொப்பியும் அணிந்த ஒரு மனிதனை பெர்ச் மரக் காட்டினுள் பார்த்தோம். அவன் ஒரு பைத்தியக்காரன் போலவே தோன்றினான்; அவன் ஒரு தடித்த கம்பின் மீது சாய்ந்தவாறு, முறைப்புடனும் விறைப்புடனும் விரைவாக நடந்தான். அந்த மனிதன் பெர்ஹஶரவ்தான். அவரும் யரஸ்லாவலிருந்து ஓடி வந்துவிட்டார். அவரைக் கண்டு நான் மிகவும் பயந்து போனேன்; எனவே நான் தரையில் படுத்து, என் முகத்தைப் புல்லில் மறைத்துக் கொண்டேன்... நாங்கள் பின்னர் காஸ்திரமாவுக்குச் சென்றோம். கசானைச் செக்கோஸ்லோவகியர்கள் கைப்பற்றும் வரையில் அந்த நகரின் சுற்றுப் புறத்திலேயிருந்த குலீச்செக்கின் நண்பரான ஓர் அதிகாரியின் வீட்டில் நாங்கள் தங்கினோம். இத்தனை நாட்களும் ஒரு குழந்தையைப் பாதுகாப்பது போல், குலீச்செக் என்னைப் பாதுகாத்து வந்தான். அதற்கு நான் அவனுக்கு நன்றியுடையவள்தான்... என்றாலும் காஸ்திரமாவில் அவன் என்னிடமிருந்த அந்த விலையுயர்ந்த நகைகளைக் கண்டு விட்டான். அவற்றை நான் ஒரு கைக்குட்டையில் முடிந்து, எனது கைப் பையில் போட்டு வைத்திருந்தேன். அந்தக் கைப்பையை அவன் தன் கோட்டுப் பைக்குள் வைத்தவாறுதான் அத்தனை நாளும் என்னோடு வந்தான். காஸ்திரமாவுக்கு வந்த பின்னர் தான் எனக்கு அவை பற்றிய நினைவு வந்தது. நான் அவனிடம் எல்லாவற்றையும் சொல்ல நேர்ந்து விட்டது. நான் ஒரு குற்றவாளி மாதிரி உணர்வதாகவும் அவனிடம் சொன்னேன். அவனோ அது பற்றி ஒரு தத்துவார்த்த விளக்கத்தையே உருவாக்கி விட்டான்; நான் ஒரு குற்றவாளி அல்லவென்றும், வாழ்க்கை என்னும் லாட்டரியிலே எனக்கு அதிருஷ்டச் சீட்டு விழுந்திருக்கிறது என்றும் அவன் சொன்னான். அந்தக் கணத்திலிருந்து என்னிடம் அவன் நடந்து வந்த போக்கு மாறத் தொடங்கியது; அது மிகுந்த சிக்கலாகவும் மாறியது. நாங்கள் ஒரு சின்னஞ்சிறிய வீட்டில் பாலைப் பருகிக்கொண்டும், பழ வர்க்கங்களை சாப்பிட்டுக் கொண்டும் அமைதியாகவும் புனிதமாகவும் வாழ்ந்து வந்தோம்; அந்த வாழ்க்கையும் எங்கள்

உறவைப் பாதித்தது. எனக்கு உடம்பில் சதை போடத் தொடங்கியது. ஒரு நாள் மாலையில், அஸ்தமனத்துக்குப் பின்னர்; ஒரு சின்னஞ்சிறு தோட்டத்தில் இருந்த போது, அவன் என்னிடம் காதலைப் பற்றிப் பேச்செடுத்து விட்டான். நான் காதலிப்பதற்காகவே பிறந்தவள் என்று சொல்லி, என் கைகளை முத்தமிட்டான். வேலமரத்தின் அடியில் கிடந்த அந்தப் பெஞ்சின் மீது நாங்கள் அமர்ந்திருந்த வேளையில், அடுத்த நிமிஷத்திலேயே நான் அவனிடம் ஒப்படைத்து விடுவேன் என்றுதான் அவன் திட்டவட்டமாக எதிர்பார்திருந்தான் என்று நான் உணர்ந்தேன்.... இவ்வளவெல்லாம் ஆன பிறகும் கூட..... அப்பா! கொஞ்சம் நினைத்துப் பாருங்கள்! நீண்ட விளக்க வியாக்கியானங்களுக்கெல்லாம் செல்லாமல் நான் சுருக்கமாகச் சொன்னேன்: “நம்மிருவருக்குள்ளும் எதுவும் நடக்க வழியில்லை - நான் இவன் இலீச் தெலேகினைக் காதலிக்கிறேன்!’ நான் ஒன்றும் பொய் சொல்லவில்லை, அப்பா...”

தெலேகின் தனது கைக்குட்டையை எடுத்து முகத்தைத் துடைத்தான்; பிறகு அவனது கண்கள் மீண்டும் கடிதத்தை நாடின:

“நான் பொய் சொல்லவில்லை... நான் இவான் இலீச்சை மறந்து விடவில்லை. எங்களுக்குள் சர்வமும் முடிந்து போய் விடவில்லை. உங்களுக்கே அது தெரியும். இல்லையா, அப்பா! நாங்கள் மார்ச் மாதத்தில் பிரிந்தோம். செஞ்சேனையில் சேர்வதற்காக அவர் காக்கஸஸுக்குச் சென்றார்.... அவரைப் பற்றி எல்லோருக்கும் நல்ல அபிப்பிராயம் உண்டு. அவர் கட்சி அங்கத்தினராக இல்லாவிட்டாலும் உண்மையான போல்ஷிவிக்தான்... நாங்கள் எங்கள் உறவுகளை முறித்துக் கொண்டோம். என்றாலும் கடந்த காலத்தின் பிணைப்பில் நாங்கள் இன்னும் கட்டுண்டிருக்கிறோம். எனது கடந்த காலத்திலிருந்தும் நான் முறித்துக் கொண்டு வந்துவிடவில்லை... குலீச்செக்குக்கோ இரண்டு பேரும் சேர்ந்து படுப்பது என்பது அவ்வளவு

எளிதாகத் தோன்றுகிறது.... ஐயோ, அப்பா! நாம் காதல் என்று எப்போதோ சொன்னோமே, அது தன்னைத் தானே காத்துக் கொள்ளும் உள்ளுணர்ச்சியே தவிர வேறு எதுவுமில்லை.... நாம் அந்தகாரத்தை, அழிவைக் கண்டு அஞ்சுகிறோம். எனவேதான் ஒரு விபசாரியின் கண்களை இரவிலே பார்க்க நேர்ந்தால், அது பயங்கரமாக இருக்கிறது. அவர்களோ பெண்களின் நிழல்கள் தான்... ஆனால் நானோ - நான் உயிர் வாழ்கிறேன்; என்னை ஒருவர் காதலிக்க வேண்டும், என்னை அவர் நினைத்துக் கொண்டிருக்க வேண்டும் என்று நான் விரும்புகிறேன். நிலைக் கண்ணாடியில் காண்பது போல், காதலரின் கண்களிலே என்னை நானே காண விரும்புகிறேன். நான் வாழ்க்கையைக் காதலிக்கிறேன்... கண நேர வெறியின் காரணமாக, என்னை நானே ஒரு மனிதனுக்குத் திடீரென்று ஒப்புக் கொடுக்கும் வேட்கைக்கு நான் ஆளாகி விட்டால்... அப்போது அது வேறு விஷயம்... ஆனால் இப்போதோ, கோபம், வெறுப்பு, பயங்கரம் இவற்றைத் தவிர வேறு எதையுமே நான் உணரவில்லை.... சமீபகாலத்தில் என் முகத்திலும் தோற்றத்திலும் சில மாறுதல்கள் தோன்றியுள்ளதாக எனக்குத் தோன்றுகிறது. நான் முன்னை விட அழகாயிருக்கிறேன்... நான் எந்த நேரமும் நிர்வாணமாக இருப்பது போலும், என்னைச் சுற்றிலும் வேட்கை மிகுந்த கண்களே வெறித்து நோக்கிக் கொண்டிருப்பது போலும் நான் உணர்கிறேன்.... அழகே ஒரு சாபக்கேடு தான்! நான் இதையெல்லாம் உங்களுக்கு ஏன் எழுதுகிறேன் தெரியுமா? அப்பா! நாம் சந்திக்கும் போது இதைப் பற்றியெல்லாம் பேச நமக்குச் சந்தர்ப்பம் இருக்கக் கூடாது என்பதற்குத் தான். நான் ஒன்றும் அதற்குள் மனமுடைந்து போய் விடவில்லை. அதை மட்டும் புரிந்து கொள்ளுங்கள்...”

தெலேகின் தலையை உயர்த்தினான். அந்த அறையிலிருந்து கூடத்துக்குள் செல்லும் வாசற் கதவுக்கப்பால், பதனமாக நடக்கும் சில மனிதர்களின் காலடியோசையும், ரகசியப் பேச்சுக் குரலும் மெல்லக் கேட்டன. பின்னர் அந்த அறையில் கைப்பிடி சுழலத் தொடங்கியது. தெலேகின்

துள்ளியெழுந்து ஜன்னலை நோக்கினான்.

சுற்றுப்புறத்து நகரங்களிலுள்ள பெரும்பாலான வீடுகளைப் போன்ற டாக்டர் புலாவினின் ஜாகையில் இருந்த ஜன்னல்கள் தரை மட்டத்திலிருந்து அதிக உயரத்தில் இல்லை. அதன் மத்திய ஜன்னல் திறந்திருந்தது. தெலேகின் அதை நோக்கி ஓடினான். கீழே தென்பட்ட கல்பாவப் பெற்ற தளத்தில் ஒரு மனிதனின் நீண்ட நிழல் தெரிந்தது; அதிலிருந்து இன்னொரு நிழல் இன்னும் நீளமாக நீண்டு கொண்டிருந்தது. அது ஒரு துப்பாக்கியின் நிழல்.

எல்லாம் ஒரு கணத்தில் நடந்து விட்டது. கதவின் கைப் பிடி சுழன்றது; பூவேலை செய்த சட்டையும், கூம்பிய தொப்பியும் அணிந்த, சாதாரணத் தோற்றம் உடைய இரு இளைஞர்கள் ஒருவர் அருகில் ஒருவராக அந்த அறைக்குள் வந்தனர். அவர்களுக்குப் பின்னால் சிவந்த தாடியும் 'சாகப்பட்சிணி' முகமும் கொண்ட கவ்யாதின் அங்குமிங்கும் அசைந்தவாறே வந்தான். அவர்கள் உள்ளே புகுந்தவுடன் தெலேகின் கண்டு கொண்ட முதல் விஷயம் – மூன்று ரிவால்வரின் வாய்கள் தனக்கு நேராக வந்து கொண்டிருக்கின்றன என்பதுதான்.

இவையெல்லாம் ஒரே கணத்தில் நடந்தேறிவிட்டன. தெலேகின் போர்க்களத்தில் பெற்ற அனுபவத்தால், தோல்வி காணாத, பலம் மிகுந்த எதிரியிடமிருந்து பின்வாங்கித் தப்பியோட முயல்வது சரியல்ல என்பதைச் சட்டென்று உணர்ந்தான். அடுத்த கணத்திலேயே, அவன் தனது ரிவால்வரை இடது கைக்கு மாற்றிக் கொண்டு, தனது பெல்ட்டை இழுத்து, சட்டைக்கடியில் மறைத்து வைக்கப்பட்டிருந்த நாட்டு வெடிகுண்டைக் கையில் எடுத்து விட்டான். கீம்ஸா கொடுத்தனுப்பிய கடிதம் அந்த நாட்டு வெடிகுண்டோடு சேர்த்துத்தான் கட்டப்பட்டிருந்தது.

"கீழே போடுங்கள் உங்கள் ஆயுதங்களை!" என்று அவன் கரகரத்த குரலில் சத்தமிட்டான்; அதற்குள் அவன் முகம் ரத்தம் பாய்ந்து குபீரென்று சிவந்து விட்டது.

தெலேகின் நின்ற நிலையிலும், இவ்வாறு சொன்னதிலும் ஏதோ ஒரு மந்திர சக்தி இருந்தது. இந்தக் குரலைக் கேட்டதுமே அந்த இளைஞர்கள் குழம்பிப் போய், சில அடி பின்வாங்கினார்கள். கவ்யாதினின் முகமோ அவர்களுக்குப் பின்னால் ஒளிந்தது. அதற்குள் தெலேகினுக்கு மற்றொரு கணம் கிடைத்து விட்டது. தெலேகின் தனது நாட்டு வெடி குண்டைச் சுழற்றிக் கொண்டே அவர்கள் மீது பாய்ந்தான்:

"போடு கீழே!" அந்தச் சமயத்தில் அங்கு நின்றோர் யாருமே எதிர்பார்க்காத, அதிலும் தெலேகின் நிச்சயமாக எதிர்பார்க்காத ஒரு விஷயம் நடந்து விட்டது.. அவன் இரண்டாவது தடவை சத்தம் போட்டதும், அந்த அறையிலிருந்து வீட்டின் உட் பகுதிக்குச் செல்லும் அந்த வாசலின் மரக் கதவுக்கு அப்பாலிருந்து ஒரு பயங்கரமான கூச்சல் கேட்டது. பயங்கர பீதியினால் கத்திய ஒரு பெண் குரல் அது.... மறுகணம் கதவு திறந்தது. அங்கு தாஷா கதவின் கைப்பிடித்தவாறு நின்றாள். அவளது கண்கள் அகல விரிந்திருந்தன; அவளது மெலிந்த முகம் நடுங்கிக் கொண்டிருந்தது.

"இவான்!..."

அவளுக்குப் பின்னால் டாக்டர் தோன்றினார்; அவர் அவளது இடுப்பைச் சுற்றி வளைத்து அவளை வெளியே இழுத்தார்... கதவு படாரென்று மூடிக் கொண்டு விட்டது. இந்த நிகழ்ச்சி தெலேகினின் தற்காப்புக்கும் தாக்குதலுக்கான திட்டங்களையெல்லாம் ஒரே கணத்தில் நிலைகுலையச் செய்து விட்டது.... அவன் அந்தக் கதவை நோக்கி ஓடி, அதனைத் தனது பலத்தையெல்லாம் திரட்டிக் கொண்டு தோளால் இடித்தான். சடாரென்று ஏதோ உடைந்த சத்தம் கேட்டது; மறுகணம் அவன் சாப்பாட்டு அறையில் இருந்தான். அவனது இரு கைகளிலும் அந்தப் பயங்கரமான உயிர் போக்கும் ஆயுதங்கள் இருந்தன. தாஷா அங்கு மேஜையருகே நின்றாள். அவள் தனது கோடு போட்ட கவுனின் கழுத்தை இரண்டு கைகளாலும் பிடித்துக் கொண்டு

நின்றாள்; ஏதோ ஒன்றை விழுங்க முயல்வது போல் அவளது தொண்டை ஏறி இறங்கியது. (அவன் இதனைப் பரிவுணர்ச்சியின் வேதனையுடன் பார்த்தான்.) டாக்டரோ பாயத் தயாராயுள்ள காட்டுமிருகத்தைக் கண்டு பயந்தவர் போல் பின்வாங்கினார்.

“கவ்யாதின்! உதவி!’ என்று அவர் அடைத்துப் போன குரலில் கீச்சிட்டார். தாஷா ஓடோடிச் சென்று, அந்த வாசற் கதவைப் பூட்டி விட்டாள்.

“அட, கடவுளே! எத்தனை பயங்கரமான நிலை இது!”

ஆனால் தெலேகின் அவளது வார்த்தைகளைச் சரியாகப் புரிந்து கொள்ளவில்லை. பயங்கரம் தான்! இந்த மரணக் கருவிகளைக் கையில் வைத்திருந்தால் தாஷாவுக்குப் பயங்கரமாக இருக்காதா என்ன? அவன் மறுகணமே அந்த ரிவால்வரையும் நாட்டு வெடிகுண்டையும் பாக்கெட்டுக்குள்ளே திணித்தான். பின்னர் தாஷா அவனது கையைப் பற்றிப் பிடித்து “வா!” என்று இழுத்தாள். அவள் அவனை ஒரு இருண்ட நடைகூடத்தின் வழியாகக் கூட்டிச் சென்றாள்; பின்னர் ஒரு சின்னஞ்சிறிய அறைக்குள் கூட்டிப் போனாள். அந்த அறைக்குள் ஒரு நாற்காலியின் மீது ஒரு மெழுகு வர்த்தி எரிந்து கொண்டிருந்தது. அந்த அறையில் வேறு ஆசனங்களே இல்லை. தாஷாவின் பாவாடை மட்டும் ஓர் ஆணியில் தொங்கிக் கொண்டு இருந்தது; சுவரோரமாகக் கிடந்த இரும்புக் கட்டிலின் மீது கசங்கிய படுக்கை விரிப்புக்கள் கிடந்தன.

“நீ இங்குத் தனியாகவா இருக்கிறாய்?” என்று கிசுகிசுத் தான் தெலேகின். “உன் கடிதத்தை நான் படித்தேன்.”

அவன் சுற்றுமுற்றும் பார்த்தான். அவனது உதடுகள் புன்னகையால் விரிந்தன; நடுங்கின. பதிலே சொல்லாமல் தாஷா அவனைத் திறந்த ஜன்னலுக்கருகே இழுத்துச் சென்றாள்.

“ஓடு! ஓடு! உனக்கென்ன பைத்தியமா?” ஜன்னலிலிருந்து பார்த்தால் இருளில் எல்லாம் தெளிவற்றுத் தெரிந்தன.

வீட்டின் வெளிமுற்றம், ஆற்றை நோக்கிச் செல்லும் பாதையில் உள்ள கட்டிடக் கூரைகள், அதன் நிழல்கள், அதற்கும் அப்பால் ஆற்றின் இறங்குதுறையில் தெரியும் விளக்கொளி எல்லாம் தெரிந்தன. மழை வாடை கலந்த ஈரக்காற்று வோல்கா நதிப்புறத்திலிருந்து வீசியது.... தாஷா அங்கு நின்றாள்; அவளது உடல் முழுவதும் தெலேகினைத் தொட்டுக் கொண்டிருந்தது; பயபீதி நிறைந்த அவள் முகம் நிமர்ந்திருந்தது; இதழ்கள் விரிந்திருந்தன.

"என்னை மன்னித்து விடு. ஓடு! தாமதிக்காதே, இவான்!" என்று அவனது கண்களையே பார்த்துக் கொண்டு சொன்னாள் தாஷா.

அவனால் எப்படி அவளிடமிருந்து அறுத்துக் கொண்டு போக முடியும்? நீண்ட நெடுங்காலப் பிரிவு முடிவு கண்டு விட்டது. அவன் ஆயிரமாயிரம் மரணங்களையெல்லாம் தப்பி வந்து விட்டான்; இப்போதோ அவன் உலகத்திலேயே அவனுக்கென்று இருந்த, அவன் நேசித்த அந்த ஒரே ஒரு முகத்தைப் பார்த்துக் கொண்டிருக்கிறான். அவன் அவள் மீது குனிந்து அவளை முத்தமிட்டான்.

அவளது குளிர்ந்த உதடுகளில் அந்த முத்தத்துக்கு எதிரொலியே இல்லை; அவை வெறுமனே மெல்ல நடுங்கின.

"நான் உன்னைக் காட்டிக் கொடுக்கவில்லை. சத்தியமாக! நிலைமை சீர்ப்பட்டவுடன் நாம் சந்திப்போம். இப்போது.. ஓடு. ஓடிப் போய் விடு. நான் மிகவும் வேண்டிக் கொள்கிறேன்!"

இப்போதைப் போல் அவன் என்றுமே அவ்வளவு தூரம் நேசித்ததில்லை. கிரீமியாவில் இருந்த இனிய நாட்களிலே கூட, அவன் அவ்வாறு அவளைக் காதலித்ததில்லை. அவனது முகத்தைப் பார்த்துக் கொண்டே, அவன் தன்னுள் பொங்கி வந்த கண்ணீரைச் சிரமப்பட்டு உள்ளடக்கினான்.

"என்னோடு வந்து விடு, தாஷா! சொல்வதைக் கேள். நான்

நாளை இரவு உனக்காக ஆற்றங்கரையில் காத்திருப்பேன்...” அவள் தலையை அசைத்தாள்; பரிதாபத்தான் முனகினாள்.

“இல்லை. இல்லை நான் வரமாட்டேன்!"

“வரமாட்டாயா?”

“என்னால் முடியாது!”

“நல்லது. அப்படியென்றால் நான் இங்கேயே தங்குகிறேன்...” அவன் அவளிடமிருந்து சென்று, சுவரோடு சாய்ந்து நின்றான்... தாஷாவோ மூச்சு வாங்கினாள்; அழுது விம்மினாள். பின்னர் அவள் அவனை நோக்கி வேகமாக ஓடினாள்; அவளது கையைப் பிடித்து மீண்டும் ஜன்னலுக்கு அவனை இழுத்து வந்தாள். ஜன்னலுக்கு வெளியே ஒரு புதர் வேலி கிறீச்சிட்டது; பதனமாக நடந்து வரும் காலடிகளின் கீழே மணல் நெறு நெறுத்தது. தாஷா தனது கதகதக்கும் முகத்தைப் பயபீதியோடு அவனது கரங்களில் புதைத்தாள்.

“நான் உன் கடிதத்தைப் படித்தேன். எனக்கு இப்போது எல்லாம் புரிந்து விட்டது” என்றான் அவன்.

இதைக் கேட்டதும் அவள் ஒரு கணம் அமைதியாக நின்றாள்; அவள் தன் கன்னத்தை அவனது கன்னத்தோடு சேர்த்தாள்; அவன் கழுத்தை இரு கைகளாலும் கட்டிக் கொண்டாள்.

“அவர்கள் ஏற்கெனவே முற்றத்தில் நிற்கிறார்கள்... உன்னைக் கொன்று விடுவார்கள்! கொன்று விடுவார்கள்!”

அவிழ்ந்து தொங்கிய அவளது கூந்தல் அங்கிருந்த மெழுகு வர்த்தியொளியில் தங்கமாக மின்னியது. அப்போது அவள் அவனுக்கு ஒரு சிறுமியாக, ஒரு குழந்தையாகத் தோற்றினாள். அன்றொரு நாள் இரவில் அவன் மண்டையில் அடிபட்டு, கையிலே களிமண் கட்டியைப் பற்றிப் பிடித்தவாறு, கோதுமை வயற்காட்டில் விழுந்து கிடந்தபோது, அவன் அவளைப் பற்றி நினைத்தது போலவே, அவளது உறுதியான, அமைதியிழந்த, இளகிய

இதயத்தை எண்ணிப் பார்த்தது போலவே, தாஷா அவன் முன் காட்சியளித்தாள்.

"என்னுடன் நீ ஏன் வந்து விடக் கூடாது, தாஷா? அவர்கள் உன்னை இங்கு சித்திரவதை செய்கிறார்கள். அவர்கள் எப்படிப்பட்ட மனிதர்கள் என்பதை நீயும் தான் பார்க்கிறாயே.... நீ மட்டும் என்னருகில் இருந்தால், எதுவும் எந்தப் பயங்கரமும் உனக்கு எளிதாகிப் போய் விடும். தாஷா! என் அருமைக் குழந்தாய்!... என்ன நேர்ந்தாலும், வாழ்விலும் சாவிலும் நீ என்னோடு தான் இருக்கிறாய். நீ என்னிலும் என் இதயத்திலும் ஒரு பகுதியாக விளங்குகிறாய்!"

தெலேகின் அந்த இருண்ட மூலையில் நின்றவாறு, அத்தனையையும் அவசர அவசரமாக உள்ளடங்கிய குரலில் சொல்லி முடித்தான். தாஷா தன் தலையைப் பின்னால் சாய்த்தாள்; அவனது கைகளைப் பற்றியிருந்த பிடியைத் தளரவிடவில்லை. அவள் கண்களிலிருந்து கண்ணீர் தாரை தாரையாகப் பொங்கி வழிந்தது....

"நான் சாகும் வரையில் உனக்கே விசுவாசமாக இருப்பேன்... ஆனால் இப்போது நீ போய் விட வேண்டும்... ஒன்றை யோசித்துப் புரிந்து கொள்... நீ காதலிக்கும் பெண் நான் அல்ல. ஆனால் நான் அவ்வாறே இருப்பேன்! நிச்சயமாக இருப்பேன்!"

அதற்கு மேல் அவள் என்ன பேசினாள் என்பதை அவன் கேட்கவில்லை. அவளது கண்ணீர், அவளது சொற்கள், அவளது குரலிலே இருந்த மனச் சோர்வு எல்லாவற்றையும் கண்டு, அவன் ஆனந்த பரவசனாகி விட்டான் அவன் அவளைத் தன்னோடு சேர்த்து இறுக அணைத்தான்; அவளுக்கோ தனது உடம்பே நொறுங்குவதுபோல் தோன்றியது.

"நல்லது. எனக்கு எல்லாம் புரிகிறது. சரி வருகிறேன்!" என்று அவன் கிசுகிசுத்தான். அவன் ஜன்னல் விளிம்பின் மீது பாய்ந்து சாய்ந்தான்; மறுகணத்தில் அவன் நிழலைப் போல் வெளியே நழுவி விட்டான். அந்த ஜன்னலுக்குக்

கீழேயுள்ள மரக்கட்டைக் கூரையின் மீது அவனது பூட்சுக் கால்களின் மெல்லிய சத்தம் மட்டும் லேசாகக் கேட்டது.

தாஷா ஜன்னலின் மீது உடம்பை வளைத்து எட்டிப் பார்த்தாள்; ஆனால் எதுவும் புலப்படவில்லை. இருளும், தூரத்தில் தெரியும் மஞ்சள் நிறமான விளக்குகளும் தான் தெரிந்தன. அவள் தன் இரு கைகளையும் இருதயத்தோடு சேர்த்து அணைத்துக் கொண்டாள். வெளியிலிருந்து எந்தச் சத்தமும் இல்லை. எனினும் அந்தச் சமயத்தில் தான் இரண்டு உருவங்கள் இருளிலிருந்து வெளிப்பட்டன. அவை பாய்ந்து, சாய்ந்து வாயிலின் பக்கமாக ஓடின. தாஷா பயங்கரமாக, உள்ளத்தையே உலுக்குகிற மாதிரி கூச்சலிட்டுவிட்டாள்; அந்தக் கூச்சலைக் கேட்டு அந்த உருவங்கள் சுழன்று திரும்பி அசையாது நின்றன. அவர்கள் ஜன்னல் பக்கமாகத் திரும்பிப் பார்த்திருக்க வேண்டும். அதே நேரத்தில் தெலேகின் முற்றத்தின் கடைக்கோடியிலுள்ள ஒரு மரக்கூரையின் விளிம்பின் மீது ஏறுவதை தாஷா பார்த்தாள்.

தாஷா தனது படுக்கையில் முகம் குப்புறம் தொப்பென்று விழுந்தாள்; அங்கேயே சிறிது நேரம் அசைவற்றுக் கிடந்தாள். பின்னர் அவள் சட்டென்று வேகத்தோடு துள்ளியெழுந்து, தனது காலை விட்டுக் கழன்றோடி விட்ட ஒற்றைச் செருப்பை இருட்டிலே துழாவித் தேடினாள்; பின்னர் சாப்பாட்டு அறைக்குள் வேகமாகச் சென்றாள்.

அங்கு டாக்டர் புலாவினும், கவ்யாதினும் யுத்த சன்னத் தராக நிற்பதைக் கண்டாள். அவளது தந்தை தமது கையில் நிக்கல் தகடு வேய்ந்த ஒரு சிறு கைத்துப்பாக்கியைப் பிடித்துக் கொண்டிருந்தார்; கவ்யாதினோ ராணுவ ரிவால்வர் ஒன்றைச் சுழற்றிக் கொண்டு நின்றான். "என்ன ஆயிற்று?" என்று இருவரும் ஒரே நேரத்தில் கூச்சலிட்டார்கள். தாஷா தனது முஷ்டியை இறுகப் பிடித்தவாறு, கவ்யாதினின் சிவந்த கண்களைக் கோபாவேசத்தோடு வெறித்துப் பார்த்தாள்.

"அயோக்கியா!" என்று தன் முஷ்டியை அவனது வெளிறிய

மூக்குக்குக் கீழே கொண்டு போனவளாய் அவள் பேசினாள்: "என்றாவது ஒரு நாள் நீ சுடப்பட்டுத்தான் சாகப்போகிறாய்! அயோக்கியனே!"

அவனது நீண்ட முகம் வக்கரித்தது; மேலும் வெளிறியது. அவனது செந்தாடியோ அசைவற்று, ஆவியற்றுத் தொங்கிற்று. டாக்டர் அவனைக் கையைக் காட்டி, சாந்தப்படுத்த முனைந்தார்; ஆனால் அவனோ அதற்குள் கோபாவேசத்தால் படபடத்தான்.

"தார்யா திமித்ரியவ்னா! நீங்கள் ஒன்றும் என்னைப் பார்த்து உங்கள் கையை ஆட்ட வேண்டாம்... நான் சொல்வது சரியென்றால், நீங்கள் முன்பொரு தடவை என்னை அடித்ததை, செருப்பால் அடித்ததை நான் எந்தவிதத்திலும் மறந்து விடவில்லை. ஆமாம். கையைக் கீழே போடுங்கள். பொதுவாக, நீங்கள் என்னிடம் கொஞ்சம் மரியாதையோடு நடந்து கொள்ளுங்கள். ஆமாம். சொல்லி விட்டேன்."

"செம்யோன் செம்யோனவிச்! நீங்கள் நேரத்தை வீணாக்குகிறீர்கள்!" என்று டாக்டர் இடையிலே குறுக்கிட்டார்; அப்போதும் கூட, அவர் தாஷாவுக்குத் தெரியாமல் கவ்யாதினை நோக்கி ஏதேதோ சைகைகள் செய்தார்.

"கவலைப் படாதீர்கள், திமித்ரி ஸ்தெபானவிச்! தெலேகின் நம்மிடமிருந்து தப்பிவிட முடியாது..." என்றான் கவ்யாதின்.

தாஷா கூச்சலிட்டவாறே, அவனை நோக்கிப் பாய்ந்தாள்:

"அவ்வளவு துணிச்சலா உனக்கு?" (கவ்யாதின் அக்கணமே ஒரு நாற்காலிக்குப் பின்னால் மறைந்து கொண்டான்.)

"நாங்கள் துணிகிறோமா, இல்லையா என்று பார்க்கத்தான் போகிறோம், தார்யா திமித்ரியவ்னா! நான் உங்களை எச்சரிக்கிறேன். பொது நலப் பாதுகாப்பு இலாகா ஏற்கெனவே உங்களைப் பற்றி தனிப்பட்ட முறையில் விசேஷ கவனம் செலுத்தி வருகிறது என்பதைத்

தெரிவிக்கிறேன்... இன்றையச் சம்பவத்துக்குப் பிறகு நான் இனி எதற்கும் ஜவாப் சொல்ல மாட்டேன். அதாவது, அதனால் உங்களுக்குத்தான் தொல்லைகள் விளையலாம் தெரிந்து கொள்ளுங்கள்."

"செம்யோன் செம்யோனவிச்! அவ்வளவு தூரத்துக்குப் போகாதீர்கள்." என்று டாக்டர் கோபமாகச் சொன்னார். "நீங்கள் சொல்வது அளவுக்கு மீறியது..."

"எல்லாம் தனிப்பட்ட உறவுகளைப் பொறுத்ததுதானே, திமித்ரி ஸ்தெபானவிச்!.. நான் உங்கள் மீது எவ்வளவு பெரிய மதிப்பு வைத்திருக்கிறேன் என்பது உங்களுக்குத் தெரியும். அத்துடன் தார்யா திமித்ரியவ்னாவின் மீது நான் கொண்டுள்ள நீண்ட நெடுநாள் வியக்கத்தகும் மதிப்பும். "

தாஷாவின் முகம் திடீரென்று வெளிறியது. குறைபாடுள்ள நிலைக் கண்ணாடியில் தெரியும் விகாரரூபம் போல், கவ்யாதினின் உதடுகளில் தோன்றிய ஏளனப் புன்னகையால் அவனது முகமும் விகாரமாக வக்கரித்தது. அவன் தன் தொப்பியை எடுத்துக் கொண்டு வெளியேறினான்; தான் வெளியே நடந்து செல்லும் போது பின்புறமிருந்து பார்த்தால், தனது தோற்றம் வேறுபட்டதாகத் தெரியக்கூடாது என்ற முயற்சியால், அவன் தலையை விறைப்பாக வைத்துக் கொண்டு நடந்தான். டாக்டர் மேஜை முன்னால் அமர்ந்தவாறே சொன்னார்:

"கவ்யாதின் ஓர் ஆபத்தான பேர்வழி." தாஷா தனது கைவிரல்களை இழுத்துச் சொடுக்கியவாறே, அறையில் மேலும் கீழும் நடந்தாள். பின்னர் அவள் தன் தந்தையின் முன்னால் சென்று நின்றாள்:

"என் கடிதம் எங்கே?"

தனது வெள்ளி சிகரெட் பெட்டியைக் கையிலேந்தி அதனைத் திறக்க முயன்றவாறேயிருந்த டாக்டர் புலாவின் வாயைத் திறக்காமலே ஏதோ பதில் சொன்னார்.

ஒருவாறாக தமது சிகரெட் பெட்டியைத் திறந்ததும், அதிலிருந்து ஒரு சிகரெட்டை எடுத்தார்; அதனைத் தனது பருத்த நடுங்கும் கைவிரல்களில் பிடித்து உருட்டினார்.

"அங்கே.... எனக்குத் தெரியாது?... ஆமாம். படிப்பறையில் தரையில் கிடக்கிறது."

தாஷா அறையை விட்டு வெளியே சென்றாள் ; மறுகணமே அந்தக் கடிதத்துடன் உள்ளே வந்தாள்; மீண்டும் தன் தந்தையின் எதிரில் போய் நின்றாள். அவரோ சிகரெட்டைப் பற்ற வைக்க முயன்றார்; ஆனால் கொளுத்திய தீக்குச்சியின் தீச்சுடரோ சிகரெட்டின் முனையைத் தொடாமல் அங்குமிங்கும் விலகி ஆடிக் கொண்டிருந்தது.

"நான் என் கடமையைத்தான் செய்தேன்" என்று அவர் தீக்குச்சியை விட்டெறிந்தவாறே சொன்னார். (தாஷா ஒன்றும் பேசவில்லை.) "அவன் ஒரு போல்ஷிவிக், கண்ணே... சொல்லப் போனால், இன்னும் மோசம். அவன் ஓர் எதிர் உளவாளி... உள்நாட்டு யுத்தம் என்றால் அது விளையாட்டல்ல. தெரிந்ததா? இந்தச் சமயத்தில் நாங்கள் எல்லாவற்றையும் தியாகம் செய்யத் தயாராயிருக்க வேண்டும். அதனால்தான் எங்களிடம் அதிகாரத்தை வழங்கியிருக்கிறார்கள்; மக்களோ எங்களது எந்தப் பலவீனத்தையும் மன்னிக்க மாட்டார்கள்" (தாஷா ஏதோ சிந்தனையில் ஈடுபட்டவள் போல் நின்று அந்தக் கடிதத்தை மடித்து மடித்து மெதுவாகக் கிழித்துக் கொண்டிருந்தாள்.) 'அவன் இங்கு ஏன் வந்தான்? அது தான் வெட்ட வெளிச்சம் போல் நன்றாகத் தெரிகிறதே! என்னைப் பார்த்து, என்னிடமிருந்து எதைப் பெற வேண்டுமோ, அதைப் பெற்று, அடுத்தாற்போல் கிட்டும் முதற் சந்தர்ப்பத்திலேயே என்னை ஒழித்துக் கட்டத்தானே வந்தான். அவன் எத்தனை ஆயுதங்கள் வைத்திருந்தான். பார்த்தாயா? அவனிடம் வெடி குண்டு கூட இருந்தது. 1906ம் ஆண்டிலே மஸ்கதேல்னயா தெரு மூலையில் ஒரு வெடிகுண்டு வீச்சில் கவர்னர் பிலாக் தூள் தூளாகச் சிதறிப் போனதை நானே கண்ணால் பார்த்திருக்கிறேன்.

அலெக்சேய் தல்ஸ்தோய் ▲ 637

கடைசியிலே என்ன மிச்சம் தெரியுமா? காலும் கையும் இல்லாத முண்டமும், ஒரு குத்துத் தாடி மயிரும் தான் மிஞ்சியது..." டாக்டரின் கைகள் மீண்டும் நடுங்கின; அவர் தமது சிகரெட்டைப் பாதியிலேயே விட்டெறிந்து விட்டு, இன்னொரு சிகரெட்டை எடுத்தார். "எனக்கு உன் தெலேகினை எப்போதுமே பிடித்ததில்லை. நீ அவனை விட்டு விலகியதும் நல்லது தான்...." (இப்போதும் கூட தாஷா மௌனமாகவே இருந்தாள்.) "அவன் என்னிடம் எப்படித் தந்திரமாகப் பேச்சைத் தொடங்கினான். தெரியுமா? நீ எங்கிருக்கிறாய் என்பதைத் தெரிந்து கொள்ள விரும்பினான். வேடிக்கைதான்."

"கவ்யாதின் அவரைப் பிடித்து விட்டால்..."

"அந்தச் சந்தேகமே வேண்டாம். கவ்யாதினிடம் முதல் தரமான ஆட்கள் இருக்கிறார்கள். நீதான் அவரிடம் கடுமையாக நடந்து கொண்டு விட்டாய்.. கவ்யாதின் ஒரு பெரிய மனிதர். செக்கோஸ்லோவகியர்களும் சரி, தலைமை ஸ்தாபனத்திலும் சரி, அவரை மிகவும் உயர்வாக மதிக்கிறார்கள்.... இந்த மாதிரியான காலச் சூழ்நிலையில் நாம் நமது சொந்த ஆசாபாசங்களையெல்லாம் துறக்கத்தான் வேண்டும். நாட்டின் நன்மைக்காக நாம் தியாகம் செய்ய வேண்டும். நமது பேரிலக்கியங்களில் காணப்படும் உதாரணங்களையெல்லாம் நினைத்துப் பார். என்னதான் இருந்தாலும், நீ என் மகள். உன் தலையிலே என்னென்ன கற்பனை எண்ணங்களெல்லாமோ அடைந்து கிடக்கிறது. அவர் சிரித்தார்; தொண்டையைக் கனைத்துச் சரி செய்து கொண்டார். "இருந்தாலும் நீ முட்டாள் அல்ல."

"கவ்யாதின் அவரைப் பிடித்து விட்டால்" என்று தாஷா கரகரத்த குரலில் ஆரம்பித்தாள்: "நீங்கள் தெலேகினைக் காப்பாற்ற உங்களால் முடிந்ததையெல்லாம் செய்வீர்களா?"

அவர் தம் மகளைச் சட்டென்று ஒரு பார்வை பார்த்து விட்டு, மூக்கைச் சிணுங்கினார். அவளோ அந்தக் கிழிந்த கடிதத் துண்டுகளைத் தன் கைக்குள்ளேயே இறுக மூடி

வைத்திருந்தாள்.

"செய்வீர்கள். இல்லையா, அப்பா!"

"முடியாது!" என்று மேஜையைக் கையால் ஓங்கிக் குத்தியவாறே கத்தினார் டாக்டர். "இதென்ன அபத்தப் பேச்சு! முடியாது. முடியவே முடியாது. உன் நன்மைக்காகத்தான் சொல்கிறேன், முடியாது!"

"உங்களுக்கு அதனால் சிரமம் தான். இருந்தாலும், நீங்கள் செய்வீர்கள், அப்பா!"

"நீ ஒரு சிறுமி, நீ ஒரு மூளை பக்குவப்படாத பெண்!" என்று கர்ஜித்தார் டாக்டர். "தெலேகின் ஓர் அயோக்கியன்; ஒரு குற்றவாளி. ராணுவ விசாரணையில் அவன் சுட்டுத் தள்ளப்படுவான்!"

தாஷா தன் தலையை நிமிர்த்தினாள்; அவளது சாம்பல் நிறக் கண்களில் ஓர் அதீதமான பிரகாசம் பளிச்சிட்டது. டாக்டர் அந்தப் பிரகாசத்தை எதிர்நோக்க முடியாமல் முனகினார்; தமது கண்களை மறைத்துக் கொள்வது போன்று புருவங்களை நெரித்தார். அவள் கிழிந்த கடித்த துண்டுகளை வைத்திருந்த தனது சிறிய முஷ்டியை பயமுறுத்துவது போல் உயர்த்தினாள்.

"எல்லாப் போல்ஷிவிக்குகளும் தெலேகினைப் போல் இருந்தார்களானால், பின்னர் போல்ஷிவிக்குகளே சரியானவர்களாகத்தான் இருப்பார்கள்!" என்றாள் தாஷா.

"முட்டாள்! முட்டாள்!" டாக்டரின் முகம் சிவந்தது; கோபாவேசத்தால் நடுங்கிக் கொண்டு, அவர் துள்ளியெழுந்து, தரையை ஓங்கி மிதித்தார்.

"உனது போல்ஷிவிக்குகளையும் உன் தெலேகினையும் தூக்கில்தான் போட வேண்டும்! தந்தி மரங்களிலே சுருக்கிட்டுத் தொங்கவிட வேண்டும்!... அவர்களை உயிரோடு வைத்துத் தோலை உரிக்க வேண்டும்!"

தாஷாவின் குணமோ தந்தையின் குணத்தையும் மிஞ்சு

வதாக இருந்தது. வெளிறிப் போன முகத்தோடு அவள் நேராக அவர் முன் சென்றாள்; தனது சூரியப் பிரகாசம் குடி கொண்டிருக்கும் கண்களால் அவரது முகத்தையே வெறித்து நோக்கினாள்.

"கயவனே!" என்று அவள் கத்தினாள்; "உன் பிதற்றலை நிறுத்து! நீ ஒன்றும் எனக்குத் தந்தையல்ல. நீ ஒரு வெறியன்! குடிகாரன்!"

அவள் அந்தக் கிழிந்த கடிதத் துண்டுகளை அவரது முகத்தில் வீசியெறிந்தாள்.

அன்றிரவே, பொழுது புலரப் போகும் தருணத்தில் டாக்டரை டெலிபோனில் கூப்பிட்டார்கள். ஒரு கரகரத்த, நிர்விசாரமான குரல் அவரது காதில் ஒலித்தது.

"உங்கள் கவனத்துக்கு: சமலியோத்ஸ்கயா இறங்கு துறைக்கருகில், அங்குள்ள மாவுக் கிடங்குக்கு அருகில் இரண்டு பிணங்கள் கண்டெடுக்கப் பெற்று, அடையாளம் கண்டு பிடிக்கப்பட்டுள்ளன. ஒன்று, எதிர் உளவு பார்க்கும் இலாகாவில் துணைத் தலைவரான கவ்யாதின்; மற்றது அவரது ஏஜெண்டுகளில் ஒருவன்."

அடுத்த முனையிலே, பேசியவர் ரிஸீவரை வைத்த சத்தம் கேட்டது. மறுகணம் டாக்டர் புலாவின் மூச்சுவிடத் திணறியவராய் வாயைப் பிளந்தார்; தமது டெலிபோனுக்கருகிலேயே பலத்த இருதய வலிக்கு ஆளாகிக் கீழே சாய்ந்தார்.

11

கசனோவிச், திராஸ்தோவ்ஸ்கி இருவரது தலைமையிலும் வந்த, சேவா சேனையின் தலைசிறந்த துருப்புக்களான படைகளை முறியடித்த பின்பு, சரோகின் குபான் நதிக்கு அப்பால் வாபஸ் வாங்க வேண்டும் என்றிருந்த தமது முந்திய திட்டத்தை மாற்றிக் கொண்டு விட்டார்; அதற்கு

மாறாக, அவர் கரேனோவ்ஸ்கயாவுக்கு அருகிலிருந்தவாறு வடதிசை நோக்கித் திரும்பினார்; தெனீகின் தமது தலைமைக் காரியாலயத்தை அமைத்திருந்த திஹரேத்ஸ்கயா ரயில் நிலையத்தைத் தாக்கினார்.

அங்கு பத்து நாட்களாக மிகவும் மூர்க்கமான சண்டை நடந்து கொண்டிருந்தது. தமக்குக் கிட்டிய முதற் பெரும் வெற்றிகளால் உற்சாகமும் உத்வேகமும் பெற்ற சரோகினின் ராணுவம் தனது வழியில் ஏற்பட்ட தடைமுடைகளையெல்லாம் தூர்த்துத் துடைத்து விட்டது. அதன் தீவிரமான முன்னேற்றத்தை எந்த சக்தியும் தடுத்து நிறுத்த முடியாது என்றே தோன்றியது. தெனீகினோ குபான் ஜில்லா முழுவதிலும் சிதறிக் கிடந்த தமது படைகளையெல்லாம் ஒன்று திரட்டினார். இரண்டு பக்கத்திலும் பயங்கர உணர்ச்சி வேகம் மேலோங்கி நின்றதால், ஒவ்வொரு மோதுதலும் இறுதியில் துப்பாக்கிக் குத்தீட்டிகளைக் கொண்டே நடத்தும் துவந்த தாக்குதல்களாகத்தான் முடிந்தது.

என்றாலும் இதே வேகத்தில் சரோகினின் ராணுவத்துக்குள்ளே ஒழுங்கீனமும் உட்பகையும் அதிகரித்தன. குபான், உக்ரேனியப் படைப் பிரிவுகளுக்குள்ளே இருந்து வந்த குரோத வுணர்ச்சி நாளுக்கு நாள் தீவிரமாயிற்று. உக்ரேனியர்களும், பழைய யுத்த அனுபவஸ்தர்களும் தங்களது முன்னேற்றப் பாதையிலிருந்த குபான் கிராமங்களையெல்லாம் சூறையாடினார்கள். அந்தக் கிராமங்களெல்லாம் வெள்ளை ராணுவத்தை ஆதரிக்கின்றனவா, அல்லது செஞ்சேனையை ஆதரிக்கின்றனவா என்பதைக் கூடத் தெரிந்து கொள்ளாமல், கண் மூடித்தனமாகச் சூறையாடினார்கள்.

மேலும் கருத்துக் குழப்பமும் மிகவும் மேலோங்கியிருந்தது. ஸ்தெப்பி வெளியைக் கடந்து புழுதியைக் கிளப்பிக் கொண்டு துருப்புக்கள் வருகின்றன என்று தெரிந்தாலே கிராமவாசிகள் பயத்தால் நடுங்கினார்கள். தெனீகினின் படைகளேனும், கிராமத்தாரிடமிருந்து பெறும் குதிரைத்

தீனி முதலியவற்றுக்குப் பணம் கொடுத்தார்கள்; சரோகினின் ஆட்களோ வாங்குவார்களே தவிர எதையும் கொடுப்பதில்லை; அநேகமாக எல்லாவற்றையுமே ஒன்று விடாமல் தூர்த்துத் துடைத்து விட்டு வந்து விடுவார்கள். எனவே இளைஞர்களாக உள்ளவர்கள் தங்கள் குதிரைகளில் ஏறிக் கொண்டு, தெனீகினிடம் போய்ச் சேர்ந்து கொண்டார்கள்; முதியவர்களோ, பெண்டு பிள்ளைகளோடும் கன்று காலிகளோடும் ஸ்தெப்பி வெளிகளுக்கு ஓடிச் சென்று, அங்குள்ள மடுக்களிலும், மறைவிடங்களிலும் புகலிடம் தேடினார்கள்.

கிராமங்கள் முழுமையுடன் சரோகினின் ராணுவத்துக்கு எதிராகத் கிளர்ந்தெழுந்தன. குபான் படையினரோ சத்தமிட்டார்கள்: "எங்களையெல்லாம் வெட்டுப்பட்டுச் சாக அனுப்புகிறார்கள்; அதே சமயம் அன்னியர்களோ எங்கள் நாட்டைக் கொள்ளையடிக்கிறார்கள்!' காரியாலயத் தலைவரான பெலக்கோவ் இத்தகைய சம்பவச் சூறாவளிக்கு மத்தியிலே மாட்டிக் கொண்டு, பரிதாபகரமாகச் சங்கடப்பட்டார்; தனது தலைக்கு ஆபத்து வந்து விடக் கூடாதே என்று பயந்தார். இதிலே அதிசயப்படுவதற்கு ஒன்றுமில்லை. சேனாதிபத்தியத் திறமையெல்லாம் காற்றோடு காற்றாய்ப் போய் விட்டது. இப்போதோ யுத்த தந்திரங்களெல்லாம் துப்பாக்கிக் குத்தீட்டியின் முனையிலும், புரட்சி வெறியிலும் தான் அடங்கியிருந்தன. ஆயுதந் தாங்கிய மனிதர்களைக் கொண்ட தவிர்க்க முடியாத, மும்முரமான மக்கள் கூட்டம் ஒழுங்கையும் கட்டுப்பாட்டையும் மாற்றியமைத்தது. சுப்ரீம் கமாண்டர் சரோகினோ இந்தக் காலத்திலெல்லாம் மதுவிலும், மயக்க மருந்துகளிலும் தான் மூழ்கிக் கிடந்தார். எனவே அவரைப் பார்க்கவே சகிக்கவில்லை. கண்கள் சிவந்து விட்டன; முகம் கறுத்துப் போய் விட்டது; குரல் கரகரத்து விட்டது. என்றாலும் ஏதோ பேய் பிடித்தவர் மாதிரி, தமது படைகளை வெறிகொண்டு நடத்திச் சென்றார்.

பின்னர் தவிர்க்க முடியாதது நடந்து விட்டது. சேவா

சேனை தோற்றுப் பின்வாங்கியது. எனினும் இரும்புக் கட்டுப் பாட்டினால் அந்தச் சேனை சிதறாமல் ஒன்றுபட்டு இருந்தது; மத்தியத் தலைமையின் தீர்மானப்படி செயல்படும் இயந்திரம் போலவும் அப்போதும் பணியாற்றியது. எனவே அந்த ராணுவம் மீண்டும் மீண்டும் எதிர்த் தாக்குதல் நடத்தியது; ஒவ்வொரு மலையையும் மடுவையும் தனக்குச் சாதகமான முறையில் பயன்படுத்தியது; அதே சமயத்தில் எதிரிகள் அணியில் எங்கே பலவீனம் இருக்கிறது என்பதையும் அமைதியாகவும் திறமையாகவும் கண்டறிந்து செயலாற்றியது. கடைசியாக ஜூலை மாதம் 25ம் தேதி, அந்தப் பத்து நாட் போரின் கடைசி நாளன்று, திஹரேத் ஸ்கயாவிலிருந்து முப்பது மைல் தூரத்திலுள்ள வீசெல்கியின் சுற்றுப்புறத்தில் இந்த இருபெரும் ராணுவமும் நேருக்கு நேராக நின்றன.

திராஸ்தோவ்ஸ்கி, கசனோவிச் இருவரது படைகளோ முந்தைய நாட்களில் இருந்ததைவிட மோசமான நிலையில் இருந்தன. செஞ்சேனையினரோ எதிரிகளின் பின்னணிக்கும் சென்று தாக்க எப்படியோ வழிகண்டு விட்டார்கள். எனவே பேலயாகிலீனாவில் போல்ஷிவிக்குகள் மாட்டிக் கொண்டு வீழ்ச்சியுற்ற மாதிரி, சேவா சேனையினரும் கிடுக்கித் தாக்குதலின் பிடியில் மாட்டிக் கொண்டுவிட்டார்கள். ஆனாலும் சரோகினின் ராணுவம் பத்து நாட்களுக்கு முன்னர் எப்படியிருந்ததோ, அப்படி இப்போது இல்லை. அதன் ஆர்வமிக்க உத்வேகம் தளர்ந்து போய்விட்டது; எதிரிகளின் உறுதியான எதிர்ப்பு ராணுவ வீரர்களின் நம்பிக்கையைக் குலைத்து விட்டது; அதனால் சந்தேகங்களும் பயபீதியும் வளர்ந்தன – எப்போது முடிவான வெற்றி கிட்டும்? எப்போது ஓய்வு கிட்டும்?

மாலை மூன்று மணியானவுடன், சரோகினின் ராணுவம் போரணி முழுவதிலும் தனது மூர்க்கமான தாக்குதலைத் தொடங்கியது. அடிவானம் முழுவதிலும் பீரங்கிகள் முழங்கின. துருப்புக்கள் மறைந்து நின்று தாக்க முனையாமல், அணி அணியாக முன்னேறிச் சென்றார்கள்.

படைகளின் முறுக்கும், மூர்க்கமும், பொறுமையின்மையும் அபாய எல்லையைத் தொட்டு விட்டன.

அதுதான் சரோகின் ராணுவத்தின் அழிவின் ஆரம்பமாக இருந்தது. முதன் முதலில் அலைமேல் அலையாகத் தாக்கச் சென்றவர்கள் எல்லோரும் குண்டுகளுக்கும், துப்பாக்கிக் குத்தீட்டிகளுக்கும் இரையாகி மடிந்தார்கள். அடுத்தடுத்துச் சென்றவர்களையும் எதிரிகளின் குண்டு வீச்சு குழப்பத்துக்குள்ளாக்கி விட்டது; தங்களது படையினரின் சவங்களையும், காயம்பட்டுக் கிடந்தவர்களையும் கண்டு அவர்கள் குழம்பி விட்டார்கள். பின்னர் தான் அதுவரையிலும் யோசித்துப் பாராத, புரிந்து கொள்ளாத, தடுத்து நிறுத்தாது போய் விட்ட ஒரு விஷயம் நடந்து போய் விட்டது. ஆம்... துருப்புக்களின் உத்வேகம் திடீரெனத் தளர்ந்து விட்டது. அவர்கள் மத்தியிலே உறுதியும் பலமும் இல்லாது போய் விட்டது.

அதே சமயத்தில் எதிரிகளின் இரும்பையொத்த உறுதி தளரவில்லை; எனவே அவர்கள் திட்டமிட்ட தாக்குதல்களைத் தொடர்ந்து நடத்தி, ஏற்கெனவே இருந்த பொதுவான குழப்பத்தை மேலும் அதிகரித்தார்கள். வடக்கிலிருந்து வந்திருந்த மார்க்கவின் படைகளும் ஒரு குதிரைப் படையும், தெற்கிலிருந்து வந்த எர்தேலியின் குதிரைப் படையும் கட்டுக் குலைந்து போன செஞ்சேனைத் துருப்புக்களிடையே உட்புகுந்து சாடினார்கள். வெள்ளை ராணுவத்தின் ஆயுதந் தாங்கி மோட்டார்கள் முன்னேறிச் சென்றன; சென்ற வழியெல்லாம் மரண நெருப்பைக் கக்கின; மேலும் அவர்களின் ஆயுதந்தாங்கி ரயில்களும் புகையைக் கக்கின. நான்கு மணிக்கெல்லாம் தென் திசையையும் மேலைத் திசையையும் நோக்கி, ஸ்தெப்பி வெளி முழுவதும் வாபஸ் வாங்கிச் செல்லும் சரோகினின் ராணுவமே தென்பட்டது; கட்டுக் குலையாத் திறமை வாய்ந்த சக்தியாக விலங்கிய அந்த ராணுவத்தின் ஆயுள் தீர்ந்து போய் விட்டது.

காரியாலயத் தலைவர் பெலக்கோவ் சுப்ரீம் கமாண்டர் சரோகினை ஒரு மோட்டார் காரில் வலுக்கட்டாயமாகக்

கட்டிப் பிடித்து ஏற்றி விட்டார். சரோகினின் ரத்தக் பாய்ந்து சிவந்த கண்கள் புடைத்தன; அவரது உதடுகளின் ஓரத்தில் நுரை பொங்கியது; அப்போதும் கூட அவரது கறுத்த கையில் குண்டு போடாத ஒரு வெற்று ரிவால்வர் இருந்தது. துப்பாக்கிக் குண்டுகளால் துளைக்கப்பட்டு உருக்குலைந்திருந்த அந்தக் கார் செத்துக் கிடக்கும் பிணங்களின் மீதெல்லாம் வெறிவேகத்தோடு ஏறித் தாவிப் பறந்தது; இறுதியில் குன்றுகளுக்கப்பால் மறைந்து விட்டது.

தோற்றுப் போய்விட்ட சரோகினின் ராணுவத்தின் பெரும்பகுதி எகதிரினதாரை நோக்கிப் பின் வாங்கியது. இவர்களைப் போலவே தமான் ராணுவம் என்று சொல்லப்பட்ட செஞ்சேனையின் மேற்கு வட்டாரத்தைச் சேர்ந்த துருப்புக்களும் அங்கு வந்தார்கள்; கோஷுஹ் என்பவரின் தலைமையில் வந்த இந்த ராணுவம் தமான் தீபகற்பத்திலிருந்து வாபஸ் வாங்கிவந்தது. அந்த ராணுவம் செல்லும் பாதையில் எல்லாக் கிராமங்களும் ஆயுதம் தாங்கிக் கலகம் செய்தன; கிராமத்தில் உள்ள குடியேற்றக்காரர்களோ கசாக்குகள் தம்மை வஞ்சம் தீர்ந்து விடுவார்கள் என்று பயந்து, தமது உடைமைகளையும் கன்றுகாலிகளையும் சேகரித்துக் கொண்டு, பாதுகாப்பை நாடி தமான் ராணுவத்தை நோக்கித் தப்பியோடினார்கள். ஆனால் அங்கு செல்லும் பாதையையோ ஜெனரல் பக்ரோவ்ஸ்கியின் வெள்ளை ராணுவக் குதிரைப்படை மறித்துக் கொண்டுவிட்டது. எனினும் தமான் துருப்புக்கள் மூர்க்காவேசமாகத் தாக்கி, இந்தக் குதிரைப் படையைக் கலைத்து விரட்டத்தான் செய்தார்கள். என்றாலும் கூட, அவர்கள் எகதிரின தார் போய்ச் சேர்வது சாத்தியமில்லாது போய் விட்டது. எனவே கோஷுஹின் ராணுவம் தனது அகதிகளின் கூட்டத்தோடு நேராகத் தென் திசை நோக்கித் திரும்பியது; கடக்க முடியாத, அடர்ந்த பெருமலைகளின் வழியே சென்றது; அப்படியாவது செஞ் சேனையின் கருங்கடல் கப்பற்படை கைப்பற்றியிருந்த நோவரசீய்ஸ்குக்குப் போய்ச் சேர்ந்து விடமாட்டாமா என்ற நம்பிக்கையுடன் அவ்வாறு சென்றது.

இப்போதோ எந்தச் சக்தியும் தெனீகினின் முன்னேற்றத்தைத் தடுத்து நிறுத்துவதற்கில்லை. அவர் தமது பாதையிலிருந்த தடைமுடைகளை எல்லாம் அநாயாசமாகத் தூக்கி யெறிந்து விட்டு, தமது படைகள் அனைத்தையும் ஒன்று திரட்டி எகதிரினதாரை நோக்கி முன்னேறினார்; அப்போது ஒருகாலத்தில் வடக்குக் காக்கஸியச் சேனை என்று அழைக்கப்பட்டு வந்த ராணுவத்தின் எச்சமச்சங்கள் தான் அந்த நகரைக் கைப்பற்றி கொண்டிருந்தன. தெனீகினோ அந்நகரை மின்னல் வேகத்தில் தாக்கி அதனைக் கைப்பற்றி விட்டார். இவ்வாறாக, ஆறு மாதங்களுக்கு முன்னால் கர்னீலவும் அவரது அதிகாரிகள் சிலரும் சேர்ந்து தொடங்கி வைத்த 'பனிப் போர்' ஒருவாறாக முடிவு கண்டது.

எகதிரினதார் வெள்ளை ராணுவம் கைப்பற்றிய பிரதேசத்துக்குத் தலைநகராயிற்று. வளம் மிகுந்த கருங்கடல் கடற்கரைப் பிரதேசங்களிலிருந்து அபாயகரமான, கலகக்காரச் சக்திகளையெல்லாம் விரைவாக அழித்தொழித்தார்கள்; விரட்டியடித்தார்கள். சில நாட்களுக்கு முன்னால் தமது சட்டைகளிலுள்ள சீலைப் பேன்களை வேட்டையாடிக் கொண்டிருந்த ஜெனரல்களெல்லாம் இப்போது மீண்டும் ஒரு மாபெரும் சாம்ராஜ்யத்தின் மரபுகளைக் கைக்கொண்டார்கள்; மீண்டும் ராஜரீகமான போக்கை நிறுவினார்கள்.

முன்பெல்லாம் அவர்கள் முரட்டுத்தனமான முறையில் எதிரிகளின் ஆயுதங்களைப் பறித்தார்கள்; போரிட வந்த எதிரிகளின் ஆயுதங்களையும் தளவாடங்களையும் பிடுங்கினார்கள்; அல்லது போல்ஷிவிக்குகளின் ஆயுதக் கிடங்குகளின் மீது பாய்ந்து தாக்கி அவற்றைக் கைப்பற்றினார்கள். இந்தப் பழைய அடிபிடி முறைகளெல்லாம் புதிய பேராசை மிக்க திட்டங்களுக்கு ஒத்து வரவில்லை. இப்போதோ பணமும், ஆயுத தளவாடங்களின் இடையறாத வரவும், மாபெரும் யுத்தத்துக்கான சாதனங்களை வழங்கும் இராணுவ பண்ட சாலையும், ருஷ்ய நாட்டின் உட்பகுதிகளுக்குள்

ஊடுருவிச் சென்று தாக்குவதற்கேற்ற பலம் வாய்ந்த ராணுவ தளங்களும் அவர்களுக்குத் தேவைப்பட்டன.

உள்நாட்டில் ஆங்காங்கே நடந்து வந்த உள்நாட்டுப் போரின் சகாப்தம் முடிவடைந்தது; பலம் வாய்ந்த அன்னியச் சக்திகள் போர்க் களத்தில் புகுந்து விட்டன.

ஜூன் மாத காலத்தில் தெனீகின் பெற்ற பிரம்மாண்டமான வெற்றிகளுக்குப் பின் ஜெர்மானியரின் ராணுவத் தலைமைக்கு ஒரு விசித்திரமான, எதிர்பாராத அபாயம் ஏற்பட்டது. பிரெஸ்த் - லிதோவ்ஸ்க் ஒப்பந்தத்தினால் போல்ஷிவிக்குகள் கையும் காலும் கட்டிப் போடப் பெற்ற, செயலற்ற எதிரிகளாக மாறி விட்டார்கள். ஆனால் தெனீகினின் படைகளும் அவர்களுக்கு எதிரிப் படையாகவே இருந்தது; அந்தப் படையின் பலாபலத்தைப் பற்றி ஜெர்மானியர்கள் அதுவரையில் தெரிந்து கொள்ளவில்லை; தெரிந்து கொள்வதற்கான அவகாசமும் இல்லை. சரோகினின் ராணுவத்தை முறியடித்ததன் மூலம் தெனீகின் அசோவ் கடல் பகுதிக்கும், நோவரசீய் ஸ்குக்கும் முன்னேறி வந்து விட்டார். நோவ ரசீய் ஸ்க் என்ற அந்தத் துறைமுகத்தில் தான் மே மாதத் தொடக்கம் முதற்கொண்டு, ருஷ்யக் கப்பற்படை முழுவதும் நங்கூரமிட்டுத் தங்கியிருந்தது.

ஜெர்மானியர்களுக்கோ கருங்கடல் பிரதேசத்திலிருந்து வரக்கூடிய எந்த ஒரு தாக்குதலையும் எதிர்த்துச் சமாளிப்பதற்கான பாதுகாப்பு இல்லை. என்றாலும், அங்குள்ள கடற்படை போல்ஷிவிக்குகளின் கையிலிருக்கும் வரையிலும், அவர்களுக்கு அதைப் பற்றிய கவலை இல்லை. ஏனெனில் அந்தக் கடற்படை ஏதாவது விரோத நடவடிக்கையில் இறங்கத் துணியுமானால், ஜெர்மானியர்கள் உக்ரேனிய எல்லையைத் தாண்டிச் சென்று சமாளித்திருக்க முடியும். என்றாலும் பதினைந்து சுரங்க வெடிக் கப்பல்களும், இரண்டு போர்க் கப்பல்களும் தெனீகினின் கைக்குப் போகுமானால், கருங்கடல் பிரதேசத்தை உலக யுத்தத்தின் போர்முனையாகவே மாற்றிவிடக் கூடிய ஓர் அபாய நிலைமை நிலவியது.

ஜூன் மாதம் பத்தாம் தேதியன்று, ஜெர்மானியர்கள் சோவியத் அரசாங்கத்துக்கு ஒரு இறுதி எச்சரிக்கைக் கடிதத்தை அனுப்பினார்கள். அதன் மூலம், நோவரசீய்ஸ்க் துறை முகத்திலுள்ள கருங்கடல் கப்பற்படை முழுவதையும், ஜெர்மானியரின் பலம் வாய்ந்த ராணுவ முகாம் அமைந்துள்ள செவஸ்தோபலுக்கு அடுத்த ஒன்பது நாட்களுக்குள் மாற்றி விட வேண்டும் என்று அவர்கள் கோரினார்கள். அவ்வாறு மாற்றத் தவறினால், அதற்குரிய தண்டனையாக ஜெர்மானியர்கள் மாஸ்கோவையையே தாக்குவார்கள் என்றும் அதில் எச்சரித்திருந்தார்கள்.

அந்தச் சமயத்தில் ஒதேஸ்ஸாவிலிருந்த ஆஸ்திரிய ராணுவத்தின் ஆக்கிரமிப்புத் துருப்புக்களின் தலைவர் வியன்னாவிலுள்ள அயல்நாட்டு விவகார மந்திரியின் காரியாலயத்துக்குப் பின்வரும் குறிப்பை அனுப்பினார்:

“ஜெர்மானியர்கள் உக்ரேய்ன் பிரதேசத்தில் திட்டவட்டமான பொருளாதார - அரசியல் நோக்கங்களுடன் செயல்படுகிறார்கள். பாக்கூ வழியாகவும், பாரசீகம் வழியாகவும் மெஸப்போதேமியாவுக்கும் அரேபியாவுக்கும் செல்வதற்கான ஒரு வசதியான பாதையைத் தாம் என்றென்றும் தம் வசம் வைத்துக் கொள்ள வேண்டும் என்ற நோக்கத்தோடு ஜெர்மானியர்கள் செயல்படுகிறார்கள்.

கீழை நாடுகளுக்குச் செல்லும் பாதை கீவ், எகதிரினஸ் லாவ், செவஸ்தோபல் முதலியவற்றின் வழியாகச் செல்கிறது; செவஸ்தோபலிலிருந்து கடல் வழி மார்க்கம் பதூம், திரபேஸூன்த் முதலியவற்றின் வழியாகச் செல்கிறது.

ஜெர்மனி கிரீமியாவினை ஒரு ஜெர்மன் காலனியாகவோ, அல்லது வேறு வகையிலோ தன் வசம் வைத்துக் கொள்ள வேண்டும் என்று விரும்புகிறது. மதிப்பிடற்கரிய கிரீமியன் தீபகற்பத்தைத் தனது கையிலிருந்து ஜெர்மனி மீண்டும் நழுவிச் செல்வதற்கு இடம் கொடுக்காது. மேலும் இந்த மார்க்கத்தைப் பூரணமாகப் பயன்படுத்த வேண்டுமென்றால், பிரதான ரயில்வேக்கள் மீதும்

ஆதிக்கம் வேண்டும்; அந்த ரயில்வேக்களுக்கும் கருங்கடல் துறைமுகங்களுக்கும் தேவையான நிலக்கரியை ஜெர்மனியிலிருந்து கொண்டு வருவது சாத்தியப்படாது. எனவே தோன் பிரதேசத்து நிலக்கரிச் சுரங்கங்களில் மிகவும் முக்கியமானவற்றை ஜெர்மனி தனக்கு உடமையாக்க வேண்டியதும் அவசியமாகிறது. இவற்றையெல்லாம் ஜெர்மனி எந்த ஒரு வழியிலாவது சாதித்துக் கொள்ள விரும்புகிறது...”

ஜூன் மாதம் 10ம் தேதியன்று ஜெர்மானியர் அனுப்பிய எச்சரிக்கை மாஸ்கோ போய்ச் சேர்ந்தது. இந்தப் பிரச்சினை மிகவும் சிக்கலானது என்றும் தீர்க்க முடியாதது என்றும் தான் அங்கு பலரும் கருதினார்கள். ஆனால் லெனினோ இந்தப் பிரச்சினைக்கு வழக்கம்போல் எந்தவிதத் தயக்கமுமின்றித் தீர்வு கண்டு விட்டார். தீர்மானம் இதுதான்: ஜெர்மானியர்களை எதிர்த்து நம்மால் இப்போது போரிட முடியாது; ஆனால், அவர்கள் வசம் கப்பற்படையை விட்டு விடுவதென்பதும் இயலாது.

சோவியத் அரசாங்கத்தின் பிரதிநிதியாக தோழர் வாஹ் ரமேயவ் மாஸ்கோவிலிருந்து நோவரசீய் ஸ்குக்கு அனுப்பப் பட்டார். அங்கு, கருங்கடல் கப்பற்படையின் பிரதிநிதிகளும், எல்லாக் கப்பற்படை தளபதிகளும் கூடியிருந்த ஒரு கூட்டத்தில், ஜெர்மானியரின் எச்சரிக்கைக்கு போல்ஷிவிக்குகள் அளித்துள்ள ஒரே பதிலைத் தெரிவித்தார்: மக்கள் கமிசார்களின் கவுன்சில் கருங்கடல் கப்பற்படைக்குப் பகிரங்கமான கம்பியில்லாத் தந்தி மூலம் ஓர் உத்தரவை அனுப்பும்; கருங் கடற்கப்பற்படை நேராக, செவஸ்தோபலுக்குச் சென்று, ஜெர்மானியரிடம் சரண் புக வேண்டும் என்று உத்தரவிடப்படும். என்றாலும் கருங்கடல் கப்பற்படை இந்த உத்தரவை நிறைவேற்ற வேண்டியதில்லை; அதற்கு மாறாக, நோவரசீய்ஸ்க் கடற்பாதைகளிலேயே தன்னை மூழ்கடித்து விட வேண்டும்.

பதினைந்து சுரங்க வெடிக் கப்பல்கள், இரண்டு போர்க் கப்பல்கள், சில நீர்மூழ்கிக் கப்பல்கள், மற்றும் பாதுகாப்புக்

கப்பல்கள் முதலியவற்றைக் கொண்ட சோவியத் கப்பற் படை' நோவரசீய் ஸ்கில் நங்கூரமிட்டிருந்தது; பிரெஸ்த்லிதோவ் ஸ்க் உடன்படிக்கையின் காரணமாக அந்தப் படை செயலிழந்து நின்றது.

கப்பற்படையின் பிரதிநிதிகள் கரைக்கு வந்து வாஹ்ரமேயவ் பேசியதையெல்லாம் உற்சாகமற்ற அமைதியுடன் கேட்டார்கள். அவரது யோசனை அவர்களுக்குத் தற்கொலைப் பாதையாகத் தோன்றியது. ஆனால் அந்த யோசனையை விட்டால் வேறுவழியுமில்லை. அவர்களிடம் நிலக்கரியோ, எண்ணெயோ இல்லை. ஜெர்மானியர்கள் மாஸ்கோவைப் பயமுறுத்துகிறார்கள்; கீழ்த்திசையிலிருந்து தெனீகின் வேறு முன்னேறி வந்து கொண்டிருக்கிறார்; ஜெர்மானிய நீர் மூழ்கிக் கப்பல்களின் வெளிநோக்கிக் குழாய்கள், கப்பல்கள் நிற்கக் கூடிய துறைமுகப் பகுதிகளில் நுரை பொங்க நீரைக் கிழித்துக் கொண்டு திரிகின்றன; ஜெர்மானியரின் போர் விமானங்களோ நீல நெடுவானில் வட்டமிடுகின்றன... அந்தப் பிரதிநிதிகள் காரசாரமாகவும் வெகுநேரமாகவும் வாதித்தார்கள். என்றாலும் ஒரே ஒரு வழிதான் இருந்தது: கப்பற் படையை மூழ்கடித்து விட வேண்டியதுதான்... இத்தகைய பயங்கரமான தீர்மானத்தை முன் நிறுத்தி, அந்தப் பிரதிநிதிகள் அந்தப் படையின் கதியை படையிலுள்ள எல்லோருடைய அபிப்பிராயத்துக்கும் விடுத்து, அவர்களது பெரும்பான்மை வாக்குகளால் முடிவு செய்வது என்று தீர்மானித்தார்கள்.

நோவரசீய்ஸ்க் துறைமுகத்தில் மாபெரும் கூட்டங்கள் நடத்தப்பட்டன. கப்பற்படை வீரர்கள் கபில நிற உருக்கு ராக்ஷஸர்கள் போல் கடலில் நங்கூரமிட்டு நிற்கும் 'வோல்யா' ('விடுதலை'), 'ஸ்வபோத்னயா ரோஸ்ஸியா' (சுதந்திர ருஷ்யா) என்ற இரண்டு மாபெரும் போர்க் கப்பல்களையும் ஏறிட்டுப் பார்த்தார்கள்; யுத்த வெற்றி விருதுகளைச் சூடி நிற்கும், வேகமாகச் செல்லும் திறமை படைத்த சுரங்க வெடிக் கப்பல்களையும், துறைமுகத்துக்கும், மக்கள் கூட்டத்துக்கும் அப்பால் தலை நிமிர்ந்து நிற்கும் பல்வேறு பீரங்கி மேடைகளையும் பாய்மரங்களையும்

பார்த்தார்கள். தோல்வியே காணாத இத்தகைய மாபெரும் புரட்சிக் களஞ்சியத்தை, கப்பற்படை வீரர்களின் கடலில் மிதக்கும் தாய் நாட்டை, எந்தவிதமான எதிர்ப்புமின்றி, ஒரே ஒரு குண்டைக் கூட எதிரிகளின் மீது வெடிக்காமல் கடலின் பேராழத்தில் மூழ்கடிப்பதோ என்பதை எண்ணிப் பார்க்கக் கூட அவர்களால் முடியவில்லை.

தன்னைத் தானே அழித்துக் கொள்ளும் தற்கொலைப் பாதையை அமைதியாக ஏற்றுக் கொள்ளும் மனப்பான்மையைக் கொண்டவர்கள் அல்ல கருங்கடல் கப்பற்படை வீரர்கள். எனவே ஆவேச வெறி மிகுந்த வார்த்தைகளை அவர்கள் அள்ளியெறிந்தார்கள்; அவர்கள் மார்பிலே அறைந்து கொண்டார்கள்; அதனால், பச்சை குத்திய பல மார்புகளின் மீது அணிந்திருந்த சட்டைகள் கிழிந்தன; ரிப்பன்கள் கட்டப்பட்டிருந்த அவர்களது தொப்பிகள் காலுக் கடியிலே மிதிபட்டு நைந்தன.

கப்பற்படை வீரர்களும், போர்க்களத்திலிருந்து திரும்பி வந்திருந்த ராணுவ வீரர்களும், கடற்கரையிலிருந்த மக்கள் தொகையினரின் வேறு பல வகையினரும் உத்வேக வெறி யோடு காலை முதல் மாலை வரையிலும் கடற்கரைப் பிரதேசத்தில் கும்பல் கும்பலாகக் கூடினார்கள். மாலை நேரத்திலோ, அவர்களுக்குச் சொந்தமற்றுப் போய்விட்ட அந்தப் பாழாய்ப் போன கடலின் பழுப்பு நிறங்கொண்ட நீர்ப்பரப்பு, அஸ்தமன சூரியனின் அந்திம நேரக் கதிர்களால் செக்கச் செவேலென்று மாறிக் கொண்டிருந்தது.

கப்பல் தலைவர்களும் அதிகாரிகளும் வெவ்வேறு விதமான கருத்துக்களைக் கொண்டிருந்தார்கள். அவர்களில் பெரும் பாலோர் செவஸ்தோபலுக்குச் சென்று, ஜெர்மானியரிடம் சரண் புகுவதே நல்லது என்று அந்தரங்கத்தில் கருதினார்கள். என்றாலும் கேர்ச் என்ற சுரங்கவெடிக் கப்பலின் தலைவரான சீனியர் லெப்டினெண்ட் கூக்கில் என்பவரின் தலை மையில் சிறுபான்மைக் கோஷ்டியும் கப்பற்படையின் அழிவு தவிர்க்க முடியாதது என்பதையும், எதிர்காலத்தில் அதனால் ஏற்படக் கூடிய மாபெரும்

விளைவுகளின் முக்கியத்துவத்தையும் உணர்ந்து பார்த்தது. அந்தக் கோஷ்டியினரோ சொன்னார்கள்:

"நாம் தற்கொலை செய்து கொள்ளத்தான் வேண்டும்; என்றாலும் கருங்கடல் கப்பற்படையின் வீர சரித்திரத்துக்குக் களங்கம் ஏற்படாத முறையில் நாம் அந்தச் சரித்திரத்தைச் சிறிது காலத்துக்கு நிறுத்தி வைப்போம்..."

சூறாவளி வேகம் கொண்ட இத்தகைய ஆரவாரம் மிகுந்த மாபெரும் கூட்டங்களில் காலையிலே சில தீர்மானங்கள் உருவாகும்; மாலையிலோ வேறு தீர்மானங்கள் உருவாகும். என் றாலும், தொப்பிகளைத் தூக்கி தரையிலே விசிறியெறிந்து விட்டு, ஆவேசத்தோடு பேசிய பேச்சாளிகளுக்குத்தான் அங்கு பெரும் வரவேற்பு இருந்தது:

"தோழர்களே! இந்த மாஸ்கோப் பயல்கள் எப்படியும் நாசமாகித் தொலையட்டும்! அவர்கள் தங்களையே மூழ்கடித்துக் கொள்ளட்டும்! ஆனால் நாமோ நமது கப்பல்களைச் சரண்புக விட மாட்டோம். நாம் கடைசி வரையிலும் ஜெர்மானியரை எதிர்த்துப் போராடுவோம்..."

இந்தப் பேச்சைக் கேட்டதும், துறைமுகம் முழுவதிலும் "வாழ்க!" என்ற குரல்கள் முட்டி மோதி எதிரொலித்தன.

இந்தக் குழப்பம் ஒரு நாள் உச்சக் கட்டத்தை அடைந்தது. ஜெர்மானியரின் எச்சரிக்கைக் கெடு தீர்வதற்கு நான்கு நாட்களுக்கு முன்னால், எகதிரினதாரிலிருந்து இரண்டு பிரதிநிதிகள் ஓடோடி வந்து சேர்ந்தார்கள். கருங்கடல் குடியரசின் மத்திய நிர்வாகக் கமிட்டியின் தலைவரான ரூபினும், ராணுவத்தின் பிரதிநிதியான பெரெபீயனஸும்தான் அவர்கள். இடைவாரிலே சொருகிய நான்கு ரிவால்வர்களோடு வந்த பெரெபீய்னஸ் நெடிது வளர்ந்த ராக்ஷஸன் போலவே தோன்றினான். இருவரும் அங்கிருந்தோரிடையே பேசினார் கள்; ரூபின் நீண்ட நேரம் பேசிய பின், பெரேபீயனஸ் தனது ரிவால்வரை ஆட்டிக் கொண்டே, இடிமுழக்கம் போன்ற கனத்த குரலில் பேசினான். அந்தக் கப்பற்படை சரண் புகவோ

அல்லது மூழ்கடிக்கப்படவோ போவதில்லையென்றும், மாஸ்கோவிலுள்ள பயல்களுக்குத் தாம் என்ன பேசுகிறோம் என்பதே தெரியவில்லையென்றும், கப்பற்படைக்குத் தேவையான எண்ணெய், உணவு, வெடிகுண்டுகள் எல்லாவற்றையும் கருங்கடல் குடியரசு தந்துதவத் தயார் என்றும் அவன் பேசினான்.

வாய்க்கு வந்த ஆபாசமான வசைமொழிகளையெல்லாம் அள்ளி வீசிக் கொண்டு, பெரெபீயனஸ் கர்ஜித்தான்: எங்கள் போர் முனையின் நிலைமை நன்றாகத்தான் இருக்கிறது. அடுத்த வாரத்தில் அந்த நாய்க்குப் பிறந்த பயல் தெனீகினையும், அவனது பயிற்சிப் படையையும் குபான் நதியிலேயே நாங்கள் மூழ்கடித்து விடுவோம். நண்பர்களே! கப்பல்களை மூழ்கடித்து விடாதீர்கள். எங்களுக்குப் பின்னால் ஒரு பலம் வாய்ந்த கப்பற்படை துணை நிற்கிறது என்று நாங்கள் உணர விரும்புகிறோம். நண்பர்களே! நீங்கள் கப்பல்களை மூழ்கடித்து விடுவீர்களேயானால், குபான் கருங்கடல் புரட்சி ராணுவம் முழுவதன் பெயராலும் நான் உங்களை இப்போதே எச்சரிக்கிறேன்: எங்களால் அத்தகைய துரோகச் செயலைச் சகித்துக் கொண்டிருக்க முடியாது. நீங்கள் எங்களைப் பரிதாப நிலைக்கு ஆளாக்கினால், நாங்கள் எங்களது நாற்பதினாயிரம் பேர் கொண்ட ராணுவத்தையும் நோவரசீய் ஸ்குக்குத் திரட்டிக் கொண்டு வந்து விடுவோம்; வந்து, எங்களது துப்பாக்கிக் குத்தீட்டிகளால் உங்கள் அத்தனை பேரையும் குத்திக் கொன்று விடுவோம்...”

இந்தக் கூட்டத்துக்குப் பின்னால் பெருங்குழப்பம் நிலவியது; எல்லோரது தலைகளும் கிறுகிறுத்தன. கப்பலோட்டிகள் கப்பலை விட்டு இறங்கி வந்து, தமது இஷ்டப்படி எங்கெங்கோ ஓடிப் போகத் தொடங்கினார்கள். சந்தேகத்துக்குரிய தோற்றம் கொண்ட பல முகங்கள் ஜனங்கள் மத்தியிலே மேலும் மேலும் அதிகமாகத் தோன்றின. அவர்கள் பகல் நேரத்திலே, ‘ஜெர்மானியரை இறுதி வரையில் எதிர்த்துப் போராடுங்கள்!” என்று உச்சக் குரலில் உரக்கத் கத்தினார்கள். இரவிலோ, அவர்கள்

சிறு சிறு கும்பல்களாகத் திரண்டு, கப்பல்களை விட்டுப் பலபேர் ஓடிவிட்ட சுரங்க வெடிக் கப்பல்களுக்குள் திருட்டுத்தனமாக நுழைந்தார்கள்; அங்கு எஞ்சி மிஞ்சி நின்ற கப்பல் வீரர்கள் மீது பாய்ந்து, அவர்களைக் கடலுக்குள் தூக்கியெறிந்தார்கள்; கப்பலைக் கொள்ளையடிக்கத் துணிந்தார்கள்.

இந்த நேரத்தில் தான் செம்யோன் கிரசீல்னிகவ் 'கேர்ச்' என்ற சுரங்க வெடிக் கப்பலுக்குத் திரும்பி வந்து சேர்ந்தான்.

செம்யோன் அந்தக் கப்பலின் திசைகாட்டிக் கருவியின் பித்தளைத் தகட்டைப் பூசி விளக்கிக் கொண்டிருந்தான். துறைமுகத்தின் இறங்கு பாலத்தருகே நின்று கொண்டிருந்த அந்தக் கப்பலின் சிப்பந்திகள் அத்தனை பேரும் அதிகாலை முதற்கொண்டு வேலை பார்த்தார்கள். அவர்கள் கப்பலைக் கழுவவும், சுத்தம் செய்யவும், துடைத்து மெருகேற்றவும் ஆன பல வேலைகளைக் கவனித்தார்கள்.... கடற்கரையின் கரிந்து போன குன்றுகளின் பின்னாலிருந்து உஷ்ணம் மிகுந்த சூரியன் எழுந்து வந்தது.... காற்றின் அசைவேயில்லாத அந்த உஷ்ணத்தில் கப்பலின் கொடிகள் வாடித் துவண்டு கிடந்தன. செம்யோன் அந்தப் பித்தளைப் பிடிகளை மெருகேற்றுவதிலேயே ஈடுபட்டிருந்தான்; அவன் கடற்கரையைத் திரும்பிக் கூடப் பார்க்க விரும்பவில்லை. அந்தக் கப்பலை மூழ்கடிப்பதற்கு முன்னால், அந்தச் சிப்பந்திகள் அதனைக் கடைசி முறையாகச் சுத்தம் செய்தார்கள்.

துறைமுகத்திலோ மாபெரும் போர்க் கப்பலான 'வோல்யா'வின் மாபெரும் புகைபோக்கிலிருந்து புகை மண்டலம் வெளியேறிக் கொண்டு இருந்தது. மூடுதிரைகள் நீக்கப்பட்டிருந்த பீரங்கிகள் பளபளவென்று மின்னின. வான மண்டலத்தில் கரும்புகை சூழ்ந்தது. கப்பல், புகை, கரையிலே தெரியும் கரும்பழுப்பு நிறமான குன்றுகள், அவற்றின் அடி வாரத்திலே தென்பட்ட சிமெண்டுத் தொழிற்சாலை எல்லாம் கடலின் வளைகுடாப் பகுதியின் கண்ணாடி போன்ற நீர்ப் பரப்பின் மீது துலாம்பரமாகப்

பிரதிபலித்தன.

செம்யோன் கீழே குந்தி உட்கார்ந்து கொண்டு, தனது வேலையை மிகவும் சிரத்தையுடன் செய்தான். அன்றிரவு அவன் தான் கப்பலில் காவலுக்கு நின்றான். அப்போது தான் அங்கே திரும்பி வந்ததே தப்பு என்ற எண்ணம் அவனது இதயத்தினுள் புகுந்து அவனை அறுத்தது. தன் அண்ணன் அலெக்சேயும், மனைவி மத்ரியோனாவும் சொன்னதை அவன் கேட்டிருக்க வேண்டும்.... இப்போதோ அவர்கள் அவனைப் பார்த்துச் சிரிப்பார்கள் "ஜெர்மானியர்களை நீ எதிர்த்துப் போரிட்ட லட்சணம் இதுதானா?" என்று கேலி செய்வார்கள்.

"நீங்கள் உங்கள் கப்பற்படையை விற்று விட்டீர்கள், தம்பிகளா!" என்று சொல்வார்கள் அவர்கள். அவர்களுக்கு அவன் எப்படி பதில் அளிப்பது? 'கேர்ச்' என்ற கப்பலைச் சுத்தம் செய்தேன்; மெருகு கொடுத்தேன்; பின்னர் நானே எனது கைகளால் மூழ்கடித்தேன்!" என்றா அவன் அவர்களிடம் சொல்வது?

அந்தச் சமயத்தில் வோல்யாவிலிருந்து ஒரு மோட்டார் படகு ஒவ்வொரு கப்பலுக்கும் அருகில் முறையாக வந்தது; அந்தப் படகின் முனையின் மீது நின்று சமிக்ஞை காட்டும் மனிதன் ஒருவன் எல்லர்க் கப்பல்களுக்கும் சமிக்ஞைகள் காட்டிச் செய்தி தெரிவித்தான். சுரங்க வெடிக் கப்பலான 'தேர்ஸ்கி' தனது நங்கூரச் சங்கிலிகளை நழுவ விட்டு விட்டது. 'பெஸ்பகோய்னி' என்ற கப்பல் கடற்பாதை வழியை நோக்கி மெல்லச் செல்லத் தொடங்கியது. அதற்குப் பின்னால், 'பஸ்பேஷ்னி' 'ஜிவோய்', 'ஜார்க்கி', 'கிரோம்கி' முதலிய சுரங்க வெடிக் கப்பல்கள் நோய்வாய்ப்பட்டவர்கள் போன்று, மெல்ல மெல்ல ஊர்ந்து, வளைகுடாவின் அசைவற்ற நீர்ப்பரப்பின் மீது மிதந்து சென்றன.

பின்னர் அந்த ஊர்வலத்தில் ஒரு முறிவு ஏற்பட்டது. எட்டு சுரங்க வெடிக் கப்பல்கள் துறைமுகத்திலேயே நின்றன. அவற்றின் மேல் தளத்தில் எந்தவிதமான

அசைவையும் நடமாட்டத்தையும் காணோம். இப்போது எல்லோருடைய கண்களும் 'வோல்யா'வின் மீதே திரும்பியிருந்தன. பக்கங்களிலே துருப்பிடித்த கோடுகளோடு, இளங்கபில நிறங்கொண்ட உருக்கு மலைபோல மிதந்து கொண்டிருந்தது அந்தக் கப்பல். கப்பல் சிப்பந்திகளெல்லாம் தம் கையிலிருந்த துணி, பிரஷ், தண்ணீர்க் குழாய்கள் முதலியவற்றையெல்லாம் மறந்து விட்டு, அந்தக் கப்பலையே வெறித்து நோக்கினர். அந்தக் கப்பற் படையின் பிரதம தளபதியான தீஹ்மெனிவின் கொடி காற்றில் மெதுவாக ஆடியது.

'கேர்ச்' என்ற சுரங்க வெடிக் கப்பலின் மேல் தளத்திலிருந்த கப்பற்படை வீரர்கள் உள்ளடங்கிய குரலில் பயபீதியோடு பேசிக் கொண்டார்கள்:

"பாரேன்.. 'வோல்யா' செவஸ்தோபலுக்குத்தான் போகப் போகிறது..."

"அவர்கள் அவ்வளவு கேவலமாகவா நடந்து கொள்வார்கள்? அவர்களுக்குப் புரட்சி மனப்பான்மையோ, மனச்சாட்சியோ கிடையாதா, என்ன?"

"சகோதரர்களே! வோல்யாவே போய் விட்டால், பின் நாம் யாரைத்தான் நம்புவது?"

"உனக்கு தீஹ்மெனிவைத் தெரியாதா என்ன? அவர் தான் நமது படுமோசமான எதிரி; சரியான குள்ள நரி!"

"வோல்யா போகப் போகிறது! அட துரோகிகளா!..."

"வோல்யா'வுக்கு அடுத்தாற்போல், 'ஸ்வபோத்னயா ரோஸ்ஸியா' என்ற போர்க் கப்பல் நங்கூரமிட்டு நின்றது. ஆனால் அந்தக் கப்பல் அமைதியாகத் தூங்கி வழிந்து கொண்டிருப்பது போல் தோன்றியது. அதன் பீரங்கிகளெல்லாம் மூடப்பட்டிருந்தன; அதன் மேல் தளத்தில் யாரையுமே காணோம். இறங்கு பாலத்தின் அருகிலிருந்து படகுகள் அதை நோக்கி வெகுவேகமாகத் தண்டு வலித்துச் சென்றன. திடீரென்று கப்பலோட்டியின்

விசில் சத்தம் வளைகுடாவின் அமைதியைக் குலைத்துக் கீச்சிட்டு ஒலித்தது; பின்னர் 'வோல்யா'வின் பல் சக்கரங்கள் கிறீச்சிட்டன; நனைந்து சொட்டும் சங்கிலிகளும், தண்ணீர் துரு படிந்த நங்கூரங்களும் அதன் முதுகின் வழியாக மெல்ல மேலேறின. கப்பலின் முனை மெல்லத் திசை திரும்பியது; முடிச்சும் பின்னலுமாகத் தோற்றமளித்த கப்பலின் பாய்மரத் தூண்களும், முகடுகளும் நகரத்தின் வெயில் காயும் வெள்ளைக்கூரைகளின் பின்னணியில் சுழன்று திரும்பி முன்னே செல்லத் தொடங்கின.

"அவர்கள் போகிறார்கள்... ஜெர்மானியரிடம் போகிறார்கள்... ஐயோ! சகோதரர்களே! அவர்கள் ஜெர்மானியரிடம் சரண் புகச் செல்கிறார்கள்! அடப் பாவிகளா? என்ன காரியம் செய்கிறீர்கள்?"

சூரிய உஷ்ணத்தால் கறுத்துப் போன முகமும், தோல் உரிந்து கொண்டிருந்த பெரிய மூக்கும் கொண்டவரான 'கேர்ச்' கப்பலின் காப்டன் பாலத்தின் மீது தோன்றினார். அவர் தமது குழிவிழுந்த கண்களால் 'வோல்யா' வின் போக்கைக் கூர்ந்து கவனித்தார். பாலத்தின் மீது குனிந்தவராய், அவர் உத்தரவிட்டார்:

"சமிக்ஞைக் கொடியை ஏற்று!"

"ஆகட்டும். ஆகட்டும்!" என்று கப்பல் வீரர்கள் உடனே பதிலுக்குக் கத்திவிட்டு, சமிக்ஞைக் கொடிகள் இருந்த பெட்டியை நோக்கி ஓடினார்கள். வர்ண ஜாலம் மிகுந்த கொடிகள் 'கேர்ச்' கப்பலின் பாய்மரக் கொம்பின் மீது ஏறி, நீலவானின் பின்னணியிலே படபடத்தன. அந்தக் கொடிகளின் வரிசை பின்வரும் செய்தியைத் தெரிவித்தன:

"செவஸ்தோபலுக்குப் போகும் கப்பல்களுக்கு -- ருஷ்ய நாட்டைக் காட்டிக் கொடுப்பவர்களுக்கு வெட்கம்! வெட்கம்!"

அந்தச் செய்தியையே கண்டு கொண்ட மாதிரி காட்டிக் கொள்ளாமல், 'வோல்யா' பதிலுக்கு எந்தச் சமிக்ஞையும் தராதிருந்து விட்டது. கப்பற் படைவீரர்களையும்

இழந்து, கண்ணியத்தையும் இழந்து அந்தக் கப்பல் மானத்தைக் காப்பாற்றி நின்ற மற்றக் கப்பல்களை எல்லாம் தாண்டிக் கொண்டு மேலே சென்றது. “அவர்கள் சமிக்ஞைகளைக் கண்டு விட்டார்கள்!” என்று கப்பல் வீரர்கள் திடீரென்று கத்தினார்கள். ஏனெனில் அந்தக் கப்பலின் பீரங்கிப் பீடத்தின் மீதிருந்த இரண்டு ராக்ஷஸ பீரங்கிகள் தமது வாய்களை மேலே உயர்த்தின; அந்தப் பீடம் ‘கேர்ச்’ கப்பலை நோக்கி திரும்பியது... கேர்ச்சின் காப்டன் பாலத்தின் கம்பிகளைப் பிடித்துக் கொண்டு, சாவை எதிர் நோக்கித் தமது உரிந்த மூக்கை முன்னே நீட்டினார். ஆனால் அந்தப் பீரங்கிகளோ வெறுமனே இடம்பெயர்ந்தன; வாய்களைக் கீழே தாழ்த்தி விட்டன.

‘வோல்யா’ தனது வேகத்தை அதிகரித்து, இறங்கு முகத்தைச் சுற்றிக் கொண்டு சென்றது; சீக்கிரத்திலேயே அதன் கம்பீரமான பக்கவாட்டுத் தோற்றம் அடிவானத்தில் மறைந்து விட்டது. பல வருஷங்களுக்கப்பால் அந்தக் கப்பல் ஆயுதங்களை இழந்த, மூளியாக, துருப்பிடித்த, அவலட்சணமாக, அழியாத அவமானத்தோடு, தூரா தொலைவிலுள்ள பிஸேர்த்தாவுக்கருகில் தரைதட்டி நின்றது கண்டு பிடிக்கப்பட்டது.

அந்தக் கப்பற்படையின் பிரதம தளபதியான தீஹ்மெனிவ் மக்கள் கமிசார்களின் கவுன்சில் தெரிவித்த உத்தியோக பூர்வமான உத்தரவுப்படி அப்படியே நடப்பது தான் சரி என்று வற்புறுத்தினார்; அதன் காரணமாக ‘வோல்யா’வும் ஆறு சுரங்க வெடிக் கப்பல்களும் செவஸ்தோபல் சென்று, ஜெர்மானியரிடம் சரண் அடைந்தார்கள். அந்தக் கப்பல்களின் அதிகாரிகளும், கடற்கரை வீரர்களும் கப்பலிலிருந்து விடுதலை செய்யப்பட்டார்கள்.

அந்தக் கடற்படை வீரர்களெல்லாம் தங்கள் தங்கள் வீடுகளுக்கும் பிறந்த ஊர்களுக்கும் போய்ச் சேர்ந்தார்கள். தங்களது கப்பல்களைத் தாமே மூழ்கடிப்பதற்குத் தங்களுக்கு மனம் வரவில்லை என்பதை அவர்கள் ஒப்புக் கொள்ளத்தான் செய்தார்கள்; என்றாலும் உண்மையான காரணம் வேறாக இருந்தது. நாற்பதினாயிரம் செஞ்சேனை

வீரர்கள் வந்து நோவரசீய்ஸ்கிலுள்ள எல்லா மக்களையும் தமது துப்பாக்கிக் குத்தீட்டிகளால் குத்திக் கொன்று விடுவதாகச் சொன்னதைக் கண்டு தான் அவர்கள் பயந்து விட்டர்கள்.

போர்க் கப்பல் 'ஸ்வபோத்னயா ரோஸ்ஸியா'வும், எட்டு சுரங்கவெடிக் கப்பல்களும் தான் நோவரசீய் ஸ்க் துறைமுகத்தில் தங்கி நின்றன. ஜெர்மானியர் விடுத்த எச் சரிக்கையின் கெடு மறுநாளுடன் தீர்ந்து போக இருந்தது. ஜெர்மானிய ஆகாய விமானங்கள் நகரத்தின் மீது வட்டமிட்டுப் பறந்தன. கடற் பாதைகளிலோ, துள்ளித் தாவி விழும் மீன்களுக்கு மத்தியில் ஜெர்மானிய நீர்மூழ்கிக் கப்பல்களின் வெளிநோக்கிக் குழாய்கள் தலை காட்டின. மேலும், சமீபத்திலேயிருந்த தெம்ரியூக் என்ற இடத்தில் ஜெர்மானியர்கள் இறங்கியிருப்பதாகவும் தெரிய வந்தது. நோவரசீய்ஸ்க் துறைமுகத்தின் ஏற்றுமதி - இறக்குமதித் துறைகளில் இரவும் பகலும் ஆரவாரமான கூட்டங்கள் நடந்தன; சாதாரண உடையணிந்த, சந்தேகப் புள்ளிகள் எனத் தோன்றிய சில மனிதர்கள் மேலும் மேலும் அழுத்தமாகப் பலவாறு கத்தினார்கள்:

"சகோதரர்களே! உங்களுக்கு நீங்களே அழிவைத் தேடிக் கொள்ளாதீர்கள்! கப்பல்களை மூழ்கடிக்காதீர்கள்!.."

"அதிகாரிகள் தான் கப்பல்களை மூழ்கடிக்க விரும்புகிறார்கள். அதிகாரிகள் எல்லோரும் நேச நாட்டினரிடம் கைக் கூலி பெற்றுக் கொண்டு தம்மைத் தாமே விற்றுவிட்டார்கள்!..."

"டிசம்பர் மாதத்தில், செவஸ்தோபலில் நீங்கள் உங்கள் அதிகாரிகளையெல்லாம் கடலில் தூக்கியெறிந்தீர்களே! அந்த வீரம் எங்கே போயிற்று? இப்போது உங்களுக்கு என்ன பயம் வந்து விட்டது? அதே காரியத்தை நீங்கள் ஏன் மீண்டும் செய்யக் கூடாது?"

இவ்வாறெல்லாம் பேசிக் கொண்டிருந்தவனின் அருகே திடீரென்று ஒரு பிரசங்கி தோன்றித் தனது சட்டையைப் பிடித்துக் கிழித்தெறிந்தவாறு, கத்தினான்:

“தோழர்களே! எதிரிகளின் ஏஜெண்டுகளின் பேச்சைக் கேட்காதீர்கள். நீங்கள் உங்கள் கப்பல்களை ஜெர்மானியர் வசம் ஒப்படைத்தால், அவர்கள் உங்களைத் தமது துப்பாக்கிகளால் சுட்டுக்கொன்று விடுவார்கள்... உங்கள் ஆயுதங்களை ஏகாதிபத்தியவாதிகளின் கையில் ஒப்படைக்காதீர்கள்!... உலகப் புரட்சியைக் காப்பாற்றுங்கள்!”

இப்போது யாருடைய பேச்சைக் கேட்பது? எவன் சொல்வதுபடி நடப்பது? அந்தப் பிரசங்கியின் இடத்தில் இன்னொருவன் ஏறுவான். அவனோ எகதிரினதார் போர்முனையில் இருந்து நேராக வந்த ராணுவ வீரனாக இருப்பான்; அவனது உடம்பிலே பல்வேறு விதமான ஆயுதங்களும் தொங்கும்; அவனும் துள்ளிக் குதித்துக் கொண்டு நாற்பதினாயிரம் துப்பாக்கிக் குத்தீட்டிகளைக் சொல்லி மிரட்டுவான். இத்தகைய நிலையில் ஜூன் மாதம் 18த் தேதியன்று, கப்பலிலிருந்து கரைக்கு இறங்கிச் சென்ற ஏராளமான கடற்படை வீரர்கள் தத்தம் கப்பல்களுக்குத் திரும்பி வரவில்லை. அவர்கள் ஓடி விட்டார்கள்; சிலர் தலைமறைவாகி விட்டார்கள்; சிலர் மலைகளுக்கே ஓடிப் போய் விட்டார்கள்.

அன்று இரவு முழுவதும் கேர்ச் கப்பல் ஏனைய கப்பல்கள் எல்லாவற்றோடும் சமிக்ஞைகள் மூலம் தொடர்பு கொண்டது. ‘ஸ்வபோத்னயா ரோஸ்ஸியா’ கப்பல் அந்தச் சமிக்ஞைகளுக்கு பதிலளித்தது. தாங்கள் தங்கள் கப்பலைக் கொள்கைப் பிடிப்போடு மூழ்கடிக்கத் தயாராக இருப்பதாகவும், ஆனால் அந்தக் கப்பலிலிருந்த இரண்டாயிரம் பேர்களில் நூறு பேர் கூட இப்போது மிஞ்சியிருக்கவில்லை என்பதையும் எனவே துறைமுகத்தை விட்டுக் கிளம்பி, கடற்பாதைக்குச் செல்லும் அளவுக்குத் தேவையான நீராவியை உற்பத்தி செய்து கொள்ள இயலுமா என்று தெரியவில்லை என்பதையும் பதிலளித்தது.

‘ஹத்ஷி-பை’ என்ற சுரங்க வெடிக் கப்பலும் விளக்கொளியின் மூலம் செய்தி அனுப்பியது. அந்தக் கப்பலின் மேல் தளத்தில் காரசாரமான விவாதங்கள்

நடைபெறுவதாகவும், நகரத்திலிருந்து எராளமான மதுப் புட்டிகளோடு குமரிப் பெண்களும் அங்கு வந்திருப்பதாகவும், அவர்கள் காரணத்தோடுதான் வந்திருக்கக் கூடும் எனவும், எனவே கப்பலைக் கொள்ளையடிக்கும் முயற்சியும் நடைபெறலாம் என்றும் தகவல் தந்தது. 'காலியக்கிரியா' என்ற சுரங்க வெடிக் கப்பலிலோ அதன் காப்டனும், கப்பலின் என்ஜினீயரும் தான் மிஞ்சி நின்றார்கள்; 'பிதனீஸி" என்ற கப்பலிலோ ஆறு பேர் மட்டுமே இருந்தார்கள். இதே போன்ற பதில்கள் தான் 'காப்டன் பரனோவ்', 'ஸ்மெத்லீவி', 'ஸ்திரிமீதெல்னி', 'புரன்ஸீதெல்னி' முதலிய சுரங்கவெடிக் கப்பல்களில் இருந்தும் வந்தன. 'கேர்ச்' கப்பலிலும், 'லெப்டினெண்ட் ஷெஸ்தகோவ்' என்ற கப்பலிலும் தான் எல்லோரும் ஆஜராகியிருந்தார்கள்.

நள்ளிரவில் ஒரு படகு 'கேர்ச்'சின் அருகே வந்தது; அதிலிருந்து தைரியம் மிகுந்த ஒரு குரல் முழங்கியது:

"கடற்படைத் தோழர்களே!... மத்திய நிர்வாகக் கமிட்டியின் பத்திரிகையான 'இஸ்வேஸ்தியா' பத்திரிகையின் நிருபர் பேசுகிறேன். இப்போது தான் மாஸ்கோவிலுள்ள அட்மிரல் சாப்லினிடமிருந்து எங்களுக்கு ஒரு தந்தி வந்தது. நீங்கள் எந்தக் காரணம் கொண்டும் கப்பல்களை மூழ்கடிக்கவோ, அல்லது செவஸ்தோபலுக்குப் போகவோ தேவையில்லை; மேற்கொண்டும் தகவல்கள் வரும் வரையில் காத்திருக்கவும்." -

கடற்படை வீரர்கள் கம்பிகளின் மீது சாய்ந்து குனிந்து, கீழே இருள் மண்டலத்திலே கடலில் ஆடியசைந்து கொண்டிருந்த படகைக் கண்களை நெரித்துக் கொண்டு கூர்ந்து பார்த்தார்கள். அந்தக் குரல் விவாதத் திறமையோடு தனது செய்தியை எடுத்துக் கூறிக் கொண்டேயிருந்தது... அந்தச் சமயத்தில் சீனியர் லெப்டினெண்ட் கூக்கில் கப்பலின் பாலத்தின் மீது ஏறி வந்தார்; அந்தக் குரலை மறித்துக் குறுக்கிட்டார்:

"அட்மிரல் சாப்லினிடமிருந்து வந்துள்ள தந்தியைக்

காட்டுங்கள்."

"துரதிருஷ்டவசமாக அது இப்போது என்னிடம் இல்லை. தோழரே! எனினும் இப்போதே போய் நான் அதனைக் கொண்டு வருகிறேன்..."

பின்னர் எல்லோரும் தான் சொல்வதைக் கேட்கும் வண்ணம் கூக்கில் அழுத்தமாகவும் பலமாகவும் கத்தினார்.

"படகில் இருப்பவனுக்கு: கப்பலுக்கு ஐம்பது ஆள் தூரத்துக்கு அப்பால் நின்று பேசு. கிட்டே நெருங்காதே!"

"என்னை மன்னித்து விடுங்கள், தோழரே!" என்று அந்தத் தைரியமான குரல் மீண்டும் பேசியது. நீங்கள் மத்தியக் கமிட்டியிலிருந்து வந்துள்ள உத்தரவை ஏற்க மறுப்பதால், நான் மாஸ்கோவுக்குத்தான் தந்தி கொடுக்க வேண்டும்."

"இல்லையென்றால், நான் உங்கள் படகை மூழ்கடித்து விடுவேன்; உங்களையும் இங்கே கட்டித் தூக்கி இழுத்து விடுவேன். பிறகு எனது வீரர்களின் செயல்களுக்கு நான் பொறுப்பேற்க முடியாது!"

இதைக் கேட்டதும் அந்தப் படகிலிருந்து எந்தப் பதிலும் வரவில்லை. எனினும் மிகவும் ஜாக்கிரதையாகத் துடுப்பை வலிக்கும் சத்தம் கேட்டது; பின்னர் மங்கலாகத் தெரிந்த அந்தப் படகு இருளில் மறைந்து போய் விட்டது. கப்பல் வீரர்கள் எல்லோரும் வாய்விட்டுச் சிரித்தார்கள். உருண்ட தோள்களும் மெலிந்த உடம்பும் கொண்ட அந்தக் காப்டன் கைகளைப் பின்னால் கட்டிக் கொண்டு, கூண்டில் அடைபட்ட மிருகத்தைப் போல் பாலத்தின் மீது மேலும் கீழும் உலவினார்.

அன்றிரவு அநேகமானோர் தூங்கவில்லை. பனித்துளிகள் படிந்த மேல் தளத்திலேயே அவர்கள் படுத்திருந்தார்கள். இடையிடையே ஏதாவது ஒரு தலை நிமிரும்; ஏதாவது சில வார்த்தைகள் கேட்கும்; அதைக் கேட்டவுடன் எல்லோருடைய தூக்கமும் போய்விடும்; பிறகு உள்ளடங்கிய குரலில் விவாதங்கள் தொடங்கி விடும்.

நட்சத்திரங்கள் எல்லாம் வெளிறத் தொடங்கி விட்டன. மலைகளுக்கப்பால் அருணோதயப் பொழுது புலரத் தொடங்கியது. அந்தச் சமயத்தில் 'லெப்டினெண்ட் ஷெஸ்தகோவ்' கப்பலின் காப்டனான மிட்ஷிப்மான் அனென்ஸ்கி என்பவர் கரையிலிருந்து வந்து கப்பலில் ஏறி பின்வரும் செய்தியைத் தெரிவித்தார்: போர்க் கப்பல்கள், மோட்டார் படகுகள், துறைமுகத் தோணிகள் முதலியவற்றில் இருந்தவர்கள் மட்டும் ஓடிப் போகவில்லை; வியாபாரக் கப்பல்களிலே இருந்த சிப்பந்திகளைக் கூடக் காணவில்லை. எனவே போர்க் கப்பல்களைக் கடற்பாதை வரையிலும் கொண்டு போய்ச் சேர்ப்பதற்கு உதவக் கூடிய எந்தச் சாதனமும் இல்லை.

"மிட்ஷிப்மான் ஆனென்ஸ்கி!" என்று 'கேர்ச்' சின் காப்டன் பதிலளிக்க முனைந்தார்: "பொறுப்பு நம்முடையதுதான். நாம் எந்த விதத்திலும் நமது கப்பல்களை மூழ்கடித்துவிட வேண்டும்."

ஆனென்ஸ்கி தலையை அசைத்தார். சிறிது நேர மௌனத்துக்குப் பின்னர் அவர் மீண்டும் கரைக்குச் சென்றார். அந்த வளைகுடாவின் மீது சூரியன் மெலெழுந்து வந்த பின்பு, 'லெப்டினெண்ட் ஷெஸ்தகோவ்" என்ற கப்பல் இறங்குபாலத்தை விட்டு விலகி, மெதுவாகச் செல்லத் தொடங்கி, கப்பலை மூழ்கடிக்க வேண்டிய கடற்பாதைப் பிரதேசத்தை நோக்கிச் சென்றது; அதன் பின் 'காப்டன் பரனோவ்' என்ற கப்பல், 'லெப்டினெண்ட் ஷெஸ்தகோ'வுடன் பிணைக்கப் பட்டிருந்தது. அந்தக் கப்பல்கள் இரண்டும் தமது பாய்மரக் கொம்பில் கொடிகளைப் பறக்க விட்டுச் செய்தி அறிவித்தன:

"நான் மூழ்கத்தான் போகிறேன். சரணடைய மாட்டேன்!"

விரைவிலேயே அந்தக் கப்பல்கள் காலைப் பனிமூட்டத்தில் மறைந்து போய் விட்டன. இப்போதோ எல்லாக் கப்பல்களுமே ஆளரவமிழந்து கிடப்பதாகத் தோன்றியது. "ஸ்வபோத்னயாரோஸ்ஸியா' என்ற உருக்கு மலை போன்ற போர்க் கப்பலின் மீது கடற்பறவைகள் வட்டமிட்டன.

கேர்ச் கப்பலின் புகைக் குழாய்களிலிருந்து புகை யெழும்பிக் கொண்டிருந்தது. அந்த அதிகாலைப் பொழுதில் கூட, துறைமுகப் பகுதியில் பெருங்கூட்டம் இருந்தது. இறங்கு பாலத்தின் விளிம்பின் மீது ஈக்கள் மொய்ப்பது மாதிரி, கரிய உருவங்கள் ஓடிவந்தன. கப்பல்களுக்கருகிலேயே அந்தக் கும்பல் வந்து சாடியது; பின்னர் அவர்கள் ஒருவர் தோள் மேல் ஒருவர் ஏறினார்கள்; சிலர் தண்ணீருக்குள்ளும் விழுந்தார்கள்.

கப்பலுக்குள் வரும் வழியில் செம்யோன் கிரசீல்னிகவ் காவலுக்கு நின்றான். ஐந்து மணிக்கப்பால் உணர்ச்சி வேகத்தில் முகம் சிவந்து போன ஒரு சின்ன மனிதன் ஜனக்கூட்டத்தை இடித்துத் தள்ளிக்கொண்டு முன்னே வந்தான்; அவன் தோள் பட்டை வார்கள் இல்லாத ஒரு கறுத்த கடற்படையினர் அணியும் சட்டையை அணிந்திருந்தான்; அவன் ஓசை யெழும்ப நடந்தவாறு, தொங்கு பாலத்தின் வழியாக வந்தான். அவனது சிவந்த முகத்தில் வியர்வைத் துளிகள் பூத்து நின்றன; அந்த வியர்வை அவனது சின்னஞ்சிறிய ஒடுங்கிய வாயின் இரு புறத்திலும் வழிந்தோடியது.

"சீனியர் லெப்டினெண்ட் கூக்கில் இருக்கிறாரா?" என்று அவன் செம்யோனை நோக்கிக் கத்தினான்; துப்பாக்கிக் குத் தீட்டியால் வழியை மறித்து நின்ற செம்யோனைத் தனது களிப்புத் துள்ளும் நீலமான வட்ட விழிகளால் பார்த்தான். பின்னர் தன் மார்பையும் பக்கங்களிலும் தட்டிப் பார்த்துவிட்டு, கடைசியாகத் தனது அத்தாட்சிப் பத்திரத்தை எடுத்துக் காட்டினான். அந்த அத்தாட்சிப் பத்திரம் மத்திய சோவியத் அரசின் பிரதிநிதியான தோழர் ஷாஹவ் என்பவரின் பெயரில் இருந்தது. அதைப் பார்த்ததும், முகத்தில் மலர்ந்த முகத்தோடு தனது துப்பாக்கிக் குத்தீட்டியைத் தாழ்த்தினான்:

"தோழர் ஷாஹவ்! நீங்கள் போகலாம்." கூக்கில் அந்தப் பிரதிநிதியைச் சந்திப்பதற்காக வெளியே வந்தார்; வந்ததுமே அவர் நிலைமையையெல்லாம் விளக்கத் தொடங்கி விட்டார்; நிலைமை மிகவும் பரிதாபகரமாக இருப்பதாகச்

சொன்னார். அவர் மெதுவாகவும் விளக்க மாகவும் பேசினார். ஷாஹறவின் கண்களோ பொறுமையற்றுச் சுழன்றன.

“அர்த்தமற்ற பேச்சு. இதைவிட மோசமான நிலைமைகளை எல்லாம் நாங்கள் கண்டிருக்கிறோம். நான் கப்பல் வீரர்களிடம் பேசிக் கொண்டிருந்தேன். அவர்களது உணர்ச்சி வேகமெல்லாம் அற்புதமாக இருக்கிறது... நான் இப்போதே ஓர் இழுவைப் படகுக்கு ஏற்பாடு செய்கிறேன்; மற்றும் உங்களுக்கு எது தேவையானாலும் ஏற்பாடு செய்கிறேன்... நாம் இப்போது ஒரு கூட்டத்தைக் கூட்டுவோம். இறுதியில் எல்லாம் நல்லபடியாகவே முடியும்.”

அவர் ஒரு மோட்டார் படகைக் கொண்டு வரச் செய்து, ‘ஸ்வபோத்னயா ரோஸ்ஸியா’ கப்பலுக்குச் சென்றார்; பின்னர் அந்தப் படகின் மூலமாகவே ஒவ்வொரு கப்பலுக்கும் சென்றார். அவரது சின்ன உருவம் வியாபாரக் கப்பல்களின் ஏணியில் ஏறிக் கொண்டிருப்பதையும், பின்னர் தரையில் குதிப்பதையும், பின்னர் கூட்டத்துக்குள் புகுவதையும் செம்யோன் கவனித்தான். அவர் நுழைந்த சிறிது நேரத்தில் கூட்டத்தினர் மத்தியிலிருந்து கூச்சல் எழுந்தது; கைகள் உயர்ந்தன. பின்னர் அங்கு ஆயிரக் கணக்கான குரல்கள் ஒரே சமயத்தில் உற்சாகமாக முழங்கியதும் காதில் விழுந்தது: “வாழ்க!”

பின்னர் சில படகுகள் இறங்கு பாலத்துக்கருகேயிருந்து கிளம்பின; அந்தப் படகுகள் ஒவ்வொன்றிலும் ஏராளமான கப்பல் வீரர்கள் இருந்தார்கள். அந்தப் படகுகள் துறை முகத்தின் கோடியில் நின்று கொண்டிருந்த ஒரு சிறிய துருப்பிடித்த நீராவிக் கப்பலை நோக்கிச் சென்றன. சீக்கிரத்திலேயே அந்தச் சிறிய நீராவிக் கப்பலின் புகைக் குழாய்களிலிருந்து கனத்த புகை சுருண்டு சுருண்டு மேலே எழுந்தது. பின்னர் அந்த நீராவிக் கப்பல் நங்கூரத்தை மேலிழுத்து விட்டு, ‘ஸ்வபோத்னயா ரோஸ்ஸியாவை நோக்கி வேகமாக வந்தது. மற்றுமொரு பாய்மரப் படகும் கூட, பாய்களை விரித்துக் கொண்டு வந்தது. இதற்குள்

‘லெப்டினெண்ட் ஷெஸ்தகோவ்’ கப்பல் மீண்டும் ஒரு கப்பலை இழுத்துக் கொண்டு வருவதற்காகத் திரும்பி வந்து சேர்ந்து விட்டது.

ஒன்பது மணிக்குப் பின்னர் கேர்ச் கப்பலின் தொங்கு பாலத்தின் மீது கூட்டம் இடித்துக் கொண்டு வந்தது. அங்கு நிலவிய சூழ்நிலை மீண்டும் சீர்கெட்டுப் போனது போல் தோன்றியது. கந்தலும் கிழிசலும் அணிந்த சில முரட்டுக் கில்லாடிகள் கூட்டத்தினரை இடித்துத் தள்ளிக் கொண்டு, கப்பலின் அருகிலேயே வந்து விட்டார்கள். அவர்கள் கைகளிலோ பன்றிக் கொழுப்பும், ரொட்டியும், சோஸேஜும், ஏராளமாக இருந்தன; அத்துடன் அவர்கள் கப்பல் வீரர்களைப் பார்த்துப் பற்களைக் காட்டிக் கொண்டும், கண்ணைச் சிமிட்டிக் கொண்டும், தமக்குக் கிடைத்துள்ள மதுப்புட்டிகளைத் தூக்கிக் காட்டினார்கள். கூக்கில் தொங்கு பாலத்தை இழுத்து விடுமாறு உத்தரவிட்டார். இந்தப் பயங்கரமான சோதனைகளிலிருந்தெல்லாம் தப்பி ‘கேர்ச்’ கப்பல் துறைமுகத்தின் மத்திய பகுதியை நோக்கி விரைந்தது. அங்கிருந்து அது இழுத்துச் செல்லப்படும் கப்பல்களை நோட்டமிட்டது. அந்தத் துருப்பிடித்த நீராவிக் கப்பல் உதவாக்கரையான கப்பல் போலவே தோன்றியது. அது முக்கி முனகிப் புகையைத் கக்கியவாறு, எப்படியோ ஒருவாறாக ’ஸ்வபோத்னயா ரோஸ் ஸியாவை’ அசைய வைத்தது; பின்னர் அந்தப் போர்க் கப்பல் தன்னைப் பார்த்துக் கொண்டிருக்கும் ஆயிரக்கணக்கான பேர்களின் கண் முன்பு கம்பீரமாக மிதந்து கொண்டிருந்தது. கூட்டத்திலிருந்த பல மனிதர்கள் தம்மைக் கடந்து ஏதோ ஒரு சவ ஊர்வலம் போவது போல், தமது தொப்பிகளைக் கழற்றிக் கொண்டார்கள். அந்தப் பெரிய போர்க் கப்பல் துறைமுகத்தின் வாயில்களையும், துறைமுகத்தையும் கடந்து, கடற்பாதைப் பிரதேசத்துக்குள் நுழைந்தது. ஜெர்மானிய ஆகாய விமானங்கள் மீண்டும் வரும் என்றுதான் எல்லோரும் எதிர்பார்த்தார்கள். ஆனால் வானத்திலும் கடலிலும் அமைதி தான் நிலவியது. இப்போதோ ‘பிதனீஸி’ என்ற கப்பல் மட்டும் தான்

துறைமுகத்தில் மிஞ்சி நின்றது.

மீண்டும் துறைமுகப் பகுதியில் நின்ற மக்கள் கூட்டத்திடையே ஏதோ குழப்பம் ஏற்பட்டது; கறுத்த தலைகளின் கூட்டம் 'பிதனீஸி' நின்று கொண்டிருந்த இறங்கு துறையை நோக்கி ஓடிவந்தது. இயந்திரங்கள் பூட்டப்பட்டிருந்த பாய் மரப்படகு 'பிதனீஸியை' இழுத்துச் செல்வதற்காக அங்கு நெருங்கி வந்தது. உடனே கூட்டத்தினர் அந்தப் படகின் மீது கற்களை விட்டெறிந்தனர்; சில ரிவால்வர் குண்டுகளும் வெடித்தன. நரைத்த தலையுடனான மனிதன் ஒருவன் ஒரு விளக்குக் கம்பத்தில் ஏறிக் கொண்டு கத்தினான்:

சகோதரத் துரோகிகளே! நீங்கள் ருஷ்யாவைக் காட்டி கொடுத்து விட்டீர்கள்... நீங்கள் ராணுவத்தைக் காட்டிக் கொடுத்து விட்டீர்கள்! தம்பிகளா! எதற்காகக் காத்து நிற்கிறீர்கள்? அந்தப் பயல்கள் நம்மிடமிருந்து கப்பல்களையெல்லாம் விற்றுக் கொண்டிருக்கிறார்களே!..."

கூட்டம் கர்ஜித்தது; தரையில் பரவப்பட்டிருந்த கற்களைப் பெயர்த்தது. சிலர் 'பிதனீஸியின்' மேல் தளத்தில் கூடக் குதித்து விட்டார்கள். இந்தச் சமயத்தில் 'கேர்ச்' யுத்த அபாய அறிவிப்புச் சங்கை முழங்கிக் கொண்டு, கரையை நோக்கி விரைவாக வந்தது; அதன் பீரங்கி வாய்கள் ஜனக்கூட்டத்தை நோக்கித் திரும்பின; அந்தக் கப்பலின் காப்டன் மைக்ரபோனின் மூலம் கத்தினார்.

"பின்னால் போங்கள்! அல்லது நான் சுட்டு விடுவேன்!" கூட்டம் குழம்பிச் சுழன்று பின்வாங்கியது; கீழே விழுந்து மிதிபடுபவர்களின் கூச்சல் கிளம்பியது. சிறிது நேரத்தில், அந்த இடத்தில் புழுதி மண்டலத்தைத் தவிர, யாருமே இருக்கவில்லை. அந்தப் பாய்மரப் படகு 'பிதனீஸியின் அருகே வேகமாகச் சென்றது; அதனைக் கட்டி இழுத்துவரத் தொடங்கியது.

'கேர்ச்' மெதுவாகப் பின் தொடர்ந்தது; எல்லாக் கப்பல்களும் கடற்பாதையின் மீது மெதுவாக ஆடியசைந்தவாறு நின்ற இடத்தை அடைந்தது. அந்தப்

கப்பல்களுக்கு மேல் கடற்பறவைகள் உயரத்தில் பறப்பதை செம்யோன் கண்டான். பின்னர் அவன் கப்பல் பாலத்தின் கம்பிகளை இரு கைகளாலும் பிடித்துக் கொண்டு நின்ற காப்டனைப் பார்த்தான்.

நான்கு மணி சுமாருக்கு, கேர்ச் கப்பல், 'பிதனீஸி'யின் அருகில் சென்று நின்றது. காப்டன் ஒரே வார்த்தை தான் சொன்னார். உடனே ஒரு சுரங்க வெடி அந்தக் கப்பலிலிருந்து கிளம்பி, கறுத்த நிழல் போலப் பாய்ந்தது. அந்த வெடி சென்ற பாதையில் நுரை பொங்கிக் கோடிட்டது. மறுகணம் 'பிதனீஸி' கப்பல் மேலெழும்பித் துள்ளி, இரண்டாகப் பிளந்து விழுந்தது; அழுக்கடைந்த தண்ணீர் மலைபோல எழும்பியது; வளைகுடாவின் அடியிலிருந்து நுரை வெள்ளம் பொங்கியது; அந்தச் சுரங்க வெடியின் முழக்கம் தண்ணீருக்குள் வெகுதூரம் உருண்டோடியது; அந்தத் தண் ணீர் மலை கீழே விழுந்து அடங்கிய போது, நீர்ப்பரப்பின் மீது 'பிதனீஸியைக் காணவில்லை. நுரை மட்டும் தான் மிஞ்சி நின்றது. இவ்வாறாக கப்பல்களை மூழ்கடிக்கும் காரியம் தொடங்கியது.

மூழ்கடிக்கும் வேலையில் ஈடுபட்டிருந்தவர்கள் கப்பல்களின் அடைப்பான்களையும், தடுப்பு வால்வுகளையும் திறந்து விட்டார்கள்; பின்னர் அந்தந்தக் கப்பல்களிலிருந்து கீழே நிற்கும் படகுகளில் தாவிக் குதிப்பதற்கு முன்னால், கப்பலிலுள்ள திரிகளிலும் தீ வைத்து விட்டார்கள்; அதன் மூலம் கப்பலின் என்ஜின் அறையில் வைக்கப்பட்டிருந்த பத்து பவுண்டு கனமுள்ள வெடிமருந்துப் பெட்டிகள் தீப்பற்றி வெடித்து, கப்பலின் இயந்திரக் கருவிகளைப் பாழாக்கி விடும். இதன் பின்னர் சுரங்கவெடிக் கப்பல்கள் அனைத்தும் தண் ணீருக்குள் விரைவாக மூழ்கின; தண்ணீர்ப் பரப்பினின்றும் மூழ்கிப் பேராழத்தில் மூழ்கி விட்டன. இருபத்தைந்து நிமிஷ நேரத்தில் கடற்பாதையில் கப்பல்களே இல்லை.

இதன் பின் 'கேர்ச்' கப்பல் ஸ்வபோத்னயா ரோஸ்ஸியாவை நோக்கி விரைவாகச் சென்றது; தனது சுரங்க வெடிகளை

வெடித்தது. கப்பல் வீரர்கள் தமது தொப்பிகளை மெதுவாகக் கழற்றினார்கள். முதல் சுரங்க வெடி கப்பலின் முனைப் புறத்தைத் தாக்கியது; அந்தப் போர்க் கப்பல் தண்ணீர் வேக மாக உள்ளேறியதால் தள்ளாடியது. இரண்டாவது சுரங்க வெடி பக்க வாட்டில் தாக்கியது. தண்ணீரும் புகையும் பரவிய திரையின் வழியாக, அதன் பாய்மரக் கொம்புகள் ஆடியசைவது தெரிந்தது. கர்ஜிக்கும் அலைகளுக்கும், வெடிகளின் முழக்கத்துக்கும் மத்தியில் என்றுமேயில்லாத கம்பீரத்தோடு அந்தப் பெரிய போர்க் கப்பல் காட்சி தந்தது; உயிருக்காகப் போராடும் ஜீவராசியைப் போல் அது தள்ளாடித் தவித்தது. கப்பல் வீரர்களின் கன்னங்களிலே கண்ணீர் வழிந்தோடியது. செம்யோன் தன் கைகளால் முகத்தை மூடிக் கொண்டான்.

காப்டன் கூக்கிலோ வாடி வதங்கி மெலிந்து போனவர் போலவும், அவரது மூக்கு ஒன்றுதான் மிச்சமாகி விட்டது போலவும் தோன்றினார். அவர் அந்த மூழ்கிக் கொண்டிருக்கும் போர்க் கப்பலை நோக்கித் திரும்பினார். கடைசிச் சுரங்க வெடியும் தாக்கி விட்டது; 'ஸ்வபோத்னயா ரோஸ்ஸியா' தலைகீழாகக் கவிழத் தொடங்கியது... அந்தக் கப்பல் தனது இறுதி முயற்சியையும் முயன்று பார்த்து விடுவது போல், ஒரு கணம் தண்ணீருக்கு மேலே தலையைத் தூக்கியது; பின்னர் அது நீர்ப்பரப்பில் வட்டமிட்டுச் சுழலும் நுரையை மட்டும் விட்டு விட்டு, விரைவில் கடலின் அடிக்குச் சென்று விட்டது.

இந்த அழிவுக் காட்சியை விட்டு விட்டு, 'கேர்ச்' துவாப்சேயை நோக்கி வெகுவேகமாகச் சென்றது. மறுநாட் காலையில் அந்தக் கப்பலிலிருந்தவர்கள் படகுகளில் ஏறிக் கொண்டார்கள். அந்தக் கப்பலிலிருந்து பின்வரும் செய்தி கம்பியில்லாத் தந்தி மூலம் ஒலிபரப்பாயிற்று:

'எல்லோருக்கும்... அவமானகரமான சரணாகதியை விட அழிவே மேலானது என்று கருதிய கருங்கடல் கப்பற் படையின் ஒரு பகுதிக் கப்பல்களை மூழ்கடித்து விட்டு, இப்போதும் நானும் மூழ்கிக்கொண்டு இருக்கிறேன் - கேர்ச்'.

அந்தக் கப்பலின் அடைப்பான்கள் திறக்கப்பட்டன; இயந்திரங்கள் வெடிவைத்துத் தகர்க்கப்பட்டன; அந்தச் சுரங்க வெடிக் கப்பல் பதினைந்து ஆள் ஆழத்துக்கும் கீழே மூழ்கி கடலின் அடியைத் தொட்டது.

கரையிலிருந்த செம்யோனும் அவனது சகாக்களும் தங்களது எதிர்காலத் திட்டங்கள் பற்றி ஆலோசித்தார்கள் பல ஆலோசனைகள் வந்தன ; கடைசியில் அவர்கள் வோல்காப் பிரதேசத்திலுள்ள ஆஸ்திரகனுக்குச் செல்வதென்று தீர்மானித்தார்கள். அங்கு வெள்ளை ராணுவத்தை எதிர்த்துப் போரிடுவதற்காக, ஷாஹவ் ஓர் ஆற்றுக் கப்பல் படையை உருவாக்கிக் கொண்டிருப்பதாக அவர்கள் கேள்விப்பட்டார்கள்.

கோஷுஹின் தமான் ராணுவத்தையோ வெள்ளை ராணுவம் விடாது துரத்திக் கொண்டு வந்தது; மேலும் அந்த ராணுவத்துக்குச் சுற்றுச் சூழவிருந்த கிராமங்களும் செஞ் சேனைக்கெதிராகக் கிளர்ந்தெழுந்திருந்தன. இந்த நிலைமையில் அந்த ராணுவம் நாலாபுறத்திலும் தன்னைச் சூழ்ந்துள்ள அபாயங்களிலிருந்து எப்படியும் தப்பி விட வேண்டும் என்ற எண்ணத்தோடு, குபான் நதியின் மேல்பிரதேசத்தை நோக்கி, மலைப்பாதைகள் வழியாகவும் பாதைகளற்ற காடாந்தரங்களின் வழியாகவும் தப்பியோடியது.

அவர்கள் செல்லும் வழியில் தான் நோவரசீய் ஸ்க் இருந்தது. ஆனால் கப்பல்களின் ஜல சமாதிக்குப் பின்னர் ஜெர்மானியர்கள் அந்தத் துறைமுகதுப் பட்டினத்தை ஆக்கிரமித்துக் கொண்டுவிட்டார்கள். தமான் ராணுவமோ அந்த நகரத்துக்குள் எதிர்பாராத விதத்தில் திடீர்ப் பிரவேசம் செய்தது. துருப்புக்கள் பாட்டுப் பாடிக் கொண்டே தெருக்களில் அணிவகுத்துச் செல்லத் தொடங்கி விட்டன. தமான் ராணுவத்தின் நோக்கத்தைப் புரிந்து கொள்ளாமல், ஜெர் மானியரின் ராணுவ முகாம் உடனே கப்பல்களுக்கு ஓடி, அங்கிருந்து தமான் ராணுவத்தின் பின்னணி வரிசைகளை நோக்கிக் குண்டுப் பிரயோகம் செய்தார்கள்; இதன் காரண மாக,

அவர்களை விரட்டிக் கொண்டு குடிவெறியோடும் கோபாவேசத்தோடும் வந்த கசாக்குகளையும் அவர்கள் அழிக்க நேர்ந்தது.

முன்ஜாக்கிரதையை உத்தேசித்து ஜெர்மானியர்கள் பின்வாங்கி விட்டார்கள். கோஷுஹின் படைகள் அந்த நகரத்தைக் கடந்து தற்பாதுகாப்புடன் சென்றவுடன், பின்னால் வந்து கொண்டிருந்த கசாக்குகள் அந்த நகரை ஆக்கிரமித்தார்கள்; அதற்கும் பின்னால் வெள்ளை ராணுவத் துருப்புக்கள் புகுந்து அந்நகரைக் கைப்பற்றிக் கொண்டு விட்டன; அந்தத் துருப்புக்கள் தமது இஷ்டம் போல் அந்த நகரத்தைச் சூறை யாடினார்கள்.

கப்பற்படை வீரர்கள், செஞ்சேனை வீரர்கள் முதலியோரையும், ஏழையாகத் தோற்றும் எவனையும் அவர்கள் பிடித்து இழுத்துக் கொண்டு போய், எந்தவிதமான விசாரணையுமின்றி தந்தி மரங்களிலே தூக்கிலிட்டுக் கொன்றார்கள். அந்த நாட்களில் மூவாயிரம் பிணங்களை பாரவண்டிக்காரரர்கள் எறிவதற்காகக் கடலுக்கு ஏற்றிக் கொண்டு சென்றனர். இப்போதோ, நோவரசீய்ஸ்க் வெள்ளை ராணுவத்தின் துறைமுகமாகி விட்டது.

தமான் ராணுவமோ தன்னோடு வந்த பதினையாயிரம் அகதிகளையும், அவர்களது வண்டிகளையும் உடமைகளையும் இழுத்தடித்துக் கொண்டு, பஞ்சத்தால் பாதிக்கப்பட்டிருந்த கடற்கரைப் பிரதேசத்தின் வழியாக துவாப்சேக்குச் சென்றது; பின்னர் அங்கிருந்து நேராகக் கீழ்த்திசை நோக்கித் திரும்பியது. தெனீகினின் படைகளோ அந்த ராணுவத்தை மிகவும் நெருங்கி விரட்டிக் கொண்டு வந்தது; வழியிலுள்ள எல்லா மலைக் கணவாய்களையும், கடவுகளையும் எதிர்ப் புரட்சிக் கலகக்காரரர்கள் ஆக்கி ரமித்துக்கொண்டிருந்தார்கள். எனவே ஒரு நாளாவது பெருமளவில் சண்டை போடாமல் அந்த ராணுவம் முன்னேற முடியவில்லை. ரத்த காயங்களோடும், கால் கை முறிவோடும், பல நாள் பசி பட்டினியோடும் அந்த ராணுவம் ஊர்ந்து சென்றது; செங்குத்தான மலைச்

சரிவுகளில் ஏறியது; எண்ணிக்கையில் மேலும் மேலும் குறைந்தது; எனினும் பல்லைக் கடித்துக் கொண்டு முன் னேறிக் கொண்டிருந்தது.

ஒரு நாள், ஜெனரல் பக்ரோவ்ஸ்கியினால் விடுதலை செய்யப்பட்ட ஒரு செஞ்சேனைக் கைதியைக் கோஷுஹிடம் அழைத்து வந்தார்கள்; அந்தக் கைதி பட்டவர்த்தனமாக எழுதப்பட்டிருந்த ஒரு கடிதத்தைக் கொண்டு வந்திருந்தான்:

'அயோக்கியப் பயலே! போல்ஷிவிக்குகளின், திருடர்களின், நாடோடிகளின் அணியிலே சேர்ந்ததன் மூலம், நீ ருஷ்ய ராணுவத்திலும் கப்பற் படையிலும் உள்ள எல்லா அதிகாரிகளுக்குமே இழிவைத் தேடித் தந்து விட்டாய்! உனக்கும் உன்னைச் சார்ந்த காவாலிப் பயல்களுக்கும் இதுதான் முடிவு என்பதை இப்போது தெரிந்து கொள். அயோக்கியப் பயலே! நாங்கள் உன்னை வசமாகப் பிடித்துக் கொண்டிருக்கிறோம். எங்கள் பிடியிலிருந்து உன்னைத் தப்பிச் செல்ல விட மாட்டோம். உனக்கு நாங்கள் இரக்கம் காட்ட வேண்டுமென்று நீ விரும்பினால், அதாவது கடுங்காவல் தண்டனைக் கைதிகளின் முகாமுக்கு அனுப்புவதோடு நீ தப்பிப் பிழைக்க விரும்பினால், நான் சொல்வதைக் கேள். நான் சொல்வதைப் போல் செய்: இன்றைத் தினத்திலேயே உங்கள் ஆயுதங்களையெல்லாம் கீழே போட்டு விட்டு, நீயும் உனது கோஷ்டியும் நிராயுதபாணிகளாக, பெலரேச்சென்ஸ்கயா ரயில் நிலையத்துக்கு மேலைத் திசையில் இரண்டு - மூன்று மைல்களுக்கு அப்பால் சென்று விடுங்கள். எனது உத்தரவை நிறைவேற்றிய பின்னால், ரயில்வே பாதையில் உள்ள நாலாவது பூத்தினருகே எனக்கு உடனே செய்தி அனுப்பி விடு.'

இந்தக் கடிதத்தைப் படித்துக் கொண்டே, ஒரு தகரக் குவளையிலிருந்து தேநீரை அருந்தினார் கோஷுஹ். பின்னர் அவர், காலிலே பூட்சுகளின்றி, பெல்ட் மாட்டப்படாத சட்டையுடன் தன் முன் விரக்தியோடு நின்று கொண்டிருந்த அந்தச் செஞ்சேனை வீரனை

ஏறிட்டுப் பார்த்தார்.

"நாற்றம் பிடித்த பயலே!' என்று அவனை அழைத்தார் கோஷுஹ். 'இந்தக் கடிதத்தை என்னிடம் கொண்டு வந்து கொடுக்க என்ன தைரியமடா உனக்கு? ஓடிப் போ. போய் உன் படைப்பகுதி எங்கே இருக்கிறது என்று கண்டுபிடி...."

அன்றிரவே கோஷுஹ் தமது படைகளோடு, ஜெனரல் பக்ரோவ்ஸ்கியின் துருப்புக்களுக்குச் சரியான அடி கொடுத்தார்; அந்தத் துருப்புக்களை ஓடோட விரட்டி, குதிரைப் படைகளால் துரத்தி அடித்தார். அவர் பெலரேச்சென்ஸ்கயாவுக்குள் புகுந்தார்; அதன் மூலம் தமது ராணுவத்துக்கு நாலாபுறத்திலும் கிட்டிருந்த முற்றுகையிலிருந்து தப்பித்து வெளிவந்து விட்டார். செப்டம்பர் மாதக் கடைசியில் தமான் ராணுவம் அர்மவீர் வந்து சேர்ந்தது; அப்போது தெனீகினின் படைகள் அந்த நகரை ஆக்கிரமித்துக் கொண்டிருந்தன. கோஷுஹ் திடீர்த் தாக்குதல் செய்து அந்த நகரைக் கைப்பற்றினார். பின்னர் நெவின மீஸ்கயா என்ற கிராமத்தில் தங்கியிருந்த சரோகின் ராணுவத்தின் எச்சமிச்சங்களோடு, தமான் ராணுவமும் போய்ச் சேர்ந்து கொண்டது.

வீசெல்கியிலும் எகதிரினதாரிலும் நேர்ந்த பேரழிவுக்குப் பின்னர் சரோகினுக்குத் தனது படைவீரர்களிடம் தனக் கிருந்த செல்வாக்கு பறிபோய்விட்டது; தோல்வியினால் மனம் கசந்து போய், இழந்துவிட்ட தமது ராணுவப் பிரதாபங்களையே எண்ணி எண்ணி நொந்தவராய், அவர் மேலும் மேலும் கீழ்த்திசையை நோக்கி வாபஸானார்; ஒருகாலத்தில் ஒன்று பட்ட உறுதி வாய்ந்த படைப் பட்டாளங்களாக இருந்த அவரது ராணுவம், இப்போது எதிரிகளின் குண்டு முழக்கத்தைக் கேட்டாலே எகிறிக் குதித்துப் பயந்தோடும் மந்தைக் கூட்டமாகி விட்டது; அந்த மந்தை வெள்ளத்திலே அவர் ஒரு துரும்பு போல் அலைக்கழித்து மிதந்து சென்றார். அந்தப் படையினரோ போகும் வழியில் எல்லாவற்றையும் நாசமாக்கினார்கள். அவர்களது ஒரே நோக்கமெல்லாம் தமது கழுத்தை

நெரிக்கக் கைகளை நீட்டிக் கொண்டு நெருங்கி வந்து விட்ட மரணத்தின் பிடியிலிருந்து எங்காவது எப்படியாவது உயிர் பிழைத்து ஓட வேண்டும் என்பது தான். அவர்கள் எட்டாத் தொலைவுக்கு ஏகி விடுவதே நல்லது என்று கருதினார்கள். பட்டாளத்திலிருந்து ஓடிவந்தவர்களின் பெருங்கூட்டம் தேர்ஸ்க் ஸ்தெப்பி வெளிகளிலும், இப்போது சவக்குழி மேடுகளும், காரமான செடிகளும் மண்டியெழுந்து விட்ட, பழங்காலத்துப் பாதை வழிகளிலும் அலையலையாகச் சென்றது.

எகதிரினதாரில் நடந்த போருக்குப் பின்னர் கிட்டத்தட்ட இரண்டு லட்சம் துருப்புக்களும் அகதிகளும் தப்பியோடி விட்டார்கள். பின் தங்கி நின்று விட்டவர்களையோ, கசாக்குப் படையினர் வாளால் கண்டங் கண்டமாக வெட்டியெறிந்தனர்; தூக்கிலிட்டார்கள்; சித்திரவதை செய்து கொன்றார்கள். ஒவ்வொரு கசாக்குக் கிராமத்திலுமுள்ள நெடிய பாப்லார் மரங்களிலும் பிணங்கள் தொங்கூசல் ஆடின. செஞ்சேனையினர் இனி என்றென்றும் திரும்பி வரப் போவதில்லை என்ற நெஞ்சமுத்தம் ஏற்பட்டு விட்டதால், கசாக்கு கள் தமது கையில் அகப்பட்ட செஞ்சேனையினர் எல்லோரையும் ஈவிரக்கமற்று அழித்தொழித்தார்கள். அந்த மாகாணம் முழுவதிலும் போல்ஷிவிக் என்ற பெயரே எரிநெருப்பாலும் ரத்தத்தாலும் அழித்தொழிக்கப்பட்டது.

சரோகின் புரட்சி பெற்றெடுத்த குழந்தையாக இருந்தார். அவர் ஏதோ ஒரு மிருகத்தின் மோப்பச் சக்தியைக் கொண்டவர் போல், புரட்சியின் ஏற்ற இறக்கங்களைப் புரிந்து கொண்டார். அவர் வாபஸ் வாங்குவதைக் கட்டுப்படுத்த வேண்டும் என்று முயலவே இல்லை; அவ்வாறு முயல்வது வீண் என்று உணர்ந்தார். கீழ்த்திசையை நோக்கி அந்த ராணுவம் வெறி பிடித்தாற்போல் ஓடியது; பின்னால் விரட்டிக் கொண்டு வரும் வெள்ளை ராணுவம் தனது வேகத்தைக் குறைத்துக் கொண்டால், வாபஸ் வாங்குவதைக் கட்டுப் படுத்துவது சாத்தியமாகும்.

இப்போது அவர் செய்யக் கூடியதெல்லாம் ஓடிக் கொண்டிருக்கும் ரயில் வண்டியின் ஜன்னலிலிருந்து வெறுமனே வெளியே வெறித்துப் பார்த்துக் கொண்டிருப்பது ஒன்று தான். அந்த ரயிலோ காய்ந்து கருகிப் போன ஸ்தெப்பி வெளியில் மெதுவாக ஊர்ந்து சென்றது. அந்த ஸ்தெப்பி வெளியிலே ஆங்காங்கே பண்டைக் காலத்து பெலாஸ்கியர், கெல்ட்டியர்கள், ட்யூட்டானியர்கள், ஸ்லாவ் இனத்தார். காஸார்கள் முதலியோர் இறந்துபட்டு மண்மூடிய இடுகாட்டுத் திட்டுகள் ஆங்காங்கே தென்பட்டன. அந்த ரயிலில் மெய்காப்பாளர்கள் நின்றார்கள், ஏனெனில் வழியிலே சென்று கொண்டிருந்த துருப்பினர் எல்லாம் சத்தம் போட்டார்கள்.

"தம்பிமார்களே! தளபதிகள் எங்களைக் காட்டிக் கொடுத்து விட்டார்கள். எங்களை ஒரு புட்டி மதுவுக்கு விலை காட்டி விட்டார்கள். எனவே நாங்கள் எங்கள் தளபதிகளைக் கொன்று விட்டோம்; நீங்களும் உங்கள் தளபதிகளைக் கொல்லுங்கள்.

காரியாலயத் தலைவர் பெலக்கோவ் மட்டும் சரோகின் இருந்த பெட்டிக்கு எப்போதாவது வருவார்; பெருமூச்சு விடுவார்; போராட்டத்தை மேலும் கொண்டு செலுத்துவது அசாத்தியம் என்பதைச் சுட்டிக் காட்டும் முறையில் தெளிவற்ற வார்த்தைகளில் சூசகமாகத் தெரிவிக்க முயல்வார். தமது அகன்று பரந்த நெற்றியைத் தடவிக் கொடுத்தவாறே அவர் மீண்டும் மீண்டும் கூறுவார்: "புரட்சிகளுக்கும் பல்வேறுவிதமான நிலைகள் உண்டு. புரட்சிகரமான ஆர்வத்தின் நிலை முடிந்து போய்விட்டது; இப்போதோ முதற் பெரும் மூர்க்கச் சக்திகளே நம்மீது பாய்ந்து விட்டன. நாம் இப்போது அதிகாரிகளை எதிர்த்துப் போரிட்டுக் கொண்டிருக்கவில்லை; மக்களையே எதிர்த்துப் போராடுகிறோம்... அழிவு நம்மை வந்து அணுகுவதற்கு முன்னர் புரட்சியின் சாதனைகளைக் காப்பாற்ற நாம் முயல வேண்டும். சமரசமான முறையில் சமாதானம் செய்து தான் அதனைக் காப்பாற்ற முடியும்

என்றால், அதனையும் நாம் செய்யத் தயங்கக் கூடாது." இவ்வாறு பேசிவிட்டு, அவர் தமக்கு அனுசரணையாகப் பல்வேறு சரித்திர ஆதாரங்களையும் உதாரணங்களையும் எடுத்து விளம்பினார்.

ஆனால் இதற்கெல்லாம் சரோகின் அளித்த பதில் ஒன்றே ஒன்றுதான்: "அயோக்கியா! எவ்வளவு பணத்துக்கு நீ என்னை விலை பேச நினைக்கிறாய்?" தெனீகின் மட்டும் அவரது கையில் சிக்கியிருந்தால், அவர் அவரைத் தும்பு தும்பாகப் பிய்த்து எறிந்திருப்பார். ஆனால் எல்லோரையும் காட்டிலும் அப்போது தமது தோழர்களின் மீது, எகதிரினதாரில் இருந்து பியாதிகோர் ஸ்குக்கு ஓடிப் போய்விட்ட கருங்கடல் பிரதேசத்து மத்திய நிர்வாகக் கமிட்டியினர் மீது தான் அவர் மிகுந்த கோபாவேசத்தோடு இருந்தார். அவர்களுக்கோ, சரோகினின் சர்வாதிகாரப் போக்குகளைத் தடுத்து நிறுத்து வதற்கான வழிவகைகளைக் காண்பது தான் முழுமுதற் கவலையாக இருந்தது. அவர்கள் மிகவும் அவசரமான உத்தரவுகளைக் கூடப் புறக்கணித்தார்கள்; எல்லாவற்றிலும் தலையிட்டார்கள்; மார்க்ஸ் அப்படிச் சொல்லியிருக்கிறார், இப்படிச் சொல்லியிருக்கிறார் என்றெல்லாம் மேற்கோள்காட்டி, சுப்ரீம் கமாண்டரின் அந்தரங்க உள்ளத்தை ஆராய்வதிலே ஈடுபட்டு விட்டார்கள்.

அந்த அழகி சினயீதா மீண்டும் சரோகினின் ரயில் பெட்டிக்குள் காட்சியளித்தாள்; பெலக்கோவ்தான் சரோகின் விஷயத்தில் அவ்வளவு தூரம் அக்கறை எடுத்து, அவளை அனுப்பி வைத்தார். சினயீதா எப்போதும் போலவே அதே இளம் பழுப்பு நிறத்தின் எழிலோடும் கவர்ச்சியோடும் தான் விளங்கினாள்; எனினும் அவள் குரல் மட்டும் தான் கொஞ்சம் கரகரத்துப் போய் விட்டது. அவரது பட்டு உடைகளையும் கித்தார் வாத்தியத்தையும் வரும் வழியில் யாரோ திருடிக் கொண்டு விட்டார்கள். இப்போது அவள் சுப்ரீம் கமாண்டரிடம் நடந்து கொண்ட விதமோ, முன்னைவிடத் தன்னிச்சை மிக்கதாக இருந்தது.

இரவிலே ஜன்னல் திரைகளையெல்லாம் இழுத்து மூடிய

பின்னர், சரோகின் மதுபான வேகத்தின் போதையிருளிலே தம்மைத் தாமே ஆழ்த்திய போது, சினயீதாவோ தனது கித்தார் வாத்தியத்தை எடுத்து சிறிது நேரம் ஏதேதோ வாசித்தாள்; பின்னர் பெலக்கோவ் குறிப்பிட்ட அதே விஷயங்களைக் குறித்து அவளும் ஏதேதோ சளசளத்தாள்; புரட்சியின் முடிவு காலம் நெருங்கிக் கொண்டிருப்பது பற்றியும், ஜாக்கோபின் பயங்கரத்துக்கும், சாம்ராஜ்யச் சிம்மாசனத்துக்கும் இடையேயுள்ள இடைவெளியை எப்படி நிரப்புவது என்று தெரிந்து கொண்டிருந்த மாவீரன் நெப்போலியனின் மகத்தான வாழ்க்கையைப் பற்றியும் அவள் பேசினாள். அப்போதெல்லாம் சரோகினின் கண்கள் எரியும்; இருதயம் படபடவென்று அடித்துக் கொள்ளும்; மதுவோடு கலந்தோடும் உஷ்ணம் மிகுந்த ரத்தம் மண்டைக்கு ஏறி வெறியூட்டும்..... உடனே அவர் ஜன்னல் திரையைக் கிழித்தெறிந்து விட்டு, ஜன்னலின் வழியாக இரவின் அந்தகாரத்தையே வெறித்து நோக்குவார்; அந்தக் கன்னங்கருக்கிருட்டிலோ அவரது ஜன்னி வேகக் கற்பனைகளே நிரம்பி நின்று வெறியாட்டம் ஆடிக் கொண்டிருக்கும்.

வெள்ளை ராணுவத்தின் வேட்டை வெறி குறையத் தொடங்கியது. ஒருவாறாக மேற்புறக் குபான் நதியின் இடது கரையில் காலூன்றி நிற்பதற்கு செஞ்சேனைக்குச் சந்தர்ப்பம் கிட்டியது; அவர்கள் பதுங்கு குழிகளை வெட்டிக் கொண்டு அங்கே தங்கினார்கள். இதற்குள் இரும்புப் படையின் தளபதியான தமித்ரி ஷேலிஸ்த் கிர்கிஸ் ஸ்தெப்பி வழியாக, த்ஸாரீத்ஸினில் இருந்து, திரும்பி வந்து சேர்ந்தார். அவர் முப்பது மோட்டார் லாரிகளையும், இரண்டு லட்சம் குண்டுகளையும் கொண்டு வந்தார். மேலும், ஆத்தமான் கிரஸ்னோவின் வெள்ளைக் கசாக்குப் படைகளால் முற்றுகையிடப்பட்டிருந்த த்ஸாரீத்ஸினை நோக்கி, காக்கஸியத் துருப்புக்கள் வடதிசையில் முன்னேறுவதற்கும் அவர் ஓர் உத்தரவைப் பெற்று வந்திருந்தார்.

ஆனால் சரோகினோ இந்த உத்தரவை நிறைவேற்ற

முடியாது என்று வெட்டொன்று துண்டிரண்டாக மறுத்துப் பேசி விட்டார். உக்ரேனியப் படைப் பகுதிகளோ தமது நாடு நகரங்களிலிருந்து தொலை தூரத்திலேயுள்ள அன்னிய நிலத்திலே போர் புரிந்து சலித்துப் போய் விட்டார்கள்; சரோகினின் பயமுறுத்தல்கள், வேண்டுகோள்கள் எதையுமே காதில் வாங்கிக் கொள்ளாமல், எரிச்சலோடு போர் முனையிலிருந்தே ஓடிப் போய் விட்டார்கள். அந்தப் படைகளில் ஒரு பகுதியை ஓடாமல் நிறுத்த முடிந்தது. என்றால் அதற்குக் காரணம் ஷேலிஸ்த்தான். அவர் பல் தாவாவிலேயே பிறந்தவர்; அங்கேயே வளர்ந்தவர். எனவே அவர் விவ சாயிக்கு விவசாயி பேசிக் கொள்வதைப் போல், மெதுவாக வும், நியாயபூர்வமாகவும் பேசுவார்; அவர்களை முதலில் புகழ்வார்; பிறகு தம்மையும் புகழ்ந்து கொள்வார். எனவே உக்ரேனியர்களுக்கு அவர் ஒரு அன்னியராகத் தோன்றவில்லை ; தங்களது சொந்த மூத்த குடிமக்களில் ஒருவராகவே அவர் தோன்றினார்; எனவே அவர்கள் அவர் சொற்படி கேட்டார்கள். ஷேலிஸ்த் அவர்களைப் போரில் ஈடுபடுத்தி, நெவினமீஸ்கயாவிலிருந்த ஒரு பலம் வாய்ந்த அதிகாரிகள் படையை முறியடித்தார். ஆனால் அன்று முதல் சரோகினுக்கு அவர் மீது குரோத உணர்ச்சி பற்றியெரியத் தொடங்கி விட்டது.

ஷேலிஸ்த் அடைந்த இந்த வெற்றிக்காக சரோகின் அவரைப் பாராட்டினார்; அவரைப் போர் முனையின் ஒரு பகுதிக்கே தளபதியாக நியமித்தார்; அதே நாளில் அவரது படைப் பிரிவுகளையெல்லாம் நிராயுதபாணியாக்கி, ஷேலிஸ்தையும், அவரது துணைத் தளபதிகள் அத்தனை பேரையும் சுட்டுத் தள்ளி விடுமாறு ரகசிய உத்தரவுகளும் அனுப்பி வைத்தார். இந்த இரகசிய உத்தரவுகளைப் பற்றிய தகவலைக் கேள்விப்பட்ட ஷேலிஸ்தும் அவரது 'இரும்புப் படையும்' அதன் பலத்தை அதிகரிக்கச் செய்த உக்ரேனியர்களும் போர் முனையை விட்டுப் பிரிந்து, பத்தாவது ராணுவத்தின் புரட்சி ராணுவக் கவுன்சிலின் உத்தரவைத் தலைமேற்கொண்டு, உப்பு மண்ணும், புதை மணலும் நிறைந்த ஸ்தெப்பி வெளி வழியாக, த்ஸாரீத்ஸினை நோக்கிப் புறப்பட்டார்கள்.

சரோகினோ அடுத்தபடியாக அவரை ஒரு துரோகியெனப் பிரகடனம் செய்தார்; அவரைக் கண்ட இடத்தில் சுட்டுத் தள்ளும் கடமையை ஒவ்வொரு செஞ்சேனை வீரனின் தலையிலும் சுமத் தினார்; "இரும்புப் படை வீரர்கள் எவருக்கும் உணவுப் பொருள்களோ, கால்நடைத் தீனியோ வழங்கக் கூடாது என்றும் தடை செய்து உத்தரவிட்டார். என்றாலும் ஷேலிஸ்த் முன்னேறித்தான் சென்றார்; அவரை எவருமே எதிர்க்கத் துணியவில்லை. போகும் வழியில் தமது படையினருக்குப் போதுமான உணவுப் பொருள்களோ, குதிரைத் தீனியோ இல்லையென்று அவருக்குத் தெரிய வந்தால், உடனே ஏதாவது ஒரு கிராமத்துக்குத் தமது குதிரையை ஓட்டிச் செல்வார். தமது கசாக்குத் தொப்பியைக் கழற்றி விட்டு, கிராம நிர்வாகக் கமிட்டியாரிடம் சென்று, வைக்கோல், ஓட்ஸ் தானியம், ரொட்டி முதலியவற்றைக் கோரி, கண்களில் கண்ணீர் ததும்பக் கெஞ்சிக் கேட்பார்; தாம் ஒன்றும் துரோகியல்ல வென்றும், சுப்ரீம் கமாண்டரான சரோகின் தான் துரோகியென்றும், வெள்ளை ராணுவக் கொள்ளைக்காரன் என்றும் விளக்குவார்.

வெகு சீக்கிரத்திலேயே சரோகினின் அதிகார வேட்கைக்கு மற்றோர் அடியும் விழுந்தது. அழிந்தொழிந்து போனதாக அனைவரும் கருதிக் கொண்டிருந்த கோஷஹ் மலைகளுக்கப்பாலிருந்து தமது படைகளுடன் வெளிப்பட்டு வந்து, அர்மவீர் நகரத்தைத் திடீரென்று தாக்கிக் கைப்பற்றி விட்டார்; வெள்ளை ராணுவத்தாரையும் குபான் நதிக்கப்பால் விரட்டிய டித்தார். அவரது தலைமையில் வந்த தமான் துருப்புக்களோ சரோகினின் உத்தரவுகளை மொறு மொறுத்துக் கொண்டே நிறைவேற்றினார்கள்; அல்லது அவற்றை முழுமையாகவே நிராகரித்தார்கள். செத்துப் பிழைத்து வந்த அந்த ராணுவம் தாம்பட்ட அல்லல்களால் இறுகிப் பதப்பட்டுப் போயிருந் தது; எனவே சீர்குலைந்து போயிருந்த சரோகினின் துருப்புக் களுக்கே தமான் ராணுவம் தான் இப்போது முதுகெலும்பாக இருந்தது. இப்போதோ அந்த ராணுவம் அர்மவீரி லிருந்து - நெவின்மீஸ்கயா - ஸ்தாவரப்பல்

அணி வரையிலும் தன்னைப் பலம் வாய்ந்த முறையில் பாதுகாத்துக் கொண்டது.

இலையுதிர் காலம் வந்து விட்டது; அந்தக் காலத்தில் ஸ்தாவரப்பல் என்ற செல்வ வளம் மிகுந்த நகரத்தைக் கைப்பற்றுவதற்காக நெடிய, ரத்த பயங்கரமான சண்டைகள் நடந்தன. ஒவ்வொரு போரிலும் ஒவ்வொரு இடத்திலும் தமான் துருப்புக்கள் தான் போர் முனையில் முன்னணியில் நின்றன.

தெனீகினின் ராணுவத்துக்கும் புதிய படைபலம் கிட்டத்தான் செய்தது - புதிய படையை உருவாக்கியிருந்த ஷ்குரோ என்பவன் ஒரு வெள்ளைக் கொரில்லாப் படையைச் சேர்ந்தவன். அவனே ஒரு காவாலி; நயவஞ்சகன்; எதற்கும் அஞ்சாத எமகாதகன். அவனது படையில் சேர்ந்திருந்தவர்களோ, மூர்க்க வெறி கொண்ட கழிசடைப் பிறவிகள். அவர்களைத்தான் அவன் ஓர் ஓநாய்க் கூட்டம் போல் உருவாக்கியிருந்தான்.

சரோகினின் தலைமைக் காரியாவயம் பியாதிகோர்ஸ் குக்கு மாற்றப்பட்டது. சரோகினும் இதன் பின்னர் போர் முனையில் தலைகாட்டவேயில்லை. காக்கஸஸ் பிரதேசத்தில் ஒரு புதிய ஒழுங்கு முறை உருவாகிக் கொண்டிருந்தது. மாஸ்கோ ஆட்சியின் பிடிப்பு அங்கு அதிகமாயிற்று. நாளுக்கு நாள் பலமடைந்து வந்த இந்த மாற்றத்தை அங்கு மேலும் மேலும் உணர முடிந்தது. இந்த மாற்றம் பிரதேசக் கட்சிக் கமிட்டி ஒரு புரட்சி - ராணுவக் கவுன்சில் ஒன்றை உருவாக்கத் தீர்மானித்ததோடு தொடங்கப் பெற்றது. சரோகின் மாஸ்கோவை எதிர்த்துக் கொள்ளத் துணியவில்லை; எனவே அவர் பணிந்து போக நேர்ந்தது. அந்தப் புரட்சி - ராணுவக் கவுன்சிலில் முற்றிலும் புதிய சக்திகள் இடம்பெற்றன. சுப்ரீம் கமாண்டரின் அதிகாரம் அதன் நிர்வாகக் குழுவிடம் ஒப்படைக்கப்பட்டது. தனது உயிருக்கே ஆபத்து நேர்ந்து வருகிறது என்பதை உணர்ந்த சரோகின் அதனை எதிர்த்து முழு மூச்சோடு போராடிப் பார்த்தார்.

அந்தக் கவுன்சில் கூட்டங்களில் அவர் பெரும்பாலும் மௌனமாகவும் களையிழந்தும் உட்கார்ந்திருந்தார். ஆனால் எப்போதெப்போது அவர் வாய் திறந்து பேசினாலும், ஒவ்வொரு வார்த்தைக்கும் உறுதியாகப் போராடினார். பியாதிகோர்ஸ்கில் குவிந்திருக்கும் துருப்புக்கள் தமக்கு விசுவாசமாக இருந்து வந்த காரணத்தால், அவர் எப்போதுமே தானெடுத்த தீர்மானங்களை நிறைவேற்றியே வந்தார். அவருக்குப் பயமும் இருந்தது, அதற்குக் காரணமும் இருந்தது. அவர் தமது அதிகாரத்தின் தன்மையைக் காட்டுவதற்கான சந்தர்ப்பத்தைத்தான் எதிர்நோக்கியிருந்தார். அத்தகைய சந்தர்ப்பம் ஒன்றும் உருவாயிற்று. இரண்டாவது தமான் அணியின் தலைவரான மர்தீனவ் என்பவர் அர்மவீரில் நடந்த ஒரு ராணுவ ஆலோசனைக் கூட்டத்தில், தாம் சுப்ரீம் கமாண்டரின் உத்தரவுகளுக்குத் தலை வணங்கப் போவதில்லை என்று பகிரங்கமாகவே தெரிவித்து விட்டார். இந்தப் போக்கை அனுமதித்தால் ராணுவத்தில் முழுமையான அராஜகமே தோன்றி விடும் என்ற காரணத்தைக் காட்டிப் பயமுறுத்தி, புரட்சி - ராணுவக் கவுன்சிலிடம் வந்து, மர்தீனவின் தலை யையே வாங்கி விட வேண்டும் என்று கோரினார். மர்தீனவைக் காப்பாற்றுவதற்கு வழியே இல்லை. எனவே அவர் பியாதிகோர்ஸ்குக்கு வரவழைக்கப்பட்டார்; கைது செய்யப் பட்டார்; ராணுவத்தின் முன்னிலையில் சுட்டுக் கொல்லப் பட்டார். இதனால், தமான் படைப் பிரிவுகளின் மத்தயில் ஒரு புயல்வேகமே கிளம்பியது; அந்த ராணுவ வீரர்கள் பழிக்குப் பழி வாங்குவதாக வஞ்சினம் கூறிக் கொண்டனர்.

சுப்ரீம் கமாண்டரின் தலைமைக் காரியாலயத்துக்கு முற்றிலும் புதிய நபர்கள் நியமிக்கப்பட்டார்கள். பெலக்கோவ் தலைவர் பதவியில் இருந்து நீக்கப்பட்டார். அவரை மீண்டும் தம்வசம் நிறுத்திக் கொள்வதற்கு சரோகின் எந்த முயற்சி யும் செய்யவில்லை. எனவே காரியாலயத்தின் மாஜித் தலைவரான பெலக்கோவ் தம்மிடமிருந்த தஸ்தாவேஜுகளையும் பணத்தையும் ஒப்படைத்து விட்டு, முகாமுக்குச் சென்று, தமது பழைய நண்பரைச் சந்தித்து,

விளக்கம் கோரப் போனார். சரோகின் தமது கைகளைப் பின்புறமாகக் கட்டிய வாறே அறைக்குள் மேலும் கீழும் நடந்து கொண்டிருந்தார். மேஜை மீது ஓர் எண்ணெய் விளக்கு எரிந்து கொண்டிருந்தது; அதற்குப் பக்கத்தில் அவரது சாப்பாடு காத்திருந்தது; அத்துடன் அங்கு திறந்து வைக்கப்பட்டிருந்த ஒரு வோட்கா பாட் டிலும் இருந்தது. ஜன்னலுக்கப்பால், அந்திக்கருக்கலில் வண்ணஜால ஒளிமயக்கத்தின் பின்னணியில், அடர்த்தியான காடுகள் நிறைந்த மஷூக் மலை கன்னங்கரியதாக விளிம்பு கட்டித் தோன்றியது.

சரோகின் அறைக்குள் வந்த மனிதரை ஏறிட்டுப் பார்த்தார்; எனினும் அவர் மீண்டும் மேலும் கீழும் நடக்கத் தொடங்கி விட்டார். பெலக்கோவ் தலையைக் கவிழ்ந்தவாறே மேஜையருகே சென்று அமர்ந்தார். சரோகின் தமது தோள் ஒன்றை உலுக்கியவாறே, அவர் முன் வந்து நின்றார்.

கொஞ்சம் ஓட்கா குடிப்பாயா? கடைசி முறையாக இரண்டு பேரும் சேர்ந்து குடிக்கலாம்!" என்று கரகரத்த சிரிப்புடன் கூறிவிட்டு, அவர் உடனே இரண்டு கண்ணாடித் தம்ளர்களில் வோட்காவை ஊற்றினார். ஆனால் குடிக்கவில்லை. மீண்டும் அறைக்குள் மேலும் கீழும் நடக்கத் தொடங்கிவிட்டார்: "தம்பி! உன் விளையாட்டெல்லாம் இன்றோடு முடிந்து போய் விட்டது. எனது புத்திமதி இதுதான்: நீ எவ்வளவு சீக்கிரம் ஓடிப் போக முடியுமோ, அவ்வளவுக்கு உனக்கு நல்லது. உனக்காக நான் ஒன்றும் வக்காலத்து வாங்கிப் பேச முடியாது... நாளைக்கு உன் சம்பந்தப்பட்ட தஸ்தாவேஜுகளைப் பரிசீலனை செய்வதற்காக நான் ஒரு குழுவையே நியமிக்க இருக்கிறேன். தெரிந்ததா? அப்புறம் சகல சாத்தியக் கூறுகளின் படி, உன்னைச் சுட்டுக் கொன்று விடுவோம்!"

பெலக்கோவ் தம் தலையை நிமிர்த்தினார்; அவரது முகம் கறுத்துச் சுருங்கிப் போயிருந்தது. அவர் தமது கையினால் நெற்றியைத் தடவிக் கொடுத்தார்; பின்னர்

கையை கீழே போட்டார்.

"அருவருக்கத்தக்க, சின்னப் புத்தி படைத்த பிறவி நீ! ஆமாம். நீ அப்படிப்பட்டவன்தான்!" என்றார் பெலக்கோவ். "வீணாக நான் உனக்காகப் போய் முழுமூச்சோடு பாடுபட்டேனே! நீ ஒரு நாற்றக் பிடித்த நாய்க்குட்டி!... உன்னையா நான் நெப்போலியனைப் போல் உருவாக்கிவிட முயன்றேன்?... சீ!... நீ ஒரு சீலைப்பேன்!.."

சரோகின் மதுவைக் கையில் எடுத்தார்; அவர் அதனைக் குடித்தபோது, அந்தத் தம்ளரின் விளிம்பு அவரது பற்களில் மோதிக் கலகலத்தது. பின்னர் அவர் தமது செர்க்கேஸியச் சட்டையின் பைகளுக்குள் கைகளை நுழைத்தவாறே, மீண்டும் நடக்கத் தொடங்கினார். பின்னர் அவர் சட்டென்று நின்று சொன்னார்:

"போ. உனது தஸ்தாவேஜுகள் எல்லாம் பரிசீலனை செய்யப்பட மாட்டாது! இங்கிருந்து நீ போய்த் தொலைந்தால் போதும். ஞாபகம் வைத்துக் கொள்: உன்னை நான் இப்போதே சுட்டுக் கொல்லாமல் இருக்கிறேன் என்றால், உனது கடந்த காலச் சேவைகள் தான் அதற்குக் காரணம். அதை நீ மதிப்பிட்டுக் கொள்வாய் என்று நம்புகிறேன்! புரிந்ததா?"

அவர் மூச்சை உள்ளே இழுத்த போது, அவரது நாசித் துவாரங்கள் விரிந்தன; அவரது உதடுகள் கறுத்தன; அவர் தனது கோபாவேசத்தை யெல்லாம் உள்ளே அடக்க முயன்றார்; எனவே அவரது உடம்பெல்லாம் நடுங்கியது.

சரோகினின் தன்மையை பெலக்கோவ் நன்கு உணர்ந்து வைத்திருந்தார். எனவே அவர் மீது வைத்த கண்ணை வாங்காமல், கதவை நோக்கிப் பின் வாங்கி நடந்தார்; பின்னர் கதவைப் படாரென்று சாத்தி விட்டு, வெளியேறினார்... அதன் பின் அவர் அந்த வீட்டின் பின்வாசல் வழியாக வெளிச்சென்று, அன்றிரவே பியாதி கோர்ஸ்கை விட்டு வெளியேறி விட்டார்.

ஒவ்வொரு மணி நேரத்துக்கும் சரோகின் இரவு முழுவதும்

விழித்திருந்தவாறு, ஓட்கா மதுவை மாற்றிமாற்றிக் குடித்துக் கொண்டேயிருந்தார்; ஏதேதோ சிந்தித்துக் கொண்டிருந்தார். அவரது முன்னை நாள் நண்பர் அவரது இதயத்தில் ஏளனத்தின் ஒரு துளி விஷத்தைச் சிந்திவிட்டுப் போய் விட்டார்; அந்த விஷம் அவரை உறுத்தியது; தாங்க முடியாத வேதனையையும் வலியையும் ஏற்படுத்தி விட்டது.

அவர் தம் கைகளால் முகத்தை மூடிக் கொண்டார். பெலக்கோவ் சொன்னது சரிதான். நூற்றுக்கு நூறு சரிதான்! ஜூன் மாதத்திலிருந்த நெப்போலியன் தன்மை கொண்ட மகத்துவம் எல்லாம், புரட்சி - ராணுவக் கவுன்சில் கூட்டங்களிலும், மாஸ்கோவிலிருந்து வந்திருந்த தோழர்களைத் திருட்டுத் தனமாய்ப் பார்த்ததிலுமே அழிந்து மறைந்து போய் விட்டன... பெலக்கோவ் தனது கருத்தை மட்டுமே தெரிவிக்கவில்லை. கட்சியிலும், ராணுவத்திலும் அவர்கள் அப்படித்தான் பேசிக் கொள்கிறார்கள். அதிலும் தெனீகின்! எகதிரினதாரில் வெளிவரும் ஒரு வெள்ளை ராணுவப் பத்திரிகையில் வெளிவந்த ஒரு செய்தித் துணுக்கு அவருக்கு நினைவு வந்தது. அந்த நினைவு அவரது இதயத்தை மீண்டும் குத்தி வாங்கியது. தெனீகினோடு நடந்த பேட்டியினை பற்றிய செய்தி அது: "நான் ஒரு சிங்கத்தைச் சந்திக்கலாம் என்று தான் எதிர்பார்த்தேன். ஆனால் அந்தச் சிங்கமோ, சிங்கத் தோலைப் போர்த்திக் கொண்டு திரியும் கோழைமனப்பட்ட சிறு நாய்க்குட்டிதான் என்பது தெரிந்து போய் விட்டது. என்றாலும் நான் இதைக் கண்டு ஆச்சரியப்பட்டுப் போய் விடவில்லை. சரோகின் அந்தக் காலத்திலும் விஷயம் புரியாத, சாதாரண, அப்பாவிக் கசாக்கு அதிகாரியாகத்தான் இருந்தார்; இன்றும் அப்படித்தான் இருக்கிறார்." தெனீகின்! தெனீகின்! பொறு! பொறு! காலம் வரும். அப்போது இதற்கு நீ வருந்தத்தான் போகிறாய்!...

சரோகின் தமது கைகளைப் பிசைந்தார்; பற்களைக் கடித்தார். அவர் மட்டும் போர் முனைக்கு ஓடிச்

சென்று, படைகளை எல்லாம் தம்மோடு திரட்டி நடத்திக் கொண்டு, அதிகாரிகளையெல்லாம் விரட்டி, வேட்டையாடி, வென்று கொன்று தள்ள முடியுமானால்? கிராமங்களையெல்லாம் ஒரு கோடி முதல் மறுகோடி வரையிலும் தீயிட்டுப் பொசுக்க முடியுமானால்!... எகதிரினதாருக்குள் பாய்ந்து தெனீகினை அவர் முன்னே கொண்டு வந்து நிறுத்துமாறு கட்டளையிட, அவனைப் படுக்கையிலிருந்து அப்படியே அரையாடையோடு தூக்கி வந்து நிறுத்த... "தெனீகின்! நீதானே யாரோ ஓர் அப்பாவிக் கசாக்கு அதிகாரியைப் பற்றி, ஒரு சின்னப் பத்திரிகைக்குப் பேட்டியளித்தது? நீதானே அதில் உன் புத்திசாலித் தனத்தையெல்லாம் அதிலே காட்டியது? நல்லது. கனம் தங்கிய தளபதி அவர்களே! அந்த அப்பாவி அதிகாரி இதோ உங்கள் முன் நிற்கிறேனே... இப்போது நாங்கள் உங்கள் முதுகுத் தோலை உரிப்பதா? அல்லது குதிரைச் சவுக்கினால் பதினையாயிரம் கசையடி மட்டும் கொடுத்தால் போதுமா?"

சரோகின் முனகினார்; தம்மைப் பிடித்தாட்டும் ஜன்னி வேகங்கொண்ட கனவுகளிலிருந்து மீள விரும்பினார். யதார்த்தம் என்பதோ அவமானமும் ஆதங்கமும் நிறைந்ததாக, இருளாய், தெளிவற்ற பொருளாய்த் தெரிந்தது. தாம் ஒரு முடிவுக்கு வரவேண்டிய தருணம் அவருக்கு வந்து விட்டது. மாஜிக் காரியாலயத் தலைவரும் பழைய நண்பருமான பெலக்கோவ் இன்று அவருக்குத் தமது இறுதிப் பணியைச் செய்து முடித்து விட்டுக் போய் விட்டார். சரோகின் ஜன்னலை நோக்கி நடந்தார். இளங்காற்று ஸ்தெப்பி வெளியின் காய்ந்து கருகிப் போன காரமான செடியின் வறண்ட நெடியைச் சுமந்து வந்தது. மூடிக் கவிந்திருந்த நெடுவானில் அருணோதயப் பொழுதின் செம்பழுப்பு நிறம் பரவியிருந்தது; அந்த ஒளிமயக்கத்தில் மஷூக் மலை பழுப்புப் பர்வதமாகக் காட்சியளித்தது... சரோகின் வதங்கிய புன்னகையொன்றை உதிர்த்தார்; நன்றி, பெலக்கோவ்! இனி, இனிமேல் தயக்கத்துக்கும் ஊசலாட்டத்துக்கும் இடமில்லை!.. அன்றிரவே சரோகின் தமது சர்வத்தையும் பிரயோகித்துப்

பார்த்து விடுவது என்று தீர்மானித்தார்.

வெகுநாட் தயக்கத்துக்குப் பின்பு, புரட்சி - ராணுவக் கவுன்சில் ஒரு மட்டும் தாக்குதலைத் தொடங்குவதென முடிவெடுத்தது. சப்ளை தளம் ஸ்வியாதோய் கிரேஸ்துக்குக் கொண்டு செல்லப்பட்டது; ராணுவத்தை முதலில் நெவி னமீஸ்கயாவின் மீது ஒருமுகப்படுத்துவதென்றும், அங்கிருந்து ஸ்தாவ்ரப்பலுக்கும், ஆஸ்திரகனுக்கும் சென்று, த்ஸாரீத்ஸினில் போராடிக் கொண்டிருக்கும் பத்தாவது ராணு வத்துடன் சேர்ந்து கொள்வது என்றும் தீர்மானிக்கப்பட்டது. தஸாரீத்ஸினிலிருந்து ஷேலிஸ்த் தம்மோடு கொண்டு வந்திருந்த திட்டமும் இதுதான்.

ஸ்தாவ்ரப்பலைக் கைப்பற்றும் பொறுப்பு தமான் துருப்புக்களிடம் ஒப்படைக்கப்பட்டது. எல்லாமே இயங்கத் தொ.டங்கி விட்டன. சப்ளை தளம் வடகிழக்குத் திசை நோக்கிச் சென்றது; முன்னணிப் படைகள் வடமேற்குத் திசையிலே திரும்பின. அரசியல் போதகர்களும், பிரசங்கிகளும் ராணுவ அணிகளின் உத்வேகத்தை மேலோங்கச் செய்வதற்காக ஆவேசம் மிகுந்த கோஷங்களைக் கரகரத்த குரலில் கத்தினார்கள். தளபதிகளெல்லாம் தமது அணிகளோடு போர் முனை நோக்கிச் சென்றனர். பியாதிகோர்ஸ்கில் கருங்கடல் குடியரசின் மத்திய நிர்வாகக் கமிட்டியினரும், சரோகினும், அவரது மெய்க்காப்பாளரும், காரியாலய அதிகாரிகளும் தான் தங்கியிருந்தனர். அந்தக் குழப்பத்தில், யாருமே, அரசாங்கம் சரோகினின் இஷ்டப்படி ஆடிக்கொண்டிருப்பதை கவனிக்கவில்லை.

ஒருநாள் மாலையில் சரோகின் தமது ஆர்டர்லிகளில் ஒருவனோடு, வீடு திரும்பிக் கொண்டிருந்தார். அவர் தமது குதிரையை விரைவாக ஓட்டி வந்து, முனிசியல் பூங்காவின் மூலையில் திரும்பினார்; அந்த மூலையிலிருந்து தான் ரோடு மலையை நோக்கி மேலேறிச் செல்கிறபோது அவர் ஒரு மனிதன் மீது மோதிக்கொள்ள இருந்தார். அந்த மனிதன் கட்டுமஸ்தான உடலும் உருண்ட தோள்களும் கொண்டிருந்தான்; அவன் தோல் உடுப்பு

அணிந்திருந்தான். அந்த மனிதன் தடுமாறி நின்றாலும், அவன் கை சட்டென்று இடுப்புக்குச் சென்றது. இடுப்பில் ஒரு ரிவால்வரின் தோல் உறை தொங்கியது. அந்த மனிதன் தான் கீம்ஸா என்று கண்டதும், சரோகினின் புருவங்கள் நெரிந்தன. கீம்ஸா போர் முனையில் அல்லவா இருந்திருக்க வேண்டும்? கீம்ஸா தோல் உறையிலிருந்து கையை எடுத்தான். அவனது கண்களில் ஒரு விசித்திரமான பார்வை குடிகொண்டிருந்தது; அந்தக் கண்களோ அவனது புடைத்த புருவங்களினால் பாதி மூடியவாறு தோன்றின... சரோகினும், பெலக்கோவும் கடைசியாகச் சந்தித்த வேளையில், பெலக்கோவின் கண்களில் பிரதிபலித்த அதே பார்வை போன்றிருந்தது. திடீரென்று கீம்ஸாவின் மழுமழுப்பான, கறுத்த முகத்தில் பளிச்சென்று வெள்ளிய பற்கள் வெளியே தெரிந்தன. சரோகினின் இதயம் சட்டென்று குமைந்தது இவனுமல்லவா அவரைப் பார்த்துச் சிரிக்கிறான்!

அவர் தமது முழங்கால்களைக் குதிரையின் உடம்பில் பலங்கொண்ட மட்டும் இடித்தார்; அந்த இடிவேகத்தில் அந்தக் குதிரைகனைத்து விட்டு, முன்னே தாவி, கற்கள் பாவிய அந்த ரோட்டின் மீது கடகடவென்று ஓசையெழும்ப ஓடியது; சரோகினை மலையை நோக்கிச் சுமந்து சென்றது; வழியிலே வால்களை ஆட்டிக் கொண்டும் மேயென்று கத்திக் கொண்டும் வந்த, நாற்றம் பிடித்த ஆட்டு மந்தையின் மத்தி யிலே சாடிப் புகுந்தவாறே அந்தக் குதிரை ஓடியது. அப்போது அக்டோபர் மாதம் பன்னிரண்டாம் தேதி மாலைப் பொழுதாகும். சரோகின் தமது மெய்க்காபாளர் தலைவனை வரவழைத்தார். அவனோ ஜன்னலைப் பய பீதியுடன் ஒரு பார்வை பார்த்துவிட்டு, அவரிடம் ரகசியமாக பேசினான். மத்திய நிர்வாகக் கமிட்டியின் பாதுகாப்புக்காக, போர் முனையிலிருந்து இரண்டு படைப் பகுதிகளை நிர்வாகக் கமிட்டியினர் வரவழைத்துக் கொள்ள வேண்டும் என்ற யோசனையைத் தெரிவிப்பதற்காக, கீம்ஸா பியாதிகோர்ஸ்க் வந்திருப்பதாக அவன் தெரிவித்தான். “தோழர் சரோகின்! இத்தகைய நடவடிக்கைகளையெல்லாம் யாருக்கு எதிராக

மேற்கொள்கிறார்கள் என்பதைப் புரிந்து கொள்ள, பெரிய அறிவாளி தேவையில்லை; முட்டாளுக்குக் கூட இது புரியும்...”

இருளில் தூங்கும் பியாதிகோர்ஸ்க் நகரத்தின் மீதும், மஷுக் மலையின் மீதும் இலையுதிர்கால நட்சத்திரங்கள் தமது அழகை எல்லாம் கொட்டிக் கொழித்துக் கொண்டு பிரகாசிக்கத் தொடங்கியபோது, சரோகினின் மெய்காப்பாளர்கள் எந்தவித அரவமும் செய்யாமல், ஐந்து பேர்களுடைய வீடு களில் - மத்திய நிர்வாகக் கமிட்டித் தலைவர் ரூபின், மத் தியக் கமிட்டி அங்கத்தினர்களான விலாசவ், துனயேவ்ஸ்கி, புரட்சி - ராணுவக் கவுன்சில் அங்கத்தினரான கிராய்னி, செக்கா[12] தலைவரான ரஷான்ஸ்கி ஆகியோரின் வீடுகளில் - நுழைந்தார்கள். வீட்டினுள் நுழைந்து, தூங்கிக் கொண்டிருந் தவர்களைப் பலவந்தமாகத் தட்டியெழுப்பி, துப்பாக்கிச் சனியனால் ஒவ்வொருவரையும் மிரட்டிப் பயமுறுத்திய வண்ணம், அவர்கள் ஐந்து பேரையும் நகருக்குப் புறத் தேயுள்ள ரயில் பாதைக்கருகில் தள்ளிக் கொண்டு சென்றார்கள்; பின்னர் எந்தவிதமான பேச்சுக்கும் இடம் தராமல், அவர்கள் ஐவரையும் சுட்டுக் கொன்றார்கள்.

இச்சம்பவம் நடைபெறும் சமயத்தில், லெர்மன்தவோ ரயில் நிலையத்தில் தங்கி நின்ற தமது ரயில் பெட்டியின் படிக்கட்டில், சரோகின் நின்று கொண்டிருந்தார். துப்பாக்கிச் சத்தத்தை அவர் கேட்டார்; அந்தகார அமைதியினூடே ஐந்து வெடிகள் தொடர்ந்து கேட்டன. பின்னர் யாரோ ஒரு வனின் ஆழ்ந்த பெருமூச்சைத் தம்மருகில் அவர் கேட்டார். அவரது மெய்க்காப்பாளர் தலைவன் தனது வறண்ட உதடு களை நாக்கினால் நக்கிக் கொடுத்தவாறே, அவரருகில் வந்தான். “என்ன?” என்றார்

---

12. புரட்சி எதிர்ப்பையும் மறைமுக அழிவு வேலையையும் ஒடுக்கும் பொருட்டு அகில ருஷ்ய விசேஷக் கமிஷன் (இது ருஷ்யச் சொற்களின் முதல் எழுத்துக்களைச் சேர்த்து ‘செக்கா’ என்று சுருக்கமாக அழைக்கப்பட்டது) உருவாக்கப்பட்டது. - (ப-ர்.)

சரோகின். "தீர்த்தாயிற்று!" என்று அவன் பதில் சொல்லி விட்டு, சுடப்பட்டு வீழ்ந்த ஐவரின் பெயர்களையும் அடுக்கினான்.

ரயில் புறப்பட்டுச் சென்றது. இப்போதோ சுப்ரீம் கமாண்டர் சரோகின் முழு வேகத்தில் போர்முனையை நோக்கிப் பறந்து கொண்டிருந்தார். ஆனால், இதற்கு முன் எங்குமே கண்டும் கேட்டுமிராத அவரது கொலைபாதகம் பற்றிய செய்தி அவருக்கு முன்னால் அங்கு எட்டி விட்டது. அதற்கு முந்திய நாளன்றே கீம்ஸாவினால் எச்சரிக்கப்பட்டிருந்த பிரதேசக் கமிட்டியின் கம்யூனிஸ்டுகள் சிலர், சரோகினையும் முந்திக் கொண்டு பியாதிகோர்ஸ்கிலிருந்து காரில் புறப்பட்டு வந்து விட்டார்கள். அக்டோபர் மாதம் பதின்மூன்றாம் தேதியன்று நெவின மீஸ்கயாவில் அவர்கள் ஒரு ராணுவ மாநாட்டைக் கூட்டினார்கள். நூறு பேர்கள் பரிவாரங்களாக அணிவகுத்துச் சூழ்ந்து வர, எக்காளங்கள் முழங்க, முன் னணியிலே சுப்ரீம் கமாண்டரின் பதாகையை ஒருவன் பற்றி வர, கீழை நாட்டுக் கொடுங்கோல் மன்னனைப் போல் சரோகின் ராஜகம்பீரமாகத் துருப்பினர் முன்னிலையில் வந்து தரிசனம் தந்தார்; அவர் அவ்வாறு தரிசனம் தந்த அதே வேளையில், நெவின மீஸ்கயாவில் கூடியிருந்த ராணுவ மாநாடு அவரை ஒரு துரோகி எனப் பிரகடனப்படுத்தியது; அத்துடன் அவரைக் உடனே கைது செய்து, நெவின மீஸ்கயாவுக்கு விசாரணைக்குக் கொண்டு வரவேண்டும் என்றும் உத்தரவிட்டது.

இந்தச் செய்தியை தமான் ராணுவத்தைச் சேர்ந்தவர்கள் தாம் சென்று கொண்டிருந்த ரயிலின் திறந்த ஜன்னல் களிலிருந்து சரோகினின் காதில் விழுமாறு உரக்கச் சத்த மிட்டுத் தெரிவித்தார்கள். சரோகின் உடனே ரயில் நிலையத்துக்குத் திரும்பினார். அணிகளின் தளபதிகளுக்கெல்லாம் அழைப்பு விடுத்தார். ஆனால் அவரது அழைப்புக்கு யாருமே செவிசாய்க்கவில்லை; யாருமே வரவில்லை. அவர் ரயில் நிலையத்திலேயே

இருட்டும் வரையிலும் காத்திருந்தார். பின்னர் ஒரு குதிரையைக் கொண்டு வரச் சொன்னார்; அதிலே ஏறிக் கொண்டு, தமது மெய்க்காப்பாளர் தலைவனையும் உடன் அழைத்துக்கொண்டு, ஸ்தெப்பிவெளியை நோக்கிப் பாய்ச்சலில் பறந்தார்.

பியாதிகோர்ஸ்கில் மிஞ்சியிருந்த புரட்சி-ராணுவக் கவுன்சிலின் அங்கத்தினர்கள் மூவரும் இன்னது செய்வதெனத் தெரியாமல் விழித்தார்கள். சரோகினோ ஸ்தெப்பி வெளியில் ஓடி மறைந்து விட்டார்; ராணுவத்தாரோ தமது தாக்கு - தலைத் தொடர்ந்து மேற்கொள்ளுவதற்குப் பதிலாக, அவரை விசாரணை செய்து, சுட்டுக் கொல்ல வேண்டும் என்று கோரினார்கள். இருந்தாலும் ஒன்றரை லட்சம் பேர் கொண்ட அந்தப் பலம் வாய்ந்த மனித இயந்திரம் ஒருமுறை வேலை செய்யத் தொடங்கிய பின்பு, அதனை அவ்வளவு லகுவில் சட்டென்று ஸ்தம்பிக்கச் செய்ய இயலவில்லை. அக்டோபர் மாதம் இருபத்து மூன்றாம் தேதியன்று தமான் ராணுவம் ஸ்தாவ்ரப்பலில் தனது தாக்குதலைத் தொடங்கியது; வெள்ளை ராணுவத்தாரும் அதே நேரத்தில் எதிர்த் தாக்குதலை மேற்கொண்டார்கள். இருபத்தெட்டாம் தேதியன்று, தங்களிடம் போதிய வெடி குண்டுகளும்; தோட்டாக்களும் இல்லையென்றும், மறுநாளைக்கே போதுமான தளவாடங்கள் வந்து சேராவிட்டால் வெற்றியடைவது அசாத்தியமென்றும் எல்லாத் தளபதிகளும் கூறிவிட்டார்கள். புரட்சி - ராணுவக் கவுன்சிலோ தம்வசம் வெடிகுண்டுகளோ, தோட்டாக்களோ இல்லையென்றும், 'ஸ்தாவ்ரப்பலைத் துப்பாக்கிச் சனியன் முனையில் கைப்பற்றியாக வேண்டும்...” என்றும் பதிலளித்து விட்டது. இருபத்தொன்பதாம் தேதி இரவில் இரண்டு அதிர்ச்சி அணிகள் உருவாக்கப்பட்டன. பீரங்கிகள் தம்மிடமிருந்த கடைசிக் குண்டுகளை வெடித்துத் தள்ளின. அந்தப் பீரங்கி முழக்கத்தின் மறைவில், அவர்கள் ஸ்தாவரப்பலுக்குப் பத்து மைல் தூரத்திலிருந்த தத்தார்ஸ்கயா என்ற கிராமத்தைப் போயடைந்தார்கள்; வெள்ளை ராணுவத்தின் போர்முனை அப்போது அங்கு

வரையிலும் எட்டியிருந்தது. ஸ்தெப்பி வெளிக்கு மேலே செம்பு நிற மான பெரிய நிலா வட்டம் மேலெழுந்து வந்தது. வாண வெடிகள் இல்லாத சங்கடத்தில், அந்த நிலாவொளியையே அவர்கள் அடையாள அறிவிப்பாகக் கொண்டிருந்தார்கள்... பீரங்கிகளின் முழக்கம் நின்றது... தமான் அணிகள் ஒரு துப்பாக்கி வெடியைக் கூட வெடிக்காமல், எதிரிகளின் பதுங்கு குழிகளை நோக்கிப் பதுங்கிச் சென்று, அதற்குள் குதித்தன. உடனேயே ராணுவ எக்காளங்கள் ஊதத் தொடங்கின; மேளங்கள் முழங்கின; நாட்டு வெடிகுண்டுகளோ, துப்பாக்கித் தோட்டாக்களோ இல்லாத நிலையில், அந்தப் பாண்டு வாத்திய முழக்கத்தையே தமக்கு ஆதரவாகக் கொண்டு, அந்த இரு அதிர்ச்சிப் படை அணியினரும் அந்த வாத்தியக்காரர்களை முந்திக் கொண்டு அலைமேல் அலையாய் வந்தார்கள்; முன்னேறிப் பாய்ந்தார்கள்; எதிரிகளின் இயந்திரத் துப்பாக்கிகளின் குண்டு வீச்சினால் நூற்றுக் கணக்கில் அடிப்பட்டு விழுந்தார்கள்; என்றாலும் எதிரிகளின் பிரதானமான தற்காப்பு எல்லை மீது பாய்ந்து விழுந்தார்கள். வெள்ளை ராணுவத்தார் மலைகளுக்கு ஓடினார்கள்; என்றாலும் அந்த மலைகளையும் கூட, தடுத்து நிறுத்த முடியாத செஞ்சேனையின் அசுர வேகத்தினால் பிடிப்பட்டு விட்டன. எதிரிகளோ நகரை நோக்கி ஓடினார்கள்; செஞ்சேனை கசாக்குப் படைப் பகுதியோ அவர்களை விரட்டிக் கொண்டு பின்னால் ஓடியது. அக்டோபர் மாதம் முப்பதாம் தேதியன்று காலையில் தமான் ராணுவம் ஸ்தாவ்ரப்பல் நகருக்குள் புகுந்துவிட்டது.

அதற்கு மறுநாள் சுப்ரீம் கமாண்டர் சரோகின் தமது மெய்க்காப்பாளர் தலைவன் பக்கத்திலே வர, ஸ்தாவ்ரப் பலின் பிரதான பெருவீதியில் ஒரு குதிரை மீது வந்து கொண்டிருந்தார். அவரது முகம் வெளிறிப் போய், கண்கள் தரையை நோக்கியிருந்த போதிலும், அவர் அமைதி நிரம்பிய வராகவே காணப்பட்டார். அவரைப் பார்த்தவுடன் செஞ் சேனை வீரர்கள் வாயைப் பிளந்து வியந்தவாறே பின்வாங்கினர்: "இதென்ன,

பாதாளத்திலிருந்து தப்பி வந்த பைசாசமா?”

சரோகின் முனிஸிபல் சோவியத்தின் காரியாலயத்தின் முன்பு குதிரையை விட்டு இறங்கினார். அந்த வீட்டின் கதவில் கிழிந்து தொங்கிய ஒரு அறிவிப்பு இன்னும் ஒட்டிக் கொண்டிருந்தது. அதில் ‘ஜெனரல் ஷ்குரோவின் தலைமைக் காரியாலயம்’ என்ற வாசகம் தென்பட்டது. உயிர் பிழைத்திருந்த நிர்வாகக் கமிட்டி உறுப்பினர்களும் பிரதிநிதிகளும் அந்த வீட்டினுள்ளேதான் கூடியிருந்தார்கள். சரோகின் தைரியமாகப் படியேறி உள்ளே சென்றார்; அவரைக் கண்டு திடுக்கிட்டு நின்ற பாராக்கார வீரனிடம் எங்கே கூட்டம் நடக்கிறது என்பதை விசாரித்தார்; பின்னர் அந்த அறைக்குள் நுழைந்து தலைமைக் குழுவினரின் மேஜைக்கு எதிராகச் சென்று நின்றார். தமது தலையைப் பெருமிதத்தோடு உயர்த்தியவாறு அவரைக் கண்டு வியந்து பிரமித்திருந்த சபையை நோக்கிப் பேசினார்:

“நான் தான் சுப்ரீம் கமாண்டர். எனது துருப்புக்கள் தான் தெனீகின் கும்பல்களை விரட்டியடித்தன. நகரிலும் ஜில்லாவிலும் சோவியத் ஆட்சியை நிலை நாட்டின. நெவின மீஸ்கயாவில் கூடிய ஒரு அதிகாரபூர்வமற்ற ராணுவ மாநாடு நாக்கில் நரம்பில்லாமல் என்னை ஒரு துரோகி என்று பிரகடனப்படுத்தியுள்ளது. யாருடைய அனுமதியின் பேரில், அதிகாரத்தின் பேரில், அவர்கள் இந்தக் காரியத்தைச் செய்தார்கள்? என் மீது சாட்டப்பட்டுள்ள குற்றங்களை விசாரிக்க ஒரு விசாரணைக் குழுவை நியமிக்குமாறு நான் கோருகிறேன். அந்த விசாரணைக் கமிஷன் முடிவு தெரியும் வரையிலும் நான் எனது சுப்ரீம் கமாண்டர் பதவியை ராஜிநாமா செய்யப் போவதில்லை.”

இதனைச் சொல்லி விட்டு, தமது குதிரையின் மீது மீண்டும் ஏறிக் கொள்ளும் நோக்கத்தோடு, அவர் அந்த அறையை விட்டு வெளியேறினார். ஆனால் படிக்கட்டிலிருந்து இறங்கப் போகும் சமயத்தில் மூன்றாவது தமான் படையைச் சேர்ந்த ஆறு செஞ்சேனை வீரர்கள் அவர்மீது தாவி விழுந்து, அவரது கைகளைப் பிடித்து

முதுகுப்புறமாகத் திருகினார்கள்.

சரோகின் வாய் திறவாமல் அந்தப் பிடியிலிருந்து மூர்க்கத்தோடு விடுபட முயற்சி செய்தார். தமான் படையின் தளபதியான விஸ்லேன்கோ அவரது தலையில் அவரது சவுக்கின் கைப்பிடியாலேயே ஓங்கியறைந்தவாறு சத்தமிட்டார்:

"நாயே! மர்தீனவைச் சுட்டுக் கொன்றாயே! அதற்குத் தான் இது!"

சரோகின் சிறைக்குக் கொண்டு போகப்பட்டார். அவர் எப்படியாவது சிறையிலிருந்து வெளியேறி, தண்டனையிலிருந்தும் தப்பிவிடுவார் என்று பயந்த துருப்பினரிடையே ஒரு சஞ்சலம் நிலவியது. மறுநாள் விசாரணை தொடங்கிய பொழுது, சரோகின் அங்கு கீம்ஸாவும் அமர்ந்திருப்பதைக் கண்டார்; அவனைக் கண்டவுனேயே, தமது கதை முடிந்து விட்டது என்பதை அவர் உணர்ந்தார். அப்போது அவரது எல்லையற்ற வாழ்க்கைத் தாகம் அவருள்ளே மேலோங்கியது. எனவே அவர் மேஜையைத் தமது முஷ்டியால் ஓங்கிக் குத்தி விட்டு, பயங்கரமான வீர சபதங்களோடு சபையை நோக்கிச் சத்த மிட்டார்:

"கொள்ளைக்காரர்களே! நான் தானடா உங்கள் எல்லோருக்கும் தீர்ப்பு வழங்க வேண்டும்! நீங்கள் கட்டுப்பாட்டைக் குலைக்கிறீர்கள்! அராஜகத்தை வளர்க்கிறீர்கள்! எதிர்ப்புரட்சியை உருவாக்குகிறீர்கள்! அந்த அயோக்கியப் பயல் மர்தீனவைத் தீர்த்துக் கட்டிய மாதிரி, உங்களையும் நான் தீர்த்துக் கட்டுகிறேன்..."

கீம்ஸாவுக்கு அருகில் அமர்ந்திருந்த நீதிபதிகளில் விஸ்லேன்கோவின் முகம், சரோகினின் பேச்சைக் கேட்டதும் வெளிறிவிட்டது. அவர் தமது கையைப் பின்புறமாகக் கொண்டு சென்றார்; தமது பெரிய சுழல் துப்பாக்கியைக் கையில் எடுத்தார்; அதிலிருந்த குண்டுகள் அனைத்தையும் சரோகினின் உடம்பில் சுட்டுத் தீர்த்து விட்டார்.

ஸ்தாவ்ரப்பலிலிருந்து வோல்கா நதியின் கரையை நோக்கி மேலும் முன்னேறிச் செல்வது சிரம சாத்தியமான காரியமாக இருந்தது. ஷ்குரோவின் குதிரைப் படையான 'ஓநாய்கள்' தமான் ராணுவத்தின் பின்னணியில் வந்து நின்று தாக்கினார்கள்; அதன் மூலம் நெவின மீஸ்கயாவிலிருந்த தளத்திலிருந்து தமான் ராணுவத்தைத் துண்டுபடுத்தி விட்டார்கள். தெனிகினோ ஸ்தாவ்ரப்பலை முற்றுகையிடும் முயற்சியில் தமது துருப்புக்கள் அனைத்தையும் ஒருமுகப்படுத்தும் முயற்சியில் ஈடுபட்டார். இந்த நோக்கத்துடன் குபானிலிருந்த பல்வேறு படைகளையும் அவர் வரவழைத்தார். கசனோவிச், திராஸ்தோவ்ஸ்கி, பக்ரோவ்ஸ்கி முதலியோரின் தலைமையில் இருந்த படைகளையும், உலகாயின் குதிரைப்படையையும் புதிதாக அமைக்கப் பெற்ற குபான் குதிரைப் படையையும் அவர் தருவித்தார். முன்னாளில் சுரங்க இன்சினீயராகவும் உலக யுத்ததின் ஆரம்ப காலத்தில் ஜூனியர் அதிகாரியாகவும், தற்போது ஜெனரலாகவும் இருந்த விராங்கெல் என்பவர் அந்தக் குபான் குதிரைப் படையை நடத்தி வந்தார்.

தமான் ராணுவம் இருபத்தெட்டு நாட்கள் போராடியது. ஏராளமான தளவாட பலத்தைக் கொண்ட எதிரிகளின் இரும்புப் பிடியில் சிக்கி, அதன் படைகள் ஒன்றன் பின் ஒன்றாக அழிந்து பட்டன. அத்துடன் மழை வேறு பெய்யத் தொடங்கி விட்டது; அவர்களிடமோ போதுமான – ராணுவ கோட்டுகளும், பூட்சுகளும், தோட்டாக்களும் இல்லை.

எங்கிருந்தும் உதவியை எதிர்பார்க்க முடியாத நிலைமை; – ஏனெனில், காக்கஸிய ராணுவத்தின் மீதிப் பகுதியோ, ஸ்தாவ்ரப்பலிலிருந்து துண்டு படுத்தப் பெற்று, கீழ்த்திசை நோக்கி வாபஸ் வாங்கிக் கொண்டிருந்தது.

எதிரிகளால் சூழப் பெற்றுவிட்ட தமான் ராணுவம் மூர்க்காவேசமான பலத்துடன் எதிர்த்துப் போராடியது. தாக்குதல்கள் பயங்கரமானவையாகவும், இரத்தப் பிரவாகம் நிறைந்தனவாகவும் இருந்தன. அதன் தளபதியான கோஷுஹ் டைபாய்ட் ஜுரத்தினால் படுத்து விட்டார்.

அநேகமாக சிறந்த தளபதிகள் எல்லோருமே காயப்பட்டுக் கிடந்தார்கள்; அல்லது கொல்லப்பட்டு மடிந்தார்கள். நவம்பர் மாதத்தின் நடுப் பகுதியில் தான் தமான் படையினரால் முன்னேற முடிந்தது. தமான் ராணுவம் கால்களில் பூட்சுகள் இன்றி, கந்தலும் கிழிசலுமாய்ப் பரிதாபத்துக்குரிய நிலைக்கு ஆளாகி, சிந்திச் சீர்குலைந்து போயிருந்தது. அவர்கள் ஸ்தாவ் ரப்பலைக் கைவிட்டு விட்டு, வடதிசையிலிருந்த பிலாகதாத்னொயே என்ற இடத்தை நோக்கி வாபஸானார்கள். அவர்களை யாரும் பின்தொடரவில்லை. இலையுதிர் காலத்தின் மழைகள் வெள்ளை ராணுவத்தின் முன்னேற்றத்தைத் தடுத்து நிறுத்தி விட்டன.

12

ஒரு வருஷத்துக்கு முன்னால், அக்டோபர் மாதத்தில், ருஷ்ய நாட்டில் வாழும் மக்கள் பெருங்கூட்டம் யுத்தத்துக்கு முடிவு காண வேண்டும் என்று கோரினார்கள். லட்சோப லட்சக் கணக்கான மக்களின் முனகலும், முழக்கமும் பின்வருமாறு ஒலித்தன: "யுத்தம் ஒழிக! யுத்தத்தை நீடித்துக் கொண்டு செல்லும் பூர்ஷ்வா வர்க்கம் ஒழிக! யுத்தத்தை நடத்தும் ராணுவக் கூட்டம் ஒழிக! யுத்தத்துக்கு உணவளிக் கும் நிலப்பிரபுக்கள் ஒழிக!" இத்தகைய முனகல், முழக்கம் எல்லாம் 'அரோரா' என்ற யுத்தக் கப்பலின் மேல் தளத்திலிருந்து மாரிக்கால் அரண்மனையை நோக்கிச் சுடப்பட்ட ஒரே குண்டு வீச்சின் உறுதியான முழக்கத்தோடு ஒன்று கலந்தன.

அந்தக் குண்டு எல்லோராலும் வெறுக்கப்பட்ட அந்தக் கட்டிடத்தின் மேல் விழுந்து, ஈய வர்ணம் பூசிய சிலைகளையும், கரிய இரும்பு ஜாடிகளையும் தாங்கிக் கொண்டிருந்த அதன் கூரையைப் பொத்துக் கொண்டு பாய்ந்த பொழுது - ஜார் மன்னனின் காலியான படுக்கையறையிலே படுக்கையிலே படுத்து. இரவெல்லாம்

தூங்காது விழித்து விழித்து வெறி கொண்ட நிலைக்கு ஆளாகி விட்ட கெரென் ஸ்கியின் சயனக் கிரஹத்திலே அந்தக் குண்டு விழுந்து வெடித்த பொழுது - புரட்சியின் இறுதிக் குரலாக ஒளித்த அந்தக் குண்டு முழக்கம், 'மாளிகைகளின் மீது போரையும், மண்குடிசைகளுக்குச் சமாதானத்தையும் பிரகடனப்படுத்திய அதன் கோஷம், எல்லையற்றுக் கிடக்கும் நாட்டின் எல்லாக் கோடிகளுக்கும் அதிர்ந்து உருண்டோடும் என்றோ, எதிரொலி போல் மீண்டும் மீண்டும் முட்டி மோதி எதிரொலித்து, அளவிலும் அழுத்தத்திலும் பல்கிப் பெருகி, இறுதியில் தடுத்து நிறுத்த முடியாத தனிப்பெரும் சூறாவளியாக வெடிக்கக்கூடும் என்றோ, யார் தான் முன் கூட்டியே தெரிந்திருக்க முடியும்?

அப்போது தான் ஆயுதங்களைக் கீழே வைத்து விட்டிருந்த ஒரு நாடு, அவற்றை மீண்டும் தூக்க முடியும் என்பதையோ, அந்த நாடு வர்க்கத்துக்கு எதிராக வர்க்கமும், பணக்காரருக்கு எதிராக ஏழைகளும் போராடும், ஒரு போராட்டத்தில் ஈடுபடவும் கூடும் என்பதையோ எவர்தான் நம்பியிருக்க முடியும்? விரல் விட்டு எண்ணிவிடக் கூடிய கர்னீலவின் சில அதிகாரிகளிலிருந்து தெனீகினின் ராணுவத்தைப் போன்ற மாபெரும் பட்டாளமென்றும் உருவாக முடியும் என்பதையோ, செக்கோஸ்லோவகிய யுத்தக் கைதிகளைச் சுமந்து சென்ற ரயில்களிலே தோன்றிய கலகம் ஒரு மாபெரும் யுத்தமாக மாறும் என்பதையோ, வோல்காப் பிரதேசத்தின் நூற்றுக்கணக்கான மைல்களையும் பாதிக்கும் என்பதையுமோ, அந்த யுத்தம் சைபீரியாவுக்கும் பரவிச் சென்று, கல்சாக்கின் குறுகிய கால ஆட்சிக்கும் வழிவகுக்கும் என்பதையோ யார் தான் எதிர்பார்த்திருக்க முடியும்? மேலும் ஒரு உணவு தானிய முற்றுகை ஏற்பட்டு, சோவியத் நாட்டை நெரித்துக் கொல்ல முயலும் என்பதையோ உலகப் பரப்பளவின் ஆறிலொரு பங்கு நிலப் பகுதியைச் சுற்றி வரக் கறுப்பு மையினால் கோடிட்டுக் காட்டி, அந்த நிலப் பகுதிக்கு வர்ணமும் பெயரும் வழங்காமல் அதனை வெட்ட வெம்பரப்பாய்,

வெள்ளையாய்க் காட்டும் பூகோள வரைப் படங்களும், பூமிப் பந்தின் வடிவங்களும் இந்த உலகத்தில் எங்கெங்கோ வெளியிடப்படும் என்பதையோ எவரேனும் முன்னதாகவே கண்டுணர்ந்திருக்க முடியுமா?

கடல்களிலேயிருந்தும், தானியப் பிரதேசங்களிலிருந்தும், நிலக்கரி, எண்ணெய் முதலியவற்றிலிருந்தும் துண்டிக்கப் பெற்று, தனிமைப்படுத்தப்பட்டு, பஞ்சத்துக்கும் பட்டினிக்கும் நோய்க்கும் நொடிக்கும் இரையாகிக் கொண் டிருந்த மாபெரும் ருஷ்யா தனது புதல்வர்களை விடாப் பிடியாய்ப் போர்க் களத்துக்கு மேலும் மேலும் அனுப்பி அவர்களைப் பலி கொடுக்கும் என்றோ, வளைந்து கொடுக்காதபடி வெம் போர் புரியும் என்றோ, எவர் தான் நம்பியிருக்க முடியும்? ஒரு வருஷத்துக்கு முன்போ, மனிதர்கள் போர் முனையைத் துறந்து விட்டு, ஓடுகாலிகளாக ஓடி வந்தார்கள்; நாடே ஒரு உருவமற்ற, குழப்பமான சேற்று நிலமாகத் தோற்றியது. ஆனால் இதெல்லாம் மேலோட்டமான ஒரு தோற்றம் தான். யதார்த்தத்திலோ, ஒற்றுமையின் மகோந்நதமான மகாசக்திகள் நாடெங்கணும் தாம் பரவியிருப்பதை எல்லோரும் உணரும்படிச் செய்தன; நியாயத்தைப் பற்றிய தாகவுணர்ச்சிகளெல்லாம் தன்னைத் தானே பாதுகாத்துக் கொள்ளும் உயிர் வாழும் போராட்டவுணர்ச்சிக்கும் மேலாக உயர்ந்து நின்றன. இதற்கு முன் என்றென்றும் கண்டும் கேட்டும் இராத அற்புதமான ஆண்களும் பெண் களும் மக்கள் மத்தியிலே இருந்து தோன்றினார்கள்; அவர்களது வீரப் பிரதாபங்களைப் பற்றி எங்கு பார்த்தாலும் மக்கள் வியப்போடும் பயத்தோடும் விமர்சனம் செய்தார்கள்.

சோவியத் நாடு உள் நாட்டுக் குழப்பங்களால் ஆட்டம் கண்டிருந்தது. யரஸ்லாவலில் ஒரு ஆயுதம் தாங்கிய கலகம் வெடித்தது. அந்தக் கலகம் மூரம், அர்சமாஸ், ரஸ்தோவ் – வெலீக்கி, ரீபின்ஸ்க் முதலிய இடங்களுக்கும் பரவியது; அதே சமயத்தில் இடதுசாரி சோஷலிஸ்ட் - புரட்சிவாதிகள்” மாஸ்கோவிலும் கலகம் செய்து கொண்டிருந்தார்கள்.

ஜூலை மாதம் ஆறாம் தேதியன்று, திசெர்ஜீன்ஸ்கியின்[13] கையொப்பம் போல் கள்ளக் கையெழுத்திட்ட தாஸ்தாவேஜுகளோடு, இரண்டு இடதுசாரி சோஷலிஸ்ட் - புரட்சிவாதிகள் ஜெர்மானிய ஸ்தானிகரான கவுன்ட் மீர்பாக் என்பவரைப் போய்ச் சந்தித்தார்கள்; பேசிக் கொண்டிருந்த சமயத்திலேயே அவரை நோக்கிச் சுட்டார்கள்; அத்துடன் ஒரு குண்டையும் எரிந்தார்கள். அவர்கள் சுட ஆரம்பித்தவுடனேயே அந்த ஸ்தானிகர் அந்தக் கொலைகாரர்களிடமிருந்து தப்பிப்பதற்காக, அறையை விட்டு வெளியே ஓட முயன்றார்; என்றாலும் கடைசியாகப் பாய்ந்து வந்த துப்பாக்கிக் குண்டு அவரது பிடரியிலே தாக்கி, அவரைக் கொன்று தள்ளி விட்டது. அன்று மாலையிலேயே, ஆயுதம் தாங்கிய கப்பல் வீரர்களும், செஞ்சேனை வீரர்களும் சீஸ்தி புரூதி, யாவுஸா முதலிய சாலை வழிகள் முழுவதிலும் நின்றார்கள். அவர்கள் அந்த வழியாக வரும் மோட்டார் கார்களையும் பாதசாரிகளையும் நிறுத்தி அவர்களைச் சோதனை போட்டார்கள்; அவர்களிடம் ஆயுதங்களும் பணமும் இருந்தால் அவற்றை எல்லாம் பறித்தார்கள். பின்னர் அவர்களை திரிஸ்வியாதிதேல்ஸ்கி ஒழுங்கையிலிருந்த மரோசவ் மாளிகைக்கு - அதாவது கலகத்தின் தலைமைக் காரியாலயத்துக்கு - அழைத்துச் சென்றார்கள். மீர்பாகைக் கொலை செய்த கொலைகாரர்களைத் தேடி அந்த மாளிகைக்குள் சென்ற திசெர்ஜீன்ஸ்கியையே அங்கு கைது செய்து வைத்திருந்தார்கள். மாலை நேரம் முழுவதும் இரவிலும் வெகுநேரம் வரையிலும் கலகக்காரர்கள் பலரையும் கைது செய்து கொண்டேயிருந்தார்கள். தந்திக் காரியாலயம் கலகக்காரர்களின் கைக்குப் போய் விட்டது. என்றாலும் அதுவரையிலும் கிரெம்ளினுக்கு எதிராக உறுதியான நடவடிக்கைகள் எடுக்கப்படவில்லை.

13. ஃபேலிக்ஸ் எத்மூன் தவிச்திசெர்ஜீன்ஸ்கி (1877-1926) போல்ஷிவிக் கட்சியின் திறமை வாய்ந்த அங்கத்தினர். லெனினை உறுதியாகப் பின்பற்றியவர்; 'செக்கா' என்ற அகில ருஷ்ய விசேஷக் கமிஷனின் தலைவர்; சோஷலிஸ நிர்மாண வேலைகளில் சிறந்த சீரமைப்பாளராகத் திகழ்ந்தவர்.

யாவுஸா முதல் சீஸ்தி புரூதி சாலை வரையிலும் ஒரு முன்னணியை அமைத்து, இரண்டாயிரம் கலகக்காரர்கள் அணிதிரண்டு நின்றார்கள்.

கிரெம்ளினுக்கோ அதன் டெலிபோன் தொடர்பையும், அந்தக் கோட்டையின் பழங்காலச் சுவர்களையும் தவிர, வேறு பாதுகாப்பு எதுவும் இல்லை. துருப்புக்களோ ஹதீன்ஸ்கயா வயலில் முகாமிட்டிருந்தன; அதிலும் இவான் குப்பாலா திருநாளையொட்டிப் பலரும் லீவில் சென்றிருந்தார்கள். கிரெம்ளினுக்குள் மிகவும் பரபரப்பான சூழ்நிலை நிலவியது. எப்படியோ பொழுது விடிவதற்குள் அவர்கள் சுமார் எண்ணூறு ராணுவ வீரர்களையும், மூன்று பீரங்கிகளையும், சில ஆயுதந்தாங்கிக் கார்களையும் சேகரித்து விட்டார்கள்; அந்தத் துருப்புக்கள் காலை ஏழு மணிக்குத் தாக்குதலைத் தொடங்கின. அதன் மூலம் திரிஸ்வியாதிதேல்ஸ்கி தெருவிலிருந்த மரோசவ் மாளிகையைக் குண்டு மழை பொழிந்து தரைமட்டமாக்கினார்கள். அங்கிருந்து ஏகமான கூச்சல் கிளம்பியது; எனினும் பலியானவர்களோ அற்ப சொற்பம்தான். 'இடதுசாரி சோஷலிஸ்ட்-புரட்சிவாதிகளின் ராணுவமோ' பக்கத்துச் சந்து பொந்துகளிலும், புழக்கடைகளிலும் புகுந்து, ஏதோ ஒரு இனந்தெரியாத இடத்தை நோக்கித் தப்பியோடி விட்டார்கள். வெறிபிடித்த கண்களும் தடித்த உதடுகளும் கொண்ட இளைஞனான அந்த 'ராணுவத்தின்' தளபதி பபோவ் மாஸ்கோவிலிருந்தே மறைந்து போய் விட்டான். ஒரு வருஷத்துக்குப் பின்னர் அவன் மாஹ்னோவின் எதிர் உளவு பார்க்கும் இலாகாவின் தலைவனாகத் தோன்றினான்; தனது ஈவிரக்கமற்ற கொடுமைகளின் காரணமாகப் பெரிதும் பகிரங்கமானான்.

வோல்கா நதிக் கரையிலும், மாஸ்கோவிலும் தோற்றுவிக்கப்பட்ட கலகங்கள் எல்லாம் அடக்கப்பட்டன. என்றாலும் எங்கு பார்த்தாலும் கலகம் பதுங்கியிருந்தது: போல்ஷிவிக்குகளுக்கு எதிராகக் கலகம்; ஜெர்மானியருக்கெதிராகக் கலகம்; வெள்ளை

ராணுவத்துக்கு விரோதமாகக் கலகம். கிராமங்கள் நகரங்களை எதிர்த்துக் கலகம் செய்து, நகரங்களைக் கொள்ளையடித்தன. நகரங்களோ சோவியத் ஆட்சியைக் கீழிறக்கின. சர்வ சுதந்திரமான குடியரசுகளின் சகாப்தம் தொடங்கியது. அவை வளர்ந்து வளர்ந்து பெரிதாகிக் கடைசியில் பலூன் மாதிரி வெடித்தன. அவற்றில் சில மிகவும் சின்னஞ்சிறிதாக இருந்தன; ஒரு குதிரை வீரன் அவற்றின் எல்லையை எல்லாம் சுற்றி விட்டு வரவேண்டுமென்றால், இருபத்து நான்கு மணி நேரம் ஆகவே ஆகாது!

சோவியத் ஆட்சி தனது சக்திகளை எல்லாம் பிரயோகித்து, இத்தகைய அராஜகத்தையெல்லாம் ஒழித்துக் கட்ட முயன்றது. இத்தகைய சந்தர்ப்பத்தில் தான் சோவியத் ஆட்சிக்கு ஒரு பயங்கரமான அடியும் விழுந்து விட்டது: ஆகஸ்ட் மாதம் முப்பதாம் தேதியன்று, மிஹெல்ஸான் தொழிற்சாலையில் நடந்த கூட்டம் முடிவுற்ற பின்னால், (மண்டையோட்டுச் சின்னம் தரித்த மனிதனின் அதே ஸ்தாபனத்தைச் சேர்ந்த) ‘வலதுசாரி சோஷலிஸ்ட் – புரட்சிவாதியான’ கப்லான் என்பவள் லெனினை நோக்கிச் சுட்டு, அவரைப் படுகாயப்படுத்தி விட்டாள்.

அந்த மாதம் முப்பத்தியொன்றாம் தேதியன்று தலை முதல் கால்வரையிலும் கறுப்புத் தோல் உடுப்புக்கள் அணிந்த சில மனிதர்கள் மாஸ்கோ வீதிகளின் வழியே அணிவகுத்துச் சென்றார்கள். அவர்கள் ஒரு பதாகையை ஏந்தி வந்தார்கள்; இரண்டு கம்புகளால் இழுத்துப் பிடிக்கப் பெற்றிருந்த அந்தப் பதாகையில் ஒரே ஒரு வார்த்தை மட்டும் கொட்டை எழுத்தில் எழுதப்பட்டிருந்தது: ‘பயங்கரம்!’ மாஸ்கோவிலும், பெத்ரொகிராதிலுமுள்ள எல்லாத் தொழிற்சாலைகளிலும் இரவும் பகலும் கூட்டங்கள் நடைபெற்றன. தொழிலாளர்களோ கடுமையான நடவடிக்கைகளை மேற்கொள்ள வேண்டும் என்று கோரினார்கள்.

செப்டம்பர் மாதம் ஐந்தாம் தேதியன்று மாஸ்கோ, பெத்ரொகிராத் நகரங்களிலிருந்து வெளிவரும்

பத்திரிகைகளெல்லாம் ஒரு அமங்கலமான தலைப்புடன் வெளியாயின:

'செஞ்சேனை பயங்கரம்'

".... எல்லா சோவியத்துக்களும் வலதுசாரி சோஷலிஸ்ட் புரட்சிவாதிகளையும், பெருமுதலாளிகளின் பிரதிநிதிகளையும் உடனடியாகக் கைதுசெய்து, அவர்களைப் பிணையாளிகளாக வைக்க வேண்டும்... தப்பிச் செல்வதற்கோ, கலகத்தை மூட்டுவதற்கோ அவர்கள் முயல்வார்களேயானால் சகட்டு மேனியாகப் பரந்த அளவில் அவர்களைச் சுட்டுத் தள்ள வேண்டும்.... வெள்ளை ராணுவ நாய்ப் பிறவிகளுக்கு எதிராக, நாம் நமது போர்முனைப் பின்னணியை உடனடியாகவும், உறுதியாகவும் பாதுகாத்தாக வேண்டும்... பரந்த அளவில் பயங்கரத்தைக் கைக்கொள்வதற்கு எந்தவிதத் தயக்கமும் வேண்டியதில்லை..."

அந்த நாட்களில் மின்சார சக்தியை மிகவும் கடுமையான கட்டுப்பாட்டுடன் உபயோகிக்க வேண்டியிருந்தது. எனவே பல நகரங்களில் போதிய விளக்கு வெளிச்சமே இருக்கவில்லை. சில சமயங்களில் சில ஜில்லாக்கள் முழுவதுமே இருளில் மூழ்கிக் கிடந்தன. பெரிய பெரிய வீடுகளில் வசித்து வந்தவர்கள் எல்லாம் தங்கள் வீட்டிலுள்ள மின்சார பல்புகளின் ஒளிக் கம்பிகள் மெல்ல மெல்ல செக்கச் சிவந்த ஒளியோடு எரியத் தொடங்குவதைக் கண்டு பயந்தார்கள். ஆயுதம் தாங்கிய தொழிலாளர் அணிகள் கும்பல் கும்பலாக வந்து ஒளி நிறைந்த வீடு வீடாகப் புகுந்தார்கள்.

1918ம் ஆண்டு ருஷ்ய நாடு முழுவதிலும் ஒரு பயங்கரச் சூறாவளி மாதிரி கர்ஜித்துத் திரிந்து விட்டு வெளியேறியது. இலையுதிர் காலத்தின் மப்பும் மந்தாரமும் மிகுந்த மேகக் கூட்டங்கள் பெருமழையைச் சுமந்து வந்தான்.

எல்லாத் திசைகளிலும் போர்முனைகள் இருந்தன. வட கோடிப் பிரதேசத்திலும், வோல்கா நதியின் மேற்பகுதியில் கசானிலும், வோல்கா நதியின் கீழ்ப்பகுதியில் த்ஸாரீத்ஸினிலும், வடக்குக் காக்கஸஸிலும், மற்றும் ஜெர்மானியர்கள் ஆக்கிர மித்திருந்த பிரதேசத்தின் எல்லை முழுவதிலும் போர்முனைகள் தோன்றியிருந்தன. ஆயிரக்கணக்கான மைல்களுக்குப் பதுங்கு குழிகள் நீண்டு கிடந்தன. இலையுதிர் காலத்தின் வரவு செஞ்சேனை வீரர்களுக்கு உற்சாகமளிக்கவில்லை. வடதிசையிலிருந்து மெல்ல மெல்ல ஊர்ந்து வரும் மேகத் திரள்களைப் பார்க்கும் போது, அவர்களுக்குத் தங்கள் தங்கள் சொந்தக் கிராமங்கள் நினைவுக்கு வந்தன; அந்தக் கிராமங்களிலோ வேயப்பட்டிருந்த குடிசைக் கூரைகளின் வைக்கோலையெல்லாம் காற்று பிய்த்துப் பிடுங்கியெறிந்தது; அவர்களது தோட்டம் துரவுகளிலெல்லாம் களைப் புல் கலந்து வளர்ந்தன; வயல்வெளிகளிலோ உருளைக்கிழங்குகள் அழுகிக் கொண்டிருந்தன. இந்த நிலைமையிலும் யுத்தம் என்றாவது முடியுமா என்ற நம்பிக்கைக்கும் இடமில்லை. அவர்களுக்கெதிரே கன்னங் கருக்கிருட்டுத்தான் எல்லையற்றுப் பரந்து கிடந்தது. அந்த இருள் மண்டலத்துக்கப்பால் எங்கோ உள்ள குடிசைகளிலே மெலிந்து வாடி மினுக்கொளி சிதறும் மெழுகு வத்திச் சுடரின் வெளிச்சத்திலே பெண் மக்களெல்லாம் தங்கள் தந்தைமார்களையும், தனயன்களையும், கணவர்களை யும் எதிர்பார்த்து, எதிர்பார்த்து ஆதங்கத்தோடும் ஆர்வத்தோடும் வீணில் காத்திருந்தார்கள்; அந்தச் சமயங்களிலே பல்வேறு விதமான சம்பவங்களைப் பற்றிப் பல்வேறு விதமான பயங்கரக் கதைகள் பரிமாறிக் கொள்ளப்பட்டன. அந்தக் கதைகளைக் கேட்டு, கணப்படுப்பின் திண்ணை மீது விரிக்கப்பட்டிருந்த படுக்கைகளில் படுத்திருக்கும் குழந்தைகள் பயபீதி கொண்டு அழுது ஓலமிடத் தொடங்கின.

கலகங்களையெல்லாம் அடக்கியொடுக்கிய பின்னர், கட்சியின் மத்தியக் கமிட்டி, இலையுதிர் காலத்தின்

சோர்வு நிலையைப் போக்குவதற்காக, மாஸ்கோ, பெத்ரொகிராத், இவானவா - வஸ்னி சேன்ஸ்க் முதலிய இடங்களிலிருந்த உறுதி வாய்ந்த கம்யூனிஸ்டுகளை ஒன்று திரட்டி, அவர்களை ராணுவத்தில் சேர்த்து அனுப்பி வைத்தார்கள். அவர்கள் போர் முனைகளை நோக்கி ரயில் வண்டிகளில் புறப்பட்டுச் சென்றார்கள். போகும் வழியில் ஆங்காங்கே திட்டமிட்டோ, அல்லது தெரியாமலோ நடந்து வந்த ரயில்வே தொழிலாளர்களின் நாசவேலைகளை எல்லாம் உடைத்தெறிந்து கொண்டு சென்றார்கள். ராணுவத்திலும் கூட கடுமையான பயங்கர ஆட்சி நிலை நிறுத்தப்பட்டது. கட்டுப்பாடு குலைந்து கரைந்து கலைந்து கொண்டிருந்த படைப் பகுதிகளெல்லாம் புரட்சி ராணுவக் கவுன்சிலின் ஏகோபித்த முடிவின் கீழ் பணியாற்றிய படைகளுக்கு மாற்றப்பட்டன. துணிச்சலும் தைரியமும் பெரிதும் வற்புறுத்தப்பட்டன. கோழைத்தனம் தேசத் துரோகத்துக்குச் சமானமாகக் கருதப்பட்டது. இதன் பின் செஞ்சேனை தாக்குதலைத் தொடங்கியது. ஒரே ஒரு திட்டமிட்ட பலத்த அடியின் மூலம் கசான் வீழ்ச்சியடைந்தது; அதனை அடுத்து சீக்கிரத்திலேயே சமாராவும் கைப்பற்றப் பட்டது. செஞ்சேனை பயங்கரத்தின் முன்னால் நிற்க மாட்டாது, வெள்ளை ராணுவப் பிரிவுகள் பயபீதி கொண்டு, தலை தெறிக்க ஓடின. த்ஸாரீத்ஸினில் இருந்த பத்தாவது ராணுவத்தின் புரட்சி ராணுவக் கவுன்சிலில் ஸ்தாலின் அங்கம் வகித்தார். த்ஸாரீத்ஸினில் வெள்ளை ராணுவத்தின் கசாக்கு களை எதிர்த்து ரத்த பயங்கரமான மாபெரும் யுத்தம் நடந்து கொண்டிருந்தது. ஜெர்மானியரின் ராணுவத் தலைமைக் காரியாலயத்திலிருந்து ஆயுத உதவியும் ஆலோசனைகளும் பெற்று வந்த ஆத்தமான் கிரஸ்னோவ்தான் அந்தக் கசாக்கு ராணுவத்தின் தளபதியாக இருந்தார்.

ஆனால் இவை எல்லாம் போராட்டத்துக்கான ஆரம்பமாகவே இருந்தன; 1919ம் ஆண்டில் நடக்கவிருந்த திட்டவட்டமான சம்பவங்களுக்கு முன்னால் தெரிந்த சக்திகளைப் பற்றிய முன்னோட்டமாகவும் விளங்கின.

இவான் இலீச் தெலேகின் தன்னிடம் கீம்ஸா ஒப்படைத்த பணியை நிறைவேற்றி முடித்து விட்டான். கசானில் நடந்த போரின்போது, அவன் தனது படைக்கே தளபதியாக நியமிக்கப்பட்டான்; சமாராவுக்குள் புகுந்த முதல் அணியிலேயே அவனும் இருந்தான். இலையுதிர் காலத்தின் கதகதப்பான ஒரு தினத்தில், அவன் தனது மட்டக் குதிரையின் மீது ஏறிக்கொண்டு, தனது படையின் அணிவகுப்புக்குத் தலைமை தாங்கி முன்னே சென்றான்; அவ்வாறு செல்லும் வழியில் சமாராவிலுள்ள துவரியான்ஸ்கயா வீதிவழியே அவன் திரும்பினான். அந்த வீதியிலுள்ள சதுக்கத்தை அவர்கள் தாண்டிச் சென்றார்கள்; அந்தச் சதுக்கத்தில் இரண்டாம் அலெக்சான்தர் மன்னனின் சிலை இருந்தது. அந்தச் சிலையை அவசர அவசரமாகத் திரும்பவும் பலகைகள் அடித்து மூடியிருந்தார்கள். தெருமூலையிலிருந்து இரண்டாவதாக இருந்த அந்த வீடும் தென்பட்டது... தெலேகின் தன் தலையைக் குனிந்து கொண்டான். தான் எதைக் காண நேர்ந்ததோ அதைக் காண்பதற்கு அவன் தயாராகத்தான் இருந்தான்; என்றாலும் அவனது இதயம் மட்டும் வேதனையால் கசங்கிக் குன்றியது. அந்த வீட்டின் இரண்டாவது மாடியிலிருந்த ஜன்னல்கள் எல்லாம் - அதாவது டாக்டர் புலாவினின் அறைகளெல்லாம் - சின்னாபின்னமாக்கப்பட்டு இருந்தன. குதிரையின் மீது சவாரி செய்து கொண்டு போகும் போதே, அவனால் அங்குள்ள எல்லாவற்றையும் பார்க்க முடிந்தது: தாஷா கனவு போல் திடீரென்று வந்து நின்றாளே, அந்த வாசல் நிலையும் மரக் கதவும் அங்கிருந்தன; அங்குதான் டாக்டர் புலாவினின் படிப்பறையும் இருந்தது; அந்த அறையிலோ புத்தக அலமாரி கவிழ்ந்து விழுந்து கிடந்தது; சுவரிலோ மென்திலேயவின் உருவச் சித்திரம் கோணல் மாணலாகத் தொங்கியது; அதன் கண்ணாடி உடைந்து நொறுங்கிப் போயிருந்தது. ஆனால், தாஷா எங்கே? அவள் என்ன ஆனாள்? இந்தக் கேள்விகளுக்குப் பதிலளிக்க அங்கு எவருமே இல்லை.

***